வெற்றிக்கு 8 வழிகள்

தமிழாக்கம்: தா. கோவேந்தன்

Made with ♥ on the Notion Press Platform
www.notionpress.com

பொருளடக்கம்

1

காப்பியா வாசிப்பகம்

உயிரைக் காக்க ஓடாத நாள் வேண்டும்

83 இனப்படுகொலைக்கு முன் அறவழிப் போராட்டமும், ஆயுதப் போராட்டமும் கலந்திருந்த காலத்திலேயே தலைமறைவு வாழ்க்கைக்கு தயார் என ஒவ்வொருவரும் தனக்குத் தானே கட்டளை இட்டுக் கொண்டனர். உலகின் விடுதலைக்காக போராடும் இயக்கங்களுக்கெல்லாம் மிகச் சிறந்த காத்திரமான கட்டுப்பாட்டுடனும், ஒழுக்கத்துடனான வாழ்வுப் போருக்கும் முன்னுதாரணமாக திகழும் எல்டிடிஇ வருகை, வளர்ச்சி 83 இல் மக்களோடு இரண்டறக் கலந்து மக்கள்தான் எல்டிடிஇ எல்டிடிஇ தான் மக்கள் என்கிற விடுதலைப் போராட்டத்திற்கு பெருவாரியான மக்கள் *மண்ணுக்காக மரணிப்போம் என கிளர்ந்தெழுந்தார்கள்.

எல்லாவற்றையும் இழந்துவிட்ட நானும் எனது 11வது அகவையில் நண்பர்களுடன் சேர்ந்து சாவதற்கு சத்தியம் செய்தேன். பாலர் வகுப்பு முதல் பல்கலைக்கழகம் வரை என்னோடு நெருங்கிய நண்பர்கள் யாரும் உயிரோடு இல்லை. இராணுவ மொழியில் சொல்வதென்றால் அவர்கள் காணாமல் போனார்கள். கடந்த 33 ஆண்டுகளாக இடப்பெயர்வான சுற்றோடி வாழ்வும் புலம் பெயர்ந்த வாழ்வும் என் பின்னால் தொடர்ந்த வண்ணம் இருக்கின்றன. வாழ்வின் நீள் பாதையில் எல்லாவற்றுக்கும் முகம் கொடுத்து வாழப் பழகிக் கொண்டேன்.

மறைந்து வாழவும், இழந்து வாழவும், இறந்து வாழவும், பழகிக் கொண்ட நான், இந்த இகழ் வாழ்வில் இன்று பதுங்கி வாழவோ, நிமிர்ந்து வாழவோ பலமும் இல்லை பயமுமில்லை என்ற நிலையில் உள்ளேன். உடலும் உள்ளமும் தளர்ந்து போனாலும் ஏதோ ஒரு நம்பிக்கையில் வாழவும் தமிழ் சமூகத்துக்கு ஒன்றைச் செய்ய முடியும் என்ற விருப்பவியல் குருதித் தொனியில் தோணியில் வந்த காலம் கரைகிறது.

85 முதல் இன்று வரை ஓடித்திரியும் வாழ்வில் பல கவிதைகளும் கட்டுரைகளும் காணாமல் போனது. இதழ்களை தேடுவதும் சாத்தியமில்லை. இதழ் நடத்தியவர்களும் சேகரிப்பாளர்களும் உயிரோடு இருந்தால்தானே தேடுவதற்கு. வாழ்வதற்கே போராடும் மனிதர்களிடத்தில் எதைத் தேடி அலைவது. நான் சேகரித்த நூலகமும் எழுதியவைகளும் காலப்போக்கில் அனலிலும் புனலிலும் கரைந்தது ஒரு பக்கம் என்றால், பேரினவாத அரசால்

பத்திரிகை சுதந்திரமும் எழுத்தாளர்களும் தடை செய்யப்படுவதும், கொல்லப்படுவதும், நூல்கள் எரியூட்டப்படுவதும் இன்று வரை தொடர்ந்த வண்ணம் இருக்கையில், நானும் என் கவிதைகளும் தப்புவது எம்மாத்திரம்?நானும் எல்லாவற்றுக்கும் ஆளானேன். எல்லாவற்றையும் ஞாபகப்படுத்தி எழுதி விடலாம் என்ற நம்பிக்கை மட்டும் இன்னும் முகிலாய் இருக்கிறது.

தமிழக மக்களுக்கு ஈழப் போர் குறித்த வாழ்வையும் பேரினவாத அரசால் நாளாந்தம் மக்கள் படும் பேரவலத்தையும் ஒரு நூறு கவிதைகளாகவும் கதைகளாகவும் சொல்லியிருக்கிறேன். புலம்பெயர் வாழ்வில் தமிழகப் பார்வையை உரை நடையாகவும், காதல் கவிதைகளாகவும், நாட்டுப்புறவியல் களச் சேகரிப்புகளாகவும், பத்திகளாகவும், இலக்கண இலக்கிய அகராதிக் காப்பியமாகவும், நாடகக்கலையாகவும், நுண்கலைப் பிரதிகளாகவும், நாடோடிப் பயணங்களாகவும், கலா சாலை போதகனாகவும், முற்போக்கில்லா கற்போக்கு விருந்தாளனாகவும், தொகுப்பதிகாரமாகவும் பதிவு செய்திருக்கிறேன். மேலும் ஆங்கிலத்தில் மூத்தகுடி கலாச்சாரப் பயணங்கள் மற்றும் கல்விப் புலக்கலைப் பேரதிகார நுட்பவியல் குறித்தும் மனைவி தமிழ் இனியா சொற்களை விதைத்து வருகிறார். புகார்க் காண்டத்திலிருந்து மதுரைக் காண்டம் வந்துள்ள கொடை மகன் இமயக்காப்பியன்(6) படைப்பாக்கப் பணியில் முந்நீர் போல் எமக்கு பேருதவியாக இருக்கிறான். துயரங்களின் சாட்சிகள் மரணிப்பதில்லை என்கிற காத்திரச் சொல்லின் சாட்சிகளாய் நாங்கள். கீழடி / உலகின் / மூத்த காலடி

எனக்கான உதவிகளை செய்யும் குழந்தைகள் சக்தி என்கிற விடுதலைவெண்பா, சூரியவாசன் என்கிற இலக்கியப்புரட்சியாளன், ரித்திஷா என்கிற நிழலினி, விதுஷி, பார்பி என்கிற மோனலிக்கும், பாரா முகமாகவே போய்விட்ட ஜேர்மனியில் வாழும் குழந்தைகளான பூர்த்திகா என்கிற இதழினி, அரிகரசுதன் என்கிற எளிஞன் ஆகியோருக்கும் நன்றி சொல்ல தேவையில்லை. எக்காலத்திலும் நன்றிக்குரியவர்களாக இருக்கும் என் சின்னத்தாய் செல்வி கிருஷ்ணமூர்த்தி குடும்பத்தாருக்கும் மற்றும் எனது அக்கா பத்மாவதி, தீபாவிற்கும் நன்றிகள் பல.

தமிழ்த்தேசன் இமயக்காப்பியன்
kappiyan2015@gmail.com

முன்னுரை

தனி மாந்தர்களுக்கோ நாடுகளுக்கோ அரசியல், சமுதாயச் சீரமைப்பின் ஊடாகவே மிகுதியான ஆக்கம் வர முடியும் எனப் பொதுவழக்காகக் கருதப்படுகின்றது. ஒரு நாட்டின் ஆக்கக் கூறாகத் தனி மாந்தர்கள் மேற்கொண்டொழுகுகின்ற ஒழுக்கம் நெறியானதாக இருக்காது. ஓர் இனத்தின் தனி மாந்தர்களிடையே ஒழுக்க நெறியினைக் குறித்த உயர்ந்த உற்றறிவு காணப்பெறின் சிறந்த அறமுறைகளும் சமுதாயச் சூழ்நிலைகளும் எப்போதும் அதைத் தொடாந்து வந்து சேரும். நன்னெறியை நாடிப் பின்பற்றிக் கைக்கொண்டொழுகுவதில் தளர்ச்சியும் சோர்வுமுடையவனாகி விடுகின்ற ஒரு மாந்தனுக்கோ ஒரு நாட்டிற்கோ இயற்றப்படுகின்ற எந்தச் சட்டமும் ஆக்கம் தேடித் தரவியலாது; ஏன், ஏற்படும் அழிவைக்கூட அது தடுக்க முடியாது.

ஒழுக்க அறநெறிகளே ஆக்கத்தின் அடிப்படையும், கால்கோளுமாகும். ஏனெனின், அவையே மேம்பாட்டின் உயிர்நிலை. அவை என்றென்றும் நிலைத்து நிற்கின்றன. நிலைத்து நிற்கும் மாந்தர் பண்புகள் அனைத்துமே அவற்றை அடிப்படையாகக் கொண்டு எழுப்பப்பட்டனவே. அவை இல்லையெனின் வலிமையில்லை; நிலைபேறில்லை, உண்மையான இயற்பொருளில்லை; மற்றவை எல்லாம் கடிந்தழியும் கனவுகளேயாம். ஒழுக்க விதிகளைக் காணுவதென்பது ஆக்கம், மேம்பாடு, மெய்ம்மை ஆகியவற்றைக் கண்டுவிட்டதாகும். ஆகவே, அதுவே வலிமையுடையவராகத் துணிவுடையவராக, மகிழ்ச்சி உடையவராக, தன்னுரிமையுடையவராக இருப்பதாகும்.

ஜேம்ஸ் ஆலன்

1. வெற்றிக்குரிய எட்டு வழிகள்

அற ஒழுக்கத்தின் அடிப்படையிலேயே ஆக்கம் அமைந்து கிடக்கின்றது. சூது, அடாவடி, ஏமாற்றல், பேராசை ஆகிய ஒழுங்கீனத்தின் அடிப்படையில் அது அமைந்து விடுவதாகப் பொதுவழக்காகக் கருதப்படுகின்றது. வாணிபச் செழிப்பு எனும் நன்மை நாணயக் குறைவு என்னும் தீமையின் விளைவுதான். பிறவகைகளில் அறிவுக் கூர்மையுடையவனாயிருக்கின்ற மனிதனுங் கூட "ஒருவன் நாணயக் குறைவுடன் நடந்து கொள்ளவில்லை என்றால் அம் மனிதன் வாணிபத்தில் செழிப்புடையவனாக இருக்க முடியாது" என்று அறுதியிட்டுக் கூறுவதை நாம் சாதாரணமாகக் கேள்விப்படுகின்றோம். அத்தகைய கூற்று மேலெழுந்த வாரியான சிந்தனையற்றதாகும்; அற ஒழுக்கத்தைக் குறித்த காரணகாரியத் தொடர்பு பற்றிய அறிவு சிறிதும் இல்லாததையும், அளவில் புரிந்து கொண்டிருப்பதையுமே அது எடுத்துக் காட்டுகின்றது. இது, கள்ளிச் செடியை விதைத்துவிட்டுத் தேமாங்கனியை அறுத்தெடுக்க வேண்டும் என்று காரண காரியத் தொடர்பின் இயற்கையமைப்பில் கைகூடாத செயல்களைக் கூறுவதற்கு ஒப்பாகும்;

ஆகவே, அது முயற்சி செய்யப்படக் கூடாத ஒன்று. ஒழுக்கநெறி சார்ந்த காரண காரியத் தொடர்பமைப்பு கொள்கையளவில் வேறுபட்டதன்றி அடிப்படையில் மாறுபட்டதன்று. இயற்கைப் பொருள்களின் படிமுறைகளை மனிதன் காணுகின்றான்; அவற்றிற்குத் தக்கச் செயலில் ஈடுபடுகின்றான். ஆனால் ஆன்மீகப் படிமுறைகளை மனிதன் காணப்பெறாததால் அவை இயங்கவே இல்லையெனக் கருதி அவற்றுடன் இசைவற்றுச் செயலில் ஈடுபடுகின்றான்.

நீதிக்கதைகள், அறமொழிகள் அனைத்தும், மேதகு ஆசிரியர்களின் பழமொழி பலவும் இவ் உண்மையினை விளக்கிக் காட்டுதற்கெனத் திட்டம் செய்யப்பட்டனவே. மன உலகம் காட்சிக்குரியதாய் ஆக்கப் பெற்றதே இயற்கையுலகம். காணப்படாததின் கண்ணாடியே காணப்படுவது. ஒரு வட்டத்தின் மேற்பாகத்தை விடக் கீழ்ப்பாகம் எவ்வகையிலும் மாறுபட்டதன்று; ஆனால் அதன் உருண்டை வடிவம் தலைகீழாக இருக்கின்றது. அவை ஒரு முழுவட்டத்தின் இருநேர் பாதிகளேயாகும். இயற்கை சார்ந்தனவும், ஆன்மீகம் சார்ந்தனவும் நிலையான பகைமை கொண்டனவல்ல; ஆனால் உலகத்தின் உண்மையான ஒழுங்க மைப்பின்கண் அவை ஒன்றெனவே நிலையாக உறைகின்றன. கடமையையும், செயல் திறனையும்

தவறாகப் பயன்படுத்துவதான இயற்கைக்கு மாறுபட்ட நிலையிலேயே பிரிவு பிறக்கின்றது; அந் நிலையிலேயே, அவன் பிரிந்துவிட வேண்டி முயன்ற நிறை வட்டத்தினின்றும் அடுத்தடுத்து வருந் துன்பங்களுடன் மனிதன் வல்லந்தமாகப் பின்னொதுக்கப் படுகின்றான்.

இயற்கைப் பொருள் எதை வேண்டுமானாலும் எடுத்துக் கொண்டு நாம் ஆராய்ந்தால் அதன் அடிப்படைப் படிமுறைகள் மன மண்டலத்திலேயும் இருப்பதைக் காணலாம். எடுத்துக்காட்டாக, ஒரு விதை முளைவிட்டு, வளர்ச்சியாகிய மலர் அலரும் செடியாக வளர்ந்து மறுபடியும் விதையாகிற முறையை எடுத்துக் கொள்வோம். இதுவும் ஒரு மனப் படிமுறையேயாகும். எண்ணங்கள் விதைகளே. அவை மனமென்னும் நிலத்தில் வீழ்ந்து முறைவிட்டு அவற்றின் முழுமையான நிலையை அடைவதுவரையில் வளர்ந்து அவற்றின் இயல்புக்கேற்ப நற்செயல்கள், தீச் செயல்கள், அறிவு சான்ற செயல்கள் மடைமை மிக்க செயல்களாக மறுபடியும் பிறர் மனங்களில் தூவப்படவேண்டிய எண்ண விதைகளாக முடிவு பெறுகின்றன. ஆசிரியர் விதை விதைப்பவர், ஆன்மீகச் சொல்லோ உழவர்; அதேபோது தமக்குத் தாமே கற்பித்துக் கொள்ளுபவர், தமது மனநிலத்தின் சிறந்த வேளாண்மைக்காரர், ஓர் எண்ணத்தின் வளர்ச்சி ஒரு செடியின் வளர்ச்சியை ஒத்ததேயாகும்; பருவக் காலத்திற்கேற்ப விதை தூவப்பட வேண்டும்; அது அறிவுச் செடியாகவும், மெய்யுணர்வு மலராகவும் தனது முழுவளர்ச்சியைப் பெறக் காலம் தேவைப் படுகின்றது.

நான் இதை எழுதும் போது என் படிப்பறையின் பலகணிவழியே பார்வையைத் திருப்புகின்றேன்; அங்கு முந்நூறு அடிக்கு அப்பால் உயர்ந்து வளர்ந்த ஒரு மரம் உளது. அருகிலுள்ள புதர்க் காட்டினின்றும் வந்த காகமொன்று அம்மர உச்சியில் தனது கூட்டை முதல்முறையாகக் கட்டி முடித்திருக்கின்றது. ஒரு கடுமையான வடகிழக்குக் காற்று வீசுகின்றது. கடுங்காற்று தொடங்கிவிட்டதன் காரணமாக மரத்தின் உச்சி முன்னும், பின்னுமாய் வேகமாக அசைகின்றது; எனினும், மரச்சுள்ளிகளாலும் பன்னாடையாலும் அமையப் பெற்ற வலுவற்ற அக் கூட்டிற்கு எவ்வித இடரும் இல்லை; அதோடு, தன் முட்டைகளின் மீதமர்ந்து கொண்டிருக்கும் அத் தாய்ப்பறவைக்குப் புயலைக் குறித்த அச்சம் இல்லை. எதனால்? மிகுந்த அளவு வலிமையையும், பாதுகாப்பையும் அளிக்கின்ற முறைகளுடன் கூடிய வகையில் தனது கூட்டை அப்பறவை இயல்பாகவே கட்டியிருப்பதே இதற்குக் காரணம். மரவுச்சி எத்துணைதான் அசைந்தாடுவதாயிருப்பினும், கூட்டின் அமைப்பு மாறுபடுவதோ அதன் கட்டுமானம் உலைவு படுவதோ இல்லை; மேலும், எந்த வெளிப்புற ஆட்டத்திற்கும் ஒரு பெருந்தடையாகப் பயன்படும் முறையிலும், தேவைக்கேற்ப உட்புறத்தில் நிறைவான நெருக்கம் மிகுதியாகப் பெறும் முறையிலும் கூடு அமைப்புத் திட்டத்தில் கட்டப்பட்டிருக்கின்றது; ஆகவே, காற்று எத்துணைதான் சீற்றம் கொண்டாலும் பறவைகள், பாதுகாப்புடன் வாழ்கின்றன. இது பழக்கப்பட்ட ஒரு காட்சி. எனினும், அதன் அமைப்பு கண்டிப்பான கணித விதிக்குட் பட்டதாயிருப்பதைக் காணும்போது, ஒருவன் தன் செயல்களை நிலைபெற்ற முறைகளுடன் ஒழுங்குபடுத்திக் கொள்வது மூலமாகவே நிகழ்ச்சிகளின் உறுதியற்ற நிலை, வாழ்வின் கீழ்ப்படியாத கொந்தளிப்புகள் ஆகியவற்றின் இடையிலேயும் நிறைவான உறுதிப்பாடு, நிறைவான பாதுகாப்பு, நிறைவான அமைதி ஆகியவற்றைப் பெற முடியுமென்பதைக் கற்பித்து அறிவொளியூட்டும் ஒரு அறநெறி கதையாகவே அறிவுடையோர்க்குத் தென்படுகின்றது.

மனிதன் கட்டுகின்ற வீடோ தூக்கணாங்குருவிக் கூட்டைக் காட்டிலும் மிகவும் அதிகமான சிக்கலுடைய கட்டுமானமாகும்; எனினும், அது இயற்கையில் எங்கணும் தெளிவுபடக் காணக்கிடக்கின்ற கணிதப் படியான முறைகளுடன் கட்டப்படுகின்றது. வடிவ இயல் விழுக்காடுகளுக்கு எதிராக ஒரு கட்டிடத்தை எழுப்ப அவன் என்றுமே முயலுவதில்லை; ஏனெனின், அத்தகைய கட்டிடம் நிலையற்றது என்பதும், கட்டுமான வேலை நடந்து கொண்டிருக்கையிலேயே அவன் காதுகளில் ஒலிக்கும் வண்ணம் அது இடிந்து விழவில்லை என்றாலும், முதன் முதலாக வீசும் பெருங்காற்று பெரும்பாலும் அதைத் தரைமட்டமாக்கி விடுமென்பதும் அவனுக்குத் தெரியும். கட்டிடத்தை எழுப்புவதில் வட்டம், சதுரம், கோணம் ஆகியவற்றை மனிதன் சிற்றிழையும் தவறாது பின்பற்றுகின்றான்; அதோடு, கடுமையான புயற்காற்றுகளையும் தடுத்துத் தனக்குக் கவலையற்ற புகலிடத்தையும், தொல்லையற்ற பாதுகாப்பையும் தரும் கட்டுமானத்தை வரைகோல், நேரறித்தூக்கு நூல், சாரங்கள் ஆகியவற்றின் உதவி கொண்டு அவன் எழுப்புகின்றான்.

இவையனைத்தும் மிக எளிது என கற்பவர் கூறலாம். ஆமாம், எளிதுதான், ஏனெனின், இது உண்மையானது, முழுமையானது. இடை நிலைப்பாடு எதையும் ஒத்துக் கொள்ளவியலாத அத்துணை உண்மையானது, எந்த ஒரு மாந்தனும் மேற்கொண்டு செம்மைப் படுத்தவியலாத அத்துணை முழுமையானது. பொருளுலகத்தில் உள்ள இந்த முறைகளை மனிதன் கற்றுக் கொண்டதுடன் அவற்றைப் பின்பற்றி யொழுகுவதில் அறிவு மேம்பாட்டையும் காணுகின்றான்; நிலைபெற்ற அதே விதிகளை மன உலகிலும் கடைப்பிடித்தொழுகும் முயற்சியை ஊக்குவிக்கும் பொருட்டே அவை இங்கு குறிப்பிடப் படலாயின; அவை எளிதானதும், என்றென்றும் உண்மையானதும், முழுமையானதுமாகும். எனினும். அவற்றின் இயல்புணராத அறியாமையாலும் காலமெல்லாம் தன்மீது தானே சுமத்திக் கொண்டிருக்கும் கேட்டினை உணராமையாலும், இன்றைய நிலையில் மனிதன் அவற்றை மீறியே நடக்கின்றான் என்பது மிகச் சிறிதளவே புரிந்து கொள்ளப்பட்டிருக்கின்றது.

தன்னறிவிற்குத் தெரிந்தோ தெரியாமையாலோ அது புறக்கணிக்கப் பட்டுவிட்டால் அழிவிற்கும் தோல்விக்கும் நம்மை அழைத்துச் சென்றுவிடும். உண்மையில் உலகில் உள்ள நோக்காட்டுக்கும், துன்பத்திற்கும் காரணம் இந்த விதியை அறியாமையால் மீறுவதேயாகும். மனத்தைப் பொறுத்தவரை அற ஒழுக்கப்படி உணர்ந்தறியப்படுகின்றது. கணிதப்படி முறையும், ஒழுக்கப்படிமுறையும் தனித்தனியானதில்லை, எதிர்மறையானதுமில்லை. அவை ஒன்று பட்ட முழுமையின் இரு கூறுகளேயாகும். சடப்பொருள் அனைத்தையும் கட்டுப்படுத்துகின்ற கணக்கியலின் நிலைப் பெறு நியதிகளை உடலென்று கொண்டால் நன்னெறியே அதன் உயிர்நிலை; அதேபோது, ஒழுக்கநெறியின் நிலையான முறைகள் மனமென்னும் உலகத்தில் இயங்குகின்ற கணிதப்படியான பொதுவுண்மைகளாகும். ஒழுக்க முறைகளிலிருந்து நீங்கி வெற்றிகரமாக வாழ்வது என்பது கணிதப்படியான முறைகளைப் புறக்கணித்து விட்டு வெற்றியுறக் கட்டுமானத்தை முடித்தல், இயலாத கூற்றேயாகும். குணவியல்புகளும் ஒழுக்கம் எனும் விதியின் அடிப்படையில் கட்டப்படுவதால் மட்டுமே வீடுகளைப் போன்று உறுதியாய் நிற்கின்றன; ஏனெனின், குணவியல்புக் கட்டுமானத்தில் செயல்பாடுகளே செங்கல்களாகும். தொழில்களும், மனிதமுயற்சிகள் அனைத்தும் இந்த நிலையான முறைமையிலிருந்து விதிவிலக்கப்படவில்லை; ஆனால் நிலைபெறு விதிகளைப் பின்பற்றுவதால் மட்டுமே அவை பாது-

காப்புடன் நிலைக்கமுடியும்.

எந்த ஒரு சமூகத்திலும் நிலையாக ஆக்கஞ் சேர் மக்களாக இருப்போர் அச் சமூகத்திலுள்ள எத்தர்களும், ஏமாற்றுக்காரர்களுமல்லர். ஆனால், நம்பிக்கைக்கு உரியவராயிருப்போரும் நேர்மைக் குணம் படைத்த மக்களுமேயாவர். இந்திய சமூகத்தின் தமிழர்களே மிகவும் நேர்மை படைத்த மக்களாகக் கூறப்படுவர்; அவர்களின் மக்கள் தொகுதி சிறிதேயாயினும் அவர்களே அதிகமான பண்பாட்டுச் செழிப்புள்ளவர்கள்.

"வாணிபக் கட்டுமானம்" குறித்து மக்கள் பேசுகின்றனர்; செங்கல்லால் கட்டப்பட்ட ஒரு வீடு போன்றோ கருங்கல்லால் கட்டப்பட்ட ஒரு தேவாலயம் போன்றோ வாணிபமும் ஒரு கட்டிடமே; அவ்வாறிருப்பினும், அக் கட்டுமானப் படிமுறை மனம் சார்ந்ததாகும். வீட்டின் மேலுள்ள கூரைபோன்று ஆக்கம் மனிதனின் தலைக்குமேல் அமைந்து அவனுக்கு பாதுகாப்பும், ஆறுதலும் அளிக்கும் ஒரு கூரையாகும்; ஆதாரத்திற்கு ஓர் அடிநிலை இன்றியமையாததாகி விடுகின்றது. ஆகவே, ஆக்கம் எனும் கூரை கீழ்க்காணும் எட்டு ஆதாரங்களால் நிலைப்படுகின்றன; இவை ஒழுக்கத்திண்மை எனும் அடிநியில் பொருத்தப் பெற்றிருக்கின்றன.

1. ஆற்றல் 5. இரக்கம்

2. சிக்கனம் 6. இயல்பார்வம்

3. சால்பு 7. நடுவு நிலைமை

4. முறைமை 8. தற்சார்பு

இந்த முறை அனைத்தையும் தவறாது கடைப்பிடித்தொழுகும் அளவிற்கு அத்துணை உறுதியானதாகவும், நீடித்து நிலைபெறுவதாகவும் அமைந்துவிடும். அதனின் ஆக்கத்தை எதுவும் நிலைகுலையச் செய்ய முடியாது; அதனின் வெற்றியை எதுவும் குறுக்கிட்டுத் தடுக்கவோ தரைமட்டத்திற்குக் கொண்டுவரவோ முடியாது. அதற்கு மாறாக, இந்தமுறைகளைப் பின்பற்றாத நிலை எங்குளதோ அங்கு எவ்விதமான வெற்றியும் ஏற்படுவதில்லை அங்குத் தொழிலேனும் இருக்க ஏதில்லை; எப்பொருளாயினும் அதற்கு உயிரூட்டி உடலும், உருவமும் கொடுக்கின்ற இயல்பும், திண்மையும் இல்லாத நிலையிருக்கும். இந்த முறைகளைத் தன் மனத்தே கொள்ளாதவனாய் ஒரு மனிதனைப் படம் பிடித்துப் பார்க்கும்போது, குறைகளைக் குறித்த நமது அறிவு சிறிதளவாயினும், நிறைவுநிலை பெறாதாயினும் எவ்வித வெற்றிகரமான பணியைச் செய்பவனாகவும் அம்மனிதனை நாம் நினைத்துப் பார்க்க முடிவதில்லை.

மிகுதியான அளவிலோ குறைந்த அளவிலோ இந்த முறைகளே எவ்வகையான வெற்றியாயினும், அவையனைத்திற்குமான காரணக் கூறுகளாகும். ஆக்கம் அனைத்துடையவும் அடித்தளத்தில் இவையே வலுவுள்ள ஆதாரங்களாய் இருக்கின்றன; அத்தகைய ஒரு முடிவிற்கு வருவதற்குத் தோற்றங்கள் எத்துணைதான் எதிராயிருப்பினும், மக்கள் வெற்றியென அழைக்கும் சிறப்பை முடி சூடுகின்ற ஒவ்வொரு முயற்சியையும் அவையே உருவமைத்து நிலைப்படுத்துகின்றன.

ஒப்பிட்டுப்பார்க்கும்போது இந்த எட்டு அறங்கள் அனைத்தையும் அவற்றின் முழுமையான, நிறைவான நிலையில் வெற்றிவாய்ப்புள்ள ஒருசில மக்களே கைக்கொண்டொழுகுகின்றனர் என்பது உண்மையே. அவ்வாறு செய்பவர்கள் இருக்கவே செய்கின்றனர்; அவர்களே தலைவர்கள், ஆசிரியர்கள், மனித வழிகாட்டிகள், மனிதச் சமூக ஊன்றுகோல்கள்,

மனித இன வளர்ச்சி அணியின் வலிமைவாய்ந்த முன்னோடிகள்.

ஒரு மனிதனுடைய ஒழுக்கவரம்புகள் அவனடையும் வெற்றியின் வரம்புகளைக் குறித்து விடுகின்றன. எனவே, ஒருவனுடைய ஒழுக்கத் தகுதியைத் தெரிந்து கொள்வதே, அதைக் கணிதப்படி மதிப்பீடு செய்வதே, அவனுடைய இறுதியான வெற்றியையோ தோல்வியையோ தெரிந்து கொள்வதாகும். ஒழுக்கத்தூண்களால் தாங்கப்படுவது வரையில்தான் ஆக்கமெனும் கோயில் நிலைபேறு கொள்ள முடியும்; அவை வலுவிழந்துவிடின், அது இடர் சூழ்ந்ததாகி விடுகின்றது. அவை பின்னிழுக்கப்பட்டு விட்டால் அது அழிந்து மடியும்படி அசைந்தாடிச் சாம்பலாகிவிடுகின்றது.

ஒழுக்க முறைகளைப் புறக்கணிக்கவோ மீறவோ செய்யின், அங்கு இறுதியில் இயற்கையமைப்பின் காரணகாரியத் தொடர்பு முறையிலேயே தோல்வியும், ஏமாற்றமும் இன்றியமையாத விளைவுகளாகி விடுகின்றன; மேல்நோக்கி எறியப்படுகின்ற கல் நிலத்துக்குத் திரும்பி வருதல் போன்று, நல்லதோ கெட்டதோ ஏவி விடப்படுகின்ற ஒவ்வொரு செயலும் நம்மீதே திரும்பி வருகின்றது. தீய நெறியானதோ நெறியற்றதோவான ஒவ்வொரு செயலும் அது குறிக்கொள்கின்ற முடிவையே முறியடித்துவிடுகின்றது. அதற்கு மாறாக, ஒழுக்கநெறி சார்ந்த ஒவ்வொரு செயலும் ஆக்கமெனும் ஆலய அமைப்பின் பிறிதொரு திண்மையான கல்லாகும்; அதைத் தாங்கி நிற்கும் தூண்களுக்குப் பிறிதொரு வலிமையும், செதுக்கப்பட்ட சிற்ப அழகும் அதுவே.

ஒழுக்க வலிமையிலும், அறிவிலும் தமக்குள்ள வளர்ச்சியுடன் இசைந்தே தனிமனிதர்களோடு, குடும்பங்களும், நாடுகளும் வளர்ந்து வளம் பெறுகின்றன; அம்மக்களின் ஒழுக்கச் சிதைவுக்கேற்ப அவர்கள் வீழ்ந்து தோல்வியடைகின்றனர்.

உலகப் பொருளில் அமைந்திருப்பது போலவே மனவியலிலும் உருவமும், திண்மையும் உடையதாயிருப்பது மட்டுமே நின்று நிலைபெற முடியும். தீயநெறி என்பது வெறுமை; அதனின்று எதையுமே உருவமைக்க முடியாது. அது அடிப்படையின் எதிர்மறை, நெறியின்மை என்பது அழிவு. அது உருவத்தின் எதிர்மறை. அது உள்ளக வெறுமை உண்டுபண்ணும் படிமுறையேயாகும். ஒழுக்க நெறியே அந்த அறிவுள்ள சிற்பி. ஒருவனிடம் அமைந்துள்ள ஒழுக்கமே அடிப்படை உருவம், கட்டமைக்கும் ஆற்றல் அனைத்தும் ஆகும். எப்போதும் தோல்வியடைந்து அழிவையும் உண்டு பண்ணுகின்ற நெறியின்மைக்கு எதிர்மறையாக இருப்பதால், ஒழுக்கநெறி எப்போதும் கட்டமைத்துக் காக்கின்றது; ஏனெனின், அதுவே அதன் இயல்பு. தனிமனிதர்களிடையேயும் சரி நாடுகளிடையேயும் சரி ஒழுக்க நெறியே எங்கணும் சிறந்த சொத்தாகும்.

ஒழுக்கநெறி தோற்கடிக்கப்பட முடியாதது; இறுதிவரை அதில் உறுதியாக நிற்பவன் கைப்பற்ற முடியாத ஓர் அரணில் இருப்பவனாகின்றான்; எனவே அவனுடைய வெற்றி உறுதியாக்கப்பட்டு விடுகின்றது. அவனுக்குத் துன்பங்கள், மிகக் கூடுதலான அளவில் ஏற்பட்டே தீரும்; ஏனெனின் போரின்றி வெற்றியிருக்க முடியாது. மேலும், நேர்த்தியாகவும், நிறைவுற்றதாகவும் கைவினைப் பட்டிருக்கும் பிற ஒவ்வொன்றைப் போலவும், அவைகளின் வலிமையை ஆய்வுசெய்து உண்மையெனக் காட்டுவது நிலைபெறு அற முறையில் நடப்பதாகும். உலகில் வலுவுடைய, இணையற்ற தேவைகளை நிறைவேற்ற வேண்டிய உருக்குக் கம்பிகள் வார்ப்படைத் தொழிற்சாலையினின்றும் வெளியே அனுப்படு முன்பு அவற்றின் உரத்தையும்,

தகுதியையும் ஆராயும் பொருட்டு இரும்பு பதப்படுத்துவோரால் அவை ஆய்வுக் குட்படுத்தப்பட்டேயாக வேண்டும்.

கடுமையான வெப்பத்தால் உடைந்து விடுகின்ற செங்கல்களைச் செங்கல் செய்பவர் ஒதுக்கி எறிந்து விடுகின்றார், எனவே, மிகப் பெரிய அளவிலும் நீடித்து நிலைபெறும் வகையிலும் வெற்றியடைய வேண்டிய ஒருவன் தீங்கான சூழ்நிலைகளின் கடினப்பாடுகளைத் தாண்டிவிடுவான்; மேலும், அவாவெழுச்சியெனும் நெருப்பு அவனுடைய ஒழுக்க இயல்பிலிருந்து வெறுமனே வேரறுக்கப்படுவதில்லை; அது வலிமையூட்டப் பெற்று அழகு மேற்றப் படுகின்றது. உயர்ந்த தேவைக்குத் தகுதியாயிருக்கின்ற நிலையில் நன்கு கைவினைப்பட்ட உருக்குக் கம்பியைப் போன்று அவனிருப்பான்; இரும்மைப் பதனிடுவோர் நன்கு கைவினைப்பட்ட கம்பிகளைக் கவனித்துக் கொள்வது போன்று, அவனைப் பயன் நழுவிவிடாதபடி உலகம் கவனித்துக் கொள்ளும்.

நெறியற்ற மனிதன் தனது தீய வழிப்பலன்களைக் கண்டு உள்ளூர நகைத்துக் கொண்டிருக்கும் வேளையில், ஏற்கனவே அவனுடைய சட்டைப் பையில் இருக்கின்ற ஓட்டையின் வழியே அவனுடைய பொன் விழுந்து கொண்டேயிருக்கின்றது. ஒழுக்க நெறியுடன் வாழ்வு தொடங்குபவனும் ஆய்வுநிலையின் வேளையின்போது பலன் கருதி அதைக் கைவிடுவானேயாகில், அவன் முதன் முதலில் சூடேற்றப்பட்டதும் உடைந்து விடுகின்ற செங்கல்லைப் போன்றவனே ஆவான்; அவன் உதவிக்கு உகந்தவனன்று; உலகம் அவனை உதறியெடுத்து விடுகின்றது; முடிந்த முடிவாகவே அவ்வாறு உதறப்பட்டு விடுவதில்லை. ஏனெனின், அவன் உயிருள்ள மனிதன், செங்கல்லன்று; அவன் வாழமுடியும், கற்றுக் கொள்ள முடியும், இரங்கிச் சீர்திருந்த முடியும், இழந்ததைப் பெற்றுக் கொள்ள முடியும்.

வெற்றியைத் தருவதும், உயிரோட்டமும், ஆக்கம் அனைத்திற்கும் வலிமையூட்டும் கருப்பொருளும் ஒழுக்க ஆற்றலேயாகும்; ஆனால், வெற்றியில் பல்வேறு நிலைகள் உள்ளன. எனவே, பேரளவானதும் நீடு நிலைப்பதுமான வெற்றியை அடையும் பொருட்டு மனிதன் ஒவ்வொரு திசையில் தோல்வியுற்று விடுதல் அடிக்கடி இழிவானதாகி விடுகின்றது. ஆனால் இந் நூலில் விளக்கப்படுகின்ற பொருள், ஓர் அறிவனோ, ஓர் ஆன்மீக மேதையோ பெறுகின்ற வெற்றியைப் பொறுத்ததன்று; ஆனால், சாதாரண ஆண், பெண்ணுடைய சேமம், நல்வாழ்வு, மகிழ்ச்சி ஆகியவற்றில் அக்கறை கொள்ளும் வெற்றியைப் பொறுத்ததே யாகும்; ஒரே சொல்லில் கூறுவதென்றால் மனித இனத்திரளின் ஆக்கத்தைப் பொறுத்ததாகும்; அதாவது, முன்னிலைப்படுவதாலும், இம்மைக்குரியதாயிருப்பதாலும் அது ஏறத்தாழ செல்வத்தைப் பொறுத்ததாயிருப்பினும் அதனிடத்தே அடைப்பட்டுவிடாமல், மனிதச் செயல்கள் அனைத்தையும், குறிப்பாக மகிழ்ச்சி என்றழைக்கப்படுகின்ற மனநிறைவையும் ஆக்கம் என்றழைக்கப்படுகின்ற ஆறுதலையும் உண்டு பண்ணுகின்ற சூழ்நிலைகளுடன் தனி மனிதன் கொண்டிருக்கின்ற பிணைப்பைச் சார்ந்த செயல்வினைகளைப் பரந்து தழுவிக் கொள்கின்ற வெற்றியும், ஆக்கமுமாகும். மனித இனத்திற்கு அத்துணை விருப்பம் ஊட்டுகின்ற இப்பயனை எய்தற்கு எட்டு அறமுறை எவ்வாறு இயங்குகின்றன. ஆக்கம் எனும் கூரை அதனைத் தாங்கி நிற்கும் அடிநிலைகளால் எவ்வாறு மேலெழுப்பப்பட்டுப் பாதுகாப்புப் பெறுகின்றது என்பதை நாம் இனிக் காண்போம்.

2. ஆற்றல்

வெற்றி அனைத்துக்கும் பொருள் இயக்கு நிலையே, ஆற்றலாகும். உயிர்பற்ற நிலக்கரியை அது நெருப்பாக மாற்றிவிடுகிறது; நீரை ஆவியாக மாற்றுகின்றது; மிக எளிய திறமை நுண்திறமையாக வளருவதுவரை அதற்கு உயிரூட்டிப் பலப்படுத்துகிறது; அது அறியாமை மனத்தைத் தொடுகின்ற வேளையில் முன்பு இயங்காத் தன்மையில் உறங்கிக் கொண்டிருந்த ஒன்றை உயிர்ப்புள்ள ஒரு நெருப்பாக மாற்றிவிடுகின்றது.

ஆற்றல் ஓர் ஒழுக்க அறம்; சோம்பல் அதன் எதிர்மறையான மறம். அறம் என்ற நிலையில் ஆற்றல் பண்படுத்த வேண்டியதாகும்; முயற்சியுடனிருக்கத் தன்னைத் தானே எழுச்சியூட்டிக் கொள்வதின் மூலம் சோம்பேறியான மனிதனும் சுறுசுறுப்புள்ளவனாக மாறிவிடலாம். சுறுசுறுப்புடைய மனிதேனாடு ஒப்பிடுகையில் சோம்பேறியானவனை அதில் பாதியளவு கூட உயிருள்ளவனாகக் கொள்ள முடியாது. சோம்பேறி மனிதன் உறக்கத்திலிருந்து தன்னைத் தான் தட்டியெழுப்பு முன்னரே சுறுசுறுப்புடைய மனிதன் குறிப்பிடத்தக்க அளவு வேலையைச் செய்து முடித்துவிடுகின்றான்; சோம்பேறி மனிதன் ஒரு வாய்ப்புக்காகக் காத்துக் கொண்டிருக்கையில், சுறுசுறுப்புள்ளவன் வலியச் சென்று ஐந்தாறு வாய்ப்புக்களைத் தானே வருந்திக் கண்டு பயன்படுத்தி விடுகின்றான். முன்னவன் தன் கண்களைக் கசக்கிக் கொண்டிருக்கின்ற வேளையிலேயே பின்னவன் காரியங்களைச் செய்து முடிக்கின்றான்.

ஆற்றல் மூல ஆற்றல்களில் ஒன்று; அதுவின்றி எதையுமே செய்து முடிக்க வியலாது. செயல் வகைகள் அனைத்திற்கும் அதுவே அடிப்படையான மூலக்கூறு. இவ் உலகம் முழுமையாகப் புரியாததாயினும், சோர்வற்றதாயிருக்கின்ற ஆற்றலின் தோற்றக் காட்சியேயாகும். ஆற்றலே வாழ்வு; ஆற்றலின்றி வாழ்வுமில்லை. ஒரு மனிதன் செயல்படத் தவறுவானேயானால் அவன் இறந்தவனேயாவான். மனத்தைப் பொறுத்த நிலையிலும், உடலைப் பொறுத்த நிலையிலும் மனிதன் செயல்படுதற்காகவே உருவாக்கப்பட்டிருக்கின்றானே அன்றி பன்றித்தனமான இளைப்பாறுதல் பெறுதற்காகவன்று. உடலிலுள்ள தசைநார் ஒவ்வொன்றும் முயற்சிக்கான நெம்புகோலாகும். ஒவ்வோர் எலும்பும் நாடி நரம்பும் உழைப்பிற்காகவே உருவாக்கப் பட்டிருக்கின்றன; நேர்மையாகப் பயன்படுத்தப் படுதற்காகவே ஒவ்வோர் இயக்கமும், செயல் திறனும் அமையப் பெற்றிருக்கின்றது. முயற்சிகள் அனைத்தும் செயல்படுதலையே தம் முடிவாகக் கொண்டிருக்கின்றன; செயல்திறங்கள் அனைத்தும் பயன்படுத்தப் படுவதிலேயே வாழ்வில் நிறைவு நிலை ஈய்துகின்றன.

வாழ்வில் சோம்பேறியான மனிதனுக்கு ஆக்கம் இல்லை; மகிழ்ச்சியில்லை; தஞ்சமில்லை; ஓய்வுமில்லை; அவன் நாட்டங் கொள்கின்ற இளைப்பாறுதல் கூட அவனுக்குக் கிடைப்பதில்லை; எனவே, திறமையுடன் முறைப்பாடாக உழைப்பதைத் தவிர்ப்பதால் மிகக் கடுமையான பளுவைத் தன்மீது சுமத்திக் கொள்கின்றான் என்ற பொருள்பட "சோம்பேறியான மனிதனே மிகக் கடுமையாக உழைக்கின்றான்" என்று முதுமொழி பொருட் செறிவுடன் கூறுகின்றது.

ஆற்றல் வாய்ந்த மனிதன் ஒரு நோக்கத்தையோ பல நோக்கங்களையோ செய்து முடிப்பதில் தன்னை முனைப்புடன் ஈடுபடுத்திக் கொள்கின்றான். நோக்கம் நன்மையான ஒன்றாக இருக்கலாம்; அன்றித் திண்மையான ஒன்றாக இருக்கலாம்; ஆனால், திண்மையாகவிருப்-

பின், அது தன் முன்கை முட்டியால் சுவரில் குத்தித் தன் கையினையே காயப்படுத்திக் கொள்கின்ற ஒருவனைப் போன்று, செய்பவனையே அழித்துவிடும் அளவிற்கு எதிர்தாக்குகின்ற வகையில் ஆற்றலைத் தவறாகப் பயன்படுத்துவதாகும். உழைப்பாற்றல் எப்போதும் நன்மையானதே. தன்னோக்கில் செயல்படுத்துகையில் மட்டுமே அது பயனுடையதாகவிருக்கும்; அந்த நோக்கங்களை அடைந்துவிட்டால் அது மகிழ்ச்சி, வெற்றி, ஆக்கம் ஆகியவற்றை உருவாக்குகின்றன.

ஆற்றலே இல்லையெனும் நிலையைவிட ஆற்றல் தவறாகவேனும் செயல்படுத்தப் படுகின்ற நிலை சிறந்ததேயாகும். ''வெப்பமாகவோ குறிர்ச்சியாகவோ நான் உன்னை ஏற்றுக் கொள்வேன்; நீ இளஞ் சூடாகவிருந்தால் உன்னை என் வாயினின்றும் நான் உமிழ்ந்துவிடுவேன்'' என்று புனித ஜான் அவர்கள் கூறிய தொடர்களில் இது வலியுறுத்திக் கூறப்பட்டிருக்கின்றது. உழைப்பாற்றலை உருமாற்றும் செயற்பாடு அதனுடைய நன்மையானதும், தீமையானதுமான கூறுகளில் இருப்பதையே வெப்பத்தினுடையவும், குளிர்ச்சியினுடையவும் உச்ச நிலைகள் இங்குக் குறிப்பிடுகின்றன.

''பெருமளவில் பாவியாக இருப்பவனே பெருமளவில் ஒழுக்கவாணராகிவிடுகின்றான்'' என்ற முதுமொழியில் இந்த உண்மை மிக அழகாகச் சித்திரிக்கப்பட்டிருக்கின்றது.

ஆற்றலே உயிர்ப்புடையது. அதின்றி எதையும் செய்து முடிக்கவியலாது; அறமேனும் அங்கிருப்பதில்லை; ஏனெனின், அறமென்பது தீமையைச் செய்யாமலிருப்பதில் மட்டும் அடங்கியிருப்பதன்று. ஆனால், முதன்மையாக நன்மை செய்வதிலேயும் அடங்கியிருக்கின்றது. இதை முயற்சி செய்பவர்கள் இருப்பினும் கூட, ஆற்றல் போதாமையால் தோல்வியடைந்து விடுகின்றனர். அவர்களுடைய முயற்சிகள் ஆக்கமான பயன்களை உண்டுபண்ணப் போதிய வலுவற்றனவாயிருக்கின்றன. அத்தகையோர் தீயநெறி கொண்டவர்களல்லர்; அவர்கள் எப்போதுமே மன மறிந்து கேடு செய்வதில்லை என்பதற்காக நன்மக்கள் தோல்வியுற்றுவிடுவதாக வழக்கமாக அவர்களைக் குறித்துப் பேசப்படுகின்றது. ஆனால், கேடு செய்வதற்கான முன்டு இல்லாமை நன்மை வழி நடப்பதாகாது; அந்நிலை வலுவும் ஆற்றலுமின்றி இருப்பதேயாகும். கேடு விளைத்தற்கான ஆற்றலிருந்தும் நன்மையான வழிகளில் தம் ஆற்றல்களை நெறிப்படுத்த வேண்டுமெனத் தேர்ந்து தெளிபவனே உண்மையில் நல்ல மனிதனாவான். எனவே, ஆற்றல் இல்லாத நிலையில் ஒழுக்க ஆற்றல் இருப்பதில்லை. இருக்கின்ற நன்னெறிப்பான்மை உள்ளுறைவதாகவும், உறங்குவதுமாகவே இருக்கும்; இயக்கச் சத்தியன்றுத் தானே இயங்குகை இல்லாதவாறு போன்று நன்மையுந் தானே நகருவதில்லை.

வாழ்வின் ஒவ்வொரு துறையிலும், உலகப் பொருளியலான திசைகளிலாயினும் சரி, ஆன்மீக திசைகளிலாயினும் சரி, செயல்கள் அனைத்திலும் ஆற்றலே அறிவுறுத்து ஆற்றலாக அமைந்திருக்கின்றது. படைவீரனிடமிருந்து மட்டுமன்றி, ஒவ்வொரு சிந்தனை நிலையிலுமுள்ள ஒவ்வோர் ஆசிரியன் வாயினின்றோ எழுதுகோலினின்றோ பறிக்கின்ற செயலுக்கான அழைப்பு, உறங்கிக் கொண்டிருக்கும் தனது ஆற்றலைத் தட்டியெழுப்பிக் கொண்டு கடமையை ஊக்கத்துடன் செய்யுமாறு மக்கட்கு விடுகின்ற அழைப்பேயாகும். வாழ்வின் கோணங்கள் அனைத்திலுமே ஒரே வகையான ஆற்றல் தேவைப்படுகின்றது; படை வீரர், பொறியியல் வல்லுநர், வணிகர் ஆகியோருக்குரிய விதிகள் மட்டுமே செயல் முறை விதிகள் என்பதில்லை; திருநிலையினர், அறிவர்கள், ஒழுக்கவாணர்கள் ஆகியோரின் கட்டளைகள்

அனைத்துமே செயல்முறை குறித்த கட்டளைகளேயாகும்.

“மிகவும் விழிப்புணர்ச்சியுடன் இரு” என்று தம் மாணவர்களுக்குப் பேராசிரியர்களில் ஒருவர் கூறிய அறிவுரை, ஒருவன் கொண்ட குறிக்கோள் கைகூட வேண்டுமெனின் சோர்வற்ற ஆற்றல் இன்றியமையாதது என்பதைச் சுருக்கமான சொற்களில் விளக்கிக் காட்டுவதாயிருக்கின்றது; “ஓயாத விழிப்புணர்ச்சியே விடுதலையின் விலையாகும். ஏதேனும் செய்து முடிக்க வேண்டுமெனின், மனிதன் தானே அதைச் செய்வானாக; அதை ஊக்கத்துடன் பொருதுவானாக” என்று கூறியிருப்பதுவும் அதே ஆசிரியரேயாகும். செயற்பாடு படைப்புத் திறனுடையது, அதை முறைப்படி பயன்படுத்துங்கால் பெருக்கமும், வளர்ச்சியும் தொடர்ந்து வந்துச் சேரும். மேலும் அதிகமான ஆற்றலைப் பெற வேண்டுமெனின், நம்பால் ஏற்கனவே அமைந்துள்ள ஆற்றலை அதன் முழு அளவிற்கு நாம் பயன்படுத்தியாக வேண்டும். இருப்பவனுக்கே மேலும் தரப்படுகின்றது, ஏதேனும் ஒரு கடமையில் ஊக்கமுடன் தனது கையை வைப்பவனுக்கே ஆற்றலும் விடுதலையும் வந்து சேர்கின்றன.

ஆற்றல் படைப்புச் சத்தியுடையதாயிருக்க நன்னோக்குகளை நோக்கி அது திருப்பப்படுதல் மட்டும் போதுமானதாகாது அதனை அக்கறையுடன் கட்டுப்படுத்திப் பேணிக் காக்கவும் வேண்டும். ‘ஆற்றலைப் பேணிக் காத்தல்’ என்பது எந்த ஆற்றலும் வீணாக்கப்படுவதோ அழிந்துபடுவதோ இல்லை என்ற இயற்கையின் விதியை எடுத்துரைக்கும் தற்காலச் சொல்லாகும்; தன் ஆற்றல்களின் விளைவுகள் பயனுடையதாய் இருக்கவேண்டுமெனின், மனிதன் இந்த அடிப்படையில் அறிவுத் திட்பமுடன் பணியாற்ற வேண்டும். கூச்சலும், பரபரப்பும் மிகுதியான அளவு ஆற்றல் வீணாவதேயாகும். இயங்கிக் கொண்டு இருக்கின்ற ஆவியில் இரைச்சல் கேட்பதே இல்லை. தப்பி வெளியேறும் ஆவியே மிகுதியான இரைச்சலை உண்டு பண்ணுகின்றது. திட்பமிக்க வெடிமருந்தே குண்டைக் குறிவைத்த இடத்திற்குச் செலுத்துகின்றது.

மனிதன் தன் ஆற்றல்களைப் பேணிக் காத்துத் தன் குறிக்கோள் நிறைவேற்றுதற்காக அவற்றை ஒருமுகப்படுத்திப் பலப்படுதுகின்ற அளவிற்கு அவன் ஆறுதலும், அமைதியும், ஓய்வும், பெறுகின்றான். கூச்சலைச் சக்தியென்று பொருள் கொள்வது பெரும் மயக்கமாகும். அதட்டி வெருட்டும் புகழேங்கியான பெரிய குழந்தையை யாருமே இயக்க வியலாது. உடலைப் பொறுத்த அளவிலேயே அவன் மனிதன்; ஆனால், மனத்தைப் பொறுத்த அளவில் அவன் ஒரு கைக் குழந்தையேயாகும்; எதையும் செய்ய வலிமையில்லாத நிலையிலும், பிறர்க்குக் காட்ட வேலைப்பாடு இல்லாத நிலையிலும், தான் சாதித்தது என்ன, தான் சாதிக்கக் கூடியது என்ன என்பதை இரைந்து பறைசாற்றுவதன் மூலம் அதை ஈடுசெய்ய முற்படுகின்றான்.

“அசைவற்ற நீர்த்தேக்கம் ஆழமாகவே இருக்கின்றது”; பெரும் உலகின் ஆற்றல் செவிப் புலனாகாதவையாகவே இருக்கின்றன. அமைதி எங்குளதோ அங்கே மிகப் பெரிய ஆற்றலுமுள்ளது. வலிமையான, நன்கு பயிற்றுவிக்கப்பட்ட ஆறுதலாக ஒழுங்குபடுத்தப்பட்ட மனத்தின் திண்ணமான குறியீடு அமைதியேயாகும். அமைதியான மனிதனுக்கு அவனுடைய தொழில் முறை தெரியும் என உறுதியாக நம்பலாம். அவன் பேசுகின்ற சொற்கள் சிலவே, ஆயினும் அவை பல கூறும். அவனுடைய வழிவகைகள் நன்கு திட்டஞ்செய்யப்பட்டவை; அவை நன்கு சமனாக்கப்பட்ட இயந்திரம் போன்று இயங்குதல் உண்மையேயாகும். முன்-

னோடும் நெடுந் தூரத்தை அவன் காணுகின்றான்; நேராகத் தன் குறிக்கோள் நோக்கிச் செல்லுகின்றான். இடர்ப்பாடு எனும் பகைவனை அவன் நண்பனாக மாற்றிவிடுகின்றான்; "எதிரி தன் வழித்துணையாகும் போது அவனுடன் ஒத்திணங்க" இவன் நன்கு கற்றுக் கொண்டுவிட்டதால் நலஞ் சேரும் வகையில் அவனைப் பயன்படுத்திக் கொள்கின்றான். கூரறிவு படைத்தளபதியைப் போன்று ஏற்படவிருக்கும் நெருக்கடிகள் அனைத்தையும் அவன் முன்னறிந்து கொண்டவனாகின்றான். அவனுடைய சிந்தனைகளில் தீர்ப்பின் அறிவுரைகளில் அவன் காரணங்களைக் கலந்தாராய்ந்து தற்செயல் நிகழ்ச்சிகள் அனைத்திலுமுள்ள சிறப்பைக் கண்டறிகின்றான். அவன் என்றுமே வியப்பிற்கு ஆளாவதில்லை; என்றுமே பரபரப்படைவதில்லை; தனது சொந்த உறுதிப்பாட்டைப் பாதுகாப்புடன் கொண்டு செலுத்துவதோடு, தனது ஆதரவைப் பொறுத்து உறுதியுடனும் இருக்கின்றான்.

களைப்பினால் செத்துச் செயலற்று நிற்கும் நிலையிலிருந்து வேறுபட்டது அமைதி. அது ஒருமுகப்படுத்தப்பட்ட ஆற்றலின் உச்சியாம். அதன் அடித்தளத்தில் குவிமையப் படுத்தப்பட்ட மனநிலை அமைந்திருக்கின்றது. கலக்கத்திலும், கிளர்ச்சியிலும் மன நிலை சிதறிவிடுகின்றது. அது பொறுப்பிழந்து ஆற்றலோ, சிறப்போ இல்லாதாகி விடுகின்றது. குழப்பமுற்றவனாகவும், சிடுசிடுப்பாகவும் சீற்றமுற்றனாகவும் இருக்கும் மனிதனுக்குச் செல்வாக்கு இருப்பதில்லை. அவன் கடிந்து விலக்குகிறானே அன்றிக் கவருவதில்லை. மெத்தனப் போக்குடைய அண்டை வீட்டுக்காரன் வெற்றியடைவதும், அவனைப் பிறர் நாடிச் செல்வதும், அதேபோது எப்போதுமே பரபரப்பும், கவலையும், தொந்தரவையும் கொண்டுள்ள தான் தோல்வியடைவதும், தன்னைப் பிறர் தவிர்த்து கடப்பதுவும் ஏன் என்று அவன் வியப்புறுகின்றான். அண்டை வீட்டுக்காரன் அமைதியான மனிதனாக இருப்பதாலும் ஆழ்ந்தாய்ந்து செயலாற்றுபவனாக இருக்கின்றான்; மிகுதியான வேலைகளை விரைந்து முடிப்பதன்றி அதை மிகத் திறமையோடும் செய்து முடிக்கின்றான்; மேலும், மிகுந்த தன்னடக்கமும், ஆண்மையும் உடையவனாக இருக்கின்றான். இதுவே அவனுடைய வெற்றிக்கும் செல்வாக்கிற்கும் காரணமாகும். அவனுடைய ஆற்றல் அடக்கியாளப்பட்டுப் பயன்படுத்தப்படுகின்றது. அதேபோது அடுத்த மனிதனின் ஆற்றல் சிதறிச் சின்னாபின்ன மடைகின்றது.

ஆக்கமெனும் ஆலயத்தின் முதல் அடிநிலை ஆற்றலேயாகும்; முதன்மையானதும், சிறப்பானதுமான இந்த ஆற்றலின்றி ஆக்கம் இருக்கவே முடியாது. ஆற்றலில்லையெனின் திறமையில்லை என்றுதான் பொருள்படும். உழைப்பிற்கான இயற்கை விருப்பு அங்கில்லையாதலால் ஆண்மை மிக்க தன்மதிப்பும், தன்னுரிமையும் இருப்பதில்லை. வேலையில்லாதோரில் பலர் உழைப்பிற்குரிய முதல் இன்றியமையாத ஆற்றல் இல்லாத காரணத்தால் மட்டுமே வேலைக்கு அமர்த்தப்பட முடியாதவர்களாக இருப்பதைக் காணலாம். உடல் கொழுத்தும், மனம் மந்தமாகவும் இருக்கும் மனிதன் இருக்கின்ற தனது போக்கை ஒவ்வொரு நாளும் மிகுதியாக்கி, உழைப்பிற்குத் தன்னை மேலும் தகுதியற்றவனாக்கி, அதன்மூலம் வாழ்க்கைக்கே தகுதியற்றவனாகி விடுகின்றான்.

ஆற்றலுடைய மனிதன் வேலையில்லாததும், இடர்ப்பாடுடையதுமான சிறுசிறு காலங்களைக் கடக்க நேரிடலாம். ஆனால், நிலையாக வேலையற்றிருப்போரில் ஒருவனாகிவிடுதல் அவனுக்கே இயலாத காரியமாகும். அவன் வேலையைத் தேடிக் கண்டுபிடித்து விடுவான்; அல்லது உண்டுபண்ணிக் கொள்வான், ஏனெனின், அவனுக்கு உழைப்பின்மை துன்பந்

தரும். உழைப்பு களிப்பூட்டும்; உழைப்பில் களிப்பைக் காணுபவன் நெடுநாள் வேலையற்றிருப்பதில்லை.

சோம்புதலுடையவன் வேலையில் அமர்த்தப்பட விரும்புவதில்லை. அவன் எதுவுஞ் செய்யாது வாளாவிருத்தலின் போதே தன்னியல்புடன் இருப்பவனாகின்றான். முயற்சியைத் தவிர்ப்பது எவ்வாறு என்பதே அவனுடைய முதற் கல்வி, திமிர்ப்புகளில் தழைத்து வளருவதே இன்பத்தைக் குறித்த அவனுடைய கருத்து. அவன் தகுதியற்றவன், வேலைக்கமர்த்தப்படக் கூடாதவன். வேலையின்மை அனைத்தும் செல்வரின் செயல்விளைவே எனக் கூறுகின்ற சமூகப் பொதுவுடைமைக் கொள்கையாளருங் கூடி சோம்பலான, அசட்டையான ஆதாயமற்ற ஊழியராகவே பணிபுரிவதன் மூலம் வேலையில்லாப் படைக்குப் பணிபவரின் எண்ணிக்கையைக் கூட்டுபவரே ஆவர். ஏனெனின், சுறுசுறுப்பான, நேர்மையான உள்ளம் படைத்த மக்கள் அனைவருக்கும் வெறுப்பூட்டுகின்ற சோம்புதல் கீழ்த்தரமான பழிச் செயல்களில் ஒன்றாகும்.

ஆற்றல் ஒரு கலவை உயிர்ப்பாகும். அது தனித்து நிற்பதில்லை. உரம் வாய்ந்த குணவியல்பை உருவாக்கும், ஆக்கத்தை விளைவிக்கும் பண்புகள் இதன் கண் அடங்கியிருக்கின்றன. முதன்மையாகக் கீழ்க்காணும் நான்கு பண்பியல்புக் கூறுகளிலேயே அவை உள்ளடங்கியிருக்கின்றன :

1. முந்தார்வம் 3. விடாமுயற்சி
2. விழிப்புணர்ச்சி 4. அக்கறை

எனவே, ஆற்றலெனும் அடிப்படை இந்த நான்கு உறுதியான மூலக் கூறுகளடங்கிய கட்டிடமாகும். அவை உறுதியானவை, நீடித்து நிலைபெறுபவை, துன்பத்தின் கொடிய காலநிலையைத் தாங்கும் வண்ணம் திட்டஞ் செய்யப்பட்டவை. அவையனைத்தும் வாழ்விற்கும் ஆற்றலுக்கும் திறமைக்கும் முன்னேற்றத்திற்கும் வழிகோலுபவை.

முந்தார்வம் விலையுயர்ந்த சொத்தாகும். அது நம்பிக்கையைப் படைக்கின்றது. சுறுசுறுப்புடையோராகவும், முந்தார்வமுடையோராகவும், காலம் தப்பாமையைக் கடைப்பிடிப்போராகவும் இருக்கின்ற மக்கள் நம்பிக்கைக்கு உரியவராகின்றனர். அவர்கள் தம் கடமையை ஊக்கத்துடனும், ஒழுங்காகவும் செய்து முடிப்பர் என நம்பலாம். விரைந்து செயலாற்றும் பணிமுதல்வர்கள் தம் பணியாளர்களுக்கொரு வலிமையூட்டும் மருந்தாவர். கடமை தவிர்க்குங் கருத்துடையோர்க்கு ஒரு கசையடியாவர். தம்மைத் தாம் நெறிப்படுத்திக் கொள்ளாதவர்க்கு அவர்கள் நற்பயன் விளைக்கும் ஒழுங்கு முறைக்கான ஒரு கருவியுமாவர். எனவே, தமது பயனுடைமையையும், வெற்றியையும் கையாற்றும் அதே வேளையில் பிறருடைய பயனுடைமைக்கும் வெற்றிக்கும் அவர்கள் உதவுகின்றனர்.

எப்போதும் காலங் கடத்துபவராகவும், எப்போதும் நேரந் தவறுபவராகவும் இருக்கின்ற அசட்டையான தொழிலாளி தனக்கில்லையெனிலும் பிறர்க்கு ஒரு தொந்தரவாகி விடுகின்றான். அவனுடைய பணிகளுக்கு ஆக்க மதிப்பு சிறிதளவே இருப்பதாகக் கருதப்படுகின்றது. முந்தார்வத்தின் ஏவல் பெண்களாகிய தீர சிந்தனையும், தீவிர விரையும் ஆக்கம் அடைவதற்கான பயன்மிக்க கருவிகளாகும். பொது வாணிபப் போக்குகளில் சுறுசுறுப்பு ஒரு செட்டான ஆற்றலாகும். முந்தார்வம் ஆக்கம் விளைவிக்கின்றது. சோம்பேறி எனப் பெயர் பெற்றோர் வாணிபத்தில் என்றேனும் வெற்றியடைந்துள்ளனரா என்பது ஐயப்பாட்டிற் குரியதாகும்.

மனத்தின் செயல் திறன்கள், ஆற்றல் அனைத்திற்கும் விழிப்புணர்ச்சியே காவலனாம். கொடியதும், அழிவு விளைப்பதுமான கூறுகள் எதுவும் உட்புகாமல் தடுக்கும் ஒற்றன் அதுவே. வெற்றி, விடுதலை, ஒளிமை அனைத்திற்கும் நெருங்கிய கூட்டாளியும், காவலாளியும் அதுவே. மனத்தின் இந்த எச்சரிக்கையான நோக்கு இல்லாத நிலையில் மனிதன் மூடனாகி விடுகின்றான். மூடனுக்கு ஆக்கம் வருவதில்லை. தன்னைத் தொந்தரை செய்யுவருகின்ற இழிந்த கருத்துகளும், கொடிய இச்சைகளும் தன் மனத்தின் ஆழ்சிந்தனை, அமைதி, தீர்ப்பு ஆகியவற்றை அடியோடு கொள்ளையிட மூடன் இடந் தந்து விடுகின்றான். அவன் என்றுமே பாதுகாப்புடன் இருப்பதில்லை. அழையாது நுழையும் ஒவ்வொரு கயமைத் தன்மைக்கும் தன் மனக் கதவுகளைத் திறந்து வைத்து விடுகின்றான். தன்னை விரட்டிப் பிடிக்கின்ற ஒவ்வோர் உணர்ச்சி வேகமும் தனது சமநிலையைத் துடைத்து அழித்துவிடும் அளவிற்கு அவன் அத்துணை வலுவற்றவனாகவும், உறுதியற்றவனாகவும் இருக்கின்றான. பிறர் எவ்வாறிருத்தல் கூடாது என்பதற்கு அவன் ஓர் எடுத்துக் காட்டாகும். அவன் எப்போதும் தோல்வியுறுபவனாகவே இருக்கின்றான். ஏனெனின், மூடனாக இருப்பவன் மனிதர் அனைவருக்குமே ஒரு பொல்லாப்பு; அவனை மதிப்புடன் வரவேற்கும் சமுதாயமே இல்லை. வலிமையின் முகடாக ஒளிமை இருத்தல் போன்று வலிமையின்மையின் அடுத்த கோடி மடமை.

சிந்தனையற்ற தன்மையிலும், வாழ்வின் சாதாரண நுணுக்கங்களிலுள்ள பொதுப்படையான தளர்ச்சியிலும் விழிப்புணர்ச்சியின்மை வெளிப்பட்டு விடுகின்றது. மடமையின் மற்றொரு பெயரே சிந்தனையின்மை, பெருவாரியனர் தோல்வி, துன்பம் ஆகியவற்றின் மூல காரணத்திலே அது அமைந்து கிடக்கின்றது. எந்த வகையான பயனுடைமையையும், ஆக்கத்தையும் குறிக்கொள்கின்ற எவனும் தன் செயல்களைக் குறித்தோ, அச் செயல்களால் பிறர்க்கு ஏற்படும் விளைவுகளையும், அவற்றின் எதிர்விளைவாகத் தனக்கே ஏற்படுவனவற்றையும் குறித்தோ கருதாது கண்மூடியாக இருக்க இயலாது. அவன் தனது வாழ்க்கைப் போக்கின் தொடக்கத்திலேயே தற்சார்புப் பொறுப்பென்னும் உணர்ச்சி பெற்று விழிப்புற்றாக வேண்டும். வீட்டிலே, நீதிமன்றத்திலோ, கோயிலின் சொற்பொழிவு மண்டபத்திலோ, மாளிகையிலோ, பள்ளிக் கூட அறையிலேயோ பணப்பெட்டியருகிலோ கூட்டாகவோ தனியாகவோ, உழைப்பில் ஈடுபட்டிருக்கும் போதோ விளையாடும் போதோ, அவன் எங்கெங்கிருப்பினும் அவனுடைய ஒழுகலாறு நன்மைக்கோ தீமைக்கோ அவனுடைய வாழ்க்கை நெறியைப் பாதிக்கும் என்பதை அவன் அறிந்து கொள்ள வேண்டும். ஏனெனில், நடத்தையில் ஒரு நுட்பமான வசியம் இருக்கின்றது. அது தொடுகின்ற ஒவ்வோர் ஆண், பெண், குழந்தையிடத்தும் ஒரு முத்திரையைப் பொறித்துச் செல்கின்றது. அம் முத்திரையே மனிதர் ஒருவர் மீதொருவர், கொண்டிருக்கின்ற மனப்போக்கை வரையறுக்கும் கூறாகவும் இருக்கின்றது.

இக் காரணம் பற்றியே ஒன்றுபட்ட சமுதாயம் அனைத்திலும் நற்பழக்க வழக்கங்களைப் பேணி வளர்த்தல் அத்துணை இன்றியமையாமை வாய்ந்ததாக இருக்கக் காண்கின்றோம். உலைவு படுத்துவதும், உடன்பாடற்றதுமான மனக்குறைபாட்டை நாம் நம்முடனே கொண்டு செல்வதாயிருப்பின், நம் காரியங்களில் அது நச்சூட்டும் என்பதைப் பெயரிட்டு அறிமுகப்படுத்த வேண்டியதில்லை. ஆற்றல் வாய்ந்த திராவகம் நேர்த்தியான உருக்குக் கம்பியை

அரித்துத்தின்று அதனுருவத்தைச் சிதைத்து விடுதல் போன்று. நமது முயற்சிகள் அனைத்தையும் மனக்குறைபாடு அழித்து நமது மகிழ்ச்சியையும், ஆக்கத்தையும் சின்னா பின்னமாக்கி விடுகின்றது.

மாறாக, உறுதிப்படுத்தும், ஒழுங்குபடுத்தும் மனத்தின் மேம்பாட்டை நாம் நம்முடனே கொண்டு செல்வதாயிருப்பின், நம்மைச் சூழ்ந்திருப்போர் அதைப் புரிந்து கொள்வதோடு கவர்ச்சியும் அடைகின்றனர். அவர்கள் ஏனென்று அறிந்து கொள்ளாமலே நன்னோக்குடன் நம்மை அணுகி வருவர்; நண்பர்களையும், நல வாய்ப்புகளையும் கொணர்ந்து, நம் முயற்சிகள் அனைத்திலும் வெற்றி காணப் பேருதவியாகவுமிருப்பர், நம் காரியங்கள் அனைத்திலும் ஆற்றல் வாய்ந்த விளையாட்டாகவும் விளங்குவது அந்த நற்பண்பே ஆகும். அது நம் தவறுகளைக் கூட நேர்படுத்திவிடும்; திறமைக் குறைவுகளின் தீய விளைவுகளை, எண்ணிறந்த குறைபாடுகளை மூடி மறைத்துப் பெரிதும் மட்டுப்பத்திவிடும்.

எனவே, நாம் கொடுக்கின்ற அளவைப் பொறுத்தே உலகத்தின் கைகளிலிருந்து நாமும் பெறுகின்றோம். தீமைக்குத் தீமை, நம்மைக்கு நன்மை. மாசு படிந்த ஒழுக்கத்திற்கு மட்டான செல்வாக்கும், நிறைவற்ற வெற்றியுமே. மேம்பட்ட ஒழுக்கத்திற்கு நிலைபெறும் ஆற்றலும், நிறைவுற்ற வெற்றியுமாம். மூட மனிதன் தோல்வியுறுகின்றபோது பிறரைத் தூற்றுகின்றான். தன் மீது தவறேதும் காணுவதில்லை; ஆனால் அறிவுடைய மனிதன் தன்னைத்தான் கண்காணித்துத் திருத்திக் கொள்கின்றான். அதனால் அவனுக்கு வெற்றி உறுதியாகி விடுகின்றது.

விழிப்புணர்ச்சியும், சுறுசுறுப்புமுடைய மனம் கொண்ட மனிதன், அதன் பயனாகத் தன்னுடைய குறிக்கோள்களை அடையும் விலையுயர்ந்த கருவியைக் கொண்டவனாகிறான். அவன் நிகழ்ச்சிகள் அனைத்திலும், குணவியல்பின் கேடுபயக்கும் தவறுகளுக்கு எதிராக முழு விழிப்புணர்ச்சியுடன் இருப்பான் எனின், எந்த நிகழ்ச்சி, எந்தச் சூழ்நிலை, எந்தப் பகைவன் அவனைப் பின்னொதுக்கிப் போரிட முடியும்? அவன் முறைப்படியான பயனைப் பெறுவதை எவைதாம் தடுத்துவிட முடியும்?

விடாமுயற்சி களிப்பையும், செழிப்பையும் தருகின்றது. ஊக்கஞ் செறிந்த ஆள்வினையுடையராய மக்களே சமூகத்தின் மகிழ்ச்சியுடைய உறுப்பினராவர். தேவைக்கு மிகுந்த பணம் படைத்திருத்தலையே செல்வமெனக் கொண்டால் அவர்கள் எப்போதுமே செல்வராயிருப்பதில்லை. ஆனால், அவர்கள் எப்போதும் சிறிதும் கவலையற்றவராய், களிப்புடையராய் இருக்கின்றார். தாம் செய்வதிலும் தம்மிடம் இருப்பதிலும் மிகுந்த மனநிறைவு காணுகின்றனர். எனவே, பெருமளவில் அருளுடையராய் இருப்பவரையே செல்வரெனப் பொருள் கொண்டால் அவர்களே செல்வராவர்.

மிகுதியாகப் பயன்படுத்தப்படுகின்ற பொருள்களே மெருகேற்றப் பட்டதாயிருக்கின்றன. மிகுதியாக உழைப்பில் ஈடுபடுகின்ற மக்கள் தம் மெருகையும், மதிப்பாற்றலையும் நன்னிலையில் கொண்டிருக்கின்றனர். பயன் படுத்தப்படாத பொருள்கள் விரைந்து கறைபடுகின்றன; காலம் கொல்வோன், களைப்பாலும் பதனிழந்த பகற்கனவாலும் அழிக்கப் படுகின்றான். ஏனெனில், அறிவு, பயனுடை எனும் வண்மைகள் பெருகிய உலகில், தன் கையாட்சியில் குறுகிய வாழ்வைக் கொண்ட எவரே மிகுதியான நேரம் கொண்டிருக்கக் கூடும்? தீர்க்கமான தலைகளும், நல்ல நெஞ்சங்களும் கொண்ட மனிதர் ஒவ்வொரு நாளின் ஒவ்வொரு கணத்தையும் பயனுடனும், களிப்புடனும் செலவிடுகின்றனர்;

இன்னலத்தையும், நன்னிலையையும் ஆள்வினை பெருக்குகின்றது. சுறுசுறுப்புள்ள மனிதன் ஒவ்வோரிரவும் தளர்ச்சியுடன் படுக்கச் செல்கின்றான். அவன் உளைவுபடாது, இனிமையான உறக்கம் கொள்கின்றான். அவன், மகிழ்ச்சியூட்டும் மற்றொரு நாளைய உழைப்பிற்காகப் பொலிவுடனும், வலிவுடனும் மறுநாள் விடிகாலையில் துயிலெழுந்து விடுகின்றான். அவனுக்கு நல்ல பசியும், செரிமானமும் ஏற்படுகின்றன. அவன் பொழுது போக்கில் ஒரு சிறந்த சுவைச் சத்தையும், உழைப்பில் ஒரு நல்ல ஏற்றத்தையும் காணுகின்றான். அத்தகைய மனிதன் மந்தம், சோர்வு இவற்றுடன் என்ன தோழமையைக் கொள்ள முடியும்? சிறிதளவு உழைத்துப் பெருமளவில் உண்ணுபவரையே அத்தகைய பதனிழந்த உணர்ச்சிகள் சுற்றி வளைக்கின்றன. சமூகத்திற்குப் பயன்படுபவர்களாகத் தம்மை ஆக்கிக் கொள்ளும் மக்கள் சமூகத்திலிருந்து தங்கள் முழுப் பங்கான நலம், மகிழ்ச்சி, ஆக்கம் ஆகியவற்றைத் திரும்பப் பெறுகின்றனர். அவர்கள் அன்றாடக் கடமையை மகிழ்வுடையதாக்கி உலகம் முன்னேறும் வகை செய்கின்றனர். அவர்கள் நாட்டின் பொற் சுரங்கம்; மண்ணின் இனிய சாறம்.

“அக்கறை அழியாமையைப் பெறும் வழியாகும். அக்கறையுடையோர் இறந்துபடுவதில்லை. அக்கறை இல்லாதோர் ஏற்கனவே இறந்துபட்டவர்களுக்கொப்பாவர்” என ஒரு பேராசரியர் கூறியுள்ளார். மனம் முழுவதையும் அதன் கடமைக்கென உரிமையாக்குவதே அக்கறையாகும்.

நாம் என்ன செயல்படுத்துகின்றோம் என்பதைப் பொறுத்தே நாம் வாழுகின்றோம். தாம் செயல்படுத்துவது எதுவாயினும் அதில் உயர்ந்த மேம்பாடன்றி எவ்விதக் குறைபாடு ஏற்படினும் அக்கறை மிக்க மக்கள் மனநிறைவின்மை அடைகின்றனர். அவர்கள் எப்போதும் மேம்பாட்டை அடைந்து விடுகின்றனர். குறைபாடுடைய வினைமுறையில் திருப்தி காணுகின்ற கவனமற்றோரும் அரைமனம் கொண்டோரும் எத்துணையோ பேர் உள்ளனர். அக்கறையுடையோர் தமக்கே உரிய மேம்பாட்டுடன் தனித்துப் புகழொளி வீசுகின்றனர். பயனுடைமை, தொண்டு ஆகிய வரிசைகளில் அக்கறையுடைய மக்களுக்கு எப்போதும் மிகுதியான “வெற்றிடங்கள்” இருக்கின்றன. ஆழ்ந்த அக்கறை கொண்ட ஓர் ஆண்மகனோ பெண்மணியோ ஏதேனும் பொருத்தமான கடமையை வெற்றிகரமாக நிறைவேற்றாமல் என்றுமே இருந்ததுமில்லை, இருக்கப் போவதுமில்லை. அத்தகைய மக்கள் அதிநுட்பமுடன் செயல்படுபவர் மனச்சான்றிற்குக் கட்டுப்படுபவர், வருந்தி உழைப்பவர், சிறந்தோர்க்குச் சீர் வழங்க உலகம் எப்போதும் காத்திருக்கின்றது. பருப்பொருள் சார்ந்தனவோ, அறிவாற்றல் சார்ந்தனவோ, ஆன்மீகஞ் சார்ந்தனவோ ஆகிய செயல்கள் எவற்றிலாயினும் சரியே, ஒப்பற்ற மேம்பாடுடைய ஒன்றிற்குரிய முழு விலையை, பொருளாகவோ, புகழாகவோ, நண்பர்களாகவோ, செல்வாக்காகவோ, மகிழ்ச்சியாகவோ, வாய்ப்பாகவோ வாழ்வாகவோ தந்து விட வையகம் எப்போதும் ஆயத்தமாக நிற்கின்றது. நாம் எந் நிலையுடையரேனும் சரியே, எவ்வித ஐயமோ நம்பிக்கைக் கேடோ இன்றி மிகச் சிறந்தவற்றை உலகிற்கு அச்சமிற்றி வழங்கலாம் நமது அக்கறையின் அழிக்க முடியாத முத்திரை ஒரு முறை நம் சரக்குகளின் மீதோ மற்றொருமுறை நம் சொற்களின் மீதோ பொறிக்கப்படுமேயாயின், நமது வாணிபம் தழைத்துச் செழிக்கும், அல்லது நம் வாய்மொழிகள் நிலைத்து வாழும்.

அக்கறையுடைய மக்கள் தமது உழைப்பு, குணவியல்பு ஆகிய இரண்டிலும் நல் விளைவான முன்னேற்றம் காணுகின்றனர். எனவே, அவர்கள் வாழுகின்றனர், தடைப்பட்டுத் தேங்கி நிற்றலே இறப்பு இடையறாத முன்னேற்றமும், என்றும் மேலோங்கும் மேன்மையும் எங்குளவோ அங்கு முயற்சியும், வாழ்வும் தேக்கத்தையும், இறப்பையும் விழுங்கிவிடுகின்றன.

எனவே, முதல் அடிப்படையின் அமைப்பும், வேலைப்பாடும் விளக்கப்பட்டுவிட்டன. அதை நன்கு கட்டி முடித்து உறுதியாகவும், நேராகவும் நிலைப்படுத்துபவன் தனது வாழ்வெனும் வாணிபத்தில் வலிமை வாய்ந்ததும், நிலைபெறுவதுமான அடிப்படை கொண்டவனாவான்.

3. சிக்கனம்

இயற்கை அன்னை வெறுமையை அறியமாட்டாள். விரயமும் அவள் அறியமாட்டாள். இயற்கையின் சிக்கனத்தில் ஒவ்வொன்றும் பேணிக் காக்கப்பட்டு நற்பணிக்காகத் திருப்பப்படுகின்றது. உடலின் கழிவுப் பொருள்கள் கூட வேதியமுறையில் உருமாற்றப் பெற்றுப் புது உருவங்களைக் கட்டுதற்காகப் பயன்படுத்தப்படுகின்றன. இயற்கை ஒவ்வொரு கழிவையும் அழிப்பதென்பது அதை ஒழித்துவிடுவதன்று. ஆனால், உருமாற்றுகையின் மூலமே அதைச் செய்கின்றது. அதாவது, அதைப் பண்படுத்தித் தூய்மைப்படுத்தி அழகுள்ள, பயனுள்ள, நன்மையுள்ள செயலுக்குப் பயன்படும் வண்ணமே அதைச் செய்கின்றது.

இயற்கையில் உலகியல் முறையாக இருக்கின்ற அதே சிக்கனம், மனிதனிடத்தில் ஒழுக்கநெறிப் பண்பாக இருக்கின்றது; அவன் அப் பண்பைக் கொண்டே தன்னுடைய ஆற்றல்களைப் பாதுகாத்துச் செயல்களின் அமைப்பின் மூலம் ஓர் இயக்க உறுப்பாக தன்னைக் கொள்கின்றான்.

செல்வநிலைச் சிக்கனம் வாழ்க்கை முறையின் ஒரு சிறு பகுதியேயாகும். முழுக்கவும் மனஞ் சார்ந்ததாகவும், அதன் உருமாற்றங்கள் உயிரியல் சார்ந்ததாகவும் இருக்கின்ற மெய்யான சிக்கனத்தின் சடப்பொருள் சார்ந்த ஓர் அடையாளமெனலாம். செல்வநிலைச் சிக்கனக்காரன் செம்பிற்கு வெள்ளியும், வெள்ளிக்குப் பொன்னும், பொன்னிற்குப் பணத்தாள்களுமாகப் பரிமாற்றம் செய்து பணத்தாள்களை வங்கிக் கணக்கில் எண்களாக மாற்றி விடுகின்றான். பணத்தை இவ்வாறு மிகவும் விரைவாகக் கை மாற்றத்தக்க உருவங்களில் மாற்றிக் கொள்வதால் தன் காரியங்களின் பொருளாதார நிருவாகத்தில் அவன் பயனடைகிறான்.

பருப்பொருளியலிலே மனவியலிலோ காரியங்கள் அனைத்திலும் பாழ்படுதல், பயனின்றிக் குவித்துவைத்தல் இவைகளுக்கிடையேயுள்ள நடுத்தரமான பாதையே உண்மையான சிக்கனமாகும். பணமாயினுஞ் சரி, மனவாற்றலாயினுஞ் சரி வீணாக்கப்படுகின்ற ஒன்று ஆற்றலற்றதாக ஆக்கப்பட்டு விடுகின்றது. செல்வ நிலையிலோ மன நிலையிலோ ஆற்றலைப் பெற வேண்டுமெனின் அது தொகுக்கப்படத்தான் வேண்டும்; ஆனால் முறையாகப் பயன்படுத்துவதும் சேகரிப்பைப் பின்தொடர வேண்டும். பணத்தையோ ஆற்றலையோ சேகரிப்பது கருவியே; பயன்படுத்துவதே செயலின் வெற்றி. மேலும், பயன்படுத்துதலே ஆற்றலை உண்டு பண்ணுகின்றது.

கீழ்க்காணும் ஏழு செயல்களிலும் நடுநிலையான பாதையைக் கண்டு பிடிப்பதிலேயே பல்வகையான சிக்கனமும் அடங்கியிருக்கின்றது. அவை பணம், உணவு, உடை, பொழுது-போக்கு, ஓய்வு, காலம், ஆற்றல்.

பண்டமாற்றின் அடையாளம் பணம்; அது கொள்முதல் ஆற்றலை காட்டுகின்றது. செல்-வச் செழிப்பினைப் பெறவேண்டுமென்று துடிப்பவனும், அதே போன்று கடன் இல்லாதிருக்க வேண்டுமென்று விரும்புபவனும், எப்போதும் அதிகரித்துக் கொண்டேயிருக்கும் நடைமுறை முதலுக்குச் சிறு பகுதியை விட்டுவைக்கும் வகையிலோ எந்த நெருக்கடி வரினும் கையில் தயாராகச் சிறு சேமிப்பைக் கொண்டிருக்கும் வகையிலோ, தனது வருவாய்க்கேற்பச் செல-வினைப் பங்கிடுதல் எவ்வாறு என்பதைக் கற்றுக் கொள்ள வேண்டும்.

சிந்தனையற்ற செலவினத்தில், பயனற்ற மகிழ்ச்சிகளிலோ கேடு தரும் சொகுசுகளிலோ செலவிடப்படுகின்ற பணம் பாழ்படுகின்றது. ஆற்றல் சிதைவுறுகின்றது. மேலும், நமது அன்-றாட வாழ்வின் விளக்கங்களைப் பெரிதும் மேற்கொள்ளுகின்ற ஆற்றலுமாகும். ஊதாரி ஒரு-போதும் செல்வவானாக இயலாது. ஆனால், அவனைச் செல்வங்கள் வந்தடையினும் அவன் விரைவில் ஏழையாகிவிடுவான். கஞ்சன் எத்துணைதான் பொன்னைப் பதுக்கி வைத்திருப்பி-னும், அவனைச் செல்வன் என்று கூறிவிட முடியாது. ஏனெனின், அவன் மேலும் மேலும் விரும்புகின்றான். பயன்படாது கிடக்கும் அவனுடைய பொன் கொள்முதல் சக்தியை இழந்-துவிடுகின்றது. செட்டானவரும், முன்மதியுடையோருமே செல்வங்களைப் பெறுகின்ற வழி-யில் செல்வராகின்றனர். ஏனெனின், செட்டாகச் செலவிடும் அவர்கள் கவனமாகச் சேமித்து வளர்ந்து வரும் தங்களுடைய தகுதிக்கேற்பத் தங்களது செல்வச் செழிப்பையும் சிறுகச் சிறு-கப் பெருக்கிக் கொள்கின்றனர்.

செல்வனாக வேண்டிய வறிய மனிதன் கீழ்ப்படியிலிருந்து தொடங்க வேண்டுமேயன்றித் தனது தகுதியை மிகவும் மிஞ்சிய ஏதோவொன்றைப் பெற முயற்சி செய்வதன் மூலம் செல்-வச் செழிப்புள்ள தோற்றம் கொள்ள வேண்டுமென்று விரும்பவோ, முயலவோ கூடாது. கீழ்ப்படியில் எப்போதும் மிகுதியான வாய்ப்பு இருப்பதுடன் அது தொடங்குவதற்கு மிகவும் பாதுகாப்பான இடமுமாகும். ஏனெனின், அதைவிடக் கீழ்ப்பட்டது அங்கு எதுவுமில்லை. ஒவ்வொன்றும் மேற்பட்டதுவே. வாணிபத்துறையில் ஈடுபடும் பல வாலிபர்கள் வெற்றிக்கு இன்றியமையாதது எனத் தாம் மடமையாகக் கருதுகின்ற வீறாப்புப் பேச்சாலும், பகட்டாலும் விரைவில் கவலையடைகின்றனர். ஆனால், அது பிறரை அன்றி அவனையே ஏமாற்றி விரைவில் அழிவுக்கு வழிகாட்டுகின்றது. எத்துறையாயினும் சரியே ஒருவனுடைய தகுதி-யையும், குறித்து மிகைப் படுத்துப்பட்ட விளம்பரத்தைக் காட்டிலும் அடக்கமானதும், உண்-மையானதுமான தொடக்கமே வெற்றியை உறுதியாக்குகின்றது. முதலீடு சிறு அளவினதாக இருப்பின், தொழிற்படும் எல்லையும் சிறு அளவினதாகவே இருக்க வேண்டும். முதலீடும், வாய்ப்பும், கையும், கையுரையுமாகும். அவை பொருந்த வேண்டும். நமது முதலீட்டை அதன் நடைமுறைச் ஆற்றலெனும் வட்டத்திற்குள் நாம் ஒருமுகப்படுத்தினால் போதுமானது. அந்த வட்டம் எத்துணை தான் எல்லை கட்டப்பட்டிருப்பினும், வளர்ந்து வரும் ஆற்றலின் இயக்-கவிசை வெளிப்பட முனையும்போது வட்டம் தொடர்ச்சியாகப் பரந்து விரிந்து கொண்டுதா-ணிருக்கும்.

உணவு, உயிர்க்களை, உயிர் ஆற்றல், உடல், மனம் இரண்டினுடையவும் வலிமை இவற்றைக் காட்டுகின்றது. பிற அனைத்தையும் போலவே உண்பதிலும், குடிப்பதிலும் கூட ஒரு நடுத்தரமான பாதையிருக்கின்றது. ஆக்கந் தேடவேண்டிய மனிதன் நன்கு பேணி ஊட்டப்பட வேண்டியதுதான்; ஆனால், அளவை மிஞ்சி ஊட்டப்படுதல் கூடாது. கஞ்சத்தனத்தாலோ துறவு பூண்பதாலோ தன்னுடலைப் பட்டினி போடுபவன் தன் மனவாற்றலைக் குறைத்துக் கொள்பவனாகின்றான். அதோடு, தன்னுடலை எந்த வலிமையான பேறும் பெறுதற்கான கருவியாகாத நிலையில் மிகவும் தோல்விக்கே ஏற்ற நிலையான நோயுற்ற மனநிலையை நாடுகின்றான்.

பெருந்தீனிக்காரன் மிகைப்பட உண்பதிலேயே தன்னை அழித்துக் கொள்கின்றான். முரட்டுத்தனம் ஊட்டப் பெற்ற அவனுடைய உடல், நோயையும் தீய தன்மையையும் ஈர்க்கின்ற நச்சுகள் சேமித்து வைக்கப்பட்டிருக்கின்ற களஞ்சியமாகின்றது. மேலும், மேலும் விலங்குத் தன்மையுடையதாகவும், குழப்பமுற்றதாகவும் மாறித் திராணி அற்றதாகவும் ஆகிவிடுகின்றது. மிகையூண் ஆவல் கீழ்த்தரமானதும் விலங்கினப்பாங்கும் உடையது.

ஊணிலும், குடியிலும் நடுநிலைப் போக்குடையோரே சிறந்த உழைப்பாளர்களும், மிகவும் வெற்றியுறும் மக்களுமாவர். மிகைப்படாமல் போதுமான அளவு ஊட்டம் எடுத்துக் கொள்வதால் அவர்கள் உச்ச நிலையான உடல், மனத் தகுதி பெறுகின்றனர். இவ்வாறு நடுநிலைப்போக்கை மேற்கொள்வதால் அவர்கள் வாழ்க்கைப் போரை ஊக்கத்துடனும், களிப்புடனும் போரிடும் ஆற்றலைப் பெறுபவராகின்றனர்.

உடை, உடலுக்கான உறையும், பாதுகாப்புமாகும். ஆனால் இந்தச் செட்டான குறிக்கோளினின்றும் அது அடிக்கடி பின்னிழுக்கப்பட்டுப் பயனற்ற பகட்டிற்கான கருவியாக்கப்படுகின்றது. இங்குத் தவிர்க்கப்பட வேண்டிய ஆரவார ஆடை மெத்தனமும், பகட்டுமாகும். வழக்கத்தைப் புறக்கணிக்கவியலாது. புறக்கணிக்கப்பட வேண்டியதுமில்லை. சிறப்பு அனைத்தும் துப்புரவிற்கேயாகும். அழுக்குடை அணிந்து, தலைமுடியும் வாரிக் கொள்ளாத ஆணோ பெண்ணோ தோல்வியையும், தனிமையையும் விரும்பி அழைப்பவரே ஆகின்றனர். ஒரு மனிதனின் ஆடை அவன் வாழ்வில் வகித்து வருகின்ற நிலைமையுடன் இசைவு படுவதாக இருக்கவேண்டும். அது நல்ல தரத்தில் ஆக்கப் பெற்றதாயிருக்க வேண்டும். நன்கு தைக்கப் பெற்றதாகவும், பொருத்தமுடையதாகவும் இருக்க வேண்டும். ஒத்துப் பார்க்கையில் புதிதாகவே இருக்கின்ற உடையைக் களைந்து எறிந்துவிடுதல் கூடாது; அதை நன்கு அணிந்து பயன்படுத்த வேண்டும். ஒரு மனிதன் ஏழையாகவிருந்து நைந்துபோன உடையணிந்திருப்பினும் அது தூய்மையாகவும், அவனுடைய உடல் முழுவதும் தூய்மையாகவும் இருக்குமெனின், அவன் தன்மதிப்பையோ பிறர் காட்டும் மதிப்பையோ இழந்து விடுவதில்லை. ஆனால், உடையில் அளவுகடந்த சொகுசிற்கு வழிகாட்டுகின்ற பகட்டு ஒரு பழிச்செயலாகும். அறநெறி கொண்ட மக்கள் அக்கறையுடன் அதைத் தவிர்க்க வேண்டும். குவித்து வைப்பதில் பணத்தை விரயம் செய்கின்ற செல்வர் ஏழ்மையை நாடுபவராகின்றனர்; ஏனெனின், அது விரயமாகும்; விரயம், இன்மைக்கு வழிகாட்டி விடுகின்றது. இவ்வாறு கருத்தின்றிச் செலவிடப்படுகின்ற பணத்தை நன்முறையில் பயன்படுத்தலாம். ஏனெனின் ஈகை மிகவுயர்ந்தது.

பகட்டாகத் தேவையின்றி ஆடையணிவதைக் காட்டிலும் அவர்கள் கல்வியும், முன்னேற்றமும் அதிகச் சிறப்பு வாய்ந்ததாகக் கொள்வர். அதன் காரணமாக இலக்கியம், கலை, விஞ்ஞானம் இவை ஊக்குவிக்கப்படுகின்றன. உண்மையான பண்புநயம் மனத்திலும், நடத்தையிலுமே இருக்கின்றது. அறத்தாலும், அறிவுக்கூர்மையாலும் அணிசெய்யப்பட்ட மனம், புறப்பகட்டாக உடலை அணிசெய்து கொள்வதால் தனது கவர்ச்சியை அதிகரித்துக் கொள்ள முடிவதில்லை. உடனடிப் பயனற்றவகையில் அணிசெய்வதில் செலவிடப்படுகின்ற பொழுதை அதைவிடப் பயன் தரும் வகையில் செலவிடலாம். பிற காரியங்களில் உள்ளதைப் போன்றே உடையிலும் எளிமையே சிறந்தது. பயனுடைமை, வசதி, உடலழகு இவற்றைப் பொறுத்த அளவில் எளிமை மேம்பாட்டின் உச்சநிலையை அடைந்து விடுகின்றது. அதோடு உண்மையான சுவையையும், பண்படுத்தப்பட்ட நடத்தை நயத்தையும் காட்டுகின்றது.

பொழுது போக்கு, வாழ்வின் இன்றியமையாத காரியங்களில் ஒன்றாகும். ஒவ்வோர் ஆண்மகனும் பெண்மணியும், குறிப்பிடத்தக்க அளவு பொழுதை ஒதுக்கி வைக்கின்ற ஏதேனும் திட்டமான பணியை வாழ்வின் முக்கிய நோக்கமாகக் கொண்டிருக்க வேண்டும்.

மதிக்கப்பட்ட குறிப்பட்ட காலங்களில்தான் பொழுது போக்குக்காகவும், ஓய்வுக்காகவும் அவன் அதனின்றும் திரும்ப வேண்டும். ஒருவனின் கருத்தூன்றிய பணியில் ஆற்றல் மீதுர, உடல், மனம் இரண்டிலும் பெருமளவு கிளர்ச்சியைப் பெறுதலே பொழுதுபோக்கின் நோக்கமாகும். எனவே, அது ஒரு கருவியே அன்றிச் செயலாற்றலாகாது. இதை எப்பொழுதும் கருத்தில் கொள்ள வேண்டும். வாழ்வில் நோக்கம் எதுவுமின்றி வாழ்வை விளையாட்டுகள், மகிழ்ச்சிகள் இவற்றின் தொடர்ச்சியான வரிசையாக ஆக்கிவிடுதல், உயிர்வாழும் மக்களை அப்படியே தலைகீழாகத் திருப்புவதாகும்; அது சலிப்பையும், நலிவையும் உண்டு பண்ணுகின்றது. அதைச் செய்யும் மக்களே மாந்தர்களில் மிகவும் மகிழ்ச்சியற்றவராவர். அவர்கள் சோர்வு, அலுப்பு, முன்கோபம் இவற்றால் துன்புறுகின்றனர். சுவைச்சத்துச் செரிப்புக்கு உதவுமேயன்றி உணவாகக் கொண்டால் நோயுண்டு பண்ணும். அதே போன்று உழைப்பின் நடுநடுவே உற்சாக மூட்டிக் கொள்ளப் பொழுது போக்கேயன்றி, வாழ்வின் பணியாகவே அதைக் கொண்டுவிட்டால் துன்பத்திற்கு அது வழிகாட்டிவிடும். ஒரு மனிதன் தனது அன்றாடக் கடமையை முடித்து விடுவானேயாயின், அவனுடைய உழைப்பு, மகிழ்ச்சி இரண்டும் களிப்பிற்கான ஒரு கருவியாகிவிடும்.

ஒருவனின் நேரம் முழுவதையும் உழைப்பிற்கோ பொழுது போக்கிற்கோ ஒதுக்கிவிடாது, அவை ஒவ்வொன்றிற்கும் நேரத்தையும், இடத்தையும் பகிர்ந்து பல்லாண்டு பயனுடன் வாழ்தற்கு வேண்டிய இன்றியமையாத மாறுதல்களால் வாழ்வை நிரப்பிக் கொள்வதே உண்மையான சிக்கனமாகும்.

உழைப்பிற்குப் பின்பு வலிமையைத் திரும்பப் பெறுதற்காகவே ஓய்வு. தன் மதிப்புள்ள ஒவ்வொரு மனிதனும் தனது உறக்கத்தை ஓய்வு நிறைந்ததாகவும், இனிமையானதாகவும் ஆக்கவும், துயிலெழுவதைப் புத்துணர்ச்சியுடையதாகவும், மகிழ்ச்சியுடையதாகவும் ஆக்கவும் ஒவ்வொரு நாளும் போதுமான அளவு உழைக்கவேண்டும்.

போதுமான அளவு உறக்கங்கொள்ள வேண்டியதுதான்; மிகுதியான அளவு கூடாது. ஒரு புறம் அளவிற்கு அதிகமாக நுகர்வதோ மற்றொருபுறம் இழந்து விடுவதோ இரண்டும் கேடு பயப்பனவே. ஒருவனுக்கு எத்துணையளவு உறக்கம் தேவைப்படுகின்றது என்பதை அறிந்து

கொள்ளுதல் எளிதான காரியமேயாகும். முன்னேரம் படுக்கச் சென்று முன்னேரம் எழுவதால் அவனோ அவளோ முழு வலிமையைத் திரும்பப் பெறுதற்கு எத்துணை மணிநேரம் தேவைப்படுகின்றது என்பதை விரைவில் நுட்பமாக அறிந்து ஒழுங்குசெய்து கொள்ளலாம். உறக்கங் கொள்கின்ற மணி நேரங்களைக் குறைத்துக் கொண்டால் தூக்கம் மிகமிக ஆழ்ந்ததும், இனிமை உடையதாகவும் துயிலெழுதல் மிகமிகச் சுறு சுறுப்பும், மகிழ்ச்சியுடையதாகவும் இருப்பதைக் காணலாம். தமது பணியில் செழித்துக் கொழிக்க வேண்டியவர்கள் பழிக்கத்தக்க தளர்ச்சிக்கும், அளவிற்கதிகமான உறக்கத்திற்கும் இடங்கொடுக்கலாகாது.

வாழ்வின் உண்மையான குறிக்கோள் பயனுடைய உழைப்பேயன்றி, இளைப்பாறுதலாகாது. உழைப்பின் பயன்களை எய்துதற்குச் சார்பான உதவியளிப்பது வரையில்தான் இளைப்பாறுதல் நன்மை தருவதாகவிருக்கும். சோம்பலும் ஆக்கமும் என்றுமே கூட்டாளிகளாக முடியாது. ஒன்றுக் கொன்று என்றுமே உறவு கொள்ள முடியாது. சோம்பேறி என்றுமே வெற்றியை ஓடிப்பிடிக்கவியலாது. ஆனால், தோல்வி அவனை விரைவில் ஓடிப்பிடித்து அவனைத் தோற்கடித்துவிடும். பெருமளவு உழைப்பிற்கு நம்மைத் தகுதியுடையவராக்கிக் கொள்வதற்கு ஓய்வே அன்றி, சோம்பலூட்டி நம்மைக் கெடுத்துக் கொள்வதற்காகவன்று. உடல் வலிமையைத் திரும்பப் பெற்றுவிடுகின்ற மாத்திரத்திலேயே ஓய்வின் பயன் நிறைவேறி விடுகின்றது. உழைப்பிற்கும், ஓய்விற்குமிடையே நிறைவான சமநிலையைக் கொண்டிருத்தலே நலன், மகிழ்ச்சி, ஆக்கம் இவற்றைப்பெறக் குறிப்பிடத்தக்க உதவி செய்வதாய் அமையும்.

காலம் என்பது நாம் அனைவரும் சமமான அளவில் கொண்டிருக்கும் ஒன்றாகும். எந்த மனிதனுக்கும் தனிப்படையாக நாட்பொழுது நீடிக்கப்படுவதில்லை. எனவே, அதன் விலையுயர்ந்த நிமியங்களைப் பயனற்ற பாழ்காரியங்களில் வீணே கழித்து விடாது நாம் கவனித்துக் கொள்ள வேண்டும். தன்னல நுகர்ச்சியிலும், இனிமை நாட்டத்திலும் காலத்தைக் கழிப்பவன், விரைவில் முதுமைப் பருவத்தை எய்தி விடுகின்றான். அவன் எதையும் சாதித்து நிறைவேற்றுவதில்லை. வந்து போகின்ற நிமியங்களைப் பயனுடைய நாட்டங்களால் நிறைவாக நிரப்புபவன் புகழிலும், அறிவிலும் முதுமையடைகின்றான். ஆக்கம் அவனிடம் நிலைப்பேறு கொள்கின்றது. பாழ்படுத்தப் பட்ட பணத்தை திரும்பப் பெற்றுவிடலாம்; ஆனால் பாழ்படுத்தப்பட்ட காலத்தை என்றுமே திரும்பப் பெறமுடியாது.

"காலம் பொன்னாகும்" என்பது ஒரு முதுமொழி. அதேபோன்று, அதனைப் பயன்படுத்துகின்ற வகையைப்பொறுத்து அது நலம், வலிமை, திறமை, சான்றாண்மை, அறிவு முதலியவையுமாகின்றது. அதைச் சரிவரப் பயன்படுத்த வேண்டிடுமெனின் வருகின்ற நொடிகளை நன்கு பயன் படுத்திக் கொள்ளவேண்டும்; ஏனெனில், ஒரு முறை அவை கடந்து சென்றுவிடின், என்றுமே அவற்றைத் திரும்ப வரவழைத்துக் கொள்ள முடியாது. நாள் பொழுதைப் பகுதிகளாகப் பிரித்துக் கொள்ள வேண்டும். உழைப்பு, ஓய்வு, உணவு, பொழுதுபோக்கு ஒவ்வொன்றையும் குறித்த பொழுதில் செய்தாக வேண்டும். ஆயத்தம் செய்வதற்கான பொழுதைத் தவிர்க்கவோ புறக்கணிக்கவோ கூடாது. தனது பணிக்குத் தனது மனத்தை ஆயத்தம் செய்து கொள்வதற்காக நாட்பொழுதின் ஏதேனும் சிறுபகுதியைப் பயன்படுத்துவதின் மூலம் ஒரு மனிதன் எதைச்செய்வதெனினும் சரியே; அதை நன்முறையிலும், மிக வெற்றிகரமாகவும் செய்து முடிப்பான்.

காலையில் கடைசி நொடி வரையில் படுக்கையிலேயே புரண்டுவிட்டுக் காலையுணவைத் தொடங்கும் நேரத்திற்குக் கண்விழிக்கும் மனிதனைக் காட்டிலும், சீர்தூக்கி ஆராய்ந்து வருமுன்னறியும் பொருட்டுச் சிந்திக்கவும், திட்டமிடவும் அதிகாலையில் துயிலெழும் மனிதனிடம், அவனது குறிப்பிட்ட முயற்சியில், மிக்க திறமையும், வெற்றியும் காணக் கிடக்கும். காலையுணவிற்கு முன்பு இவ்வகையில் செலவிடப்படுகின்ற ஒரு மணி நேரம், ஒருவனுடைய முயற்சிகளைப் பயனுடையதாக்குவதில் மிகுந்த உதவியாயிருக்கும்.

மனத்தை அமைதியாக தெளிவுடையதாக்கி ஒருவனின் ஆற்றல்களை மிகுந்த சக்தியும், பயனும் உடையனவாக்குதற்கு இது ஒரு கருவியாகும். காலையில் எட்டுமணிக்கு முன்பு பெறுகின்ற வெற்றியே சிறந்ததும், மிகுந்த நிலைபேறுடையதுமாகும். பிற சூழ்நிலைகள் அனைத்தும் சமமாயிருக்கின்ற நிலையில் ஆறு மணிக்குத் தனது உழைப்பில் ஈடுபடுகின்றவன் எட்டு மணிவரை படுக்கையிலே இருக்கின்ற மனிதனை விட எப்போதும் நீண்ட தூரம் முன்னேறிவிடுவான். படுக்கை விரும்பி வாழ்வுப் பந்தயத்தில் தனக்குத் தான் பெரும் முட்டுக்கட்டை போட்டுக் கொள்பவனாகி விடுகின்றான். அதிகாலையில் துயிலெழுகின்ற போட்டியாளன் ஒவ்வொரு நாளும் இரண்டு அல்லது மூன்றுமணி நேரங்கள் முன்னரே உழைப்பைத் தொடங்குவதற்கு இடந் தந்துவிடுகின்றான். தனது பொழுதைப் பொறுத்துத் தனக்குத் தானே விதித்துக் கொண்ட அத்தகைய இடர்ப்பாட்டை வைத்துக் கொண்டு எவ்வாறு அவன் வெற்றியடைந்துவிடலாம் என நம்ப முடியும்? ஒவ்வொரு நாளும் இரண்டு அல்லது மூன்றுமணி நேரங்கள் முன்னரே தொடங்கியதன் பயன் ஓராண்டு முடிவில் படிப்படியாகச் சேகரிக்கப்பட்ட விளைவுகளின் தொகுப்பாகிய வெற்றியின்பால் காணக்கிடைக்கும்.

படுக்கைப் பிரியனுங் கூடக் கண் விழித்தெழுந்த பின்பு இழந்த பொழுதை ஈடு செய்தற்பொருட்டு எப்போதும் பரபரப்படைகின்றான். அது மேலும் பொழுதை இழக்கும் நிலையிலேயே முடிகின்றது. ஏனெனின், பரபரப்பு எப்போதும் தான் குறிக்கொண்டதையே தோற்கடித்து விடும். அதிகாலை துயிலெழுவதனால் தனது பொழுதைச் சிக்கனப் படுத்திக் கொள்பவன் பரபரப்படைய வேண்டிய தேவையேயில்லை. ஏனெனில், எப்போதும் அவன் குறித்த நேரத்திற்கு முன்பே ஆயத்தமாகி விடுகின்றான். எப்போதும் அவன் தன் வேலையை நன்கு செய்து முடிக்கின்றான்; அவன் கைக் கொண்ட பணி எதுவாயினும் அதை அமைதியுடன் ஆழ்ந்து எண்ணி, கவனமுடன் நன் முறையில் செய்யவியலும். அவனுடைய நற் பழக்கம் நாள் முடிவில் மகிழ்ச்சி நிரம்பிய மனமெனுந் தோற்றத்திலும், திறமையுடன் வெற்றிகரமாகவும் செய்து முடிக்கப்பட்ட உழைப்பின் உருவமெனும் பெரும் விளைவுகளிலும் தன்னை வெளிப்படுத்திவிடும்.

காலத்தைச் சிக்கனப் படுத்துவதிலுங்கூட ஒரு மனிதன் தன் வாழ்வினின்றும் நீக்க வேண்டிய காரியங்கள் பல இருக்கும். அவன் ஆசை கொண்டு தான் கொண்டிருக்க வேண்டுமென்று விரும்புகின்ற சில காரியங்களையும், நாட்டங்களையும் கூட வாழ்வின் சிறப்புக் குறிக்கோளிற்காகத் தியாகம் செய்தாக வேண்டும். ஒருவனின் அன்றாட வாழ்வினின்றும் சிறப்பற்றவற்றை உற்றறிந்து ஒதுக்குதல் பெரும் ஆக்கங்கள் அனைத்தினிடத்தும் உயிர்நிலையான கூறாகும். மேன்மையான மனிதர் அனைவரும் சிக்கனத்தின் இப்பிரிவில் திறமைசாலிகளாக இருக்கின்றனர். அவர்களது மேன்மையைப் பெருக்குவதில் இது முக்கிய பங்கு கொள்கின்றது. மேலும், உள்ளம், உரை, செயல் ஆகியவற்றுள்ளும் புகுந்து அவற்றினின்றும்

தேவையற்றவை, தடைவிதிப்பவை, குறிக்கொண்ட முடிவை எய்த உடனிருந்து உதவாதவை இவற்றை நீக்குவது ஒருவகைச் சிக்கனமாகும்.

உண்மையான செட்டுக்காரனின் மனம், வாழ்வெனும் வாணிபத்திற்குப் பயன்படுவன தவிர, பிற ஒவ்வொன்றும் நழுவிச் செல்ல விட்டுவிடுகின்ற சல்லடையாகும். மேலும், தேய்வையும், ஆற்றல் பாழ்படுதலையும் வெகுவாகக் குறைக்கும் வண்ணம் அவன் தேவையான சொற்களை மட்டுமே கையாளுகின்றான். தேவையான செயல்களை மட்டுமே செய்கின்றான்.

பொழுதோடு படுக்கச் சென்று பொழுதோடு விழித்தெழுந்து உழைக்கும் ஒவ்வொரு நிமிடத்தையும் பயன் நிறைந்த எண்ணத்தாலும், செயல் முற்றிய செயலாலும் நிரப்புவது, இதுவே நேரத்தைப் பொறுத்த உண்மையான சிக்கனம்.

நற்பழக்கங்களை மேற்கொள்வதால் ஆற்றல் சிக்கனப் படுத்தப் படுகின்றது. பழிச்செயல்கள் அனைத்தும் ஆற்றலைக் கவனமின்றிச் செலவிடுவதேயாகும். பேணிக் காத்துச் சரியான திசைகளில் பயன்படுத்தினால் மனிதர் மாபெரும் வெற்றியைப் பெறுவதை இயலுவதாக்கப் போதுமான ஆற்றல் சிந்னையின்றித் தீய பழக்கங்களில் பாழ்படுத்தப்படுகின்றது. ஏற்கனவே எடுத்துக் காட்டப்பட்ட ஆறு முக்கிய காரியங்களில் சிக்கனம் கடைப்பிடிக்கப் பெற்றால், ஒருவனின் ஆற்றலைப் பேணிக் காப்பதில் பெருமளவு வேலை முடிந்துவிடும்; ஆனால், மனிதன் பின்னும் முன்னேற வேண்டும்; தீயநெறி வகைகள் அனைத்தையும் தவிர்ப்பதின் மூலம் தனது உயிர்ப்பாற்றலைக் கவனமுடன் செட்டாக நடத்த வேண்டும்; இங்குத் தீயநெறி என்பது உடல் சார்ந்த இன்ப நுகர்ச்சிகள், தூய்மையின்மைகள் இவற்றின் வகைகள் அனைத்தையும் மட்டுமே குறிப்பதாகாது. ஆனால் மனத்தை வெறுமையாக்கி, அதை எந்தச் சிறப்பான பணிக்கோ பாராட்டத் தக்க செயலாக்கத்துக்கோ தகுதியற்றதாக்கிவிடுகின்ற பரபரப்பு, கவலை, கிளர்ச்சி, சோர்வு, சினம், குறைகூறல், பொறாமை ஆகிய மனத் தீயநெறிகள் அனைத்தையுங் கூடக் குறிப்பதாகும். அவை மனச் சிதறலின் சாதாரணத் தோற்றங்களாகும். சிறப்புள்ள மனத்தின் அவற்றைத் தவிர்த்து வெற்றி காணுவது எவ்வாறு என்பதைக் கற்றுணர வேண்டும்.

இழிவான மனநிலை அடிக்கடி வந்துற்று வெளிகொள்வதால் பாழ்படுத்தப்படுகின்ற ஆற்றலை அடக்கியாண்டு நேர்பட இயக்கினால், அது மனிதனுக்கு மனவலிமையும், குணவியல்புத் திட்பமும், சாதனைக்கான பெரும் ஆற்றலைத் தரும். சினமிக்க மனிதன் தனது மனவாற்றல் சிதறியதால் வலுவிழந்தவனாக்கப்பட்ட வலிமையுடைய மனிதனேயாவான். தனது வலிமையை வெளிக்காட்ட அவனுக்குத் தன்னடக்கம் தேவைப்படுகின்றது. வாழ்வின் எத் துறையிலாயினும் சரி, அமைதியான மனிதன் அவனை விட எப்போதும் மேம்பட்டவனேயாவான். வெற்றி, பிறரைக் குறித்த மதிப்பீடு இரண்டிலும் அவன் எப்போதும் முன்னவனை மிஞ்சிவிடுவான். எம் மனிதனாயினும் சரி, மனத்தின் தீய பழக்கங்களையும், தீய இயல்புகளையும் ஊட்டி வளர்க்கத் தன் ஆற்றல்களைச் சிதறடிக்க இடங் கொடுப்பவனாக இருக்கவியலாது.

கேடுதரும் இன்ப நுகர்வு ஒவ்வொன்றும் ஏதேனும் ஒருவகைத் துன்பமாகவோ குறைபாடாகவோ அவனிடமே திரும்பி வந்துவிடும். கலவரப்படவோ கீழ்த்தரச் சார்புகளுக்குப் பரிந்து உதவவோ செய்கின்ற ஒவ்வொரு கணப்பொழுதும் அவனுடைய முன்னேற்றத்தை மேலும் கடினப் பாடுடையதாக்கி விடும்; அவன் அடையவேண்டுமென்று விரும்பிய உயர்ந்த

வானுலகை எய்துவதினின்றும் அவனைப் பின்னிழுத்துப் பிடித்துக் கொள்ளும்; நேர்மாறாக, தனது ஆற்றல்களை ஒழுங்குறுத்தித் தன் வாழ்வின் சிறப்புக் கடமையை நோக்கி அவற்றைத் திருப்பிவிடுபவன் விரைவான முன்னேற்றமடைவான்; அவன் வெற்றியெனும் பொன்னகரத்தை அடைவதிலிருந்து அவனை எதுவும் தடுத்து நிறுத்த இயலாது.

சிக்கனம் என்பது வெறும் பணச் சேமிப்பு மட்டுமின்றி ஆழ்ந்த கருத்துடையதும் நெடுந் தொலைவு எட்டக் கூடியதுமான ஒன்றாகும் என்பதை நாம் காணலாம். நமது இயல்பின் ஒவ்வொரு பருவத்தையும் அது தொடுகின்றது. “சிறு நாணயங்களைக் கவனித்துக் கொண்டால் போதும், பெரு நாணயங்கள் தம்மைத்தான் கவனித்துக் கொள்ளும்” என்னும் முதுமொழியை ஒரு நீதிக் கதையாகக் கொள்ளலாம்; ஏனெனின், மனிதரின் கீழ்த்தர இச்சைகளை இயற்கை அன்று என்று கருதினால், அவை தம்மளவில் தீயனவன்று; அந்த ஆற்றலைத் தவறாகப் பயன்படுத்துவதே தீயதாகும்; ஆனால், இச்சைப்போக்கான இந்த ஆற்றலைக் கவனித்துச் சேகரித்து உருமாற்றிவிட்டால் அது குணயியல்பின் ஆற்றலாகத் திரும்பத் தோன்றிவிடும். ஆனால் நன்முறையில் பயன்படுத்துவதற்காக அதைக் கவனித்துக் கொள்வதென்பது இச்சைகளென்னும் சிறு நாணயத்தைச் சேகரித்து வைத்து நன்மையெனும் தங்கப் பெரு நாணயங்களைப் பெறுவதற்கேயாகும். எனவே, கீழ்நிலை ஆற்றல்களைக் கவனித்துக் கொண்டால் போதுமானது. மிக உயர்ந்த பேறுகள் தம்மைத் தாமே கவனித்துக் கொள்ளும்.

சிக்கனம் எனும் தூண் உறுதியகாகக் கட்டப் பெற்றிருப்பின், அது பெருமளவும் இந்த நான்கு பண்புகளைக் கொண்டிருப்பதைக் காணலாம்.

1. மட்டு 3. வளப்பம்
2. திறப்பாடு 4. உற்பவம்

மட்டு சிக்கனத்தின் வலுமிக்க உட்கருவாகும். அது செயல்கள் அனைத்திலும் மையப் பாதையைக் கண்டு கொள்வதன் மூலம் புறக் கோடிகளைத் தவிர்த்து விடுகின்றது. தேவையற்றதிலும், கேடு பயப்பதிலுமிருந்து விலகி நிற்பதிலும் அதனியல்பு அமைந்து கிடக்கின்றது. தீயனவாய் இருப்பவற்றில் அளவு என்ற ஒரு காரியம் இருக்கவே முடியாது. ஏனெனில், அது மட்டு மீறியதாகவே இருக்கும். உண்மையான மிதம் தீயவையினின்றும் விலகி நிற்கின்றது. நம் கைகளை நெருப்பினுள் காட்டுவது நெருப்பை நாம் மட்டாகப் பயன்படுத்துவதாகாது. பாதுகாப்பான தொலைவிற்கு அப்பாலிருந்து கொண்டு சூடேற்றிக் கொள்வதே அதை மட்டாகப் பயன்படுத்துவதாகும். மனிதன் அதைத் தொடுவதாயிருப்பினும் தீமை அவனை எரித்துவிடக் கூடிய ஒரு தீயே ஆகும்.

புகை பிடித்தல், பொடிபோடுதல், மதுவருந்தல், சூதாடல் போன்ற தீயநெறிகள் ஆயிரக் கணக்கானவர்களை நலக்குறைவு, துன்பம், தோல்வி இவற்றிற்கு இழுத்துக் தள்ளியிருப்பினும், நலம், இன்பம், வெற்றி இவற்றை அடைய எவருக்கும் என்றும் உதவி செய்ததில்லை. திறமைகளும் வாய்ப்புகளும் சமமாயிருக்கின்ற இருவரிடையே, அவற்றைத் தவிர்த்து நடக்கும் மனிதன் அவற்றை நாடியோடும் மனிதனை விட எப்போதும் முன்னேறியே இருப்பான். நலமுடன் மகிழ்ச்சியோடு பல்லாண்டு வாழ்ந்த மக்கள் தம் பழக்கங்களில் எப்போதும் மட்டாகவும், செட்டாகவுமே இருந்து வந்துள்ளனர். வாழ்வு ஆற்றல்கள் மட்டால் பாதுகாக்கப்படுகின்றன; மிதமிஞ்சுதலால் அவை அழிக்கப்படுகின்றன. மட்டு மீறியவர்கள் தம் மடமை-

யால் தம்மைத் தாமே அழித்துக் கொள்கின்றனர். அவர்கள் தம் ஆற்றல்களை வலுவிழக்கச் செய்து, தம் திறமைகளைக் குன்றச் செய்துவிடுகின்றனர். நிலைபேறு கொள்ளும் வெற்றியைப் பெறுதற்கு மாற்றாகக் கூடிய அளவில் நிலைபேறற்ற, உறுதியற்ற ஆக்கத்தையே அடைகின்றனர்.

ஒருவனின் வலிமைகளையும், ஆற்றல்களையும் சரிவரப் பேணிக் காப்பதினின்றுமே திறமைப்பாடு தோன்றுகின்றது. திறமை அனைத்தும் ஒருமுகப்படுத்தப்பட்ட ஆற்றலைப் பயன்படுத்துவதேயாகும். சிறப்புத் திறமையாகவும், தனித் திறமையாகவும் இருக்கின்ற மேம்பட்ட திறமை ஒருமுகப்படுத்திய வலிமையின் உயர்ந்த நிலையாகும். மனிதர் தாம் நாட்டங் கொள்கின்ற ஒன்றினிடம் எப்போதும் திறமை உடையவராகவே இருக்கின்றனர்; ஏனெனில், மனம் ஏறத்தாழ இடையறாது அதைச் சுற்றிய வண்ணமாகவே இருக்கின்றது. எண்ணத்தைப் புதுப்புனைவாகவும், செயலாகவும் உருமாற்றுகின்ற அந்த மனச்சிக்கனத்தின் விளைவே, திறமைப்பாடாகும். திறமைப்பாடின்றி ஆக்கம் இருக்கவே முடியாது.

ஒருவனின் ஆக்கம் அவனுடைய திறமையின் அளவைப் பொறுத்தே அமைந்திருக்கும். திறமைப்பாடில்லாதோர், இயற்கையான தேர்வு முறையின் மூலம், குறைந்த ஊதியம் பெறுவோர் அன்றி வேலையற்றோர் இவர்களின் வரிசையில் தமக்கொத்த இடங்களில் அமைவுற்று விடுகின்றனர். ஏனெனின், தன்னுடைய வேலையைச் சரிவரச் செய்யவியலாத — செய்யத் தலைப்படாத ஒரு மனிதனை யார் வேலைக்கமர்த்துவர்? அத்தகு மனிதனை இரக்கச் சிந்தையால் எவரேனும் பணிமுதல்வர் சிற்சில சமயங்களில் வைத்துக் கொள்ளலாம். ஆனால், இது மிகவும் அரிதானது. ஏனெனின், வாணிப நிலையங்கள், அலுவலகங்கள், குடும்பங்கள் ஒழுங்கமைந்த செயல்முறையுடைய இடங்கள் ஆகிய அனைத்தும் ஈகைக்கான நிலையங்களல்ல. ஆனால், அவற்றின் தனித்தனி உறுப்பினர்களின் தகுதி, **திறப்பாடு** இவற்றால் நிலைத்து நிற்கவோ மடியவோ செய்கின்ற தொழில் நிறுவனங்களாகும்.

ஒருவன் தன் கூட்டாளிகளின் இடையில் வகிக்கின்ற இடத்தைத் திறமைப்பாடே பெரிதும் முடிவு செய்கின்றது; மிகுதியான ஆற்றல்கள் வளர வளர, அதுவே அவனைப் படிப்படியாக உயர்ந்த நிலைகளை எய்த வழி காட்டுகின்றது. நல்ல தொழிலாளி தன் கருவிகளைக் கொண்டு திறமையுடையவனாக இருக்கின்றான்; அதேபோது, நல்ல மனிதன் தன் சிந்தனையைக் கொண்டு திறமையுடையவனாக இருக்கின்றான். நல்லறிவே திறமையின் மேன்மையான வடிவம். உளச்சார்பு தொடக்க நன்மை, மிகச்சிறிய காரியமுட்பட ஒவ்வொரு காரியத்தையும் செய்து முடிக்க ஒரே நேர்வழியும், ஆயிரம் தவறான வழிகளும் உண்டு. இந்த ஒரே நேர் வழியைக் கண்டுபிடித்து அதன் வழி ஒழுகுவதிலேயே திறமை அடங்கியிருக்கின்றது. அந்த ஆயிரம் தவறான வழிகளின் நடுவே திறப்பாடற்றவன் குழப்பமுற்றுக் குளறுபடி செய்வதோடு நேரான வழியைச் சுட்டிக் காட்டியும் கூட

அதைக் கைக்கொண்டொழுகுவதில்லை. சில வேளைகளில் அவர்கள் இவ்வாறு செய்துவிடக் காரணம் என்னவெனில் தமக்கு எல்லாம் தெரியுமென அவர்கள் அறியாமையால் எண்ணுகின்றனர்; அவ்வாறு எண்ணுவதால், ஒரு பலகணியைத் துப்புரவு செய்வதோ தரையைத் துடைப்பதோ எவ்வாறு என்பதைத் தெரிந்து கொள்வதாயினும் கூட அதனை அறிந்து கொள்வது இயலாது போய்விடுகின்ற ஒரு நிலையில் தம்மை வைத்துக் கொள்பவராகின்றனர்.

பொறுமையின்மையும், திறப்பாடின்மையும் மிகவும் பொதுவானதாகும். பொறுமையும், திறப்பாடும் கொண்ட மக்கட்கு உலகில் பெருமளவு வாய்ப்பிருக்கின்றது. சிறந்த வேலைப்பாட்டைப் பெறுவது எத்துணைக் கடினமானது என்பதைத் தொழில் நடத்தும் பணிமுதல்வர்கள் அறிவர். நல்ல தொழிலாளி தன்னுடைய கருவிகளைக் கொண்டோ செயலைக் கொண்டோ தனது திறமையைக் கையாள ஓரிடத்தை எப்போதும் கண்டு பிடித்தே தீருவான்.

வளப்பம் திறப்பாட்டின் விளைவாகும். அது ஆக்கத்தின் ஒரு தன்மை மூலக் கூறாகும்; ஏனெனின், வளப்பமுடைய மனிதன் என்றுமே குழப்பமடைவதில்லை. அவனுக்குப் பல வீழ்ச்சிகள் ஏற்படலாம்; ஆனால், அவன் எப்போதும் வாய்ப்பை ஏற்பவனாகவே இருப்பான். வீழ்ந்த உடனேயே தன் கால்களூன்றி எழுந்து விடுவான். ஆற்றலைப் பேணிக் காப்பதிலேயே வளப்பத்தின் அடியாதாரக் காரணம் அமைந்து கிடக்கின்றது. அது ஆற்றல் உருமாறப் பெற்றதேயாகும். ஒரு மனிதன் தனது ஆற்றலை வெறுமையாக்குகின்ற சில மனத்தூயநெறிகளையோ உடலின் தீயநெறிகளையோ தவிர்த்து விடுகையில், அவ்வாறு பேணிக் காக்கப்படுகின்ற ஆற்றல் என்னவாகின்றது? அது அழிக்கப்படவுமில்லை, இழக்கப்படவுமில்லை. ஏனெனின், ஆற்றல் அழிக்கப்படுவதுமில்லை அன்றி இழக்கப்படுவதுமில்லை. அது உற்பத்தி ஆற்றலாகவே உருமாறுகின்றது. பயனுடைய சிந்தனை எனும் வடிவத்தில் அது திரும்பத் தோன்றுகின்றது.

அறநெறியுள்ள மனிதன் மறநெறியுள்ள மனிதனைவிட மிகுதியான வெற்றி அடையவனாகவே இருக்கின்றான். ஏனெனின், அவனிடம் வளப்பங்கள் கிளைத்து நிற்கின்றன. சேகரிக்கப்பட்ட ஆற்றல் செழித்திருக்க அவனுடைய மனப்பாங்கு முழுவதும் உயிர்ப்புடனும் ஊக்கத்துடனும் இருக்கின்றது. தீயநெறி கொண்ட மனிதன் பயனற்ற நுகர்ச்சிகளில் பாழ்படுத்துவதை நன்னெறிகொண்ட மனிதன் பயனுடைய உழைப்பில் செலவிடுகின்றான்.

விலங்கினத் தீயநெறி எனும் பழைய உலகினின்றும் தன்னைத் தனித்துப் பிரித்து விடுகின்ற மனிதனுக்குக் கண்ணைக் கவரும் நாட்டங்கள், தூய்மையான களிப்புகள் அனைத்தும் செழித்திருக்கின்ற ஒரு புதிய வாழ்வும், புதிய உலகமும் திறக்கப்படுகின்றன. அவனிடம் நல்லுருப் பெற்றுவிடுகின்ற வளப்பங்கள் அவனுக்குரிய இடத்தை உறுதியாக்கிவிடும்.

பயனற்ற விதைகள் மண்ணிலேயே மறைந்து விடுகின்றன; இயற்கையின் பயனுடை முறை அமைப்பில் அதற்கு இடமேயில்லை. பயன்படா மனங்கள் வாழ்வுப்போராட்டத்தில் அமிழ்ந்து விடுகின்றன. மனித சமூகம் நல்லோர்க்கே வாய்ப்பளிக்கின்றது; தீயநெறி தோற்றுவிக்கும் வெறுமைக்கு அங்கு இடமேயில்லை. ஆனால், பயனற்ற மனமும் முடிவின்றி மூழ்கி விடுவதில்லை. அது விருப்பங் கொண்டால் பயனுடையதாக மாறித் தானிழந்ததைத் திரும்பப் பெற்றுவிடலாம். இயற்கையின் இயல்புப்படி, முன்னேற்றத்தின் நிலையான விதியின்படி, தீயநெறி கொண்ட மனிதன் வீழ்ந்தேயாக வேண்டும்; வீழ்ந்த பின்பு அவன் திரும்ப எழுந்துவிடலாம். அவன் மறநெறியிலிருந்து அறநெறிக்கு மாறித் தன்மதிப்புடனும், தற்பாதுகாப்புடனும் தனது வளப்பங்களின் மீது நிலைபேறு கொள்ளலாம்.

கூர் அறிவுள்ள மனிதர் புதியது புனைகின்றனர், கண்டுபிடிக்கின்றனர், தொடங்கி வைக்கின்றனர். அவர்கள் தோல்வியடைய இயலாது. ஏனெனின், அவர்கள் முன்னேற்ற ஓட்டத்தில் இருக்கின்றனர். அவர்கள் புதுத்திட்டங்கள், புது வழிவகைகள், புது நம்பிக்கைகள் நிரம்பியவர்களாயிருக்கின்றனர்; அதன் காரணமாக அவர்கள் வாழ்வு அத்துணையளவு நிறைவும்,

செழிப்பும் கொண்டதாயிருக்கின்றது. அவர்கள் எளிதில் வளையும் உள்ளம் படைத்த மனிதர். மனிதன் தன் தொழிலைத் தன் உழைப்பை, தன் வழிவகைகளைச் செம்மையானதாக்கத் தவறிவிடுவானெனின், முன்னேற்றக் கோட்டினின்றும் புறம் வீழ்ந்தவனாகி விடுகின்றான்; தோல்வியைத் தொடங்கிவிடுகின்றான். வயது முதிர்ந்த மனிதனின் உடலைப் போன்று அவனுள்ளம் விறைப்பும், மந்தமும், கொண்டதாக மாறிவிடுகின்றது. ஆகவே, வளப்பமுள்ள மனங்களின் கருத்துக்கள, திட்டங்கள் இவற்றுடன் அவன் சமமாக முன்னேறத் தவறிவிடுகின்றான். வளப்பமுள்ள மனம் என்றுமே வற்றாததும், புத்துயிர் தருவதும், வரட்சியான வேளைகளில் புதிய ஊக்கம் ஊட்டுவதுமான நிதியைப் போன்றதாகும். வளப்பம் கொண்ட மனிதர் புதுக்கருத்துகள் கொண்ட மனிதராவர். பிறர் மங்கி மறைந்துபோகின்ற வேளையில் புதுக்கருத்துகள் கொண்ட மனிதர் செழிப்படைகின்றனர்.

வளப்பம் பண்பட்டு நிறைவு நிலையடைதலே விளைவு என்ற உற்பவமாகும். உற்பவம் எங்குளதோ அங்கே தனித்திறமையும் இருக்கின்றது. தனித்திறமை படைத்த மனிதரே உலகின் ஒளிகளாவார். மனிதன் எந்த வேலையைச் செய்வதெனினும் சரியே, அவன் தன் சொந்த வளப்பங்களைக் கொண்டே அதைச் செய்ய வேண்டும். தனது வேலையில் உள்ளார்ந்து ஈடுபட்டு அதைப் புதியதாகவும், உற்பவமானதாகவும் ஆக்கிவிடவேண்டும். விளைவினை உண்டாக்கும் மனிதர் உலகினரின் காதினைக் கவர்ந்துவிடுகின்றனர். அவர்கள் முதன் முதலில் புறக்கணிக்கப் படலாம். ஆனால், இறுதியில் அவர்கள் ஒப்புக் கொண்டு மனித இனத்தின் இலக்குகளாகி விடுகின்றனர். மனிதன் உற்பவத் திறமையை ஒரு முறை பெற்றுவிட்டானெனின் தனது குறிப்பிட்ட துறையின் அறிவிலும், திறமையிலும் மக்களிடையே ஒரு தலைவராகத் தன்னிடத்தைப் பெற்றுவிடுகின்றான். ஆனால், உற்பவத்தைப் புகுத்தவியலாது; அதை வளரச் செய்யவே இயலும்; ஒருவனின் மன ஆற்றல்களை நிறைவாகவும், நேராகவும் பயன் படுத்துவதால் திறமையின் அளவு கோலில் ஏற்றம் பெற்று மேம்பாட்டிலிருந்து மேம்பாட்டிற்குச் செல்லுவதாலேயே அதை வளர்க்க முடியும். மனிதன் தன்னைத் தானே தன் வேலைக்கென ஒப்படைத்துவிடட்டும்; அவ்வாறு ஒப்படைத்த பின்பு அதன்மீது தன் ஆற்றல்கள் அனைத்தையும் ஒப்படைத்துவிடட்டும்; உலகம் தன் வலிமை மிக்க மக்களுள் ஒருவனாக அவனை வாழ்த்தும் நாள் வந்தே தீரும். பல ஆண்டுகள் விடா முயற்சியுடன் உழைத்த பின்பு "நான் ஒரு தனித்திறமை படைத்தவனாகப் போகின்றேன்" என்று விதந்துரைத்த பால்ஸாக் போன்று தானும் உற்பவ மனங்கள் குழுவுடன், அதாவது மனித இனத்தைப் புதிய, உயர்ந்த, மிகுநலஞ்சூழ் வழிகளில் நெறிப்படுத்துகின்ற களிப்போடு கடைசியில் கண்டு கொள்வான்.

4. சால்பு

ஆக்கத்தை மலிவாக விலைபேச முடியாது. கூரிய அறிவு கொண்ட உழைப்பினால் மட்டுமே ஒழுக்க ஆற்றலைக் கொண்டே அதை விலைக்கு வாங்கியாக வேண்டும். நீர்க்குமிழி நீடித்து நிலைபெற முடியாதது போன்று, கபடன் செழிக்கவும் முடியாது. பணத்தைப் பெறுவதற்கு ஆர்வத்துடிப்புடன் அவன் பாய்கின்றான், பின்பு படுத்து விடுகின்றான். ஏமாற்றுவதால் என்றுமே எதையும் பெற முடிந்ததில்லை; என்றுமே பெறவும் முடியாது. அவ்வாறு அடையப்

பெற்றவை எதுவாயினும், அது மிகுதியான வட்டியுடன் திரும்பத் தரப்பட வேண்டிய நிலையில் குறிப்பிட்ட காலத்திற்குப் பிடித்து வைத்துக் கொள்ளப்படுவதே யாகும். ஆனால், ஏமாற்றுதல் தீவினைக்கு அஞ்சாத எத்தனிடம் மட்டுமே அடைபட்டுக் கிடக்கவில்லை. அவர்கள் அறிந்திருப்பினும் சரி, இல்லையெனினும் சரி, சரிசமமான ஒன்றை மாறாகத் தராமல் பணத்தைப் பெறுவோர் அல்லது பெற முயல்வோர் அனைவரும் ஏமாற்றுவதைக் கையாளுபவரே யாவர்.

பெறுதற்கான உழைப்பை மேற்கொள்ளாது பணத்தைய பெறுவது எவ்வாறு என்று பற்றார்வமுடன் திட்டமிடும் மனிதர் எத்தர்களேயாவர். இவர்கள் மனத்தால் திருடனோடும், ஏமாற்றுக்காரனோடும் நெருங்கிய நேயம் கொண்டவராகி விடுகின்றனர். உடனேயோ பின்போ இவர்கள் அவர்களின் வயப்பட்டுத் தம் கை முதலை இழக்கும்படி அவர்கள் செய்து விடுகின்றனர். நேர்மையான கைம்மாறு செய்யாது கவர்ந்து கொள்ள வேண்டுமென்ற விருப்பத்தை அதன் எல்லைக்கே எடுத்துச் செல்லுகின்ற மனிதரையன்றி யார் திருடர்? நேர்மையான தொழில் அனைத்திலும் இதுவே பெரிய அடிநிலை முறையாகும். அதே போது ஆன்மீகக் காரியங்களில் இது பிறர் நமக்குச் செய்ய வேண்டுமென்று நாம் எதிர்பார்ப்பதை நாம் பிறர்க்குச் செய்வதாகும்; உலக ஆற்றல்களுடன் பொருத்திப் பார்க்கையில் “செயலும் செயல் விளைவும் சமமேயாகும்” என்னும் வாய்பாடாக அறிவியல் பாங்கில் கூறப்படுகின்றது.

மனித வாழ்வு பரிமாற்றத்திற் குட்படுவதே அன்றிப் பறித்தெடுத்துக் கொள்ளப்படுவதன்று. பிறர் அனைவரையும் தனது முறைப்படியான இரையாகக் கருதுகின்ற மனிதன், தான் ஆக்கப் பாதையினின்றும் மிகவும் அப்பாற்பட்டு அழிவென்னும் பாலை வனத்தில் முடங்கிக் கிடப்பதை விரைவில் கண்டு கொள்வான். மேலும், நாணயமான மனிதருடன் வெற்றிகரமாகக் கொண்டுசெலுத்த முடியாத அளவில் உள்ளது சிறத்தல் முறையில் மிகவும் பின் தங்கி விடுகின்றான். தகுதியுடையோர், சிறந்தோர் எப்போதும் தொடர்ந்து வாழ்கின்றனர். எனவே, இவன் இருப்பதால் தொடர்ந்து நடத்த முடிவதில்லை. இவன் காலத்தால் மாறிக் கொள்ளவில்லையெனின், இவனுடைய முடிவு சிறைச்சாலையாகவோ, அருவருப்பான குடிசையாகவோ ஒதுக்கப்பட்ட போக்கிரிகளின் இடமாகவோ இருக்கும். அவனுடைய முயற்சிகள் அழிவுச் சார்புடையன ஆக்கச் சார்புடையனவல்ல; இவன் அதனால் தன்னைத் தான் அழித்துக் கொள்கின்றான்.

கபடன், பொய்யன், ஏமாற்றுக்காரன், நாணயமற்ற மனிதன் எதையும் கட்டவியலாது; ஏனெனின், கட்டுமானத்திற்கு வேண்டிய கருவிகளோ செய்முதற் பொருளோ அவனிடம் கிடையாது. ஒரு சமயத்தைத் தோற்றுவிக்கவோ ஒரு செங்கல் வீட்டைக் கட்டவோ இயலாதவாறு போன்ற ஒரு தொழில், ஒரு குணவியல்பு, ஒரு வாழ்க்கை நெறி, ஒரு வெற்றி எதையுமே அவன் உருவாக்க முடியாது. அவன் உருவாக்க முடிவதில்லை. பிறர் உருவாக்கி இருப்பவனவற்றிற்குத் தீங்கிழைத்து வீழ்த்துவதிலேயே அவனுடைய ஆற்றல்கள் அனைத்தும் திருப்பப்படுகின்றன; ஆனால், அது இயலாதுபோவதால் அவன் தன்னைத்தான் வீழ்ச்சி அடையச் செய்துகொள்கின்றான்.

சால்பின்றேல் ஆற்றலும், சிக்கனமும் இறுதியில் தோல்வியுற்றுவிடும்; ஆனால், சால்பின் சார்பிருப்பின் அவற்றின் வலிமை பெரிதும் பெருகும். ஒழுக்கக் கூறு பங்கெடுத்துக் கொள்ளாத வேளையே வாழ்வில் இல்லை. மிகச் சிறப்பான சால்பு எங்கிருப்பினும் தன்னை

உணர்த்தி நிற்பதோடு கொடுக்கல் வாங்கல்கள் அனைத்திலும் தனது முத்திரையைப் பொறித்துவிடும்; வியப்பிற்குரிய அவனுடைய இசைவுச் சீராலும், நிலையமைதியாலும், வெல்ல முடியாத வலிமையாலுமே அது அவ்வாறு செய்கின்றது.

ஏனெனின், சால்புடைய மனிதன் செயல்களின் நிலைபேறுகொண்ட விதிகளின் வழியே நடப்பவனாயிருக்கின்றான். அவ் விதிகளாவன மனித சமூகம் நிலைபேறு கொண்டுள்ள அடிநிலை முறைகள் மட்டுமன்று, இப் பரந்த உலகத்தையே ஒன்றாக இணைத்திருக்கும் விதிகள். இவற்றை யாரே வெறுமையாக்கிவிட முடியும்? அவன் என்றும் ஊற்றுகளால் ஊட்டுவிக்கப்படுகின்ற வேர்களைக் கொண்ட வலிமையான மரத்தைப் போன்றனவாகும்; எந்தச் சூறாவளியும் அதைச் சாய்த்து வீழ்த்திவிட முடியாது.

சால்பு முழுமைநிலை எய்தியதாகவும், வலிமை உடையதாகவும் இருக்க வேண்டுமெனின், அது முழுமனிதனையும் தழுவி நிற்க வேண்டும். அது அவனுடைய வாழ்வின் நுணுக்கங்கள் அனைத்திலும் பரவி நிற்கவேண்டும்; நெறிப் பிறழச்சிக்கு விட்டுக் கொடுக்கத் தூண்டும் ஆர்வ அவா எழுச்சிகள் அனைத்தையும் எதிர்த்துத் தடை செய்யுமளவிற்கு அது அத்துணை ஆழப் பதிந்ததாகவும், நிலையானதாகவும் இருக்க வேண்டும். ஒரு நிகழ்ச்சியில் தோல்வியுறுவது என்பது அனைத்திலும் தோல்வியுற்று விடுவதேயாம். எத்துணை தேவையானதாகவும், மிகச் சிறிய காரியமாகவும் தோற்றமளிப்பினும் நெருக்கடியானபோது பொய்ம்மைக்கு விட்டுக் கொடுக்க ஒப்புக் கொள்வது, சால்பு எனும் கேடயத்தை வீசி எறிந்து விட்டுத் தீமையின் தாக்குதல்களுக்குத் தன்னைத் திறந்து காட்டுவதேயாகும்.

சால்பிலே ஆழ்ந்து வேரூன்றாத மனிதன் தனது நல்வாய்ப்புகளுக்காகவும், ஆக்கத்திற்காகவும் ஒரு பொய்யைப் பேசுவதோ நேர்மையிலாத ஒரு செயலைச் செய்வதோ தேவையெனத் தோன்றுகின்ற காலமும் வந்துவிடும்; ஆனால், அவ்வாறு அவா ஊட்டப் பெற்றுவிடுகின்ற ஒருவன் உறுதியற்றதும், திகைப்புற்றதுமான வேளையில் தன்னகத்திருந்தே எழுகின்ற பொய்ம்மையின் நுட்பமான சூழ்ச்சித் திறத்தை உதறியெறிந்து விட முடியவேண்டும். நடத்தைப் பிசகில் அமிழ்ந்து விடுவதைக் காட்டிலும் இழந்துவிடவும், இன்னல்படவும் சித்தமாயிருக்கின்ற வகையில் நியதியின் வழியில் உறுதியாக நிற்கவேண்டும். இந்த ஒழுக்க நெறியினைக் குறித்து இவ் வழியில்தான் ஒருவன் அறிவொளி ஊட்டப் பெற்றவனாகவும், சால்பு ஆதாயத்திற்கும், இன்பத்திற்கும் வழிகாட்டுகின்றதே அன்றி இழப்பிற்கும், துன்பத்திற்கும் அன்று எனும் உண்மையைக் கண்டு கொள்ளவும் முடியும். நாணயமும், இழப்பும் காரண காரியத் தொடர்பு கொண்டன அல்ல, கொள்ளவும் முடியாது.

மெய்ம்மைக்கு மாறாக நடப்பதைக் காட்டிலும் ஈ(தியா)கஞ் செய்ய முடிவாயிருப்பதே வாழ்வின் கடமைகள் அனைத்திலும் அறிவொளியூட்டும் வழி காட்டியாகின்றது. ஏதேனும் தன்னல நோக்கை விட்டுக் கொடுப்பதைவிடப் பொய் மொழியவோ ஏமாற்றவோ துணிகின்ற மனிதன் ஒழுக்கநெறி அறிவைப் பெறும் உரிமையைப் பறிகொடுத்தவனாகின்றான். அவன், வஞ்சகப் பக்தர்களின் நடுவே, இரண்டக நிலையான ஏமாற்றங்கள் செய்பவர்களின் நடுவே, குணவியல்பும், நன்மதிப்புமில்லா மனதர்களின் நடுவே கீழ்வரிசையில் இருப்பவனாகிறான்.

கடுமையான போட்டி நிறைந்த இந்த நாள்களில் நாணயமுடனிருந்து எந்த மனிதனும் செழிப்படையவியலாது என்று பொய்பேசும் ஒருவர் நம்மிடம் கூறக்கூடும். அத்தகைய மனிதன் என்றுமே நாணத்துடனிருக்க முயன்றதில்லை என்றிருக்கையில் அவன் எவ்வாறு

இதையறிந்து கொள்ள முடியும். மேலும், அத்தகைய மனிதனுக்கு நாணத்தைப் பொறுத்த அறிவு எதுவும் கிடையாது. எனவே, அவனுடைய மொழி அறியாமையின் கூற்றேயாகும். தன்னைப்போலவே பிறர் அனைவருமே அறியாமையும், பொய்ம்மையும் நிறைந்தவரே என மூடத்தனமாக எண்ணுகின்ற அளவிற்கு அறியாமையும், பொய்ம்மையும் ஒருவனைக் குருடனாக்கிவிடுகின்றன.

ஏறத்தாழ நாணயமாக இருப்பது என்பது நாணயமின்மையைக் குறிக்கும் பிறிதொரு சொல்லேயாகும். நேரான வழியினின்றும் சிறிது விலகுபவன் மேலும் அதிகமாகவே விலகுவான். நேர்மையெனும் நிலையான நியதி அவனுக்குக் கிடையாது. தனது சொந்த நலனையே எண்ணிக் கொண்டிருக்கின்றான். தனது குறிப்பிட்ட நாணயமின்மை வெளிப்படையானதும், கேடு பயக்காததுமான நிலை என்றும், தனது அண்டை வீட்டானைப்போல் தான் அத்துணைத் தீயவனல்லன் என்று தன்னைத்தான் தேற்றிக் கொள்வது, ஒழுக்க முறைகளைக் குறித்து அறியாமை உண்டுபண்ணுகின்ற பலவகையான மயக்கங்களில் ஒன்றேயாகும்.

வாழ்வில் பல்வேறுபட்ட தொடர்புகளிலும் கொடுக்கல் வாங்கல்களிலும் மனிதனுக்கு மனத்தின் நேர்மையுடன் நடந்துகொள்வதே சால்பின் உள்ளுயிர். அது நாணத்தைத் தன்னுள் கொள்வதாகின்றது; எனினும் அது நாணயத்தைவிட மேம்பட்டதாகும். அதுவே மனித சமூகத்தின் முதுகெலும்பு. மனித நிறுவனங்களின் அடிப்படையும் அதுவே. அதன்றி நம்பிக்கையிராது. வாணிப உலகம் வீழ்ச்சியடையும் வகையில் தலைகீழாகக் கவிழ்ந்துவிடும்.

பொய்யன், மனிதன் அனைவரையுமே பொய்யர்கள் என்று எண்ணி அவர்களை அவ்வாறே நடத்துவதுபோன்று சால்புடைய மனிதன் பிற மனிதர் அனைவரையுமே நம்பிக்கையுடன் நடத்துகின்றான். இவன் அவர்களை நம்புகின்றான்; அவர்கள் இவனை நம்புகின்றனர். இவனுடைய தெளிவான கண்ணும், திறந்த கைகளும் திருட்டுத்தனமாகச் செல்லும் எத்தன் அவனுடைய எத்துமானத்தைத் தன்னிடம் கையாள முடியாதபடி அவனை அவமானப் படுத்திவிடுகின்றன. எமர்சன் வெகு அழகாகக் கூறியிருக்கின்றார்; "மனிதர்களை நம்பு, அவர்கள் தம் வாணிப விதிகள் அனைத்திலிருந்தும் உன் சார்பாக ஒரு விதி விலக்கைச் செய்வதாயினும், உன்னிடம் உண்மையுடனிருப்பர்".

வியப்பு, ஊக்கம் இரண்டையும் உண்டு பண்ணுகின்ற தன்னை உணராத சிறப்பைச் சால்புடைய மனிதன் தன்னிடத்தே கொண்டிருக்கின்றான். சிறியவை, இழிந்தவை, தவறானவை இவற்றிற்கு மேம்படத் தன்னை உயர்த்திக் கொண்டபின்பு இக் கோழைமையான நேர்மைக் கேடுகள் அவன் முன்னிலையில் குழப்பத்தால் பதுங்கிச் செல்கின்றன. மிகவுயர்ந்த இந்த ஒழுக்கச் சிறப்புடன் உயர்ந்த ஆய் பண்புத் திறமும் ஒப்புக் காட்ட முடியாது. தனித் திறமை வாய்ந்த மனிதனைவிடச் சால்புடைய மனிதனே மக்கள் நினைவிலும், உலகத்தின் மதிப்பீட்டிலும் உயர்ந்த இடத்தை வகித்து வருகின்றான். "தன்னுரிமையான சால்பின் ஒழுக்கச் சிறப்பே இயற்கையின் விழுமிய பொருளாகும்" என்று பக்மின்ஸ்டர் கூறுகின்றார். அதுவே வீரர்களை உண்டு பண்ணுகின்ற மனிதப் பண்பு. நெறி திறம்பாத நேர்மையுடைய மனிதன் இயல்பாக எப்போதும் ஒரு வீரனாக விளங்குகின்றான். அந்த வீரப் பான்மையை வெளிக்கொணரத் வாய்ப்பே தேவைப்படுகின்றது. மேலும், அவன் எப்போதும் நிலையான மகிழ்ச்சியுடையவனாகவே இருக்கின்றான். தனித்திறமை வாய்ந்த மனிதன் மிகவும் மகிழ்ச்சியற்றவனாக

இருக்கலாம்; ஆனால் சால்புடைய மனிதன் அவ்வாறில்லை. நேர்மையின் உள்ளார்ந்த பண்பாயிருக்கின்ற நிலையான மன நிறைவை நோயோ பேரிழப்போ அன்றி இறப்போ கவர்ந்துவிட முடியாது.

நேர்மை அடுத்தடுத்த நான்கு படிகளில் அவனை ஆக்கத்திற்கு அழைத்துச் சென்றுவிடுகின்றது. முதன் முதலில் நேர்மையான மனிதன் பிறருடைய நம்பிக்கையைப் பெற்றுவிடுகின்றான்.

இரண்டாவதாக அவர்கள் அவன் மீது நம்பிக்கை கொள்கின்றனர்.

மூன்றாவதாக இந்த நம்பிக்கை என்றுமே மீறாத நிலையில் ஒரு நற்பெயரை உண்டு பண்ணுகின்றது; நான்காவதாக, நற்பெயர் மேலும் மேலும் பரவுகின்றது; எனவே, வெற்றியைக் கொணருகின்றது.

நாணயமின்மை நேர்மாறான விளைவை உடையதாக இருக்கின்றது. பிறருடைய நம்பிக்கையை அழித்துவிடுவதால் அது அவர்களிடையே ஐயப்பாட்டையும், நம்பிக்கைக் கேட்டையும் உண்டு பண்ணுகின்றது; இவை தோல்வியில் முடிவு பெறுகின்ற ஒரு மோசமான பெயரை உண்டு பண்ணுகின்றது.

சால்பென்னுந் தூண் வீறியமுள்ள இந்த நான்கு கூறுகளாலும் ஒருமித்து வைக்கப்படுகின்றது.

1. நாணயம் 3. இலக்கு

2. அஞ்சாமை 4. வெல்லக் கூடாமை

நாணயம் வெற்றிக்கான உறுதியான வழியாகும். நாணயமற்ற மனிதன் துன்பத்திலும், துயரத்திலும் கழி விரக்கம் கொள்கின்ற நாள் வந்தே தீருகின்றது. ஆனால். நாணயமுடன் இருந்துவிட்டதற்காக எந்த மனிதனும் என்றுமே கழிவிரக்கம் கொள்ளத் தேவையில்லை. நாணயமுள்ள மனிதன் தோல்வியடைந்து விடினும் கூட, நாணயமற்ற மனிதனுக்கு இருப்பதைப் போன்று அத் தோல்வி அவனுக்குத் துக்கந் தருகின்ற காரியமன்று. ஏனெனின், தன்னைப் போன்றோன் ஒருவனை அவன் என்றுமே வஞ்சித்ததில்லை எனும் உண்மையில் அவன் மகிழ்ச்சியடையலாம். அவனுடைய இருண்ட நேரத்திலும் அவன் தெளிவான மனச்சான்றுடன் இளைப்பாறுதல் பெறுகின்றான்.

நாணயமின்மை ஆக்கத்தைப் பெறும் ஒரு குறுக்கு வழியென அறிவற்ற மனிதர் எண்ணுகின்றனர். இது காரணமாகவே அவர்கள் அதைக் கையாளுகின்றனர். நாணயமற்ற மனிதன் ஒழுக்க நெறியைப் பொறுத்த அளவில் அணுக்கப் பார்வைக் கோளாறு கொண்டவனேயாவான். இறுதியில் ஏற்படும் இழிவை எண்ணிப் பார்க்காமல் தனது பழக்கத்தின் உடனடி மகிழ்ச்சியைக் காணுகின்ற குடிகாரனைப் போன்று, அவன் நாணயமற்ற செய்கையின் "பெருத்த ஆக்கம்" போன்ற உடனடி விளைவைக் காணுகிறானேயன்றி அதன் இறுதி விளைவை எண்ணுவதேயில்லை. அத்தகைய செயல்கள் அதிகரித்துக் கொண்டே போகும் எண்ணிக்கை தனது குணவியல்பைத் தவிர்க்க முடியாத நிலையில் வீழ்த்தி விடுவதோடு, தன் காதுகளில் ஒலிக்கும் வண்ணம் தனது வாணிபம் அழிவினுள் கவிழ்ந்து வீழும் நிலைக்கும் கொணர்ந்துவிடும் என்பதை அவன் காணுவதில்லை.

தன் கீழ்ப் பணியாற்றுபவர்கள் பொய் மொழிந்து வாடிக்கைக்காரர்களிடம் தனது சரக்கைக் குறித்துத் தவறுதலாக எடுத்துக் கூறவேண்டுமென்று ஒரு வணிகன் வேண்டிக் கொள்-

வது ஐயப்பாடு, நம்பிக்கையின்மை, வெறுப்பு இவை தன்னைச் சுற்றிக் கைகள் கோத்து நிற்குமாறு செய்து கொள்வதாகும். அவனுடைய கட்டளைகளை நிறைவேற்றுகின்ற ஒழுக்க வலிமையற்றோர்கூட அவனது தூய்மையற்ற வேலையால் தம்மைக் கறைப்படுத்திக் கொள்கின்ற அதே வேளையில் அவனை எள்ளி நகையாடுவர். அத்தகைய நச்சுச் சூழ்நிலையில் வெற்றி நிலைத்து நிற்றல் எவ்வாறு கூடும்? அத்தகைய வாணிபத்தில் அழிவின் சாயல் ஏற்கனவே ஏற்பட்டிருக்கின்றது; அதனுடைய வீழ்ச்சியின் நாளும் குறிக்கப்பட்டு விடுகின்றது.

நாணயமான மனிதனும் தோல்வியடையலாம்; ஆனால், அவன் நாணயமாக இருந்து வருவதால் தோல்வியடையவில்லை; அவனுடைய தோல்வி தகைசான்றதாவே இருக்கும் அவனுடைய குணவியல்புக்கும் புகழுக்கும் ஊறு விளைவிக்காது. குறிப்பிட்ட திசையில் அவனுக்கு திறமையில்லாததன் விளைவாக ஏற்படும் தோல்வியும் கூட, அவனுடைய திறமைகளுக்குப் பொருத்தமான ஏதேனும் ஒன்றிற்கும், அதன் காரணமாக இறுதியான வெற்றிக்கும் வழிகாட்டும் வகையுமாகவே இருக்கும்.

அஞ்சாமை: நாணத்தைத் தொடர்ந்தே வருகின்றது. நாணயமுள்ள மனிதன் தெளிவான கண்ணும், மனவுறுதியுடன் நிற்கும் பார்வையும் கொண்டிருக்கின்றான். அவன் தன் கூட்டாளிகளை முகத்திலேயே உற்றுப் பார்ப்பதுடன், அவனுடைய பேச்சு நேரடியானதாகவும், அமைதியுடையதாகவும் இருக்கும். பொய்யானதாகவும், ஏமாற்றுபவனாகவும் இருப்பவன் தனது தலையைத் தொங்கவிடுகின்றான்; அவனுடைய கண்கள் குழம்பிக் கலக்க முற்றுப் பார்வைக் கோணலுடன் இருக்கின்றன. அவன் பிறிதொரு மனிதனைக் கண்ணில் ஏறிட்டுப் பார்க்க முடிவதில்லை. உறுதியற்றதாகவும், நிறைவற்றதாகவும் இருப்பதால் அவனுடைய பேச்சு அவநம்பிக்கையையே உண்டு பண்ணுகின்றது.

நாணயமற்ற மனிதர் எப்போதும் அச்சத்துடனேயே இருக்கின்றனர். அவர்கள் கடன் பட்டதற்காக அஞ்சுவதேயில்லை. ஆனால், தம் கடன்களைச் செலுத்த வேண்டுமே என்பதற்காகவே அஞ்சுகின்றனர். அவர் தம் கூட்டாளிகளைக் கண்டு அஞ்சுகின்றனர். அதிகாரிகளைக் கண்டு அஞ்சுகின்றனர். தம் செயல்களால் விளையும் விளைவுகளுக்காக அஞ்சுகின்றனர். மேலும் தம் குற்றச் செயல்கள் வெளிப்பட்டு விடக் கூடாதே என்பதற்காகவும், எந்த விநாடியிலும் தம்மைச் சூழ்ந்துவிடக்கூடிய அவற்றின் விளைவுகளுக்காகவும் இடைவிடாது அச்சம் கொண்டிருக்கின்றனர்.

நாணயமுள்ள மனிதன் அச்சத்தின் இச் சுமையனைத்தும் களைந்தவனாக இருக்கின்றான். அவன் கவலையற்றுத் தன் கூட்டாளிகளிடையே நிமிர்ந்து நடப்பவனாகவும் இருக்கின்றான்; எந்தக் குணத்தையும் பாவனை செய்து கொள்ளாதவனாகக் கடமையில் தவறாதவனாகக் கெஞ்சுதல் இல்லாதவனாகத் தன்னியல்போடு இருப்பவனும், கணக்குக் கண் காண்பவனுமாக இருக்கின்றான். எவ்வித வஞ்சனையோ ஊறு விளைத்தலையோ செய்யாத நிலையில் அஞ்ச வேண்டியவர்யாருமிலர்; அவனுக் கெதிராகக் கூறப்படுவது எதுவாயினும் அது அவன் நற்பயனுக்காகவே சேர்ந்துதவும்.

நெருக்கடிகள் அனைத்தின்போதும் உதவி புரிந்து, இடர்ப்பாடுகளை ஆண்மையுடன் பொருது வெல்ல உதவி செய்து, முடிவில் அவனிடமிருந்து கவரப்பட முடியாத மேன்மையையும் அஞ்சாமையே மனித வாழ்விற்கு ஒரு வலிமையான அரணாகும்.

இலக்கு : சால்பு ஊட்டி வளர்க்கின்ற குணவியல்பு வலிமையின் நேரடியான விளைவேயாகும். சால்புடைய மனிதன் நேரடியான குறிக்கோள்களும், வலிமையும் அறிவுக் கூர்மையுள்ள உட்கோள்களும் கொண்ட மனிதனாவான். அவன் ஊகிப்பதுமில்லை, இருளில் உழைப்பதுமில்லை. அவனுடைய திட்டங்கள் அனைத்தும் அவனுடைய குணவியல்பு வார்த்தெடுக்கப் பட்டிருக்கின்ற குணவியல்புத் திறத்தில் சிறிதளவைக் கொண்டதாகவே இருக்கும்.

எந்தச் சூழ்நிலையைப் பொறுத்தும் மிகவும் பரந்த நோக்கத்தைக் கொண்டிருக்கின்ற அதே வேளையில் நுணுக்கங்களையும் அவற்றுள்ளடங்கிய நியதிகளையும் விரிபொருள் அகங்கொள்ளும் வகையில் புரிந்து கொள்ளும் நிலை அவனுக்கு அளிக்கின்ற உயர்ந்த ஆற்றலையும் கையாளுகின்றான். ஒழுக்க நெறி எப்போதும் வேளைக்கேற்ற பொருத்தமெனும் அனுகூலத்தை உடையதாயிருக்கின்றது. அதனுடைய உட்கோள்கள் எப்போதும் மேற்பரப்பினின்றும் மிகுந்த ஆழத்தை யடைந்து விடுகின்றது; எனவே, அது மிகுந்த உறுதிப்பாடும், மிகுந்த வலிமையும், நீடித்த நிலைபேறும் கொண்டதாயிருக்கின்றது. சால்பைப் பொறுத்த வரை அதில் ஒர் இயற்கையான நேர்முகப் பாங்கும் இருக்கின்றது; இது, மனிதன் செய்வது எதுவாயினும் அவன் நேராக இலக்கை நோக்கிச் செல்ல உதவியளிப்பதுடன், தோல்வியை ஏறத்தாழ இயலாத தாக்கிவிடுகின்றது.

வலிமைமிக்க மனிதர் வலிமைமிக்க இலக்குகளைக் கொண்டிருக்கின்றனர். வலிமைமிக்க இலக்குகள் வலிமைமிக்க பேறுகளுக்கு வழிகாட்டுகின்றன. சால்புடைய மனிதன் பிற மனிதர் அனைவரையும் விட உயர்ந்த வலிமையுடையவனாக இருக்கின்றான்; தனது வாழ்வெனும் வாணிபத்தை அவன் நடத்துகின்ற தீர்க்கத்தின் கண் அவனுடைய வலிமை காணக்கிடக்கின்றது; மதிப்பு, பாராட்டு, வெற்றி இவற்றைப் பணிக்கின்ற தீர்க்கமாகும் அது.

வெல்லக் கூடாமை : ஒரு மேம்பட்ட பாதுகாப்பாகும்; ஆனால், நிறைவான தூய்மையும், அழிக்க முடியாத சால்புமுடைய மனிதனையே அது காக்கின்றது. மிகமிகச் சிறு திறமான நுட்பத்திலும் கூடச் சால்பின் நியதியை என்றுமே மீறாதிருத்தலாவது, மறைமுகக் குத்தல் பேச்சு, அவதூறு, பொய்யான விளக்கம் இவற்றின் தாக்குதல்கள் அனைத்தும் தன்னை வெல்லக் கூடாத நிலையிலிருப்பதாகும். இவற்றில் ஒரு பகுதியிலே யாயினும் தோல்வியுற்று விடுகின்ற மனிதன், ஊறுபடத்தக்கவனேயாவான்; கண்ணனின் குதிகாலில் பாய்ந்த அம்பைப் போன்று தீமையெனும் அம்பு அப்பகுதியில் புகுந்து அவனைக் கீழே வீழ்த்திவிடும். தூய்மையானதும், நிறைவானதுமான சால்பு, தாக்குதல், ஊறு அனைத்திற்கும் எதிரான சான்றாகும்; அதனைக் கொண்டிருப்போர் எதிர்ப்பு, கொடுமை அனைத்தையும் அச்சமில்லாத் தீரமுடனும், விழுமிய உள்ளச் சமநிலையுடனும் பெற வகை செய்கின்றது.

உன்னதனமான ஒழுக்க விதிகளை மெய்யறிவுடன் ஏற்றுக் கைக்கொண்டொழுகுவதினின்றும் பிறக்கின்ற உள்ள ஆற்றலையும், மன அமைதியையும், எத்துணையளவு திறமையும், அறிவாற்றலும் அல்லது வாணிப மதிக் கூர்மையும் தர இயலாது. ஒழுக்க ஆற்றலே உயர்ந்த ஆற்றலாகும். உண்மையான ஆக்கத்தை நாடுபவன் இவ் ஆற்றலை கண்டறியட்டும்; தன் மனத்திலும், தன் செயல்களிலும் அவன் அதை ஊட்டி வளர்க்கட்டும்; அவன் வெற்றியுறுகிறபோது வையகத்தின் வலிமைமிக்க தலைவர்களின் வரிசையில் தானும் இடம் பெற்றுவிடுவான்.

சால்பெனும் தூண் அத்துணை வலிமையும் திண்மையும் கொண்டதாகும். தனது வாழ்வெனும் கோயிலுள் அதன் நடுநிலை பிறழாத வேலைப்பாட்டைக் கட்டி முடிப்பவனே மனிதர் அனைவரையும் விட மேலான அருளும் ஆக்கமும் பெற்றவனாவான்.

5. முறைப்பாடு

குழப்பத்திற்கு இடமின்றிச் செய்துவிடுகின்ற ஒழுங்கமைப்பு என்னும் அறமே முறைப்பாடு. இயற்கையான உலக ஒழுங்கமைப்பின்கண் ஒவ்வொன்றும் அதனதன் இடத்திலேயே அமையப் பெற்றிருக்கின்றது; எனவே, மிகவும் சரி நுட்பமான இயந்திரத்தைவிடக் கூடுதலான சரி நுட்பத்துடன் உலகம் இயங்கிக் கொண்டிருக்கின்றது. விண்ணில் ஏற்படும் ஒழுக்கக் கேடு உலக அழிவையே குறிக்கும்; மனிதன் செய்யும் காரியங்களில் ஒழுக்கக்கேடு அவனுடைய வேலைப்பாட்டையும், ஆக்கத்தையும் அழிக்கின்றது.

பல கலப்பான நிறுவனங்கள் அனைத்தும் முறைப்பாடு மூலமே உருவாக்கப்பட்டிருக்கின்றன. முறைப்பாடின்றி எந்த வாணிபமும் அன்றிச் சமூகமும் பெரிய உருவளவைகளுக்கு வளர்ச்சியடைய இயலாது; வணிகர், நிறுவனங்களை ஒழுங்கமைப்பவர், இவர்க்கு இந்த அறமுறையே முதன்மையான கருவியாகும்.

ஒழுங்கமைப்பில் கருத்தூன்றுங்கால் அது வெற்றியைப் பெருக்கும் என்பது ஒருபுறமிருக்க, ஒழுங்கமைப்பில்லா மனிதனும் வெற்றியடைந்து விடக்கூடிய பல துறைகளும் உள்ளன. ஆனால், முறைப்பாடுள்ள ஒரு மேலாளரின் கைகளில் தனது வாணிபத்தை முழுமையாக ஒப்படைக்கவில்லையெனின் வாணிபத்தில் அவன் வெற்றி காண இயலாது. அதன் மூலம் அவன் தன் சொந்தக் குறைபாட்டிற்கும் கழுவாய் கண்டு கொள்பவனாகின்றான்.

பெரிய தொழில் வாணிப நிறுவனங்கள் அனைத்தும் திட்பமுடன் வரையப்பெற்ற முறைப்பாட்டு நெறிகளின் போக்கிலேயே படி வளர்ச்சி பெற்றிருக்கின்றன. அதில் எதையேனும் மீறுதல் வாணிபத்தின் திறமைக்கும், சேமத்திற்கும் அழிவினை உண்டாக்கிவிடும். இயற்கையிலுள்ள பல கலவைப் பிழம்புகளைப் போலவே, நுணுக்கங்களில் அதிநுட்பக் கருத்துச் செலுத்துவதன் மூலமே, சிக்கலான தொழிலோ பிற நிறுவனங்களோ கட்டமைக்கப் பெறுகின்றன. சிறப்பான குறிக்கோளைத் தவிர பிற ஒவ்வொன்றைப் பொறுத்தும் அக்கறையற்றிருக்கலாம் என ஒழுங்கில்லா மனிதன் எண்ணுகின்றான். ஆனால், வழிவகைகளைப் புறக்கணிப்பதன் காரணமாக அவன் குறிக்கோளையே முறிக்கின்றான். நுணுக்கங்கள் சீர் கெடுக்கப்படுவதால் அங்கக் கட்டுப்பாடு அழிகின்றது; நுணுக்கங்களைக் கருத்தூன்றிக் கவனியாது புறக்கணிப்பதால் எந்தப் பணியும், அல்லது நிறுவனத்தின் வளர்ச்சியும் தடைபடுகின்றது.

ஒழுங்கில்லா மக்கள் மிகப்பெரிய அளவில் நேரத்தையும், ஆற்றலையும் யாழ்படுத்துகின்றனர். பொருள்களைத் தேடுவதில் சிதறடிக்கப்பட்ட நேரம் ஒழுங்கமைவுடன் பேணிக் காக்கப்பட்டிருப்பின் எவ்வகை வெற்றியையும் பெறுதற்கு அவர்களுக்கு உதவி புரியப்போதுமானதாகும். ஏனெனின், எதைப் பெறுவதாயினும் சோம்பலுடைய மக்கட்கு என்றுமே இடமிருப்பதில்லை. அவர்களுக்குத் தேவைப்படுகின்ற எப் பொருளாயினும் அவர்கள் தேடியே ஆகவேண்டும், அதுவும் வழக்கமாக நெடுநேரம் தேடியாக வேண்டும். ஒரு பெரும்

தொழிலை நிறுவுவதற்கோ சாதனையின் உச்சிகளை அறிந்து காணுவதற்கோ தேவைப்படுகின்ற அத்துணையளவு ஆற்றல், பொருள்களை நாடும் தேட்டம் உண்டு பண்ணுகின்ற எரிச்சல், இழிவான உள்ளநிலை, ஏமாற்றம் இவற்றில் வீணாக்கப்படுகின்றது.

ஒழுக்கமுடைய மக்கள் தம் நேரம், ஆற்றல் இரண்டையுமே பேணிக் காக்கின்றனர். அவர்கள் எதையுமே இழப்பதில்லை. எனவே, எதையுமே தேடிக் கண்டுபிடிக்கத் தேவையுமில்லை. ஒவ்வொன்றும் அதற்குரிய இடத்திலேயே இருக்கின்றது. இருளிலாயினும், அதன் மீது உடனேயே கையை வைத்துவிடலாம். அவர்கள் அமைதி உடையோராகவும், ஆழ்ந்து ஆராய்பவராகவும் இருக்க நன்கு தகுதி பெற்றவரேயாவர். எனவே, எரிச்சல், மோசமான உள்ளநிலை, தம் சொந்த ஒழுங்கமைவு இன்மைக்காகப் பிறரைத் தூற்றுதல் ஆகியவற்றைக் காட்டிலும் மிகுந்த நலனுடைய எதிலேனும் தம் மனத்தின் ஆற்றல்களைப் பயன்படுத்தலாம்.

ஒரு துறவியின் புனிதமான போக்குகளைப் போன்று வாணிப உலகத்தின் துறைகள் அனைத்திலும் முறைப்பாட்டின் தேவைகள் அத்துணை கண்டிப்பானதும், துல்லியமானதுமாகும். ஒருவனின் செல்வச் செழிப்புகளுக்கு இடையூறு ஏற்படாத வண்ணம் மிகச் சிறிய தனிப்பட்ட காரியத்திலும் அவற்றை மீற இயலாது. செல்வமெனும் உலகில் ஒழுங்கமைப்பு விதி ஓர் இரும்புக்கைத் தேவையாகும். அதைத் தவறாது கடைப்பிடிப்பவன் நேரம், மனநலம், பணம் இவற்றைச் சேமிப்பவன் ஆகின்றான்.

மனித சமூகத்தில் நிலைபேறு கொண்டுள்ள ஒவ்வொரு சாதனையும் முறைப்பாடென்னும் அடிப்படையிலேயே அமைவு பெற்றிருக்கின்றது. எனவே, முறைப்பாடு பின்னிழுக்கப்படின் முன்னேற்றம் முடிவுற்று விடும் என்பது உண்மையே. சான்றாக இலக்கியத்தின் பெருஞ்சாதனைகளை எண்ணிப் பார்க்கலாம்; புகழ் சான்ற ஆசிரியர்கள், மேதகு மேதைகளின் நூல்கள், மாபெரும் கவிதைகள், எண்ணிலடங்கா உரைநடை நூல்கள், பெரும்புகழ் கொண்ட வரலாறுகள், உள்ளுயிர் தூண்டும் சொற் பொழிவுகள், மனித இனத்தின் சமூகத் தொடர்புகள், அதன் சமயங்கள், சட்டஞ் சார்ந்த அதன் கட்டளைகள், நூலறிவெனும் பரந்த சேமவளம் இவற்றையெல்லாம் எண்ணிப்பாருங்கள். மொழியின் வியப்பிற்குரிய இந்த வளப்பங்கள், ஆக்கங்கள் அனைத்தையும் எண்ணிப் பாருங்கள். பின்பு, இவை அனைத்தும் தமது தோற்றத்திற்கும், வளர்ச்சிக்கும், தொடர்ச்சிக்கும் இருபத்தாறு எழுத்துகளின் முறைப்பாடான பாகுபாட்டுத் திட்டங்களையே சார்ந்திருப்பதை ஆழ்ந்து நினைத்துப் பாருங்கள். சில நிலையான விதிகளின் கண்டிப்பான எல்லைக்குள் இருப்பதால் இப்பாகுபாட்டுத் திட்டம் அழிவில்லாத, அளவில்லாத பயன்களை உடையதாயிருக்கின்றது.

மேலும், கணிதத்தின் வியப்பிற்குரிய செயற்பாடுகள் அனைத்தும் பத்து எண்களின் முறைப்பாடான பாகுபாட்டுத் திட்டத்திலிருந்தே தோன்றியுள்ளன. அதேபோன்று, திட்டஞ் செய்யப்பட்டுள்ள குறிக்கோளைச் சாதித்துவிடுகின்ற வகையில் ஆயிரக் கணக்கான உறுப்புகளும் ஒன்று சேர்ந்து இதமாகவும், ஏறத்தாழ ஓசையின்றியும் இயங்குகின்ற மிகவும் சிக்கலான இயத்திரப் பொறி, பொறியியல் விதிகள் சிலவற்றை முறைப்பாடாகக் கடைப்பிடிப்பதினின்றும் கண்டு பிடிக்கப்பட்டதாகும்.

சிக்கல் மிகுந்த ஒன்றை முறைப்பாடு எவ்வாறு சிக்கலறுக்கின்றது, கடினமானதை அது எவ்வாறு எளிதாக்குகின்றது. எல்லையில்லாத் தரத்தவான நுணுக்கங்களை அது எவ்வாறு ஓர் ஒழுங்கமைதியின் மையவிதியுடன் தொடர்புபடுத்தி, முழுமையான சீர்மையுடனும், குள-

றுபாடு ஒரு சிறிதும் இல்லாது நிலையிலும் கையாண்டு காரணங் காட்ட வழிவகுக்கின்றது என்பதையும் நாம் இங்குக் காணலாம்.

முறைப்பாடு, முன்னேற்றத்திற்கும், உலகிலுள்ள கோடிக்கணக்கான மக்களில் ஒவ்வொருவரும் தமக்கெனவோர் இடத்தை நாடி மாறுபட்ட குறிக்கோள்களும், விருப்பங்களும் கொண்டு போட்டியிடுகின்ற அதே வேளையில் அவர்களை நிறைவான ஒரே முழுமையில் ஒருசேரப் பிணைப்பதற்கும் அடியாதாரமாக இருக்கின்ற முறைகளில் ஒன்றாகும் என்பது உண்மையே.

முறைப்பாடு எவ்வாறு மேம்பாட்டுடன் உறவு கொண்டுள்ளது என்பதை நாம் காணலாம். ஏனெனின், வாணிபம், சட்டம், சமயம், அறிவில் அரசியல், ஏன் மனித முயற்சியின் ஒவ்வொரு துறையிலும் நிலைபேறு கொண்டதும், மீறக் கூடாததுமான விதிகளை நிறுவுவதில் உடனடியானதும், தப்பமுடியாததுமான இன்றியமை யாமையை உணருகின்ற ஒருசிலரின் ஒழுங்கமைப்பு ஆற்றலால் முறைப்பாடென்னும் ஒழுங்கில் பயிற்றுவிக்கப்படாத பல தனித்தனியான ஆள்கள் அவரவர் இடத்திலேயே அமர்த்தப்பட்டு விடுகின்றனர். ஏனெனின், இரு மனிதர்கள் கூடிய நேரத்திலேயே குழப்பத்தைத் தவித்தற் பொருட்டு இருவரும் ஒத்துணருகின்ற ஏதேனும் பொது அடிப்படை தேவைப்படுகின்றது. ஒரே சொல்லில் கூறுவதெனின் அவர்களுடைய செயல்களை ஒழுங்குபடுத்த ஏதேனும் முறைப்பாடு தேவைப்படுகின்றது.

குழப்பத்திற்கு இடங்கொடுக்க இயலாதபடி வாழ்க்கை மிகவும் குறுகியதாகும். தடையையும், தாழ்வையும் நீக்குகின்ற முறைப்பாடென்னும் சாலையின் வழியே அறிவுவளர, முன்னேற்றம் முன் செல்கின்றது; எனவே, தனது அறிவையோ வாணிபத்தையோ முறைப்படுத்துடன், தன் பின் மரபினர் தான் விட்டுச் சென்ற இடத்திலிருந்து திறந்த மனத்துடன் அதைத் தொடங்க உதவும் வகையில் அதைச் சிக்கலறுத்து மேன்மையுடையதாக்கித் தருபவனாகிறான்.

ஒழுங்கு முறைக்கும், கட்டுப்பாட்டிற்குமான ஓர் உள்ளார்ந்த விருப்பும், அத்தகைய ஒழுங்கு முறையினின்றும் தோன்றுகின்ற மன அமைதியும், திறப்பாடும் கொண்டு பொருத்தமின்மையைத் தவிர்க்காத நிலையில் எவ்விதமான குறிப்பிடத்தக்க வெற்றியும் இருக்கவியலாது. ஒழுங்கு முறையை வெறுப்போர், கட்டுப்பாடற்றுக் குழப்பமுற்றதாய் இருக்கின்ற மனமுடையோர், தமது சிந்தனை பழக்க வழக்கங்கள், தம் காரியங்களை நிறுவகித்துக் கொள்ளுதல் இவற்றில் கவனமின்றியும், ஒழுங்கின்றியும் இருப்போரான மக்கள் மிகுந்த வெற்றி கொள்ளவோ, ஆக்கம் பெருக்கவோ இயலாது. தமது வாழ்வைத் தொந்தரைகள், துன்பங்கள், இடர்ப்பாடுகள், சிறிய நச்சரிப்புகள், இவற்றால் நிரப்பிக் கொள்கின்றனர். ஏற்புடைப் போக்கில் வாழ்வை ஒழுங்குபடுத்துங்கால் இவை அனைத்தும் அழிந்துபடும்.

முறைப்பாடற்ற மனம் பயிற்சியற்ற மனமே. உடற்பயிற்சிப் போட்டிகளில் பயிற்சி செய்யாத போட்டியாளர் கவனமுடன் பயிற்சி செய்துள்ள எதிராளியுடன் வெற்றியுறப் போட்டியிட முடியாதவாறு போல, பயிற்சியற்ற மனம் வாழ்வெனும் போட்டியில் நன்கு ஒழுங்குபட்ட மனங்களுடன் ஈடுசெலுத்தவியலாது. எதுவாயினும் சரியே என்றெண்ணுகின்ற ஒழுங்குறுத்தப்படாத மனம் நன்கு ஒழுங்குறுத்தப்பட்ட மனங்களின் பின்னொதுங்க விரைந்து வீழ்ச்சியடைகின்றது.

பொருள் சார்ந்ததோ, மனஞ்சார்ந்ததோ ஒழுக்கநெறி சார்ந்ததோவான வெகுமதிகளாயினும், வாழ்வின் வெகுமதிகளைப் பெறும் கடுமையான போட்டியில் மிகச் சிறந்தனவே,

அதற்குத் தகுதியுடையன என்பதை ஒழுங்குறுத்தப்பட்ட மனங் கொண்டோரே நன்கறிவர்.

ஒரு மனிதன் தன்னுடைய வேலையைச் செய்யவருங்காலையில் தன் கருவிகளைக் காண முடியாமலோ தனது கணக்கில் இலக்கங்களைச் சமநிலைப்படுத்த முடியாமலோ தனது மேசையின் திறவுகோலைக் காணமுடியாமலோ தன் சிந்தனைகளுக்கு விடைகாண முடியாமலோ போய்விடின் அவன் தானே உண்டுபண்ணிக் கொண்ட துன்பங்களில் தத்தளிப்பவனாவான். அதே போது, ஒழுங்குமுறையான போக்குடைய அண்டை வீட்டுக்காரன் தன்னுரிமையுடனும், களிப்புடனும் வெற்றிகரமான சாதனையின் ஊக்கமூட்டும் உச்ச நிலைகளை அளந்து கொண்டிருப்பான்.

கவனமற்றதோ சிக்கலானதோ திறமை வாய்ந்த மனங்களின் மிகவும் அண்மைக் காலத்திய வளர்ச்சிகளுக்குப் பின் தங்கி நிற்பதோவான வழிமுறையைக் கொண்டுள்ள வணிகனுடைய நல் வாய்ப்புகள் நலிவுற்றதாக இருப்பின், அவன் தன்னைத் தானே குறை கூறிக்கொள்ள வேண்டியதுதான். அதனோடு, மிகவும் உயரிய தனிப் பயிற்சியுடையதும், பயனிறுதியுடையதான வழிமுறைகளைத் தனது நிறுவனத்தில் கையாள வேண்டிய தேவையையும் அவன் அறிந்துகொள்ள வேண்டும். காலத்தையும் உழைப்பையும் குறைத்து முழுநிறைவு, முதிர் சிந்தனை காரிய வரைவு இவற்றைப் பெருக்க உதவுகின்ற ஒவ்வொன்றையும் ஒவ்வொரு புதுமையையும் கருத்தையும் கைக்கொள்ள வேண்டும்.

உயிரினம், வாணிபம், குணவியல்பு, நாடு, பேரரசு ஆகிய ஒவ்வொன்றும் கட்டமைக்கப்பட்டிருக்கின்ற சட்டம் முறைப்பாடேயாகும். உயிரணுவிற்கு உயிரணு, துறைக்குத்துறை, கருத்துக்குக் கருத்து, சட்டத்திற்குச் சட்டம், குடியினத்திற்குக் குடியினம் ஓர் ஒழுங்கான வரிசையிலும், தரவாரியாகவும் ஒன்று சேர்க்கப் படுவதாலேயே தொழில் நிலையங்கள், நிறுவனங்கள் அனைத்தும் பெருமளவில் பெருகி வளர்ந்து முழுநிறைவு நிலை எய்துகின்றன. தனது வழிமுறைகளைத் தொடர்ச்சியாகச் சீர்ப்படுத்திக் கொண்டிருக்கின்ற மனிதன் ஆற்றலைப் பெருக்குவதில் பயனடைபவனாகின்றான்; எனவே, வணிகன் தன் வழிமுறைகளைப் பயன்படுத்துவதில் வளப்பமுடைய வனாகவும், புதியது புனைபவனாகவும் இருக்க இந்நிலை அவனைத் தகுதியுடையவனாக்குகின்றது.

ஏனெனில், கோயில்களையோ குணவியல்புகளையோ, வாணிபங்களையோ சமயங்களையோ கட்டமைப்போர் புவியில் தீரர்களாயிருக்கின்றனர். அவர்களே மனித இனத்தின் காவலர்களாயும், முன்னோடிகளாகவும் இருக்கின்றனர். முறைப்பாட்டுடன் கட்டமைப்பவன் ஒரு படைப்பாளியும், பாதுகாவலனும் ஆவான். அதே போது, ஒழுங்கற்ற மனிதன் சிதைத்துச் சின்னாபின்னப் படுத்திவிடுகின்றான். ஒருவன் கட்டுப்பாடு எனும் ஒழுங்குமுறையைக் கைக்கொண்டு, பாதுகாத்து, ஒவ்வொரு நுணுக்கத்தையும் அதற்குரிய இடத்தில் வைத்து, ஒவ்வொரு துறையையும் அதன் குறிப்பிட்ட கடமையில் ஈடுபடுத்தித் தனது குறிப்பிட்ட பணியை ஒட்டிய மிக எளிய விளக்கத்தையும் எக்கணத்திலும் ஆய்வுக்காகவோ தேவையைப் பொறுத்தோ கொண்டுவருதல் இயலுவதாக இருக்கும் நிலையில் அத்துணைத் திறப்பாட்டுடனும் நிவைுடனும் வரிசையும், வகையும் படுத்திக் கொள்வானேயாயின், அம்மனிதனுடைய ஆற்றல்களின் வளர்ச்சிக்கோ, குணவியல்பின் நிறைவுக்கோ, அவனுடைய நிறுவனத்தின் செல்வாக்கிற்கோ அவனுடைய வாணிபத்தின் செழிப்பிற்கோ எல்லை கட்டவே இயலாது.

தாம் கூறுவதைக் காட்டிலும் தாம் செயல்படுவதில் நுட்பமுடனிருக்கப் பல மக்கள் முயற்சி மேற் கொள்கின்றனர்; ஆனால், இங்குக் கூடப் பலரைத் திறப்பாடற்றவராகவும், தகுதியற்றவராகவும் ஆக்கி, விடாமுயற்சியும் தாங்குகையும் வேண்டப்படுகின்ற எந்த உழைப்பிற்கும் அவர்களைத் தகுதியற்றவராக்கி விடுகின்ற நுட்பப் பிழை சாதாரணமேயாகும். தன்னுடையவோ தன் பணி முதல்வருடையவோ நேரத்தின் ஒரு பகுதியதை தன் தவறுகளைத் திருத்தும் முயற்சியில் வழக்கமாகச் செலவிடுகின்ற மனிதனோ தன் தவறுகளைத் திருத்தும் பொருட்டுப் பிறிதொருவன் பணிக்கமர்த்தப் படவேண்டிய நிலையிலுள்ளவனோ நடைமுறை உலகில் எப் பதவியையும் வகிக்கத் தக்கவனன்று. அவர்கள் ஆக்கம் படைத்தோரின் வரிசைகளின் நடுவே ஓரிடத்தைப் பெறுகின்ற வாய்ப்பு அதனினும் குறைவு.

தனது குறிப்பிட்ட வெற்றியை நோக்கிச் செல்லும் வழியில் சில தவறுகளேனும் செய்யாத மனிதன் என்றுமே வாழ்ந்ததில்லை. ஆனால், தன் தவறுகளைக் கண்டறிந்து அவற்றை விரைந்து நீக்கி, அவை சுட்டிக் காட்டப்படுகிறபோது மகிழ்ச்சியடைபவனே திறமை வாய்ந்தவன். நேர்மனச் சார்புடைய மனிதன். வழக்கமான, நிலையாக நீடிக்கும் நுட்பமின்மையே மறம். தன் தவறுகளைக் கண்டறியாமலோ ஒப்புக் கொள்ளமலோ இருப்பவனும், அவை சுட்டிக்காட்டப்படுகின்றபோது பொல்லாங்கு கொள்பவனும் திறமை அற்றவனும், தவறான மனச்சார்புடைய மனிதனாவான்.

முன்னேற்ற நோக்குடைய மனிதன் தன் தவறுகளைக் கொண்டும், பிறருடைய தவறுகளைக் கொண்டும் திருந்தி விடுகின்றான். நல்ல அறிவுரையை நடைமுறைப் படுத்திச் சோதனை செய்ய அவன் எப்போதுமே ஆயத்தமாக இருக்கின்றான்; தன் வழிமுறைகளில் என்றென்றும் பெருகுவதான நுட்பத்தைக் குறியாகக் கொள்கின்றான். அது மேன்மைக்கும் மேன்மையான நிறைவு நிலையினையே குறிக்கும். ஏனெனின், நுட்பம் நிறைவு நிலையாகும். ஒரு மனிதனின் தனித் தன்மையுடையவும், நிறைவு நிலையுடைவும் அளவே அவனுடைய நுட்பத்தின் அளவுமாகும்.

பயனோ பயனுடைமையோ ஒருவன் உழைப்பிலுள்ள வழிமுறையின் நேரடி விளைவாகும். முறையாகப் பின்பற்றப் படுகின்றபோது தன் உழைப்புப் பயனுடையதும், ஆதாயமுடையதுமான விளைவுகளுக்கு வந்துறுகின்றது. தோட்டக்காரன் நல்ல விளைச்சலில் வருவாய்த் தேடவேண்டியிருப்பின், சரியான நேரத்தில் விதைக்கவும், நடவும் வேண்டும். எந்த உழைப்பினுடைய விளைவுகள் பயனுடையதாயிருக்க வேண்டுமாயின், அது பருவத்திற்கேற்பச் செய்யப்பட வேண்டும். ஒரு காரியத்தைச் செய்து முடிக்கின்ற வாய்ப்பினைக் கடந்து போக விடுதல் கூடாது.

நடைமுறைப் பயன் கருதா மக்கள், பயனற்றதும், ஒத்துக் கூடாததுமான கோட்பாடுகளால் தம் மனங்களில் சுமையேற்றிக் கொள்கின்றனர். தத்தம் இயல்பின் காரணமாகவே நடைமுறையில் செயற்படுத்த முடியாத கோட்பாட்டுகளைக் கைக் கொண்டு தோல்வியை நாடுகின்றனர். வெறும் பேச்சிலும், தருக்கத்திலுமின்றித் தாம் செய்து முடிப்பதிலேயே தம் ஆற்றல்களை வெளிக்கொணரவல்ல மனிதர் புரட்டல்களையும், இக்கட்டு நிலைகளையும் தவிர்த்து, ஏதேனும் நன்மையான, பயனுடைய விளைவை நிறைவேற்றத் தம்மைச் செயல்படுத்துகின்றனர்.

நடைமுறைக்கு வர முடியாத ஒன்று மனத்திற்கு ஊறு செய்ய இடந் தருதல் கூடாது. அது வீசி எறியப்பட வேண்டும். கைவிடப்பட வேண்டும்; புறக்கணிக்கப்பட வேண்டும். தன் கோட்பாடு எவ்வகைப் பயன் விளைவையும் கொண்டதன்று என்பதை மெய்பித்துக் காட்ட வேண்டுமெனின், அஃது ஓர் அழகான கோட்பாடு எனும் பிடியை அவன் நிலையாகக் கொண்டிருக்க வேண்டும் என்று அண்மையில் ஒருவர் கூறினார். வாழ்வில் எவ்விதப் பயனும், மெய்ம்மையில் எவ் வகைத் திண்ணமான அடிப்படையும் இல்லாதனவாய் மெய்ப்பிக்கப்பட்டுவிட்டனவும், பெயரளவில் "அழகானவை"யாக இருக்கின்ற கோட்பாடுகளைப் பற்றிக்கொண்டிருக்க ஒருவன் விரும்புவானாயின் அவன் உலகியல் சார்ந்த தன் முயற்சிகளில் தோல்வியடைந்தால் வியப்படைதற்கில்லை. ஏனெனில், அவன் நடைமுறைப் பயன் கருதா மனிதனாவான்.

மனிதனின் ஆக்கம் அவன் சமூகத்திற்குப் பயனுடையவனாய் இருப்பதைப் பொறுத்தே அளவிடப்படுகின்றது. செயற்படுவதைப் பொறுத்தே மனிதன் பயனுடையவனாகின்றான்; அவன் விரும்பிக் கடைப்பிடிக்கின்ற கோட்பாடுகளைக் கொண்டன்று.

தச்சன் நாற்காலியைப் படைக்கின்றான். கொத்தன் வீட்டைக் கட்டுகின்றான். கம்மியன் இயந்திரத்தைக் கண்டு பிடிக்கின்றான். அறிவுடையவன் குணவியல்பை உருவாக்குகின்றான். உழைப்பாளிகள், உருவாக்குபவர்கள், செயற்படுபவர்கள், இவர்களே புவியின் உரம் ஆவர்; சமயவாதிகளோ, கோட்பாட்டாளர்களோ, தருக்கவாதிகளோ அல்லர்.

அறிவாற்றல் கோட்பாடாகிய கானல் நீரினின்றும் மனிதன் திரும்பி எதையேனும் செயலாற்றத் தொடங்கட்டும். அதுவும் தன் வலிமை அனைத்தையும் கொண்டு செயலாற்றட்டும்; அதன் காரணமாக அவன் ஒரு தனிப்பட்ட அறிவைப் பெறுகின்றான். ஒரு தனிப்பட்ட ஆற்றல் கைவரப் பெறுகின்றான். தன் தோழர்களின் நடுவே தனக்கெனத் தனிப்பட்ட நிலையையும், ஆக்கத்தையும் அடைந்து விடுகின்றான்.

தொடர்புள்ள விளக்கங்கள் பலவற்றைப் புழங்கவும், அவற்றை இயக்கி ஒன்றாகப் பிணைக்கின்ற தனித்த நியதியுடன் சேர்த்து முழுமையாகப் புரிந்து கொள்ளவும் உதவுகின்ற மனப்பண்பே கவியாற்றலாகும். இது, உருவாக்கவும், கட்டிக்காகவும் ஆற்றலைத் தருகின்ற ஓர் ஆண்மைப் பண்பாகும். ஒரு பெரிய கவிதையினுடையவோ கதையினுடையவோ ஆசிரியர், தமது கதையுறுப்புகளையும், நிகழ்ச்சிகளையும் ஒரு மையமான கதைத் திட்டத்துடன் தொடர்புபடுத்தி, பல கலவையானதும், நிலைபெறுவதுமான ஓர் இலக்கியப்பணியை உருவாக்குகின்றார். பகுத்துணர்வதும், தொகுத்துணர்வதுமான திறமை ஒரே மனிதனிடத்தில் ஒரு சேரப் பொருந்தியிருப்பதே கவியாற்றலாகும். தன் ஆழமான அடிநிலைகளில் விளக்கங்களின் ஓர் அணிவகுப்பையே அவற்றின் சரியான அமைப்பு முறையிலும் உண்மையான இயக்க வரிசையிலும் தன்னகத்தே கொண்டுள்ள மனமே, சிறப்புத் திறமையை அடைந்துவிட வில்லையெனினும் அதை அடுத்துள்ள மனமாகும். ஒவ்வொரு மனிதனும் சிறப்புத் திறமையுடையவானக் இருக்க முடியாது. அவ்வாறு இருக்க வேண்டுவதுமில்லை. ஆனால், தன் சிந்தனைகளிலும், வாணிபத்திலும் முறை உண்டு பண்ணுவதில் கவனமுடன் கருத்தூன்றுவதால் தனது மனத் திறமையை அவன் சிறுகச் சிறுகப் பெருக்கிக் கொள்ள முடியும். அவனுடைய நுண்ணறிவு ஆழ்ந்து படரும் போது, அவனுடைய ஆற்றல்கள் மிகுதியாவதுடன், ஆக்கமும் சிறப்படைகின்றது.

வாழ்வில் தான் முயலும் உழைப்பு எத்தகைமைத்தாயிருப்பினும் சரியே, ஆற்றல், சிக்கனம், சால்பு, முறை இவற்றில் தன்னை நிறைவுபடுத்திக் கொள்பவன் தன் வாழ்க்கையின் உழைப்பில் நிலை பேறு கொள்ளும் வெற்றியடைவான். முழு ஆற்றலுள்ளவன், தனது நேரத்தையும் பொருளையும் கவனமுடன் சிக்கனப்படுத்துபவன். தன் வலிமையை, நன்னடத்தையில் பெருக்குபவன். திசை மாறாத சால்பைக் கொண்டொழுகுபவன், முதலில் தன் மனத்தை முறைப்படுத்துவதன் மூலம் தனது உழைப்பையும் முறைப்படுத்துபவன் தோல்வியடைதல் இயலாத காரியமாகும்.

அத்தகைய மனிதனின் முயற்சிகள் நேர்முறையில் செலுத்தப்படுகின்றன; அதுவும், அவை பயனுடையதாக, நன்மை பயப்பதாக இருக்கும் வகையில் ஒருமுகப்படுத்தப்பட்ட ஆற்றலால் செலுத்தப்படுகின்றன. இதற்கும் மேலாகத், தன் முனைப்பின்றியே மதிப்பையும், வெற்றியையும் கொணரும் ஓர் ஆண்மையும், தனித்தன்மையுடைய மேன்மையும் அவனை வந்தடைகின்றன. வலிவற்றவர்களின் நடுவே அத்தகையோன் வந்து தோன்றுதலே அவர்களுக்கு வலிமை ஊட்டும். “வாணிபத்தில் விடா முயற்சியுடனிருக்கும் மனிதனைப் பாருங்கள். அவன் அரசர்களுக்கெதிரே நிற்பானேயன்றி இழி மக்களின் முன்னிற்பதில்லை” என அத்தகையோன் ஒருவனைக் குறித்து ஸ்கிரிப்சர் கூறுகின்றார். அவன் இரப்பதோ, சுணுங்குவதோ, முறையிடுவதோ, பழிப்பதோ இல்லை. ஆனால், அத்துணைக் கீழ்நிலைக்குத் தன்னைத் தாழ்த்திக் கொள்ளாத வகையில் அத் துணைவலிமை, தூய்மை, நேர்மை உடையவனா யிருக்கின்றான். ஆகவே, தன் குணவியல்பின் மேன்மையிலும், செம்மையிலும் உயர்நிலையில் நின்று உலகிலும், மக்களின் மதிப்பீட்டிலும் ஓர் உயரிய இடத்தை வகிப்பவனாகின்றான். அவனுக்கு வெற்றி உறுதியானது; அவனுடைய ஆக்கம் நிலைபேறு கொள்ளும். “வாழ்கைப் போர்க்களத்தில் அவன் நிமிர்ந்து நிற்பானேயன்றி, வீழ்ச்சியடைவதில்லை”.

6. இரக்கம்

மீதியுள்ள தூண்கள் ஆக்கமெனும் கோயிலின் நடுப்பகுதித் தூண்களாகம். அவையே அதற்கு மிகுதியான வலிமையும், உறுதியையும் அளிக்கின்றன. அதனோடு அதன் அழகு, பயன் இரண்டையும் பெருக்குகின்றன. அதனின் கவர்ச்சியை அவையே பெரிதும் அதிகரிக்கின்றன. ஏனெனில், அவை உயர்ந்த ஒழுக்க நெறித் துறையைச் சார்ந்தனவாக இருப்பதால் பேரழகையும், குணவியல்பு மேம்பாட்டையும் சார்ந்தன வாகவும் இருக்கின்றன.

விலைவில் அழிந்து விதையோ கனியோ விட்டுச் செல்லாத வேரற்ற ஓர் அழகான மலரையொத்து, எளிதில் கண்ணீர் சிந்துவதும், மேலெழுந்தவாரியாக உள்ள மெய்ப்பாட்டை இரக்கமெனத் தவறாகப் புரிந்து கொள்ளக் கூடாது. நண்பனொருவனைப் பிரியும் போதோ, வெளியிலுள்ள ஏதேனும் துன்பத்தைச் செவியுறுகின்ற போதோ நரம்புத்தளர்ச்சி கொண்டாற்போல் அழுதல் இரக்கமாகாது. பிறருடைய கொடுமைகளுக்கும், நீதி இன்மைகளுக்கும் எதிராகத் தோன்றுகின்ற முரட்டுச் சீற்றமும் இரக்க மனத்தின் எடுத்துக் காட்டாகிவிடாது. ஒருவன் தன் மனைவியைத் துன்புறுத்தவோ தன் குழந்தைகளை அடிக்கவோ தன் பணியாள்களைப் பழிக்கவோ வெறுத்து ஏளனமாய்ச் சொல்லம்புகளால் தன் அண்டை அயலாரைப் புண்படுத்தவோ செய்பவன், வீட்டில் கொடுமைக்காரனாக இருப்பவன், அல்லல்படும்

மக்களிடம் காட்டும் அன்பு எத்துணை வஞ்சகமானதாக விருக்கும்? அவனை அடுத்துள்ள உலகில் காணக்கிடக்கும் நீதியின்மைக்கும், கல் நெஞ்சத்திற்கம் எதிராகத் தோன்றுகின்ற சீற்றங்கள் எத்துணை ஆழமற்ற மெய்ப்பாட்டை அறிவுறுத்துகின்றன.

அத்தகையோரை எமர்சன் கீழ்க்கண்டவாறு கூறுகின்றார் : "போ. உன் குழந்தையிடம் அன்பு செலுத்து. உன் விறகு வெட்டியிடம் அன்பு செலுத்து. நல்லியல்பு கொண்டவனாக, அடக்க முள்ளவனாக இரு. அந்த மேம்பாட்டைக் கொண்டிரு. உனது கடினமான, ஈவிரக்கப் பேராசையை ஆயிரம் மைல்களுக்கப்பாலுள்ள கருப்பு நிற மக்கள் மீது காட்டுவதான நம்ப முடியாத பரிவால் என்றுமே மெருகு பூசாதே. தொலைவிலுள்ளோாக்கு நீ காட்டும் அன்பு வீட்டோர்க்குப் பகையாகம்."

ஒருவனின் உரைகல் அவனுடைய உடனடியான செயல்களிலே இருப்பதன்றி அவனுடைய முனைப்பாடான மெய்ப்பாடுகளில் இருப்பதன்று. அச் செயல்கள் இடைவிடாது தன்னலமும், பகைமையும், கொண்டதாகக் கூறப்படின், அதாவது வீட்டிலுள்ளோர் அவனுடைய காலடியோசையைக் கேட்டதும் அஞ்சிக் கலங்கவும், அவன் நீங்கியதும் மகிழ்ச்சி தரும் விட்டாற்றியாகக் கருதவுமான நிலையிருப்பின், துன்பப்படுவோர்க்கும், தாழ்த்தப்படுவோர்க்கும் அவன் கூறும் இரக்கச் சொற்கள் எத்துணை பொய்மையானது!

இரக்கமெனும் கிணறு கண்ணீரெனும் ஊற்றைப் பெருக்கக் கூடுமெனினும், பெரும்பாலும் அவ் ஊற்று தன் தேவையைத் தன்னலமெனும் இருண்ட மடுவிலிருந்தே பெறுகின்றது. ஏனெனில், தன்னலம் தடைப்படும்போது, அது கண்ணீராகத் தன்னைக் கரைத்துவிடுகின்றது.

சிணுக்கத்திலும், தீய தன்மையுடைய ஏளனத்திலும், வெறுப்பான பழிப்பிலும், வசையிலும், வக்கணையிலும், சினத்திலும், கண்டனத்திலும், அதே போன்று, நடைமுறை ஆதாரம் எதுவுமின்றிக் கொள்கை அளவினதான, பாவனை செய்து கொள்ளப்படுவதான மெய்ப்பாட்டிலுமே இரக்கமின்மை காணக்கிடக்கின்றது.

தன்னலத்திலிருந்தே இரக்கமின்மை தோன்றுகின்றது. அன்பிலிருந்து இரக்கம் தோன்றுகின்றது. தன்னலம் அறியாமையில் அமிழ்ந்திருப்பது; அன்பு அறிவுடன் தொடர்புற்றிருப்பது. தமக்கெனத் தாம், தனிப்பட்ட குறிக்கோள்களும் அக்கறைகளும் கொண்டவராகவும், தம்மைத் தம் தோழர்களிடமிருந்து தனிப்பட்டவராகக் கற்பனை செய்து கொள்வதும், அவரவர் பின்பற்றும் வழிகளில் தாம் நேரான போக்குடையவராகவும், பிறர் தவறான போக்குடையவராகவும் இருப்பதாகக் கருதிக் கொள்வதும் மக்களிடையே காணப்படும் பொது நிலையாகும். தனிப்பட்ட, தன் காரியத்தில் ஈடுபாடுடைய இத்தகைய வாழ்வினின்றும் மனிதனை உயர்வடையச் செய்து அவன் தன் கூட்டாளிகளின் உள்ளங்களில் அவர்களுடன் ஒன்றுபட்டு எண்ணவும், உணரவும் இரக்கம் வகை செய்கின்றது. அவன் தன்னை அவர்களிடத்திலே வைத்து, அப்போதைக்கு அவர்களாகவே ஆகிவிடுகின்றான். "காயமுற்ற மனிதனிடம் அவன் எவ்வாறிருக்கின்றான் என்று நான் கேட்பதில்லை. நானே காயமைடந்தவனாக மாறிவிடுகிறேன்" என்று மருத்துவமனை வீரன் விட்மேன் இந் நிலையினை விளக்குகின்றார்.

துன்பப்படுகின்ற ஒருயிரை வினவுதலே ஒரு வகையான துடுக்குத்தனமாகும். துன்பப்பாடு எதிர்பார்ப்பது உதவியும் இரக்கச் சிந்தையுமேயன்றிக் காரியமறியும் ஆர்வமன்று. இரக்கச் சிந்தையுடைய ஆண்மகனோ பெண்மணியோ துன்பமுணர்ந்து அதைத் தணிவுறுத்தும் வகையில் தொண்டு புரிகின்றனர்.

இரக்கம் தற்புகழ்ச்சி கொள்ளாது. தற் புகழ்ச்சி எங்கெங்கு உள் நுழைகின்றதோ, அங்கிருந்து இரக்கம் வெளியேறி விடுகின்றது. ஒருவன் அன்பு ததும்பும் தன் செயல்கள் பலவற்றைக் குறிப்பிட்டு விட்டு அதற்கு மாறாகத் தனக்குக் கிடைத்த விருந்தை குறை கூறுவானாயின், அவன் அன்பு ததும்பும் செயல்களைச் செய்தவனாக மாட்டான். இரக்கத்தின் இனிமையாகிய தன்னை மறந்த பணியை அவன் இனித்தான் அடைய வேண்டும்.

இரக்கத்தை அதன், ஆழ்ந்த பொருள் கொண்டு பார்கையில் அது பிறருடைய முயற்சிகளிலும், துன்பங்களிலும் அவர்களுடன் ஒன்றிவிடுவதாகும். அவ்வகையில்தான் இரக்கம் கொண்ட மனிதன் ஒரு கலவைப் படைப்பாகின்றான்; அவன் பல மனிதர்களுள் ஒருவன். ஒரு காரியத்தை அவன் பல மாறுபட்ட கோணங்களிலிருந்து நோக்குவானேயன்றி ஒரே ஒரு கோணத்திலிருந்து மட்டும் நோக்குவதில்லை. அதுவும் தன் குறிப்பிட்ட கோணத்திலிந்து மட்டும் நோக்குவதோடு அமைவதில்லை. அவன் பிறரின் கண்களைக் கொண்டு நோக்குகின்றான்; அவர்களின் காதுகளைக் கொண்டு கேட்கின்றான்; அவர்களின் மனங்களைக் கொண்டு எண்ணுகின்றான்; அவர்களுடைய உள்ளங்களைக் கொண்டு உணர்ச்சியடைகின்றான். எனவே, தன்னிலிருந்து பெரிதும் மாறுபட்ட மனிதரையும் அவன் புரிந்துகொள்ள முடிகின்றது. அவர்களுடைய வாழ்க்கையின் பொருள் அவனுக்குப் புலனாகின்றது. நல்லெண்ணம் என்னும் உணர்ச்சியில் அவன் அவர்களுடன் ஒன்றுபட்டவனாகி விடுகின்றான்.

"எளியோர் என் கவனத்தை ஈர்க்கின்றனர்; அவர்களுடைய பசி என்னுடைய பசி, நான் அவர்களுடைய இல்லங்களில் அவர்களுடனேயே இருக்கின்றேன். அவர்களுடைய வறுமையில் நானும் பங்கு கொள்கின்றேன். இரப்போருடைய கந்தலுடைகள் என் உடல்மீது இருப்பன போலுணர்கின்றேன்; அந்த நேரத்திற்கேனும் நான் ஏழையாகவும், இகழ்ச்சிக்குரிய மனிதனாகவும் ஆகி விடுகின்றேன்" என்று பால்ஸாக் கூறியுள்ளார். துன்பப்படுகின்ற ஒருவனுக்குச் செய்யப்படுகின்ற உதவி இறைவனுக்கே செய்யப்பட்டதாகும் என்று பால்ஸாக்கை விடப் பெரியவராகிய ஒருவர் கூறியிருப்பதை இது நினைவுபடுத்துகின்றது.

இரக்கம் எல்லா மனிதர்களின் உள்ளங்களுக்கும் நம்மை அழைத்துச் சென்றுவிடுகின்றது. எனவே, நாம் அவர்களுடன் உணர்ச்சிப் பிணைப்புடையவர்களாகி விடுகின்றோம். அவர்கள் துன்புறும்போது அந்த நோவை நாமும் உணருகின்றோம். அவர்கள் களிப்புடனிருக்கும் போது அவர்களுடன் நாமும், மகிழ்ச்சி அடைகின்றோம். அவர்கள் ஏளனத்திற்கும், தொல்லைக்கும் உள்ளாகும் போது நாம் உணர்ச்சியளவில் அவர்களுடன் ஆழ்ந்து படிந்து அவர்களுடைய தாழ்வுணர்ச்சிகளையும், துயரங்களையும் நம் இதயங்களில் ஏற்றுக்கொள்கின்றோம். பிணைத்து, ஒருமைப்படுத்துகின்ற இரக்கமெனம் உணர்ச்சியுடைய எவனும் சீறி விழுவதும், பழிப்பதுமான செயல்களுடையவானாக என்றுமே இருக்க மாட்டான். அவன் தன் கூட்டாளிகளைக் குறித்துச் சிந்தனையற்ற, கொடுமையான கருத்துகளை என்றுமே வெளியிடமாட்டான். ஏனெனின் இவனுடைய உள்ளத்தின் மெல்லிய இயல்பு காரணமானக அவர்களுடைய துன்பத்தின்போது இவன் அவர்களுடனேயே இருப்பவனாகின்றான்.

துன்பங்கள் சூழ்ந்த மனிதனாகத் துயருடன் தொடர்பு கொள்ளாத எம் மனிதனும் உண்மையான இரக்கம் கொண்டிருக்கமுடியாது. ஆனால், அத் துன்பமும், துயரமும் மறைந்து போயிருக்கவேண்டும். அஃதாவது நிலையான அன்பாகவும், வழக்கமான அமைதியாகவும் பக்குவப்பட்டிருக்க வேண்டும்.

ஒவ்வொரு வாழ்க்கைப் போக்கிலும் உண்மையான இரக்கச் சிந்தையுடைய மனிதர் இருந்து வருகின்றனர் எனும் உண்மையைக் கண்டு களிப்படைகையில், கடுமை, கோபம், கொடுமை இவையனைத்தும் மிகவும் மலிந்து கிடப்பதையும் ஒருவன் காணுகின்றான். கடினமான இக்குணங்கள் அவற்றிற்குரிய துன்பங்களையும் கொணருகின்றன. தம் வாணிபத்திலோ குறிப்பிட்ட பணியிலோ, முழுக்க முழுக்கத் தமது கடினமான மனநிலை காரணமாகவே தோல்வியடையவர் இருந்து வருகின்றனர். சீற்றமும், சினமும் கொண்ட மனிதனோ, தன் நெஞ்சத்தில் கடுமையும், தண்மையும், தன்னலச் சூழ்ச்சியும் கொண்டு இரக்கத்தின் ஊற்றுக் கண்கள் வற்றிவிட்டவனாக இருப்பவனோ, பிற வகையில் திறமை வாய்ந்த மனிதனாக இருப்பினும்கூட, முடிவில் தன் காரியங்களில் அழிவைத் தவிர்ப்பது அரிதாகும். ஒரு நிகழ்ச்சியில் சினந் தோய்ந்த மடமையும், மற்றொன்றில் தண்ணிய கொடுமையும் அவன் காட்டுகின்ற நிலை, அவனுடைய தோழர்களிடமிருந்தும், அவனது தொழிலோடு நெருங்கிய தொடர்புடையோரிடமிருந்தும் அவனைப் படிப் படியாகத் தனித்து ஒதுக்கிவிடும். எனவே, தன்னந் தனியான தோல்வியுடன், ஒருவேளை நம்பிக்கையற்ற மனமுறிவுடன் அவனை விட்டு விட்டு ஆக்கக் கூறுகள் அவன் வாழ்வினின்றும் விட்டொழிந்து விடும்.

எந்த ஒரு வாணிபத் தொடர்புகளில் கூட இரக்கம் ஒரு சிறப்பான ஆக்கக் கூறாகும். ஏனெனில், கடுமையும், தடைகூறும் இயல்பும் கொண்டோரைவிட அன்பும், மகிழ்ச்சியான இயல்பும் கொண்டவருடனேயே, தொடர்வு கொள்ள மக்கள் விரும்பி அவர்களிடம் ஈடுபாடு கொள்கின்றனர். நேரடியாகத் தாமே தொடர்வு கொள்ளும் துறைகள் அனைத்திலும், நடுத்தரமான திறமையுடன் இரக்கச் சிந்தையும் கொண்ட மனிதன், மிகுதியான திறமையிருப்பினும் இரக்கம் அற்றவனாயிருக்கின்ற மனிதனை முந்திவிடுவான்.

ஒரு மனிதன் ஓர் அமைச்சராக இருப்பினும், ஒரு சமயவாணனாக இருப்பினும் அவரிடமிருந்து வெளிப்படுகின்ற கொடுமையான சிரிப்பும், அன்பில்லா மொழியும் அவனுடைய புகழையும், செல்வாக்கையும் மிகவும் ஊறுபடுத்திவிடும். குறிப்பாக அவனுடைய செல்வாக்கையே பெரிதும் பாதிக்கும். ஏனெனின், அவனுடைய நல்லியல்புகளைப் பாராட்டுவோர்கூட, அவன் அன்பில்லாதிருத்தலைக் கண்டு, தமது சொந்த மதிப்பீட்டில் தம்மை அறியாமலே அவனைக் குறைத்து மதிப்பிடுகின்றனர்.

இரக்கம் விலங்குகளும் உட்பட அனைவரும் இயல்பாகவே புரிந்து போற்றுகின்ற உலகின் இயல்பான பண்பாகும். மனிதர் முதல் உயிரினங்கள் அனைத்தும் துன்பத்திற்குட்படுவனவே. துன்பகரமான பட்டறிவின் ஒருமைப்பாடு இரக்கம் என்னும் உணர்ச்சியை உண்டுபண்ணுகின்றது.

தன்னலம் பிறருடைய பொறுப்பில் தம்மைக் காப்பாற்றிக் கொள்ள மனிதரைத் துண்டுகின்றது. ஆனால், இரக்கம் தன்னல ஈகத்தால் பிறரைக் காப்பாற்ற அவர்களைத் தூண்டுகின்றது. இத் தன்னலத் ஈகத்தில் உண்மையான, முடிந்த முடியவான இழப்பு எதுவுமே இல்லை. ஏனெனின், தன்னல மகிழ்ச்சிகள் சிறியதும், ஒரு சிலவாகவுமிருக்க, இரக்கத்தின் நன்மைகள், பெரியவும் பல்வகைப் படுவனவாகவும் இருக்கின்றன.

இரக்கம் என்னும் இப் பெரிய அறத்தை நால்வகைக் குணங்கள் உருவாக்குகின்றன. அவை;

1. அன்பு 3. படிமானம்

2. பெருந்தன்மை 4. நுண்புலம்

அன்பு முழு வளர்ச்சியடைகின்ற போது, அது தோன்றி மறையும் உணர்ச்சி வேகமன்று, நிலைபெற்ற குணமேயாகும். பெரும்பாலும் அன்பெனும் பெயரில் அழைக்கப்படுவதாயினும், இடையிடையே தோன்றி மறைவதும், நம்பக்கூடாததுமான உணர்ச்சி அன்பாகாது. புகழுரையைப் பழிப்புரை பின் தொடர்வதாயின் புகழுரையிலே அன்பே இல்லை. இயல்பாயெழுகின்ற கொஞ்சுதலைத் தூண்டுவதாகத் தோன்றுகின்ற அன்பு இயல்பாயெழுகின்ற வெறுப்புடனும் தொடர்பு கொண்டிருப்பின் அந்த அன்பு சிறிதளவே கருத்திற் கொள்ளற்பாலதாகும்.

நன்கொடை தருபவன் பின்பு அதன் மதிப்பீடு தனக்குத் திரும்பக் கிடைக்க வேண்டுமென்று விரும்புவானேயானால், மேம்பட்டதாகத் தோன்றிய பல நன்கொடையும் தன் மதிப்பை இழந்துவிடும். ஒருவன் தனக்கு மகிழ்ச்சியுண்டாக்கும் ஏதேனும் வெளிப்புறத் தூண்டுதல் காரணமாய் மற்ற ஒருவனுக்கு அன்பு செய்தற்பொருட்டுத் தன் உணர்ச்சிகளை எழுச்சியுறச் செய்து சிறிது நேரத்திற்குப் பிறகு அவனுக்கு வெறுப்புண்டு பண்ணுகின்ற ஏதேனுமொரு வெளிப்புற நிகழ்ச்சி காரணமாக அதே மனிதரிடம் அன்பின் மறுகோடிக்குச் சாய்ந்து விடுவதைக் குணவியல்பின் குறைபாடாகவே கொள்ள வேண்டும். அது ஒரு தன்னலச் சூழ்நிலையேயாகும். ஏனெனின், நமக்கு மகிழ்ச்சியூட்டும் ஒருவனுக்கு மட்டும், அதுவும் அவன் மகிழ்ச்சியூட்டுகின்றபோது மட்டும் அன்புச் செயல் செய்வதென்பது அவன் தன்னலத்தை மட்டும் கருதுவதையே காட்டும்.

உண்மையான அன்பு மாற்றப்பட முடியாதது. அதைச் செயற்படுத்த வெளித் தூண்டுதல் தேவையில்லை. அது வேட்கை கொண்ட உயிர்கள் எப்போதும் அள்ளிப் பருகத்தக்க கேணியாகும். அது என்றுமே வற்றுவதில்லை. அன்பு ஒரு வலிமை வாய்ந்த அறமாகும்போது, நமக்கு மகிழ்ச்சியூட்டுவோர்க்கு மட்டும் வழங்கப்படுவதன்று. ஆனால், நமது விருப்பத்திற்கும், கருத்திற்கும் எதிராகச் செயல்படுவோர்க்கும் வழங்கப்படுவதாகும். அஃது இடைவிடாததும், என்றுமே மாறாததுமான மகிழ்ச்சி ஆர்வத்தின் ஒளியாகும்.

மக்கள் எண்ணி இரக்கப்படுகின்ற சில செயல்கள் உள்ளன; அத்தகையவை அன்பில்லாச் செயல்கள். மக்கள் எண்ணி இரக்கப்படாத பிறசெயல்கள் உள்ளன; அத்தகையவை அன்புச் செயல்கள். மக்கள் தாம் மொழிந்த, செய்த கொடுமையான செயல்களுக்காக வருத்தப்படுகின்ற நாள் வந்து சேருகின்றது; ஆனால் அவர் மொழிந்த, ஆற்றிய அன்பான செயல்களுக்கான மகிழ்ச்சியான நாள் எப்போதும் அவர்களுடனேயே இருக்கின்றது.

அன்பின்மை, மனிதனின் பண்பைக் கெடுத்து விடுகின்றது. காலப்போக்கில் அவனுடைய முகத்தைக் கெடுத்துவிடுகின்றது. அன்பினால் அவன் அடைந்திருக்கக் கூடிய வெற்றியின் நிறைவைக் கெடுத்து விடுகின்றது.

அன்புடைமை பண்பியல்பை அழகு படுத்துகின்றது. ஆண்டுகளின் வளர்ச்சிக்கேற்ப அவனுடைய முகத்தை அழகு படுத்துகின்றது. மனிதனின் நுண்புலத் திறமைகள் அவனுக்கென உரிமைப்படுத்துகின்ற வெற்றியின் நிறைவுடைமை பெற வழி கோலுகின்றது. மனிதன் அன்பு தோய்ந்ததின் பயனாக அவனுடைய ஆக்கம் கனிந்து செழிக்கின்றது.

பெருந்தன்மை பரந்த நெஞ்சங்கொண்ட அன்புடைமையோடு பொருந்தியிருக்கின்றது. அன்புடைமை, பணிவு மிக்க தங்கையானால் பெருந்தன்மை வலிமை மிக்க தமையனாவான். தன் போக்கான, திறந்த நோக்குடைய, தகைமை வாய்ந்த குணவியல்பு எப்போதும் கவர்ச்சி-

யுடையதாகும், செல்வாக்குடையதாகும். கஞ்சத்தனமும், இழிந்த நோக்கும் எப்போதும் எதிரிடையானவை. அவை இருள்படர்ந்தவை; குறுகியவை; கருத்தற்றவை. அன்புடைமையும், பெருந்தன்மையும் எப்போதும் கவர்ச்சியுடையவை. அவை ஒளி படர்ந்தவை; வளர்ச்சி உறுபவை; வெளிப்படையானவை; கருத்துடையவை. தடைபடுத்தும் ஒன்று தனிமைக்கும், தோல்விக்கும் வழிகாட்டுகின்றது. கவர்ச்சியுடைய ஒன்று ஒற்றுமைக்கும் வெற்றிக்கும் வழிகாட்டுகின்றது.

பெறுவதைப் போன்றே வழங்குவதும் அத்துணை சிறப்பான ஒரு கடமையாகும். தன்னால் இயன்ற அளவு பெறக் கூடியவை அனைத்தையும் பெற்றுவிட்டு, வழங்க மறுப்பவன் இறுதியில் பெறமுடியாத நிலையடைந்து விடுவான். ஏனெனின், நாம் பெறக்கூட வில்லையெனின் நாம் வழங்க முடியாதவாறு போல, நாம் வழங்கவில்லையென்றால் நாம் பெற முடியாது என்பதும் ஓர் ஆன்மீக விதி.

வழங்குவது என்பது மேன்மையானது. இன்றியமையானது. ஒரு கடமை என்றே சமய ஆசிரியர்கள் அனைவராலும் எப்போதும் கற்பிக்கப்பட்டிருக்கின்றது. இதற்குக் காரணம் என்ன? தன்னைப்பொறுத்த வளர்ச்சிக்கும், முன்னேற்றத்திற்குமான தலையாய வழிகளில் ஒன்று வழங்குதலாகும். மேலும், மேலும் மேம்பாடும் தன்னலத் துறவை நாம் அடைதற்கும், தன்னலத்திற்குத் திரும்பவும் வீழ்ச்சியடைந்து விடுவதைத் தடுத்தற்குமான கருவி அதுவே. உடன் வாழும் மக்களுடன் நமக்குள்ள வாழ்வு சார்ந்ததும், சமூகஞ் சார்ந்ததுமான உறவை நாம் உணர்ந்து, பிறருடைய நன்மைக்காகவும், நன்னிலைக்காகவும் நமது தேட்டத்திலிருந்தோ உடைமையிலிருந்தோ ஒரு பகுதியை இழக்கச் சித்தமாயிருக்கின்றோம் என்பதை அது குறிப்பாலுணர்த்துகின்றது. எத்துணை மிகுதியாகப் பெறினும், பின்னும் மிகுதியாக வேண்டுமெனப் பசி கொள்பவனும், கொடுமையான விலங்கொன்று தன் இரையைப் பற்றிக் கொண்டிருத்தல் போன்று, திரண்டு வரும் சேமிப்பின் மீதுள்ள தனது பிடியைத் தளர்த்த மறப்பவனுமான பேராசை கொண்ட மனிதன் கீழ் மண்டிப் போகின்றவனே ஆவான்.

பேராசை, இழிபோக்கு, பொறாமை, ஐயப்பாடு இவற்றிற்கெதிராக மனிதன் எச்சரிப்புடனிருக்கட்டும். ஏனெனில், இவை வளர இடந் தந்தால், அவனுடைய வாழ்வில் சிறப்புடையனவாக இருப்பவை அனைத்தையும் இவை பறித்துவிடும். பருப்பொருளியலான காரியங்களில் சிறப்படையனவாக இருப்பன அனைத்தையும் அழிக்கும். அதேபோன்று குணவியல்பினும், மகிழ்ச்சியிலும் சிறப்புடையனவாக இருப்பவை அனைத்தையும் கூட இவை பறித்துவிடும்.

அவன் தாராளமான நெஞ்சமும், வாரி வழங்கும் கையும், பெருந்தன்மையும், பிறரை நம்பும் பான்மையும் உடையவனாக, மகிழ்ச்சியுடன் வழங்குவது, அதுவும் பெரும்பாலும் தனது உடைமையிலிருந்தே வழங்குவது மட்டுமன்றி, தனது நண்பர்களுக்கும் தோழர்களுக்கும் கருத்திலும், செயலிலும் தன்னுரிமை வழங்குபவனாகவும் இருக்கட்டும்; அவ்வாறிருப்பின், நண்பரும் விருந்தினரும்போல, புகழும், செழிப்பும், ஆக்கம் 'நுழையட்டுமா' என அவன் கதவைத் தட்டி நிற்கும்.

பண்புடைமை தெய்வத் தன்மையுடன் உறவு கொண்டதாகும். கரடுமுரடான, கொடுமை மிகுந்த, தன்னல நோக்குடைய இருப்பவை அனைத்தினின்றும் பண்புடைமையைப் போன்ற வேறு எக் குணமும் அதிகத் தொலைவில் இருக்காது. எனவே, ஒருவன் பண்புடைமையுடையவனாகும்போது அவன் தெய்வீகத் தன்மையனாகின்றான். மிகுதியான அனுபவத்தின்

மீதும், உயர்ந்த ஒழுக்கத்தின் மூலமுமே அதைப் பெற முடியும். தன்னுடைய விலங்கின இச்சைகளைக் கட்டுப்படுத்தி அவற்றை அடக்கியாளுகின்றபோதுதான் அஃது ஒருவனிதயத்தில் நிலைபேறு கொள்கின்றது. மெல்லோசையுடைய தெளிவான குரல், தனிக்குறிப்புடையதாக, உறுதியுடையதாகயிருப்பினும் அமைதியாக விளக்கிக் கூறும் பாங்கு, குறிப்பாக இக் கட்டான சூழ்நிலைகளில் பரபரப்பு, உணர்ச்சிமேலிடு, சினம் இவற்றிலிருந்து விடுபட்டிருத்தல் ஆகியவையே அதன் வெளிப்புற அடையாளங்களாகும்.

பண்புடைமைய அறிவுடைமையோடு இணைக்கப் பெற்றிருப்பதாகும். அறிவுடைய மனிதன் தன்னிடமுள்ள சினம் அனைத்தையும் வென்றுவிட்டவனாவான். எனவே, பிறரிடம் அதை எவ்வாறு வெற்றிகாண வேண்டும் என்பதை அவன் புரிந்து கொள்கின்றான். கட்டுப்பாடற்ற மனிதர் தம்மைத்தாம் உட்படுத்திக் கொள்கின்ற தடுமாற்றம், தொந்தரைகள் பலவற்றிலிருந்து பண்டைய மனிதன் காப்பாற்றப்பட்டவனாகின்றான். அவர்கள் பயனற்றதும், தேவையற்றதுமான கடுமை தம்மைத் தாம் களைப்புறச் செய்துகொள்ளும் வேளையில், இவன் அமைதியுடனும், தன்னிறைவுடனுமிருக்கின்றான்; வாழ்வுப்போரில் அத்தகைய அமைதியும், தன்னிறையும் வலுவுற்றனவாகும்.

நுண்புலம் இரக்கத்தின் இயல்திறனாகும். இரக்கமான மனமே ஆழ்ந்து உணர்ந்தறிகின்ற மனம். நாம் நுகர்வறிவால் புரிந்துகொள்கிறோமே அன்றி, வாதாடலால் அன்று. நாம் ஒரு பொருளையோ ஒருவனையோ அறிந்துகொள்ளு முன்பு, நமது வாழ்வு அதனுடையவோ அவனுடையவோ வாழ்வுடன் தொடர்புற்றாக வேண்டும். வாதாடல் வெளிப்புறத் தோலையே பகுத்தாராய்கின்றது. ஆனால், இரக்கம் நெஞ்சத்தையே எட்டி விடுகின்றது; பிறரிடம் குறை காண்பவன் உருவையும், உடையையும் பார்த்துவிட்டு, மனிதனைக் கண்டுவிட்டதாக எண்ணுகின்றான். இரக்கச் சித்தமுடையோன் மனிதனைக் காணுகின்றான்; உருவையும், உடையையும் கருத்தில் கொள்வதில்லை.

வெறுப்பின் ஊடே ஒவ்வொருவனும் மற்றொரு வனைத் தவறாக மதிப்பிடுகின்ற ஒரு பிரிவினை உள்ளது. அன்பின் அனைத்திலும் ஒவ்வொருவனும் மற்றொருவனைப் புரிந்துகொள்கின்ற ஓர் ஒற்றுமையுள்ளது. இரக்கம் அன்பின் தூய்மையான வடிவமாக இருப்பதால், அது மக்களுடைய, பெருள்களுடைய நெஞ்சத்தையே காணுகின்றது. பரந்த நெஞ்சம் இருப்பதன் காரணமாகவே ஷேக்ஸ்பியர் மிகவுயர்ந்த கவிஞராகத் திகழ்கின்றார். மனித நெஞ்சத்தைக் குறித்தும், உயிருள்ளன உயிரில்லாதன இவற்றின் இயல்பைக் குறித்தும் அத்துணை ஆழ்ந்த அறிவினை, இலக்கியம் அனைத்திலும் வேறு எவருமே, எடுத்துக் காட்டவில்லை. தன்னியல்பான ஷேக்ஸ்பியர் அவருடைய நூல்களில் காணக் கிடைப்பதில்லை; ஏனெனின், இரக்கத்தின் காரணமாக அவர் தம் நாடகமாந்தாகளுக்குள் இரண்டறக் கலந்துவிடுகின்றார். அவர் தற்காலிகமாக மேதை, தத்துவஞானி, கிறுக்கன், மடையன், குடிவெறியன், பரத்தை இவர்களாக ஆகியே விட்டார். அவர்கள் எந்நிலையிலிருந்தனரோ அதோ நிலையில் இவருமிருந்தார். இவர் அவர்களுடைய தனிப்பட்ட பட்டறிவுகளுக்குள் புகுந்து, அவர்கள் தம்மைத்தாம் அறிந்து கொண்டிருந்ததைவிடச் சிறப்பாக இவர் அவர்களை அறிந்து கொண்டார். ஷேக்ஸ்பியருக்கு ஒருதலைச் சார்போ, ஒறுப்போ கிடையாது; மிகத் தாழ்ந்தவர் முதல் மிக உயர்ந்தவர் வரையில் இவருடைய இரக்கம் அனைவரையும் அரவணைக்கின்றது.

இரக்கத்திற்கும், அறிவிற்கும் பெருந்தடையாக இருப்பது தப்பெண்ணமே. தப்பெண்ணம் கொண் டிருப்பவரை ஒருவன் தானே புரிந்து கொள்ளுதல் இயலாது. அரைகுறையான தீர்ப்புகளை நம் உள்ளங்களினின்றும் அப்புறப்படுத்துகின்றதேபாது தான் மக்களையும், பொருள்களையும் உள்ளவாறே நாம் காண முடியும். நாம் இரக்கமுடையவர்களாக ஆகும் போதோ உண்மை. பார்வையுடையவர்களாகவும் ஆகின்றோம். இரக்கம் அறிவைத் தனது தோழனாக கொண்டிருக்கின்றது.

உணருகின்ற நெஞ்சமும், காணுகின்ற கண்ணும் இணைபிரியாதனவாகும். இரக்கமுள்ள மனிதன் வருவதுரைக்கும் திறமுள்ள அறிவனாவான். நெஞ்சங்கள் அனைத்துடனும் இயைந்து துடிக்கின்ற உள்ளமுடையோனுக்கு அவ் உள்ளங்களின் எண்ணங்கள் அனைத்தும் புலனாகின்றன. மேலும், இரக்கமுள்ள மனிதனுக்கு இறந்தகாலமும், எதிர்காலமும் கண்டறிய முடியாத மறை புதிராக ஒருபோதும் இருப்பதில்லை. அவனுடைய ஒழுக்கநெறி சார்ந்த நுண்புலம் மனித வாழ்வின் நிறை வட்டத்தை உய்த்தறிந்து விடுகின்றது.

இரக்கந் தோய்ந்த நுண்புலம் மனிதனை விடுதலை, களிப்பு ஆற்றல் ஆகியவற்றின் உணர்வு நிலைக்கு உயர்த்தி வடுகின்றது. அவனுடைய மூக்சுப் பைகள் காற்றை உட்கொள்வது போன்று அவனுடைய ஆன்மா களிப்பை உட்கொள்ளும். கூட்டாளிகளாலோ, பகைவர்களாலோ அவனுக்கு அச்சங்கள் எப்போதும் உண்டாவதில்லை. தவழ்ந்து வரும் இந்த மாயைகள் மறைந்துவிடுகின்றன. அவனுடைய எழுச்சி ஊட்டப்பெற்ற திருப்பார்வைக்கு எதிரில் பேராற்றலும், மேம்பாடும் கொண்ட ஆட்சி வந்தமைந்து விடுகின்றது.

7. இயல்பார்வம்

மனித சமூகம் அதன் இயல்பார்வத்தாலேயே ஒன்றாகப் பிணைக்கப்பட்டிருக்கின்றது. ஓர் உலக உண்மைப் பிசகு ஓர் உலக நம்பிக்கையின்மையைப் பிறப்பித்துவிடும். அது அழிவை உண்டு பண்ணாவிட்டாலும் ஓர் உலகப் பிளவைக் கொணர்ந்துவிடும்.

நாம் ஒருவர் மீதொருவர் கொண்டிருக்கின்ற ஆழ்ந்து வேரூன்றிய நம்பிக்கையாலேயே வாழ்வு தெளிந்த அறிவுநிலை உடையதாய், நற்பயன் விளைப்பதாய், மகிழ்ச்சியுடையதாக ஆக்கப்படுகின்றது. நாம் மனிதரை நம்பவில்லையெனின் அவர்களுடன் நாம் எவ்வகைத் தொடர்பும் வைத்துக்கொள்ள வியலாது. அவர்களுடன் சேர்ந்து பழகக்கூட இயலாது. தனது மடமையின் காரணமாக மனித இன இயல்பார்வத்தின் மீதிருந்த நம்பிக்கை அனைத்தையும் இழந்து விட்ட மனிதனின் இழிநிலையையே ஷேக்ஸ்பியரின் “தைமான்” நாடகம் நமக்கு சித்தரித்துக் காட்டுகின்றது. அவன் மனிதர் அனைவருடைய சேர்க்கையினின்றும் தன்னைத் துண்டித்துக் கொள்கின்றான்; இறுதியில் தற்கொலை செய்து கொள்கின்றான்.

எந்தத் துறையினின்று நம்பிக்கை விடுவிக்கப்படுமானால் சமுதாயம் வீழச்சியுற்றுச் சிதறிப் போகும் என எமர்சன் குறிப்பிடுகிறார். ஏனெனில் மக்கள் ஒருவரையொருவர் நம்பி வாழவேண்டும் என்பதற்கு இந்த நம்பிக்கை முறையே ஓர் அறிவிப்பாகத் திகழ்கிறது. அனைத்து மோசடியும், வஞ்சனையுமாகும் என்று குறுகிய நோக்குடையோராலும், அறிவிலிகளாலும் பொதுவாகக் கருதப்படுகின்ற வாணிபமும், பிறவும் ஒருபெரும் நம்பிக்கையின் அடிப்படையிலிருந்தே தோன்றுகின்றது. மனிதர் தம் கடமைகளைப் பொறுப்பேற்று நிறைவேற்றி விடு-

வர் என்னும் நம்பிக்கையே யாகும். பொருள்களைத் தந்து ஒப்படைப்பது வரையில் கட்டணம் கேட்கப்படுவதில்லை. பன்னெடுங் காலங்களாக இந்த முறை நடைமுறையிலிருக்கும் உண்மை. பெரும்பான்மையான மனிதர் தம்முடைய கடன்களைத் திருப்பித்தரவே செய்கின்றனர் என்பதுடன், அவ்வாறு கட்டணம் செலுத்துவதைத் தவிர்க்கும் விருப்பமுமில்லை என்பதையும் எடுத்துக் காட்டுகின்றது.

மனித சமூகம் அதன் குறைபாடுகள் அனைத்திற்கும் அடியில் உண்மையென்னும் வலுவுள்ள அடி நிலையிலேயே நிலைபெற்றிருக்கின்றது. அதன் அடிநிலை இசைவு இயல்பார்வமேயாகும். மிகயுர்ந்த இயர்பார்வம் கொண்ட மக்கள் அனைவரும் அதன் பெருந்தலைகளாவர்; அவர்களின் பெயர்களும், அவர்கள் பெற்ற பேறுகளும் அழிந்துவிட அனுமதிக்கப்படுவதில்லை; இயல்பார்வம் என்னும் அறம் மக்களினம் அனைத்தாலும் பாராட்டப்படுவதற்கு இதுவே சான்று.

ஒவ்வொருவரும் தம்மைப் போன்றவனே என்று கற்பனை செய்துகொள்வதும், "சமூகத்தின் பண்பாட்டை" குறித்து உரையாடுவதும் இயல்பார்வம் இல்லோர்க்கு எளிதே. அழுகிய பொருளொன்று தலைமுறை தலைமுறையாக இருந்து வரக் கூடுமென்ற நிலையில் இருக்கின்றது இது. ஏனெனின், காமாலைக் கண்ணுக்கு காணும் ஒவ்வொன்றும் மஞ்சளாகவே தோன்றுமன்றோ? மனித சமூகக் கட்டமைப்பில் கண நேர நன்மை எதையுமே காணமுடியாத மக்கள் தம்மைத் தாமே பழுதுபார்த்துக் கொள்ள வேண்டும். அவர்களுக்கு இடையூறு இல்லத்தை அடுத்தே இருக்கின்றது. அவர்கள் தீமையை நன்மையென அழைப்பர். நன்மையைக் காணுதல் இயலாது போகும் வரையில் அவர்கள் குற்றங்காணும் குணத்துடனும், சிடுசிடுப்புடனும் தீமையின் கண்ணேயே வதிந்து வந்துள்ளனர். ஒவ்வொன்றும் தீயதாகவே தோன்றுகின்றது. மக்களும் தீயராகவே தோன்றுகின்றனர்.

முழுக்க முழுக்கத் தன்னலக் குறிக்கோள்களை நிறைவேற்றிக் கொள்வதற்காகச் சமூகப் பணியில் பங்குகொள்ளும் மனிதன், நீடித்துச் செழிப்புற இயலாமலும், செல்வாக்குடையவன் என்ற முறையில் எந்த இடத்தையும் நிரப்ப இயலாமலும் போய்விடுகிறான். விரைவில் அவனுடைய திரை விலக்கப்பட்டு அவன் அவமதிக்கப்படுகின்றான். குறிப்பிட்ட காலத்திற்கேனும் அத்தகைய மனிதன் மனித ஏமாளித்தனத்தால் தின்று கொழுக்க இயலும் எனும் உண்மை மனிதரின் அறிவின்மையை எடுத்துக் காட்டினும் மனிதரின் நம்பிக்கைப்பான்மையையும் எடுத்துக் காட்டுகின்றது.

கலைத்திறம் வாய்ந்த நடிகன் மேடையில் பாராட்டப்படுகின்றான். ஆனால், வாழ்வெனும் மேடையில் போலி நடிகன் தன்னை இகழ்ச்சிக்கும், ஏளனத்திற்கும் உரியவனாகத் தாழ்த்திக் கொள்கின்றான். தான் இயல்பாக இல்லாத நிலையினில் தோற்றமளிக்க முயற்சி செய்வதில், அவன் தனித்தன்மையில்லாத, குணவியல்பு இல்லாத ஒருவனாகி விடுகின்றான். அவன் செல்வாக்கு அனைத்தும், ஆற்றல் அனைத்தும், வெற்றி அனைத்தும் இழந்தவனாகி விடுகின்றான்.

கணப் பொழுதிற்கு வண்ணப் பூச்சான வாழ்வால் தற்பெருமை கொள்பவர்களோ திறமையாக வீசப்படுகின்ற மோசடியில் மனநிறைவு காணுபவர்களோ செல்வாக்கின் ஏமாற்றத்திலிருந்து தப்ப முடியாது; அவை நெஞ்சத்தை உருக்கி, நிலைபேறுடைய, இறுதியான பயன்களுக்காகத் தீர்ப்பை உருவாக்குகின்றன. அதே வேளையில், திட்டமிடப்பட்ட இந்த

ஏமாற்றங்கள் மனத்தின் மேற்பரப்பில் கணநேரச் சிற்றலைகளையே உண்டு பண்ணுகின்றன.

"மெய்யொலி எழுதல்" என்பது பொருள் பொதிந்த சொல்லாகும். நாணயத்தைச் சுண்டிப் பார்க்கும்போது அது தரக் குறைவான உலோகப் பொருளின் கலப்பின்றி முழுவதும் தூய்மையான உலோகப் பொருளால் ஆக்கப்பட்டதென்பதைப் புலப்படுத்தும் ஒலியை, எழுப்புவதையே இது குறிப்பிடுகின்றது. அது உயர்நிலைக்கு வந்துவிடுவதால், எங்கும், எல்லாவிடத்தும் செல்லுபடியாகும்.

மனிதர் நிலையும் அதுவே. அவர்களுடைய சொற்களும், செயல்களும் அவர்களுக்கே சொந்தமான தனிப்பட்ட செல்வாக்கையே வெளிப்படுத்துகின்றன. பிற மனிதரனைவரும் உள்ளூரச் செவிமடுத்து இயல்புணர்வாகவே கண்டுகொள்கின்ற செவிப் புலனாகாத ஓர் ஒலி அவர்களிடமிருக்கின்றது. மெய்யான ஒலியினின்றும் பொய்யான ஒலியை அவர் பிரித்தறிந்து விடுவர்; எனினும், தாம் அறிந்து கொண்டது எவ்வாறென அவர் அறியமாட்டார். ஒலிகளிலுள்ள மிகமிக நுண்ணிய வேறுபாடுகளைப் புறச்செவி உணர்ந்தறிதல் போன்று, உயிர்களிடையுள்ள நொய்தான வேறுபாடுகளை அகச்செவி உணர்ந்தறியவியலும். ஏமாற்றுபவனைத் தவிர இறுதியில் ஏமாற்றப்படுபவர்கள் யாருமே இலர்.

இயல்பார்வமற்றவர்கள் தமது வெற்றிகரமான பாசாங்குகளைக் குறித்துத் தம்மைத் தாம் தற்புகழ்ச்சி செய்து கொள்வதால் அவர்கள் ஏமாற்றிக் கொள்வது தம்மையே அன்றிப் பிறரையன்று. இது அவர்களுடைய கண்மூடித்தனமான மடமையாகும். அவர்களுடைய செயல்கள் ஒளிப்பு, மறைப்பின்றி அப்படியே எல்லா நெஞ்சங்களின் முன்பும் வைக்கப்படுகின்றன. மனிதனின் நெஞ்சத்துள் ஒரு தீர்ப்புரிமை மன்றமிருக்கின்றது; அதனுடைய தீர்ப்புக்கள் தவறுடையனவாய் ஆவதில்லை. புலன்கள் தவறின்றிக் கண்டுகொள்ளக் கூடுமெனின், ஆன்மா தவறின்றிப் புரிந்து கொள்ளாதோ? இந்த அகத் தவறின்மை மனித இனக் கூட்டுத் தீர்ப்புரையிலே காணக்கிடக்கின்றது. இத் தீர்ப்புரை நிறைவானது. இலக்கியம், கலை, அறிவியல், புனைவு, சமயம் ஆகிய அறிவின் ஒவ்வொரு துறையிலும், தீமையினின்றும் நன்மையை, தகுதியில்லாதன வற்றினின்றும் தகுதியுள்ளனவற்றை, பொய்ம்மையினின்றும் மெய்மையைப் பகுத்துப் பின்னதை முனைப்பார்வமுடன் காத்துக் காப்பாற்றவும், முன்னதை அழிந்துபட விட்டுவிடவும் செய்கின்ற அளவிற்கு அத்துணை நிறைவானதாகும்.

மேம்பட்ட மனிதரின் பணிகள், சொற்கள், செயல்கள் இவை மனித இன மரபுரிமைகளாகும். மனித இனம் இவற்றின் பயனைக் குறித்துக் கவனமற்றிருப்பதில்லை. ஒரு நூலை ஆயிரம் மனிதர் எழுதுகின்றனர். ஒன்றே ஒன்றுதான் தோற்றுவாய்த் திறனுடைய படைப்பாகவிருக்கின்றது. எனினும், அந்த ஒன்றை மனித இனம் தனியாகப் பொறுக்கி எடுத்துப் போற்றிப் பேணிக் காக்கின்றது. அதே வேளையில் தொள்ளாயிரத்துத் தொண்ணுற்றொன்பது சார்பெழுத்தாளர்களை வெறுமையாக்கி விடுகின்றது. ஒரே வகையான சூழ்நிலையில் பத்தாயிரம் மக்கள் ஒரு தொடரைக் கூறுகின்றனர்; அவற்றில் ஒன்றே ஒன்றுதான் அறிவொளியுடையதாக இருக்கின்றது; எனினும், பின் மரபினருக்கு வழி காட்டுவதற்காக மனித இனம் அந்த ஒன்றைமட்டும் தனியாகப் பொறுக்கி எடுக்கின்றது; அதே போது, பிற தொடர்கள் பின்பு கேட்கப்படுவதே இல்லை.

தூய்மையான நாணயம் மனிதர் அனைவரிடையேயும் புழங்கி அதன் பெறுமானத்திற்காக மதிக்கப்படுகின்ற வேளையில், போலிநாணயம் கண்டு பிடிக்கப்பட்டு உலோக முருக்கும்

பானையில் எறிந்து விடப்படுதல் போன்று, போலியான சொல்லோ, செயலோ குணவியல்போ உணர்ந்தறியப்பட்டு, உண்மையற்ற, ஆற்றலற்ற, இறந்துபட்ட ஒரு பொருளாக அது தோன்றிய வெறுமையில் வீழ்ந்து மடிய விடப்படுகின்றது.

அரும்பொருள் தொகுதியாயினும் சரி, மனிதராயினும் சரி, போலிப் பொருள்களுக்கு மதிப்பில்லை. உண்மையான பண்டமாகத் தேர்வுபெற முயலுகின்ற போலிப் பொருள்களைக் கண்டு நாம் வெட்கமுறுகின்றோம். போலித்தன்மை இழிவானது. ஏமாற்றித் திரிபவன் ஒரு வசைச்சொல்லுக்கு ஆளாகிவிடுகின்றான். அவன் மற்ற மனிதரைவிட அருகதை குறைந்தவன். அவன் ஒரு நிழல், பொய், முகமூடி. உண்மைப் பான்மை மதிப்பிற்குரியது. நல்லுள்ளம் கொண்ட மனிதன் ஓர் எடுத்துக் காட்டாகிவிடுகின்றான். அவன் ஏனைய மனிதரைவிட அருகதை மிகுந்தவன்; அவன் ஒரு மெய்ம்மை. ஆற்றல், உருவமைப்பு அறம், போலித்தன்மையால் அனைத்தும் அழிந்துவிடுகின்றன. தனித்தன்மை கூடத் தேய்ந்து மறைந்து விடுகின்றது. ஏனெனின், போலித் தன்மை, வெறுமை, உண்மைப்பான்மையால் ஒவ்வொன்றும் பெறப்படுகின்றது. உண்மைப்பான்மை உறுதியானது, நிலையானது, மெய்யானது.

போலித்தனங்களாலும், பொய்த் தோற்றங்களாலும் வெற்றிகரமான வாழ்க்கைப் போக்கை உருவாக்கிவிட முடியுமென எம் மனிதனாகிலும் எண்ணுவானேயாயின், நிழல்கள் என்னும் ஆழ்ந்த குழிக்குள் அவன் அமிழ்ந்து விடுவதற்கு முன் தயக்கங் கொள்ளட்டும். ஏனெனின் இயல்பார்வமின்மையில் வன்மையான நிலத்தளம் கிடையாது; மூலாதாரம் கிடையாது; மெய்ம்மை கிடையாது. அங்கு எப்பொருளும் நிலைகொள்ள எதுவுமே கிடையாது; ஆனால், அங்குத் தனிமை, ஏழைமை, அவமானம், குழப்பம், அச்சங்கள், ஐயப்பாடுகள், ஏக்கங்கள், பிற அனைத்தையும்விட இழிந்த, இருண்ட, அற்பமான ஒரு நரகம் உண்டெனின், அது இயல்பார்வமின்மை என்னும் நரகமேயாகும்.

இயல்பார்வமுடைய மனிதனின் மனத்தை அழகான நான்கு சிறப்புக் குணங்கள் அணி செய்கின்றன. அவை

1. எளிமை 3. மதி நுட்பம்
2. கவர்ச்சி 4. ஆற்றல்

எளிமையென்பது இயல்தன்மையே, அது, பொய்த் தோற்றமோ அயலான அலங்காரமோ இன்றி வெறுமனே உள்ளவாறிருத்தலேயாகும். இயற்கையின் கண்ணுள்ள பொருள்கள அனைத்தும் அழகுடையன வாயிருப்பதேன்? அவை இயற்கையாயிருப்பவை. அவற்றை நாம் அவையிருக்கின்றபடியே காண்கின்றோ மேயன்றி, அவை விரும்பக்கூடும் வகையில் காண்பதில்லை. ஏன், உண்மையில் பிற இருப்பதினின்றும் மாறுபட்டுத் தோற்றமளிக்கவேண்டுமென்ற விருப்பம் அவற்றிற்குக் கிடையாது.

மனித இனத்தின் வெளிப்புறத்து இயலுலகில் கபடம் எங்ஙணுமில்லை. கண்கள் அனைத்திற்கும் அத்துணை அழகாகத்தோன்றுகின்ற மலர் பாசாங்கு செய்யக் கூடுமெனின் அது தன் அழகை இழந்துவிடும்.

இயற்கையை நோக்குகின்றபோது நாம் மெய்ம்மையை நோக்குபவர்களாகின்றோம்; அதன் எழிலும் மணமும் நம்மை மகிழ்வித்துத் திகைக்க வைக்கின்றன. எங்குமே ஒரு குறைபாட்டை நாம் காணவியலாது; அதோடு, எப்பொருளையும் செம்மையாக்கக் கூடாத நமது தகுதியின்மையையும் நாம் உணர்ந்திருக்கின்றோம். ஒவ்வொன்றும் அதற்கே உரித்தான தனிப்பட்ட

நிறைவைக் கொண்டு தன் எளிமையெனும் எழிலுடன் மிளிர்கின்றது.

"இயற்கைக்கே திரும்புதல்" என்பது தற்போதையச் சமூக முழக்கங்களில் ஒன்றாகும். அது நாட்டுப் புறத்தில் ஒரு குடிசையும், பயிர்வளர்க்கச் சிறு பகுதி வயலும் கொண்டிருத்தலையே குறிப்பதாகப் பொதுவாகப் புரிந்து கொள்ளப்படுகின்றது. நம்முடன் நம் கபடங்களையும் நாம் கொண்டு செல்வதாயிருப்பின் நாட்டுப் புறத்திற்குச் செல்வது சிறிதளவு பயனுடையதாகவே இயிருக்கும்; நம்முடன் பற்றிக் கொண்டிருக்கும் எந்தப் பகட்டையும் நாமிருக்கின்ற இடத்திலேயே முழுக்கிடுதலே சிறப்புடைத்து. சமூக வழக்க முறைகளின் சுமையால் அழுந்துவதாகக் கருதுவோர், நாட்டுப் புறத்திற்குச் சென்று இயற்கையின் அமைதியை நாடவேண்டுமென்பது நன்மையானதே. ஆனால், அதை எளிமைக்கும், மெய்ம்மைக்கும் நம்மை முட்டுத்தருகின்ற உட்புற நல்வழியின் கருவியாகக் கொள்வதன்றி, வேறு எதற்காக இருப்பினும் அது தோல்வியடைந்துவிடும்.

விலங்கினத்தின் இயற்கையான எளிமையினின்றுமே மனித இயல்பு அலைந்து திரிந்திருக்கின்றதெனினும், அது, ஓர் உயர்வான, எளிமையை நோக்கியே சென்று கொண்டிருக்கின்றது. பெருந் திறமையாளர்களாக இருக்கும் மக்கள் தமது இயற்கையான எளிமையின் காரணமாகவே அத்தகைமையினராய் இருக்கின்றனர். அவர்கள் பாசாங்கு செய்வதில்லை; இயல்பாக இருக்கின்றனர். சிறுமதி மனங்கொண்டோரே நாகரிகம் கற்று நடைமுறைப் படுத்துகின்றனர். உலக மேடையில் கவர்ச்சியுடைய ஓர் ஆளாகத்தோன்ற அவர்கள் விரும்புகின்றனர்; திருநிலை இல்லா அவ் விருப்பத்தால் அவர்கள் மட்டமான நிலைக்கே உந்தித் தள்ளப்படுகின்றனர்.

தன் ஆய்வுப் பண்பும், ஒழுக்க ஆற்றல்களும் தன்னிடம் கொண்டு, எளிமைக்கு மீளுவதிலேயே ஒரு மனிதன் மேன்மையடைகின்றான். மெய்யான எதையுமே அவன் இழப்பதில்லை. குணவியல்பென்னும் தங்கத்தைப் புலப்படுத்தும் வகையில் கள்ளத்தனங்கள் மட்டுமே களைந்தெறியப்படுகின்றன. மெய்யார்வம் எங்குள்ளதோ அங்கு எப்போதும் எளிமையும் இருக்கும். அதாவது, நாம் இயற்கையில் காண்பதுபோன்ற எளிமை, மெய்ம்மையின் எழில் சேரும் எளிமை அங்கிருக்கும்.

கவர்ச்சி எளிமையின் நேரடி விளைவாகும். நாம் குறிப்பிட்டுக் காட்டியுள்ளபடி இயற்கைப் பொருள்கள் அனைத்திலும் கவர்ச்சியைச் செல்வாக்காக வெளிப்படுகின்றது. கவர்ச்சியுடையோராய் கருதப்பட வேண்டுமெனத் துடிப்போர் அவ்வாறு ஆதலும் அரிது.

ஏனெனின், அவருடைய தற்செருக்கே அதற்கொரு தடையாகும். கவர்ச்சியுடையோராய்க் கருதப்பட வேண்டுமென்ற விருப்பமே ஒரு மோசடி. அது எண்ணிறந்த மோசடிகளைச் செய்ய வழி கோலுகின்றது. மேலும் உண்மையான கவர்ச்சிகளும், குணவியல்புச் சிறப்புகளும் தம்மிடம் இல்லாதிருப்பதைத் தாம் உணருவதால், அதற்குப் பகரமான ஒன்றை நாடுதலையே அந்நிலை உணர்த்துகின்றது. ஆனால், மன அழகிற்கும், குணவியல்பு வலிமைக்கும் பகரமே கிடையாது. திறமையைப் போன்றே கவர்ச்சியும் பற்றுக்கொள்வதாலேயே பறிபோய்விடுகின்றது.

குணவியல்பைப் பொறுத்து மிகுதியான திண்மையும், ஆர்வமும் கொண்டு நாடுவோரே அதைப் பெற்று நுகருகின்றனர். நாம் ஆர்வம், என்றழைக்கின்ற மனநிறைவும், நெஞ்ச முழுமையும், கொண்ட கவர்ச்சி ஆற்றலுக்கு ஒப்புமை கூற மனித இயல்பின்கண் எதுவுமே

இல்லை. மெய்யார்வமுடைய ஆண்மகனையோ பெண்ணையோ பொறுத்து என்றென்றும் நிலைக்கின்ற ஒரு கவர்ச்சிக் கூறுள்ளது. அவர்கள் தம்மை மனித இயல்புக்குச் சிறந்த எடுத்துக் காட்டுகளாகத் தோற்றுவிக்கின்றனர். மெய்யார்வம் தவிர்ந்த தனிமறைக் கவர்ச்சிக் கூறு வேறதுவுமே இருக்க இயலாது. அறிவு மயக்கம் இருக்கலாம்; இருக்கவே செய்கின்றது. அறிவு மயக்கம் துன்பந் தோய்ந்த மருட்சி நீக்கத்தில் முடிவுறுகின்றது. ஆனால், மெய்யார்வம் கொண்ட உயிர்களிடையே எதுவுமே மறைக்கப் படாததாலும், அவர்கள் மெய்ம்மை என்னும் திண்மையான நிலத்தளத்திலே நிலைபெற்றிருப்பதாலும், மடியச் செய்யப்பட வேண்டிய மருட்சி எதுவுமே கிடையாது.

மனிதரிடையேயுள்ள தலைவர்கள் தமது மெய்மை ஆற்றலாலேயே பிறரைக் கவருகின்றனர் அவர்களுடைய கவர்ச்சிச் செல்வாக்கின் அளவே அவர்களுடைய மெய்யார்வத்தின் அளவாகும்.

மெய்யார்வமுடைய மக்கள் தம் திறமைக் கூறு, தம் சிறப்பாற்றல், தம் அறப்பாங்கு, தம் அழகு இவற்றைக் குறித்து நினைப்பதேயில்லை. அவர்கள் தம்மைக் குறித்து முனைப்புணர்வு இல்லாதோராயிருப்பதாலேயே, அனைவரையும் கவருவதுடன் அவர்களின் நம்பிக்கை, அன்பு, மதிப்பு இவற்றையும் பெற்றுக் கொள்கின்றனர்.

மதிநுட்பம் மெய்யார்வமுடையோர்க்கு உரித்தானது. அவர்கள் முன்னிலையில் பாசாங்குகள் அனைத்தும் வெளிப்பட்டு விடுகின்றன. மெய்யார்வமுடைய மனிதனின் ஆய்ந்துணருங் கண்ணிற்குப் பாசாங்குக்காரர்கள் அனைவரும் தெளிவாகப் புலப்பட்டுகிடுகின்றனர்.

மனிதர் இயற்கைப் பொருள்களைக் கண்ணுற்ற வேளையிலேயே, அது பாம்பு, பறவை, குதிரை, மரம், மல்லிகை எனத் தவறின்றிப் பிரித்துணர்தல் போன்று மெய்யார்வமுடைய மனிதன் பல்வகைக் குணவியல்பு களையும் பகுத்துணருகின்றான். ஓர் அசைவில், ஒரு பார்வையில், ஒரு சொல்லில், ஒரு செயலில் மனிதனின் இயல்பை அவன் அறிந்து அதற்குத் தக நடந்து கொள்கின்றான். ஐயப்பாட்டிற்கு இடமின்றி அவன் பாதுகாப்புடன் இருந்து கொள்கின்றான். அவ நம்பிக்கைக்கு ஆளாகாமல் அவன் பாசாங்குக்காரனுக்காக ஆயத்தமாக இருக்கின்றான். மக்கள் அவனிடம் ஒளிவு மறைவின்றிப் பழகுகின்றனர்; அவன் அவர்களின் மனநிலைகளைக் கற்றறிந்து விடுகின்றான். அவனுடைய நுட்பமான தீர்ப்பு செயல்களின் மையத்திற்கே ஊடுருவிச் சென்று அவை இருக்கின்றவாறே அவற்றுடன் தொடர்பு கொள்ள வழி செய்கின்றது. நேரடியான, தெளிவான அவனுடைய நடத்தை பிறரிடத்து நன்மையை வலுப்படுத்துகின்றது. தீயோரை இழிவுபடுத்துகின்றது, நெஞ்சத்திலும் சிந்தனையிலும் அவன் கொண்டிருக்கின்ற நிறைவுடைமையை இன்னும் பெறாதோர்க்கு அவன் வலிமையூட்டும் ஓர் ஊன்று கோலாகவும் இருக்கின்றான்.

ஆற்றல் மதிநுட்பத்தோடு இணைந்தே செல்லுகின்றது. செயல்களின் தன்மையைப் புரிந்து கொள்ளும் நிலையானது, செயல்கள் அனைத்தையும் நேர்மையான சிறப்புடைய வழியில் எதிர்ப்பட்டு ஈடுபாடு கொள்ளும் ஆற்றலுடன் இணைந்தே வருகின்றது. எப்போதும் அறிவே ஆற்றலாகும். ஆனால், செயல்களின் தன்மையைப் பொறுத்து அறிவு தலைசிறந்த ஆற்றலாகும். அதனைக் கொண்டிருப்போன் நெஞ்சங்கள் அனைத்திற்கும் ஓர் ஆற்றலாக விடுவதுடன், அவற்றின் செயல்களை நன்மையான வகையில் திருப்பியும் விடுகின்றான். அவனுடைய உடல் மறைந்த நெடு நாள்களுக்குப் பின்பும், அவன், பின்னும் நன்மைகளை

உருவாக்கும் ஆற்றலாக இருந்து வருகின்றான். மக்களின் மனங்களில் நுட்பமாக இயங்கி விழுமிய பயன்களுக்காக அவர்களை உருவாக்கும் மெய்ம்மையாக இருந்து வருகின்றான். முதலில் அவனுடைய ஆற்றல் ஓரிடத்திற்குரியதாயும், வரையறைக்குட்பட்டதாயுமே இருக்கின்றது. ஆனால், அவன் முடுக்கிவிட்ட நேர்மையென்னும் சுற்றுவட்டம் உலக முழுமையும் தழுவுகின்றவரையில் தொடர்ச்சியாக விரிவடைந்து கொண்டே இருக்கின்றது. மனிதர் அனைவரும் அதன் வயப்படுகின்றனர்.

உண்மை ஆர்வமுடைய மனிதன் தான் செய்பவை அனைத்திலும், தான் தொடர்பு கொள்ளுகின்ற மக்கள் அனைவரிடமும் தனது குணவியல்பைப் பொறித்து விடுகின்றான். ஒரு காலத்தில் அவன் ஒரு சொல்லைக் கூறுகின்றான். அது எவருடைய மனத்திலேனும் பதிந்து விடுகின்றது. அதன் செல்வாக்கு ஒருவரிடமிருந்து மற்றொருவரிடமாக அறிவிக்கப்படுகின்றது. பத்தாயிரம் கற்களுக்கப்பால் நம்பிக்கை இழந்து நிற்கும் ஒரு மனிதர் இதைக் கேள்வியுற்றுத் தம்மைச் சீர்படுத்திக் கொள்கின்றார். அத்தகைய ஆற்றலே ஓர் ஆக்கமாகும். அதனுடைய பெறுமானம் நாணயத்தால் மதிப்பிடக் கூடாதது. பண்பென்னும் விலைமதிக்க முடியாத மாணிக்கங்களைப் பணத்தால் கொள்முதல் செய்யவியலாது; ஆனால் நேர்மையான உழைப்பிற்கு அஃது இயலுவதாகும்.

தன்னைத் தானே உண்மை ஆர்வமுடையவனாக ஆக்கிக் கொள்பவன், தன் வாழ்நாள் முழுவதும் ஓர் உரமான நிறைவைப் பெற்றுத், தனிச் சிறப்பு வாய்ந்த வெற்றியும், அரிய ஆற்றலுடைய மனிதனாகி விடுகின்றான். உண்மை ஆர்வமென்னும் வலிமையான தூண் அத் திறத்ததாகும். ஒரு முறை அது முழுமையாக எழுப்பப்பட்டுவிட்டால் ஆக்கமெனும் ஆலயம் நிலைப்பாடு பெற்று விடுகின்ற அளவிற்கு அதன் ஆதரிப்புச் ஆற்றல் அத்துணை மேம்பட்டதாக இருக்கின்றது. அதன் சுவர்கள் பொடிந்து விழுவதில்லை; அதன் உத்திரங்கள் உரங்கெடுவதில்லை. அதன் கூரை கீழே வீழ்ந்து விடுவதில்லை. மனிதன் வாழுகின்ற போது அது நிலைத்து நிற்கும். அவன் மறைந்த பின்னரும் பல தலைமுறைகள் பிறர்க்குத் தஞ்சமும், அடைக்கலமும் தொடர்ந்து அளித்துக்கொண்டே வரும்.

8. நடுநிலை

தப்பெண்ணம் தவிர்த்திடுதலே ஒரு பெரும் நன்மையாகும். தப்பெண்ணம் மனிதனின் பாதையில், உடல் நலம், வெற்றி, மகிழ்ச்சி, ஆக்கம் இவற்றிற்கு எதிராக இடையூறுகளைக் குவிக்கின்றது. ஆகவே, தன்னுடைய கற்பிதமான பகைவர்களுக்கு எதிராக அவன் தொடர்ந்து போட்டி இடுபவனாகி விடுகின்றான். தப்பெண்ணம் நீக்கப்பட்டுவிடின் அவர்கள் நண்பர்களாகவே தோற்றமளிக்கின்றனர். தப்பெண்ணமுடைய மனிதனுக்கு வாழ்வு ஒரு விதமான தடை கடப்புப் பந்தயமாகி விடுவது உண்மையே. தடைகளைக் கடந்து செல்ல முடியாததும் குறிக்கோளை அடைய முடியாததுமான ஒரு பந்தயம்; நடுநிலையுடைய மனிதனுக்கு அவன் வாழ்வு, மனத்திற்குகந்த நாட்டினில் நாள் முடிவில் உணவும், ஓய்வும் கிடைக்கக் கூடிய ஒரு நாள் நடையேயாகும்.

மனிதன் நடுநிலை எய்த வேண்டுமெனின், தன் சொந்தப் போக்குப்படியன்றிப் பிற எப்போக்குப் படியும் எதையும் காணுவதைத் தடுக்கின்ற உள் அகந்தையை அவன் அகற்றியாக

வேண்டும். அது ஒரு பெரும் பணியென்பது உண்மையே ஆனால் மேம்பாடானது. உடனே செய்து முடிக்கக் கூடாததாயினும் இப்போதே தொடங்கிவிடுதற்கு உரியதாகும். உண்மையால் "மலைகளையும் அகற்றிவிட" முடியும். தப்பெண்ணம் மனத்தின் மலைத் தொடர்ச்சியாகும்; ஒருதலைச் சார்பானவன் அதற்கு அப்பால் காணுவதோ, அதற்கு அப்பாலும் உண்டு என நம்புவதோ இல்லை. எவ்வாறெனினும், இந்த மலைகள் அகற்றப்பட்டுவிடின், உற்றுநோக்குகின்ற கண்களை மகிழ்விக்கும் வகையில், ஒளியாலும் நிழலாலுமான, நிறத்தாலும் குரலாலுமான மேன்மையான ஓவியமாக மன நிலைகள் முடிவற்ற ஒளிக் காட்சிக்குரியதாய்த் திறந்து வைக்கப்படுகின்றது.

முரண்பாடான தப்பெண்ணத்தைப் பற்றிக் கொண்டிருப்பதால் எத்துணையோ களிப்புகள் இழக்கப்டுகின்றன. பலரின் நட்பை இழக்க வேண்டியுள்ளது. எத்துணைப் பெரிய மகிழ்ச்சியும் ஊறுபடுத்தப்படுகின்றது. எத்துணை ஆக்கங்கள் அழிக்கப்படுகின்றன. எனினும், தப்பெண்ணத்திலிருந்து விடுபட்டுத் தனித்து நிற்பது அரிய செயலாகும்.

தமக்கு அக்கறையுள்ள காரியங்களைக் குறித்து வாதிடுகையில் தப்பெண்ணம் கொண்ட ஒருதலைச் சார்பினராக இல்லாதோர் ஒரு சிலராகவே இருக்கின்றனர். நிகழ்ச்சி அனைத்தையும் கருத்தில் கொண்டு, காரியத்தில் உண்மையைக் காணும்பொருட்டுச் சான்றுகள் அனைத்தையும் சீர் தூக்கித் தனது செயலைக் குறித்து இரு சார்பிலும் நடுநிலை உணர்வுடன் உரையாடுபவனை ஒருவன் மிக அரிதாகவே காணுகின்றான். ஒருதலைச் சார்பினன் ஒவ்வொருவனும் தனது சொந்த வாதத்தையே நிலைநாட்ட முனைகின்றான். அவன் உண்மையைத் தேடிக் கொண்டிருக்கவில்லை. ஏனெனின், தன் சொந்த முடிவே உண்மை, பிற அனைத்தும் பொய் என அவன் ஏற்கனவே ஏற்றுக் கொண்டுவிட்டான். ஆனால், அவன் தன் வழக்கையே வாதாடுவதுடன், வெற்றிக்காகவும் பாடுபடுகின்றான். மேலும், அவன் நிகழ்ச்சிகளை அமைதியுடன் வரிசைப்படுத்தித் தான் கூறுவது உண்மை என்பதை விளக்கிக் காட்ட முயற்சி எடுத்துக் கொள்வதுமில்லை. ஆனால், மிகுதியாகவோ குறைவாகவோ கடுப்பும், கலக்கமும் கொண்டு தனது கூற்றையே வாதிடுகின்றான்.

புத்தொளி உள்ளே புகுவது, மிகுதியான அழகைக் கண்ணுறுவது, மேலான இசையைச் செவிமடுப்பது ஆகிய இவற்றிற்கெதிராக மனக் கதவை மூடி விடுவதே தப்பெண்ணமாகும். ஒருதலைச் சார்பினன் தனது சிறிய நிலையற்ற உறுதியற்ற கருத்தை விடாமல் பற்றிக் கொண்டு அதுவே உலகின் மிகப்பெரிய காரியமென எண்ணுகின்றான். தன்னுடைய சொல்லை மனிதர் அனைவரும் சரியென ஒப்புக் கொள்ள வேண்டும் என்று எண்ணும் அளவிற்கு அவன் தன் சொந்தத் தீர்மானத்தின் மீது அத்துணை பற்றுக் கொண்டவனாக இருக்கின்றான். அவன் காணுகின்றபடியே தாமும் காணாத மனிதரை அவன் ஏறத்தாழ அறிவிலிகளாகவே கருதுகின்றான். அதே வேளையில், தன் நோக்கத்தைப் பொறுத்துத் தன்னோடு ஒன்று சேருவோரின் நல்ல தீர்மானத்தை அவன் புகழுகின்றான். அத்தகைய மனிதன் அறிவும் பெறவியலாது. உண்மையும் பெறவியலாது, மெய்ம்மையின் எல்லைக்குட்படாத கருத்னெனும் கோளத்திற்குள் அடைபட்டவனாக இருக்கின்றான். வாழ்வின் எளிய உண்மைகளைக் கூட அவன் காணாதவாறு தடுக்கின்ற ஒரு வகையான மயக்கத்தில் நடமாடுபவனாகி விடுகின்றான். அதே வேளையில், வழக்கமாகவே ஏறத்தாழ ஆதாரமற்றதாகவே இருக்கின்ற அவனுடைய சொந்தக் கோட்பாடுகள் அவனுடைய மனத்தில் வலி மீறிய

அளவிற்கு இடம் பெறுகின்றன. ஒவ்வொரு காரியத்திற்கும் ஒரு வழியே உண்டென்றும், தான் கருதுவதே அவ் வழி என்றும் பற்று மிகுதியால் அவன் கருதுகின்றான். ஒவ்வொன்றிற்கும் குறைந்தது இரு வழிகளேனும் உள்ளன. அவ் இரு வழிகளையும் பரபரப்பினின்றும் நீங்கியவனாய், ஒன்றை மற்றொன்று மேலோச்சி நிற்க வேண்டும் என்ற விருப்பமின்றியும் கவனமாக ஆராய்பவனே அச் சங்கதியின் உண்மையைக் காணுபவனாவான்.

உலகின்கண்ணுள்ள வேறுபாடுகளையும், மாறுபட்ட கருத்துகளையும் பொறுத்த அளவில் உலகம் ஒரு வழக்கை எதிர்வாதிடுகின்ற இரு வழக்கறிஞர்களைப் போன்றதாகும். குற்றஞ்சாட்டும் வழக்குரைஞர் தமது பக்கத்தை மெய்யெனக் காட்டுதற்கு வேண்டிய நிகழ்ச்சிகள் அனைத்தையும் முன்னிலைப்படுத்துகின்றார்; அதே வேளையில், எதிர்வாத வழக்குரைஞர் தமது வாதத்திற்கு ஆதாரமாயிருப்பவை அனைத்தையும் முன்னிலைப்படுத்துகின்றார். அவர்களிருவரும் ஒருவருக்கெதிராக ஒருவர் காட்டிய நிகழ்ச்சிகளைச் சிறுமைப்படுத்தவோ புறக்கணிக்கவோ, காரணங் காட்டி மறுக்கவோ செய்கின்றனர். எவ்வாறெனினும், வழக்கின் நீதிபதி மக்கள் நடுவேயுள்ள ஒரு தலைச்சார்பற்ற சிந்தனையாளரைப் போன்றவராகும். அவர் இரு தரப்பிலுமுள்ள சான்றுகள் அனைத்தையும் செவிமடுத்து, நீதி வழங்குதற் பொருட்டு ஒருதலைச் சார்பற்ற ஒரு குறிப்புரையை உருவாக்கும் வகைளில் அவற்றை ஒப்பிட்டு ஆராய்கின்றார்.

நடுநிலையுடைய ஒரு மனிதன் தப்பெண்ணத்திலிருந்தும், விருப்பு, வெறுப்புகளினின்றும் விடுதலை பெற்றுக் கூர்ந்தாராய்கின்றான். சீர்தூக்கி மதிப்பிடுகின்றான்; சிந்திக்கின்றான். அவனுடைய ஒரே விருப்பம் மெய்ம்மையைக் கண்டு பிடித்தலேயாகும். கற்பிதமாக அவன் கொண்டிருந்த எண்ணங்களை அவன் நீக்கி விடுகின்றான். நிகழ்ச்சிகளும், சான்றுகளும் தம் கூற்றை எடுத்துரைக்க விட்டுவிடுகின்றான். அவன் சாதித்துக் காட்ட வேண்டுமென்று தனக்கென வழக்கெதுவும் வைத்திருப்பதில்லை. ஏனெனின், உண்மை மாற்றப்படவியலாதது, தன் கருத்துகள் அதற்கு வேற்றுமை கற்பிப்பதில்லை, அதைத் துருவித் தேடிக் கண்டுபிடிக்கக் கூடும் என்பதை அவன் அறிவான். அதன் காரணமாகப் பரபரப்பு மிக்க ஒருதலைச் சார்பிற்கு உள்ளாகின்ற பெருமளவு பண்பு முரண்பாடுகளினின்றும், நடுக்கத்தின் இழப்பினின்றும் அவன் தப்பிவிடுகின்றான். இதற்கும் மேலாத அவன் இயற்பொருளை நேருக்கு நேர் நோக்குகின்றான்; ஆகவே, தெளிவும் அமைதியும் உடையவனாகி விடுகின்றான்.

நடுவுநிலைச் சிந்தனையாளன் எங்கிருப்பினும் விலைவிலோ பின்னரோ உலகின் மதிப்பீட்டிலும், அதன் ஊழை வழிப்படுத்துவதிலும் அவன் மிக மேன்மையான நிலையை வகிக்கப்போவதை உறுதியாகக் கொள்கின்ற அளவிற்குத் தப்பெண்ணத்திலிருந்து விடுபடுதல் அத்துணை அரிதாகும். அந்நிலை உலகியல் சார்ந்த காரியங்களில் ஒரு பதவியைப் பெறுவதாயிருக்க வேண்டுமென்பதில்லை. ஏனெனின், அது நிகழ்தற்கரிதானது. ஆனால், அந்நிலை செல்வாக்கில் ஒரு மேம்பட்ட நிலையைப் பெறுவதேயாகும். இப்போது அத்தகைய ஒருவன் இருக்கலாம். அவன் ஒரு தச்சனாக இருக்கலாம், ஒரு நெசவாளியாக இருக்கலாம், ஒரு கணக்கராக இருக்கலாம், அவன் ஏழையிலிருக்கலாம், பெருஞ் செல்வரின் வீட்டிலே இருக்கலாம்; அவன் குட்டையாகவோ நெட்டையாகவோ இருக்கலாம். எந்நிறமும் உடையவனாக இருக்கலாம்; ஆனால், எந்நிலையிலிருப்பினும், அவன் உலகத்தை இயக்கத் தொடங்கிவிட்டவனாவான். அவன் ஒருநாள் வளர்ச்சியின் ஒரு புது ஆற்றலாகவும், படைப்பு

மையமாகவும் உலகம் முழுவதும் ஒப்புக்கொள்ளப்படுவான்.

எல்லையற்ற பரம்பெருள் இக் கோளத்தின்கண் ஒரு சிந்தனையாளனைக் கட்ட விழ்த்து விடுகையில் கவனமாக இருங்கள் என எமர்சன் கூறுகின்றார். தப்பெண்ணத்தால் கட்டுண்ட மனிதன் சிந்தனையாளனல்லன்; அவன் வெறுமனே ஒரு கருத்தை விடாப்பிடியுடன் கொண்டிருப்பவனேயாவான். ஒவ்வோர் எண்ணமும் அவனுடைய குறிப்பிட்ட தப்பெண்ணம் என்னும் வாயிலைக் கடந்து வந்து அதன் நிறத்தைப் பெற்றேயாக வேண்டும். எனவே, உணர்ச்சி வயப்படாத சிந்தனையும், நடுநிலையுடைய தீர்ப்பும் இயலாத காரியங்கள் ஆக்கப்பட்டுவிடுகின்றன. அத்தகைய மனிதன் தன் நோக்கத்தின் தொடர்பையோ இருப்பதாகத் தான் கற்பனை செய்கின்ற தொடர்பைக் கொண்டே ஒவ்வொரு காரியத்தையும் காண்கின்றான். அதே வேளையில், சிந்தனையாளன் காரியங்களை அவையுள்ளவாறே காணுகின்றான், இயற்பொருளை நேருக்குநேர் காணத் தகுதியுடையவனாகும் வகையில் தப்பெண்ணத்தினின்றும், தானெனும் அகந்தையின் சிறுமைகளினின்றும் தன் மனத்தைத் தூய்மைப் படுத்திக் கொள்கின்ற மனிதன் ஆற்றலின் உச்சியை அடைந்தவனாகின்றான். அவன் தன் கைகளுக்குள் பெருமளவு செல்வாக்கை வைத்துக் கொண்டிருப்பவனாகின்றான். அவன் அறிந்திருப்பினும் இல்லையெனினும் இந்த ஆற்றலை அவன் கையாண்டே தீருவான். அஃது அவனுடைய வாழ்வினின்றும் பிரிக்கப்பட இயலாததாகிவிடும். மலரினின்றும் மணம் கமழுவது போன்று அஃது அவனிடமிருந்து தோன்றும் அவனுடைய சொற்களில், செயல்களில், உடல் தோற்றங்களில் மன இயக்கங்களில், என் அவனுடைய அமைதியிலும், உடலமைப்பின் அசைவின்மையிலும் அது மிளிரும். அவன் எங்குச் செல்வதாயினும், அவன் பாலைவனத்திற்குப் பறப்பதாயினுங்கூட இந்த மிக உயர்ந்த, விதியிலிருந்து அவன் தப்ப இயலாது. எனெனின், பெரிய சிந்தனையாளன் உலகத்தின் மையமாவான். அவனாலேயே மனிதர் அனைவரும் தத்தமது கோள் வழியில் நிறுத்தப்படுகின்றனர்; சிந்தனை அனைத்தும் அவனை நோக்கியே மைய ஈர்ப்புக் கொள்கின்றன.

மனித இனம் அமிழ்ந்து கிடக்கின்ற இச்சையென்னும் கொந்தளிக்கும் நீர்ச்சுழிக்கு மேலே உண்மையான சிந்தனையாளன் வாழுகின்றான். தனிமுறைச் சார்புடைய நோக்கங்களினால் அவன் தள்ளாட்டம் கொள்வதில்லை. ஏனெனின், தனிச் சார்பற்ற நியதிகளின் சிறப்பை அவன் புரிந்து கொண்டிருக்கின்றான். எனவே, அகந்தையான இச்சைகள் மோதுகின்ற போரில் அவன் ஈடுபடாதவனாய் இருப்பதால், நடுநிலைக்குரிய சாதக நிலையிலிருந்து கருத்தற்ற பார்வையாளராகவும் இருந்து விடாமல், இருபுறமும் சமமாகக் காணுவதோடு, அப்போரின் காரணத்தையும் பொருளையும் உணர்ந்து கொள்ளவும் முடியும்.

உண்மையான சிந்தனையாளனே மனிதரில் மிக மேன்மையானவன். அவனுடைய ஊழே மிகவும் உயர்வுடையது. முற்றிலும் நடுநிலையான மனம் உயர் நிலையை அடைந்துவிட்டதாகும்; அது இயற்பொருளின் முழுமையான ஒளியில் பொலிகின்றது.

நடுநிலையின் பெரும் ஆக்கக் கூறுகள் நான்கு :

1. நீதி 3. அமைதி

2. பொறுமை 4. மெய்யறிவு

சமமான பெறுமதிகளைக் கொடுக்கலும், வாங்கலுமே நீதி. "கடினமான கொள்முதல் செய்தல்" என்றழைக்கப்படுவது ஒருவகைத் திருட்டேயாகும். கொள்முதல் செய்வோன் தன்

கொள்முதல் பொருளின் ஒரு பகுதிக்கான விலையைக் கொடுத்துவிட்டு மீதத்தைத் தனியான ஆக்கத்தைத் தனதாக்கிக் கொள்வதையே அது குறிக்கும். பேரத்தை முடித்து விடுவதன் மூலம் விற்போனும் கூட இதற்கு ஊக்க மூட்டுபவனாவான்.

நேர்மையான மனிதன் விழுமம் மிஞ்சிய பலன் அடைய முயற்சி செய்வதில்லை. அவன் பொருள்களின் உண்மையான பெறுமதிகளை ஆராய்ந்து அதற்குப் பொருந்துமாறு தன் கொடுக்கல் வாங்கல்களை உருவாக்கிக் கொள்கின்றான். "எது ஆதாயமாயிருக்கும்" என்ற எண்ணம் "எது நேர்மையானது" என்ற எண்ணத்திற்கு முன்பாகத் தன்னிடத்தே தோன்ற அவன் இடந்தருவதில்லை. ஏனெனின், நேர்மையானதே இறுதியில் ஆதாயமாகவும் இருக்கும் என்பதை அவன் அறிவான். வேறு ஒருவனுக்குப் பாதகம் விளைவிக்கும் வகையில் தன் சொந்த நலனை அவன் நாடுவதில்லை. ஏனெனின், கொடுக்கல் வாங்கலில் தொடர்புற்ற இரு சாரார்க்கும் நேர்மையான செயல் சமமாகவும், முழுமையாகவும் நலந்தருகின்றது என்பதை அறிவான். "ஒரு மனிதனின் இழப்பு, இன்னொரு மனிதனின் ஆதாயமாக இருப்பின்", அந்த வேறுபாடு பின்னர் ஈடு செய்யப்பட்டுவிடும் என்பதே அதன் குறிப்பு. நேர்மையற்ற ஆதாயங்கள் ஆக்கத்திற்கு வழிகாட்டாது.

தொழிலில் பேரம் பேசுகின்ற ஊக்கம், வாணிபத்தின் உண்மையான ஊக்கமன்று. அது ஒன்றுமில்லாததற்கு எதையேனும் பெறவேண்டுமென்ற தன்னலத் திருட்டூக்கமேயாகும். நேர்மையான மனிதன் பேரங்கள் அனைத்தையும் ஒழித்துத் தன்தொழிலைத் தூய்மைப்படுத்துகின்றான். மிகவும் சீர்மை வாய்ந்த நீதியின் அடிப்படையில் அதை அமைக்கின்றான். "ஒரு நல்ல சரக்கை" அதன் சரியான விலையில் அவன் கொடுக்கின்றான்; அதை மாற்றுவதில்லை. மோசடியால் கறைப்படுத்தப்பட்டுள்ள எந்தத் தொழிலினும் அவன் தன் கைகளைக் கறைப்படுத்திக் கொள்வதில்லை. அவனுடைய சரக்குகள் தூய்மையானவை. அவை தக்கமுறையில் விலையிடப்பட்டுள்ளன.

பிற அனைத்திற்கும் மேலாக மனிதன் கஞ்சத்தனத்தை விட்டு, மேலும் மேலும் முழுமையான நேர்மையுடையவனாக இருக்க முயற்சி செய்யட்டும். ஏனெனின், நேர்மையில்லையெனின், அவன் நாணயமுடையவனாகவோ, பெருந்தன்மையுடையவனாகவோ ஆண்மையுடையவனாகவோ இருக்கவியலாது. ஆனால், அவன் தன்னாலியன்றது அனைத்தையும் பெறவும், எத்துணைச் சிறிதளவு இயலுமோ, அத்துணைச் சிறிதளவே திருப்பிக் கொடுக்கவும் முயற்சி செய்கின்ற ஒருவகை மறைமுகத் திருடனாகவே இருக்கின்றான். அவன் பேரங்கள் அனைத்தையும் விட்டொழிக்கட்டும். அதனோடு பேரளவானதும், பாராட்டிற்குரியதுமான வெற்றியை மேம்பட்ட தகுதியுடன் தொழிலை நடத்தும் சிறந்த வழியைப் பேரம் பேசுவோர்க்குக் கற்றுத் தரட்டும்.

நடுநிலையுடைய மனிதனின் குணவியல்பில் பொறுமையே ஒளிமிக்க அணியாகும். இஃது, ஒரு சிறுமி தனது பின்னல் வேலையில் கொண்டிருப்பதைப் போன்றதோ, ஒரு சிறுவன் தன் பொம்மை இயந்திரத்தை அமைப்பதில் கொண்டிருப்பதைப் போன்றதோ ஆன குறிப்பிட்ட காரியத்தில் கொண்டுள்ள குறிப்பிட்ட பொறுமையைக் குறிப்பதாகாது. ஆனால், பிறழ்வின்றிப் பிறர் நலம் காணும் தன்மை, எவ் வேளையிலும், மிகவும் சோதனையான சூழ்நிலைகளின் போதும் இனிமையான செவ்வி, எச் சோதனையும் கெடுத்துவிட முடியா-

தும், எத்தொல்லையும் முறித்துவிட முடியாததுமான மாறுபடாத, மென்மையான வலிமை ஆகியவற்றையே இது குறிக்கும். இது ஓர் அரிய உடைமை என்பது உண்மையே. மனித இனத் தொகுதியில் ஒருவன் நீண்ட காலம் எதிர்பார்க்கக்கூடாத ஒன்றுமாகும்; ஆனால், படிப்படியாக அடைந்துவிடக் கூடிய அறம் இதுவே. அறைகுறைப் பொறுமைகூட மனிதனின் வாழ்விலும், காரியங்களிலும், வியக்கத்தக்க அருமைகளை உண்டு பண்ணும். ஏனெனின், பொறுமையின்மை அழிவையே உண்டு பண்ணும். முன்கோபி மனிதன் விரைவாக அழிவை நாடுவான். குற்றச்சாட்டு அன்றி நுண்ணாய்வின் ஒரு சிறு சுடர் தன்மீது வீழ்ந்த மாத்திரத்திலேயே வெடிமருந்தைப் போன்று தொடர்ச்சியாக வெடவெடக்கும் மனிதனுடன் எவரே தொடர்பு கொள்ள விரும்புவர்? அவனுடைய நண்பர்கள் கூட ஒருவர் ஒருவராக அவனை விட்டு நீங்கிவிடுவர். ஏனெனின், ஒவ்வொரு சிறிய மாறுபாடும் தப்பெண்ணத்தின் மீதும் பொறுமையற்றதும், அனல் கக்குவதுமான நாக்கால் தன்னை முரட்டுத் தனமாகத் தாக்கும் மனிதனின் நட்பை யார் நாடுவர்?

ஒரு மனிதன் மிகவும் ஆக்கமுடையவனாக, பயனும், ஆற்றல் உடையவனாக இருக்க வேண்டுமெனின், தன்னை அறிவுடன் ஒழுங்குடன் அடக்கியாள வேண்டும். பொறுமையின் அழகான படிப்பினைகளைக் கற்றுக் கொள்ளத் தொடங்க வேண்டும். அவன் பிறரைக் குறித்துச் சிந்திக்கவும், தனக்காக மட்டுமன்றி, அவர்களுடைய நன்மைக்காகவும் செயல்படக் கற்றுக் கொள்ளவேண்டும். பிறர்நலம் கருதுவோனாக, பொறுமையுடையவனாக இருக்க வேண்டும். மிகவும் சிறப்பு வாய்ந்தது என்று தாம் கருதுகின்ற காரியங்களில், தம்மிலிருந்து மாறுபட்ட கருத்துடைய மனிதருடன் அமைதியான நெஞ்சத்தைக் கொண்டிருத்தல் எவ்வாறு என்பதை அவன் கற்குக் கொள்ள வேண்டும். உயிருக்கு இடையூறு விளைவிக்கக் கூடிய நஞ்சைப் பருகுவதை அவன் தவிர்ப்பது போன்று, சண்டையிடுதலையும் அவன் தவிர்க்க வேண்டும். பொறுமையைக் கையாளுவதன் மூலம் வணக்கத்தைக் கொணருதல் எவ்வாறு என்பதையும் அவன் கற்றுக் கொள்ள வேண்டும்.

சச்சரவு சாதாரணமானது. அஃது நெஞ்சத்தைத் துன்புறுத்தி மனத்தைச் சிதறடித்து விடுகின்றது. பொறுமை மிகவும் அரிதானது; அஃது நெஞ்சத்திற்கு வளமூட்டி, மனத்தை அழகு செய்கின்றது. கரடுமுரடான பாறையை மெதுவான நீர்தேய்த்துக் கரைத்து விடுதல் போன்று, எதிர்ப்புகள் அனைத்தையும் பொறுமை வென்றுவிடுகின்றது, அது மனிதர்களின் நெஞ்சங்களை வயப்படுத்துகின்றது. அது வெற்றி காணுகின்றது, அடக்கியாளுகின்றது.

அமைதி பொறுமையைப் பின்தொடர்கின்றது, அது மிகப் பெரிய மேம்பட்ட பண்பாகும். இச்சையெனும் சூறாவளி சூழ்ந்த கடலின்கண் நெடுநாள் அலைந்து திரிந்த பின்னர் அடிமையொழித்த உயிர்கள் சென்றடையும் அமைதியான துறைமுகம் அதுவேயாகும். மிகுதியாகத் துன்புற்று, மிகுதியாகப் பொறுமையுடனிருந்து முடிவில் வெற்றியும் கண்ட மனிதனை அது அடையாளப்படுத்தி வைக்கின்றது.

அமைதி இல்லத மனிதன் நடுநிலையுடைய மனிதனாக இருக்கவியலாது. பரபரப்பு, தப்பெண்ணம், ஒருதலைச் சார்பு ஆகியவை அமைதிகுலைந்த இச்சைகளினின்றுமே தோன்றுகின்றன.

அமைதி சூழ்ந்த, நடுநிலையுடைய மனிதன் மகிழ்ச்கிரமான மனிதன் மட்டுமன்று; அவன் தன்னுடைய ஆற்றல்கள் அனைத்தையும் தனது கட்டுப்பாட்டிற்குள் வைத்திருப்பவனுமா-

வன். அவன் உறுதியானவன், முன்னோக்குடையவன்; செயல் திறமைக்கு உகந்தவன். எளிதில் சினங்கொள்கின்ற மனிதன் தனது கூச்சலின் மூலம் மெதுவாகவும், கடினப் பாட்டுடனும் செய்து முடிப்பதை அவன் விரைவிலும் எளிதாகவும் மௌனமாகச் செய்து முடித்து விடுகின்றான். அவனுடைய மனம் தூய்மைப் படுத்தப் பட்டதாக, சமநிலையுடையதாக, ஒருமுகப் படுத்தப்பட்டதாக விருக்கின்றது. கொடுக்கப்படுகின்ற வேலையைக் குறைபாடில்லா ஆற்றலுடன் செய்து முடிக்கப் பணிக்கும் ஏவலை ஏற்க அவன் எக்கணமும் அணியமாயிருக்கிறான். அமைதியான மனத்தில் இச்சைகள் அனைத்தும் தணிவுறுகின்றன. முரண்பாடுகள் அனைத்தும் இசைவிணக்கம் பெறுகின்றன. எதிர் மறைகள் அனைத்தும் பொருத்தம் பெறுகின்றன. அங்கு நல் ஒளி வீசும் களிப்பும், என்றும் நிலைக்கும் அமைதியும் இடம் பெறுகின்றன. எமர்சன் கூறுவது போன்று "களிப்பு நிலையானதாகவும் நடைமுறைப் பழக்கத்திற்குரியதாகவும் இருப்பதே அமைதியாகும்."

தன்னடக்கம் செல்வத்திலும் சிறந்தது. அமைதியோ இறுதியிலாப் பேரின்ப நிலையே.

நடுநிலையுடைய நல்ல மனிதனிடமே மெய்யறிவு நிலையாக உறைகின்றது. அத் தாயின் அறிவுரைகளே அவனுக்கு வழிகாட்டுகின்றன. அத் தாயின் சிறகுகளே அவனைப் பாதுகாக்கின்றன. அவள் மகிழ்ச்சிகரமான வழியிலேயே அவனைக் களிப்பான இடங்களுக்கு அழைத்துச் செல்லுகின்றாள்.

மெய்யறிவு பல்வகையானது. அறிவுடைய மனிதன் பிறருக்கேற்பத் தன்மனத்தை இணக்கப்படுத்திக் கொள்கின்றான். அவர்களுடைய நன்மைக்காக அவன் செயல்படுகின்றான். ஆனால், அதற்காக ஒழுக்க அறங்களையோ நேர்மையான நடத்தையின் நியதிகளையோ அவன் மீறுவதில்லை. மடமையுடைய மனிதன் பிறருக்கேற்பத் தன்னை இணக்கப்படுத்திக் கொள்ளவியலாது. அவன் தனக்காகவே செயல்படுகின்றான். ஒழுக்க அறங்களையும் நேர்மையான நடத்தையின் நியதிகளையும் தொடர்ச்சியாக மீறுகின்றான். நடுநிலையுடைய செயல் ஒவ்வொன்றிலும் ஓரளவு மெய்யறிவு இருக்கின்றது. ஒரு மனிதன் நடுநிலையின் எல்லையை ஒருமுறை தொட்டு அதை அனுபவித்துவிடின், அவன் இறுதியில் அதன்கண் நிலைபேறு கொள்ளும் வரையில் அவன் திரும்பத் திரும்ப அதை மீட்டுக் கொள்ளலாம்.

மெய்யறிவு ஒவ்வொரு கருத்தும், சொல்லும் செயலும் உலகின்கண் மிக்க பயனை விளைவிக்கின்றது. அது மேம்பாடு செறிந்ததாக விருக்கின்றது. மெய்யறிவு ஓர் அறிவுக் கிணறும், ஆற்றலின் ஊற்றுமாகும். அது ஆழ்ந்த அறிவுடையது, கவியாற்றல் மிக்கது. மிகச் சிறிய நுணுக்கங்களைக் கூட ஆர்வமாக ஏற்றுக் கொள்கின்ற அளவிற்கு அத்துணை நுட்பமானதும், அனைத்தையும் உட்கொள்வதுமாகும். அது தன்னுடைய பரந்த மேன்மையில் சிறியதைப் புறக்கணிப்பதில்லை. மெய்யறிவு செறிந்த மனம் ஞாலத்தைப் போன்றது. பொருள்கள் அனைத்தையும் அவற்றினுடைய சரியான இடத்திலும், ஒழுங்கிலும் அது கொண்டிருக்கின்றது. அதன் காரணமாக அது அழுத்தம் பெறுவதில்லை. உலகத்தைப் போன்றே அதுவும் தன்னுரிமையுடையதாகவும், தடைகள் எதையும் காணாததாகவும் இருந்து வருகின்றது. எனினும், அது என்றுமே நெறி தவறுவதில்லை. என்றுமே பிழைபடுவதில்லை, என்றுமே பழிசூழ்வதாகவோ, எண்ணி இரங்கத் தக்கதாகவோ இருப்பதில்லை. மடமையெனும் அழுங்குழவியாக இருந்ததால் நிலையான வளர்ச்சி பெற்ற உருவமே மெய்யறிவு அது குழந்தைப் பருவ அறியாமையின் வலுவின்மையையும், சார்பு நிலையையும், தவறுகளையும், தண்டனைகளை-

யும் கடந்து வளர்ந்துவிட்டது. அது நிமிர்ந்து சமநிலையுடனும், வலுவுடனும் அமைதியுடனும் இருக்கின்றது.

மெய்யறிவு ஒரு மனிதனை ஒன்றியபோது அவன் உயர்த்தப்பட்டு உருமாற்றப்படுகின்றான். புதிய குறிக்கோள்களும், புதிய ஆற்றல்களும் கொண்ட புதிய உயிருருவாகவே மாறிவிடுகின்றான். புதியதும், மேம்பட்டதுமான ஓர் ஊமை நிறைவேற்றுதற்காக அவன் ஒரு புதிய உலகிலேயே குடியேறி விடுகின்றான்.

ஆக்கமெனும் கோயிலைத் தாங்கி அழகு செய்யத் தனது மிகுதியான வலிமையையும், ஒப்புமை கூற வியலாத நயத்தையும் வழங்குகின்ற நடுநிலையெனும் ஆதாரம் அத்தகையதாம்.

9. தன்னம்பிக்கை

தன்னம்பிக்கை பற்றிய எமர்சனின் கட்டுரையை ஒவ்வோர் இளைஞனும் படித்தாக வேண்டும். இதுவரை எழுதப் பெற்றவற்றில் ஆண்மையும் வீரமும் செறிந்த கட்டுரை அதுவேயாகும். அது, வாலிபர்களிடையே காணப்படுகின்ற தன்னைத் தானே குறைவாக மதிப்பிடுதல், தன் இறுமாப்பு என்னும் இருமனப் பிணிகளையும் ஒருங்கே குணப்படுத்துவதற்கெனத் திட்டஞ் செய்யப்பட்டது. நாணமுடையவனுக்கு அவனுடைய தயக்கத்தின் வலுவின்மையையும், பயனின்மையையும் அது எடுத்துக் காட்டுகிறது. தருக்குடையவனுக்கு அவனுடைய செருக்கின் சிறுமையையும், வெறுமையையும் அது புலப்படுத்துவதாகவே இருக்கும். இது வீறுமிக்க விழுப்பத்தின் புதிய புலப்பாடு, பண்டைய திருப்பார்வையுடையோனுக்கு அருள் பாலித்த புலப்பாடு போன்றது.

தன்னம்பிக்கைத் தற்செருக்கெனத் தவறுதலாகப் புரிந்து கொள்ளக்கூடாது. ஏனெனின், ஒன்று எத்துணை உயர்வானதாகவும், மேம்பாடுடையதாகவும் இருக்கின்றதோ, அத்துணை தாழ்வானதாகவும், பயனற்றதாகவும் மற்றது இருக்கின்றது. தன்னம்பிக்கையில் இழிவுடையது எதுவுமே இருக்கவியலாது. அதே போன்று தற்செருக்கில் சிறப்புடையது எதுவுமே இருக்காது.

பழமையான ஒன்றை அடிமைத் தளமாகப் பின்பற்றுதற்குப் பதிலாக ஒரு புதிய எடுத்துக் காட்டாக மாறுகின்ற வகையில் தனது சொந்த முயற்சியையே நம்பும்படி வலியுறுத்துகின்ற தன்னம்பிக்கை அவனுக்குத் தேவைப்படுகின்றது. ஏளனத்தைப் பொறுத்தவரை, ஏளனத்தால் மனம் நொந்துபோகின்றவன் மனிதனே அல்லன். தன்னம்பிக்கை மனிதனின் வலிமையான கவசத்தை ஏளனம், பழிப்பு இவற்றின் அம்புகள் ஊடுருவிச் செல்லவியலாது. அவனுடைய நேர்மையான நெஞ்சத்தின் வெல்ல முடியாத அரணைத் துன்புறுத்தவோ அன்றிப் புண்படுத்தவோ அவை நெருங்க வியலாது. பழிச்சொல்லாகிய கூர்மையான அம்புகளை அவன்மீது மழையெனப் பொழியலாம், ஆனால், அவனுடைய வலிமையான மார்புக் கவசத்தால் அவை திசை திருப்பப்பட்டு அவனருகே தீங்கற்று வீழ்கின்றபோது அவன் அவற்றைக் கண்டு சிரிக்கின்றான்.

“உன்னையே நம்புவாயாக” - “இந்த இரும்பு நாணையே ஒவ்வோர் நெஞ்சமும் மீட்டுகின்றது” என்று கூறுகின்றார் எமர்சன். மனிதர் தம் சொந்த இயல்பான எளிமையையும், இயற்கையான பெருந்தன்மையையும் ஆதாரமாகக் கொண்டிருப்பதற்குப் பதிலாகத் தலை-

முறை, தலைமுறைகளாக அவர்கள் இதுவரையில் புறவியலான சூழ்ச்சிகளையே ஆதாரமாகக் கொண்டிருந்திருக்கின்றனர். தற்போதும் அவற்றையே ஆதாரமாகக் கொண்டிருக்கின்றனர். அவ்வாறு தம் இயல்பை ஆதாரமாகக் கொள்ளும் உறுதிப்பாடு கொண்டிருந்த ஒரு சிலரே தனிச்சிறப்புக்கு உரியவர்களாக்கப்பட்டு வீரர்களாக மேன்மைப் படுத்தப்பட்டிருக்கின்றனர். தனது சொந்த இயல்பே முனைந்து வெளிப்பட இடந்தரும் துணிவுடையவனும், தனது சொந்த இயல்பான பெருமானத்தின் மீது நிலைகொள்ளும் வாய்ப்பினைத் தரும் வலிமையான உலோகம் போன்றவனுமே உண்மையான வீரனாவான்.

அத்தகைய வீரத்தை நாடுபவன் வலையைத் தாங்கியே ஆகவேண்டும். போலி மரபு முறைப் பூச்சாண்டிகளால் அவன் தனது கொள்கைப் பிடியிலிருந்து விலகிவிடக் கூடாது. அவன் தனது நற்பெயருக் காகவோ பதவிக்காகவோ திருச்சபையில் தனது செல்வாக்கிற்காகவோ சமூகத்தில் தனது மதிப்பிற்காகவோ அஞ்சுதல் கூடாது. அவன் நில உலகின் எதிர்முனைகளில் உள்ள நடைமுறை நாகரிகங்களினின்றும் நீங்கித் தன்னுரிமையுடன் நடந்து கொள்வது போன்று, இத்தயக்கங்களினின்றும் நீங்கித் தன்னம்பிக்கையுடன் செயலிலீடுபடவும், வாழவும் அவன் கற்றுக் கொள்ள வேண்டும். அவன் இச் சோதனையைத் தாங்கிய பின்பு அவதூறும், பழியும் அவனைத் தூண்டிவிடவோ, துயர்தரவோ முடியாது தோற்றுவிடுகின்றபோது அவன் உண்மையில் ஒரு மனிதனாகின்றான். சமூகம் முதலில் அவனிடம் நம்பிக்கை வைத்து முடிவில் அவனுடைய சொந்த குணநலன்களுடனே ஏற்றுக் கொள்ளப்பட வேண்டிய ஒருவனாகிவிடுகிறான்.

விரைவிலோ பிற்பட்டோ மனிதர் அனைவரும் அறிவுரைக்காகத் தற்சார்புடைய மனிதையை நாடுவர். சிறந்த மனங்கள் அவரை ஓர் ஊன்றுகோலாகப் பயன்படுத்திக் கொள்ளாத போதிலும், அவர்தம் பணியையும், பயனையும் உயர்வாகப் பாராட்டி, முன்பு சென்று மறைந்த தெய்வங்களுள் அவருக்கும் ஓர் இடம் உண்டு என்பதை ஒப்புக் கொள்ளுவர்.

கல்வியை வெறுப்பதே தற்சார்பின் சுட்டுக் காட்டெனக் கருதிவிடுதல் கூடாது. அத்தகைய மனப்பான்மை, வலிமையின்மையின் கூறுகளைக் கொண்ட முரண்டான தற்பெருமையினின்றும் தோன்றுவதாகுமென்பதோடு, வீழ்ச்சியின் முன்னறிவிப்பும் ஆகுமே அன்றித் தன்னம்பிக்கையின் தனிச்சிறப்புப் பண்புகளாகிய வலிமையின் கூறுகளோ உயர்ந்த பேறுபெறும் உறுதிப்பாடோ ஆகாது. இறுமாப்பையும், பகட்டையும் தன்னம்பிக்கையுடன் தொடர்புபடுத்தவே கூடாது. தற்சார்பு மேன்மையுறச் செய்கின்ற வேளையில் அவை இழிவுபடுத்துகின்றன. பணம், ஆடை, சொத்து, தன்மதிப்பு, பதவி ஆகிய தற்செயல் விளைவுகளையும், துணைப்பொருள்களையும் அடிப்படையாகக் கொண்டதே இறுமாப்பு; அவற்றை இழந்துவிட்டால் அனைத்தையும் இழந்துவிடுவோம்.

நேர்மை, தூய்மை, மெய்யார்வம், குணவியல்பு, மெய்ம்மை ஆகிய தலையாய கொள்கைகளையும், கோட்பாடுகளையும் அடிப்படையாகக் கொண்டதே தன்னம்பிக்கை; எதை இழப்பினும் அஃது ஒரு பொருட்டாகாது. ஏனெனின், இவை என்றுமே இழக்கப்படுவதில்லை. புறப் பகட்டாலும், தற்செருக்காலும் இறுமாப்பு தனது அறியாமையை மறைக்க முயலுகின்றது. அதனோடு எத் திசையிலும் தன்னை ஒரு மாணவனாகக் கருத விரும்புவதில்லை. விரைந்து செல்லும் சிறிய பொழுதிற்குள் அறியாமையிலும் பகட்டிலுமே நிலைகொள்கின்றது. இன்று எத்துணை உயர்வுக்கு அது உயர்த்தப்படுகின்றதோ, நாளை அத்துணைத் தாழ்-

விற்கு அது வீழ்த்தப்பட்டுவிடும். மறைக்கப்படவேண்டியது எதுவுமே தன்னம்பிக்கையிடம் இல்லை. அதனோடு கற்றுக் கொள்வதற்கும் விருப்பமுடையதாயிருக்கின்றது. தற்செருக்குள்ள இடத்தில் பணிவு இருக்க முடியாதபோது, தன்னம்பிக்கையும், பணிவும் ஒத்தியங்கக் கூடியனவாயிருக்கின்றன. ஏன், அதைவிடக் கூடுதலாக ஒன்றிற்கொன்று சார்புற இணைந்து கொள்ளுவனவாகும். அதனோடு விழுமிய தன்னம்பிக்கை ஆழ்ந்த அடக்கத்துடன் இணைந்திருப்பதையே காணலாம்.

“வீரத்தின் சாரம் தன்னம்பிக்கையேயாகும். மேன் மக்கள் அனைவரும் தற்சார்புடையவரே. நாம் அவர்களை ஆசிரியர்களாகவும், பின்பற்றத் தக்கவர்களாகவும் பயன்படுத்திக் கொள்ள வேண்டுமேயன்றி, ஊன்றுகோல்களாகவும், உந்து ஆற்றலாகவும் பயன்படுத்திக் கொள்ளக் கூடாது. வேறு எவரையும் பற்றுக் கோடாகக் கொள்ளாது உண்மையின் தனித்த உயர்நிலையின் மீது தனியாக நிற்பவனே மேம்படு மனிதனான வருகின்றான். உடன்தானே உலகம் அவனைப் பற்றுக் கோடாகக் கொள்ளத் தொடங்கிவிடுகின்றது. ஆன்மீகச் சோர்விற்கும் கேடுதரும் தன் தாழ்விற்கும் அவனை ஒரு சாக்குப் போக்காகக் கொள்ளத் தொடங்கி விடுகின்றது; மேன்மக்களின் வலிமையில் நம் தீமைகளைத் தாலாட்டிக் கொள்வதைக் காட்டிலும், அவர்களுடைய ஒளிமிக்க விளக்கெதிரே நம் அறங்களுக்குப் புத்தொளி தருவதே சாலப் பொருந்துவதாகும். பிறருடைய ஒளியை நாம் நம்பியிருந்தால், இருள் நம்மைச் சூழ்ந்துவிடும். ஆனால், நாம் நமது ஒளியையே நம்பியிருப்பின் நாம் அதன் சுடரை வளர்த்தேயாக வேண்டும். நாம் பிறரிடமிருந்து ஒளியைப் பெறுவதும், மற்றவர்க்கு வழங்குவதுமாகிய இரண்டையுமே செய்யலாம். ஆனால், நமது சொந்த விளைக்கைப் புறக்கணித்துத் துருப்பிடிக்க விட்டுவிட்டுப் பிறருடைய ஒளியே போதுமெனக் கருதுவது நம்மை நாம் இருளில் கைவிடப்பட்டவர்களாவோம். என்றுமே நம்மைக் கைவிடாத ஒளி நமது சொந்த உள்ளொளியே.

தன்னம்பிக்கைக்குப் பிறிதொரு பெயராகிய ‘உள்ளொளி’, அச்சத்தால் நடுங்குபவர்களுக்கு எங்கிருக்க முடியும்? நாம் எவ்வாறிருக்கின்றோமோ அதன் அடிப்படையிலேயே நாம் நிலைகொள்ள வேண்டுமே அன்றிப் பிறனொருவன் எவ்வாறிருக்கின்றான் என்பதன் அடிப்படையில் நிலைகொள்ளுதல் கூடாது. பால் குடிப்பதும், பற்றிக் கொள்வதும் பசுங்குழவிக்குத் தேவையே. ஆனால் ஒரு மனிதன் அவ்வாறின்றித் தன் சொந்தக் கால்களைக் கொண்டே நடந்து செல்ல தொடங்கி விடுகின்றான். மனிதர் தாமாகவே அடைவதற்கென அமைக்கப்பட்டிருக்கின்ற ஒன்றைத் தம் கைகளில் தருமாறு இறைவனை வழிபடுகின்றனர். தாம் கடுமையாக உழைத்துப் பெறவேண்டிய உணவைத் தமது வாயில் ஊட்டுமாறு வழபடுகின்றனர். ஆனால், மனிதர் இந்த ஆன்மீகக் குழவிப் பருவத்தை விரைவில் கடந்து விடுவர். தமக்காக வழிபாடு செய்யவும், தமக்கு அறிவுரை கூறவும் புரோகிதருக்கு மக்கள் கூலிகொடுக்காத நிலை வந்தே தீரும்.

தன்னைத்தான் நம்பாத நிலையே மனிதனின் தலையாய தொந்தரையாகும். எனவே, தன்னம்பிக்கையுடைய மனிதன் அரிதான, தனிப்பட்ட காட்சிப் பொருளாகி விடுகின்றான். ஒரு மனிதன் தன்னை ஒரு “புழு”வாகத் தானே கருதுவானாயின், பயனற்ற நெறியைத்தவிர அனிடமிருந்து வேறு என்ன விளைவு ஏற்பட்டு விட முடியும்? “தன்னைத் தானே பணிவுடையவனாக்கிக் கொள்ளுபவன் மேன்மைப் படுத்தப் படுவான்” என்பது உண்மையே.

ஆனால், தன்னைத்தானே தரங்குறைத்துக் கொள்ளுபவனுக்கு அந்நிலை ஏற்படாது. மனிதன் தான் இருக்கின்றவாறே தன்னைக் காணவேண்டும். தகுதியற்றது ஏதேனும் தன்னிடமிருப்பின் அதை நீக்கித் தகுதியுடையதை விடாமல் பற்றிக் கொண்டு நம்பிக்கையும் கொள்ள வேண்டும். மனிதன் தன்னைத்தான் தரங்குறைத்துக் கொள்ளும் போது அவன் தரங்குன்றியே விடுகின்றான். அவன் தன்னுயர்வுக்கான வாழ்வு நடத்தும்போதே உயர்வு படுத்தப்படுகின்றான்.

ஓரளவேனும் தன்னம்பிக்கை கொண்டு மனிதனுடைய செல்வாக்கையும், வளப்பத்தையும் குறிப்பிடத்தக்க அளவு பெருக்க முடியாத துறை வாழ்வில் எதுவுமே இல்லை. உலகியல் சார்ந்ததோ சமயஞ் சார்ந்ததோ ஆசிரியர், அமைப்பாளர், மேலாளர், கண்காணிப்பாளர், மற்றும் ஆட்சியும் அதிகாரமும் செலுத்த வேண்டிய பதவியிலுள்ளோர் அனைவருக்கும் இது ஓர் இன்றியமையாத கருவியாகும்.

ஓரளவேனும் தன்னம்பிக்கை கொண்டு மனிதனுடைய செல்வாக்கையும், வளப்பத்தையும் குறிப்பிடத் தக்க அளவு பெருக்க முடியாத துறை வாழ்வில் எதுவுமே இல்லை. உலகியல் சார்ந்ததோ சமயஞ் சார்ந்ததோ ஆசிரியர், அமைப்பாளர், மேலாளர், கண்காணிப்பாளர், மற்றும் ஆட்சியும் அதிகாரமும் செலுத்த வேண்டிய பதவியிலுள்ளோர் அனைவருக்கும் இது ஓர் இன்றியமையாத கருவியாகும்.

தன்னம்பிக்கையின் மேன்மையான நான்கு குணங்களாவன:

1. தீர்மானம் 3. சீர்மை

2. திண்மை 4. தன்னாண்மை

தீர்மானம் மனிதனை வலிமையுடையவானக்குகின்றது. தடுமாறுபவன் வலுவற்றவனேயாவான். வாழ்வெனும் நாடகத்தில் எத்துணைச் சிறியதாயினும் சிறப்பான பங்கை நடிக்க வேண்டிய மனிதன் தீர்மானமுடையவனாக இருப்பதோடு, தன் பகுதி என்ன என்பதைத் தெரிந்து கொள்ளவும் வேண்டும். அவன் செயல்படுதற்கான தன் ஆற்றலைக் குறித்து ஐயுறுதல் கூடாது. வாழ்வில் தன் பகுதி என்னவென்பதைத் தெரிந்து அதனில் தன் ஆற்றல் அனைத்தையும் செலுத்தவேண்டும். தான் செயற்படுதற்கும், பாதுகாப்பாக நிலைகொள்தற்கும் ஏதேனும் திண்ணமான அறிவுத் தளத்தை அவன் கொண்டிருக்க வேண்டும்.

தன்னம்பிக்கையின் கண் ஒரு பெரும் மூலக்கூறு இருப்பது உறுதியே. கூறப்படுவன் மதிப்புடையதாயிருக்க வேண்டுமெனின், கூறுவதற்கான உண்மை எதையேனும் மனிதன் கொண்டிருக்க வேண்டும். உண்மையை அறிவுறுத்துவதிலேயே திறமை அனைத்தும் அமைந்து கிடக்கின்றது. அவன், "உண்மையின் அடிப்படையில் உரையாட வேண்டுமேயன்றிக் கிறுக்கர்போலப் பேசுதல் கூடாது." எப்போதும் கற்றுக் குட்டியாகவே இருக்காமல், ஒரு தேர்ச்சியாளனின் போக்கின்படியே தெளிவுடனும், தீரத் தெரிந்து கொண்ட நிலையிலும் அதனைக் கையாளுமளவிற்கு அதில் தேர்ச்சி பெற்றுவிட்டான் என்பதைத் தெரிந்து கொள்ளவும் வேண்டும்.

தீர்மானமின்மை ஒரு சிதைவுக் கூறாகும். ஒரு நொடித் தடுமாற்றம் வெற்றியின் போக்கையே திருப்பிவிடக் கூடும். தவறிழைத்துவிடக் கூடாதே என அஞ்சி விரைந்து தீர்மானம் செய்ய அஞ்சுபவர்கள், செயற்படும் போது ஏறத்தாழ எப்போதுமே தவறிழைத்து விடுகின்றனர். கருத்திலும், செயலிலும் சுறுசுறுப்புடையோர் தவறிழைக்கும் வாய்ப்புக் குறைவு. மேலும், தீர்மானமின்றிச் செயலிலீடுபட்டுத் தவறிழைப்பதைவிடத் தீர்மானத்துடன் செயலி-

வீடுபட்டுத் தவறிழைத்தல் சிறப்பேயாகும். ஏனெனின், முன்னதில் பிழைமட்டுமே யுள்ளது, பின்னதில் வலுவின்மையும் சோந்து விடுகின்றது.

மனத்தை விரைவில் திடப்படுத்தித் தீர்மானத்துடன் செயற்பட வேண்டும். ஏற்கனவே திடப்படுத்தப்பட்ட மனத்தைக் கொண்டிருத்தல் அதனினும் நன்று பின்பு தீர்மானம் இயல்பு-ணர்ச்சியாகவும் தானே இயங்கும்.

விரைந்து தீர்மானம் செய்யும் மனத்திலே **திண்மை** தோன்றுகின்றது. ஒழுக்கத்தின் சிறந்த நெறியிலும் வாழ்வின் சிறந்த வழியின் கண்ணும் இறுதியாகத் தீர்மானம் கொள்ளுதலே உண்மையில் திண்மையாகும். எது நேரினும், தன் கொள்கைகளின் மீது உறுதியாக நிலைக்-கும் பொருட்டு ஆன்மா எடுத்துக் கொள்கின்ற சூளுரையே அது. எழுத்திலோ பேச்சிலோ ஏதேனும் சூளுரை எடுத்துக் கொள்ள வேண்டுமென்பது தேவையுமில்லை. ஏனெனின், ஒரு நிலைபெற்ற கொள்கையின்பால் நெறி திறம்பாத பற்றுறுதி கொண்டிருத்தலே சூளுரைகள் அனைத்தின் சாறமாகும்.

நிலைபெற்ற கொள்கையில்லாத மனிதன் பெருமளவு சாதனை செய்யவியலாது. சூழ்வி-னைத் திறமென்பது ஒரு சதுப்பு நிலமும், முள்ளடர்ந்த பாழிடமுமாகும். அங்கு மனிதன் தன் சொந்த ஒழுக்கக் கேடு என்னும் வழுக்குச் சகதியில் தொடர்ந்து ஒட்டிக் கொண்டு, தானே உண்டுபண்ணிக் கொள்கின்ற ஏமாற்றங்களென்னும் முள்களால் குத்தப்பட்டுக் காயமடைகின்-றான்.

மனிதன் உறுதியான, நிலைபேறுடைய, தீர்மானமுடைய மனம் கொண்டிருக்கவேண்டும். காரியங்கள் அனைத்திலும் பற்றுக்கோடாகக் கொள்வதற்கு பொருந்துவனவும், முரண் கருத்-துகளென்னு சிக்கலினுடே நன்கு வழிகாட்டுவனவும், வாழ்வுப் போராட்டத்தில் தீர்க்கமான துணிவைத் தருவனவுமான விதிகளை அவன் தேர்ந்தெடுத்துக் கொள்ளவேண்டும். அவ் விதிகளைக் கைக் கொண்ட பின்பு, ஆதாயத்தையோ மகிழச்சியையோ விட அவனுக்கு அதுவே தன்மையாக இருக்க வேண்டும். வாழ்வைவிட அது சிறப்பானதாக இருக்க-வேண்டும். அவன் என்றுமே அவற்றை விட்டொழிக்காத வரையில், அவை என்றுமே அவனை விட்டொழிவதில்லை என்பதை அவன் காணலாம். பகைவர்கள் அனைவரிடமி-ருந்தும் அவனைப் பாதுகாக்கும், தீங்குகள் அனைத்திலிருந்தும் அவனை விழிப்பாக விடு-விக்கும். இருள் இடர்ப்பாடுகள் அனைத்தினூடும் அவன் செல்லுகின்ற பாதைக்கு இருளில் ஒளிபரப்பும், துன்பத்தினின்றும் நீங்கி இளைப்பாறுமிடமாகும் உலகின் முரண்பாடுகளினின்-றும் விலகும் புகலிடமாகவே அவை அவனுக்கு பயன்படும்.

திண்மையான மனத்தை உண்மையான **சீர்மை** ஒரு மாட்சிமை பொருந்திய உடையைப் போல் அணி செய்கின்றது. பழிக்கு உடன்படுவானென எதிர்பார்க்கப்படுகின்ற வேளை உருக்-குக் கம்பியைப் போன்று நெகிழ்ச்சி அடையாதிருப்பவனும், நன்மையான ஒன்றிற்குத் தன்-னைத் தகுதியுடையவனாக்குவதில் எளிதில் வளையும் கோலைப் போன்று அத்துணை ஒசிவான இருப்பவனும், அப் பண்பைக் கொண்டிருத்தலால் பிறரை அமைவுறுத்தி, உயர்த்-துகின்ற ஓர் உண்மையான மதிப்பைக் கொண்டிருக்கின்றான்.

விழுப்பமுடைய மனிதனைத் தாழ்வுறுத்தவும், அடிமை கொள்ளவுமியலாது. ஏனெனின், அவன் தன்னைத் தான் தாழ்வுறுத்துவதை, அடிமைப்படுத்துவதை விட்டொழித்து விட்டான். அவனைக் குறைவுபடுத்தும் எந்த முயற்சியையும் அவனின் பார்வையால், ஒரு சொல்லால்,

அறிவுடைய பொருள் பொதிந்த ஓர் அமைதியால் உடனடியாகத் தகர்த்தெறிந்து விடுகின்றான். வம்பளப்போனுக்கும், தகுதியற்றோனுக்கும் அவனுடைய தோற்றம் ஒரு வசையாகும். அதே வேளையில் நன்மை நாடுவோனுக்கு அது ஒரு வலிமை மிக்க பாறையேயாகும்.

விழுப்பமுடைய மனிதன் மதிப்பிற்குரியவனாக இருப்பதன் காரணம் அவன் தன்மதிப்படையவனாக இருக்கின்றான். மேலும், பிறர் அனைவருக்கும் ஏற்ற அளவான மதிப்பைத் தந்து பெருந்தன்மையுடன் நடத்துகின்றான் என்பதுமாகும். தற்பெருமை தன்னையே நேசிப்பதுடன், கீழிருப்போர் அனைவரையும் அடம் கொண்டு அவமதிப்புடனேயே நடத்துகின்றது. ஏனெனின், தன்னையே விரும்புவதும், பிறரை இகழ்வதும் எப்போதும் ஒரே அளவில் ஒன்றாக இணைந்திருப்பதைக் காண்கின்றோம். எனவே, தன்னையே விரும்பும் பான்மை மிகுதியாய் இருப்பதற்கு ஒப்ப அகந்தையும் மிகுதியாகவே இருக்கும். உண்மையான விழுப்பம் தன்னல மறுப்பிலிருந்து பிறக்கிறது.

அதாவது, நிலைபேறு கொண்ட கொள்கையை நடுநிலையுடன் பின்பற்றுவதலிருந்தே தோன்றுகின்றது. தனது கடமையை நிறைவேற்றுவதில் தனிப்பட்ட நோக்கங்கள் அனைத்தையும் ஒரு புறம் ஒதுக்கிவிட்டு முழுக்க முழுக்கச் சட்டத்தின் முறையே நிலைபேறு கொள்கின்ற பான்மையிலிருந்தே நீதிபதியின் விழுப்பம் தோன்றுகின்றது. நிலையற்றதும், விரைந்து மடிவதுமான அவனுடைய சிறிய தனி மனிதப் பண்பு வெறுமையாகி விடுகின்றது. அதே வேளையில் நிலைத்து நிற்பதும், மாட்சிமையுடையதுமான சட்டம் அனைத்துமாகி விடுகின்றது. ஒரு வழக்கை முடிவு செய்வதில் நீதிபதி சட்டத்தை மறந்து தம் போக்கான உணர்ச்சிக்கும், விருப்பு வெறுப்பிற்கும் உட்பட்டுவிடின் அவருடைய விழுப்பம் மறைந்துவிடும்.

ஒவ்வொரு மனிதனும் ஒரு நிலைபேறு கொண்ட விதியின் வழிநின்று செயலிலீடுபடுகின்ற அளவிற்கேற்ப அவன் அமைவடக்கமும், விழுப்பமும் கொண்டிருக்கின்றான். அவ் விதி நேர்முறையானதாகத் தகர்க்கப்பட முடியாததாக இருப்பதுவே இன்றியமையாததாகும். அத்தகைய விதியை மனிதன் பின்பற்றி ஒழுகி, அதனின்றும் தடுமாற்றம் கொள்ளவோ தனி மனிதப் பண்புக் கூறுக்குத் தாழ்வுறவோ செய்யாதிருக்கும் வரையில் படையெடுக்கின்ற பற்றுகள், விருப்பு வெறுப்புகள் ஆசைகள் எத்துணைதான வலிமையுடையனவாய் இருப்பினும், நடுநிலை பிறழா விதியின் வெல்ல முடியாத வலிமையின் முன் அவை வலுவும் பயனும் அற்றனவாகிவிடும். இறுதியில், அவற்றினுடைய கூட்டானதும், தகுதியற்றதுமான குழப்பம் அவனுடைய ஒருமுகமான, மாட்சிமைப்பட்ட நேர்மைக்கு இணங்கிவிடும்.

தன்னாண்மை வலிமையும், நல்ல கட்டுப்பாடும் கொண்ட மனிதனின் பிறப்புரிமையாகும். மனிதர் அனைவரும் தம் உரிமையை நாடி அவற்றைப் பெற முயலுகின்றனர். ஏதேனும் ஒரு வகையில் விடுதலை அடைதலையே அனைவரும் நாடுகின்றனர்.

மனிதன் தனக்காகவோ சமூகத்திற்காகவோ உழைக்க வேண்டும். அவன் நொண்டியாகவோ, சீர்ப்பட முடியாத முடமாகவோ, மனதைப் பொறுத்த அளவில் பொறுப் பற்றவனாகவோ அவன் எதிரிடையாக எதையுமே தர முடியாதவனாய்த் தான் கொண்டிருப்பவை அனைத்திற்கும் பிறரை நம்பியிருப்பதற்காக வெட்கப்பட வேண்டும். அத்தகைய நிலையே விடுதலை என எவரேனும் கருதினால், அதுவே அடிமைத் தனத்தின் கீழ்த்தரமான தன்மைகளில் ஒன்று என்பதை அவன் தெரிந்து கொள்ளட்டும். தற்போதைய நடப்புகளைக் கொண்டு பார்க்கையில், ஒருவன் சாதாரண காலாடியாக இல்லாமல் மதிப்பிற்குரிய சோம்பே-

றியாக இருப்பினும், சுறுசுறுப்பான மக்கட் கூட்டத்தின் கண் சோம்பேறியாக இருத்தல் மக்கட்குலத்திற்கே வெட்கக் கேடாவதுடன், மேற்கொண்டு மதிக்கப்படத் தக்கதாயில்லாத காலமும் வந்தே தீரும். கையாலோ மூளையாலோ சம்பாதிக்கின்றான். அவன் செல்வனாகவோ எளியவனாகவோ பிறந்திருப்பினும் இதைச் செய்கின்றான்; ஏனெனில்,செல்வம் சோம்பேறித்தனத்திற்குச் சாக்குப் போக்காக முடியாது. உண்மையில், அவை கொண்டுள்ள அரிய திறமைகளைக் கொண்டு சமூக நன்னிலைக்கு உழைக்கும் ஒரு வாய்ப்பாகும். தன்னைத் தான் ஆதாரமாகக் கொண்டவனே விடுதலையும் தற்சார்பும் தன்னாண்மையும் உடையவனாவான்.

இவ்வாறாக எட்டு ஆதாரங்களின் தன்மையும் விளக்கப்பட்டு விட்டன. அவற்றின் கட்டுமானப்பாங்கு, அவற்றின் கலவைப் பொருள்கள், ஒவ்வொன்றும் உருவாக்கப்பட்டுள்ள உலோகப் பொருளின் நால்வகைத் தன்மை, அவை என்ன நிலைமைகள் வகிக்கின்றன, முதலிய அனைத்தும் தெளிவுபடுத்தப்பட்டு விட்டன. எவ்வாறு கட்டமைக்க வேண்டுமென்று தெரிந்து கொள்ளாதவன் தற்போது கட்டலாம்; அரைகுறையாகத் தெரிந்து கொண்டிருப்பவன் இன்னும் மிக நிறைவாகத் தெரிந்து கொள்ளலாம். நிறைவாகவே தெரிந்து கொண்டிருப்பவன் ஆக்கத்தில் ஒழுங்கு படுத்துவதிலும், எளிதாக்குவதிலும் இன்பம் காணலாம். நாம் ஒரு கோயிலை எடுத்துக் கொள்வோம்; அதன் தூண்களின் வலிமையை, சுவர்களின் வலுவை, கூரையின் உறுதிப்பாட்டை, அந்த முழுமையில் சிற்பஞ் சார்ந்த அழகையும் நிறையுடைமையையும் தெரிந்து கொள்ளலாம். அவ்வாறேதான் வாழ்வின் மேன்மைக்குப் உயர்வுக்கும் வெற்றிக் குரிய எட்டு வழிகளாகும்.

நாம் சுருக்கமாகத் தொகுத்து வெற்றிக்குரிய எட்டு வழிகளையும் அவற்றின் வலிமையுடனும், ஒளியுடனும் மறுமுறையும் காண்போம்.

1) **ஆற்றல்** — ஒருவன் தன் கடமையை நிறைவேற்றும் பொருட்டு விடாமுயற்சியுடையதும், இடைவிடாததுமான கடுவுழைப்பை மேற்கொள்ளத் தன் உணர்ச்சியைத் துண்டிக் கொள்வது.

2) **சிக்கனம்** — ஆற்றலை ஒருமுகப்படுத்தல், முதலீடு, ஒழுக்கநெறி இரண்டையுமே பாதுகாத்தல், இரண்டாவதாகக் கூறப்பட்டிருப்பது மனத்தின் முதலீடு; ஆகவே, அதுவே சிறப்பு வாய்ந்தது.

3) **சால்பு** — நன்னெறியினின்னும் திரும்பாத நேர்மை; இழப்பு அன்றி ஆக்கம் என்ற நோக்கங்கள் அனைத்திலிருந்தும் விலகி வாக்குறுதிகள், உடன்பாடுகள், ஒப்பந்தங்கள் அனைத்தையும் சிறிதும் தவறாது நிறைவேற்றுதல்.

4) **முறைப்பாடு** — நடைமுறை விவரங்கள் அனைத்தையும் ஒழுங்கமைதிக்கு உட்படுவனவாக்கல். அதன் காரணமாகப் பலவற்றை ஒன்றாகக் குறைத்து விடுவதால், தேவைக்கு மிகுதியான உழைப்பினின்றும், களைப்பினின்றும் நினைவாற்றலையும், மனத்தையும் விடுவித்தல்.

5) **இரக்கம்** — மேதகைமை, பெருந்தன்மை, மென்மை, ஈகை, திறந்த கைனாக, தன்னுரிமை உடையவனாக, அன்புடையவனாக இருத்தல்.

6) **இயல்பார்வம்** — நிறைந்த நல்லன்பு உடையவனாகவும், முழுமை உடையவனாகவும், வலிமை உடையவனாகவும், உண்மையுடையவனாகவும் இருத்தல். பொது இடத்தில் ஒரு வகை ஆளாகவும், தனிமையில் பிறிதொரு வகை ஆளாகவும் இல்லாதிருத்தல்.

வெளிப்படையாக நற்செயல்களைச் செய்யும் ஒருவன் அதே வேளையில் மறைவில் தீச் செயல்களைச் செய்யாதிருத்தல்.

7) **நடுவுநிலைமை** — நீதி தனக்காகவே போராடாது இருபக்கங்களையும் சீர்தூக்கிப் பார்த்து நேர்மையோடியைந்து செயலாற்றுவது.

8) **தன்னம்பிக்கை** — நிலைபெற்றதும், வெல்ல முடியாததுமான விதிகளின் வழிநின்று வலிமையையும், ஆதரவையும் தன்னகத்தேயே நாடுவதன்றி, எந்த நேரத்திலும் பறித்துவிடப்படக் கூடிய வெளிப்புறக் காரியங்களை நம்பாமலிருத்தல்.

இந்த எட்டு வழிகளின் மீது நடத்தப்படுகின்ற எந்த வாழ்வும் வெற்றிக்குப் புறம்பாக எவ்வாறு இருக்க முடியும்? அவற்றின் வலிமை எந்த உடல் வலிமையோ நுண்ணறிவு வலிமையோ ஒப்புமை காட்ட முடியாத திறத்தனவாகும். இந்த எட்டையும் நிறைவுறக் கட்டமைத்துக் கொள்ளுதல் ஒரு மனிதனை வெல்ல முடியாதவனாக்கி விடுகின்றது. எவ்வாறெனினும், மக்கள் பெரும்பாலும் இக் குணங்களில் ஒன்றிலோ பலவற்றிலோ வலிமையுடையவராகவும், பிறவற்றில் வலிமையற்றவராகவும் இருப்பதைக் காணலாம். இந்த வலுவற்ற கூறுதான் தோல்வியை வரவழைகின்றது. அதாவது, நன்மையானதும், இன்றியமையாததுமான ஏதேனும் குணம் இல்லாமலிருப்பதிலேயே தோல்வியின் காரணத்தைக் கண்டறிய வேண்டுமேயன்றி, அதனைக் கொண்டிருப்பதில் கண்டறியவியலாது.

இந் நூல் காட்டும் பயிற்சியின் படியே தமது வாழ்வுக் கோயிலைக் கட்டத் தொடங்குவோர் இதை மனத்தில் கொள்ள வேண்டும். அதாவது, ஒரு கட்டிடத்தை எழுப்புவதெனின் அதற்குக் காலம் தேவைப்படுகின்றது. செங்கல் மேல் செங்கல், கல்மேல் கல் வைத்துப் பொறுமையோடுதான் எழுப்ப வேண்டும். தூண்கள் உறுதியாக நடப்பட்டு மேல் பூச்சும் பூசப்பட வேண்டும். அதனை முடித்து முழுமையாக்க உழைப்பும், அக்கறையும் தேவைப்படுகின்றன. அதே போன்று, உட்புறமனக் கோயிலாகிய கட்டிடம் கண்ணுக்குப் புலப்படாதது, ஓசையற்றது என்பதற்காக உண்மையாகவும், திடமாகவும் அமைந்திருப்பதில் அதைவிட எந்த அளவிலும் குறைவுடையதன்று.

தோழர்களே! உங்களது குணவியல்பைக் கட்டாக அமையுங்கள், உங்களது வாழ்வெனும் இல்லத்தை எழுப்புங்கள், உங்களது ஆக்கக் கோயிலைக் கட்டுங்கள்.

2

நமக்கு நாமே உதவி

டாக்டர். எஸ். நவராஜ் செல்லையா

1. அறிவா! உறவா?!

நமக்கு நாமே உதவி! நம்பிக்கையான விஷயம். ஆமாம். தன்னம்பிக்கையின் திடமான பகுதி இது.

வாழ்க்கைத் தொடருக்குள் வந்து போகும் உறவல்ல இது வந்து, வாழ்ந்து, வளர்ந்து, வாழ வைத்துக் கொண்டிருக்கும் வளமான உயிர்மை இது. பெருமை இது!

தனியாகப் பிறந்து வந்திருக்கிறோம். இது இயற்கையின் இயல்பான தத்துவம்.

தனித்தனியாக வந்தவர்கள், அணி அணியாக சேர்ந்து வாழக் கற்றுக் கொண்டிருக்கி-றோம். இது செயற்கை தந்த மகத்துவம்

இயற்கையும் செயற்கையும் கலந்த, இதமான கலவையின் பதமான இழுவைதான் நாம் வாழும் வாழ்க்கை.

நாம் சேர்ந்து வாழத்தான் செய்திருக்கிறோமே தவிர, செழிப்போடு வாழ உதவக் கற்றுக்-கொண்டிருக்கிறோமா என்றால், இதில் ஒரு பகுதிதான் உண்மை.

மறுபகுதி மனக் கசப்பான உண்மை. தர்மம் இல்லாத மர்மம் கலந்த மனிதத்தனங்களின் பொய்மை வேஷங்கள்.

உதவி வரைத்தன்று உதவி...

கைமாறு கருதாத உதவி, கடமை நிறைந்த உதவி, கருணை மிகுந்த உதவி, என்பதெல்-லாம் இலக்கிய நயமானவை, நடைமுறைக்கு நான்கடி தூரம் தள்ளியே நிற்பவை.

யாருக்கு உதவி? எப்படி உதவி? எப்பொழுது உதவி? வேண்டியவர்களுக்கு மட்டுமே உதவி...

நாம் உதவினால் நமக்கென்ன லாபம் என்று கணக்குப் பார்த்துக் கணிக்கின்ற உதவி,

பணத்திற்காக, பதவிக்காக உடல் இன்பத்திற்காக முன்வந்து செய்கின்ற உதவி.

பரிசு என்ற போர்வையில் இலஞ்சம், வஞ்சம்.

இப்படியெல்லாம் 'உதவிகள்' உதைபட்டு அலைகின்ற 'உணர்ச்சி பூர்வமான' நமது வாழ்க்கையில். நமக்கு யார் வந்து உதவுவார்கள்? உற்சாகப் படுத்துவார்கள்? உயர்வைக் காட்டுவார்கள்?

யாருமே இல்லை!

தாழ்ந்தால் ஏசவும், வாழ்ந்தால் முட்டாள்தனமாகப் பேசவும் கற்றுக் கொண்டிருக்கும் சமுதாயத்தில். நாம் வாழ்கிறோம்.

கஷ்டப்படும் காலத்தில் உதவுவது போல நடித்துவிட்டு, முன்னேறும் நேரத்தில் முடிச்சுக்களைப் போட்டு முடக்கிவிடுகின்ற தந்திர நரிகளின் தனிக் கவனிப்பிலே நாம் வாழ்கிறோம்.

நமது உயர்வில் சொந்தம் கொண்டாட நினைப்பவர்கள்தாம். நம்மைச் சுற்றிக் கொண்டிருக்கின்றார்கள்.

பிறர் நமக்கு உதவுவார்கள் என்று நம்புவது பேதமை.

பிறர் உதவினால் பெற்றுக் கொள்ளலாம். நன்றி சொல்லலாம்.

ஆனால், பிறர் நமக்கு உதவுவார்கள், உதவித்தான் ஆகவேண்டும் என்று எதிர்பார்ப்பது மடமை. மடமை நிறைந்த கொடுமை.

நம்மைச் சுற்றி வாழ்கின்ற மக்களெல்லாம் நமக்கு வழிகாட்டிகள். ஆமாம், வழிகாட்டி மரங்கள் இருப்பது போல

வழிகாட்டி மரமானது வழியைத்தான் காட்டும், துணைக்கு வராது.

நம்மைச் சுற்றியுள்ளவர்களையும் நாம் அப்படித்தான் நினைத்துக் கொள்ள வேண்டும். நடைமுறை வாழ்க்கையில் இணைத்துக் கொள்ள வேண்டும்.

நமக்கு யார் உதவி செய்வார்கள் என்றால், அதற்கு ஒரே பதில் நாம்தான்.

'தானே தனக்குத் தலைவனும், நட்டானும்!' என்று ஒரு பாடல்.

'தன்னைத் தலையாகச் செய்வானுந்தான்.

"தானே தனக்குப் பெருமையும் சிறுமையும்". இந்தப் பாடல் வரிகளை சற்று சிந்தித்துப் பாருங்கள்.

நம் வயிற்றுப் பசிக்கு நாம்தான் சாப்பிட வேண்டும். பிறர் சாப்பிட்டால் நமக்கு எப்படி பசி அடங்கும்!

நமது நோய்க்கு நாம்தான் மருந்து சாப்பிட வேண்டும். பிறர் சாப்பிட்டால் என்ன பயன் கிடைக்கும்?

நமது முன்னேற்றத்திற்கு நாம்தான் உழைக் வேண்டும். பிறரை எதிர்பார்த்து என்ன பயன்?

மனிதனை மிருகங்களிலிருந்து பிரித்து, வேறுபடுத்தி, உயர்த்திக் காட்டுவது ஆறாவது அறிவு. அதுதான் பகுத்தறிவு.

ஆறாவது அறிவு உணரச் செய்வது மட்டுமல்ல. அனைத்தையும் அறிய உதவுகிறது. ஆய்ந்து செயல்பட உதவுகிறது. அருமையான முடிவுகளை எடுக்க உதவுகிறது.

ஆபத்துக்களிலிருந்து தப்பித்துக் கொள்ள மட்டுமல்ல, இந்த அகிலத்து சக்திகளை ஆக்ரமித்துக் கொள்ளவும், ஆட்டிப் படைக்கவும், அரிய யுக்திகளை வளர்த்துக் கொள்ளவும் ஆறாவது அறிவு உதவுகிறது.

'இந்த அறிவுதான் நம்மை உயர்த்ததும், வேறு எந்த உறவும் அல்ல' என்பதுதான் அறிவுள்ளவர்கள் தீர்மானித்து முடிவு செய்து, வாழ வேண்டிய விஷயமாகும்.

நம்மை உயர்த்திக் கொள்ள வேண்டுமானால், நாம்தான் நமக்கு உதவிக்கொள்ள வேண்டும்.

நாம்தான் நமக்கு வழிகாட்டிக் கொண்டு வழி நடத்திச் சென்றாக வேண்டும்.

நாம்தான் பல சோதனைகளில் ஆட்பட்டு, சோதனைக்குட்பட்டு, சாதனைகளைச் செய்தாக வேண்டும்.

எப்படி?

2. இதுதான் இதமான சமயம்

இதுவரை வாழ்ந்து கொண்டு வருகிறோம். நிச்சயம், நமக்கு இதில் எவ்வித ஐயமும் இல்லை.

எதிர்க் காற்றில் பட்டம் ஏறி பறப்பது போல, எதிர்நீச்சல் போட்டுக் கொண்டு வாழ்க்கையை சமாளித்துக்கொண்டு வருகிறோம். இதிலும் நமக்கு எந்த வித சந்தேகமும் இல்லை.

காலிலே இடித்துக் கொண்ட பிறகு கீழே கிடக்கும் கல்லைப் பார்க்கிறோம். தலையிலே முட்டிக் கொண்ட பிறகு, மேலே இருக்கும் பொருளைப் பார்க்கிறோம். வலியிருக்கும் வரை அதை சபிக்கிறோம். பிறகு பயணத்தைத் தொடர்கிறோம். வாழ்க்கையில் இதுபோல எத்தனையோ சந்தர்ப்பங்கள், சம்பவங்கள்.

காலிலோ தலையிலோ இடித்துக் கொள்ளாமல் தப்பித்துக்கொள்ள, நாம் போதிய கவனம் செலுத்துவதில்லை. ஏதோ ஒரு நினைவில், ஏதோ ஒரு கவலையில், ஆழ்ந்து மூழ்கிக் கொண்டு அவதிப்படுகிறோம். அதுதான் நம்மை ஆட்டிப்படைத்து, அறிவுக் கண்ணை மறைத்து, அல்லாட வைத்து விடுகிறது.

இதுதான் இதமான சமயம், நம்மை நாம் அறிந்து கொள்ள, ஏனென்றால், பிறர்தான் நம்மை உயர்த்த முடியும் - உற்சாகப்படுத்த முடியும், உதவ முடியும் என்றெல்லாம் எண்ணிக் கொண்டிருந்த புண்ணாக்கு நம்பிக்கையை இன்றுப் புறம்தள்ளிவிட்டு, முன்னோக்கி நடக்கும் ஒரு முழு நம்பிக்கையான சக்தியை மனதில் ஏற்றிக்கொள்ள முன் வந்திருக்கிறோம்.

நம்மைப் பற்றி நாமே சிந்திக்க, ஆராய்ச்சி செய்ய, புரிந்து கொள்ள, யார் என்று தெரிந்து கொள்ள, ஒரு சூழ்நிலையை உருவாக்கிக் கொண்டு சுறு சுறுப்பாக நிமிர்ந்து நிற்கிறோம்.

நமது எதிர்கால ஏற்றமான முன்னேற்றங்களுக்கு இதுதான் முதல் படி என்பதால் தான், இந்த நேரத்தை இதமான சமயம் என்று குறிப்பிட்டிருக்கிறேன்.

சத்தமிட்டுக் கொண்டிருக்கும் சமுத்திரத்தில், சதா காலமும் முரட்டு அலைகள், முண்டி எழுந்து கொண்டுதான் இருக்கும். பேய்க் காற்றுகள் வாய்விட்டு அலறி பிரலாபித்துக் கொண்டுதான் இருக்கும். இந்தக் காற்றுக்கும் அலைக்கும் பயந்து கொண்டு கப்பலை செலுத்தாமல் இருப்பதில்லை கப்பல் தலைவன்.

பயம் இல்லாமல் ஓட்டுவது ஒருபுறம் இருந்தாலும், பாய்ந்து வரும் அலைகளையும் காற்றையும் தனக்காகப் பயன்படுத்திக் கொண்டு, வெற்றிகரமாகக் கப்பலைச் செலுத்தி, குறித்த இடத்திற்குக் குறித்த நேரத்தில் கொண்டு செல்கிறானே, அவன்தான் சிறந்த தலைவன்

ஆவான்.

வாழ்க்கைக் கடலில் விளையாத எதிர்ப்புக்களா? துன்பங்களா? இவற்றை சமாளித்துச் செல்பவன் சாதாரண மனிதன். சமாளிப்பதற்கு மேலே சாதனை புரிகிறவன் தான் சாமர்த்தியசாலி. சந்தோஷக்காரன். பிறர் போற்றும் பெரிய நிலையில் உயர்பவனாவான்.

இது எப்படி முடியும் என்று நீங்கள் திகைப்பது தெரிகிறது!

ஒவ்வொரு மனிதனுக்கும் உள்ளே அளப்பரிய ஆற்றல், அதிகமான திறமை, நிறைந்து கிடக்கின்றன. அதனைத் தெரிந்து கொள்ளத் தவறுகிறவன் ஜடமாகக் கிடக்கிறான். தெரிந்துகொண்டு பயன்படுத்தாதவன் விலங்காகத் திரிகிறான். தெரிந்து கொண்டு துணிந்து முனைகிறவனே, தேர்ந்து வாழ்கிறான். செழிப்பாக வாழ்கிறான்.

சிறந்த ஞானி என்பவன் எவன்? தன்னைப் பற்றி சிந்திக்கிறவனும், தன்னை உணர்ந்து கொள்பவனுமே அந்த நிலைக்கு உயர்த்தப்படுகிறான்.

நாம் ஞானியாக வேண்டாம். நம்மை நாமே அறிந்து கொள்ள முயன்றிடுவோம். நமக்கு இப்பொழுது அதுவே போதும்.

அமெரிக்க நாட்டில் கலிபோர்னியா பல்கலைக் கடிகம் ஒன்றில், ஓர் ஆராய்ச்சி நடைபெற்றது. ஒவ்வொரு துறையிலும் உயர்ந்து விளங்கிய 1500 திறனாளர்களைத் தேர்ந்தெடுத்து, அவர்கள் கருத்தறிந்தபோது, ஓர் உண்மையைக் கண்டறிந்தார்கள். அதாவது, ஒவ்வொரு மனிதனுக்கும் உள்ளே சிறப்பான திறமைகள் இருக்கின்றன. அந்த அரிய பரிசினைப் பயன்படுத்திக் கொண்டால், பிரமாதமாக வாழலாம். பிரபலமாக வாழலாம் என்பதுதான் அந்தப் பேருண்மை.

குள்ளன் ஒருவன் இமயமலை உச்சியில் ஏறி நின்றாலும், அவன் குள்ளனாகத் தான் தெரிவான். உயரமானவன் கிணற்றுக்குள்ளே நின்று கொண்டிருந்தாலும், அவன் உயரமானவன் தான்.

இந்த உண்மையை நாம் புரிந்து கொள்ள வேண்டும். நாம் நமக்குள்ளே இருக்கும் திறமையை புரிந்து கொண்டோமானால், பார்த்துக் கொள்ள வேண்டிய திறமையையும் வகுத்துக் கொள்ளமுடியும். அதற்கு மனம் வேண்டும். சோம்பேறித்தனம் கொண்டவர்கள்தான் குள்ளர்கள். அவர்களால் உயர முடியாது. முடியும் என்று நம்புபவர்கள்தான் உயரமானவர்கள். அவர்களால் நிச்சயம் உயர்ந்து காட்ட முடியும்.

எப்படி?

நாம் எல்லோரும் ஆசைக்குட்பட்டவர்கள்தான். சில சமயங்களில் ஆசைகளால் அலைக்கழிக்கப்படுகிறோம். அந்த சபலத்தில் எழுகின்ற சலனத்தில் தான் நாம் சஞ்சலப்பட்டுப் போய்விடுகிறோம்.

ஏன் இப்படி?

நாம் எப்பொழுதும் தூரத்திலிருக்கும் ஒரு பொருளின் மங்கலான காட்சியில்தான் மயங்கி, கஷ்டப்பட்டுக் காணத் துடிக்கிறோம். அதன் அரசாட்சியில் அவதிப்பட்டுக் கொண்டிருக்கிறோம்.

கையிலிருக்கும் பொருளின் துல்லியமான காட்சியை நாம் மதிப்பதில்லை, அதன் பெருமையும் நமக்குத் தெரிவதில்லை.

வராத எதிர்கால இன்பத்தை நோக்கி ஏங்குகிறோம். வந்திருக்கும் நிகழ்கால இன்பத்தை விலக்கி வைத்துவிட்டு வேதனைப்படுகிறோம்.

இப்படி ஏட்டிக்குப் போட்டியாக, செயல்களை நீட்டிக் கொண்டு போனால் நம்மால் என்ன செய்ய முடியும்?

ஒருவருக்கு எதிரி வேறு யாருமில்லை. அவரேதான். நமக்கு நாமே உதவி என்பது நடைமுறை உண்மை. ஆனால் நமக்கு நாமே எதிரிகள் என்றால் அது நாம் மாறி நடந்து கொள்கின்ற முறைகளால் வருவது

என்பதை மட்டும் உணர்ந்தால் போதும்.

வலிமையான மக்களும், வலிமையான ஒரு நாடும், நிகழ்காலத்தில் செயல்படுகிறது. இனிய எதிர்காலத்தை உருவாக்குகிறது என்ற ஒரு கருத்தை நாம் அறிந்து கொள்ள வேண்டும்.

நிகழ்காலத்தில் உழைத்து எதிர்காலத்தில் பலனை எதிர்பார்க்கிற பண்புகள், உண்மையான அறிவாகும். நிகழ் காலத்தில் கனவு காண்பவன், நித்திய நோயாளியாக, வறுமையில் வதியும் கயவாளியாகவே வாழ்வான்.

கனவு கண்டு கொண்டு கிடப்பவனுக்கு கடமையாற்றத் தெரியாது. அவனது உடலும் மனதும் ஒத்துழைக்காது. அவனால் செயல் படவே முடியாது.

'ஒருவர் ஒரு செயலில் ஈடுபடுவது என்பதே பெரிய காரியம்' என்கிறார் ஒரு மேல் நாட்டறிஞர்.

ஒரு நல்லசெயலில் இறங்குவதே மகிழ்ச்சியான காரியம். மகிழ்ச்சி என்பதே நல்ல செயலில் ஈடுபடுவதுதான். அந்த செயலில் தான் ஆற்றல்கள் விளையும்!

சில சமயங்களில் செயல்களில் ஈடுபடும் பொழுது மகிழ்ச்சி கிடைப்பதில்லை. ஆனால், மந்தமாக உட்கார்ந்து கிடப்பவர்களுக்கும் மகிழ்ச்சி இல்லையே!

ஆனால் 'காரியம் ஆற்ற முனைகிறவர்களுக்குக் கடவுளே வந்து உதவுவார்' என்ற ஒரு முதுமொழியையும் இங்கே நாம் நினைவு கூர்வோம்.

நமது திறமை என்ன என்று உணரும் நாள் இந்நாள். நாம் எப்படி வாழவேண்டும் என்று திட்டமிடுகிற திறமை நமக்குள்ளே இருக்கிறது. ஆற்றல் கொள்ள வைக்கிறது. ஆற்றலோ அதனை செயல்படுத்துகிறது. அறிவு எந்த முடிவையும் ஏற்றுக்கொள்ளும் ஆற்றலை வளர்த்து விடுகிறது. சோம்பேறித்தனமோ வராத முடிவுக்காகவே வருந்தித் துடிக்கிறது.

நாம் ஆற்றலை அறிந்து, அறிவினை வளர்த்துக் கொள்வது தான் நாம் மேற்கொள்ள வேண்டிய முதன்மையான பணியாகும்.

3. உழைப்பே உற்சாகம்

வாழ்கையின் இலட்சியம் ஒரு நிலையான புகழைப் பெறுவதுதான்.

இந்த உலகில் இருந்து விட்டுச் சென்ற ஒருவரது சம்பவங்களை எதிர்காலத்தில் வாழ்கின்ற மக்கள் நினைத்துப் பார்த்துப் போற்றி, தாங்களும் அதுபோல வாழ்ந்து பார்க்க முயல்கின்ற அடிச்சுவடுகளைப் பதித்துவிட்டுச் செல்கின்ற அருமையான வாழ்க்கை முறையே நிலையான புகழாகும்.

ஒவ்வொரு ஆணும் பெண்ணும் புகழுடன் இருந்து விட்டுச் செல்ல வேண்டுமென்றுதான் விரும்புகின்றார்கள். ஆனால், ஆசை இருப்பதுபோல, செயல்முறை அமைவதில்லை.

காரணம் - மனிதர்கள் எல்லோரிடமும் திறமைகள் சக்திகள் நிறைய இருக்கின்றன. இருந்தாலும் செயல்படும் தன்மையில் தான் பற்றில்லை, பொறுப்பில்லை, ஈடுபாடுள்ள உழைப்பில்லை.

உழைப்பில் வாராத வெற்றிகளே இல்லை. இந்த உண்மையை உணர்ந்து பாராட்டி பின்பற்றுபவர்களே வாழ்க்கையில் உயர்கின்றார்கள். இலட்சிய வாழ்வு வாழ்கின்றார்கள்.

"மனிதன் என்பவன் உழைப்பாளியே. தினம் உழைக்க மறுக்கிறவன் மனிதனல்ல" என்கிறார் மேனாட்டு அறிஞர் ஒருவர்.

ஏனென்றால், உழைப்பு என்பது மனித வாழ்வுக்கு உணவு போன்றது. இன்பமே வேண்டும் என்ற மனப்பாங்கு ஒருவரது வாழ்க்கையை பாலைவனமாக மாற்றி விடுகிறது.

உழைப்புதான் வாழ்க்கை என்றால், அது எப்படி என்று இப்பொழுது உங்களுக்குக் கேட்கத் தோன்றுகிறதல்லவா. நியாயமான எதிர்பார்ப்புதான் இது.

எவன் ஒருவனுக்கு செய்வதற்கு வேலை இருக்கிறதோ அவனே பரிபூரண ஆசிகளைப் பெற்றிருப்பவன். எவன் தனக்குரிய வேலையைத் தெரிந்து கொள்ளாமல், ஏய்த்துத் திரிந்து சோம்பேறியாக வாழ்கிறானோ, அவன் ஒரு குட்டிச் சாத்தான் ஆவான்.

ஆமாம், அவன் தன்னையும் மாய்த்துக் கொள்கிறான். தன்னைச் சார்ந்தவர்களையும் தீர்த்து விடுகிறான்.

ஒவ்வொரு மனிதனுக்கும் ஒரு வேலை நிச்சயம் வேண்டும். கட்டாயமாக வேண்டும். உழைக்கத் தெரிந்தவனே மனிதன்.

அதனால்தான் ஒரு பழமொழி இப்படிச் சொல்லிச் செல்கிறது. 'ஒரு மனிதனுக்கு உண்மையான நண்பர்கள் அவனுடைய பத்து விரல்களே!'

இந்த உழைப்பிற்கு ஆதாரமான விரல்களை மடக்கி வைத்துக் கொண்டு சிலர் பிச்சையெடுக்கவும், வழிப்பறி செய்யவும். ஒரு சிலர் கொலை கொள்ளை செய்யவும் முயல்கின்றார்கள் என்றால் அவர்களை முட்டாள்கள் என்று சொல்வதில் என்ன தவறு இருக்கிறது?

ஒருவன் செய்கின்ற அவனது வேலையை வைத்துக் கொண்டே, அவன் எப்படிப் பட்டவன் என்பதைத் தெரிந்துக் கொள்ள முடியும். முடியாதா என்ன?

வேலை என்பது ஒருவனை வெளிப்படுத்திக் காட்டும் இயல்புள்ளது. அவனது குணாதிசயங்களை பிரதிபலித்துக் காட்டுவதும் ஆகும்.

ஆகவே, தேர்ந்தெடுத்துக் கொள்ளும் ஒரு வேலையே, அவன் எப்படிப்பட்டவன் என்பதைக் காட்டிவிடும் என்பதால் நாம் மிகவும் கவனமாக வேலையைத் தேர்ந்தெடுக்க வேண்டும். காரணம், நமக்கு நாமே உதவி என்பதால்தான்.

நம்மை உயர்த்திக் கொள்ளத்தான் நாம் முயல்கின்றோம். தாழ்த்தவோ வீழ்த்தவோ இல்லை என்பதை மறந்துவிடக் கூடாது.

எவ்வாறு நமக்குரிய வேலையைத் தேர்ந்தெடுக்க வேண்டும் என்பதை நாம் அடுத்த பகுதியில் தெரிந்து கொள்ளலாம். அதற்கு முன் வேலையைப் பற்றிய விவரத்தைப் புரிந்து கொள்வோம். வீட்டுக்கு வாசற்படி போல இது இருக்கிறது.

வேலை என்பது வாழ்வின் ஆதாரம் மட்டுமல்ல. வேலையில் ஈடுபடும்பொழுது, அது நமக்கு அளிக்கின்ற சுகங்கள் பல.

பணம்தான் ஒருவருக்கு மகிழ்ச்சி கொடுக்கும் என்பதல்ல. ஒரு வேலையில் ஈடுபட்டு, அந்த வேலையை சிறப்பாக முடித்து, சிறந்த சாதனை புரியும் பொழுது ஏற்படுகின்ற மகிழ்ச்சிக்கும் இதய நிம்மதிக்கும் ஈடான நேரம் எதுவுமே இல்லை.

வேலையானது மகிழ்ச்சியை மட்டுமா விளைவிக்கிறது? வேறுபல சிறப்புக்களையும் அல்லவா விரைந்து கொடுக்கிறது! ஒரு மனிதன் முன்னேற வேண்டுமென்றால் மூன்றுதரமான குணாதிசயங்கள் கொண்டிருக்க வேண்டும்.

1. உண்மையான உழைப்பு, 2. உறுதியான உழைப்பு, 3. உற்சாகமுள்ள உழைப்பு. இந்த மூன்றையும் கொஞ்சம் நிதானமாகவே சிந்தித்துப் பாருங்கள் விளங்கும்.

உண்மையான, உறுதியான, உற்சாகமுள்ள உழைப்பு, மகிழ்ச்சியையும் செல்வத்தையும் கொண்டு வந்து தருகின்றன. எப்படி? அவை மனத்தின் அனத்தல்களை (பிரச்சினைகளை) விரட்டியடிக்கின்றன. அதற்குப் பக்கபலமாக விளங்கும் கெட்ட குணங்களை விட்டொழிக்கச் செய்கின்றன. அதற்கும் மூலகாரணமாக இருக்கும் வறுமையை வரவிடாமல் செய்கின்றன.

ஆகவே, உழைப்பே உற்சாகம், உற்சாகமே உழைப்பு என்ற ஓர் இலட்சியத்தை நாம் கடைப் பிடித்துக் கொண்டால் வாழ்வும், வளமும், புகழும் பெருமையும் நமது காலடியில் வந்து தவம் கிடக்காதா என்ன?

இது எப்படி முடியும்? என்று எதிர் கேள்வி போடுபவர்களுக்கு இந்த நிலை வராது. வரவே வராது. ஏனெனில் அவர்கள் நம்பிக்கை கெட்டவர்கள். தம்மைப் பற்றித் தாழ்வாகவே தப்புக் கணக்குப் போட்டுக் கொண்டிருக்கிறவர்கள். உழைப்பின்மேல் நம்பிக்கை இல்லாதவர்கள்.

ஏனெனில், உழைப்பு என்பதும் வேலை என்பதும் ஒருவரை ஆட்டிப்படைத்து, உலக வாழ்க்கையின் இன்பங்களிலிருந்து வேறுபடுத்திவிடும் என்று தவறான கருத்துகளை அவர்கள் கொண்டிருப்பதால் தான்.

வேலையும் உழைப்பும் எப்படி இருக்க வேண்டும் என்பதை இனிக் காண்போம்.

வாழ்க்கையில் உயர்ந்தவர்கள் எல்லாம் கடுமையான உழைப்பாளிகளே.

அலுவலகத்தில் நாள் பூராவும் வேலை செய்து விட்டு, அதை வீட்டிற்கும் கொண்டு வந்து, இரவு நெடுநேரம் செய்து விட்டு, உறங்குகின்றவர்களும் கடுமையான உழைப்பாளிகள் தானே என்று கேட்பவர்களும் உண்டு.

அவர்கள் உழைப்பாளிகள் தான். ஆனால் புத்திசாலிகள் அல்ல.

உழைப்பு புத்திசாலித்தனத்துடன் அமைய வேண்டும். முட்டாள்கள் புரிந்து கொண்ட கடைசியாகச் செய்கின்ற காரியத்தை, புத்திசாலிகள் முதலிலேயே செய்து விடுகின்றார்கள் என்கிற ஒரு மேதாவியின் கருத்தை இங்கே நாம் ஆராய வேண்டும்.

ஒரு வேலையை தொடர்ந்து செய்து கொண்டிருப்பதாலேயே அவர் சிறந்த உழைப்பாளி என்பவராகி விட மாட்டார்.

குறிப்பிட்ட வேலையை ஒரு குறிப்பிட்ட நேரத்திற்குள்ளே செய்வதுதான் புத்திசாலித்தனம்.

கடினமாக உழைக்கின்ற உள்ளம் மட்டும் போதாது. விரைவாக முடித்து விட்டு, ஓய்வாகவும் இருக்கத் தெரிய வேண்டும்.

செய்கின்ற வேலையை செய்கின்ற இடத்திலேயே விட்டு விட்டு வரத் தெரிய வேண்டும்.

நாளைக்கு செய்து கொள்ளலாம் என்று வேலையை சேர்த்து வைத்துக் கொள்பவர்கள், சித்ரவதைப்படுவார்களே தவிர, சந்தோஷமாக மீண்டும் உழைப்பில் ஈடுபட முடியாது.

உழைப்பில் முன்னேற வேண்டும் என்று உறுதி எடுத்துக் கொள்பவர்கள், மேலும் நெஞ்சில் சில கருத்துக்களைப் புரிந்து கொள்ள வேண்டும்.

காரணமில்லாமல் கோபப்படுவது ஒன்று அது மனதையும் கெடுக்கும். சுமுகமான சூழ்நிலையையே பாதித்து விடும்.

அடுத்தது அநாவசியமான பேச்சு, தன்னை அறிவாளி என்று வெளிப்படுத்த முனைந்து, அசடராகக் காண்பித்துக் கொள்ளச் செய்துவிடும். அநாவசியமான பேச்சு தேவையற்றதாகும். தேவைப்படும்படியான தன்மையில், சுருக்கமாக, தெளிவாக இதமாகப் பதமாகப் பேச வேண்டும். அதுவே உழைக்கும் இனிய நிலையை உருவாக்கும்.

மற்றொன்று காரணமில்லாமல் கருத்தை மாற்றிக் கொள்வது, என்ன நடக்கும் என்று முடிவறியாமல், செயலை மாற்றி அமைப்பது; முன் பின் தெரியாதவர்கள் சொல்லில் நம்பிக்கை கொள்வது, எதிரிகளை நண்பர்களாக எண்ணிப் பழகுவது. இவை எல்லாம் ஒருவரை முட்டாளாக வெளிபடுத்திக் காட்டுவதுடன், நல்ல செயலாற்றல் இல்லாதவர்கள் என்பதையும் தெளிவாக்கி விடும்.

ஆகவே, உழைப்பு என்பது மனிதர்க்குக் கிடைத்த வரப்பிரசாதம் என்று எண்ணி மகிழ்ந்து, செயல்பட்டு கடுமையாக உழைப்பவர்களே வாழ்க்கையில் வெற்றியை அடைய முடியும்.

'தைரியமாக உழைப்பவர்கள் தான் வெற்றியை அடைய முடியும்' என்கிறார் நேரு.

"வேலையைத் தொடங்குவதே சிறந்த வெற்றிதான்." என்கிறார் இன்னொருவர்.

அடுத்து என்ன செய்ய வேண்டும் என்று அறிவு கற்பிக்கிறது. அதை முடித்து வெற்றி காண்கிறது உழைப்பு.

இறுதியாக ஒன்று.

ஒரு பணியில் ஈடுபடும் பொழுதுதான் மகிழ்ச்சி ஏற்படுகிறது. ஒவ்வொரு பணிக்கும் உள்ளாற்றல், திறமை தேவைப்படுகிறது. மனித சக்தியும் திறமையும் அதற்காகவே படைக்கப்பட்டிருக்கிறது.

எனவே, மகிழ்ச்சிதரும் என்ற எதிர்பார்ப்புடன் நாம் உழைக்காமல் மகிழ்ச்சி இல்லை. உற்சாகத்துடன் உழைப்போம். அது நம்மை உயர்த்தித்தான் நிற்கும். நாம் உயர வேண்டுமானால், நமக்கு நாம் தான் உதவிக் கொள்ள வேண்டும்.

வேறு வழியேயில்லை!

4. தொழிலைத் தேர்ந்தெடுக்கும் திறம்!

ஒரு பட்டதாரி ஆசிரியர் வேலை பார்த்துக் கொண்டே ஏதாவது ஒரு தொழிலைச் செய்து முன்னேற வேண்டும் என்று விரும்பினார். அவரது ஆசையைப் புரிந்து கொண்டான் ஒரு-

வன்.

தினமும் வீட்டுக்கு வந்து பால் கொடுக்கும் பழக்கம் உள்ள பால்காரன் அவன். ஒரு பால் மாடு வாங்கி விட்டீர்களானால், தினம் பால் வாங்கும் செலவு போக, பத்து ரூபாயாவது மிஞ்சும் என்று ஆசை காட்டினான்.

கையிலிருந்த 2000 ரூபாயைப் போட்டு, எருமைமாடு ஒன்றை அந்த ஆசிரியர் வாங்கினார்.

அவரால் மாட்டைப் பார்த்துக் கொள்ள முடியுமா? பால்காரனையே முழுதாக நம்பினார். பார்த்துக் கொள்ளுமாறு கேட்டுக் கொண்டார்.

அவனே மாட்டுக்குப் பொறுப்பாளியானான். அவன் செலவு என்று சொன்னது தான் கணக்கு. லாபம் என்று தந்தது தான் வரவு. 'சைட் பிசினஸ்' என்பார்களே. அப்படி நடந்து வந்தது.

அக்கம் பக்கம் உள்ளவர்களிடம், மாடு அவனுடையது என்று சொல்லிக் கொண்டே வந்த பால்காரன், ஒரு நாள் மாட்டை ஓட்டிக் கொண்டு புறப்பட்டுவிட்டான்.

பதட்டப்பட்ட ஆசிரியர், மாடு தன்னுடையது என்று தடுத்தார். அவன் மறுத்தான். மற்றவர்களும் அவர் பேச்சை நம்ப மறுத்தார்கள். மாடு பால்காரன் மாடாகப் போயே விட்டது.

வருத்தப்பட்டார் ஆசிரியர். தனது நண்பர்களிடம் கூறினார். அவர்கள் கூறியது அவருக்கு வருத்தமாக இருந்தாலும், உண்மையாகவே பட்டது.

'உங்களுக்குத் தெரிந்த தொழிலை, உங்கள் கௌரவத்திற்கு ஏற்ற தொழிலைச்செய்திருந்தால். இந்த கதி வருமா?' உண்மைதானே! இரண்டாயிரத்தை இழந்து அந்த உண்மையை உணர்ந்தார். அத்துடன், படித்த முட்டாள் என்ற பட்டத்தையும் பக்கத்து வீட்டார் வழங்க, பெற்றுக் கொண்டார்.

அடுத்ததாகவும் ஒரு தொழிலில் மாட்டிக் கொண்டார்.

தன் கூட இருப்பவனுக்கு உதவவேண்டும்! அத்துடன் தனக்கும் வருமானம் வேண்டும் என்று இரட்டை இலட்சியத்துடன் ஒரு தொழிலைத் துவங்கினார் அதே ஆசிரியர். தொடங்கிய தொழிலோ சைக்கிள் கடை.

என்ன ஆகியிருக்கும் என்று நினைக்கிறீர்கள்? சைக்கிள் கடை பொறுப்பில் இருந்த 'அவன்' அதில் வந்த வருமானத்தையெல்லாம் தனதாக்கிக் கொண்டான். எப்பொழுதோ போய், கடைக்குச் சென்று, சிறிதுநேரம் இருந்துவிட்டு வருகின்ற பழக்கம் உள்ள 'அவர்'. பாவம் - நஷ்டத்தையே சந்திக்க வேண்டியிருந்தது.

ஒன்றன்பின் ஒன்றாக சைக்கிள்கள் காணாமல் போகத் தொடங்கின. வருமானம் குறைந்தது. செலவோ அதிகமாகியது. அவர் கேட்கும் கேள்விகளுக்கு, அவன் கூறிய காரணம் அவரைக் குழப்பியது. கொஞ்சங் கொஞ்சமாகப் பிரச்சனைகள் பெருகின.

உடும்பைப் பிடிக்கப் போய், உடும்பு கையைக் கௌவிக் கொள்ள, 'உடும்பு வேண்டாம் கை கிடைத்தால் போதும்' என்று ஓடி வந்தவனைப் போல. வந்த விலைக்கு சைக்கிள் கடையை விற்று விட்டுத் தப்பித்தோம், பிழைத்தோம் என்று ஓடிவந்தார் அவர்.

தனக்குத் தெரிந்த தொழிலை அவர் தேர்ந்து எடுக்கவில்லை. தன் அந்தஸ்துக்கு ஏற்ற தொழிலாகவும் பார்க்கவில்லை. பிறரை நம்பித் தொழில் ஆரம்பித்தால் பெருத்த இழப்புதான் ஏற்படும் என்ற பேருண்மையை மட்டும் அப்பொழுது புரிந்து கொண்டார்.

துன்பம் தான் தொடர்கிறது என்றாலும், அவரால் 'சும்மா' இருக்க முடியவில்லை. கௌரவமான தொழிலாக ஒன்றைத் தேர்ந்தெடுத்தார். அது மனதுக்கு சமாதானமாக இருந்தது. வருமானம் அதிகம் இல்லையென்றாலும், வாழ்வுக்கு கௌரவம் கிடைத்தது.

போட்டோ ஸ்டுடியோ தொழில் அது. அதைப் பற்றிய 'ஆன்னா ஆவன்னா கூட அவருக்குத் தெரியாவிட்டாலும், ஓர் அசட்டுத் தைரியம். 300 ரூபாய் சம்பளத்தில் ஒரு வேலைக்காரரை நியமித்தார். லாபம் அதிகம் இல்லாவிட்டாலும், நஷ்டம் இல்லாமல் தொழிலோ ஓடிக் கொண்டிருந்தது'.

ஒரு நாள் அந்த முதலாளி ஊரில் இல்லாத சமயம், திருமண வைபவத்திற்கு போட்டோ பிடிக்க ஒப்புக் கொண்டு போனார் அந்தத் தொழிலாளி. 20போட்டோ எடுத்ததில் ஒன்றைத் தவிர எல்லாமே பாழாய் போயிருந்தது தவறுசெய்தவன் தொழிலாளி. அதற்குரிய தண்டனையை அடைந்ததோ அந்த முதலாளி.

"இப்படி போட்டோ எடுத்து எங்கள் திருமண வைபவத்தையே குட்டிச்சுவர் ஆக்கிவிட்டீர்களே! இனிமேல் நாங்கள் திருமணமா செய்து கொள்ளப் போகிறோம்! நீங்கள் போட்டோ எடுத்த லட்சணம்..." பாருங்க என்று காட்டிப் பலவாறாகப் பேசிவிட்டுப் போய்விட்டார் பாதிக்கப்பட்ட அந்த மணமகன்.

முடிவு! தனக்குத் தெரியாத தொழிலில் ஈடுபட்ட அந்த 'அவர்', போட்டோ கடையையும் மூடிவிட்டார்... பாவம்!

இதுபோல எத்தனையோ சுவையான சம்பவங்களைக் கூறலாம். தெளிந்த அறிவுள்ளவர்கள் கூட, தங்களுக்குத் தெரியாத தொழிலில் ஈடுபட்டதால், தங்கள் சொத்தையும் இழந்து, சுகத்தையும் இழந்து சோகத்திற்குள்ளாகி இருக்கின்றார்கள்.

ஒருவர் உலகில் உயிர் வாழ்வதற்கு, ஒன்று உத்தியோகத்தில் சேர்ந்தாக வேண்டும். அல்லது தொழில் முறை சார்ந்த வியாபாரத்தில் ஈடுபட்டாக வேண்டும்.

இரண்டில் ஒன்றை - எதுவாக இருந்தாலும் மனிதர்கள் தேர்ந்தெடுத்துத் தான் வாழ்ந்தாக வேண்டும். அது எப்படி என்று எது என்று தேர்ந்தெடுப்பதில் தான் திறமும் தேர்ச்சியும் இருக்கிறது.

மனதுக்குப் பிடித்த வேலையை அல்லது வியாபாரத்தைத் தேர்ந்தெடுப்பதுதான் மனிதர்க்கு உரிய மதிக்கூர்மையாகும் என்ற உண்மையை நாம் முதலில் புரிந்து கொண்டாக வேண்டும்.

'மனிதர்கள் தங்களுக்குரிய வேலையை அல்லது தொழிலை தேர்ந்தெடுப்பதில்லை. அவைகள் தாம் மனிதனை ஆட்கொண்டு விடுகின்றன.' என்ற வாசகமும் உண்மைதான்.

இதுதான் இயற்கையின் எழுதாத விதிமுறையாகும். இதனை உணர்ந்து ஒரு மேதை கூறுகிறார் இப்படி, 'இந்த உலகம் ஒரு வைக்கோற்போர் போன்றது. அதனை மனித இனம் என்ற கழுதைகள் சுமந்து கொண்டும், இழுத்துக் கொண்டும் திரிய வேண்டியதுதான்.'

அதனால் தான், நமக்குரிய நிலை என்ன, நம்மால் என்ன முடியும் என்று, நமது வாழ்க்கைக்கு உதவுகின்ற பணியினை நாம் தேர்ந்தெடுத்துக் கொள்ள முன் வர வேண்டும்.

தேர்ந்தெடுப்பதால் கிடைப்பன!

1. சிறந்த உழைப்பாளர்கள் அல்லது தேர்ந்த அறிவாளர்கள் தாங்கள் எதை அதிகமாக விரும்புகின்றார்களோ அந்தப் பணியில் தான் ஆர்வம் காட்டி, தேர்ந்தெடுத்துக் கொள்கின்றார்கள்.

2. அப்படி அவர்கள் ஆசைப்பட்டதைத் தெரிவு செய்து கொள்வதன் காரணமாக, அவர்களுக்கு உள்மனதிலே திருப்தியும் சமாதானமும் ஏற்படுகிறது. திருப்திதானே தொடர்ந்து பணியாற்றும் திறமைகளையும் சக்தியினையும் அளிக்கிறது! வளர்க்கிறது!

3. அப்படித் தேர்ந்தெடுப்பதானது ஆற்றலை அளிப்பதுடன், ஆழ்ந்த அறிவினையும் கொடுக்கிறது. இதனால் சாமர்த்தியமாக எந்தப் பணியையும் சாதிக்கின்ற தெளிவும் வலிவும் கிடைத்து விடுகின்றது. அதற்குரிய பரிசாக, பதவி உயர்வோ, பணவரவோ, புகழோ, அதிகார பலமோ எதுவும் கிடைப்பதற்கு ஏதுவாகவும் அமைந்து விடுகிறது.

4. பணியோ வியாபாரமோ எதுவாக இருந்தாலும், அதை பாரமாகக் கருதாமல், கடனே என்று நினைக்காமல், விதியே என்று தொடராமல், செய்யும் பொழுதே சந்தோஷமாகச் செய்யும் சிந்தையை இந்தத் தேர்ந்தெடுக்கும் பணி அளிக்கிறது.

5. செய்யும் தொழிலில் சந்தோஷம் இருப்பதால், இறுதி முடிவும், அதற்குரிய பலனும் சிறப்பாகவே அமைகின்றன. விரைவாகவும் பணி முடிகிறது. அதன் விளைவுகளும் நேர்த்தியாகவே நிறைவுபெற்று வருகின்றன.

எவ்வாறு தேர்ந்தெடுப்பது?

நமக்கென்று ஒரு பணியை அல்லது தொழிலைத் தேர்ந்தெடுப்பது ஏன் என்றால், அது நமக்கு உதவியாக இருக்கும் என்பதால் தான். 'நமக்கு நாமே உதவி' என்பதை நம் மனதில் கொண்டு தான் நடந்து கொள்ள வேண்டும்.

"பிறர் கையை எதிர்பார்த்துப் பிழைப்பது பேதையின் செயலாகும்! பிறரை நம்புவதே இறுதியில் வறுமையில் கொண்டு போய் விட்டுவிடும்" என்பதையும் நாம் மறக்கக் கூடாது.

ஆகவே, தொழிலை எப்படித் தேர்ந்தெடுப்பது?

அறிவுள்ள மனிதன் ஒருவன் தனக்குரியதைத் தேர்ந்தெடுக்கும் பொழுது, தன்னை ஒரு முறை பார்த்துக் கொள்ள வேண்டும். தனக்குரிய தகுதிகளையும், திறமைகளையும், ஒருவாறு சிந்தித்து உணர்ந்து கொள்ள வேண்டும்.

அதிக எச்சரிக்கையுடன் இருந்து தேர்ந்தெடுக்க முயற்சிப்பது அதிக அறிவுடமையைக் குறிக்காது. அதனால், நமது உண்மை நிலையை உறுதிப்படுத்திக் கொள்வது சாலச் சிறந்ததாகும்.

இதயம் மிகச் சிறியதுதான். ஆனால் அதனுள் இருந்து வெளிக் கிளம்பும் நினைவுகளோ வான வீதியையும் வளைத்துப் பிடித்து முற்றுகையிட்டு, மோதிச் சாய்க்கும் வலிமை உடையது.

ஆகவே, ஆசைப்படுவனவற்றையெல்லாம் நாம் ஆக்ரமித்துக் கொள்ள முயற்சிக்கக் கூடாது.

வாழ்க்கையைப் பிரச்சினையாகவும் கருதிவிடக் கூடாது.

நமக்குரிய தொழில், நம்மை யாரென்று வெளிப்படுத்திக் காட்டக் கூடியது. ஆகவே, தேர்ந்தெடுக்கும் பொழுது, இது நமக்குப் பொருந்தும். இது நம்மால் முடியும். இதில் தொடர்ந்து செயலாற்ற முடியும். இதனால் நம் திறமைவளரும், பெருமை உயரும் என்பதை ஆய்ந்தறிந்து மேற் கொள்ள வேண்டும்.

தேர்ந்தெடுப்பதில் திறம் காட்டி விட்டால், பிறகு தெளிவான வழியும், வலிவான அறிவும் நமக்கு வந்து விடும். பிறகு சாதிப்பது கடினமான காரியமா என்ன?

5. தொழிலும் சிந்தனையும்

புதிதாக வாங்கிய சைக்கிள் மீது, ஒருவன் முகத்தில் பெருமை பொங்க, கம்பீரமாக ஏறி அமர்ந்து, ஓட்டிக் கொண்டு சென்றான்.

சைக்கிளை ஓட்டும் வரை, சைக்கிளும் ஓடும்வரை, சைக்கிளும் அழகாக இருந்தது. சைக்கிள் ஒட்டுபவனையும் பார்க்க அழகாக இருந்தது.

உட்கார்ந்தபடி ஒட்டிய அவன், சைக்கிளை மிதிக்காமல் இருந்தான். சைக்கிள் நின்று விட்டது. அடுத்த நிலை என்ன? ஓடாத சைக்கிள் விழுந்து விட்டது. அது மட்டுந்தானா? அவனுந்தான்.

சைக்கிள் ஒட்டுவதில் தான் இந்த நிலைமை வருமா என்றால் இல்லை. தொழில் செய்யும் பொழுதும் தான். வாழ்க்கையிலுந்தான் இந்த நிலைமை இருக்கிறது.

ஓடாத நீர் குட்டையாகிறது. கடைசியில் சாக்கடையாகிறது. ஓடாத எந்திரம் துருப்பிடிக்கிறது. பிறகு ஓடாமலே ஓட்டையாகிப் பயனற்றுப் போகிறது.

மனித உடலும் அப்படித்தான் என்றால், அவன் செய்யும் தொழிலுக்கும் அதே கதிதான்!

'தொடர்ந்து தொழிலை செய்து கொண்டே இரு. இல்லாவிடில், உன் தொழிலில் நஷ்டம் அடைந்து விடுவாய்.'

இதுதான் வியாபாரத்தின் நுணுக்கமாகும்.

எந்தத் தொழிலும் தொடங்கிய உடனேயே பிரபலமாகி விடாது. பெரும் லாபத்தைத் தந்து விடாது.

ஆரம்பத்தில் ஆயிரம் கஷ்டங்கள். அநேக சிக்கல்கள். அடிமேல் அடிகள். எதிர்பாராத பிரச்சினைகள். நல்லதும் கூட கெட்டதாகத் தெரியும். கெடுபிடிகள், ஏமாற்றங்கள், எதிர் தாக்குதல்கள். தொழிலில் எல்லாமே உண்டு. வருமானம் சும்மா வருமா?

தொழிலைத் தொடர்ந்து நடத்திக் கொண்டிருக்கிறவர்களால் மட்டுமே தொழிலில் வெற்றி பெற முடியும்.

மக்கள் மனதிலே ஒரு நம்பிக்கையை ஊட்டும் வரை செய்யும் தொழிலைத் தொடர்ந்து தான் ஆக வேண்டும்.

எப்படி தொழிலில் வெற்றி பெறுவது?

கடுமையான உழைப்பின் மூலம் தான் வெற்றிபெற முடியும். எந்தப் பிரச்சினையையும் கடுமையாக எடுத்துக் கொள்வதால் அல்ல.

அதாவது துரும்பைத் தூணாக்கிக் கொண்டு பார்ப்பது. அற்ப விஷயத்தையும் அலசி அலசி பூதாகரமாக்குவது. இவைகள் மனதைக் கலங்கடித்து விடும்.

ஆகவே, கடுமையாக உழைத்தால் தொழிலில் மேன்மை கிடைக்கும். கடுமையாக காரியங்களை கருத்தில் கொண்டால், கஷ்டங்களே லாபமாகும். இன்பங்களே நஷ்டமாகிவிடும்.

இதனை எப்படி ஏற்பது? தீர்ப்பது?

வெற்றியோ தோல்வியோ எதுவாக இருந்தாலும், அதை ஏற்கும் மனோபாவத்தில் தான் இருக்கிறது.

பெரிய புத்திசாலியாக இருக்கலாம். ஆனால் வருகின்ற நிகழ்ச்சிகளுக்கேற்ப மனதை ஒரு நிலைப்படுத்தி, அதனை சமாளிக்கும் திறம் படைத்தவர்களால்தான், நஷ்டத்தையும் லாபமாக்கிப் பார்க்க முடியும். லாபமாக்கிக் காட்டவும் முடியும்.

அதாவது ஏற்கும் மனோபாவம். சிக்கலாக்கும் மன வலிமை அல்ல.

தொழில் செய்பவர்கள் ஒன்றை நன்றாகப் புரிந்து கொள்வது நல்லது. அதாவது தொழில் அல்லது ஒரு வியாபாரத்தை விளையாட்டு என்றும் கூறலாம்.

வெறியூட்டும் போர் என்றும் கூறலாம். சில சமயங்களில் விளையாட்டுப் போர் என்று கூட நாம் கூறலாம்.

போர் என்றால் எதிரியை வீழ்த்தி வெல்லுதல். விளையாட்டு என்றால் எதிரியை வீழ்த்துவது போல் பாசாங்கு பண்ணி, போக்குக் காட்டி வெல்லுதல்.

தொழில் துறையில், போரிடுவது போல திட்டங்களைத் தீட்ட வேண்டும். விளையாட்டில் மேற்கொள்ளும் திறன் நுணுக்கங்களைப் போல, எதிரிகள் மேல் வெற்றி கொள்ளுதல் வேண்டும்.

போரில் பொறாமையும், விளையாட்டில் பொச்சரிப்பும் தோல்வியைத் தந்து விடும்.

தொழிலிலும் பொறாமையே வரக் கூடாது. எதிரி எப்படி சமாளிக்கிறான் என்று அலசிப் பார்க்கும் ஆராய்ச்சி மனப்பான்மை தான் வேண்டும். ஆகவே, விளையாட்டுப் போராக தொழிலை மேற்கொண்டால் அங்கே, வெற்றிதான் விளையுமே தவிர, தோல்வி தலைகாட்ட வாய்ப்பே இல்லை.

தொழிலுக்கு சோர்வும் சோம்பலும் பொல்லாத எதிரிகள் ஆவார்கள்.

எவ்வளவுக்கு நாம் உழைக்கிறோமோ அந்த அளவுக்கு தொழில் விருத்தியடைந்து விடும். வேறு வழியேயில்லை.

நாம் அன்றாடம் பார்க்கும் நிகழ்ச்சிதான். வீட்டில் குப்பையைக் கிளறுகின்ற கோழியைப் பாருங்கள்.

அது குப்பையைக் கிளறிக் கொண்டிருக்கும் வரை அதற்கு ஏதாவது தின்னுவதற்குத் தீனி கிடைத்துக் கொண்டு தான் இருக்கிறது. அது தன் கிளறலை நிறுத்துகிற பொழுது, கிடைக்கும் ஆதாயமும் நின்று போகிறது.

தொழிலும் அப்படித்தான். துணிவாக, தெளிவாக தொழிலில் ஈடுபடும் வரை ஆதாயம் இருக்கத்தான் உண்மையோடு ஒரு தொழிலை உருவாக்குவது மிகவும் கஷ்டமான காரியம் தான், அழிப்பதோ மிகவும் எளிது.

சட்டி பானை பண்ணுகிற தொழிலாளிக்கு ஆறு மாதம் வேலை. அவற்றை உடைக்கிற ஊதாரிக்கோ அரை நிமிடம் போதும்.

தொழிலை வளர்க்க விரும்புபவர்கள் அதைத் தொழிலாகக் கொள்ள வேண்டும். பொழுது போக்கு அம்சம் என்று கருதி விடக்கூடாது.

பொழுது போக்கிடத் தொழில் என்றால், இறுதியில் அழுது வடியத்தான் நிலைமை வரும்.

தொழில் என்பது தெய்வம்.
உழைப்பு என்பது மதம்.
திட்டம் என்பது ஆலயம்.

சுறுசுறுப்பு என்பது பக்தி
நாணயம் என்பது நியமங்கள்
முயற்சி என்பது வேதங்கள்

இப்படி எண்ணுகிறவன் தான் தொழிலில் சிறக்க முடியும்.

பிறரை நம்பித் தொழிலை ஆரம்பிப்பவன் பேதை, பிறரை நம்பித் தொழிலை விடுபவன் பைத்தியக்காரன். பிறர் வந்து தொழிலை முன்னேற்றுவார்கள் என்று நம்புபவன் கோமாளி.

தனது உழைப்பை நம்புகிறவன், தனது உழைப்பில் வாழ்கிறவன் தான் முன்னேற முடியும்.

ஒரு விளையாட்டு வீரன் பந்தாடுகிறான் என்று வைத்துக் கொள்ளுங்கள். பந்தை எங்கு நின்று அடிப்பது, அந்தப் பந்து போய் எங்கு விழும்? அதை எதிராளி எப்படி ஆடுவான்? அதை எப்படி எடுத்தாடுவது என்பதாக, தனது மனதுக்குள்ளே ஒரு மனோ பார்வையை (Mental Visuvalization) அவன் மனதில் வைத்துக் கொண்டு தான் ஆடுவான். அப்படித்தான் ஆடவேண்டும்.

அப்படி அவன் விளையாடா விட்டால், அவன் சிறந்த விளையாட்டு வீரன் இல்லை. அவன் சாதாரண விளையாட்டுக்காரன் தான். அவன் ஆயிரம் பேர்களில் ஆயிரத் தொன்றாகத்தான் இருப்பான். ஆயிரத்தில் ஒருவனாக அவனால் வரமுடியாது.

அதே போல, தொழிலில் ஈடுபடுபவருக்கும் இந்த மனோ காட்சிகள் வேண்டும். முன்னதாகத் திட்டங்களும், திட்டங்களை செயல்படுத்தும் கட்டங்களும் தெரிந்தாக வேண்டும்.

வரப்போகும் காரியங்களைப் பற்றிய வரன் முறைகள் தெரிந்திருக்க வேண்டும்.

தொழில் செய்வது நமக்காக, நமது முன்னேற்றத்திற்காக, நமது நல்ல வாழ்வுக்காக.

நமக்கு நாமே தான் உதவி செய்து கொள்ள வேண்டும்.

எந்த வேலையையும் முதலில் மனதுக்குள் போட்டு அலசிவிட வேண்டும். மார்க்கங்களையும், வழிமுறைகளையும், தீர்க்கமாகப் புரிந்து தெரிந்து கொள்ள வேண்டும்.

செய்யப் போகும் செயல்முறைகளை ஒரு முறையாவது மனதுக்குள்ளேயே ஒத்திகை பார்ப்பதும், மாற்று முறை ஏதாவது வந்தால் அதையும் மாற்றுத் திட்டமாக வைத்துக் கொள்வதும் தொழிலுக்குரிய சிந்தனைகளாகும்.

தொழிலில் சுறுசுறுப்பாக விளங்குபவன் கஷ்டத்தைக் கூற மாட்டான். கண்ணீர் விட மாட்டான். காரணம் என்ன ஏனென்றால், அவனுக்குத் தான் நேரம் இருக்காதே!

ஏன் என்றால், தொழில் என்பது வாழ்க்கையின் சந்தோஷமாகும். சந்தோஷத்தை விரிவு படுத்திக் கொள்பவன் புத்திசாலி. புத்திசாலிதான் புகழ்பெற முடியும். அதற்கு அடிப்படை நமக்கு நாமே உதவிக் கொள்வது தான்.

6. முடிவு எடுப்பதுதான் முக்கியம்!

ஆரம்பம் என்று ஒன்று இருந்தால், முடிவு என்று ஒன்று இருந்தாக வேண்டும். முடிவு நேர்வதற்கு இடையில் காலதாமதம் நேரலாம். அவ்வளவுதான்.

ஆகவே, முடிவுக்காக நாம் தயாராகிக் கொள்ள வேண்டும். எங்கோ ஓரிடத்தில் ஊற்றாகத் தோன்றுகின்ற ஆறுக்கு முடிவு கடல்தான். இடைக் காலத்தில் ஏற்படுகின்ற உறவு ஆறுகள், கிளைநதிகள் எல்லாம் பயணத்தில் வந்து போகும் அன்றாட நிகழ்ச்சிகள்.

நாம் ஆரம்பிக்கப்பட்டிருக்கிறோம். வாழ்வுப் பயணத்தை மேற்கொண்டிருக்கிறோம். நமது வாழ்வுக்கும் ஒரு முடிவு உண்டு என்பதை நாம் அறியாததா?

அதுபோலவேதான் ஒரு செயலும், நாம் தொடங்குகிற செயல், நம்மையறியாமல் ஏற்படுவது அல்ல. எண்ணித் துணிந்து, எத்தனையோ வழி முறைகளை ஆய்ந்து, அவற்றில் தோய்ந்து, வெளி வந்ததன் விளைவுதான் அது.

ஆரம்பிக்கவே பயப்படுகிறவன் எவனும் அரை நொடிக்கூட தொடர முனைய மாட்டான். ஏனெனில் அவனிடம் தன்னம்பிக்கை இல்லை. தன்னம்பிக்கையற்றவர்கள் கோழைகள்.

'கோழைகளுக்குக் குலைக்கத்தான் தெரியும். கடிக்க முடியாது' இப்படி கேலியாக பேசுபவர்களும் உண்டு.

ஒரு காரியத்தை ஆரம்பிக்கும் பொழுது. அதனை முடிக்கின்ற வழிகளையும், முறைகளையும், நியதிகளையும் நாம் முதலிலேயே நன்கு ஆராய்ந்து தொடங்கி விடுகிறோம். காரியத்தை ஆரம்பித்த பிறகு, நமது கவனமெல்லாம் முடிவிலேதான். அதாவது முடிக்கும் காரியத்திலேதான் இருக்க வேண்டும்.

'முடித்துத்தான் ஆக வேண்டும்' என்ற முயற்சியுடன் காரியத்தைத் தொடங்குபவன், முனைப்புள்ளவன். நிச்சயம் அந்தக் காரியத்தை நிறைவேற்றியே தீருவான். அது எப்படிப்பட்ட முடிவாக இருக்கும். இருக்க வேண்டும் என்பது பற்றி அவன் கவலைப்படுவதில்லை. ஏனென்றால் அவன்தான் காரியவாதி. கடமையே கண்ணானவன், கருமமே கருத்தாகக் கொண்டவன். முடிவு முழுமையானதாக, சிறந்ததாக (Perfection) இருக்க வேண்டும் என்பதில் கவலையில்லாத முனைப்புக் கொண்டு, தயக்கம் கொள்ளாமல் உழைப்பவன் அவன்.

ஏனெனில், ஒரு காரியத்தைத் திரும்பத் திரும்பச் செய்யச் செய்ய, அதில் பழக்கம் ஏற்படுகிறது. பக்குவம் உண்டாகிறது. தெளிவு கிடைக்கிறது. தேர்ச்சி நிலைக்கிறது. அதில் 'பர்பெக்ஷன்' தானாகவே பரிணமித்துக் கொள்கிறது.

எனக்கு 'பர்பெக்ஷன்' தான் வேண்டும். அப்பொழுதுதான் நான் அந்தக் காரியத்தை ஆரம்பிப்பேன் என்று யாராவது சொன்னால், அவன் காரியவாதி அல்ல... பேசிக் கொண்டே பொழுதைப் போக்கும் பயந்தாங் கொள்ளி ஆவான்.

பேசுவதிலேயே இன்பம் கண்டு, பேசுவதிலேயே பிறரிடம் மரியாதை பெற்று. காலப் போக்கில் கேலிக்குரிய மனிதனாகப் போகிறவன் அவன். எப்படியென்றால், தான் தொடங்கப் போகும் காரியம் வெற்றி தருமோ, தராதோ என்ற குழப்பங்களுக்குள்ளேயே குதிரை ஓட்டிக் கொண்டு இருப்பவன்.

இரண்டு கருத்துகளுக்கு முக்கியத்துவம் கொடுத்து, அதில் ஒன்றைத் தேர்ந்தெடுக்க முடியாமல் திண்டாடிக் கொண்டிருப்பவன் சரியான முடிவுக்கு வரமுடியாமல், சஞ்சலப்பட்டுக் கொண்டேதான் கிடப்பான். அவனைப்போல் அவதிப்படும் ஆள் வேறு யாராகவும் இந்த உலகில் இருக்க முடியாது.

நல்லதோ கெட்டதோ முடிவெடுக்கத் தெரிந்தவன் மட்டுமே நிம்மதியாக வாழ்கிறான். நேர்த்தியாக செயல்படுகிறான். நிறைவான காரியங்களில் நேர்த்தியாக ஈடுபடுகிறான். நிலையான புகழை அடைகிறான்.

ஏனென்றால், உலகில் உள்ள எல்லா காரியங்களுமே முடிவினால் மட்டுமே ஏற்பட்டுவிடுவதல்ல. அதிகமான வாய்ப்புக்களால் தான் நடைபெறுகின்றன.

நாம் எடுக்கின்ற முடிவோ நமது இலக்கினைக் குறித்துக் காட்டுகிறது. இப்படித்தான் நடக்க வேண்டும் என்ற நமது இலட்சியப் பயணத்தைத் தொடங்கி வைக்கிறது. அதில் தவறு நேரலாம். தவறு நேர்ந்தால் என்ன?

தவறு நேர்கிறது என்று அறியும் பொழுது அதனைத் தவிர்த்துவிட முயலலாம். அதைச் சரி செய்து மேற்கொண்டு நடக்க முயற்சிக்கலாம். நாம் செய்வது சரி என்று தெரிந்தால், இன்னும் உறுதியாகச் செல்லலாம். இதுதான் வாழ்க்கை முறை.

அதைவிட்டுவிட்டு, தன்னம்பிக்கை இல்லாமல், ஒரு முடிவெடுக்கத் தெரியாமல், செக்கு மாடாகச் சுற்றிச் சுற்றி வருவது, ஆறறிவுடைய மனிதர்க்கு அழகல்லவே!

“நீ என்ன செய்யப் பேகிறாய்? நீ என்ன செய்வாய்?” என்ற சாதாரண கேள்விகளுக்குப் பதில் சொல்லத் தெரியாமல் திகைத்துப் போய் தடுமாறி நின்று பேதலித்து நிற்பவன், ஒரு அவமானச் சின்னமாகத்தான் அடுத்தவர்களுக்குத் தெரிவானே தவிர, வேறெப்படித் தெரி-வான்?

'நான் என்ன செய்ய வேண்டும். நான் என்ன செய்யக் கூடாது' என்று முடிவெடுக்கும் ஆற்றல் உள்ள மனிதன்தான் செயற்கரிய செயல்களைச் செய்பவனாகத் திகழ்கிறான்.

எதற்கும் முடிவுதான் முக்கியம். ஆரம்பிக்கிறவன், அதற்குரிய முடிவினை ஏற்றுக் கொள்ளும் மனவலிமையை வளர்த்துக் கொள்ள வேண்டும்.

எழுத்துப் பணியில் எனக்கு ஏற்பட்ட பிடிப்பினால், செய்கின்ற ஒரு உத்தியோகத்தைத் தொடர்வதா விடுவதா என்ற பிரச்சினை எழுந்தது. இரண்டாயிரம் ரூபாய் வருமானம் வரு-கின்ற பதவி அது. அதை விட்டால்தான், எழுத்தில் கவனம் செலுத்த முடியும்.

விடுவது என்று, முடிவு எடுத்தாகி விட்டது. வருமானம் அந்த அளவுக்கு வருமா? வரா-விட்டால், என்ன ஆவது? ‘வசதி வசதி’ என்ற வாழ்க்கை வசதிவந்து குழப்பத் தொடங்கியது.

அப்படி வருமானம் வராவிட்டால், எழுத்து இலட்சியப்பணி, தோற்றுவிட்டால், ஆலமரத்-தடியில் - போய் தங்கியாவது பிழைத்துக் கொள்ளலாம். வாழ்வைப் பார்த்துக் கொள்ளலாம். அதற்கிடையில், வேறு ஒரு பணியில் ஈடுபடலாம் என்றெல்லாம் தோல்வி பற்றிய முடிவுக்கு மாற்று வைத்துக் கொண்டேன். அந்தப் பணியை உடனே விட்டுவிட்டேன். _ அப்பொழுது எனக்கிருந்த துணிவு ஒரு முடிவினை எடுக்கும் துணிவுதான். எழுத்துப் பணியை தொடர்-வதென்ற முடிவுதான். அந்த நோக்கத்திலே மிகவும் உறுதியோடு இருந்ததால், நுழைந்து பார்த்து நோகச் செய்த நலிவுகள் எல்லாம், வால்களை சுருட்டிக் கொண்டு வந்த வழியாக ஓடி விட்டன.

ஆகவே, முடிவு எடுப்பது மட்டும் முக்கியமல்ல. அந்த முடிவுக்கு இறுதி வடிவம் வரும்-போது ஏற்படுகின்ற விளைவுகளைச் சந்திக்கும் திறமைகளையும் இடையிடையே இடைவி-டாது வளர்த்துக் கொள்ள வேண்டும் என்பதுதான்.

நல்லதோ கெட்டதோ வரும் முடிவுகளை ஏற்றுக் கொண்டு, மேலும் மேலும் செயலாற்றல் பெற விழைந்தால் போதும் தேர்ச்சிகள் தானாக வந்து சரணடைந்துக் கொள்ளும்.

தடுமாறாத, தன்னம்பிக்கையுள்ள எண்ணங்களே நமக்குத் துணை வாழ்வுக்கு அந்தச் செல்வம் தான் முக்கியம்.

நல்ல செல்வம் என்பது அடுத்தவரை நேசிப்பதும், அவர்களால் நேசிக்கப் படுவதும்தான். இலட்சியவாதிகளுக்கு இந்தச் செல்வம் நிறையவே கிடைக்கும்.

நல்ல செல்வத்தை எப்படிப் பயன்படுத்துவது? புத்திசாலித் தனமாக, வாழ்க்கைப் பயணத்தில் மகிழ்ச்சி செல்வத்தை அடைய மாறாத புத்திசாலித்தனம் தான் வேண்டும். அதற்கு வரும் முடிவுகளுக்கேற்ப வாழ்ந்து கொண்டாக வேண்டும். வளைவுகளில் வளைந்து நெளிந்து செல்லும் வாகனம்தான் பத்திரமாகப் போய்ச் சேருகிறது.

நமது பத்திரத்திற்கும், பாதுகாப்பான வாழ்வுக்கும் நமக்கு நாமே துணை. நமக்கு நாமே உதவிக் கொள்வோம். உலகை வெல்வோம் என்று பயணத்தைத் தொடங்குவோமே!

7. நம்மாலும் முடியும்

நமது வாழ்க்கையின் குறிக்கோள் என்ன? மேலேநட; நடந்து கொண்டேயிரு. அதாவது வாழ்ந்து கொண்டேயிரு. வாழ்ந்து கொண்டேயிருப்பது என்றால் விலங்குகளின் வாழ்க்கை ஆவதா? அப்படியென்றால், மனித வாழ்க்கை என்றால் என்ன பொருள்? வளர்ந்து கொண்டே வாழ்வது.

வளர்ச்சி என்றால், வயதால் பெறும் உடல் முதிர்ச்சி அல்ல. வாழ்வின் எழுச்சி, முன்னேற்றமான நிகழ்ச்சிகள்.

மனிதன் வந்தான், வாழ்ந்தான், மடிந்தான் என்ற சாதாரண வாழ்க்கை அறிவுடையோர்க்கு அழகல்ல.

மனிதர்கள் அனைவருக்கும் ஆண்டவன் பல அரிய சக்திகளைத் தந்திருக்கிறான். ஆற்றல்களை, அறிவுபூர்வமான சிந்தனைகளைத் தந்திருக்கிறான்.

வெந்த சோறும், விரித்த படுக்கையும், வீணான பேச்சும் மட்டுமே போதும் என்பவர்கள் வீணாகிப் போன உயிர்ப்பிண்டங்கள். தலையிருந்தும் தள்ளாடுகின்ற முண்டங்கள்.

நமக்கு இறைவன் கொடுத்த திறமையிருக்கிறது. முயற்சித்துப் பார்ப்போம், என்று முனைபவர்களே மனிதர்கள்.

நம்மால் முடியும் என்ற செயலில் இறங்கி விடுபவர்கள் தான் ஆண்மையாளர்கள். ஆற்றல் நிறைந்தவர்கள்.

வெற்றி கிடைத்தால் கிடைக்கட்டும். காரியத்தில் ஈடுபட்டோம். கஷ்டப்பட்டோம். நமது கடமையை நிறைவேற்றி விட்டோம். இனிமேல் கவலையேயில்லை என்று எண்ணி மகிழ்ச்சியில் ஆழ்பவர்கள்தான் இலட்சியவாதிகள்.

எல்லோரும் இலட்சியவாதிகளாக ஆகிவிட முடியுமா? அது கஷ்டம் தான்.

ஆனால், எந்தக் காரியத்தை நினைத்தாலும். 'நம்மால் முடியுமா? நிச்சயம் முடியாது' என்று, நான்கு அடிகள் பின்னால் நடப்பது தான் மனிதர்க்கு அழகல்ல என்கிறேன்.

சிறந்த பலமுள்ள மனிதர்களால் முடியும். சிந்தித்ததை செயல்படுத்த முடியும்.

பயந்தாங்கொள்ளிகள், பலமற்ற பலவீன மனிதர்களால் ஆசைப்படத் தான் முடியும். அரங்கேற்றிக் கொள்ள முடியாது.

பலம் என்றால் என்னவென்று நினைக்கின்றீர்கள்? மனோபலம். வெறும் உடல்பலம் மட்டும் போதாது. அதனுள்ளே உள்ள மன பலம் (Will Power). விடா சக்தி.

இந்த விடாசக்தி என்கிற மனோபலம் சிறந்த தேகம் உள்ளவர்களுக்குத்தான் அதிகமாக இருக்கிறது.

இதனால் என்ன நடந்து விடும் என்று நீங்கள் கேட்கும் வினா எனக்கும் கேட்கிறது.

இத்தகைய விடா முயற்சியுள்ள மனோபலம் உள்ளவர்கள் இந்த உலகத்தார்களுக்கு ஏற்ற முறையில் வரவழைத்துக் கொண்டு, வடிவமைத்துக் கொண்டு விடுகின்றார்கள்.

இவர்களின் காலடியில் உலகம் காத்துக் கிடக்கிறது. இவர்கள் எண்ணியதை முடிக்கும் திண்ணியர்களாக வாழ்கிறார்கள். மற்றவர்களுக்கும் வாழ்ந்து காட்டுகின்றார்கள்.

ஆகவே, நாம் ஒன்றை மட்டும் நினைவு கொண்டே ஆக வேண்டும்.

வாழ்க்கைக்கு ஒரு நோக்கம் வேண்டும். தினம் அதை நோக்கியே நமது பயணம் தொடர வேண்டும். நமது முழு பலத்தையும் முழு மனத்தையும் அதிலே ஈடுபடுத்திக் கொண்டு விட வேண்டும்.

பெரிய இலட்சியத்திற்காக முயன்று, தோற்றாலும் பரவாயில்லை, யானை பிடிக்கும் முயற்சியில் தோற்பது கேவலமில்லை. ஒரு நாயைக் கல்லால் அடித்து விரட்டுவது பெரிய கௌரவமான காரியமுமல்ல.

மனிதனை உயர்திணை என்பார்கள். அவனது சிந்தனையும் செயலும் உயர்ந்ததாகத் தான் இருக்க வேண்டும்.

நம்மிடையே வாழ்பவர்கள் பலர், தாங்களாகவே தங்கள் திறமைகளைக் குறைத்து மதிப்பிட்டுக் கொண்டு, குலைந்த வாழ்க்கையை வாழ்ந்து கொண்டிருக்கின்றார்கள். தங்களுக்கு இதற்கு மேல் எதுவும் செய்ய முடியாது என்று ஓர் எல்லை கட்டிக் கொண்டு முடங்கிப் போகின்றார்கள்.

இவ்வாறு குறுகிய எல்லைக்குள்ளே கோட்டை கட்டிக் கொண்டு, சும்மா கிடக்க முயல்வது தான் மனிதர்களின் முன்னேற்றத்தின் தடைக் கல்லாக விளங்குகிறது.

ஒரு காரியத்தில் ஈடுபட்டுத் தோற்றுப் போவது வீரம். தாழ்ந்த மனப்பான்மை என்பது பாவம். தனக்கு எதுவுமே செய்ய முடியாது என்ற முடிவுக்கு வருவது மன்னிக்கப் படாத மாபெரும் குற்றமாகும்.

1954ஆம் ஆண்டு வரை, ஒரு மைல் தூரத்தை 4 நிமிடங்களுக்குள் ஓடி முடிக்க முடியாது என்று உலகமே நினைத்து, ஒரு முடிவோடு இருந்தது. ஆனால், தன்னால் ஓடமுடியும் என்று நிரூபித்துக் காட்டினார் ரோகர் பானிஸ்டர் என்னும் வீரர்.

அவரைத் தொடர்ந்து மற்ற வீரர்களும் ஓடி முடித்தனர். இப்பொழுது 4 நிமிடங்களுக்குள்ளே நூறு தடவை ஓடி ஒரு உலக சாதனையையே செய்திருக்கிறார் ஜான் வாக்கர் என்பவர்.

மனித சக்திக்கு எல்லையே கிடையாது. 100 மீட்டர் தூரத்தை 12 வினாடிகளில் 1896ம் ஆண்டு ஓடினார்கள். இப்பொழுது 9.9 வினாடிகளில் ஓடி சாதிக்கிறார்கள். 6 அடி உயரம் தாண்டினால் மிக அற்புதம் என்றனர் அந்த நாட்களில், இப்பொழுது 7½ அடி உயரம் தாண்டி, இன்னும் உயரே மனிதனால் தாண்ட முடியும் என்று சாதித்துக் காட்டுகின்றனர்.

அறுபது அடி தூரம் இரும்புக் குண்டெறிந்தவரை பீமன், மகாபலசாலி என்று 1960ஆம் ஆண்டு வருணித்தார்கள். இன்று 75 அடி தூரம் எறிகின்றார்கள். அது எப்படி?

மனிதனால் விரைவாக ஓட முடியும், உயரமாகத் தாண்ட முடியும், அதிக தூரம் எறிய முடியும் என்பதை நிரூபிக்கத் தானே ஒலிம்பிக் பந்தயங்கள் தோற்றுவிக்கப்பட்டன.

ஒலிம்பிக் பந்தயத்தின் லட்சியம். விரைக, உயர்க, வலிமை பெறுக என்றால், வாழ்வின் லட்சியமும் அப்படித் தானே அமைந்திருக்கிறது.

ஆகவே, நம்மாலும் முடியும் என்ற நம்பிக்கை உடையவர்கள் தான் வாழ்வின் வெற்றியை எட்டிப் பிடிக்கின்றார்கள்.

நம்மால் முடியாது என்று நினைப்பவர்கள், தனக்குள்ளே அமிழ்ந்து போய் விடுகின்றார்கள். தனக்குத்தானே உதவிக் கொள்ளாதவன் தரித்திரர்களாகத் தான் மாறி விடுகின்றார்கள்.

அதே சமயத்தில், உயர்ந்த சாதனையாளர்களாகத் திகழ்பவர்கள் எல்லோரும், தற்காலிகமாக எதிர்படும் தடைகளை எல்லாம், தடைகள் என்று தடுமாறாமல், தயங்கி நிற்காமல், தாண்டி வந்து விடுகின்றார்கள்.

இந்த சாமர்த்தியம் எப்படி அவர்களுக்கு வருகிறது?

அவர்கள் தங்கள் திறமைகளை சாமர்த்தியமாக கணக்கிட்டுக் கொள்கிறார்கள். அந்தத் திறமைகளை அறிவார்த்தமாக வளர்த்துக் கொள்கிறார்கள். தங்கள் உணர்வுகளை செயல்படுவதற்கு ஏற்ப திறப்படுத்திக் கொள்கிறார்கள். அத்துடன், தங்கள் முயற்சிகளைத் தொடங்குவதற்கேற்ப முன்னேற்பாடுகளில் முனைகின்றார்கள். அத்துடன், அதே கவனத்துடன் ஆழ்ந்த ஈடுபாட்டுடன் இணைந்து கொள்கின்றார்கள்.

ஆகவே தான், சாதனையாளர்கள் என்னும் புகழுடன் சரித்திரம் படைத்து விடுகின்றார்கள்.

இலட்சியமே ஒருவரை, எப்படிப்பட்டவராக அவர் விளங்கினாலும், வலிமையாளராக மாற்றி விடுகிறது.

இலட்சியம் தான் ஒருவரை இணையிலா செயல் வீரராக ஆக்கி விடுகிறது.

மண் வீடு கட்டி முடித்து விட்டு, அது காற்றில் கலைந்து விழும்போது, கண் கலங்கிக் கவலைப்படுபவராகத்தான் பலர் வாழ்கின்றார்கள்.

காகிதத்தில் கப்பல் செய்து நீரில் மிதக்க விட்டு அது நீருள் மூழ்கும்போது நொந்து மனத்தால் நைந்து போகின்ற மனிதர்களாகத் தான் பலர் வாழ்கின்றார்கள்.

பனிக்கட்டியால் சிலை செய்து, அது வெயிலின் கொடுமையால் கரைந்து விழும்போது, கதறுகின்ற மாக்களாகத்தான் பலர் இன்றும் காட்சியளிக்கின்றார்கள்.

ஒரு மனிதனின் வாழ்வு எப்படி அமைய வேண்டும் என்று இப்பொழுது எண்ணிப்பார்ப்போம்.

ஒருவனது பார்வையில் அவனது வாழ்க்கை எப்படி அமைய வேண்டும் என்பது தான் முதற்படி.

அந்தப் பார்வை வழியே, எதிர்காலம் அமைய வேண்டும் என்று விரும்புவது இரண்டாம் படி.

தனது எதிர்கால வெற்றி தான் போடுகின்ற திட்டத்தில் தான் உள்ளது என்று முனைவது மூன்றாவது படி.

தன்னால் தனது திட்டத்தில் வெற்றி பெற முடியும் என்று நம்பி, செயலைத் தொடர்வது நான்காவது படி.

இப்படி, படிப்படியாக இலட்சியப் பணியில் நாம் இணைந்து கொண்டால், நமது வாழ்வு இன்பலோகமாகவே விளங்கும். இன்பக்கனிகளே குலுங்கும்.

இப்படி செய்ய முடியுமா என்று கேட்பவர்கள் உண்டு.

எல்லா மனிதர்களுக்கும் வலிமையில் குறைவை ஆண்டவன் வைக்கவில்லை. மனிதர்கள் தங்களுக்குள்ள சுய நம்பிக்கையில் தான் குறையுள்ளவர்களாக வாழ்கிறார்கள்.

உலகத்தில் நடக்கும் எல்லாமே நமது முடிவுபோல நிகழ்வதில்லை, அதிர்ஷ்டத்தால்தான் நடைபெறுகிறது என்பதை மட்டும் நம்புகிறார்கள்.

அப்படி வாழக்கூடாது என்பது தான் நமது விருப்பம். நமக்கு நாமே உதவிக் கொள்ள, நம்மால் முடியும் என்று காரியங்களைத் தொடர வேண்டும். அதிலே இலட்சிய நினைவுகள் படர வேண்டும். அப்பொழுது தான் எண்ணியதை எண்ணியது போலவே அடைவோம்.....

அந்தக் கடமையை இன்றே தொடரலாம் அல்லவா!

8. நமக்குள்ளே ஒரு சக்தி!

முன்னேறி விட வேண்டும் என்று மனதில் ஆசையானது கோட்டை கட்டிக் கொண்டு கிடக்கிறது. ஆலமரம் போல் விரிந்து பரந்து அசைந்தாடிக் கொண்டிருக்கிறது.

முன்னேறி விடுவது என்றால் என்ன? நாட்களை தள்ளிக் கொண்டே போய் விடுவது என்பதா அர்த்தம். இல்லையே!

இந்த உலகத்தில் பிறந்து விட்டோம். எத்தனையோ கோடி மக்கள் இந்த உலகத்தில் வாழ்ந்து விட்டார்கள். வாழ்கின்றார்கள். வந்தும் வாழப் போகின்றார்கள்.

அவர்களைப் போல நாமும் ஓர் அலைக்குமிழாய் நுரைத்து, காற்றில் வெடித்துக் காணாமல் போவதற்குத்தானா நாம் இந்த அற்புதமான மனிதப் பிறப்பை எடுத்திருக்கிறோம். இல்லையே!

எல்லாரும் புகழ்வது போல ஓர் அற்புதமான காரியத்தை செய்து புகழ் பெறுவதுதான் நமது தலையாய நோக்கம். "தோன்றிற் புகழோடு தோன்றுக" என்பது தானே அந்த லட்சியம்!

புகழ் பெறுவது என்பது உயர்ந்த பணியில், ஒப்பற்ற செயலால், திரண்ட செல்வத்தால், தர்மத்தால், தன்னிகரில்லாத தொண்டினால் என்று எத்தனையோ வகைகளில் கிடைக்கும்.

அதற்கு நம்மைத் தயார் செய்து கொள்வதுதான் வாழ்க்கையில் நாம் மேற்கொள்ள வேண்டிய பெரிய கடமையாகும்.

எனக்கு அந்த திறமையே இல்லையே! எனக்கு அப்படி ஒரு வாய்ப்பும் இல்லையே! எனக்கு எந்த விதமான வசதியும் இல்லையே! என்று பேசிக் கொண்டே கிழமாகிப் போய் மறையும், பேர் வழிகள் தாம், பிரபஞ்சத்தில் பல கோடி மக்களாக இருக்கின்றார்கள்.

இப்படி ஒரு வாழ்க்கைமுறை இருக்கிறதா? அதற்கு இப்படி வழி வகைகள் உண்டா? நானும் முயற்சித்து பார்க்கிறேனே! என்று முனையும் மக்கள் தான், முன்னேறி வருகின்றார்கள். அப்படிப்பட்டவர்கள் தாம் உலக மக்களிடையே உயர்ந்த நிலைமையில் வாழ்கின்றார்கள். உன்னதமான தலைமையில் வாழ்ந்து வழிகாட்டுகின்றார்கள்.

அப்படி என்றால் அதில் உள்ள ரகசியத்தை நாம் அறிந்து கொள்ள வேண்டும். அவர்களும் மனிதர்கள் தாமே? அவர்கள் எப்படி இப்படி மாறினார்கள்? தேறினார்கள்? வாழ்க்கை உயரத்திற்கே ஏறினார்கள்?

அதுதான் முன்னேற்றத்தின் ரகசியம்.

“மரம் வைத்தவன் தண்ணீர் விடாமலா போய்விடுவான்? கல்லினுள் தேரைக்கும், முட்டையில் கருவுக்கும் உணவு தருகிற ஆண்டவன், என்னைக் கைவிடவா போகிறான்?”

விதிதான் வாழ்வை வழி நடத்துகிறது. மதியால் என்ன முடியும்? எனக்கு இன்னும் வேளை வரவில்லை. எல்லாவற்றிற்கும் இறைவன் அருளிருந்தால் போதும்; கூரையைப் பிய்த்துக் கொண்டு வந்து கொட்டுவான்.

ஓர் அமைதியான மன நிலைக்காக உருவாக்கிச் சொன்ன வார்த்தைகளை வைத்துக் கொண்டு வாழ்க்கையையே வடிவமைத்துக் கொள்ளும் மனிதர்கள் தாம், மேற்கூறியவாறு முணுமுணுத்துக் கொண்டு வாழ்ந்து செல்கின்றார்கள்.

இறைவன் எப்பொழுது உதவி செய்கிறான் என்றால், வரிந்து கட்டிக் கொண்டு வேலை செய்பவர்களுக்குத்தான் என்கிறார் வள்ளுவர்.

உழுகின்ற காலத்தில் உட்கார்ந்து உறங்கிக் கொண்டிருப்பவர்கள். மற்றவர்கள் அறுவடை செய்கின்ற காட்சியைப் பார்த்து அழுது கொண்டு தவிப்பார்கள் என்பதை அவர்கள் எண்ணிப் பார்ப்பதேயில்லை.

இன்றைய சோம்பேறி நாளைய பிச்சைக்காரன். இந்தப் பழமொழியை யாரும் மறந்து விடக்கூடாது.

நமது தகுதியை எண்ணி ஆராய்ந்து, ‘இதுதான்’ என வரையறுத்து முடிவுசெய்து கொண்டு, இப்படித்தான் நடக்க வேண்டும் என்று திட்டமிட்டுக் கொண்டு, கஷடங்களைப் பொருட்படுத்தாமல் காலத்தைப் பயன்படுத்தி உழைப்பவனே கர்ம வீரனாக, கலங்காத தீரனாக மாறுகிறான்.

நமது உழைப்புக்கோ, முன்னேற்றத்திற்கோ மற்றவர்கள் வந்து உதவி செய்வார்கள். உயரும் வரை அருகில் நிற்பார்கள்; நமது வெற்றியில் மற்றவர்கள் மகிழ்வார்கள் என்பன போன்ற எண்ணங்களை, நாம் கொஞ்சங் கூட நினைக்கக் கூடாது. நம்பக் கூடாது. எதிர்பார்க்கவும் கூடாது.

மேல் நாட்டுப் பெண்மணி ஒருவர், நம் நாட்டிற்கு வந்து நான்கைந்து ஆண்டுகள் தங்கியிருந்து விட்டு, தனது தாய்நாட்டுக்கு மீண்டும் செல்கிறபோது. அவரை ஒருவர் விசாரித்தாராம்.

எங்கள் இந்தியர்களைப் பற்றி என்ன நினைக்கிறீர்கள் என்று!

மிகவும் நல்லவர்கள். பயபக்தியுள்ளவர்கள் என்றெல்லாம் வருணித்த அந்தப் பெண்மணி, இறுதியாக ஒரு கருத்தைக் கூறினார்களாம்.

‘யாராவது அடி மட்டத்திலிருந்து மேலே உயர முற்படும் போது, அனுதாபத்துடன் ஆதரவு தந்து உதவி செய்வார்கள். அவர் முன்னேறத் தொடங்கிவிட்டார் என்று அறிந்து கொண்டால், அவரை எல்லோரும் சேர்ந்து அழுத்தி விடுவார்கள்’ என்று அந்த மங்கை திருவாய் மலர்ந்ததாக ஒரு செய்தி பத்திரிக்கையில் வந்தது.

அனுதாபத்துக்காக பிறர் தம்மைப் போற்ற வேண்டும் என்பதற்காக உதவ முற்படுபவர்கள் சிலர். பலரோ, மற்றவர்கள் முன்னே உதவுவதுபோல் பாசாங்கு செய்து விட்டு, பிறகு பின் வாங்கி விடுவார்கள். தோற்றுப் போக வேண்டிய விதங்களிலெல்லாம் மறைமுகமாக வேலை செய்து விடுவார்கள்.

இதுதான் உலக நியதி.

ஒருவரது துன்பத்தைக் கேட்டு வருந்துவதுபோல் மகிழ்கிற கூட்டம் தான் சமுதாயமாக இருக்கிறது.

ஒருவரது இன்பத்தினைக் கேட்கவே யாருமே வரமாட்டார்கள். ஏனெனில், மனித குலத்தின் வாடிக்கையோ, பொறாமை குணத்தில் தான் பொசிங்கிக் கொண்டு கிடக்கிறது.

அதனால்தான், ‘துன்பத்தில் நண்பனைப்பார்’ என்ற பழமொழி இருக்கிறது.

பிறர் நமக்கு உதவுவார்கள் என்று நினைப்பது பேதமை.

வாழ்க்கையில் உயர்ந்துவிட்டால், வந்து வணங்கி, வாழ்த்தி, மகிழ்வது போல் மனங்கசிகிற மக்களே நம்மைச் சுற்றியிருக்கிறார்கள் என்பதை நாம் மறந்து விடவே கூடாது.

நம் வாழ்க்கையில் உயர்வதற்கு, ஒரு சிலர் வழி காட்டுவார்கள். இன்னும் சிலர், தொடக்க முயற்சிக்குத் துணையாக சில அறிவுரைகளைக் கூறி ‘அப்படி இப்படி’ என்ற பெரிய மனிதத் தன்மையுடன் பலாபலன்களைப் பொழிந்துவிட்டுப் போவார்கள்.

அதனால்தான் முன்னோர்கள் ஓர் அருமையான தத்துவார்த்த பழமொழி ஒன்றை வழங்கி விட்டுப் போயிருக்கிறார்கள்.

“எட்டுகிற மட்டும் தான் ஏற்றி விடுவார்கள்.”

மரத்தின் மீது ஏறமுயலுகிற ஒருவனுக்கு, மரத்தடியில் நிற்பவர்கள் கைகள் எட்டுகிற உயரம் வரைக்கும் தான் தூக்கி விட முயற்சிப்பார்கள். அதற்குப் பிறகு அவனது சாமர்த்தியம்.

ஏறும் சாமர்த்தியம் இருந்தால் ஏறிப் பார்ப்பான் இல்லையென்றால், யாரும் இறக்கி விடாமலேயே அவனே கீழே சரிந்து வீழ்ந்து கிடப்பான்.

மரம் ஏறத்தெரிகிற திறன், மரம் ஏற முடியும் என்ற நம்பிக்கை எப்படியும் ஏறி விடுவேன் என்ற வைராக்கியம் மரத்தின் உச்சிக்குப் போய் விட வேண்டும் என்கிற இலட்சியம். அதனை மறிக்க வருகின்ற கவக்டத்தை முறியடிக்கும் மனோபலம். இத்தனையும் இருந்தால் அவன் மரத்தின் உச்சிக்கு ஏறிட முடியும்.

அப்படிப்பட்ட சாமர்த்தியம் தான் வாழ்க்கைக்கும் வேண்டும்.

மரத்தின் உயரத்திற்கு ஏறி கனிகள் பறிப்பதுபோல, வாழ்க்கை மேம்பாட்டுக்கு வந்து, புகழைப் பெறுவது தான் நமது இலட்சியம்.

கூக்குரலிட்டுக் கொக்கரித்துக் கொண்டிருக்கும் கூட்டத்திற்குள்ளே போய், சத்தமிட முடியாது மௌனியாகப் போகிறான் ஒரு மனிதன். இதுதான் தற்போது சமுதாய தர்மமாக இருக்கிறது.

பேச்சுகளுக்கிடையே சத்தமிட்டுப் பேச முடியாது. ஊமையாகிப் போகிறவன் போல, வாழ்க்கைக் கஷடங்களுக்கிடையே மனிதன் வலிமையுடன் முன்னேற முடியாமல் மனம் புழுங்கி தவிக்கிறான். தளர்கிறான்.

வசதிகள் ஒருவனை வீரமுடையவனாக, விவேகமுடையவனாக மாற்றாது. உண்டாகும் கஷ்டங்கள் தான் ஒருவனை மனிதனாக மாற்றும் சக்தியை உடையவையாக விளங்குகின்றன.

உழைப்பு உடலை வலிமையாக்குவது போல, கஷ்டங்கள் மனதை வலிமையுடையதாக்குகின்றன.

ஆகவே, நமது முன்னேற்றத்திற்கு உதவிகள் பிறரிடமிருந்து எதிர்பார்த்துக் கொண்டே இருந்தால் அது பேரிழப்பாகவே முடியும்.

'நமக்குள்ளே ஒரு சக்தி இருக்கிறது' என்பதை நாம் நினைத்துப் பார்க்கவே மறந்து விடுகிறோம்.

எண்சாண் உடம்பு என்று நமது உடம்பின் அளவைக் குறித்துக் காட்டுவார்கள்.

யானைக்கும் அது அளவால் எட்டு சாண் என்றால், எறும்பும் அதன் அளவால் எட்டு சாண்தான் என்று கூறுபவரும் உண்டு.

இதை ஏன் குறிப்பிடுகிறேன் என்றால், மனிதராகப் பிறந்து விட்டாலே. அவரவருக்கு என்று ஒரு சக்தியும் சாமர்த்தியமும் இருக்கத்தான் இருக்கிறது.

இந்தக் குறிப்பை நாம் மறந்து விட்டு மயானப் புலம்பலில் மயங்கிக் கிடக்கிறோம்.

அனுமாருக்கு அதனால் விசுவரூபம் எடுக்க முடியும் என்பதை, இராமர் வந்து கூறுகிறவரைக்கும் தெரியாமல் இருந்தது என்பது இராமாயணத்தில் ஒரு குறிப்பு.

அனுமாருக்கு ஒரு இராமர் வந்து உணர்த்துவது போல, யாராவது ஒருவர் உங்களுக்கு வந்து உணர்த்தத்தான் செய்வார்.

அந்தக் குறிப்பை உன்னிப்பாய் கவனித்து உணர்ந்து குறிப்புக் கேற்றபடி தன்னைத் தயார் செய்து கொள்வது தான் சாமர்த்தியசாலிகளின் சிறப்புப் பண்பாகும்.

'சந்தர்ப்பத்தினை விரைவாகப் பயன்படுத்திக் கொள்ளத் தெரிந்தவனையே விவேகி' என்பார்கள்.

அதுபோலவே, தன்னுடைய உண்மை நிலையை உணரும் வாய்ப்புக் கிடைக்கும் பொழுது, எறிந்த பந்து மேலும் மேலும் எகிறிக்குதிப்பதுபோல, செயல்களாற்றுவது தான் சிறந்த மனிதர்களுக்குரிய சத்தியாகும்.

நமக்குள்ளே ஒரு சக்தி என்றால், அது - நமக்கு என்ன தகுதி இருக்கிறது. ஆற்றல் இருக்கிறது என்று அறியும் சக்தி.

நாம் முயன்றால், இதுவே நம்மால் வெற்றி பெற முடியும் என்று விளங்கிக் கொண்டு, தொடங்குகின்ற சக்தி.

இந்த சக்தியானது, நம்முடன் தொடர்ந்து வளர்ந்து கொண்டே வருகிற சக்தியாகும். அதனை அடுத்துக் காண்போம்.

9. சக்தியும் சாமர்த்தியமும்

நமக்கென்று சில சக்தியும், சாமர்த்தியமும் உண்டு.

நிச்சயம் நாம் நம்பித்தான் ஆகவேண்டும். நம்பிக்கையற்றவன் நடைப்பிணம் போன்றவன்.

நமக்குள்ள சக்தி, திறமை, சாமர்த்தியம் என்ன வென்று முதலில் புரிந்து கொள்ள வேண்டும். அதாவது அவைகள் அன்றாடம் நாம் செய்கின்ற செயல்களிலே தொனித்து நிற்கும், தனித்து நிற்கும். சில சமயங்களில் செழித்தும் நிற்கும்.

இருக்கும் சக்தியை திறமையை நமக்குள் எவ்வளவு என்று தெரிந்கொள்ள வேண்டும். அதற்கு நம்மை நாமே கொஞ்சம் தயார் செய்து கொள்ள வேண்டும்.

மற்றவர்களைப் பற்றியே பேசிப் பேசி, மற்றவர்கள் குறைகளையே ஏசி ஏசி, மற்றவர்கள் மேல் வெறுப்பையே வீசி வீசிப் பழக்கப்பட்டவர்கள் தாம் மனிதர்கள் என்று அழைக்கப்படுகின்றார்கள்.

'உன்னைப் பற்றி சிந்தித்துப் பார்' என்று சில அறிஞர்கள் மக்களுக்கு அறிவுரை கூறுவார்கள்.

'என்னைப் பற்றி நான் சிந்தித்ததால் தான், சிலை வடிக்கும் சிற்பி, சிந்தனைச் சிற்பியானேன்.' என்று சாக்ரடீஸ் அன்று கூறினார்.

தன்னைப் பற்றி சிந்திப்பது என்பது, தன்னைப் பற்றிப் பெருமையாக மற்றவரிடம் பேச அல்ல. தன்னைப்பற்றி மற்றவரிடம் பீற்றிக்கொள்ள அல்ல. தன்னைப்பற்றி சிந்திப்பது தற்பெருமையை வளர்க்க அல்ல. தனது திறமையை அளக்க. வளர்க்க.

தற்பெருமை தலைகுனிவுக்கு ஆளாக்கி விடும். தனது அரிய திறமையை செல்லரிக்கச் செய்துவிடும். வளரும் பாங்கினை வேரோடு வெட்டிச் சாய்த்து விடும்.

இங்கே நாம் சொல்வது தன் நினைவு. சுய நினைவு.

தனக்குள்ளே திறமையின் தகுதி அளவு என்ன? அதை வளர்க்க தான் என்ன செய்ய வேண்டும்? அதை எங்கே, எப்பொழுது எப்படி பயன்படுத்த வேண்டும். என்பது தான் சாமர்த்தியம். சக்தியின் ஆரம்பம்.

நமக்கென்று ஒரு சக்தி இருக்கிறது. அதை நிறைவேற்ற ஒரு நேரம் இருக்கிறது. அதற்குரிய சாமர்த்தியம் இருக்கிறது என்று பேசிக் கொண்டிருப்பது நமக்கு நாமே செய்து கொள்ளும் உபத்திரவமாகும்.

உதவி என்பது சொல்லில் இருந்தால், ஏட்டில் சர்க்கரை என்று எழுதியிருப்பது போல் தான். ஏட்டு சர்க்கரை இனிக்காது. பேச்சு உதவி பலிக்காது. பிரயோஜனப் படாது.

மீன் பிடிக்க விரும்புகிறவன், தூண்டில் எடுத்துக் கொண்டு ஆதாரமாக புழுக்களையும் கொண்டு சென்று, மீன்கள் இருக்கும் இடம் தேர்ந்து அமர்ந்து, எச்சரிக்கையுடன் கவனமாக இருந்து, மிதப்பின் நிலையறிந்து செயல் பட்டால் தான், மீன்களைப் பிடிக்க முடியும்.

வீட்டில் படுத்துக் கொண்டால், வீண் தானே! வீட்டுக்கா, மீன்கள் ஓடிவரும்?

நமக்கெல்லாம் ஒரு நம்பிக்கை, நாளைக்கு நமக்கு - எல்லாம் வந்து விடும். கை கூடிவிடும் என்பதாகும்.

தூரத்தில் தெரிகின்ற மங்கிய பொருளைப் பார்த்துப் பெறும் மகிழ்ச்சியைத் தான் நாம் அனுபவிக்கக் கற்றுக் கொண்டிருக்கிறோமே யொழிய. களிக்க நாம் தயாராக இல்லை.

நாம் ஒரு சில இடங்களுக்கு அங்குமிங்கும் போய் வருகிறோம் என்பதாலேயே நாம் சிறப்பாக செயல்பட்டுக் கொண்டிருக்கிறோம் என்று பலர் எண்ணித் திருப்திப்பட்டுக் கொண்டு விடுகின்றார்கள்.

நாம் செய்யும் செயல்களும், அதனால் ஏற்படும் விளைவுகளும் வளர்ச்சி என்று சொல்லி விட முடியாது. நமது எல்லா இயக்கங்களும் முன்னேற்றத்தை நோக்கி இட்டுச் செல்கின்றன என்றும் கூறிவிட முடியாது.

நாம் என்ன செய்கிறோம் என்று அறிந்து செய்வதுதான் சாமர்த்தியம்.

ஒவ்வொரு காரியத்திலும் சங்கடங்கள், தடைகள் வரும். நேரும், அவற்றை சந்திப்பதிலும், சமாளிப்பதிலும், சரிகட்டுவதிலும், சாதிப்பதிலும் தான் சக்தியும் திறமையும் நிறைந்து

கிடக்கின்றன.

நமக்கும் ஒரு காலம் நிச்சயம் வரும் என்று நம்பி உழைப்பது அறிவாளியின் செயலாகும். நமக்கும் ஒரு காலம் வரும் என்று நம்பிக்கிடப்பது முட்டாள்களின் பண்பாகும்.

சாமர்த்தியத்திற்கு ஓர் இலட்சியம் உண்டு. அது சக்தியை சரியான வழியில் பயன்படுத்தி, முன்னேற்றப் பாதையில் நடத்தி விடுவதுதான்.

உலகத்தில் முன்னேறிய பல மேதைகள், சாமர்த்தியசாலிகள் இப்படித்தான் கூறுகின்றார்கள். "நாம் எங்கு இருக்கிறோம் எப்படி இருக்கிறோம் என்பது முக்கியமல்ல. எந்தத் திசை நோக்கிப் போய்க்கொண்டி ருக்கிறோம். என்பதைப் பொறுத்தே நமக்கு உதவி கிடைக்கிறது. உயர்வும் கிடைக்கிறது" என்பதாக.

"ஆகா! நாம் நல்ல நினைவுகளுடனே இருக்கிறேன். எனக்கும் எல்லாமே நல்லதாகத்தான், நடக்கும்" என்று எண்ணிப் பெருமைப்பட்டுக் கொண்டு வாழ்பவர்கள் நிறைய பேர் உண்டு.

நல்ல நினைவுகள், நல்ல கனவுகள் கொண்டிருப்பது நியாயம் தான். அவைகள் செயல் ரூபம் பெறும் போதுதான் சிறப்புப் பெறுகின்றன. மதிப்பும் பெறுகின்றன.

இவற்றையெல்லாம் ஒருவர் தனிமையில் இருக்கும்போது தன்னைப்பற்றி சிந்தித்துப் பார்த்துக் கொள்ள உதவும்.

மனிதன் தனிமையில் இருக்கும் போதுதான், மனசாட்சிக்குக் கட்டுப்பட்டவனாக, மரபுக்கும் தருமத்திற்கும் மதிப்பளிப்பவனாக விளங்குகிறான். மற்றவர்களோடு சேர்ந்து கொள்ளும் பொழுது, மாறுபட்ட குணாதிசயங்களில் முடங்கிப்போய் விடுகிறான்.

அதனால் தான் அறிவாளிகள் எல்லோரும் 'தனிமையே இனிமை' என்று பேசினர். பிறருக்கும் உபதேசித்தனர்.

அதற்காகத் தனியாகவே இருக்க வேண்டும் என்பது நமது வாதமல்ல.

காலையில் தூங்கி விழித்தவுடனே, மற்றவர்களைப் பற்றி யோசிக்காது. நாம் இன்று செய்ய வேண்டியது என்ன என்று யோசித்துத் திட்டமிடுகிற சிந்தனை வேண்டாமா! அது தான் தனி சிந்தனை.

நாம் அடுத்து என்ன செய்யப் போகிறோம் என்று திட்டமிட்டு நடந்து கொள்கிறவர்கள் தாம் சோம்பலின்றி, திகைப்பின்றி, சுறுசுறுப்பாகக் காரியமாற்றிக் கொண்டும், அதனை முடித்த திருப்தியில் மகிழ்ச்சியாகவும் வாழ்கின்றார்கள்.

நாம் அடுத்து என்ன செய்வது என்று திட்டமிடாதவர்கள், அவர்களுக்கு அவர்களே எதிரிகளாகி விடுகின்றார்கள். ஏனென்றால், திட்டமிடாத வாழ்க்கை சுற்றுச் சுவர் இல்லாத வீடாகப் போகின்றது.

திட்டம் என்றால் எப்படி இருக்க வேண்டும்? அதை தீட்டுவதுதான் சாமர்த்தியமாகும்.

வானொலி, தொலைக்காட்சி போன்ற நிலையங்களில் நடைபெறும் நிகழ்ச்சிகளை நீங்கள் அறிவீர்கள். அங்கு பணியாற்றும் தயாரிப்பாளர்கள். தாங்கள் அடுத்த மாதத்திற்கு என்னென்ன செய்ய வேண்டும் என்பதை முன்கூட்டியே யோசித்து, அதற்கான வழிமுறைகளைக் கடைப் பிடித்து, வேண்டிய யாவையும் செய்து தயாராகிக் கொண்டு விடுவார்கள்.

அப்படிப்பட்ட எதிர்காலத் தாயார் நிலை ஒவ்வொரு மனிதருக்கும் வேண்டும்.

பத்திரிக்கைகளில் நீங்கள் படிக்கும்பொழுது, தலைவர்களைப் பற்றிய செய்திகள், இன்னும் பிற விஷயங்களை உடனடியாக பிரசுரிப்பதைப் பார்த்து, நீங்கள் ஆச்சரியம் அடைவதுண்டு.

அங்கே பணியாற்றுபவர்கள், எதிர்காலத்திற்கு இவையெல்லாம் தேவை என்று முன்னுணரும் அறிவினை வளர்த்துக் கொண்டு பணிபுரிகின்றார்கள்.

அப்படிப்பட்ட எதிர்கால முன்னுணரும் அறிவு ஒவ்வொருவருக்கும் வேண்டும்.

10. சுவனமும் புவனமும்

புவனம் என்றால் உலகம். நாம் வாழும் (உலகத்தில்) புவனத்தில் நன்றாக வாழவேண்டுமென்றால் கொஞ்சம் கவனமாகவே இருக்க வேண்டும். சிறக்க வேண்டும்.

எப்படி எப்படி வாழ்ந்தால், நமக்கு நாமே உதவிக் கொள்ள முடியும் என்பதையெல்லாம் இனி தொகுத்துக் காண்போம். இது நமது சௌகரியத்திற்காக சுகம் மிகும் வாழ்க்கைக்காக!!

1. பணமும் மனமும்

ஓரிடத்தில் கூட உறுதியாக, நிலையாக நிற்க முடியாத பணந்தான், தினம் உருண்டோடும் பண்பு கொண்ட பணந்தான், இன்று உலகத்தை ஆட்டுவிக்கின்ற திரண்டதோர் தெய்வீக சக்தியாக விளங்குகிறது.

‘கற்றோர்க்குச் சென்ற இடம் எல்லாம் சிறப்பு’ என்ற பாடல் வரி, இப்பொழுது முனைமழுங்கிய கத்திபோல, வலுவு இழந்து தவிக்கிறது.

‘இல்லானை இல்லாளும் வேண்டாள், ஈன்று எடுத்தத் தாயும் வேண்டாள், செல்லாது அவன் வாய்ச் சொல்’ என்ற பாடல் தான் இன்று உண்மையாகத் தெரிகிறது. திரிகிறது.

எனக்குத் தெரிந்த ஒரு குடும்பம். தன் கையெழுத்துப் போடக்கூடத் தடுமாறும் குடும்பம் அது. வெளியில் போய் சொன்னால்கூட மற்றவர்கள் வெறுத்து ஒதுக்குகிற குடும்பம் அது. அந்தக் குடும்பத்தில் உள்ள ஒருவன். தெரு நடை பாதையில் சிறுகடை ஒன்றை ஆரம்பித்தான். சொற்ப ஜீவனம், அற்ப ஜீவனந்தான். அவனது அதிர்ஷடம், தனது தொழிலைத் தொடங்கி விட்டது. நடைபாதை கடை வியாபாரம் செழித்துக் கொண்டது. பத்தே ஆண்டுகளில் அவனது குடும்பம் பணக்காரக் குடும்பம் ஆகிவிட்டது. அந்தக் குடும்பத்தினர் அனைவரும் அப்படியே தலைகீழாக மாறி விட்டனர்.

அதுமட்டுமா? அவர்களை அலட்சியப்படுத்திப் பேசி, மதிப்புத்தர மறுத்த அக்கம் பக்கத்தார், சுற்றத்தார் கூட எல்லாமே மாறி விட்டனர்.

அவர்களைப் பார்த்த இடத்தில் பணிவான வணக்கம். பேசும்போது குழைவு. பக்கம் வந்தால் தாழ்வு, நெளிவு, பணம் வந்த பிறகு, பிறரின் செயல் முறைகள் எல்லாம் தலைகீழாய் மாறி விட்டதே!

காரணம் பணம்தான், படிப்பு, பண்பு, பேரறிவு, ஒழுக்கம் இவையெல்லாவற்றையும் மூடி மறைத்து விட்டது பணம். பணம் உள்ளவன் எப்படியிருந்தாலும் போற்றுகிறது. பணத்திற்கு அவ்வளவு சக்தி. பணம் வைத்திருப்பவன், எப்படியிருந்தாலும், அவனைப் பெருமைப் படுத்தி விடுகிறது இந்தச் சமுதாயம். மானம்கெட்ட சமுதாயம்.

இந்தப் பணத்தைப் பற்றி ஏன் இவ்வாறு கொஞ்சம் அழுத்தமாக எழுதுகிறேன் என்றால், இந்தச் சமுதாயம் பணத்தைத் தான் பெருமையாகக் கருதுகிறது. பணம் தான் மக்களிடத்தில் எல்லாவற்றிற்கும் 'பிளஸ் பாயிண்டாக' இருக்கிறது.

இந்த சமுதாயத்தில் நாம் கௌரவமாக இருக்க வேண்டும் என்றால், நமக்கு நாமே உதவிக்கொள்ள வேண்டும் என்றால், முதலில் பணம் சம்பாதிப்பதை முதற்படியாகக் கொள்ள வேண்டும்.

படிப்பு, அறிவு, ஞானம், கடின உழைப்பு, உயர்ந்த பண்பாடு இவையெல்லாம் ஓர் உடல் போன்றது அந்த உடல் எழுந்து நடமாட உயிர் வேண்டுமல்லவா? அந்த உயிர் தான் நாம் பெருமையாகப் பேசிக் கொண்டு வருகிற பணம்.

நாம் பணம் சம்பாதிப்பதைத் தான் இலட்சியமாகக் கொள்ள வேண்டும். அப்பொழுதுதான் நமது பேச்சம், பண்பும், உண்மையும், உயர்ந்த லட்சிய வாழ்வும் மக்களிடையே எடுபடும். பிரபலமாகும்.

அப்படிப் பட்ட பணத்தை எப்படி சம்பாதிப்பது என்றால், நேர்வழியில் தான், நியாயமான வழியில். நமது உழைப்புக்கேற்ற ஊதியமாக, பிறர் பொருளைக் கவராத வகையில் பணத்தை சம்பாதிக்க வேண்டும்.

நமக்கு பணம் முக்கியம்தான். ஆனால் பணமே வாழ்க்கை அல்ல. பணத்திற்காக நாம் அதன் பின்னால் அலையக் கூடாது. நமக்குப் பணம் உதவுவது போல, நாம் விடுகிற ஏவலை செய்வதுபோல, பணத்தை வைத்துக் கொள்ள வேண்டும்.

நல்ல வழியில், நியாயமான முறையில் பணம் திரட்டும் பண்பில் தான் நமது மனம் செல்ல வேண்டும், செலுத்தப்பட வேண்டும் என்பது தான் நன்மைகளைத் தரும்.

இந்த வாசகத்தை நீங்கள் என்றும் நினைவில் நிறுத்தி வைக்க வேண்டும். அதாவது 'I Need Money, but i am not after Money'.

இறுதியில் ஒன்று, பணம் இல்லாத மனிதன் வெறும் வில்லாகத் தான் இருப்பான். அதா-வது வளைந்து போய். பணம் என்ற அம்பினை நாணில் வைத்து இழுக்கும்போது தான் மனிதன் என்ற வில் எழுச்சி பெறுகிறது. வீரம் அடைகிறது. வெற்றியாகத் தனது கடமையை செய்து முடிக்கிறது. அம்பும் வேகமாக விரைந்து செல்கிறது.

அதனால் தான். (அம்பு என்ற) பணம். பாதாளம் வரைக்கும் பாயும் என்றனர். இரா-மரின் அம்பு ஏழு மலைகளை குடைந்து செல்லவில்லையா அப்படித்தான் பணம் தேடும் இலட்சியத்தை முதலில் கொள்வோம்.

2. எண்ணமும் திண்ணமும்

நமது வாழ்க்கையின் இலட்சியம் முதலில் பணம். பிறகு புகழ்.

ஏழைக்குரிய புகழ் அவனை மற்றவர்களின் ஏளனத்திற்கு ஆளாக்கிவிடும். தமிழகத்தில் தலைசிறந்த கவிஞர் என்று போற்றப்படும் ஒருவர், ஏழை. புகழ் இருக்கும் அளவுக்குப் பொருள் வசதி இல்லாதவர். அவரால் கார் வாங்க முடியவில்லை. வெளியிலே போக 'டாக்-சியும்' வைத்துக் கொள்ள முடியவில்லை. அதனால் பஸ்ஸில் போகிறார். பஸ்ஸுக்காகக் காத்திருக்கிறார். அவரைப் பார்க்கிறவர்கள். 'ஐயோ பாவம்' என்று அனுதாபப்படுகிறார்கள்.

அவரது அறிவும், ஞானமும், புகழும் பெருமையும் அவரை கௌரவிக்கவில்லையே! ஏன்? ஏனென்றால், புகழுக்கேற்றபடி, அவர் சில 'பந்தாக்களை' செய்து கொள்ள வேண்டியிருக்கிறது. அதற்காகக் கொஞ்சம் பணத்தை செலவு செய்ய வேண்டியிருக்கிறது. அப்படி ஒரு சில பணக்காரத் தனங்களை செய்யும் பொழுதுதான் சமுதாயம் சம்மதிக்கிறது. சிறப்பாக சேர்த்துக் கொள்கிறது சரித்திரக் கதாநாயகனாக சித்தரித்துப் போற்றுகிறது.

பணமும் புகழும் நாம் விரும்பியவுடனேயே வந்து சேர்ந்து விடுவதில்லை.

'நிலா நிலா வா வா' என்று குழந்தைகள் பாடிப்பாடி மகிழும். அதாவது நிலா தன் அருகிலே வந்து விட்டது போல உணர்வுடன் ஆடும். ஆனால் நிலா வானத்திலே. பாடும் குழந்தைகள் பூமியிலே! அதுபோல, 'பணமே புகழே வா வா' என்று பலர் பாடிக் கொண்டேயிருப்பார்கள். பணமும் இராது. புகழும் வராது. அவர்கள் காலம் கடைசி வரை அப்படியே பாடிப் பாடி ஏங்கியவாறே அழிந்து போகும்.

நிலா எப்படி நம்மிடம் வராதோ, அப்படியே தான் பணமும், புகழும். உங்களுக்குத் தெரியுமே நிலாவை நாடி மனிதர்கள் தானே சென்றார்கள். அதற்கு எத்தனைக் காலம் முயற்சித்தார்கள்! முனைப்புடன் செயல் பட்டார்கள்! அப்படித்தான் நாமும் பாடுபட்டு முன்னேற வேண்டும்.

நேர் வழியில் பணத்தையும் புகழையும் ஈட்டியவர்கள் எல்லாம், எண்ணத்தால் முதலில் இலட்சிய வாதிகளாகி, பிறகு உண்மையுடன் உழைப்பைத் தொடர்ந்ததால் உயர்ந்தவர்கள் ஆனவர்கள்.

தனக்கு எதுவும் சரியில்லை. நேரமே அமையவில்லை, எனக்கு வாய்ப்பே இல்லை, நான் துரதிர்ஷடக் கட்டை, என்று புலம்புகிற தவளை வாயர்கள். பணத்தையும் புகழையும் மட்டும் இழக்கவில்லை, பிறர ஏளனத்திற்கு ஆளாகி, அவமானத்திற்குள்ளகின்றார்கள்.

எண்னத்தில் முழுமை செயலில் வலிமை செல்லும் பாதையை எளிமையாகவும் இனிமையாகவும் மாற்றிவிடும் என்பதை எல்லோறும் உணர்ந்தே ஆகவேண்டும்.

எண்ணத்தில் திண்ணமாக இருப்போர்க்கு எல்லாமே நல்லதாகத் தான் மாறும், நான் உயர்ந்து விடுவேன். இது தான் என் இலட்சியம் என்று முடிவு செய்து கொண்டு முழு மூச்சாக உழைப்பவர்கள் தான் முன்னேறுகிறார்கள்.

திண்ணம் என்பதை ஆங்கிலத்தில் (Will power) என்று கூட நாம் கூறலாம். இந்தத் திண்ணம் என்பது எடுத்த காரியத்தை விட்டு விடாது. தொடர்ந்து துணிந்து செய்கின்ற விட முயற்சியாகும்.

வேண்டாதவைகளை ஒதுக்கி விட்டுவிட்டு, வேண்டுபவைகளை விடாமல் தொடரும். மனப் பாங்கும். மாபெரும் முயற்சியும் தான் திண்ணம் என்று புகழ்ந்துரைக்கப்படுகிறது.

3. காலம், நேரம், இடம்

ஒரு பழமொழியை இங்கு நாம் தெரிந்து கொள்வோம். "வேத வாக்கியங்களின் அர்த்தங்களை தனது செயலுக்கேற்ப தேவைக்கேற்ப மாற்றிக் கொண்டு தான் விரும்பியவண்ணம் சைத்தான் செய்து வெற்றி கொள்கிறது" என்பதுதான் அந்தப் பழமொழி.

அந்த மொழியின் வழியினை முழுதுமாக நாம் பற்றுக் கொள்ளக் கூடாதுதான். ஆனால் அதன் அடிப்படைப் பொருளை நாம் உணர்ந்து கொண்டு, அதன்படி நடந்து கொள்வது நான் அறிவுடமையாகும்.

தான் நினைத்துக் கொண்டு ஒரு காரியத்தைத் தொடரும் போது கடைசிவரை அப்படியே நடந்து விடுவதில்லை. ஏறுக்கு மாறாக நடப்பது தானே இயற்கை.

நினைத்தது போல் நடக்கவில்லையே என்று நிலைகுலைந்து நின்று போனால், அதில் என்ன ஆண்மை இருக்கிறது.

ஆகவே, எது நமக்கு உதவியாக முன்னேற உதவுகிறதோ, எந்த வழி நமக்கு எளிதாக நடைபோட வாய்ப்பளிக்கிறதோ, அவற்றை ஏற்று, பயன்படுத்தி, வெற்றிகரமாக செயல்களை விரைந்து முடிப்பது தான் விவேகமாகும்.

சைத்தான் தவறான முறைகளைப் பின்பற்றி, தனது காரியத்தை சாதித்துக் கொள்ளும் என்பார்கள். அந்த சைத்தான் முறை வேண்டாம். நமது காரியம் நடந்தேற, நல்ல வழிகளில் நல்ல முறைகளில் நடந்து கொள்ள வேண்டும் என்பதில் நாம் கண்ணுங் கருத்துமாக இருந்திட வேண்டும்.

தவறான வழிகளில் பெறுகிற வெற்றி, தவறான ஆசைகளுக்கே தூண்டுகோலாகிவிடும். தூய்மையான வழிகளில் வந்து சேரும் திரவியம், தீயவைகளுக்கு உட்படுத்தி, தீராத துன்பங்களையே துணையாக்கித் தந்துவிடும்.

வேப்ப மரத்தின் எந்த பாகமும் கசப்புதான். தீமையின் மூலம் தேடுகிற புகழும், திரட்டுகிற செல்வமும் தீமைகளையே தரும்.

எனவே, நமக்கு நாமே உதவிக்கொள்ள முனையும் போது, ஏற்கனவே திட்டமிட்டபடி காரியங்கள் நடைபெறாத பொழுது, ஏற்படுகிற சந்தர்ப்பங்களை நமக்கு சாதகமாகப் பயன்படுத்திக் கொள்ள வேண்டும் என்பது தான், நாம் மேற்கொள்ள வேண்டிய சிறந்த அணுகு முறையாகும்.

அதனால், காலம், நேரம், இடம் பார்த்து, கவனமாக இருந்து, எதிர்த்து வருகிற செயல்களுக்கேற்ப தந்திரமாக, தன் திறத்துடன் செயல்பட்டு, ஜெயித்துக் கொள்ள வேண்டும்.

காலத்தை வீணாக்காமல் கணக்கிட்டு, நேரம் பார்த்து செயல்பட்டு, இடம் தெரிந்து திறமைகளைப் பிரயோகித்து விட்டால் வெற்றிகள் வந்து குவிந்து விடுமே!

4. செயலும் பலனும்

கிணற்றில் குப்பைகளை வாரிக் கொட்டிவிட்டு, அதிலிருந்து நல்ல தண்ணீரைக் குடிப்பதற்காக எடுக்க விரும்புகிறவன், கேடு கெட்ட முட்டாளாகத்தான் இருப்பான்!

சுத்தமான தண்ணீர் வேண்டும் என்று சுகம் கொடுக்கும் சுவையான நீராகவும் கிடைத்து விடுகிறது.

இதனால் தான் நல்ல நீரை விரும்புகிறவன் கிணற்றையும் சுத்தமாக வைத்துக் கொள்ள வேண்டும். கெட்டவைகள் அதில் விழுந்து விடாமல் பார்த்துக் கொள்ள வேண்டும்.

நல்ல மனம் என்ற கிணற்றில், நல்ல தண்ணிர் என்ற நினைவுகள் ஊறிக் கொண்டேயிருக்கும்.

தீய நினைவுகள், தீய பழக்கங்கள் என்ற குப்பைகள் மனக் கிணற்றில் விழாமல் பார்த்துக் கொள்பவர்களுக்கு, 'தாகம் தீர்க்கும்' தூய தண்ணீர் கிடைப்பதுடன், 'சுகம்' கொடுக்கும் சுவையான நீராகவும் கிடைத்து விடுகிறது.

இதனால் தான் நல்ல உடல் - நல்ல மனம் - நல்ல வாழ்வு என்பதை வற்புறுத்தி எழுதிவருகிறேன்.

இப்படிப்பட்ட பண்பார்ந்த மனம், நல்ல வலிமையான உடல் செழிப்பினால்தான் வரும், வளரும்.

சோம்பேறித் தெரு நாய்கள், முயல்களை விரட்டத்தான் முடியும். வலிமையான வேட்டை நாய்களே, முயல்களை விரட்டிப் பிடிக்க முடியும் என்கிற பழமொழியை இங்கே நினைவு கூர்வோம்.

வலிமையான உடலில் விளையும் நலமான சிந்தனைகள், நல்ல செயல்களில் ஈடுபடும் பொழுதுதான், எதிர்பார்க்கும் இனிய பலன்களைக் கொடுக்கும்.

வேட்டை நாய்களைப் போல செயல்களில் ஈடுபட வேண்டும். விரட்டும் வேலை எளிது. பிடிக்கும் வேலையோ பெரிது. அதுபோலவே, செய்யும் தொழிலை செய்வது போன்ற ஆரவார பாவனையுடன் செய்வது எளிது. ஆனால் பலனும் குறைவுதான்.

அப்படிச் செய்வதை நம்மை நாமே குழியில் வீழ்த்திக் கொள்வது போலாகும். அவ்வாறு செய்வதைவிட்டு, நமக்கு உதவுகின்ற வகையில், பலன்கள் பெறுகின்ற வழியில் நமது சிந்தனைகளும் செயல் முறைகளும் விளங்க வேண்டும்.

5. தடைகளை உடைக்கும் ஆற்றல்

அமைதியான கடலில் கப்பல் விடுவதென்றால், எல்லோராலும் தான் முடியும் கொந்தளிக்கும் சூறாவளியில், மலை உயரம் எழும்புகிற அலைகளுக்கிடையில், கொட்டும் மழையில், கப்பலைச் செலுத்துவது என்பது தேர்ந்த மாலுமிகளால், நல்ல கப்பல் தலைவர்களால் மட்டுமே முடியும்.

அதுபோலவே, சாதாரண நேரங்களில், சமர்த்தாகப் பேசி, சாதுர்யமாக வேலைகளை முடித்து விடுவோம் என்பது சாமான்ய மனிதர்களாலும் முடியும்.

தவிர்க்க முடியாத தடைகள், குழப்பிவிடுகின்ற குயுக்திகள், சதித்திட்டம் போல் விளங்கும் சந்தர்ப்பங்கள், மீறி வர முடியாத அளவுக்குப் பிரச்சினைகள். இவற்றிலிருந்து வெற்றிகரமாக வெளிவருவதுதான் வீரத்திற்கு அழகாகும். விவேகிகளின் செயலுமாகும்.

ஆகவே, எதிர்ப்புக்களைக் கண்டு இடறி விழாத பண்புள்ளவர்கள். அவற்றை எத்தி உதைத்துவிட்டு, பாதையை ராஜ பாதையாக ஆக்கிக் கொள்பவர்களால் தான் வெற்றியாளர்களாக விளங்க முடியும். வாழ்வையும் வெற்றி கொள்ள முடியும்.

6. நாவும் நயமும்

அன்பு தான் உலகை ஆள்கிறது. அன்பான சொல் தான் கேட்பவரை மகிழ்விக்கிறது. அன்பான நடத்தையே அடுத்தவர்களிடம் பிரியத்தையும் மரியாதையும் பெற்றுத் தருகிறது.

நமது முயற்சியைப் பற்றிக் கேவலமாகப் பேசுபவர்களும், நமது வெற்றியைப் பற்றி வன்மையாக விமர்சிப்பவர்களும், நமது தோல்வியைக் கண்டு விலா எலும்புகள் ஒடிய சிரிப்பவர்களும் தான் நம்மைச் சுற்றி இருக்கின்றார்கள் என்பதை நாம் மறந்து விடக் கூடாது.

அப்படிப்பட்டவர்களிடமும் நாம் அன்பாகத் தான் பேச வேண்டும். அன்பாகவே நடந்து கொள்ள வேண்டும். அவர்கள் விரும்பாவிட்டாலும், நாம் அன்புடன் பழகிடவே முயல வேண்டும்.

ஏனெனில், பேசுகிற சொல்லும், வீசுகிற கல்லும் மீண்டும் தொடங்கிய இடத்திற்கு வந்து சேராது. பேசிய சொல் பேசியது தான். வீசிய கல்வீசியதுதான்.

வாழ்வில் முன்னேற விரும்புபவர்கள், நாவை மிக எச்சரிக்கையுடன் பயன்படுத்தவேண்டும் சொல் மட்டுமே முதலில் ஒருவரை வசீகரிக்கிறது. அல்லது விரோதியாக்குகிறது.

முன்னேற விரும்புகிறவர்களுக்கு பல நல்ல நண்பர்கள் கூட இல்லாமல் இருந்துவிடலாம். ஆனால் எதிரி என்று யாரும் இருக்கக்கூடாது.

ஏனெனில், நமது முன்னேற்றத்தின் வேகத்தை எங்கிருந்தோ ஓர் எதிரியால் மிக எளிதாகத் தடுத்து விட முடியும். வீணானத் தடைகளை நாமே ஏன் விளைவித்துக் கொள்ள வேண்டும்?

ஆகவேதான், செயலில் விவேகம் காட்டுவது போல. சொல்லிலும் விவேகம் காக்க வேண்டும் என்று கூறுகிறோம்.

7. நாணயம் வேண்டும்

உறுதியான மனம், உறுதியான எண்ணங்கள், உறுதியான சொல்லாற்றல், உறுதியான தொடர் செயல்கள் எப்பொழுதும் வெற்றிகளை உறுதி செய்வனவாகும்.

பிறருக்கு உதவி செய்யாமல் கூட இருக்கலாம். உபத்திரவம் செய்யாமல் இருப்பதுதான் உத்தமமான பண்பு என்று கூறுவார்கள்.

அதுபோலவே, பிறருக்கு உதவுகிறேன் என்று பேசாமல் கூட இருந்துவிடலாம். ஆனால், வாக்குறுதி கொடுக்காமல் இருப்பதுதான் விவேகம்.

ஏனெனில், ஒரு பறவையானது அதன் குரலைக் கொண்டே அறியப்படுவது போல, (முன்னேற விரும்பும்) ஒருவரது நாணயமும் அவர் சொல்லாலே அறியப்படுகிறது.

ஒருவர் காலால் தடுமாறி விடலாம். விழலாம். ஆனால் சொல்லால் தடுமாறி வாழவே கூடாது.

முட்டாள்கள்தான் தங்கள் சொற்களால் தங்களையே முழுதாக அதாவது மட்டரகமாக வெளிப்படுத்திக் கொள்கிறார்கள். அறிவாளிகளோ அர்த்த ராத்திரியில் அற்புத முழு நிலவாக ஒளிர்ந்து கொள்கிறார்கள்.

ஆகவே, நாணயத்தை வெளிப்படுத்தும் சொற்களைப் பேசுவதும், அவற்றைக் கண்ணியத்துடன், கடமை உணர்வுடன் காப்பாற்றிக்கொள்வதும். முன்னேற்றத்திற்குப் பெரிதும் உதவுவனவாகும்.

8. சிக்கனமும் செலவும்

ஒருவர் எவ்வளவு ரூபாய் சம்பாதிக்கிறார் என்பதில் அல்ல பெருமை. அவர் எவ்வளவு சேர்த்து வைக்கிறார் என்பதில்தான் பெருமை.

ஆயிரம் ரூபாய் ஒரு மாதத்திற்கு சம்பாதித்து விட்டு 1200 ரூபாய் செலவு செய்பவரை விட, மாதத்திற்கு 500 ரூபாய் சம்பாதித்து, 50 ரூபாய் சேர்த்து வைப்பவரே சிறந்தவராவார்.

ஒரு பைசா கூட ஒரு நாளைக்கு சேர்த்து வைக்காதவர் பணக்காரர் ஆகிடுவார் என்கிற பேச்சுக்கு இடமேயில்லை.

இன்றைய செலவாளி நாளைய பிச்சைக்காரன் ஆவான்.

பணத்தால் மட்டும் தான் சேர்க்க முடியுமா? உடலாலும்தான். உடல் சக்தியை ஊதாரித்தனமாக செலவு செய்பவர்கள், உருக்குலைந்து போயொழிவார்கள்.

இன்றைய உடல் சக்தியை, இளமை சக்தியைச் சேர்த்துவைக்காமல் சீரழிக்கிற செலவாளி, நாளைய நோயாளியாவான் என்பதற்கு சந்தேகமே இல்லை.

நீங்கள் பெரும் பணக்காரர்களைப் பார்த்திருப்பீர்கள். பணத்தை சிக்கனப்படுத்தத் தெரிந்துகொண்ட அவர்களால், உடல் சக்தியை சிக்கனப்படுத்தாமல் செலவு செய்துவிட்டதால், சேர்த்தப் பணத்தை அனுபவிக்க முடியாமல், செத்தும் சாகாத நடைப்பிணங்களாய், நோய்களால் நொறுக்குண்டு கிடக்கின்றார்கள்.

நோய் என்பது உடல் உழைக்க மறுத்து செய்கின்ற 'ஸ்டிரைக்' போன்றதாகும்.

பலவாறான பேய்ச் செயல்களால் பாதிக்கப்பட்ட உடல்தான் நோய்வாய்ப்படுகிறது.

பணத்தைச் செலவு பண்ணாமல் சேர்த்து வைக்கிறவன் பணக்காரன் ஆகிறான். உடல் சக்தியை செலவு செய்யாமல் சேர்த்து வைக்கிறவன் பலவான் ஆகிறான்.

முன்னேற விரும்புகிறவர், அவருக்கு அவரே செய்துகொள்கின்ற உதவியாவது - பணத்தைச் சேர்ப்பது போலவே உடல் சக்தியையும் நேர்த்தியாக சேர்த்து வைத்துக் கொள்ள வேண்டும் என்பதுதான்.

உங்கள் உயர்ந்த நினைப்பும், உன்னத உழைப்பும், உங்களை நிச்சயம் காக்கும். உங்களுக்கு கட்டாயம் உதவும். உங்களது எதிர்காலத்தை ஒளி மிகுந்ததாகப் பிறப்பிக்கும்.

நல்ல தன்னம்பிக்கையுடன் வெற்றி பெறுவோம் என்ற நம்பிக்கையுடன் செயல்படுங்கள். சரித்திரம் படையுங்கள். எழுச்சியுடன் உழைப்பவருக்கு இறைவன் உதவி என்றுமே உண்டு!

11. வாழ்வில் ஏற்றம் பெறுவோம்

இதுவரை நாம் படித்த கருத்துக்களை நம்முடைய வாழ்வில் கடைபிடித்து நம்மை நாமே புதுப்பித்துக் கொள்வோம்.

காரியம் என்ன செய்தோம்! பூரிப்போடு சொல்லி மகிழ்கின்ற அளவுக்கு புதிதாக என்ன சாதித்தோம்? சோற்றுக்கு உழைத்ததும் - நாக்குப் போட்டியில் சுவைத்ததும் - வயிற்று உழைப்பிலே களைத்ததும், நோய்கள் நெருப்பிலே சளித்ததும் தான் நமது சாதனைகளாகத் தெரிகின்றன! புதிய உயிர்களை உற்பத்தி செய்வதையே பொழுதுபோக்காய் கொண்டு விட்ட காரியத்தையும் இடம் தேடி மடம்தேடி சுகம் தேடி! இளிச்சவாயர்களாக அலைந்ததையும்.

வாய்ப்பேச்சில் இன்பம்! வன்மொழியில் இன்பம்! வழியில் யாரைப் பார்த்தாலும் வக்கணையாய் வம்புப் பேச்சு. காக்கைக் கண்களால் கருடப் பார்வை பார்த்து, கால நேரத்தை அழித்த கதையெல்லாம் உண்டு!

எல்லோரும் ஒன்றை எண்ணிக் கொள்ள வேண்டும். நன்னெறி நூலை நமக்கு நல்கி, நல்ல புகழிற்கு

உரிய குமரகுருபர சுவாமிகள் என்பவர், கோடிட்டுக் காட்டிய குறிப்பொன்று, இவ்வாறு அமைகிறது. நீரில் குமிழியாய் இளமை இருக்கிறது. நீரில் திரளும் அலைகள் போல் செல்வம் இருக்கிறது.

நீரில் எழுதிய எழுத்து போல்தான் நிலவுகிற நமது வாழ்க்கை இருக்கிறது. நொடியில் ஒடிந்து, மறைந்து போகிற நூதனத் தன்மைதான் நமது வாழ்வமைப் பாய் விளங்குகிறது. நில்லாத வாழ்க்கை, மனிதர்க்கெல்லாம் நிலையாத வாழ்க்கை என்கிற இதுபோல் நினைவுகளை சற்று தூரம் எறிந்துவிட்டு, அணையாத 'ஜோதியாக' வாழ்வை ஏற்றிப் பார்க்க, உங்களை யெல்லாம் பெருமையுடன் அழைக்கிறேன். ஒவ்வொருவருக்கும் திறமை இருக்கிறது. உண்மை நிலை இதுதான்.

தமது திறமையை தகுதியுடன் வளர்த்துக் கொண்டு, தான் உயர்ந்து கொண்டு, இந்தச் சமுதாயத்திற்கும் தொண்டு செய்கிற சக்தியும் சாமர்த்தியமும் சமுதாயத்தில் பிறந்த எல்லோர்க்கும் உண்டு.

'எப்பொழுதும் போய் விடுவோம்' என்ற எண்ணத்தைத் தள்ளிவிட்டு, இருந்து என்ன புண்ணியம் என்ற கீழ் நினைவை கிள்ளிவிட்டு; இருக்கும் வரை சிறப்பாக வாழ வேண்டும் என்கிற வேட்கையை வளர்த்து விட்டு, நீங்கள் வளமோடு வாழ வேண்டும். வழியறிந்து உழைக்க வேண்டும். வள்ளல்களாகப் பிழைக்க வேண்டும். வானளாவிய இன்பத்தில் திளைக்க வேண்டும்.

அதற்காக நீங்கள் ஆர்வமுடன் பயணத்தைத் தொடரவேண்டும் என்று வாழ்த்துகிறேன். மண்ணுலகில் வந்து வாழ்ந்து மறைந்து போகிறவர்கள் மனிதர்கள்.

மண்ணுலகில் வாழ்கிற மக்களிடம் வந்து வாழப்போகிற மக்களிடம் நெஞ்சில் அமர்ந்து நிலையாக, நினைவாகக் கொஞ்சும் இடத்தில் கோலாகலமாய் இருந்து வாழ்கிற சாதனை படைத்தவர்களையே பூரிப்போடு அமரர் எனப் போற்றுகின்றனர். அத்தகைய அமரர் பேரினை எடுக்க வேண்டும்.

நீங்கள் ஆற்றலுள்ள மனிதர்களாய் பணியாற்றி, மக்கள் மனதிலே இடம் பெறுகிற அமரர்களாய் மாறி, திரளான புகழில் தேவர்களாய் விளங்கி, தேனான வாழ்வு வாழ வேண்டும் என்று எனது இதயம் கனிந்து வாழ்த்துகிறேன்! எல்லா நலமும் பெற்று ஏற்றமுடன் வாழ்கவே! வாழ்கவே!

3

வாழும் வழி

அணிந்துரை

ரா.தேசிகப் பிள்ளையவர்கள், B.A., B.L.,

தமிழ்-பிரெஞ்சு ஆராய்ச்சித்துறைத் தலைவர்

பிரெஞ்சு கல்வி கலைக் கழகம் (பிரான்சு), புதுச்சேரி.

திருவாளர் சுந்தர சண்முகனார் ஒரு புலவர் - வண் புலவர். புலவர்க்குரிய இலக்கணங்கள் அனைத்தும் கொண்டு திகழும் இவ் அறிஞர் வாழும் வழி என்னும் நூலினை யாத்துத் தமிழ் மக்களுக்கு இதுபோது வழங்குகின்றார்.

உள்ளக் கிளர்ச்சிகளை நன்கறிந்து, உணர்ச்சிகளைச் செழுமையாக்கி, அவற்றைப் பிறர்க்கு எடுத்துக் கூறி, அவர்தம் மனத்தை ஈர்க்கச் செய்பவர்தாம் புலவர்பாழ்வறிந்த புலவர். வாழும் வழி கூறும் இந்நூலின் வாயிலாக, புலவர் பல இடங்களில் படிப்பவரின் சிந்தனையைத் தூண்டிவிடுகிறார்; சிந்தனையால் பொருளுண்மை தோன்றச் செய்கிறார். ஒன்றைக் காணுந் திறனும், அதனை ஆராயும் ஆற்றலும், பின்னர் அதனைச் சரியாக உணர்ந்துகொள்ளும் உரனும், இவ்வாசிரியரின் ஆராய்ச்சிக் கட்டுரைகளைப் படிப்பவர்க்கு உண்டாகக்கூடும்.

மாந்தர் படித்து உணர்வு பெறத்தக்க முறையில் புலவர் சுந்தர சண்முகனாரின் வாழும் வழி அமைந்திருப்பது மகிழ்ச்சிக்குரியது. நூல் நான்கு இயல்களாகப் பிரிக்கப்பட்டிருக்கிறது. இயலுக்கேற்ற முறையில் கட்டுரைகள் சேர்க்கப்பட்டிருக்கின்றன.

கருத்துக்கள் மனத்தில் நன்கு பதியும்வண்ணம், தெளிந்த எளிய முறையில், சுவைபெற எழுத்துநடை செல்வது பெரிதும் பாராட்டற்குரியது. பல திறத்தாரும் படித்து இன்புறத்தக்க இந் நூலை, சிறப்பாக மாணவர் உலகம் போற்றிப் படித்துப் பயன்பெற வேண்டும் என்பது எமது அவா.

முன்னுரை

வாழும் வழி என் கட்டுரைகளின் தொகுப்பு நூலாகும். வாழ்வியல், இலக்கியவியல், மொழி-யியல், விஞ்ஞானவியல் என்னும் நான்கு பிரிவாக நூலை வகுத்துக் கொண்டு கட்டுரை-களை அமைத்துள்ளேன். அவற்றுள் முதல் பிரிவாகிய வாழ்வியலைச் சேர்ந்த கட்டுரை-களுள் முதல் கட்டுரையாகிய 'மக்களாய்ப் பிறந்தோர் வாழும் வழி' என்னும் தலைப்பே, இந்நூலுக்குப் பெயர் கொடுப்பதில் எனக்குத் துணைபுரிந்துள்ளது.

சொன்னதைச் சொல்லும் கிளிப்பிள்ளைகள் போல் இல்லாமல், எதையும் சொந்த ஆராய்ச்சி அறிவுக்கண் கொண்டு துருவி நோக்கி உண்மை காணும் பயிற்சி, வளர்ந்து வரும் வாழத் துடிக்கும் இளைஞர் உலகிற்கு மிகவும் இன்றியமையாதது என்பது என் பணிவான கருத்து. அத்தகு பயிற்சி பெறுவதில், படிப்பவர்க்கு என் ஆராய்ச்சி முடிவுகள் தூண்டுகோ-லாக நின்று துணைபுரியுமாயின் அதுவே எனக்கு வெற்றி.

இந்நூலுக்கு, உயர்திரு. ரா. தேசிகப் பிள்ளையவர்கள் அருள்கூர்ந்து அணிந்துரை வழங்கியுள்ளார்கள். அவர்கள் பேரறிஞர் கல்வி-கலை-நீதித்துறைகளில் அவர்தம் தொண்டு மிகப் பெரியது. பல்கலைக் கழகங்கட்குரிய பாட நூற்கள் எழுதி வெளியிட்டிருப்பவரும் பெரிய பெரிய தமிழ் நூற்களைப் பிரெஞ்சு மொழியில் பெயர்த்திருப்பதன் வாயிலாக உலக அறிமு-கம் பெற்றிருப்பவருமாகிய அப்பெரியார்க்குச் சிறியேனது நன்றி உரியது.

வெற்றிக்கு வழி

வெற்றிக்கு வழி என்பது மலர் தூவிய பாதை அன்று அது முட்களாலும், புதர்களாலும் நிரம்பியது. எந்த வெற்றியாளனும் பிறக்கும் போதே வெற்றியைக் கையில் பிடித்துக் கொண்டு பிறப்பது இல்லை. பின்னர் எது அவனை பிற்கால வாழ்க்கையில் வெற்றியாளனாக மாற்று-கிறது என்று கேட்டால், தன்னம்பிக்கையும் இடைவிடாத முயற்சியுமேயாகும்.

தன்னுள் இருக்கும் திறமைகளை அடையாளம் காணுதல் இதற்கு அவசியம். இந்தத் தேட-லும் புரிதலும் ஒரு நாளில் வந்துவிடுவதில்லை. தன்னுடைய முன்னவர்களை, அவர்-களுடைய எண்ணங்களை, அவர்கள் கடந்து வந்த பாதைகளைப் பற்றிய புரிதல்தான் அவனுள்ளே நம்பிக்கை விதையை விதைக்கிறது. அந்த நம்பிக்கை காலம் செல்லச் செல்ல சிறிய செடியாகி மரமாகி நிலைக்கிறது. அதன் பயனாக வாழ்க்கையின் கனியை அவன் சுவைத்துப் பார்க்க முடிகிறது.

இந்த அடிப்படையில் பல்வேறு சான்றோர்களின் எண்ணப் பதிவுகளை இங்கே தெரிவு செய்து அளித்துள்ளோம். இவற்றை இளைஞர்கள் நெஞ்சில் பதித்துக் கொண்டு, அதைச் சார்ந்த செயல் திறனில் தளராமல் ஈடுபட்டால் வெற்றி உறுதி.

இதோ உங்களுக்கு வழிகாட்டும் எண்ணப் பதிவுகள்

- பெரிய கனவுகளைக் காணுங்கள், மனிதர்களின் ஆன்மாவை அசைத்துப் பார்க்கிற ஆற்-றல் பெரிய கனவுகளுக்கு மட்டுமே உண்டு - **மார்கஸ் அரேலியஸ்**

தங்கள் கனவுகளின் அழகை நம்புகிறவர்களுக்கே எதிர்காலம் சொந்தம் - **எலியனார் ரூஸ்-வெல்ட்**

ஒரு பைசா கூட இல்லாதவன்தான் மிகவும் ஏழ்மையான மனிதன் என்று கருதிவிடாதீர்கள். வாழ்க்கையில் ஒரு கனவு கூட இல்லாமல் இருப்பவன்தான் உண்மையிலேயே ஏழை. - **பென்சில்வேனியா பழமொழி**

வாழ்க்கையை வெறுமனே வாழாதீர்கள். உங்களுக்கென்று ஒரு வாழ்க்கையை வடிவமைத்து வாழுங்கள். - **ஜப்ஃரான்**

ஒருவன் தேடவேண்டிய ஒரே அதிர்ஷ்டம் வாழ்க்கைக்கான குறிக்கோள்தான். அதை வெளியில் தேடினால் கிடைக்காது. தனது மனதுக்குள் தேடித்தான் அதனைக் கண்டுபிடிக்க வேண்டும் - ராபர்ட் லுயிஸ் ஸ்டீவன்சன்

தோல்வி என்பது உங்களுக்குள்ளிருந்து மட்டுமே வர முடியும். வெளியிலிருந்து தோல்வி வருவது சாத்தியமேயில்லை. பலவீனமான இலக்குதான் உங்கள் முன்னேற்றத்துக்குப் பெரும் தடையாக இருக்க முடியும் - **எமர்சன்**

தகவல்கள் தெளிவாக இருந்தால் முடிவுகள் தானாகவே வந்து குதிக்கும் - **பீட்டர் டிரக்கர்**

எனது அறிவை வளர்த்த 6 கனிவான பணியாளர்கள்.

என்ன
ஏன்
எப்போது
எப்படி
எங்கே
யார்
ஆகிய கேள்விகள். - **ருட்யார்ட் கிப்ளிங்**

முதலில் நாம் நமது பழக்கங்களை உருவாக்குகிறோம். பின்னர் நமது பழக்கங்கள் நம்மை உருவாக்குகின்றன - **ஜன் டிரைடன்**

ஒரு மனிதனை இன்னொரு மனிதனிடமிருந்து பிரிப்பதற்காக மதங்கள் ஏற்படவில்லை. மனிதர்களை சேர்த்து வைப்பதுதான் மதங்களின் நோக்கம் -**காந்தியடிகள்**

உலகுக்கு உரியராய் உயர்த்து மாந்தரை
இணையற்ற தொண்டு செய்
ஏறுபோல் பீடு கொள் - **பாவேந்தர் பாரதிதாசன்**

கட்டுப்பாடான முயற்சியினாலும், கடுமையான உழைப்பினாலும் மனிதன் உண்மையை எய்த முடியும் - **டாக்டர் எஸ்.ராதாகிருஷ்ணன்**

வரலாற்றை கற்றுணர்வது நல்லது. அது போன்ற வரலாற்றை படைப்பது அதனினும் மேலானது - **பண்டிதர் நேரு**

4

வாழும் வழி

பேரா. சுந்தரசண்முகனார்
1. வாழ்வியல். 1. மக்களாய் பிறந்தோர் வாழும் வழி

மக்களாய்ப் பிறந்தோர் வாழும் வழி என்ன?

"ஒரு நாள் இன்ப வாழ்வு வேண்டுமானால் முடி திருத்தும் கடைக்குச் செல்; ஒரு மாத இன்ப வாழ்வு வேண்டுமானால் ஒரு குதிரை வாங்கிக்கொள்; ஓராண்டு இன்ப வாழ்வு வேண்டுமானால் ஒரு புது வீடு கட்டிக்கொள்; வாணாள் முழுவதும் இன்ப வாழ்வு வேண்டுமானால் நல்லவனாய் நட." என்பது ஓர் இத்தாலியப் பழமொழியாம். இந்தக் கருத்து நம் நாட்டுச் சூழ்நிலைக்கு எந்த அளவுக்குப் பொருந்துமோ?

முடி திருத்தும் கடைக்குச் சென்று முகத்தை வழித்துக்கொண்டு, ஆகா! என்ன அழகு நம் முகத்தில்! எவ்வளவு வழவழப்பு பளிங்கு போல் பள பளப்பு! என்று வியந்துகொண்டே நிலைக்கண்ணாடியின் முன் நின்று நீட்டி நெளித்து அழகு பார்த்து மகிழ்ந்து பெருமை கொள்கின்றனர் மக்கள். மறுநாள் காலையில் தூங்கி எழுந்து பார்த்தால்; அதே முகத்தில் சொர சொரப்பு. எழுந்ததும் பார்க்க வேண்டுமே அந்த முகத்தின் அழகை!

ஒரு குதிரை வாங்கி ஏறி ஊர்ந்து செல்லின், (அல்லது ஒரு காரே வாங்கினும்,) ஒரு மாதம் சுற்றியடித்துப் பார்த்தால் அலுத்துப் போகிறது. பிறகு நாளடைவில் பழைய ஆர்வத்திற்கிடனின்றி எளிமையாய் விடுகிறது.

ஒரு புது வீடு கட்டினும், ஓராண்டு வரையும் வருவார் போவார்க்கெல்லாம் அதன் ஒவ்வொரு பகுதியையும் காட்டிக் காட்டி விளக்கி விளக்கிப் பெருமை கொண்ட பின்னர், சுவர், கதவு, தூண் முதலியவற்றின் வண்ணநிறம் மங்கமங்க, உடையவரது உள்ளத்தெழுச்சியும் மங்குகிறது.

ஆனால், மக்கள் பெயரளவில் வடிவ அமைப்பில் மட்டும் மக்களாய் இன்றி, உண்மையில் மக்கட் பண்புடையராய் - நல்லவராய் நடந்து கொண்டால் அவர் தம் வாழ்நாள் முற்றிலும் அவர்க்கு இன்பமே பேரின்பமே!

அஃதாவது, ஒருவன் புத்தழகும் புதுப் பொலிவும் உடையவனாய், புத்தெழுச்சி கொண்டவனாய், புது வண்டி பெற்றவனாய், புதுமனை புகுந்தவனாய்க் காணப்படினும், அவனிடம் நீதியோ நேர்மையோ ஒழுக்கமோ பண்பாடோ மானமோ மதிப்போ இல்லையெனின் அவன் நிலை யாது? அவன் வாழ்வு எத்தகையது? அவனை முன்னே விட்டுப் பின்னே எள்ளி நகையாடுமன்றோ உலகம்! 'இதோ போகிறான் பாருங்கள் இவன் செய்த செயல் தெரியுமா?'' என்று ஏசுமே மக்கள் கூட்டம்!

இதனாலேயே, 'வாணாள் முழுவதும் இன்ப வாழ்வு வேண்டுமானால் நல்லவனாய் நட' என்று கூறிற்றுப் போலும் அந்தப் பழமொழி.

வாழ்வு என்றால் வாழ்தல் என்றால் என்ன? என்று பார்ப்போமா? எந்த அகராதியைப் பார்த்தால் இதற்குப் பொருள் காணலாம்! வேண்டியதில்லை - பணம் போட்டு வாங்கிய எந்த அகராதியும் நமக்கு வேண்டியதில்லை. மக்கள் அகராதியில் அஃதாவது - மக்களின் பேச்சு வழக்கில் இஃது எந்தப் பொருளில் ஆளப்படுகிறது என்று நோக்குவோமே!

“அவர் எண்பது ஆண்டுகள் வாழ்ந்தார்”, “என் மகள் மதுரையில் வாழ்கிறாள்”, “அது வாழ்ந்த குடும்பம்'”, “அவருக்கு வாழ்வுவந்துவிட்டது, இனிமேல் நம்மைத் திரும்பிப் பார்ப்பாரா” - “அவர்கள் வாழாதும் வாழ்ந்து வாழைக்குலை சாய்ந்தார்கள்”.

முதலிய வாக்கியத் தொடர்களை நோக்கின், வாழ்தல் என்பதன் பொருள் ஓரளவு புலனாகக் கூடும். 'என்பது ஆண்டுகள் வாழ்ந்தார்' என்பதில், வாழ்தல் என்றால் உயிர் வாழ்தல் என்றுதானே பொருள்? 'மகள் மதுரையில் வாழ்கிறாள்' என்பதில், மகள் கணவனுடன் ஒன்றிக் குடியும் குடித்தனமுமாய் இருக்கிறாள் என்பது கருத்தன்றோ? 'அது வாழ்ந்த குடும்பம்' என்பதில், சீரும் சிறப்புமாய் விளங்கிய குடும்பம் என்பது பொருள் அல்லவா? 'அவருக்கு வாழ்வு வந்துவிட்டது' என்பதில், பட்டம் பதவி பணம் முதலியன பற்றிச் செருக்கு வந்து விட்டது என்பது கருத்து. 'வாழாதும் வாழ்ந்து வாழைக் குலை சாய்ந்தார்கள்' என்பதில், வாழை வளர்ந்து வாழ்ந்து பல கீழ்க்கன்றுகளை ஈன்று, இறுதியில் குலை தள்ளிச் சாய்வது போல், மக்கள் பிறந்து வளர்ந்து குழந்தைகளைப் பெற்றுப் பேரப் பிள்ளைகளையும் கொண்டு குடும்பம் செழிக்க முழு நிறைவோடு முடிதலைக்குறிக்கும்.

மேற்குறிப்பிட்டுள்ள வாழ்வுகள் அனைத்தும் ஆறறிவு பெற்ற உயர்திணைப் பொருளாகிய மக்களுக்கு மட்டுந்தானா உண்டு? அஃறிணைப் பொருள்களாகிய பறவை விலங்குகட்கும் உண்டன்றோ? அவையும் உழைக்கின்றன, உண்ணுகின்றன, உறங்குகின்றன, குஞ்சு குட்டிகளை ஈனுகின்றன, நெடுநாள் உயிர் வாழவுஞ் செய்கின்றன. எனவே, அவற்றின் வாழ்வும் மக்களின் வாழ்வும் ஒன்றுதானா? இடையே வேற்றுமை யாதாக இருக்கலாம்? மக்கள்தம் வாழ்வு எத்தகையதாய் இருக்க வேண்டும்?

ஆம்! மக்களாய்ப் பிறந்தோர் வாழும் வழி என்ன? என்னும் வினாவிற்கு நாம் விடை காணவேண்டும். இவ்வளவு நாள் நாம் எது எதையோ வாழ்வு என்று எண்ணிக்கொண்டு, உலக வழக்கில் பேசியும் பெற்றும் வருகிறோமே, அது அது மட்டும் மக்களுக்கு வாழ்வாகிவிட முடியாது; பறவை விலங்குகளுங்கூட அத்தகைய வாழ்வியலை ஏறத்தாழப் பெற்றுள்ளன; ஆகவே மக்களாய்ப் பிறந்தோர் வாழவேண்டிய வாழ்வு வேறு ஏதோ உளது. அதனை நாம் கண்டுபிடித்தாக வேண்டும்; கண்டுபிடித்தால் மட்டும் போதுமா? கடைப்பிடித்தும் வாழ்ந்து பார்க்க வேண்டும், வாழ்ந்தேயாக வேண்டும்; அதுதான் உண்மையான மக்கள்

வாழ்வு என்ற திட்டவட்டமான உறுதியான முடிவுக்கு இப்போது நாம் வந்துவிட்டோம் என்று கருதுகிறேன்.

அவ்வாறு மக்கள் வாழ்வுநெறிக்கு வேண்டிய வழியைக் கண்டுபிடிக்க நாம் முயலுமுன், நம் முன்னோருள் எவரேனும் ஏதேனும் கண்டுபிடித்துள்ளனரா? அப்படியிருப்பின், அந்த வழியும் நம் அறிவுக்குப் பொருந்தின் நாம் ஏன் அதனைக் கடைப்பிடித்தால் ஆகாது? அவ்வாறு கண்டுபிடித்துக் கூறிப்போந்தவர் எவராயிருக்கலாம்?

சுற்றி வளைத்துக்கொண்டு காலத்தைக் கடத்துவதேன்? வாழ்க்கைத் துணை நூலாகிய திருக்குறளை வையகத்திற்கீந்த வள்ளுவரே நமக்கு நல்ல வழிகாட்டியாவார். அவர் வாழ்வதற்கு வழிசொல்லியுள்ளார். அஃது என்னென்று நோக்குவோம்.

“வசையொழிய வாழ்வாரே வாழ்வார் இசையொழிய
வாழ்வாரே வாழாதவர்.”

என்பது திருக்குறள். பழியின்றி வாழ்பவரே உண்மையில் வாழ்பவராகக் கருதப்படுவர்; புகழின்றி வாழ்பவர் உண்மையில் வாழாதவராகவே கருதப்படுவர் என்பது குறட் கருத்து.

இதிலிருந்து நாம் என்ன தெரிந்துகொள்ள வேண்டும்? ஒருவன் எவ்வளவுதான் படிப்பு - பட்டம் - பதவி பணம் முதலியன பெற்று, மாடமாளிகை கூடகோபுரம் கட்டி வாழினும், நீதியின்றி, நேர்மை யின்றி, பலரும் வெறுத்தொதுக்கும்படிப் பழிச் செயல்கட்கு ஆளாயிருப்பானேயாயின், அவன் வாழ்வு அத்தனையும் நாடகமேடை வாழ்வாகிவிடும். மற்றொருவன், எவ்வசதியும் அற்றவன்; ஆனால் நேர்மையாளன்; பழியென்றால் உலகமே கிடைக்குமெனினும் விரும்பாதவன்; புகழ் எனின் உயிரும் கொடுக்கக்கூடியவன்; தனக்கென வாழாப் பிறர்க்குரியாளன். அத்தகையோன் கஞ்சி குடித்துக் கந்தையே உடுத்தினாலும் அவன் வாழ்வே பெருவாழ்வு பேரின்ப வாழ்வாகும் என்னும் நற்கருத்து இக்குறள் வாயிலாய்ப் பெறப்படுகின்றதன்றோ?

எனவே, வசைநீங்க வாழவேண்டும். இசையுடன் புகழுடன் வாழவேண்டும் என்பது போதரும்.

புகழுடன் வாழவேண்டுமெனின், எவ்வாறு வாழ்வது? எவ்வளவு பணம் எடுத்துக்கொண்டு எந்தக் கடைக்குச் சென்றால் புகழை விலைக்கு வாங்கி வரலாம்? புகழ் என்ன கடைச் சரக்கா?

ஒருவன் பெரிய படிப்புப் படித்திருப்பினும், பட்டங்களும் பல பெற்றிருப்பினும், மாபெரும் பதவிகளில் வீற்றிருப்பினும், மலை மலையாய்ச் செல்வங்களைத் திரட்டிக் குவித்திருப்பினும் பிறர்க்குப் பயன்பட மாட்டான் என்றால், அவனைப் பற்றி யாருக்கும் அக்கறையில்லை; கவலையில்லை. எவன் ஒருவன் பலர்க்கும் பலவகையிலும் பயன்படுகிறானோ, அவனைப் பற்றியே மக்களின் பேச்சு மூச்செல்லாம்! எனவே, பிறர்க்கு உதவவேண்டும். அதனால் புகழ் பெருக வாழவேண்டும். இதைத் தவிர உயிர்க்கு வேறு என்ன வேண்டியுள்ளது? இவ்வாறு உதவுபவரைப் பற்றியே மக்கள் உயர்வாகப் பேசிக்கொள்வர். இக் கருத்துக்களையே,

“ஈதல் இசைபட வாழ்தல் அதுவல்ல(து)
ஊதியம் இல்லை உயிர்க்கு”,

“உரைப்பார் உரைப்பவையெல்லாம் இரப்பார்க்கு ஒன்று
ஈவார்மேல் நிற்கும் புகழ்”

என்னும் குறள்கள் தெளிவுறுத்துகின்றன. ஈண்டு வள்ளுவர், ஈவதால்தான் இசை உண்டாகும்; இசை பெற்று வாழ்தல்தான் வாழ்தலாகும் என்ற குறிப்பை “ஈதல் இசைபட” என்னும் தொடரில் பொதிந்து வைத்திருப்பதை ஊன்றி நோக்குக.

பிறர்க்கு உதவுவது என்றால், சோம்பேறித் தடியர்கட்கெல்லாம் வாரி வாரி வழங்குவதன்று. மக்கள் ஒருவரோடு ஒருவர் அன்பு கொள்ளவேண்டும். ஒருவரையொருவர் மதிக்கவேண்டும். தாம் வந்த வழியினையும் தம் கீழ் உள்ளவர்களையும் திரும்பிப் பார்க்க வேண்டும். தாம் பெரிய மனிதர் என்று செருக்குக் கொண்டு, சமுதாயத்திலிருந்து ஒதுங்கித் தம்மைத் தாமே தனியிடத்தில் சிறைவைத்துக் கொள்ளலாகாது. எல்லோருடனும் கலந்து பழகவேண்டும். எவர் வீட்டிற்கும் போக வேண்டும். பிறர்க்கும் நமக்கும் நடுவே இமயமலை போல் குறுக்கிட்டுத் தடுத்து நிற்கும் வீண் ஆரவார ஆடம்பர முறைகளையெல்லாம் அடியோடு ஆணிவேருடன் களைந்தெறிய வேண்டும். தம்மாலான உதவிகள் அனைத்தையும் பிறர்க்கு அளிக்கத் தம்மை ஆயத்தம் செய்துகொள்ள வேண்டும். அத்தகையோர் வாழ்வே வாழ்வாகும் நிலையான நீடித்த வாழ்வாகும்.

வாழ்வு என்றால் சாகும்வரையும் வாழும் இன்ப வாழ்வு என்று பொருள் கொள்ளும் குறுகிய நோக்கம் எனக்கின்று. தம் வாழ்நாளிலே வாழவேண்டிய முறைப் படி வாழ்ந்தவர்கள் தாம் செத்த பின்பும் வாழ்வார்கள். அதுதான் உண்மையான வாழ்வு தன் செல்வ வளத்தை வாரி வழங்கிய பாரி வள்ளல் இன்றும் மக்களிடையே வாழ்கிறான்; புகழப் பெறுகிறான். அறிவு வளத்தை வாரி வழங்கிய வள்ளுவர் போன்றோர் இன்றும் வாழ்கின்றனர்; இனியும் என்றும் வாழ்வர். இதுதான் நீடித்த நிலையான வாழ்வு. இந்தப் புகழ் வாழ்விற்கு என்றும் அழிவேயில்லை. இதனை வள்ளுவர் பின்வரும் குறளில் குறிப்பிட்டுள்ளார்:

“ஒன்றா உலகத்து உயர்ந்த புகழல்லால்
பொன்றாது நிற்பது ஒன்றில்”

மக்களாய்ப் பிறந்தோர் வாழும் வழி இதுதானே!

2. விருந்தோம்பல்

விருந்தோம்புதல் மனித உள்ளத்தின் உயர்ந்த பண்பாகும். பிள்ளையில்லா வாழ்வினும், விருந்தினரைப் பெறாத விருந்தோம்பாத குடும்ப வாழ்வு மிகவும் வெறிச்சோடிக் காணப்படும். அமிழ்தமானாலும், விருந்தினை வெளியே விட்டுத் தாம் மட்டும் உண்பது மனிதத் தன்மைக்கு அழகேயன்று. 'மருந்தேயாயினும் விருந்தோடு உண்' என்பதை மறக்க முடியுமா? மறுக்க முடியுமா? காக்கையும் அன்றோ இனத்தை அழைத்து உண்ணுகிறது. மேலும், வீடென ஒன்று கொண்டு, அதில் கணவன் மனைவியென இருவர் கூடி இல்வாழ்க்கை நடாத்துவது, உலகிற்கு உதவி உழைப்பதற்குத்தானே! ஒருவருக்கொருவர் உதவி ஒப்புரவு செய்துகொண்டாலே எவரும் எங்கும் வாழ முடியும். வாழ்க்கையின் அடிப்படை இதுவாகவே இருக்கவேண்டும். இவற்றையெல்லாம்,

“விருந்து புறத்ததாத் தான்உண்டல் சாவா
மருந்தெனினும் வேண்டற்பாற் றன்று.”

“இருந்தோம்பி இல்வாழ்வதெல்லாம் விருந்தோம்பி
வேளாண்மை செய்தற் பொருட்டு”

முதலிய திருக்குறள்களால் திருவள்ளுவர் விளக்கியுள்ளார். மேலுமவர், எவ்வளவு பெருஞ்செல்வரா யிருப்பினும், விருந்தோம்பாதவர் ஏழைகளாகவே கருதப்பட்டு இழிக்கப்படு-வார்கள் என்னும் கருத்தில்,

“உடைமையுள் இன்மை விருந்தோம்பல் ஓம்பா
மடமை மடவார்கண் உண்டு.”

என்னும் குறளைக் கூற மறந்தாரில்லை. நாமும் அவர் மொழிகளை மறக்கலாமா? இவ்-விருந்தோம்பலும் பெண்ணில்லா வீட்டில் நடைபெற வழியில்லை. இத்தொண்டில் பெரும்-பங்கு பெண்பாலார்க்கே உரியதாம். அது அவர்களின் தனிக் கலையுங் கூட!

கண்ணகியின் கற்புச் செயல்

கற்புக்கு அணிகலமாகிய கண்ணகியை, வாழ்க்கையில் இன்பமின்றித் தவிக்கவிட்டான் கணவன் கோவலன். மாதவியை அடுத்திருந்தான். பின் பிழையுணர்ந்து வீடு திரும்பினான். மனைவியை மதுரைக்கு அழைத்துச் சென்றான். மாதரி வீட்டில் தங்கினான். ஆங்கு உணவுண்ட பின் கண்ணகியை அருகில் அமரச் செய்தான். தன் குற்றங்களையெல்லாம் ஒப்புக்கொண்டு மன்னிப்புக் கேட்பவன் போல் புலம்பத் தொடங்கினான்: “இரவில் கரடுமுர-டான வழிகளில் கால் நோவ உடன் வந்த கண்ணகியே! உன் அன்பை என் னென்பேன்! உன் உள்ளம் அறியாமல் வாணாளை வீணாள் ஆக்கினேன். உனக்கு இன்பமே அளித்தே னில்லை. துன்பக் கடலிலேயே தோயச் செய்தேன். அவ்வமயம் உன் மனநிலை எவ்விதம் இருந்ததோ! ஆ கொடியேன், என் செய்தேன்’ என்றெல்லாம் பல கூறி அரற்றினான்; பிதற்-றினான்; ஏங்கினான்.

கேட்ட கண்ணகி உம்மைப் பிரிந்திருந்த காலத்தில் எனக்கு நல்ல உணவில்லை; உயர்ந்த ஆடை அணிகலன்கள் கிடைக்கவில்லை; உம்மை மணந்து கொண்டதால் துன்பமேயன்றி இன்பம் ஏது என்றெல்லாம் மொழிந்தாள் என்று எண்ணுகிறீர்களா? இல்லையில்லை! “என் அருமைத் தலைவரே! இராவழி நடந்ததால் என்கொன்றும் அலுப்புத் தோன்றவில்லை கார-ணம் நும்முடன் வந்தமையே! நும்மைப் பிரிந்து தனித்திருந்த காலமே - அதிலும் தனிமைத்-துன்பத்தால் இன்பமின்றிக் கழிந்தது. அப்போழ்து பெருங் கவலையொன்று என்னை மிகவும் தாக்கியது. நம் வீட்டிற்கு வந்த அறவோர்கட்கு ஒன்றும் அளித்தேனில்லை; செந்தண்மை பூண்ட அந்தணர்களை மகிழ்வித்தேனில்லை; துறவிகளைக் காத்தேனில்லை; விருந்தினர்-களை எதிர்கொண்டு வரவேற்றேனில்லை. பெண்கட்குக் கிடைக்கக்கூடிய இவ் அரும்பெரும் வாய்ப்புக்களையெல்லாம் இழந்ததே எனக்குத் துன்பமாகத் தோன்றியது” என்று அன்பு கனிய இன்மொழி புகன்றாள். என்னே நம் கண்ணகியின் கலங்காத கற்பு நோக்கம்! இதனை,

“அறவோர்க்கு அளித்தலும் அந்தணர் ஓம்பலும்
துறவோர்க்கு எதிர்தலும் தொல்லோர் சிறப்பின்

விருந்தெதிர் கோடலும் இழந்த என்னை"

என இளங்கோவடிகள் இனிமையாகச் சிலப்பதிகாரம் என்னும் நூலில் பொறித்துக் காட்டியுள்ளார்.

சீதையின் சீரிய நோக்கம்

இராமனும் சீதையும் நாட்டை விட்டனர், காட்டையடைந்தனர். அங்கே சீதை இராவணனால் சிறையெடுக்கப்பட்டாள். இலங்கையை அடைந்தாள். இராமன் காட்டில் தனித்து வருந்தினான். இலங்கையில் இருக்கும் சீதையின் கவலைக்கோ ஓர் எல்லையில்லை. அவள் கவலை சென்றது எவ்விதத்தில்? "காட்டில் நாம் இருந்த குடிசைக்குப் பல துறவிகள் விருந்தாக வருவார்களே, அவர்களின் நிலை என்ன? அவர்கட்குச் சமைத்துப் பரிமாறுபவர் யாவர்? அங்கிருந்து அவர்க்குத் தொண்டு செய்வதற்கும் முடியாமற் போனதே. அவ் விருந்தினரைக் கண்டதும் உணவு முதலியவற்றால் மகிழ்வித்தற்கின்றி நம் கணவர் மனம் என்ன பாடுபடுகின்றதோ அங்கு" என்றெல்லாம் பல எண்ணிக் கவன்றாள். இதனை,

"அருந்து மெல்லடகு யாரிடம் அருந்துமோ என்றழுங்கும்
விருந்து கண்டபோது என்னுறு மோஎன விம்மும்
மருந்தும் உண்டுகொல் யான்கொண்ட நோய்க்கென் மயங்கும்
இருந்த மாநிலம் செல்லரித் திடவும்ஆண் டெழாதாள்"

என்னும் கம்பரின் உருக்கமான பாடலால் அறியலாம். தமிழ்ப் பண்பாட்டில் ஊறி வளர்ந்து வாழ்ந்த கம்பர், சீதையின் வாயிலாக விருந்தோம்பியதை வற்புறுத்தியதில் வியப்பொன்றும் இல்லையன்றோ?

பெண்டிர் திறமை

கண்ணகியும் சீதையும் விருந்தோம்பாது போயினும் தம்மால் முடியாது போனமைக்கு வருந்தியாவது இருப்பது மிகவும் போற்றிப் புகழ்தற்குரியதாகும். சிறந்த பெண்களின் இலக்கணம் இதுவே. தாங்கள் எவ்வளவு எளிய நிலையில் இருப்பினும், தம்மை நாடி வந்தவர்களை உதறித் தள்ளாமல் மகிழ்விக்கும் மனப்பான்மையும் திறமையும் பெண்டிர்க்கு இருத்தல் இன்றியமையாததாகும்.

வீட்டில் ஒன்றும் இல்லை. உணவு தண்ணீரே! அதுவும் ஒரு நாளைக்கு ஒரு குடத்திற்கு மேல் மறு குடத்திற்கு வழியில்லை; இந்நெருக்கடியான நேரத்தில் சுற்றத்தினர் வந்து சூழ்ந்துவிட்டனர். சுற்றத்தார் என்றால் ஒருவரல்லார்; இருவரல்லார்; கடல் நீரும் போதா அளவில் பலர் கூடிவிட்டனர். அஞ்ஞான்று, பெண் தன் முழுத் திறமையையும் பயன்படுத்த வேண்டும். இது பற்றியன்றோ,

"குடநீர்அட் டுண்ணும் இடுக்கட் பொழுதும்
கடல்நீர் அறஉண்ணும் கேளிர் வரினும்
கடனீர்மை கையாறாக் கொள்ளும் மடமொழி
மாதர் மனைமாட்சி யாள்"

என நாலடியாரும் முழங்குகின்றது.

நாட்டிற்கே பெருமை

இரண்டாயிரம் ஆண்டுகட்கு முன், இளங் கண்டீரக்கோ, இளவிச்சிக்கோ என்னும் இரண்டு மன்னர்கள் ஓரிடத்தில் வீற்றிருந்தனர். பெருந்தலைச் சாத்தனார் என்னும் புலவர் அங்கு சென்றார். அவர், இளங்கண்டீரக்கோவை மட்டுமே வணங்கிப் பாராட்டினார். உடனிருந்த இளவிச்சிக்கோ, "ஏன் என்னை ஏறெடுத்தும் பார்க்கவில்லை?" என்று புலவரைக் கேட்டான். அவனுக்கு அவர் கூறிய பதில் வருமாறு:

"இளவிச்சிக்கோவே பண்டைக் காலந்தொட்டே கண்டீரக் கோவினுடைய நாட்டு மக்கள் மிகவும் நல்லவர்கள். பாடும் புலவர் வந்துவிட்டால் பாராட்டிப் பரிசு தந்தனுப்புவார்கள். ஆண்கள் மட்டும் அல்லர் - பெண்களும் அத்தகையோரே தன் கணவர் வெளியூருக்குச் சென்றிருக்கும்போது புலவர்கள் வந்துவிடின், கணவர் வரும்வரையும், வந்தவரைக் காக்க வைத்திருக்க மாட்டார்கள். பயனின்றியும் அனுப்பமாட்டார்கள். உணவு படைத்து உளங்குளிரச் செய்வார்கள். அது மட்டுமா? தம் தகுதிக்கேற்பப் பெண் யானைகளை அணிகலன்களால் அலங்கரித்து அவற்றைப் பரிசாக அளிப்பார்கள். அத்தகைய உயர்ந்த மனப்பான்மை நிறைந்த உறவினர்களையும், குடிமக்களையும் உடையவர் கண்டீரக்கோ, ஆதலின் அவரைப் பாராட்டினேன். நீயோ, பெண் கொலை புரிந்த நன்னன் மரபினன். பாடும் புலவர் நின்னைக் காண வரின் நின் கோட்டை அடைத்த கதவோடு அவர்கட்குக் காட்சியளிக்கும். ஒருவரும் உள்ளே புகவே முடியாதென்றால் பயன்பெறுவது எப்படி? அதனாலேயே என் போன்றோர் உன் போன்றோரை எப்போதுமே பாராட்டுவதில்லை" என்று கூறி முடித்தார் புலவர். இவ் வரலாற்றை, அப்புலவர் பாடிய

"பண்டும் பண்டும் பாடுநர் உவப்ப
விண்டோய் சிமைய விறல்வரைக் கவாஅன்
கிழவன் சேட்புலம் படரின் இழையணிந்து
புன்தலை மடப்பிடி பரிசி லாகப்
பெண்டிரும் தம்பதம் கொடுக்கும் வண்புகழ்க்
கண்டீரக் கோன் ஆகலின் நன்றும்
முயங்க லான்றிகின் யானே பொலந்தேர்
நன்னன் மருகன் அன்றியும் நீயும்
முயங்கற் கொத்தனை மன்னே வயங்கு மொழிப்
பாடுநர்க்கு அடைத்த கதவின் ஆடுமழை
அணங்குசால் அடுக்கம் பொழியுநும்
மணங்கமழ் மால்வரை வரைந்தனர் எமரே"

என்னும் புறநானூற்றுப் (151) பாடல் புலனாக்கும். கணவர் இல்லா நேரத்தும் பெண்கள் விருந்தோம்பியதால் உண்டான பெருமை அவர் குடும்பத்திற்கு மட்டுமா நாட்டிற்கும் உரியதாயிற்றன்றோ? அதனால் அன்றோ, இரண்டாயிரம் ஆண்டுகளின் பின்னரும், நாம் அவர்களைப் பற்றி நினைக்க முடிகிறது. விருந்தோம்பலின் சிறப்புத்தான் என்னே!

ஔவையார் ஏமாற்றம்

விருந்தோம்புதலின் பெருமையறியாத பேதையர் சிலர், விருந்தினரைக் கண்டதும் ஓடிப் பதுங்குகின்றனர். சில வீடுகளில் கணவன் விருந்தினரை அழைத்துக் கொண்டு உள்ளேநு-

ழைய முடியாது. தவறி நுழைந்தாலோ புடவை கட்டிய புலி பாயும். பாவையெனப் பெயர்-பெற்ற பாம்பு சீறும். இந்நிலையில், விருந்தினரைக் கண்டால் தலைமறைவாய்ப் போகா-மல் வேறென்ன செய்வான் கணவன். விருந்தினரை அழைத்து வந்தால், மனைவி கணவன் தலையில் சட்டியையிட்டு உடைக்க, அது வளையம்போல் கழுத்தை அலங்கரித்த கதையை, “வீணாய் உடைந்த சட்டி வேணதுண்டு என் தலையில், இந்தப் பூணாரம் பூண்ட புதுமை-தனைக் கண்டதில்லை” என்னும் அடிகள் அறிவிக்கப்படவில்லையா?

ஒரு சமயம், ஒரு வீட்டின் வெளித் திண்ணையில் விருந்தாக அமர்ந்திருந்தார் ஔவை-யார். அவரை எப்படியாவது உண்ணச் செய்யவேண்டும் என்பது அவ்வீட்டு ஆடவனின் ஆவல். அவன் மனைவியோ கொடுமைக்கு இருப்பிடம். விருந்து வந்துள்ளதென அவளிடம் விளம்பவும் அச்சம். ஆதலின், அவளைத் தன்வயப் படுத்துவதற்காகச் சில தொண்டுகள் செய்ய முற்பட்டான். அவள் அருகில் சென்றான். தலையிலுள்ள ஈரையும் பேனையும் எடுத்-தான். கூந்தலைக் கோதி முடித்தான். தண்ணீரால் முகத்தைத் துடைத்துத் தூய்மை செய்-தான். பொட்டிட்டான். மற்றும் பணிவிடைகள் பல புரிந்தான். இனி நம் வேண்டுகோளை மனைவி ஏற்கலாமென அரை குறையாய் நம்பினான். கட்டிக் கொண்டான்கையை. மெது-வாக, விருந்து வந்துள்ளது என்று விண்ணப்பம் செய்தான். அவ்வளவுதான், அம்மைக்கு வந்தது சினம். எழுந்தாள்; ஆடினாள்; சரமாரியாகப் பாடினாள் சில பாடல்களை; அவன் ஓடினான்; விடவில்லை; தானும் ஓடினாள்; பழ முறத்தாலும் சாடினாள். பார்த்தார் ஔவை-யார். அந்த வேகம் தம் பக்கமும் திரும்பிவிடுமோ என்று அஞ்சினார். இவ்வளவு நேரம் உண்ணக் காத்திருந்து ஏமாந்துபோன அவர் வாய், உண்பதற்குப் பதிலாக,

“இருந்து முகந்திருந்தி ஈரொடு பேன்வாங்கி
விருந்துவந்த தென்று விளம்ப - வருந்திமிக
ஆடினாள் பாடினாள் ஆடிப் பழமுறத்தால்
சாடினாள் ஓடிமுன் தான்”

என்று பாடத் தொடங்கிவிட்டது. இத்தகைய கொடிய நிலை குடும்பத்தில் கூடவே கூடாது. குளிக்கப்போய்ச் சேறு பூசிக்கொள்ளலாமா? இன்பத்திற்கன்றோ குடும்பம்? துன்-பத்தைத் தூரத்தில் ஓட்டுவதே அறிவுடைமையாகும். ஆடவர்க்கு மனமில்லாது போயினும், பெண்டிர் விரும்பினால் விருந்தோம்ப முடியும். ஆதலின் அவர்கள் அக் கலையை மறவாமை கடமையாகும்.

3. ‘தமிழ்நாட்டு வில்சன்’

உலகம் ஒன்றுபட வேண்டும் என்பது அறிஞர்களின் ஆவல். இது அன்று மட்டுமன்று - இன்று மட்டுமன்று என்றுமே இருக்கும் ஆவல் தமிழைத் தாய்மொழியாகக் கொண்டவர்கள், சாதியாலும் சமயத்தாலும் பல பிரிவினராயிருப்பினும், தமிழர் என்னும் பெயரால் ஒன்றுபடு-கிறார்கள். பல மொழியினருக்கு நடுவிலே இவர்கள் தம்மைத் ‘தமிழர்’ என்னும் பெயரால்-தானே தெரிவித்துக் கொள்ளவேண்டும்? இது போலவே, தமிழன், தெலுங்கன், வங்காளி, குசராத்தி முதலியோர் ‘இந்தியர்’ என்னும் பெயரால் ஒன்றுபடுவர் பிற நாட்டினர் நடுவிலே. இந்தியன், பர்மியன், சீனன் முதலியோர் ஆசியாக் கண்டத்தினர் என்னும் பெயரால் ஒன்-

றுபடுவர் பிற கண்டத்தாரின் நடுவிலே. இவ்வொற்றுமை நிலையினை இங்கு நான் கட்சி பற்றியோ, மதம் பற்றியோ வகுக்காமல், அரசியல் பற்றியே வகுத்தேன். ஆசியன், ஐரோப்பியன், அமெரிக்கன் முதலிய எல்லாக் கண்டத்தாரும் ஒன்றுபட்டால் உலகம் ஒன்றுபட்டதாகப் பொருளல்லவா? இந்த ஒற்றுமையை, ஒரே மதமோ, ஆட்சியோ உலக முழுவதும் பரவின் உண்டாக்கக் கூடும். அல்லது, வேறு மண்டலமாகிய 'செவ்வாய்க் கிரகம்' போன்ற இடத்திலிருந்து நம் உலகத்திற்கு எதிர்ப்புத் தோன்றுமாயின், எல்லாக் கண்டாத்தார்களும், 'பூவுலகத்தார்' (பூமியார்) என்னும் பெயரால் ஒருவேளை ஒன்றுபடலாமோ என்னவோ!

இப்போதும் நம் உலகில் 'உலக ஒன்றுமைக் கழகம்' (சர்வதேசச் சங்கம்) இருந்து தொண்டாற்றி வருவதை அரசியல் அறிவுபெற்ற அனைவரும் அறிவார்கள். இந்த ஐக்கிய நாடுகளின் நிறுவனம் தமிழில் சுருக்கமாக ஐ.நா. என்று அழைக்கப்படுகிறது.

ஐ.நா.வின் நோக்கங்களுள் முக்கியமானவற்றைக் கீழே சுருக்கித் தருகிறேன்:

1. இனி உலகின் எந்த மூலையிலும் போர் என்ற பேச்சே எழக்கூடாது.

2. ஒவ்வொரு மனிதனின் உரிமையும் மதிப்பும் காப்பாற்ற வேண்டும்.

3. மனித சமுதாயம் துன்பங் காணாத இன்ப வாழ்க்கை வாழ்வதற்கு வேண்டிய வசதிகளை ஆக்கித் தரல் வேண்டும்.

4. மக்களிடையே சகிப்பும், பொறுமையும் நிலவச் செய்து நட்பை வளர்க்கச் செய்யவேண்டும்.

5. உலக ஒற்றுமைக்கும் அமைதிக்கும் கேடு தோன்றின் உலகத்தார் அனைவரும் ஒன்றுபட்டுக் காக்க வேண்டும் - முதலியன.

இவற்றுள் மூன்றாவது நோக்கத்துள் மற்றைய நான்கும் அடங்கிவிடும் ஆதலின், அது மிகவும் இன்றியமையாதது. இந் நிறுவனத்தின் சட்ட திட்டங்களைப் பின்பற்ற ஒத்துக்கொள்ளும் எந்த நாடும் இதில் பங்கு கொண்டு தொண்டாற்றலாம். இது 'பொருளாதார அவை', 'சமூக அவை' என்னும் இரு சபைகளை அமைத்துப் பொருளாதார சமூக திட்டங்களைக் கவனித்து வருகிறது. உலகத்தில் ஏற்படும் குற்றங்குறை சண்டை சச்சரவுகளை மேற்பார்வையிட்டுத் தீர்ப்பு வழங்க, 'அனைத்துலக நீதிமன்றம்' ஒன்றையும் இது அமைத்துள்ளது. மற்றும் கொரியப் போர், ஈரான் எண்ணெய்த் தகராறு, காங்கோ சிக்கல் முதலியவற்றில் இந்த ஐ.நா.வின் ஈடுபாடு எத்தகையதென்பதை உலகறியும்? இதில் எல்லா நாட்டினரும் பங்கு கொள்வார்களேயானால், இதுவும் நேர்மையான முறையில் நடக்குமேயானால், கூடிய விரைவில் உலகம் ஒன்றுபடும் என்பது உறுதி ஆனால் அதுதான் ஐயம்! இதற்குத் தக்க காரணமும் கூறுவேன்:

'ஒரு கண் கெட்ட பின் சூரிய வணக்கம்,!' 'திருட்டுப் போனபின் அறைக்குப் பூட்டு' - என்ற முறையில்தான் இந்த ஐ.நா.வும் தோன்றியது. இரண்டாவது உலகப் பெரும்போரில் எத்தனை உயிர்க்கொலை எத்தனை அழிவு வேலைகள் எத்தனை இழப்புகள் எத்தனை தொல்லைகள்! அப்பப்பா சொல்லுந்தரமன்று! போர் முடிந்தது. சில நாடுகள் தோற்றன; சில நாடுகள் வென்றன. இருவகை நாடுகளுமே மேற்கூறிய துன்பங்களுக்குக் குறியானவைகளே. கிட்டத்தட்ட உலகத்தையே வறுமை சுவைத்துப் பார்த்தது. ஆராய்ந்து பார்த்தார்கள் உலக அறிஞர்கள் சிலர்; ஒரு முடிவுக்கு வந்தார்கள்; ஐ.நா. வைத் தொடங்கினார்கள்; திட்டங்களைத் தீட்டினார்கள். இதைத்தான் யான் முதலில் விவரித்தேன்.

எல்லா நாட்டினரும் இதில் சேரமாட்டார்கள்; சேர்ந்தாலும் சட்ட திட்டங்களுக்குக் கட்டுப்பட்டு ஒத்துழைக்க மாட்டார்கள் என்று ஏன் ஐயப்படுகிறேன் என்றால், இப்போது உலகம் தெனாலிராமன் வளர்த்த பூனையாகிவிட்டது. அவன் சூடான பாலை பூனைக்கு வைத்தானாம். குடித்ததும் பூனையின் வாய் வெந்து போயிற்றாம். அதிலிருந்து ஆறிய பாலை வைத்தாலும் அது குடிப்பதில்லையாம். ஆலமரத்தில் தொங்கிய பாம்பை விழுது என்று எண்ணிப்பிடித்துப் பயந்துபோன குரங்கு, மறுபடி உண்மையான விழுதை - ஏன் தன் வாலையே பார்த்துப் பாம்போ என அஞ்சுவது இயற்கைதானே! இவ்வெடுத்துக்காட்டுகளின் பொருத்தத்தைச் சிறிது ஆராய்வோம்.

இந்த ஐ.நா. இரண்டாவது உலகப் போரின் பின்புதானா ஏற்பட்டது? இல்லையில்லை. முதல் உலகப் போர் முடிந்ததுமே ஏற்பட்டுவிட்டது. அப்படியாயின், இரண்டாவது உலகப்போர் நடந்து கொண்டிருந்தபோது இது என்ன செய்தது? அப்போர் வராமல் ஏன் நிறுத்தவில்லை? வந்தவுடனேதான் ஏன் நிறுத்தவில்லை? அணுகுண்டு வந்துதானா நிறுத்த வேண்டும்? தன் ஆற்றலை அணுகுண்டுக்கு அளித்துவிட்டதா? என்ற கேள்விகள் எழும். இதனைச் சிறிது விரிவாக நோக்குவோம்:

முதல் உலகப் போர் முடிந்ததும் பாரிசில் ‘சமாதான மகாநாடு’ கூடியது. அதன் பயனாகவே ‘உலக ஒற்றுமைக் கழகம்’ உருவாயிற்று. உலக மக்கள் ஒன்று படுவதற்கும் வசதியாக வாழ்வதற்கும் உரிய சட்ட திட்டங்கள் பலப் பல வகுக்கப்பட்டன. பல நாடுகள் கழகத்தில் சேர்ந்தன. சில நாடுகள் சில்லாண்டுகள் கழித்துச் சேர்ந்தன. இக்கழகம் செய்த ஆக்க வேலைகளுள் ஒரு சில கீழே தரப்படும்.

1. சுவீடனுக்கும் - பின்லாந்திற்கும், செர்மனிக்கும் - போலந்துக்கும், கிரேக்கருக்கும் - பல்கேரியருக்கும், கொலம்பியாவிற்கும் - பெருவிற்கும் ஏற்பட்ட சச்சரவுகளைத் தீர்த்துப் போர் மூளாமல் செய்தது.

2. ஏழ்மை நாடுகளின் தொழில் வளத்தைப் பெருக்கிப் பொருளாதாரத்தை உயர்த்த முயன்றது.

3. அடிமைத்தனம் - அபின் வியாபாரம் முதலிய வற்றைத் தொலைக்கப் பாடுபட்டது.

4. தொத்து நோய்கள் பரவாமல் இருக்கத் தடுப்பு முறைகள் செய்தது.

5. ஏழை நாடுககளுக்குப் பெருந்தொகையைக் கடனாக அளித்துதவியது.

6. போர்க் கைதிகள் தத்தம் நாடடையச் செய்தது.

7. நிற வேற்றுமையை ஒழிக்க முனைந்தது.

இப்படிப் பலவகை நன்மைகளைச் செய்து கொண்டிருந்த சங்கம் நாளொரு மேனியும் பொழுதொரு வண்ணமுமாக வளர்ந்தது என்று நினைக்கிறீர்களா? அதுதான் இல்லை. சிறகிழந்த பறவையாயிற்று! வேலியால் மேயப்பட்ட பயிராயிற்று! எப்படி? குறுகிய தேசப்பற்றுக் கொண்ட செர்மனி, இத்தாலி போன்ற நாடுகள் சங்கத்திலிருந்து பிரிந்தன. பிரிந்ததோடு நிற்காமல், உராய்கிற மாடு மேய்கிற மாட்டைக் கெடுத்தாற்போல் பிற நாடுகளின் அமைதியையும் குலைக்கத் தொடங்கின. அன்றியும் சங்கத்தில் சேர்ந்திருந்த பல நாடுகளும் இனிப் படையைப் பெருக்குவதில்லை என்று சங்கத்தில் ஒத்துக்கொண்டு தத்தம் ஊர் சென்றதும், ‘அவன் கிடக்கிறான் குடிகாரன் எனக்கு இரண்டு மொந்தை போடு’ என்ற முறையில் ஏராளமாகப் படைகளைப் பிறர் அறியாமல் பெருக்கி வைத்துக்கொண்டு பத்தினிபோல் பாசாங்கு

செய்தன. இது எப்படித் தெரிந்தது? படையைப் பெருக்கக்கூடாது என்ற நாடுகளின் ஒழுங்கு, இரண்டாவது உலகப் பெரும் போரில் தெரிந்துவிட்டதே! அம்மம்மா எவ்வளவு ஆயத்தங்கள்! எவ்வளவு பீரங்கிகள்! எவ்வளவு குண்டுகள், எவ்வளவு தரை-நீர்-வான ஊர்திகள்! இந் நிலையில் நாடுகள் நாளாவட்டத்தில் சங்கத்தின் கட்டுப்பாடுகளை மீறின. முதல் முதல் சங்கத்தின் கட்டுப் பாடுகளை ஃஇட்லர் அவர்களே "போனி" பண்ணினார். 1939-இல் போலந்தைத் தாக்கி இரண்டாவது உலகப் பெரும்போருக்குத் திறப்புவிழா செய்தார். கெடுவான் கேடு நினைப்பான் அன்றோ? இந்நிலையில் சங்கம் பங்கம் எய்தி மயங்கியது. சங்கம் ஒன்றிருந்ததையே மறந்து உலகம் போரில் ஈடுபட்டது. அணுகுண்டு வந்தே ஆண்டுவிழா நடத்தியது. இந்தக் கதி இப்போதுள்ள ஐ.நா.வுக்கும் வராது என்று யார் ஆருடம் சொல்லுபவர்? இப்போது தெரிகிறதா ஐயத்தின் காரணம்?

முதல் உலகப் போருக்குப் பின் முதல் முதல் இந்த உலக ஒற்றுமைக் கழகத்தை நிறுவப் பாடுபட்டவர்களுள் முக்கியமானவர், இருபத்தெட்டாவது அமெரிக்கச் சனாதிபதியாயிருந்த 'வுட்ரோ வில்சனே' (Woodrow Wilson) யாவார். கழகத்துக்குரிய திட்டங்களைத் தயாரித்தவரும் இவரே! இதனாலேயே உலகம் இன்றும் இவரை, 'சர்வதேசச் சங்கத்தின் தந்தை' என்று புகழ்கிறது. தந்தை வில்சன் பெற்றெடுத்த ஒற்றுமைக் குழந்தையை வளர்க்கச் செவிலியர் பலர் பல வகையில் பாடுபட்டிருக்கிறார்கள். அவர்களுள் 'வெல்ஸ்' என்பவரும் ஒருவர். இவர் தாம் எழுதிய 'சரித்திரச் சுருக்கம்' என்ற நூலுள், உலக ஒற்றுமையை நிலை நாட்டுவதற்கு ஒரு பொதுவான கொள்கையே இருக்க வேண்டும்; எல்லோரும் கல்வி பயில வேண்டும்; எவ்வகைப் படையும் இருக்கக்கூடாது; வேலையில்லாத் திண்டாட்டம் ஒழியவேண்டும் - என்றெல்லாம் குறிப்பிட்டுள்ளார். உண்மைதான் ஏட்டில் எழுதி வைத்து என்ன பயன்? எல்லோரும் பின்பற்ற வேண்டுமே ஏட்டுச் சுரைக்காய் கறிக்குதவாதன்றோ?

எல்லா வசதியும் நிறைந்த இந்த நூற்றாண்டில், அதிலும் அரசியல் தலைவர்கள், அதிலும் போரால் நொந்த பின்பு இவ்வுலக ஒற்றுமைப் பேச்சை எழுப்பியதில் என்ன வியப்பு? ஒரு வசதியும் இல்லாதிருந்த காலத்தில், ஏறக்குறைய இரண்டாயிரம் ஆண்டுகளுக்கு முன்பே தமிழ்நாட்டில் பிறந்த ஓர் ஏழைத் தமிழ்ப் புலவர், உலக ஒற்றுமை வேண்டும் என்று தம் கவியில் குறிப்பிட்டுள்ளார். 'யாதானும் நாடாமல் ஊராமால்' என்னும் திருவள்ளுவரின் திருக்குறளை இங்கு நான் எடுத்துக் கூறவில்லை. அவர், யாதும் ஊரே யாதும் நாடே என்று குறிப்பிட்டிருப்பது கற்றவர்களுக்கு மட்டுமே. யான் குறிப்பிடும் புலவர் பொதுவாக உலகத்தார்க்கே சொல்லியுள்ளார். அதனாலேயே அவர் கவிக்குப் 'பொதுவியல்' என்னும் பேர் அளிக்கப்பட்டுள்ளது. அது பழைய தமிழிலக்கியமாகிய புறநானூற்றுள் உள்ளது. அதன் கருத்து வருமாறு:

"எல்லா ஊரும் நமக்கு ஒன்றே. எல்லா மனிதரும் நம் உறவினரே. நமக்கு நன்மையோ, தீமையோ வருவது நம்மாலேயே. துன்பம் வந்தபோது நோவதோ, அதைப் போக்கிக் கொள்வதோ நம்மைப் பொறுத்தேயுள்ளன. இறப்பு என்பது நமக்கு மட்டும் வரும் புதுமையன்று. அதனால், வாழ்வு வந்தபோது துள்ளிக் குதிப்பதோ, தாழ்வு வந்தபோது தாங்காது புலம்புவதோ எம்மிடம் இல்லை. ஒரு சிலரை உயர்த்துவதோ, மற்றொரு சிலரைத் தாழ்த்துவதோ எமக்கு வழக்கம் இல்லை." என்பதாகும். இதனை,

"யாதும் ஊரே யாவரும் கேளிர்
தீதும் நன்றும் பிறர்தர வாரா
நோதலும் தணிதலும் அவற்றோ ரன்ன
சாதலும் புதுவ தன்றே, வாழ்தல்
இனிதென மகிழ்ந்தன்றும் இலமே முனிவின்
இன்னா தென்றலும் இலமே
....
பெரியோரை வியத்தலும் இலமே
சிறியோரை இகழ்தல் அதனினும் இலமே."

என்னும் புறநானூற்றுப் (192) பாட்டால் அறியலாம். இக்கருத்துக்களை முக்கியமாக முதல் அடியை உலக மக்கள் பின்பற்றினால் வரும் தீங்கென்ன? உலகம் ஒன்றுபட முடியாதா?

இன்ன இன்ன இடத்தில் இன்னின்ன நாடுகள் இருக்கின்றன என்று அறிய முடியாதபடி, கடலாலும் மலையாலும் உலகம் பிளவுபட்டுக்கிடந்த காலத்திலேயே நம் புலவர், 'யாதும் ஊரே யாவரும் கேளிர்' என்று முழங்கியிருக்கிறார் என்றால், கப்பல், வானவூர்தி, வானொலி, தொலைபேசி, தொலைக்காட்சி முதலிய கருவிகள், காலத்தையும் தூரத்தையும் வென்று சுருக்கி, உலகத்தை இணைத்துக் கொண்டிருக்கின்ற இவ்விருபதாம் நூற்றாண்டிலாவது உலகம் ஒன்றுபடக் கூடாதா? "யாதும் ஊரே யாவரும் கேளிர்" என்ற மூல மந்திரத்தினை ஒவ்வொருவரும் பின்பற்றி நடந்தால் 'ஒரே உலகம்' உருவாகாதா?

இம் மந்திரத்தை உலகிற்கு வழங்கிய அப்பழைய தமிழ்ப் புலவரின் பெயர் 'கணியன் பூங்குன்றனார்' என்பது. இவரை, சர்வதேசச் சங்கத்தின் தந்தை என்று உலக விளம்பரம் பெற்ற அமெரிக்கச் சனாதிபதி வில்சனாக உருவகித்து, தமிழ்நாட்டு வில்சன் என்று அழைத்ததில் என்ன தவறு?

4. காலங் கடத்தாதே!

அன்புள்ள மாணாக்க,

நலம், நலம் பல பெருகுக!

உன் கடிதம் கிடைத்தது. உனக்கு வேலை மிகுதியாயிருப்பதாக எழுதியிருந்தாய். ஆமாம், இந்த வயதில் எவ்வளவு வேலையாயிருந்தாலும் முயன்று செய்யத்தான் வேண்டும். சில சமயம் பல வேலைகள் சுமந்து போவதாகவும் குறிப்பிட்டிருந்தாய். வேலைகள் சுமையாகக் குவியாமல் இருப்பதற்கு ஒரு வழி உண்டு. அந்த வழியினை நீ என்னிடம் கல்வி பயின்று கொண்டிருந்த காலத்திலேயே நான் சொல்லியிருப்பதாக நினைவிருக்கிறது. மீண்டும் அதனை ஈண்டு உனக்கு நினைவுபடுத்துகிறேன்.

எந்த வேலையாயிருப்பினும் உரிய காலத்தில் முடித்துவிட வேண்டும். பிறகு பார்ப்போம் என்று ஒத்திப்போடும் இயல்பு நம் ஆக்கத்திற்குப் பெருந்தடைக்கல்லாகும். முழு வேலையினையும் ஒத்திப் போடுவதற்கு மட்டும் இதனை நான் கூறவில்லை; குறித்த ஒரு வேலையை அரைகுறையாய் விட்டு வைப்பதற்கும் சேர்த்தே நான் இந்த அறிவுரையினைக் கூறுகிறேன்.

அரைக் கிணறு தாண்டலாமா? வேலையைக் குறையாய் நிறுத்தும் இயல்புடையவரிடந் தான் வேலைகள் மலையெனக் குவிந்துவிடுவது வழக்கம். முற்பகல் வேலையைப் பிற்பகல் செய்ய, பிற்பகல் வேலையை மறுநாள் செய்ய,இப்படியே போய்க்கொண்டிருந்தால், எந்த வேலையும் ஒழுங்குறாது அவசரக் கோலம் அள்ளித் தெளித்த கதையாய்ப் போய்விடும். 'செய்வன திருந்தச் செய்' என்பது முதுமொழியல்லவா?

சிலர் செய்ய வேண்டிய வேலையை நிறுத்தி விட்டு, இன்பப் பொழுதுபோக்குக் களியாட்டங்களில் ஈடுபடுவதுண்டு. வெளித்தோற்றத்திற்கு அவர்கள் களியாட்டயர்வதாகக் காணப்படினும், அவர் தம் உள்ளத்தே ஐயோ, வேலையை விட்டுவிட்டு வந்துவிட்டோமே, எப்போது செய்வது, என்ன ஆவது என்ற எண்ணம் உறுத்திக்கொண்டேயிருக்கும். குறைவேலைக்காரர்கள் பொழுதுபோக்கினால் பெறும் போலி இன்பத்தைவிட, உரிய வேலையினை உரிய காலத்தில் முடித்து மனநிறைவு கொள்வதனால் உண்டாகிற இன்பமே பேரின்பம்! பேரின்பம்! இந்த உண்மையைப் பலர் உணர்வதில்லை.

சுற்றிவளைக்காமல் சுருங்கச் சொல்லின், எடுத்துக்கொண்ட வினையை எச்சமாக விடுவது - அதாவது வேலையைக் குறைவாக நிறுத்துவது, நம் திட்டங்களையெல்லாம் முறியடித்து, நம்மைக் குறிக்கோள் அற்றவராக்கி, நம் வாழ்வையே சீர்குலைத்துவிடும். எனவே, வேலையில் சிறிதும் குறை வைக்கக்கூடாது. வாழ்க்கையில் சிறு பகையிருப்பினும் அஃது எங்ஙனம் பெரிய பகையாக முற்றி நம் தலைக்கே கேடு விளைத்துவிடுமோ, அங்ஙனமே குறை வேலையும் செய்துவிடும். ஏன், வேறோர் எடுத்துக்காட்டும் உண்டே! தீயை அணைக்காமல் சிறிதளவு எச்சமாய் (குறையாய்) விட்டு வைத்தாலும், அது பெருகி வளர்ந்து பெருங்கேடு செய்யுமல்லவா? அது போன்றதே வினைக்குறையும். இதனை நம் வள்ளுவப் பெருந்தகையாரும்,

"வினை பகை என்றிரண்டின் எச்சம் நினையுங்கால்
தீயெச்சம் போலத் தெறும்"

என்னும் குறட்பாவால் தெளிவுறுத்தியுள்ளாரே! எனவே எந்த வேலையினையும் காலங்கடத்திச் செய்யாதே உரிய காலத்தில் செய்துவிடுக. பொன்னினும் சிறந்தொரு பொருள் அருங் காலமல்லவா? நினைவிருக்கட்டும்.

உன் அன்புள்ள,
ஆசிரியன்

5. புகழ்ச்சியில் வெறுப்பு

என்ன! புகழ்ச்சியிலே வெறுப்பா? ஆம். அப்படியென்றால் பிறர் புகழ்ச்சியில் வெறுப்போ? இல்லயில்லை. தம் புகழ்ச்சியிலேயே வெறுப்பு. இப்படியுங் கூட உலகத்தில் உண்டா? இது என்ன விந்தையாக இருக்கின்றதே! ஆம் விந்தையாகத்தான் இருக்கும். எவ்விதத்தில்.

உலகில் புகழ்ச்சி விரும்பாதோர் பெரும்பாலும் இருக்கமாட்டார்கள். ஒவ்வொருவரும் தாம் புகழ்ச்சி அடைவதற்காக அரும்பாடுபடுகின்றனர். ஆனால், அப்புகழ்ச்சி நேர்மையான முறையில் கிடைப்பதாக இருந்தாலும் ஒருவாறு ஒத்துக்கொள்ளலாம்.

அப்பப்பா உலகில் புகழ்ச்சிக்காகச் சிலர் செய்யும் கொடுமைகளைப் பொறுக்க முடியவில்லையே! வேறொருவர் செய்த புகழ்ச்சிச் செயல்களைத் தம்முடையன என்று சொல்லிக் கொள்வோர்சிலர். பிறரை வருத்திச் சில காரியங்களை முடித்துக்கொண்டு அதனை வெளியில் மறைத்துப் புகழ்கொள்வோர் சிலர். இப்படி இன்னும் பலர் உளர். மாட்டை அடித்துச் செருப்புத்தானம் செய்வதால் யாது பயன்? கடைத் தேங்காயைத் திருடி வழிப் பிள்ளையாருக்கு உடைக்கலாமா?

இன்னும் சிலருக்கு எழுத்து வாடையே தெரியாது. ஆனால் பையில் எழுதுகோல் சொருகியிருப்பார்; கையில் கடிகையாரம் கட்டியிருப்பார். மற்றும் சிலர், வாடகைக்கு ஆடையணி வாங்கி அணிசெய்து கொள்வர்; கஞ்சிக்கும் வழியிருக்காது; காஃபி சாப்பிடுவது வழக்கம் என்று சொல்லிக்கொள்வர். இவ்விதம் பல பிறவிகள் உண்டு. குடிப்பது கூழ் - கொப்பளிப்பது பன்னீர் போலும்?

இத்தகைய புகழ்ச்சியுலகில் புகழ்ச்சியை வெறுப்பது என்பது எளிதா? மிகவும் அரிய செயல் அல்லவா? ஆனால் அப்புகழ்ச்சியினையும் வெறுத்த வீரர்கள் உலகில் இல்லாமற் போகவில்லை. அப்படியெனின், அவர்களைப் பற்றி அறிந்துகொள்ள ஆவலும் எழுச்சியும் அடைய வேண்டாமா?

பண்டொரு காலம். ஓர் அழகிய காடு. அதன் நடுவில் ஒரு பலாமரம். அதன் அடியில் ஒருவர் அமர்ந்திருந்தார்; அவர் கட்டியிருந்த துணியில் இனிகிழிய இடமில்லை. அது பருந்தின் சிதறிய சிறகுபோல் பார்வைக்குத் தெரிந்தது. வயிறு இருக்கும் இடமே தெரியவில்லை; முதுகோடு ஓடி ஒட்டிக்கொண்டிருந்தது. ஏழ்மையின் எல்லையைக் கண்டவர் அவர். தற்போது பசியெனும் தீராப் பகைவனால் பெரிதும் தாக்கப்பட்டிருந்தார். அவர் யார்? 'குசேலரோ என எண்ணிவிட வேண்டாம். 'வன்பரணர்' என்னும் பெயர் பூண்ட புலவர் பெருமான் அவரே. அவரைச் சுற்றிலும் அவர் தம் மனைவி மக்கள் சூழ்ந்திருந்தனர். வேற்றூர்க்குச் செல்லும் அக்குடும்பம் இளைப்பாறுவதற்காக வழியில் உள்ள அக்காட்டில் தங்க வேண்டி வந்தது.

அங்கே ஒரு வில்வீரன் வந்தான். ஏன், ஒரு சிற்றரசன் என்றே செப்பலாம். வேட்டைக்கு வேண்டிய ஒப்பனை செய்துகொண்டிருந்தான் அவன். அவனைக் கண்ட புலவர் வணங்கி எழுந்தார். எழுந்ததற்கு காரணம் அச்சமன்று; பெருமதிப்பே. ஆனால், புலவரை எழுந்து நிற்க வைத்தானா அரசன்? இல்லையில்லை. தலையசைத்து, இன்சொல் புகன்று, கையால் அமர்த்தி உடனே அமரச் செய்துவிட்டான். புலவரின் ஏழ்மை நிலைமையையும், பசியால் வாடிய தோற்றத்தையும் கண்டான். அக்காட்சியை அவனால் பொறுக்க முடியவில்லை.

புலவரின் பசிப் பிணியினைப் போக்கும் மருந்து அரசனிடம் கையிருப்பு இல்லை. காரணம் என்ன தற்போது அவன் இருப்பது அரண்மனையன்று; நடுகாடு காடு அல்லவா? அதனால் அவன் வறிதே விட்டானா? இல்லை? உணவு தயாரிக்கத் தொடங்கினான். தன்னுடன் வந்த வேலையாட்கள், வேட்டை காரணமாகப் பல மூலை முடுக்குகட்குப் பிரிந்திருந்தனர். இருப்பினும், அவன் சிறிதும் பின் வாங்கவில்லை. தானே உணவுப் பொருளைத் தேடினான். தீக்கடைக் கோலால் நெருப்பு மூட்டினான். நெருப்பின் உதவியால் உணவு தயார் செய்யப்பட்டது. புலவர் குடும்பம் உண்டு பசி நீங்கி அருவியில் நீர் பருகி இன்புற்றது. அவ்வின்பத்தைக் கண்டு அரசனும் இன்புற்றான்.

பின்னர், புலவர் அரசனுக்கு நன்றியும் வணக்கமும் செலுத்திப் புறப்படத் தொடங்கினார். அவ்வளவில் அனுப்பிவிடுவானா அவன்? பசியைப் போக்கியாயிற்று. ஒரு சிறிதாவது ஏழ்மையினையும் போக்க வேண்டும் அல்லவா? தான் அணிந்துகொண்டிருந்த அணிகலன்களை கழற்றித் தந்தாள். தந்து, "புலவரீர் நான் இப்போது இருப்பது அரண்மனையன்று, நடுக்காடே என்பதை நீவிர் நன்கு அறிவீர்கள் ஆதலின் இவ்வளவுதான் அடியேனால் செய்ய முடிந்தது. இன்னும் சிறந்த உதவிகளைச் செய்ய இயலாது போனமைக்கும் பெரிதும் மன்னித்தருள வேண்டுகிறேன்" என்று விண்ணப்பமும் செய்து கொண்டான். ஆ! அவன் பெருங் கொடைத்திறனை என்னென்று புகழ்வது!

அந்த வள்ளலின் வரலாற்றை அறிந்துகொள்ளப் புலவர் பெரிதும் ஆவல் கொண்டார். அவனை நோக்கி, "அரசே நுமக்குரிய நாடு யாது?" எனப் பணிவுடன் வினவினார். அதற்கவன், "புலவரீர் என் நாடு எதுவாயினும் ஆக அதைப்பற்றி நுமக்கேன் கவலை?" என்ற தெரிவித்துவிட்டான். பார்த்தார் புலவர். "அப்படி யாயின் நும் பேரையாவது அறிவிக்க வேண்டும்" எனக் கேட்டுக்கொண்டார். அதற்கும் அவ்விதமே பதில் கூறிவிட்டான் அவன். தற்புகழ்ச்சி என்பதே அவன் அகராதியில் இல்லை போலும் வேறொருவராய் இருப்பின் தம் பெருமைகளை வானளாவக் கொட்டி அளந்திருப்பார்கள் அல்லவா? உடனே அவன் புலவரிடம் விடைபெற்றுச் சென்று மறைந்தான்.

பின்னர், புலவர் அங்கு வந்த சிலரை வினவி, அவ்வரசன் 'தோட்டி' என்னும் மலைநாட்டிற்குத் தலைவன் எனவும், கண்டீரக் கோப்பெருநள்ளி எனும் பெயருடையன் எனவும் அறிந்துகொண்டார். அவனைப் புகழ்ந்து அழகாகப் பாடினார். பாடி, அப்பாடலைத் தமிழ்நாட்டிற்கு ஈந்து, தம் கடமையை முடித்ததாக எண்ணி ஆறுதல் அடைந்தார். இந்நிகழ்ச்சியை, அவர் பாடிய,

"கூதிர்ப் பருந்தின் இருஞ்சி றகன்ன
பாறிய சிதாரேன் பலவுமுதற் பொருந்தித்
தன்னும் உள்ளேன் பிறிதுபுலம் படர்ந்தவென்
உயங்குபடர் வருத்தமும் உலைவும் நோக்கி
மான்கணம் தொலைச்சிய குருதியங் கழற்கால்
வான்கதிர்த் திருமணி விளங்குஞ் சென்னிச்
செல்வத் தோன்றலோர் வல்வில் வேட்டுவன்
தொழுதனன் எழுவேன் கைகவித் திரீஇ
இழுதின் அன்ன வானினக் கொழுங்குறை
கானதர் மயங்கிய இளையர் வல்லே
தாம்வந் தெய்தா அளவை ஒய்யெனத்
தான்ஞெலி தீயின் விரைவனன் சுட்டு, நின்
இரும்பேர் ஒக்கலொடு தின்மெனத் தருதலின்
அமிழ்தின் மிசைந்து காய்பசி நீங்கி
நன்மரன் நளிய நறுந்தண் சாரல்
கல்மிசை அருவி தண்ணெனப் பருகி

விடுத்தல் தொடங்கினோனாக, வல்லே
பெறுதற் கரிய வீறுசால் நன்கலம்
பிறதொன் றில்லைக் காட்டு நாட்டெமென
மார்பிற்பூண்ட வயங்குகாழ் ஆரம்
மடைசெறி முன்கைக் கடகமோடு ஈத்தனன்.
எந்நாடோ என நாடும் சொல்லான்
யாரீரோ எனப் பேரும் சொல்லான்
பிறர் பிறர் கூற வழிக்கேட் டிசினே:
இரும்புபுனைந் தியற்றாப் பெரும்பெயர்த் தோட்டி
அம்மலை காக்கும் அணிநெடுங் குன்றிற்
பளிங்கு வகுத்தன்ன தீநீர்
நளிமலை நாடன் நள்ளி அவன் எனவே.”

என்னும் புறநானூற்றுப் (150) பாடலால் நன்குணரலாம். இப்பாடலின் பிற்பகுதியிலுள்ள ‘எந்நாடோ என நாடும் சொல்லான்; யாரீரோ எனப் பேரும் சொல்லான்; பிறர் பிறர் கூற வழிக் கேட்டிசினே; தோட்டி மலை காக்கும் நளிமலை நாடன் நள்ளி அவன் எனவே’ என்னும் அடிகள் ஈண்டு குறிப்பிடத்தக்கன.

படிக் கல்லில் பட்டை பட்டையாகத் தங்கள் பெயர் பொறித்துக்கொள்ளும் தற்புகழ்ச்சி வேட்டைக் காரர்களுக்கு, வள்ளல் நள்ளியின் வரலாறு ஓர் அறை கூவலன்றோ? இத்தகைய புகழ் வேட்டைக்காரர்களை நோக்கி, உங்கள் ஊர் பேர் என்ன என்று கேட்டால், இவர்கள் விரிவாகத் தங்கள் வாழ்க்கை வரலாற்றையே எழுதிக் கொடுத்தாலும் கொடுப்பார்கள் கேட்காத போதே தம் புகழ் பாடுபவர்களாயிற்றே!

ஏதேனும் நன்கொடை கொடுத்துவிட்டு, தங்கள் பெயரை வெளியிடவே கூடாது என்று வற்புறுத்திக் கேட்டுக்கொள்பவர்களும் இக்காலத்தில் சிலர் உளர். ஆனால் இவர்களுள் பெரும்பாலோர், புகழ்ச்சியில் உள்ள வெறுப்பினால் இவ்வாறு நடந்து கொள்வதில்லை; பலமுறை கெஞ்சிக் கேட்ட பிறகு வேண்டா வெறுப்புடன்தாங்கள் கொடுத்த சிறிய நன்கொடையின் இல்லையில்லை - வன்கொடையின் அளவு பிறருக்குத் தெரியக் கூடாது என்பதற்காகவும், இதையறிந்து இன்னும் பலர் வந்து கேட்காமல் இருப்பதற்காகவுமே இத்தகையோர் தங்கள் பெயரை வெளிக்காட்டுவதில்லை. இவர்களை நோக்க, புகழ்ச்சியை விரும்பியாவது உலகிற்கு உதவி ஒப்புரவு செய்பவர்கள் வரவேற்கத் தக்கவர்களல்லவா?

புகழ்ச்சியை விரும்பாது நல்லதற்கு நல்லவர்க்குக் கைம்மாறு கருதாது உதவிய நள்ளி போன்றோரால் அல்லவா வன்பரணர் போன்றோர் வாழ முடிந்தது? வன்பரணர் போன்ற புலவர் பெருமக்கள் வாழ்ந்ததனால் அல்லவா தமிழ்மொழி வளம்பெற்றுள்ளது? புகழ் வேண்டாத நள்ளியின் புகழ் வாழ்க!

இலக்கியவியல் - 6. தெவிட்டாத திருக்குறள்

“தேருந்தொறும் இனிதாந் தமிழ்”

என்பது தஞ்சைவாணன் கோவையில் ஒரு செய்யுட் பகுதி. இச்செய்யுள் எவர் வாயிலிருந்து வந்தது? “பொய் பிறந்தது புலவர் வாயிலே” என்பர் சிலர். இல்லையில்லை; புலவர்கட்குள்ளேயே ‘பொய்யா மொழிப் புலவர்’ பாடிய செய்யுள் இது. ஈடுபாடு கொள்ள ஈடுபாடு கொள்ளத் தமிழ் மிக மிக இனிக்கும் என்பது இதன் கருத்து. தமிழில் ஈடுபாடு கொண்டவர்கள் இதனை உணர்வர் - நம்புவர். கற்கண்டின் இனிமையைச் சுவைத்தே உணர வேண்டும் உணர முடியும் அல்லவா?

தமிழை ஆராய்ந்து இன்புறுதல் என்றால் என்ன? தமிழிலுள்ள தலைசிறந்த நூற்களை ஆராய்ந்து இன்புறல்தானே! அங்ஙனமெனின், தமிழ் நூற்களை ஆராய ஆராய இனிமை மிகும் என்பது போதரு மன்றோ? முதல் பொய்யாமொழிப் புலராகிய திருவள்ளுவரே கூறியுள்ளாரே! படிக்கப் படிக்க நூலின் நயம் இனிப்பதைப் போலப், பழகப் பழகப் பண்புடையவரது நட்பு இனிக்கும், என்பது அவர் கருத்து.

‘நவில்தொறும் நூல்நயம் போலும் பயில்தொறும்
பண்புடையாளர் தொடர்பு’

என்பது அக்கருத்தமைந்த குறளாம்.

உண்மை அஃதெனில், ஆராய ஆராயத் தெவிட்டாது இனிக்கும் தமிழ் நூற்களுள் தலைசிறந்த ஒன்றினைத் தேர்ந்தெடுத்து வைத்துக்கொண்டு ஆராய்ந்து ஆராய்ந்து அவ்வின்பத்தைத் துய்க்கலாமே! இழப்பதேன்?

அத்தகையதொரு தமிழ் நூலைத் தேர்ந்தெடுத்தல் அரிதன்று; எளிது, மிக எளிது. அவ்வேலையை உலகம் நமக்குத் தரவில்லை. அதனை முன்னமேயே அது செய்து முடித்துவிட்டது. அந்த நாடறிந்த நூலை ஏன், உலகமறிந்த அத்தலைநூலை ஏறக்குறைய ஓரீராயிரம் ஆண்டுகட்கு முன்பே, சங்கத் தமிழ்ப் புலவர்களே - பன்னூற்கள் எழுதிய தமிழ்ப் பாவாணர்களே விருப்பு வெறுப்பின்றி ஒருமுகமாய்த் தேர்ந்தெடுத்துவிட்டனர். ஆம்; உள்ள உள்ள உள்ளம் உருக்கும் அந்தத் தமிழ் நூலை - ஆராய ஆராய அறிவு ஊற்றெடுக்கும் அந்தத் தமிழ் நூலை - சிந்திக்கும் சிந்தைக்கு இனிய, அது மட்டுமா, கேட்கும் செவிக்கும் இனிய, அம்மட்டுமா, சொல்லும் வாய்க்கும் இனிய அந்தத் தமிழ்நூலை அவர்கள் அப்போதோ தேர்ந்தெடுத்துவிட்டனர்.

“அருங்குறளும் பகர்ந்ததற்பின் போயொருத்தர்
வாய்க் கேட்க நூலுளவோ”

என்றார் நத்தத்தனார்.

“உள்ளுதொறு உள்ளுதொறு உள்ளம் உருக்குமே
வள்ளுவர் வாய்மொழி மாண்பு”

என்றார் மாங்குடி மருதனார்.

“வாய்மொழி வள்ளுவர் முப்பால் மதிப்புலவோர்க்கு
ஆய்தொறும் ஊறும் அறிவு”

என்றார் உருத்திர சன்ம கண்ணர்.

“சிந்தைக் கினிய செவிக்கினிய வாய்க்கினிய...
வள்ளுவனார் பன்னிய இன்குறள் வெண்பா”

என்றார் கவுணியனார்,

“உலகடைய உண்ணுமால் (வள்ளுவர்)
வண்டமிழின் முப்பால் மகிழ்ந்து”

என்றார் ஆலங்குடி வங்கனார். இப்படி இன்னும் பலர், பற்பலர்.

அக்காலப் புலவர்கள் மட்டுமா அதன் அருமை பெருமையினை அறிந்திருந்தனர்? இக்காலத்தும் பல்வேறு இந்திய மொழிப் புலவர்கள் உட்படப் பல்வேறு உலக மொழிப் புலவர்களும் அதன் ஈடு இணையற்ற சிறப்பினை நுனித்துணர்ந்தனர். தத்தம் மொழிகளிற் பெயர்த்துக் கொண்டனர். பிற மொழி யாளர்கள் அத்தமிழ் நூலை மொழிபெயர்த்துக் கொண்ட செயல், அவர்தம் பரந்த மனப்பாங்கையோ, பரந்த அறிவின் பெருக்கையோ அறிவிப்பதாகப் பொருள் இல்லை; அத்தமிழ் நூலின் கருத்தாழத்தை எவரையும் கவர்ந்து தன்வயப்படுத்தும் அந்நூலின்தனி மாண்பினை அறிவிப்பதாகவே பொருள் அல்லவா?

காலங் கடந்த, கண்டங் கடந்த, சாதி சமயங் கடந்த அத்தகு உலகப் பொது நூல் - உலகப் பொதுமறை திருவள்ளுவரின் தெவிட்டாத திருக்குறளன்றோ? “வள்ளுவன் தன்னை உலகினுக்கே தந்து வான்புகழ் கொண்ட தமிழ்நாடு” என்று சுப்பிரமணிய பாரதியார், திருக்குறள் உலகப் பொதுநூல் என்பதற்கு நற்சான்றிதழ் (Certificate) கொடுத்திருப்பதாகக் கூறுவது வழக்கம். இல்லை, இஃது அவரது சொந்தச் சரக்கில்லை. ஒருவேளை அவ்வாறே எடுத்துக்கொண்டாலும், இக்கருத்தை முதலில் வெளியிட்டவர் அவரல்லர். இதனைத் திருவள்ளுகூர் காலத்திலேயே புலவர் பெருமக்கள் பறைசாற்றித் தெரிவித்துவிட்டனர்.

“வள்ளுவர் பாட்டின் வளமுரைக்கின் வாய்முடுக்குந்
தெள்ளமுதின் தீஞ்சுவையும் ஒவ்வாதால்-தெள்ளமுதம்
உண்டறிவார் தேவர் உலகு அடைய உண்ணுமால்
வண்டமிழின் முப்பால் மகிழ்ந்து”

என ஆலங்குடி வங்கனார் அப்போதே அறிவித்துப் போந்தார். ‘உலகு அடைய - உலகம் முழுவதும் உண்ணும்’ என அப்போதே குறி (ஆருடம்) சொல்லிவிட்டுப் போனார். எதிர்காலத்துக்கும் இடம் வைத்து, ‘உண்ணும்’ என்று செய்யும் என்னும் வாய்ப்பாட்டு வினைமுற்றில் கூறிப் போந்தமையின் நுணுக்கத்தினை நோக்கி நுனித்து மகிழ்க.

“வள்ளுவர் உலகங் கொள்ள மொழிந்தார் குறள்”

என நரிவெரூஉத்தலையாரும் கூறியுள்ளார்.

ஆம், உலகின் உட்கொள்கின்றனர்; ஆனால் தமிழர்களின் நிலை என்ன? “வள்ளுவன் குறளை வையகமெல்லாம் வாரி யிறையடா தமிழா’ என்று பாடுகிறோம், ஆடுகிறோம்; ஆனால் செய்தோமா? செய்கின்றோமா? போகட்டும், இனியேனும் செய்வோமா?

தமிழர்கள் திருக்குறளை மறந்தது உண்மைதான். அதனை அனைத்துலகிற்கும் அறிமுகப்படுத்த அவர்கள் மறந்தது உண்மைதான். ஆனால், திருக்குறள் தமிழர்களை மறக்கவில்லை. அவர்களை அனைத்துலகிற்கும் அறிமுகஞ் செய்து வைக்க அது மறக்கவில்லை.

தன் கருத்தின் திண்மையால் உலக மக்களைக் கவர்ந்ததன் வாயிலாக, திருக்குறள் என ஒரு நூலுண்டு, அஃது எழுதப்பட்டது தமிழ்மொழியில், அம்மொழியினைப் பேசுபவர் தமிழர்கள், அவர்கள் அத்தகையதொரு நூலை உலகிற்கு அளிக்கவல்ல ஆற்றலும் அநுபவமும் நிரம்பியவர்கள்' என அனைத்துலகினரும் அறிந்து வியக்கச் செய்தது நம் அருமைத் திருக்குறளன்றோ?

'உலகிற்கு அறிமுகஞ் செய்து பரப்புவது அப்புறம் இருக்கட்டும், முதலில் நீங்கள் படியுங்கள்!' என்று திருக்குறள் சொல்லுவதுபோல் - திருவள்ளுவர் சொல்வதுபோல் தோன்றவில்லையா?

திருக்குறளை ஒரு முறை படித்தால் போதுமா? இரு முறை படித்தால் போதுமா? ஒரு கருத்துரையைக் கற்றால் போதுமா? ஒரு குறிப்புரையைக் கற்றால் போதுமா? திருக்குறளோ ஒரு வாழ்க்கை நூல் வாழ்க்கைத் துணை நூல். இன்னும் சில்லாண்டுகள் சென்ற பின்னர் - சில அநுபவங்களைப் பெற்றபின்னர் திருக்குறளை மீண்டும் ஒரு முறை படித்துப் பார்த்தால் தெரியும். புது அழகு புது நயம் புதுப்பொலிவு காணப்படும். இவ்வாறே ஆண்டுக்கு ஆண்டு, அநுபவத்துக்கு அநுபவம் திருக்குறள் தெவிட்டாது இனிக்கும். 'உள்ளுதொறு உள்ளுதொறு உள்ளம் உருக்குமே வள்ளுவர் வாய்மொழி' என மாங்குடி மருதனாரும், 'முப்பால் ஆய்தொறும் ஊறும் அறிவு' என உருத்திரசன்ம கண்ணரும் உரைத்திருப்பதை இப்போது ஒரு முறை ஊன்றி நோக்குக.

7. திருக்குறளின் அமைப்பு முறை ஆராய்ச்சி

அறத்துப்பால், பொருட்பால், காமத்துப்பால் என்ற வரிசையில் இப்பொழுது காணப்படும் திருக்குறளின் அமைப்பு முறையில் மாறுதல் செய்ய இடமிருக்கிறது. இம்மூன்று பால்களையும் தன்னகத்துக் கொண்டிருப்பது காரணமாகத் திருக்குறள் பெற்றிருப்பதாக நாம் எண்ணிக்கொண்டிருக்கும் முப்பால் என்னும் பெயரையே ஆட்டங் காணும்படிச் செய்யத் தெம்பு இருக்கிறது.

காதில் விழுகிறது; சிறு சலசலப்பு அன்று; பெருங் கூக்குரல்கள் - அறைகூவல்கள் காதைத் துளைக்கின்றன. "பழைய சங்கப் புலவர்களே 'முப்பால்' என்று திருவள்ளுவமாலையில் குறிப்பிட்டிருக்கின்றனரே. அறம் பொருள் இன்பம் வீடு என்னும் வரிசையில் உறுதிப்பொருள்களை உரைப்பதுதானே தொன்று தொட்ட முறை" என்றெல்லாம் பலர் போர் முழக்கம் இடுவது புரிகிறது.

பழைய சங்கப் புலவர்கள் சிலர் திருக்குறளுக்கு மதிப்புரை (விமர்சனம்) வழங்கியுள்ளனர். அவர்கள் எழுதிய பாக்களின் தொகுப்பாக, 'திருவள்ளுவ மாலை' என்னும் பெயரில் ஒரு நூல் உலவுவது பலர்க்கும் தெரிந்திருக்கலாம். அந்த நூலை நன்கு துருவிப்பார்க்க வேண்டும். 'அறம் பொருளின்பம் முப்பால்', 'அறம் பொருளின்பம் முப்பால்' என இளமையிலிருந்து பார்த்துப் பார்த்துப் படித்துப் படித்துப் பழகிப்போன பழங்கண்களால் திருக்குறளையும் திருவள்ளுவ மாலையையும் பார்க்கக்கூடாது. ஆராய்ச்சி அறிவுக்கண் கொண்டு பார்க்கவேண்டும். படிக்க வேண்டும். அப்பொழுது புரியும் திருக்குறளின் அமைப்பு முறை.

திருக்குறளுக்குச் சிறப்புப் பாயிரம் எழுதியுள்ள பழைய புலவர்களே ‘சனியீசுவரன் கோயில் சாமி’களைப் போலக் காட்சியளிக்கின்றனர். அக்கோயிலில், ஒன்று கிழக்கே பார்க்-கும்; இன்னொன்று மேற்கே பார்க்கும்; மற்றொன்று தெற்கே பார்க்கும்; வேறொன்று வடக்கே பார்க்கும். இவ்வாறே அப்புலவர்களும் பல்வேறு வகையான கருத்துக்களை வெளியிட்டுள்-ளனர்.

அவை வருமாறு:

(1) திருக்குறள் அறம், பொருள், இன்பம் என்னும் முப்பிரிவினது. (திருவள்ளுவமாலை - 9 - கல்லாடர், 10- சீத்தலைச்சாத்தனார், 11 - மருத்துவன் தாமோதரனார், 12 - நாகன்-தேவனார், 15 - கோதமனார், 17-முகையலூர்ச் சிறுகருந்தும்பியார், 18 - ஆசிரியர் நல்-லந்துவனார், 19 கீரந்தையார், 30 -பாரதம் பாடிய பெருந்தேவனார், 31 - உருத்திரசன் மகண்ணர், 39 உறையூர் முதுகூற்றனார், 46 - அக்காரக்கனி நச்சுமனார், 49 - தேனீக்கு-டிக்கீரனார், 53 - ஆலங்குடி வங்கனார்.)

(2) திருக்குறள் அறம், பொருள், இன்பம், வீடு என்னும் நான்கு பிரிவினது. (7-நக்-கீரனார், 8. மாமூலனார், 20.சிறு மேதாவியார், 33 - நரிவெரூஉத்தலையார், 40 இழிகட் பெருங்கண்ணனார்)

(3) திருவள்ளுவர் மூன்றிலேயே நான்கையும் அடக்கியிருக்கிறார். (22 - தொடித்தலை விழுத்தண்டினார், 44 - களத்தூர்க்கிழார்)

(4) திருவள்ளுவர் வேதக்கருத்தைத் தமிழில் எழுதினார். (4-உக்கிரப் பெருவழுதியார், 28-காவிரிப் பூம்பட்டினத்துக் காரிக்கண்ணனார், 37-மதுரைப் பெரு மருதனார், 42-செய-லூர்க் கொடுஞ் செங்கண்ணனார்.)

(5) திருவள்ளுவர் திருக்குறளைத் தாமாகவே சொந்த அறிவு அநுபவங்களின் துணை-கொண்டே செய்தார். (7- நக்கீரனார்)

(6) திருக்குறளின் முதலிலுள்ள பாயிரம் என்னும் பகுதிதான் வீட்டுப்பால் (20 - சிறு மேதாவியார்)

(7) நான்கையும் இன்பம் (காமம்), பொருள், அறம், வீடு என்னும் முறையில் வரிசைப்-படுத்தி அமைத்தல். (33-நரிவெரூஉத்தலையார்) (8) பொருட்பால் ஏழு பிரிவுகளையுடை-யது. (22- தொடித்தலை விழுத்தண்டினார், 26, போக்கியார்) ஆனால் உரையாசிரியர்களுன் மணக்குடவர் ஆறு பிரிவாகவும், பரிமேலழகர் மூன்று பிரிவாகவும் பிரித்துக் கொண்டுள்-ளனர். பிரிவு இயல்களின் பெயர்களும் ஒருவர்க்கொருவர் வேறுபடுகின்றன.

(9) காமத்துப்பால் மூன்று பிரிவுகளையுடையது. (22 - தொடித்தலை விழுத்தண்டினார், 27 - மோசிகீரனார்). ஆனால், உரையாசிரியர்கள் இருவரும் இரண்டாகப் பிரித்துள்ளனர். பிரிவுகளின் பெயர்களும் வெவ்வேறானவை.

இவ்வாறு இன்னும் மாறுபட்ட பல்வேறுவகைக் கருத்துக்களைப் பழைய புலவர்கள் வெளியிட்டுள்ளனர். இதனால் தெரிவது என்ன? திருவள்ளுவரால் எழுதிப் போட்டுவிடப்-பட்டுப்போன திருக்குறள் ஒரு நேரம் எடுப்பார் கைப்பிள்ளையாக இருந்திருக்கிறது. அதன் அமைப்பு முறையில் பலரும் தத்தம் கைவண்ணங் காட்டியிருக்கின்றனர் - என்பது வரையும் நன்கு புரிகின்றதன்றோ?

பால்களின் அமைப்பில் மட்டுந்தானா வேறுபாடு? பாலின் உட்பிரிவாகிய இயல்களின் அமைப்பில் மட்டுந்தானா வேறுபாடு? இயலின் உட்பிரிவாகிய அதிகாரத்திலும் வேறுபாடு காணக்கிடக்கின்றது. (அதிகாரம் என்பது, பத்துக் குறள்கள் கொண்ட ஒரு தலைப்பு) 'புதல்வரைப் பெறுதல்' என்று சிலரும் அதனையே 'மக்கட்பேறு' என்று சிலரும் கூறுகின்றனர். அதிகாரத்தின் வேறுபாட்டோடு, குறள்களின் வரிசை அமைப்பிலும் பெரிய வேறுபாடு காணக்கிடக்கின்றது. மணக்குடவர், பருதி, காளிங்கர், பரிமேலழகர் முதலியோர் உரைகளை எடுத்துப் பாருங்கள். ஒவ்வோர் அதிகாரத்திலும் குறள்களை எப்படி முன் பின்னாக ஒவ்வொருவரும் மாற்றி அமைத்திருக்கின்றனர் என்பதைப் புரிந்துகொள்ளலாம்.

அப்படியென்றால், திருவள்ளுவர் அமைத்த முறைதான் எது? ஏன் இத்தகைய மாறுதல்கள் ஏற்பட்டன? எப்படி ஏற்பட்டன? எவரால் ஏற்பட்டன? எப்போது ஏற்பட்டன? இதற்கு முடிவுகட்டித் தக்க விடையிறுப்பவர் எவர்? இஃது ஆராய்ச்சிக்குரியது.

8. கற்றலும் நிற்றலும்

"கற்ற வேண்டியவற்றைப் பழுதறக் கற்க வேண்டும். அதன்படியே நடக்கவும் வேண்டும்" என்னும் கருத்துடைய

'கற்க கசடறக் கற்பவை கற்றபின்
நிற்க வதற்குத் தக.'

என்னும் குறளினை ஈண்டு ஆராய்வோம்.

(பதவுரை) கற்பவை = கற்கக்கூடியவற்றை, கசடு அறக் கற்க = குற்றமறக் கற்க வேண்டும். கற்றபின் = கற்றதும், அதற்குத் தக நிற்க = கற்றதற்கு ஏற்றபடி நின்றொழுக வேண்டும். (கசடு = குற்றம்; தக = ஏற்ப = பொருந்த நிற்றல் = ஒழுகுதல் நடத்தல்)

(மணக்குடவர் உரை: கற்கப்படுவனவற்றைக் குற்ற மறக் கற்க; கற்ற பின்பு அக்கல்விக்குத் தக வொழுகுக.)

(பரிமேலழகர் உரை: ஒருவன் கற்கப்படு நூல்களைப் பழுதறக் கற்க; அங்ஙனங் கற்றால் அக் கல்விக்குத் தக அவை சொல்லுகின்ற நெறிக்கண்ணே நிற்க.)

(ஆராய்ச்சி விரிவுரை) கற்கவேண்டும், அதன்படி நிற்கவேண்டும், என்பது குறள். கல்வி என்னும் பெயரில் உலகில் மக்கள் செய்துகொண்டு வருவது என்ன? பல நூற்களை வைத்துப் படித்துக்கொண்டிருக்கின்றனர். நூற்கள் என்பன யாவை? பல அறிஞர்கள் தங்கள் வாழ்க்கையில் கண்ட முடிபுகளை எழுதி வைத்து விட்டுப் போயிருக்கின்றனர்; அந்த வாழ்க்கையநுபவக் குறிப்புகளின் தொகுப்பைத்தான் நம் நூல் (புத்தகம் என்கின்றோம். அத்தகைய நூற்களைப் படிக்கின்றோம். ஏன் படிக்கின்றோம். அந்த நூற்கள் நம் வாழ்க்கைக்கு எவ்வாறு துணை செய்கின்றன? முதல் முதலில் அமெரிக்கா சென்று வந்தவன், இப்படியிப்படிப் போக வேண்டும்; இப்படியிப்படி நடந்துகொள்ள வேண்டும்' என்று தன் அநுபவத்தை எழுதிவைத்தான். அதைப் படித்துவிட்டுச் செல்பவனுக்கு வழிப்பயணம் எளிதாகிறது. இந்த வழிகாட்டி (Guide) வேலையைத் தான் முன்னோர் எழுதி வைத்த நூற்களும் செய்கின்றன. இவற்றைப் படித்துத்தானா தெரிந்துகொள் வேண்டும்? நாமே வாழ்ந்து பார்த்துத் தெரிந்து கொள்ளக்கூடாதா? செய்யலாம்; ஆனால் காலமும் முயற்சியும் மிகவும் வீணாகும். வாழ்க்கையின்

பூட்டுத் திறப்புகளைத் தெரிந்துகொள்வதிலேயே காலங் கழிந்துவிடும். ஆக்க வேலைகளுக்குக் காலம் போதாது. முட்டின்றி வாழ்க்கை வாழ முடியாது. ஆகையால்தான் முன்னோர் நூற்களைக் கற்க வேண்டும்.

ஒருவனுக்கு இப்போது வயது முப்பது. அவன் மூவாயிரம் ஆண்டுகளாக எழுதப்பட்டு வந்துள்ள நூற்களையெல்லாம் படித்திருக்கிறான் என்றால், அவனுக்கு இப்போது வயது வெறும் முப்பது அன்று; மூவாயிரத்து முப்பது (3000+30=3030) ஆகும். அந்த நூற்களைப் படிக்காத எண்பது வயதுக் கிழவன் ஒருவன் இவனுக்கும் சின்னவனேயாவான். மூவாயிரத்து முப்பதுக்கும் வெற்று எண்பதுக்கும் எவ்வளவோ இடைவெளி இருக்கிறதல்லவா? இதனால்தான்,

'ஒருகுடிப் பிறந்த பல்லோருள்ளும்
மூத்தோன் வருக என்னாது அவருள்
அறிவுடையோன் ஆறு அரசும் செல்லும்'

எனப் பாண்டியன் ஆரியப்படை கடந்த நெடுஞ்செழியன் புறநானூற்றுப் பாடல் (183) ஒன்றில் கூறியிருக்கிறான் போலும்!

எனவே, கற்றல் என்பது, எதிர்கால நல் வாழ்வுக்காக முன்கூட்டியே பெறும் பெரியதொரு பயிற்சியே என்பது விளங்கும். "பெற்றுள்ள சூழ்நிலைக்கு ஏற்பத் தன்னைப் பொருத்தி வாழக் கற்றுக் கொள்ளுதலே பயிற்சி பெறுதலே கல்வியாகும்" . என்பது இக்காலக் கல்விக் கொள்கையின் முற்ற முடிந்த துணியாகும். இதைத்தான் வள்ளுகூர் 'கற்க ... நிற்க' என அறிவிக்கின்றார். கற்பது எதற்காக? நிற்பதற்காகத்தான்! கற்றுவிட்டோமே என்பதற்காக நிற்பதில்லை. கல்வியின் நோக்கமே நிற்பதுதான் நிற்றல் என்பது வாழவேண்டிய முறைப்படி வாழ்வதுதான். வாழ்வதற்கு வழிகாட்டுவதுதானே கல்வி அதனால்தான் "கற்க ... நிற்க" என்றார் ஆசிரியர்.

'புரட்சியகராதி' என்னும் பெயரில் ஓர் அகராதி தொகுக்கும்படி எனக்கு ஆணையிட்டால், கற்றல் என்றால் நிற்றல் என்றே கூட நான் பொருள் எழுதி வைத்துவிடுவேன்.இதற்கு நிகண்டு போன்ற மேற்கோள் சான்றாக இந்தக் குறளையே எடுத்துக் காட்டிவிடுவேன். பின்னே என்ன? படிப்புக்கும் வாழ்க்கைக்கும் தொடர்பே இல்லாமல் எத்தனையோ பேர் தருக்கித் தடுமாறித் திரிகிறார்களே, அவர்களைப் படித்தவர்கள் என்று எவ்வாறு அழைப்பது? இந்தக் கறிக்கு உதவாத பள்ளிக் கணக்கர்களையும் என்னென்பது! அதனால்தான், அண்ணல் காந்தியடிகள் கூட, வாழ்க்கைக்குப் பயன்படும்படியான வாழ்க்கைக்கு ஆதாரமான கல்வியைப் பயிற்றுங்கள் என்று அறிவுரை தந்தார்கள். அவர்களது முறையினை நாம் 'ஆதாரக் கல்வி' (Basic Education) என்றழைக்கிறோம். இதைத்தான் வள்ளுவப் பெருமானார், கற்று நிற்க - நிற்கக் கற்க என்று அப்போதே அறிவித்துப் போந்தார். இனி இக்குறளின் சொல்நயங்கட்குச் செல்வோம்:

பள்ளிக்கூடத்துக்கு வெளியிலே பயனற்ற ஏடுகளைப் படிப்பது மட்டுமல்ல பள்ளிக் கூடத்திலேயுங் கூட பிற்கால வாழ்க்கைக்குப் பயன்படாத பல செய்திகள் படிக்கப்படுகின்றனவே. அது கூடாது. வாழ்க்கைக்குப் பயன்படுவனவே கற்கப்பட வேண்டியனவாம். கற்கக் கூடாதவற்றைக் கற்றுக் காலத்தைக் குறைத்துக் கொள்ளற்க; கற்க வேண்டியவற்றையே கற்பீராக, என்று சொல்ல வந்தவர் போல் 'கற்பவை கற்க' என்றார் ஆசிரியர். மூன்றாண்டுகள் முற்றுங் கற்றாலும் முடிவு பெறாத ஒரு தேர்வுக்கு (பரீட்சைக்கு) உரிய நூற்களை நான் மூன்றே

திங்களில் கற்று முடித்துத் தேர்வு எழுதி வெற்றியும் பெற்றுவிட்டேன் என்று வெட்கமில்லாமல் மார்பு தட்டிப் பெருமை பேசுகின்ற பேயர்களே! முக்கியமாய்த் தேர்வுக்கு வரக்கூடியது எது என்று பார்த்துக் கோடு கிழித்துப் படித்துத் தேர்வு எழுதிவிட்டு, தேர்வுத்தாள் திருத்துபவரைத் துரத்துகின்ற பித்தலாட்டப் பேடியர்களே! உங்களால் எல்லோருக்கும் கெட்ட பெயராம். எனவே, நீங்கள் இப்படிக் கற்றால் போதாது; பிழையற ஐயந்திரிபறக் கற்க வேண்டும், என்று சொல்ல விரும்பியவர் போல 'கசடறக் கற்க' என்றார் ஆசிரியர். 'கல்வி என்பது பின்னால் பயனளிப்பதுதான்' என்னும் கல்விக் கொள்கைக்கு அகச் சான்றாக, 'கற்றபின் நிற்க' என்னும் தொடரிலுள்ள பின் என்னும் ஒரு சொல்லே போதுமே கற்றபின் அதற்குத் தக ஒழுகுக - அல்லது நடக்க' என்று சொல்லாமல் 'நிற்க' என்றது ஏன்? ஒழுகுதலில் தளராத உறுதி வேண்டும் என்பதை வற்புறுத்துவதற்காகவே நிற்க' என்றார். நிற்றல் என்றால் நிலையாய் நிற்றல்தானே! இந்தக் காலத்தில் என்னவோ கட்டாயக் கல்வி - கட்டாயக் கல்வி (Compulsory Education) என்கிறார்களே - இந்தக் கட்டாயத்தை, 'க' எனும் விகுதி பெற்று விதித்தல் பொருளில் வந்துள்ள 'கற்க - நிற்க' என்னும் பொருளில் வியங்கோள் வினைமுற்றுக்கள் உணர்த்தி நிற்கும் நுண்பொருள் அழகினை நுனித்தறிந்து மகிழ்க! (வியங்கோள் வினைமுற்றைப் பற்றியும், அதன் விதித்தற் பொருளைப் பற்றியும் இலக்கண நூலுள்கண்டு தெளிக).

மேலும், இந்தக் குறளில் இருபத்தேழு எழுத்துக்கள் உள்ளன. அவற்றுள் இருபத்துமூன்று எழுத்துக்கள் கடின ஓசையுடைய வல்லெழுத்துக்கள். இப்பொழுது இந்தக் குறளை இரண்டு மூன்றுமுறை படித்துப் பாருங்கள்? வள்ளுவர் எவ்வளவு 'காரசார' உணர்ச்சியுடன் கல்வியைக் கட்டாயப்படுத்தியுள்ளார்! எவ்வளவு வல்லோசையுடன் வற்புறுத்தியுள்ளார்!. அவர் வல்லெழுத்துக்களை மிகுதியாகச் சேர்க்கவேண்டும் என்று எண்ணியா சேர்த்தார்? இல்லை. அவரது உள்ளத்தில் ஏற்பட்ட உணர்ச்சியின் ஊற்றமானது, அவரையறியாது ஊற்றெடுத்து வெளிப்போந்துவிட்டது. இதுதான் இயற்கைப் புலவர்களின் இயல்பு. எனக்கு எப்படி இது தெரிந்தது? இந்தக் குறளைப் படித்ததுமே, இதற்கும் ஏனைய குறள்கட்கும் ஒலி வேற்றுமை விளங்கிவிட்டதே! இதற்காகத்தான், செய்யுட்களை யெல்லாம் நன்கு வாய்விட்டுப் படிக்க வேண்டும்; திரும்பத் திரும்பப் படித்துப் பார்க்க வேண்டும்.

எனவே, கற்கத் தக்கனவற்றைக் கற்போமாக! கற்றபடியே நிற்போமாக!

9. வித்தின்றி விளையும் விந்தை

'இல்லாமல் பிறக்காது', 'வித்தாமல் விளையாது' என்பன முதுமொழிகள். விதை போடாமல் எதுவும் விளையாது என்பது இதனால் அறியக் கிடக்கிறது. மக்கள் விதைக்காவிடினும், தாமாகவே தோன்றி வளரும் மரஞ் செடி கொடிகள் கோடி கோடி. ஆயினும் அவற்றின் கீழ் விதை இருக்கும். நம் வீட்டுத் தோட்டத்தில் கூட சில முளைக்கின்றன. அவற்றை நாம் தப்புச் செடி அதாவது இயற்கையாகவே விதைத்துக்கொண்டு முளைத்த செடி என்கிறோம். அவையும் விதையிலிருந்து எழுந்தவையே!

மணிக்கூண்டுக்கு அடியில் மாயவித்தை செய்து காட்டுபவன் கூட, ஒரு மாங்கொட்டையை நட்டுத்தான், சிறிது நேரத்தில் செடியாக்கிக் காயாக்கிக் காட்டுகிறான். காயோடு

கூடிய ஒரு மாங்கொத்தையும் முன்கூட்டியே ஒடித்துக்கொண்டு வரும் அவனும், உடன் ஒரு மாங் கொட்டையையும் கொண்டுவரத்தான் செய்கிறான். வித்தில்லாமல் விளையாதல்லவா? ஆனால், நம் அறிஞர்கள் சிலர் வித்தாமலேயே - விதையின் உதவி தேவைப்படாமலேயே நிலம் தானாகவே நன்றாக விளையும் என்று கூறிச் சென்றுள்ளனர். அவர்களை அடியொற்றி இன்றும் சிலர் கூறிக்கொண்டிருக்கின்றனர். என்னே விந்தை!

இந்த விந்தையை உலகினர் கேள்விப்படின், முற்கூறிய அறிஞர்களைக் கண்டு பேசத் துடிப்பர்; என்ன செய்தால் வித்தாமலேயே நிலம் தானாகவே விளையும் என்பதைத் தாமும் தெரிந்துகொள்ள அவாக் கொள்வர்; மேலும் அத்துறையில் ஆராய்ச்சி நடத்த ஆர்வம் காட்டுவர். ஆம், அந்த வழியையும் நம்மவர்கள் சொல்லியிருக்கின்றனர். அஃது என்ன?

'தன் இல்லத்திற்கு வரும் விருந்தினர்களுக்கு இருக்கும் உணவை அளித்து, மிச்சம் இருப்பின் தான் உண்ணுபவன் எவனோ, அவனுடைய நிலத்தில் விதையே போட வேண்டியதில்லை; அது தானாகவே "தாம் தாம் என்று விளைந்துவிடும்."

இதுதான் நம் அறிஞர்களின் கண்டுபிடிப்பு. இது உலக விஞ்ஞானிகளுக்கு ஓர் அறைகூவல் அல்லவா? உலகத்தினர் இதனை நம்பவில்லையென்றால் அது அவர்களுடைய தவறு என்றுதான் நம் மேதைகள் பகர்வர்.

இந்தக் கருத்து சிறிதும் அறிவிற்குப் பொருந்தாத ஒரு மயக்கமாகும். ஒருவன் தன் உணவை வருபவர்க்கு அளித்துவிட்டு, தான் ஈரத்துணியை வயிற்றில் போட்டுக் கொள்வானானால், அவனுக்குப் பெரிய புண்ணியம் உண்டாகும். அப் புண்ணியங் காரணமாக, அவன் நிலம் தானாக விளையும்படிக் கடவுள் அருள்புரிவார் என்ற நம்பிக்கையை அடிப்படையாகக் கொண்டுதான் நம்மவர் சிலர் இப்படி எழுதி வைத்துள்ளனர். இந்தக் கருத்தை இன்றைய உலகம் - பகுத்தறிவு நிறைந்த உலகம் ஆராய்ச்சித் திறன் பெற்ற உலகம் - விஞ்ஞான உலகம் ஏற்றுக்கொள்ளுமா?

ஒருவேளை, எருவிடாமல் விளைந்தாலும் விளையலாம் - நீர்பாய்ச்சாமல் விளைந்தாலும் விளைய லாம் - களை பறிக்காமல் விளைந்தாலும் விளையலாம். காவல் காக்காமல் விளைந்தாலும் விளையலாம்; ஆனால் விதையில்லாமல் நிலம் விளைய முடியுமா? இங்ஙனம் கூறுபவர்களை உலகப் பொருட்காட்சி நிலையத்தில்தான் வைக்கவேண்டும்.

இவர்கள் இந்த பெரிய இமாலயப் பிழையை தங்கள் மேல் சுமத்திக் கொள்ளவில்லை; திருவள்ளுவர் தலைமேல் கட்டிவிட்டிருக்கிறார்கள். இதுதான் வியப்பு! இல்லையில்லை, வியப்பில்லை வருந்தத்தக்கது. அஃது என்ன? இவர்கள், திருவள்ளுவரின் ஒரு குறளுக்கு, உண்மைப் பொருள் உணராது, இவ்வாறு திரிபான பொருள் கூறியுள்ளார்கள். அந்தக் குறள் வருமாறு:

"வித்தும் இடல்வேண்டுங் கொல்லோ விருந்தோம்பி
மிச்சில் மிசைவான் புலம்"

என்பது குறள். இது விருந்தோம்பல் என்னும் பகுதியில் உள்ளது. இப் பாடலுக்கு, பழைய உரையாசிரியர்கள் பலரும், அவர்களைப் பின்பற்றிய இக்காலத்தவர் பலரும், மேற்கூறிய கருத்தையே உரையாக எழுதியுள்ளனர். இக் குறளை ஆங்கிலத்தில் மொழிபெயர்த்திருக்கின்ற அறிஞர்களுங்கூட, அந்தக் குட்டையில் ஊறின மட்டையாகவே காணப்படுகின்றனர். அதாவது "விருந்தினர்க்கு முதலில் உணவளித்து, பின்பு மிகுந்திருப்பதைத் தான்

உண்ணுபவனுடைய நிலத்தில் விதையும் இட வேண்டுமோ? வேண்டா; அது தானாகவே விளையும்'' என்னும் கருத்திலேயே எல்லோரும் உரை எழுதியிருக்கின்றனர். அறிஞர்களின் ஆராய்ச்சிப் பார்வைக்காக இங்கே பழைய தமிழ் உரைகள் மூன்றும், ஆங்கில மொழிபெயர்ப்பு மூன்றும் கீழே தரப்படும்:

1) "முன்னே விருந்தினரை மிசைவித்துப் பின் மிக்கதனைத்தான் மிசைவானது விளைபுலத்திற்கு வித்திடுதலும் வேண்டுமோ? வேண்டா; தானே விளையும்.''

- பரிமேலழகர்

2) "விருந்தினரை யூட்டி மிக்க வுணவை உண்ணுமவன் புலத்தின்கண் விளைதற் பொருட்டு விதைக்கவும் வேண்டுமோ? வேண்டா; தானே விளையாதோ?

-மணக்குடவர்

3) விருந்து உபசரித்து மிஞ்சினதைப் புசிப்பது, கழனிக்கு எருப்போட்டு நீர்த் தேக்கினதுபோல ஒன்று நூறாயிரம் விளையும்.

-பாரதியார்

4) "Does the field of one who partakes what remains after entertaining the guest, need to be sown with seeds?" - by V.R.Ramachandra Deetchathar 5) "Behold the man who feedeth his guest first and then only eateth what is left; doth his land stand in need even of sowing?" - By V.V.S. Aiyar.

6) "What need is there that he should sow his field, who welcomes guests and eats but what remains?" - by H.A.Popley.

விரிவஞ்சி இங்கே அறுவர் உரைகள் மட்டும் தரப்பட்டுள்ளன. இப்படியே பற்பலர் எழுதியுள்ளனர். வள்ளுவர் இந்தக் கருத்திலா இந்தக் குறளை எழுதியிருப்பார்? அறிவுக்கொவ்வாத குப்பைகளை நம்பிவந்த மக்களிடையே தோன்றி வாழ்ந்து வந்தவர்தான் வள்ளுவர் என்றாலும் கருத்துக்களை வெளியிடும் முறையில் அவர் ஒரு பெரும் புரட்சிக்காரர் என்பதைக் கூர்த்த மதியினர் உணர்வர். அந்தக் காலத்துக்கு அவர் போக்கு ஒரு பெரும் புரட்சியே!

இனி, இந்தக் குறளின் உண்மைக் கருத்து யாதாக இருக்கக்கூடும் என்று ஆராயலாம்:-

உணவு அருந்தும் வேளை. ஒருவர் திடீரென்று ஏதோ ஒரு வேலையாக வீட்டிற்கு வந்துவிடுகிறார். உண்ணுவதற்குச்செல்ல இருந்த வீட்டுக்காரர் வந்தவரையும் உடன் உண்ண அழைக்கிறார். 'திடீரென்று வந்தவிடத்தில் உணவருந்த ஒத்துக் கொள்ளலாமா? நமக்காக முன்கூட்டியே உணவு தயாரித்தா வைத்திருக்க முடியும்?' என்றெண்ணி வந்தவர் மறுக்கிறார். வீட்டுக்காரர் வற்புறுத்துகிறார்: "உங்களுக்காகவா உலை வைத்துச் சோறு சமைக்கப் போகிறோம்? ஏதோ இருப்பதை எங்களுடன் உண்ணுங்கள்'' என்று சொல்லி அழைக்கிறார். இந்நிகழ்ச்சியினை உலகியலில் காணலாம். இன்னும் சிலர், வந்தவரை நோக்கி, 'உங்களுக்காகவா கூடை எடுத்துக்கொண்டு கடைக்குப் போய் அரிசி வாங்கி வந்து சமைக்கப்போகிறோம்? ஏதோ இருக்கிறது; எடுத்துப் போட்டுச் சமைத்திருக்கிறோம்; அதனை எங்களுடன் நீங்களும் உண்ணுங்கள்' என்று கூறி அழைப்பர். இஃதும் உலகியலில் காணத்தக்கதொரு நிகழ்ச்சியே.

இப்பொழுது இங்கே இக்குறள்பற்றி இரண்டு படிகள் எடுத்துப் பேசப்பட்டன. நாம் மூன்றாவது படிக்குத் தாண்டுவோமே! அஃது என்ன? 'இருப்பதை வந்தவர்க்கு அளித்து, மிஞ்சியிருந்தால் தான் உண்ணும் உயர்ந்த உள்ளம் படைத்தவன், விருந்திருனருக்கு என்று கூடுதலாக நிலத்தில் விதைக்க வேண்டுமா? கூடுதலாகப் பயிர் செய்ய வேண்டுமா? கூடுதலாகச் சமைக்க வேண்டுமா? வேண்டா!' என்பது வள்ளுவர் குறளின் கருத்தாயிருக்கக் கூடாதா? 'தனக்கு மிஞ்சியே தருமம்' என்ற உளநிலை படைத்தவன்தான், தனக்குப் போதா விட்டால் என்ன செய்வது என்றஞ்சிப் பிறருக்கென்று தனியாகத் தயார் செய்யவேண்டும். ஆனால், தனக்கு மிஞ்சியே தருமம் என்றில்லாமல், பிறர்க்கு மிஞ்சியே தனக்கு என்ற உயர்ந்த உளநிலை பெற்றவன், தனக் கென்றும் பிறர்க்கென்றும் தயாரிக்க வேண்டியதில்லை; தன்னுடையதையே பிறர்க்குத் தந்துவிடுவான் அன்றோ?

உங்களுக்காகவா உலை வைத்துச் சமைக்கப் போகிறோம்? இது முதல் படி. உங்களுக்காகவா கடைக்குச் சென்று அரிசி வாங்கி வரப்போகிறோம்? இது இரண்டாவது படி. உங்களுக்காகவா விதைத்துப் பயிரிடப் போகிறோம்? இது மூன்றாவது படி. இந்த மூன்றாவதுபடியே இக்குறளிலிருந்து எடுத்துக் காட்டப்பட்டது. இந்தக் கருத்தினை அறிஞர்கள் ஆராய்ந்து காண்க.

'இரட்டுற மொழிதல்' (இரு பொருள்படக் கூறுதல்) என்றும் ஓர் இலக்கணக் கொள்கைப்படி, இன்னொரு கோணத்தில் நின்றும் இந்தக் குறளை நோக்கலாம். அஃது என்ன?

"தன்னலம் பாராது பிறர்நலமே பேணுபவன் - தன் பசியையும் பாராது பிறர் பசியைப் போக்குபவன் - தனக்கு வைத்திருந்த உணவைப் பிறர்க்கு அளித்துவிடும் பெரிய உள்ளம் படைத்தவன், வீட்டில் ஒன்றும் இல்லாத போது விருந்தினர் வந்துவிட்டால், விதைப்பதற்கென்று வைத்திருக்கும் விதை நெல்லை நிலத்தில் கொண்டு போய் விதைக்கவும் விரும்புவானா? விரும்பமாட்டான். அதனைக் குத்தி அரிசியாக்கிச் சமைத்து விருந்தினர்க்குப் படைக்கவே செய்வான்" - என்ற கருத்து பொதிந்த கண்களுடன் இந்தக் குறளை நோக்குங்கள்! விதைத்த நெல்லையே நிலத்திலிருந்து எப்படியோ எடுத்துக் கொண்டு வந்து குத்திச் சமைத்து வந்தவர்க்கு இட்ட வள்ளல் இளையான்குடி மாற நாயனாரது வரலாறு தமிழ் மக்கள் அறியாததொன்றன்று.

இந்தக்கருத்தின்படி, இக்குறளிலுள்ள 'வேண்டும்' என்னும் சொல்லுக்கு 'விரும்புதல்' என்று பொருளாம். வேண்டுதல் என்ற சொல்லுக்கு விரும்புதல் என்னும் பொருள் உண்மையை 'வேண்டுதல் வேண்டாமையிலான்' என்று தொடங்கும் குறளானும் உணரலாம். வேண்டுங்கொல்லோ என்றால், விரும்புவான்கொல்லோ - விரும்புவானோ என்பது பொருள். ஈண்டு, வேண்டும் என்பது 'செய்யும்' என்னும் வாய்பாட்டு வினைமுற்று. அஃது, ஆண்பால் ஒருமைக்கும் உரியது என்பதைத் தமிழிலக்கணம் கற்றோர் நன்கறிவர். மேலும், இந்த வாய்ப்பாட்டு வினைமுற்று ஆட்சியை வள்ளுவர் பல குறள்களில் கையாண்டுள்ளார் என்பதனைத் திருக்குறள் கற்றவர் நன்குணர்வர். எனவே இந்தக் குறளுக்கு, "முன்னர் விருந்தினரை ஓம்பிப் பின்னர் மிஞ்சியிருந்தால் தான் உண்ணும் உளநிலை பெற்றிருப்பவன், வித்தினை - விதை நெல்லை -விதைத் தானியத்தை நிலத்தில் இடவும் விரும்புவானோ? மாட்டான்; விருந்தினர்க்குச் சமைத்து அளிக்கவே விரும்புவான்" என்று பொருள் கூறுவது முன்னதினும் சிறந்ததொன்றாம்.

பரிமேலழகர் இந்தக் குறளை, விருந்தோம்பல் என்னும் அதிகாரத்தில் ஐந்தாவது குறளாக அமைத்துக் கொண்டு (3, 4, 5 குறள்களில்) விருந்தோம்பலின் பயன் கூறப்பட்டதாகச் சொல்கிறார். பரிதியாரோ ஏழாவது குறளாக அமைத்துக்கொண்டுள்ளார். ஏன்? இதனை மூன்றாவது குறளாகக் கொண்டு, விருந்தோம்புவானது உள்ளப் பண்பின் உயர் எல்லையைச் சிறப்பித்தாகக் கொள்ளலாமே!

10. திருவாசகத்தின் இயற்பெயர் ஆராய்ச்சி

திருவாசகம் என்பது ஒரு சைவசமய நூல்; தமிழில் மலர் தூவி அர்ச்சனை செய்து இறைவனை வழிபடுவதற்கேற்ற ஒரு சிறந்த நூல். இதன் ஆசிரியர் மாணிக்கவாசகர் ஆவார். திருஞானசம்பந்தர், திருநாவுக்கரசர், சுந்தரமூர்த்தி, மாணிக்கவாசகர் என்னும் நான்கு சைவப் பெரியார்களையும் 'நால்வர்' என்னும் சொல்லால் விதந்து கூறுவது சைவ மரபு. இந் நால்வருள் ஒருவரான மாணிக்கவாசகரது அருட்படைப்பே திருவாசகம். தலைசிறந்த சைவப் பெரு நூற்கள் சில, பன்னிரண்டு திருமுறைகளாக வகுத்துத் தொகுக்கப் பெற்றுள்ளன. அவற்றுள் நமது திருவாசகம், எட்டாந் திருமுறையாக அமைந்து போற்றப்பட்டு வருகிறது.

இந்தத் திருவாசகம் என்னும் நூலுக்கு, இதனை எழுதிய மாணிக்கவாசகர் இட்ட பெயர் என்ன? என்பதுதான் இங்கே எடுத்துக்கொண்ட ஆராய்ச்சியாகும். இயற்பெயர் என்பது, முதலில் இடப்பட்ட பெயராகும். ஒரு குழந்தைக்கு முதலில் பெற்றோர் இட்ட பெயர் இயற்பெயராகும். பின்னர் வளர்ந்து பெரியவன் ஆனதும், எத்தனையோ புனைபெயர்களும் சிறப்புப் பெயர்களும் ஏற்படுகின்றன அல்லவா? அதுபோலவே, சில நூற்களுக்கும் ஆசிரியர் வைத்த பெயர் இருக்க, பின்னால் சில சிறப்புப் பெயர்கள் தோன்றுவதும் உண்டு. சிறப்புப் பெயர் பெற்ற ஒரு நூல், நாளடைவில் தன் இயற்பெயரை இழந்து விடுவதும் உண்டு. மாணிக்கவாசகர் எழுதிய நூலும் இந்நிலைக்கு உள்ளானதேயாம். அதாவது திருவாசகம் என்னும் பெயர் இந்நூலின் இயற்பெயரன்று; பின்னால் ஏற்பட்ட சிறப்புப் பெயரேயாம்.

அங்ஙனம் எனில், திருவாசகத்தின் இயற்பெயர் யாது? அதனை நான் கண்டுபிடித்திருக்கிறேன். கண்டுபிடித்த விதத்தினையும் கூறுவேன்.

பல தலைப்புக்களின் கீழ், சிவன்மேல் பாடப்பட்ட தோத்திரப் பாடல்களின் தொகுப்பு நூலாகவே திருவாசகம் காட்சியளிக்கிறது. அந்நூலுள், சிவபுராணம், கீர்த்தித் திருவகவல், திருவண்டப்பகுதி, போற்றித் திருவகவல், திருச்சதகம், திருவெம்பாவை, திருப்பள்ளியெழுச்சி, ஆனந்தமாலை, அச்சோப் பதிகம் முதலிய ஐம்பத்தொரு பகுதிகள் (தலைப்புகள்) உள்ளன. பெரும்பாலான பகுதிகளில், ஒவ்வொரு பாட்டின் இறுதியிலும் வரக்கூடிய சொல்லோ அல்லது தொடரோ அப்பகுதியின் தலைப்புப் பெயராக அமைந்துள்ளது. எடுத்துக்காட்டாக, எம்பாவாய்' என்று பாடல்தோறும் முடியும் பகுதிக்கு 'திருவெம்பாவை' என்ற பெயரும், 'பள்ளி எழுந்தருளாயே' என்று பாடல்தோறும் முடியும் பகுதிக்கு 'அச்சோப் பதிகம்' என்ற பெயரும் உள்ளமை காண்க. இவற்றுள் ஒவ்வொரு பகுதியும் பல ஊர்களில் பல காலங்களில் பாடப்பட்டதாக எழுதப்பட்டிருக்கிறது.

இந்தக் கருத்துக்களையெல்லாம் நான் இளமையில் அப்படியே நம்பியிருந்தேன். இளமையில் பத்து வயது தொட்டே எனக்கு திருவாசகத்தில் பயிற்சி உண்டு. பல பகுதிகள்

தண்ணீர்பட்ட பாட்டில் மனப்பாடம் உண்டு. திருப்பாதிரிப்புலியூர் ஞானியார் மடத்தில், திருவாசகம் ஒப்பித்தல் போட்டியில் பரிசும் பெற்றிருந்தேன். ஆனால் அப்போது முழுப்பொருளும் தெரியாது. பிறகு பிறகே பொருள் புலப்பட்டது. பின்னர் சில்லாண்டுகள் திருவாசகத்தை அறவே மறந்து விட்டிருந்தேன்.

சில ஆண்டுகளுக்கு முன்பு - 1951 என எண்ணுகிறேன் - மயிலம் தமிழ்க் கல்லூரியிலிருந்து என்னைச் சொற்பொழிவிற்கு அழைத்தார்கள். 'திருவாசகம்' பற்றிப் பேசவேண்டும் என மயிலம் அடிகளார் அவர்களே தலைப்பும் தேர்ந்தெடுத்துக் கொடுத்திருந்தார்கள். நானும் ஒத்துக்கொண்டேன்.

சில்லாண்டு இடைவெளிக்குப்பின்னர், புதிதாகத் திருவாசகத்தை எடுத்துப் புரட்டத் தொடங்கினேன். அதாவது, புதுத் தெளிவுடனும் புத்துணர்ச்சியுடனும் நூலின் முகப்புப் பகுதியைப் படித்துக்கொண்டு வந்தேன். அப்போது, நான் இதுவரையும் கேள்விப் படாத ஒரு புதுக் கருத்து என் உள்ளத்தே தோன்றியது. திருவாசகத்தின் இயற்பெயர் வேறொன்று என்பதுதான் அந்தப் புதுக் கருத்து. இதனை இதுவரையும் யாரும் கண்டுபிடித்துக் கூறியுள்ளதாக எனக்குத் தெரியவில்லை.

திருவாசகத்திலுள்ள ஐம்பத்தொரு பகுதிகளுள் முதற்பகுதியாக அமைந்திருப்பது 'சிவபுராணம்' என்னும் தலைப்பாகும். இந்தப் பகுதிக்கு ஏன் இந்தப் பெயர் கொடுக்கப்பட்டது? 'போற்றி, போற்றி' என்று அடிக்கடி வந்துள்ள பகுதிக்குப் 'போற்றித் திருவகவல்' என்ற பெயரும், 'எம்பாவாய், எம்பாவாய்' என்று அடிக்கடி வந்துள்ள பகுதிக்குத் 'திருவெம்பாவை' என்ற பெயரும், இதுபோலவே அமைந்திருக்கும் மற்ற பகுதிகளுக்கும் மற்ற பெயர்களும் கொடுக்கப் பட்டிருப்பது ஒருவகையில் முறையே. ஆனால் முதல் பகுதிக்குச் 'சிவபுராணம்' என்னும் பெயர் கொடுக்கப்பட்டது ஏன்? இந்தப் பகுதியில் -

"சிந்தை மகிழச் சிவபுராணந் தன்னை
முந்தை வினைமுழுது மோய உரைப்பது யான்"

என்னும் அடிகள் காணப்படுவதனாலேயே, இதற்குச் சிவபுராணம் என்னும் பெயர் கொடுக்கப்பட்டிருக்க வேண்டும். இப்பெயர்சூட்டு வேலை ஆசிரியருடைய தன்று; பிற்காலத்தவரின் கைச்சரக்கேயாம்.

இந்தப் பகுதிக்கு ஆசிரியர் எந்தப் பெயரும் சூட்டவில்லை. இது 'பாயிரம்' என்படும் பகுதியாகும். அதாவது, நூலுக்கு முன்னால் எழுதப்படும் ஆசிரியரின் முன்னுரையாகும் என்பதே என் கருத்து. இதற்குப் பல சான்றுகள் பகர்வேன்.

அன்றுதொட்டு இன்று வரை, இறைவன்மேல் செய்யுள் நூல் எழுதுபவர்கள், முதலில் கடவுள் வணக்கம் எழுதி, அடுத்து, தாம் எழுதப் போகும் நூல் இன்னது - அதனை எழுதுவதற்குத் தமக்கு எந்தத் தகுதியும் இல்லையாயினும் ஆவல்பற்றி எழுதுவதாக அவையடக்கம் - அந்நூலைப் படிப்பதால் உண்டாகும் பயன் - முதலியவற்றை எழுதிவிட்டே, பின்னர் முறையாக நூலின் உட்பொருளில் புகுவர். இதற்குப் பாயிரம் அல்லது முன்னுரை என்பது பெயர். திருவாசகத்தின் முற்பகுதியும் இன்னதே. இப்பகுதியில் மாணிக்கவாசகர் எழுதியுள்ள சில அடிகள் பின்வருமாறு:

"சிவன் அவன் என்சிந்தையுள் நின்ற வதனால்
அவன் அருளாலே அவன்தாள் வணங்கிச்

சிந்தை மகிழச் சிவ புராணம் தன்னை

முந்தை வினைமுழுது மோய உரைப்பன்யான்

.... பெருஞ்சீர்

பொல்லா வினையேன் புகழுமாறு ஒன்றறியேன்

....

சொல்லிய பாட்டின் பொருளுணர்ந்து சொல்லுவார்

செல்வர் சிவபுரத்தின் உள்ளார் சிவனடிக்கீழ்ப்

பல்லோரும் ஏத்தப் பணிந்து.''

மேல் உள்ள அடிகளைக் கூர்ந்து நோக்குபவர்க்கு, இஃது ஒரு தனிப்பகுதியன்று; ஆசிரியரின் முன்னுரையே யாம் என்பது தெளிவாகப் புரியும்.

எனவே, மேற்கூறிய அடிகளிலிருந்து, ஆசிரியர் தம் முழு நூலுக்கும் சிவபுராணம் என்று பெயர் இட்டுள்ளார் என்பதும், தம் சிந்தை மகிழவும் பழவினை மாயவும் சிவபுராணம் உரைக்கிறார் என்பதும், இந்நூலைப் படிப்பவர்கள் சிவனது உலகமாகிய வீட்டுலகில் பலரும் ஏத்தும்படி வீற்றிருப்பர் என்று நூற்பயன் கூறியுள்ளார் என்பதும் பிறவும் புலப்படும்.

இம்முறையினைப் பிற்காலத்தவர் மட்டுமன்றி, மாணிக்கவாசகரின் காலத்துக்கு முன்னும் பின்னும் ஒட்டிய காலத்துப் பேரறிஞர்களும் கையாண்டுள்ளமை நம் ஆராய்ச்சிக்குப் பெரிதும் அரண் செய்யும். அதாவது, திருமூலர், கம்பர், சேக்கிழார் முதலிய பெரியோர்களும் இம்முறையைக் கையாண்டுள்ளனரே! அவர்களின் முன்னுரைகளையும் பார்ப்போமே!

முதலில் திருமூலரை எடுத்துக்கொள்வோம். இவர் மாபெருந் தமிழறிஞர். இருபதாம் நூற்றாண்டைய எந்தப் புரட்சியாளரும் இவரிடம் உரைபோடக் கூட காணமாட்டார்கள். இவர்,

''ஆரறிவார் எங்கள் அண்ணல் பெருமையை

....

வேரறியாமை விளம்புகின்றேனே''

என்று அவையடக்கம் கூறுகிறார். அதாவது, இறைவன் பெருமையை யாராலும் அறிய முடியாது, சொல்ல முடியாது எனறு கூறியுள்ளார். இதுபோலவே, மணிவாசகரும், ''பெருஞ் சீர் பொல்லா வினையேன் புகழுமாறு ஒன்றறியேன்'' என்று கூறியுள்ளார்.

மேலும் திருமூலர் தாம் செய்த நூலுக்கு, 'மூவாயிரம் தமிழ்' எனப் பெயரிட்டுள்ளார். இதனை அவரே கூறியுள்ள 'மூலன் உரை செய்த மூவாயிரம் தமிழ்' என்ற பாடலால் உணரலாம். இந்த நூலில் மூவாயிரம் பாடல்கள் உள்ளதால் 'மூவாயிரம் தமிழ்' என்ற பெயரை ஆசிரியர் இட்டார். ஆனால் இந்த இயற்பெயர் நாளடைவில் மறைந்து, 'திருமந்திரம்' என்ற சிறப்புப் பெயரே இக்காலத்து வழங்கப்படுகின்றது. இப்போது திருமந்திரம் என்றால்தான் யாருக்கும் தெரியும். மூவாயிரம் தமிழ் என்றால் யாருக்கும் தெரியாது. இதுபோலவே, மாணிக்கவாசகர் இட்ட சிவபுராணம் என்னும் பெயர் மறைக்கப்பட, திருவாசகம் என்னும் பெயரே வழக்காற்றில் உள்ளது. மேலும் திருமூலர்,

''காலை எழுந்து கருத்தறிந்து ஓதிடின்

ஞாலத் தலைவனை நண்ணுவ ரன்றே''

என்று நூற்பயனும் கூறியுள்ளார். அதாவது, மூவாயிரம் தமிழ் என்னும் திருமந்திர நூலைக் காலையில் எழுந்து பொருளுணர்ந்து கற்பவர்கள் உலகத் தலைவனாகிய இறைவனை அடைவர் என்றும் கூறியுள்ளார். இதுபோலவே மாணிக்கவாசகரும்,

“சொல்லிய பாட்டின் பொருளுணர்ந்து சொல்லுவார்
செல்வர் சிவபுரத்தினுள்ளார் சிவனடிக்கீழ்ப்
பல்லோரும் ஏத்தப் பணிந்து”

என்று நூற்பயன் கூறியுள்ளார். இப்படியிருக்கும்போது, திருவாசகத்தின் முற்பகுதியை முன்னுரை என்று சொல்லாமல், ஒரு தனிப்பகுதி என்று எவ்வாறு சொல்ல முடியும்? சிவபுராணம் என்பது முழுநூலுக்கும் பெயராகும் என்று சொல்லாமல், முன்னால் உள்ள ஒரு தனிப்பகுதியின் பெயர் என்று எப்படிச் சொல்லலாம்?

இன்னும் வளர்த்துவானேன்? திருமந்திரம் எழுதிய திருமூலரைப் போலவே, இராமாயணம் எழுதிய கம்பரும் பெரிய புராணம் இயற்றிய சேக்கிழாரும் பிறரும், நூலின் முற்பகுதியில் அவையடக்கமும், நூலின் பெயரும், நூலைப் படிப்பதனாலாம் பயனும் கூறிப்போந்துள்ளனர். அவற்றை அவர்தம் நூற்களில் கண்டுகொள்ளலாம். இருப்பினும் இங்கே ஒன்று மட்டும் குறிப்பிடத்தக்கது:

கம்பர் தமது நூலுக்கு ‘இராமாவதாரம்’ என்றே பெயர் வைத்தார். இதனை அவர் பாடியுள்ள ‘இராமா வதாரப் பேர்த் தொடை நிரம்பிய தோம்அறு மாக்கதை’ என்ற பாடற் பகுதியால் உணரலாம். இவரைப் போலவே சேக்கிழாரும் தமது நூலுக்குத் திருத்தொண்டர் புராணம்’ என்றே பெயர் வைத்தார். இதனை அவர் பாடிய “இங்கிதம் நாமம் கூறின்... திருத்தொண்டர் புராணம் என்பாம்” என்னும் பாடற் பகுதியால் அறியலாம்.

எனவே, கம்பரிட்ட ‘இராமாவதாரம்’ என்னும் பெயர் மறைய, இராமாயணம் என்ற பெயரே பின்னர் நிலைத்துவிட்டதைப் போல, சேக்கிழார் இட்ட ‘திருத்தொண்டர் புராணம்’ என்னும் பெயர் மறைய, ‘பெரிய புராணம்’ என்னும் பெயரே பின்னர் நிலைத்துவிட்டதைப் போல, மாணிக்கவாசகர் இட்ட ‘சிவபுராணம்’ என்னும் பெயர் மறைந்து போக, பின்னர் திருவாசகம் என்னும் பெயரே ஆணிவேர் விட்டுப் பதிந்து நிலைத்துவிட்டது.

ஆனால் இங்கே இரக்கத்திற்கு (பரிதாபத்திற்கு) உரிய செய்தி ஒன்று உள்ளது. அஃது என்ன? கம்ப ராமாயணத்திற்குக் கம்பர் இட்ட பெயர் ‘இராமாவதாரம்’ என்பதும், பெரிய புராணத்திற்குச் சேக்கிழார் இட்ட பெயர் ‘திருத்தொண்டர் புராணம்’ என்பதும் அறியப்பட்டாவது இருந்தன; ஆனால், திருவாசகத்திற்கு மாணிக்கவாசகர் இட்ட பெயர் சிவபுராணம் என்பது இதுநாள் வரை எவரானும் அறியப்படாதிருந்ததுதான் அந்த இரங்கத்தக்க நிகழ்ச்சியாகும்.

எனது ஆராய்ச்சி குறித்துக் கருத்து வேறுபாடு கொள்பவர் என்னென்ன மறுப்புகள் கூறக்கூடும் என யானே கற்பனை செய்து, அம்மறுப்புகளுக்கு மறுப்பு கூறத் தொடங்குகிறேன்:

மறுப்பு-1:- புராணம் என்பது, பழம் பெருமைகளை - பழைய வரலாற்று நிகழ்ச்சிகளைக் கூறும் நூலாயிற்றே! திருவாசகத்தில் அப்படி என்ன உள்ளது? மிகச் சிறிய ஒரு நூல் புராணம் ஆகுமா? புராணத்தின் தகுதிகள் அதற்குண்டா?

மறுப்புக்கு மறுப்பு:- ஐம்பதுபகுதிகள் கொண்ட திருவாசகம் என்னும் முழுநூலும் புராணம் ஆக முடியாத போது, முற்பகுதியில் முன்னுரைபோல் உள்ள ஒரு பகுதி மட்டும் 'சிவபுராணம்' என்னும் பெயருக்கு ஏற்றதாக முடியுமா?

மறுப்பு-2:- திருவாசகத்தின் முதற்பகுதி முன்னுரையாயின், நூல் முழுதும் திட்டமிட்டு ஒருசேர எழுதப்பட்டிருக்க வேண்டுமே. அப்படி எழுதியதாகத் தெரியவில்லையே. திருவாசகத்தின் ஒவ்வொரு பகுதியும் வெவ்வேறு நேரத்தில் வெவ்வேறு ஊரில் எழுதப்பட்டதாகத் தெரிகிறதே!

மறுப்புக்கு மறுப்பு:- மணிவாசகர் தாம் பயணம் செய்த ஒவ்வோர் ஊரிலும் ஒவ்வொரு பதிகம் எழுதியதாக ஒவ்வொரு பகுதியின் முன்பும் ஊர்ப் பெயர் குறிப்பிடப்பட்டிருப்பதை அப்படியே ஏற்றுக் கொள்வதற்கில்லை. அவ்வூர்ப் பெயர்கள் மணிவாசகரால் குறிப்பிடப் பட்டவையல்ல. அவ்வேலை பிற்காலத்தவரின் கைவண்ணமே. இந்த இந்தப் பகுதி இந்த இந்த ஊரில் பாடப்பட்டது என்பதிலும் அறிஞர்களிடையே கருத்து வேற்றுமை உள்ளது. காட்டாகத் திருவெம்பாவையை எடுத்துக்கொள்வோம். இது அருளிச் செய்யப்பட்ட இடம் திருவண்ணாமலை என்று கடவுள் மாமுனிவர் தம் திருவாதவூரர் புராணத்திலும், திரிசிரபுரம் மீனாட்சி சுந்தரம் பிள்ளை தம் திருப்பெருந்துறைப் புராணத்திலும் கூறியுள்ளனர். ஆனால் கொட்டையூர் சிவக்கொழுந்து தேசிகரோ தில்லையில் அருளிச் செய்யப்பட்டதாகக் கூறியுள்ளார். பெரும்பற்றப் புலியூர் நம்பி என்பவரோ, திருவெம்பாவை திருப்பெருந்துறையில் அருளிச் செய்யப்பட்டதாகத் தம் திருவாலவாயுடையார் திருவிளையாடற் புராணத்தில் தெரிவித்துள்ளார். அப்படியே மணிவாசகர் வெவ்வேறு காலத்தில் வெவ்வேறு ஊரில் எழுதியாதாக இருப்பினும், இறுதியில் ஒருமுறை எல்லாப் பகுதிகளையும் தாமே தொகுத்தார் என வரலாறு கூறுகிறது. அதாவது தில்லையில் இறைவனே மனித உருவில் வந்தி, திருவாசகம் முழுவதையும் மணிவாசகரைச் சொல்லச் செய்து, தம் கையாலே எழுதியதாகச் சொல்லப்படுகிறது. (இறைவன் எழுதிய இந்த ஓலைச்சுவடி தங்கள் மடத்தில் இப்பொழுதும் இருப்பதாக, புதுச்சேரி அம்பலத்தாடையர் மடத்தினர் சொல்லிக்கொண்டிருக்கின்றனர்.) இறைவன் எழுதினாரோ அல்லது ஒரு சிறந்த சிவனடியார்தான் எழுதினாரோ எப்படியோ ஒருமுறை மாணிக்கவாசகரின் நேர்ப்பார்வையில் ஒரே நேரத்தில் ஒருசேரத் திருவாசகம் முழுமைப்படுத்தப்பட்டிருக்கிறது என்ற முடிவுக்குத் துணிந்து வரலாம்.

எனவே, ஒரே நேரத்தில் நூலைத் தொகுத்து முழுமைப்படுத்திக் கண்ட மணிவாசகர், பாயிரம் எனப்படும் முன்னுரையை நூலுக்குமுன் அமைத்திருப்பதில் புதுமையோ - வியப்போ இல்லையே. மூவாயிரம் ஆண்டுகள் வாழ்ந்து, ஆண்டுக்கொரு பாடலாக மூவாயிரம் பாடல்கள் எழுதியதாகக் கதை பேசப்படும் திருமூலரின் திருமந்திரத்திற்கே பாயிரம் உள்ளதே! அங்ஙணமிருக்க, திருவாசகத்திற்கும் ஏன் பாயிரம் இருந்திருக்க முடியாது?

மறுப்பு-3:- திருவாசகத்தில் உள்ள ஐம்பத்தொரு தலைப்புகளின் கீழும் தலைப்பு விளக்கம் எழுதப்பட்டுள்ளது. காட்டாக இரண்டு மூன்று பார்ப்போம்:'சிவபுராணம்' என்னும் முதல் தலைப்பின் கீழ, சிவனது அநாதி முறைமையான பழமை என்ற விளக்கம் உள்ளது. 'கீர்த்தித் திருவகல்' என்னும் அடுத்த தலைப்பின் கீழ், சிவனது திருவருட் புகழ்ச்சி முறைமை' என்ற விளக்கம் இருக்கிறது. 'திருவண்டப் பகுதி' என்னும் அடுத்த தலைப்பின்கீழ், 'சிவனது தூல சூக்குமத்தை வியந்து' என்னும் விளக்கம் காணப்படுகிறது. இப்படியே ஒவ்வொரு தலைப்புக்-

கும் ஒவ்வொரு விளக்கம் உள்ளதால், முதலில் காணப்படும் 'சிவபுராணம்' என்னும் தலைப்பு முதல் பகுதிக்கு மட்டுமே உரியதாகும்; அது நூல் முழுவதற்கும் பெயராக இருக்க முடியாது.

மறுப்புக்கு மறுப்பு:- சிவபுராணம் என்னும் தலைப்பின்கீழ், 'சிவனது அநாதி முறைமையான பழமை' என்று எழுதப்பட்டிருப்பது மாணிக்கவாசகரின் கைச்சரக்கு அன்று. அப்படியொன்றும் அந்த முதற்பகுதியில் சிவனது அநாதி முறைமையான பழமை பேசப்படவில்லையே. முதற் பகுதியினும் பின்னுள்ள சில பிற பகுதிகளில்தான் சிவனது அநாதி முறைமையான பழமை பேசப்பட்டுள்ளது. எனவே, ஒவ்வொரு தலைப்பின்கீழும் உள்ள விளக்கம், பிற்காலத்தவரால் எழுதிச் சேர்க்கப்பட்டதாகவே இருக்கவேண்டும். திருக்குறளில் உள்ள ஒவ்வொரு தலைப்புக்கும் திருவள்ளுவர் விளக்கம் எழுதவில்லையே. இப்போதுள்ள விளக்கங்கள் யாவும் பரிமேலழகர் முதலிய உரையாசிரியர்கள் எழுதிச் சேர்த்தவையன்றோ? திருவாசகத் தலைப்பு விளக்கங்களும் அன்னவே. இன்னும் கேட்டால், சிவபுராணம் என்னும் முதல் தலைப்புக்கு, சில ஓலைச் சுவடிகளில் விளக்கமே இல்லை. இதற்குப் பொருள் என்ன? சிவபுராணம் என்பது, மற்ற உள் தலைப்புகளைப் போன்றதன்று; நூல் முழுமைக்கும் உரிய பொதுப் பெயராகும் - என்பதே இதற்குப் பொருள் அன்றோ?

மாணிக்கவாசகர் இயற்றிய திருவாசகம், திருக்கோவையார் என்னும் இரண்டின் பழைய ஓலைச்சுவடிகள் எங்கள் வீட்டில் உள்ளன. அவை எங்கள் பாட்டன் பூட்டன் காலத்தவை (கரந்தைத் தமிழ்ச் சங்கத்தினர் ஒருவர் ஒருமுறை எங்கள் இல்லம் போந்து இவ்வோலைச் சுவடிகளை ஒப்புநோக்கி ஆராய்ந்து சென்றுள்ளார்.) இந்தப் பழைய திருவாசக ஓலைச் சுவடியில், சிவபுராணம் என்னும் தலைப்பின்கீழ் ஒரு விளக்கமும் இல்லை. மற்ற தலைப்புகளுக்கு மட்டுமே விளக்கம் காணக் கிடக்கிறது. எனவே, மற்ற தலைப்புகளினும் சிவபுராணம் என்னும் தலைப்பு வேறு பட்டதென்பதும், அது முழு நூலின் பெயரென்பதும், நுனித்துணரப்படலாம். ஆனால், பாயிரத்தையும் ஒரு பகுதியாகக் கருதி, அதன்மேல் சிவபுராணம் என்னும் தலைப்பை வைத்து ஆணியடித்துவிட்ட பிற்காலத்தவர் ஒருவர், 'சிவனது அநாதி முறைமையான பழமை' என்னும் விளக்கத்தைச் சேர்த்திருக்க வேண்டும். மற்ற தலைப்புகளுக்கு விளக்கம் இருக்கும்போது, சிவ புராணம் என்னும் தலைப்புக்கு மட்டும் விளக்கம் இல்லாதிருப்பதை அவரால் பொறுக்க முடியாதல்லவா?

மறுப்பு-4:- திருவாசகத்தின் சிவபுராணம் என்னும் தலைப்பிட்ட முதல் பகுதிக்கும் முன்னால், 'நூற் சிறப்பு' என்னும் தலைப்பில்,

"தொல்லை யிரும்பிறவிச் சூழுந் தளைநீக்கி
அல்லலறுத் தானந்த மாக்கியதே - எல்லை
மருவா நெறியளிக்கும் வாதவூர் எங்கோன்
திருவா சகம் என்னுந் தேன்."

என்னும் செய்யுள் பல சுவடிகளிலும் காணக் கிடக்கின்றது. இச் செய்யுளில் திருவாசகம் என்றுதானே குறிக்கப்பட்டுள்ளது?

மறுப்புக்கு மறுப்பு:- இச்செய்யுள் மாணிக்கவாசகர் எழுதியதன்று என்பதை வாதவூர் எங்கோன் எனப் படர்க்கையில் கூறியிருப்பதிலிருந்தே உணரலாம். பிற்காலத்தவர் ஒருவர், நூலின் பெருமைகூறு முகத்தான் இப்பாடலைப் புனைந்து சேர்த்துள்ளார். அல்லது, தலைப்புகளுக்கு விளக்கம் எழுதியவரின் கை வேலையாகவும் இஃது இருக்கலாம். எங்கள் ஓலைச்

சுவடியிலோ, நூற் சிறப்பாக, இச்செய்யுளோடு இன்னும் இரண்டு செய்யுட்கள் காணப்படு-கின்றன. இவையெல்லாம் பிற்சேர்க்கைகளே. முன்பெல்லாம், நூலுக்கு உரை எழுதுபவர், ஓலைச் சுவடியைப் பெயர்த்து வேறு படி எடுப்பவர், அச்சேற்றுபவர் முதலியோரெல்லாம் நூலின் சிறப்பைப் பற்றிச் சில பாடல்கள் பாடி நூலுக்கு முன்னால் சேர்ப்பது வழக்கம் என்-பதைப் பழஞ்சுவடி யாராய்ச்சியாளர் உணர்வர்.

எனவே, மாணிக்கவாசகரால் அருளிச் செய்யப்பட்டு, திருவாசகம் என்னும் சிறப்புப் பெயரால் அழைக்கப்படும் நூலுக்கு, ஆசிரியரால் இடப்பட்ட இயற்பெயர் ‘சிவபுராணம்’ என்-பதாகும் என்பது இனிது விளங்கும். வாதவூரர் என்னும் இயற்பெயர் மாற, மாணிக்கவாசகர் என்னும் சிறப்புப் பெயரால் அழைக்கப்படும் ஆசிரியர் இயற்றிய சிவபுராணமும் திருவாச-கம் என்னும் சிறப்புப் பெயர் பெற்றதில் வியப்பொன்றும் இல்லையே! மேலும், ஒருவர் தாம் எழுதிய வாசகத்திற்குத் தாமே திருவாசகம் என்னும் சிறப்புப் பெயர் சூட்டியிருக்க முடியா-தன்றோ?

3. மொழியியல் - 11. இலக்கணம் இன்றியமையாததா?

பெரும்பாலோர் தமிழைப் பிழையாகவே எழுதுகின்றனர். கடிதம், விளம்பரத்தாள், பெயர்ப் பலகை, சில வெளியீடுகள் முதலியவற்றில் பிழைகள் மலிந்திருக்கலாம். இதற்குக் காரணம் இலக்கண அறிவு இன்மையேயாகும். ‘இலக்கணவிதி தெரியாமற் போனாலென்ன? பிழையாக எழுதினால்தான் என்ன? ஏறக்குறைய கருத்தைத் தெரிவித்தால் போதாதா?’ என்ற வினாக்-கள் எழுப்பப்படலாம்.

உலகில் எந்த மொழியினையும் பிழைபடப் பேசுவதாலும் எழுதுவதாலும் உண்டாகும் கேடு (நஷ்டம்) சொல்லுந்தரத்தன்று. எடுத்துக்காட்டாக நம் தென்னிந்திய மொழிகளையே எடுத்துக்கொள்வோம்:

சிலவாயிரம் ஆண்டுகட்கு முன்தென்னிந்தியாவில் ஏதோ ஒரு மொழியே பேசப்பட்டு வந்தது. ஒரே மொழியைப் பேசிய மக்களே, ஒரு மூலைக்கு ஒரு மூலை அம்மொழியினைப் பலவிதமாக இழுத்தும் விழுங்கியும், நீட்டியும் குறுக்கியும், சேர்த்தும் குறைத்தும், மாற்றியும் திருத்தியும் பேசி வந்தனர். இதனால், ஒரே மொழி பலவகை மாறுபாடு அடைய இடமுண்-டல்லவா?

அது மட்டுமன்று; ஆங்காங்கு வந்து குடியேறிக் கூடி வாழ்ந்த பிற மொழியாளர்களின் வீதத்திற்கு ஏற்ப, கூடுதல் குறைச்சலாக, மூலைக்கு மூலை பிற மொழிக் கலப்பு ஏற்பட்ட-தாலும், ஒரே மொழி பல மாறுபாடு அடைய நேரிட்டது.

அது மட்டுமன்று; ஆங்காங்கே படையெடுத்து வந்து வென்று அடக்கியாண்ட பிறமொழி யரசர்களின் வீதத்திற்கு ஏற்பவும், அவர்தம் ஆட்சியாண்டுகளின் அளவிற்கு ஏற்பவும் கூடு-தல் குறைச்சலாக, ஒரு மூலைக்கு ஒரு மூலை, பிறமொழிக் கலப்பு ஏற்பட்டதாலும், ஒரே மொழி பல்வேறு மாறுபாடு அடைய நேர்ந்தது.

இங்ஙனம் நாளடைவில், ஒரு மொழியினர்க்குள்ளேயே, இம்மூலையில் வாழ்ந்தவர் பேசி-யது ஒருவிதமாகவும், அம்மூலையில் வாழ்ந்தவர் பேசியது மற்றொருவிதமாகவும் இருந்ததால், இது ஒரு மொழி போலவும், அது வேறொரு மொழி போலவும் தோன்ற இடமுண்டாயிற்று.

இந்நிலையில், சூழ்நிலையின் காரணமாக, அவ்வொரு மொழி மக்களுக்குள்ளேயே மேலும் பல பிரிவினைகள் ஏற்பட்டு விட, அவ்வவர் பேசிய பேச்சுக்கள், வெவ்வேறு பெயர்களுடன், வெவ்வேறு மொழிகளாகப் பிரிந்துவிட்டன.

இவ்விதம் பிரிந்தவைகளே தமிழ், மலையாளம், தெலுங்கு, கன்னடம் என்னும் நான்கு மொழிகளுமாகும். இவற்றுள் ஒவ்வொன்றும் வடமொழி (சமஸ்கிருதம்) கலப்பின் வீதத்தால் மாறுபடும். இந்நான்கனுள், மிகக்குறைந்த அளவு கலப்புடையது தமிழ்தான். கலக்காமலேயே, தமிழைப் பேசவும் எழுதவும் வேண்டிய சொற்கள் தமிழிலேயே உள்ளன. மற்றைய மூன்று மொழிகளும், தம்மிடம் உள்ள வடமொழிச் சொற்களை நீக்கிக் கொள்ளுமாயின், மீண்டும் தமிழோடு ஒன்றுபட்ட மொழிகளாகத் தோன்றும். இக்கருத்தை மெய்ப்பிப்பதற்காக நான்கிலும் ஒத்துள்ள சில சொற்கள் கீழே தரப்பட்டுள்ளன. ஊன்றி நோக்கின் உண்மை புலனாகும்.

தமிழ்தெலுங்குகன்னடம்மலையாளம்
அண்ணன்அன்னஅண்ணாசேட்டன்
தம்பிதம்புடுதம்மஅனுசன்
மகன்குமாரடுமகனுஆண்குட்டி
மகள்குமாரத்திமகளுபெண்குட்டி
பாட்டன்தாததாதமூப்பன்
அக்காள்அக்கஅக்கசேட்டச்சி
மாமன்மாமமாவஅம்மாவன்
எதுஎதிஎதுஎது
அதுஅதிஅதுஅது
இதுஇதிஇதுஇது
சிறியசின்னசிக்கசிறிய
நெருப்புநிப்புபெங்கிதீ
மழைவானெமளெமழ
கொடுஈய்கொடுகொடு
இரவுராத்திரிராத்திரிராத்திரி
பகல்பகலுஅகலுபகல்
யார்எவருயாருயாரானு
ஊர்ஊருஊருஊரி
ஊருக்குஊரிக்கிஊரிகேஊரிலே
சோறுஅன்னஊட்டஊணு
சேலைசீராசேலைமுண்டு
கண்கன்னுகண்ணுகண்ணு
மூக்குமுக்குமூங்கிமூக்கு
காதுசெவ்வுகிமிசெவி
வாய்நோருபாயிவாயி
தலைதலதலெதலை
பசுஆவுஅசுவுபசு

எருதுஎத்துஎத்துகாஎ

மேற்கூறிய சான்றுகளால், இந்நான்கு மொழியினரும் ஒரு காலத்தில் ஒரே மொழியைப் பேசிவந்தனர் என்பது உறுதிப்படுமன்றோ? மற்றும், இப்போது மலையாளம் எனப்படும் பகுதி பண்டைக்காலத்தில் தமிழ் நாட்டின் மூவல்லரசுகளுள் ஒன்றான சேர நாடாகத் திகழ்ந்ததும் இங்கே குறிப்பிடத் தக்கதாகும்.

இவ்விதம் இவர்கள் மொழியினால் பிரியாமல் ஓரினத்தவராயிருந்தால், தமிழர், தெலுங்கர், (ஆந்திரர்) கன்னடியர், மலையாளிகள் என்ற நால்வகைப் படாமலும், தனித்தனி 'மாநிலம்' (மாகாணம்) கேட்காமலும், ஒரு மொழிப் பெயரினராய் ஒரு மாநிலத்தினராகவே இன்று திகழலாமன்றோ? திகழவே, இவ்வட்டத்திய ஒரே மொழிமக்கள் பலகோடியினர் என்ற பெயரும் கிடைக்குமே! மொழி பிரிந்ததனாலன்றோ மக்கள் பிரிந்து சென்றனர்! இதனை ஊன்றி நோக்க வேண்டும்.

மொழி பிரிந்ததற்குப் பல காரணங்கள், மேலே கூறப்பட்டிருப்பினும், எல்லாவற்றினும் இன்றி யமையாததான மற்றொரு காரணமும் உண்டு. பண்டைய மக்கள் ஒரு குறிப்பிட்ட இலக்கண முறையைப் பின்பற்றாமைதான் அக்காரணமாகும்.

பேச்சு வழக்கில் பின்பற்ற முடியாது போயினும், எழுத்து வழக்கிலாவது ஒரேவிதமான இலக்கணத்தைப் பின்பற்றி ஒரே விதமாக எழுதி வந்திருப்பார்களேயானால், அப்பழக்கம், பேச்சையும் ஓரளவு கட்டுப்படுத்தி, மொழி பிரிந்து சிதையாமல் இருக்கச் செய்திருக்குமல்லவா?

உலகம் முழுவதும் பெரும்பாலும் ஒரே விதமான இலக்கணத்தைப் பின்பற்றி ஆங்கிலத்தை எழுதுவதாலேயே, சீனன் எழுதும் ஆங்கிலத்தை இந்தியனும், இந்தியன் எழுதும் ஆங்கிலத்தை ஐரோப்பியனும் புரிந்துகொள்ளும்படியாக அம்மொழி ஒத்துள்ளதன்றோ? ஐரோப்பியன் எழுதும் ஆங்கிலத்திற்கு 'இங்லீஷ்' என்றும் ஆசியாக்காரன் எழுதும் ஆங்கிலத்திற்கு 'கிங்லிஷ்' என்றும் பெயர் வேறுபாடு இல்லையே!

இம்முறையைப் பண்டுதொட்டு நம் தென்னிந்தியரும் பின்பற்றி வந்திருப்பாரேயாயின் நான்கு மொழியினராகவும் - இனத்தினராகவும் பிரிய வேண்டியது வந்திராதே!

"போனது போயிற்று, பிள்ளையாரே வாழி" என்று ஏற்றப் பாட்டு பாடுவார்கள். அதுபோல், பிரிந்தவர் போக, தமிழர்களாகிய நாமாயினும் இன்னும் நமக்குள்ளேயே பற்பல மொழியினராகப் பிரிந்து விடாவண்ணம் தற்காத்துக்கொள்ள வேண்டியது நம் கடமையல்லவா? அதுதானே அறிவுடைமையாகும்!

இன்றைக்கு சென்னைத் தமிழன் பேசும் தமிழும், இலங்கைத் தமிழன் பேசும் தமிழும், மலேயாத் தமிழன் பேசும் பேச்சும் வேறுபட்டிருப்பதைப் பார்க்கக் காண்கிறோம். ஓரிடத்தார்பேசும்தமிழை மற்றோரிடத்தார் கேட்டுப் புரிந்துகொள்வது சில நேரத்தில் அரிதாயுள்ளது. ஆயினும், வெவ்வேறு இடங்களிலுள்ள இவர்கள் எழுதியுள்ள சில நூற்களைப் படித்துப் பார்ப்போமானால், பெரும்பாலும் நடையில் ஒத்துள்ளன; புரிந்துகொள்ளவும் முடிகிறது. காரணமென்ன? ஒரே வித இலக்கணத்தைப் பின்பற்றி எழுதியதுதானே! எல்லோரும் வெவ்வேறு விதமாகப் பேசுவது போலவே எழுதவும் தொடங்கிவிடின், புரியாமற் போகுமாதலின் ஒவ்வொருவடைய தமிழும் ஒவ்வொரு வேறு மொழியாக மாறிவிடக் கூடுமன்றோ?

ஆதலின், "பேசுவது போலத்தான் எழுத வேண்டும், இலக்கணம் வேண்டா" என்றெல்லாம் கூறுபவர்கள் இக் கருத்துக்களை நுணுகி யாராய வேண்டும்.

எடுத்துக்காட்டொன்று வருமாறு:- ஒரு பக்கத்தில் 'வாழ பழம்' என்கிறார்கள் மக்கள்; மற்றொரு பக்கத்தில் 'வால பலம்' என்கிறார்கள்; இன்னொரு பக்கத்தில் 'வாய பயம்' என்கின்றனர்; வேறொரு பக்கத்தில் 'வாச பசம்' என்கின்றனர். இப்படியே எல்லோரும் எல்லாச் சொற்களையும் வேறு வேறுவிதமாக எழுதத் தொடங்கி விடின் நிலைமை என்னாவது! யார் புரிந்துகொள்வது? (மழை, தலை, எருது முதலிய சொற்கள், தமிழ், தெலுங்கு, கன்னடம், மலையாள என்னும் மொழிகளில் சிறுசிறு மாறுதலுடன் இருப்பதை, மேலுள்ள அட்டவணையில் காண்க) ஆகவே, 'வாழைப்பழம்' என இலக்கண விதிப்படி எல்லோரும் எழுதினால்தானே எல்லோரும் புரிந்துகொள்ளவும், மொழி சிதையாமலும் மக்கள் பிரியாமலும் இருக்கவும் முடியும்?

எனவே, மக்கள் வேற்றுமையின்றி ஒற்றுமையுடன் வாழப் பாடுபட்டுத் தொண்டாற்றும் அரும்பெருந் தலைவர்களைப் போல, இலக்கணமும் ஒரு வகையில் தொண்டாற்றும் ஆற்றலுடையது என்பது விளங்கும். எனவே மொழிக்கு இலக்கணம் எவ்வளவு இன்றி யமையாதது என்பது இப்போது இனிது புலனாகுமே!

12. புதுவைத் தமிழ்

திருச்சிராப்பள்ளியை யடுத்த டால்மியாபுரம் திருவள்ளுவர் கழகத்தில் ஒருநாள் மாலை சொற்பொழி வாற்றிவிட்டு, அங்கிருந்து கோயமுத்தூர் செல்வதற்காக, அன்று நள்ளிரவில், டால்மியாபுரம் புகைவண்டி நிலையத்தில், திண்டுக்கல் நோக்கிச்செல்லும் புகை வண்டிக்காக நான் காத்துக்கொண்டிருந்தேன். அப்போது புகைவண்டி நிலையப் பொறுப்பாளர் (Station Master) விளக்கு, கொடி முதலிய கருவிகளுடன் வண்டியை வரவேற்கத் தயாராக வந்துநின்றார். நான் அவரிடம், "இந்த வண்டி எத்தனை மணிக்குத் திண்டுக்கல் போகும்? அங்கிருந்து கோயமுத்துருக்கு உடனே வண்டி உண்டா?" என்பதுபோல ஏதேதோ கேட்டுக் கொண்டிருந்தேன். அவரோடு பேசிக்கொண்டிருந்த சிறிது நேரத்திற்குள் இப்படியும் ஒரு கேள்வி போட்டேன். அதாவது "நீங்கள் வடார்க்காடு மாவட்டத்தைச் சேர்ந்தவரா?" என்று கேட்டேன். "இல்லை. திருச்சி... சென்னை" என்று அவர் ஏதோ சொன்னார். நான் ஒத்துக்கொள்ளவில்லை. 'நீங்கள் திருச்சியிலோ சென்னையிலோ நீண்ட நாட்களாக இருந்தாலுங் கூட, உங்கள் பெற்றோர் குடும்பம் இப்போது வேறு மாவட்டத்தில் இருந்தாலுங்கூட, நீங்கள் பிறந்து வளர்ந்த இடம் வடார்க்காடு மாவட்டமாகத்தான் இருக்க வேண்டும்' என்று அடித்துப் பேசினேன் நான். 'உண்மைதான் என்று இறுதியில அவர் ஒத்துக்கொண்டார். அந்த நள்ளிரவில் என்னை வழியனுப்ப வந்திருந்த டால்மியாபுரம் சிமன்ட் தொழிற்சாலைப் பொறியியல் வல்லுநரும் - திருவள்ளுவர் கழகத் தலைவருமான என் நண்பர் என்னை நோக்கி, 'அவர் வடார்க்காடு மாவட்டத்தார் தான் என்று எதைக் கொண்டு இவ்வாறு துணிந்து சொல்கிறீர்கள்?" என்று கேட்டார். நண்பருக்குச் சொன்ன பதிலையே இங்கேயும் தருகிறேன்.

புகைவண்டி நிலையப் பொறுப்பாளர் பேசிக் கொண்டிருந்தபோது, 'வண்டி வரச்சொல்ல நாம் முன்கூட்டியே தயாராயிருந்து இன்னது இன்னது செய்ய வேண்டும் என்று என்னென்னவோ சொல்லிக் கொண்டிருந்தார். அவர் சொன்ன 'வரசொல்ல' என்னும் சொல்லைக்கொண்டு, அவர் வடார்க்காடு மாவட்டத்தார் எனத் துணிந்துகொண்டேன். மற்ற மாவட்டத்தார்கள் 'வரும்போது - போம்போது' என்றோ, அல்லது கொச்சையாக 'வரச்ச-போச்ச' என்றோ சொல்வதற்குப் பதிலாக, வடார்க்காடு மாவட்டத்தினர், 'வரசொல்ல - போசொல்ல' என்ற சொல்லைப் பயன்படுத்துகின்றனர். இன்னும் இந்த மாவட்டத்தினருள்சிற்சிலர், 'என்னாங்க - இல்லிங்க' என்பதற்குப் பதிலாக 'என்னாப்பா - இல்லப்பா' என்றும், 'பல்லு குச்சி' என்பதற்குப் பதிலாகப் 'பெல்லு குச்சி' என்றும், 'சாமி (கோயில் விக்ரகம்) வருகிறது' என்பதற்குப் பதிலாகச் 'சாமியார் வருகிறார்' என்றும் சொல்கின்றனர். இப்படி சில சொல்லொலிக் குறிகளைக் கொண்டு வடார்க்காடு மாவட்டத்தினரை அடையாளங் கண்டுகொள்ளலாம்.

ஒருமுறை சென்னையிலுள்ள பேர்பெற்ற எலும்புருக்கிநோய் மருத்துவ வல்லுநர் ஒருவருடன் பேசிக் கொண்டிருந்போது, 'நீங்கள் திருநெல்வேலிக்காரரா?' என்று நான் அவரைக் கேட்டேன். 'இல்லை, சென்னைதான் என்ற பதில் வந்தது. இப்போது சென்னையாக இருக்கலாம்; ஆனால் உங்கள் பழங் குடியிருப்பு திருநெல்வேலிப் பக்கமாகத்தான் இருக்க வேண்டும்' என்றேன் நான். அவரும் ஒத்துக்கொண்டார். ஒலி வேறுபாட்டைக் கொண்டு ஓரிரு நிமிடத்தில் திருநெல்வேலி மாவட்டத்தினரை அடையாளம் கண்டுகொள்ளலாம் என்றாலும், அந்த மருத்துவ அறிஞர் நீண்ட நாட்களாகச் சென்னையில் தங்கிவிட்டதால் அவ்வளவு எளிதில் கண்டுபிடிக்க முடியவில்லை. இருப்பினும், உரையாடலின் ஊடே ஓடிவந்த ஒரு சொல் அவரது மாவட்டத்தைக் காட்டிக் கொடுத்துவிட்டது; அவர் 'பொறவு' என்னும் ஒரு சொல்லை இடையே கையாண்டார். பிறகு - அப்புறம் என்னும் பொருளில் 'பொறவு' என்னும் சொல்லை நெல்லை மாவட்டத்தினர் சொல்கின்றனர். இதே பொருளில் 'அப்பால' என்னும் சொல்லைச் சென்னைப் பக்கத்தில் உள்ளவர் சிலர் சொல்லுகின்றனர். 'பொற வென்ன' (பிறகு என்ன) என்னும் சொல்லாட்சியை நெல்லை வட்டத்தினரிடம் மிகுதியும் காணலாம். என்னாங்க - என்னையா என்பது போன்ற பொருளில் 'என்னவே' என்னும் சொல்லாட்சியையும் இவர்களிடம் காணலாம்.

'இந்த போடு போடுகிறான்' - 'நான் சொல்லிப் போட்டேன்' - 'இத்தசோடு பெரிசு' முதலான ஆட்சிகள் கொங்கு நாட்டாருடையவை. மெதுவாக என்னும் பொருளில் 'பைய-பைய' என்பதும் வாலப்பலமும் கோலிக்குஞ்சியும் பாண்டிய நாட்டாரது ஆட்சி. வந்துகொண்டு போய்க்கொண்டு என்னும் பொருளில் 'வந்துகினு - போய்க்கினு' என்பது தென்னார்க்காடு மாவட்டத்து ஆட்சி. இதே பொருளில் 'வந்துகிட்டு - போய்க்கிட்டு' என்பது சோழ நாட்டாருடையது. இடம் என்னும் பொருளில் 'தாவு' என்று சொல்வது தொண்டை நாட்டு ஆட்சி. வழி என்னும் பொருளில் 'தடம்' என்று சொல்வது பாண்டியநாட்டு ஆட்சி. நமது தமிழ் - நமது நாடு என்னும் பொருளில், 'எங்கள் தமிழ் - எங்கள் நாடு' எனப் பேசுவது யாழ்ப்பாணத்தார் (சிலோன்) வழக்காறு. சென்னைத் தமிழோ நாடறிந்த ஒன்று. கீது, இஸ்துகினு, பேஜாரு முதலியன சென்னைத் தமிழின் சிறப்பு வளமாம்?!

இந்த வட்டார வழக்காறுகளை, நான் வெளியூர்க் கல்லூரிகளில் படித்த காலத்தும் ஆசிரியனாயிருந்த காலத்தும் பல மாவட்டத்து மாணவர்களோடு பழகியதால் அறிய முடிந்தது.

இன்னோ ரன்னவை, அவ்வம் மாவட்டத்துப் பெரும்பான்மை மக்களின் வழக்காறுகளாகும். வெளி மாவட்டக்காரர்களுடன் பேசிக்கொண்டிருக்கும்பொழுது, 'நீங்கள் இன்ன ஊர்க்காரரா?' என்று கேட்கும் பழக்கம் - அது நல்லதோ கெட்டதோ - எப்போதுமே எனக்குண்டு. சிற்-சில நேரங்களில், ஒருவரது நடையுடை தோற்றத்தைக் கொண்டும், அவர் இன்ன இடத்தார் என்று சொல்லிவிட முடியும். சாதிப்பட்டத்துடன் கூடிய பெயரைக் கொண்டே கூட சிலரது மாவட்டத்தை அறிந்து கொள்ளவும் முடியும்.

பிறருடைய மாவட்டங்களை வினவும் வேட்டைக்காரனாகிய யான், ஒருமுறை ஒருவரிடம் அகப்பட்டுக் கொண்டேன். தஞ்சை மாவட்டத்திலுள்ள ஆடுதுறை புகைவண்டி நிலை-யத்திற்கு அருகில், அணைக்கரை செல்லும் (பஸ்) வண்டிக்காக ஒருநாள் நான் காத்து நின்றேன். வண்டிவர நேரமாகவே பக்கத்திலிருந்த ஒரு கடைக்காரரிடம் போந்து, எனது கைப்பையைத் தந்து, முகம் தூய்மை செய்து வரும்வரையும் அதனைப் பார்த்துக் கொள்-ளும்படி ஒப்படைத்துவிட்டுச் சென்றேன். நான் திரும்பி வந்து பையைப் பெற்றுக்கொண்ட-போது, கடைக்காரர் என்னை நோக்கி, நீங்கள் புதுச்சேரிக்காரரா? என்று கேட்டார். அவரது வினா என்னை வியப்பில் ஆழ்த்தியது. புதுச்சேரிக்காரன் என்பதற்குரிய அறிகுறிகள் நம்-மேல் என்ன இருக்கின்றன என்று என்னையே ஒருமுறை சுற்றும் முற்றும் பார்த்துக்கொண்-டேன். பின் 'எதைக்கொண்டு நீங்கள் அப்படிக் கேட்டீர்கள்?' என்று நான் அவரைக் கேட்-டேன். 'தண்ணீர் கானுக்குச் சென்று முகங்கழுவி வருகிறேன் என்று சொன்னீர்களே அதைக் கொண்டு கண்டுபிடித்தேன்' என்று சொன்னார் அவர்.

மற்ற ஊர்களில், 'தண்ணீர்க் குழாய்' என்று தமிழிலோ, அல்லது 'பைப்' (Pipe) என்றும் 'டேப்' (Tap) என்றும் ஆங்கிலத்திலோ சொல்லுவதை, புதுச்சேரியினர் 'தண்ணீர் கான்' என்று சொல்லுவார்கள். இந்தச் சொல்லைக்கொண்டுதான், நீங்கள் புதுச்சேரிக்காரரா? என்ற ஆடுதுறைக்காரர் என்னை மடக்கிவிட்டார். 'உங்களுக்கு எப்படி இது தெரியும்?' என்று நான் அவரைக் கேட்டேன். 'புதுச்சேரிக்குச் சில முறை வந்திருக்கிறேன் - அங்கே இந்தச் சொல்-லைக் கேட்டிருக்கிறேன்' என்றார் அவர்.

'கான்' என்பது பிரஞ்சு மொழியில் இல்லை. 'Can' (ஒருவகைப் பாத்திரம்), "Canal" (கால்வாய்) என்னும் ஆங்கிலச் சொற்களிலிருந்து வந்ததாகவும் சொல்வதற்கில்லை. இது தமிழ்ச்சொல்லே. காடு, மணம் முதலிய பொருள்களுடைய 'கான்' என்னும் தமிழ்ச் சொல்-லுக்கு, சலதாரை, வாய்க்கால் என்னும் பொருளும் உண்மையை, சென்னைப் பல்கலைக்க-ழகத் தமிழ்ப் பேரகராதியில் காணலாம். சலதாரை, வாய்க்கால் என்பன போல, தண்ணீர்க் குழாயும் நீர்வரும் பொருள் தானே இச்சொல் புதுவை வழக்காறாகும்.

புதுச்சேரியைப் போலவே மற்றொரு முன்னாள் பிரஞ்சிந்தியப் பகுதியாகிய காரைக்கா-லில், தண்ணீர்க் குழாயை, பீலி என்று அழைக்கின்றனர். இதன் அகராதிப் பொருள் நீர்த்-தொட்டி என்பதாகும்.

புதுச்சேரி தென்னார்க்காடு மாவட்டத்திற்குள் அமைந்திருப்பினும், அது சில காலம் பிரெஞ்சு ஆட்சியின் கீழே தனித்திருந்ததாலும், இப்போது இந்திய ஆட்சியின் கீழே புதுவை மாநிலம் (State) என்னும் தனி மாநிலத்தின் தலைநகரமாயிருப்பதாலும் ஒருவகைத் தனிச் சிறப்புடையதாகும். எனவே, புதுச்சேரி வட்டாரத்தில் வழங்கும் சில சொல்லாட்சி வழக்காறு-களை ஈண்டு காண்போம்.

புதுவைத் தமிழக - புதுச்சேரி வழக்காறுகளை ஈண்டு கொடுக்கப்படுவனவற்றை, புதுச்சேரியினரை விட, பிற ஊர்க்காரராலேயே தம்மூர் வழக்காற்றினின்றும் பகுத்துணர முடியும் பிரித்துணர வியலும். இளமைக் காலமெல்லாம் கடலூரிலும் பிற ஊர்களிலும் வளர்ந்து வாழ்ந்து, இடைக்காலத்தில் புதுவையின் புதுமையான சில வழக்காறுகளைக் கேட்டு வியந்தேன். இதனை இங்கே ஏன் எழுதுகிறேன் என்றால் புதுவைக்குத் தெற்கே பதினைந்தாவது கல் தொலைவிலுள்ள கடலூரில் வளர்ந்த நான், கடலூர் வழக்காற்றினின்றும் புதுவை வழக்காற்றில் புதுமை கண்டதனாலேயாம். அண்மையில் உள்ள கடலூர்க்கே புதுமை என்றால், பிற ஊர்கட்கும் புதுமை தானே! என் பட்டறிவுக்குப் புதுமையாகத் தெரிகிறது மற்றவர்க்கு எப்படியோ!

புதுவை மக்கள் ஒருவரையொருவர் காணும் போது நலம் விசாரித்துக்கொள்வதில் வற்றாத குளிர்ச்சி காணப்படும். 'சௌக்கியமா யிருக்கிறீர்களா?' என்று நலம் விசாரிப்பது பழக்கம் என்றாலும், புதுவையில் அடிக்கடி பார்த்துக்கொள்பவர்கள்கூட, பார்க்கும் போதெல்லாம் 'சௌக்கியமா யிருக்கிறீர்களா?' என்று வாய் குளிரக் கேட்பார்கள். அடிக்கடி விசாரிக்கிறார்களே என்று நான் வியந்ததுண்டு.

மற்ற ஊர்களில் படித்தவர்கள் 'குட் மார்னிங் சார்' (Good Morning Sir), 'குட் ஈவ்னிங் சார்' (Good Evening Sir) சொல்வது போல, இங்கே 'போன் மூர் முசியே' (Bon Jour Monsieur), "போன் சுவர் முசியே" (Bon Soir Monsieur) என்று சொல்லி, காலை வணக்கமும் மாலை வணக்கமும் செய்வார்கள். அங்கே எடுத்ததற்கெல்லாம் 'சார் சார்' (Sir) என்று சொல்வதைப் போல, இங்கே 'முசியே முசியே' என்பார்கள். அங்கே மிஸ்டர் ஆறுமுகம் என்பதைப் போல, அங்கே 'முசியே ஆறுமுகம்' என்றழைப்பர். நன்றி சொல்லும் பொருளில் அங்கே 'தாங்சு' (Thanks) என்பதுபோல, இங்கே 'மெர்சி' (Mercie) என்பார்கள். இந்த பிரெஞ்சு வழக்காறுகள் அன்றாட வாழ்க்கையில் அடிக்கடி கையாளப்படுதவதால் இங்கே எடுத்துக் காட்டப்பட்டன. இனித் தமிழ் வழக்காறுகளையே நோக்குவோம்:

உடல் நலம் இல்லாதிருப்பவரை, உடம்பு சரியில்லாமல் இருக்கிறார் - அல்லது காயலாவா இருக்கிறார் என்றெல்லாம் கடலூர்ப் பக்கத்தினர் சொல்லுவர் - ஆனால் இங்கோ, 'நோவா இருக்கிறார்'. என்று சொல்லும் வழக்கு மிகவும் காணப்படுகிறது.

ஏதாவது ஒன்றைத் தொடங்கியாயிற்று என்று குறிப்பிடுவதற்காக, ஆரம்பிச்சாச்சு அல்லது தொடங்கி யாச்சு என்று சொல்வதற்குப் பதிலாக, 'தோக்கியாச்சு' (துவக்கியாயிற்று) என்னும் வழக்கு இங்கே பெரு வரவிற்று.

இங்கே எளிய மக்கள், வம்புக்கிழுத்தல் சண்டை போடுதல் என்னும் பொருளில் 'சண்டை வாங்குதல்' என்னும் தொடரைக் கையாள்கின்றனர். 'என்னிடம் சண்டை வாங்காதே' 'ஏன் என்னிடம் சண்டை வாங்குகிறாய்' என்றெல்லாம் எளிய மக்கள் அடிக்கடி சொல்வதைக் கேட்கலாம்.

சோப் (Soap) என்பதனை, 'சவுக்காரம்' என்னும் சொல்லால் குறிப்பிடும் பழக்கம் சிலரிடம் உண்டு.

'இடம்' என்னும் சொல்லை 'வெடம்' என்று கொச்சையாக ஒலித்துப் பேசும் பழக்கமும் சிலரிடம் உண்டு.

'மேசையின் கீழே இருக்கிறது என்பதற்குப் பதிலாக 'மேசையின்தாழ இருக்கிறது' என்கின்றனர் சிலர்.

'அவனிடம் பேசிக் கொண்டிருந்தேன்' 'அவனிடம் திட்டு வாங்கினான்' என்பவற்றுக்குப் பதிலாக, 'அவன் கையில் பேசிக்கொண்டிருந்தேன்''அவன் கையில் திட்டு வாங்கினான்' என்று சிறுவர்களும் பேசிகொள்கின்றனர்.

பரிட்சையில் தேறவில்லை - மாறவில்லை - பெயிலாய் விட்டது என்றெல்லாம் சொல்வதற்குப் பதிலாக, பரிட்சையில் அடித்துவிட்டார்கள் என்று சொல்லும் வழக்கம் ஈங்குண்டு.

சில ஆங்கில வினைச் சொற்களைத் தமிழ்ப் படுத்திப் பேசும்போது 'பண்ணுதல்' என்னும் சொல்லையும் சேர்த்துக்கொள்வது வழக்கம். எடுத்துக்காட்டாக, பர்ஸ் பண்ணுதல், வெய்ட் பண்ணுதல் போன்றவற்றை நோக்குக. ஆனால் இங்கே , 'இடுதல்' என்னும் சொல்லைச் சேர்த்துப் பேசும் ஒரு வகை வழக்கம் உள்ளது. எடுத்துக்காட்டாக, பாஸ் பண்ணுதல் என்னும் பொருளில் 'பசேர் இடுதல்' (Passer = Pass) என்றும், ஓய்வுகொள்ளுதல் என்னும் பொருளில் 'ரெப்போசேர் இடுதல்' (Reposer = Rest) என்றும் சொல்வதைக் கேட்கலாம்.

பிரெஞ்சு மொழி படித்தவரை 'பாஷை படித்தவர்' என்றும், பிரெஞ்சுமொழியில் எழுதுதலையில் பேசுதலையும் பாஷையில் எழுதுதல் பேசுதல் என்றும் குறிப்பிடும் வழக்கம் பரவலாக மக்களிடம் உள்ளது. மக்களது வழக்காற்றில், பாஷை என்றால் பிரெஞ்சு மொழி என்று பொருள் போலும்!

கடற்கரையைக் 'கடலோரம்' எனக் குறிப்பிடுவது இங்கே பெருவாரியான வழக்காகும். புறப்படுதல் என்பதற்குக் 'கிளம்புதல்' என்றும், அப்புறம் என்பதற்கு 'அப்பறமேல்பட்டு' என்றும் சொல்வதை இளைஞர்கள் இடையே மிகவும் காணலாம்.

புதுவையில் என் கவனத்தை ஈர்த்த மற்றொரு வழக்காற்றைக் குறிப்பிடாமல் விடுவதற்கில்லை. அதுதான் 'கண்டுபிடித்தல்' என்பது. இந்தச் சொல் எல்லாரும் அறிந்த ஒன்றேயாயினும், இங்கே ஒரு கோணத்தில் வழங்கப்படுகின்றது. இருவர் உரையாடிக் கொண்டிருக்கும்போது, சொல்வது தெரிகிறதா - புரிகிறதா என்னும் பொருளில், 'கண்டு பிடிச்சீங்களா' என்று கேட்பது வழக்கம். ஒருவர் சொல்வதோ அல்லது ஆசிரியர் பாடம் நடத்துவதோ அவனுக்குப் புரியவில்லை - அவன் விளங்கிக் கொள்ளவில்லை என்னும் பொருளில் 'அவன் கண்டுபிடிக்கவில்லை' என்று சொல்வது ஈண்டு மிகவும் பழக்கப்பட்ட வழக்காறாகும்.

தண்டோரா அல்லது தமுக்கு அடித்து அறிவிப்புச் செய்வதை ஈண்டு கிறிச்சை கொட்டுதல் என்கின்றனர்.

செல்வராசு, ராஜாபாதர், மஞ்சினி முதலிய பெயர்கள் இங்கே மக்களுக்கு பரவலாக வைக்கப் பட்டிருப்பதும் குறிப்பிடத்தக்கது.

இன்னொரு தனிச்சிறப்புடைய வழக்காற்றோடு இக்கட்டுரையை முடித்துக்கொள்ளலாம். 'நயா பைசா' வருவதற்கு முன், ரூபாய் - அணா - பைசா கணக்கு இந்தியா முழுவதும் இருந்ததனை எல்லாரும் அறிவர். ஆனால் புதுவையிலோ, ரூபாய் - பணம் - காசு கணக்குத்தான் பெரும்பாலோர் சொல்லுவர். 24 காசு கொண்டது ஒரு பணம்; 8 பணம் கொண்டது ஒரு ரூபாய். இதுவே பொதுமக்களின் கணக்காகும். புதுவையில் ஓரணா அரைப்பணமாகும். ஒன்றரையணா முக்கால் பணமாகும். இரண்டனா ஒரு பணமாகும். மூன்றணா ஒன்றரை பணமாகும். பத்தனா ஐந்து பணமாகும். கால் ரூபாய், அரை ரூபாய், முக்கால்

ரூபாய் என்பதனினும், இரண்டு பணம், நான்கு பணம், ஆறு பணம் என்னும் வழக்காறுதான் காதில் விழும். முக்காலணா, ஒன்றே காலணா, ஒன்றே முக்காலணா என்பவற்றிற்குப் பதிலாக, ஒன்பது காசு, பதினைந்து காசு, இருபத்தொரு காசு என்றும், மூன்றே காலணாவை ஒரு பணம் பதினைந்து காசு என்றும், மூன்றே முக்காலணாவை ஒரு பணம் இருபத்தொரு காசு என்றும் சொல்லும் வழக்கே ஒரு தனி அழகாகும்.

இதுவரையும் புதுவைத் தமிழ் வழக்காறுகளாகச் சில குறிப்பிடப்பட்டன. இது குறித்துக் கருத்து வேற்றுமையும் இருக்குமோ என்னவோ! ஒரு வட்டாரத்திலேயே ஒரு சில வழக்குகள் ஒரு பிரிவினரிடத்து இல்லையாயினும் வேறு பிரிவினரிடத்தில் இருக்கத் தான் செய்கின்றன. இந்த கண்கொண்டே 'புதுவைத் தமிழ்' என்னும் இக்கட்டுரையையும் காணவேண்டும். புதுவைத் தமிழ் என்னும் தலைப்பில், பல மாவட்டங்களின் தமிழ் வழக்காறுகளையும் ஓரளவு பார்த்துவிட்டோமே! (இக்கட்டுரைக் குறிப்புகள் துப்பறியும் துறையினர்க்கும் ஒரு வேளை உதவலாமோ?)

'புதுவைத் தமிழ்' என்னும் தலைப்புக்கு, வேறொரு கோணத்தில் நின்றும் பொருள் காணலாம். இந்த இருபதாம் நூற்றாண்டில், உலகில் தமிழ் எழுதப் படிக்கத் தெரிந்தவர்களும் இருக்கும் நாடுகளில், புதுவைத் தமிழ் அறியாதவர்கள் இருக்க முடியாது புதுவைத் தமிழை ஒரு முறையாயினும் பாடாதவர்கள் இருக்க முடியாது. அதாவது, உலகத்திற்கு மாபெருந் தமிழிலக்கியங்களைப் பாடித் தந்த புரட்சிப் பாவேந்தர்களாகிய பாரதியாரும் பாரதிதாசனும் தங்கள் தமிழ்ப்படைப்புகளைப் படைத்த இடம் புதுவையே என்பது, நாடறிந்த - ஏன் - உலகறிந்த செய்தியன்றோ!

13. குடிசை

புதுச்சேரிக்குச் சில கல் தொலைவில் 'இடையன் சாவடி' என்று ஒரு சிற்றூர் உள்ளது. சில ஆண்டுகட்கு முன் அங்கிருந்து ஒரு பெரியார் என் இல்லத்துக்கு வந்து என்னைக் கண்டு உரையாடினார்; தம் குமாரியின் திருமணத்தில் சொற்பொழிவாற்ற வேண்டும் என்று கோரினார். யானும் இசைந்தேன். இசைவு கண்ட அவர் என்னை விட்டுப்பிரியும்போது, 'வருக' என்ற அழைப்போடு மட்டும் செல்லவில்லை; "தாங்கள் வந்தால், காலையில் திருமணத்தை நடத்தி வைத்து விட்டு, உடனே புறப்பட்டுவிடக் கூடாது. ஏதோ என் இருப்பிடம் சிறு குடிசையாயிருப்பினும் நண்பகல் வரை தங்கியிருந்து விருந்தருந்தியே ஊர் திரும்பவேண்டும்" என்ற அன்புக் கட்டளையும் விடுத்தார். "குடிசை யாயினும் மாடமாளிகை கூட கோபுரமாயினும் எல்லாம் ஒன்றுதான்" என்று கூறி யானும் உடன்பட்டேன்.

மன்றல் நாள் வந்தது. மணவீட்டை நெருங்கினேன் நான். மங்கல இன்னியங்கள் முழங்கின. ஈர்ந்தண் முழவின் பாணி ததும்ப, வாழை, தோரணம் முதலிய மங்கலப் பொருட்களுடன் பொலிவுற்றுத் திகழ்ந்த வாயிலையடைந்தேன். அவ்வீட்டின் உச்சியை அண்ணாந்து பார்த்தேன். ஒன்றன் மேல் ஒன்றாய் இரண்டடுக்குக் கட்டிடம் நிமிர்ந்து நின்றது. அந்தக் காட்சியைக் கூர்ந்து நோக்கிய எனக்கு, அன்று அப்பெரியார் குறிப்பிட்ட குடிசை நினைவிற்கு வந்தது. அக்குடிசை வேறோரிடத்தில் இருக்கலாமென்றும் இம்மாடி வீடு திருமணத்திற்காகப் பெற்ற இரவல் வீடாயிருக்கலா மென்றும் எனக்குள் தீர்மானித்தேன். ஆயினும்

அருகில் நின்ற ஒருவரையணுகி, 'இது யாருடைய வீடு' என்று கேட்டேன். உடனே பின் புறத்திலிருந்து, 'ஏன் ஏமாந்துவிட்டீர்களா?' என்ற குரல் எழுந்தது. திரும்பிப் பார்த்தேன். அவர்தாம் - அந்த வீட்டுக்காரர் - புதுவை வந்து என்னை அழைத்து வந்தவர். தம் மாடி வீட்டைக் 'குடிசை' என்று தன்னடக்கமாக என்னிடம் அன்று தெரிவித்திருக்கிறார் என்பது அப்போது எனக்கு வெட்ட வெளிச்சமாகப் புலப்பட்டது. அன்றைக்கே இதை யான் உணர்ந்து கொண்டிருக்கவுலாம். ஆனால் அவரது அடக்கமான தோற்றம் அவர் வீடு குடிசையாகத்-தான் இருக்கும் என்பதை மெய்ப்பித்ததுபோல் தோன்றியது. மேலும், யான் இது போன்-றெல்லாம் பேசிப் பழகியதில்லை. பட்டறிவு (அனுபவம்) பெருகப் பெருகத் தானே உலகின் உண்மை யுருவத்தை உணர முடியும்?

திருமண நிகழ்ச்சியும் தொடங்கப்பெற்றது. மன்றல் வினைச் சொற்பொழிவை ஆரம்பித்த யான் ஆங்கு வெளியிட்ட பல கருத்துக்களுள் குடிசையைப் பற்றிக் கூறிய கருத்துக்களை மட்டும் இவண் தருகிறேன். இக் கட்டுரையின் நோக்கமும் இதுதானே!

“பெரியோர்களே இவ் வீட்டுப் பெரியார், என்னை அழைக்கவந்த வன்று, தம் குடிசை-யில் தங்கி விருந்து அருந்திச் செல்லவேண்டு மென்று கோரினார். யான் இங்கு வந்து சேர்ந்-ததும், 'குடிசைஎன்று கூறியதால் ஏமாந்துவிட்டீர்களா?' என்று என்னைக் கேலியும் செய்தார். உண்மையில் யான் ஏமாறவேயில்லை. ஏமாந்தவர் அவரே எப்படி? குடிசை என்றதும், ஓலை வேய்ந்த கூரை வீட்டை நினைத்துக்கொண்டிருப்பேன் என்பது அவர் நினைப்பு. அதுதா-னில்லை. குடிசை என்றால் குடியிருக்கும் இடம் என்பது பொருள் என்பது என் நினைப்பு. எனவே, அவர் மாட மாளிகையில் இருப்பினும், அல்லது மண் கூரையிலிருப்பினும் அவரி-ருக்குமிடத்தைக் 'குடிசை' என்று கூறுவேன் யான். இதைப் பற்றிச் சிறிது சொல்லாராய்ச்சி செய்து பார்ப்போம்:

நம் பழந்தமிழ் முன்னோர்கள், மக்கள் குடி இருக்கும் இடத்தை 'குடிசை' 'குடில்' 'குடிசல்' முதலிய சொற்களால் குறிப்பிட்டு வந்தார்கள். பண்டைக்காலத்தில் முதல் முதல் மனிதன் அமைத்த வீடு, கால் (மரக்கிளை) அல்லது மண்சுவரின் மேல் தழை அல்லது ஓலை வேய்ந்த பரண் அல்லது கூரையேயாகும். இத்தகைய வீடுகளையே மேற்கூறிய சொற்க-ளால் குறிப்பிட்டு வந்தார்கள். பொதுவில் பார்க்கப் போனால், குடியிருக்கும் காரணத்தினா-லேயே குடிசை - குடில் - குடிசல் என்ற பெயர்கள் வீட்டிற்குக் கொடுக்கப்பட்டன என்-பது விளங்கலாம். இம் மூன்று சொற்களையும் இவ்வுருவத்திலேயே தமிழகராதிகளும் தமிழ் நூற்களும் பெற்றிருக்கின்றன. இவ்வுருவத்தில் இச்சொற்களை எழுதினாலும் பேசினாலும், இலக்கணமாக எழுதுவதாகவே பேசுவதாகவே கருதப்படும். ஆனால் உண்மையில் இவை இலக்கண முறை மாறாத சொற்கள் அல்ல. ஆமாம் போலிருக்கிறது என்ற சொல்லை 'ஆமாம் பெலக்கு' என்ற பேசுவதுபோல் பேசப்படுகின்ற சொச்சைச் சொற்களே இவைகள். அங்ஙனமாயின் இவற்றின் சரியான உருவங்கள்யாவை என்பதை ஆராய்ந்து காணவேண்டி-யது நம் கடமையாகும்.

தமிழ் மொழியில், 'செய்' என்னும் சொல்லுக்கு நிலம் என்ற பொருளுண்டு. நன்செய் - புன்செய் என்னும் சொற்களை நோக்கினும் இவ்வுண்மை புலனாகும். 'இல்' என்னும் சொல்-லுக்கு இருப்பிடம் என்ற பொருள் உண்டு. இல்லறம், இல் வாழ்க்கை, இல் வாழ்வான், இல்லம் என்ற சொற்களை நோக்குக. எனவே, இப் பொருளையொட்டியே நம் பழந்தமிழ்ப்

பெரியோர்கள் குடியிருக்கும் நிலப்பகுதி என்ற பொருளில் 'குடிசெய்' (குடி செய்) என்றும், குடியிருக்கும் இடப்பகுதி என்ற பொருளில் 'குடியில்' (குடி இல்) என்றும் பெயர் வழங்கி-னார்கள். இவை நாளா வட்டத்தில், குடிசெய் - குடிசெய் - குடிசை - குடிசை என்றும், குடியில் - குடிசெய் - குடிசை - குடிச என்றும், குடியில் - குடியில் - குடில் - குடில் என்றும் குறைந்து மருவிவிட்டன. 'செய்' என்பதை 'சை' என ஒலிக்கும் வழக்கம். நன்செய் புன்செய் என்பவற்றை நஞ்சை புஞ்சை என ஒலிப்பதாலும் புலப்படுமன்றோ? அதுபோலவே, குடி செய் குடிசையாய் விட்டது போலும். குடி என்னும் சொல்லோடு செய், இல் இன்னும் இரு சொற்களையும் இணைத்து, குடியிருக்கும் நிலமாகிய இடம் என்னும் பொருளில் குடி செய் இல் - குடிசெய்யில் (குடி + செய் + இல்) என்று பெயர் வழங்கினார்கள். இது நாளடைவில் குடிசெய்யில் - குடிசயில் - குடிசயில் - குடிசல் - குடிசல் - என்று குறந்து மருவிவிட்டது. மருவி வரும் இத்தகைய சொற்களை தமிழிலக்கணத்தில் மரூஉ என்பார்கள். கொச்சைச் சொற்களாகிய இச் சொற்களும் நாளடைவில் இலக்கணமுடைய சொற்களைப் போலவே காணப்பட்டு இலக்கியங்களிலும் இடம் பெற்றுவிட்டன. எனவே, குடிசை என்-றால், குடியிருக்கும் வீடு என்பது பொருள் என்பது இப்போது எல்லோர்க்கும் விளங்கலாம். ஆகவே, இவ்வீட்டுப் பெரியார் 'தம் குடிசையில் வந்து தங்க வேண்டும்' என்று கூறியதை, தாம் குடியிருக்கும் வீட்டில் வந்து தங்கவேண்டும் என்று கூறியதாகவே யான் எண்ணி இங்கு வந்தேன். ஆனால் அவர் யான் ஓலைக் கூரை வீட்டை எண்ணி ஏமாந்துவிட்டதாகத்தாம் எண்ணி ஏமாந்துவிட்டார்" என்று, அத்திருமணச் சொற் பொழிவில் கூறினேன்.

ஆனால், அவரை ஏமாற்றியதுபோல் யான் எல்லோரையும் ஏமாற்ற விரும்பவில்லை; ஏமாற்றவும் முடியாது. மனிதன் முதலில் கட்டிய வீட்டிற்கு குடிசை - குடில் - குடிசல் என்ற பெயர்களை வைத்தான். பின்னர் அறிவு முதிர முதிர, நாகரிகம் வளர வளரப் புதுப் புது முறையில் வீடு கட்டத் தொடங்கினான். அப்புது வீடுகட்கெல்லாம் புதுப் புதுப்பெயர்கள் வைத்தான். ஏன்? ஆரம்ப கால வீடுகளினின்றும் இவற்றிற்கு வேற்றுமை காட்ட வேண்-டுமல்லவா? முதலில் நான்கு கால்களுடன் செய்த பொருளுக்கு 'நாற்காலி' என்று பெயர் வைத்தான். பின்னர் நான்கு கால்களுடன் அமைக்கப்பட்ட (மேஜை, ஸ்டூல் முதலிய) பல பொருள்களைக் கண்டு, அவற்றையெல்லாம் நாற்காலி என்றழைக்கவில்லை. முதலில் கண்ட நாற்கால் பொருளை மட்டுமே நாற்காலி என்ற சொல்லால் குறிப்பிட்டு வருகிறான். இதற்-குத்தான் இலக்கணத்தில் 'காரண இடுகுறிப் பெயர்' என்று பெயராம். அதுபோலவே, மாட மாளிகைகளும் குடியிருக்கும் இருப்பிடமாயினும் அவற்றைக் குறிக்காமல் முதலில் கண்ட ஓலைக் கூரைகளை மட்டுமே குடிசை - குடில் - குடிசல் என்னும் பெயர்களால் மக்கள் குறிப்பிட்டு வருகின்றனர். இஃது இயற்கைதானே!

14. தமிழ்ச் சொல் மலர்

"யாமறிந்த மொழிகளிலே தமிழ் மொழிபோல்
இனிதாவ தெங்கும் காணோம்"

என்ற சுப்பிரமணிய பாரதியாரின் பொருள் பொதிந்த மொழிக்கிணங்க மொழிப்பற்று சிறந்து வருகின்ற நிலையிலுள்ளது நம் தமிழ்நாடு. பண்டைக் காலத்தில் நம் தமிழ் மன்னர்

பனிமலை வரை படையெடுத்துச் சென்று தம் திறமை காட்டி வெற்றி பெற்று மீண்டனர். நாட் பல கடந்தன. வடநாட்டிலே மண நிகழ்ச்சி ஒன்று நடைபெற்றது. வட மன்னர் பலர் குழுமியிருந்தனர். அவ்வமயம், "முன்பு தமிழ் மன்னர் ஈண்டுப் போந்து பொருதபோது எம்போலும் முடிமன்னர் ஈங்கில்லை போலும்" என்ற ஒலி அவர் குழுவிலிருந்து எழுந்தது. இச் செய்தியைச் சேரமன்னனாம் செந்தமிழ்ச் செங்குட்டுவன் சிலரால் செவியுற்றனன். வந்தது சினம். "அவ்வட மன்னரின் இகழ்ச்சிக் கூற்று எனக்கு மட்டுமன்று; சோழ பாண்டியர் முதலாய எம்போலும் தமிழ் மன்னர் யாவர்க்கும் உரியதே; ஆதலின் எங்களை நகையாடி யெள்ளிய அவர்களின் தலையில் கண்ணகியின் வடிவக் கல்லை வைத்துச்சுமக்கச்செய்து ஈங்குக் கொணர்வேன்" என்று சூளுரைத்தனன். உரையோடல்ல - உரைத்த வண்ணம் செய்தும் காட்டினன். என்னே இவன்றன் மொழிப்பற்றும், நாட்டுப் பற்றும் பண்டைய தமிழ் மன்னனுக்கே இவ்விதமான பற்றிருக்குமாயின் இன்றைய குடிகளாகிய நமக்கு எவ்வளவு பற்று தேவையென்பது சொல்லாமலே விளங்கும். நாட்டுப் பற்றோடு மொழிப்பற்றும் இருந்தால்தான் பொன் மலர் நாற்றமுடைத்தாதல் போல் சிறக்கும். ஆதலினால் தமிழர்கட்குத் தமிழ்ப்பற்று சிறக்க வேண்டும். அதே நேரத்தில் பிறமொழி வெறுப்பும் கூடாது.

எவ்வெச் செயல்கள் தமிழ்ப் பற்றுடைய செயல்களாகக் கருதப்படுமெனின், கூடிய வரையிலும் தமிழ்மொழியிலேயே பேசுதல், இன்றியமையாமை ஏற்பட்ட போது மட்டும் பிற மொழியில் பேசுதல், திருக்கோயில் வழிபாடு, திருமண நிகழ்ச்சி முதலியன தமிழ் மொழியிலேயே செய்யப் பெறுதல், தமிழ்க் கல்விக்கும் தமிழ்ப் புலவர்கட்கும் நிறைந்த களைகணும் பெருமையும் அளித்தல் முதலியனவாம். இவற்றுள் திருக்கோயில் வழிபாடு தவிர மற்றையன பல விடங்களில் நடைபெறுகின்றன. தமிழிலே திருக்கோயில் வழிபாடு செய்தலாகிய ஒன்று மட்டுந்தான் இன்னும் கோயில்களில் நடக்கவில்லை. ஆதலின் அஃதொன்றையே இக்கட்டுரையின் இன்றியமையாக் குறிக்கோளாகக் கொண்டு தொடங்குகின்றேன்.

நம் தமிழ்மக்கள் நாயன்மார், ஆழ்வார்களால் பாடல் பெற்ற கோயில்களையே பெரும்பாலும் சிறப்புடையனவாகக் கருதுகின்றனர். அங்ஙனமே தேவாரப் பாடல் பெற்ற ஒரு கோயிலுக்குச் சென்று பார்ப்போமானால் ஆங்கு முதலில் வடமொழியிலேயே மலர் தூவு வழிபாடு (அர்ச்சனை) நடக்கும். அது பொதுமக்களுடைய காதுக்கும் இனிமை தராது; ஒரு சிறிதும் பொருள் விளங்காததால் அறிவிற்கும் இனிமை தராது. அது முடிந்ததும் இடி இடித்து மழை பெய்து நின்றதுபோல் இருக்கும். பின்பு தமிழ்மறை ஓதப்படும். திறனுடையவர்களால் ஓதப்படுமாயின், அது கார் காலத்தில் மழை நின்றதும் கோவலர் இனிய தீங்குழல் எடுத்து ஊதுதல் போல் காதுக்கு இனிமை பயக்கும். அன்பும் ததும்பும். இக்கருத்தைக் கொண்டு தான், நம் துறைமங்கலம் சிவப்பிரகாச அடிகளார் நால்வர் நான்மணி மாலையில்

"விளங்கிழை பகிர்ந்த மெய்யுடை முக்கண்
காரணன் உரையெனும் ஆரண மொழியோ
ஆதிசீர் பரவும் வாதவூர் அண்ணல்
மலர்வாய்ப் பிறந்த வாசகத் தேனோ
யாதோ சிறந்தது என்குவீர் ஆயின்
வேதம் ஓதின் விழிநீர்ப் பெருக்கி

நெஞ்சநெக் குருகி நிற்பவர்க் காண்கிலேன்
திருவா சகமிங் கொருகால் ஓதின்
கருங்கல் மனமும் கரைந்துருகக் கண்கள்
தொடுமணற் கேணியின் சுரந்துநீர் பாய
மெய்ம்மயிர் பொடிப்ப விதிர்விதிர்ப் பெய்தி
அன்ப ராகுநர் அன்றி
மன்பதை உலகில் மற்றையர் இலரே''

என அருளிச் செய்துள்ளார். இதன் சுருங்கிய கருத்தாவது: வேதம் ஓதினால் விழிநீர்ப் பெருக்கி நெஞ்சம் நெகிழ்பவர்களைக் காணேன்; திருவாசகத்தை ஒருகால் ஓதினாலேயே கருங்கல் மனமும் கரைந்து கண்ணீர் பெருக்கி மெய்ம்மயிர் சிலிர்த்து அன்பராகின்றனர்- என்பதாகும்.

ஆனால் சிலர் "வேதத்தைக் கேட்டால் மட்டும் உள்ளம் நெகிழாதா? சாமவேதமொன்றே உருக்கிவிடுமே. சிவப்பிரகாசர் கூறியது எங்ஙனம் பொருந்தும்?'' என்று கூறுகின்றனர். ஆனால் அடிகளார் இங்ஙனம் கூறியிருப்பது திருக்கோயில்களிலும், திருவிழாக் காலத்திலும் வடமொழிப் பாட்டும் தமிழ்ப் பாட்டும் மக்களால் விரும்பிப் பாராட்டப்படும் திறம் நோக்கி-யேயாம். அன்றியும் வடமொழி ஆட்சி நின்று நிலைத்திருந்த இரண்டு மூன்று நூற்றாண்-டுகட்கு முன்பே அடிகளார் இங்ஙனம் பாடியிருக்கின்றனர் என்றால் தற்போதைய மக்களின் நிலையைச்சொல்ல வேண்டுவதின்று. இதனால் 'தமிழ் மறையினையே பொதுமக்கள் விரும்-பிக் கேட்கின்றனர்' என்று அறிகின்றோம். அன்றியும் திருக்கோயில் வழிபாடு ஏற்படுத்தப்-பட்டது முற்றத் துறந்த முனிவனுக் கல்ல. அவனுக்குக் கோயில் எதற்கு? குளம் எதற்கு? இன்றி யமையாததாய்ப் பொதுமக்கட்கே ஏற்படுத்தப்பட்டது. அங்ஙணமிருக்கத் தமிழ்நாட்டுப் பொதுமக்களால் விரும்பிக் கேட்கப்படாத வடமொழிப் பாட்டுக்குத் தமிழ் நாட்டுக் கோயில்-களிலே முதலாட்சியா? தமிழ் நாட்டிலே தமிழர்களால் கட்டப்பட்ட தமிழ்க் கோயில்க-ளிலே தமிழர்களின் நடுவிலே கூடவா தமிழ் மொழி இரண்டாம் மொழியாகக் கருதப்படு-வது? இதனால் வடமொழி வேண்டாவெனக் கூறவரவில்லை; தமிழ்ப் பாட்டுக்களினாலேயே வணங்கங் கூறப்பட வேண்டும் என்பதே ஈண்டு நோக்காகும்.

சிவப்பிரகாச அடிகளாரே சோணசைல மாலை என்னும் மற்றொரு நூலில்,

"விரைவிடை யிவரும் நினைப் பிறவாமை
வேண்டுநர் வேண்டுக மதுரம்
பெருகிய தமிழ்ச்சொல் மலர்நினக் கணியும்
பிறவியே வேண்டுவன் தமியேன்''

எனக் கூறியுள்ளார். இதன் விளக்கமான கருத்தாவது: "கடவுளே! எனக்குப் பிறப்பு வேண்டாம் - பிறப்பு வேண்டாம், வீடே வேண்டும், என்று நின்னை வேண்டுவார்வேண்டட்-டும்; யான் இனிமை பொருந்திய தமிழ்ச்சொல்லால் பாடிய பாட்டாகிய மலரை நினக்குச் சூட்டத்தக்க தமிழ்ப் பிறவியையே வேண்டுவன்; எனக்கு வீடு (மோட்சம்) வேண்டுவதன்று'' என்பதாம். பற்றைத் துறந்த இச் சிவப்பிரகாச முனிவருக்குள்ள மொழிப் பற்றைப் பாருங்கள் ஒவ்வொரு கடவுளடியாரும் "பிறப்பை நீக்கி முத்தியை அளி'' என்று கடவுளை நோக்கிக்

கதற, இவர் மட்டும் "தமிழ்ப்பாட்டுப் பாடத் தகுந்த பிறவியை எனக்குக் கொடு" என்று கதறுகின்றார். உண்மையில் வீடு வேண்டாம் என்பதா கருத்து ? இல்லை. தமிழனாகப் பிறந்த ஒவ்வொருவனும் இனிமை பொருந்திய தமிழினால் கடவுளைப் பாடி வணங்க வேண்டுமென்பதே இச்செய்யுளின் உண்மைக் கருத்து. நாமும் நம் இறைவனுக்குத் தமிழ்ச்சொல் மலர் சூட்டத்தக்க பிறவியை வேண்டுவோமாக.

மற்றும், தமிழ்ப்பாட்டின் இன்றியமையாமைக்குப் பெரிய புராணத்துச் சேக்கிழார் வாக்கிலிருந்து ஒரு சிறந்த சான்று காண்போம்:

சிவபெருமான் வழக்கிட்டுச் சுந்தரரைத் தடுத்தாட் கொண்டார். தடுத்தாட் கொண்டவர் சிவனே எனவறிந்த சுந்தரர் உளங்கனிந்து நிற்கின்றார் அவ்வமயம் கடவுள் சுந்தரரை நோக்கிக் கூறியதாவது:-

"மற்று நீ வன்மை பேசி வன்றொண்டன் என்னு நாமம்
பெற்றனை நமக்கும் அன்பில் பெருகிய சிறப்பில் மிக்க
அர்ச்சனை பாட்டே யாகும் ஆதலால் மண்மேல் நம்மைச்
சொல் தமிழ் பாடுகென்றார் தூமறை பாடும் வாயார்"

இதனுடைய விரிவான கருத்தாவது:- "ஏ சுந்தரா! நீ என்னோடு வன்மை பேசி வன்றொண்டன் என்னும் பெயர் பெற்றாய்; அது நிற்க. நீ என்னை வணங்க வேண்டும். எனக்கு அன்பு நிறைந்ததும் சிறப்பு மிக்கதுமாகிய அர்ச்சனை என்று சொல்லப்படுவது வேறொன்றுமில்லை. அப்பாட்டும் தமிழ்ப்பாட்டே ஆதலின் இம்மண்ணின் மேலே நீ என்னைப் பாட வேண்டுமாயின் தமிழ்ச்சொல்லினாலே பாடுவாயாக" - என்பதாம். ஈண்டு தூமறை பாடும் வாயாராகிய சிவ பெருமானே இங்ஙனம் கூறினார் எனச் சேக்கிழார் அமைத்துள்ள செந்தமிழ்த் திறம் நுணுகி நோக்கி மகிழ்தற்குரியதாகும். மற்றும் அப்பர், சம்பந்தர், மணிவாசகர் முதலிய அடியார்களையெல்லாம் நோக்கி இங்ஙனம் கூறாது, அர்ச்சனை செய்யுந் தொழிலுடைய குருக்கள் என்று சொல்லப்படுகின்ற ஆதிசைவ மரபிலே தோன்றிய சுந்தரரையே நோக்கி இங்ஙனம் கூறியதாகக் கூறியிருக்கும் நயம் இன்னும் உய்த்துணர்ந்து களித்தற்கு உரியதாகும். "இப்போது செய்கின்ற அர்ச்சனை அன்புடையதாகவும் சிறப்புடையதாகவும் கடவுளால் கருதப்படமாட்டாது. அவர்க்கு அன்பில் பெருகிய சிறப்பில் மிக்க அர்ச்சனை தமிழ்ப்பாட்டுதான். அதைத் தான் அவர் விரும்பி ஏற்பார். ஆதலின் தமிழில்தான் பாட வேண்டும்" என்ற குறிப்புப் பொருளை இச் செய்யுள் நமக்குத் தருகின்றது. மேலும் சேக்கிழார், "ஞாலம் அளந்த மேன்மைத் தெய்வத் தமிழ்", "அசைவிலே செழுந்தமிழ் வழக்கே அயல் வழக்கின் துறை வெல்ல" என்னும் பாடல் பகுதிகளால், தமிழின் தெய்வத் தன்மையை வலியுறுத்தி, மற்ற மொழிகளின் ஆட்சியினை அகற்றி, தமிழே வென்று ஆட்சிபுரிய வேண்டும் என்று பன்னிரண்டாம் நூற்றாண்டிலேயே கனவு கண்டிருப்பதை இந்த நூற்றாண்டிலாவது நனவாக்க வேண்டும்.

இதுகாறுங் கூறியவற்றால், "தமிழராய்ப் பிறந்த ஒவ்வொருவர்க்கும் தமிழ்மொழிப்பற்று இருக்க வேண்டும். அம்மொழிப் பற்றினை எல்லாவகையிலும் காட்ட வேண்டும். அம்மொழிப்பற்று பலவகையாகத் தமிழர்களால் நடத்தப் பெற்றுக் காட்டப்படினும் திருக் கோயில்களிலே தமிழ் மொழியினால் வழிபாடாற்றல் ஒன்று மட்டும் இன்னும் நிகழப் பெறவில்லை.

சிறப்பாகத் தமிழ் மொழியினாலேயே கடவுள் வணக்கஞ் செய்ய வேண்டுமென்பதைத் துறை-மங்கலம் சிவப்பிரகாச அடிகளார், தெய்வப் புலவர் சேக்கிழார் பெருமான் முதலியோர்களின் அருள் மொழிகள் அறிவிக்கின்றன. ஆதலின் தமிழ்நாட்டுக் கோயில்களிலே தமிழ்மொழிக்-குத்தான் முதலாட்சி அளிக்க வேண்டும்.'' என்னும் பல கருத்துக்களை அறிந்துகொள்ளு-கின்றோம்.

ஆகவே, நம் தமிழர்களைத் தமிழ்ச் சொல்லால் பாடிய பாட்டாகிய தமிழ்ச் சொல் மலரையே ஆண்டவனுக்குக் கோயில்களில் சூட்டுவிக்கும்படி யாகவும் அதற்குச் செய்ய-வேண்டிய ஆயத்தங்களைச் செய்யும்படியாகவும் வேண்டுகின்றேன்.

"என்னை நன்றாக இறைவன் படைத்தனன்
தன்னை நன்றாகத் தமிழ்செய்யு மாறே'' -திருமூலர்

4. விஞ்ஞானவியல் - 15. விஞ்ஞான வித்தின் விரிவு

உலகம் முன்னினும் இவ்விருபதாம் நூற்றாண்டில் பெருவளர்ச்சி பெற்றுள்ளதென்பது கண்-கூடு. வளர்ச்சியென்றால் நாடகத்தில் அதிலும் பேசும் படக்காட்சியில் ஒரே விநாடியில் குழந்தை பெரிய மனிதனாக ஆகிவிடுகின்ற அத்தகைய வளர்ச்சியன்று. வீட்டில் குழந்தை படிப்படியாக வளர்ந்து பெரிய மனிதனாக ஆகும் வளர்ச்சியைப் போன்றதே உலகின் வளர்ச்-சியும். இந்நுட்ப முணராதார் சிலர், உலகின் இன்றைய புதுவளர்ச்சியின் பொலிவு நோக்கிப் புகழ்ந்து, பழைய மந்த நிலையைப் பழித்து இழித்துரைக்கின்றனர். இஃது எம்மட்டுப் பொருந்-துமென்று சற்றாராய்வோம்.

மனிதனுக்கு ஒவ்வொரு பருவத்தில் ஒவ்வொரு துறையில் ஒவ்வொரு விறுவிறுப்பு முனைப்புற்றிருக்கும். அவ்வவ்வதனை அவ்வப்போது ஒரு வெற்றியாகக் கருதி அவன் வரவேற்கின்றான். குழந்தைப் பருவத்தில் குழந்தை, தன்னைப் பிறர் தூக்கி வைத்திருக்கும்-போது, அவர்களுடைய பிடியிலிருந்து தப்பித்தன்தாயின் மடியை யடைவதில் ஒரு விறுவி-றுப்புக்கொள்கின்றது. அடைந்த போது வெற்றிக்கறிகுறியான மெய்ப்பாடுகள் அதன் மெய்-யிற்படுகின்றன. அயல்நாட்டின் மேல் அணுகுண்டு வீசி வெற்றியடைந்தவர் கொள்ளும் மனமகிழ்ச்சிக்குக் குறைந்ததாக அக்குழந்தையின் மனமகிழ்ச்சியை மதிப்பிட்டுவிடமுடியாது. மேலும் ஓரளவு வயதுமுதிர்ந்த சிறுவன், மற்றைய பிள்ளைகள் வெறித்துப் பார்க்கப் பார்க்க, தான் அவர்கள் எதிரில் உயர்ந்த தின்பண்டம் தின்பதிலும், சிறந்த வெடி (பட்டாசு) வெடிப்-பதிலும், விலையேறப் பெற்ற விளையாட்டுப் பொருள்கள் வைத்துக்கொண்டு விளையா-டுவதிலும், மதிப்பிற்குரிய ஆடையணிகள் அணிவதிலும் விறு விறுப்புக்கொண்டு வெற்றி மாலை சூடுகிறான். இன்னுஞ் சில்லாண்டுகள் சென்றதும், முறையே விளையாட்டிலும் கல்-வியிலும் மற்றைய மாணவரை வெல்ல விரும்புகின்றான். அடுத்து, நடையாலும், உடையா-லும், அழகாலும், ஆற்றலாலும் மற்றைய இளைஞரினும் தானே கன்னியரின் கண்களைக் கவர்ந்து வாகைசூட வேண்டுமென்று விறுவிறுக்கின்றான். பின்னர் தொடர்ந்து பட்டம் பதவி, அரசியல் முதலியவற்றில் ஏனையோரினுஞ் சிறந்து செல்வத்தில் புரண்டு செம்மாந்திருக்-கக் கனவு காண்கிறான். கனவு நனவாகி வாகைமேல் வாகை வகைவகையாக வருவதும் உண்டு. எல்லா ஆட்டபாட்டங்களும் அடங்கிய காலத்து, யேசுவைப்போல், புத்தரைப் போல்,

காந்தியைப்போல் மாநிலம் மதிக்கவேண்டுமென்று விரும்பி அதற்குரிய நாடகமேடையில் ஏறி நடிக்கத் தொடங்கிவிடுகிறான்.

மனிதனின் இத்தகு வியத்தகு செயல்களுள் எது பழமை? எது புதுமை? எது தாழ்ந்தது? எது உயர்ந்தது? இவையெல்லாஞ் சரிநிகர் சமன். இவற்றுள் ஒன்றுக் கொன்று உயர்வுதாழ்வு கற்பிப்பது கற்பனைமட்டுமன்று: ஆராய்ச்சியின்மையால் நேர்ந்த தவறுமாகும். ஏன்?

காந்தியண்ணலையே எடுத்துக்கொள்வோம். அவர் இளமையில் இயற்றிய செயல்கள் எளியனவாகத் தோன்றின. முதுமையில் முகிழ்த்த செயல்களோ அரும் பெருந் தொண்டு-களாக மலர்ந்தன. அதனால் அவரது இளமையைப் பழமையானது - தாழ்ந்தது என்றிகழ-வும், முதுமையைப் புதுமையானது - உயர்ந்தது என்று புகழவுஞ் சாலுமா? ஆண்டிற்கேற்ற அறிவிற்கேற்ற அனுபவத்திற்கேற்ற செயல்களே கைவரப்பெற்றன. இதற்கு இயற்கை யென்று பெயர் சூட்டல் நேரிது.

இனியுலகை நோக்குவோம். இவ்வுலகந் தோன்றி ஏறக்குறைய மூன்று கோடி யாண்டுகள் ஆகியிருக்கலாம் என்று விஞ்ஞானிகள் உய்த்துணர்ந்து உரைத்துள்ளனர். இவ்வாண்டுகளை நூறு நூறு ஆண்டுகளாகப் பகுத்துக் கொண்டோமானால், ஒரு நூற்றாண்டிற்கும் மறு நூற்-றாண்டிற்கும் உலக வளர்ச்சியில் பல மாறுதல்கள் ஏற்பட்டிருப்பதை உணரலாம். நீர்ப்பாசி, புல் பூண்டுகளிலிருந்து படிப்படியாக வாலுள்ள குரங்கு, வாலில்லாக் குரங்கு, மனிதன்வரை உயிர்த்தோற்றம் உண்டானதாகக் கருதப்பட்டு வருகின்றது.

மனிதனுக்குத் தொடக்கத்தில் பேசத் தெரியாது. உடை யுடுக்கத் தெரியாது. அந்த அறி-வும் அப்போது எட்டவில்லை. சுருங்கச் சொல்லின் பசியுணர்ச்சி யேற்பட்டபோது உணவு தேடி யுண்பதைவிட வேறெதுவுஞ் செய்ய அறியாதவனாகியிருந்தான். இந்நிலையில் வேட்-டையாடுவதிலிருந்து பயிர்த் தொழிலுக்குத் தாவினான். படிப்படியாக மண், கல், மரம், இரும்பு முதலியவற்றால் கருவிகள் கண்டு பிடித்தான். தச்சு, நெசவு முதலியன செய்-தான். நாளடைவில் வெறும் பேச்சுக்கு மேல் எழுதவும் பழகி, படிக்கவுங்கற்று, பாராள-வும் தேர்ச்சி பெற்றான். இப்போது விஞ்ஞான வெறி பிடித்து அணுகுண்டு போடுவதிலிருந்து அயல் கோளங்கட்கு (செவ்வாய்சந்திர மண்டலங்கள்) தாவுவது வரை வந்துவிட்டான்.

இவர்களுள், ஆதியில் ஆடையின்றி வாழ்ந்தவன் மூடன் - இப்போது அயல் கோளத்-திற்கு தாவுபவன்தான் அறிவாளி என்பது பொருளா? இல்லை. இயற்கை யென்னும் துலைத் தட்டில் எடைபோட்டுப் பார்க்குங்கால் இருவருஞ் சரிநிகர் சமனே அவன்தானே இவன் இவன்தானே அவன் எட்டு வயது சிறுவன்தானே எண்பது வயது கிழவனாவான். முப்பது வயது மனிதன் செய்யுஞ் செயல்களைச் செய்யத் தெரியாமையால் மூன்று வயது குழந்-தையை நாம் இகழ்வதுண்டோ - இகழ்ந்தால் அது அறிவீனமல்லவா? இதே முப்பது வயது மனிதன் இப்போது செய்யுஞ் செயலை மூன்று வயதில் செய்தானா? செய்ய இயற்கை இடந்-தராதே. 19-ஆம் நூற்றாண்டில் கம்பியில்லாத் தந்தையை (Wireless) கண்டுபிடித்த மார்க்-கோனி (Marcony) ஐயாயிரம் ஆண்டுகட்கு முன் இருந்தால் அதனைக் கண்டுபிடித்திருக்க முடியுமா. பத்தொன்பது இருபதாம் நூற்றாண்டுகளில் பேசும் படக் காட்சி, ஒலிபெருக்கி, மின் விளக்கு, மின் வண்டி முதலியவற்றைக் கண்டுபிடித்த தாமசு ஆல்வா எடிசன் ஐயாயி-ரம் ஆண்டுகட்கு முன் அவற்றைக் கண்டுபிடித்திருக்க முடியுமா? முடியாதன்றோ? மற்றைய விஞ்ஞானிகளும் இத்தகையோரே!

மற்றும், இன்னின்ன பொருளைக் கண்டுபிடித்த பெருமை இன்னின்ன விஞ்ஞானிகட்கு மட்டுந்தான் உரியது என்று சொல்வதும் பொருந்தாத தொன்றேயாம். மாணவன் பத்தாவது வகுப்புத் தேர்வில் வெற்றி பெற்றுள்ளா னென்றால், அதற்குக் காரணர் பத்தாவது வகுப்பு ஆசிரியர் மட்டுந்தான் என்று சொல்வது எங்ஙனம் பொருந்தும்? அட்டை வகுப்பு ஆசிரியர் அ-ஆ சொல்லிக் கொடுக்காவிட்டாலும், மேலுந் தொடர்ந்து ஒன்பதாவது வரை மாணவன் படித்துக்கொண்டு வந்திரா விட்டாலும் பத்தாவது வகுப்பாசிரியர் என்ன செய்ய முடியும்? எழுத்தே அறியாத இருபது வயதினன் ஒருவனை ஒன்பது மாதத்தில் பத்தாவது தேர்வில் தேர்ச்சி பெறும்படிச் செய்ய அவராலாகுமா? முடியாதன்றோ?

எனவே, இன்று காணப்படுகின்ற இனி காணப் போகின்ற விஞ்ஞான வெற்றிகளனைத்திலும் பழங்கால மனிதர்க்கும் பங்குண்டு என்பதை மறக்கவும்-மறுக்கவுங் கூடாது. இதனையின்னுஞ் சிறிது ஆராய்வோம்.

முத்தொழில்

புதிதாக ஒரு பொருளை உண்டாக்கவோ, காப்பாற்றவோ, மறைக்கவோ (அழிக்கவோ) மனிதனால் முடியாது. ஆனால், மனிதனே அம் முத்தொழிலைச் செய்வதுபோல் நமக்குத் தோன்றும். அத்தோற்றம் வெறுங் கானல் நீரே. ஓடம் மனிதனை அக்கரையிற் சேர்க்கிறது என்றெண்ணுகிறோம். அது தவறு. மனிதனே ஓடத்தை அக்கரையிற் சேர்க்கிறான் என்பதே உண்மை. அதுபோல, மனிதன் முத்தொழில் செய்யவில்லை. அவன் ஓடம். மற்றோர் ஆற்றலே அவனைச் செய்விக்கின்றது. அவ்வாற்றலுக்குப் பெயர் இயற்கையென்று சிலரும், இறையென்று சிலரும் இயம்புவர். அதனாலென்ன? தமிழ் என்றாலும் இனிமை என்றாலும் சொல்தானே வேறு? பொருள் ஒன்றுதானே!

அங்ஙனம் மனிதனால் முத்தொழில் செய்ய முடியாதென்றால் அவன் செய்வதுதான் என்ன? என்ற வினாவிற்கு விடைவேண்டும். நாற்காலி யுண்டாக்கினவன் யார்? மனிதன். நாடகம் பார்க்கும்போது நடிகன் மேலுள்ள வெறுப்பால், அந் நாற்காலியைத் தூக்கி யடித்து ஒடித்து உடைத்து அழித்து பின் அதனை அடுப்பிலிட்டு எரித்துச் சாம்பலாக்கியவன் யார்? மனிதனே! ஏன் - இங்கு அவன் முத்தொழில் செய்ததாக மேளதாளத்தோடு ஒத்துக் கொள்ளலாமே? முக்காலும் முடியாது. எப்பொழுது நாற்காலியை ஒடிக்கிறானோ, புத்தகத்தையும் துணியையுங் கிழிக்கிறானோ, ஒருவரிடம் ஒரு பொருளைக் கொடுக்கும்போது பதனமாக எடுத்துக்கொண்டு போ என்று நம்பிக்கையிழந்து அறிவுரை புகட்டுகிறானோ, அப்பொழுதே, மனிதனால் எதையும் நிலையாகக் காப்பாற்ற முடியாது என்ற உண்மை வெட்ட வெளிச்சமாகின்றது. நாற்காலி உண்டாக்கினான் என்றால் நடுத்தெருவில் நின்று கொண்டு 'நாற்காலியே வா' என்றதுமா நாற்காலி வந்துவிட்டது? பேசும் படத்தில் திடீரெனத் தோன்றும் நாற்காலியும் தச்சன் கைவேலை தங்கியதன்றோ? மனிதன் மரத்தைத்தானே நாற்காலியாகச் செய்தான்? மரம் ஏது? விதையைத்தானே மரமாக்கினான்? அது போகட்டும். நாற்காலியை மறைத்தானென்றால், நடுத்தெருவில் நின்றுகொண்டு 'நாற்காலியே போ' என்றதுமே நாற்காலி உலகத்தைவிட்டு முற்றிலும் மறைந்துவிட்டதா? அதனையுடைத்துத் தனித்தனிக் கட்டையாக்கினான்; கட்டையை விறகாக அடுப்பில் இட்டுச் சாம்பலாக்கினானல்லவா? நாற்காலி மறைய வில்லையே; இப்போது சாம்பல் உருவத்திலுள்ளதே! எனவே மனிதன் தன்னுடனேயே தோன்றி உலகில் நிலைத்துள்ள ஒரு பொருளை மற்றொரு பொருளாகச் செய்கின்றான்;

அதுதான் அவனால் முடியும் என்ற முடிவுக்கு வருவோம். வருவதென்ன அம்முடிவுதானே நம்மைத் தேடி வரும்.

ஒன்றை மற்றொன்றாகச் செய்யும் மனிதன், ஒரு விநாடியிலாவது அல்லது ஒரு நாழிகையிலாவது ஒரு நாற்காலியின் பகுதிகளனைத்தையுஞ் செய்து பொருத்தி விடுகின்றானா? இல்லை. ஒரு நேரத்தில் ஒரு காலைக் கடைகிறான். தனித்தனியாக நான்கு காலையுங் கடைந்த பின், பின்னால் சாரும் கட்டைகளைத் தனித்தனியாகக் கடைவான். பின் அக்கட்டை தாங்கிகளைச் செய்வான். மேலும் கைப்பிடிகளைச் செதுக்குவான். தொடர்ந்து கைப்பிடி தாங்கிகளையிழைப்பான். அடுத்து, அமருந் தட்டுப் பலகையையும் அமைப்பான். இறுதியிலேயே எல்லாவற்றையும் இணைத்துப் பொருத்துவான். அதற்குப் பெயரே நாற்காலி. அவன் நாற்காலியின் ஒரு காலைத் தவிர மீதி யெல்லாவற்றையுஞ் செய்து விட்டான் இறுதியில் எஞ்சியுள்ள அக்காலைக் கடைந்து கொண்டிருக்கிறான் என்று வைத்துக்கொள்வோம். அப்போழ்து ஒருவர் அவனையணுகி, 'என்ன செய்கின்றாய்' என்று கேட்டால், ''நாற்காலி செய்கிறேன்'' என்றே அவன் பதில் சொல்வானல்லவா? அல்லது - அவன் இன்னும் நாற்காலியின் எந்த உறுப்புகளையும் செய்யவில்லை; முதன்முதலாக ஒரு காலைக் கடையத் தொடங்கியுள்ளான் என்று வைத்துக் கொள்வோம். அப்போது ஒருவர் அவனை நோக்கி, ''என்ன செய்கிறாய்'' என்று கேட்டால், அப்பொழுதும் அவன் 'நாற்காலி செய்கிறேன்' என்றுதானே பதில் சொல்வான். எனவே ஒருவன் நாற்காலி செய்வதற்கு ஒரு நாள் பிடிக்குமென்றால், முதல் விநாடியிலிருந்து கடைசி விநாடி வரையும், அவனால் செய்யப்படும் பொருளுக்குப் பெயர்நாற்காலியே என்பது பட்டப்பகல் ஞாயிறேபோல் திட்டமாய்த் தெரியவருமே!

விஞ்ஞானத்தின் பிரிவு

மேல் எடுத்துக்காட்டப்பட்ட நாற்காலியின் தோற்றம்தான் விஞ்ஞானத்தின் தோற்றமும். தச்சன் கையில் உளியை யெடுத்ததுமே நாற்காலியென்னுஞ் சொல் பிறந்துவிட்டதைப்போல, இயற்கையாய் விளைந்த காய், கனி, கிழங்குகளை உண்டுவந்த மனிதன் செயற்கைாகப் பயிரிடத் தொடங்கியதுமே விஞ்ஞானம் வெளிப்பிறந்துவிட்டது. தலையில் பொருள்களைச் சுமந்து திரிந்த மனிதன், உருளை செய்து வைத்து இழுக்கத் தொடங்கி அன்றே, பெரிய பெரிய ''லாரி''களும் புகைவண்டி முதலியனவும் செய்வதற்கு வித்திட்டுவிட்டான். அவ்விஞ்ஞான வித்து நாளடைவில் படிப்படியாக வேரூன்றி, முளையின்று, தண்டு நீண்டு, கிளைத்து, தளிர்த்து, தழைத்து பூத்துக் குலுங்குகின்றது இன்றைக்கு! (இனி வரப்போகும் விஞ்ஞான வளர்ச்சியைக் காய்கனியாகக் கூறுவது சாலும்.) அன்று தழையை மென்று தண்ணீரைக் குடித்த மனிதனை இன்று ஒன்பது வெண் பொற்காசு செலவில் ஒரு வேளையுணவு உண்ணச் செய்கிறது. அன்று மலைப்பிளவில் வாழ்ந்த மனிதனை, இன்று நூற்றிருபது அடுக்கு மாளிகையுள் நுழைந்து வாழச் செய்கின்றது. அன்று தழையுடுக்கவும் அறியாதிருந்த மனிதனை, இன்று ஆயிரம் வெண்பொற் காசு மதிப்புள்ள ஒரு புடவை வாங்கச் செய்கின்றது. அன்று விலங்கு போல் ஊமையாயிருந்த மனிதனை, இன்று பல்கலைப் புலவனாக்கி வருகின்றது. அன்று சிறு மலைப்பிளவைக் கடக்கவும் அஞ்சிய மனிதனை, இன்று மதி (சந்திரன்) மண்டலத்திற்குச் செல்ல முன்கூட்டிப் பதிவு (Register) செய்ய வைக்கின்றது. விஞ்ஞான வித்தின் விளைவுதான் என்னே!

அன்றைய விஞ்ஞானம் பால் என்றால், இன்றைய விஞ்ஞானம் அதிலிருந்து எடுக்கப்பட்ட நறு நெய்யாகும். அன்றைய விஞ்ஞானம் விறகு என்றால், இன்றைய விஞ்ஞானம் வெந்தழலாகும். அன்றைய விஞ்ஞானம் ஒரு கோழி முட்டையென்றால், இன்றைய விஞ்ஞானம் அம்முட்டையினின்றும் கால், வால், தலை முதலியவற்றோடு வெளிவந்த கோழிக்குஞ்சாகும். இக்குஞ்சு இன்னும் பெரிய கோழியாகும். அன்றைய விஞ்ஞானம் ஒரு சிறிய ஆலம் வித்து என்றால், இன்றைய விஞ்ஞானம் அவ்வித்திலிருந்து தோன்றிய ஆலஞ்செடியாகும். இன்னும் இச்செடி, ஒரு மன்னர் மன்னன் தன் பெரும் படைகளுடன் தங்குதற்குரிய அளவு நிழல்தரும் பெருமரமாக விழுதுவிட்டு விரிந்து படர்ந்து வளர்ச்சி பெறும். விஞ்ஞான வித்தின் விரிவுதான் என்னே!

16. 'அத்தி பூத்தாற் போல...!'

'அத்தி பூத்தாற்போல இருக்கிறதே உங்கள் வருகை!' என்று ஒருவர் மற்றொருவரை நோக்கிக் கேட்பதை உலகியலில் எப்போதோ சில நேரங்களில் கண்டிருக்கிறோம். 'இவன் வேறு வந்துவிட்டானே - எப்பொழுது தொலைவான்?' என்று வெறுக்கக் கூடிய நிலையில் அடிக்கடி வந்து ஆணியடித்துக்கொண்டு அமர்ந்துவிடுபவர்களைப் பார்த்து இப்படி யாரும் கேட்பதில்லை. நீண்ட நாட்களாக வராமல், எப்போதோ ஒரு நேரம் அரிதாக வந்து தலையைக் காட்டிவிட்டுப் போகிறவர்களை நோக்கியே இப்படிக் கேட்பது உலக வழக்கம். அரிதாக வருவதற்கும் அத்திபூப்பதற்கும் என்ன ஒப்புமை? ஆராய்வோம்.

நாம் சிறுவராயிருந்தபோது அத்திப் பூவைப் பற்றி என்னென்னவோ கேள்விப்பட்டிருக்கிறோம் சிறுவர்களோடு பேசிக்கொண்டும் இருந்திருக்கிறோம். ஏன் - எப்போதுமே பலர், சிறுவயதில் பேசிக்கொண்ட கேள்விப்பட்ட அதே அளவில்தான் உள்ளனர்!.

'அத்திப்பூ பார்த்திருக்கிறாயா?' என்று கேட்பான் ஒரு சிறுவன். 'அத்தி மரத்தில் பூவே பூப்பதில்லை' என்பான் மற்றொரு சிறுவன். 'பூ இல்லாமல் எப்படிக் காய் காய்க்கும்?' என்று கேட்பான் இன்னொருவன். 'இருட்டினதும் பூத்து விடிவதற்குள் காய்ந்துவிடும்' என்று ஒரு பதில் வரும். அப்படியென்றால் இதுவரையும் அத்திப்பூவை யாராவது பார்த்திருக்க வேண்டுமே என்று ஒரு கேள்வி புறப்படும். எல்லோரும் தூங்கின பின்பு பூத்து, எல்லோரும் விழித்துக்கொள்வதற்குள் காய்த்துவிடும்' என்ற பதில் கிடைக்கும். 'அப்படியென்றாலும் யாராவது ஒருவர் வேண்டுமென்றே இரவு முழுவதும் விழித்திருந்து கண்டுபிடித்திருப்பாரே' என்ற கேள்வி எழும். 'பட்டைக்குள்ளே பூத்து, பிறகு காயாக வெளிப்படும் என்றோ அல்லது அது பூப்பதும் தெரியாது காய்ப்பதும் தெரியாது; பூத்த மறுவிநாடியே காய்த்துவிடுவதால் யார் கண்ணுக்கும் புலப்படாது' என்றோ திறமையான பதில் வரும். அல்லது, 'அத்தி பூக்காமலேயே ஒரேயடியாகக் காயாகவே காய்த்துவிடும்' என்றும் ஒரு குரல் பேசும். 'இல்லையில்லை - அத்திமரத்தின் பூக்கள் உண்டு அவை பூத்திருப்பதை நான் பார்த்திருக்கிறேன்' என்று அடித்துப் பேசுகிற அண்டப் புளுகு ஆகாயப் புளுகுகளும் உண்டு.

மற்ற பூக்களைப் போல அத்திப்பூ என ஒன்று தனியாக இருக்குமானால், அது பூப்பதும் உண்மையானால், மேற்கூறிய பேச்சுகளுக்கே இடமில்லை; 'அத்திபூத்தாற் போல' என்ற பழமொழியும் தோன்றி யிருக்க முடியாது. எனவே, இதில் ஆராய்ந்து காண வேண்டிய

மறைபொருள் ஏதோ ஒன்றுள்ளது.

அத்தி மரத்தை நன்கு அறிந்து வைத்துள்ள நம் மக்கள், அத்திப் பிஞ்சு இதற்கு நல்லது - அத்திக்காய் அதற்கு ஏற்றது. அத்திப்பழம் இதற்கு உகந்தது அத்திப்பால் அதற்குச்சிறந்தது - என்றெல்லாம் அத்தியைப் பற்றி மருத்துவமுறையில் நன்கு ஆராய்ந்து அறிந்து வைத்துள்ள நம் மக்கள், அத்திப் பிஞ்சினையும் காயினையும் கூட்டு செய்தும் குழம்புவைத்தும் பொரியல் பண்ணியும் வற்றல் போட்டு வறுவல் செய்தும் உண்டு பழகிய நம் மக்கள் அத்திப்பூவைப் பற்றிய வரலாற்றை மட்டும் அறியாதிருப்பது வியப்பாயுள்ளது. அந்த அரிய வரலாற்றினை நாம் ஈண்டு காண்போமே!

'பூவாமல் காய்க்காது - மின்னாமல் இடிக்காது' என்னும் பழமொழிக்கேற்ப அத்திமரத்திலும் பூக்கள் மிக உண்டு; அந்தப்பூக்களினால் காய்கள் கிடைப்பதும் உண்டு. ஆனால், மற்ற மரத்துப் பூக்களிலிருந்து காய்கள் உண்டாவதற்கும், அத்திப்பூவிலிருந்து காய் உண்டாவதற்கும் நிரம்ப வேறுபாடு உண்டு. வித்தை காட்டுபவன் போல் இதை வளர்த்துவதேன்? ஒரு முடிவுக்கு வந்துவிடுவோம். அத்திப் பூவேதான் காய் - அத்திக்காயேதான் பூ - பூவும் காயும் ஒன்றே. அத்திப்பூ மொட்டுபோல் இருந்தபடியே காயாகிவிடுகிறது. முல்லை மொக்காக மொட்டாக இருந்து, பின்னர் மொட்டு உடைந்து இதழ்கள் விரிந்து மலர்ந்து விடுகிறது. அதுபோல் இல்லாமல், அத்தி கடைசி வரையும் மொட்டு போலவே உருண்டையாகக் காட்சியளிக்கிறது. அந்த ஓர் உருண்டைக்குள்ளேயே பூத்துக் காய்த்துக் கனிந்துவிடுகின்றன. எனவே, ஓர் அத்திக்காய் என்பது, பல அத்திப்பூக்களின் முதிர்ந்த மாற்றமேயாகும். இதனை 'விருந்த பரிணாம சமூகக் கனி' என்பர் தாவர நூலார் (Botanist). இது குறித்து இன்னும் நன்றாகத் தெரிந்துகொள்ள வேண்டுமாயின், பொதுவாக, மரஞ்செடி கொடிகளின் பூ, காய், கனி ஆகியவற்றின் வரலாற்றினை ஆராய வேண்டும்.

பூவின் வரலாறு: இங்கே விளக்கத்திற்காகப் பூவரசம்பூவினை எடுத்துக்கொள்வோம். நகரங்களில் உள்ள சிலர் அறியாவிடினும், சிற்றூரர்களில் உள்ள பலரும் பூவரசம் பூவினைப் பற்றி நன்கு அறிந்திருப்பர். சிறுவர் சிறுமியர் பூவரசம் பூவினைப் பறித்து, பாவாடை கட்டிய பெண் குழந்தைபோல் பொம்மை செய்தும், இதழ்களைக் களைந்தெறிந்துவிட்டு, அடியிலிருக்கும் காய்ப் பகுதியைக் கம்மலாகவும் பம்பரமாகவும் பயன்படுத்தியும் விளையாடுவது வழக்கம். எனவே, சிறார்களும் நன்கறிந்த பூவரசம் பூவினை எடுத்துக் கொள்வது பொருத்தந்தானே. மேலும் அது பூக்களுக்குள்ளே அரசன் அல்லவா? ஆகவே, அதைப் பற்றித் தெரிந்துகொள்வது, மற்ற பூக்களைப் பற்றித் தெரிந்து கொள்வதற்குப் பெரிதும் துணைபுரியும்.

பூவரசங் கிளையின் கணுச்சந்துகளிலிருந்து நீண்ட காம்புகளுடன் பூக்கள் தோன்றுகின்றன. பூவினைத் தாங்கி நிற்கும் காம்புக்கு 'விருந்தம்' (Pedicel) என்று பெயர்கூறுகின்றனர் தாவர நூலார். இதனை மலரின் தாள் என்றும் சொல்லலாம். விருந்தத்தின் நுனியில் ஒரு கிண்ணம் பூவின் மற்ற பகுதிகளை உள்ளடக்கி மூடிக் கொண்டிருக்கும். சிறிய அரும்பாயிருந்தபோது மூடிக் கொண்டிருக்கும் இக் கிண்ணம், பெரிய மொட்டானதும் மேற்புறத்து விரிகிறது. உடனே உள்ளிருக்கும் பாகங்கள் வெளிப்பட்டு வளருகின்றன. இப்பூக்கிண்ணத்தை 'புஷ்பகேசம்' (Calyx) என்றழைக்கின்றனர்.

புஷ்ப கோசம் எனப்படும் பூக்கிண்ணம் பூவின் வெளிப்பாகமே. உட்புறத்தே அழகிய மஞ்சள் நிறங் கொண்ட ஐந்து தளங்கள் உண்டு. பூவின் நடுவில் நீளக் கம்பி போன்ற ஒரு

பாகம் உள்ளது. அதில், குழாய் போன்றும் ஊசி போன்றுமாக இரண்டு உட்பிரிவுகள் உண்டு. குழாய் போன்றது ஊசி போன்றதைச் சுற்றிக் கொண்டிருக்கும். இந்தக் குழாயின் வெளிப்புறத்தைச் சுற்றியிருக்கிற நூல் போன்ற கம்பிகளின் நுனிகளில், மஞ்சள் நிறமுடைய சிறுசிறு உருண்டைகள் இருக்கும். இக் குழாய் 'கேசரக் குழாய்' (Staminal tube) என்றும், மஞ்சள் நிற உருண்டை மகரந்தப் பை (Anther) என்றும் அழைக்கப்படும். கேசரக் குழாய்க்குள் உள்ள கம்பி 'கீலம்' (Style) எனப்படும். கீலத்தின் நுனிப்பகுதி 'கீலாக்ரம்' (Stigma) அல்லது கீல்நுனி எனப்படும். கீலம் அடியில் பிஞ்சுடன் தொடர்புற்றிருக்கும். இந்தப் பிஞ்சு 'அண்டாசயம்' (Ovary) எனப்படும். இந்தக் கீலம், கீலாக்ரம், அண்டாசயம் ஆகிய மூன்றும் சேர்ந்து 'அண்ட கோசம்' (Gynaecium) என்றழைக்கப்படும். பூவில் காயாக மாறும் பகுதி இந்த அண்டகோசம்தான். எனவே, இதனைப் பூவின் பெண்பாகம் என்று சொல்லலாம் அல்லவா? கேசரப் பகுதியில் உள்ள மகரந்தப் பையில் இருக்கிற 'மகரந்தப் பொடி' (Pollen) என்னும் பூந்துள், அண்ட கோசத்துள் விழுந்து தொடர்பு கொண்டால்தான் காய் உண்டாகுமாதலால், அம் மகரந்தப் பொடி உள்ள கேசரப் பகுதியைப் பூவின் ஆண்பாகம் என்று சொல்லலாமன்றோ?

இணையினப் பூஞ்செடிகள்: பூவரசில் ஒரே பூவில் ஆண்பாகம், பெண்பாகம் ஆகிய இரண்டும் உள்ளன. சப்பாத்தி, அகத்தி முதலியவற்றிலும் இப்படியே. இத்தகையனவற்றை 'மிதுனச் செடி' என்பர். நாம் இவற்றை 'இணையினப் பூஞ்செடி' என அழகு தமிழில் அழைப்போம்.

ஈரினப் பூஞ்செடிகள்: எல்லாச் செடிகளிலுமே ஒரே பூவில் கேசரமாகிய ஆண்பாகமும் அண்டகோசமாகிய பெண்பாகமும் இருப்பதில்லை. சில செடிகளில் ஒரு கிளையிலுள்ள ஒரு பூவில் ஆண்பாகமாகிய கேசரம் மட்டும் இருக்கும். அதற்கு ஆண் பூ என்று பெயராம். அதே அல்லது வேறு கிளையிலுள்ள பூவில் பெண்பாகமாகிய அண்டகோசம் மட்டும் இருக்கும்; அதற்குப் பெண் பூ என்று பெயராம். பூசணி, பாகல், குப்பைமேனி, ஆமணக்கு முதலியவை இந்த வகையைச் சேர்ந்தவை. இத்தகையவற்றை , 'துவிலிங்கச் செடிகள்' என்பர். தமிழில் ஈரினப் பூஞ்செடிகள் என்று நாம் சொல்வோம்.

ஓரினப் பூஞ்செடிகள்: வேறு சில வகைகளில், ஒரு செடியிலோ அல்லது கொடியிலோ ஏதாவது ஓரினப் பூ மட்டுந்தான் இருக்கும். அதாவது, கோவைக் கொடியை எடுத்துக்கொள்வோம். ஒரு கோவைக் கொடியில் ஆண்பூக்கள் மட்டுமே இருக்கும். இன்னொரு கோவைக் கொடியில் பெண் பூக்கள் மட்டுமே இருக்கும். ஆண் பூ பெண் பூ என்று சொல்வதற்குப் பதிலாக, ஆண்பனை - பெண்பனை என்பதுபோல, ஆண்கோவை-பெண்கோவை என்றே சொல்லிவிடலாம். இத்தகையனவற்றை 'ஏகலிங்கச் செடிகள்' என்பர். தமிழில் 'ஓரினப் பூஞ்செடிகள் அல்லது கொடிகள்' என்று சொல்லலாம்.

மகரந்தச் சேர்க்கை: ஒரே பூவில் ஆண்பாகமும் பெண்பாகமும் இருந்தால், ஆண்பாகத்திலுள்ள மகரந்தத்துணுக்குகள் பெண்பாகத்தோடு தொடர்புகொண்டு, கருவுற்று, காய் காய்ப்பது தன்னில்தானே இயற்கையாக நிகழும். இதற்குத் 'தன் மகரந்தச் சேர்க்கை' என்று பெயராம். ஆண்பூவும் பெண்பூவும் தனித்தனியாய் இருக்குமானால், காற்று வண்டு, தேனி, பறவை, விலங்கு முதலியவற்றின் வாயிலாக, ஆண்பூவிலுள்ள மகரந்தத் துணுக்குகள் பெண் பூவிற்கு வந்து தொடர்புற்று, கருவுற்று, காய் காய்க்கும். இதற்குப் 'பிற மகரந்தச்சேர்க்கை'

என்று பெயராம்.

பூக்கதிரும் கொத்தும்: ஈண்டு இன்னொரு செய்தியும் அறிந்து வைக்கற் பாலது; சிலவகை மரஞ்செடி கொடிகளில் பூக்கள் தனித்தனியாகப் பூக்கும். பூவரசு, பூசணி, தாமரை முத-லியன இத்திறத்தன. வேறு சிலவற்றில் பூக்கள் கொத்து கொத்தாக மஞ்சரியாகப் பூக்கும். கொன்றை, ஆவிரை முதலியன இத்திறத்தனவாம். கொத்து குலை - மஞ்சரி இனத்திலேயே பலவகை உண்டு. தென்னை, ஈச்சமரம் முதலியவற்றில் கதிர் கதிராக இருக்கும். நீளமான ஒரு கதிரில் கிளைகள் போல் பல பிரிவுகள் இருக்கும். அவற்றில் அடர்ந்து பூக்கள் இருக்-கும். வாழைப்பூவும் கதிர் வகையைச் சேர்ந்ததுதான். நாம் வாழைப்பூ என்று மொத்தமாக ஒன்றைக் குறிப்பிடுகின்றோமோ அது ஒரு பூவன்று; அதற்குள் பல பூக்கள் உள்ளன. ஒவ்-வொரு பூவிலிருந்தும் ஒவ்வொரு காய் உண்டாகிறது. பின்னர் நாம் இவற்றைக் 'குலை' என்கிறோம்.

மேற்கூறியுள்ள அடிப்படைக் கருத்துக்களோடு இனி நாம் அடுத்தக கட்டத்திற்குச் செல்ல வேண்டும்.

ஈண்டு இன்னொரு முறை நாம் பூவின் பாகங்களை சுருங்க நினைவு கூர்வோம். முதலில் பூவைத் தாங்கிக் கொண்டிருக்கும் காம்பு என்னும் விருந்தம், இரண்டாவதாக, பூவின் உள் பாகங்களை அடக்கிக் கொண்டிருக்கும் வெளிப்பாகமாகிய பூக்கிண்ணம் என்னும் புஷ்பகோ-சம். (விருந்தத்திற்கும் புஷ்ப கோசத்திற்கும் இடையில், புற பாகம் சில பூக்களில் இருக்-கும் சிலவற்றில் இராது.) அடுத்து, புஷ்ப கோசத்திற்குள் பெண்பாகமாகிய அண்டகோசம், ஆண்பாகமாகிய கேசரம், இப்படியாக பல பகுதிகளும் சேர்ந்ததுதான் ஒரு பூ எனப்படுவது. ஆனால் பூவுக்குப் பூ அமைப்பு முறையில் பல்வகை மாறுதல்கள் இருக்கும்.

சாமானியக் கனிகள் (Simple Fruits) - பெரும்பாலான இனங்களில், பூவில் உள்ள அண்டகோசப் பகுதி மட்டுந்தான் காய்கனியாகிறது. மற்ற விருந்தம் புஷ்பகோசம், கேச-ரம் முதலியன பயனின்றி இற்றுவிடுகின்றன. இப்படி உண்டாகும் கனிகளுக்கு, 'சாமானியக் கனிகள்' அல்லது தனிக்கனிகள் என்று பெயராம். பூவரசு, வெண்டை, அகத்தி, ஊமத்தை முதலியன இத்திறத்தன.

கலப்புக் கனிகள் (Spurious Fruits) - சில இனங்களில், பூவின் பாகங்களாகிய விருந்தம், புஷ்பகோசம், அண்டாசயம், கேசரம் முதலிய பலவும் சேர்ந்து உருண்டு திரண்டு ஒரு கனியாக மாறும். இப்படி உண்டாகும் கனிகளுக்கு, 'கலப்புக் கனிகள்' என்று பெயராம். முந்திரி, ஆப்பில், பலா, அன்னாசி, ஆல், அத்தி முதலியன இத்திறத்தன. இவற்றுள்ளும் பலா, அன்னாசி, ஆல், அத்தி போன்றவற்றில், பல பூக்கள் கொத்தாக ஒன்று சேர்ந்து, தம் பல பாகங்களோடும் உருண்டு திரண்டு ஒரே கனிபோல் மாறிக் காட்சியளிப்பது ஈண்டு குறிப்பிடத்தக்கது. இதனை இன்னுஞ் சிறிது விரிவாகக் காண்போம்:

விருந்த பரிணாமக் கனி: முதலில் முந்திரிக் கனியை எடுத்துக் கொள்வோம். இதில் இருவேறு தோற்றங்கள் உள்ளன. அதாவது, முதலில் முந்திரிப்பழமும், அதன் நுனியில் முந்திரிக் கொட்டையும் இருக்கக் காணலாம். நாம் நினைத்துக் கொண்டிருக்கிறபடி முதலில் இருப்பது முந்திரிப் பழமன்று. நாம் முந்திரிக்கொட்டை என்று சொல்கிறோமே, அதுதான் உண்மையான முந்திரிப் பழமாகும். முந்திரிக்கொட்டை என்று தவறுதலாகச் சொல்லப்படு-கின்ற உண்மையான அந்த முந்திரிப் பழத்தைத் தாங்கிக்கொண்டிருக்கும் காம்பு போன்ற

விருந்தத்தையே நாம் இப்போது தவறுதலாக முந்திரிப் பழம் என்று சொல்லிக்கொண்டிருக்கிறோம். ஆனால், பழக்கத்திற்கு வந்துவிட்டதால் இவ்வாறு சொல்வது இனி தவறும் ஆகாது. முந்திரியில் விருந்தமே மக்கள் உண்ணுமளவில் நன்கு சதை பிடித்துக் கனியாக மாறிவிட்டது? அதனால் இதனை 'விருந்த பரிணாமக் கனி' என்றழைப்பர். பரிணாமம் என்றால், ஒன்று மற்றொன்றாய் மாறுதல் என்று (வடமொழியில்) பொருளாம். நாம் இக்கனியை, 'காம்பு மாறிய கனி' என்று தமிழில் அழைக்கலாம்.

உண்மையான முந்திரிப்பழம் எது என அறியாததால், நம் மக்கள், பழத்திற்குள்தானே கொட்டை இருக்க வேண்டும். ஆனால் இயற்கைக்கு மாறாக, முந்திரிக்கொட்டை முந்திக்கொண்டு முன்னால் வந்துவிட்டதே என்று கருதி, துருதுரு வென்று முந்தி முந்திப் பேசுபவர்களை நோக்கி, ''முந்திரிக்கொட்டை'' போல முன்னே முன்னே வந்துவிடுகிறாயே என்று கண்டிப்பதை உலகியலில் நாம் காண்கிறோமல்லவா?

பரிணாம சமூகக் கனி: அடுத்த படியில் நிற்பன அன்னாசிப் பழமும் பலாப் பழமுமாகும். ஒரு முந்திரிப் பழம் என்பது ஒரு பூ அதில் விருந்தம் என்னும் தாள் சதைபெற்றுக் கனியாக மாறுகிறது. ஆனால் அன்னாசியும் பலாவும் அப்படியல்ல. ஓர் அன்னாசிப் பழம் என்பது பல பூக்களின் கூட்டாகும். அன்னாசிப் பழத்தின் மேல்புறத்தில் பிளவு பிளவாகக் காணப்படும் கண்கள் போலுள்ள ஒவ்வொன்றும் ஒவ்வொரு பூவே. அன்னாசியில் பூக்கள் கதிராக உண்டாகி எல்லாப் பூக்களின் விருந்தம் முதலிய எல்லாப் பாகங்களும் ஒரு சமூகம்போல் ஒன்று சேர்ந்து சதைப்பெற்றுப் பருத்து, மகரந்தச் சேர்க்கையும் பெற்று, ஒரே கனிபோல் வளர்ந்து உருவாகும்.

பலாமரத்திலும் மலர்கள் கதிர்களாகவே தோன்றி வளர்கின்றன. ஆனால் இதில் ஆண்பூக்களும் பெண் பூக்களும் தனித்தனிக் கதிர்களாக உள்ளன. ஆண் கதிரிலிருந்து பெண் கதிருக்கு மகரந்தச் சேர்க்கை ஏற்பட்டதும், ஆண் கதிர்கள் உலர்ந்து அழிந்துவிடும். பெண் கதிர்கள் மட்டும் வளர்ந்து கனியாக மாறும். ஒரு பலாப்பழத்திற்குள் இருக்கும் ஒவ்வொரு சுளையும் ஒவவொரு பெண் பூவாகும். நாம் உண்ணுகிற சதைப் பாகம் புஷ்பகோசம் போன்றதாகும். அதன் உள்ளே பை போன்ற தோலுடன் இருக்கும் கொட்டை அண்ட கோசமாகும். சில பெண்கள் பிள்ளை பெறாததைப் போல, பலாப்பழத்துக்குள்ளேயும் சில மலர்களே சுளைகளாக மாற, சில மலர்கள் வெறும் நார்களாகவே தங்கிவிடுகின்றன. பலாப்பழம் உண்ணும் மக்கள் இந்த நார்களை அறிவார்களே.

இப்படியாகப் பல பூக்கள் தம் பல பாகங்களுடன் ஒரு சமூகம்போல் - குழுவாக ஒன்று சேர்ந்து ஒரு கனி போல் மாறுவதால் அன்னாசிப்பழம், பலாப்பழம் போன்றவற்றை 'பரிணாம சமூகக் கனி' என்றழைப்பர். நாம் இதனை 'மாறிய கலப்புக் குழுக் கனி' எனச் சொல்லலாம்.

இனி மூன்றாவது படியாக நாம் நம் இலக்கை அடைய வேண்டும். அதாவது அத்திக்கனிக்கு வர வேண்டும். இந்த இலக்கை அடைவதற்காகத்தான் இவ்வளவு வழி கடந்து வரவேண்டியிருந்துது. பல படிகளைக் கடந்தால்தானே உச்சியை அடைய முடியும்?

விருந்த பரிணாம சமூகக் கனிகள்: அத்தி, ஆல் ஆகியவற்றின் கனிகளும் கலப்புக் குழுக் கணிகளே. ஆனால் இவற்றின் மலர்கள், அன்னாசி, பலா ஆகியவற்றையும்விட மிகச் சிறியனவாகவும் மிக்க மாறுதல் உடையனவாகவும் உள்ளன. பூக்களைத் தாங்கும் விருந்தங்கள் இவற்றில் மாறிவிடுகின்றன. விருந்தமானது ஒரு கிண்ணம் போலாகி மலர்களை உள்ளே

அடக்கிக்கொண்டிருக்கிறது. இக் கனிகளை அறுத்து உட்பகுதிகளை நன்றாகப் பார்க்கின், விதை போல் காணப்படுவனவெல்லாம் பூக்களே என்பது நன்கு புலனாகும். தெளிவுக்காக ஒரு பெரிய சீமை அத்திக் கனியை எடுத்து இரண்டாகப் பிளந்து பாருங்கள். விருந்தக் கிண்ணத்தின் மேல் விளிம்பையடுத்து

சீமை அத்திக்கனி: உட்புறமாக ஆண்பூக்கள் இருப்பதையும், கனியின் நடுப்பகுதியிலும் அடிப்புறத்திலும் பெண் பூக்கள் இருப்பதையும் காணலாம். (இவ்விரு வகைப் பூக்களும் மேலுள்ள படத்தில் தனித்தனியாகப் பெரிதாக்கிக் காட்டப்பட்டுள்ளன.) எனவே, அத்தியி-லும், ஆலிலும் பல பூக்கள்தம் பல பாகங்களோடு ஒரே சமூகமாக ஒன்று சேர்ந்து, மகரந்தச் சேர்க்கை பெற்று ஒரே கனிபோல உருவாகியுள்ளன என்பதை உணரலாம். இக்கனிகளுக்கு, 'விருந்த பரிணாம சமூகக் கனிகள்' என்று பெயராம்.

முந்திரியில் ஒரு பூவின் விருந்தம் மட்டும் ஒரு கனியாக மாறுவதால், அது 'விருந்த பரிணாமக் கனி' எனப்படும். அன்னாசியிலும் பலாவிலும் பல பூக்கள் சமூகமாகச் சேர்ந்து கனியாக மர்றுவதால், அவை 'பரிணாம சமூகக்கனி' எனப்படும். ஆனால் அத்தியிலும், ஆலிலும், விருந்தமும் கனியாக மாறுவதோடு, பல பூக்களும் சமூகமாகச் சேர்ந்து மாறுவ-தால் - அதாவது, முந்திரியின் தன்மை, அன்னாசி பலாவின்தன்மை ஆகிய இரண்டு தன்-மைகளும் அமையப் பெற்றிருப்பதால், அத்திக் கனிகளையும் ஆலங்கனிகளையும் விருந்த பரிணாம சமூகக் கனிகன் என்றழைப்பர். தமிழில் இவற்றைக் 'காம்பு மாறிய கலப்புக் குழுக் கனிகள்' என்றழைக்கலாம்.

எனவே, அத்திப்பூக்கள் உண்டென்றும், அவை ஒருவகைக் கிண்ணத்துக்குள்ளே அடக்கி மூடி மறைக்கப்பட்டு, உள்ளேயே பூத்து மகரந்தச் சேர்க்கை பெற்றுக் கனியாகின்றன என்றும் அறியலாம். ஆலங்கனியும் இது போன்றதே யாதலின், 'அத்தி பூத்தாற்போல' என்று சொல்-வதைப் போல, "ஆல் பூத்தாற்போல" என்றும் பழமொழி சொல்லலாம் போலும். ஆனால் ஆலங் கனிகளைப் பறவைகளே புசிப்பதால், மக்கள் அதன் பேச்சுக்குப் போகாமல், தாம் உண்ணும் அத்தியோடு பழமொழியை நிறுத்திக்கொண்டார்கள் போலும்! அத்தி பூப்பது மக்-கள் கண்ணுக்குத் தெரியாததனால்தான், வராத ஒருவர் வந்துவிடின், 'அத்தி பூத்தாற்போல இருக்கிறதே!' என்று வியக்கின்றனர் போலும்.

ஆம்! 'அத்தி பூத்தாற் போல' என்ற பழமொழியை அடிப்படையாக வைத்துக்கொண்டு, பொதுவாகப் பூகாய்களின் வரலாற்றினையே ஒருமுறை சுருங்கப் பார்த்துவிட்டோமே. பல கருத்துக்களை உள்ளடக்கிக் கொண்டிருக்கும் அந்தப் பழமொழி வாழ்க!

அத்தியைப்போல மக்களினமும் கலந்து குழுவாக வாழ்வதே சிறந்த வாழும் நெறியாகும்.

17. ஆழ உழு!

பெருகி வரும் மக்கள் தொகைக்குப் போதிய உணவு அளிக்க வேண்டும். மக்கள் பெரு-குவதற்கேற்ப நிலமும் பெருகுவதில்லையே. எனவே, இருக்கும் நிலத்திலேயே விளைச்ச-லைப் பெருக்க வேண்டும். இதற்காக இந்த இருபதாம் நூற்றாண்டில் விஞ்ஞான முறையில் என்னென்னவோ முயற்சிகள் மேற்கொள்ளப்படுகின்றன. இதற்கென்று அரசாங்கத்தில் தனித் துறையே - தனி அலுவலகங்களே உள்ளன.

“பழைய முறையில் உழக்கூடாது; எந்திரக் கலப்பை கொண்டு உழ வேண்டும். விதைகள் இத்தகையனவாய் இருக்க வேண்டும். சப்பான் முறையில் நட வேண்டும். இன்ன உரம் போட வேண்டும். பயிரைப் பூச்சிகள் அழிக்காமல் இன்னின்ன வகையில் காக்க வேண்டும்” என்றெல்லாம் தொழில்துறை வல்லுநர்களால் அறிவுரைகள் அள்ளி வழங்கப்படுகின்றன. இவற்றுள் முதல் அடிப்படை வேலையாகிய உழுதல் தொழிலைப் பற்றி மட்டும் இக்கட்டு-ரையில் ஆராய்வோம்:

நிலத்தை உழுவது எதற்காக மழை தூறத் தூற, உழவர்கள் கலப்பை கொண்டுசென்று நிலத்தை உழுது உழுது வைக்கும் வழக்கம் காலங்காலமாக இருக்கிறதே. அஃது ஏன்?

விதை முளைத்துப் பயிர் நன்கு விளைவதற்கு, தண்ணீர், காற்று, வெப்பம் முதலிய புறச் சூழ்நிலைகளைப் போலவே, மண்ணும் தரமுடையதாக இருக்க வேண்டியது மிக இன்றிய-மையாததாகும். மண்ணில் பலவகை உலோக உப்புக்கள் உண்டு. அவற்றின் ஊட்டத்தால் பயிர் செழித்து வளரும். உயிராற்றல் (வைட்டமின்கள்) குறைந்தவர்களுக்கு, அவ் வாற்ற-லுடைய குளிகைகள் (வைட்டமின் மாத்திரைகள்) வாயிலாக அவ்வாற்றலை ஈடு செய்தல் போல, தேவையான உப்பு ஆற்றல் (உப்புச் சத்து) குறைந்த நிலத்தில் எருக்களையும் உரங்-களையும் போட்டு ஈடு செய்ய வேண்டியிருக்கிறது. ஆனால், எரு தேவை யில்லாமலேயே இயற்கை முறையில் நிலத்தில் உப்பு ஆற்றலைப் பெருக்குவதற்கு வழியிருக்கிறது. அதுதான் ஏர் உழுதல் ஆகும்.

ஏர்உழுவதால் நிலத்தின் உப்பு ஆற்றல் பெருகுவது எப்படி? ஞாயிற்றின் (சூரிய) ஒளி-படுவதன் வாயிலாக, மண்ணில் உப்பு ஆற்றல் நன்கு உருவாகிறதாம். கதிரவனின் திருவி-ளையாடலே ஒரு பெருவிளையாடல் அல்லவா? பகலவனது ஒளியின் உதவியின்றி உலகம் நடப்பதெப்படி - உயிர்கள் தோன்றி வாழ்வதெவ்வாறு? கதிரொளி குறைந்த துருவப் பகு-திகளில் உயர் வாழ்க்கை அரிது என்பது அனைவரும் அறிந்த செய்தியே. எல்லாவகை உயிர்வாழ்க்கைக்கும் தேவையான வெப்பமும் வெளிச்சமும் அவனது அருட்கொடையே.

உடல் நன்றாக இருப்பதற்கு, போதுமான கதிரொளி மேலே பட வேண்டும் (Sun Bath). நிழல் பக்கமுள்ள சில மரஞ்செடிகள் சாய்ந்து வளைந்திருப்பதற்குக் காரணம், அவை கதி-ரொளி வீசும் திக்கு நோக்கிச் சென்றமையேயாகும் - அவ்வொளியின் உதவியால்தான் செடி-கள் தம் வளர்ச்சிக்கு வேண்டிய மாவுப் பொருளைத் தயார்செய்து கொள்கின்றன. மக்க-ளாகிய நம் கண்களின் நலத்திற்கும் ஞாயிற்றின் ஒளிபடல் நல்லது. பல்லுக்கும் அவ்வாறே என்று கூறுகின்றனர். இது குறித்தே ஞாயிறு வணக்கம் செய்வது நல்லது என்று பரிந்து-ரைக்கப்படுகிறது. உலகில் மக்கள் ஞாயிற்றின் தோற்றத்தை மகிழ்ந்து வரவேற்கின்றனர் - கடவுளாக மதித்து வழிபடுகின்றனர். இதற்குக் காரணம் அவனால் கிடைக்கும் நன்மையே-யன்றோ? இளங்கோவடிகள் கூட,

“ஞாயிறு போற்றுதும் ஞாயிறு போற்றுதும்”

என்று சிலப்பதிகாரத்தில் பாடியுள்ளாரே. நக்கீரரோ,

“உலகம் உவப்ப வலனேர்பு திரிதரு,
பலர்புகழ் ஞாயிறு கடல் கண்டாங்கு”

என்று முருகாற்றுப்படையில் போற்றிப் புகழ்ந்துள்ளார்.

இதுகாறுங் கூறியவற்றால், கதிரொளியின் ஆற்றலும் பயனும் நன்கு புலனாகுமே! எனவே, கதிரொளி படுவதனால் நிலத்து மண்ணில் உப்பு ஆற்றல் உருவாகிறது என்னும் கருத்தில் வியப்போ - ஐயமோ கொள்ள வேண்டியதில்லையன்றோ?

நிலத்தை உழவில்லையாயின், மேல் மண்ணில் மட்டுமே கதிரொளி படும். போதுமா? பயிர்கள் வேரின் மூலம் மண்ணின் அடிப்பகுதியைத் துளைத்துக்கொண்டு உணவு தேடிச் செல்கின்றனவே. அடியில் கூடுமானவரை நெடுந்தொலைவில் உள்ள மண் பகுதியில் எல்லாம் கதிரொளி படவேண்டுமே. அதற்காகத்தான் உழுவது! கீழிருக்கும் மண்ணை உழுது கிளறி மேலுக்குக் கொண்டுவந்து ஒளிபடச் செய்துகொண்டே யிருக்க வேண்டும். அதனால்தான் உழவர்கள் அடிக்கடி உழுதுவைக்கின்றனர். மேலோடு உழுதால், மேல் மட்டத்திலுள்ள சிறு பகுதி மண் மட்டுந்தான் ஒளி பெறும்; ஆகையால் ஆழ உழவேண்டும். இது குறித்தே இக்கால வல்லுநர்கள், பழைய நாட்டுக் கலப்பை போதாது - எந்திரக் கலப்பை கொண்டு உழ வேண்டும் என்று கூறுகின்றனர்.

இவ்வாறு ஆழ உழுவதனால் மண்ணில் உப்பு ஆற்றல் நன்கு உருவாகும். இந்த உப்பு ஆற்றலைப் பயிர்கள் வேர்களின் வாயிலாக உட்கொள்கின்றன. வேர்களிலுள்ள ஆயிரக்கணக்கான வேர்த் தூய்கள் (Root hairs), மிகவும் நுட்பமானவையான மண் அணுக்களின் இடுக்குகளில் புகுந்துசென்று நில உப்புக் கரைசலை உறிஞ்சிக்கொள்கின்றன. இந்த நில உப்புக் கரைசல் வேரின் மையத்தையடைந்து அங்கிருந்து மேலே ஏறிப் பயனளிக்கிறது. இதற்கு வேர் அமுக்கம் (Root Pressure) என்று பெயராம். பயிர்களுக்கு இந்த வசதியைச் செய்து கொடுப்பதற்காகத்தான் உழுதல் வேலை நடக்கிறது.

இப்பயன் கருதியே, எந்திரக் கலப்பை கொண்டு ஆழ உழ வேண்டும் என்று இக்கால அறிவியலார் வற்புறுத்துகின்றனர். இதே கருத்தை இரண்டாயிரம் ஆண்டுகளுக்கு முன்பு ஒரு மாபெருந்தமிழறிஞர் - ஏன் உலக அறிஞர் மிகவும் அழகாக - அதே நேரத்தில் அழுத்தம் திருத்தமாக அறிவித்துள்ளார்? அவர் யார்? அவர் யாராக இருக்க முடியும் - திருவள்ளுவரைத் தவிர! "ஒரு பலம் அளவு மண்ணானது கால்பலம் அளவு மண்ணாக ஆகும்வரை நிலத்தை உழுது உழுது உணக்கினால் (உலர்த்தினால்), பிடி எருவும் வேண்டிய தில்லாமலே நிலம் நிரம்ப விளையும்" என்பதுதான் வள்ளுவனாரின் அறிவுரை. ஆகா என்ன அழகான கருத்து எவ்வளவு அருமையான கண்டுபிடிப்பு! இக்கருத்துக் கருவூலம் அமைந்துள்ள குறள் வருமாறு:

"தொடிப்புழுதி கஃசா உணக்கின் பிடித்தெருவும்
வேண்டாது சாலப் படும்"

(தொடி - ஒரு பலம்; புழுதி - மண், கஃசு- கால் பலம்)

இக்குறள் திருக்குறளில் உழவு என்னும் பகுதியில் உள்ளது. ஒரு பலம் மண் கால் பலம் வீதம் காய வேண்டுமானால், எத்தனை முறை உழ வேண்டும் - எவ்வளவு ஆழமாக உழவேண்டும் என்று புரியுமே! 'காய்ந்த நாட்டிற்கு கருப்பில்லை' என்னும் பழமொழியின் கருத்துக்கும் இக்குறளுக்கும் ஏதேனும் தொடர்புண்டோ! பழமொழியின் படி, நிலம் நன்கு காய்வதால் மண் வளம் பெற்று விளைச்சல் பெருக்க, நாட்டில் கருப்பு (பஞ்சம்) இருக்காது. மக்களுக்கு வாழ்வு பெருகும்.

நிலத்தில் வாழும் 'நாங்கூழ்ப் புழு' என்னும் ஒருவகை மண்புழு, மண்ணைக் கிளறிக் கிளறி மேலும் கீழும் ஆக்குவதால் மண் ஓரளவு வளம் பெறுவதாகச் சொல்லுவது வழக்கம். இதனாலும் - கதிரொளி அடி மண்ணில் படுவதற்கு வாய்ப்பிருக்கின்றதோ? இக்கருத்தை மனோன்மணியம் என்னும் நாடகக் காவியத்தில்,

"ஒகோ நாங்கூழ்ப் புழுவே! உன்பாடு
ஓவாப் பாடே உணர்வேன் உணர்வேன்!
உழுவோர்க் கெல்லாம் விழுமிய வேந்து நீ!
எம்மண் ணாயினும் நன்மண் ணாக்குவை,
விடுத்தனை யிதற்கா எடுத்தஉன் யாக்கை!"

என்று அப் புழுவைப் பார்த்தே கூறுவதுபோல, பேராசியர் சுந்தரம்பிள்ளை பாடி யமைத்திருக்கின்றார். எனவே, விளைச்சல் பெருக ஆழ உழ வேண்டியதின் இன்றியமையாமை புலப்படுமே. இதை வைத்துத்தான், எந்தச் செயலிலுமே நுனிப்புல் மேயாமல், ஆழ ஈடுபட வேண்டும் என்று உலகியலில் பழமொழி கூறுகின்றனரோ?

"அகல உழுவதினும் ஆழ உழு!"

★

வாழும் வழியறிந்து வையகம் வாழ்க!

★ ★ ★

நூலாசிரியர்

பேராசிரியர் சுந்தரசண்முகனார்

பிறப்பு : 13 - 7 - 1922 இறப்பு :30 - 10 - 1997

குரு : ஐந்தாம் பட்டத்து ஞானியார் அடிகள்

பிறந்த ஊர் : புது வண்டிப் பாளயம், கடலூர்.

படைப்புகள் : 69 நூல்கள் - விளக்கம் வருமாறு: கவிதை நூல்கள் - 8, பெருங்காப்பியங்கள் - 2, முழு உரை நூல்க ள் - 7, திருக்குறள் ஆய்வுகள் - 5, கம்பராமாயணத் திறனாய்வுகள் - 6, அறிவியல் ஆய்வுகள் - 6, பல்துறை ஆய்வு நூல்கள் - 33, புதினங்கள் - 2,

சிறந்த படைப்புகள் தமிழ் அகராதிக் கலை, கெடிலக்கரை நாகரிம் , தமிழ் நூல் தொகுப்புக் கலைக் களஞ்சியம், தமிழ் இலத்தீன் பாலம். பெற்றபட்டங்களில் சில : இயற்கவி, புதுபடைப்புக் கலைஞர், ஆராய்ச்சி அறிஞர், திருக்குறள் நெறித் தோன்றல் முதலியன. பெற்ற விருதுகளில் சில : தமிழக அரசின் திருவள்ளுவர் விருது', மதுரை காமராசர் பல்கலைக் கழகத் 'தமிழ்ப் பேரவைச் செம்மல் விருது', தமிழக புலவர் குழுவின் 'தமிழ்ச் சான்றோர் விருது', அண்ணாமலை செட்டியார் அறக்கட்டளை விருது முதலியன. பெற்ற பரிசுகள் : நடுவண் அரசு, தமிழக அரசு பரிசுகள் 7 பெற்றுள்ளார். பாடமாக அமைக்கப்பட்ட நூல்கள் : அகராதிக் கலை, தமிழர் கண்ட கல்வி, திருமுருகாற்றுப்படை தெளிவுரை, History of Tamil Lexicography முதலியன.

5

பெரியசாமித்தூரன்

முன்னுரை

முன்பே நான் இரண்டு கட்டுரைத் தொகுதிகள் வெளியிட்டிருக்கிறேன். அவற்றிற்கும் இந்தத் தொகுதிக்கும் ஒரு முக்கியமான வேறுபாடு உண்டு. அதைப்பற்றிக் குறிப்பாக இரண்டொரு வார்த்தைகள் சொல்லவே இந்த முன்னுரையை எழுதுகிறேன்.

வண்ணத்திலும், மணத்திலும் மாறுபட்ட பல மலர்களைக் கொண்டு ஒரு மாலை தொடுக்கலாம்; ஒரே வகையான மலர்களாலேயும் தொடுக்கலாம். பூவின் சிரிப்பு, காட்டு வழிதனிலே என்ற எனது கட்டுரைத் தொகுதிகள் முதலிற் குறிப்பிட்ட மாலையைப் போன்றவை. 'பலசரக்குக்' கொண்டவை, ஒரே உள்ளத்தின் எண்ணச் சித்திரங்கள் என்றாலும் பொருள்கள் வேறு வேறானவை.அவற்றிற்குள்ளே தொடர்பிருக்க வேண்டுமென்ற எண்ணம் அங்கே இல்லை.

தேன் சிட்டு வெவ்வேறு வகையான மலர்களை நாடுகின்றது என்பது மெய்தான்; ஆனால் அதன் அடிப்படை நோக்கம் ஒன்றே என்பதில் யாருக்கும் ஐயமிருக்க முடியாது.

தேன் சிட்டுத் தொகுதியிலும் அந்த அடிப்படை ஒருமையைக் காணலாம். வெவ்வேறு கோணங்களிலிருந்து கட்டுரைச் சித்திரங்களைத் தீட்டியிருந்தாலும் அவற்றிற்கு உட்கிடையாக உள்ளது ஒரே பொருள்தான்.

வெவ்வேறு நூலிழைகளிலே கோத்த பலவகை மணிகளைக் கொண்டு ஒரு மாலைக் கட்டலாம்; ஒரே நூலிழையிலும் பல மணிகளைக் கோர்த்து மாலையாக்கலாமல்லவா? இவ்வாறு கோத்து மாலை யாக்கும் போது அந்த நூலிழைக்குப் பொருத்தமாக அமையாதனவாக மணிகளை விளக்க வேண்டி நேரும் என்பது சொல்லாமலே விளங்கும்.

இந்தத் தொகுதியிலே ஒரு சில கட்டுரைகளே சேர்க்சேர்க்கப்பட்டுள்ள மைக்கு காரணம் இப்பொழுது விளங்கலாம். இன்று ஓங்கி முழங்க வேண்டிய வாழ்க்கை இலட்சியம் 'அன்பு செய்தல்' என்று ஒன்றேதான். அந்த மாணிக்க இழையிலே செல்லக் கூடிய எண்ணச் சித்திரங்கள் இங்கு கோவை செய்திருக்கிறேன்.

ஒரே இழையில் கோத்த மணிகளைக் கொண்ட மாலைக்கு இதனை ஒப்பிட்டேனல்லவா? மணிகளின் மதிப்பைப் பற்றி நான் சொல்ல முடியாது; சொல்லவும் கூடாது. ஆனால் இழை மட்டும் மாணிக்கம் என்பதைத் துணிச்சலோடு கூறுவேன்.

பெ. தூரன்.

1. தேன் சிட்டு

அதிகாலையிலே எத்தனை பறவைகள் இந்தச் சிறிய தோட்டத்திற்கு வருகின்றன! நான் படுக்கையிலிருக்கும் போதே கரிச்சான் என்னும் இரட்டை வால் கரிக்குருவி என்னை எழுந்திருக்குமாறு கூவியழைக்கிறது. காகம் கரைவதற்கு முன்னாள், சேவல் தன் குரலெடுத்துக் கதிரவன் வருகையை உலகத்திற்கு அறிவிப்பதற்கும் முன்னாலேயே கரிச்சான் கூவத் தொடங்கி விடுகிறது. "கரிக்குருவி கூவுகிறது. விடியும் நேரமாகிவிட்டது. வேலைக்குப் புறப்படலாம்'' என்று எங்கள் ஊரிலே உழவர் பேசிக்கொள்வதை நான் பலமுறை கேட்டிருக்கிறேன்.

இந்தக் கரிச்சானுக்குத் தரையிலே அமர்வது அவ்வளவு பிடிக்காது. வசதியான உயர்ந்த இடத்தில் அமர்ந்துகொண்டு பறந்து வரும் பூச்சிகளை அது வேட்டையாடும். புனங்களிலே மேயும் செம்மறி ஆட்டின் முதுகிலே அமர்ந்து பூச்சி வேட்டையாடுவதில் இதற்கு அலாதியான விருப்பம் உண்டு. செம் மறியாடு மேய்ந்துகொண்டே செல்லும்; அதன் காலருகிலே புல்லில் பதுங்கியிருக்கும் விட்டில் முதலிய பூச்சிகள் அஞ்சித் தாவி வேறிடத்திற்குப் பறந்து செல்ல முயலும். கரிச்சான் ஒரே பாய்ச்சலிலே பாய்ந்து அவற்றை ஒவ்வொன்றாக தன் வாயிலே போட்டுக்கொள்ளும். இந்தக் குருவியை எனக்கு அவ்வளவு பிடிக்காது. அதன் காரணத்தைப் பின்னால் கூறுவேன்.

கரிச்சானுக்குப் பிறகு எங்கள் தோட்டத்திற்கு வருவது தேன் சிட்டு. அது அழகான சிறிய குருவி. அதன் கரிய மூக்கு நீண்டு முனையில் சற்று வளைந் திருக்கும். குருவியின் முதுகு கறுப்பாக இருக்கும்; வயிற்றின் பகுதி இலேசான மஞ்சள் கலந்த வெளுப்பாக இருக்கும். பெண் சிட்டின் முதுகிலே கருமைநிறம் குறைவு. பளபளப்பாக நாவற்பழம் போல் முழுதும் ஒரே கறுப்பாகவுள்ள தேன் சிட்டு வகையும் இருக்கிறது. அதுவும் சில நாட்களிலே வருவதுண்டு.

தேன் சிட்டின் சுறுசுறுப்பைப்போல நான் வேறெங்கும் கண்டதில்லை. இறக்கைகளை நொடிக்கு நொடி விரித்து விரித்து மூடி மூடி ஓடி ஓடி ஒவ்வொரு சிறிய கிளையிலும் அமர்ந்து அங்குள்ள மலர்களிலே அது தேனருந்துவதைப் பார்ப்பது எனக்கு எல்லையில்லாத மகிழ்ச்சியளிக்கிறது. அதன் நீண்ட மூக்கை மெதுவாக மலருக்குள்ளே வைத்து மலரின் அடிப் பகுதிலேயுள்ள தேனே அருந்துகிறது. ஒவ்வொரு மலரையும் அது முத்தமிட்டுத் தேன் பருகுகிறது என்று நான் எண்ணுகிறேன். அந்தக் குருவியிடத்திலே எனக்கு மிகுந்த விருப்பம் உண்டு.

தன் பசியைப் போக்கிக் கொள்வதற்காகத்தான் தேன் சிட்டு மலரிலுள்ள தேனைக் குடிக்கிறது; இருந்தாலும் அதே வேளையில் அது மலருக்கும் உதவுகிறது. மலருக்குள்ளே முழுகி முழுகி வெளியே தோன்றும் அதன் கரிய அலகை நான் ஊன்றிப் பார்த்திருக்கிறேன்.

அதிலே பொன் மயமான மகரந்தத் தூள் ஒட்டியிருக்கும். தேன் சிட்டுத் தன் அலகால் ஒரு மலரிலுள்ள மகரந்தத் தூள் மற்றொரு மலருக்குச் சேர்ந்து அம்மலர் பயன் பெறுமாறு செய்கின்றது. இவ்வகையில் மரம், செடி, கொடிகளின் இனம் பெருகி ஓங்குவதற்கு இந்தத் தேன் சிட்டு உதவுகிறது. உண்ட வீட்டுக்கு உவந்து தொண்டு புரியும் இச்சிட்டின் தன்மை என் உள்ளத்தைக் கவர்ந்திருக்கிறது.

தேன் சிட்டிற்குப் பின்னால் எங்கள் தோட்டத்திற்கு வருவது மைனா. இதை அழகுநாக்குருவி என்பார்கள். அழகாகப் பேசக்கூடிய திறமைவாய்ந்த சிறு பறவையாதலால் இதற்கு அப்பெயர் வந்திருக்கிறது.

மைனாவைப் பெரும்பாலும் இணையாகவே காணலாம். ஆணும் பெண்ணும் ஒன்றை விட்டு ஒன்று பெரிதும் பிரியாமலிருந்து இரை தேடும். மைனா நிலத்தில் அமர்ந்தே பூச்சி பிடிக்கின்றது.

தேன் சிட்டைப்போலவே கரிக் குருவியும் மைனாவும் வேறொரு வகையில் பயிர் பச்சைகளுக்கு உதவுகின்றன. பயிர்களையும், செடிகளையும் அழிக்கும் புழுக்களையும், விட்டில் முதலிய பூச்சிகளையும் வேட்டையாடி அவை ஒழிக்கின்றன. தாவரங்களில் இனவிருத்திக்குத் தேன் சிட்டு உதவுகின்றதென்றால், அவற்றிற்குத் தீங்குசெய்யும் பகைவர்களை ஒழிப்பதில் மற்ற இரண்டு குருவிகளும் உதவுகின்றன. இருந்தாலும் என் உள்ளம் தேன் சிட்டின் இன்பப் பணியையே பெரிதாக மதிக்கிறது. கொன்று செய்கின்ற தொண்டைவிடத் துன்பங்கலவாத இன்பத் தொண்டைச் செய்வது மேல்.

இரண்டும் தேவைதான் என்று பலர் வாதிக்கலாம். அவ்வாறு வாதிக்க அவர்களுக்கு நல்ல ஆதாரங்களும் இருக்கலாம். "கீதையிலே கண்ணன் நமக்கு எடுத்துக்காட்டும் உண்மையை மறுக்க முடியாது" என்றும் சிலர் தலை நிமிர்ந்து பேசலாம்.

நான் அவர்களோடு வாதாட வரவில்லை. எனக்கு எது பிடித்திருக்கிறது என்று கூறவே இங்கு விரும்புகிறேன்.

சுவை என்பது விநோதமானது. நாக்கின் சுவையும் அப்படித்தான். ஒருவனுக்குப் பிடிப்பது மற்றொருவனுக்கு அதே அளவில் பிடிக்குமென்பதில்லை. மாம்பழத்தின் சுவையையே நாடுவோர் உண்டு. சிலருக்கு மாம்பழம் அலுத்துப் போகும்; ஆனால் மிளகாய்ப்பழத்தின் சுவை என்றும் அலுக்காது. அது போலத் தேன் சுவையைவிடப் புழுவின் ஊன் சுவை மைனாவுக்குப் பெரிதும் உகந்ததாக இருக்கலாம். நான் அதைப்பற்றி ஆராய முயலவில்லை. ஆனால் செடி கொடிகளுக்கு அது செய்யும் சேவை துன்பங் கலந்ததாயிருப்பதால் அது தேன் சிட்டின் சேவையைப்போல அவ்வளவு என் உள்ளத்தைக் கவரவில்லை என்பதைக் கூறிக்கொள்ளவே விரும்புகிறேன். நேற்றுக் காலையிலே தேன் சிட்டும் மைனாவும் எங்கள் சிறிய தோட்டத்திலே சுறுசுறுப்போடு தங்கள் பணியிலே ஈடுபட்டிருந்தன. தேன் சிட்டுப் பறந்து பறந்து செடியின் கிளைகளில் அமர்ந்து மலர்களில் தேன் குடித்துக் கொண்டிருந்தது. மஞ்சள் நிறமான வாயையுடைய மைனா நிலத்திலே நடந்து சென்று பூச்சி பிடித்துக்கொண்டிருந்தது. நான் அவற்றைக் கவனித்துக்கொண்டு அசையாது நின்றிருந்தேன்.

வயிற்றுக்கு உணவு தேடுவதிலே நாட்டங் கொண்டிருக்கும் அந்தக் குருவிகளின் செயல்கள் என் சிந்தனையைக் கிளறின. மைனாவைப் போலல்லாமல் தேன் சிட்டைப்போல மனிதன் வாழ முடியாதா என்ற கேள்வி என் உள்ளத்திலே எப்படியோ எழுந்தது. மனிதனுக்குச்

சோறு வேண்டும். அவனை ஆட்டி வைக்கிற வலிமை வாய்ந்த சக்திகளென்று கருதப்படுபவைகளில் பசியும் ஒன்று. அந்தப் பசியின் சின்னமாக இருப்பது வயிறு. வாழ்க்கையில் இந்த வயிற்றுப்பாடே பெரும்பாடாக முடிந்திருக்கிறது. பொதுப்படையாகப் பார்க்கும்போது வயிற்றைத் திருப்தி செய்யும் முயற்சி மனிதனுக்கும் இந்தக் குருவிகளுக்கும் ஒன்றுதான். மனிதன் அந்த முயற்சியிலே தேன்சிட்டைப் பின்பற்றக்கூடாதா என்பது தான் எனது கேள்வி. கரிச்சானையும் மைனாவையும் விட்டுத் தேன் சிட்டையே பின்பற்ற வேண்டும் என்பது என்னுடைய ஆசை.

உணவு தேடும் முயற்சியிலே மைனா தனது சொந்த இனத்திற்கு யாதொரு கொடுமையும் இழைப்பதில்லை; பூச்சி, புழுக்களின் இனங்களுக்கே அது கொடுமை செய்கிறது. மனிதன் தனது உணவுத் தேட்ட முயற்சியிலே மற்ற இனங்களுக்குக் கொடுமை செய்வதோடு தன் இனத்திற்கும் கொடுமை சூழ்கின்றன. அந்த வகையில் அவன் மைனாவுக்கும் ஒருபடி தாழ்ந்து விடுகின்றன என்று சொல்லத் தோன்றுகிறது.

மனிதன் தனக்குள்ள அறிவாற்றலின் உதவியால் கொடுமை தவிர்த்து வாழ முடியும். தேன் சிட்டின் வாழ்க்கையைக் கடைப்பிடிப்பது அவனுக்கு அரிதல்ல. அவனுடைய அறிவு அதற்கு வேண்டிய வழிகளை நிச்சயமாக வகுக்கும். அன்பிலே தோய்ந்த பரந்த மனப்பான்மையும், தேன் சிட்டையே பின்பற்ற வேண்டும் என்ற உறுதியுமே தேவை.

எங்கள் சிறிய தோட்டத்திலே தேன் சிட்டைப் பார்க்கும்போதெல்லாம் எனக்கு இந்த எண்ணம் தோன்றுகிறது.

2. ஆமையும் முயலும்

ஆமையும் முயலும் ஓட்டப் பந்தயத்தில் ஈடுபட்ட கதையைத் தெரியாதவர்கள் இருக்கமாட்டார்கள். முயல் வெகு வேகமாகப் பாதித் தொலைவிற்கு ஓடிற்று. ஆமை அதற்குள்ளாகப் பத்தடிகூட நகரவில்லை. அதை அறிந்து இறுமாந்த முயல் கொஞ்ச நேரம் இளைப்பாறிவிட்டுப் போகலாமே என்று செடி மறைவில் படுத்து நன்றாக உறங்கிவிட்டது. உள்ளந் தளராமல் விடா முயற்சியோடு ஊர்ந்து சென்ற ஆமை போட்டியிலே வெற்றி பெற்றது. ஆமையின் வெற்றியைக் கண்டு குழந்தைகளுக்கு மட்டுமல்ல, பெரியவர்களுக்கும் அளவில்லா மகிழ்ச்சி உண்டாகிறது. முயலைப்போல வேகமாகச் செல்லும் நாடுகள் உலகத்திலே பல உண்டு; ஆமைக் கூட்டத்திலே சேர்ந்த நாடுகளும் உண்டு. ஏன், நாடுகள் மட்டுமா இப்படிச் சாதி பிரிகின் றன? மனிதருக்குள்ளேயும் இவ்வாறு இனம் பிரிகின்றவர்கள் இருக்கிறார்கள். சில வகுப்பினர் எப்படியோ முயலின் வேகத்தைப் பெற்று முன்னேறியிருக்கிறார்கள்; சில வகுப்பினர் இப்பொழுதுதான் காலடியெடுத்துவைத்து நகரத் தொடங்கியிருக்கிறார்கள். ஆமைக்குள்ள விடாமுயற்சியும் மனத்திடமும் அவர்களுக்குண்டோ என்னவோ இனிமேல்தான் தெரிய வேண்டும். ஆனால் முயலை வெல்லவேண்டும் என்ற ஆவல் மட்டும் இருக்கிறது. இந்த ஆவல் ஆத்திரமாகவும் வெறியாகவுங்கூட மாறுவதுண்டு.

உலகத்தை நாம் நடுநிலைமையோடு நோக் கினாள் பலவேறு நாடுகளிலும், பலவேறு இனங்களிலும் இந்த இரண்டு சாதிகளினிடையே இன்று ஓயாத போட்டியிருப்பதை உணர-

லாம்.

வேகத்திலே பித்துக் கொண்டவர்கள் உண்டு. ஒலியின் வேகத்தை முந்திக்கொண்டு பாய்ந்து செல்லக்கூடிய விமானங்கள், படைக்கலங்கள் தோன்றிவிட்டன. அவற்றைக் கண்டுகூட அவர்கள் பித்தம் தெளியவில்லை. அவற்றைவிட வேகமாகச் செல்ல வேண்டுமென்று அவர்கள் ஆசைப்படுகிறார்கள். வேகமே ஒரு வெறியாகி விடுகிறது.

ஒரே இடத்தில் நிலையாக அமர்ந்துகொண்டு அல்லது மெதுவாகத் தனிவழியில் சென்றுகொண்டு ஏதாவது ஒரு நல்ல கவிதையைப் படித்து அதன் கற்பனையோடு எனது உள்ளத்தையும் வேகமாக வானிலே பறக்கவிடுவதில் எனக்கு அடங்காத ஆசை யுண்டு. அந்த ஆசையால் மனோவேகங்கூடச் சில சமயங்களிலே எனக்கு ஆமை நடைபோலத் தோன்றும்.

"அரிய செயல்களைச் செய்து சாதிக்கக்கூடிய மனத்திடன் பெற்றவர்கள் செயலிலே ஈடுபடுகிறார்கள்; அப்படிப்பட்ட மனத்திடன் இல்லாதவர்களும் தன்னம்பிக்கை யற்றவர்களும் அவற்றைச் செய்து முடிப்பதாக மனக்கோட்டை கட்டிக் கொண்டு உளநிறைவு பெறுகிறார்கள்'' என்று உளவியல் கூறுகிறது. ஆனால் மனக்கோட்டை கட்டு வதை நான் இங்கு குறிப்பிடவில்லை; கற்பனைத் திறனையே நான் உள்ளத்திற்கொண்டு பேசுகிறேன். எவ்விதமான மனக்கோட்டை கட்டுகிறவனும் அதற்குத் தன்னையே நாயகனாகக் கொள்ளுகிறான். வாழ்க்கை யிலே தன்னால் சாதித்துக்கொள்ள முடியாத இச்சை களை அவன் தன் ஆகாயக் கோட்டையிலே அனுபவித்து ஒருவிதமான உளநிறைவு பெறுகிறான். இவ்வித மனக்கோட்டை வேறு, கற்பனை வேறு. கற்பனை யிலே கற்பனை செய்பவனே நாயகனாக இருக்க வேண்டுமென்பதில்லை. இன்றிருப்பதைவிட இன்னும் சிறந்த அழகும், இன்பமும், உயர்வும் உலகத்திலே கண்டாகவேண்டுமென்று ஏங்கித் தவிக்கும் கற்பனையையே நான் கருத்திற்கொண்டுள்ளேன். அத்தகைய கற்பனையில்லாதவிடத்து அரிய பெரிய செயல்களைக் காண முடியாது. செயலிலே ஈடுபடுகிற வனுக்கும் கற்பனை இருக்கவேண்டும். கவிஞர்களும் கலைஞர் களும் சிந்தனையாளர்களும் தமது கற்பனைத் திறனால் ஒரு புதிய இன்ப உலகத்தை நமக்குக் காட்ட வேண்டும். அப்பொழுதுதான் முன்னேற்றம் சாத்தியமாகும்.

கவிஞனை மனத் திடனில்லாதவனேன்று தன்னம்பிக்கையற்றவனென்றே கூற முடியாது. "வண்மை யில்லையோர் வறுமையின்மையால்..... உண்மை யில்லை பொய்யுரையிலாமையால்'' என்று கற்பனை செய்வதற்கு எவ்வளவு மனத்திடனும் துணிச்சலும் வேண்டும்!

எண்ணிப் பார்த்தால் ஒவ்வொரு மனிதனும் ஒரு வகையில் முயலாக இருப்பான்; வேறொரு வகையில் ஆமையாகிவிடுவான். எனது நண்பன் வீராசாமி பேசத் தொடங்கினால் நயாகரா அருவி தோற்றுப் போகும். உலகமே அதிரும்படி அவன் வேகமாகப் பேசுவான்; செய்கைக்கு வரும்போது ஆமையின் வேகத்தை அவனால் எட்டிப் பிடிக்க முடியாது. அதனால் நான் அவனை இழிவாகக் கருதுவதில்லை. அவனுடைய பேச்சில் வேகம் ஆயிரம் பேரைச் செயலிலே தூண்டுகிறது. அது பெரிய சாதனையல் லவா?

வேகமாகச் செயலிலே ஈடுபடுகின்றவர்களும் உள்ளத்திலே பதட்டமில்லாது அமைதியாக இருக்க வேண்டும் என்று நமது நூல்கள் கூறுகின்றன. கண் தெறிக்கும் வேகத்திலேயும் ஆழ்ந்த அமைதியைக் காணவேண்டும். முயலுக்குள்ளே ஆமையையும், ஆமைக்குள்ளே முயலையும் கண்டவன் வாழ்க்கையின் இரகசியத்தைக் கண்டவனாகிறான் என்று கூறும்

போது அது ஒரு புதிர்போலத் தோன்றினலும் உண்மையான வாக்கு. வேகமாகச் சுற்றும் பம்பரம் ஓரிடத்திலே அசையாது நிற்கிறது; 'பம்பரம் தூங்குகிறது' என்று கூறுகிறோம். "அந்தப் பம்பரத்தின் தூக்கம் நமக்கு வாய்க்கவேண்டும். அந்தப் பம்பரத்தைப்போல நாம் சும்மா இருப்பதே சுகம்" என்று ஞானிகள் கூறுகிறார்கள். அண்டங்களையெல்லாம் படைத்தும் காத்தும் அழித்தும் அளவில்லாத தொழில் புரியும் இறைவன் சாந்திமயமானயோகத் திலிருக்கிறான். அவனுடைய ஆனந்த நடனம் செயலையும் சாந்தியையும் ஒருங்கே காட்டுகின்றது. வேகத்திற்கும் அதே வேளையில் அமைதிக்கும் அந்த நடனம் சின்னமாக விளங்குகின்றது. ஆமை முயல் கதையில் தொடங்கி நான் எங் கேயோ பறந்துவிட்டேன். ஆமைபோல அசைவற்றுக் கிடக்க விரும்பும் நான் மனத்திலே எப்படியெல்லாம் வேகமாகப் பறக்க விரும்புகிறேன் என்பதை இதிலிருந்து நீங்கள் கண்டுகொள்ளலாம். ஆனால் தத்துவ விசாரணை செய்வது இங்கு எனது நோக்கமல்ல.

வேகம் மிகுந்த முயலை ஊர்ந்து அசையும் ஆமை வெல்லவேண்டும் என்று உலகம் ஆசைப்படுகிறது. இல்லாவிட்டால் இந்த ஆமை முயல் போட்டிக் கதையிலே மக்களுக்கு நிரந்தரமாக இத்தனை இன்பம் பிறக்காது. ஊர்ந்து செல்லும் பிராணி ஓட்டம் மிகுந்த பிராணியை வெல்லவேண்டும் என்று மக்களின் உள்ளத்திலே பரிவு சுரக்கின்றது. இந்தப் பரிவு நிலைத்திருக்கும் வரையில் மனித இனத்திற்கு உய்வுண்டு என்பது எனது திடமான நம்பிக்கை. ஆமை முயலை வெல்லக்கூட வேண்டாம்; முயலோடு கூடவே செல்லவாவது உதவலாம் என்ற பரிவு எல்லோருடைய உள்ளத்திலும் தழைக்கவேண்டும். அப்பரிவு தழைத்திடும்போது போட்டி தானாகவே மறைந்துவிடும். முயல் தன் முதுகிலேயே ஆமையைச் சுமந்து செல்லவும் பரிவோடு முன்வரும்போது போட்டி ஏது? போட்டியில்லாது, அனைவரையும் உடன்கூட்டிச் செல்லவேண்டுமென்ற பரிவுடைய மனப்பான்மை ஓங்கவேண்டும். ஆமை முயல் கதையை நினைக்கும்பொழுதெல்லாம் எனக்கு இந்த ஆசை உண்டாகிறது. ஆமையிடம் மக்கள் காட்டும் பரிவைபுணர்ந்துநம்பிக்கையும் கூடவேபிறக்கின்றது.

3. காலச் சக்கரம்

காலச் சக்கரம் சுழல்கிறது. ஓயாத சுழற்சி ஓயாத முன்னேற்றம். சக்கரம் உருண்டுகொண்டே இருக்கிறது.

காலச் சக்கரம் என்று சுழல ஆரம்பித்தது: எங்கே தொடங்கியது? எங்கே, எப்பொழுது நிற்க போகிறது?-யாரும் திட்டமாகக் கூற முடியாது.

என்றே அது உருண்டோட ஆரம்பித்தது: எங்கேயோ அது தனது பயணத்தைத் தொடங்கியது; போய்க்கொண்டே இருக்கிறது. ஓய்வில்லை: தயக்கமில்லை; உறக்கமில்லை; பின்நோக்கிப் பார்ப்பு தில்லை; ஒரே சீரான ஓட்டம்; ஒரே திசையை நோக்கிப் பிரயாணம்.

காலச் சக்கரத்திற்குப் பின்னோட்டமில்லை; முன்னோட்டமே உண்டு. பின்னோட்டத்தை அது பழக வில்லை. அதை அதற்குப் பழக்குவோரும் இல்லையோ?

எண்ணெய் ஆட்டும் செக்கிலே பூட்டிய மாடு சுற்றிச் சுற்றி ஒரே வட்டத்தில் சுழன்று வந்து கொண்டிருக்கிறது. கிணற்றிலே தண்ணீர் இறைப் பதற்குக் கமலையிலே பூட்டிய மாடு

முன்னும் பின்னுமாக ஒரே இடத்தில் போய்க்கொண்டிருக்கிறது. காலச் சக்கரத்தின் போக்கு இவைகளைப் போல் அல்ல. அது முன்னேறிக்கொண்டே இருக்கிறது. ஒரு முறை அடி-யெடுத்து வைத்த பாதையை அது மறுபடியும் கண்ணெடுத்துப் பார்ப்பதே இல்லை. காலச் சக்கரத்தின் சுழற்சியிலே அதன் அடியிலே வீழ்ந்து எத்தனை எத்தனை உயிர்கள் அழிந்து-விட்டன! எத்தனை எத்தனை நாகரிகங்கள் நசுங்கிவிட்டன! எத்தனை எத்தனை கலைகள், எத்தனை எத்தனை சாஸ்திரங்கள், எத்தனை எத்தனை காவியங்கள் மறைந்து விட்டன!

காலச் சக்கரத்தில் சிக்காத கலை இல்லை; கவிதை இல்லை; சமூகமில்லை; நாக-ரிகமில்லை. உலுத்துப் போனவை யெல்லாம், வலுவற்றவை யெல்லாம் அதன் அடியிலே நொறுங்கிப் போகும்; மங்காத ஜீவனுள்ளவை உரம் பெற்று நிமிர்ந்தோங்கும்; காலச் சக்க-ரத்தையே அனுயாசமாகச் சிங்க நோக்கு நோக்கி நிற்கும்.

காலச் சக்கரம் அதைப் பொருட்படுத்து வதில்லை. காலில் விழுந்து நொறுங்குவதும், காலுக்கு அகப்படாது தலை நிமிர்ந்து நிற்பதும் அதற்கு ஒன்றுதான். அவை இரண்டையும் ஒரே நோக்கோடு பார்த்துக் கொண்டு காலச்சக்கரம் போகிறது. கண்ணை மூடிக் கொண்டு போகிறது என்றுகூடச் சொல்லலாம்.

காலச் சக்கரம் சிறந்த நீதிபதி; தாட்சண்ணிய மற்றது; விருப்புவெறுப்பற்றது. உண்மை-யான தீர்ப்பே அதன் ஓட்டம்.

காலச் சக்கரம் எத்தனை வாழ்வைப் பார்த்திருக் கிறது! எத்தனை போரைப் பார்த்திருக்-கிறது!அவற்றிற்கெல்லாம் அது மோனச் சான்று. வாழ்வின் இன்பத் துளிகளையும், போரின் துன்பக் கண்ணீரை யும் அது ஒரே மனப்பாங்குடன் ஏற்றுக்கொண்டு உருளுகின்றது. அதன் உள்ளத்திலே கருணை யில்லையா? உணர்ச்சியே இல்லையா? அதன் உள்ளம் வெறும் கருங்கல்லா?

காதலின் உயர்வைக் காலச் சக்கரம் பார்த்திருக் றது; காமத்தின் இழிவையும் அது பார்த்-திருக்கிறது. இராவணனுடைய காமத்தீ அரக்கர் குலத்தைச் சுட்டெரித்தது காலச் சக்கரத்திற்-குத் தெரியும்; ஷாஜஹானின் உயிர்க் காதல் கலைமணியான தாஜ்மஹாலாக வடிவம் பெற்-றதும் அதற்குத் தெரியும். அன்பு, கருணை முதலிய உயர்ந்த உணர்ச்சிகளின் அருஞ்செயல், பொறாமை, கோபம் முதலிய இழிந்த உணர்ச்சிகளின் கொடுமை ஆகிய அனைத்தையும் காலச் சக்கரம் கண்டிருக்கிறது. எல்லா வற்றையும் பார்த்துக்கொண்டு அது மௌனமாகப் போய்க்கொண்டே இருக்கிறது. அதன் மௌனத்தின் பொருளைக் காண்பவர்கள் அருமை-யிலும் அருமை. அப்படிக் காண்பவர்களே பாக்கியவான்கள். அவர்களுக்கே காலச் சக்க-ரம் வந்த வழி தோன்றுகிறது. அது செல்லும் பாதையும் தோன்றுகிறது. காலச் சக்கரத்தில் கட்டுண்ணாம்மல் தனித்து அப்பால் நின்று சிருஷ்டியின் விளையாட்டைப் பார்க்க அவர்க-ளுக்கே இயலும். மற்றவர்களெல்லாம் காலச் சககரத்தில் கட்டுண்டவர்களே.

காலச் சக்கரம் என்று தேய்ந்து விழும்? அதன் ஓட்டம் என்று ஓயும்? கற்பனை செய்-யவே முடிய வில்லை. அதன் ஆரக்கால்களின் ஆணிக் குமிழ்களே இன்னும் தேயவில்லை. அப்படியிருக்கக் காலச்சக்கரம் எப்பொழுது தேயப் போகிறது? அது தேயவே தேயாதா? அதன் வட்டைக்குத் தேய்ணெபதே இல்லையா?

நாழிகை அழியும்; நாள் அழியும்; கோள் அழியும். ஆனால் காலச் சக்கரம் அழியாது.

காலச் சக்கரம் அழியாதென்றால் அது கடவு ளோடு ஒன்றா? கடவுள் ஒருவர்தானே அழிவற்றவர்? காலச் சக்கரமும் கடவுளும் ஒன்றாம்? இல்லை இல்லை. காலச் சக்கரம் கடவுளின் ஊர்தி. அவர் காலத்தை வென்றவர்; காலத்துக்குக் காலன். அவர் அதிலேறிப் படைப்பு விளையாட்டில் மகிழலாம்; அதையே அழித்துவிட்டு ஆழ்ந்த அமைதியில் சாந்தி பெற்றிருக்கலாம். அவரை அடைந்த அன்பர்களும் அவ்வாறிருக்கலாம்.

4. உள்ளத்தின் விரிவு

நிலைமைக்குத் தக்கவாறு உள்ளம் விரிவடை வேண்டும். இல்லாவிட்டால் மனித இனம் நிலைப் பெற்று வாழ முடியாது.

ஆயிரம் ஆயிரம் ஆண்டுகளுக்கு முன்னாலே சிக விநோதமான உயிர்ப் பிராணிகள் இந்த உலகத்திலே வாழ்ந்து வந்தன. மாறுகின்ற உலக நிலைமைக்கு ஏற்றவாறு அவைகளால் தம்மை மாற்றி அமைத்துக கொள்ள முடியாமற் போனதால் அவை பூண்டோடு அழிந்து போயின. மண்ணிற் புதைந்து கிடந்த அவற்றின் எலும்புக் கூடுகள் சிலவற்றைக் கண்ட பிறகே அவ்வாறான உயிரினங்கள் இருந்தனவென்று மனிதனுக்குத் தெரியவந்தது.

அந்தப் பிராணிகளுக்கு ஏற்பட்ட கதி அவற் றிற்கு மட்டும் தனிப்பட்டதல்ல. அது பொதுவான நியதி. நிலைமைக்கு ஏற்றவாறு தம்மை அமைத்துக் கொள்ளத் தெரியாத எல்லா உயிரினங்களுக்கும் அதே கதிதான் நேரும்; மனிதனும் இந்த நியதிக்கு விலக்கல்ல.

இது அணுகுண்டு யுகம். அணுகுண்டையும் பின்னால் தள்ளிவிட்டு ஹைடிரஜன் குண்டு தோன்றி யிருக்கிறது. அதைவிடக் கொடிய படைகளையும் உண்டாக்க முயற்சிகள் நடந்து கொண்டிருக்கின்றன. இந்த நிலையிலே மனிதன் பழைய பத்தாம்பசலியாக இருக்க முடியாது. அவன் உள்ளம் புதிய நிலைமையைச் சமாளிக்கக்கூடிய வகையில் மாறவேண்டும்.

அணுகுண்டு யுகத்திலே போர் ஏற்படுமானால் மானிட சாதியே அழிந்து போகும். இரண்டாம் உலக யுத்தத்திலே மாண்டு போன மக்களைவிட அதிகம் பேரை இன்று ஒரே நாளில் வீட்டிலிருந்த படியே அணுகுண்டை ஏவி மடித்துவிடலாம்; பெரிய பெரிய நகரங்களெல்லாம் இருந்த இடம் தெரியாமல் மறைந்து போகும்படி ஒரு நாழிகையிலே செய்து விடலாம். வல்லரசுகளின் கையிலே இன்றைக்கிருக்கிற அனுப்படைகளே உலகத்தைத் தூளாக்கப் போதும். அதனால்தான் இனிமேல் போர் ஏற்படக் கூடாது என்கிறேன்.

போரை ஒழிப்பதற்கு என்ன செய்யவேண்டும்? அதற்குத்தான் நமது உள்ளம் மாறவேண்டும், விரிய வேண்டும், புதிய நிலைமைக்கு ஏற்றவாறு அமைய வேண்டும்.

உள்ளம் மாறவேண்டும் என்று கூறுவதைவிட உள்ளம் விரியவேண்டும் என்று கூறுவது மிகவும் பொருத்தமாக இருக்கும்.

ஆதி மனிதன் பெரும்பாலும் விலங்குகளைப் போலத் தன்னைப்பற்றியே நினைத்துக் கொண்டிருந் தான். தனது இன்பம், தனது வயிறு-இவற்றிலேயே அவனுக்கு நாட்டம். ஆனால் நாளடைவிலே அவனுடைய எண்ணம் கொஞ்சங் கொஞ்சமாக விரியத் தொடங்கியது. மனைவி, மக்கள், குடும்பம், கூட்டம், ஊர், நாடு என்றிப்படி அவன் எண்ணமிடத் தொடங்கினான். அவனுடைய உள்ளம் அந்த அளவுக்கு விரிந்து கொண்டே வந்தது. மனி-

தன் தான் பிறந்த நாட்டைத் தாய்நாடு என்று போற்றத் தொடங்கினான். அங்கு வாழ்பவர்களெல்லாம் தன்னுடன் பிறந்தோர் என்று பேசிப் பெருமை கொண்டான். அவர்கள் எல்லோரும் இன்புற்றிருக்க வேண்டும் என்று ஆசை கொண்டான். அவர்களுக்காகத் தேவைப்படும்போது தன்னையும் தியாகஞ் செய்ய மார் தட்டி முன் வந்தான். மனிதனுடைய உள்ளத்தின் விரிவு இன்று பெரும்பாலும் நாட் டோடு நின்றிருக்கிறது என்று கூறலாம்.

அணுகுண்டு யுகத்திலே அப்படி நாட்டோடு உள்ளத்தின் விரிவு நின்றுவிடுவது சரிப்படாது. மானிட சாதி அழியாது நிலைக்க வேண்டுமானால் மேலும் உள்ளம் விரியவேண்டும். உலகமே ஒரு குடும்பம், உலக மக்கள் எல்லோரும் உடன் பிறந்தவர்கள் என்கிற எண்ணம் உண்டாக வேண்டும். 'யாதும் ஊரே யாவரும் கேளிர்' என்ற உணர்ச்சி நிலைபெறவேண்டும். யாரோ சில கவிஞர் கள் அல்லது சான்றோர்கள் மட்டும் அப்படி நினைத்தால் போதாது; மனித இனமே அப்படி நினைக்க வேண்டும்.

அதற்கு முதற்படியாக எல்லா மக்களும் சுதந்தரமாக வாழ்ந்து தங்கள் திறமைகளை வளர்க்க வசதி செய்யவேண்டும்; அடிமை நாடு, ஆளும் நாடு என்ற பிரிவே இருக்கக்கூடாது. நிறம், மதம், சாதி என்ற வகையிலே பிரிவினைகளும் ஏற்றத்தாழ்வு களும் முற்றிலும் மறையவேண்டும். உலகத்தின் ஒரு மூலையிலே ஒருவனுக்குத் துன்பமேற்பட்டால் மற்றொரு மூலையிலே இருப்பவனுக்கு இயல்பாகவே பரிவு ஏற்படவேண்டும். 'என்னைப்போன்ற ஒருவன் என்னுடன் பிறந்தவன் அங்கே துன்புறுகிறானே, அந்தத் துன்பத்தை நீக்க நான் வழி காணவேண்டும்' என்ற எண்ணம் இயல்பாக உண்டாகுமாறு மனிதனுடைய உள்ளம் விரிவடைய வேண்டும்.

இது ஒன்றே மானிட சாதியை இன்று அழியாது காக்கக்கூடிய சக்தியாகும். "வாடிய பயிரைக் கண்ட போதெல்லாம் வாடினேன்" என்று இராமலிங்க சுவாமிகள் மனமுருகிப் பாடினார். பயிர் வாடுவதைக் கண்டால் அவருடைய உள்ளம் வாடிறறு. ஒரு மண்கட்டியின் உருவத்தை யாராவது காலால் மிதித்துச் சிதைத்துவிட்டால் அதைக்கூட அவரால் சகிக்க முடியவில்லையாம். அப்படி அந்த அடிகளாருடைய உள்ளம் விரிவடைந்து பயிர்களுக்கும், உயிரே இல்லாத மண்கட்டிக்கும் பரிவு காட்டியது.

மனித உள்ளம் எந்தப் பேரெல்லைக்கு விரியக் கூடும் என்பதைச் சான்றோர்களின் வாழ்க்கையிலிருந்து அறிகிறோம். அந்த அளவு ஒவ்வொரு மனிதனுக்கும் எட்டாததாக இருந்தாலும் மனித இனத்தை வேறுபாடின்றி நேசிக்கும் அளவுக்கு அவன் போகலாம். போகவேண்டிய நெருக்கடி இன்று ஏற்பட்டிருக்கிறது. மனிதன் இந்த நிலையிலே எப்படித் தன்னைப் பக்குவப்படுத்திக் கொள்ளுகிறானே அதைப் பொறுத்திருக்கிறது அவனுடைய இனத்தின் எதிர்காலம்,

5. முருங்கைமர வேதாளம்

விக்கிரமாதித்தன் கதை என்று கேள்வி பட்டிருக்கிறீர்களா? அதை முப்பத்திரண்டு பதுமை: கதை என்றும் சொல்லுவார்கள். விக்கிரமாதித்தன் வீற்றிருந்த உயர்ந்த அரியணையின் படிகளிலே முப்பத்திரண்டு அழகான கன்னிப் பதுமைகள்: இருந்தனவாம். பிற்காலத்திலே போஜன் என்னும் பேரரசனுக்கு இந்த அரியணை ஒரு கம்புக் கொல்லையிலிருந்து கிடைத்-

ததாம். அவ்ன் பெரிதும் மகிழ்ச்சியடைந்து. அதைத் தனது அரியணையாகக் கொள்ளக் கருதினான். தனது கொலுமண்டபத்திலே அதை அமைத்து மங்களமான ஒரு நல்வேளையிலே அதில் அமர நினைத்து முதற்படியில் காலெடுத்து வைத்த போது அந்த முப்பத்திரண்டு பதுமைகளும் கலீரென்று நகைத்தனவாம். போஜன் திடுக்கிட்டு நின்று அந்தப் பதுமைகளைப் பார்த்து அவைகளின் சிரிப்புக்குக் காரணமென்னவென்று கேட்டான். அப்பொழுது ஒவ்வொரு நாளுக்கு ஒவ்வொரு பதுமையாக விக்கிரமாதித்தனுடைய உயர்ந்த பண்புகளையும் அறிவு நுட்பத்தையும் எடுத்துக் கூறிற்றும்.

பதுமைகள் கூறிய கதைகளிலே விக்கிரமாதித்த னுடைய அறிவு நுட்பத்தைச் சோதித்த வேதாளம் ஒன்று கேட்ட சிக்கலான கேள்விகளும் அவற்றிற்கு விக்கிரமாதித்தன் அளித்த விடைகளும் அடங்கி யிருக்கின்றன. ஒரு முனிவருடைய வேண்டுகோளின் படி விக்கிரமாதித்தன் முருங்கை மரமொன்றில் தலைகீழாகத் தொங்கிக் கொண்டிருந்த அந்த வேதாளத்தைக் கட்டித் தூக்கிக்கொண்டு வருவானாம். வேதாளம் ஒரு சிக்கலான புதிர்க்கதையொன்றைச் சொல்லி அதை விடுவிக்கும்படி அவனிடம் கேட்குமாம். அவன் தகுந்த விடை கூறுவதைக் கேட்டுக் கொண்டே அந்த வேதாளம் எப்படியோ தந்திரமாகக் கட்டவிழ்த்துக்கொண்டு ஓடிப் போய் முன்னிருந்தவாறே முருங்கை மரத்தில் ஏறிக்கொள்ளுமாம். இந்தக் கதையிலிருந்துதான், "பழையபடி வேதாளம் முருக்கமர மேறிக் கொண்டது" என்ற வாக்கியம் தோன்றியிருக்கிறது. பொதுவாக அனைவருக்கும் ஒவ்வாத ஏதாவதொரு எண்ணத்தையோ செயலையோ மறுபடியும் மறு படியும் விடாது கடைப்பிடிக்கிறவனைப் பார்த்து அப்படிச் சொல்வதுண்டு.

விக்கிரமாதித்தன் பிடித்துவர முயன்ற வேதா ளத்தைப் போல எத்தனையோ வேதாளங்கள் இன்றும் இருக்கின்றன. மனிதன் அவற்றைக் கட்டிப் பிடித்து அடக்க எவ்வளவு முயன்றாலும், கொஞ்சம் ஏமாந்தால் அவை தப்பித்துக்கொண்டு போய் விடும்; பழையபடி முருக்க மரம் ஏறிக்கொள்ளும்.

இந்த வேதாளங்கள் வேறெங்குமில்லை. மனித னுடைய உள்ளத்துக்குள்ளேயே இருக்கின்றன. மனிதன் தன்னுடைய நல்லுணர்வினாலே அவற்றைக் கட்டிப்பிடித்து அடக்கி ஆள முயல்கிறான்; ஆனால் அவனுடைய பிடி பல சமயங்களில் தளர்ந்து போகிறது; அந்தச் சமயம் பார்த்து வேதாளங்கள் யதேச்சையடைத்து மனிதனுடைய தலைமேலேறிக்கொண்டு கூத்தாடத் தொடங்கிவிடுகின்றன.

தன்னலம் என்கிற வேதாளந்தான் இந்தக் கூட்டத்திற்கே தலைமை வகிப்பது. அதனுடைய ஆதிக்கத்திலே மனிதன் படுகின்ற தொல்லைகள் கொஞ்சமல்ல. மனிதனுடைய தொல்லைகளுக்கெல்லாம் அடிப்படைக் காரணம் அதனுடைய வேலை தான் என்றுகூடச் சொல்லலாம். அந்த தன்னல வேதாளத்திற்குப் பக்கபலமாக இருப்பவைகள் போர், பகைமை, வெறுப்பு, பொறாமை முதலிய வேதாளங்கள். இவற்றைத் தன்னலத்தின் குழந்தைகள் என்றே சொல்லவேண்டும். மனிதன் இவைகளுக்கு இடங்கொடுப்பதாலேயே உலகத்தில் துன்பம் இன்னும் நிலவிக் கொண்டிருக்கிறது.

உலகத்திலே பல பெரிய மகான்கள் தோன்றியிருக்கிறார்கள். அவர்கள் மனித சாதியின் நன்மைக்காகப் பல அரிய உபதேசங்களை அருளியிருக்கிறார்கள் . அன்பு, சத்தியம், அஹிம்சை ஆகியவற்றை அடிப்படையாகக் கொண்டு வாழ்வோமானால் உலகத்தில் துன்-

பமே இராது. உலகம் கந்தர்வ லோகம் போல இன்ப நாடாகிவிடும் என்று அவர்கள் நமக்கு நன்கு எடுத்துக்காட்டியிருக்கிறார்கள். புத்தர், இயேசு கிறிஸ்து, காந்தியடிகள், அப்பர் சுவாமிகள், இராம கிருஷ்ண பரமஹம்சர், இராமலிங்க சுவாமிகள் முதலியோர், "ஆருயிர்களுக்கெல்லாம் அன்பு செயல் வேண்டும், அன்பு செயல் வேண்டும்" என்று வற்புறுத்தி முழங்கியிருக்கிறார்கள். "அன்பே இறை வனின் வடிவம்; அன்பின் மூலமாகவே இறைவனை எளிதில் அடையலாம்" என்று நாயன்மார்களும், ஆழ்வார்களும் போதித்திருக்கிறார்கள். 'அன்பே சிவம்' என்றார் திருமூலர். அன்பின் வழியது உயிர் நிலை என்றார் திருவள்ளுவர். அன்பு, வாய்மை, கொல்லாமை ஆகியவற்றோடு அருளுடைமை இன்ன செய்யாமை என்பவற்றின் பெருமையையும் திருவள்ளுவர் மிக அழகாக எடுத்துக் கூறியிருக்கிறார். இவற்றைப் பற்றிய ஐந்து அதிகாரங்களே உலகத்தின் பொது மறையாகத் திகழ்வதற்குப் போதுமானவை. உலகத்தை இன்ப வீடாக்குவதற்கு வள்ளுவம் இவற்றின் மூலம் தெளிவாக வழி வகுத்துள்ளது. 'யாதும் ஊரே யாவரும் கேளிர்' என்ற உள்ளப் பான்மையோடு வாழ்ந்தால் கவலையற்ற வாழ்வு கிடைக்கும் என்று சங்க காலத்துக் கவிஞர் குறிப்பாக எடுத்துக் காட்டியிருக்கிறார்.

இவற்றையெல்லாம் எண்ணிப் பார்க்கும்போது மனிதனுடைய உள்ளம் உயர்வடைகிறது. தன்னலம் முதலான வேதாளங்களைக் கட்டிப்பிடித்து அடக்கியொடுக்க வேண்டுமென்ற உணர்வு பிறக்கின்றது. போர் வேண்டாம், அனைவரும் உடன்பிறந்தார் போல வாழலாம் என்ற ஆர்வம் உண்டாகிறது. ஆனால் மனிதன் எப்பொழுதுமே எச்சரிக்கையாக இருப்பதில்லை. தனது பிடியைத் தளர்த்திவிடுகிறான். அவனுடைய அறிவு கொஞ்சம் உறங்கி விடுகிறது. வேதாளங்கள் பழையபடி முருக்க மரத்தின்மேல் ஏறிக்கொள்ளுகின்றன. சாதி, சமயம், நாடு, நிறம் என்றெல்லா, எத்தனை எத்தனையோ குறுகிய வரம்பிட்டு மானிட சாதி சிதறுண்டு தன்னல ஆதிக்கத்தால் மயங்கி விடுகின்றது. அம்மயக்கத்தின் விளைவாகப் போல் தாண்டவமாடுகின்றது; துன்பம் தலை விரித்தாடு கின்றது. மனிதன் விலங்காகிவிடுகிறான். அவனுடைய அன்பு, இரக்கம், அருள் போன்ற மென்மை உணர்ச்சிகள் மறைந்து விலங்கு உணர்ச்சிகள் மேலோங்கிவிடுகின்றன. அவன் கீழ்த் தர விலங்கி லிருந்து பரிணாமக்கிரமத்திலே தோன்றியவன் என்பதற்கு அத்தாட்சியாக அவனுக்கு உருவம் வேறு பட்டிருந்தாலும், இன்னும் விலங்குக் குணங்கள் இருக்கின்றன என்று காண்பிப்பதுபோல அந்த உணர்ச்சிகள் ஆதிக்கம் பெற்று அவனை விலங்காக்கிப் பேயாட்டம் ஆடுகின்றன.

உலகமே நடுங்கும்படியாக ஒரு பெரும்போர் 1914-ஆம் ஆண்டில் தொடங்கியது. அதனால் உண்டான துன்பங்களைக் கண்டபோது, 'இனிப் போரே வேண்டாம்; போர் ஒழிக' என்று மனிதன் முழங்கினான். ஆனால் அந்த நல்லெண்ணம் நெடுநாள் நீடித்திருக்கவில்லை. மனிதன் அதனை மறந்துவிட்டான். மறுபடியும் ஒரு பெரும்போர் முன்னதைவிடக் கொடுமை நிறைந்ததாகத் தோன்றி உலகத்தை ஆட்டியது. அழிவுப் படைகள் பயங்கரமாகப் பெருகின. உலகத்தையே அழிக்கக்கூடிய வல்லமையோடு அனுப்படையும் ஹைடிரஜன் படையும் தோன்றிவிட்டன. இனிமேல் போர் வந்தால் உலகமே அழிந்து போகும். மனித வருக்கமே வேரற்றுப் போகும் என்ற நிலைமை ஏற்பட்டு விட்டது.

இந்த நிலையிலும் மனிதன் விழித்துக் கொள்ளாவிட்டால் அவனுக்கு உய்வில்லை. மனிதன் தனது அறிவின் திறத்தைப் பற்றிப் பெருமைப்படு கிறான்; அவன் அடைந்துள்ள முன்னேற்றத்தைக் கண்டு கருவங் கொள்ளுகிறான். ஆனால் உண்மையான முன்னேற்றம் மனி-

தனுடைய விலங்குணர்ச்சிகளைக் கட்டுப்படுத்துவதில் இருக்கின்றது. விலங்குணர்ச்சிகளைத் தேவ உணர்ச்சிகளாக மாற்றவேண்டும். அன்பு, அருள் ஆகிய மென்மையுணர்ச்சிகள் ஆட்சி புரியவேண்டும். அதுவே நிலையான இன்பத்திற்கு வழி கோலும் முன்னேற்றம்.

அனுப் படையின் வலிமையைப் பெருக்கிக் கொண்டே போனால் மனித சாதிக்கு முடிவு ஏற்பட்டு விடும் என்று சிறந்த சிந்தனையாளர் பலர் எச்சரிக்கை செய்திருக்கிறார்கள். அதை நினைத்தாவது மனிதன் விழிப்படைய வேண்டும்; தன்னலம் முதலிய வேதாளங்களைக் கட்டிப்பிடித்து அடக்கி ஆள வேண்டும். விக்கிரமாதித்தனைப் போல அந்த முயற்சியிலே விடாப்பிடியாக நிற்க வேண்டும். விக்கிரமாதித்தன் தனது திறமையாலும் முயற்சியாலும் விக்கிரம சகாப்தம் என்ற ஒரு புதிய சகாப்தத்தையே உண்டு பண்ணக்கூடிய தகுதி பெற்றான். நாமும் நமது உயர்ந்த உணர்ச்சிகளை மேலோங்கி நிற்கச் செய்யும் முயற்சியில் வெற்றி. பெற்றால் இன்ப வாழ்க்கையாகிய புதிய சகாப்தத்தை உலகம் முழுவதிலும் தோற்றுவிக்க முடியும்.

6. முரண்பாடுகள்

"இந்த உலகம் எல்லா நலன்களையும் பெற்று இன்பமாக இருக்க வேணும்; அதுதான் என்னுடைய ஆசை" என்றார் ஒரு பெரியவர்.

"எதற்காக உலகம் நலமாக இருக்கவேணும்? எல்லா நலன்களும் கிடைத்து இன்பத்தோடிருந்தால் மனிதன் விலங்காகிவிட மாட்டானா?" என்று பதட்டத்தோடுட ஒரு வழுக்கைத் தலையர் கேட்டார்.

தாம் கூறிய இந்தக் கருத்திற்காவது எதிர்ப்போ மாறுபாடோ இராது என்று பெரியவர் எதிர்பார்த் திருந்தார். இதிலும் அவர் ஏமாற்றமடைய நேரிட்டது.

இன்றைய உலகம் முரண்பாடுகள் நிறைந்தது; முற்றிலும் மாறுபட்ட கருத்துக்களிலே நம்பிக்கை கொண்டது. எதை ஒரு பகுதி வேண்டும் என்கிறதோ அதையே மற்றொரு பகுதி வேண்டவே வேண்டாம் என்கிறது. படை வலிமையைப் பெருக்குவதின் மூலமே உலகத்தில் அமைதியை நிலைநாட்ட முடியும் என்பது இன்றைய உலகத்தில் உலவி வரும் ஒரு கருத்து. படைகளையெல்லாம் கடலிலே தூக்கி எறிந்துவிட்டு அஹிம்சை வழியைப் பின்பற்றினால் தான் உலகத்தில் போரின்றி அமைதி நிலவும் என்பது அதற்கு நேர்மாறாக உலவி வரும் மற்றொரு கருத்து. இரண்டு கருத்துக்களையும் தனித்தனியே ஆமோதிக் கின்றவர்களும், வற்புறுத்துகின்றவர்களும் எங்கு மிருக்கிறார்கள். அதேபோல முதலாளித்துவம் பொதுவுடைமை, குடியரசு சர்வாதிகாரம், விடுதலை கட்டுப்பாடு என்று இப்படிப்பட்ட முரண்பட்ட கொள்கைகளையும் அவற்றிற்குத் தனித்தனியேயுள்ள வெறிமிகுந்த ஆதரவுகளையும் எடுத்துக் கூறிக் கொண்டே போகலாம்.

திரைப்படத் தணிக்கையைப்பற்றி நேற்று மாலை நடந்த ஒரு கூட்டத்திற்கு நான் தற்செயலாகப் போக நேர்ந்தது. திரைப்படக் கலை நல்ல முறையில் வளருவதற்குத் தணிக்கை மிகவும் தேவை என்று ஒரு கட்சி அழுத்தம் திருத்தமாகப் பேசிற்று; இக்கலை வளர வேண்டுமானால் தணிக்கை அறவே கூடாது என்று மற்றொரு கட்சி வன்மையாக வற்புறுத்தியது.

இந்தக் கருத்து வேறுபாட்டில் மாட்டிக்கொள்ளக் கூடாதென்று நான் மெதுவாக அங்கிருந்து நழுவி அமைதியை நாடிக் கடற்கரைக்குச் சென்று ஓரிடத்தில் அமர்ந்தேன். மணல் வெளி அசைவற்று அமைதியாக இருந்தது. கடல் அலைகள் ஓய்வின்றி உருண்டு சுருண்டு தரையில் மோதின. நிலத்திற்கும் கடலுக்கு முள்ள முரண்பாட்டைக் கவனிப்பதற்கு முன்பே அருகில் அமர்ந்திருந்த சில இளைஞர்களின் முழக்கம் என் சிந்தனையை வேறெங்கும் செல்லவிடாது தாக்கியது. "பாரத நாடு உலகிற்குத் தந்துள்ள தத்துவ ஞானத்திற்கு இணையே கிடையாது. அதை நான் இமயமலையின் உச்சியிலிருந்து முழங்கவும் பின் வாங்கமாட்டேன்" என்று முழங்கினான் ஒருவன். "என்னடா, உங்கள் தத்துவம்? அதை நம்பி நம்பித் தான் இந்த நாடு கெட்டுக் குட்டிச் சுவராயிற்று கிடைத்த சுதந்திரத்தைக் காக்க இனிமேலாவது அதையெல்லாம் நெருப்பிலே போட்டுவிட்டு மேல் நாடுகளின் வழியைப் பின்பற்ற வேண்டும்" என்று மற்றொருவன் இடியிடித்தான். நான் சட்டென்று எழுந்து வீட்டை நோக்கி ஓடினேன். "ஏண்டா உனக்காக எத்தனை நேரம் காத்திருப்பது? உன்னிடத்திலே ஒரு விஷயத்தைப்பற்றி விவாதித்து முடிவு கட்டலாமென்று ஐந்து மணிக்கே வந்தேன்" என்று என் நண்பன் அறைக்குள்ளிருந்தவாறே வரவேற்றான். "விவாதமா? என்ன விஷயம்?" என்று தயங்கித் தயங்கிக் கேட்டேன். "கவிதைக்கு யாப்பு முதலிய வரம்புகளும் கட்டுப்பாடுகளும் இருக்கக் கூடாது என்பது என்னுடைய கட்சி. நீ அதற்கு மாறான கருத்தைத் தெரிவித்ததாகக் கேள்விப் பட்டேன். அதைப் பற்றித்தான் இப்பொழுது விவாதிக்க வேண்டும்'' என்றான் நண்பன். எங்கு சென்றாலும் இவற்றிற்குத் தப்ப முடியாது என்று எனக்கு அப்பொழுதுதான் விளங்கிற்று.

எனக்கு இந்த மாறுபாடுகளைப்பற்றி அச்சமோ, வெறுப்போ கிடையாது. ஓரளவுக்கு அவற்றை நான் பாராட்டுகிறேன். அவ்ற்றினால்தான் உலகம் சுவை யுடையதாகத் தோன்றுகிறது. இந்த மாறுபாடுகளே வாழ்க்கைக்கு உப்பு. இவையில்லாவிடில் வாழ்க்கை சப்பையாகப் போய்விடும்.

ஆனால் உப்பு அளவுக்கு மீறினால் எல்லாம் கெட்டுப் போகும். சுவை கொடுக்கும் உப்பே உண்டி முழுவதையும் பயனற்றதாகச் செய்துவிடும். இந்த உண்மையை எப்பொழுதும் உள்ளத்தில் கொள்ள வேண்டுமென்பதுதான் என்னுடைய ஆசை

உண்மையையும் பொதுநலத்தையும் உறுதி யான அடிநிலையாகக் கொண்ட எந்த மாறுபட்ட கருத்துக்களையும் பரிவோடு பார்க்கவேண்டும். தன் கொள்கைதான் நூற்றுக்கு நூறு சரியானது; வேறொன்றிலும் உண்மையே இருக்க முடியாது என்ற குருட்டுப் பிடியே தொல்லைகளை விளைவிக்கின்றது. வடிவ கணிதத்திலே மறுக்க முடியாத பல உண்மைகள் வெளியிடப்படுகின்றன. அவற்றிற்குத் தேற்றங்கள் என்று பெயர். சில தேற்றங்கள் எவ்வளவு உண்மையோ அவ்வளவு அவற்றின் மறு தலைகளும் உண்மையாக இருக்கும். எடுத்துக் காட்டாக எளிமையான வடிவ கணித உண்மை ஒன்றை நோக்குவோம்.

ஒரு முக்கோணத்தின் மூன்று பக்கங்களும் ஒன்றுக்கொன்று சமமாக இருந்தால் அதன் கோணங்களும் ஒன்றுக்கொன்று சமமாக இருக்கும். இது தேற்றம். இதன் மறுதலையாவது: ஒரு முக்கோணத்தின் மூன்று கோணங்களும் ஒன்றுக் கொன்று சமமாக இருந்தால் அதன் பக்கங்களும் ஒன்றுக்கொன்று சமமாக இருக்கும். இதுவும் உண்மைதான்.

கருத்துக்களிலும் பல சமயங்களில் இந்த உண்மையைக் காணலாம். முரண்பட்ட கருத்துக் களிலேயும் உண்மை பதுங்கியிருப்பதை உணரலாம். நேர்மையோடும், பொதுநல நோக்கோ-டும், பரந்த மனப்பான்மையோடும் கருத்துக்களையும் பிரச்சினை களையும் ஆராயும் திற-மையை அனைவரும் பெற்று விட்டால் இந்த முரண்பாடுகளால் தீங்கே விளைய முடியாது. ஆனால் ஒவ்வொருவனுக்கும் தன்னைப் பற்றி நம்பிக்கையிருக்கிறது; மற்றவர்களைப்பற்றி ஐயமும் அவநம்பிக்கையும் அச்சமும் முன்னால் நின்று தெளிந்த பார்வையைத் தடுத்துக் கண்ணை மறைக் கின்றன. அதனால் ஒவ்வொருவனும் தன்னுடைய கருத்தைத் தெளிவாக எடுத்துக் கூறுவதையும் செயல் முறையில் நிறைவேற்றுவதையும் பின்னணியில் வைத்து மற்-றவர்களின் நோக்கத்தைப்பற்றி உலகத்திலே அச்சத்தையும் பகைமையையும் வளர்ப் பதையே முதன்மையாகக் கருதத் தொடங்குகிறான். இவ்வாறு அனைவரும் முனைவதினாலே அதுவே நாளடைவில் ஒரு வெறியாகிவிடுகிறது; உண்மை ஆழத்தில் புதைந்து மறைந்துவிடுகிறது.

உலக யுத்தத்தின்போது சிறைப்பட்ட சில ஜெர்மானிய வீரர்களைப் பார்த்து நேசக் கட்சி வீரர்களில் பலர் ஆச்சரியப்பட்டார்களாம். எதனால் ஆச்சரியம் தெரியுமா? ஜெர்மானியரை அவர்கள் மனிதர்களாகப் பார்த்துத்தான் இப்படி ஆச்சரியம், அருகிலே பார்க்கும் வரையில் அவர்களை மனிதத் தன்மையற்ற அரக்கர்களாகவே அவர்கள் எண்ணி யிருந்தார்கள். அப்-படித்தான் அவர்களுக்கு எடுத்துக் கூறி வந்திருக்கிறார்கள்.

இவ்வாறு மக்கள் தாமே கற்பனை செய்து கொண்ட பூதங்களினால் அல்லல்படுகிறார்கள். எல்லா மக்களும் இன்பமெய்தி வாழவேண்டும் என்ற எண்ணம் உண்மையாக இருக்குமானால் முரண்பட்ட கொள்கைகளைப் பற்றி அஞ்சவேண்டியதில்லை. ஒரே சிகரத்தை நாடி இருவர் வேறு வேறான கோடிகளிலிருந்து புறப்படலாம். குறிக்கோள் ஒன்றாக இருக்கும் வரையில் அவர்கள் பகைமை கொள்ள வேண்டியதில்லை. உள்ளத்திலே நேர்மையும் பரிவும் இருந்தால் மனித சாதியின் நலத்தை நாடுவோர் தாம் பெற்ற அனுபவங்களைப் பகிர்ந்துகொண்டு அவற்றால் புதிய வலிமை பெற்றுத் தமது இலட்சியத்தில் வெற்றியடைய முன்னேறலாம் பிற-ருடைய அனுபவத்தில் உள்ள நல்ல பகுதிகளை ஏற்றுக்கொள்வதிலே சிறிதும் தயக்கமோ ஐயமோ வேண்டுவதில்லை. அறிவு வாய்ந்த மனிதனுக்கு இந்தத் துணிச்சல் வேண்டும். இதுவே சமுதாயத்தை நிலைபெறச் செய்வதற்கு இன்று முக்கியமானதாகும்.

7. குழலோசை

மார்கழித் திங்களில் அதிகாலையில் பூவின்மேல் பனி விழுகின்ற அரவத்தைக் கேட்டிருக்கி-றீர்களா? உருவமில்லாத பனித்திவலை காற்று வெளியிலே மிதந்து வந்து இதழ் அவிழ்ந்து கொண்டிருக்கும் பூவின்மேலே படிந்து மெல்ல மெல்ல முத்துச் சொட்டாக உருவங்கொள்ளும் ஆச்சரியத்தைக் கண்டு களிக்க நான் கழனிகளினூடே நடந்து கொண் டிருந்தேன்.

கிழக்கு மங்கலாக வெளுத்திருக்கிறது. பரிதியின் ஒளி தோன்றப் போகிறது என்பதற்கு அறிகுறியாக இப்பொழுதுதான் அடிவானத்திலே ஒன்றிரண்டு வெள்ளை ரேகைகள் படர்ந்-திருக்கின்றன. மார்கழி இறுதி வாரத்திலே ஒரு நாள்.

விரிந்த மலரின் இதழ்களின் மேலே பனி விழு கிறது. அரவமில்லாத அரவமொன்று தொனிக்கிறது. பனி மிதந்து வருகிறது; இதழ்கள் அதை ஏந்துகின்றன. மலரின் உள்ளத்திலே கிளர்ந்த அழகும் இன்பமும் மேலே பொங்குவது போலப் பனிநீர் மலர் இதழ்களிலே வடிவங் கொள்ளுகிறது. நெஞ்சிலே காதல் அரும்புவது போலே, விண்ணிலிருந்து கருணை வெள்ளம் இழிவது போலே.

உருவில்லாத நுண்ணிய திவலைகளாகக் காற் றிலே மிதந்து வந்து இதழ்களிலே படிந்த பனி மெதுவாக ஒருங்கு திரண்டு நீர்த்துளியாக உரு வெடுக்கிறது. உருண்டு திரண்டு முத்துச் சொட்டாக இதழ்களின் நுனியிலே இளமங்கையின் வதனத்திற்கு எழில் தரும் எள்ளின் பூவையொத்த நாசியில் தொங்கி அசையும் முத்துப் புலாக்கைப் போல ஒரு கணம் நிற்கிறது. நீர்த்துளியின் சுமை தாங்காது மெல்லிய, இதழ் தலை சாய்கிறது; முத்துச்சொட்டு நிலத்திலே குதிக்கிறது. மரங்களின் இலைகளிலிருந்தும் நூற்றுக்கணக்காகப் பனிச் சொட்டுக்கள் முத்து முத்தாகக் குதிக்கின்றன.

என் உடம்பெல்லாம் ஒரு ஜிலுஜிலுப்பு ஏறுகின்றது. பனித் திவலையின் இந்த ஜிலுஜிலுப்பிலே ஒரு தனிப்பட்ட இன்பக் கிளர்ச்சியுண்டாகிறது. மார்கழித் திங்களிலே அதிகாலையிலே இறைவனுடைய புகழைப் பாடி பஜனை செய்து கொண்டு தெருக்களிலே வலம் வரவேண்டுமென்று முதலில் ஏற்பாடு செய்தவர்கள் இந்த இன்பத்தை நன்கு அறிந்திருக்க வேண்டும். இழுத்துப் போர்த்துக் கொண்டு வீட்டிற்குள்ளே முடங்கிக் கிடப்பவர்கள் இந்த இன்பத்தைத் துய்க்க முடியாது.

நான் கழனிகளின் வழியே மெதுவாக நடந்து கொண்டிருந்தேன். திடீரென்று புல்லாங்குழலின் நாதம் செவிகளிலே பாய்ந்தது. திட்டமான உருவம் பெறாத ஏதோ ஒரு நாடோடிப் பாடலின் மெட்டு அது. கலைப் பண்பில்லாத உள்ளக் கிளர்ச்சியின் எதிரொலிதான்; ஆனாலும் அதிலே ஒரு தனிக் கவர்ச்சியிருந்தது. பனித்திவலைகள் உண்டாக்கிய அமைதியைப் பெருக்குவதுபோல அந்தக் குழலோசை வானிலே மிதந்தது. எதிர்பார்த்திருக்கும் இன்பத்தைப்பற்றிய நினைவிலே எழுந்த கிளர்ச்சியால் அந்த இசை உருக்கொள்ளுவது போலத் தோன்றியது. கழனி வெளியிலே குபுகுபுவென்று பனி பெய்கின்ற அதிகாலையிலே அணியறியாத அந்தக் குழல் இசை யின் மெல்லிய நாதம் எங்கும் பெருகியது. உலகம் கந்தர்வலோகமாக மாறிவிட்டது.

நான் அந்த இசையை அனுபவித்துக்கொண்டே அடியெடுத்து வைத்தேன். ஒரு மரத்தடியிலே கல்லின் மேல் அமர்ந்து ஒரு சிறுவன் புல்லாங்குழல் வாசித்துக் கொண்டிருந்தான். மெதுவாக அவனிடம் சென்றேன்.

குழல் வாசிப்பதை நிறுத்திவிட்டு அவன் என்னை உற்றுப் பார்த்தான். அந்தப் பக்கத்திற்கே புதியவனை ஒருவன் அதிகாலையிலே அங்கு வந்தது அவனுக்கு வியப்பை உண்டாக்கியிருக்கிறது என்பதை எளிதில் அறிந்துகொள்ள முடிந்தது.

"புல்லாங்குழல் மிக இனிமையாக இருக்கிறது" என்று பேச்சைத் தொடங்கினேன்.

சிறுவன் மகிழ்ச்சியால் சிரித்தான்; ஆனால் பதில் ஒன்றும் பேசவில்லை.

"அதிகாலையில் குழல் ஊதுகிறாயே, என்ன விசேஷம்?" என்று கேட்டேன்.

"மாட்டுப் பொங்கலுக்கு இன்னும் நாலு நாள் தானே? ஊதிப் பழகவேண்டாமா?" என்றான் சிறுவன். "மாட்டுப் பொங்கலுக்குக் குழல் அத்தனை அவசியமா?"

"குழலூதாமல் பொங்கலேது? பட்டியே அமங்கலமாகப் போகும்" என்றான் சிறுவன்.

"நீ குழலூதுவது மாட்டிற்குத் தெரியுமா?"

"ஓ நல்லாத் தெரியும், சாயங்காலத்திலே நான் குழல் ஊதினால் மாடுகளெல்லாம் எங்கிருந்தாலும் என்னைத் தேடிக்கொண்டு வந்துவிடும்."

"உனக்குச் சொந்தமாக மாடிருக்கிறதா?"

"இந்த மாடெல்லாம் என்னுடையதுதான் - நான்தான் அவைகளை மேய்க்கிறவன்" என்று பெருமையோடு சொல்லிக்கொண்டு பக்கத்திலே பட்டியிலிருந்த மாடுகளைக் காண்பித்தான் சிறுவன்.

அந்த மாடுகளை மேய்ப்பவன் அவன்தான். ஆனால் அவற்றின் சொந்தக்காரன் அவனல்ல என்பது எனக்கு நிச்சயமாகத் தெரியும். அவன் பெரிய பண்ணைக்காரர் பட்டியிலே மாடு மேய்க்கிறவன்.

இருந்தாலும் அந்த மாடுகளையெல்லாம் தன்னுடையதாகவே அவன் கருதுகிறான். அத்தகைய மனப்பான்மை எப்படி உண்டாக முடியும் என்று எண்ணிக்கொண்டே நான் அவ்விடத்தைவிட்டு நகர்ந்தேன்.

சற்று தூரம் சென்றதும் மறுபடியும் புல்லாங் குழலின் ஒலி மதுரமாகக் காற்றில் மிதந்து வந்தது. அந்த இசையில் லயித்துப் போனவன்போலக் கதிரவன் மெதுவாக எட்டிப் பார்த்தான், அவனுடைய பொன் மஞ்சட் கிரணங்களுக்கும் பணித் திவலைகளுக் கும் போட்டியேற்பட்டுவிட்டது. ஆனால் அந்தப் போட்டிக்கிடையிலும் அறுகம்புல்லின் நுனியில் உருண்டு நிற்கும் முத்துச் சொட்டிலே புகுந்து பொற் கதிர்கள் வர்ண ஜாலங்களை வெளிப்படுத்துவதில் தவறவில்லை.

பெரிய பண்ணைக்காரர் எதிரிலே வந்துகொண் டிருந்தார். நான் அவரை இதுவரை பார்த்ததில்லை. அறிமுகமில்லாதிருந்தாலும் அன்போடு அவர் என்னிடம் உரையாடலனார். நாட்டுப் புறத்தின் இயற்கையெழிலைத் துய்க்க நான் வந்திருப்பதை அவரிடம் கூறினேன்.

"பொங்கல் நோன்பு வருகிறது. எங்கள் வீட்டிலேயே இருந்துவிட்டுப் போகவேனும்" என்று அவர் பரிவோடு கூறினார்.

"பொங்கலுக்கு எங்கள் வீட்டிற்கே போகலா மென்றிருக்கிறேன்" என்று நான் மறுமொழி சொன்னேன்.

"இதுவும் உங்கள் வீடுதான். மனமிருந்தால், அன்பிருந்தால் எல்லாம் சொந்தந்தான்" என்றார் பண்ணைக்காரர்.

"உங்கள் உள்ளம் மிகவும் பரந்த உள்ளம். உலகத்திலே எல்லோரும் உங்களைப்போல இருக்கிறார் களா?" என்று உள்ளத்தில் தோன்றிய உணர்ச்சியை அப்படியே கூறினேன்.

"யார் தலையிலே கட்டிக் கொண்டு போகிறார்கள்? ஏதோ உயிரோடு இருக்கிற வரையிலும் எல்லோரோடும் சமமாக இருந்து எல்லாரும் சந்தோசப் படும்படி செய்தால் அதுதான் நல்லது" என்று அவர் கூறினார்.

மாட்டுக்காரப் பையன் மாடுகளை யெல்லாம் தன்னுடையதாக நினைத்திருப்பதின் ரகசியம் இப்பொழுதுதான் எனக்குப் புலனாயிற்று.

பண்ணைக்காரர் படித்தவரல்ல. கையெழுத்துப் போடக்கூட அவருக்குத் தெரியாதென்று பின்னால் தெரிய வந்தது. ஆனால் அவர் வாழ்க்கையின் ரகசியத் தைக் கண்டுகொண்டிருக்கிறார்.

"உங்கள் பண்ணையிலே பட்டி பெருகவேனும்; பால்பானை பொங்க வேணும். உங்களைப்போல ஆயிரம் ஆயிரம் பண்ணைக்காரர்கள் தோன்ற வேணும்" என்று கூறிவிட்டு நான் அவரிடம் விடை பெற்றுக்கொண்டேன்.

இன்று பொங்கல் திருநாள். மாடு மேய்க்கும் அந்தச் சிறுவனுடைய குழலோசையும் பண்ணைக் காரருடைய அன்புச் சொற்களும் இன்பம் பொங்க என் காதில் ஒலித்துக்கொண்டிருக்கின்றன.

8. அன்பு வழி

மனிதன் ஒரு விசித்திரமான பிராணி. அவனுக்கு அற்புதமான மனம் இருக்கின்றது; அறிவு இருக்கின்றது. இந்த அறிவைப்பற்றிப் புகழ்ச்சியாகப் பலபடப் பேசுவதுண்டு.

"விலங்குகள் தமது சொந்த அனுபவங்களினால் மட்டும் பயனடையும். ஆனல் மனிதன் தனது சொந்த அனுபவங்களால் மட்டுமல்லாது மற்றவர்களுடைய அனுபவங்கள், அவனுடைய முன்னோர்களுடைய அனுபவங்கள் ஆகியவற்றாலும் பயனடைகிறான். அது அவனுக்கிருக்கும்படியான அறிவின் தனிச் சிறப்பு" என்று பெருமையோடு கூறுவார்கள்.

கொதிக்கின்ற பாலில் வாயை வைத்தால் சுடும் என்று பூனைக்குத் தெரியாது. வாயை அதில் வைத்துத் துன்பப்பட்ட பிறகே அது தெரிந்துகொள்ளும். ஒரு பூனை தெரிந்துகொண்டதென்றால் அதன் குட்டி, அந்தக் குட்டியின் குட்டி ஆகியவைகளும் இந்த அனுபவத்தால் பயனடைய முடியுமா? முடியாது. அவைகளும் தாமாகவே இந்தத் துன்பத்தை அனுபவித்துத்தான் தெரிந்துகொள்ளும். ஒரு தலைமுறையிலுள்ள பூனையின் அனுபவங்களை எழுதி வைத்து அடுத்த தலைமுறையில் வரும் பூனைகளுக்குப் பயன்படச் செய்ய அவற்றால் முடியாது. எழுதி வைக்கவும் முடியாது; மற்றவை அவற்றைப் படித்துத் தெரிந்து கொள்ளவும் முடியாது. ஆனால் மனிதனுடைய நிலை அப்படிப்பட்டதன்று. மனிதன் தனது வரலாற்றை ஆயிரம் ஆயிரம் ஆண்டுகளுக்கு எழுதி வைக்கிறான். பின்னால் வருகிற சந்ததியர்கள் அதைப் படித்துப் பயனடையலாம். உலகத்தின் ஒரு மூலையிலுள்ள ஒரு மனிதக் கூட்டத்தின் வரலாற்றை மற்றொரு கோடியிலுள்ள மக்கள் ஆயிரம் ஆண்டுகளுக்குப் பின்னும் படித்துத் தெரிந்துகொள்ளலாம். அந்தக் கூட்டத்தார் அடைந்த அனுபவங்களைக் கொண்டு உலகத்திலுள்ள எல்லா மக்களும் தங்கள் வாழ்க் கையைத் தக்கவாறு மாற்றி அமைத்துக்கொண்டு நல்ல பயனடையலாம்.

மெய்தான்; நல்ல பயனடைந்து முன்னேறலாம் என்பதில் ஐயமில்லை. ஆனல் மனிதன் அப்படிப் பயனடைகிறானா? என்று ஆராயும்போதுதான் நம்பிக்கை குலைகிறது. வரலாற்றுப் பாடம் பள்ளிகளிலே தேர்வு முடிந்ததும் மறந்து போவதாகத் தோன்றுகிறது. இல்லாவிட்டால் முன்னோர் செய்த தவறு களையே மக்கள் திரும்பத் திரும்பச் செய்வார்களா?

வரலாற்றைப் படிப்பதால் நாம் தெரிந்து கொள்ளுகிற பாடத்தைப் பற்றி பெர்னாட்ஷா தமக்கே உரிய பாணியிலே அழகாகக் கூறியிருக்கிறார்.

"வரலாற்றைப் படித்து நான் ஒன்று தெரிந்து கொண்டேன்; அதாவது வரலாற்றைப் படிப்பதால் நாம் ஒன்றுமே தெரிந்து கொள்வதில்லை'' என்று அவர் கூறுகிறார். உண்மையான வாக்கு. ஒரு முறை செய்த தவறை நாம் உணர்ந்து கொண்டதற்கு அடையாளம் அதை மீண்டும் செய்யாமலிருப்பதே ஆகும். இதுவரையில் மானிட சாதி செய்த பல தவறுகளை வரலாறு நமக்கு வெளிப்படையாக எடுத்துக் காட்டுகிறது. அவற்றைப்பற்றியெல்லாம் படிக்கிறோம்; அவை பெரிய தவறுகள் என்று விமரிசனம் செய்கிறோம். ஆனால் அவற்றையே திருப்பித் திருப்பி நாம் செய்து கொண்டிருக்கிறோம். பிறகு வரலாற்றைப் படிப்பதால் என்ன பயன்?

போர் ஏற்படுவதால் எத்தனையோ துன்பங்கள் விளைகின்றன. ஒரு நாட்டின் பெருஞ் செல்வமாகிய இளைஞர்கள் ஆயிரம் ஆயிரமாக மடிகிறார்கள். நாட்டிலே பெருஞ் சேதம் ஏற்படுகிறது. முடிவிலே வெற்றி பெற்ற நாடும் நலிவையே அடைகின்றது. மகாபாரதக் கதை இந்த உண்மையை நமக்கு நன்கு எடுத்துக் காட்டுகிறது. கௌரவர்கள் தோல்வியுற்று மடிந்தார்கள். பாண்டவர்கள் வெற்றி பெற்றார்கள். ஆனால் அவர்களுடைய நிலைமை தோல்வியுற்றோரின் நிலைமையைவிட உயர்ந்ததாயிருக்கவில்லை. மடிந்த வர்கள் ஒரு வகையில் நல்ல புண்ணியம் செய்தவர் களாகத் தோன்றியது. அதற்குமேல் அவர்களைத் துன்பம் வாட்ட முடியாதல்லவா? ஆனால் வெற்றி பெற்று உயிர் வாழ்ந்த பாண்டவர்கள் இறந்து போன அத்தனை பேருக்காகவும் வருத்தப்பட்டுக் கொண்டிருக்க வேண்டியதாயிற்று. ஆருயிர் மைந்தர்களையும், காதலர்களையும் இழந்தோரின் ஏக்கக் குரலை வாழ்நாளெல்லாம் அவர்கள் கேட்டு வருந்த வேண்டியதாயிற்று. போரால் யாருக்கும் நன்மையில்லை என்பதை மகாபாரதம் பல ஆயிரம் ஆண்டுகளுக்கு முன்பே உலகத்திற்கு எடுத்துக் காட்டி விட்டது. அதன் பிறகு நடந்த ஒவ்வொரு போரும் இதே உண்மையை வலியுறுத்தியிருக்கிறது. ஆனால் யார் அதைச் சரிவர உணர்ந்திருக்கிறார்கள்? மறுபடியும் மறுபடியும் அதே தவறை உலகம் செய்து கொண்டுதானிருக்கிறது. வரலாற்றைப் படிப்பதால் நாம் ஒன்றுமே தெரிந்து கொள்வதில்லை என்பது இதிலிருந்து தெளிவாகிறதல்லவா?

"நூறு போர்களைச் செய்த பிறகும் நான் புதிதாக ஒன்றையும் கற்றுக்கொள்ளவில்லை; போரைப் பற்றி எல்லாம் எனக்கு தொடக்கத்திலேயே தெரியும்" என்று நெப்போலியன் ஒரு தடவை பெருமையடித்துக் கொண்டானாம். பாவம், அவனுடைய மூளைக்கு எட்டியது அவ்வளவுதான். ஆனால் அசோகன் ஒரே ஒரு போரைத்தான் நடத்தினான். அதிலேயே அவனுக்கு ஒரு புதிய உண்மை தெரிந்துவிட்டது. போர் என்பது மிகக் கொடுமை வாய்ந்தது; அதனால் யாருக்கும் எவ்வித நன்மையும் விளையாது என்று அவன் கண்டுகொண்டான்.

இவ்வாறு யாராவது ஒருவருக்கு உண்மை புலப் படுகிறது. அவர் அதை உலகுக்கு எடுத்துக் காட்ட முயலுகிறார். உலகமும் ஒரு பெரிய போரில் ஈடுபட்டுத் தத்தளிக்கும்போது இந்த உண்மையை அறிந்து கொண்டதுபோலக் குரல் எழுப்புகின்றது. ஆனல் அந்தப் போர் முடிந்த சில ஆண்டுகளுக்குள் அதனால் ஏற்பட்ட இன்னல்களே யெல்லாம் மறந்துவிடுகிறது. போரே கூடாது என்று வற்புறுத்திய அறிஞர்களின் நல்லுரைகளுக்கும் செவிடாய் விடுகிறது. மறுபடியும் பழைய பாதையிலே நடக்கத் தொடங்கிவிடுகிறது.புதிய புதிய அழிவுப் படை

களை உண்டாக்கும் முயற்சியிலே முழுக் கவனத் தையும் செலுத்தத் தொடங்கிவிடுகிறது.

ஆஸ்திரேலியாவுக்குப் பக்கத்திலே முதல் பிரிட் டிஷ் அணுகுண்டுச் சோதனை நடைபெற்றது. பேரச்சந்தரும் இடி முகக்கத்துடனே அது வெடித் ததையறிந்து பிரிட்டிஷ் பிரதமர் உள்ளங் குளிர்ந் தாராம். ஆனால் நமது நாட்டுப் பெரிய விஞ்ஞானி யாகிய ஸ்ர் சி. வி. ராமன் அதையறிந்து மகிழ்ச்சி கொள்ளவில்லை. "புத்தருடைய வழியைப் பின் பற்ற முயலும் எனக்கு இந்த அணுகுண்டு வெடி இன்பமூட்டவில்லை. இதனால் உலகுக்கு நன்மை ஏற் படாது" என்று அவர் வெளிப்படையாகக் கூறி விட்டார். "அணுகுண்டு ஆராய்ச்சியில் முனைந்திருக்கும் நாடுகளின் அடிப்படையான நோக்கம் எனக்குப் பிடிக்கவில்லை. அணுவாராய்ச்சி மானிட சாதியின் இன்பத்திற்குக் காரணமாக அமைந்தால் அதை நான் வரவேற்பேன்" என்று நமது பிரதமர் பண்டித நேரு தமது கருத்தை விளக்கியிருக்கிறார்.

இரண்டாம் முறையாக ஏற்பட்ட கொடியதோர் உலகப் போர் முடிவடைந்து சில ஆண்டுகளே ஆயின. அதில் அழிந்த நகரங்களெல்லாம் இன்னும் முழுமையாகச் சீரமைப்புப் பெறவில்லை. போரின் கொடுமைகளை நன்கு உணர்த்திக்கொண்டு இடிந்த கட்டடங்கள் பல இடங்களிலே காட்சியளிக்கின்றன. போரால் எற்பட்ட நலிவு இன்னும் தீர்ந்தபாடில்லை. அதோடு போரிலே படுதோல்வியடைந்த நாடு உதவியளிக்க வேண்டிய பொறுப்பும் , வெற்றியடைந்த நாடுகளுககு ஏற்பட்டிருக்கிறது.

இந்த நிலையிலுங்கூட உலகம் போரின் பயனற்ற தன்மையை நன்கு உணர்ந்துகொண்டதாகத் தெரிய வில்லை. இப்பொழுது மூன்றாவது உலகப் போரைப்பற்றிய பேச்சுக் கேட்கின்றது. அதற்கு ஆபத்தங்களும், அமைதிக்கு வழியென்கிற பெயரால், நடந்து கொண்டிருக்கின்றன.

படையைப் பெருக்கி அமைதியை நிலைநாட்டுவோம் என்று சொல்வதெல்லாம் பொருளற்ற வாசகமாகும். படையால் போர் நேருமேயன்றி அமைதி நிலைபெறாது. படை பெருகினால் ஐயம் பெருகுகின்றது. "அவன் ஐயாயிரம் வெடிகுண்டு விமானம் கட்டியிருக்கிறான்; ஆதலால் நான் பத்தாயிரம் கட்ட வேண்டும். அவனுடைய விமானம் மணிக்கு 500 மைல் பறக்கிறது; என்னுடைய விமானம் 600 மைலாவது பறக்கவேண்டும்; அப்பொழுதுதான் அவன் என்னிடம் சண்டைக்கு வரமாட்டான்" என்ற எண்ணத்தையே நாடுகளுக்கிடையில் விளைவிக்கிறது. படை பெருகப் பெருக இந்தப் போட்டியும் மும்முரமாகிறது; ஐயம் வலுக் கிறது. அவற்றின் பயனாக முதலில் உள்ளத்திலே அமைதி குலைகின்றது; பீதி தலையெடுகிறது. உலகம் அறிவை இழந்துவிடுகிறது. பிறகு போர் அரக்கனின் கோரக் காட்சி தோன்றுகிறது. ஹிரோஷிமாவில் விழுந்த முதல் அணுகுண்டு ஒரே கணத்தில் எண் பதினாயிரம் மக்களின் உயிரைக் குடித்துவிட்டது. இன்று அணுகுண்டின் அழிப்பு வலிமை இன்னும் பல நூறு மடங்கு ஓங்கியிருக்கிறது. அணுகுண்டைவிட ஆயிரம் மடங்கு அழிவுச் சக்தி கொண்ட ஹைடிரஜன் குண்டு தோன்றிவிட்டது. இந்த நிலைமையிலே போர் தொடங்கினால் உலகமே ஒரு சில நாட்களில் அழிந்துவிடும்; மானிட சாதியும் முடிந்து போகும். ஒரு நூறு அணுகுண்டுகளும் ஹைடிரஜன் குண்டுகளும் இந்த அழிவைத் திட்டமாகச் செய்து முடித்துவிடும். பூதத்தைப் படைத்த ஒருவன் அதன் கையாலேயே மாய்ந்தது போல மானிட சாதியின் முடிவும் ஆகிவிடும்.

இதைத் தெளிவாக உணர்ந்த சிந்தனையாளர்கள் பலர் உலகத்திற்கு எச்சரிக்கை விடுத்திருக்கிறார்கள். அணுப்படை வழியைப் பின்பற்றினால் மனித வருக்கமே வேரற்று மாண்டு போகும் என்று அவர்கள் எடுத்துச் சொல்லியிருக்கிறார்கள்.

இந்தியப் பண்பாட்டின் அவதாரமாக வந்த காந்தியடிகள் ஹிம்சையை அறவே களையவேண்டும் என்று வற்புறுத்தினர். அன்பினாலும் அஹிம்சை யாலும் நாம் சாதிக்க விரும்புவனவற்றை யெல்லாம் வெற்றிகரமாகச் சாதிப்பதோடு உலகிலே இன்பமும் அமைதியும் ஓங்கச் செய்யலாம் என்பதை அவர் நமது நாட்டுச் சுதந்திரப் போரிலே மெய்ப்பித்துக் காட்டினார். அவருடைய உபதேசத்தைக் கடைப்பிடிக்காவிடில் இன்றைய நிலைமையில் மானிட சாதிக்கு உய்வே கிடையாது. எச். ஜி. வெல்ஸ் கூறிச் சென்றது போல மனித இனமே மறைந்துபோகும்படி நேரிடும். ஆதலால் இதை ஒவ்வொருவரும் நன்கு சிந்தித்துப் பார்க்கவேண்டும்.

விலங்கு நிலையிலிருந்து பரிணாமக்கிரமத்திலே மனிதன் தோன்றியிருக்கிறான். அவனுடைய மூளை வளர்ச்சி பெற்றிருக்கிறது; அவனுடைய மனமும் வளர்ச்சி பெற்று நுட்பமடைந்திருக்கிறது. ஆனால் அவனுடைய விலங்குணர்ச்சிகள் இன்னும் மறைந்து விடவில்லை. மனிதன் தானடைந்துள்ள முன்னேற்றத்திற்கு அறிகுறியாகத் தனது அறிவுத் திறமைகளை மட்டும் எடுத்துக்காட்டுவது போதாது. அன்பு, இரக்கம், கருணை போன்ற அவனுடைய மென்மை உணர்ச்சிகள் எவ்வளவு தூரம் ஓங்கி வளர்ந்திருக்கின்றன என்பதை அவன் எண்ணிப் பார்க்க வேண்டும். அவைகள் ஓங்குவதே உண்மையில் அவனுடைய முன்னேற்றத்திற்கு அறிகுறியாகும்.

அணுகுண்டு முன்னேற்றத்தின் சின்னமல்ல; அது அழிவின் சின்னம்; அது மானிட சாதியின் யமன். அன்பே முன்னேற்றத்தின் சின்னம். அன்பு பெருக இன்பம் பெருகும். அன்பு பெருக மானிட சாதி சுவர்க்க இன்பத்தை உலகில் நிலைநாட்டும், அன்பே உலக அமைதிக்கும் மக்கட்கூட்டத்தின் இன்பத்திற்கும் வழியாகும். அதை விட்டால் வேறு வழி கிடையாது.

9. அமைதியும் இன்பமும்

காலை வேளை. நாட்டுப்புறத்திலே ஒரு பண்ணை. ஆட்டுக்குட்டி ஒன்று தாயிடத்தே பாலருந்திவிட்டுத் துள்ளி விளையாடுகிறது. ஆயிரம் ஆயிரமாகப் பொன் மஞ்சள் நிறம் விரித்துக் குலுங்கும் சாமந்தி மலர் களுக்குத் தோட்டக்காரன் தண்ணீர் பாய்ச்சிக் கொண்டிருக்கிறான். மேய்வதற்காக மாடுகளைப் புல் வெளிக்கு ஓட்டிச் செல்லும் சிறுவன் ஒருவனுடைய தெம்மாங்குப் பாடல் தொலைவிலே கேட்கிறது.

கழனிகளின் இடையிலே அவையெல்லாம் எனக்கு இன்பந் தந்தன. அமைதியையும் ஓய்வையும் நாடிச் சென்றிருந்த என் உள்ளத்திற்கு அருமருந்தாக அவை வாய்த்தன.

அங்கே பரபரப்பைக் காணோம். காலம்கூட மெதுவாகக் காலெடுத்து வைப்பது போலத் தோன்றியது. பட்டணத்துக்கும் அந்த இடத்துக்கும் எத்தனை வேறுபாடு!

அந்த அமைதியான பண்ணைக் காட்சியைக் காலை இளவெயிலிலே நெடுநேரம் துய்த்துவிட்டு நான் தங்கியிருந்த வீட்டிற்குப் புறப்பட்டேன்.

வீடு அந்தப் பண்ணையிலேயே ஒரு மேட்டுப் பாங்கான பகுதியில் இருக்கிறது. பனையோலை வேய்ந்த சிறிய குச்சுவீடு. மின்சார விளக்கு முதலான நவீன வசதிகளே எதிர்பார்க்காதவர்கள் தங்குவதற்கு நல்ல இடந்தான்.

நான் வீட்டை அடைகின்றபோது அன்றைய அஞ்சலில் வந்த செய்தித்தாள் எனக்காகக் காத்துக் கொண்டிருந்தது. பட்டணத்தை மறந்து வந்தாலும் என்னால் இந்தச் செய்தித்தாளை மறக்க முடிவதில்லை. ஒரு நாளைக்காவது அதன் தரிசனம் இல்லாவிட்டால் வாழ்க்கையில் எதையோ இழந்துவிட்டதுபோல ஒரு மயக்கம் தட்டுகிறது. உலகத்திலேயே இல்லையோ என்றுகூட ஐயம் பிறந்துவிடுகிறது.

செய்தித்தாளைத் திறந்தவுடன் எத்தனை அதிர்ச்சிகள்! எத்தனை வகையான உலக விவகாரங்கள்! அரசியல் சூதாட்டம், சூழ்ச்சி, சீர்திருத்தம், சட்டம், அடக்குமுறை, விடுதலை முயற்சி-இவைமட்டும் தானா?-சாவொரு பக்கம், பிறப்பொரு பக்கம், விமான விபத்து, திருமணம், கொலை, களவு, தண்டனை-இவ்வாறு ஆயிரம் வகையான செய்திகள் நம்மைத் தாக்குகின்றன. இந்தத்தாக்குதலில் லாவிட்டால் இன்று நம்மால் நாகரிக மக்களாக வாழ முடியாது. இது ஒருவகையான போதை மருந்தாகிவிட்டது. அதையுண்ட பழக்கத்திற்கு நான் அடிமையாகிவிட்டேன்.

இப்படிக் கூறுவதால் நான் செய்தித்தாளின் பெருமையையும் பயனையும் உணர்ந்துகொள்ள வில்லையென்று யாரும் நினைக்கக்கூடாது. அவற்றை யெல்லாம் நான் நன்கறிவேன். ஆனால் கழனிகளிலே மாசற்ற அமைதியிலும் எளிமையிலும் முழுகிக் களித்துவிட்டு வந்த எனக்கு அந்த நொடியில் செய்தித்தாள் கசந்தது. கழனிக்காட்சி என் உள்ளத்தில் எழுப்பிய அமைதியின் நாதத்திற்கு அது ஒத்திசைக்கவில்லை. ஏதோ முற்றிலும் மாறுபட்ட அபசுரம் பேசியதுபோல் நான் உணர்ந்தேன்.

இப்படி உணர்ந்தாலும் செய்தித்தாளைப் படிக்காமல் இருக்க முடிகிறதா? அதுதானில்லை.

உலகத்திலே அமைதியை நிலைநாட்ட இன்று எத்தனையோ முயற்சிகள் நடந்து வருகின்றன. இனி மேல் போர் வருமானால் உலகம் அழிந்து போகும் என்று பலரும் அறிந்து அதைத் தவிர்க்கப் பாடுபடுகிற செய்தியை நாள் தவறினாலும் செய்தித்தாள் தவறாமல் தாங்கி வருகின்றது. ஒவ்வொரு நாடும் அமைதியை நிலைநாட்ட எடுத்துவரும் முயற்சிகளை நாம் நாளும் படிக்கிறோம். அதே சமயத்தில், இந்த அமைதி முயற்சியைக் குலைப்பதற்குப் பிற நாடுகள் என்னென்ன செய்கின்றன என்று கூறும் குற்றச்சாட்டுக்களையும் படிக்கிறோம். ஒவ்வொரு நாடும் பிற நாட்டை ஐயம், அச்சம் என்ற கண்ணாடிகளின் வழியாகப் பார்க்கிறது.

அதனால்தான் செய்தித்தாளைப் படிக்கிறபோது மானிட சாதியின் எதிர்காலத்தைப்பற்றிக் கவலை ஏற்படுகிறது. ஆனால் சாமந்திப் பூக்களுக்குத் தண்ணீர் பாய்ச்சும் தோட்டக்காரனையும் அவனைச் சூழ்ந்துள்ள அமைதியையும் பார்க்கும்பொழுது மனத்திற்கு தைரியம் வருகிறது.

அரசியல்வாதிகளும், அறிஞர்களும் உலகத்திலே யாருக்காக அமைதியை நிலைநாட்ட விரும்புகிறார்கள்? ஆழ்ந்து சிந்தித்துப் பார்த்தால் அந்தத் தோட்டக் காரனைப் போன்ற உலகமறியாத எளிய மக்களுக்கு அவர்கள் செய்யவேண்டிய கடமை தோன்றுகிறதல் லவா? அவன் அந்தச் சாமந்திப் பூவையே போன்றவன். கபடமில்லாதவன். பூக்களுக்குத் தண்ணீர் பாய்ச்சும் தனது வேலையை ஒழுங்காகச் செய்துகொண்டிருந்தால் தானும் தன் மனைவி மக்களும் இன்பமாக வாழ முடியும் என்று எண்ணிக் கொண்டிருப்பவன். உலக அரங்கிலே நடைபெறுகின்ற சூழ்ச்சிகளை அறியாதவன். அவனைப் போலத் தான் வேறு தொழிலாளி-களும் இருக்கிறார்கள்; அவனைப் போலத்தான் பெரும்பகுதியான மக்கள் இருக்கிறார்கள். அவர்களுடைய எளிய ஆசைகள் சிதறுண்டு போகாமல் காப்பது சமூகத் தலைவர்களின் கடமையல்லவா?

அந்தத் தோட்டக்காரன் உலகமறியாத எளிய மக்களின் பிரதிநிதி. அதேபோல அவன் வருங்கால மக்களுக்கும் பிரதிநிதி என்று கூறலாம். சிரித்த முகத்தோடு கபடமறியாமல் தோன்றும் குழந்தைகளை அவன் நினைவூட்டுகிறான். அந்தக் குழந்தைகளுக்கு இந்த மாநி-லத்தை ஒரு இன்ப வீடாகச் சமைத்துத் தருகின்ற பொறுப்பு இந்தத் தலைமுறையிலுள்ள மக்களுக்கில்லையா? இந்த எண்ணங்களெல்லாம் அன்று செய்தித்தாளைப் பார்க்கின்றபோது என் உள்ளத்திலே மின்ன விட்டன. அதனால் எனக்கு வீட்டிலே அடைபட்டு கிடைக்க பிடிக்கவில்லை. அவசரம் அவசரமாகக் காலை உணவை முடித்துக்கொண்டு மீண்டும் வெளியே சென்றேன்.

சாமந்திச் செடிகளுக்கு இன்னும் தண்ணீர் பாய்ந்து கொண்டிருந்தது; ஒரு பாத்திக்கு மடையை மாறித் தண்ணீர் போகுமாறு செய்துவிட்டுத் தோட்டக்காரன் வரப்பிலே அமர்ந்-திருந்தான். அவன் மனைவி ஒரு மண்கலயத்திலே பழைய சோறு கொண்டுவந்திருந்தாள். அவள் அதைக் கரைத்துத் தோட்டக்காரன் கைகளிலே ஊற்றினாள். மாங்காய் ஊறுகாயைக் கடித்துக்கொண்டு அவன் மகிழ்ச்சி யோடு சோற்றைக் குடித்துக்கொண்டிருந்தான். ஆட்டுக்-குட்டி துள்ளிக் குதிப்பதை நிறுத்திவிட்டு வரப்பிலே வளர்ந்திருந்த அறுகம்புல்லை விளை-யாட்டாகக் கடித்துக்கொண்டிருந்தது. தண்ணீர் பாய்ந்த பாத்திகளிலுள்ள சாமந்தி மலர்கள் எழிலோடு காட்சியளித்தன.

"தோட்டக்காரா, இன்னும் வேலை முடிய வில்லையா?" என்று நான் அவனை நோக்கி நடந்து கொண்டே கேட்டேன்.

அவன் சோறு குடித்துவிட்டுக் கையலம்பிக் கொண்டிருந்தான்.

"இதற்குள்ளே முடியுங்களா? தண்ணீர் கட்டி முடிய உச்சிப் பொழுதாகும்" என்றான் அவன், "அதற்கப்புறம் வேலை கிடையாதா?"

"அப்புறமும் வேலை இருக்கும்; வேலையில்லாமல் சோறு கிடைக்குமா? மலர்ந்த பூக்க-ளையெல்லாம் பறிக்கவேணும். பட்டணத்துக்குப் பூ வாங்கி அனுப்புகிற வியாபாரிகள் அந்-தியிலே வருவார்கள். அவர்கள் வருவதற்கு முன்னலே எல்லாம் சேகரம் செய்தாக வேண்-டாமா?"

"இதிலே கிடைக்கிற வருமானம் உனக்குப் போதுமா?"

"இது போதும் சாமி. இந்தப் பூ சுகமா இருந்தால் போதும். அது எனக்கும் என் குடும்பத்துக்கும் சோறு போட்டுவிடும்.''

"அதற்குமேல் உனக்கு ஆசையில்லையா?''

"ஆசைக்கு அளவேது, சாமி? இந்தப் பக்கத்திலே இருக்கிற தோட்டமெல்லாம் எனக்கே இருக்கவேணும்னு ஆசை வரத்தான் செய்யுது. ஆனால் இன்னொருத்தர் வாயிலே மண்ணைப் போட்டுத் தானே அதையெல்லாம் நான் வைத்துக் கொள்ள வேணும்? நான் ஆசைப்பட்டால் இந்த ஊருக்கு நூறு ஏக்கராநிலம் எங்கிருந்தாவது புதுசா வருமா? இருக்கிற நிலந்தானே இருக்கும்? எல்லோரும் அப்படியே ஆசைப்பட்டால் அப்புறம் என்ன நடக்கும் ? ஒருத்தனை ஒருத்தன் கழுத்தைத் திருகவேண்டியது தான். அந்த நினைப்பை விட்டுப்போட்டு இருக்கிற நிலத்துக்கு நல்லா எருப்போட்டுப் பாடுபட்டா இன்னும் நிறையப் பலன் கிடைக்கும்." வேறொருத்தர் பொருளை அபகரிக்க வேண்டியதுமில்லை'' அவன் கபடமில்லாமல் வெளிப்படையாகப் பேசினான்.

அவனுடைய கொச்சை மொழிகளிலே ஆழ்ந்த உண்மை பொதிந்து கிடப்பதை நான் உணர்ந்தேன். எனது சிந்தனை எங்கெல்லாமோ பறந்தது. உலகத்திலே அமைதியைக் காண்பதற்கு, இந்தத் தோட்டகாரனுடைய வாழ்க்கைத் தத்துவம் நல்ல வழி காண்பிக்கும் என்று எனக்குத் தோன்றியது. "தானும் வாழவேணும், மற்றவர்களும் தன்னைப் போலவே நலமாக வாழவேணும்'' என்று ஒவ்வொருவரும் நினைத்தால் எல்லோரும் வாழ்வார்கள்; உலகம் இன்ப வீடாகும்.

இவ்வாறு எண்ணிக்கொண்டு நான் மௌனமாக நிற்பதைக் கண்டு தோட்டக்காரன் சாமந்திகளுக்குத் தண்ணீர் பாய்ச்சச் சென்றுவிட்டான். ஆட்டுக்குட்டி மட்டும் அருகிலே நின்று என்னை உற்றுப் பார்த்துக்கொண்டிருந்தது.

10. பல்லி வாழ்க்கை

படம் இல்லாத வீடுண்டா? அப்படிப்பட்ட வீட்டை நான் இதுவரை பார்த்ததில்லை. எந்த வீட்டுக்குப் போனலும் அதன் சுவர்களில் படங்கள் தொங்குகின்றன. தெய்வங்களின் வெவ்வேறு வகை யான கோலங்கள்தாம் பெரும்பாலும் காட்சியளிக்கும். தெய்வ நம்பிக்கையற்றவனுக்கும் இந்தப் படத்தின் பக்தி மட்டும் குறைவதில்லை. அவன் நாட்டுத் தலைவர்கள், சமூகத் தலைவர்கள் படங்களை மாட்டி வைக்கிறான்; இல்லாவிட்டால் கலையின் பெயரால் சுவரை அழகு செய்ய முயல்கிறான். தனக்குப் பிடித்தமான ஆட்டக்காரர்கள், சினிமா நட்சத்திரங்கள், முற்போக்குச் சிற்பிகள், பேனா மன்னர்கள், புரட்சி வீரர்கள் என்றிப்படிப்பட்டவர்களின் படங்களிலே மனதைப் பறிகொடுத்தவர்கள் மிகப் பலர். அந்த ஆசையையும் துறக்க முயன்றவன் தன்னுடைய உருவப் படத்தையாவது மாட்டி வைப்பான். மனைவி மக்களின் உருவப் படங்களை எதிரிலே காட்சியாக வைத்துக்கொள்ள ஆசைப்படாதவர்கள் யார்? பள்ளியறையில் சான்றோர் படங்களை மாட்டுவோர் அதற்குக் கூறும் காரணங்களையும், நிருவாணப் படங்களை மாட்டுவோர் அதற்குக் கூறாத காரணங் களையும் நான் அறிவேன்.

இந்தப் படங்களிலிருந்து ஒருவனுடைய உள்ளப் பாங்கை ஒருவாறு தெரிந்து கொள்ளலாம். அவனுடைய விருப்பு வெறுப்பு, கட்சிக் கொள்கை, சமயப்பற்று எல்லாம் படங்களிலே சாயல் காட்டும்.

ஆனால் இந்த ஆராய்ச்சியில் ஈடுபடுவது எனக்கு இங்கே நோக்கமல்ல. என் வீட்டுச் சுவர்களிலும் சில படங்கள் தொங்குவதில் தனிப்பட்ட ஆச்சரியம் ஒன்றுமில்லை என்பதை மறை முகமாக வெளிப்படுத்தவே நான் முயற்சி செய்கிறேன்.

படிப்புக்கும் எழுத்து வேலைக்கும் பயன்படும் எனது மேஜைக்கு முன்னால் புத்தருடைய திருவுருவத்தை நான் தொங்கவிட்டிருக்கிறேன். படத்தைச் சுவரோடு ஒட்டினாற்போல வைப்பது அத்தனை அழகாயிராது என்பது என்னுடைய எண்ணம். படத்தின் கீழ் விளிம்பு சுவரைத் தொட்டுக் கொண்டும் மேல் விளிம்பு முன்னால் சற்று சாய்ந்தும் இருக்க வேண்டும். அதுதான் எனக்குப் பிடிக்கும்.

புத்தர் தமது தோள்களிலே ஒரு நொண்டி ஆட்டைச் சுமந்துகொண்டு அன்பு மயமாகக் காட்சி தருகிறார். விசாலமான அவருடைய கண்களிலே கருணை ஒளி வீசுகிறது. இதழ்களிலே சாந்தியின் புன்முறுவல், பிம்பிசாரன் செய்யும் யாகத்திலே பலி யிடுவதற்காக ஒட்டிச் சென்ற ஆடுகளிலே ஒன்று கால் ஊனமாகி நடக்கமாட்டாமல் நொண்டி நொண்டி வருந்தியது. அதைத் தற்செயலாகக் கண்ணுற்ற புத்தர் அந்த ஆட்டைத் தூக்கிக்கொண்டு நடக்கலானார். அன்பு வழிக்கு அரசனை மாற்றச் செல்லும் புனித யாத்திரை தொடங்குகிறது. அந்த உன்னதக் காட்சியைத்தான் ஓவியன் தீட்டியிருக் கிறான்.

நேற்றிரவு மேஜையருகில் அமர்ந்து சிறுகதைத் தொகுதியொன்றைப் படித்துக் கொண்டிருந்தேன். ஆனால் உள்ளம் கதைகளிலே ஊன்றவில்லை; குறி யொன்றுமின்றி எங்கேயோ அலைந்தது.

புத்தர் படத்திற்குப் பின்னால் பதுங்கியிருந்த பல்லியொன்று திடீரென்று வெளிப்பட்டுச் சுவரிலே ஒட்டிய ஒரு பூச்சியைப் பிடித்துக்கொண்டு ஓடி மறைந்தது. என்னுடைய கவனம் அதன்மேல் சென்றது. அதே கணத்தில் உள்ளத்திலே கோபம் குமுறியது.

அன்புருவமான அந்த மகானின் நிழலை இந்த அற்பப் பல்லி எப்படிப் பயன்படுத்துகிறது பார்த்தீர்களா? அதற்கு எத்தனை கொழுப்பு, எத்தனை தந்திரம், எத்தனை வஞ்சனை அதனுடைய கொலைத் தொழிலுக்கு அந்தப் புனிதனையா பதுங்கிடமாகக் கொள்ளுவது? உயிர்ப் பலியை விலக்கச் செல்லும் அந்த அஹிம்சாமூர்த்தியின் பின்னலிருந்தா இப்படி உயிரை வாங்குவது? நினைக்க நினைக்க எனக்கு அந்தப் பல்லியின்மேல் ஆத்திரம் பொங்கிற்று. அதை ஒரே அடியில் அடித்து நொறுக்க வேண்டுமென்று துடித் துக்கொண்டு எழுந்தேன்.

ஐயன் புத்தனின் வதனத்திலே தவழ்ந்த சாந்திமயமான புன்னகை அப்பொழுதும் மாறவில்லை. அவர் என்னைப் பார்த்து ஏதோ சற்று ஏளனமாகச் சிரிப்பது போலவும் எனக்குப் பட்டது. அடிக்கோலை எடுத்துக்கொண்டு ஓங்கிய கை தானாகவே தணிந்தது. நெஞ்சிலே எண்ண அலைகள் மோதின.

"அந்தப் பல்லியின்மேல் உனக்கேன் இத்தனை கோபம்? பகுத்தறிவில்லாத உயிர் அது. ஆனால் ஆறறிவுடைய மனிதர்கள் இப்படி மகான்களின் மறைவிலிருந்து கொண்டு

கொடுமை செய்வதில்லையா?'' என்று யாரோ கேட்பது போலிருந்தது.

ஆசனத்தில் அமர்ந்து நான் சிந்தனையில் மூழ்கினேன்.

மகான்களின் பெயரை மேடையின்மீது நின்று மக்கள் கூசாமல் முழங்குகிறார்கள். அவர்களைப் பின் பற்றுவதாக வேடமும் புனைகிறார்கள். ஆனால் சொல் லுக்கும் தோற்றத்திற்கும் மாறாக அவர்கள் என்ன வெல்லாம் செய்கிறார்கள்! வரலாறு இதற்குச் சான்று பகர்கின்றது; சற்று ஊன்றிப் பார்ப்பவர்களுக்கு நாள்தோறும் கரவினில் நடைபெறும் நிகழ்ச்சிகள் வெளிச்சம் தருகின்றன. அரசியலிலே, சமூக வாழ்விலே, தொழில் முறையிலே,வாணிகத்திலே, கலையிலே எல்லாத் துறைகளிலும் பைம்மறியாகப் பார்க்கும் போது நேர்மைக்கு முன்னால் இந்த வேடத்தையும் காண்கிறோம். நாட்டு அரங்கிலும், உலக அரங்கிலும் இதன் அடி நீரோட்டப் பின்னணிக் காட்சி பதுங்கியிருக்கிறது. எல்லோருமா அவ்வாறு இருக்கிறார்கள்? இல்லையில்லை. அப்படி நினைத்தால் அது தவறு. ஆனால் மனிதர்களிலும் பல்லிகள் உண்டு என்பது மட்டும் நிச்சயம். இவ்வாறு எனது சிந்தனை மானிட சாதியின் பல்லி வாழ்க்கையைப் பற்றி நின்றபோது உள்ளம் தானாகவே குறுகுறுத்தது. இதுதான் தருணமென்று மனச்சான்று எழுந்து மார்பை நிமிர்த்தி நின்று போசத் தொடங்கிற்று.

ஒவ்வொரு மனிதனுக்கும் மனச்சான்று என்று ஒன்றிருக்கிறதல்லவா? செல்லக் கூடாத நெறிகளி லெல்லாம் செல்லுவதற்கு மனம் ஆசைப்படும். இந்த மனச்சான்று அதைத் தடுக்க முயலும். பல சமயங்களிலே மனச்சான்று தோற்றுப் போகும். ஆனால் சில சமயங்கள் அதற்குப் பெரிதும் சாதகமாக அமைந்துவிடும். அப்படிப்பட்ட சந்தர்ப்பங்களில் ஒன்றுதான் இப்பொழுது எனது மனச்சான்றுக்கும் வந்திருக்கிறது.

"உலகத்தைப் பற்றியெல்லாம் குற்ற விசாரணை செய்யப் புறப்பட்டு விட்டாயே, உனது நெஞ்சத்தை தொட்டுப் பார்த்துக் கொண்டாயா? புத்தருடைய படத்தை எதிரிலே வைத்துக் கொண்டிருக்கிறாயே, அது எதற்கு? புத்தரைப் போல அன்பு வாழ்விலே தோய்ந்தவனென்று உன்னைப் பார்க்க வருகிறவர்கள் நம்ப வேண்டுமென்பதுதானே உன்னுடைய விருப்பம்?உண்மையிலேயே அவரைப் பின்பற்ற நீ முயன்றிருக்கி றாயா? சற்று முன்புகூட நீ எதற்காக அடிக்கோலை ஓங்கினாய்? நீ பேசுவதையும், எழுதுவதையும் பின்பற்றி நடக்க முயன்றிருக்கிறாயா? அந்த முயற்சியில் மனதார ஈடுபட்டாயா? அதில் தவறியபோது அதற்காக வருந்தி மீண்டும் அதே தவறைச் செய்யக் கூடாது என்றாவது உறுதி செய்து கொண்டிருக்கிறாயா? அந்த எண்ணம் ஒன்றிருந்தாலே போதும். அது உண்டா? எண்ணிப் பார்'' என்று மனச்சான்று மளமளவென்று பொழிந்தது. அதை எதிர்த்துப் போர் தொடுக்க அந்த வேளையிலே எனது உள்ளத்திற்குத் துணிச்சல் வரவில்லை. அது பெட்டிப் பாம்பைப்போல அடங்கிக்கொண்டது.

பல்லியை அடிக்க மறுபடியும் நான் முயலவில்லை. என்னுடைய குறைகளையும் தவறுகளையும் பற்றிய ஆராய்ச்சியில் அழுந்தினேன். இவ்வாறு என்னையே நான் எண்ணிப் பார்த்துக் கொள்வதற்குத் தூண்டு கோலாக இருந்த அந்தப் பல்லியை எனது குருவாகக் கூட மதிக்கலாம் என்ற உணர்ச்சி மெதுவாக மேலெழுந்தது.

11. குறிக்கோள்

திருமூலர் கதை உங்களுக்குத் தெரியுமா? அவருடைய இயற் பெயர் திருமூலரல்ல; சுந்தரநாதர் என்பதுதான் அவருடைய பெயர். அவர் மூலனாக மாறிய கதை மிகுந்த சுவையுடையது.

சுந்தரநாதர் வடகயிலையிலிருந்து புறப்பட்டு, சிவத் தலங்களைத் தரிசித்துக் கொண்டு திருவாவடு துறைக்கு வந்தாராம். பின்பு அங்கிருந்து பொதிய மலையை நோக்கிப் புறப்பட்டுக் காவிரிக்கரையை அடைந்தார். அங்கே ஓரிடத்தில் மூலன் என்ற இடையன் தன் காலம் முடிவுறவே இறந்து கிடந்தான். அவன் அன்புடன் மேய்த்த மாடுகள் அவ்வனைச் சுற்றிலும் நின்று கண்ணீர் விட்டுக் கதறிக் கொண்டிருந்தன. இந்தக் காட்சியைக் கண்ட சுந்தர நாதரின் உள்ளம் உருகிற்று. அந்த மாடுகளின் துயரைப் போக்கவேண்டும் என்ற ஆவல் அவருள்ளத்தில் பொங்கிற்று. தவ வலிமையால் அவர் தமது உயிர் மூலனுடைய உடலில் புகுமாறு செய்தார். மூலன் துயில் நீங்கி எழுவதுபோல எழவே மாடுகள் எல்லாம் பெருமகிழ்ச்சி எய்தின. சுந்தரநாதர் பிறகு அந்த உடம்பிலேயே இருக்க வேண்டியதாயிற்று. அவ்வாறு உயிர் பெற்ற மூலனே திருமூலராகப் போற்றப்படுகிறான்.

இது உண்மையாக நடந்திருக்குமா என்று ஆராய்ச்சி செய்ய விரும்புகிறவர்கள் செய்து கொள்ளட்டும். எனக்கு அதில் அக்கறையில்லை. இந்தக் கதை எனக்கு மிகவும் பிடித்திருக்கிறது.

திருமூலருடைய கருணை உள்ளம் என்னைப் பெரிதும் கவர்கிறது. மாடுகளின் துன்பத்தைக் காணச் சகியாமல் அவர் அத்துன்பத்தைப் போக்க முன்வந்திருக்கிறார். அதற்காக எத்துணைப் பெரிய தியாகத்தையும் செய்ய அவர் பின்வாங்கவில்லை.

அன்பு என்பது எல்லாவிதமான வரம்புகளையும் உதறித் தள்ளிவிட்டு மேலெழுகின்றபோது சத்திய வடிவனை இறைவனே அடைகின்றது என்று கபீர் தாசர் பாடுகிறார், 'அன்பே சிவம்' என்று திருமூலர் அருளியிருக்கிறார். அன்பையும் இறைவனையும் அவர் ஒன்றாகவே காண்கிறார்.

""அன்பு சிவம் இரண்டென்பர் அறிவிலார்
அன்பே சிவமாவ தாரும் அறிகிலார்"

என்று அவர் அன்பின் பெருமையைப் பாடியிருக்கிறார்.

நமது நாட்டுப் பெரியோர்கள் மற்றொரு பெரிய உண்மையை வெளியிட்டிருக்கிறார்கள். எல்லா உயிர் களிலும் இறைவன் உறைகின்றான் என்பது அந்த உண்மை. இறைவன் எங்கும் நிறைந்திருக்கிறான் என்று விரிவுபடுத்தியும் இதைக் கூறலாம்.

என்னுடைய உள்ளத்தை இறைவன் கோயிலாகக் கொண்டிருக்கிறான். ஆனால் நான்தான் அதை உணர்ந்து கொள்ளவில்லை. அதற்கு வேண்டிய பக்குவத்தை நான் அடையவில்லை. என்னுள்ளே இறைவன் வீற்றிருப்பதுபோலவே அவன் எல்லா உயிர்களிலும், எல்லாப் பொருள்களிலும், எங்கும் இருக்கிறான்.

ஆகவே அவனுக்குச் செய்கின்ற தலைசிறந்த பூசை அவனுடைய வடிவங்களாக விளங்கும் உயிர் களிடத்தும், மற்றப் பொருள்களிடத்தும் அன்பு கொள்ளுவதேயாகும். 'ஆருயிர்க்-

கட்கெல்லாம் நான் அன்பு செயல் வேண்டும்' என்று இராமலிங்க வள்ளலார் பாடியதும், மண்ணாங்கட்டி ஒன்றின் வடிவம் குலைந்தபோது அவர் அதற்காக வருந்தியதும் இந்த உண்-மையை உணர்ந்துதான்.

எல்லா உயிர்களிலும், எங்கும் இறைவன் இருக்கிறான் என்பதை மெய்ப்பிக்க முடியுமா என்று சிலர் கேட்கலாம். என்னால் முடியாது; நிச்சயமாக முடியாது. ஆனால் என்னால் சாதிக்க முடியாதன வெல்லாம் பொய்யென்று போய்விடா.

எனக்கு இதை மெய்ப்பிக்க வேண்டும் என்ற கவலையும் இல்லை. விவேகாநந்தரைப்-போல ஒருவர் உண்மையை அறிந்து கொள்ள வேண்டுமென்ற மெய்யான ஆவலால் உந்-தப்பட்டு இந்தக் கேள்வியைக் கேட்டால் இராமகிருஷ்ண பரமஹம்சரைப் போன்ற தகுதி வாய்ந்த ஒருவர் இதற்குத் தெளிவான பதிலைக் கொடுக்க அங்கே இருப்பார். அதில் எனக்கு ஐயம் இல்லை. சான்றோர்கள் கூறியுள்ள உறுதி மொழி எனக்குப் போதும்.

'பார்க்கின்ற மலரூடு நீயே இருத்தி' என்ற வாக்கில் எனக்கு நம்பிக்கை உண்டு. 'ஓசை ஒலியெலாம் ஆனாய் நீயே' என்று பாடியவருடைய உள்ளத் தூய்மையிலே எனக்கு அளவில்லாத நம்பிக் கையுண்டு. இவ்வாறு பல சான்றோர்களின் மெய் யுரைகளை நான் என் நம்பிக்கைக்கு ஆதாரமாகக் காண்பித்துக் கொண்டே போகலாம். ஆனால் அது தேவையில்லை. நான் பாரதியாரோடு சேர்ந்து,

"காக்கை குருவியெங்கள் ஜாதி-நீள்
கடலும் மலேயும் எங்கள் கூட்டம்
நோக்கும் திசையெல்லாம் நாமன்றி வேறில்லை
நோக்க நோக்கக் களியாட்டம்"

என்று ஜயபேரிகை கொட்டி முழக்க ஆசைப்படு கிறேன்.

கடவுள் நம்பிக்கை கொள்ளச் செய்ய வேண்டுமென்ற நோக்கத்தோடு நான் இதை எழு-தவில்லை, "உலகமே ஒரு குடும்பம்; அதில் பிரிவினைகள் செய்வது தவறு; எல்லோருக்கும் அன்பு செய்வதே நமது கடமை" என்ற கொள்கைகளை வற்புறுத்தவே தத்துவ அடிப்படை-யிலே எனக்கு வலிமை தரும் உண்மைகளை எடுத்துக் கூறினேன். எனக்குச் சமய நூல்-களிலே பரிச்சயம் அதிகமில்லை. இருப்பினும் எனக்குத் தெரிந்த அளவிலே இந்து சமய மட்டுமல்லாமல் எல்லாச் சமயங்களும் அன்பு செய்வதைத் தலைசிறந்த வாழக்கை நெறியா-கக் கூறுகின்றன என்று நான் தயக்கமின்றிக் கூறமுடியும்.

விஞ்ஞான அறிவு இன்று வளர்ந்திருக்கும் அள வையும், அதன் காரணமாக அழிவுப் படைகள் உரு வாக்கப்பட்டிருக்கும் நிலையையும் எண்ணிப் பார்த்து மானிட சாதியின் நலத்தை நாடுவோர். இந்தத் தத்துவக் கருத்தை எம்முறையிலேனும் எங்கும் பரப்ப வேண்-டுவ்து மிக முக்கியம்.

வீரர்கள் போர்க்களத்திலே காட்டிய அசகாய சூரத்தனத்தையும், துணிவையும், அவர்கள் பெற்ற பெரு வெற்றிகளையும் பற்றிப் புகழ்ந்து பேசுவது இனிமேல் உகந்ததல்ல; சிறந்த பண்-பாடுமல்ல. எந்த நாட்டு மக்களும் அந்நாட்டு வீரர்களைப் பற்றித் தனிப்பெருமை கொள்ள வேண்டியதில்லை. வீரம் என்பது அவர்களுக்கு மட்டும் வாய்த்த பண்பல்ல. நடுநிலைமை-யோடு அமைதியாக ஆராய்ந்து பார்த்தால் ஒவ்வொரு நாட்டிலும் சிறந்த வீரர்கள் இருந்-

திருக் கிறார்கள் என்பது தெரிய வரும். உயிருக்கு அஞ்சாது போரிலே சிறப்பெய்தியவர்கள் எங்கும் உண்டு. அப்படிச் சிறப்பெய்த வேண்டும் என்பதே ஒரு வெறியாக மாறியதும் உண்டு. மக்கள் அத்தகைய வீரத்தைப் பாராட்டிப் பெருமைப்படுத்தியதே அதற்கு முக்கிய தூண்டுகோலாகவும் இருந்துள்ளது. அவர்களுடைய வீரத்தையே பெரிதாக இளைஞர்களின் முன்னே நிறுத்திக் காட்டினர். அந்த வீரம் அவர்களிடத்தேயும் மிகுந்து காணப்படல் வேண்டும் என்கிற குறிப்பும் அடிப்படையாக நின்றிருந்தது. நாடு என்ற எல்லைக்குள்ளே நின்று அதைப் பாதுகாக்க வேண்டும் என்ற எண்ணமே மிகுந்திருந்த காலத்தில் இது ஒரு வேளை தவிர்க்க முடியாததாக இருந்திருக்கலாம். இன்று அந்த எல்லையிலே நின்று மார்தட்டுவது காலத்திற்கேற்றதல்லாத பழங்கொள்கை யாக மாற வேண்டிய நிலைமை ஏற்பட்டு விட்டது. பிறருடைய நலத்திற்காக எவ்விதமான துன்பத்தையும் பொருட்படுத்தாமல் துணிந்து சேவை செய்தவர்கள், தம்மையே தியாகஞ் செய்தவர்கள், உயர்ந்த உண்மைகளை எடுத்துக் கூறியவர்கள் ஆகியோர் காட்டிய வீரத்திற்கு இணையானது வேறொன்றுமில்லை என்பதை இன்று நாம் சிறப்பாக எடுத்துக்காட்ட வேண்டும். 'உயிரைக் கொல்வது யாருக்கும் சாத்தியமாகும்; ஆனால் ஓர் உயிரைச் செழிக்கச் செய்வது அவ்வளவு எளிதான காரியமல்ல. அதைச் செய்பவனே உயர்ந்தவன்' என்ற புத்தர் அருள்வாக்கு மேலோங்கி முழங்க வேண்டும். போர் முரசைக் கொட்டி மக்களின் விலங்குணர்ச்சியை எழுப்புவது இன்றும் எளிதாகவே உள்ளது. அன்புணர்ச்சியை எழுப்புவது அவ்வளவு எளிதாக இன்று தோன்றவில்லை. ஆனால் அதைச் செய்வதுதான் சிறப்பு: அன்புணர்ச்சி மேலோங்கி நின்ற காலத்தில் மக்கள் எவ்வளவு உயர்ந்த தியாகம் செய்திருக்கிறார்கள் என்பதும் நமக்குத் தெரியும். அந்த மென்மை உணர்ச்சியே நிலைத்து நின்று ஆட்சி புரியச் செய்வது தான் இன்று நாம் செய்யவேண்டிய புனிதமான சேவையாகும்.

அதற்கு நான் மேலே காட்டியதுபோல நமது சமயமும் தத்துவமும் வலிமை தருகின்றன.

அந்த வலிமையிலிருந்தே, 'தின்ன வரும் புலி தன்னையும் அன்பொடு சிந்தையிற் போற்றிடுவாய்' என்று பாடக்கூடிய துணிவு பிறக்கின்றது.

மெய்யுணர்வானது எவ்வாறு ஒருவனுக்குப் பிறக்க வேண்டும் என்பதை விளக்குவதற்கு இராம கிருஷ்ண பரமஹம்சர் ஓர் அழகான கதை சொல்லியிருக்கிறார்.

ஒரு கிராமத்திற்குப் பக்கத்திலே ஓர் ஆச்ரமம் இருந்தது. அதில் தங்கியிருந்த சாதுக்களில் ஒருவர் சாலை வழியாக எங்கோ போய்க்கொண்டிருந்த போது ஒரு ஜமீன்தார் ஏழை ஒருவனைச் சாட்டையால் அடிப்பதைக் கண்ணுற்றார். அவரால் அதைச் சகிக்க முடியவில்லை. 'அடிக்க வேண்டாம்' என்று பரிவோடு ஜமீன்தாரைக் கேட்டுக்கொண்டார். ஜமீன்தாருக்கு முன்னிலும் அதிகமான கோபம் அந்த சாதுவின் மேல் பொங்கி எழுந்தது. அந்த ஏழையை விட்டுவிட்டுச் சாதுவின் மேல் பாய்ந்தார். சாட்டையால் அவரை அடித்து நொறுக்கினார். சாது மூர்ச்சையுற்றுப் பிணம் போலத் தரையிலே விழுந்தார்.

மூச்சின்றிப் பேச்சின்றிக் கிடந்த சாதுவை யாரோ கண்டு, அவர் நிலைமைபற்றி ஆச்ரமத்திலுள்ள மற்ற சாதுக்களுக்கு எடுத்துக் கூறினார்கள். அவர்கள் ஓடோடியும் வந்து மூர்ச்சையுற்ற சாதுவைத் தூக்கிக்கொண்டு ஆச்ரமத்திற்குத் திரும்பினார்கள்.

ஆச்ரமத்திலே ஓரிடத்திலே அவரைப் படுக்க வைத்தார்கள். அப்பொழுதும் அவருக்கு உணர்வு வரவில்லை. அதனால் கவலையடைந்த சாதுக்கள் பல வகையான சிகிச்சைகள் செய்யத் தொடங்கினார்கள்.

ஒருவர் அந்த சாதுவின் தலையைத் தம் மடியின் மேல் வைத்துக்கொண்டு மெதுவாக வாயில் கொஞ்சம் பாலை ஊற்றினார். மெதுவாக சாது கண்

களைத் திறந்து பார்த்தார். எல்லோருக்கும் கவலை நீங்கிற்று. இருந்தாலும் அவருக்கு நினைவு முற்றிலும் வந்துவிட்டதா என்பதில் ஐயமிருந்தது.

பாலை வாயிலே ஊற்றியவர், "என்னை உங்களுக்கு அடையாளம் தெரிகிறதா? நான் யார் என்று சொல்லுங்கள் பார்ப்போம்'' என்று மெதுவாகக் கேட்டார்.

தன்னுணர்வு பெற்ற சாதுவிடமிருந்து அதற்கு அற்புதமான பதில் ஒன்று கிடைத்தது. "உங்களை எனக்கு நன்றாகத் தெரிகிறது. எந்தக் கை என்னை முன்பு அடித்ததோ அதே கை எனக்கு இப்பொழுது பால் வார்க்கிறது. யார் என்னை அடித்தாரோ அவரே எனக்கு இப்பொழுது பால் கொடுக்கிறார்" என்று அந்த சாது கூறினாராம். தம்மை அடித்து மூர்ச்சை-யடையச் செய்தவருக்கும், பிறகு மூர்ச்சை தெளியும்படி அன்போடு உதவி செய்தவருக்கும் உள்ள வேறுபாட்டை மறந்து அவ்விருவரிடத்திலும் விளங்குகின்ற இறைவனுடைய உணர்-விலேயே நின்றார் அவர்.

திருமூலர் கதையைப் போலவே இந்தக் கதையும் என் உள்ளத்தைக் கவர்ந்திருக்கிறது: அந்த சாதுவின் மனப்பக்குவம் நமது குறிக்கோளாக நிலைத்து நிற்க வேண்டும். அதுவே இன்பத்திற்கு வழி; அதுவே மானிட சாதியை ஓங்கச் செய்யும் மந்திரம்.

6

வெற்றித்தோல்வி

1. ஷெரின் ஷஹானா IRMS

வாழ்க்கைய கத்துக் கொடுக்காம, சும்மா படிச்சு வாந்தி எடுத்து மார்க் எடுக்குறதுக்கு மட்டும் கத்து குடுக்கறதுக்கு பேரு தான் கல்வியான்னு கேட்டா, இல்லைனு தான் சொல்வேன்.

Tenthல 500க்கு 500 எடுக்கணும். 12^{th}ல 600க்கு 600 எடுக்கணும். NEET Examல பாஸாகி, MBBS Seat வாங்கணும்னு பிள்ளைங்க மேல பெற்றோரும், சமூகமும் போடுற Pressure இருக்கே... அப்பப்பா... கடுப்பா இருக்கு... என்ன ரொம்ப விரக்தியா பேசுறேன்னு நெனக்கிறீங்களா? உண்மைதான்.

Recent-ஆ TVலயும், News Paperலயும் வர்ற newஐ பாத்திட்டு மனசு குடைஞ்சு-கிட்டே இருக்குது.

திருவாரூர்ல 10th படிக்கிற மாணவி தூக்குப்போட்டு தற்கொலை, சென்னைல 12th படிக்-கிற மாணவன் தற்கொலை, NEETல Pass ஆகலேன்னு மாணவன் தற்கொலைனு, போன மாசம் மொத்தம் ஒரு கொலையுதிர் காலமா போச்சேன்னு மனசு கிடந்து அடிக்குது.

என்ன கொடுமையடா இது. School புள்ளைங்கள்லாம் suicide பண்றத யோசிக்குற அளவுக்கு மோசமாவா இருக்கு நம்ம கல்விமுறைன்னு Education System-த்தை மட்டும் குறைசொல்லிட முடியாது.

புள்ளைங்க மேல பெற்றோரும், School-ம் சமூகமும் சேர்ந்து போடுற pressure-ஐ தாங்குற மனப்பக்குவத்தை நம்ம education system-ம் தரதில்லை. Parents-க்கும் புள்-ளைங்க மேல அதிகமான pressure இருக்குன்றத புரிஞ்சிக்கவும் முடியறதில்லங்கறதுக்கு மிகப்பெரிய உதாரணம் தான் சிறுவயது தற்கொலைகள். இதுல கொடுமை என்னான்னா, அந்த pressure-ஐ தர்றதே இந்த education system-மும் parent-ம் தான்.

ஒரு காலத்துல school-க்கு போயி மத்தியானம் சூடா சத்துணவு சாப்பிட்டு, friends-ஸோட விளையாடி அப்படியே cycle-gap-ல படிச்சிட்டு வந்திட்டிருந்தோம். அதுலயும் school-ஐ cut அடிச்சிட்டு சினிமாவுக்குப் போன பயலுகள் தான் பாதிக்கு மேல (நான் உட்பட).

ஆனா இன்னிக்கு அப்படியா இருக்கு. School-க்குப் போறதே குதிரை race-க்குப் போற மாதிரிதான் இருக்கு. குதிரை மேல காச கட்டி வா, வான்னு கத்தி கத்தி ஓட வச்சு 1st வர்ற குதிரையை மாலை மரியாதை பண்ணி கொண்டாடுறதும், last வர்ற குதிரையை ஒன்னுக்கும் லாயக்கில்லைன்னு ஒதுக்கி வக்கிறதையும் தான் நம்ம எல்லாரும் சேந்து செஞ்சிட்டு இருக்கோம்.

ஒரு விஷயத்தை ஏன் செய்றோம்னு தெரியாம, கூட்டமே செய்யுதுன்னு, மந்தைல போற ஆடு மாதிரி அதப்பாத்து நம்மளும் செய்றதுக்கு காரணம், எங்க நம்ம புள்ளைக்கு நல்ல வாழ்க்கை கிடைக்காம போயிடுமோன்னு parents-க்கு உள்ள பயம்தான். ஆனால், நம்மளோட பயத்துக்கு இரையாகுறது நம்ம புள்ளைங்க தான்றத, நம்ம மறந்திடுறோம். ஏன்னா இந்த காலத்து பிள்ளைகளுக்கு pressure அதிகம்.

Friend-புள்ள Chess-ல Grand Master ஆகும், சொந்தக்காரப் புள்ள Badminton-ல Nationals விளையாடும், பக்கத்து வீட்டு புள்ள 10^{th}ல State 1st வாங்கும், வீட்ல வேலை பாக்குற அம்மாவோட புள்ள NEETல நல்ல மார்க் எடுத்து doctor ஆகும், Officeல கூட வேலை பாக்குற நண்பரோட புள்ள Campus Interviewல Select ஆயி இலட்சக்கணக்குல சம்பளம் வாங்கும்.

இப்படி நம்மள சுத்தி நடக்குற வெற்றியை மட்டும் நம்ம புள்ளைகளோடு compare-பண்ணி பேசும் போது, அதுக மனசுலயும் வெற்றி மட்டும் தான் வாழ்க்கை அப்படின்ற எண்ணம் அவங்கள அறியாம புகுந்து, சின்ன சின்ன தோல்வியைக் கூட தாங்க முடியாத அளவுக்கு புள்ளைகளும் மாறிடுதுக, இல்லேன்னா நம்ம மாத்திடுறோம்.

நம்ம இதெல்லாம் பிள்ளைங்க நல்லதுக்கு தான சொல்றோம்னு நினைக்கலாம். ஆனா உண்மை என்னான்னா, டேய் கோபால் பொண்ணு Badminton மெடல் வாங்கிடுச்சு, நீ swimming போனயே என்னாச்சுன்னு கேட்கும் போதே ஒருவித தாழ்வு மனப்பான்மையும் Pressure-ம் வந்து Medal வாங்குனாத்தான் வெற்றின்ற மனநிலைமைக்கு பிள்ளைங்க வந்துடுவங்க.

நல்லா யோசிச்சு பாருங்க, நம்ப யாராவது வீட்ல, பக்கத்து வீட்டு பையன் 12th fail ஆயிட்டான், அதனால என்ன அவன் super cricket player எப்படியாவது அதுல பெரிய ஆளா வருவான்னு பேசியிருக்கோமா, எனக்கு அப்பவே தெரியும். அவங்க அப்பன் அலட்டுன அலட்டுக்கு அவன் fail ஆகாம... அப்படின்னு ஏளனமா பேசுவோம்.

இப்ப வேற ஒரு புது trend வந்திருக்கு. 10th, 12th, NEET Exam-னு நல்ல மார்க் எடுக்குற புள்ளைங்கள, flex அடிச்சு தெருவெல்லாம் வக்கிறது. ஜெயிச்ச புள்ளைங்கள கண்டிப்பா பாராட்டணும் தப்பில்லை. ஆனா இதப் பாத்துட்டு நம்ம புள்ளையும் இதே மாதிரி flexல வரணும்னு நெனச்சு pressure-ஐ கொடுக்கிறதுனால சில புள்ளைங்க கண்ணீர் அஞ்சலி flexல வர்ற கொடுமைதான் நடக்குது.

“வெற்றியைப் போலவே தோல்வியும் நல்லதடி”னு ஒரு சினிமாப் பாட்டுல வர்ற மாதிரி வெற்றியைக் கொண்டாடுற சமூகம் தோல்விய கொண்டாடவும் சொல்லிக் கொடுக்கணும். தோல்வியைக் கொண்டாடுறதுன்னா, Super-வான்னு 1 கிலோ சாக்லேட் கேக் வாங்கி வெட்டி கொண்டாடுறது இல்ல.

இப்ப தோத்தா என்ன, ஜெயிச்சவனுக்கு சந்தோஷம், தோத்தவனுக்கு அனுபவம்னு வாழ்க்கையை சொல்லிக் கொடுக்கணும். தோல்வியைப் பாத்து பயந்து ஓடாம அத எதிர்த்துப் போராடுறது எப்படின்னு சொல்லிக் கொடுக்கணும். வடிவேலு சொல்ற மாதிரி, "சண்டைல கிழியாத சட்டை எங்க இருக்கு". அதனால தோத்துட்டோம். மனசு உடைஞ்சு வாழ்க்கையே முடிஞ்சு போச்சுனு உக்காந்திராம அடுத்து நம்ம எடுத்து வைக்கிற அந்த ஒரு அடில இருக்கு வாழ்க்கையோட வெற்றினு சொல்லிக் கொடுக்கணும்.

இப்படித்தான், வாழ்க்கைல தினம் தினம் செத்துப் பொழைக்கிறதுக்கு ஒரேடியா செத்துடலாம்னு முடிவு பண்ணி சாவை அதோட விளிம்பு போய் சந்திச்சு அதுல இருந்து எழுந்து பீனிக்ஸ் பறவையா உயர்ந்துவந்த பொண்ணைப் பத்தித்தான் பேசப் போறோம்.

இவங்க வாழ்க்கைல அனுபவிச்ச கொடுமையை பாத்தா நம்ம பிரச்சினை எல்லாம் ஒன்னுமே இல்லன்ற அளவுக்கு பிரச்சினையிலேயே வாழ்ந்து, சாகுற நிலைமைக்குப் போயி success ஆன ஒரு ஆள்.

"நான் செத்து, பிழைச்சவன்டா

எமனை பாத்து சிரிச்சவன்டான்"னு சாவின் விளிம்பை பாத்துட்டு வந்து மீண்டும் வந்து சரித்திரம் படைத்த ஷெரின் ஷஹானா தான் இந்த மாச கதை(தா)நாயகி.

கேரளாவில் உள்ள மலைப் பிரதேசமான வயநாட்டில் ஒரு குக்கிராமத்தில் ஒரு சாதாரண கூலித் தொழிலாளியான உஸ்மல் ஹாஜிக்கும் அமினாவுக்கும் பிறந்த 4வது பெண் குழந்தைதான் நம்ம ஷெரின்.

கஷ்டப்படுற குடும்பமானாலும் வாழ்க்கை சந்தோஷமாத்தான் இருந்துச்சு சின்ன வயசுல. பக்கத்து வீட்ல ஒரு அண்ணன் சின்ன வயசுல Civil Service Exam பாஸ் பண்ணி Railway Protection Force (RPF)ல Commandant-ஆ வந்தப்போ, ஊர்ல அவருக்கு இருந்த மரியாதையைப் பாத்து நம்மளும் collector ஆகணும்னு மனசுக்குள்ள ஒரு ஆசை. அதனால School முடிச்சு, Collegeல BA Politics-ம் MA Politics-ம் எடுத்து படிக்குது இந்தப் புள்ள.

எல்லாம் நல்லாப் போனா தான் ஒரு twist வருமே. திடீர்னு ஷெரின் அப்பா heart attackல இறந்து போக, அடுத்து என்ன பண்றதுன்னு குடும்பமே குழம்பிப் போய் நிக்குது. அப்பா இருக்கும் போதே மூணு புள்ளகளையும் கட்டிக் கொடுத்துட்டதால, ஷெரினோட அம்மாவுக்கு இந்த புள்ளயும் எவனுக்காவது கையைப் புடிச்சுக் கொடுத்துட்டா கடமை முடிஞ்சிடும்னு கவலைப்பட்டாங்க. நெறைய பொம்பளப்புள்ள வாழ்க்கை வீணாப் போகுறதால இந்த மாதிரி அவசரக் கல்யாணத்துலதான்றது வேற விஷயம்.

துபாய்ல Software Engineerன்னு ஒருத்தன பாத்து fix பண்ணி அவசரக் கல்யாணம் நடக்குது. கல்யாண மேடைலதான் இந்தப் புள்ளக்கு பையனக் காட்றாங்க. நம்ம ஷெரினுக்கு அப்போ 19 வயசு. மாப்பிள்ளைய பாத்த உடனே shock ஆயிடுது. ஒரு 35-40 வயசிருக்கும் அந்த பயலுக்கு. சரி விடுன்னு குடும்பக் கஷ்டத்தை நெனச்சு கல்யாணம் பண்ணிக்குது அந்தப் புள்ளயும்.

கல்யாணம் முடிச்சு கொஞ்ச நாளைக்கு அப்புறம்தான் தெரியுது. அவன் ஒரு டுபாக்கூர்னு. பத்தாங்கிளாஸ் படிச்சுட்டு, Gulfல எங்கடா வேலன்னு கேட்டா, வடிவேலு சொல்ற மாதிரி நம்பர் 9 விவேகானந்தர் தெரு, துபாய் மெயின் ரோடு, துபாய் குறுக்கு சந்துல...

கேகக்ரான் - மேக்ரான் மாதிரி companyல வேலையப் பாத்துட்டு ஊரை ஏமாத்திட்டு இருந்திருக்கான்னு.

சரி போய் தொலையுது படிக்கலேன்னாலும் கல்யாணத்துக்குக்காக அந்த பொண்ணு போட்ட ஒரே கண்டிஷன் கல்யாணத்துக்கு அப்பறமும் தன்னை படிக்க allow பண்ணனும் அப்டீங்கிறது தான். அவன் படிக்கலேன்னாலும், அந்த புள்ளைய படிக்க வைப்பான்னு பாத்தா, அந்தப்புள்ளய வெளியில போகவே விடாம வீட்டுக்குள்ளேயே வச்சு கொடுமைப்படுத்த ஆரம்பிச்சான்.

எங்க இத அம்மாட்ட சொன்னா மனசு உடைஞ்சுவாங்களோன்னு நெனச்சு வீட்டுக்குள்ளேயே குமுறிட்டிருந்துச்சு இந்தப்புள்ள.

நாளுக்கு நாள் சைக்கோ போல நடக்க ஆரம்பிச்சான் அவன். ஒரு நாள் shave பண்ற blade எடுத்து உடம்புல கீறி, showerல நிறுத்தி ரத்தம் ஒழுகுறத பாத்து ரசிச்சிருக்கான் அந்தப் பரதேசி.

இந்த மாதிரி கொடுமையான சூழ்நிலைல வாழறதுக்கு சாகுறதே மேல்ன்னு suicide பண்ணலாம்னு மனசெல்லாம் குழம்பிப் போய் நடைப்பிணமா அலைஞ்சுட்டு இருந்துச்சு நம்ம ஷெரின்.

அப்படி ஒரு நாள், ஒரு நல்ல மழைக்காலத்துல காயப்போட்டிருந்த துணியை எடுக்க Terrace-க்கு போயி கால் தடுக்கி மாடில இருந்து கீழே விழுந்திடுது.

மாடில இருந்து கீழே விழுந்த புள்ள சுயநினைவு இல்லாம கிடக்குது. ஆனா உடம்புல எங்கயும் அடிபடல. கூடியிருந்த ஆள்கள் அப்படியே அலேக்கா தூக்கி அங்கே இருந்த சின்ன Maruti கார்ல ஏத்த, Hospital-க்கு ஓடுறாங்க.

மலைப்பிரதேசம்ன்றதால பெரிய ஆஸ்பத்திரி இல்ல. 2 மணி நேரத்துல கிடைச்ச Hospitalல X-ray பாத்தா Spinal Cord (தண்டுவடம்) Crack, கோழிக்கோடு medical college கூட்டிட்டு போங்கன்னு சொல்ல, அங்கிருந்து 3 மணிநேரம் travel பண்ணி அங்க போனா... டாக்டர் தூக்கிப்போட்டாரு ஒரு குண்டை... 4 நாளுக்குமேல தாங்காது. அதோட stretcher வச்சு எடுக்காம, அலேக்கா தூக்கி சின்ன கார்ல மடக்கி கொண்டு வந்ததால கழுத்துக்குக் கீழ மொத்தம் செயலிழந்துடுச்சுன்னு. operation பண்ணா சில அசைவுகள் வரலாம். ஆனால் நாலு நாள்ல சாகப்போற ஆளுக்கு இலட்சக்கணக்குல காசு கொடுத்து operation பண்ணனுமானு கேட்க, இதைக் கேட்ட ஷெரின் அம்மாவுக்கு உலகமே இருண்டு போயிடும் மாதிரி இருந்துச்சு. இருந்தாலும், மனச தளரவிடாம வேற ஒரு பெரிய Hospitalக்குக் கொண்டுபோயி ஊரே கடன் வாங்கி Operation நடத்துறாங்க.

மாசக்கணக்குல treatment நடத்தி, உயிர் பொழைச்சிருது. ஆனா 22 வயசுலயே நடைபிணமான வாழ்க்கை. மொத்த வாழ்க்கையும் கட்டிலும் விட்டமும் தான். Bedலயே படுத்து, படுத்து படுக்கைப்புண் (Bedsore) வந்து படுக்கவும் முடியாத கஷ்டமான ஒரு நிலை.

இந்த மாதிரி ஒரு நிலைமைல வாழறதுக்கு செத்திருக்கலாமேன்னு, மனசு கிடந்து அடிக்குது. அந்த நேரத்துல மனசுல ஒரே எண்ணம். எப்படியாவது தற்கொலை பண்ணிக்கணும்.

இதுல கொடுமை என்னான்னா... கழுத்துக்கு கீழே தளர்ந்த நிலைல சொந்த அவசியத்துக்கே மத்தவங்க support தேவைப்படும்போது suicide பத்தி யோசிக்க மட்டும்தான்

முடிஞ்சுச்சு நம்ம ஷெரினுக்கு.

வலியும், வேதனையும், துயரமுமே வாழ்க்கைனு மாறிப்போனப்போ, அதைத் தாங்க முடியாம அவங்க அம்மாகிட்ட, “யாருக்குமே கெட்டது நினைக்காத எனக்கு மட்டும் ஏன் இப்படி நடக்குதுன்னு கதறி அழுது”, “என்னால இனிமே வாழமுடியாது”ன்னு சொல்ல, அதைக்கேட்டுப் பதறிப்போயி அமினாம்மா அழுதுட்டே சொன்னாங்க, “சாகுறதுக்காகவா உன்னை இவ்வளவு கஷ்டப்பட்டு வாழ வச்சிட்டு இருக்கேன்னு”.

“படைச்சவன் உனக்காக ஒரு திட்டம் வச்சிருப்பாரு. நீ அனுபவிக்கிறதெல்லாம் அவனோட பரீட்சை. அந்தப் பரீட்சைல ஒருநாள் நீ ஜெயிச்சு வருவ பாரு, அதை நீ வாழ்ந்தா தான் புரிஞ்சுக்க முடியும். அதனால அவனோட போக்குல விட்ருனு” சொல்ல, அந்தப் புள்ள மனசுல அது ஒரு பயங்கர மாற்றத்தை ஏற்படுத்துச்சு.

பழைய மாதிரி எந்திரிச்சு ஓடி, ஆடி நடப்போம்னு கனவு காண்றதாலதான் இத கஷ்டம்னு நினைக்கிறேன். உண்மையான reality என்னான்னா, என்னாலே இனிமே நடக்க முடியாது. இதுதான் கடவுள் எனக்கு வச்சிருக்கிற திட்டம். அதனால அத accept பண்ணனும் 1st மனசுல நினைக்குது.

கஷ்டத்துல இருக்கும்போது, எல்லாம் கடவுள் செயல்னு எப்ப மனசு நெனக்க ஆரம்பிக்குதோ, அப்ப தொடங்குது வாழ்க்கைக்கு ஒரு புதுப் பாதை. ஷெரினுக்கும் அப்படித்தான். நம்மால முடியலேன்னாலும் மத்தவங்க உதவியில உட்கார்ந்திடணும். முடிவு பண்ணி ஒரு வீல் சேர்ல தன்னை உட்கார வைக்க சொல்றாங்க. ஆரம்பத்துல 1 second கூட உட்காராம கவுந்து கவுந்து விழுந்திட்டே இருந்து, daily கொஞ்சம் கொஞ்சமா 5 minute, 10 minute, 1 மணிநேரம், 10 மணிநேரம்னு நேரத்தைக் கூட்டி, கூட்டி வீல் சேர்ல நாள் முழுக்க உக்கார அளவுக்கு (மத்தவங்க உதவில தான்) practice பண்ணுச்சு அந்தப்புள்ள.

வீழ்வது தோல்வி அல்ல
வீழ்ந்த இடத்திலேயே
வீழ்ந்து கிடப்பதுதான்
தோல்வின்னு - சாக்ரடீஸ் சும்மாவா சொன்னார்!

எவ்வளவு ஒரு மனத்திடம் வேவணும். படுத்துக்கிடக்குற உடம்பு 24 மணிநேரம் வீல் சேர்ல இருக்கப் பழகுறதுக்கு.

வீல் சேர்லயே இருக்கப் பழகுனதுக்கப்புறம் தான் புரியுது, அந்த நாலு சுவருக்குள்ள ஷெரினுக்கு இருக்கிற ஒரே சொந்தம் நேரம் மட்டும்தான்.

ஏன் சின்னப் பிள்ளைகளுக்கு tution சொல்லிக் கொடுக்கக் கூடாதுன்னு யோசனை வர அதைத் தொடங்கி அப்புறம் ஏன் நம்ம UGC-NET எழுதி teacher வேலைக்குப் போகக்கூடாதுன்னு முடிவு பண்ணி இராப்பகலா படிக்க ஆரம்பிக்குது நம்ம புள்ள.

‘முயற்சியுடையார் இகழ்ச்சியடையார்’ங்ற மாதிரி UGC-NET clear பண்ணி Ph.D.க்கு IITல apply பண்ணா இவங்க நிலைமைய பாத்து உங்களால Ph.D. பண்ண முடியாதுன்னு IIT Back அடிக்க, calicut universityல Ph.D. பண்ண ஆரம்பிக்குது அந்தப்புள்ள.

திட்டம் போடுறது கடவுளாச்சே. ஒருநாள் ‘வனிதா’ன்னு ஒரு பிரபலமான மலையாள Magazineல இந்த மாதிரி நிலைமையிலயும் படிக்குற நம்ம ஷெரின பேட்டி எடுத்துப் போட, சும்மா தீப்பெட்டி வாங்க ஒரு கடைக்குப் போன ஒரு IAS Academy நடத்துற

ஒருத்தர் எதார்த்தமா அந்த interview-வை பாத்து, நம்ம ஷெரின தேடிக் கண்டுபிடிச்சு போயி மாற்றுத் திறனாளிகளுக்கு அங்க நடத்துற 'சித்திர சலபம்ன்ற' programல join பண்ணி IAS படிக்கிறியாமான்னு கேக்க, கரும்பு தின்ன கூலியா என்ன? அங்க தொடங்குது ஷெரின் வாழ்க்கைல மாற்றம்.

புருஷன் கொடுமை தாங்காம சாகணும்னு முடிவு பண்ண ஒரு ஆளுக்கு சாவை கண் முன்னாடி காட்டி, வாழும்போதே நடைபிணமா வாழவச்சு அங்கேயிருந்து ஏதோ ஒரு கடைல தீப்பெட்டி வாங்க போன ஒரு ஆள் வழில சின்ன வயசுல ஆசைப்பட்ட IAS ஆசையை மீண்டும் தட்டி எழுப்புனது எல்லாம் தெய்வத்தோட திட்டம்னு திடமா நம்புச்சு நம்ம ஷெரின்.

கடவுளோட திட்டமும், ஷெரினோட மனத்திடமும் விடாமுயற்சியும் வீணாப் போகல. இந்த வருஷம் Civil Service Examல 913வது ரேங்க் எடுத்து, இந்திய ரயில்வே மேலாணமை பணி (Indian Railway Management Service - IRMS) பாஸாகுது நம்ம புள்ள.

'God is Great' நம்ம ஜெயிக்கிறதயும் தோக்கிறதயும் தீர்மானிக்கிறது உலகம் இல்ல; நம்ம மனசுதான். நம்ம மனசு என்னைக்கு நம்ம தோத்துப் போயிட்டோம்னு நெனக்குதோ அப்பதான் நம்ம தோத்து போறோம்.

மாடில இருந்து கீழ விழுந்து அந்த accident நடக்கலேன்னா, ஒரு வேளை நான் suicide பண்ணி வாழ்க்கைல தோத்திருப்பேன்.

அத தடுத்து போராடி வாழ்றதுல இருக்கு வாழ்க்கைனு புரிய வைக்க கடவுள் போட்ட திட்டமா இருக்கும் எனக்கு நடந்ததெல்லாம்னு இப்ப எனக்கு புரியுதுனு கண்ணீர் மல்க கூறும் ஷெரின் ஷஹானா, தோத்துட்டா suicide தான் முடிவுன்னு நெனக்கிறவங்களுக்கு மட்டும் உதாரணமல்ல, தோத்தா தான் வாழ்க்கையில ஜெயிக்க முடியும்ன்றதுக்கு ஒரு சிறந்த உதாரணம்.

வடிவேலு சொல்ற மாதிரி, "வெற்றியும் தோல்வியும் வீரனுக்கு சகஜம்பா..."

அதனால மக்களே தேர்வுலயும் வாழ்க்கையிலேயும் தோல்வி வர்றப்போ துவண்டு போயி உக்காரதுல இல்ல வாழ்க்கை. அங்கயிருந்து நம்ம எடுத்து வைக்கிற அடுத்த அடில இருக்கு வாழ்க்கை. அதனால அடுத்த அடி எடுத்து வக்கிற நம்பிக்கை உள்ளவங்களா நம்ம பிள்ளைகளையும் சமூகத்தையும் மாத்தணும். அப்படி ஒரு நம்பிக்கை நம்ம புள்ளைகளுக்கு வந்துச்சுன்னா நம்ம daily தோத்து, தோத்து விளையாடலாம். சிவாஜி படத்துல சாலமன் பாப்பையா 'வாங்க பழகலாம்'னு சொல்ற மாதிரி 'வாங்க தோற்கலாம்...'

2. திரு.ரஞ்சித் IAS அவர்கள்

ஆர்கலி உலகத்து மக்கட் கெல்லாம்
ஓதலின் சிறந்தன்று ஒழுக்கமுடைமை

"ஒழுக்கங் கெட்டு நடக்கலாமாடான்னு" நான் School-ல படிக்கிற காலத்துல, என்னோட தமிழாசிரியர் சேட்டை பண்ற பசங்களோட காதைப் பிடிச்சு திருகிகிட்டே சொல்லுவார்.

நாங்களும் காது வலி பொறுக்காம ''ஐயா, இனிமே ஒழுங்கா இருப்போம்னு'' கெஞ்சு-வோம். காதை விட்டுட்டு கடைசியா சொல்லுவாரு.

''ஒழுக்கம் தான்டா உயர்வைத் தரும்'' என்று. எவ்வளவு நிதர்சனமான உண்மை. வாழ்க்கையில ஜெயிக்கிறதுக்கு ரொம்ப முக்கியமான விஷயம் இந்த discipline, இங்க discipline என்பது, நல்லொழுக்கம் என்ற அடிப்படையில் இல்ல நான் சொல்ல வர்றது.

ஒழுக்கம் ரொம்ப முக்கியம் தான் என்றாலும் நான் சொல்ல வர்ற discipline ஒழுங்கு. செய்யும் செயலில் உள்ள ஒழுங்கோடு கூடிய அர்ப்பணிப்பு (dedication and discipline).

உலக வரலாற்றுல எந்தப் பக்கத்தைப் புரட்டினாலும், ஒழுங்கும், அர்ப்பணிப்பும் இல்லாம ஒரு வெற்றியாளன் உருவாகியிருக்க முடியாது.

ஆனால், வாழ்க்கையில நமக்கெல்லாம் ரொம்ப கஷ்டமான விஷயம், இந்த discipline-ஐ கடைப்பிடிக்கிறது. ஏன்னா மனித மனசு ஒரு குரங்கு மாதிரி. நாம எப்-பவெல்லாம் அத ஒழுங்கு பண்ணி காரியம் சாதிக்க நினைக்கிறோமோ, அப்பதான் அது கூடுதல் indiscipline ஆகும்.

அதனால தான் நாம எடுக்கிற New Year சபதம் ஒரு வாரத்துக்கு மேல தாக்குப்பிடிக்க மாட்டேங்குது. ஒவ்வொரு New Year-க்கும் இனிமேல காலைல எழுந்து Walking போக-ணும், Gym போகணும்னு சபதமெல்லாம் எடுப்போம். புதுசா Shoe-ம் T-shirt-ம் வாங்கி-னது தான் மிச்சமா இருக்கும். நம்மளில் பலரும் School/College போகும்போது, daily routine follow பண்றதுக்கு ஒரு time table போடுவோம். பல் தேய்க்கிறதுல இருந்து Bathroom போற வரை. ஆனா, அது பாட்டுக்கு ஒரு மூலைல யாருமில்லாத அனாதை மாதிரி Fan காத்துக்கு சும்மா சுத்திட்டு இருக்கும்.

இப்படி நாம செய்யுற ஒவ்வொரு செயல்லயும் ஒழுங்கோ, அர்ப்பணிப்போ இல்லேன்னா வெற்றிங்கிறது எட்டாக் கனியாகவே போயிடும்.

அதனால எப்ப ஒரு மனிசன் தன்னோட மனசை ஒழுங்குபடுத்தி, எடுத்த காரியத்துல அர்ப்பணிப்போட இருக்கானோ, அப்ப தொடங்கும் அவனோட வெற்றி.

நாம சந்திக்கிற நிறைய பேரு தன்னோட லட்சியத்துல வெற்றி பெற தகுதி இருந்தாலும், discipline இல்லாததால அவங்க எதிர்பார்த்த வெற்றியை அடைய முடியாது.

உதாரணத்துக்கு, மதுரையிலிருந்து இமயமலைக்கு நடந்து போயி எவரெஸ்டை தொடறது தான் லட்சியம்னு வச்சுக்கோங்க. அந்த லட்சியத்தை நோக்கிய பயணத்துல ஒழுங்கும், அர்ப்பணிப்பும் இல்லேன்னா அடைய வேண்டிய இலக்கை அடைய முடியாம போயிடும். இங்க நாம ஒழுங்குன்னு சொல்றது daily ஒரு 50 km. ஆவது regular-ஆ நடக்க திட்டமிடுறதும், அந்த 50 km. நடக்க dedicated-ஆ follow பண்றதும் தான் ஒருவனை வெற்றியாளனாக்கும். குரங்கிலிருந்து தான் மனிசன் வந்தான்னு நம்ம மனசை வைச்சே correct-ஆ கண்டுபிடிச்சிடலாம். ஏன்னா முன்னாடியே சொன்ன மாதிரி ஒழுங்கை மீறத்-தான் மனசு ஆசைப்படும். அதனால குதிரைக்கு கடிவாளம் போட்டு கட்டுற மாதிரி, குரங்கு போல அலையுற மனசை ஒழுங்குன்ற கடிவாளத்தைப் போட்டு கட்டுறவன் தான் வாழ்க்-கையில சாதனை படைக்க முடியும்.

அப்படி ஒரு சாதனையாளனின் கதை தான் சொல்லப் போறேன். சுற்றி நின்ற சமூகம் ஏளனமாய் பேசிய போதும், அதை காதில் வாங்கிக் கொள்ளாமல் (ஏன்னா அவனால காதுல வாங்குற திறன் இல்லை) தனது dedicated discipline-ஆல் சரித்திரம் படைத்த சாதனையாளன்.

நம்மள பத்தி மத்தவங்க சொல்றத நம்பக்கூடாதுன்னு உலகத்தையே நம்பவச்ச ஆள்தான் நம்ம கதை(தா)நாயகன் ரஞ்சித்.

பிறப்பிலேயே செவித்திறன் இல்லாமல் பிறந்த புண்ணியவான். ஏன்னா கண்டவன் பேச்சையும் கேட்க வேண்டியதில்லையே! ஆனா என்ன, சுத்தியிருந்த சமூகம், ''பெத்தவங்க என்ன பாவம் செஞ்சாங்களோன்னு'' ஏளனமா பேசறத இவனால கேட்க முடியலேன்னாலும், அவனோட அம்மா, அப்பா கேட்டப்போ, ஒருவேளை அவங்களுக்கு தோன்றியிருக்கலாம். இதையெல்லாம் கேட்கிறதுக்கு நமக்கு செவித்திறன் இல்லாம போயிருக்கலாம்னு!

சாதாரண மனுசனுடைய அம்மாவா இருந்தா OK... நம்ம சாதனை நாயகனோட அம்மாவாச்சே... அதனால கவிப்பேரரசு வைரமுத்து சொல்ற மாதிரி,

''உலகம் முன்னால் சென்றால் கடிக்கும்
பின்னால் சென்றால் உதைக்கும்
உலகின் வாயை மூடுதல் கடினம்
உன் காதுகளை மூடுதல் சுலபம்''

அப்படின்னு எதையும் காதுல வாங்காம, மகாபாரதத்துல கணவனுக்காக கண்ணைக் கட்டின காந்தாரி மாதிரி, மகனுக்காக காதைக் கட்டினாங்கன்னு வேணும்னா சொல்லலாம்.

'எதையும் கத்துக்க லாயக்கில்லாத முட்டாள் என்று ஆசிரியரால் முத்திரைக் குத்தப்பட்ட சிறுவனை எடிசனாக்கிய Nancy Edison-ஐப் போலத்தான் நம்ம ரஞ்சித்தோட அம்மா அமிர்தவள்ளியும்!'

நம்மாளுக்கு பிறப்பிலேயே செவித்திறன் இல்லேன்னாலும், ஒன்றரை வயசுல ஒரு தீபாவளிக்குப் பட்டாசு வெடிக்கும் போது, Cool-ஆ பல்லக் காட்டிட்டு இருந்தப்போதான், அந்தப் பிரச்சினை இருக்குமோன்னு பயம் வந்துச்சு. உடனே, சென்னையில அவனோட மாமா உதவியோட ஒரு Audiologist-ஐ பாத்தப்போதான் அது confirm ஆச்சு. செவித்திறன் இல்லாததால இனிமேல் அவனால வாழ்க்கையிலேயே பேசமுடியாது. அதனால கோவையில ஒரு சிறப்புப் பள்ளி இருக்கு, அங்க போயி Sign language (சைகை மொழி) படிக்க வைங்கன்னு ஒரு இடியைத் தூக்கிப் போட்டார்.

ஈரோட்டுல, எல்லப்பாளையம் கிராமத்துல உள்ள மிகச்சாதாரண விவசாய குடும்பம். அப்பா தர்மலிங்கம் ஆவின்ல 1800 ரூபாய் சம்பளத்துல வேலை பாக்குற சாமான்ய மனிதர். ரெண்டு ஆண் பிள்ளைகள். மூத்த ஆள் அருண் பிரசாத். கடைக்குட்டிச் சிங்கம்தான் நம்ம ஆளு. இப்படிப்பட்ட backgroundல எப்படி கோயம்புத்தூருக்கு போறதுன்னு யோசிச்சாங்க.

இந்த கிராமத்து செட்அப்ல எங்கடா சுத்தியிருந்த கருத்து கந்தசாமிகளை காணலைன்னு, நீங்க யோசிக்கிற mind voice எனக்கு கேட்குது. Don't worry சினிமாக்கதை மாதிரிதான். சுத்தியிருந்த சொந்தக்காரங்க ஆறுதல் சொல்றேன்னு கருத்து சொல்ல ஆரம்பிச்சாங்க.

''என்ன பாவம் பண்ணீங்களோ, இப்படி ஒரு புள்ள பிறந்திருக்குன்னு'' கொஞ்ச பேர்; ''கஷ்டப்படுற சூழ்நிலைல கோயம்புத்தூர்ல போய் படிக்க வச்சு என்ன கலெக்டராவா ஆக்கப் போறீங்க, பேசாம இங்கயே ஏதாவது ஒரு Government Schoolல படிக்க வைங்கன்னு'' கொஞ்ச பேர்.

இதுல highlight advice இதுதான்... 'பேசாம தோட்டத்துல மாடு, கண்ணு மேய்க்க விடுங்க, அவனுக்கும் பிரயோஜனமா இருக்கும்னு.'

''மாடு மேய்த்தல் தவம்''னு வைரமுத்து எழுதுனத படிச்ச ஆளுங்களா இருப்பாங்கன்னு நினைக்கிறேன்.

உலகத்தோட ஏளனப் பேச்சுல, சாதாரண அம்மாவா இருந்தா அழுதிட்டே, கவலைப்பட்டுட்டு ஒரு மூலைல
உக்காந்திருப்பாங்க. ஆனா இவங்க என் பிள்ளைய சமூகத்துக்கு முன்னாடி தூக்கி நிறுத்துறதுன்னு ஒரு முடிவு பண்ணாங்க.

'ஒரு தாயின் சபதம்'.

பத்து மாசம் அம்மா பட்ட மொத்த வேதனையையும் installmentல ஆயுசு full-ஆ அனுபவிக்கிற ஆள்கள்தான் அப்பாக்கள். இந்தக் கதையிலயும் அப்பாவோட Role அதுதான்றதுனால அத silent role-ஆ வச்சுக்கலாம்.

அப்படி அவனை சமூகத்துக்கு முன்னாடி நிப்பாட்ட அவனோட அப்பா, அம்மா அன்னைக்கு எடுத்த முடிவுதான், இன்னைக்கு அவனை சாதனையாளனா நம்ம முன்னாடி நிறுத்தியிருக்கு. அது என்னா முடிவுன்னா...

மூத்த பையனை அவனோட அம்மாயி (அம்மாவின் அம்மா) வீட்டுல விட்டு படிக்க வைக்கிறது. அப்பா ஈரோட்ல continue பண்றது. நம்மாளும், அம்மாவும் கோவைல போயி தங்கி, அவன special school-ல படிக்க வைக்கிறதுன்னு ஒரு முடிவு எடுத்தாங்க.

கோவையில போனப்பதான் புரிஞ்சது, அந்த special school எல்லா மாற்றுத் திறனாளிகளுக்கும் உள்ள பொதுவான ஒரு பள்ளியின்னு. ஒரு எட்டு மாசம் அங்க இருந்துட்டும் பெரிசா ஒரு பிரயோஜனமும் இல்ல.

அப்பதான் இருட்டான வாழ்க்கையில சின்ன வெளிச்சம் போல சக்தி நிறுவனத்தோட ஆதரவுல, மதிப்பிற்குரிய கிறிஸ்டோபர் அவர்கள் வழிகாட்டல்ல Kasthurba Gandhi Oral School for Hearing Impaired (KOSHI)ன்னு ஒரு school செவித்திறனற்ற மாணவர்களுக்காகவே தொடங்கப்பட்டது.

அந்தப் பள்ளில சேர்ந்த உடனே நம்ம பழைய சிவாஜி படம் 'சரஸ்வதி சபதத்'தில வர மாதிரி சரஸ்வதி அருளால

'அகர முதல எழுத்தெல்லாம்
அறிய வைத்தாய் தேவி...'ன்னு

Magic போட்ட மாதிரி ஒன்னும் பேச ஆரம்பிக்கல. ஆனால் செவித்திறனில்லாத, 'அ'னாகூட சொல்ல முடியாத ஒரு சிறுவனை தமிழிலேயே IAS interview attend பண்ண வச்சு இந்திய ஆட்சிப் பணியில அமர்த்தியதுக்கு பின்னால இருந்த அந்த அற்புத Magic வேற ஒண்ணும் இல்ல, அந்த அம்மாவும் மகனும் எடுத்த காரியத்த செயல்படுத்துறதுல இருந்த ஒழுங்கும், அர்ப்பணிப்பும் தான்.

இந்த வெற்றில அந்த KOSHI School பங்களிப்பையும் மறுக்க முடியாது. அவனுக்கு ஒவ்வொரு தமிழ் எழுத்தோட ஓசையும் இப்படித்தான் இருக்கும்னு அவன உணரவச்சு, 'அ'வை உணர வைக்க தொண்டைல கைவச்சும் 'ம்'ஐ உணர வைக்க மூக்கில கைவச்சும், 'பா'வை உணர வைக்க கையில பேப்பரவச்சு பறக்கவிட்டும், தமிழில் இருக்கிற 247 எழுத்-துக்களையும் ஓசையையும் படிச்சு அதுக்கப்புறம் அம்மா, அப்பான்னு வார்த்தைகளைப் படிச்சு அதுக்கப்புறம் வாக்கியங்களைப் படிச்சு, இலக்கணம் படிச்சு, இலக்கியம் படிச்சுன்னு

ஸ்...ஸ்... அப்பா இப்பவே கண்ணைக் கட்டுதா...?

KOSHI School-ல சேர்ந்த புதுசுல கிட்டத் தட்ட எட்டு மாசம் ஒன்னும் improvement இல்லாம இருந்ததால அவனோட அப்பா, அம்மாவுக்கு வருத்தம் இருந்-துச்சு. ஆனால் அதுக்கப்புறம் முதல்முறையா ஆ...ப்..பி...ள்ன்னு சொன்னப்போ அம்-மான்னு கேட்க ஆசைப்பட்ட தாய் ஆப்பிள்னு கேட்டு பரமானந்தம் அடைஞ்சாங்க. Schoolல 9-4 மணிவரை ஓசையும் வார்த்தையும் சொல்லிக் கொடுக்க, வீட்ல மத்த நேரங்-கள்ல வாழ்க்கையைச் சொல்லிக் கொடுக்க ஆரம்பிச்சாங்க. ஆமா... தினந்தோறும் தான் செய்ற அனைத்து செயலையும் பொறுமையா உதட்டை அசைத்து அவனுக்கு புரிய வச்-சாங்க.

உதாரணத்துக்கு சமைக்கும் போது அவன கூட இருக்க வச்சு, இது அ..டு..ப்..பு, ச..ட்..டி, எ..ண்..ணெய்.., க..டு..குன்னு தொடங்கி பஸ்ல போகும் போது இது க..ண்..ட...க்..ட..ர், டி..க்..கெ..ட்னு ஒவ்வொரு நாளும் சமூகச் சூழலுக்குத் தேவையான வார்த்தையை எல்லாம் உதட்டசைவிலேயே புரிய வச்சாங்க. இந்த ஒழுங்குமுறைப் பாடம் ஒரு நாள், ஒரு வருஷம் இல்ல... கிட்டத்தட்ட 10-12 வருஷம்.

பஸ்ல போறப்ப இந்தம்மா சொல்றதப் பாத்து, இந்தம்மாவுக்கு எதுவும் problem-ஆ இருக்குமோன்னு பாத்து ஏளனமா சிரிச்சவங்கெல்லாம் இருக்காங்க. ஒரு சமயம் இழவு (சாவு) வீட்டுக்கு அவன கூட்டிட்டு போயி இதுதான் பிணம்னு காண்பிச்சு கொடுத்த கொடு-மைலாம் நடந்திருக்கு.

அம்மாவோட அர்ப்பணிப்பு, அப்பாவோட அரவணைப்பு அம்மா கிழிச்சக் கோட்டை தாண்டாத ஒரு discipline, அவனுடைய ஒழுங்கான பயிற்சி மற்றும் மன உறுதிக்கு நல்ல பலன் கிடைக்கத் தொடங்கியது. அவன் எட்டாவது படிக்கும்போது Cochlear implant surgeryயைப் பத்தி கேள்விப்படுறாங்க. அதாவது இந்த Operation பண்ணா அவனுக்கு செவி கேட்கும் திறன் வந்துடும். ஆனால் அதுக்கு 7 லட்சம் வேணும். கொஞ்ச நஞ்சம் இருந்த விவசாய நிலத்தையும் வித்து அதையும் செஞ்சாங்க.

'அன்னையும் பிதாவும் முன்னறிதெய்வம்'னு சும்மாவா சொல்லுச்சு ஔவைப்பாட்டி.

சோகம் மட்டுமே குடியிருந்த வீட்ல நம்பிக்கையோட நிழல் விழுது. செவி கேட்கும் திறனைப் பெறுகிறான் அருமை மகன். அப்படியே விட்றல அவன... Special schoolல இருந்து normal schoolக்கு மாத்துறாங்க.

'இழுத்த இழுப்புக்கெல்லாம் வர்றான்பா' என்ற மாதிரி, அம்மா சொல்றது அப்படியே செய்யுது அந்தப்புள்ளை. Normal school போனப்பதான் புது சிக்கல் ஆரம்பிக்குது. அதாவது, மாற்றுத் திறனாளி மாணவர்களுக்கு English படிக்கிறதுக்கு விலக்கு இருக்கு.

ஆனால், normal schoolல English Subject கட்டாயம். தமிழ்ப்பால் மட்டுமே குடிச்சு வளர்ந்த பிள்ளைக்கு English பால் குடிக்க வேண்டிய கட்டாயம். No problemம்னு அந்தப்புண்ணியவதியும் ABCDன்னு சொல்லிக் கொடுக்க ஆரம்பிக்க, நம்மாளும் அம்மாட்ட கையக் கட்டி மறுபடியும் படிக்க ஆரம்பிச்சுட்டான்.

என்னது... மறுபடியும் முதல்ல இருந்தான்னு தலை சுத்துதா...

தமிழில் 247 எழுத்து படிச்ச ஆளுக்கு English-ல
26 எழுத்து ஜுஜுபி மாதிரிதான். அதோட இப்போ செவித்திறனும் வந்துருச்சு. ரெண்டே வருஷத்துல English-ஐயும் பயபுள்ள கத்துகிச்சு.

பெத்தாங்களா... செஞ்சாங்களா... இருந்தாலும் இவனுடைய பேச்சையும் செயலையும் பாத்து புது school புள்ளைங்க கிண்டலடிக்க, அம்மாட்ட வந்து அழுவுது அந்தப் பிள்ளை. இந்த குறை உன் தப்பு இல்ல. அதுமட்டுமில்ல, நம்மள கேலி பண்றவனைப் பார்த்து அழுதிட்டு இருந்தோம்னா, வாழ்க்கை பூராவும் அழுதிட்டு தான் இருக்கணும்னு அவனோட அம்மா கொடுத்த தைரியத்துல, "போடா போடா புண்ணாக்கு"ன்னு பாட்டு பாடிட்டே 10th கிளாஸ்ல 472 மார்க் எடுத்து சாதனை பண்ணாரு நம்மாளு.

நமக்கெல்லாம் இப்படி ஒரு பிரச்சனை இருந்தா எப்படிடா school போகாம இருக்குறதுன்னு தான் plan பண்ணுவோம் ஆனால், நம்மாள் 11வதுல அடுத்த ஒரு சிக்சர், Physics,
Chemistry, Biology, Maths எடுத்து படிக்கிறாப்ல.

மறுபடியும் கண்ணைக் கட்டுதா... இந்த முறை அண்ணனும் சேந்துட்டாப்ல இந்த ஆட்டத்துல. குழந்தைக்கு சொல்லிக் கொடுக்கற மாதிரி தம்பிக்கு சொல்லிக் குடுத்து 12வது Examல மாற்றுத்திறனாளி மாணவர்கள்ல மாநிலத்துலயே 1117 மார்க் எடுத்து முதலிடம். அன்னைக்கு cm ஜெயலலித்தாம்மா கூப்பிட்டு கோட்டைல வச்சு பாராட்டி அனுப்புறாங்க.

நம்மாளு வாழ்க்கையே ஒரு Challenge ஆனதால வாழ்க்கைல எல்லாதையுமே
Challenge ஆவே பண்ண ஆசைப்பட்டார். 12வது முடிச்சிட்டு கோயம்பத்தூர் psg Techல BE Mechanical.

முடியல.... முடியல... disciplineக்கும், dedicationக்கும் பேர் போன நம்மாளுக்கு Engineering படிக்கிறது ஒன்னும் பெரிய விஷயமா இல்ல. 80% மேல மார்க் எடுத்து BE முடிச்சு, இனிமே வேலைக்கு போய் Settle ஆயிடலாம்னு நினைச்சா, Placementக்கு வர்ற ஒவ்வொருத்தனும் அவனோட குறையைச் சொல்லி Reject பண்ணிடறாங்க. அவன விட கொஞ்சமா மார்க் எடுத்தவனுக்கெல்லாம் லட்சக் கணக்கான சம்பளத்துல வேலை.

அப்பவும் அசரலயே! தன்னைப் படிக்க வச்ச சக்தி group கம்பனிலேயே 10,000 ரூபாய் சம்பளத்துல வேலையைத் தொடங்கினார் நம்ம ஆளு. போராடி போராடி வந்தவனுக்கு சும்மா உட்கார புடிக்கல. மனசு, நல்ல வேலைக்குப் போன்னு தந்தி அடிக்க, அந்த நேரத்துல Doctor
படிச்சு முடிச்சு, Chennaiல வேலை பாக்குற அண்ணன் சொல்றான் உன் Comfort Zoneல இருந்து வெளில வா... ஏதாவது ஒன்ன இழந்தா தான் ஒன்ன அடைய முடியும்னு. அன்னைக்கு night-ஏ Chennaiக்கு அப்பீட்... சென்னைல இருந்து Bank Examக்கு Prepare பண்ணி 17 முறை எழுதி தோத்துப் போனாப்ல. கஜினி ரஞ்சித்!

சென்னைல ஒரு Libraryல இருந்து Bank Examக்கு Prepare பண்ணிட்டு இருந்ததால அங்க வந்த upsc படிக்கிற நண்பர்கள் பழக்கத்துல தான் தெரியுது, செவித்திறன் குறைபாடுள்ளவர்களும் IAS எழுதலாம்னு.

கடவுள் இருக்கான் குமாரு, மாதிரி இருந்துச்சு அவருக்கு இருந்தாலும் நம்மால முடியுமான்னு ஒரு தயக்கம். நம்ம Potential என்னான்னு try பண்ணாத்தான் தெரியும்னு மனசு சொல்ல 'நாம கஷ்டப்படாம இருக்க கஷ்டப்படணும்னு' IAS பரிட்சைக்கு இஷ்டப்பட்டு படிக்க ஆரம்பிக்கிறார். Daily ஒரு 12-14 மணி நேரம்.

Time table போட்டு Timetableஏ தோத்துப் போற அளவுக்கு disciplineஆ அதை follow பண்ணி படிக்க, IAS Examஏ அவர் dedicationக்கு முன்னாடி மண்டிபோட 2021ல் IAS பாஸ் பன்றார் நம்மாளு.,

என்ன பாவம் பண்ணீங்கன்னு கேட்ட சமூகத்துக்கு முன்னாடி அவரோட அம்மா, அப்பாவை 'ஈன்ற பொழுதில் பெரிதுவக்க' வச்சு, நம்மள பத்தி மத்தவங்க சொல்றத நம்பக் கூடாதுன்னு நம்ப வச்ச புண்ணியவான்.

'ஒழுக்கம் தான்டா உயர்வைத் தரும்'னு என்னோட தமிழாசிரியர் சொன்ன மாதிரி தன்னோட ஒழுங்காலும், அர்ப்பணிப்பாலும் சரித்தரம் படைத்த அந்த சாதனையாளனைப் போல நம்மளும் discipline ஆவும் dedication ஆவும் நம்ம லட்சியத்தை நோக்கி பயணம் செய்தால் வெற்றி நமதே! l

3. திரு.M.G.இராஜமாணிக்கம் IAS

'வெற்றி நமதே' என்ற தொடரின் மூலம், கட்டுரைகள் வழியாக, உங்களிடம் பேசலாம் என்று நினைக்கின்றேன்.

எழுத்தில், பிறமொழிச் சொல் கலப்பு, எனக்கு விருப்பமில்லை என்றாலும், சொல்லுகின்ற செய்தி, உங்களுடைய சிந்தனைக்கு, எட்ட, எழுத்தில் பேசுகிறேன்.

வெற்றியாளனை மட்டுமே, உலகம் விரும்புவதால், வெற்றியையே மனிதன் விரும்புகிறான். அதனால், வெற்றியை அடைய, மனிதன் பலவற்றின் பின்னாலும், ஓடிக்கொண்டே இருக்க வேண்டியிருக்கிறது.

"ஓடினான் ஓடினான் வாழ்க்கையின் எல்லை வரை ஓடினான்" என்ற வசனம் போல.

வெற்றியென்றால் என்னங்க?

எப்படியாவது, பத்தாம் வகுப்பில் 450-க்கு மேல் மதிப்பெண் எடுக்க வேண்டும்.

கடவுளே எப்படியாவது, Arrear Exam Clear பண்ணிடனும்.

ஆண்டவா, இந்த Campus Placement-ல Select ஆகிடனும்.

இப்படித் தினம், தினம், மாணவர்களுக்கும், இளைஞர்களுக்கும், வாழ்க்கைப் போராட்டம் நடந்திட்டு இருக்கும். இந்த Temporary போராட்டத்தில் பெறுவதுதான், வெற்றியா அப்படின்னா, இல்லைன்னு சொல்லமாட்டேன். ஆனால், தற்காலிக மகிழ்ச்சியல்ல வெற்றி. வெற்றிக்குள்ள படிக்கட்டுகள் மட்டும் தான், அது.

ஆனா, இன்னைக்கு Society-இல் நமக்குள்ள பிரச்சினை என்னவென்றால், மாணவனின், இளைஞனின் வெற்றி, தேர்வு அடிப்படையில், போட்டி அடிப்படையில்தான், நிர்-

ணயிக்கப்படுகிறது.

"Operation success but patient dead" என்பது போல, தேர்வில் வெற்றி பெற்றுவிட்டு, வாழ்க்கையில் தோற்பது அல்ல வெற்றி. வெற்றிங்கிறது, 'வாழ்க்கையில் வெல்வது, வாழ்க்கையை வெல்வது'.

தனது பிள்ளை, படிப்பில் Excellent-ஆகி Class-இல், முதல் மதிப்பெண் தான் எடுக்கணும், விளையாட்டில் முதலிடத்தில் வரணும், Painting, Drama, இப்படி எல்லாவற்றிலும் முதலிடத்தில் வரணும், என்று ஆசைப்படும் பெற்றோர்களிடம், நம்ம ஊர்ல பேச்சுவழக்குல சொல்வாங்க, "அவன் மனசுனா இல்ல மாடா" இப்டி வதைக்கிறீங்களே! என்று.

சமூகத்தினுடைய எதிர்பார்ப்பு, மற்றவரை வீழ்த்தி, என் பிள்ளை, முதலிடத்தை அடைய வேண்டும் என்று உள்ளது.

ஏன்னா, நமது சமூகம் மாணவர்களைப் போட்டியில் வெற்றி பெறுவதற்கே, தயார் படுத்துகிறது. அதனால், மாணவர்களுடைய மனதில் போட்டி எண்ணமே, உருவாகிறது.

அந்தப் பிள்ளையைப் பாரு, NEET தேர்வில் இவ்வளவு Rank எடுத்திருக்கா.

அந்தப் பையனைப்பாரு, Software Companyல Place ஆயிட்டான். இப்படி compare செய்து, மாணவர்களின் மனதில், போட்டி எண்ணத்தை உருவாக்கித் தேர்வில் வெற்றி பெறுபவனே, வெற்றியாளன் என்ற மாயத் தோற்றத்தை, இந்தச் சமூகம் உருவாக்கி வைத்துள்ளது.

பாவம், சமூகத்தின் இந்த ஆடுபுலி ஆட்டத்தில், தேர்வில் வெற்றி பெற முடியாத மாணவன், தன்னைத் தோற்றவனாகவே கருதி, வாழ்க்கையின் வெற்றியை இழக்கிறான்.

இதில் வருத்தப்பட வேண்டிய விஷயம் என்னவென்றால்,

தேர்வு அடிப்படையில் மட்டும், நாம் பெற்ற வெற்றியாளர்களைவிட, இழந்தவர்களே அதிகம், என்பது தான்.

எனது சிறுவயதில், என்னுடன் பள்ளியில் 9-ஆவது படித்த நண்பன், ஓட்டப்பந்தயத்தில், சிறுத்தை போல் சீறி ஓடுபவன். ஓடுவது போட்டிக்காக மட்டுமல்ல, அவனுடைய மகிழ்ச்சிக்காகவும் என்று, அடிக்கடி சொல்வான்.

அவனுக்கு படிப்பு வரவில்லை என்று, பெற்றோரும் ஆசிரியரும் அடிக்க, 9-ஆவதில் fail ஆனதோடு, படிப்பும் நின்றது; அவனுடைய ஓட்டமும் நின்று போனது.

Hussain Bolt போல வரவேண்டியவன், Mechanic Shop-இல் Bolt, nut சரிபார்க்கும், Mechanic-ஆக வாழ்க்கையைத் தொடர்ந்தான்.

பாவம் ஓடி, ஓடி வெற்றி பெற்றவன், சமூகம் வைத்த போட்டியில், தோற்றுவிட்டான்.

அப்ப எது தான் வெற்றி?

சுவாரஸ்யமான ஒரு உண்மைச் சம்பவம். Foot Ball-ஐ வெறித்தனமாக சுவாசிக்கும், அர்ஜென்டினா நாட்டின் ரோசாரியோ என்ற இடத்தில், 'சீலியா ஒலிவேரியா கக்கிடினி' என்ற வயதான பெண்மணி, தனது 4 வயது பேரனின், Foot Ball ஆர்வத்தைக் கண்டு,

"அடேய், உலகத்திலேயே பெரிய Foot Ball Player ஆக நீ வருவாயடா" என கணித்துக் கூறுகிறாள்.

Foot Ball Size-ல அந்தச் சிறுவன், Clubல விளையாட்டைத் தொடர்கிறான். ஆனால், இதற்கிடையில் அந்தச் சிறுவனுக்கு, 11 வயதாகும் போது அந்த மூதாட்டி இறந்-

துவிடுகிறாள்.

தனது பாட்டி போன துக்கத்துல தவித்த சிறுவனுக்கு, அவளது கனவை நனவாக்க முடி-யாத, சிக்கல் ஏற்படுகிறது. அது என்னன்னா, Foot Ball-ஐ நேசித்ததாலோ என்னவோ, Foot Ball Size-லேயே, குட்டையாகவே இருக்கிறான். அந்தச் சிறுவனை டாக்டரிடம் காண்பிக்க, அவனுக்கு, வளர்ச்சி ஹார்மோன் குறைபாடு (Growth Harmone Deficiency Disease) என்ற நோய் கண்டறியப்படுகிறது. மாதம் $1000 (டாலர்) மருத்-துவச் செலவு தேவைப்பட்ட அந்நோய்க்கு, சாதாரண தொழிற்சாலைப் பணியாளரான தந்-தையால், அவ்வளவு செலவு செய்ய வசதியில்லை.

Foot Ball-இல் கில்லாடியான அவனுக்கு, Spain நாட்டிலுள்ள Barcelona-வில் அவனுடைய உறவினர்வழி, ஒரு உதவி கிடைக்கிறது. Barcelona Football Club-ற்கு விளையாட வந்தால், அவனுடைய மருத்துவச் செலவையும், ஏற்பதாக அறிவிக்கிறது அந்த Club.

மகனுக்கு கிடைத்த நல்ல வாய்ப்பைப் பயன்படுத்தி, சொந்த நாட்டை விட்டு, புலம்பெ-யர்கிறர்கள் அப்பாவும், அந்த 13 வயது சிறுவனும்.

அவனின் முயற்சியும், பயிற்சியும் வெற்றியளிக்கத் தொடங்கியது.

2004-இல் Under 20 Foot Ball Match-இல் Spain அணிக்காக விளையாட, அற்புத வாய்ப்பு கிடைக்கிறது.

Chance கிடைச்சா போதும்டா சாமி, என ஓடி Spain அணியில் சேராமல், என் சொந்த நாடான, அர்ஜெண்டினாவிற்கு மட்டுமே விளையாடுவேன் என, வந்த வாய்ப்பை நழுவ விட்டுவிட்டு, நின்ற அவனை, அன்று அவனது Club நண்பர்கள் பார்த்து, ஏளன-மாகச் சிரித்தார்கள்.

திறமையும், நம்பிக்கையும் உள்ள மனிதனின் வாசலை, வாய்ப்புகள் எப்போதும் தட்டிக்-கொண்டு தான் இருக்கும்.

அடுத்த ஆண்டே, FIFA Youth Championship-இல் விளையாட, தனது சொந்த நாட்டிற்காக விளையாடும் வாய்ப்புக் கிடைக்கிறது. அன்று முதல், உலகில் எல்லா Foot Ball போட்டிகளிலும் விளையாடி, வெற்றி வாகை சூடிய, அவனுடைய வாழ்க்கை இலட்-சியம், தனது சொந்த நாட்டிற்காக, உலகக் கோப்பையை வெல்வது.

Foot Ball-இல் Goal அடித்துக் கொண்டே, தனது வாழ்க்கை Goal-ஐ அடைவதற்குப் போராடிய அவன், வேறு யாருமல்ல, தான் நெஞ்சில் சுமந்த கனவை, அண்மையில் நடந்த FIFA World Cup Foot ball-இல் நனவாக்கிய, உலகில் தலைசிறந்த கால்பந்து வீரனான, அர்ஜெண்டினாவின் Lionel Messi தான் அது.

ஏறக்குறைய 30 ஆண்டுகள், நாடி, நரம்பு, புத்தி எல்லாம் தனது கனவைச் சுமந்து நடந்ததனால் தான், உலகக் கோப்பையை ஜெயித்த அடுத்த நாள், அதைக் கட்டிப்பிடித்துக் கொண்டே விமானத்தில் உறங்குவதைப் போல், ஒரு Photo Social Media-வில் செம Viral ஆனது.

'நீ உலகின் தலைசிறந்த, Foot Ball Player ஆக வருவாய்' என, 4 வயதில் அவனது பாட்டி விதைத்த கனவு முளைத்த போது, Messi-க்கு வயது 35.

நண்பர்களே, அப்போ நாமும் Messi-ஐப்போல, நெஞ்சில் சுமக்கும் கனவை, தடை பல வந்தாலும் தகர்த்தெறிந்து, முயற்சியும் பயிற்சியும் கொண்டு நனவாக்க உழைத்தால் ‘வெற்றி நமதே’.

விடாமுயற்சி விஸ்வரூப வெற்றி - ஆனால், நம்மில் நிறையப் பேர் எத்தனையோ கனவுகளை சுமந்துகிட்டு, எவ்வளவு முயற்சி செஞ்சாலும், வெற்றி என்கிறது கனவாகவே போய்விடும். அப்புறம் என்ன, நாளடைவில் அந்த முயற்சியையே கைவிட்டு விட்டு, நாம விரும்பினது தான் கிடைக்கல அதனால கிடைத்தத விரும்புவோம்னு, போகிற போக்கில கிடைக்கிற வேலையை செஞ்சு வாழ்க்கையை நகர்த்திக்கிட்டு இருப்போம்.

எவ்வளவு முயற்சி செஞ்சாலும் ஏன் வெற்றி பெற முடியலயேன்னு தெரியுமா?ஏன்னா, நமக்குள்ள ஒளிஞ்சிகிட்டு இருக்கிற திறமை என்னதுன்னு கண்டுபிடிச்சு வளர்க்கிறத விட்டுவிட்டு, சமூகத்தோட எதிர்பார்ப்புல நாம போயி சிக்கிக்கிறது தான்.

வெற்றியாளருக்கு இரண்டு முக்கியமான அடையாளம் இருக்கு.

தன்னோட திறமையைக் கண்டுபிடிக்கிறது.

அதை மென்மேலும் வளர்த்துக் கொள்வது.

ஒவ்வொரு மனுஷனுக்குள்ளேயும், இயல்பாகவே ஒரு திறமை சிங்கம் போல தூங்கிட்டு இருக்கும். தூங்கிட்டு இருக்கிற சிங்கத்தை எவன் தட்டி விடுகிறானோ, அவனே நினைத்ததைச் சாதிக்கிறான்.

ஆனா, இதுல கொடுமை என்னன்னா, பல நேரங்களில் நமக்குள்ள தூங்கிட்டு இருக்கிறது சிங்கம் என்று கண்டுபிடிக்க முடியாமலேயே, நம்முடைய வாழ்க்கை முடிஞ்சிடுது.

ஒரு சின்னக் கதை, கோழி கூண்டுல எப்படியோ ஒரு பருந்து முட்டையும் சேர்ந்திடுது. கோழியும் அது தெரியாம அடைகாத்து குஞ்சு பொறிக்குது. அப்புறம் கோழியும் குஞ்சுகளும் தோட்டத்துல மேயும் போது, மேலே ஒரு பருந்து பறக்குது, அதைப் பார்த்த பருந்து குஞ்சு, கோழி கிட்ட கேக்குது நம்மளால உயரத்துல பறக்க முடியாதான்னு? அதுக்கு கோழி ஒரு dialogue அடிக்குது.

“உயர உயரப் பறந்தாலும், ஊர் குருவி பருந்தாகாதுன்னு”

அந்த பருந்து குஞ்சு மாதிரி தான், நம்மள்ள பல பேர் வாழ்க்கை, நம்மளோட திறமை என்னன்னு கண்டுபிடிக்காமலேயே கோழி குஞ்சாகவே வாழ்ந்திடுகிறோம். அதனால நண்பர்களே, திறமையைக் கண்டு பிடிக்கிறது தான் வெற்றிக்கான முதல் படி.

அப்படி கண்டுபிடிச்ச திறமையை வளர்த்தோம்னா, வெற்றி நம்ம வாசப்படியில வந்து கால் மேல கால் போட்டு உட்கார்ந்திடும். அதனால, பட்டை தீட்டத் தீட்ட வைரம் ஜொலிக்கிற மாதிரி, தன்னோட திறமையை தீட்டத் தீட்டத் தான் ஒருவன் சாதனை படைக்கிறான்.

உதாரணமா, கிராமத்துல ஒருத்தனுக்கு (ஒருத்தின்னு சேர்த்து வாசிச்சுக்கோங்க ஆணுக்குப் பெண் சளைத்தவர்களில்லை) பயங்கரமான நீச்சல் திறமை, அவனுக்கு திறமை இருக்கின்றதுக்காக நேரா Olympic -ல போய் தங்கப்பதக்கம் வாங்கிட முடியுமா?, அவனோட திறமை வெற்றிக்கான முதல் படி மட்டுமே. அவனுக்கு முறையான பயிற்சி கொடுத்து, அவனோட திறமையை வளர்த்தோம்னா, கண்டிப்பா Olympic-ல gold medal வாங்குவான்.

அதுமாதிரி, தனது லட்சியத்தை நோக்கிய பயணத்தில், எவன் ஒருவன் தனது திறமையை வளர்த்துக் கொள்கிறானோ, அவனே மாபெரும் வெற்றியாளனாகிறான்.

நம்ம கிட்ட வேற எதுவுமே இல்லை என்றாலும், நம்பிக்கையும் திறமையும் மட்டும் இருந்தாலே போதும், ஒரு நாள் உலகையே வெல்லலாம்.

அப்படி ஒண்ணுமே இல்லாம, தன்னோட திறமை ஒன்றை மட்டுமே மூலதனமாக வைத்து, உலகத்தையே சிரிப்பால் கட்டிப் போட்ட ஒருவரின் சரித்திரக் கதை தான் இன்னைக்கு சொல்லப் போறேன்.

'வறுமை நிலைக்குப் பயந்து விடாதே, திறமை இருக்கும் மறந்து விடாதே'என்று பட்டுக்கோட்டை பாடுனது போல, வறுமை வறுத்தெடுக்க, தன் திறமையால் மட்டுமே உலகையே தன் பக்கம் ஈர்த்த அந்த சரித்திர கலைஞன் வேறு யாரும் இல்லை, தனது நகைச்சுவை மற்றும் நடிப்புத்திறனால் பொடிசு முதல் பெருசு வரை சிரிப்பால் கட்டிப்போட்ட, நகைச்சுவை உலகின் முடி சூடா சக்கரவர்த்தி சார்லி சாப்ளின் தான்.

ஒரு பொறுப்பில்லாத குடிகார அப்பா, லண்டன் மது விடுதியில் சில்லறைக்குப் பாடும் அம்மா, என மிகச் சாதாரண குடும்பத்தின் இரண்டாவது மகனாகப் பிறந்தவன் தான் சார்லஸ் ஸ்பென்ஸர் சாப்ளின்.

சிறுவயதிலேயே மனநோயாளியாய் மாறிய தாயின் அரவணைப்பில், வறுமை தான் அவனை வளர்த்து எடுத்தது. எப்போதும் பசியின் பிடியில் படுத்துக் கிடக்கும் மகனின் பசியைப் போக்க, அவனது அம்மா சன்னல் ஓரம் அமர்ந்து கொண்டு, வீதியில் நடக்கும் நிகழ்வுகளைப் பாட்டு பாடி நடித்துக் காட்டுவாள். அப்ப நம்மல மாதிரி சாப்பாடு சாப்பிட்டு வளர்ந்த ஆள் இல்லை சாப்ளின். அம்மாவோட பாட்டையும் நடிப்பையும் சாப்பிட்டு வளர்ந்த ஆள்.

அவனுக்குள்ள ஒளிந்திருந்த நடிப்பு திறமை அப்படித்தான் துளிர்விட்டது. பிற்காலத்துல தனது திறமையான நடிப்பால் பின்னிப் பெடலெடுத்தது இப்படித்தான்.

பின்னர், அவரது அம்மாவுக்கு அடிக்கடி உடம்பு சரியில்லாம போக, வீட்டு வாடகை கூட தர முடியாமல் குடும்பம் வறுமையில் வாடியபோது ஆதரவற்றோர் இல்லத்துக்கு தன் சகோதரனோடு மாறிய சாப்ளின், பசியால் அழாத நாட்களே இல்லை.

"உலகையே சிரிக்க வைத்தவன்,கண்ணீரைச் சுமந்து வளர்ந்திருக்கிறான்."

ஒருமுறை சாப்ளின் ஐந்து வயது சிறுவனாக இருக்கும் போது, லண்டன் மியூசிக் ஹாலில் நடந்த ஒரு நிகழ்ச்சியில் அவனுடைய அம்மா தொண்டை வேதனையால், பாடி நடிக்க முடியாமல் அவதிப்பட கூட்டத்தில் ஒரே கூச்சல். அவமானத்தோடு மேடையை விட்டு இறங்கிய தாயின் மானத்தைக் காக்க நினைத்தானோ என்னவோ, அவனே மேடை ஏறி பாட்டுப்பாடி நடிக்க, காது கிழியுற அளவுக்கு சிரிப்பொலிவுடன் சில்லறையும் சீறிப் பாய்ந்தன.

பின்னர் எட்டு வயசுல ஜாக்சன் என்ற நாடக குழுவுல இணைந்து பயிற்சி எடுத்து, தனக்குள்ள தூங்கிட்டு இருக்கிற திறமையைத் தட்டி விடுகிறான் சாப்ளின். இருந்தாலும் மேடை பயத்துல தான் சின்ன வயசுல பயபுள்ள நடிச்சிருக்கு Building strong but, Basement weak மாதிரி.

உண்ண உணவின்றி லண்டன் வீதிகளில் அலைந்து திரிந்து, யாராவது ஒருத்தன் நம்மல பாத்து உதவ மாட்டானான்னு நடந்த சாப்ளினின் திறமையை, உலகம் திரும்பிப் பார்க்கத் தொடங்கியது.

அப்புறம் நாமெல்லாம் பார்த்து சிரிச்ச சாப்ளின் இல்லை. தொடக்க காலத்தில் நீண்ட வசனங்கள் பேசி சாதாரண உடை அணிந்து நடிச்ச ஆள் தான். ஆனால், ஒரு நாள் ஒரு சர்க்கஸ் குழுவோட நாடகத்தில் ஜோக்கடிச்சு பேசி நடிச்ச சாப்ளினை யாருமே ரசிக்கல, இதப்பார்த்து வெறுப்பான நம்மாள்
manager - ட்ட போயி என்னப்பா இவங்கெல்லாம் மனுசனா இல்ல மிருகமாப்பா? ஆடாம அசையாம, ஒரு உணர்வு இல்லாமல், சிலை மாதிரி உட்கார்ந்திருக்காங்கன்னு ஆதங்கப்பட, அதுக்கு அந்த manager, இவங்கல்ல பல பேருக்கு நீ பேசுற English புரியாதுப்பா. பாஷை தெரியாத ஆட்கள் கிட்ட நீ பேசிட்டு அவங்கள குறை சொன்னா எப்படின்னு கேட்க, சுருக்குன்னு குத்துச்சு நம்மாளுக்கு. யோசிச்சாப்ல, மொழி தெரியாத ஒருத்தனை எப்படி சிரிக்க வைக்கிறதுன்னு. அப்படி டக்குனு தோன்றிய யோசனை தான் body language லேயே உடல் அசைவையும், முக பாவனையையும் வச்சி act பண்ணி மக்களை சிரிக்க வைக்கலாம்னு Idea click ஆக, தூங்கி வழிஞ்சிட்டு இருந்த கூட்டம் குதூகலமா கும்மாளம் போட, 17 வயசுல, தான் பேசாம தன்னை பற்றி பேசவச்சது இப்படித் தான்.

தனக்குள்ள ஒளிஞ்சிட்டு இருக்கிற திறமை இதுதான்னு எவன் கண்டுபிடித்து வளர்க்கிறானோ, அவன் சாமான்யனா இல்ல, சாதனையாளனாகத் தான் வருவான் என்பது சரித்திரம். அப்படித்தான் body language ல உலகைச் சிரிக்க வைக்க முடியும்னு கண்டுபிடிச்ச சாப்ளினின் திறமைக்கு, தீனி போடற வாய்ப்பு வந்தது.

கார்னோ என்ற குழுவுடன் அமெரிக்காவுக்கு நடிக்கப் போறதுக்கு வாய்ப்பு கிடைக்க, அவனது அபாரத் திறமையைப் பார்த்து புகழ் பெற்ற கீஸ்டோன் திரைப்பட நிறுவனத் தயாரிப்பாளர் மாக் சென்னட் சாப்ளினுக்கு அவரது நிறுவனப் படத்தில் நடிக்க வாய்ப்பு கொடுக்கிறார்.

ஜான் ஏறுன்னா முழம் சறுக்குகிற மாதிரி, மெல்ல கலைஞனா வளர ஆரம்பிச்ச சாப்ளினோட, ஆரம்ப படம் எல்லாம் தோல்வியில முடிய, தனது திறமையை வேற மாதிரி காட்ட ஒரு முயற்சி எடுத்தாப்ல.

அப்படித்தான், சக கலைஞர்களின் உதவியோட குண்டா இருந்த ஆளோட தொள தொள pant, சின்ன சட்டை, தொப்பி, கைத்தடி, பெரிய மீசைன்னு costume போட, மீசை முகபாவனையை மறைக்கிறது என்று ஒரு சைடு மீசையை வெட்ட அது அதிகமா போகுது. அப்புறம் அடுத்த பக்கத்த வெட்டுன்னு கடைசியில மிஞ்சின அந்த மீசை தான் நாம் இப்ப வரை பார்க்கிற சாப்ளினோட முகம். அப்படியே பெரிய சைஸ் shoe போட்டுக்கிட்டு தள்ளாடி நடந்து மேடையில ஏறி கால் தடுக்கி விழ சாப்ளினோட நடை, உடை பாவனைல புதுமையைப் பார்த்து அன்னைக்கு சிரிக்க ஆரம்பிச்ச உலகம் இன்னைக்கு வரைக்கும் சிரிப்ப நிப்பாட்டல. இப்படித்தான் படத்துல தான் பேசலனாலும், தனது திறமையால் உலகையே பேச வைத்தான் சாப்ளின் என்ற மகா கலைஞன்.

உன் வேதனை பலரைச் சிரிக்க வைக்கலாம். ஆனால், உன் சிரிப்பு யாரையும் வேதனைப்பட வைக்க கூடாது என தனது வேதனைகளை எல்லாம் உள்ளுக்குள்ளேயே மறைச்சிகிட்டு உலகத்துல எல்லாருடைய வேதனையையும் தன் சிரிப்பால் போக்கிய மகா கலைஞன் ஒருமுறை சொன்னான்.

'எனக்கு திறமை இருந்துச்சான்னு எனக்கு தெரியாது. ஆனால் என்னோட அம்மா தான் எனக்குள்ள நடிப்புத்திறன் இருக்கின்ற உணர்வை எனக்குள் விதைத்தாள் என்று'

இருந்தாலும் மறைந்தாலும் பேர் சொல்ல வேண்டும்...

இவர் போல யார் என்று ஊர் சொல்ல வேண்டும்...

அப்படிங்கிற கவிஞர் வாலியோட பாட்டு வரி மாதிரி, வறுமைக்கு பிறந்தாலும், திறமையால் இன்னைக்கும் ஊரும், பேரும் பெருமையுமா உலகமே போற்றும் மாபெரும் கலைஞன் தான் சார்லி சாப்ளின்.

மக்களே, நாமும் எவ்வளவுதான் கஷ்டபட்டாலும், நமக்குள்ள இருக்கிற திறமையை கண்டு பிடிச்சு அதுக்கு தீனி போட்டோம்னா வெற்றி நமதே

0

கனவை விதையுங்கள் என்று சென்ற தொடரில் சிந்தித்தோம். அதைப்படித்து விட்டு, நிறைய கேள்விகள், போங்க சார், Messi ஐ-போல ஏதாவது ஒன்னு ரெண்டுபேர் கனவு தான், நனவாகுது. எங்களப் போல, சாதாரணமானவர்களுடைய கனவு, கனவாகியே போயிருது. அதனால, கனவு காண்ற எல்லாரும் ஜெயிச்சிடலாம்னு நினைக்கிறது முட்டாள்தனம்னு, சிலர் நினைக்கலாம்.

கடந்த மாதம் பொங்கலுக்காக, எனது சொந்த கிராமத்திற்குப் போயிருந்தேன். அங்க இருக்கிற குழந்தைகளுக்கெல்லாம் ஒரு போட்டி. எல்லாரும் நீங்க என்னவாகப் போறிங்கன்னு, ஒரு பேப்பர்ல எழுதி வாசிச்சா ஒரு பரிசுன்னு சொன்னோம்.

ஒவ்வொருத்தரும், டாக்டர், டீச்சர், போலீஸ், கலெக்டர் - ன்னு ஏதாவது ஒரு கனவைச் சுமந்து கொண்டு இருப்பதை அறிய முடிந்தது.

நம்மளையும் சின்னப்பிள்ளையா இருக்கும் போது, கேட்டா இதெல்லாம் சொல்லியிருப்போம்.

ஆனால், நம்மில் பலரும் நாம் கண்ட கனவிற்குச் சம்பந்தமே இல்லாமல், பல வேலைகளையும் செய்து வாழ்க்கையைத் தள்ளிக் கொண்டு இருப்போம்.

அப்படின்னா! கனவு காண்ற எல்லாரும், தமது லட்சியத்தில் வெற்றிபெற முடியாதான்னு கேட்டா, அதுக்குப் பதில்... கண்டிப்பாக முடியும்.

தெளிவாகச் சொல்றேன்... கனவு காண்பதற்கும், கனவை விதைப்பதற்கும், நிறைய வித்தியாசம் இருக்கு.

நம்மில் நிறையப் பேர் அதாகனும், இதாகனும்னு கனவு மட்டும் கண்டிட்டு போயிருறோம். கனவு காண்பது 1st Step தான். அதுக்கு அடுத்த Step தான், நாம் கண்ட கனவை விதைப்பது.

கனவுன்றது, விதையான்னு கேட்டா, ஆமா அது விதை தான். முன்னாடியே சொன்ன மாதிரி, டாக்டர் ஆகனும், கலெக்டர் ஆகனும்னு எழுதுன பிள்ளைகளோட கனவும் விதை மாதிரி தான். ஆனால் விதையை கையிலையோ பையிலையோ வச்சா, மரமாயிடுமா?

அதனால தான் சொன்னேன், கனவை விதைக்க வேண்டும் என்று; கனவை விதைக்கி-றதுன்னா என்ன?

நடிகர் கருணாஸ், ஒரு திரைப்படத்தில் "நான் அம்பானி ஆவேன், நான் அம்பானி ஆவேன்னுன்னு" daily எல்லாருடைய தூக்கத்தையும் கெடுத்துக் கூப்பாடு போடுறது போல ஒரு சீன் வரும்...

அதுக்கும், கனவை விதைக்கிறதும் என்ன connection.? அப்படி தனது கனவை மட்-டுமே முதலீடாக வைத்துப் பக்கோடா விற்பதில் தொடங்கி, உலகின் பெரும் பணக்காரர்க-ளின் பட்டியலில் இடம் பிடித்த அம்பானியின் கதையைத் தான் சொல்லப் போகிறேன்.

இன்றைய தலைமுறையினருக்கு, அம்பானி என்றதும் நினைவுக்கு வருவது Jio, Reliance, அப்புறம் மும்பையில் உள்ள சுமார் 15,000 கோடி மதிப்புள்ள, ஆடம்பரப் பங்-களா வைத்திருக்கும் முகேஷ் அம்பானியைத் தான்.

ஆனால், முகேஷ் அம்பானி வெறும் பழம் தான்... உலகம் போற்றும் Reliance சாம்-ராஜ்யத்தை நனவாக்கிய அந்தக் கனவின் விதை, தீரஜ்லால் ஹீராசந்த் அம்பானி என்ற திருபாய் அம்பானி தான்.

Reliance நிறுவனத்தின், இன்றைய சந்தை மதிப்பு சுமார் 18 லட்சம் கோடி. நம்மில் பலருக்கு அதுக்கு எத்தனை சைபர் போடனும்னே தெரியாது.

ஆனா, அந்த 18 லட்சம் கோடி வந்தது வெறும் 500 ரூபாயில், 330 ச.அடி அறையும், மூன்று நாற்காலியும் கொண்டு தொடங்கிய Company-ல இருந்து தான்னு சொன்னா... ஸ்ஸ்ஸ்.... அப்பப்பா... இப்பவே கண்ணக் கட்டுதா...

குஜராத் மாநிலம், ஜுனாகத் மாவட்டத்தில் சோர்வாட் என்னும் குக்கிராமத்தில், ஒரு சாதாரண கிராமப் பள்ளி ஆசிரியரின் மகனாகப் பிறந்தவர் தான், நம் கதையின் நாயகன் திருபாய் அம்பானி.

'வாத்தியார் பிள்ளை மக்கு' என்ற பழமொழி எல்லாருக்கும் பொருந்தலைன்னாலும், நம்-மாளுக்கு செம fit.

படிப்பில், பெரிசா நாட்டமில்லாமல் சொந்த ஊர்த் திருவிழாவில், பக்கோடா விற்பதில் தொடங்கியது தான் ஒரு பணக்காரனாக வேண்டும் என்ற கனவு.

எப்படியோ தட்டுத் தடுமாறி, பத்தாவது முடிச்சுட்டு அவரோட அண்ணன் ராம்னிக் பாய் உதவியோடு, ஏமன் நாட்டுக்குப் போய், ஏ.பெஸி & கோ என்ற எண்ணெய் நிறுவனத்தில் Gas Station இல் Attendant வேலை. அப்புறம், பத்தாவது படிச்ச ஆள Company MD ஆகவா ஆக்குவாங்க, என்ற உங்களுடைய mind voice எனக்கு கேட்குது.

நாமெல்லாம் இந்த மாதிரிச் சூழ்நிலையில், வெளிநாடு போனா என்ன செய்வோம்! எப்-படியாவது Overtime பாத்து, காசு சேத்து, ஊர்ல வீடுகட்டி, கல்யாணம் காட்சி பண்ணி, Settle ஆயிடலாம்னு நினைப்போம்... ஆனால், நம்ம தலைவர் என்ன நினைச்சார் தெரி-யுமா? இந்த மாதிரியே ஒரு எண்ணெய் கம்பெனிக்கு முதலாளி ஆயிடனும்னு...

கனவு காணுங்க, அதைப் பெரிசா காணுங்கன்னு நம்ம ஐயா கலாமுக்கு முன்னாடியே, கனவு கண்ட ஆள் தான் நம்ம கதையின் நாயகன்.

ஏமனின் எட்டாண்டு அனுபவமும், எப்படியாவது தொழிலதிபராயிடனும் என்ற கனவையும் சுமந்து கொண்டு, தாய்நாடு திரும்பிய திருபாய் அம்பானி, தனது சொந்தக்காரரான சம்பக்லால் தமானியோட சேர்ந்து "மஜீன்" என்ற நிறுவனத்தைக் கூட்டாகத் தொடங்கி, பாலியஸ்டர் நூல் இறக்குமதியும், மசாலாப் பொருட்கள் ஏற்றுமதியும் செய்யத் தொடங்கினார்.

20 - 20 போல, தொழிலில் அதிரடியா அடிச்சு ஆடனும்னு நினைச்ச அம்பானிக்கு முன்னாடி Test Match ஆடிக் கொண்டிந்த தமானியால், ஈடு கொடுக்க முடியாமல், அப்படியே அப்பீட் ஆக, போனால் போகட்டும் போடான்னு, அம்பானி style இல் தொடங்குன நிறுவனம் தான், Reliance Commercial Corporation அதுவே பின்னர் Reliance Industries Ltd ஆனது.

பாலியஸ்டர் நூலிழையை இறக்குமதி செய்து விற்பதை விடத் துணியாக விற்றால், அதிக லாபம் கிடைக்கும் என்று கருதி, ஒரு நூற்பாலையைத் தொடங்கத் திட்டமிட்டு அதை மும்பையில் தொடங்குவதை விட, குஜராத்தில் தொடங்கினால் செலவு குறையும் என்று, அகமதாபாத் அருகில் உள்ள நரோடா என்ற இடத்தில், ஆலையைத் தொடங்குகிறார். அதில் உருவாக்கப்பட்ட துணியோட Brand தான் "Vimal" - Only Vimal னு 70 - 80 காலக்கட்டத்தில் இந்தியாவை ஆட்டிப் படைத்த Brand தான்.

Brand Success ன்னு, அதோடு ஓய்ந்து விடவில்லை. Polyester ல இருந்து Nylonக்கு ஒரு jump. அவரின் அசுர வளர்ச்சியைக் கண்ட அதே துறையில் இருந்தவர்களுக்கு, வயிற்றில் புளியைக் கரைக்க அவருக்குப் பல வழிகளில் நெருக்கடி கொடுக்கத் தொடங்கினர். அதனால், வங்கிகள் கடன் கொடுக்க மறுக்க, ஐய்யையோ போச்சே என்று தளர்ந்து விடாமல், ஒரு புதுரூட்டைக் கண்டு பிடிக்கிறார். இதுவரை யாரும் போகாத ரூட். தனது முதலீட்டாளர்களையே பங்குதாரர்களாக்கி, பங்குச் சந்தையில் தனது கம்பெனி share ஐ விற்க, தீபாவளிக்குத் துணி எடுக்கப் போன மாதிரி கூட்டம். Reliance இன் பங்கு எதிர்பார்த்ததை விட, ஏழுமடங்கு விற்க பங்குச் சந்தையின் முடி சூடா மன்னரானார் அம்பானி. கனவுல வாழ்றவனுக்கும், கனவை வாழவைக்கிறவனுக்கும் உள்ள வித்தியாசம் அது தான்.

Nylon, Polyester னு இறக்குமதி செய்து தொழில் நடத்திய அவருக்கு, அதைத் தானே உற்பத்தி செய்தால் என்ன என்று ஒரு யோசனை. கச்சா எண்ணெய் சுத்திகரிப்பின் ஒரு By Product தான் அது, அன்று ஏமனில் வேலை பார்த்தபோதே, அதன் நுணுக்கங்களை அறிந்து வைத்திருந்த அம்பானியோட மூளையைத் தட்டுது, அவருடைய எண்ணெய் கம்பெனி முதலாளியின் கனவு.

அப்புறம் என்ன...

தொடங்கு ஒரு Petroleum Refinery ன்னு Gujarat Hazira வில், அவருடைய கனவை நனவாக்கத் தொடங்கினார். இன்று எண்ணெய் சுத்திகரிப்பில், கொடிகட்டிப் பறக்கும் Reliance நிறுவனம், பின்னர் இன்றளவும் உலகிலேயே மிகப்பெரிய Petroleum Refinery ஐ Jamnagar என்னும் இடத்தில் தொடங்கியது.

"Gas Station attendant -ஆ இருந்த திருபாய் அம்பானி, விதைத்த கனவின் விதை இன்று ஆலமரமாய் வளர்ந்து வேரூன்றியிருக்கிறது.

"உன் கனவுகளை நீ நனவாக்கத் தவறினால், பிறர் கனவுகளை நீ நிறைவேற்ற வேண்டியிருக்கும்" என்ற திருபாய் அம்பானியின் வாக்குகள் எத்துணை வலிமையானது.

தன் கனவை வாழ்ந்த, அந்த மனிதரைப் போல், விதைத்த கனவுகளை முயற்சியால் முளைத்து வரச் செய்தால் "வெற்றி நமதே"!

0

வாழ்க்கையே போர்க்களம்
வாழ்ந்துதான் பார்க்கணும்
போர்க்களம் மாறலாம்
போர்கள் தான் மாறுமோ!
இந்தப் பாட்டு வரிகள் மாதிரி

பிறந்ததுல இருந்தே போராட்டம் தான்டா
என் வாழ்க்கைனு நம்மள்ள

எத்தனையோ பேர் பல நேரங்கள்ல

சிந்திப்போம். ஆனால் நம்ம பிறப்பே ஒரு போராட்டம் தான்.

'தக்கன பிழைத்திருக்கும்' (survival of fittest) என்ற டார்வின் பரிணாமக் கோட்பாட்டின்படி கோடிக்கணக்கான அணுக்களோட போராடி வெற்றி பெறும் ஒரு அணு தான் உயிர்த்தோற்றத்தின் மூல காரணி மாதிரி, போராட்டம் நம்ம Bloodல உள்ளது. Why Blood same Blood மாதிரி...

சரி... பிறக்கிறதுக்கே இவ்வளவு போராடுணும்னா...அப்ப வாழ்றதுக்கு அதுவும் நல்லா வாழ்றதுக்கு... போராடித்தான் ஆகணும்.

நாமெல்லாம் போராட்டம் நடத்துறது நல்லா வாழ்றதுக்குதான். வாழ்க்கையில போராடுற சாதாரண ஆள்களுக்கு மத்தியில வாழ்க்கையோடவே போராடி வென்ற ஒரு வெற்றியாளனின் கதை தான் சொல்லப் போறேன்.

பிறக்கும் போதே பார்வைத் திறனில்லாமல் பிறக்கின்ற குழந்தைகளைப் பாத்திருப்போம். அவங்க வாழ்க்கை கஷ்டம் தான். அதுல எந்த சந்தேகமும் கிடையாது. ஆனால், தன்னோட 17 வயசு வரை உலகத்தைப் பாத்து ரசிச்சு கனவுகளோடு வாழ்ந்த ஒருவனுடைய உலகம் கொஞ்சம் கொஞ்சமா இருட்டாகி, ஒரு நாள் மொத்தமும் இருட்டாகுற நிலைமை ரொம்பக் கொடுமை.

அப்படி கொடுமையான சூழ்நிலையை எதிர்கொண்டு, போராடி இந்தியாவிலேயே கஷ்டமான போட்டித் தேர்வாகக் கருதப்படும் IAS தேர்வில் வெற்றி பெற்ற கிருஷ்ண கோபால் திவாரி என்ற சாதனையாளனின் கதை தான் இது. உத்தரப்பிரதேச மாநிலம் அம்பேத்கர் நகர் மாவட்டத்தில் குடும்பத்தில் மூன்று குழந்தைகளில் நடுப்பிள்ளையா பிறந்த ஆள்தான் நம்ம கதை நாயகன்.

எட்டாம் வகுப்பு படிக்கும் போது, நல்லா டிப்டாப்ஆ ஒருநாள் Schoolக்கு டிரஸ் போட்டு போக, அவனைப் பாத்து வாத்தியார் "இவரு பெரிய கலக்டருன்னு" கிண்டல் பண்ண அவனுக்கு தெரியாம ஆழ்மனதில IAS விதை விழுந்து போகுது. இந்த சூழ்நிலை தான் பிரச்சினை Flight ஏறி வருது. ராத்திரியானா பார்வைக் குறைபாட்டை அனுபவிக்கத் தொடங்கினார் திவாரி. பகல்லையும் சரியா வெளிச்சம் இல்லேன்னா போர்டை Boardஐ பாத்து படிக்கிறது கஷ்டமாகுது. ராத்திரில நடக்கும் போது எங்கயாவது போய் மோதிட்டே இருந்தத பாத்து அவங்க அம்மா townல இருக்குற கண் டாக்டர்ட்ட கூட்டிட்டு போயி காண்பிக்க, அப்பதான் அது ரெட்டினைடிஸ் பிக்மென்டோசா என்ற கண் பார்வை இழப்பை ஏற்படுத்தும் மரபணு கோளாறு காரணமா வர்ற நோயின்னு கண்டுபிடிச்சாங்க.

மேலும், இந்த அறிகுறி மோசமாகி அவர் கண் பார்வைய முழுமையா இழந்திடுவாருன்னு டாக்டர் ஒரு குண்டையும் தூக்கிப் போட்டாரு. இதுல என்னா கொடுமைன்னா, அவனோட அப்பா வெளில தெரிஞ்சா அவமானமா பேசுவாங்கன்னு பயந்திட்டு, இந்த விஷயத்தை யாருட்டேயும் சொல்லாம மறைச்சிட்டாரு, நம்மாளுக்கு இந்த விஷயம் தெரியாததால அவரும் வாழ்க்கையை ஓட்டிட்டு இருந்தார். ஆமா,daily cycle ஓட்டிட்டு 12வது வரை Schoolக்கு போனாப்ல...

சாயந்திரம் ஆனா கண் பார்வை மங்குறதால எல்லா வேலையையும் பகல்லயே முடிச்சிடுவாப்ல. சின்னதம்பி படத்துல கவுண்டமணி மாதிரி. இப்பதான் ஒரு சட்ட சிக்கல் வந்தது. 12வது முடிச்சதுக்கப்புறம் College admission 100 km தொலைவில் உள்ள Purvanchal University, Jaunpur College-ல் கிடைச்சது. அங்க போயி College போயி படிச்சிட்டு இருந்த திவாரி ஒருநாள் கார்கில் போர் பற்றிய செய்தியை படிச்சிட்டு இருந்தப்ப தான் அவருக்கு விளங்குச்சு. அவருக்கு இடது கண்ணில் மட்டும்தான் பார்வை தெரியுதுன்னு. உடனே திவாரி பக்கத்துல இருந்த டாக்டர்ஐ போயிபாக்க அப்பா மறைச்சுவச்ச அந்த இடியை டாக்டர் தூக்கி இவர் தலைல போடுறார். அது மட்டுமில்ல, படிக்கிறத நிறுத்தணும் இல்லேன்னா இன்னொரு கண்லயும் விரைவில பார்வை பறிபோயிடும்னு இன்னொரு குண்டையும் போட்டாரு.

முதல் குண்டுக்கு பெருசா பயப்படாத திவாரி இரண்டாவது குண்டுக்கு ஆள் அவுட்... படிக்க முடியலேன்னா எப்படி IAS ஆவறது.வாழ்க்கையில பிரச்சினை வர்றது சகஜம் தான். ஆனால் வாழ்க்கையே பிரச்சினையானா என்னா பண்றது?

நம்ம கிட்டல்லாம் இத சொன்னா நமக்கு தாங்க முடியுமான்னு தெரியல. ஆனா, நம்ம திவாரி என்ன பண்ணாரு தெரியுமா?Right விடு... கண்பார்வை மொத்தம் போறதுக்குள்ள எப்படியாவது படிச்சு தன்னைக் காப்பாற்றிக் கொள்ற நிலைமைக்கு வளர்ந்திடனும்னு அடுத்த வேலையை பாக்க ஆரம்பிச்சிடுச்சு அந்த பயபுள்ள...

பெத்தாங்களா... செஞ்சாங்களா?ஆற்றின் போக்கை எவ்வளவு தடுத்தாலும் அது மாற்று வழி கண்டுபிடிச்சுபோகுற மாதிரி, வாழ்க்கைப் பாதை முற்றிலும் அடைந்த போதும் தடைபட்டு நிற்காமல் மாற்றுப்பாதை கண்டு பிடித்துமுன்னேறுகின்ற மனம் படைத்தவனை உலகத்தின் எந்த சக்தியாலும் தோற்கடிக்க முடியாது. வெளிச்சம் போறதுக்குள்ள இலக்கை அடைஞ்சிடனும்னு இன்னும் தீவிரமா படிக்க ஆரம்பிச்சார் திவாரி. கிட்டத்தட்ட College 3rd yearல தேடிய எல்லாம் பெஞ்சோட பெஞ்சா குனிஞ்சா தான் படிக்கவும் முடியும், எழு-

தவும் முடியும்ன்ற அளவுக்கு பார்வை மங்கலாகிட்டே போகுது. மீண்டும் டாக்டர்ட்ட போனா operation பண்ணா பார்வை போறத கொஞ்ச நாள் தள்ளி போடலாம். ஆனால், அதுக்கு பணம் நிறைய செலவாகும் அப்படிங்க, திண்ணற சோத்துக்கே தாளம் போடுற நிலைமைல இது தேவையான்னு திரும்ப வந்துடுறாப்ல.

''கொடிது கொடிது வறுமை கொடிது அதனினும் கொடியது இளமையில் வறுமை''ன்னு ஔவையார் சொன்ன மாதிரி சொந்தக் கண் பறி போகுறத தள்ளிப்போட முடியாம வறுமை வாட்டிய அவருடைய வாழ்க்கை கொடுமை தாங்க... வறுமையின் நிறம் சிவப்பு...

சமூக அவமானத்துக்குப் பயந்து தன்னோட குறைைய வெளியிலேயே சொல்லாம இருட்டுக்குள்ளேயே வாழ்ந்து கொண்டிருந்தார் அந்த ஞானப்பழம்...

அந்த சமயத்துல தான் All India Radioவில பார்வையற்றோர் நிகழ்ச்சி ஒலிபரப்பானது.அதுலபேசுன ஒரு டாக்டர், 40% பார்வைத்திறன் இல்லேன்னா கூட பார்வையற்றோர் Certificateக்கு Eligibleனு சொல்ல, அப்பதான் நம்மாளுக்கு புரிஞ்சது பார்வையற்றோர்னா மொத்தப் பார்வையும் போனவங்க இல்லேன்னு.சந்தோஷத்துல துள்ளிக்குதிச்சாப்ல திவாரி.ஏன்னா, பார்வையற்றோர் சான்றிதழ் கிடைச்சா IAS தேர்வுல Scribe (உதவிக்கு ஆள்) வச்சு எழுதலாம்.

உடனே ஓடுனான் மனுஷன் டாக்டர் Certificate வாங்க. அவங்க தூக்கிப் போட்டாங்க அடுத்த இடி. ஆமா... Certificate விற்பனைக்குன்னு Boardதான்போடல. Board போடாமலேயே Certificateஐ வித்துக்கிட்டிருந்த டாக்டர்க்கு பணம் கொடுக்க முடியாமல் திரும்ப வந்து சாப்டுற காசை மிச்சப்படுத்தி ஒரு வருஷம் கழிச்சு தான் Certificateஏ வாங்க முடிஞ்சது, இந்தப் பாவ மனுஷனுக்கு.

இந்த சூழ்நிலைல பார்வைத்திறன் படிச்சுபடிச்சு இன்னும் மோசமாக முழுசா போறதுக்குள்ள Braile Language (பார்வையற்றோர் தொட்டுணர்ந்து படிக்கும் மொழி)படிக்கிறதுக்காக, National Institute of Visually Handicapped (NIVH) Dehradunக்கு வண்டி ஏறுறாரு.

முயற்சியுடையார் இகழ்ச்சி யடையார்ன்ற மாதிரி வாழ்க்கையோட திருப்புமுனை அங்கதான் அமைஞ்சது.Braile மட்டுமல்ல Computersம் (பார்வை யற்றோருக்கானது) Screen readingம் கூடவே கத்துக் கொடுத்தாங்க.

இனிமே பார்வையே இல்லேன்னாலும் படிச்சிட முடியும்ன்ற நம்பிக்கை வந்துச்சு. அதே நம்பிக்கையோட டெல்லியில உக்காந்து IASக்கு தீவிரமா படிச்சாரு. சாதாரணமான பாக்குறவங்களுக்கே Daily 8-10 மணி நேரம் படிக்க வேண்டிய சூழ்நிலைல நம்மாளு 16-18 மணி நேரம் போராடி படிச்சாரு.

விடாமுயற்சி விஸ்வரூப வெற்றின்னு நம்ம முன்னாடி தொடர்ல பாத்த மாதிரி, இறைவன் அவரோட உலகத்தை இருட்டாக்குனாலும், உலகத்துக்கு தன்னால வெளிச்சத்த கொடுக்க முடியும்னு நம்புன அந்த நம்பிக்கை நாயகன் 2008ம் வருடம் இந்தியாவிலேயே 142வது ராங்குடன் IAS Exam Pass பண்றாரு. அது மட்டுமல்ல முழு பார்வைத் திறனற்ற இந்தியாவின் முதல் IAS அதிகாரி என்ற சாதனையும் அவரோடது தான்.

Super அப்பு... இனிமே வாழ்க்கையில் சந்தோஷமாக இருக்கலாம்னு நினைச்சா...IAS பரிட்சை நடத்துற UPSC ஒரு letter அனுப்புறாங்க. நீங்க பார்வையற்-

றவரா இருக்கறதால 3 விஷயம் Prove பண்ணனும்னு,

உங்களால பாத்து வேலை பாக்க முடியும்

கம்ப்யூட்டர் உதவியோட எழுதப் படிக்க முடியும்

யாரோட துணையில்லாம நடக்க முடியும்

சாமி வரம் கொடுத்தாலும் பூசாரி வரம் கொடுக்காத மாதிரி... அவரே கண் பார்வையற்றோர் Categoryல apply பண்ணி பரீட்சை எழுதினார்.அவர்ட்ட நீ பாத்து வேலை பாக்க முடியும்னு doctor Certificate கேட்டா என்ன பண்றது.

நம்ம ஆளு அசந்து போயிஉக்காரல. எவ்வளவோ பாத்துட்டோம் இதையும் பாத்துடலாம்னு இறங்குகிறாப்ல களத்துல. வாழ்க்கையோடவே அசால்ட்டா சண்டை போடுற ஆளுக்கு UPSC எம்மாத்திரம்... இந்திய அரசின் அனைத்து துறைக்கும் இதனை சுட்டிக்காட்டி கடிதப் போராட்டம் நடத்துறாரு. ஆடிப்போன அரசாங்கம், ஐயோIst point Clerical Mistake... I am sorryன்னு
appeat அடிக்க மத்த விஷயங்கள் (Dehradunல கத்துக்கிட்டதுதானே...)தன்னால முடியும்னு doctor Certificate கொடுக்க 2008 நவம்பர் மாசம் IAS training Join பண்ணி இன்னைக்கு மத்தியப் பிரதேச மாநிலத்துல சமூகநீதித்துறைல இயக்குநராக சேவை செய்து வருகிறார் நம்ம திவாரி.

அதனால மக்களே,வாழ்க்கையில எவ்வளவு கஷ்டம் வந்தாலும்,அடியும்,இடியும் தந்து வாழ்க்கை நம்மளோட FootBall விளையாடினாலும் அதுக்கு பயந்து போய் Surrender ஆகாம மன உறுதியோட அதனை எதிர்த்துப் போராடினால் வெற்றி நிச்சயம்.

0

கனவை விதைத்தால் வெற்றி நிச்சயம்னு எழுதியதை படிச்சுட்டு, என்னுடன் IAS தேர்வுக்கு prepare பண்ண என்னுடைய நண்பர் ஒருவர், போன் பண்ணி ரொம்ப நேரம் பேசிக்கிட்டிருந்தார்.

'''என்னது, கனவை விதைத்தால் வெற்றின்னா நான் விதைத்த விதைப்புக்கு, ஆலமரமே வந்திருக்கனும், ஆனால் ஒரு புல் கூட முளைக்காம போயிருச்சேன்னு'' விரக்தியோட பேச ஆரம்பிச்சார். அவரது விரக்தியில் ஒரு நியாயம் இருந்தது.

ஏன்னா, IAS/IPS தேர்வு எழுதி ஏழு முறை தோற்றவர். இதுல கவலை என்னன்னா, ஒருமுறை கூட Preliminary Exam (முதல் நிலைத் தேர்வு) கூட அவரால clear பண்ண முடியல.

இத ஏன் சொல்ல வந்தேன்னா... சென்ற தொடர்ல பாத்த மாதிரி, கனவை விதைப்பது விதை விதைக்கிறது மாதிரி தான். விதைத்த கனவு முளைத்து வர, விடாமுயற்சி என்ற தண்ணீர் எப்போதும் தேவை.

விடாமுயற்சி எடுத்தும், வெற்றி பெறமுடியாத நிறையப் பேர நம்மளே பாத்திருப்போம்.

NEET Exam படிக்கிற எத்தனையோ மாணவர்களுக்கு, எவ்வளவு முயற்சி செய்தும், MBBS கிடைக்காமல் போகலாம். போட்டித் தேர்வுக்கு எத்தனை முறை முயன்றும் வெற்றி பெற முடியாத நண்பர்களைப் பார்த்திருப்போம்.

வெற்றி பெறமுடியாமல் போனதற்கு, அவர்களைக் குற்றம் சொல்ல முடியாது. ஏனெனில் அவர்களும் விடாமல் முயற்சி செய்து பார்த்தவர்கள் தான். ஆனால் சமூக, பொருளாதார சூழ்நிலையோ அல்லது ஏதாவது சிக்கல்களோ அப்பேற்பட்டவர்களின் முயற்சி முற்றுப் பெற முடியாமலேயே போகிறது.

அப்போ இவங்கெல்லாம் விடாமுயற்சி செய்யலையா. செஞ்சும் என்ன பிரயோஜனம்னு கேட்டா... விடாமுயற்சி செஞ்சு வெற்றி பெற்றவர்களுக்கும், வெற்றி பெற முடியாமல் போனவர்களுக்கும் உள்ள ஒரு difference சொல்றேன்.

விடாமுயற்சின்னா... நம்ம நினைக்கிற வரை விடாம முயற்சி செய்றது இல்ல. நம்ம நினைக்கிறது கிடைக்கிற வரை விடாம முயற்சி செய்றது தான்.

ஆனால் நம்மில் பலர் முயற்சி செய்வோம், மீண்டும் முயற்சி செய்வோம். ஆனால், மீண்டும் மீண்டும் முயற்சி செய்ய அவர்களுடைய சமூக, பொருளாதார சிக்கல்கள் தடுக்க, அப்பேற்பட்டவர்களின் முயற்சி முற்றுப் பெறாமலேயே தோல்வியை ஏற்றுக்கொள்ளும் நிலைக்கு தள்ளப்படுகிறோம்.

“எப்போது நாம் தோல்வியை ஏற்றுக்கொள்ள மனதைத் தயார் படுத்துகிறோமோ, அப்போது நமது முயற்சி முற்றுப் பெறத் தொடங்குகிறது.”

தோல்வியை ஏற்றுக் கொள்ள மனம் தயாராகும் போது, நமது முயற்சி முற்றுப் பெறுகிறது. நமது வெற்றி ஒத்தி வைக்கப்படுகிறது.

விடா முயற்சிங்கிறது நமக்கு தெரியாத விஷயம் ஒண்ணும் இல்ல. சின்ன வயசுல நம்மெல்லாம் சைக்கிள் ஓட்டப் பழகுறதுக்கு, விழுந்து விழுந்து எழுந்திருப்போமே, அதைவிட ஒரு பெரிய உதாரணம் விடாமுயற்சிக்கு சொல்ல முடியாது.

வாழ்க்கையும் ஒரு சைக்கிள் ஓட்டம் மாதிரி தான். கீழே விழும் போதெல்லாம் அத தட்டி விட்டுட்டு மீண்டும் மீண்டும் முயற்சி செய்தவர்கள் மட்டுமே வாழ்க்கையிலும் சரி, சைக்கிள் ஓட்டத்திலும் சரி வெற்றி பெறுகிறார்கள், விழுந்துட்டோமே என நினைத்து மீண்டும் எழுந்து ஓடாதவர்களும், விழுந்திடுவோமேன்னு பயந்திட்டு சைக்கிளே ஓட்டாதவர்களும் வாழ்க்கையில் சைக்கிளே ஓட்ட முடியாத மாதிரி தோற்றுவிட்டோம் என்று முயற்சியைக் கைவிடுவதும், தோற்றுவிடுவோமே என்று முயற்சியே எடுக்காதவர்களும் வாழ்க்கையில் வெற்றி பெறுவது குறித்து சிந்திக்க முடியுமா?

உலகத்தில், வெற்றியாளர்களின் சரித்திரத்தைப் புரட்டி நோக்கினால், முயற்சி யில்லாமல் வெற்றி பெற்றதாகச் சரித்திரமே இருக்காது. உலகமே முட்டாள்னு முத்திரை குத்தினாலும், தனது விடா முயற்சியால் மட்டுமே வெற்றி பெற்று சரித்திரம் படைத்த ஒரு விஞ்ஞானியின் கதை தான் இது.

நாலு வயசு வரை பேச்சு வரல. எட்டு வயசுல எதையும் கத்துக்க லாயிக்கில்லாத ‘மண்டு’ன்னு School ல இருந்து துரத்திவிட்டாங்க. Dyslexia என்ற கற்றல் குறைபாடுடைய ஒரு சிறுவன், தானே கற்பித்துக்கொண்டு 1093 காப்புரிமையைப் (Patent) பெற்றான் என்றால், போங்க சார் ரீல் விடாதீங்க நீங்கன்னு சொல்றது கேக்குது...

பொய்யில்லை நண்பர்களே! 20 - ஆம் நூற்றாண்டின் தலைச்சிறந்த விஞ்ஞானியாகப் போற்றப்பட்ட தாமஸ் ஆல்வா எடிசன் தான் அது!.

விடாமுயற்சிக்கு இவரவிட்டா இன்னொரு ஆளு இல்லன்ற அளவுக்கு, வேதாளம் முருங்கை மரத்தை புடிச்ச மாதிரி, எடுத்த காரியத்தை முடிக்காம ஓயாத ஒரு அசாத்திய-மான மனுஷன்.

அவரது விடா முயற்சிக்கு ஒரு உதாரணம் மட்டும் சொல்றேன்.

இன்னைக்கு உலகமே கலர் கலர் light-ல இரவா பகலான்னு வித்தியாசம் தெரியாத அளவுக்கு, ஒளிர்ந்துகிட்டு இருக்கிறதுக்கு அடித்தளம் போட்டது எடிசனின் கண்டு பிடிப்பான மின்னிழை பல்புதான்.

1870-களில் எடிசன் தனது பல்பு ஆராய்ச்சியைத் தீவிரமாக மேற்கொண்டிருந்த சமயம். அந்த சமயத்தில் உலகப் புகழ்பெற்ற விஞ்ஞானியாயிருந்தார் எடிசன். அதனால, உலகமே இவர் கண்டுபிடிக்க போற பல்பை உற்று நோக்கிட்டு இருந்தது. ஆனால், பல்பு எடிசனுக்கு 'பல்பு' கொடுத்துட்டே இருந்தது.

1802-ஆம் ஆண்டே ஹம்பரி டேவி என்பவர் மின்சார பல்பை கண்டறிந்தாலும், அது அதிக நேரம் எரியும் தன்மை இல்லாததால் பயன்பாட்டுக்கு வரல, அதனால தான் நம்ம ஆளு நீண்ட நேரம் மின்விளக்கு எரிய எந்த மின்னிழை (Filament) suit ஆகும்ன்ற ஆராய்ச்சியில ஈடுபட்டிருந்தார்.

சுமாரா எத்தனை Material ஐ test பண்ணிருப்பார்னு நினைக்குறீங்க, ஒன்று, பத்து, நூறு, இருநூறு....? அவரும் ஒவ்வொரு Material"ம் test பண்றாரு. எல்லாத்துலயும் தோல்வி. Filament எரிஞ்சு போகுதே ஒழிய, Bulb எரிய மாட்டேங்குது. 300, 400, 500, 600-ன்னு மனந்தளராம test பண்ணிகிட்டே இருக்காரு. அப்படியும் result கிடைச்-சபாடு இல்ல. 700, 800, 900... கடைசில அவரது Material testing 1000-த்தை தாண்டிருச்சு. உற்று நோக்கிக் கொண்டிருந்த உலகம் கேலி பேச ஆரம்பிச்சிடுச்சு. இனி பல்பு வராதப்பா... வெறும் காத்து தான் வரும்னு...

உலகத்தோட விமர்சனத்தை எல்லாம் மனுஷன் போடா 'Tomato'-ன்னு தூக்கி எரிஞ்-சுட்டு, தன்னுடைய முயற்சியை கைவிடாம ஆராய்ச்சியைத் தொடர்ந்தாரு. அவருடைய பொறுமையும், முயற்சியும் அவர கைவிடல. கடைசில 1879 ல் Carbon Filament Material-லில் நீண்ட நேரம் எரியக்கூடிய பல்பைக் கண்டறிந்து வெற்றி பெற்றார் எடிசன்.

கண்டுபிடிச்சதுக்கு அப்புறம் நடந்த பத்திரிக்கையாளர்கள் சந்திப்பில், ஒரு அம்மா ஏளனமா கேட்குது, "ஆயிரம் தடவை தோற்றது எப்படி இருந்தது, உங்களுக்கு போரடிக்க-லயான்னு?"

பொறுமையின் சிகரமான எடிசன் பதில் சொல்றார். நான் 1000 தடவை தோற்கவில்லை. எப்படி மின்சார பல்பு கண்டுபிடிக்க முடியாதுன்ற 1000 வழிகளை கண்டு பிடித்திருக்கிறேன் என்று. அப்புறம், எனக்கு போரெல்லாம் அடிக்கல. என்ன நடந்தாலும், எதை இழந்தாலும் சோர்ந்து போக மாட்டேன். ஏன்னா நான் 1000 வெற்றிகளைப் பார்த்தவனல்ல, 1000 தோல்விகளை வென்றவன் என்று.

மலைடா... அண்ணாமலை... என்ற style-ல dialogue அடிச்சாராம்.

அதுனால தான் நண்பர்களே! வாழ்க்கைல தோல்வியுற்றதாகக் கருதும் நிறையப் பேருக்-குத் தெரியுறதில்ல, அவர்கள் வெற்றிக்கு எத்தனை அருகாமையில் வந்து சென்றார்கள் என்று.

நம்முடைய மிகப்பெரிய பலவீனமே பாதில விட்றதுதான். வெற்றி பெற உறுதியான ஒரு வழி, தோல்வியைச் சந்திக்கும் போதெல்லாம் மீண்டும் ஒரு முறை முயற்சி செய்வது தான்.

எதையும் கத்துக்க லாயிக்கில்லாத முட்டாள் என்று முத்திரை குத்தப்பட்டவன் இறந்த போது, அமெரிக்காவே இரண்டு நிமிடம் விளக்கை அணைத்து அஞ்சலி செய்தது... எடிசனுக்கு முன் உலகம் இப்படித்தான் இருண்டு கிடந்தது என்று...

உலகை ஒளிரச் செய்த எடிசனின் விடாமுயற்சியை நாம் எல்லாரும் பின்பற்றினால் வெற்றி நமதே!!!.

0

பாட்ஷா படத்துல ரஜினி ஆட்டோவுல எழுதியிருக்கிற வசனம். என்னா ஒரு Powerful dialogue.

ஆனால் நம்மள்ள பல பேர் அடுத்தவன் என்ன நினைப்பான், ஊர்ல என்ன பேசுவாய்ங்க, யாராவது நம்மள பாத்து ஏளனமா சிரிச்சுட்டா?... இப்படி அடுத்தவன், அடுத்தவன்னு (அடுத்தவளும் தான்!!!) அடுத்தவனுக்காகவே வாழ்ந்து, நம்ம வாழ்க்கையை நம்ம நினைச்ச மாதிரி வாழாம காணாம போறவங்க தான்.

‘வருத்தப்படாத வாலிபர் சங்கம்’ படத்துல வர்ற அந்த நாலு பேர் மாதிரி தான் நம்ம எல்லார் வாழ்க்கையிலேயும் நாலு பேர் இருப்பாய்ங்க.

வாழ்க்கைல பல நேரங்கள்ல நாம Stuckup ஆகி முன்னாடியும் போக முடியாம, பின்னாடியும் போக முடியாம தவிச்சுகிட்டு நிக்கிறதே இந்த நாலு பேர்னால தான்.

அதனால தான் நம்ம புரட்சித் தலைவர் MGR பாடுனார் :

“உன்னை அறிந்தால் நீ உன்னை அறிந்தால்
இந்த உலகத்தில் போராடலாம்”னு.

வாழ்க்கைன்ற போராட்டத்துல தோல்வி, அவமானம், வலி, வேதனைன்னு எல்லாரும் சந்திச்சுட்டுதான் இருக்கோம்.

என்னா ஒன்னு, போன தொடர்ல சொன்ன வடிவேலு வசனம் மாதிரி,

“சண்டைல கிழியாத சட்டை எங்க தைக்கிறாக...”

அது மாதிரிதான் வாழ்க்கை. யார் இந்தத் தோல்வியையும் அவமானத்தையும் தாண்டி இலட்சியத்தை நோக்கி போறாங்களோ, அவங்கதான் வாழ்க்கையில வெற்றியாளனா வர்றாங்க.

ஏன்னா,

எல்லா முயற்சிக்கும் ஒரு தோல்வி தேவைப்படுது.

எல்லா வெற்றிக்கும் ஒரு அவமானம் தேவைப்படுது.

அப்படித்தான்... வாழ்க்கை நம்ம எல்லாருக்கும் வாய்ப்புகளை கொடுத்திட்டுதான் இருக்கு. ஆனால் அதுதான் நமக்கான வாய்ப்புனு அதை பயன்படுத்துறவன்தான் வெற்றியாளனா வருவான்.

நம்ம கதா(தை)நாயகனும் அப்படித்தான். படிக்க லாயக்கில்லை மக்குமக்குனு எல்லாரும் கிண்டல் பண்ணுன ஒரு ஆள். அப்போதெரியல மக்குனாதாண்டா அது உரமா வரும்னு.

அப்படி மக்கி உரமான நந்தகுமார் IRS கதையைத்தான் பேசப்போறோம்.

சொந்த ஊர் செங்கல்பட்டு மாவட்டம். மிகச் சாதாரண குடும்பம். Government schoolல தமிழ் மீடியம்தான் படிக்கிறாரு. Schoolல சத்துணவுல மட்டுமில்ல. பரீட்சையிலயும் முட்டை வாங்குற அளவுக்கு தான் படிப்பு வருது புள்ளைக்கு என்னான்னு பாத்தா... அவருக்கு சின்ன வயசுலயே கற்றல் குறைபாடு இருந்துச்சு. அதாவது 'dyslexia'. Dyslexia-னு சொன்ன உடனே நம்ம எல்லாருக்கும் அமீர்கான் நடிச்ச 'தாரே ஜமீன்பர்'னு ஒரு சினிமா தான் ஞாபகத்துக்கு வரும். அந்தப் படத்துல வர்ற சின்னப்பையன் மாதிரி தான் நம்ம ஆளு. எழுத்தெல்லாம் பறக்கும், தலைகீழாத் தெரியும். ஆனா இதுதான் பிரச்சனைனு எவனுக்கும் புரியாது. இப்படி குழம்பிப் போயி இருக்குற புள்ளைய நம்ம ஆளுக மக்குனு முத்திரை குத்திடுவாய்ங்க. அப்படித்தான் நம்மாளும் மக்கா உருவாகுறாப்ல.

இது பத்தாதுனு சின்ன வயசுல இருந்தே சின்ன சின்ன வியாதி, அதுக்காக மாத்திரை மருந்துனு சாப்பிட்டு சாப்பிட்டு class போனா நம்மாளோட வேலை என்னான்னா... குறட்டை விட்டு தூங்குறதுதான். நம்ம கும்பகர்ணனுக்கு tough competition குடுத்த ஆளு.

எப்படியோ தட்டுத் தடுமாறி 6-ங்கிளாஸ் வர வந்ததுக்கப்புறம் school வெறுப்பாகுது. School போகணும்னு ஆசைதான். ஆனாலும், teachers திட்டுறதுக்கு பயந்துகிட்டு school-ஏ வேணாம்ற நிலைமைக்கு வந்துடுது அந்தப் பச்சப்புள்ள.

மக்கு மக்குனு பேசுன மண்டக்கசாயங்க ஏன்டா மக்கா இருக்கான்னு கொஞ்சம் யோசிச்சிருந்தா நம்மாளு Schoolல படிச்சிருப்பாரு. பாவம் 'தாரே ஜமீன்பர்'ல வர்ற அமீர்கான் மாதிரி ஒரு teacher
அந்த புள்ளக்கு கிடைக்காம போயிடுச்சு. நல்ல வேளை கிடைக்கல. கிடைச்சிருந்தா அவ்ளோதான் நம்ம Sundar Pitchai-க்கே tough குடுத்திருப்பாரு (நந்தகுமார் சாயலும் ஏறக்குறைய சுந்தர் பிச்சை மாதிரிதான் இருக்கும்ன்றது வேற விஷயம்). ஆனால் நாட்டுக்கு ஒரு மிகச்சிறந்த பேச்சாளரையும், இந்திய வருவாய்த் துறைக்கு (IRS) மிகச்சிறந்த அதிகாரியும் நஷ்டமா போயிருந்திருக்கும்.

இப்படி School-க்கு Tata காட்டிட்டுப் போன ஆளு வருமானத்துக்கு வழி கண்டுபிடிக்க நிறைய வேலை தேடுறாப்ல. சத்தியமா சொல்லணும்னா, வருமானத்துக்கு வேலை தேடுனதவிட School-க்கு போறதுக்கு பயந்திட்டு தான் வேலை தேடுனாரு.

எப்படியோ ஒரு Xerox கடைல வேலை கிடைக்குது. பாவம், அங்கயும் போயி தப்புத்தப்பா xerox எடுக்க கடுப்பான owner, ஒரு xerox எடுக்கக்கூட உனக்குத் துப்பில்லைனு துப்பாம துப்பி விரட்டி விட்றாரு. சரிவிடுனு சித்தாள் வேலைக்குப் போறாரு. காத்தடிச்சா பறக்குற மாதிரி நோஞ்சானா இருந்த நம்மாளு எங்க கல்லையும் மண்ணையும் தூக்க? பேனா தூக்குறதே overweight. அப்புறம்ல மத்ததெல்லாம். அதுலயும் லாயக்கில்லைனு விரட்டிவிட டீக்கடை, Electronics கடைனு ஒரு round அடிச்சு, எல்லா இடத்துலயும் வடிவேலு வசனம் மாதிரி 'இவன் அதுக்கு சரிப்பட்டு வரமாட்டான்'னு துரத்திவிட, 'ஓடினான் ஓடினான் வாழ்க்கையில் எல்லை வர ஓடினான்' மாதிரி நம்மாளும் சளைக்காம ஓடுறாப்ல.

கடைசில ஒரு லாட்டரி கடைல வேலை கெடைக்குது. அப்பாடான்னு நிம்மதியா இருந்தாலும், friends-ஓட parents-லாம் அவங்கூட சேந்து கெட்டுகிட்டு போயிடாதனு பூச்-

சாண்டி range-க்கு நம்மாள treat பண்ண, நம்மாளுக்கு சுருக்குனு உரைக்குது. புத்தருக்கு போதி மரம் மாதிரி நம்மாளுக்கு லாட்டரி கடைல தான் ஞானம் பொறக்குது, நம்மள லாயக்கில்லைனு கேலி பண்றவங்களுக்கு மத்தியில எப்படியாவது படிச்சுடனும்னு. அப்படி ஒரு நாள் லாட்டரி கடைல இருக்கும் போது பழைய School Friend, Uniformல நடந்து போறத பாக்குறாப்ல. நமக்கும் இப்படி School-க்கு போக முடியலயேன்னு வருத்தம், ஆதங்கம்.

'உன்னை நெனச்சு பாக்கும் போது கவிதை அருவி மாதிரி கொட்டுது. ஆனால் அதை எழுதணும்னு நெனக்கும் போதுதான் அந்த வார்த்தை... அபிராமி... அபிராமி...'ன்னு குணா கமல் மாதிரி.

படிக்கணும்னு நெனச்சா புடிக்குது. ஆனால் அந்த School-ல திட்றதுதான்... teacher... teacherனு குணா styleல friendகிட்ட புலம்ப, school போகலேன்னா என்னடா, privateஆ Exam எழுதலாமேன்னு ஒரு idea கொடுக்கிறார் அந்த friend. 'நண்பேன்டா...ன்னு' அந்த idea-வ கப்புனு புடிச்சிகிறாப்ல நம்ம ஆளு.

நான் முன்னாடியே சொன்ன மாதிரி, வாழ்க்கை நம்ம எல்லாத்துக்கும் வாய்ப்பை கொடுத்துட்டு தான் இருக்கு. ஆனா அதுதான் வாய்ப்புனு நெறைய பேருக்கு தெரியுறதுக்குள்ள வாழ்க்கையே முடிஞ்சு போயிடும். ஆனா அதுதான்டா நமக்கான வாய்ப்புனு எவன் கப்புனு புடிச்சிக்கிறானோ, அவன் தான் சாதனையாளனா சரித்திரம் படைக்கிறான்.

அப்படித்தான் நம்மாளு அவரோட நண்பர் கொடுத்த ideaல, privateஆ 8வது Exam எழுதுறதுக்குப் படிக்க ஆரம்பிக்கிறாரு, யாருக்கும் தெரியாம ரகசியமா. ஏன் சொந்த அப்பா அம்மாவுக்குக்கூட தெரியாம. வெளில தெரிஞ்சா, உனக்கு எதுக்கு இந்த வேண்டாத வேலைன்னு கேலி பண்ணுவாய்ங்கிளோன்னு ஒரு பயம்.

இந்த தலைமறைவு வாழ்க்கைக்கு லாட்டரி கடை சிறந்த இடமா இருந்துச்சு. நம்ம ஏற்கனவே பாத்த மாதிரி நம்மாளுக்கு dyslexia (கற்றல் குறைபாடு) இருந்ததால, (அது dyslexia தான்னு அப்போ தெரியாது) ஒன்று ரெண்டு தடவை படிச்சா மண்டைல ஏறாது. அப்படி ஏறுனாலும் எழுதுறதெல்லாம் தப்புதப்பா தான் எழுதுவாப்ல. என்ன பண்றதுன்னு தெரியாம படிச்சதையே திரும்பத் திரும்ப 40-50 தடவை படிச்சுப் பார்த்து, அதை அப்படியே பாத்து பாத்து எழுதிப்பாத்துன்னு சொந்தமா ஒரு idea கண்டுபிடிச்சு idea மணி ஆனார் நம்ப ஆளு. இந்த technique superஆ workout ஆக சும்மா 8-ங் கிளாஸ் பாஸ் பண்ணி பட்டையைக் கௌப்ப ஆரம்பிச்சாப்ல. சொந்தமா படிச்சு, private-ஆ எழுதி பாஸ் பண்ணப்போ ஒரு புதுவித தெம்பும் நம்பிக்கையும் பொறக்குது.

வடிவேலு சொல்ற மாதிரி சும்மா அந்த ஊர்ல அடிச்சாய்ங்க பாரு ஒரு அடி, அப்புறம் எந்த ஊர்ல அடிச்சாலும் அதைத் தாங்குற சக்தி உடம்புக்கு வந்திடுச்சுன்ற மாதிரி, சொந்தமா படிச்சு பாஸ் பண்ண வெற்றி அப்புறம் எதை வேணும்னாலும் படிச்சிடலாம்னு மனசுக்குள்ள தைரியமும், தன்னம்பிக்கையும் பொறக்குது. அதே தைரியத்தோட மனுஷன் 10-ங் கிளாஸ் private-ஆ படிக்க ஆரம்பிக்கிறாப்ல, எப்பவும் போல யாருக்கும் தெரியாமத்தான்.

அந்த சமயத்துல உடம்பு முடியாமப் போக, ஊர்ல ஒரு doctorஐ பாக்கப் போயி காத்துகிட்டு கிடந்த சமயத்துல, shelfல IAS பரிட்சைக்குள்ள book-ஐ பாக்குறாப்ல. இப்பதான் எந்தப் புக்கை பாத்தாலும் 'எந்திரன்' ரஜினி மாதிரி scan பண்ணி பழகியாச்சே. அதனால

சும்மா அதை எடுத்து புரட்டிப் பாக்க, கொடுமை கொடுமைன்னு கோயிலுக்குப் போனா, அங்க ரெண்டு ஜிங்ஜிங்குன்னு ஆடுச்சாம்ன்ற மாதிரி, அதப் பாத்த doctor, லாட்டரி விக்கிறவனுக்கு எதுக்கு IAS Bookனு அங்கயும் அவமானப்படுத்தி, நம்மாளுக்குள்ள தூங்கிட்டு இருந்த சிங்கத்தை தட்டி விட்டாய்ங்க. Mindல அதையும் வச்சுகிட்டு முன்னாடியவிட வெறித்தனமா படிச்சு 10வதும் பாஸ் பண்றாப்ல.

Ok Super. அப்ப 12வதும் படிச்சிட வேண்டியதுதான்னு நினைக்கும் போதுதான் வருது ஒரு twist. தமிழக அரசு லாட்டரிக்கு தடை விதிக்கிறாங்க. படிப்புக்கு படிப்பு வருமானத்துக்கு வருமானமா இருந்த தொழில் கையவிட்டுப் போக மனுஷன் என்ன பண்றதுன்னு குழம்பிப் போயி நிக்க, ஒரு Mechanic Shop-ல வேலை கிடைக்குது. லாட்டரி கடை மாதிரி படிக்கிறதுக்கோ அதுவும் யாருக்கும் தெரியாம படிக்கிறதுக்கோ வாய்ப்பில்லை இங்க. என்ன பண்ணலாம்னு யோசிச்சப்போ ஒரு யோசனை தோணுது. கழுதைய கிழி புஸ்தகத்தைனு Examல Bit அடிக்கிற மாதிரி பேப்பரை கிழிச்சு பைல வச்சுகிட்டு owner இல்லாத நேரத்துல எல்லாம் படிக்கிறாப்ல. நீ என்னத்த கிழிச்சன்னு இனிமே நாக்கு மேல பல்லைப் போட்டு கேட்க முடியாதுல. அதனால கிழிச்சு, கிழிச்சு படிச்சு மனுஷன் 12வதும் பாஸ் பண்ணிடுறாரு.

இவன்லாம் எப்புடிடா 12வது பாஸ் பண்ணான். ஊரே ஆச்சரியமா பாக்குது. நம்மாள School போயிதான் படிக்க முடியல. College ஆவது போயி படிக்கணும்னு கொள்ள ஆசை. அதனால எல்லா College-க்கும் apply பண்றாரு. ஆனா ஒருவரும் seat கொடுக்கல. 6வதுக்கப்புறம் school-க்கு போகல, private-ஆ படிச்சிருக்க, 12ஆம் வகுப்புல 538 மார்க் தான் எடுத்திருக்கன்னு எதையாவது சாக்குப் போக்கு சொல்லி ஒரு College-லயும் seat கிடைக்கல. கடைசில ஒரு College-ல இவரு நிலைமைய புரிஞ்சுகிட்டு, சரி Ok, உன் பிரச்சனையெல்லாம் Explain பண்ணி, ஒரு letter எழுதி கொடுன்னு சொல்ல, நம்மாளு ஒரு letter எழுதிக் கொடுக்க, அதைப் பாத்த Principal, get out அடிச்சு விரட்டுறாரு.

'அண்ணாமலை' படத்துல, ஜனகராஜ் English Paper படிப்பாரே, நாசமா நீ போனியா தெரு... யோவ் அது நேசமணி பொன்னையா தெருயா, அப்படின்ற range-க்கு letter எழுதியிருந்தாரு நம்மாளு. என்னடா வாழ்க்கை இப்படி ஆயிடுச்சேனு வருத்தத்துல இருக்கும்போது தான் அவருக்கு டாக்டர் அம்பேத்கர் காலேஜ்ல B.A., English Literature Seat கிடைக்குது. அப்பாடான்னு போயி சேந்திடுறாரு. தமிழ் படிக்கவே தகிடதத்தம் போடணும். English-னா சொல்லவே வேணாம். Break, Disco-லாம் ஆடி, கஷ்டப்பட்டு கொஞ்ச நாள்ல English படிக்கவும் பேசவும் கத்துகிட்டு B.A., Pass பண்றாரு நம்மாளு.

6வது படிக்கவே லாயக்கில்லைனு முத்திரை குத்தின ஆளு B.A., படிச்சு சாதிச்சு காட்டுனாரு.

6வது கூட படிக்க முடியாத ஆளு, B.A., வரை படிச்சு பாஸானதெல்லாம் பெரிய விஷயம் தான். ஆனால் நம்மாளு அதோட நிப்பாட்டல.

இங்கதான் சாதாரண வெற்றியாளனுக்கும் சரித்திரம் படைக்கிற வெற்றியாளனுக்கும் ஒரு difference.

அப்படித்தான் TNPSC போட்டித் தேர்வுக்கு Prepare பண்ண ஆரம்பிக்கிறாரு.

"When you truly want something, இந்த முழு பிரபஞ்சமும் அதை அடைவதற்கு உதவி செய்யும்னு" Paulo Coelho சொல்ற மாதிரி, நம்மாள சிரிச்சு கேலி பண்ணவங்க முன்னாடி அவரோட திறமையை நிரூபிக்க முழு பிரபஞ்சமும் உதவி பண்ண ஆரம்பிச்சுச்சு.

ஆமாங்க, TNPSC பரீட்சைக்கு கேள்வியெல்லாம் 6வதுல இருந்து 12வது வரை உள்ள Book-ல இருந்துதான் கேட்பாங்க. நம்மாளு தான் 50-100 தடவை கிழிச்சு, கிழிச்சு படிச்சுதான பாஸ் பண்ணாரு. அதனால TNPSC Examல லட்டு மாதிரி பாஸ் பண்றாரு.

ஒரு வெற்றியாளனுடைய மிகப்பெரிய தகுதி என்னான்னா, சும்மா ஜெயிச்சிட்டோம்னு காலரைத் தூக்கி விட்டு நடக்கிறதுல இல்ல. ஒரு வெற்றிக்கப்புறம் தன்னோட தகுதியை இன்னும் வளர்த்துகிட்டு அடுத்த இலட்சியத்தை அடையுறதுல இருக்கு.

அதனால அடுத்து TNPSC Group I படிக்க ஆரம்பிச்சு அதுலயும் வெற்றி அடையிறாரு நம்மாளு. ஒவ்வொரு தடவை ஜெயிக்கும் போதும் அடுத்த இலக்கை அடையணும்னு தூண்டிவிட, இந்த முறை TNPSC Group I Pass பண்ணதுக்கு அப்புறம் என்ன பண்றது room போட்டு யோசிக்க, அப்ப வருது ஒரு யோசனை. ஒரு IAS Book-ஐ புரட்டிப் பாத்ததுக்கு எவ்வளவு அவமானப்படுத்துனாய்ங்க, ஏன் நம்ம IAS படிக்கக் கூடாதுன்னு.

மக்களே... நம்மள பாத்து இவன் எதுக்கும் லாயக்கில்லைனு ஏளனமா சிரிக்கிறவங்களுக்கு நம்ம கொடுக்கிற பதிலடி என்னான்னு தெரியுமா? நம்மளால எதை முடியாதுன்னு நெனச்சாங்களோ, அதை சாதிச்சுக் காட்றதுதான்...

அதைத்தான் செஞ்சாரு நம்மாளும். Civil Service Exam-க்கு படிக்க ஆரம்பிச்சாப்ல வெறித்தனமா. கஷ்டப்பட்டு படிச்சு மூணு முறை எழுதியும் பாஸாக முடியல. என்னான்னு யோசிச்சா நம்மாளுக்கு மூணு மணி நேரம் தொடர்ந்து எழுதி எல்லா question-க்கும் answer பண்ண முடியல. நான் முன்னாடியே சொன்ன மாதிரி when you truly want something, முழு பிரபஞ்சமும் உதவி மட்டுமல்ல, சதியே செஞ்சு நம்மளுக்கு help பண்ணும். அது மாதிரித்தான் நம்மாளுக்கும் பிரபஞ்சம் help பண்ணுச்சு.

எப்படின்னா... தாரே ஜமீன்பர் சினிமாவுல அந்த சின்னப் பையனுக்கு படிப்பு வராது. ஆனா, படம் வரையுறதுல பலே கில்லாடி. நம்மாளும் அதே categoryதான். 3D படம் வரையுறதுல பலே கில்லாடி. நாலாவது முறை Civil Service தேர்வுல நிறைய படம் வரைஞ்சு எழுதலாம்னு ஒரு idea வர, அது super-ஆ click ஆச்சு. இந்த முறை எல்லா question-ஐயும் இந்த புது ideaவ use பண்ணி time-ல எழுதி முடிக்கிறாரு. அப்புறம் என்ன Civil Service Pass. 2005-ஆம் ஆண்டு Civil Service தேர்வுல 334-வது rank எடுத்து இந்திய வருவாய்ப் பணி (IRS)ல வெற்றி பெற்றாரு நம்மாளு.

6வது கூட பாஸ் பண்ண முடியாத, xerox கூட எடுக்க முடியாத மக்கு, IRS ஆயி, ஊரே மூக்கில விரல வக்கிற அளவுக்கு வளர்ந்து நின்னுச்சு.

இதுல highlight என்னான்னா, IRS ஆனதுக்கப்புறம் இவரோட நிறைய motivational speech-ஐ எல்லாம் பாத்து ஒரு doctor தன்னோட பையன இவர்கிட்ட கூட்டிட்டு போயி, தயவு செஞ்சு என் மகனை IAS படிக்க guide பண்ணுங்கன்னு கேட்டாராம். அந்த doctor வேற யாரும் இல்ல, நம்மாள IAS புக்கை புரட்டிப் பாத்ததுக்கு அவமானப்படுத்துனாறே same ஆள்தான்.

கடவுள் இருக்கான் குமாரு•••

வரலாற்றில் மிகப்பெரிய சாதனைகளும், வெற்றிகளும் தோல்வியிலயும் அவமானத்துலயும் தான் பிறந்திருக்கு. என்னா ஒன்னு, அந்த தோல்வியையும் அவமானத்தையும் வெகுமானமா மாத்தப் பழகணும். அப்படி அவமானத்தை வெகுமானமா மாத்தி, கஷ்டப்பட்டு உழைச்சா வெற்றி நமதே

0

கற்கை நன்றே! கற்கை நன்றே!
பிச்சை புகினும் கற்கை நன்றே!!

கொன்றை வேந்தன்ல வர்ற Super வரிகள் இது. நான் சின்னப்பிள்ளையா இருக்கும் போது எங்க School Prayerல ஒவ்வொரு நாளும் ஆத்திச்சூடி, கொன்றை வேந்தன்னு ஏதாவது ஒரு நீதி நூல் சொல்லணும். எங்க தமிழ் teacher என்னத்தான் அடிக்கடி சொல்-லச் சொல்லுவாங்க. அதுல என் மனசுல பதிஞ்சு போன வரி தான் இது. அதுக்கு ஒரு explanation-ம் கொடுப்பாங்க. "டேய் பிச்சை எடுக்குற நிலைமை வந்தாலும் படிப்ப விட்-றக்கூடாதுடா,
இல்லேன்னா, பிச்சை எடுத்தாவது படிச்சிடணும்டா". எவ்வளவு நிதர்சனமான உண்மைனு இன்னைக்கு உக்காந்து யோசிக்கும் போது புரியுது.

சின்ன வயசுல வீட்டுக்கு சொந்தக்காரங்க, விருந்தாளிங்கன்னு யாரு வந்தாலும் சரி, இல்ல நம்ம யாரு வீட்டுக்குப் போனாலும் சரி, நம்மளப் பாத்து கேக்குற முதல் கேள்வி 'என்ன படிக்கிற?' இல்ல, 'நல்லா படிக்கிறியா?' வீட்டை விட்டு கிளம்பும் போது செய்ற ஒரே advice நல்லா படிக்கணும்பான்னு!

நம்மளப் போல சாதாரண மனுஷங்கள சமூகத்துல தூக்கி நிப்பாட்ட படிப்பால மட்டும் தான் முடியும்ன்றதால தான் அந்த advice.

ஒரு வேளைகூட பெத்த புள்ளைகள பட்டினியா போட்ற கூடாதுன்ற ஒரு இலட்சியம் மட்டும்தான் நம்ம தாத்தாக்கள் காலத்துல இருந்துச்சு. படிப்புன்றது ஒரு பெரிய விஷயம் இல்ல. அப்படி படிக்காததுனால ஒரு நல்ல வேலைக்குப் போக முடியாம கஷ்டப்பட்டதால தான் நம்ம அப்பாக்கள் காலத்துல எப்படியாவது கடனை உடனை வாங்கியாவது புள்ளைய படிக்க வச்சுப்புடணும்னு எங்களைப் படிக்க வச்சாங்க. நம்மள மாதிரி நம்ம புள்ளை கஷ்-டப்படக் கூடாதுன்னு தான் படி, படின்னு துரத்திட்டே இருந்தாங்க.

ஆனா இன்னைக்கு அதே advice-ஐ எவனுக்காவது சொன்னா நம்மள மேலயும் கீழயும் இந்தாளுக்கு வேறு வேலை இல்லைப்பான்ற range-க்குப் பாக்குறாய்ங்க. இவ்வளவு ஏன், நம்ம வீட்டு பிள்ளைங்கள்ட்ட இப்ப சொல்லிப் பாருங்க. ஏதோ கெட்ட வார்த்தைல பேசுன மாதிரி, ஏம்பா எப்ப பாத்தாலும் படிபடின்னு உயிரெடுக்கிறன்னு செல்லமா கோபிச்சுட்டு போயிடுதுக.

ஆனாலும் இப்பவும் நம்மெல்லாம் பிள்ளைங்கள படிபடின்னு துரத்துறதுக்குக் காரணம் என்னான்னு தெரியுமா? ஏன்னா நாம எல்லாரும் ஒன்னு ஏழ்மையான குடும்பத்துலயோ, இல்லேன்னா ஒரு lower middle class family-லயோ இருந்து வந்ததுனால தான்.

ஒரு மனுஷன் வாழ்க்கையில பெரிய நிலைமையை அடையணும்னா அவனோட குடும்ப Background, பணம், சந்தர்ப்பம்னு நிறைய விஷயம் இருக்கு. அதனால பணக்காரனா இருக்குறவனுக்கு ஏதாவது ஒன்னு இதுல கைகொடுத்திடும். ஆனா சாதாரண குடும்பத்துல பிறந்தாளு, உயர்ந்த நிலைமைக்கு வரணும்னா படிப்பு மட்டும் தான் கைகொடுக்கும்.

இன்னைக்கு இந்தியாவிலேயே நம்பர் 1 பணக்காரரான முகேஷ் அம்பானி இந்த இடத்-துக்கு வர்றதுக்கு base அவங்க அப்பா அம்பானியோட பணமும் background-ம் தான். TATA, Birla, Adani-ன்னு யார எடுத்தாலும் இது பொருந்தும்.

ஆனால் சுந்தர் பிச்சை Google CEO ஆனதுக்கு ஒரே காரணம், அவரோட படிப்பு தான்.

ஆனா இப்ப இருக்குற பசங்ககிட்ட ஒரு புது trend வந்திடுச்சு. நல்லா படிக்கணும்-டான்னு சொன்னா, உடனே ஒரு வசனம் பேசுவாய்ங்க. Sachin Tendulkar படிச்சாறா? Bill Gates College போனாறா? Mark Zuckerberg எந்த degree-ஐ முடிச்சிட்டு Facebook தொடங்குனார்னு.

உண்மைதான். படிச்சா மட்டும்தான் பெரியாளா, வெற்றியாளனா வரமுடியும்னு கட்டா-யம்லாம் கிடையாது.

எத்தனையோ படிக்காத மேதைகள் வாழ்க்கைல success ஆன சரித்திரம் நம்ம முன்னாடி குவிஞ்சு கிடக்குது. ஆனா என்ன ஒன்னு அவங்களுக்கெல்லாம் family background, பணம்னு ஏதாவது கைகொடுத்துருக்கும். இல்லேன்னா, Extra-ordinary திறமையோட லட்சத்துல ஒருத்தரா இருப்பாங்க.

ஆனா balance 99,999 பேரும் விவசாயம் பாத்துக்கிட்டோ, ஜவுளிக்கடைல Salesman-ஆவோ, Auto Driver-ஆவோ இல்ல, Government Office-ல Clerk-ஆவோ வேலை பாக்குற Parents இருக்குற நம்மள போல சாதாரண குடும்பத்துல, சாதாரண திறமையோட வாழ்க்கையோட போராட்டம் நடத்துறவுங்க தான்.

சரித்திரம், பூகோளம்னு எதைப் புரட்டுனாலும் சாதாரண குடும்பத்துல இருந்து வர்ற நம்மள போல ஆளுங்க உயர்ந்த நிலைமையை அடையணும்னா அதுக்கு படிப்பு மட்டும் தான் கைகொடுக்கும்.

அம்பானி வேணும்னா அவங்க அப்பா backgroundல ஜெயிச்சிருக்கலாம்.

Sachin வேணும்னா Extra-ordinary திறமைல success ஆயிருக்கலாம்.

ஆனா மீனவ குடும்பத்துல பிறந்த அப்துல்கலாம் உன்னத நிலைமைக்கு வந்தது படிப்பு-னால மட்டும்தான் மக்களே!. வாத்தி படத்துல வர்ற dialogue மாதிரிதான்.

'படிப்பு தான் மரியாதையை சம்பாதிச்சுக் கொடுக்கும்'.

அப்படி படிப்புனால தனக்கு மட்டுமில்லாம அந்தப் பகுதிக்கே மரியாதையை தேடித் தந்த ஒரு ஆளைப் பற்றித்தான் இந்த கதைல பேசப் போறோம்.

"கொடிது கொடிது வறுமை கொடிது

அதினினும் கொடிது இளமையில் வறுமை"ன்னு நம்ம ஔவைப் பாட்டி நம்ம ஆளப் பத்தித்தான் முன்னாடியே பாட்டு பாடுச்சான்னு தெரியல. அப்படி இளமையிலேயே வறுமை வாட்டி எடுக்கிற வீட்ல, படிப்பு வேணாம்னு வேலைக்கு போகச் சொல்ல, வீட்டுக்கே தெரியாம காட்டுக்குள்ள போயி படிச்சு இன்னைக்கு காட்டுக்கே ராஜாவா வலம் வந்து

'Mr. Kaziranga'ன்னு பேர் வாங்குன தமிழன் திரு. சிவக்குமார், I.F.S. தான் நம்ம கதை(தா)நாயகன்.

நம்ம கதை நாயகனோட சொந்த ஊர் நீலகிரி மாவட்டம், கூடலூர் வனப்பகுதியில் இருக்கிற நாடுகாணின்ற குக்கிராமம். அப்பா பெரியசாமியும், அம்மா ரெங்கம்மாளும் கூட-லூர் காட்டுல கூலி வேலை செஞ்சுதான் தன்னோட மூணு பிள்ளைகளுக்கு, மூணு வேளை சோறே போட முடியும்ன்ற அளவுக்குத்தான் பொருளாதார நிலைமை. சொந்த ஊர்ல இருக்-கிற ஒரு நடுநிலைப்பள்ளியில மூணாங் கிளாஸ் படிக்கும் போது பேர் கூட எழுதத் தெரி-யலேன்னு கூடலூர்ல ஒரு சின்ன English Medium School-இல் சேர்க்க, அங்க நம்-மாளுக்குப் பரீட்சை வச்சு அவர் திறமைக்கு LKG படிக்கிறதுக்கு promotion குடுத்தாங்க. 3-ங் கிளாஸ்ல இருந்து Straight LKG என்னா ஒரு promotion... அங்க LKG படிக்க வந்த, பொட்டு பொடிசுங்களுக்கிடையில பெரியாம்பளயா திரிஞ்ச நம்மாளு, School-க்கு போனதவிட பக்கத்துல இருக்குற தங்கமணி தியேட்டர்க்கு போனதுதான் அதிகம்.

கொஞ்ச நாள் இப்படி ஓட, ஒரு நாள் பக்கத்துல இருக்குற இன்னொரு தியேட்டர்ல படம் பாக்கப் போக, Interval-ல, அதே தியேட்டர்ல படம் பாக்க வந்த அப்பாவும் மகனும் சந்திக்க, 'மந்தையிலிருந்து இரண்டு ஆடுகள் வேறு வேறு பாதையில் வந்தன. இரண்டும் சந்தித்த போது பேச முடியவில்லையேன்ற' range-ல சீனாகி, இவன் சரிப்பட்டு வரமாட்-டான்னு இவங்க கிராமத்துக்கு பக்கத்துலயே இவர் தம்பி 2வது படிச்சிட்டிருந்த schoolல கொண்டு போயி இவற 1வது சேத்து விடுறாங்க. படிக்கிறதைவிட இவன எங்கயும் போகாம பாத்துக்கிறனும்தான் அந்த schoolல சேத்தாங்க.

அய்யோ வெட்கம்னு நம்மாளுக்கு நாணம் தலையை திங்க, அங்க இருந்த மகேஷ்வரி teacher நம்மாள்ட்ட ஒரு யோசனை சொல்றாங்க. நீ அரை பரீட்சைல நிறைய மார்க் எடுத்தேனா உன்னை நேரா 2-ங் கிளாஸ்ல அனுப்பிடுறேன்னு. நம்மாளும் படிச்சு மார்க் எடுக்க, தம்பி கூடவே 2-ங்கிளாஸ். அப்புறம் 3வது படிக்கும் போது இன்னொரு ஆஃபர் 450 எடுத்தா straight 5-வது, 490 எடுத்தா straight 6வதுனு. But அந்த deal எனக்கு ரொம்ப புடிச்சிருக்குனு நம்மாளு விட்டத பிடிக்க முக்கி, முக்கி படிச்சு 490-க்கு மேல மார்க் வாங்கி straight 6வது promotion. 3வதுல இருந்து LKG போட்டதுக்கு பழிக்குப் பழி... திரும்ப 3வதுல இருந்து 6வதுக்கு.

என்னா மக்களே பரமபதம் விளையாடுற மாதிரி 3வதுங்கிறாய்ங்க, 6வதுங்கிறாய்ங்கன்னு நினைக்கிறீங்களா? நம்மாளு படிச்சிட்டிருந்த 1980-காலகட்டத்துல வாத்தியார் பாத்து போடு-றதுதான் கிளாசும் வயசும். இப்ப மாதிரி Certificate Register ஒன்னும் இல்ல.

அப்படி நம்மாளும் 8-ங் கிளாஸ் படிச்சு முடிக்கிறாரு. சரி, நம்ம புள்ள பெரிய படிப்பு படிச்சு முடிச்சிட்டான், இனி வீட்டுக் கஷ்டத்தை சமாளிக்கணும்னா நம்மோட சேர்ந்து இவனும் காட்டு வேலைக்கு வந்தா தான் முடியும்னு நினைச்சு அவுங்க அப்பா Forester கையில கால்ல விழுந்து மரத்துக்கு குழி எடுக்கிற வேலை வாங்கிக் கொடுக்கிறாரு. நம்மா-ளுக்கோ அப்பதான் படிப்பு சூடு புடிக்கிற time. 'நான் படிக்கணும்னு சொல்ல', 'நீ படிச்சு கிழிச்சதெல்லாம் போதும்'னு அடிச்சு இழுத்துட்டு போயி Forester-ட்ட விட்றாரு. வேற வழி இல்லாம வேலைக்குப் போக ஆரம்பிக்குது அந்தப் புள்ள. ஒரு நாளைக்கு 40 ரூபாய் சம்பளம். அதுக்கு 200 குழி தோண்டனும்.

மனுசனுக்கு வாழ்க்கைல கிடைக்கிற எல்லாமே ஒரு அனுபவம்தான். அந்த சின்னச் சின்ன அனுபவங்களை வாழ்க்கைல சரியான முறையில் பயன்படுத்துறவன்தான் வெற்றியாளனா வர்றான்.

மனுஷன் காட்டுலயே பிறந்து அங்கயே வளர்ந்ததால, வழிநெடுக... காட்டுமல்லின்னு... ஜாலியா காட்டை நேசிச்சிட்டுத்தான் இருந்தாப்ல. இருந்தாலும், காட்டுல வேலைக்குப் போனதுக்கு அப்புறம் தான் காட்டு வளங்களை எப்படி பாதுகாக்கிறது, காடு அழிப்பு (deforestation), காடு வளர்ப்புனு (Afforestation) நிறைய பாத்து புரிஞ்சிக்கிறாரு.

இப்படி வேலை பாக்கிறதுக்கு இடையிலதான் நம்மாளு படிக்கிற ஆர்வத்துல 10-ங் கிளாஸ் privateல எழுதலாமேன்னு தேடிப் போயி அங்க famousஆ tuition centre நடத்துற சபரீசன்ற teacherஅ பாக்குறாரு.

நம்ம வெற்றியடைஞ்ச நிறைய பேரோட சரித்திரத்தைப் புரட்டுனா ஒரு உண்மை தெரியும். ஏதாவது ஒரு காலகட்டத்துல ஏதாவது ஒரு சந்தர்ப்பம் (opportunity) வரும். அதை சரியா புரிஞ்சிகிட்டு பயன்படுத்துறவங்கதான் வாழ்க்கைல உயர்ந்த நிலைமைக்கு வர்றாங்க. அப்படி நம்மாளோட ஒரு opportunityஆ கிடைச்சவர்தான் சபரீசன் Teacher.

நம்மாளோட படிக்கிற ஆர்வத்தை பாத்து அவரும் உற்சாகப்படுத்துறாரு. அவருக்குத் தெரியாது, நம்மாளு அப்பாவுக்குத் தெரியாம அங்க படிக்க வந்த கதை.

அதுமட்டுமில்ல, நம்மாளு வேறு ஒரு plan போட்டாப்ல. Daily 40 ரூபாய்னு வாரம் 240 ரூபாய் கூலியை வீட்ல கொடுக்கணும். அதுக்காக daily 200க்கு பதிலா 400 குழி தோண்ட ஆரம்பிச்சாரு. அப்ப 3 நாள் வேலை பாத்தா போதும். மிச்சம் இருக்குற 3 நாள் 10-ங் கிளாஸ் tution. அப்படியே வேலைக்கு நடுவுல அப்பாவுக்குத் தெரியாம படிப்பு. என்னா மனுஷன்யா... ஒரு ஆளுக்கு படிக்கணும்னு இவ்வளவு ஆர்வமா! பெத்தாங்களா, செஞ்சாங்களான்னு தெரியல.

நம்மெல்லாம் படிக்கும் போது school நிப்பாட்டிட்டு வேலைக்கு அனுப்ப மாட்டாய்களான்னு இருக்கும். வேலைக்கு போற ஆர்வம் ஒன்னும் இல்ல. Schoolல பண்ற torture அதுவும் English படிக்கச் சொல்ற torture இருக்கே ஸ்ஸ்ஸ் அப்பப்பா... இப்ப நினைச்சாலும் கண்ணைக்கட்டுது.

எந்த ஒரு திடமான நம்பிக்கைக்கும், உழைப்புக்கும் பலன் கண்டிப்பா கிடைக்கும்ன்ற மாதிரி, நம்மாளும் 10வதுல 400க்கு பக்கத்துல மார்க் வாங்க, அதுவும் கணக்குல 98 மார்க் வாங்கி பாஸ் பண்றாரு.

அவங்க அப்பாவுக்கு தெரியாம படிச்ச கதை tution teacher-க்கு தெரிய, அவர் போயி நம்மாளோட அப்பாகிட்ட பேசி '11வது படிக்க வைங்க, அதான் நல்லா படிக்கிறான்லனு' advice பண்ண, முதல்ல முடியாதுன்னு மறுத்த ஆள், அப்புறம் என்ன நினைச்சாரோ தெரியல, சரி போய் தொலையட்டும், 'எழுதுனவன் ஏட்டக் கெடுத்தான்; படிச்சவன் பாட்டைக் கெடுத்தான்'னு எங்க படிச்சு விளங்கன்னு கருத்தம்மா rangeல வசனம் பேசிட்டு படிக்கிறதுக்கு சம்மதிக்கிறாரு.

தெரியாம படிச்சே 400க்கு பக்கத்துல மார்க் வாங்குன ஆள், தெரிஞ்சு படிச்சப்போ District Topperஆ வர்றாரு 12வதுல. இத்தனைக்கும் 11வது, 12வது படிச்ச Governemnt Schoolல ரெண்டே teacher தான் இருந்தாங்க. அப்புறம் என்ன

Entrance Exam எழுதி BDS படிக்க Counselling வருது. 1750 ரூபாய் DD எடுக்-கணும். 500 ரூபாய் மட்டும்தான் எங்கிட்ட இருக்குன்னும் அதுக்குமேல கொடுக்க சல்-லிக்காசில்லன்னு அப்பா சொல்ல, பல் உடையுற மாதிரி பல் டாக்டருக்கு படிக்கிற கனவு உடைஞ்சு போகுது.

மனுஷன் வெறுப்பாயி, பழனி முருகன் மாதிரி அப்பாட்ட கோவிச்சிட்டு வீட்டை விட்டு வால்பாறைல இருக்குற பெரியம்மா வீட்டுக்கு போயிடுறாரு. ஒரு வழியா சமாதானம் பண்ணி, திரும்ப கூட்டிட்டு வந்து, காட்டுக்கு வேலைக்கு போக ஆரம்பிக்கிறாப்ல. இப்படி எதார்த்தமா ஒரு நாள் காட்டுல வேலை செய்யும் போது DFO வர்றாரு.

Manoj Kumar Sarkarனு Bengalல இருந்து வந்தவர். காட்டுல கூட்டமா வேலை செஞ்சிட்டு இருந்தவங்கட்ட உடைஞ்ச தமிழில் பேச, நம்மாளு English பேசி அசத்த, துரை Englishல்லாம் பேசுதேன்னு இவர உத்து பாத்தப்பத்தான் தெரியுது, ஏய் உன்னை Paperல பாத்திருக்கேனே... நீ தான District Topperஆ வந்த பையன்னு கேட்க, நம்-மாளு நடந்த கதையை சொல்ல, Emotion ஆன அந்த மனுஷன் Idea கொடுத்து help பண்ணி, மேட்டுப்பாளையத்தில் B.Sc. Forestry படிக்க சேர்த்து விடுறாரு. கடவுள் இருக்-கான் குமாருன்ற மாதிரிதான் நம்ம DFO. Forestry படிக்கவும் காசு வேணுமே, அதனால படிச்சிகிட்டே STD Booth, Printing Pressனு மனுஷன் கிடைச்ச வேலையெல்லாம் செஞ்சு ‘பிச்சை புகினும் கற்கை நன்றே’க்கு உதாரணமா நின்னாரு.

அப்படித்தான் மேட்டுப்பாளையத்துல படிக்கும் போது English படிக்க ஒரு tution centre-ஐ தேடிப் போக, அந்த tution centre owner தனபால் sir, அவரை 10வது புள்ளைகளுக்கு science tution எடுக்கச் சொல்ல, ஒருவிதமா நல்ல வருமானம் கிடைச்சு, தன்னோட தம்பியை படிக்க வக்கிற அளவுக்கு வந்தாப்ல. அப்படியே நம்மாளும் M.Sc. Forestry படிக்கிறாப்ல. காட்டை அதிகமாக நேசிச்சதாலயோ, வாழ்க்கைக்கு வழிகாட்டுன DFO-வோட தாக்கத்தாலயோ நம்மாளுக்கு அவரும் IFS ஆகணும்னு கனவு வருது. எவ்-வளவோ பாத்துட்டோம்; இதை பாத்திட மாட்டோமான்னு இறங்கி படிக்கிறாப்ல. அப்பல்-லாம் UPSC Forest Service Exam மதுரைலதான் எழுதணும். அதுக்குப் போகக்கூட காசில்லை நம்மாள்ட்ட. அதுக்கு Sponsor பண்ணது அவரோட ஒரு தோழி. “தோழியா... என் காதலியா... யாரடி என் கண்ணே”ன்னு பாட்டுப்பாடி அவங்களயே பின்னாடி கல்-யாணம் பண்ணிட்டாருன்றது வேற விஷயம். Sponsor பண்ணது வீண் போகல. நம்மாளு 2000-ஆம் ஆண்டு Indian Forest Service (IFS) பண்றாரு.

காட்டையும், மரத்தையும் காட்டுத்தனமா நேசிச்ச மனிசனுக்கு காட்டைப் பாதுகாக்குற உயரதிகாரியா வேலை. என்ன ஒரு கொடுப்பினை. அதுமட்டுமில்ல, அந்த வட்டாரத்துலயே முதல் IFS அதிகாரி. இவரை role modelஆ வச்சுத்தான் பின்னாடி நிறைய IAS, IFS அதிகாரிகள் அந்தப் பகுதியில் உருவானாங்கின்றது இப்பவும் வரலாறு.

நம்ம செய்யுற வேலையை நேசிச்சாலே நல்லா வேலை செய்ய முடியும். நம்ம ஆளுக்கோ எதை நேசிச்சாரோ அதுதான் வேலையாவே அமையுது. சும்மா விட்ருவாரா? மனுஷன் அசாம்ல IFSல Post ஆகி பின்னிப் பிடல் எடுக்க ஆரம்பிச்சாரு. IFS அதி-காரியா அசாம்ல இவரு செஞ்ச சாதனையெல்லாம் பட்டியல் போடணும்னா இன்னொரு Book தான் எழுதணும். அவ்வளவு சாதிசசாரு மனுஷன். ஒரு பானை சோத்துக்கு ஒரு

சோறு பதம்ன்ற மாதிரி ஒரு விஷயத்தைச் சொல்றேன்.

அசாம்ல காசிரங்கானு ஒற்றைக் கொம்பு காண்டாமிருகம் நிறைய இருக்கிற சரணாலயம் இருக்கும். 1986-லயே World Heritage Siteஆ notify பண்ணி சரணாலயத்தை சுத்தி இருந்த இடத்தை எடுக்க உத்தரவு போட்டாங்க. நிறைய எதிர்ப்பு காரணமா யாரும் அதை நடைமுறைப்படுத்தவே இல்ல. நம்மாளு Charge எடுத்து வெறும் 430 ச.கி.மீ.
ஆக இருந்த சரணாலயத்தை 1300 ச.கி.மீ. ஆக மாத்தினார். அதாவது நீலகிரி மாவட்டத்-துல பாதி அளவு. அப்பா... கண்ணைக் கட்டுதா! நம்மாளும் காட்டுல இருந்து வந்ததால அதுல பாதிப்படைஞ்ச மக்களுக்கு அங்கயே சுற்றுலா மூலம் வருமானம் கிடைக்கிற மாதிரி செஞ்சு காட்டையும் மக்களையும் காப்பாத்துனதால 'Mr. Kaziranga' என அன்போடு அழைக்கப்படுவாயாக!னு மக்கள் வாழ்த்துனாங்க.

மூணாங்கிளாஸ்ல இருந்து LKG-க்கு reverse gearல போயி, தங்கமணி தியேட்டர்ல படம் பாத்துட்டு, காட்டுல குழி எடுத்துட்டு சுத்திட்டு இருந்த ஆள், பெத்தவங்க கஷ்டத்-தையும் புரிஞ்சுகிட்டு, teacher சொல்றத தட்டாம கேட்டு மதிச்சி நடந்து, கிடைச்ச சந்தர்ப்-பங்களை சரியா பயன்படுத்தி படிச்சு இன்னைக்கு அந்த வட்டாரத்துல மட்டுமில்ல, மாநிலம் விட்டு மாநிலம் போயி அசாம்லயும் கலக்கி Mr. Kaziranga-வா மாறுனது ஒரே ஒரு மாயத்தினாலதான் மக்களே! அதுதான் படிப்பு!

அசுரன் படத்துல வர்ற climax வசனம்...

"காடு இருந்தா எடுத்துகிடுவாங்க. ரூபாய் இருந்தா புடுங்கிடுவாங்க. ஆனால் படிப்பை மட்டும் நம்மகிட்ட இருந்து எடுத்துக்கிடவே முடியாது சிதம்பரம்."

என்ன ஒரு Powerful message. அதனால மக்களே! மீண்டும் சொல்றேன், "பிச்சை புகினும் கற்கை நன்றே!" ஒண்ணுமே இல்லேன்னாலும் படிப்பு மட்டும் நம்மகிட்ட இருந்தா... அப்புறம் வெற்றி நமதே!

மக்கள் ஆட்சியர்

திருமிகு. M.G.இராஜமாணிக்கம் அவர்கள், கேரள மாநிலத்தில், முதன்மை இயக்குநர் - உள்ளாட்சித்துறை மற்றும் ஆணையாளர் - ஊரக வளர்ச்சித் துறையில் தற்போது பணி-செய்து வருகிறார்கள். சிறந்த எழுத்தாளர், தன்னம்பிக்கைப் பேச்சாளர், சமூக ஆர்வலர், தன்னார்வப் பணிகளில், மிகுந்த அக்கறை கொண்டவர்.

திருமிகு. M.G.இராஜமாணிக்கம் M.E., I.A.S, மதுரையில் திருவாதவூரில் பிறந்து, அனுப்பானடியில் வளர்ந்து, சௌராட்டிரா ஆண்கள் மேல்நிலைப் பள்ளி மற்றும் தியாகராஜர் நன்முறை மேல்நிலைப் பள்ளிகளில், பள்ளிப் படிப்பை முடித்து, மதுரை ராஜா பொறியியல் கல்லூரியில், B.E. படிப்பை முடித்த பின்பு, கோவை அரசு தொழில் நுட்பக் கல்லூரியில், M.E. படிப்பில் தங்கப் பதக்கம் (Gold Medal) பெற்றவர். சாதாரண குடும்பத்தில் பிறந்த-வர். தந்தை
திரு.எம்.குருசாமி, மீனாட்சி சுந்தரேசுவரர் கோவிலில் பேஷ்கார். ஆன்மீகப் பணி, மக்கள் பணி, என உதவி செய்து உழைப்பின் பெருமையை உலகிற்கு உணர்த்தியவர்.

திரு. Mg.இராஜமாணிக்கம் அவர்கள், பள்ளியில் மிகவும் சாதாரணமாகக் கல்வி கற்ற-வர். பின்னர் பொறியியல் கல்லூரியில், மிகச் சிறந்த பொறியாளராகப் பேசப்பட்டு, அனை-வராலும் பாராட்டப்பட்டவர். தந்தை விருப்பத்தை நிறைவேற்ற, சிவில் சர்வீஸ் தேர்வு எழுதி,

வெற்றி பெற்று, கேரளத்தில் மூணாறு, எர்ணாகுளம், திருச்சூர் எனப் பல மாவட்டங்களில், ஆட்சித்தலைவராகப் பொறுப்பேற்று, அனைத்து மக்களின் பிரச்சனைகளுக்கும், உடனடியாகத் தீர்வு கண்டவர். “மக்கள் ஆட்சியர்” எனப் புகழப்பட்டவர், ‘சிறந்த மாவட்ட ஆட்சியர்’ விருதும் பெற்றவர்.

‘என்டகுளம் எர்ணாகுளம்’ என்ற அமைப்பைத் தொடங்கி, அனைத்துக் குளங்களையும், இளைஞர்களை ஒன்று சேர்த்து, ஒரே நாளில் சுத்தம் செய்ததோடு, இன்றுவரை பல ஆயிரம் குளங்களை, நீர் நிலைகளைப் பராமரித்து வருகிறார். இவரது துணைவியார், திருமதி நிஷாந்தினி ராஜமாணிக்கம் IPS, இன்று திருவனந்தபுரம் காவல் துறை துணைத்தலைவர், இந்திய காவல் பணியில், நேர்மை, உண்மை, உழைப்பு என்ற பண்புகளோடு, பல்வேறு பொறுப்பில் இருந்து, இன்று வரை மக்கள் பணியே தனது பணி, எனச் செயல்பட்டு வரும், பாரதி கண்ட புதுமைப் பெண்ணாகத் திகழ்பவர். மூத்த மகள் பெயர் வெண்பா, இரண்டாவது மகன் நித்திலன். குழந்தைகள் இருவரும், பள்ளிப் படிப்பு படித்து வருகின்றனர்.

திரு. M.G.இராஜமாணிக்கம் அவர்கள், கேரள அரசின் சார்பில் மேல் படிப்பிற்காக, லண்டன் அனுப்பி வைக்கப்பட்டு, தனது கல்வியை உயர்வாகப் பெற்று, பல்கலைக் கழகத்தின் முதல் மாணவராகத் தேர்வு செய்யப்பட்டு, தங்கப்பதக்கம் பெற்றவர்.

இவரது, இன்றைய பணியின் அருமை பெருமைகள் பலவும், அகில இந்திய அளவில், பல்வேறு ஊடகங்களால் பாராட்டப் பெற்ற பெருமைக்குரியவர்.

4. பர்க் ஹட்ஜஸ்

குளிர்சாதன வசதியில்லாத, எப்போதும் சுட்டெரிக்கும் வெப்பம் நிறைந்த ஒரு கட்டடத்தில், படகுகள் கட்டும் வேலையில் இருந்தார் பர்க் ஹட்ஜஸ். புளோரிடா மாநிலத்திலிருந்த அந்தப் படகு கட்டும் நிலையத்தில், ஒவ்வொரு நாளும் தகிக்கும் அடுப்புக்கு அருகில் வேலை செய்வதைப் போல, வேலை செய்வதை உணர்ந்தார்.

கைகளில் மின்சாரத்தினால் இயங்கும் சாணை பிடிக்கும் கருவிகளைப் பிடித்துக் கொண்டு, படகின் வெளிப்பகுதியை ஒட்டி, முழங்காலிட்டு, அதன் கரடுமுரடான கண்ணாடி இழைகளை மிருதுவாகும் வரை இழைப்பதே ஹெட்ஜஸின் வேலை. சாணை பிடிக்கும் கருவியும், படகினை மெருகூட்டும் போது வெளிப்படும் வெப்பமும் தினம் தினம் நரக வேதனையை அவருக்குத் தந்தது.

வீட்டை அடைந்ததும் கரங்களை கழுவுவதற்கு என்றே ஒரு பிரஷ்ஷைக் கொண்டிருந்தார் பர்க் ஹெட்ஜஸ். நீண்டதொரு குளியல் போட்டால் மட்டுமே ஹெட்ஜஸின் வெப்பம் தணியும். அவருடன் பணிசெய்த பலரில் பாப் என்பவர் பர்க் ஹெட்ஜஸ் மீது அன்பு கொண்டவர். இருவரும் நண்பர்கள். சில நேரங்களில் வெப்பத்தைத் தணிக்க வேண்டும் என்ற ஆவலில் நண்பர் பாப்புடன் சென்று குளிர்ச்சியான பீர் சாப்பிடுவது பழக்கம்.

இந்த நெருப்போடு விளையாடும் வாழ்க்கை பர்க் ஹெட்ஜஸ் மனதிற்குப் பிடிக்கவில்லை. என்ன செய்வது? வாழ்க்கையைக் கொண்டு செல்ல ஏதாவது ஒரு வேலையைச் செய்து பிழைக்க வேண்டுமே என்ற ஒரு சாதாரண மனிதராகவே அவர் சென்று கொண்டு இருந்தார்.

அச்சமயத்தில் ஒரு நாள் அவரது கையில் ''உலகிலேயே மிகச் சிறந்த விற்பனையாளர்'' (The Greatest Salesman in the World) என்ற ஓக் மாண்டினோ எழுதிய நூல் கிடைத்தது. மிகுந்த ஆவலோடு அந்தப் புத்தகம் முழுவதையும் படித்த பர்க் ஹெட்ஜஸ், ஒரு மாதத்துக்குள் தன் வேலையை ராஜினாமா செய்தார்.

ஓக் மாண்டினோவின் புத்தகத்தில் வாசித்த பின்வரும் வரிகள் பர்க் ஹெட்ஜஸ் வாழ்க்கையை வெகுவாக மாற்றியது. ''நான், இந்த உலகில் ஒரு நோக்கத்திற்காக இருக்கிறேன். அந்த நோக்கம் ஒரு மலைபோல உயர வேண்டுமேயல்லாமல், மணல் துகள்களாக நொறுங்கிப் போகக் கூடாது. இனிமேல் எல்லாவற்றிலும், மிக உயர்ந்த மலையாக மாறுவதற்கான எனது எல்லா முயற்சிகளையும் நான் பயன்படுத்துவேன். அது கருணையுடன் என்னிடம் ஓய்வெடு என்று மன்றாடும் வரை நான் எனது திறமைகளைக் கஷ்டப்படுத்துவேன்-''

மேற்கண்ட வரிகளை மீண்டும் மீண்டும் வாசித்த போது, இந்த வார்த்தைகள் தன்னில் ஒரு மாற்றத்தைக் கொண்டு வருவதையும், உத்வேகத்தை ஊட்டுவதையும் பர்க் ஹெட்ஜஸ் கண்டுகொண்டார்.

சிந்தனை மாற்றம்: 'உலகின் மிகச் சிறந்த விற்பனையாளன்' என்ற நூல் தந்த ஊக்கத்தால், கடினமான படகு கட்டும் வேலையை விட்டு வெளியேறிய பர்க், ஒரு செல்போன் விற்கும் நிறுவனத்தில் சேர்ந்தார். முதல் மாதமே அந்த நிறுவனத்தின் விற்பனைச் சாதனையை முறியடித்தார். நிறுவனம் வழங்கிய ஒவ்வொரு விருதையும் வென்றார்.

ஒரு மில்லியன் டாலர்கள் சம்பாதித்த பர்க் ஹெட்ஜஸ், தானே ஒரு செல்போன் தொழிலைத் தொடங்கினார். ஆரம்பத்தில் தடுமாற்றங்கள் இருந்தாலும், விடாமுயற்சியுடன் தனது முப்பது வயதுக்குள் ஐந்து நிறுவனங்களைத் தொடங்கிய தொழிலதிபர் ஆகிவிட்டார் பர்க் ஹெட்ஜஸ். இரண்டு புத்தகங்களையும் எழுதிவிட்டார்.

பர்க் ஹெட்ஜஸ் எழுதிய முதல் புத்தகம் 'அமெரிக்காவின் கனவைத் திருடியது யார்?' என்ற ''Who stole the American Dream?'' என்ற புத்தகமாகும். சர்வதேச அளவில் மிக அதிகமாக இந்தப் புத்தகம் விற்பனையானது. தொடர்ந்து எழுதிய 'இன்றைக்கு வேகமாக முன்னேறுங்கள்' (Fast Forward Today) என்ற நூலும் நாற்பது இலட்சம் பிரதிகளுக்கும் மேலாக விற்பனையானது. இப்படி ஏழு புத்தகங்கள் உலக நூல்கள் விற்பனையில் கொடிகட்டிப் பறக்க, ஏழு கோடி டாலர்கள் கொண்ட நிறுவனத்தை உருவாக்கினார் பர்க் ஹெட்ஜஸ்.

படகு கட்டும் தொழிலை விட்டு விலகி, ஏழு ஆண்டுகளுக்குப் பின்பு அதாவது செல்போன் விற்பனையில் சிகரம் தொட்டு, உலகளவில் புகழ்பெற்ற நூலை எழுதிய பின்பு ஒருநாள் தன் பழைய நண்பர் 'பாப்' என்பவரைச் சந்திக்கச் சென்றார் பர்க் ஹெட்ஜஸ். தனது பழைய படகு கட்டும் நிறுவனத்தில் எவ்வித மாற்றமும் இல்லை என்பதை முதலில் கண்டார். அங்கே அதே வெப்பமூட்டும் சூழல், தனது நண்பர் பாப், அதே சாணை பிடிக்கும் இயந்திரத்தைப் பிடித்துக் கொண்டு, கஷ்டப்பட்டு படகுக்கு மெருகூட்டுவதைக் கண்டார் பர்க் ஹெட்ஜஸ்.

'பாப்' வுடன் பேசியபோது, தான் செல்போன் தொழிலில் வெற்றி பெற்றதோடு, புத்தகத்தையும் எழுதியுள்ளதைக் கூறினார் பர்க். அப்போது மிக அதிக சத்தமுடன் சிரித்த நண்பர் பாப், 'நீ புத்தகம் வேறு எழுதிவிட்டாயா?' என்று ஆச்சர்யமாகக் கத்தியது, அங்கே இயங்-

கிய இயந்திரங்களின் சத்தத்தைவிட அதிகமாகக் கேட்டது. சத்தத்தைக் கேட்ட அங்கிருந்த எல்லோரும் சிரித்தார்கள்.

நண்பர் தான் புத்தகம் எழுதியதை நம்பவில்லை போலும், என்று எண்ணிய பர்க் ஹெட்ஜஸ், ''நான் என் காருக்குச் சென்று அதை எடுத்து வந்து உன்னிடம் காட்டுகிறேன்'' என்று கூறிய போது, அந்த நண்பர் பாப் ''எனக்குப் புத்தகம் வேண்டாம், ஒரு பீர் பாட்டில் வாங்கித் தா'' என்று கூறினார். பர்க் ஹெட்ஜஸ் சிரித்துக் கொண்டே தன் காருக்குத் திரும்பினார்.

காரை அடைந்து தன் அலுவலகம் திரும்பிய போது பர்க் ஹெட்ஜஸ் இவ்வாறு சிந்திக்கின்றார். 'பாப்' என்ற அவரது நண்பரும், பர்க்கும் ஏழு ஆண்டுகளுக்கு முன்பு இதே இடத்தில் தான் பணிசெய்தார்கள். இன்று பர்க் பல நிறுவனங்களின் தலைவர், அவரது நண்பர் பாப் நின்ற இடத்திலே நிற்கும் ஒரு நபர். பாப் வாழ்க்கையில் எவ்வித மாற்றமும் ஏற்படவில்லை; தனது நண்பர் 'பாப்' போல மனிதர்களில் பலரும் வாழ்க்கையில் எவ்வித மாற்றமுமின்றி, நின்ற இடத்திலேயே நின்றுகொண்டு வாழ்க்கையில் உழன்று கொண்டிருக்கின்றார்கள். அதேசமயம், சில மனிதர்கள் சாதனை புரிந்து கொண்டு, வாழ்க்கையை மாற்றுப் பாதையில் செலுத்தி சிகரம் தொடுகின்றார்கள் என்பதை எண்ணிக் கொண்டே நகர்ந்ததாகக் குறிப்பிடுகின்றார்.

வாசிப்பே உயர்த்தியது: பர்க் ஹெட்ஜஸ் எழுதிய நூல்களில் மிகச் சிறப்பான ஒரு புத்தகம் "Read and Grow Rich" என்பதாகும். தமிழிலும் இந்த நூல் அழகாக மொழிபெயர்க்கப்பட்டு 'மஞ்சுள் பப்ளிஷிங் ஹவுஸ்' மூலம் 'வாசிக்கவும் மற்றும் வாழ்வை வளமாக்கவும்' என்ற பெயரில் வெளியிடப்பட்டுள்ளது. கட்டாயம் எல்லோருமே வாங்கிப் படித்துப் பயன்பெற வேண்டிய நூல்கள் இவை.

இந்த நூல் முழுவதும் வாசிப்பின் அருமையையும், பல இடங்களில் வாசிப்புப் பழக்கத்தை அறிமுகம் செய்ததன் மூலம் குற்றச்செயல்கள் குறைந்துள்ளதையும், ஏராளமான எடுத்துக்காட்டுகளுடன் தருகின்றார் பர்க் ஹெட்ஜஸ். சிறைச்சாலைகளில் கைதியாக உள்ள பெற்றோர்களுக்கு அமெரிக்காவில் வாசிப்புப் பழக்கம் தரப்பட்டு பலரும் மனமாற்றம் அடைந்துள்ளார்கள்.

சிறார் சீர்திருத்தப் பள்ளிகளில் வாசிப்புப் பழக்கம் அறிமுகம் செய்யப்பட்டு பல இளைஞர்கள், தண்டனைக் குற்றவாளிகளான குழந்தைகள் வாழ்க்கையில் மாற்றம் அடைந்துள்ளார்கள். நமது அரசுகள் மாணவர்களிடம் வாசிப்புப் பழக்கத்தை ஊக்கமூட்ட சரியான முயற்சிகளை மேற்கொள்ள வேண்டும் என்பதே எல்லோருடைய விருப்பமும் ஆகும். வாசிப்பு இயக்கம் பள்ளிகளில் வளர பல நூல்களை தமிழ்நாடு அரசு தயாரித்து வழங்குவது பாராட்டுக்கு உரியது.

முன்னூறு மாணவர்களுக்கு மேல் இருக்கும் பள்ளிகளில் கட்டாயமான ஒரு நூலகர் இருக்க வேண்டும். சிறந்த நூலகம் இருக்க வேண்டும். மாணவர்களுக்கு வாரம் இரண்டு பாடவேளைகள் கட்டாயம் நூலகப் பாடவேளையாக இருக்க வேண்டும். அப்போது தான் வாசிப்பின் அருமையையும், எதனை வாசிக்க வேண்டும் என்ற தெளிவையும் மாணவர்கள் பெறுவார்கள். தங்கள் மனதில் எழக்கூடிய பல கேள்விகளுக்கான பதில்களைத் தரும் மனநல ஆலோசகர்களாக நூல்கள் திகழ்வதை அவர்கள் பெறுவார்கள். புத்தகங்கள் வாசிப்பதன் மூலம் மனிதர்கள் பெறும் நன்மைகளைப் பின்வரும் பெரியோர்களின் சிந்தனைகள் நமக்குப்

பறைசாற்றும்.

“ஒரு கோடி ரூபாய் கிடைத்தால் என்ன செய்வீர்கள்?” என்று மகாத்மா காந்தியிடம் ஒரு சமயம் கேட்டபோது “ஒரு நூலகம் கட்டுவேன்” என்று கூறினார் மகாத்மா காந்தி.

“தனிமைத் தீவில் தள்ளப்பட்டால் என்ன செய்வீர்கள்?” என்று பண்டித ஜவஹர்லால் நேருவிடம் கேட்ட போது “புத்தகங்களுடன் மகிழ்ச்சியாக வாழ்ந்து விட்டு வருவேன்” என்றார்.

“ஒரு குழந்தைக்கு நீங்கள் தரும் மிகச் சிறந்த பரிசு ஒரு நல்ல புத்தகம் தான்” என்று மொழிந்தார் வின்ஸ்டன் சர்ச்சில்.

“மனிதனின் மிகப் பெரிய கண்டுபிடிப்பு எது?” என்று ஆல்பர்ட் ஐன்ஸ்டீனிடம் வினவிய போது சற்றும் யோசிக்காமல் அடுத்த வினாடியே “புத்தகம்” என்று சொன்னார்

இப்படி அறிஞர்களும், தலைவர்களும் போற்றியது புத்தகங்களைத் தான்.

புத்தகங்கள் கனவுகளை வளர்க்கும், கனவுகள் வாழ்க்கையின் சாதனைகளைத் தீர்மானிக்கும். - டாக்டர். ஆ. பெ. ஜெ. அப்துல் கலாம்.

வாசிப்பதன் மூலம், நமது உலகத்தை, நமது வரலாற்றை மற்றும் நம்மையே நாம் கண்டறிகிறோம். - டேனியல் . பூர்ஸ்டின்

வாசித்தல் என்பது மற்றொரு நபரின் மனதுடன் சிந்திக்கும் ஒரு வழிவகை ஆகும். அது உங்கள் சுயத்தை விரிவுபடுத்த உங்களை நிர்பந்திக்கிறது. - சார்லஸ் ஸ்க்ரிப்னர், ஜூனியர்

புத்தகங்கள் என்பவை சொத்துக்கள். அவை தலைமுறை தலைமுறையாகக் காப்பாற்றி ஒப்படைக்கப்பட வேண்டியவை. - ஜோசப் அடிசன்

வாசிக்கும் பழக்கம் மனதிற்கு அறிவுடைய பொருட்களை வழங்கி சிறப்பாக்குகிறது; அது நம்மை நாமே வாசித்து அறிந்து கொள்ளச் செய்யும் சிந்தனையாக இருக்கிறது. - ஜான் லோக்கே

இரண்டு விஷயங்கள் உங்கள் வாழ்க்கையில் இல்லை என்றால், நீங்கள் இன்று இருப்பது போலவே, எந்த மாற்றமும் இன்றி ஐந்து ஆண்டுகள் கழித்தும் இருப்பீர்கள் - ஒன்று, நீங்கள் சந்திக்கும் மக்கள், மற்றொன்று - நீங்கள் வாசிக்கும் புத்தகங்கள். - சார்லஸ் இ.டி. ஜோன்ஸ்

இப்படி வாசிப்பின் பலன்களைப் பற்றிப் பல நூறு பொன்மொழிகளை வாசிப்பால் உயர்ந்த மாமனிதர்கள் சொல்லிச் சென்றுள்ளார்கள். ஆண்டுக்கு ஐந்து புத்தகங்களை வாசிக்கச் செய்யும் பழக்கத்தைப் பள்ளிகளும், கல்லூரிகளும் கொண்டு வரலாம். ஊக்கம் தந்து பரிசு வழங்கலாம். பள்ளிகளில், கல்லூரிகளில் புத்தகக் காட்சிகளை ஆண்டுக்கு ஒருமுறை நடத்தி மாணவர்களிடம், பெற்றோர்களிடம், ஆசிரியர்களிடம் புத்தகங்கள் வாங்கும் பழக்கத்தை, வாசிக்கும் பழக்கத்தை அறிமுகம் செய்யலாம்.

வாசிப்பு மனதுக்கு நல்ல அமைதியைத் தருகின்றது. ஒவ்வொரு நாளும், அரைமணிநேரம் நல்ல நூல்களை வாசிப்பது என்பது ஒரு தியானம் என்றே கூறலாம். இந்த வாசிப்பு தியானம் இதயத்துக்கு அமைதியைத் தருகின்றது. ஆபிரகாம் லிங்கன் வாசித்த ‘ஜார்ஜ் வாஷிங்டனின் வாழ்க்கை வரலாற்றுப் புத்தகம்’ அவரை ஜனாதிபதியாக உயர்த்தியது. காந்தியடிகள், ஜவஹர்லால் நேரு, அப்துல் கலாம், சிதம்பரனார், பாரதியார், அறிஞர் அண்ணா என்று நம் நாட்டுத் தலைவர்கள் பலரும் வாசிப்பை நேசித்து வாழ்க்கையில் வளம் கண்ட-

வர்கள்.

ஆண்டுதோறும் ஆடைகளுக்கும், ஆபரணங்களுக்கும் ஆயிரக்கணக்கில் செலவு செய்யும் நாம் நல்ல நூல்களை, நல்ல மாத இதழ்களை, நல்ல செய்திகளைத் தரும் நாளிதழ்களை நம் அன்புக் குழந்தைகளுக்கு அறிமுகம் செய்வோம். வீடுகளில் புத்தகங்கள் நிறைந்து அறிவும், அறமும் செழிக்கட்டும். நல்ல சிந்தனைகளை நாள்தோறும் பெறுகின்ற குழந்தைகள் நாளைய தேசத்தின் நம்பிக்கை நாயகர்களாக நிலை நிற்பார்கள். வாசிப்பு வாழ்க்கையை மாற்றும், வாழ்க்கைப் பாதையை நேர்த்தியாக்கும், மலைகள் போன்ற சாதனைகளைச் செய்திட மாபெரும் வழிகாட்டியாக இருக்கும். எனவே, வாசிப்பை நேசிப்போம், வாழ்க்கையாய் அதைச் சுவாசிப்போம்.

5. சில...

சினிமாவில் சாதனைகள் நிகழ்த்திய ஏ.வி.எம். நிறுவனம், அடுக்குமாடிக் குடியிருப்புகளை உருவாக்கும் நவீன்ஸ், ஆடைத் தொழிலில் போத்தீஸ், ஓட்டல்களில் அடையார் ஆனந்தபவன், வி.ஜி.பி. சாம்ராஜ்யம் என்று பல நிறுவனங்களின் சாதனைத் தடங்களைக் காட்டியதோடு, சிறிய ஒரு தொழில் தொடங்கி சாதித்த பலரையும் பேட்டி எடுத்து வழங்கியுள்ளார் சூர்யா கோமதி.

எல்.ஜி.பெருங்காயம், ஆர்.எஸ். பதி தைலம், தங்கமயில் ஜூவல்லரி என்று தனித்துவம் வாய்ந்த தொழில்கள் கண்ட வெற்றிகளைப் பதிவு செய்துள்ளார். தொழில் நாட்டம் உள்ளோர், சுயதொழில் செய்வோர் கட்டாயம் படிக்க வேண்டிய புத்தகம். இந்த நூலை வழங்கிய சூர்யா கோமதி அவர்களுக்கும், விகடன் பிரசுரத்திற்கும் நன்றி சொல்லிவிட்டு கட்டுரைக்குள் செல்வோம்.

திருவிழாக் கொண்டாட்டங்கள், தீபாவளிக் கொண்டாட்டங்கள், தற்போது மாநாடுகளின் போதும் வாண வேடிக்கைகள் அமர்க்களம் செய்கின்றன. சிறியோர் முதல் பெரியோர் வரை மகிழ்வோடு காணும் பட்டாசுகளின் ஆரவாரம் பெரும் தொழிலாகத் தமிழகத்தில் உள்ளது.

திருநெல்வேலி மாவட்டத்தின் இடையன்குடி கிராமத்தைச் சேர்ந்த செல்லதுரை என்பவர் 1930ஆம் ஆண்டில் சிவகாசியில் ஒரு தீப்பெட்டி தயாரிக்கும் நிறுவனத்தில் வேலையில் சேர்ந்தார். சில ஆண்டுகளில் தீப்பெட்டி தயாரிக்கும் நுணுக்கங்களையும் கற்றுக்கொண்டதோடு, தேர்ந்த தொழிலாளியாக விளங்கினார். அதனால், தன் முதலாளியிடம் தனது சம்பளத்தை இரண்டு ரூபாய் அதிகரித்துத் தருமாறு கேட்டார். அன்று இரண்டு ரூபாய் என்பது பெரிய தொகை தான். ‘முடியாது’ என்று முதலாளி கூறவும் தன் நண்பர்கள் சிலரோடு சேர்ந்து ‘ஸ்டாண்டர்டு பையர் ஒர்க்ஸ்’ என்ற நிறுவனத்தை ஆரம்பித்தார்.

இன்று இந்த நிறுவனத்தின் பட்டாசுகள் விழாக் காலங்களிலும், வருடம் முழுவதுமே நம்பிக்கையோடு வாங்கப்படுகின்றது. நூறு ஆண்டுகளை நெருங்கும் இந்த நிறுவனத்தை உருவாக்கிய செல்லதுரை அவர்கள், ஒரு தேர்ந்த தொழில்நுட்ப வல்லுநராகத் திகழ்ந்துள்ளார்.

பட்டாசுத் தொழிலை விரிவு செய்திட எண்ணி கம்பி மத்தாப்புகள் தயாரிக்க இயந்திரங்களை வாங்க ஜெர்மனி சென்றுள்ளார் செல்லதுரை. 1951ஆம் ஆண்டில் கம்பி மத்-

தாப்புகள் செய்யத் தேவையான மிஷன்களை வாங்கிய போது குண்டூசிகள் தயாரிக்கும் மிஷன்களைப் பார்த்திருக்கின்றார். அருகிலேயே 'கிளிப்புகள்' தயாரிக்கும் மிஷின்களையும் கண்டவர். அவை இரண்டும் தயாரிப்பதற்கு நான்கு மிஷன்களை வாங்கிக் கொண்டு இந்தியா வந்துள்ளார்.

'ஸ்டான்டர்டு பையர் ஒர்க்ஸ்' நிறுவனம் பங்குதாரர்களோடு ஒரு பக்கம் வெற்றிகரமாகப் பயணிக்க, தன் குடும்பத்துக்கான குண்டூசிகள், கிளிப்புகள் தயாரிக்கும் நிறுவனத்தைத் தொடங்கியுள்ளார். தன் மனைவி 'நேசமணி' என்பவரின் பெயரிலுள்ள 'மணி' அதனை ஆங்கிலத்தில் 'Bell' என்று அழைப்பதையும் குண்டூசிகளின் பெயரையும் சேர்த்து 'Bell Pins' என்ற ஒரு நிரந்தரப் பெயரை உருவாக்கி வெற்றி கண்டுள்ளார்.

உழைப்புக்கு உதாரணமாகச் செயல்பட்டுள்ள இந்த மாமனிதர், காலையில் முதல் நபராகத் தன் தொழிற்சாலையைத் திறந்து உள்ளே செல்பவராகவும், இறுதியாக ஆலையிலிருந்து வீடு திரும்புபவராகவும் உழைத்துள்ளார். இன்று மூன்றாம் தலைமுறையினர் வரை குடும்பமாக உழைக்கும் இவர்களது வெற்றிக்குக் காரணமே, இணைந்து செயல்படும் திறனாகும்.

மூன்று தலைமுறையாக ஒவ்வொருவரும், அவர்களது குழந்தைகளும் தொழிலில் ஈடுபட்டு, பயிற்சி பெற்று, முன்னேற்றத்தில் பங்கெடுத்து வருகின்றார்கள். இந்தியா சுதந்திரம் அடைந்த போது ஒரு 'குண்டூசி' தயாரிக்கக்கூட தொழில்நுட்பம் இல்லாத நிலையில் எந்தத் தொழில் தேசத்துக்குத் தேவை என்று கண்டு அதை வளர்த்துள்ள இவர்கள் போற்றுதலுக்கு உரியவர்கள். ஆம். ஜப்பானிலிருந்து ஊக்குகள். ஸ்டாப்லர் பின்கள் தயாரிக்கும் மிஷன்களையும் கொண்டு வந்து தொழிலை வளர்த்துள்ளார்கள்.

அதன்பிறகு தங்களது பொருட்களை உற்பத்தி செய்யும் மிஷின்களையே உற்பத்தி செய்து தொழிலில் சிகரம் தொட்டுள்ளார்கள். ''குடும்பமாக நிறுவனத்தைக் கவனித்துக் கொள்கின்றோம். எந்த முடிவுகள் எடுக்கும் முன்பும், தொழிலில் உறுப்பினராக இருக்கும் ஒவ்வொருவரும் கலந்து பேசி முடிவு செய்கின்றோம். அப்படிப் பேசும்போது ஒரு முடிவு எடுக்க முடியவில்லை என்றால், அந்த விஷயத்தை அப்படியே விட்டுவிடுகின்றோம். ஆகையால் தான் இன்னும் குடும்பம் உடையாமல் உள்ளது'' என்று ஒரு பேட்டியில் மூன்றாம் தலைமுறையைச் சேர்ந்த இக்குடும்பத்தின் சஞ்சய் குணசிங் கூறுகின்றார்.

சைக்கிள் பியூர் அகர்பத்தி: மனம், ஊதுபத்திகளின் வாசனையைப் பெற்றதும் எல்லையற்று விரிவடைகின்றது. குறிப்பாக அனைத்து மத ஆலயங்களிலும் ஊதுபத்திகள் இடம்பிடிக்கின்றன. கோவில்களில் மட்டுமல்ல. நமது இல்லங்களின் பூஜையறைகளிலும், தெய்வங்களின் தரிசனத்துக்கும் அகர்பத்திகள் தூண்டுதலாக உள்ளன.

'அகர்பத்தி' உற்பத்தியின் மூலம் கோடான கோடிகளில் வர்த்தகம் செய்து அசத்தும் 'சைக்கிள் பியூர் அகர்பத்தி' வரலாற்றைக் கொஞ்சம் பார்க்கலாம்.

80 ஆண்டுகள் கடந்து பயணிக்கும் இந்த அகர்பத்தி நிறுவனம் இன்று இந்தியா முழுவதும் 4,500 விநியோகிப்பாளர்களைக் கொண்டுள்ளது. எட்டு லட்சம் கடைகளில் விற்பனை செய்யப்படுகின்றது. வருடத்துக்கு 15 பில்லியன் அதாவது (1500 கோடி) பத்திகளைத் தயார் செய்கின்றார்கள். குடும்பமாக இணைந்து பல தலைமுறை கடந்து ஜொலிக்கின்றார்கள்.

விருதுநகர் மாவட்டம், வத்திராயிருப்பு என்ற ஊரில் வசித்தவர் ரங்காராவ். சிறு வயதிலேயே தந்தையை இழந்த இவர் தனது படிப்புக்காக, பெரிய கடைகளில் இனிப்புகளை

வாங்கிச் சிறிய கடைகளில் விற்பனை செய்துள்ளார். படிப்பு முடிந்து கர்நாடகா சென்ற அவருக்கு அரசு வேலையும் கிடைத்தது. தொழிலா? அரசு வேலையா? என்ற குழப்பம் வந்த போது, மனைவியின் நகைகளை விற்று தொழிலைத் தொடங்கியுள்ளார்.

தெய்வ பக்தி கொண்ட குடும்பத்திலிருந்து வந்த இவருக்கு, அது சார்ந்து ஒரு தொழில் தொடங்கிட எண்ணம் உதித்தது. எனவே அகர்பத்தி தயாரிக்கும் தொழிலைக் கற்றுக்கொண்டு அதனைத் தொடங்கினார். இன்று இந்த நிறுவனத்தில் முப்பதாயிரம் பணியாளர்கள் வேலை செய்கின்றார்கள். அப்படியானால் முப்பதாயிரம் குடும்பங்கள் வாழ்வு பெறுகின்றன.

ஆரம்ப காலத்தில் அகர்பத்திகள் எல்லாம் சில்வர் பெட்டிகளில் அடைக்கப்பட்டே விற்கப்பட்டது. பத்திகளைவிட 'சில்வர்' பெட்டிகள் விலை அதிகம். மேலும் பத்திகள் தானே முக்கியம் என்றுணர்ந்து முதன்முதலில் அட்டைப் பெட்டிகளில் பத்திகள் விற்கும் உத்தியைத் தொடங்கினார் ரங்காராவ். தொடங்கப்பட்ட இருபது ஆண்டுகளில் இந்தியாவின் முதல் அகர்பத்தி நிறுவனமாகியது.

ஒரு சமயம் ஒரு வாடிக்கையாளர் "ஒரே வாசனையுடன் பத்தியைத் தருவதற்குப் பதிலாக வேறு வேறு வாசனைகளையும் கொண்டு பத்திகளைச் சேர்த்துத் தரலாமே!" என்று அறிவுரை சொல்ல, 'சபாஷ்!' என்று மலர்ந்தது தான் 'three in one' என்னும் மூன்று வாசனைகள் கொண்ட பத்திகள், இதனை ஒரே பெட்டியில் தந்து விற்கின்றார்கள்.

வாசனை சிறப்பாக இருக்க வேண்டும் என்பதிலும், தெய்வீக மணம் கமழ வேண்டும் என்பதிலும் கண்ணும் கருத்துமாய் உள்ளதால் எண்பது ஆண்டுகள் கடந்தும், கொடிகட்டிப் பறக்கின்றார்கள்.

இக்குடும்பத்தைச் சார்ந்தவர்கள் பல்வேறு தொழில்களில் ஈடுபட்டு வெற்றி கண்டு வருகின்றார்கள். முதன்மையான சைக்கிள் பியூர் அகர்பத்தித் தொழிலில் சிறக்கக் காரணம், குடும்பமாக உழைத்ததும், உழைப்பதும் தான். இவர்களது அனைத்துத் தொழில்களிலும் குடும்ப உறுப்பினர்கள் அனைவரும் ஒரு உறுப்பினராக இருந்து, தங்களுக்குள் வழிகாட்டிக் கொண்டு உயர்கின்றார்கள்.

குடும்பத் தொழில்கள் தரும் சிந்தனை!

'சைக்கிள் பியூர் அகர்பத்தி', 'பெல் பின்ஸ்' இப்படி நாம் அன்றாடம் உபயோகிக்கும் பல பொருட்கள் கோடானகோடி வர்த்தக உயரத்தை அடைந்து வெற்றி பெறக் காரணம், குடும்பமாகத் தொடர்ந்து தொழில்புரிவது தான்.

இந்த நிறுவனங்கள் அனைத்தின் வெற்றிக்கும் பின்னாலுள்ள சில செய்திகளை நாம் பாடமாகக் கொள்ளலாம்.

வெற்றி பெற்றுள்ள, பல தலைமுறை தாண்டிப் பயணிக்கும் நிறுவனங்களின் நிறுவனர்கள் மிகுந்த தொலைநோக்குக் கொண்டவர்களாக இருந்துள்ளார்கள்.

ஆரம்பம் முதலே தாங்கள் தொடங்கிய தொழில் 'ஒரு சிறு பொருள் உற்பத்தி' என்றாலும் அதை நிரந்தரமாகச் சந்தைப்படுத்துவதில் (Brand) கவனம் செலுத்தியுள்ளார்கள்.

தங்கள் தொடர் வாரிசுகளுக்குப் பயிற்சி தந்ததோடு, நிறுவனம் உருவான கடினமான காலங்களைப் புரிய வைத்துள்ளார்கள்.

படிக்கின்ற போதே இந்த நிறுவனங்களின் குழந்தைகள் தொழிலில் ஈடுபாடு காட்டியுள்ளார்கள். தொழிலகத்துக்கு மாலையிலும், விடுமுறை காலத்திலும் சென்று, கூட இருந்து

தொழிலைக் கற்றுள்ளார்கள். அதேசமயம் உயர்கல்வியைப் பயின்று தங்கள் தொழில்களில் பல தொழில்நுட்பங்களைக் கொண்டு வந்து, உற்பத்தியைப் பெருக்கியுள்ளார்கள். சேவைகளை அதிகரித்து வெற்றி பெற்றுள்ளார்கள்.

பெரியப்பா, சித்தப்பா, தாத்தா, மாமா என்று தங்கள் உறவுகளுக்கு மரியாதை தந்து குடும்பமாக இணைந்து தொழிலில் கவனம் செலுத்துகின்றார்கள். 'இது என் நிறுவனம்', 'என் இரத்தத்தில் கலந்தது' என்ற உணர்வு பெறுவதால் கடினமாக உழைத்து உயர்ச்சி அடைகின்றார்கள்.

சவால்கள் அனைத்தையும் இணைந்து சமாளிக்கின்றார்கள். முடிவுகள் எடுக்கும் முன்பு கூடி அமர்ந்து, ஆலோசனை பெற்றுக் காரியத்தில் இறங்கிச் செயல்படுகின்றார்கள். இதனால் விளைவுகளுக்கு அனைவரும் பொறுப்பேற்கின்றார்கள்.

தொழிலின் வளர்ச்சியில் இளையோர் தரும் புதிய தொழில்நுட்ப ஆலோசனைகளை, பெரியோர்கள் அங்கீகரிப்பதோடு, ஆதரவு தந்து அதைப் பயன்படுத்தித் தொழிலை விரிவாக்கம் செய்கின்றார்கள்.

பெரும்பாலும் ஒரே தொழில், ஒரே பொருள் உற்பத்தி அல்லது மையத் தொழிலை உள்ளடக்கிய உபரித் தொழில்களில் கவனம் செலுத்திப் போட்டியாளர்களைச் சமாளிக்கின்றார்கள்.

விளம்பர உத்திகளில் கவனம் செலுத்தி வெற்றி காண்கின்றார்கள். தங்களது 'பிராண்டை' மக்கள் மனதில் பதியச் செய்வதில் அதிகக் கவனமும், அக்கறையும் கொண்டு, முயன்று வெல்கின்றார்கள்.

முத்தாய்ப்பாக, தொழிலில் தங்கள் பொருளின் உற்பத்தித் தரத்தில், எவ்விதமான சமரசமும் செய்து கொள்ளாமல் "தரமே தங்கள் வெற்றியின் தாரக மந்திரம்" என்பதில் கவனம் செலுத்துகின்றார்கள். இதனால் தான் இவர்களது பொருட்களை மக்கள் நம்பி வாங்குகின்றார்கள்.

கோழிக்கறியைச் சிறப்பாகச் செய்து கொடுத்ததில் உலகப்புகழ் பெற்ற KFC-சிக்கன் கடைகள் போல, தங்களது குடும்பத்துக்குப் பழக்கப்பட்ட, தரத்தோடு பெயரை நிலைநாட்டிய தொழிலில் நம்மவர்கள் ஜொலித்து வருகின்றார்கள். நாம் அன்றாடம் வாங்கும் ஒவ்வொரு பொருளுக்கும் ஒரு சில நிறுவனங்களின் பெயர்களைத் தேடி வாங்கிடக் காரணம், அந்தப் பொருட்களை உற்பத்தி செய்யும் நிறுவனத்தின் மீதான நம்பிக்கைதான்.

ஒவ்வொரு சிறிய பொருளும்கூட விற்பனைக்கு வரும்போது தரமுள்ளதாக அமைந்தால் அந்த, ஒன்றை வைத்தே உலகில் வெற்றி பெறலாம் என்பதை நாம் அறிய முடிகின்றது.

சில நூறு ரூபாய்களில், ஒரு சிறிய அறையில், சிறிய தள்ளுவண்டியில், சிறிய மருத்துவக் குறிப்பில் தொடங்கப்பட்ட பல நிறுவனங்கள் பெரிய இடத்தை அடைந்தது கடுமையான உழைப்பாலும், தொடர் முயற்சியாலும் தான் என்பதை நாம் அறிகின்றோம்.

ஆகையால், எந்தத் தொழிலையும் அற்பமென்று எண்ணாமல், கவனம் செலுத்தினால், தொடர்ந்து தரத்தோடு மக்கள் மனமறிந்து வியாபாரம் செய்தால், வெற்றிகளைக் குவித்து மாபெரும் நிலையடையலாம். குடும்பமாய் இணைந்து செயல்படும் போது குறையாத செல்வர்களாகத் திகழலாம் என்பதற்கு நம்மிடையே எண்ணற்ற தொழில்புரியும் சாதனையாளர்கள் வலம் வருகின்றார்கள். இவர்களது வெற்றிப் பாதைகளைக் கூர்ந்து நோக்குவோம். தொழில்

செய்து, தொண்டு செய்து, வாழ்வில் உயர்வோம்.

6. போதை

குடிபோதைக்கு அடிமையாகிப் பலமுறை மருத்துவமனையில் சிகிச்சை பெற்று வந்தார் அந்த மனிதர். இப்போதும் அவர் உயிருக்குப் போராடும் நிலையில் அனுமதிக்கப்பட்டிருந்தார்.

சில மருந்துகள் தொடர்ச்சியாகத் தரப்பட்ட பின்பு இன்று கண்விழித்துப் பார்த்தார். அருகில் நின்ற மருத்துவரிடம், "டாக்டர், நான் இங்கே இப்போது எத்தனையாவது முறையாக வந்துள்ளேன்?" என்று கேட்டார். மருத்துவர் உடனடியாக "ஐம்பதாவது முறை பில் வில்சன், அதாவது நீங்கள் அரை சதம் அடித்துச் சாதனை புரிந்துள்ளீர்கள்?" என்று வருத்தமுடன் சொன்னார்.

தொடர்ந்து மருத்துவர் பில் வில்சனிடம், "ஆனால், நீங்கள் தொடர்ந்து உயிர் பிழைத்துச் செல்ல வழியில்லை என்று உங்கள் உடல் ஆய்வுகள் சொல்கிறது. அனேகமாக இன்னும் ஓரிரு நாட்களில் உங்கள் உயிர் பிரியலாம்" என்று வேதனையோடு தன் மருத்துவக் குறிப்பைச் சொன்னார் மருத்துவர்.

பில் வில்சன் சோகமாகத் தன் முகத்தை வைத்துக் கொண்டு, "அப்படியா, நான் இறப்பது நிச்சயம் என்றால், நான் இன்னும் ஒரு முறை குடித்தால் என்ன?" என்று தன் மதுப்பழக்க அடிமைத்தனத்தின் உச்சியிலிருந்து கேட்டார்.

மருத்துவர் அவரிடம், "அதில் ஒன்றும் தவறில்லை. உங்கள் ஆசையை நிறைவேற்றலாம். காரணம் நீங்கள் பிழைக்க வாய்ப்பு இல்லை. ஆனால், எங்களுக்கு உங்களிடம் ஒரு உதவி தேவைப்படுகின்றது. அதை மறுக்காமல் செய்ய முடியுமா?" என்று கேட்டார்.

பில் வில்சன், "என்ன உதவி?" என்று கேட்டார். மருத்துவர் அவரிடம், "உங்கள் அறைக்குப் பக்கத்தில் ஒரு இளைஞன் உங்களைப் போல குடிபோதைக்கு உட்பட்டு, சிகிச்சைக்கு வந்திருக்கிறான். உங்களுடைய கொடூரமான வாழ்க்கை நிலையை நீங்கள் அவனுக்கு எடுத்துச் சொன்னால், மதுவின் கொடுமைகளை அவன் உணர்ந்து கொள்ள முடியும். அதன்பிறகு அவன் வாழ்நாள் முழுவதும் குடிப்பழக்கத்திலிருந்து விடுதலை பெற்று நல்வாழ்வு வாழலாம். அவனைத் திருத்தும் சக்தி உம்மிடம் இருந்து வரவேண்டும். நீர் சொல்லும் வேதனை மிக்க சூழல்கள், அவனை மனம் மாற்றினால் மகிழ்ச்சியடைவோம்" என்று கூறினார்.

பில் வில்சன், "அப்படியா, அவனுக்கு நான் அறிவுரை தர முயற்சிக்கின்றேன். ஆனால், அவனைச் சந்தித்துவிட்டு நான் வரும்போது எனக்கு ஒரு கோப்பை மது வேண்டும்" என்று கூறி, அவனைச் சந்திக்கச் சென்றார்.

அடுத்த அறையிலிருந்த அந்த இளைஞனைச் சந்தித்தார் பில் வில்சன். அவன் தன் எதிர்காலம் சீரழிந்துவிட்டதாகவும், தன் வாழ்க்கையே நிர்மூல மாகிவிட்டதாகவும், வாழவே விருப்பமில்லை என்றும், அதனால் குடிப்பதாகவும் புலம்பினான்.

பில் வில்சன் ஒரு சில நிமிடங்கள் யோசித்தார். "மது உன்னை ஆக்கிரமித்துள்ள ஒரு புற ஆற்றல். இன்னொரு ஆற்றலால் தான் உன்னைக் காப்பாற்ற முடியும். அது கடவுளாக இருக்கலாம், அல்லது நீ விரும்பும் ஒரு நபராகக்கூட இருக்கலாம். ஆனால் அதற்கு நீ

ஒத்துழைப்புத் தர வேண்டும்'' என்று கூறிவிட்டுத் தன் வாழ்க்கைச் சீரழிவை அவனிடம் எடுத்துச் சொன்னார்.

அதைக் கேட்டுக் கொண்டிருந்த அந்த இளைஞனிடம் இறுதியாக, ''எல்லாவற்றையும் கடவுளிடம் ஒப்படைத்துவிடு. கடவுளை நம்பு, அவர் உன்னைக் காப்பாற்றுவார்'' என்று கூறிவிட்டுத் தன் அறைக்குத் திரும்பினார்.

அந்த இளைஞனைச் சந்தித்து விட்டு வரும்போது ஒரு கோப்பை மது வேண்டும் என்று மருத்துவரிடம் சொன்னதை மறந்து விட்டிருந்தார் பில் வில்சன். அறைக்குத் திரும்பிய அவருடைய காதுகளில், அந்த இளைஞனிடம் அவர் பேசிய வார்த்தைகளும், நம்பிக்கை மொழிகளும் ஒலித்துக் கொண்டேயிருந்தது. தன்னையே அவர் ஊக்கமூட்டிக் கொண்டதாக உணர்ந்தார்.

அந்த இளைஞனிடம் இறுதியாகச் சொன்ன அந்த வார்த்தை, ''கடவுளை நம்பு, அவர் உன்னைக் காப்பார்'' என்பது தன்னையே, இதோ இன்னும் சில நாட்களில் இறக்கப்போகும் தன்னைக் காப்பாற்றாதா? என்று சிந்தித்தார்.

அப்போது தன் வாழ்க்கை முழுவதையும் அசைபோட்டுப் பார்த்தார். பில் வில்சன், எமிலி மற்றும் பரோஸ் வில்சன் தம்பதியருக்கு மகனாகப் பிறந்தவர். அவரது தந்தை வழித் தாத்தா வில்லியம் வில்சனும் மதுவுக்கு அடிமையானவர்தான். ஆனால், ஒரு மதபோதகரின் வார்த்தைகளுக்குக் கட்டுப்பட்டு, ஒரு ஆன்மீக அனுபவத்தைப் பெற்றார். அதன்பிறகு, அவர் மது அருந்தவில்லை என்பதை நினைத்துப் பார்த்தார்.

பெற்றோர்களால் இளம் வயதில் கைவிடப்பட்ட பில் வில்சனும், அவரது சகோதரியும் தாய்வழிப் பாட்டி, தாத்தாவால் வளர்க்கப்பட்டனர். பள்ளிக் கல்வியின் போது அதிகம் சேட்டை செய்பவராக இருந்தார். பின்பு உயர்நிலைப் பள்ளியில் கால்பந்து அணியின் கேப்டனாக இருந்தார். அதன் இசைக் குழுவில் முதன்மையான வயலின் கலைஞராகவும் இருந்தார். அதே சமயம் பல்வேறு காரணங்களால் மன அழுத்தத்துக்கு ஆட்பட்டார்.

1916ஆம் ஆண்டில் பீரங்கிப் படை அதிகாரியானார். அங்கு இராணுவப் பயிற்சியின் போது இரவு விருந்துக்குச் சென்ற போது முதன்முதலில் 'பீர்' குடிக்க ஆரம்பித்தார். தொடர்ந்து சில நாட்களில் வேறு ஒரு விருந்தில் மதுபானம் குடித்தார். இந்நிலையில் 1918ஆம் ஆண்டு லோயிஸைத் திருமணம் செய்து கொண்டார். முதலாம் உலகப் போரின் போது கடற்கரை பீரங்கிப் படையின் 2-வது லெப்டினன்டாகப் பணிசெய்தார்.

சட்டம் பயிலச் சென்றார். குடிபோதையில் இருந்ததால் அவருக்குச் சட்டம் சார்ந்த டிப்ளமோ மறுக்கப்பட்டது. குடிப் பழக்கத்தை விட்டு விலக வேண்டும் என்று ஆசைப்பட்டார். பங்கு வர்த்தகத்தில் பயணங்களை மேற்கொண்டார். நல்ல இலாபம் கிடைத்தது. சுகமான வாழ்க்கையும் கிடைத்தது. ஆயினும் தன் குடிப்பழக்கத்தால் பல இழப்புகளை வணிகத்தில் சந்தித்தார். குடிப்பழக்கத்திலிருந்து மீள நியூயார்க் நகரின் சார்லஸ் பி. டவுன்ஸ் மருத்துவமனைக்கு வந்தார். பல முறை மருத்துவ உதவி பெற்றும் திருந்தாமல் வாழ்ந்ததால் அன்று இறப்பின் விளிம்பில் நிற்பதாக உணர்ந்தார்.

பில் வில்சன் தன் வாழ்க்கைப் பாதையில் தடுமாறி விழத் தன் குடிப்பழக்கமே காரணம் என்பதை முழுமையாக உணர்ந்தார்.

இறப்பதற்கு முன்பு திருந்தி வாழ வாழ்வு கிட்டுமா? என்று ஏங்கினார். மருத்துவமனையில் இதைப் பற்றி அவர் சிந்தித்த அச்சமயம் அவரிடம் ஒரு மாற்றம் நிகழ்ந்தது. ''இனிக் குடிப்பதில்லை'' என்று முடிவெடுத்தார். அன்றோடு தன் குடிப்பழக்கத்தை நிறுத்தினார். நலம்பெற்று வீடு திரும்பினார்.

இந்தச் செய்தியறிந்த ஆக்ஸ்போர்டு குழுமத்தைச் சார்ந்த எபி தாச்சர் வில்சனைச் சந்தித்து அவர் குடிபோதையிலிருந்து, தொடர்ந்து மீண்டுவர வழிகாட்டினார். சார்லஸ் பி. டவுன்ஸ் மருத்துவமனைக்கு அனுப்பி அவரைக் கண்காணிக்க வழிகாட்டியதும் இந்த எபி தாச்சர் தான்.

இப்போது மனமாற்றம் அடைந்த பில் வில்சன், தன்னைப் போலவே குடிபோதைக்கு ஆட்பட்டு, கஷ்டப்பட்டுத் திருந்திய அமெரிக்க அறுவைச் சிகிச்சை நிபுணர் டாக்டர். பாப் ஸ்மித் என்பவரோடு இணைந்து 1935ஆம் ஆண்டு ''ஆல்கஹாலிக்ஸ் அனானிமஸ்'' என்ற இயக்கத்தைத் தொடங்கினார்.

இந்த இயக்கத்தின் நோக்கம், குடிபோதைக்கு ஆட்பட்டவர்களைத் திருத்தி, நல்வழிப்படுத்தி, அவர்கள் வாழ்க்கையை மீட்டுக் கொண்டு வருவதேயாகும்.

ஒரு இளைஞனைத் திருத்தச் சென்ற பில் வில்சனின் வாழ்வுப் பயணம் மாறியதோடு, பல இலட்சம் மனிதர்களுக்கு நல்வாழ்வு தந்து கொண்டிருக்கும் ஒரு இயக்கத்தையும் தொடங்கிட அது காரணம் ஆகியது. ஒரு நற்செயல் மேலான பெரிய நற்செயலுக்கும் வழிகாட்டும் என்பதற்கு இந்தச் சம்பவம் ஒரு சிறந்த எடுத்துக்காட்டாகும்.

இன்று நிலவரப்படி இந்த ஆல்கஹாலிக்ஸ் அனானிமஸ் (Alcoholic Anonymous (AA)) அதாவது 'பெயரிடப்படாத குடிகாரர்கள் குழு' என்று பெயர்கொண்ட இந்த இயக்கம் இன்று உலகளவில் 12 இலட்சத்துக்கும் மேற்பட்ட பதிவு செய்யப்பட்ட குழுக்களைக் கொண்டுள்ளது. 20 இலட்சத்திற்கும் மேற்பட்ட நபர்கள் பயன்பெற்றுள்ளார்கள்.

இந்த இயக்கத்தை மிகச் சிறந்த முறையில் உளவியல், இறையியல் மற்றும் ஜனநாயக முறையில் பில் வில்சன் எடுத்துச் சென்றார். வில்லியம் கிரிஃபித் வில்சன் என்பது இவரது முழுப் பொயர். இந்த ஆல்கஹாலிக்ஸ் அனானிமஸ் (AA) அமைப்பை திடமாக உருவாக்கிச் சாதனை படைத்த பில் வில்சனை, புகழ்பெற்ற அல்டஸ் ஹக்ஸ்லி ''நமது நூற்றாண்டின் மிகச்சிறந்த சமூகக் கட்டடக் கலைஞர்'' என்று அழைத்தார்.

டைம் (TIME) இதழ் 20-ஆம் நூற்றாண்டின் மிக முக்கியமான நூறு நபர்களின் பட்டியலில் பில் வில்சன் பெயரை வெளியிட்டது. ''தனது கசப்பான அனுபவத்தின் மூலமாக, குடிப்பழக்கத்திலிருந்து மீளும் செயல்பாட்டு வழிமுறைகளைக் கண்டறிந்தவர்'' என்று புகழ்ந்தது. 1941ஆம் ஆண்டில் நியூயார்க்கின் கட்டோனாவில் எட்டு ஏக்கரில் 'ஸ்டெப்பிங் ஸ்டோன்ஸ்' என்று அழைக்கப்படும் வீட்டை வாங்கினார். அவரது செயல்பாடுகள் மற்றும் வாழ்வுப் பயணத்தைச் சித்தரிக்கும் தேசிய வரலாற்று அடையாளமாக 1912ஆம் ஆண்டிலிருந்து அந்த இல்லம் திகழ்கின்றது.

மாற்றம் தேவை

இன்று பல இளைஞர்கள் குடிப்பழக்கம், போதைப் பொருட்கள் பழக்கத்துக்கு அடிமையாகி வாழ்வை இழப்பதை அன்றாடம் பார்க்கின்றோம், கேள்விப் படுகின்றோம்.

கொண்டாட்டங்கள் என்று வந்தாலே, குடிப்பது ஒரு தேவை என்ற ஒரு கலாச்சாரத்தை நமது இளைஞர்கள் கொண்டு வந்துள்ளார்கள். வீடுகளில் நடைபெறும் அனைத்து விழாக்-களிலும் மதுபானங்கள் ஒரு பகுதியாகிவிட்டது போன்ற சூழல் உலவி வருகின்றது.

பொதுவாக சுப காரியங்கள் நிகழும் போது மதுபானம் சாப்பிடுவது ஒரு தேவையான விஷயம் போன்ற சீரழிவுக் கலாச்சாரம் உருவாகி வருகின்றது. முதலில் கொஞ்சம் எடுக்க-லாம், எப்போதாவது எடுக்கலாம் என்று தொடங்கும் இந்தச் செயல் பலரையும், அவர்களைச் சார்ந்துள்ள குடும்பங்களையும், உறவுகளையும் துன்புறச் செய்வதோடு, உறவுகள் முறிவதற்-கும் காரணமாகின்றது.

பல இளைஞர்கள் மிகச்சிறிய வயதிலேயே இறப்பதற்கு காரணம், குடித்துவிட்டு வாகனம் ஓட்டுவதும், புகைப் பழக்கத்தால் புற்றுநோய் வந்து சாவதும் கண் முன்னே பார்க்க முடி-கின்றது.

பள்ளி, கல்லூரிகளில் மிக அதிகமாக மாணவ, மாணவிகளுக்கு இந்தப் போதைப் பழக்-கம் பற்றிய விழிப்புணர்வு கொடுக்க நாம் கடமைப்பட்டுள்ளோம். சிந்திக்கவும், சிறகடிக்கவும், சாதிக்கவும் வேண்டிய இளைஞர்கள், தங்கள் விடுமுறை நாளில் குடித்துவிட்டு நேரத்தை வீணடிப்பதோடு, பல்வேறு பின்விளைவுகளையும் இதன் மூலம் பெற்று வேதனைப்படுகின்-றார்கள்.

இவ்வுலகில் ரசிப்பதற்கு, சேவை புரிவதற்கு, மகிழ்வோடு வாழ்வதற்கு எண்ணற்ற காரி-யங்கள் இருக்கின்றன. இலக்குகளின் மீதான ஆசையை வளர்ப்பதற்குத் தான் நூல்கள் பலவும் கொட்டிக் கிடக்கின்றன. ஆனால், இன்று வாசிப்புப் பழக்கத்தையே முடக்கிவிட்டு மாணவர்களை நாம் சிந்திக்க எப்படி அழைக்க முடியும்? பெரியோர்களின் சிந்தனைக் கருவூலங்களான நூல்கள், மனித வாழ்க்கையை மாண்புறச் செய்யக் கூடியவை. எனவே, வாசிப்புப் பழக்கத்தை ஊக்கப்படுத்துவோம்.

நல்ல சிந்தனை செய்யும் மனமே நல்ல கனவு காணும், நல்ல கற்பனை செய்யும் மனத்திற்கு நல்ல வாழ்வும் கிட்டும். குழந்தைகளுக்கும், இளைஞர்களுக்கும் தொடர்ந்து சிந்தனைக்கு உரமூட்டும் செயல்களை, நிகழ்வுகளை முன்னெடுத்தால், தீய பழக்கங்கள் குடிபுகாமல், திறமையோடு ஜொலித்து, நாட்டுக்கும் வீட்டுக்கும் நம் பிள்ளைகள் நன்மை தருவார்கள்.

7. கட்சிரோலி

இந்தியாவில் மிகவும் பின்தங்கிய மாவட்டங்களில் ஒன்று கட்சிரோலி. மும்பையிலிருந்து ஆயிரம் கேிலா மீட்டர் தொலைவில் இருக்கும் இம்மாவட்டம், மகாராஷ்டிரா மாநிலத்தின் ஒரு பகுதி, 70% வனப்பகுதி கொண்ட இம்மாவட்டத்தில் 'கோண்ட்' என்று அழைக்கப்படும் பழங்குடி மக்கள் ஐம்பது சதவிகிதம் வாழ்கின்றார்கள்.

1988ஆம் ஆண்டில் 'கோண்ட்' பழங்குடி மக்கள் வாழும் கிராமங்களில் குழந்தைகளின் இறப்பு விகிதம் ஆயிரத்துக்கு 121-ஆக இருந்தது. இதே காலக்கட்டத்தில் வளர்ச்சியடைந்த கேரள மாநிலத்தில் இறப்பு விகிதம் 11-ஆக இருந்தது.

இப்படி இருந்த இந்த கட்சிரோலி மாவட்டப் பழங்குடி மக்களின் வாழ்க்கையில் மாபெரும் மாற்றத்தை உருவாக்கினார்கள் டாக்டர் அபய் பங் மற்றும் அவரது மனைவி டாக்டர் ராணி பங். எப்படி, என்ன மாற்றம் நிகழ்ந்தது? இம்மாற்றங்களுக்கு மூலகாரணங்கள் என்ன? இவையெல்லாம் சுவையான மற்றும் அருமையான செய்திகள்.

தாக்கூர் தாஸ் பங்

மகாத்மா காந்தியடிகளின் நண்பர்கள் நாக்பூரில் தொடங்கிய கல்லூரியில் பொருளாதாரப் பேராசிரியராக இருந்தவர் தாக்கூர் தாஸ் பங். காந்தியடிகளின் கொள்கைகள் மீது பற்றுக்கொண்டவர். விடுதலைப் போராட்ட வீரர். 'வெள்ளையனே வெளியேறு' போராட்டத்தில் பங்குபெற்று இரண்டு ஆண்டுகள் சிறையில் இருந்தவர்.

இந்தப் போராட்டத்துக்குப் பின்பு ஆங்கில அரசாங்கம் தன் அதிகாரத்தைக் கொஞ்சம் இந்தியர்களுக்குப் பிரித்துக் கொடுக்க ஆரம்பித்த நேரம். விரைவில் இந்தியா விடுதலை பெறும் என்பதற்கான சாத்தியக்கூறுகள் தென்பட்டன. அச்சமயம் அமெரிக்கா சென்று, பொருளாதாரத்தில் மேற்படிப்புப் படிக்க தாக்கூர் தாஸ் பங் அவர்களுக்கு இந்திய அரசின் உதவித் தொகையும், படிக்க அனுமதியும் கிடைத்தது.

இந்த அனுமதிச் சீட்டை எடுத்துக்கொண்டு மகாத்மா காந்தியடிகளைச் சந்தித்தார் தாக்கூர் தாஸ். "பொருளாதார மேற்படிப்புப் படிக்க உங்கள் ஆசி வேண்டும்" என்று வணங்கினார். காந்தியடிகள், "பொருளாதாரம் பற்றி மேலே படிக்க வேண்டுமென்றால் கிராமங்களுக்குச் செல், ஏழை மக்களுடன் வாழ்ந்து அதைப்படி" என்றார். காந்தியின் சொல்லுக்கு மறுப்புச் சொல்லாத தாக்கூர் தாஸ், தன் கையிலிருந்த அமெரிக்க அனுமதிச் சீட்டைக் கிழித்தெறிந்துவிட்டு சேவா கிராமத்துக்கு அருகே ஒரு கிராமத்துக்குச் சென்றார்.

அங்கேயே தங்கி, பூமி தான இயக்கத்தின் முன்னோடி வினோபாவேயுடன் இணைந்து பணிசெய்தார். அவருக்கு இரண்டு மகன்கள். அசோக் பங், அபய் பங். இருவரையும் காந்திய நெறிமுறையில் வளர்த்தார். காந்தியடிகள் காட்டிய வழியில் இவர்கள் கல்வி கற்றனர். அசோக் பங் என்பவர் கிராம வேளாண்மையையும், அபய் பங் கிராம சுகாதாரத்தையும் நோக்கிப் பயணித்தனர். காந்திய நெறியில் வழுவாது நின்று தந்தைக்கு மகன்களும் பெருமை சேர்த்தனர்.

அபய் பங், ராணி பங்

மகாத்மா காந்தியின் ஆசிரமத்தில் வளர்ந்த அன்புக் குழந்தை அபய் பங். ஒன்பதாம் வகுப்பு வரை காந்தியடிகளால் வடிவமைக்கப்பட்ட 'நை தலீபின்' என்ற கல்விக் கொள்கையைப் பின்பற்றும் பள்ளியில் பயின்றார். காந்தியடிகளின் முதன்மைச் சீடர் வினோபாவேயின் அருகிலிருந்து கற்கும் புண்ணியம் பெற்றார். தனது 13-வயதில், தன் அண்ணன் அசோக் பங்கிடம், தான் மக்களுக்குச் சுகாதாரப் பணி செய்யப் போவதாக உறுதிகொடுத்தார்.

நாக்பூர் பல்கலைக்கழகத்தில் மருத்துவம் (MBBS) படித்தார் அபய். படிப்பில் கெட்டிக்காரர். மூன்று தங்கப்பதக்கங்கள் பெற்றார். அங்கேயே பொது மருத்துவத்தில் முதுகலையும் (MD) பெற்றார்.

தன்னோடு பயின்ற ராணி சாரி என்பவரை மணந்தார். அவரும் மருத்துவத்தில் சிறப்பாக மகப்பேறியல் மற்றும் பெண் நோயியலில் முதுகலைப் பட்டம் (MD) பெற்றார். பெண் மருத்துவர் ராணி சாரி சந்திராபூரின் காங்கிரஸ் கட்சி நாடாளுமன்ற உறுப்பினரின் பேத்தியாவார்.

அவரது குடும்பமும் பொதுப்பணி செய்துவந்த மருத்துவக் குடும்பமாகும்.

மருத்துவப் படிப்பு முடிந்ததும், வார்தாவுக்குச் சென்று 'சேத்னா விகாஸ்' என்ற தொண்டு நிறுவனத்தைத் தொடங்கினர். அங்கே கிராம மக்களுக்குத் தரப்படும் ஊதியம் பற்றிய கொடுமைகளை, ஒரு ஆய்வாக வெளியிட்டார் அபய் பங். இதனை ஏற்ற அரசு, அம்மக்களுக்கு ஊதியத்தை உயர்த்தியது.

இச்சூழலில், தன் பதிமூன்று வயதில் உள்ளத்தில் கொண்ட பற்றால், கிராமப்புறங்களில் மருத்துவ சேவை செய்ய வேண்டும் என்று இந்த இணையர்கள் முடிவு செய்தனர்.

இந்தியாவில் பொது சுகாதாரம் மேம்படத் தங்களை உருவாக்கிக் கொள்ளும்விதமாக, இருவரும் அமெரிக்காவின் ஜான்சி ஹாப்கின்ஸ் பல்கலைக்கழகம் சென்று பொது சுகாதாரத்தில் முதுகலைப் பட்டம் பெற்றனர். அங்கேயே தங்கி, சுகமான வாழ்க்கையை அவர்கள் கொண்டு சென்று இருக்கலாம். ஆனால், இந்திய தேசத்தின் கடைக்கோடி மக்களுக்கு உதவ வேண்டும் என்ற பேராவலில் இந்தியாவுக்குத் திரும்பினார்.

இந்தியா திரும்பியதும் கட்சிரோலி மாவட்டத்தில் தங்கள் பணியைத் தொடங்கினர். 1985-ஆம் ஆண்டில் Search (Society for Education, Action and Research in Community Health) என்ற ஒரு அமைப்பைத் தொடங்கினர். பழங்குடி மக்களுக்கு மருத்துவச் சேவை வழங்குவதே இதன் தலையாய பணி.

தங்கள் சுகாதாரப் பணிகளை ஆரம்பிப்பதற்கு முன்பு களநிலவரத்தை அறிந்தனர். இதன்மூலம் அந்த மாவட்டத்தில் முதல் மாதத்தில் இறக்கும் குழந்தைகள் 39%, நிமோனியாவால் இறப்போர் 20%, வயிற்றுப்போக்கால் 19%, மலேரியாவால் 9% மற்றும் தடுப்பூசி போடாததால் 15% என்ற புள்ளிவிபரங்கள் கிடைத்தது.

இதனடிப்படையில் குழந்தைகள் இறப்பு விகிதத்தைக் குறைக்கும் பணியில் கவனம் செலுத்தினர். அவர்களது ஆய்வுப்படி, அக்காலத்தில் 'கோண்ட்' பழங்குடியினர் கிராமங்களில் அனுபவம் வாய்ந்த 'ஆயாக்கள்' அதாவது படிப்பறிவில்லாதவர்கள், அதேசமயம் குழந்தைப் பிறப்பின் போது வந்து உதவி செய்பவர்கள் எல்லா ஊரிலும் இருந்தார்கள். இவர்கள் தான் பிரசவம் பார்த்தார்கள்.

'கோண்ட்' பழங்குடி மக்கள் அரசின் மருத்துவர்களிடம் வருவதில்லை. இந்தப் பெண்கள் பிரசவித்த பின்பு, ஒரு மாதம் குழந்தையோடு இருண்ட அறையில் தங்க வைக்கப்பட்டார்கள். அருகில் ஒரு குழியைத் தோண்டி, அதில் தான் தாய் மற்றும் குழந்தையின் கழிவுகள் கொட்டப்படும். ஒரு மாதம் வரை தாயும் குழந்தையும் அங்கே இருட்டறையில் இருக்க வேண்டும். காரணம், வெளியே வந்தால் 'கண்பட்டுவிடும்' என்ற மூடப்பழக்கம்.

இவ்வாறு பிறந்த குழந்தையும், தாயும் பெருநாற்றமெடுக்கும் சூழலில் இருந்ததே, அதிகக் குழந்தை இறப்புக்கும், நோய் தொற்றுக்கும் காரணமானது. இதனைக் கண்டறிந்த மருத்துவர்கள் அபய் பங் மற்றும் ராணி பங், முதலில் சில விழாக்களை நடத்தி பழங்குடியினருடன் நெருக்கமானார்கள். பின்பு, அவர்களிடம் சுகாதாரமான மருத்துவம், அதன் தேவைகள் பற்றி எடுத்துச் சொன்னார்கள்.

உடனே அந்தப் பழங்குடி மக்கள் தங்கள் மருத்துவமனை வீடுபோல இருக்க வேண்டும்; மாடிக் கட்டடங்கள் கூடாது; மேலும் மருத்துவமனை முகப்பில் தங்களின் தெய்வத்தின் கோயிலும் வேண்டும் என்று முன்மொழிந்தார்கள். அவர்களது ஆலோசனை ஏற்றுக்கொள்-

ளப்பட்டது.

அதன்படி வீடுபோல அமைந்த மருத்துவமனையின் முகப்பில் 'மாதந்தேஷ்வரி மருத்துவமனை' என்று பெயரிடப்பட்டு தொடங்கப்பட்டது. மக்களின் அப்போதைய பிரச்சினைகளாக மலேரியா, குடிப்பழக்கம், குழந்தைகள் இறப்பு, மகப்பேறு சார்ந்த நோய்கள் கண்டறியப்பட்டு, குழந்தைகள் இறப்பைக் குறைப்பதை முதல் இலக்காக எடுத்தனர் அபய் மற்றும் ராணி பங்.

ஆரோக்கியத் தூதுவர்கள்

மருத்துவர்கள் அபய் பங், ராணி பங், கட்சிரோலி மாவட்டத்தில் 39 - பழங்குடி மக்கள் வாழும் கிராமங்களைத் தத்து எடுத்தார்கள். அந்த ஒவ்வொரு கிராமத்திலும் சென்று சுகாதாரமான மருத்துவத்தை வழங்கிட 39 - நபர்களைக் கண்டறிந்தார்கள். இந்தப் பெண்கள் ஏற்கெனவே 'தாதியராக' இருந்தவர்கள். ஆனால் தங்களுக்குத் தெரிந்த நாட்டுப்புற மருத்துவம் செய்தவர்கள். இவர்களுக்கு மாத ஊதியம் வழங்கி, பயிற்சி கொடுத்து, பிரசவத்துக்கு முன்பு, பிரசவ காலத்தில் சுகாதாரமான முறையில் தாய்மார்களைக் கவனிக்கப் பயிற்றுவிக்கப்பட்டார்கள். இவர்களுக்கு 'ஆரோக்கியத் தூதுவர்கள்' என்று பெயரிட்டார்கள். இந்த ஆரோக்கியத் தூதுவர்கள், பல ஆண்டு காலம் முறையாக மருத்துவம் பயின்ற மருத்துவர்களைவிட விவேகமாகவும் சிறப்பாகவும் நுணுக்கமாகவும் செயல்பட்டார்கள்.

ஆம், இந்த 39 - கிராமங்களில் இறப்பு விகிதம் குறைந்தது. அரசு மருத்துவமனைகள் இருந்த பகுதிகளைவிட இங்கே இறப்பு சதவிகிதம் குறைந்தது உலகளாவிய செய்தியாகியது.

இந்தியாவின் புகழ்பெற்ற AIIMS - மருத்துவமனையைச் சார்ந்த குழந்தை நல மருத்துவர்களின் தலைமை மருத்துவர் மெஹர்பான் சிங் "சாதாரண பெண்களைப் போல நடமாடும் கட்சிரோலியின், ஆரோக்கியத் தூதர்கள் எங்கள் கல்லூரி மருத்துவர்களைவிட குழந்தை நலனை அறிந்து வைத்துள்ளார்கள்" என்று புகழ்ந்தார்.

குழந்தை நல வல்லுநர்களான AIIMS - மருத்துவக் குழுவைச் சார்ந்த மருத்துவர்கள் இந்த கட்சிரோலி மாவட்ட 'ஆரோக்கியத் தூதர்கள்' தொடர்ந்து செயல்பட அனுமதி தந்தார்கள். இதன் மூலம் இத்திட்டமும் விரிவுபடுத்தப்பட்டது.

1995ஆம் ஆண்டில் தொடங்கப்பட்ட இந்தத் திட்டம் 2003ஆம் ஆண்டில் மிகப்பெரிய மாற்றத்தின் வெளிச்சத்தைக் காட்டியது. 121-ஆக இருந்த இறப்பு விகிதம் முப்பதுக்கும் கீழாகக் குறைந்தது. குறைப்பிரசவ மரணங்கள் 31.5%லிருந்து 10.1%ஆகக் குறைந்தது. ஒரு மாதக் குழந்தைகள் இறப்பு விகிதம் 60%லிருந்து 20% ஆகக் குறைந்தது.

இச்சாதனைகளைப் பாராட்டி இங்கிலாந்திலிருந்து வெளிவரும் புகழ்பெற்ற மருத்துவ இதழ் LANCET-தனது 180ஆம் ஆண்டுச் சிறப்பு மலரில் ஆரோக்கியத் தூதுவர்களின் சாதனை 'உலகை மாற்றிய மருத்துவக் கட்டுரைகள்' என்ற தலைப்பில் வெளியிட்டது. உலகின் தலைசிறந்த மருத்துவ மாற்றங்களான மலேரியா நோய்க்கு மருந்து கண்ட ரொனால்ட் ராஸ், இன்சுலின், பென்சிலின் கண்டவர்கள் பற்றிய முக்கியக் கட்டுரைகளின் பட்டியலில், அபய் பங் மற்றும் ராணி பங்கின் சமூகம் மற்றும் மருத்துவப் பங்களிப்பு இடம்பெற்றது.

உலகளவில் அங்கீகாரம்

'ஆரோக்கியத் தூதுவர்கள்' மூலம் கிராமப்புறப் பெண்களைக் கொண்டே, சுகாதாரத்தை மேம்படுத்தலாம் என்ற முயற்சி நேபாளம், வங்கதேசம் மற்றும் ஆப்பிரிக்க நாடுகளுக்கும்

எடுத்துச் செல்லப்பட்டது.

1990-ஆம் ஆண்டு பிரேசில் நாட்டின் டி-ஜெனிரோவில் நடந்த மாநாட்டில் முதன்மைப் பேச்சாளர்களில் ஒருவராக ராணி பங் பங்கேற்றார். சர்வதேச தொற்று நோயியல் இணையத்தின் ஆலோசகராகப் பணிசெய்தார். ஐந்தாண்டுகள் சர்வதேச மகளிர் சுகாதார ஆலோசகராகப் பணிசெய்தார். மகாராஷ்டிரா அரசின் சுகாதாரம் மற்றும் ஊட்டச்சத்துக் குழு உறுப்பினராக இருந்தார். 2003ஆம் ஆண்டில் அமைதிக்கான நோபல் பரிசு பெற ஆயிரம் பெண் உறுப்பினர்களில் ஒருவராக முன்மொழியப்பட்டார்.

இவர்களது அமைப்புக்கு மகாத்மா காந்தி விருது, மகாராஷ்டிரா பூஷன் என்ற அம்மாநிலத்தின் உயர் விருது, இந்திய மருத்துவக் கவுன்சிலின் தேசிய விருது என்று 60-க்கும் மேற்பட்ட விருதுகள் வழங்கப்பட்டுள்ளது. 2005-ஆம் ஆண்டில் டைம் (TIME) இதழால் “உலகளாவிய ஆரோக்கியக் கதாநாயகர்கள்” (The Global Health Heroes) என்று வாழ்த்துப் பெற்றார்கள். 2018ஆம் ஆண்டில் இந்திய அரசால் பத்ம விருது வழங்கிக் கௌரவிக்கப்பட்டார்கள்.

பிறக்கும் குழந்தைகளைப் பேணிக் காக்கும் மருத்துவ சிகிச்சையில் மருத்துவர்களோடு இந்தியா முழுவதும் 8,00,000 (எட்டு இலட்சம்) கிராமப் பெண்கள் ‘கட்சிரோலி’ மாதிரி அடிப்படையில் இன்று பயிற்சி பெறுகின்றார்கள். இவர்கள் ‘ஆஷா’ பணியாளர்கள் என்று அழைக்கப்படுகின்றனர்.

‘ஆரோக்கியத் தூதுவர்கள்’ திட்டம் இந்திய அரசால் அங்கீகரிக்கப்பட்டுள்ளதுடன் WHO (உலக சுகாதார நிறுவனம்), UNICEF (ஐக்கிய நாடுகளின் குழந்தைகள் நிதியம்) மற்றும் USAID (உலகளாவிய முன்னேற்றத்திற்கான ஐக்கிய நாடுகள் அமைப்பு) அமைப்புகளாலும் ஏற்றுக்கொள்ளப்பட்டுள்ளது.

2012-ஆம் ஆண்டு சந்திராபூர் மாவட்டத்தில் மதுவிலக்கை நடைமுறைப்படுத்தும் குழுவில் அபய் பங் உறுப்பினராக இருந்தார். மது மற்றும் புகையில்லாத சமுதாயத்தை உருவாக்கும் அவசியம் பற்றித் தன் ஆய்வுகளை வெளியிட்டுள்ளார். மாநில மற்றும் தேசிய நெடுஞ்சாலைகளில் மதுபானக் கடைகளுக்கு உச்சநீதிமன்றம் தடைவிதித்ததைப் பாராட்டினார். முன்னதாக கட்சிரோலி மாவட்டத்தில் அபய் பங் மற்றும் ராணி பங் பணியாற்றிய 60-க்கும் மேற்பட்ட கிராமங்களில் பூரண மதுவிலக்கை நிலைநாட்டினர்.

‘இன்றைய காந்திகள்’ என்ற நூலை திரு. பாலசுப்ரமணியம் முத்துசாமி என்பவர் எழுதியுள்ளார். தன்னறம் - குக்கூ காட்டுப்பள்ளி என்ற இடத்திலிருந்து வெளியிடப்பட்டுள்ள இந்நூலில் ஏராளமான காந்திய வழி நடந்து சாதனை நிகழ்த்தும் மனிதர்களைப் பற்றித் தெரிந்துகொள்ளலாம். வாசித்துப் பயன்பெற பகிர்ந்துகொள்ள நல்ல நூல். இக்கட்டுரையாக்கத்துக்கு உதவியமைக்கு நூலாசிரியருக்கு நன்றிகள்.

2006ஆம் ஆண்டில், 18 முதல் 28 வயதுக்குட்பட்ட இளைஞர்களுக்கு கிராமப்புற மற்றும் பழங்குடி மக்களுக்குச் சேவை செய்யும் வாய்ப்பை ‘நிர்மான்’ என்ற அமைப்பு மூலம் உருவாக்கினர். இத்தம்பதிகள், இந்த அமைப்பை இவர்களின் இளைய மகன் ‘அம்ருத்’ மிகத் தீவிரமாக எடுத்துச் செயல்பட்டு வருகின்றார்.

இந்திய தேசத்தில் பொது சுகாதாரம் இன்றும் பல இடங்களில் பேணப்படாமலே உள்ளது. ஆயினும், பழங்குடி மக்களிடம் மாபெரும் மாற்றத்தை உருவாக்கி மகத்தான சாதனை

புரிந்துவரும் இத்தம்பதியர்களை வாழ்த்துவோம். நாற்பது ஆண்டுகளாக அளப்பறிய சமூகப் பணியை ஆற்றிவரும் இவர்கள், மிகச்சிறந்த முன்மாதிரிகள்.

8. நான் இனி நடக்கவே மாட்டேன்

''நான் இனி நடக்கவே மாட்டேன்'' என்று என் மருத்துவர் என்னிடம் கூறினார். நான் மிகுந்த மன வேதனையுடன் என் அம்மாவைப் பார்த்தேன். என் அம்மா, ''நீ நடப்பாய், ஓடுவாய், சாதிப்பாய்'' என்று கூறினார்கள். நான் என் அம்மாவை நம்பினேன். என் பெற்றோரும், உடன் பிறந்தவர்களும் என்னை அன்போடு பார்த்துக் கொண்டார்கள். எனது கால் கட்டையை அடிக்கடி அகற்றி, எனது நடக்க இயலாத காலுக்கு மசாஜ் செய்வார்கள். ஆம், ஆறு வயதில் என்னால் குதிக்க முடிந்தது. எட்டு வயதில் கால் கட்டையுடன் நகர முடிந்தது. பதினோரு வயதில் என்னால் கூடைப் பந்து விளையாட முடிந்தது. என் தாய் என்னை விளையாட்டு வீராங்கனையாக ஊக்கமூட்டினார்'' என்று தன் வாழ்வைப் பகிர்ந்து கொள்கிறார் தடகளச் சாதனையாளர் வில்மா ருடால்ப்.

22 குழந்தைகள் கொண்ட குடும்பத்தில் 20 - ஆவது குழந்தையாகப் பிறந்தவர் வில்மா ருடால்ப். குழந்தைப் பருவத்தில் நிமோனியா மற்றும் ஸ்கார்லட் காய்ச்சலால் பாதிக்கப்பட்டவர். ஐந்து வயதில் போலியோவால் பாதிக்கப்பட்டு, பக்கவாதம் ஆட்கொண்டு நடக்க இயலாமல் கடினப் பட்டவர். இச்சூழலில் தான் மருத்துவர் நடக்கவே முடியாது என்று சொன்னார். அதனைத் தொடர்ந்து, அவரது தாயாரின் ஊக்குவிப்பாலும், குடும்ப உறுப்பினர்களின் உதவியாலும் தொடர்ந்து முயற்சித்து முன்னேறி உலக சாதனை படைத்தார்.

1940 - ஆம் ஆண்டு ஜூன் மாதம் 23 - ஆம் தேதி பிறந்த வில்மா க்ளோடியன் ருடால்ப் தனது இளமைக்காலங்களை பக்கவாதம், கட்டுகள் அணிந்த கால்கள், நிமோனியா காய்ச்சல் என்று பல உடல் உபாதைகளில் கழித்தார். ஆயினும் விளையாட்டில் சாதிக்க வேண்டும், மற்றவர்களைப் போல ஓடி, ஆடி மகிழ்ந்திருக்க வேண்டும் என்று ஆசைப்பட்டார். இவரது ஆசைகள் அனைத்தும் நிறைவேறும் என்று ஊக்கமூட்டித் துணை நின்றார், இவரது தாயார் பிளான்ச். தந்தை எட் இரயில்வே போர்ட்டராகவும், இரண்டாம் மனைவியான தாய் பிளான்ச் சில இல்லங்களில் பணிப்பெண்ணாகவும் பணிசெய்து குடும்பத்தைக் காத்தனர்.

நிறவெறி அதிகம் இருந்த அந்தக் காலக்கட்டத்தில் சரியான மருத்துவ வசதிகள் கிடைக்கப் பெறாத வில்மாவுக்கு, தங்கள் கருப்பின மக்களின் பாரம்பரிய மருத்துவத்தைக் கொண்டே தாய் சிகிச்சை கொடுத்து வந்தார். அதே சமயம் தன் மகளால் விளையாட்டில் ஜொலிக்க முடியும் என்று ஊக்கம் தந்தார். அதற்காக பயிற்சிகளுக்கும் அனுப்பினார். தாயின் ஊக்கத்தை மிகவும் சாதகமாக எடுத்துக் கொண்டு முன்னேறினார் வில்மா ருடால்ப்.

பன்னிரெண்டு வயது வரை நடப்பதற்கே சிரமப்பட்டார் வில்மா ருடால்ப். ஆப்பிரிக்க அமெரிக்கர்களுக்கு மருத்துவ வசதி குறைவாகவே இருந்தது. அவர்கள் வசித்த கிளார்க்ஸ்வில்லியிலிருந்து எண்பது கிலோ மீட்டர் தொலைவிலிருந்த, கருப்பின மக்களுக்கான மெஹரி மருத்துவக் கல்லூரி மருத்துவமனைக்கு அடிக்கடி அழைத்துச் சென்றார் தாயார்.

வாராந்திரப் பேருந்தில் சென்று பலவீனமான காலின் வலுவை அதிகரிக்க கடும் சிகிச்சையை மேற்கொண்டனர். ஒரு நாளுக்கு நான்கு முறை காலின் கட்டுகளை அவிழ்த்து மசாஜ் செய்து காலினை வலிமை பெறச் செய்தார்கள் ருடால்பின் உடன் பிறந்தவர்கள். இந்த சிகிச்சைகள் மற்றும் கண்காணிப்பே வில்மா ருடால்ப் எலும்புகளுக்கான ஷூ இல்லாமல் நடக்க உதவியது.

பள்ளி சென்று கற்க முடியாததால் ஆரம்பக் கல்வியை வீட்டிலேயே பெற்றார் வில்மா. அதன்பிறகு ஆப்பிரிக்க அமெரிக்கர்களுக்கான பார்ட் உயர்நிலைப் பள்ளியில் எட்டாம் வகுப்புப் படிக்கும் போது கூடைப் பந்து விளையாட்டில் ஜொலித்தார். மிகச் சிறப்பான புள்ளிகளைப் பெற்ற இவரை, கூடைப் பந்து பயிற்சியாளர் 'ஸ்கீட்டர்' என்று அழைத்தார். மிக வேகமாக கொசுவைப் போல ஓடுவதால் இப்பெயரைத் தந்தார். தனது பள்ளிக்காக விளையாடும் போது, டென்னிசி மாநிலத்தின் தடகளப் பயிற்சியாளரான எட் டெம்பின், ருடால்ப்பின் வேகத்தைக் கண்டு, இவர் மிகச்சிறந்த தடகள வீரராக வரலாம் என்று கணித்தார். எனவே அதற்கான பயிற்சி பெற ஊக்குவித்தார் டெம்பிள்.

பதினான்கு வயது நிரம்பிய போது டென்னிசி மாநில கோடைக்காலப் பயிற்சிக்கு அழைத்தார் டெம்பிள். பிலடெல்பியாவில் நடந்த பல தடகளப் போட்டிகளில் வெற்றி பெற்றார் ருடால்ப்.

1956ஆம் ஆண்டு வாஷிங்டனில் உள்ள சியாட்டிலில் ஒலிம்பிக் போட்டியாளர்கள் போட்டியில் கலந்து கொண்டு ஒலிம்பிக் போட்டிக்குத் தேர்வானார். 1956 - ஆம் ஆண்டு ஆஸ்திரேலியாவில், மெல்போர்னில் நடந்த ஒலிம்பிக் போட்டியில் தொடர் ஓட்டப் பிரிவில் ஓட்டப் பந்தயத்தில் வெண்கலம் வென்றார். 16 வயதில் ஒரு சாதனையாகவே இது அமைந்தது மட்டுமல்லாமல் இளம் வயது முதல் உடல் நோய்களால் பாதிக்கப்பட்ட ருடால்புக்கு இது மிகப்பெரிய முதல் வெற்றியாகும்.

உலகின் வேகப் பெண்மணி: 1958 - ஆம் ஆண்டில் ருடால்ப் டென்னிசி மாநிலத் தடகளக் குழுவில் சேர்ந்தார். டெம்பிள் தொடர்ந்து பயிற்சி கொடுத்தார். தொடர்ந்து அமெரிக்காவில் நடந்த பல ஓட்டப் பந்தயங்களிலும் சிறப்பான வெற்றி பெற்றுத் தனது ஓட்டத்தினை தொடர்ந்தார்.

1960 - ஆம் ஆண்டு ரோமாபுரியில் நடைபெற்ற ஒலிம்பிக் போட்டிக்குத் தேர்வாகிச் சென்றார். மூன்று போட்டிகளில் பங்குபெற்றார். 100 மீட்டர், 200 மீட்டர் மற்றும் 4 X 100 மீட்டர் தொடர் ஓட்டம் ஆகியவை அந்தப் போட்டிகள். மூன்றிலும் தங்கப் பதக்கம் வென்று உலக சாதனை படைத்தார் வில்மா ருடால்ப். ஒரே ஒலிம்பிக் போட்டியில் மூன்று தடகளப் பிரிவுகளில் மூன்று தங்கப்பதக்கம் வென்ற முதல் அமெரிக்கப் பெண்மணி என்று புகழ்ப் பெற்றார்.

200 மீட்டர் ஓட்டப் பந்தயத்தில் அதற்கு முந்தைய சாதனையை முறியடித்து உலக சாதனை படைத்தார். உலக வரலாற்றில் அதிவேகப் பெண்மணி என்று புகழ்ப் பெற்றார். புகழ்பெற்ற தடகள வீரர் ஜெஸ்ஸி ஓவன்ஸ் தனது முன்மாதிரி என்று குறிப்பிட்டார் வில்மா ருடால்ப்.

உலகின் பல்வேறு நாட்டினரும் அவருக்குப் பாராட்டிப் பெயரிட்டார்கள். பிரெஞ்சு நாட்டினர் 'தி பிளாக் பெர்ல்', 'கருப்பு முத்து' என்று அழைத்தனர். இத்தாலி நாட்டினர் 'தி

பிளாக் கெஸல்' என்றும் வாழ்த்தினர். உலக வரலாற்றில் முதன்முதலாக அந்த ஆண்டு 'ஒலிம்பிக் போட்டி தான் தொலைக்காட்சிகளில் ஒளிபரப்பு செய்யப்பட்டது. ஆகையால் உலகம் வாழ்த்திய நட்சத்திரமாக ஜொலித்தார் வில்மா ருடால்ப். தொடர்ந்து உலகின் பல இடங்களில் நடைபெற்ற ஓட்டப் பந்தயப் போட்டிகளில் கலந்துகொண்டு உலக சாதனைகளைப் படைத்தார்.

1962 - ஆம் ஆண்டு ஓட்டப் பந்தயங்களில் இருந்து ஓய்வுபெற்ற வில்மா ருடால்ப், கல்லூரி சென்று இளங்கலைப் பட்டம் பெற்றுவிட்டு ஒரு தொடக்கப் பள்ளியில் ஆசிரியராக விளங்கினார்.

அபேபே பிகிலா: ஒலிம்பிக் வீரர்கள் வரலாற்றில் இத்தாலியில் நடந்த, 1960 - ஆம் ஆண்டு ரோம் நகர ஒலிம்பிக் போட்டி முக்கியத்துவம் வாய்ந்ததாக உள்ளது.

மூன்று தங்கப் பதக்கங்கள் வென்று உலக சாதனை படைத்தார் வில்மா ருடால்ப். அதே ஒலிம்பிக் போட்டியில் மற்றொரு கருப்பர் இன இளைஞர் உலக சாதனை படைத்தார். அவர் தான் அபேபே பிகிலா.

அமெரிக்கா போன்ற வளர்ந்த நாடுகளின் ஆதிக்கம் அதிகமாக இருந்த ஒலிம்பிக்கில் ஏழை நாடுகளாகக் கருதப்பட்ட ஆப்பிரிக்க நாடுகள் தயக்கம் காட்டிய காலம் அந்தக் காலம்.

ஆப்பிரிக்க நாடுகளில் ஒன்றான எத்தியோப்பியா நாட்டின் அரசு, தனது நாட்டு வீரர்களையும் ஒலிம்பிக் போட்டியில் பங்கேற்கச் செய்ய வேண்டும் என்று விரும்பியது.

எத்தியோப்பியா நாட்டின் அரசருக்குப் பாதுகாப்புக் கொடுப்பதற்காக சில காவலர்கள் பயிற்சிக்கு உட்படுத்தப்பட்டார்கள். இவர்களுக்குப் பயிற்சி தருவதற்கு என்றே ஸ்வீடன் நாட்டைச் சேர்ந்த ஒன்னி நிஸ்கனென் என்பவரை அரசர் நியமித்திருந்தார். இந்தப் பிரிவில் ஐந்தாவது காலாட்படையில் பணி செய்தவர் அபேபே பிகிலா. தினமும் 20 கிலோ மீட்டர் தூரம் ஓடுவதற்கு பயிற்சியளிக்கப்பட்டனர் இந்தக் குழுவினர். அவர்களது ஓடும் திறமையைக் கவனித்த ஒன்னி நிஸ்கனென், அபேபே பிகிலாவை மாரத்தான் ஓட்டப் போட்டிக்குப் பரிந்துரைத்தார்.

1956 - ஆம் ஆண்டில் எத்தியோப்பிய ஆயுதப் படையின் சிறந்த ஓட்டப் பந்தய வீரர் வாமி பிராட்டுக்கு அடுத்த இடத்தைப் பிடித்தார் அபேபே. இதுவே இவரது ஓட்டப் பந்தய வரலாற்றின் தொடக்கமானது.

1960 - ஆம் ஆண்டு அடிஸ் அபாபா என்ற இடத்தில் நடைபெற்ற மாரத்தான் ஓட்டப் பந்தயத்தில் முதலிடம் பெற்றார் அபேபே பிகிலா. ஒரு மாதம் கழித்து மீண்டும் நடைபெற்ற மாரத்தான் போட்டியில் அதற்கு முந்தைய ஒலிம்பிக் போட்டியின் நேரத்தைவிடக் குறைவான நேரத்தில் ஓடி வெற்றி பெற்றார். இதனைக் கவனித்த பயிற்சியாளர் ஒன்னி நிஸ்கனென், அபேபே பிகிலாவை ஒலிம்பிக் போட்டிக்கு அழைத்துச் செல்ல விரும்பினார்.

ஆனால் எத்தியோப்பியாவிலிருந்து தடகளப் போட்டியில் கலந்துகொள்ள பத்து வீரர்கள் மட்டுமே தேர்வு செய்யப்பட்டிருந்தனர். அவர்களில் அபேபே பிகிலா ஒரு நபர் அல்ல. ரோம் நகருக்குக் கிளம்பும் முன்பு எத்தியோப்பியாவின் சிறந்த வீரரான வாமி பிராட்டுக்கு உடல்நிலை சரியில்லாமல் போகவே, அபேபே பிகிலாவை அவருக்குப் பதிலாக அழைத்துச் சென்றார் ஒன்னி நிஸ்கனென் என்றும் கூறுகின்றார்கள்.

எப்படியோ ஒலிம்பிக்கில் மாரத்தான் போட்டியில் ஓடிட அபேபே பிகிலா ரோம் நகர் வந்துவிட்டார். அடிடாஸ் ஷூக்கள் விற்கும் நிறுவனம் இந்த எத்தியோப்பிய வீரர்களுக்கு ஷூக்கள் தந்தது. ஆனால் அதில் எதுவும் பிகிலேவுக்குப் பொருந்தவில்லை. ரோம் நகர் கோடை வெப்பத்தால் கொதித்துக் கொண்டிருந்த நேரம். புதிதாக ஏதாவது ஒரு ஷூவை அணிந்து காலில் கொப்புளம் வந்தால் ஆபத்து என்று எண்ணிய அபேபே பிகிலா ஷூ இல்லாமல் ஓடிட முடிவு செய்தார்.

மாரத்தான் ஓட்டம் என்பது சாதாரண தூரம் அல்ல. 26 மைல்கள் கொண்ட அந்த நீண்ட தூரத்தை வெறும் காலில், கரடுமுரடான ரோம் நகரை ஒட்டிய சாலைகளில் ஓடுவதற்குத் துணிந்தார் இந்த வீரர். அவரது பயிற்சியாளர் ஒன்னி நிஸ்கனென் அவரிடம் அதற்கு முந்தைய போட்டிகளில் முன்னணியில் நிற்கும் மொராக்கோ நாட்டு வீரர் ராடி பென் அப்டெஸ்ஸலாம் என்பவரைத் தோற்கடிக்க வேண்டும் என்று அறிவுரை தந்தார்.

போட்டி ஆரம்பமானது. முதலில் பலரும் பிகிலேவுக்கு முன்னே ஓடினார்கள். தொடர்ந்து முன்னேறினார் அபேபே பிகிலே. முப்பது கிலோ மீட்டர் தூரம் வந்த போது ஐவர் ஓடிக் கொண்டிருந்தார்கள். இதில் யார் பென் அப்டெஸ்ஸலாம் என்பது அபேபேவுக்குத் தெரியாது. ஓட்டத்தின் வேகத்தைக் கூட்டினார். கடைசி ஐநூறு மீட்டர் தொலைவு வந்த போது வேகமாக ஓடி எல்லைக்கோட்டைத் தொட்டார் அபேபே பிகிலா. 2 மணி 15 நிமிடம் 16 நொடிகளில் முதலிடம் பெற்றார். அப்டெஸ்ஸலாம் 2 மணி 15 நிமிடம் 41 விநாடிகளில் இரண்டாமிடம் பெற்றார். அப்போது தான் தான் அதற்கு முந்தைய உலக நாயகனை வென்றதைக் கண்டுகொண்டார் அபேபே.

தனது எல்லைக்கோட்டை தொட்ட பின்பும் இன்னும் ஒன்பது மைல் தூரம் ஓடியிருக்க முடியும் என்றார். வெறும் காலில் இரண்டு மணி நேர ஓட்டம், உலக சாதனை, தங்கப் பதக்கம் என்று உலகினரின் பார்வையில் பதிந்தார் அபேபே பிகிலா. மாரத்தான் போட்டியில் முதல் தங்கப் பதக்கம் வென்ற ஆப்பிரிக்கர் என்ற பெருமையும் பெற்றார். பத்திரிகையாளர்கள் குவிந்து ‘‘ஏன் வெறும் காலில் ஓடினீர்கள்?’’ என்று கேட்டார்கள். ‘‘எத்தியோப்பியர்கள் மன பலமும், தைரியமும் வாய்ந்தவர்கள். அவர்களால் வெற்றியை வெறும் காலில் ஓடியே பெற்றிட முடியும் என்பதை நிரூபிக்கவே ஓடினேன்’’ என்றார்.

அவரது வெற்றி பல நூறு ஆப்பிரிக்க இளைஞர்களுக்கு உந்து சக்தியாக அமைந்தது. இன்று ஒலிம்பிக் போட்டிகளில் ஆப்பிரிக்க நாட்டைச் சார்ந்த பல வீரர்கள் தங்கம் வென்று தடகளத்தில் சாதனைப் படைக்க இது தொடக்கமாக அமைந்தது. தொடர்ந்து 1964 - ஆம் ஆண்டில் டோக்கியோவில் நடைபெற்ற மாரத்தான் போட்டியிலும் தங்கம் வென்றார் அபேபே பிகிலா. ஆனால், இந்தப் போட்டிக்கு செல்வதற்கு நாற்பது நாட்களுக்கு முன்பு குடல் அறுவைச் சிகிச்சை செய்து கொண்டிருந்தார். ஆயினும் இரண்டாம் முறை வென்று இரண்டாம் முறையாக எத்தியோப்பியாவுக்குத் தங்கம் வென்று திரும்பினார்.

இவரைப் பாராட்டிய எத்தியோப்பிய பேரரசர் பல்வேறு பரிசுகளையும் விருதுகளையும் வழங்கினார். அவரது பெயர் கொண்ட பல பள்ளிகளும், விளையாட்டு மைதானங்களும் அமைக்கப்பட்டன.

சமூகத்தில் ஒடுக்கப்பட்ட மக்களாகக் கருதப்பட்ட கருப்பர் இனத்திலிருந்து இரண்டு சாதனையாளர்களை இங்கே கண்டோம். 20 - வயதில் உலக சாதனை நிகழ்த்தி, உலகின்

அதிவேக ஓட்டக்காரர் என்று பெயர் பெற்ற வில்மா ருடால்ப், பல்வேறு தடைகளை உடல் உபாதைகளை வென்ற வீராங்கனை. 24 - வயதில் மாரத்தானில் வெறுங்காலில் ஓடி மகத்தான சாதனைகளைப் படைத்த அபேபே பிகிலா ஆப்பிரிக்க இளைஞர்களுக்கு முன்மாதிரி. இவர்கள் இருவருமே சவால்களை வென்று சாதித்தவர்கள். முயன்றால், முயற்சித்தால் நம்மால் முடியும் என்று சிந்தித்துச் செயலாற்றியவர்கள். இன்றளவும் இவர்களது சாதனைகள் உலகில் பேசப்படுகின்றது, எழுதப்படுகின்றது, பாராட்டப்படுகின்றது. வரலாறு இவர்களை நினைப்பதற்குக் காரணம் இவர்களது வெற்றிச் சுவடுகள் தான். இந்த ஒலிம்பிக் வீரர்களின் உன்னத வெற்றி இளையோர்கள் உள்ளத்துக்கு ஊக்கமாகி ஒளிரட்டும்.

கலைகளின் நாயகன் - கணியன். செல்வராஜ்

ஆர்வம் இருந்தால் போதும் கல்விக்கு வறுமை எப்போதும் தடையில்லை என்பதை நிரூபித்துக் காட்டியிருக்கிறார் கணியன்.செல்வராஜ். தற்போது புதுக்கோட்டை வெங்கடேஸ்வரா மெட்ரிக் மேல்நிலைப் பள்ளியில் தமிழ் ஆசிரியராக பணிபுரிந்து வருகிறார். இது ஒரு முகம் தான். இவருக்கு இன்னும் ஆறுமுகம் இருக்கிறது. அது கலைகளின் முகம்.

'பன்னிரெண்டாம் வகுப்பு வரைமட்டுமே படித்த நான் திருப்பூரில் பனியன் கம்பெனியில் வேலை பார்த்துக் கொண்டிருந்தேன், அப்போது பேராசிரியர் சந்திரன் அவர்கள் மூலம் பள்ளி ஆசிரியர் ஒருவரின் அறிமுகம் கிடைத்தது. எனக்கு உயர் கல்வி ரீதியாகவும், தனிப்பட்ட வாழ்க்கை ரீதியாகவும் நிறைய அறிவுரைகள் சொன்னார். அவர் சொன்ன அறிவுரைகளை ஏற்று அவரின் ஆலோசனைப்படி தொலை தூரக்கல்வியில் தொடர்ந்து படித்தேன். இப்போது தமிழில் முதுகலைப்பட்டம், கல்வியியலில் முதுகலைப் பட்டம், புலவர் பட்டம் ஆகிய பட்டங்களைப் படித்து முடித்து விட்டேன். பனியன் கம்பெனியில் வேலை பார்த்துக்கொண்டே இதெல்லாம் சாத்தியமானது எனக்கே ஆச்சரியமாக இருக்கும்.

என்னுடைய திறமைகளை எனக்கு நானே நிரூபித்துக் கொள்ள பல போட்டித் தேர்வுகளை எழுதினேன். ஆசிரியர் தகுதித்தேர்வில் தேர்ச்சி பெற்றிருக்கிறேன். கல்லூரிப் பேராசிரியர்களுக்கான நெட் தேர்விலும் தேர்ச்சி பெற்றிருக்கிறேன்.

உங்கள் கலை உலகப் பயணம் பற்றிச் சொல்லுங்களேன்?

நான் எழுதிய 'ஆதாம் இல்லாத இரவு', 'வனத்தில் இருந்து வந்தவள்', கவிதை நூல்கள் பெரும் வரவேற்- பைப் பெற்றதோடு, பல்வேறு விருதுகளையும் தேடித்தந்தன. மக்களிடத்தில் மெல்ல மெல்ல மறைந்து வரும் சிறுதெய்வங்கள் பற்றிய வரலாறு, பண்பாடுகள் அவை உருவான கதைப்பின்னணியை ஆவணப்படுத்த வேண்டும் என்று ஆசைப்பட்டுத் தேடி அலைந்து பல விவரங்களைத் திரட்டி, கதைகளை உருவாக்கி 'முப்பிடாரி' என்றபெயரில் புத்தகமாக வெளியிட்டேன். அந்தப் புத்தகமும் பெரும் வரவேற்பைப் பெற்றது.

நாணயங்கள் சேகரிப்பிலும் உங்களுக்கு ஆர்வம் உண்டு என்று கேள்விப்பட்டோம்!

உண்மைதான், நாணயங்கள் சொல்லும் வரலாறு இனிமையானது. நாணயங்களைச் சேகரித்து அதை வெளியிட்ட காரணங்களை அறிந்து கொள்வதில் எனக்குப் பெரிய ஆர்வம் உண்டு. பழைய நாணயங்களைச் சேகரித்து, "நாணயங்கள் சொல்லும் வரலாற்றுக் கதைகள்", என்ற பெயரில் பள்ளிகள் தோறும் மாணவர்களுக்குக் காட்சிப்படுத்தி வருகிறேன்.

இந்த முயற்சியை இந்து தமிழ் நாளிதழ் பாராட்டி கட்டுரை வெளியிட்டு கௌரவப் படுத்தியது.

உங்கள் சிறுகதை ஒன்று திரைப்படமானதாக சொன்னீர்கள். அது பற்றிச் சொல்லுங்களேன்!

நான் எழுதிய 'அரண்மனைப்பெண்டு' என்னும் கதை இந்தியாவின் முதல் திருநங்கை இயக்குநர் பிரியாபாபு அவர்களால் 'அரிகண்டி' என்ற பெயரில் திரைப்படமாக்கப்பட்டது. மூன்றாம் பாலினத்தவரின் தியாகம் குறித்துக் கூறுகிற வரலாற்றுச் சம்பவத்தை மையமாக வைத்து எழுதப்பட்ட கதை இது.

பாடல்களும் எழுதுகிறீர்களா?

ஆமாம்! 'உழைப்பாளர் தினம்' என்ற திரைப் படத்தில் பாடலாசிரியராகவும் அறிமுகமாகியுள்ளேன். இது மட்டுமல்லாமல் தற்போது 'சாஞ்சி புக்ஸ்' என்ற பெயரில் பதிப்பகம் ஒன்றைத் தொடங்கி நல்ல நூல்களை வெளியிட்டு வருகிறேன். 'பலாமரத்து முனி' என்ற வரலாற்று நாவல் விரைவில் சாஞ்சி புக்ஸ் பதிப்பகத்தின் வெளியீடாக வர இருக்கிறது. கல்விப்பணி, திரைப்பணி, பதிப்புத்துறை, வரலாற்று ஆய்வு என்று பல்வேறு துறையில் இயங்கி வந்தாலும் கற்பதில் எனக்கு ஆர்வம் குறைந்ததில்லை. விரைவில் என்னுடைய முனைவர் படிப்பைத் தொடங்க உள்ளேன். கல்வியில் எனக்குப் பெரிய ஆர்வமும், வறுமையிலும் கல்வியை தொடரலாம் என்ற எண்ணமும், எனக்கு வரக் காரணமானவர் இதோ இப்போது என்னைப் பேட்டி எடுத்து வெளியிடும் ஆசிரியர் ஆதலையூர் சூரியகுமார்தான். காரணம் தாங்களும் பல்வேறு தடைகளைமீறி பட்டங்கள் பல பெற்று முன்னேறிக்காட்டியவர் என்று சொன்னார்.

உங்கள் எதிர்கால லட்சியம் என்ன? என்று கேட்டோம்.

சாஞ்சி புக்ஸ் பதிப்பகத்தின் மூலம் நல்ல நூல்களை வெளியிட்டு அனைவருக்கும் படிப்பில் ஆர்வத்தை ஏற்படுத்துவதுதான் என்கிறார்.

இவருடைய பணிகளைப் பாராட்டி மதுரை நகைச்சுவை மன்றம் மீனாட்சி மிஷன் மருத்துவமனை இவருக்கு ''சிறந்த இளைஞர் விருதை' வழங்கியுள்ளது.

கல்வி, எழுத்து, திரைப்படம் என்று அனைத்துத் துறைகளிலும் இன்னும் பல செயற்கரிய செயல்களை செய்ய ஆளுமைச் சிற்பி, ஆசிரியர் கணியன். செல்வராஜ் அவர்களை வாழ்த்துகிறது.

7

முகில்

1. துருவக்கரடி ஒரு போராளியின் வாழ்க்கை!

சுமார் ஒன்றரை லட்சம் ஆண்டுகளுக்கு முன்பு பூமியில் வாழ்ந்த பழுப்புக் கரடிகளே, பரிணாம வளர்ச்சி பெற்று, குளிர் பிரதேசத்தில் வாழ்வதற்கேற்ப உடலைத் தகவமைத்துக் கொண்டு துருவக்கரடிகளாக மாறியிருக்கின்றன என்பது ஆராய்ச்சியாளர்கள் உறுதிப்படுத்தும் செய்தி. வட துருவத்தில் மட்டுமே போலார் கரடிகள் என்னும் துருவக்கரடிகள் என்னும் பனிக்கரடிகள் வாழ்கின்றன. வட துருவத்தை ஒட்டிய கனடா, ரஷ்யா, அலாஸ்கா, கிரீன்லாந்து, நார்வே பகுதிகளில் உறைந்த கடல் பரப்புகளில் மட்டுமே காணக்கிடைக்கின்றன. தென் துருவத்தில் துருவக்கரடிகள் கிடையாது. இப்படி உலகத்தின் உச்சியில் உலவிக் கொண்டிருக்கும் பனிக்கரடிகள் நமக்கு என்னதான் செய்திச் சொல்கின்றன?

பிறக்கும்போது ஒரு பவுண்ட் எடைக்கும் குறைவாகவே இருக்கும். பல் கிடையாது. கண்பார்வை இருக்காது. அது பிறக்கும் சூழலில் வெப்பநிலை மைனஸ் 50 டிகிரி பாரன்ஹீட்டாகக்கூட இருக்கலாம். அம்மா கரடியின் வெதுவெதுப்பான வயிற்றுக்குள் இருந்து உறைபனிச் சூழலில் வந்து பிறக்கும் அந்தப் பனிக்கரடிக் குட்டிகளுக்கு, மிக விரைவிலேயே ஆர்டிக்கின் அசாதாரணச் சூழலுக்கேற்ப தன்னைத் தகவமைத்துக் கொள்ளும் இயற்கையான திறன் உண்டு. தாய்ப் பனிக்கரடி, பனிப்பரப்பில் குகைப் போன்ற அமைப்பை உருவாக்கி குட்டிகளை ஈன்றெடுக்கும். கொடும்பனிக்காலத்தில் பல மாதங்களுக்குக் குட்டிகளைவிட்டு நகராது. உணவு தேடவும் போகாது. பட்டினிதான் கிடக்கும். ஆனால், தனது குழந்தைகளுக்கு அதீதக் கொழுப்புச் சத்து நிறைந்த தாய்ப்பாலைக் கொடுத்துக் கொண்டே இருக்கும். அந்தத் தாய்ப்பாசம், அந்தப் பனியைவிடத் தூய்மையானது. குட்டிகள், கிட்டத்தட்ட இரண்டேகால் வயது வரை தாயுடனேயே வாழும்.

வளர்ந்த ஓர் ஆண் பனிக்கரடியின் எடை அதிகபட்சம் 770 கிலோ வரை இருக்கும். பெண் பனிக்கரடியின் எடை 300 கிலோ வரை இருக்கும். உலகில் உலவும் மாமிச உண்ணிகளில், ஆபத்தான விலங்குகளில் அளவில் பெரியவை சிங்கங்களோ, புலிகளோ அல்ல, ஆண் பனிக்கரடிகள்தாம். அவை எழுந்து நின்றால் 8 அடி உயரம் கொண்டவை. அவற்-

றின் ஒவ்வொரு பாதமும் நாம் உணவு உண்ணும் தட்டின் அளவுக்கு அகலமானவை. ஓங்கி அடித்தால் ஒன்பதரை டன் வெயிட். ஆம், எந்த மாஸ் ஹீரோவாலும் கற்பனையாக பன்ச் டயலாக்கூட பேச முடியாத நிஜ வலிமை, பனிக்கரடிகளுக்கு உண்டு.

நிலப்பரப்பிலும் பனிப்பரப்பிலும் மணிக்கு நாற்பது கிலோ மீட்டர் வேகத்தில் ஓடும் பனிக்கரடியின் அசல் நிறம் வெள்ளை அல்ல. அதன் மேலுள்ள ரோமங்கள் நிறமற்றவை. அவை ஒளியை வெள்ளை நிறத்தில் பிரதிபலிப்பதால் பனிக்கரடிகள் பனியின் நிறத்திலேயே தோற்றமளிக்கின்றன. அவற்றின் மேல்தோலின் நிறம் கருப்புதான். கொழுப்புத் திசுக்களால் ஆன அந்த 4 இன்ச் தடிமனான தோலே மைனஸ் டிகிரி குளிரிலும் பனிக்கரடியைப் பாதுகாக்கிறது.

இங்கே நாம் கற்றுக் கொள்ள வேண்டிய வாழ்க்கைப் பாடங்களை எல்லாம் பனிக்கரடியின் தன் வேட்டை அத்தியாயத்தில் செதுக்கி வைத்திருக்கிறது. பனிக்கரடிகள் பொதுவாக கடலை ஒட்டிய பனிப்பிரப்பில் மட்டுமே வசிக்கின்றன. காரணம், கடல்வாழ் உயிரினங்களே அவற்றுக்கான அடிப்படை உணவு. உணவுச்சங்கிலியாகச் சொல்ல வேண்டுமென்றால், ஆர்க்டிக் பனியில் பூக்கும் பாசி, சிறிய உயிரினங்களுக்கு உணவாகின்றன. அவை மீன்களுக்கு உணவாகின்றன. மீன்கள் சீல்களுக்கு உணவாகின்றன. சீல்கள் உணவு சங்கிலியின் மேல்நிலையில் உள்ள பனிக்கரடிகளுக்கு ஏவ்வ்வ்வ்! குறிப்பிட்டுச் சொல்ல வேண்டுமென்றால் Ringed Seal என்றழைக்கப்படும் அளவில் சிறிய ஸீல்களே பனிக்கரடிகளின் விருப்பத்துக்குரிய Meal.

நீருக்குள் உலவும் இந்த ஸீல்கள் தடிமனான பனிப்பரப்பில் இருக்கும் துளைகளை நாடி வரும். அதன் வழியாக மேலே வந்து பனிப்பரப்பில் படுத்து உருண்டு புரண்டு ஆசுவாசப்படுத்திக் கொண்டு ஆக்ஸிஜனை சுவாசித்துச் செல்லும். அந்தத் தருணத்துக்காகத்தான் பனிக்கரடி காத்திருக்கும். காத்த்த்த்த்த்த்த்து இருக்கும். அந்தக் காத்திருப்பு என்பது சில, பல மணி நேரங்களுக்குக்கூட நீளலாம். ஸீல் அங்கே வராமலே போகலாம். இருந்தாலும் பனிக்கரடி காத்துக் கொண்டேஏஏஏஏஏஏஏஏ இருக்கும்.

ஒரு பனிக்கரடி ஸீலை வேட்டையாட பத்து முறை முயற்சி செய்தால், அதில் ஓரிரு முறை மட்டுமே வெற்றி பெறும். அதன் வாழ்வில் பாதி நேரத்தை ஸீலை வேட்டையாடுவதில் மட்டுமே கழிக்கிறது. சீச்சீ... இந்த ஸீலே வேண்டாம். மீனோ, பறவையோ வேறொன்றோ எளிதாகக் கிடைக்கிறதே. அது போதும் என்று பனிக்கரடி ஒருபோதும் பின் வாங்காது. ஏனென்றால் ஒரு ஸீல் அதற்கு உணவாகக் கிடைத்துவிட்டால் அது வாழ்வின் உன்னத லட்சியத்தை அடைந்த திருப்தியைத் தரும். தவிர, பனிக்கரடிகளுக்கு ஒவ்வொரு குளிர் காலத்திலும் உணவே கிடைக்காது. மாதக்கணக்கில் எதுவும் புசிக்காமல் பிழைத்திருக்க வேண்டும். எனில், இப்போதே உரியதை வேட்டையாடி உடலுக்கு அதீகக் கொழுப்புச் சத்தைக் கொடுக்கும் உணவைத் தின்று தயாராக வேண்டும். அப்படிப்பட்ட ஒரே உணவு ஸீல் மட்டுமே. பனிக்கரடி, தன் உடல் எடையில் 20% எடை கொண்ட உணவை ஒரே வேளையில் உண்ணும் திறன் கொண்டது. அதில் 84% புரதச்சத்தையும், 97% கொழுப்புச்சத்தையும் கிரகித்துக் கொள்ளும் அளவுக்கு அதன் செரிமான மண்டலம் வலிமையானது.

ஆக, பனிக்கரடியின் ஒரே குறிக்கோள், ஒரே நோக்கம், ஒரே லட்சியம், ஒரே ஆசை ஸீல் வரும்வரை காத்திருத்தல் மட்டும்தான். இது வணிகத்துக்கும் பொருந்தும். எந்தவொரு

மனிதனின் லட்சியத்துக்கும் பொருந்தும். சரியான சூழல் வரும் வரை காத்திருத்தல். காலம் கனியும் வரை காத்திருத்தல். முயற்சியைக் கைவிடாமல் முனைப்போடு பொறுமையாகக் காத்திருத்தல்.

வெள்ளையாகத் தோற்றமளிக்கும் பனிக்கரடியின் நிறம், பனிப்பரப்பில் அது சற்றே உடலைக் குறுக்கி மறைந்து கொள்ள வசதியானது. ஸீல்களால் பனிக்கரடியைச் சட்டென்று அடையாளம் காண முடியாது. அதற்கேற்ப பனிக்கரடியும் தன் கருப்பு மூக்கை மட்டும் ஒரு காலால் பொத்திக் கொண்டு தேமேவென்று தேவுடு காக்கும். தவிர, பனிக்கரடியின் மோப்பசக்தி அபாரமானது ஒரு மைலுக்கு அப்பால் நீந்தும் ஸீல்களின் வாசனையையும் தன் மூக்கால் உணர்ந்துவிடும். ஒரு மீட்டர் தடிமனான பனிப்பரப்புக்குக் கீழிருக்கும் ஸீலையும் மோப்பம் பிடித்துவிடும். ‘வாடி என் செல்லக்குட்டி ஸீலே! இங்க வந்துதான ஆகணும்!’

ஸீல்கள் தண்ணீரில் அபார வேகத்துடன் நீந்தக்கூடியவை. பனிக்கரடியைவிட வேகமாக நீந்துபவை. ஆகவே ஒரு ஸீல், துளையிலிருந்து வெளியே வந்து ஆசுவாசப்படுத்திக் கொள்ளும் வரை பனிக்கரடி அவசரப்படாது. தன் இருப்பைக் காட்டிக் கொள்ளாது. எங்கும், எந்தவித ஆபத்தும் இல்லையென்று ஸீல் ஒய்யாரமாக ஓய்வெடுக்கும் சமயத்தில் பனிக்கரடி பாயும். ஸீல் பனிப்பரப்பில் சறுக்கிச் சென்று நீருக்குள் குதித்து மறைவதற்குள் வேட்டையாடும். அது தட்டுத்தடுமாறி நீருக்குள் குதித்துவிட்டாலும் நொடிப்பொழுதில் பனிக்கரடியும் உள்ளே குதித்து, ஸீலைப் பிடித்து, ரத்தம் சொட்டச் சொட்ட பனிப்பரப்புக்கு மேல் இழுத்து வந்து போடும். நிதானமாகச் சாப்பிடும்.

உணவாக எது வேண்டுமானாலும் கிடைக்கலாம். அலைந்து திரிந்து ஒரு சில சிற்றுயிர்களைப் பிடித்துத் தின்னலாம். ஆனால், எதுவொன்றும் ஸீலுக்கு இணையாகாது. ஸீலே பேருணவு! அதை வேட்டையாடுதல் பேருணர்வு! அனுதினமும் அலைந்து திரிந்து ஏதோ ஒன்றைச் சம்பாதிப்பது பெரியதா, உரிய லட்சியத்தைக் காத்திருந்து வெற்றிகரமாக அடைவது சிறந்ததா? நம்பிக்கையுடன் காத்திருத்தலே சிறந்தது. உரியதை அடைந்து நீண்ட காலத்துக்குப் பிழைத்திருத்தலே அவசியமானது.

இத்தனை நூற்றாண்டுகளாக பனிக்கரடிகளே வட துருவப்பகுதிகளைப் பாதுகாத்தன என்பதும் உண்மை. அதனால், அங்கே வாழும் உயிரினங்கள் எல்லாம் அதனதன் போக்கில் தோன்றி, வளர்ந்து, வாழ்ந்து, மறைந்தன. உணவுச்சங்கிலி எந்தவிதமானத் தொந்தரவும் இன்றி நீடித்தது. எப்போது மனிதன் தன் சுயநலத்துக்காக அந்தப் பனிப்பரப்புக்குள் நுழைந்தானோ, அந்த உயிரினங்களை நேரடியாகவும் மறைமுகமாகவும் வேட்டையாடினானோ, கொஞ்சம்கூடப் பொறுப்பே இன்றி எரிவாயு மற்றும் எண்ணெய் எடுக்கிறேன் என்று சுற்றுச்சூழலைக் கெடுத்தானோ, வளிமண்டலத்தில் கார்பன் உமிழ்வை அதிகமாக்கினானோ, அப்போதே துருவப்பகுதியில் தலைகீழ் மாறுதல்கள் தொடங்கிவிட்டன.

பொதுவாகவே பனிக்கரடிக்கு நீந்தப் பிடிக்கும். கடலில் ஒரு மணி நேரத்துக்கு ஆறு மைல்களை வரை அபாரமாக நீந்தக்கூடியது. பல மணி நேரங்கள்கூட தொடர்ந்து நீந்தக்கூடியது. ஆனால், இப்போதெல்லாம் வட துருவத்தின் கோடைக்காலங்களில் பனிக்கரடிகள் நாள்கணக்கில் நீந்துகின்றன. உருகிக் கரைந்து காணாமல்போல தன் பனிப்பரப்பை இழந்து, இன்னொரு பனிப்பரப்பைத் தேடி நூற்றுக்கணக்கான மைல்கள் நீந்திக் கொண்டே இருக்கின்றன. எதிர் நீச்சலடி! எதிரி மனிதன்தான் என்று உணர்ந்தபடி!

இப்போதெல்லாம் ரஷ்யாவின் சில நகரங்களுக்குள் பனிக்கரடிகள் உணவு தேடி புகுவது என்பது சாதாரணமான செய்தியாகிவிட்டது. அங்கே மனிதர்கள் பனிக்கரடிகளால் தாக்கப்படும் அபாயத்துக்காக ஊரடங்கு உத்தரவு போடப்படுவதும் சகஜமாகிவிட்டது. எப்போதுமே தன்னைச் சுத்தமாக வைத்துக் கொள்ள விரும்பும் பனிக்கரடிகள், குப்பைமேடுகளில் உணவு தேடி அலையும் பரிதாபக் காட்சிகளும் காணக்கிடைக்கின்றன. எல்லாம் மனிதன் செய்த வினை. இயற்கையின் எதிர்வினையை பாவப்பட்ட பனிக்கரடிகளும் ஸீல்களும் இன்னபிற உயிரினங்களும் அனுபவிக்கின்றன.

பனிக்கரடியின் புகைப்படமும் பொம்மையும் செல்வம் தரும். உயர்வைத் தரும். கனவில் பனிக்கரடி வந்தால் நல்லது நடக்கும் என்பதெல்லாம் சில நாட்டு மக்களின் நம்பிக்கை. சில கலாச்சாரங்களில் பனிக்கரடிகள் உயர்ந்த இடத்தில் வைக்கப்பட்டிருக்கின்றன. என்ன பிரயோஜனம்?

துருவப்பகுதிகளில் புவிவெப்பமயமாதல் மற்றும் பருவ நிலை மாற்றங்களால் பனிப்பாறைகள் உருகிக்கொண்டே இருப்பதால் 2100-ஆம் ஆண்டுக்குள் துருவக்கரடிகள் முற்றிலும் அழிந்துபோக வாய்ப்பிருக்கிறது. இது சில ஆண்டுகளுக்கு முன்பு வெளியான கனடாவின் டோராண்டோ பல்கலைக்கழக ஆராய்ச்சியாளர்களின் ஆய்வு முடிவுகள் தெரிவிக்கும் செய்தி. 2100 என்பதுகூட அதிகம். இன்னும் முப்பது, நாற்பது ஆண்டுகளுக்குள் மனிதர்களாகிய நாம், பனிக்கரடிகளை ஒன்று விடாமல் கொன்று, பெருஞ்சாதனை படைத்துவிடுவோம். AI இருக்கிறது. இன்னும் என்னென்னமோ தொழில்நுட்பங்கள் வரும். வளரும். எதை வேண்டுமானாலும் உண்மை போலவே படைத்து, மெய்நிகர் உலகில் சஞ்சரித்துக் கொள்ளலாம். டைனோசர் போல, பனிக்கரடி என்ற ஒன்ற இருந்தது என்பதை குழந்தைகளுக்கு பொம்மையாகக் காட்டிக் கொள்ளலாம். என்ன குறைந்துவிடப்போகிறது?

வரலாற்றில் இருந்து ஒரு சம்பவம். கல்கத்தாவின் அலிபூர் உயிரியல் பூங்கா, இந்தியாவில் பிரிட்டிஷார் காலத்தில் உருவாக்கப்பட்ட முதன்மையான உயிரியல் பூங்காக்களுள் ஒன்று. அதைப் பாடுபட்டு உருவாக்கியவர் சன்யால் என்ற இந்தியர். சாதாரணப் பணியாளராக பூங்காவில் வேலைக்குச் சேர்ந்து அதன் தலைமைக் கண்காணிப்பாளராக உயர்ந்தவர். 1886 மார்ச் மாதம் அந்த உயிரியல் பூங்காவுக்கு பனிக்கரடி ஒன்று கொண்டு வரப்பட்டது. இந்தியாவுக்கு வந்த முதல் பனிக்கரடி அதுவே. புசுபுசுவென இருந்த அதைப் பார்த்ததும் சன்யால் மகிழ்ந்தார். வருந்தவும் செய்தார். 'இது என்ன பாவம் செய்தது? இந்தியாவின் வெப்பநிலையில் இந்தப் பனிக்கரடியால் வாழவே முடியாதே!'

பனிக்கரடி குறித்து சன்யால் தனது கையேட்டில் எழுதியிருக்கும் வரிகள் இவை. 'துருவக்கரடியை இதுபோன்ற வெப்பம் மிகுந்த நாட்டில் உயிரியல் பூங்கா ஒன்றில் காட்சிப்படுத்த அனுமதிக்கவே கூடாது. ஒரு ஏஜெண்ட் மூலமாக இது இங்கே விற்பனை செய்யப்பட்டிருக்கிறது. அதை எப்போதும் குளிர்சூழலில் வைத்திருப்பதற்காகவே பெரிய குளியல் தொட்டியுடன் கூடிய அமைப்பு ஏற்படுத்தப்பட்டுள்ளது. வெப்பம் மிகுந்த நாள்களில் அதற்குரிய இடத்தில் பனிக்கட்டியைப் போட்டுக் கொண்டே இருக்கிறோம். பனியைக் கண்டதும்தான் அதன் முகத்தில் உற்சாகம் தெரிகிறது. பால், ரொட்டி, பிஸ்கட் இதற்கான காலை உணவு. மாலையில் மூன்று பவுண்ட் மட்டன் வழங்கப்படுகிறது. அவ்வப்போது மீனும் புறாவும் உண்ணத்தருகிறோம். ஆனால், துருவக்கரடி போன்ற விலங்குகளை அவை வாழும் இடத்திலி-

ருந்து வேறொரு பிரதேசத்திற்கு மாற்றுவது சரியே அல்ல.'

அந்தப் பாவப்பட்ட துருவக்கரடியை சன்யாலால் நீண்ட காலத்துக்குப் பிழைக்க வைக்க இயலவில்லை. நவம்பர் 1887—ல் இறந்து போனது. அந்தப் பனிக்கரடி, அது வாழும் பிரதேசத்திலிருந்து இங்கே கொண்டு வரப்பட்டதால் இறந்து போனது. ஆனால், அவை வாழும் துருவப் பிரதேசங்களிலேயே வாழ இயலாமல் பனிக்கரடிகள் இப்போதெல்லாம் இறந்து போகின்றன. பனிப்பரப்பைத் தேடி வெகுதூரத்துக்கு நீந்த இயலாமல் பனிக்கரடிக்குட்டிகள் ஜலசமாதி ஆகின்றன.

எல்லாப் புகழும் மனிதனுக்கே! பிப்ரவரி 27, சர்வதேச துருவக்கரடி நாளாக அனுசரிக்கப்படுகிறது. வருங்காலத்தில் அந்த நாள் மட்டுமே எஞ்சியிருக்கும்போல.

அதோ அந்த ஆர்டிக் கடல் பரப்பில் பனிக்கரடி ஒன்று மூன்றாவது நாளாக தொடர்ந்து நீந்திக் கொண்டிருக்கிறது. அதனிடம் மைக்கை நீட்டுவோம். 'வணக்கம் போலார் பியர் சார், நீங்க உலகத்துக்கு என்ன சொல்ல விரும்புறீங்க?'

'நீங்க குளுகுளுன்னு இருக்குறதுக்காக எங்களைப் போட்டுத் தள்ளப் பாக்குறீங்கள்ல. கார்பன்-டை-ஆக்சைடை டன் டன்னா வெளியேத்துற ஏசியை ஆஃப் பண்ணித் தொலைங்கடா நொன்னைங்களா!'

2. தேவாங்கு அற்பமல்ல, அற்புதம்!

அம்மா... காட்டுல நா ஒரு விலங்கைப் பார்த்தேன். சின்னதா, ஆரஞ்சு கலர்ல ரெண்டு முட்டைக் கண்ணோட...'

'தேவாங்கா?'

'அதுதான்னு நினைக்குறேன்.'

'அய்யோ... உன் வாழ்க்கை நாசமாப் போச்சே...'

அந்தத் தாய் கதறி அழத் தொடங்கினாள். அவளைப் பொருத்தவரை திருமணமாகாத ஒரு பெண், தேவாங்கு என்ற விலங்கைப் பார்த்துவிட்டாலே போதும். அவள் வாழ்க்கையில் எந்த நல்லதும் நடக்காது. ஏனென்றால் தேவாங்கு என்பது கெட்ட சக்திகள் நிறைந்த கேவலமான விலங்கு. இது கர்நாடகாவில் தும்கூர் பகுதியில் சில மக்களிடம் பொதுவாக நிலவும் நம்பிக்கை.

உலகத்தின் சில பகுதிகளில் வேறொரு வழக்கமும் இருக்கிறது. வனப்பகுதியிலிருந்து தேவாங்கைப் பிடித்து வருகிறார்கள். எதிரிக்குத் தீமைகள் நிகழ வேண்டுமா? எதிரிக்குத் தெரியாமல் எதிரியினுடைய பொருள் எதையாவது எடுத்து வந்து, தேவாங்கின் கையோடு சேர்த்து மிகவும் இறுக்க்க்கமாகக் கட்டி விடுகிறார்கள். அப்படிச் செய்தால் தேவாங்கு சபிக்கும். அந்தப் பொருளுக்குரிய ஆளுக்கு கெட்டது நடக்கும் என்பது மாந்ரீகம் சார்ந்த மூட நம்பிக்கை. தேவாங்கு என்பது இந்த உலகத்தில் கெட்டதை நிகழ்த்துவதற்கு என்றே உருவாக்கப்பட்ட குட்டிச்சாத்தானைப் போன்றது என்பது அவர்களது 'முட்டாள்தனமான' எண்ணம்.

இன்னும் சிலர் வேறு மாதிரி வித்தை காட்டுகிறார்கள். தேவாங்கைக் கூண்டு ஒன்றில் அடைத்து வைத்திருக்கிறார்கள். அதன் முன் தங்க நகை ஒன்றையும், வெள்ளி நகை ஒன்-

றையும் வைக்கிறார்கள். ‘சாருக்கு நல்லதா ஒன்னு எடுத்துக் கொடு’ என்று தேவாங்கிடம் சொல்கிறார்கள். ஜோசியத்தில் கிளி சீட்டு எடுத்துக் கொடுப்பதுபோல, தேவாங்கும் இரண்டில் ஒன்றை எடுக்கிறது. அது தங்கத்தை எடுத்தால் ஜோதிடம் கேட்பவருக்கு அதிர்ஷ்டம் கொட்டும். வெள்ளியை எடுத்தால் துரதிர்ஷ்டம் துரத்தித் துரத்தி அடிக்கும்.

இப்படியாக, காலம் காலமாக மூடநம்பிக்கைகளை ஒரு விலங்கின் மீது மனிதன் மொத்தமாகக் கொட்டி வைத்திருக்கிறான். அழிவின், வன்மத்தின், துரதிர்ஷ்டத்தின் அடையாளமாக தேவாங்கை நிறுவியிருக்கிறான். ஏன்? தேவாங்கு என்பது மிக மிக மிகச் சாதுவான விலங்கு. அதிகபட்ச உடல் எடை சுமார் 350 கிராம் மட்டுமே கொண்ட அப்புராணி. இயல்பாகவே அதீதமான கூச்ச சுபாவம் கொண்ட உயிரினம். ஆபத்தில்லாத, எதிர்க்கத் திராணியற்ற தேவாங்கை, ஆகச்சிறந்த சுயநலவாதியான மனிதன் பலிகடா ஆக்கியிருக்கிறான். அதனை விதவிதமாகப் பலி கொடுத்து, அரிய உயிரினமாக்கிய பெரிய பெருமையும் மனிதனுக்கே உண்டு.

சரி, உண்மையிலேயே தேவாங்கு எப்பேர்ப்பட்ட மிருகம்?

குரங்கு இனத்தைச் சார்ந்தது. மெலிந்த கால்கள், கைகள், அவற்றில் நீளமான விரல்கள், அடர்த்தியற்ற மென்மையான தோல், வட்ட முகம், பாவமான பார்வை கொண்ட குண்டுக் கண்கள், விசிறி போன்ற காதுகள், ஈரமான மூக்கு என உடல் அமைப்பு கொண்டது. தென்னிந்தியாவிலும் இலங்கையிலும் காணப்படுபவை சாம்பல் நிற மெலிந்த தேவாங்குகள் எனப்படுகின்றன. பொதுவாக இரவுகளில் சுறுசுறுப்பாக இயங்கும் உயிரினம். அதாவது இரவாடி. பகலெங்கும் மரத்தின் மீதும், புதர்களுக்குள்ளும் பம்மிப் பதுங்கி ஓய்வெடுக்கும். இரவுகளில் இரை தேடி அலையும். ஒளியையோ, மனிதர்களையோ கண்டால் ஓடி ஒளிந்து கொள்ளும். அதற்கு கூச்ச சுபாவம் அதிகம்.

பொதுவாகவே மெதுவாக நகரக் கூடியது என்றாலும், ஏதாவது ஆபத்து என்றால் ‘எடுத்தேன் பாரு ஓட்டம்...’ என மின்னலாக விரைந்து மறைந்துவிடும். ஆண் தேவாங்குகள் உருவத்தில் சற்றே பெரியவை. பெரும்பாலும் தனித்தே வாழும். பெண் தேவாங்குகள் ஆணைவிடக் கொஞ்சம் சிறியதாகவே இருக்கும். அவை தாயான பின், குட்டிகள் வளரும் வரை அவற்றுடன் சேர்ந்து வாழும்.

தேவாங்கிடம் விநோதமான பழக்கம் ஒன்று உண்டு. ‘ஒரு மாதிரியான’ விஷயம் என்றாலும் அது அவற்றின் ‘வாழும் கலை’ என்றே எடுத்துக் கொள்ள வேண்டும். அதாவது தேவாங்கானது தனது சிறுநீரை கை, கால், முகம் என்று தடவிக் கொள்ளும். ஏன்? விஷப்பூச்சிகளின் தாக்குதலில் இருந்து தப்பிக்க அந்த மணம் அவற்றுக்கு உதவுகிறது. மரங்களிலும் சிறுநீரைத் தடவி வைக்கும். அது பிற தேவாங்குகளுக்கான குறிப்பு. ‘மச்சி, நா இங்கதான் இருக்குறேன்’ என்ற தகவல் பரிமாற்றம். இதன் மூலம் தேவாங்கு சொல்லும் செய்தி, ‘எது உன் வசம் இருக்கிறதோ, அதுவே உனக்கான கருவி. அதுவே உனக்கான ஆயுதம்.’

தேவாங்கானது ஓர் இடத்திலிருந்து இன்னோர் இடத்திற்கு மிக வேகமாகத் தாவும் திறன் கொண்டது. அதாவது ஒரு மரத்தின் ஒரு கிளையில் இருந்து, இன்னொரு மரத்தின் கிளைக்குத் தனது உடல் அளவைக் காட்டிலும் சுமார் 40 மடங்கு தூரத்தைத் தாவிக் கடக்க வல்லது. அப்படி நீ....ளமாகத் தாவுவதற்கு ஏற்பவே அவற்றின் பின்னங்கால்கள் அமைந்திருக்கின்றன. கால்விரல்களும் மரக்கிளைகளை இறுகப் பற்றிக்கொள்ளும் அமைப்பிலேயே

இருக்கின்றன.

இன்னோர் அற்புதமான விஷயம், தேவாங்குகள் உழவர்களின் உயிர் நண்பன். இவை இரவில் வயல்களை நோக்கி நகர்கின்றன. காய்கறித் தோட்டங்களிலும், மற்ற பயிர்களிலும் நாசம் ஏற்படுத்தும் பூச்சிகளை விரும்பி உண்கின்றன. குறிப்பாக வெட்டுக்கிளிகளை ஒரு வெட்டு வெட்டுகின்றன. கம்பளிப் பூச்சிகளைக் கபளீகரம் செய்கின்றன. சில வகை எலி-களை வெளுத்து வாங்குகின்றன. புழுக்களையும் வண்டுகளையும், பயிருக்கு நாசம் விளை-விக்கும் இன்னபிற சிறு ஜந்துக்களையும் விருப்பத்துடன் விழுங்கி ஏப்பம் விடுகின்றன. ஒரு நாளைக்கு ஒரு தேவாங்கானது 150 கிராம் அளவுக்கு பூச்சிகளை உண்கிறது. ஆக, பயிர்-கள் பாதுகாக்கப்படுகின்றன. உழவர்கள் லாபமடைகிறார்கள்.

இந்த நிலைமையும் சில பத்தாண்டுகளாக மாறிப்போய்விட்டது. எப்போது மனிதனாகப்-பட்டவன் பசுமைப்புரட்சி என்ற வார்த்தையில் வீழ்ந்து, அதிக விளைச்சல், அதிக லாபம் என்ற பேராசையில் தொலைந்து, செயற்கை உரங்களுக்கும், ரசாயனப் பூச்சிக்கொல்லிகளுக்-கும் தன் நிலத்தையும் இயற்கை விவசாயத்தையும் அடகு வைத்தானோ, அப்போது முதலே தேவாங்குகளுக்கும் பாதிப்பு உண்டாகத் தொடங்கி விட்டது. ஒன்று, வயல்களில் அவற்றுக்-கான உணவு கிடைக்கவில்லை. இரண்டு, அந்தப் பூச்சிக்கொல்லிகள் தேவாங்குகளையும் மறைமுகமாகக் கொல்கின்றன. ஆக, அவற்றின் எண்ணிக்கையும் மிகவும் குறைந்து போய்-விட்டது.

காட்டுப்பூனைகளுக்கு தேவாங்கு என்பது மிக முக்கியமான உணவு. தேவாங்குகளின் எண்ணிக்கை குறையக் குறைய, காட்டுப்பூனைகளின் எண்ணிக்கையும் குறைந்து வருகிறது. ஆக, இயற்கையின் ஒரு கண்ணி அறுபடும்போது மொத்த உயிர்ச்சூழலில் தன்மையும் சிதைந்து போகிறது. உபயம் : மனிதன்.

பூமியில் வாழும் எந்த ஓர் உயிரினமும் தன் சுயலாபத்திற்காக இயற்கைச் சூழலைச் சிதைப்பதில்லை, மனிதனைத் தவிர!

தேவாங்குகளின் எண்ணிக்கை அருகிப் போனதற்கு இன்னும் சில காரணங்கள் உண்டு. வெளிநாடுகளில் மருத்துவத் துறையில் உடற்கூறு ஆராய்ச்சிக்காக தேவாங்குகள் கடத்தப்-படுகின்றன. ஊக்க மருந்து தயாரிப்புக்காகவும் இவை அழிக்கப்படுகின்றன. தேவாங்கின் தோலில் இருந்து எடுக்கப்படும் எண்ணெய் தொழுநோயைத் துரத்தி அடிக்கும், முடக்குவா-தத்தை அடக்கி ஆளும் போன்ற போலி மருத்துவ நம்பிக்கைகளும் காலம் காலமாகப் புழக்-கத்தில் இருக்கின்றன. ஆக, பாவப்பட்ட தேவாங்குகள் வேட்டையாடப்படுகின்றன. மின்வே-லிகளில் சிக்கியும் தேவாங்குகள் பலியாவதும் தொடர்கிறது.

CITES (Convention on International Trade in Endangered Species of Wild Fauna and Flora) என்பது சர்வதேச வர்த்தகத்துக்காகக் கடத்தப்படும், அழிந்து வரும் தாவரங்கள் மற்றும் விலங்குகளைப் பாதுகாப்பதற்கான பலதரப்பு ஒப்பந்தம். 1963-ஆம் ஆண்டு சர்வதேச இயற்கை பாதுகாப்பு சங்கத்தின் உறுப்பினர்களின் கூட்டத்தில் நிறைவேற்றப்பட்ட ஒன்று. இந்த ஒப்பந்தத்தின் அடிப்படையில் இயங்கும் அமைப்பானது அழியும் நிலையில் இருக்கும், பாதுகாக்கப்பட வேண்டிய விலங்குகளின் பட்டியலில் தேவாங்-கையும் சேர்த்திருக்கிறது. சர்வதேச அளவில் தேவாங்கைக் கடத்துவதற்குத் தடை விதித்-துள்ளது. ஏனெனில் தேவாங்குகள் செல்லப்பிராணிகளாக வளர்க்கப்படுவதற்காக சர்வதேச

அளவில் கடத்தப்படுகின்றன. அதற்காகவே அவை காடுகளில் கண்ணி வைத்துப் பிடிக்கப்படுகின்றன. குட்டிகளாக இருக்கும்போதே கடத்தப்படுகின்றன. செல்லப்பிராணிகளாக வளர்வதற்கு அவற்றுக்குப் பயிற்சி அளிக்கப்படுகிறது. குறிப்பாக, அவற்றின் பற்களை (மயக்க மருந்துகூட இன்றி) நகவெட்டி கொண்டு பிடுங்கவும் செய்கிறார்கள்.

தேவாங்குகளை செல்லப்பிராணிகளாக வளர்த்தல் என்பது அவற்றை அணு அணுவாக வதைப்பது மட்டுமே. ஏனென்றால் அவற்றுக்கு எப்போதுமே அதிக ஒளி ஆகாது. ஒவ்வொரு கண்ணும் ஏறத்தாழ 16 மிமீ விட்டம் கொண்டவை. இதன் கண்களில் ஒளியைப் பிரதிபலிக்கும் படலம் இல்லை என்றாலும் இரவு நேரத்தில் மிகக் குறைந்த ஒளியில்கூட இவற்றால் தம் இரையைக் கண்டறிய முடியும். பகலில் தம் கண்களை ஒரு புள்ளி அளவுக்குச் சுருக்கிக் கொள்ளும்.

பகலில் பதுங்கி, இரவில் இரை தேடும் அவற்றில் இயல்பு. அவற்றால் எப்போதும் கூண்டில் இருந்தபடி, ஊட்டப்படும் இரையை விழுங்கி நீண்ட நாள்களுக்கு உயிர் வாழ முடியாது. பல் பிடுங்கப்பட்டாலும் அவற்றின் கடி என்பது விஷத்தன்மை கொண்டதே. மனிதர்களுக்கு ஆபத்தானதே. தேசம் விட்டு தேசம் கடத்தப்படும்போதே பல தேவாங்குகள் பயத்திலேயே இறந்து போகின்றன. முக்கியமான விஷயம், இது தொடர்ந்தால் தேவாங்கு என்றோர் விலங்கு உலகில் வாழ்ந்தது என்பதைக்கூட நினைவில் வைத்திருக்க மாட்டோம்.

சரி, தமிழர்களின் விஷயத்துக்கு வருவோம்.

சங்க இலக்கியங்களிலேயே தேவாங்கு பற்றிய குறிப்புகள் காணக் கிடைக்கின்றன. ‘‘கவைத்தலை பேய்மகள் கழுது ஊர்ந்து இயங்க’’— என்கிறது பதிற்றுப்பத்து. ‘‘பானாள் கொண்ட கங்குல் இடையது — பேயும் அணங்கும் உருவு கொண்டு ஆய்கோல் — கூற்றக்கொல் தேர் கழுதொடு கொட்ப’’ —என்கிறது மதுரைக் காஞ்சி. ‘‘அவிர் தொடி கொட்ப கழுது புகவு அயர’’ — என்கிறது ஐங்குறுநூறு. மேற்சொன்ன பாடல் வரிகளில் எல்லாம் ‘கழுது’ என்ற சொல்லைக் கவனித்திருக்கலாம். கழுது என்றால் அச்சம் தரக்கூடிய வண்ணத்தினாலான முட்டைக் கண்களையும், பெரிய வித்தியாசமான காதுகளையும், எலும்புக் கூடுகளின் கைகளைப் போன்ற குச்சியான நீண்ட விரல்களையும் கொண்ட குட்டிச்சாத்தான் போன்ற உருவம் கொண்ட விலங்கு என்று பொருள் கூறப்படுகிறது. கழுது எழுப்பும் ஓசையானது மணியோசையை ஒத்தது என்றும் சங்க இலக்கியம் கூறுகிறது. தேவாங்குகள் அப்படித்தான் ஓசையை எழுப்புகின்றன. சுமார் எட்டுவித ஓசைகளை தங்களுக்குள் பரிமாறிக் கொள்கின்றன. (அதில் மனிதர்களால் ஆபத்து என்பதற்கும் தனித்துவமான ஓசையை வைத்திருக்கின்றன என்றால் மனிதன் எப்பேர்ப்பட்ட வில்லன் என்று புரிந்து கொள்ளலாம்.)

ஆக, இலக்கியப் புகழ் கழுது என்பது தேவாங்குதான் என்று ஆய்வாளர் பொன்.சரவணன் தனது ‘கழுது : சங்க இலக்கியத்தில் விலங்குகள்’ ஆய்வுக்கட்டுரையில் விவரித்துள்ளார். எழுத்தாளர் சு. வெங்கடேசன் தனது வேள்பாரி நூலிலும் ஒரு முக்கியமான செய்தியைப் பதிவு செய்திருக்கிறார். தேவாங்குகள் எப்போதும் ஒரே திசையைப் பார்த்து மட்டுமே அமரக்கூடியவை. ஆகவே, தமிழர்கள் அவற்றைத் தம் கடல் பயணங்களில் திசை அறிந்து கொள்வதற்காக எடுத்துச் சென்றனர் என்பது அந்தத் தகவல்.

குட்டிச்சாத்தானின் உருவத்தில் அமைந்ததாக தேவாங்கைக் கருதிய தமிழர்களும் அதை மாந்தீரிகக் காரியங்களுக்காகப் பலி கொடுத்தனர். ‘மூஞ்சைப் பாரு, தேவாங்கு மாதிரி’ என்று

வசைபாடுவதும் நம் வழக்கத்தில் உள்ளது. 'புள்ள என்ன தேவாங்கு மாதிரி இருக்குது' என்று நோஞ்சான் குழந்தைகளைப் பார்த்துச் சொல்வார்கள். அதற்கான ஒரு வழக்கமும் நாஞ்சில் பகுதிகளில் இருந்திருக்கிறது. தேவாங்குடன் ஒருவர் வருவார். அவரிடம் மஞ்சள், கருப்புக் கயிறுகள் இருக்கும். தாய்மார்கள் குழந்தையோடு அவரை அணுகுவார்கள். குழந்தைக்குக் கயிறு எடுத்துத் தரச் சொல்லி அவர் தேவாங்கை ஏவுவார். அதற்குப் பழகப்பட்ட அது, கயிறு ஒன்றை எடுத்துத் தரும். அந்தக் கயிறைக் குழந்தைக்குக் கட்டிவிட்டால், நோஞ்சானான அது புஷ்டியாகிவிடும் என்பது நம்பிக்கை. பதிலுக்கு அவர், அரிசியோ, பணமோ வாங்கிக் கொள்வார். இப்போது அந்த தேவாங்குக்காரர்கள் இல்லை. அந்த விதத்தில் அவற்றுக்கு விடுதலை கிடைத்துவிட்டது என்பது ஆறுதல். ஆனால், மறைமுகமாக நடக்கும் மாந்தரீகக் கருமங்கள் ஓய்ந்த பாடில்லை.

ஆரம்பத்தில் தேவாங்கின் கையோடு சேர்த்து பொருளை இறுக்க்க்க்கமாகக் கட்டுவார்கள் என்று பார்த்தோமே. அதன் பின் என்ன ஆகும்? எதிரிகளுக்கு என்ன ஆகுமென்று தெரியாது. தேவாங்கின் உயிருக்கு அந்த இறுக்க்க்க்கமான கட்டே எதிரியாகும். கையில் ரத்த ஓட்டம் பாதிக்கப்பட்டு, காயமாகி, தேவாங்கு மரணமடையும். தேவாங்கு செத்தால், எதிரியும் செத்துவிடுவான் என்று மூடநம்பிக்கைக்கு வாக்கப்பட்ட மனிதன் நினைத்துக் கொள்கிறான்.

உலகின் ஆகப்பெரிய அறிவாளி மனிதன். ஆகப்பெரிய முட்டாளும் அவனே!

ஒரு நல்ல விஷயத்தோடு கட்டுரையை நிறைவு செய்வோம்.

சில நல்ல மனிதர்கள், தேவாங்குகளின் பாதுகாப்புக்காகத் தொடர்ந்து இயங்கி வருகிறார்கள். அவற்றின் எண்ணிக்கையை அதிகரிப்பதற்கும், அவை வேட்டையாடப்படுவதை, கடத்தப்படுவதைத் தடுப்பதற்கும் தம்மாலான முயற்சிகளை எடுத்து வருகிறார்கள். காயம்பட்ட அவற்றை மீட்டு, சிகிச்சை கொடுத்து, நலமான பின் மீண்டும் வனப்பகுதிகளில் விடுகிறார்கள். அந்த மனிதர்களைக் கண்டு தேவாங்குகள் அஞ்சுவதில்லை.

திண்டுக்கல் மாவட்டமும் கரூர் மாவட்டமும் உள்ளடக்கிய அய்யலூர் வனப்பகுதியில் தேவாங்குகள் அதிகம். சுமார் நான்காயிரம் தேவாங்குகள் வரை அங்கே இருப்பதாகக் கணக்கிடப்பட்டிருக்கிறது (முன்பு இதைவிட மிக அதிகமாக எண்ணிக்கையில் இருந்தன). உலகிலேயே ஒரே இடத்தில் தேவாங்குகள் எண்ணிக்கையில் அதிகம் இருப்பதும் அங்கே மட்டும்தான். அங்கிருக்கும் உயரமான குன்றுகளும், தட்பவெப்ப நிலையும் தேவாங்குகள் வாழத் தகுதியானவையாக இருக்கின்றன. அந்த வனப்பகுதியில் கடவூர் தேவாங்கு சரணாலயம் அமைக்க தமிழ்நாடு அரசு 2022-ம் ஆண்டில் உத்தரவிட்டது. அது பாதுகாக்கப்பட்ட வனப்பகுதியாக அறிவிக்கப்பட்டிருக்கிறது. இதுவே இந்தியாவின் முதல் தேவாங்கு சரணாலயம்.

3. குரங்கு என்னும் குரு

ஐந்தறிவு உயிரினங்களிடமிருந்து ஆறறிவு மனிதர்கள் கற்றுக் கொள்ள வேண்டிய வாழ்க்கைப் பாடங்கள் குறித்துப் பேசும் புதிய தொடர்.

எந்த ஒரு காரியத்தைத் தொடங்குவதற்கு முன்பும் நம் மூதாதையர்களை வணங்குவது-தானே முறை. குரங்களுக்குக் கும்பிடு போட்டே தொடங்குவோம். குரங்கு என்றதுமே உங்கள் நினைவுக்கு வரும் விஷயங்கள் எவை?

குரங்கின் அதீதமான சேட்டைகள், மரம் விட்டு மரம் தாவுவது, நம்மிடமிருந்து உணவைப் பறித்துத் தின்பது, உட்கார்ந்து பேன் பார்ப்பது, நம்மைப் பார்த்து பல்லைக் காட்டி முறைப்பது, தொப்பி கதை, சஞ்சீவி மலையைத் தூக்கிப் பறக்கும் ஒரு கடவுளின் உருவம், இப்படிச் சில.

அற்புதமான விஷயங்கள் எதுவும் நினைவுக்கு வரவில்லை என்றால் நாம் குரங்கை இன்னும் சரியாக உற்றுக் கவனிக்கவில்லை என்றே அர்த்தம். இந்தக் கட்டுரையைப் படித்து முடிக்கும்போது குரங்குகள் குறித்த நம் பார்வை மாறிவிடும். இது நம் மூதாதையர் மீது சத்தியம். 'அமெரிக்கன் இனக் குரங்கு ஒன்று ஒருமுறை பிராந்தியைச் சுவைத்து விட்டது என்றால் மீண்டும் அதைத் தொடக்கூடச் செய்யாது. ஏனென்றால் அது மனிதனை விட புத்திசாலி!' என்று திருவாசகம் உதிர்த்திருக்கும் பரிணாமவியலின் தந்தை சார்லஸ் டார்வின் மீது சத்தியம்.

'அந்தக் காலத்துல மனுசங்க குரங்குகளை எப்படி வேட்டையாடுனாங்கன்னு தெரியுமா?' — தந்தை மகனிடம் கேட்டார்.

'வில் அம்பு வைச்சா? இல்லேன்னா ஈட்டியா?'

'அதெல்லாம் இல்ல. ஒரு பெரிய ஜாடி. அதுக்குள்ள குரங்குகளுக்கு பிடிச்ச மாதிரி உணவை வைச்சிருவாங்க. அந்த ஜாடியோட கழுத்துப் பகுதி ரொம்ப சின்னதா இருக்கும். உணவைத் தேடி வர்ற குரங்குகள், ஜாடிக்குள்ள கையை விடும். உள்ளங்கை நிறைய உணவை அள்ளும். ஆனா, ஜாடியோட கழுத்துப்பகுதி சின்னதா இருக்குறதால அதனால கையை உணவோட வெளிய எடுக்க முடியாது. குரங்கு உணவைக் கீழ விட்டுட்டா கையை எடுத்துடலாம். ஆனா, அது விடாது. உணவோட கையை எடுக்க முயற்சி பண்ணி மாட்டிக்கும். மனிதனுக்கு உணவாயிரும்' என்றார் தந்தை.

'Moral of the Story ஒரு விஷயம் கிடைக்கலைன்னா விட்டுரணும். அதைவிட பெரிய விஷயம் பின்னால கிடைக்கலாம். பிடிவாதமா இருந்து, முட்டாள்தனமா ஆபத்துல மாட்டிக்கக்கூடாது. அதானே?' — என்று மகன் கேட்க,

'சரியா சொன்ன.'

'இதுல குரங்கோட முட்டாள்தனத்தைவிட, மனிதனோட நயவஞ்சகமும் சுயநலமும்தான் எனக்கு தப்பா தெரியுது அப்பா' என்று மகன் சொல்லவும் தந்தையால் அதை ஆமோதிக்காமல் இருக்க முடியவில்லை. குரங்குகளை முட்டாளாகக் காண்பிக்கும் நீதிக்கதைகள் புழக்கத்தில் நிறையவே உண்டு. குரங்குகளின் புத்திசாலித்தனத்தை, குழு மனப்பான்மையை, தலைமைப் பண்பை, இரக்க குணத்தை, அழகான அன்பை, இன்னும் பல அற்புதங்களைப் பதிவு செய்யும் கதைகள் மிகக்குறைவே. நாம் அந்த பாசிட்டிவ் பக்கங்களை மட்டும் அவற்றின் வாழ்க்கை முறையிலிருந்து பார்க்கலாம். மனிதருக்கு மிக நெருங்கிய இனம் என்று பல மரபியல் ஆய்வுகள் பலவும் அழுத்தமாகச் சொல்லும் சிம்பன்சி குரங்குகளின் உலகத்துக்குள் செல்வோம்.

உல்ஃப்கேங் கோஹ்லெர், சென்ற நூற்றாண்டில் வாழ்ந்த ஜெர்மானிய ஆய்வாளர். சிம்பன்சிகள் குறித்த இவரது ஆய்வுகள் முக்கியமானவை. ஒருமுறை தான்சானியா காடுகளில் எளிதில் எட்டாத உயரத்தில் பழம் ஒன்றைக் கட்டித் தொங்கவிட்டார் உல்ஃப்கேங். அங்கே மூன்று அட்டைப் பெட்டிகளையும், இரண்டு கம்புகளையும் வைத்துவிட்டு மறைந்திருந்து கவனித்தார். அங்கே வந்த சிம்பன்சிகள் முதலில் பழத்தை எட்டிப் பறிக்க முயற்சி செய்தன. தாவின. ஒன்றின் மீது ஒன்று ஏறி குதித்துப் பார்த்தன. பழம் எட்டவில்லை.

அங்கிருந்த அட்டைப் பெட்டிகளையும் கம்புகளையும் பார்த்தன. இவை புதிதாக இருக்கின்றனவே, இவற்றைக் கொண்டு பழத்தை எடுக்க முடியுமா என்று யோசித்தன. பெட்டி ஒன்றின் மீதேறி தாவின. கம்பைக் கொண்டு முயற்சி செய்தன. தாம் அடைந்த தோல்விகளின் அடிப்படையில் புதிது புதிதாக யோசித்துத் திட்டம் தீட்டின. பெட்டிகளை ஒன்றன் மீது ஒன்றாக அடுக்கி, கம்பைக் கொண்டு எட்டி அடித்து, பழத்தை அடைந்தன. ஆம், சிம்பன்சிகள் புதிதாகக் கிடைக்கும் விஷயத்தைக் கொண்டு, அவற்றை ஆக்கபூர்வமான கருவிகளாக எப்படிப் பயன்படுத்தலாம் என்று திட்டமிடுவதில் கில்லாடிகள். இவை பல முறை ஆய்வுகள் மூலம் நிரூபிக்கப்பட்டுள்ளன.

இளைய சிம்பன்சிகள் பெரிய சிம்பன்சிகளை மீறி எதுவும் செய்வதில்லை. ஆம், அவ்வளவு மரியாதை. அதேபோல மூத்த சிம்பன்சிகள், தமது அனுபவ அறிவை, கற்றுத் தேர்ந்த தந்திரங்களை, வாழ்வதற்குத் தேவையான வித்தைகளை, தொழில் நுட்பங்களை எல்லாம் இளைய சிம்பன்சி சமுதாயத்துக்குக் கடத்துவதை ஒரு கடமையாகவே செய்கின்றன.

நமக்குத் தெரிந்ததை எல்லாம் சொல்லிக் கொடுத்தால் அவன் நம்மைவிட பெரியவனாகிவிடுவானோ என்னும் சின்ன புத்தி சிம்பன்சிகளுக்கு இல்லை. அவை அறிவை அடுத்தடுத்த தலைமுறைகளுக்கும் கடத்த வேண்டும் என்பதில் தெளிவுடன் இருக்கின்றன.

சிம்பன்சியின் தாய்ப்பாசத்தைப் புகழ இளையராஜாவும், ஏ.ஆர்.ரஹ்மானும் எத்தனைப் பாடல்கள் போட்டாலும் போதாது. முதல் சில வருடங்களுக்குத் தனது குட்டியைப் பாதுகாப்பதில், அரவணைப்பதில், அடிப்படை விஷயங்களைக் கற்றுத் தருவதில் தாய் சிம்பன்சி சலிப்படைவதே இல்லை. இதைவிட முக்கியமான விஷயம், ஏதோ ஒரு சிம்பன்சி குட்டி அநாதையாகிப் போய்விட்டால், ஏதோ ஓர் ஆண் — பெண் சிம்பன்சி ஜோடியானது அந்தக் குட்டியைத் தத்தெடுத்துக் கொள்ளும். தாம் ஈன்ற குட்டியாகவே கருதி, பேணிப் பாதுகாத்து வளர்க்கும். சிம்பன்சியின் இரக்க குணமானது இமயத்தை விடவும் உயர்ந்தது.

ஆம், இன்னொரு சிம்பன்சி இருக்கும்வரை எந்த ஒரு சிம்பன்சியும் அநாதை கிடையாது.

ஒரு சிம்பன்சி சோர்வாகவோ, கோபமாகவோ, விரக்தியிலோ இருந்தால் அதன் சக சிம்பன்சி வந்து அப்படியே அணைத்துக் கொள்ளும். கட்டிப்பிடி வைத்தியம். அதன் மனமானது சமநிலைக்கு வரும் வரை, ஆறுதல் கிடைக்கும் வரை அந்த அன்பான அரவணைப்பு நீடிக்கும். சக தோழமையின் கண்ணீரைத் துடைப்பது கடமை என்பது சிம்பன்சியின் மரபணுவில் பதிந்த பாடம். அதேபோல ஜாலியாகக் கொட்டமடித்து விளையாடுவதிலும் சிம்பன்சி தோழர்களுக்கு இணையாக வேறு யாரையும் சொல்ல முடியாது.

சிம்பன்சி புராணத்தில் கடைசியாக ஒரு புகழாரம். சிம்பன்சிகள் புதிய நுட்பங்களைக் கற்பதில் வல்லவர்கள். மாற்றி யோசிப்பதில் கில்லாடிகள். கையில் இருக்கும் பொருள்களை

தமக்குத் தேவையான கருவியாக மாற்றி உபயோகிப்பதில் வித்தகர்கள். சிம்பன்சிகளுக்கு யாரும் தன்னம்பிக்கைக் கதைகள் சொல்வதில்லை. ஏனெனில் குரங்குகளின் உலகில் சிம்பன்சியே தன்னம்பிக்கையின் தல!

ஒராங்குட்டான் இனக் குரங்குகளின் 'தல' பற்றி பேசுவோம். பொதுவாக குரங்குக் கூட்டத்தின் தலைவனை, சக்தி வாய்ந்த ஆண் குரங்கை 'ஆல்பா' என்றழைப்பர். அப்படிப்பட்ட ஆல்பா குரங்கில் 'ஒராங்குட்டான் தல' தனித்துவமானது. அது தனது கூட்டத்தை வழிநடத்துவதில் கடமை தவறாத வீரன். கூட்டத்தினருக்கு ஆபத்தா? முன்னின்று திட்டமிட்டு ஆபத்தை முறியடிக்கப் போராடும். எதிரிகளிடமிருந்து தம் எல்லையைப் பாதுகாக்கக் கடுமையாகப் போரிடும். கூட்டத்தினருக்கான உணவைத் தேடுவதிலும் பகிர்ந்து கொள்வதிலும் பொறுப்புடன் செயல்படும். உணவைத் தேடிச் செல்லும் ஆபத்தில்லாத பாதையைக் கண்டுபிடிப்பதில் ஆல்பா ஒராங்குட்டானின் பங்கே பிரதானமானது. அதன் வார்த்தைகளுக்குக் கூட்டத்திலிருக்கும் குரங்குகள் அப்படியே அடிபணியும். ஆல்பாவின் ஓசைகளே கட்டளை. அந்தக் கட்டளையே சாசனம்!

எந்த ஒரு ஆல்பா ஒராங்குட்டானும் எப்போதும் சுயநலத்துடன் சிந்திப்பதில்லை. ஆபத்துக் காலத்தில் தனது கூட்டத்தினரை முன்னே அனுப்பி விட்டு பதுங்கி நிற்பதில்லை. தன் கூட்டத்தினரைப் பலி கொடுத்தாவது தான் பாதுகாப்பாக இருக்க வேண்டும் என்று நினைப்பதில்லை. கூட்டத்தினருக்காகத் தன்னையே தியாகம் செய்பவனே ஆல்பாவாக இருக்கத் தகுதி பெற்றவன் என்பது குரங்குகளுக்குத் தெரியும். ஏனெனில்...

ஒவ்வொரு ஆல்பாவும் தலைமைப் பதவியை அதிகாரமாகக் கருதுவதில்லை. அதைப் பொறுப்பாக மட்டுமே எடுத்துக் கொள்கின்றன. தலைவனுக்கு அழகு தம் மக்கள் நலனுக்காக உழைப்பது மட்டுமே என்ற 'சுயநலமற்ற அறிவு' குரங்குகளுக்கு உண்டு.

சில ஆண்டுகளுக்கு முன்பு கபுச்சின் இனக் குரங்குகளை வைத்து பிபிசி நிறுவனம் போர்ட்டோ ரிகோவின் தீவு ஒன்றில் பரிசோதனை நடத்தியது. ஆறு கபுச்சின் குரங்குகள். அவற்றின் அடையாளத்துக்காக ஜேம்ஸ்பாண்ட் படங்களின் பாத்திரங்களது பெயர்கள் வைக்கப்பட்டன. ஒரு சிறிய சந்தை அமைக்கப்பட்டது. குரங்குகளுக்குப் பணத்தை அறிமுகப்படுத்துவதே பரிசோதனையின் நோக்கம். பணம் என்பதற்குப் பதிலாக விதவிதமான உலோக டோக்கன்களைக் கொடுத்தார்கள். கடைக்குச் சென்று ஒரு டோக்கனைக் கொடுத்தால் உண்பதற்கு ஒரு பொருளைக் கொடுப்பார்கள் என்பதாகப் பழக்கப்படுத்தினார்கள். ஆய்வாளர்கள் நினைத்ததைவிட வேகமாகவே கபுச்சின் குரங்குகள் டோக்கன் உபயோகித்து உணவுப் பொருள்களை வாங்கப் பழகிக் கொண்டன.

பரிசோதனையின் அடுத்த கட்டம். ஒரு டோக்கனுக்கு ஒரு கடையில் இரண்டு வாழைப்பழங்கள் கொடுத்தார்கள். இன்னொரு கடையில் நான்கு வாழைப்பழங்கள் கொடுத்தார்கள். ஆம், ஆஃபர். குறைந்த விலைக்குக் கூடுதலாக பழங்கள் கிடைக்கும் கடையையே குரங்குகள் நாடத் தொடங்கின. அடுத்ததாக இதை வாங்கினால் இது இலவசம் என்ற திட்டத்தையும் செயல்படுத்தினார்கள். தமக்குத் தேவையோ இல்லையோ குரங்குகள் டோக்கன் கொடுத்து இலவசமான பொருள்களை வாங்கிக் கொள்வதில் ஆர்வம் காட்டின. அளவுக்கு மீறி வாங்கிக் குவித்தன.

பணம் என்பது வந்துவிட்டால் ‘பறிக்கும்’ புத்தியும் அனிச்சையாக வந்து சேருமல்லவா. ஆய்வாளர்கள் வேண்டுமென்றே சில டோக்கன்களைக் கீழே போட்டு வைத்தார்கள். குரங்குகள் அதை எடுத்து வைத்துக் கொண்டன. இந்த டோக்கன்கள் மதிப்பு மிக்கவை. இவை நம்மிடம் அதிகம் இருந்தால் நல்லது. இவற்றைப் பதுக்கி வைக்க வேண்டும் என்று குரங்குகள் நினைக்கத் தொடங்கின.

சூது நிறைந்த இன்னொரு திட்டமும் செயல்படுத்தப்பட்டது. ஒரு டோக்கனுக்கு இரண்டு பழங்கள் என்பது உத்தரவாதம். ஆனால், வாய்ப்பைப் பயன்படுத்த விரும்பினால் ஒரு டோக்கனுக்கு மூன்று பழங்கள் கிடைக்கலாம். 50% கூடுதல் லாபம். இல்லையேல் அது ஒரே ஒரு பழமாக, 50% நஷ்டத்தில் முடியவும் வாய்ப்பு உண்டு. ஒரு டோக்கனுக்கு உத்தரவாதமாக இரண்டு பழங்கள் வாங்கிக் கொள்கிறாயா, அல்லது ரிஸ்க் எடுத்து கூடுதலாக லாபம் கிடைக்குமா என்று விளையாடிப் பார்க்க விரும்புகிறாயா?

இந்தப் பரிசோதனைக்கு உள்ளான குரங்குகள், மூன்று பழங்கள் கிடைத்தால் சந்தோஷப்பட்டன. ஒன்று கிடைத்தால் வருத்தப்பட்டன. லாபத்தை ருசித்தவை மீண்டும் ரிஸ்க் எடுக்கத் துணிந்தன. நஷ்டத்தை ருசித்தவை, இரண்டு பழங்களே போதும் என்ற மனநிலைக்கு வந்தன. சில அப்படியும் ரிஸ்க் எடுத்தன. மனிதர்களைப் போலவே குழம்பித் தவித்தன.

இன்னொரு முக்கியமான விஷயம், பழங்களைத் திருடுவதற்கு வாய்ப்பு கிடைத்தால் குரங்குகளை அதைப் பயன்படுத்தவும் தவறவில்லை. இப்படியாகப் பல்வேறு பரிசோதனைகளின் மூலம் அந்த கபுச்சின் குரங்குகளுக்கு ‘பொருளாதாரமும் வணிகமும் சூதும்’ கற்றுக் கொடுக்கப்பட்டன. இந்தப் பரிசோதனையை நடத்திய யேல் பல்கலைக்கழகத்தைச் சேர்ந்த பேராசிரியர் லாரி சாண்டோஸ், இந்த ஆய்வு குறித்தும், குரங்குகள் மனிதர்கள் போலவே சிந்திப்பது குறித்தும் பக்கம் பக்கமாகப் பேசியுள்ளார். அதெல்லாம் கிடக்கட்டும். நாம் சக மனிதர்களுக்குச் சொல்ல விரும்புவது ஒன்றுதான்.

குரங்குகளை குரங்குகளாகவே இருக்க விடுங்கள். முடிந்தால் அவற்றின் இயல்பான நற்குணங்களைக் கற்றுக் கொள்ளுங்கள். மனிதனின் சின்ன புத்தியை அவற்றின் மேல் திணிக்காதீர்கள்!

4. காக்கா!

ரஜினிகாந்த் அவர்கள் மேடையில் சொல்லும் குட்டிக்கதைகளுக்கு என்றைக்குமே மவுசு உண்டு. ஜெயிலர் திரைப்படத்துக்கான இசை வெளியீட்டு விழாவில் அவர் சொன்ன குட்டிக்கதை பலத்த வரவேற்பைப் பெற்றது. அதன் சுருக்கமான வடிவம்…

‘காட்டில் சிறிய மிருகங்கள் எப்போதும் பெரிய மிருகங்களை தொல்லை செய்து கொண்டே இருக்கும். உதாரணத்துக்கு சிறிய காகம் எப்போதும் பெரிய கழுகை சீண்டிக் கொண்டே இருக்கும். ஆனால், கழுகு எப்போதுமே அமைதியாகவே இருக்கும். பறக்கும்போது கழுகைப் பார்த்து காகம் உயரமாகப் பறக்க நினைக்கும். காகத்தால் அது முடியவே முடியாது. ஆனால், கழுகு தன் இறக்கையைக்கூட ஆட்டாமல் எட்ட முடியாத உயரத்தில் பறந்துகொண்டே இருக்கும்.’

ஆக, இந்தக் குட்டிக்கதையின்படி ஒப்பீட்டளவில் காகத்தைவிட கழுகு உயர்ந்தது என்று கருத்து போதிக்கப்படுகிறது. எல்லா உயிர்களுமே அதனளவில் உயர்ந்தவை. எனில், இயற்கையாவே உடல் வடிவமைப்பில் மாறுபாடுகள் கொண்ட கழுகையும் காகத்தையும் ஏன் ஒப்பிட வேண்டும்? 'பன்னிங்கதான் கூட்டமா வரும். சிங்கம் சிங்கிளாத்தான் வரும்' என்று சூப்பர் ஹிட் பன்ச்கூட விலங்கினங்களின் இயல்பைப் புரிந்து கொள்ளாமல் ஒப்பிட்டுப் பேசப்பட்ட மோசமான வசனம்தான்.

சரி, ஏன் எப்போதும் காகத்தையும் பன்றியையும் தாழ்த்தி, அவற்றுடன் மற்ற உயிரினங்களை ஒப்பிட்டு உயர்த்திக் காட்டுகிறார்கள்? முக்கியமான ஒரு காரணம், அவை 'கருப்பு' நிறத்தில் இருக்கின்றன. சினிமாவில் நகைச்சுவை என்ற பெயரில் அங்கவையையும் சங்கவையையும் ஈவு இரக்கமின்றிக் கேலி செய்து அவமானப்படுத்த முடியும். ஏனெனில் அவர்களது நிறம் கருப்பு. கருப்பினத்தவர்களை அடிமையாக்க முடியும். அவர்களை ஊரைவிட்டு ஒதுக்கி வைக்க முடியும். ஏனெனில் அவர்களைப் பொருத்தவரை கருப்பே தாழ்த்தப்பட்ட, புறக்கணிக்கப்பட்ட, அவமதிக்கப்பட்ட நிறம். ஆனால், ஆதி மனிதனின் நிறமே கருப்புதான். மற்றொரெல்லாம் கருப்பிலிருந்து வந்தவர்களே. ஆக, தவறான கருத்துகளையும் கதைகளையும் ஒப்பீடுகளையும் யார் சொன்னாலும் அது குறித்துச் சிந்தித்து, புறக்கணிக்கும் பகுத்தறிவே எப்போதும் நமக்குத் தேவை. காகத்தின் புகழ்பாடவிருக்கும் இந்தக் கட்டுரையின் நோக்கமும் அதுதான். இதை வாசித்து முடிக்கும்போது நமக்குள் இயல்பாகவே இந்தச் சொற்கள் தோன்றலாம் — லவ் யூ காக்கா!

தூத்துக்குடி வட்டாரத்தில் சொல்லப்படும் பழங்கதை ஒன்றின் சுருக்கம் இது. காகம் ஒன்று, பெருமழையில் தனது மண் வீட்டை இழந்து நிற்கிறது. கல்வீட்டில் வாழும் குருவியிடம் தங்குதற்கு இடம் கேட்கிறது. குருவியும் தனது அடுக்களையில் இடம் தருகிறது. காகம் அங்கே சோற்றுப் பானையில் உள்ள சோற்றைத் தின்றுவிட்டு, பானைக்குள்ளேயே எச்சமிட்டுவிட்டுச் செல்கிறது. தன் குஞ்சுகளுக்கு உணவெடுக்க வந்த குருவி, காகத்தின் செயலைப் பார்த்துக் கோபமடைகிறது. பழி வாங்க நினைக்கிறது. திரும்பி வரும் காகம் தண்ணீர் கேட்கிறது. குளிக்க வெந்நீர் வைத்திருக்கும் குருவி, தந்திரமாக பானையைக் காண்பிக்கிறது. தாகம் தணிக்கச் செல்லும் காகம், வெந்நீர்ப் பானைக்குள் விழுந்து துடிதுடித்து இறக்கிறது.

இது 'சூழலும் சாதியும்' என்ற நூலில் எழுத்தாளர் மற்றும் செயற்பாட்டாளர் நக்கீரன் அவர்கள் பதிவு செய்துள்ள கதை. இது எதை உணர்த்துகிறது என்பதையும் தெளிவாகவே குறிப்பிட்டுள்ளார். இங்கே குருவி என்பது உயர்சாதிப் பறவையாகவும், காகம் என்பது தாழ்த்தப்பட்ட சாதியாகவும் உருவகப்படுத்தப்படுகின்றன. காரணம், காகத்தின் நிறம் கருப்பு. காகத்துக்கு மற்ற பறவைகளுடன் சமமாகப் பழகும் தகுதி கிடையாது. அது தொட்ட உணவு தீட்டு. அது வெறுத்து ஒதுக்கத்தக்கது. கதையில் காகம் இறந்துபோனது நியாயமாக அதற்குக் கிடைக்க வேண்டிய தண்டனையே. இன்னும் கொஞ்சம் விரிவாகச் சொல்ல வேண்டுமென்றால் இந்து மதத்தில் காகம், எல்லோரும் அச்சப்படக்கூடிய சனி பகவானின் வாகனம். எமதர்மனின் குறியீடு. இறந்துபோனவர்களுக்கான பிண்டத்தை உண்ணும் பறவை. மிருகபட்சி சாஸ்திரத்தில் காகம், அதர்ம உயிரினம். இவைதவிர காகம் பறப்பது, எச்சமிடுவது, கரைவது குறித்த ஏகப்பட்ட சகுன, ஜோதிட, மூடநம்பிக்கைக் கருத்துகள் மூட்டையாக மூட்டையாக இருக்கின்றன.

அவற்றையெல்லாம் சீண்ட வேண்டாம். மகாகவி பாரதியின் ஒரே ஒரு வரி நம் நினைவில் நின்றால் போதும். காக்கை, குருவி எங்கள் சாதி! பாரதி மட்டுமல்ல, காகத்தை நம் பழந்தமிழ் இலக்கியங்கள் கொண்டாடவே செய்கின்றன.

ஐங்குறுநூற்றில் காக்கையின் புகழ் மிளிர்கிறது. 'மறுவில் தூவிச் சிறு கருங் காக்கை...' என்று தொடங்கும் பாடல், தாய் ஒருத்தி காகத்திடம் வைக்கும் வேண்டுகோளாக அமைகிறது. 'மாசில்லாத கரிய இறக்கைகளை உடைய காகமே! நீ உன் உறவுகளோடு உண்ணும் உயர்ந்த பண்பைக் கொண்டிருக்கிறாய். நீங்கள் வயிறார உண்பதற்குப் பச்சை ஊன் கறிகளைக் கொண்டு சமைத்த அரிசிச் சோற்றைப் பொன் தட்டில் தருவேன். நீ எனக்கோர் உதவி செய்ய வேண்டும். என் மகளின் காதலன் வீரம் செறிந்த ஆண்மகன். அவன், எனது அழகிய மகளை அழைத்துக் கொண்டு என்னிடம் விரைவில் வருவான் என்று கரைவாயாக!' என்பது பாடலின் பொருள். அதாவது காகம் கரைந்தால் வீட்டுக்கு விருந்தினர் வருவார்கள், அல்லது நெருங்கியவர்கள் வருகையை முன்கூட்டியே காகம் கரைந்து அறிவிக்கும் என்ற நம்பிக்கை சங்க காலம் தொட்டே இருந்து வருகிறது.

குறுந்தொகையில் 'திண்டேர் நள்ளி கானத் தண்டர்...' என்றொரு செய்யுள் வருகிறது. தலைவனைப் பிரிந்து தலைவி துன்பத்தை அனுபவிக்கிறாள். தலைவனின் வருகையை அறிவிக்குமாறு காக்கை கரைகிறது. அந்தக் காக்கைக்கு நள்ளி என்னும் வள்ளலின் தோட்டத்தில் மேயும் பல பசுக்களிலிருந்து கறந்த பாலில் எடுக்கப்பட்ட நெய்யையும், தொண்டி ஊர்ப்பகுதியில் விளைந்த நெல்லரிசியில் சமைத்த சோற்றையும் கலந்து ஏழு கலங்களில் உண்ணக் கொடுத்தாலும் அது சிறிய கைம்மாறுதான் என்கிறாள் தோழி. காக்கைக்கு உணவிடும் பழக்கமும் காலம் காலமாக இருந்து வருவதுதான் என்று அழுத்தமாக உரைக்கும் இந்தப் பாடலைப் பாடிய பெண் புலவரின் பெயரும் 'காக்கைப்பாடினியார்' என்றே நிலைபெற்றுவிட்டது.

'காக்கை கரவா கரைந்துண்ணும் ஆக்கமும் — அன்னநீ ரார்க்கே உள' என்கிறது 527வது குறள். தனக்குக் கிடைத்ததை மறைக்காமல் தனது சுற்றத்தைக் கூவி அழைத்துக் காக்கை உண்ணும். அந்தக் குணம் உடையவர்களுக்கு மட்டுமே உலகில் உயர்வு உண்டு என்று காக்கையை உயரத்தில் வைக்கிறார் வள்ளுவர் எனும் தமிழ் இலக்கியத்தின் 'நிரந்தர சூப்பர் ஸ்டார்'. ஆம், பகிர்தலே அறம்!

சரி, காகங்கள் குறித்த தனித்துவமான விஷயங்களைப் பார்ப்போம். கொங்கு வட்டார வழக்கு, சென்னை பாஷை, நெல்லைத் தமிழ் என்று நாம் பேசும் தமிழ் ஊருக்கு ஊர் மாறுபடுகிறதல்லவா. அதேபோல காகங்களுக்கும் வட்டார வழக்கு உண்டு. கா கா கா... என்று அது கரைவதிலும் நுண்ணிய வேறுபாடுகள் உண்டு. ஆம், தூத்துக்குடி காகம் கரைவதற்கும், செங்கல்பட்டு காகம் கத்துவதற்கும் மனிதர்களால் உணர இயலாத வித்தியாசங்கள் உண்டு. அதேபோல அந்தக் கா கா காவின் ஸ்ருதியிலும் மாறுபாடுகள் உண்டு. 'உணவு கிடைத்திருக்கிறது. எல்லோரும் வாருங்கள்' என்று உற்சாகமாகக் கரைவதற்கும், 'அந்த ஆபத்து நம்மை நோக்கித்தான் வந்து கொண்டிருக்கிறது. ஓடி ஒளியுங்கள்' என்று பயத்துடன் கத்துவதற்கும், 'அன்பே மனைவி காகமே, நீ எங்கே இருக்கிறாய்?' என்று காதலுடன் தேடி மருகுவதற்கும் காகங்கள், கா கா காவுக்குள்ளேயே சில பல ஸ்வரங்களை ஒளித்து வைக்கின்றன.

காகங்கள் மற்ற எந்தப் பறவைகளைவிடவும் புத்திசாலிகள். அதன் மூளை அளவு மற்ற பறவைகளைவிட (கிளி மட்டும் விதிவிலக்கு) பெரியது என்பது பொது அறிவுத் தகவல். கிடைக்கும் பொருள்களை, 'கருவி'யாகப் பயன்படுத்தும் திறன் காகத்துக்கு உண்டு. ஒரு குச்சி கிடைத்தால் அதைக் கொண்டு தூரத்தில் இருக்கும் இரையை எடுப்பது, அதைக் கூராக்கி இரையைக் குத்தி எடுப்பது போன்ற தனித்துவமான செயல்களை காகங்கள் செய்கின்றன. சற்றே கடினமான உணவை வைத்தால், வீட்டுக்கு வரும் காகங்கள் கரைந்து நம்மை அழைக்கின்றன. அருகிலேயே இன்னொரு கிண்ணத்தில் தண்ணீர் வைக்கச் சொல்லிக் கேட்கின்றன. உணவைக் கொத்தி எடுத்து தண்ணீரில் நனைத்து ஊறவைத்து உண்கின்றன. சாலையோரக் காகங்கள், எளிதில் உடைக்க முடியாத கொட்டை வகைகள் கிடைத்தால் சிவப்பு சிக்னலுக்காகக் காத்திருக்கின்றன. அந்தக் கொட்டைகளைச் சாலையில் போடுகின்றன. பச்சை விழுந்து வாகனங்கள் நகர்கின்றன. அடுத்து சிவப்பு விழுந்ததும் வாகனச் சக்கரங்களால் உடைக்கப்பட்ட கொட்டைக்குள் இருக்கும் பருப்பை எடுத்து உண்கின்றன. ஸ்மார்ட் தலைமுறைக் காகங்கள்.

காகங்கள் சமூகமாக வாழ்பவை. தன் சமூகத்தின் மீது அக்கறை கொண்டவை. குறிப்பிடத்தகுந்த விஷயம், 'ஒருவனுக்கு ஒருத்தி' என்று காகத்திடம் சொன்னால் அதற்குப் புரியாது. ஆனால், இயல்பாகவே காகத்தின் மரபணுவிலேயே அந்தக் கொள்கை புதைந்திருக்கிறது. பெண் காகம் முட்டையிட்டு அடைகாக்கும் நாற்பது சொச்ச நாள்களும் அது கூட்டை விட்டு நகராது. ஆண் காகம் அதற்கு 'ராணி மரியாதை' கொடுத்து உபசரிக்கும். குயில் முட்டைகளையும், அதிலிருந்து வெளி வரும் குயில் குஞ்சுகளையும்கூட, 'காக்கைக்கும் தன் குஞ்சு பொன் குஞ்சு. குயில் குஞ்சும் தன் குஞ்சே!' என்று வேறுபாடு பார்க்காமல் இன்றி வளர்த்துவிடும். ஒரு காகம் இறந்துவிட்டால், அதன் சமூகத்தைச் சேர்ந்த மற்ற காகங்கள் ஒன்றுகூடி பெரும் ஒலி எழுப்புதைக் கேட்டிருக்கலாம். அதை 'காகங்களின் ஒப்பாரி' என்றும் அழைக்கலாம்.

நம் ஊர்களில் தூய்மைப் பணியாளர்களின் நண்பர்கள் காகங்களே. சீருடை அணியாத தூய்மைப் பணியாளர்கள். எலியோ, பாம்போ, தவளையோ, இன்னபிறவோ செத்துக் கிடந்தால் அவற்றைப் பாதைகளிலிருந்து அகற்றும் அரிய வேலையை காகங்கள் செய்கின்றன. அதற்கு மனிதன் காகத்துக்குக் கொடுத்திருக்கும் வஞ்சம் நிறைந்த பட்டம், 'ஆகாயத் தோட்டி.' ஏன், 'ஆகாயச் சேவகன்' என்று புகழ்ந்தால் நாக்கு சுளுக்கிக் கொள்ளுமா என்ன? இனி அவ்வாறே அழைப்போம். ஒருவரது தொழிலைக் கொண்டு இழிவு செய்வோரைத் திருத்துவோம்.

கண்ட இடத்தில் துப்புவது, குப்பை போடுவது, தேவையில்லாதவற்றை வீசி எறிவது என்று சமூகப் பொறுப்பே இல்லாத மனிதன் காகங்களிடம்தாம் அதைக் கற்றுக் கொள்ள வேண்டும். ஒரே ஒரு உதாரணம். பிரான்ஸின் வரலாற்றுப் பூங்கா (Puy du Fou) ஒன்றில் ஆறு காகங்கள் 'தூய்மைப் பணியாளர்களாக' வேலை செய்து கொண்டிருக்கின்றன. அங்கே வரும் பார்வையாளர்கள் அலட்சியமாகக் கீழே போடும் சிகரெட் துண்டுகள், டிஷ்யூ காகிதங்கள், இன்ன பிற குப்பைகளை, இந்தக் காகங்கள் கொத்தி வைத்து உரிய பெட்டியில் போடுகின்றன. சம்பளமாக அதே பெட்டியில் இன்னொரு பக்கம் வைக்கப்பட்டிருக்கும் கொட்டைகளையும் பருப்புகளையும் எடுத்துக் கொள்கின்றன. கழிவுகளைத் தூய்மையாக்கும்

காகங்களின் இயல்பான குணத்தைப் பயன்படுத்தி, பூங்கா நிர்வாகிகள் ஆறு காகங்களுக்கு இவ்விதம் பயிற்சி கொடுத்து பணியமர்த்தியிருக்கிறார்கள். தம் பணியின் மூலம் அங்கே வரும் மனிதர்களுக்கு இந்தக் காகங்கள் செய்தி சொல்கின்றன. 'முட்டாளே! குப்பையைக் கண்ட இடத்தில் போடாதே!'

இன்னொரு ஆறு காகங்களின் கதையையும் சொல்லியாக வேண்டும். இவை ஆறும் Raven என்றழைக்கப்படும் அண்டங்காக்கைகள். லண்டனின் புகழ்பெற்ற டவர் வளாகத்தில் வசித்தவை. தலைமுறை தலைமுறையாக வசித்துக் கொண்டிருப்பவை. இதன் பின் ஒரு வரலாறு இருக்கிறது. பதினேழாம் நூற்றாண்டில் பிரிட்டிஷ் ராஜ்ஜியத்தை ஆண்ட கிங் இரண்டாம் சார்லஸ் காலத்து கதை. லண்டன் டவரில் பொருத்தப்பட்டிருந்த டெலஸ்கோப்பில் அண்டங்காக்கைகள் எச்சமிட்டுக் கொண்டே இருந்தன. தொலைநோக்கியால் பார்க்க விடாமல் குறுக்கே மறுக்கே பறந்து கொண்டே இருந்தன. 'காக்கைகளைத் துரத்தி விடுங்கள் அல்லது கொன்று விடுங்கள்' என்று கிங் சொல்ல, ஜோதிடர் ஒருவர் மறுப்பு சொன்னார். 'காக்கையைக் கொன்றால் அரச குடும்பத்துக்கு ஆகாது. லண்டன் டவர் சரிந்து விடும். ராஜ்ஜியமே வீழ்ந்து விடும்' என்று விதவிதமாக எச்சரித்தார். பயந்து போன கிங், அண்டங்காக்கைகளை அன்புடனும் அக்கறையுடனும் பராமரிக்கச் சொன்னார். அந்தத் தொட்டுத் தொடரும் அண்டங்காக்கைப் பாரம்பரியம் இன்று வரை நீடிக்கிறது. காலம் காலமாக குறைந்தபட்சம் ஆறு அண்டங்காக்கைகளாவது லண்டன் கோபுரவாசிகளாக இருந்தே ஆகவேண்டும். அதில் ஒன்று மறைந்தாலோ, குறைந்தாலோ ராஜ குடும்பத்துக்கு ஆகாது என்ற பீதியுடனே இன்று வரை திரிகிறார்கள். இந்தக் காக்கைகளைப் பராமரிக்க Raven Master ஒருவர் நியமிக்கப்பட்டுள்ளார். காவலர்களும் இருக்கிறார்கள். செத்த காக்கைகளுக்குப் பதிலாக, தகுதியான புதிய காக்கைகள் கோபுரவாசிகள் ஆக்கப்படுகின்றன. காக்கைகள் வெகு தூரம் பறந்துபோய்விடக்கூடாது என்பதற்காகவே அதன் இறக்கைகளையும் குறிப்பிட்ட அளவு கத்தரித்து விடுகிறார்கள். ஆக, மனிதனின் மூட நம்பிக்கையாலும் சுயநலத்தாலும் அதிகம் பாதிக்கப்படும் பறவையும் அவனுடனேயே ஒட்டி உறவாடி வாழும் காகம்தான்.

இறுதியாக காளமேகப் புலவரை அழைப்போம். தமிழ் ராப் எல்லாம் பிச்சை வாங்க வேண்டுமென்ற அளவுக்கு அந்தக் காலத்திலேயே வார்த்தைகளால் விளையாடியவர். அவரது இந்தப் பாடல் காக்கைகளுக்குச் சமர்ப்பணம்.

'காக்கைக் காகா கூகை, கூகைக் காகா காக்கை
கோக்குக்கு காக்கைக்கு கொக்கொக்க — கைக்கைக்குக்
காக்கைக்கு கைக்கைக் காகா.'

பின்குறிப்பு : பாடலுக்கு அர்த்தம் வேண்டுமென்றால் காக்காவைத் தொந்தரவு செய்ய வேண்டாம். கூகுள் அல்லது ChatGPT-ஐ நாடவும்.

5. ஆமை - உலகின் வயதான ஹீரோ!

ஒரு புனித நூலிலிருந்து கற்றுக் கொள்வதைவிட ஓர் ஆமையிடமிருந்து அதிகமாகக் கற்றுக் கொள்கிறேன்!' — தலாய் லாமா.

உலகின் ஆகப்பெரிய சோம்பேறி, ஒரே இடத்தில் நாள்கணக்கில் நகராமல்கூட நிற்கும் அசுவாரசியமான ஜீவராசி, தோற்றத்திலும் பெரிதாகக் கவராத உயிரினம், எடுத்தற்கெல்லாம் ஓட்டுக்குள் ஒளிந்து கொள்ளும் பயந்தாங்கொள்ளி, வேகமாக ஓடிக்கொண்டிருக்கும் இந்த உலகத்துக்கே பொருந்தாத ஜந்து, இப்பேர்ப்பட்ட 'சிறுமைகள்' மட்டுமே நிறைந்த ஆமையிடமிருந்து நாம் கற்றுக் கொள்ள பெருமைக்குரியதாக என்ன இருக்கிறது?

முயல், ஆமை, ரேஸ் கதையை மறந்துவிடுங்கள். நீதிக்கதைகளைத் தாண்டியும் ஆமை நமக்கு மௌனமாக போதிக்கும் இயல்பான விஷயங்கள் நிறையவே இருக்கின்றன. நி•••..தா•••..ன•••..மா•••..க, பொ•••.று•••.மை•••.யா•••.கப் பார்க்கலாம்.

ஆமைகள் குறித்த ஒரு வித்தியாசத்தையும் தெரிந்து கொள்வது அவசியம். Turtle எனப்படும் கடல் ஆமைகள் நீரிலும் நிலத்திலும் வாழ்பவை. அவற்றின் உடம்பில் துடுப்புகள் உண்டு. அவை சர்வ உண்ணிகள். Tortoise எனப்படும் ஆமைகள் நிலத்தில் மட்டுமே வாழ்பவை. தாகத்துக்காக மட்டுமே நீர்ப்பரப்பை நோக்கிச் செல்பவை. அவற்றுக்கு கால்கள் மட்டுமே உண்டு. நீந்தத் தெரியாது. அவை தாவர உண்ணிகள். இந்தப் புரிதலோடு தொடர்வோம்.

ஆமையின் ஆல் டைம் மைனஸாகப் பொதுமைப் படுத்தப்படும் விஷயம் அதன் வேகம். ரொம்ப ரொம்ப ரொம்ப (இன்னும் நூறு 'ரொம்ப' போட்டுக் கொள்ளலாம்) Slow. நிஜம்தான். நிலத்தில் ஓர் ஆமை இருக்கிறது எனில் அது பத்து சென்டி மீட்டர் நகர்வதற்குள், நாம் பக்கத்துத் தெருவில் டீ குடித்துவிட்டு, ஒரு படம் பார்த்துவிட்டு, கொஞ்ச நேரம் தூங்கிவிட்டு, சில மணி நேரங்கள் மொபைலை நோண்டிவிட்டு வந்து பார்த்தால் ஆமையார் ஒன்பதாவது சென்டிமீட்டரை தன் மூக்கால் தொட முயற்சி செய்து கொண்டிருப்பார்.

அது நிலத்து ஆமையின் இயல்பு. அதன் சகலையான கடல் ஆமையின் வேகத்தைப் பற்றி பேசுவோம். மைக்கேல் பெல்ப்ஸ் தெரியுமல்லவா. உலகின் ஆகச்சிறந்த நீச்சல் வீரர். Flying Fish என்று கொண்டாடப்படுபவர். ஒலிம்பிக் போட்டிகளில் சகல விதமான நீச்சல் போட்டிகளிலும் 23 தங்கப் பதக்கங்களைக் குவித்திருக்கும் தன்னிகரற்ற சாகசக்காரர். பெல்ப்ஸுக்கும் ஒரு பேராமைக்கும் (ஆங்கிலத்தில் Leather back Turtle என்றழைக்கப்படும். உலகின் மிகப்பெரிய கடல் ஆமை இனம்) நீச்சல் போட்டி வைத்துப் பார்ப்போம். நிலத்தில் சற்றே நிதானம் காட்டும் கடல் ஆமை நீரில் ஏவுகணையாகப் பாயும். பெல்ப்ஸின் நீச்சல் வேகம் மணிக்கு 6 மைல் என்றால், பேராமையின் வேகம் மணிக்கு 22 மைல். ஒலிம்பிக் சாம்பியன் தான் வாங்கிய பதக்கங்களை எல்லாம் ஆமையின் கழுத்தில் மாட்டிவிட்டு ஒதுங்கித்தான் போக வேண்டும். இதன் மூலம் ஆமை சொல்லும் செய்தி...

மச்சி! யாரையும் வெத்துன்னு நினைக்காத. ஒவ்வொருத்தனும் ஒவ்வொரு ஏரியால கெத்து! பூமியில பொறந்த ஒவ்வொரு உயிரினமும் வொர்த்து!

ஒரு புதிய முகவரி. பக்கத்து ஏரியாதான். தேடிச் சென்றால் கண்டுபிடித்துவிடலாம். ஆனால், அந்தப் பொறுமை எல்லாம் நமக்கு இல்லை. 'லொகேஷன் அனுப்பிருங்க' என்று வாட்சப் செய்கிறோம். புதிதாக எங்காவது என்றால் சொந்த வீட்டுக்குத் திரும்பி வருவதற்கே கூகுள் மேப்ஸின் தயவு தேவைப்படும் பரிதாப நிலை. கடற்கரையில் ஆமை முட்டைகளைப் பார்த்திருப்போம். ஒரு கடல் ஆமை ஒரு குறிப்பிட்ட கடற்கரையில் மணற்பரப்பில் குழி தோண்டி முட்டையிடுகிறது. அந்த முட்டையில் இருந்து 60 நாள்களுக்குள் கடல் ஆமைக்-

குஞ்சுகள் வெளிவருகின்றன. முதன் முதலாகச் சுவாசிக்கின்றன.

தத்தக்கா பித்தக்கா என்று மணற்பரப்பில் நடந்து போய் கடல் நீரில் கலக்கின்றன. பல நூறு அல்லது ஆயிரம் மைல்கள் நீந்தி வேறு பெருங்கடலுக்குச் சென்று வாழ்கின்றன. பல வருடங்கள் கழித்து பருவம் எய்திய அந்தப் பெண் ஆமைகள் முட்டையிடத் தயாராகின்றன. அப்போது தாம் பிறந்த கடற்கரையைத்தான் தேடி வருகின்றன. அதன் தாய் ஆமை பிறந்ததும் அதே கடற்கரைதான். அது முட்டையிட்டதும் அதே கடற்கரைதான். பிறந்ததிலிருந்து தாய்க்கும் குஞ்சுகளுக்கும் தொடர்பே கிடையாது. இருந்தாலும் பல நூற்றாண்டுகளாக அதன் பரம்பரை ஆமைகள் உருவானதும் அந்தக் கடற்கரையில்தாம். தலைமுறை தலைமுறையாக அந்தக் குறிப்பிட்ட கடற்கரையுடனான பிணைப்பு அந்த ஆமைகளிடம் தொடர்கிறது. எப்படி?

ஆமையின் உடலில் மாக்னெட்டைட் (Fe_3O_4) எனும் இரும்புத்தாது உள்ளது. இந்தக் கனிமம்தான் அதன் உள்ளேயே இயற்கையான சிறு காந்தம்போல் செயல்படுகிறது என்பதை ஜோசப் கிரிஷ்ச்சேவிங்க், கென்னத் லொஹ்மான், காத்ரின் லொஹ்மான் ஆகிய ஆய்வாளர்கள் கண்டுபிடித்துள்ளனர். உலகில் மில்லியன் கணக்கான கடற்கரைகள் இருக்கின்றன. ஆனால், ஆயிரம் மைல்களைக்கூட கடந்து ஆமைகள் தம் தாய்க்கடற்கரையைச் சரியாகக் கண்டறிந்து வருவதற்குக் காரணம் அதற்குள் இருக்கும் உயிரி காந்த முள் அவற்றுக்கு வழித்தடம் காட்டும் செயலியாகச் செயல்படுகிறது. பிறக்கும்போதே தான் பிறந்த கடற்கரையின் காந்தச் சரிவு, காந்தப்புல வீச்சு இரண்டும் அதன் நினைவில் பதிந்துவிடுகின்றன. தான் தற்போது இருக்கும் கடல் பகுதியின் காந்தச் சரிவு, காந்தப்புல வீச்சு, அங்கிருந்து தான் செல்ல வேண்டிய தாய் கடற்கரையின் காந்தச் சரிவு, காந்தப்புல வீச்சு ஆகியவற்றை ஒப்பிட்டுத் தன் வழித்தடத்தைத் தயார் செய்கிறது ஆமை.

திசைகாட்டிகள் எல்லாம் கண்டறிவதற்கு முன்பாகவே கடல் வழிப்பயணத்துக்கு ஆமைகளே சிறந்த வழிகாட்டிகள் என்பதை மனிதன் அறிந்திருந்தான். ஆகவே, பல நூற்றாண்டுகளுக்கு முந்தைய கடல் பயணங்களில் ஆமைக்கு முக்கியத்துவம் கொடுக்கப்பட்டது. ஆயிரம் ஆண்டுகளுக்கு முன்பு தமிழர்கள், சில ஆயிரம் மைல்கள் தள்ளி தென்கிழக்கு ஆசிய ராஜ்ஜியங்களுக்குச் செல்ல கடலில் வழிகாட்டியாக இருந்தவை இருந்தவை ஆமைகளே.

'ஆமை' என்று சொல்லால் நாம் யாரையும் புகழ்வது கிடையாது. கேலிக்குரிய பொருளில்தான் அந்தச் சொல்லைச் சூழலுக்கேற்ப பயன்படுத்துகிறோம். ஆனால், நிலத்தில் வாழும் ஆமைகள் தாம் வாழும் வாழ்க்கையின் மூலம் நமக்குச் சொல்வது நம் ஆரோக்கியமான ஆயுளுக்கான அற்புதமான அறிவுரை.

நிதானம் பழகு.

நிதானமாக யோசி.

நிதானமாகப் புசி.

நிதானத்துடன் முயற்சி செய்.

நிதானமாக எதிர்வினை ஆற்று.

நிதானமாக வாழ்.

நிறைவாக வாழ்வாய்!

நிதானமே ஆமைகள் நீண்ட ஆயுளுடன் வாழ்வதற்கான முக்கியமான காரணம். ‘அதெல்லாம் சரி, தலைகீழாகக் கவிழ்த்துப் போட்டா ஆமையால வேகமா நிமிரக்கூட முடியாது. ரொம்பவே கஷ்டப்படும். அதையெல்லாம் ‘சூப்பர் ஹீரோ’ தரத்துக்கு ஆக்காதீங்க ப்ரோ!’ என்பவர்களுக்கு ஆமை நிதானமாகச் சொல்லும் பதில்.

என் கழுத்து வலிமையானது. அதைக் கொண்டு நிலத்தில் உந்தித்தள்ளி திரும்புவதற்குப் போராடுவேன். என்னைச் சுற்றியிருப்பவர்கள் சிரிப்பார்கள். என் போராட்டத்தைக் கண்டு கேலி செய்வார்கள். எதையும் காதில் வாங்க மாட்டேன். தேவையற்றவர்களின் அர்த்தமற்ற சொற்கள் நம் முயற்சிகளை முடமாக்கிவிடும். என் நோக்கம் திரும்பி மீள்வது மட்டுமே. அதைச் செய்வதற்கு மீண்டும் மீண்டும் மீண்டும் முயற்சி செய்து கொண்டே இருப்பேன். திரும்பி விடுவேன். என்னைத் தலைகீழாகக் கவிழ்த்துப் போட்டால் என்னால் எளிதாகத் திரும்ப முடியாது என்பது உண்மைதான். அதன் பொருள் என்னால் எப்போதும் திரும்பவே முடியாது என்பதல்ல.

ஒரு பெரிய தடையைத் தாண்டிச் செல்ல வேண்டும், அது ஒரு சுவராகக் கூட இருக்கலாம் என்று முடிவு செய்துவிட்டால் ஆமை அதை நோக்கி நகரத் தொடங்கும். ஒவ்வோர் அடியாக நிதானமாக எடுத்து வைக்கும். ஏற்றத்தில் தடுமாறி விழுந்தாலும், அந்த இடத்திலிருந்து மீண்டும் தொடங்கும். முயற்சியைக் கைவிடாது. நிதானமாக, பொறுமையாக ஓர் அடி என்றாலும் ஆமை முன்னோக்கிச் செல்வதை மட்டுமே சிந்திக்கும். இவ்வளவு காலம் ஆகிறதே என்று எப்போதும் சிந்திக்காது. நகர்ந்து கொண்டே இருக்கும்.

நினைத்ததை அடைய வேண்டுமென்றால் ஒருபோதும் காலத்தின் மீது கண்ணை வைக்காதே. எப்போதும் காரியத்தின் மீது மட்டும் கவனம் வை! — St. ஆமையார்.

ஏதாவது ஆபத்து என்று உணர்ந்தால் ஆமைகள் ஓட்டுக்குள் பதுங்கிக் கொள்ளும். எளிதில் வெளியே வரவே வராது. அதன் பொருள் அவை, சண்டையிடத் தெரியாத கோழைகள் என்பதல்ல. அதை ஆமையின் இயலாமையாகப் பார்க்கவும் கூடாது. ஆபத்துகள் நிறைந்த சில பொழுதுகளில் சண்டை செய்வது புத்திசாலித்தனமல்ல. பாதுகாப்பாக இருப்பதும், பொறுமை காப்பதுமே சிறந்தது. நாம் நினைத்ததைத் செய்ய காலம் கனியும். அதுவரை பொறு உயிரே என்பதே ஆமையின் ‘வாழும் கலை’ வாக்குமூலம். புகழ்பெற்ற ஆங்கில வார்த்தைகளில் சொல்வதென்றால் Survival Of The Fittest!

பெருவில் கி.பி. ஏழாம் நூற்றாண்டு வரை வாழ்ந்தவர்கள் மோசே இன மக்கள். கடற்கரை நாகரிகம் கொண்ட மீனவர்கள். இவர்கள் கடல் ஆமையைத் தங்கள் கடவுளாகவே வழிபட்டனர். இவர்களது ஓவியம், கலைப்பொருள்கள் அனைத்திலுமே கடல் ஆமையின் உருவங்களைப் பார்க்கலாம். ஏன்?

மீன்களின், மீனவர்களின் எதிரி ஜெல்லி மீன்கள். இவை மிகவும் விஷத்தன்மை வாய்ந்தவை. மீன் குஞ்சுகளை உணவாக உண்பவை. இதனால் ஜெல்லி மீன்கள் ஒரு கடல் பகுதியில் மிகுந்தால் அங்கே மீன் வளமானது முற்றிலுமாகக் குறைந்து போகும். ஜெல்லி மீன்களின் எதிரி கடல் ஆமைகளே. அவை சாக்லேட்போல ஜெல்லி மீன்களை சுவைத்து உண்கின்றன. ஆகவே ஜெல்லி மீன்களின் பெருக்கம் கட்டுப்படுத்தப்படுகிறது. ஆகவே மோசே இன மக்கள் கடல் ஆமைகளைக் கொண்டாடி வழிபட்டார்கள். இன்னும் பல பழங்குடிகளும் ஆமைகளை வணங்கியதற்கான சான்றுகள் வரலாறெங்கும் நிறைந்திருக்கிறது.

ஜெல்லி மீன் மட்டுமன்றி, கடலின் புற்கள், கடற்பஞ்சு உள்ளிட்டவற்றை உண்டு கடல் சூழ-லியலைக் காப்பாற்றும் ரட்சகர்களாகவும் ஆமைகள் விளங்குகின்றன.

உலகத்திலேயே கொடூரமான விஷம் கொண்ட ஜெல்லி மீன்களை விட விஷத்தன்மை வாய்ந்தது பிளாஸ்டிக். கடலில் மனிதனால் சேர்ப்பிக்கப்படும் பிளாஸ்டிக் பைகளை ஜெல்லி மீன்கள் என்று நினைத்து ஆமைகள் உண்கின்றன. மரிக்கின்றன. ஆம், மனிதன் ஜெல்லி மீன்களைவிடவும் விஷத்தன்மை கொண்டவன்.

1757-ம் ஆண்டு. ராணுவத் தளபதி ராபர்ட் கிளைவ் பிளாசி யுத்தத்தை வென்று பெங்-கால் கவர்னராக அதிகாரத்தைக் கைப்பற்றிய நேரம். அப்போது சில பிரிட்டிஷ் வீரர்கள் அவரைப் பார்க்க வந்தனர். நான்கு ஆமைகளைப் பரிசாக அளித்தனர். 'இந்தியப் பெருங்க-டலில் அமைந்த ஆப்பிரிக்கத் தீவான அல்டப்ராவின் கடற்பகுதியில் இவற்றைப் பிடித்தோம். இவை பெரிய அளவில் வளரும் ராட்சஷ ஆமைகள். உங்கள் பிளாசி வெற்றிக்கு எங்-கள் அன்புப்பரிசு' என்றார்கள். அப்போது அந்த ஆமைகளுக்கு வயது ஆறு அல்லது ஏழு இருக்கலாம்.

ராபர்ட் கிளைவின் மாளிகை அமைந்த பாரக்பூர் தோட்டத்தில் அந்த ஆமைகள் விடப்-பட்டன. மூன்று ஆமைகள் இறந்து போயின. ஒன்றே ஒன்று மட்டும் பிழைத்து வளர்ந்-தது. அளவில் வளர்ந்து கொண்டே போனது. 1875 அல்லது 1876. பாரக்பூர் தோட்டத்-தில் வளர்க்கப்பட்ட பல்வேறு உயிரினங்கள் கல்கத்தாவின் அலிபூர் உயிரியல் பூங்காவுக்குக் கொண்டு வரப்பட்டன. அதில் அந்த அல்டப்ரா ராட்சஷ ஆமையும் ஒன்று. அதன் பெயர் அத்வைதா. அப்போது அதற்கு வயது சுமார் 120. அந்த உயிரியல் பூங்காவில் அத்வைதா நிதானமாக, பொறுமையாக வாழ்ந்து நிறைந்தது (2006, மார்ச் 22.) உலகின் மிக வயதான உயிரினமாகக் கருதப்பட்ட அத்வைதாவின் ஓடு கார்பன் வயதுக் கணக்கெடுப்பின்படி ஆரா-யப்பட்டது. அதன் வயது 255 அல்லது 256 என்று உறுதி செய்யப்பட்டது. ராபர்ட் கிளைவ் காலம், சிப்பாய்ப் புரட்சி, இரண்டு உலகப் போர்கள், இந்திய விடுதலை, மில்லினியம் பிறப்பு வரை பார்த்த தி கிரேட் அத்வைதாவுக்கு இணையாக இங்கே எந்த மனிதனும் வாழ்ந்ததே இல்லை.

இறுதியாக ஒரு விஷயம், டைனோசர்களின் படிமங்களோடு கடல் ஆமைகளின் படிமங்-களும் கொலம்பியாவில் கண்டெடுக்கப்பட்டிருக்கின்றன. அதன்படி பார்த்தால் அவை சுமார் 145 மில்லியன் ஆண்டுகளுக்கு முன்பாக வாழ்ந்திருக்கக்கூடும் என்று கருதப்படுகின்றன. சுனாமி பேரலை, விண்கல் பூமியில் மோதியது என்று டைனோசர்களின் அழிவுக்குப் பல்-வேறு காரணங்கள் சொல்லப்படுகின்றன. எந்தக் காரணமாக இருந்தால் என்ன! எல்லாவற்-றிலும் இருந்து தப்பிப் பிழைத்து பூமியில் ஆமைகள் இன்றும் வாழ்ந்து கொண்டிருக்கின்றன.

மனிதனுக்கு முன்பே உலகில் வாழ்ந்து வரும் ஜீவன்கள் ஆமைகள். நம்மைவிட ஆமை-களுக்கே பூமியில் வாழும் உரிமை அதிகம்!

6. குருவி - கீர்த்தி பெரிது!

சிறுவன் சலிம் அலி மிகப்பெரிய வேட்டைக்காரன். பம்பாயின் தன் வீட்டின் அருகே கோழி, குருவி, வாத்து, மைனா என்று துப்பாக்கியால் வேட்டையாடுவது அவனது வழக்கம்.

தனது பத்தாவது வயதில் பொம்மைத் துப்பாக்கியால் குருவி ஒன்றைச் சுட்டான். அது கீழே விழுந்து துடிதுடித்து இறந்துபோனது. சலிமுக்கு மனம் கேட்கவில்லை. அந்தக் குருவியை கையில் எடுத்துப் பார்த்தான். இளஞ்சாம்பலும் பழுப்பும் கலந்த நிறத்தில் இருந்த அந்தக் குருவியின் தொண்டைப் பகுதியில் மஞ்சள்நிறப் புள்ளி இருந்தது. தன் மாமாவிடம் எடுத்துச் சென்றான்.

'இது என்ன குருவி? வித்தியாசமாக இருக்கிறதே?'

அவருக்கும் தெரியவில்லை. அவர் சலிமை, Bombay Natural History Society (BNHS) என்ற அமைப்பைச் சாந்த W.S.மில்லர்ட் என்பவரிடம் அழைத்துச் சென்றார். அவர், 'இது மஞ்சள் தொண்டை சிட்டுக்குருவி' என்று தெரிவித்தார். அந்தக் குருவி பற்றி, அதன் வாழ்க்கை முறை பற்றி நிறைய விஷயங்களைச் சொல்லிக் கொண்டே போனார். இன்னும் பல குருவிகள் குறித்து தகவல்களை அடுக்கினார். அந்த சொசைட்டியில் 'பாடம்' செய்து வைக்கப்பட்ட பறவைகளைக் காண்பித்தார். சலிம், அனைத்தையும் ஆர்வத்துடன் கேட்டான். அதுவரை அவனுக்குள் உலவிக் கொண்டிருந்த 'வேட்டைக்காரச் சிறுவன்' கரைந்து காணாமல் போயிருந்தான். ஒரு குருவியின் மரணம், 'சலிம் அலி' என்ற 'இந்தியாவின் பறவை மனிதரை' உருவாக்கியது. அந்தப் பறவை மனிதரால் இந்தியப் பறவையினங்கள் குறித்த நுட்பமான ஆய்வுகள் மேற்கொள்ளப்பட்டன. புள்ளினங்காள் குறித்து அடுத்தடுத்த சந்ததியர் விரிவாக அறிந்துகொள்ள அற்புதமான புத்தகங்களை எழுதினார் (அவரது சுயசரிதையின் தலைப்பு : The Fall of Sparrow). பறவைகள் குறித்த ஆய்வுக்காகவே தனது முழு வாழ்வையும் அர்ப்பணித்துக் கொண்டார். ஆம், அந்த மஞ்சள் தொண்டை சிட்டுக்குருவி நிச்சயம் அவரை மன்னித்திருக்கும்.

'பறவையைச் சும்மா பார்த்துக் கொண்டிருப்பதால் வாழ்க்கையை ஓட்ட முடியாது என்று சொல்கிறார்கள். உணவுக்காக வெறும் ரொட்டியைச் சம்பாதித்துக் கொண்டிருப்பதால் மட்டுமே வாழ முடியுமா என்ன?' என்பது சலிம் அலியின் கேள்வி. முக்கியமான கேள்வி. 'பறவை பார்த்தல்' என்பது வெறும் பொழுதுபோக்கு விஷயம் அல்ல. பறவைகளின் வாழ்வில் இருந்து மனிதர்கள் கற்றுக் கொள்ள எக்கச்சக்கமான விஷயங்கள் இருக்கின்றன. நாம் இந்த அத்தியாயத்தில் குருவிகளைப் பார்ப்போம், கொஞ்சம் உன்னிப்பாக.

கிராமங்களின் அதிகாலை அலார ஒலியே குருவிகளின் கீச் கீச் இனிய ஒலிதான். குருவிகள், மனிதர்களோடு பழகி வாழும் செல்லப்பிராணிகள் அல்ல. மிரண்டு விலகியே நிற்கும். ஆனால், அவை மனிதர்களின் வசிப்பிடங்களிலேயே இயைந்து வாழும். வீடுகளின் மாடக்குழிகளிலும், கூரைகளின் இடுக்குகளிலும், போட்டோக்களின் பின்புறமும் கூடுகட்டி குஞ்சு பொரித்து சந்ததியைப் பெருக்கும். குருவி ஒன்று வீட்டுக்குள் வந்து செல்கிறது, அதைத் தொந்தரவு செய்யக்கூடாது என்பதற்காக அறையின் மின்விசிறியை பயன்படுத்தாமல் வாழும் மனிதர்களும் இங்கு உண்டு. அதேசமயம், தன் தேசத்தில் குருவியே இருக்கக்கூடாது என்று கொடூரச் சிந்தனையுடன் செயல்பட்ட ஒருவரை அத்தியாயத்தின் இறுதியில் பார்க்கலாம். அதற்கு முன் 'குரு'வியிடம் சில நல்ல விஷயங்களைக் கற்றுக் கொள்ளலாம்.

சிட்டுக்குருவியின் தனித்துவமே அதன் குரல்தான். நீ உருவத்தில் எவ்வளவு சிறியவனாக இருக்கிறாய் என்று எண்ணி முடங்கிப் போகாதே. உன் குரல் எவ்வளவு உரத்து ஒலிக்கிறதோ, அவ்வளவு நீ கவனிக்கப்படுவாய். உருவத்தால் பரிகசிக்கப்படுபவனும், உரத்த குரலால்

ஆளுமையாக மதித்துப் போற்றப்படுவான். 'எப்போதும் குரலை ஓங்கி ஒலிக்கத் தயங்காதே!' என்பது குருவியின் வாய்ஸ்நோட்.

ஒரு சிட்டுக்குருவியின் உடலில் 3000 இறகுகள் வரை இருக்கும். மணிக்கு 17 முதல் 24 மைல் வேகத்தில் பறக்கும். ஆபத்து என்றால் இன்னும்கூட வேகத்தைக் கூட்டிக் கொள்ளும் திறன் உண்டு. உருவத்தில் சிறியது, இறக்கைகள் சிறியது என்றாலும் சிட்டுக்குருவி பறக்கும் வேகம் அசாத்தியமானது. ஒரு நொடியில் அது பதினைந்து முறை இறக்கைகளை அசைத்துப் பறக்கும். எதிரியிடம் சிக்கக்கூடாது என்பதற்காக நீரிலும் வேகமாக சிறகடித்து நீந்தும் திறனும் குருவிகளுக்கு உண்டு. பொடியன். எளிதாக வீழ்த்தி விடலாம் என்று எள்ளல் செய்யாதே! என் வேகம், ஜிகா, டெரா, பெட்டா பைட் வேகங்களுக்கெல்லாம் அப்பாற்பட்டது என்று கெத்து காட்டுகிறது சிட்டுக்குருவி.

பொதுவாகவே குருவிகள், புழு, பூச்சி, கொசு, தானியங்கள், பழங்களை விரும்பி உண்பவை. மனிதனோடு இணைந்து வாழ்ந்து பழகிப் பழகி, கிடைக்கும் பலவிதமான உணவுகளையும் உண்ணும் தன்மையோடு தம் உடலைத் தகவமைத்துக் கொண்டன. அமெரிக்காவின் டெக்ஸாஸில் வசிக்கும் குருவிகள், சுமார் 800-க்கும் மேற்பட்ட வகை உணவுகளை உண்பதாக அவை குறித்த கையேட்டில் குறிப்பிட்டிருக்கிறார்கள். 'ருசி முக்கியமல்ல. பசியை வென்று வாழ்வதற்காகப் புசித்தலே முக்கியம்' என்று அமைதியாக உணர்த்துகின்றன அமெரிக்கக் குருவிகள்.

குருவியின் பரம்பரைக்காரரான தூக்கணாங்குருவியாரையும் கவனிப்போம். எத்தனைப் பேர் உலகின் ஆகச்சிறந்த பறவை எஞ்ஜினியரான தூக்கணாங்குருவியின் கூட்டை, அது கூடு கட்டுவதை நேரில் பார்த்திருக்கிறீர்கள்? உலகில் அழிந்து வரும் குருவி இனத்தில் ஒன்றான Weaver Bird என்ற தூக்கணாங்குருவி, தெற்கு ஆசியாவைச் சேர்ந்தது. குறிப்பாக இந்தியாவில் அதிகமாகக் காணப்படுகிறது. தமிழகத்தில் நீர்நிலைகளைச் சுற்றிய இடத்தில் தூக்கணாங்குருவிகளைக் காணலாம். நீர்நிலைகள் பாதுகாக்கப்படாததால் இதன் எண்ணிக்கையும் பெருமளவில் குறைந்து வருகிறது.

ஈச்சமரம், கருவேலமரம், இலந்தை மரம், பனை மரம், முருங்கை மரம், தென்னை மரங்களைப் பொதுவாக தூக்கணாங்குருவி கூடுகட்டத் தேர்ந்தெடுக்கிறது. தான் கூடு கட்டும் இடத்தைச் சுற்றி நீர் இருக்கும்படி, உணவு தானியங்கள் கிடைக்கும்படி பார்த்துக் கொள்கிறது. எதிரிகளின் தொல்லை இல்லாதபடி பாதுகாப்பான இடத்தையும் தேர்ந்தெடுத்துக் கொள்கிறது. ஆண் தூக்கணாங்குருவி மட்டுமே கூடு கட்டும். பெண்? அதை, கூட்டின் எஜமானி எனலாம். அல்லது மேனேஜர் அல்லது குவாலிட்டி கண்ட்ரோலர் என்று சொல்லலாம். ஏன்?

தூக்கணாங்குருவி கூடு கட்ட, ஒரு மரத்தைத் தேர்ந்தெடுத்தபின், தென்னை ஓலை அல்லது பனை ஓலை, கரும்பு, சோளம் போன்றவற்றின் நார்களைத் தேடி எடுத்து வருகிறது. வீட்டுக்கு அஸ்திவாரம் எவ்வளவு முக்கியமோ, அதேபோல கூட்டுக்கு தூக்கணாங்குருவி போடும் முதல் முடிச்சானது மிகவும் முக்கியமானது. எந்த அளவுடைய கூடு கட்டப்போகிறதோ, அதற்கேற்றாற்போல அந்த முடிச்சு பலமானதாக இருக்கும்.

ஒரு கூடு கட்டத் தேவையான நார் சேகரிப்புக்காக தூக்கணாங்குருவி சுமார் ஆயிரம் முறையாவது பறந்து சென்று வருகிறது. தோராயமாக 4000 நார்கள் ஒரு கூடு கட்டுவதற்கு

அதற்குத் தேவைப்படுகின்றன. ஒரு கூடு கட்ட 18 நாள்கள் வரை எடுக்கும். அவற்றில் குடுவை போல இருக்கும் பகுதிக்கு மட்டும் 8 நாள்கள் ஆகிறது. ஒவ்வொரு நாரையும் தன் சிறிய அலகில் வைத்து, வளைத்து, பின்னி, முடிச்சிட்டு, வளைவு நெளிவுகளோடு கூடு செய்யும் மாயவித்தை... எத்தனைக் கோடி கொடுத்தாலும் மனிதனால் கற்றுக் கொள்ளவே முடியாது.

உறுதியான, பாதுகாப்பான கூட்டை சுமார் 80% கட்டி முடித்தபின் ஆண் தூக்கணாங்குருவி, தான் இணை சேர நினைக்கும் பெண் தூக்கணாங்குருவியை இசையால் அழைக்கும். பெண் மேனேஜர் அல்லது குவாலிட்டி கண்ட்ரோலர் தூக்கணாங்குருவியானது வந்து அந்தக் கூட்டைச் சுற்றிப் பார்க்கும். அதன் வலுவைப் பரிசோதிக்கும். பிடித்திருந்தால், இங்கே கொஞ்சம் இடம் பத்தாது, அங்கே கொஞ்சம் பலவீனமாக இருக்கிறது போன்ற திருத்தங்களை மட்டும் சொல்லிவிட்டுக் கிளம்பும். ஆண் தூக்கணாங்குருவி எஜமானியம்மாவின் கட்டளைகளை ஏற்று கூட்டைச் சரிசெய்து, அதற்கு வாசல் வைத்து முழுமையாகக் கட்டி முடிக்கும். அந்தக் கூடு தேறாது, சரியாகக் கட்டப்படவில்லை என்றால், பெண் மேனேஜர், 'பெட்டர் லக் நெக்ஸ்ட் டைம்' என்று கூவாமல் கூவிவிட்டுக் கிளம்பிவிடும். அந்த ஆண், அந்தப் பருவத்தில் தனியே தன்னந்தனியே சூப் சாப் பாடியபடி பறந்து திரிய வேண்டியதுதான்.

மனித எஞ்சினியர்களுக்கெல்லாம் முன்னோடி தூக்கணாங்குருவிதான். வரவேற்பறை, படுக்கையறை, உணவு சேமிக்கும் அறை, இரண்டு வாசல்கள் உள்ளிட்டவற்றை நுட்பமாக அமைத்து கூட்டைக் கட்டி முடிக்கிறது. பின் பெண் தூக்கணாங்குருவி அங்கே குடிபுக வருகிறது. இல்லறத்தைத் தொடங்குகிறார்கள். பெண் தூக்கணாங்குருவி முட்டைகள் இடுகிறது. கூட்டினுள் இருக்கும் முட்டைகள் வேகமாக வீசும் காற்றில் கீழே விழுந்து விடக்கூடாது, ஒன்றோடு ஒன்று மோதி உடைந்துவிடக்கூடாது அல்லவா. ஆகவே களிமண்ணையும் சாணத்தையும் எடுத்துவந்து பசைபோலப் பயன்படுத்தி உள் அறையில் சமதளத்தை உருவாக்குகிறது ஆண் தூக்கணாங்குருவி. தவிர, காற்றடிக்கும் திசையைக் கணித்து அதற்கு எதிர்த்திசையில்தான் கூட்டின் வாசலையும் அமைத்துக் கொள்கிறது. முட்டைகளையும் குஞ்சுகளையும் உணவாக்கிக் கொள்ள வரும் பாம்பு, காகம் ஆகியவற்றிடம் இருந்து தப்பிக்கும் வகையிலும் கூடு பாதுகாப்பாகவே இருக்கிறது. மழைக்காலத்துக்கு முன்பே நிறைய பூச்சிகளையும் தானியங்களையும் எடுத்து வந்து கூட்டில் தனி இடத்தில் சேமிக்கிறது. களிமண்ணில் ஒட்டப்பட்ட மின்மினிப்பூச்சிகள் ஒளிர, இரவில் கூடே வெளிச்சத்தில் மினுங்கும். உலகில் முதன் முதலில் 'மின்(மினி) இணைப்புடன் வீடு' கட்டிய உயிரினம் தூக்கணாங்குருவிதான்.

அவை ஆகச்சிறந்த வெதர்மேன்களும்கூட. இயற்கையை உணர்ந்த கிராமத்து அனுபவசாலிகளிடம் கேட்டால் சொல்வார்கள். மழைக்காலத்துக்கு முன்பாக தூக்கணாங்குருவி தனது கூட்டினை, கண்மாய்க்கு அருகிலிருக்கு மரங்களில் உயரமான இடத்தில் கட்டினால், அந்தப் பருவத்தில் மழை அதிகம் பெய்யும். உயரம் குறைவான இடத்தில் கட்டினால் மழை அவ்வளவாக இருக்காது. கூட்டின் பக்கவாட்டு வாசலை வடக்குப்பக்கமாகக் கட்டினால், தென்மேற்குப் பருவமழை அதிகம் பெய்யும் என்று அர்த்தம். தெற்குப்பக்கமாகக் கட்டினால், வடகிழக்குப் பருவமழை நன்றாகப் பெய்யும் என்று அர்த்தம். ஆம், இயற்கையை மட்டுமே நம்பி வாழும் உயிரினங்களுக்கு, மனிதர்களைவிட நுண்ணுணர்வு மிக மிக அதிகம். மனிதர்-

கள், உயிரினங்களின் நடவடிக்கைகளையும் கவனித்துக் கணிக்கத் தெரிந்தால் போதும். பல ஆபத்துகளில் இருந்து தப்பிக்கலாம். தற்காத்துக் கொள்ளலாம்.

ஆனால், குருவிகளால்தாம் மனிதர்களிடமிருந்தும், அதீத விஞ்ஞான வளர்ச்சியின் பெயரில் அவர்கள் உண்டாக்கும் அழிவுகளிலிருந்தும் தற்காத்துக் கொள்ள முடியவில்லை. அதிகபட்ச ஒலியால் உண்டாகும் மாசு, மரங்கள் அழிப்பு, உயர்ந்த கட்டடங்கள், இட நெருக்கடியால் உண்டான வாழ்விட இழப்பு, செல்போன் டவர்களிலிருந்து வெளியாகும் மின்காந்தக் கதிர்வீச்சு, அதனால் உருவாகும் மலட்டுத் தன்மை — இப்படிக் குருவிகளின் அழிவுக்குப் பல காரணங்கள் பட்டியலிடப்படுகின்றன. முன்பெல்லாம் வயல்வெளிகளில் சாணத்தைக் கொட்டி, இயற்கை உரமிட்டு விவசாயம் செய்தனர். அந்த சாணக்குவியலில் புழுக்கள் உயிர் பெற்று வரும். அவற்றைக் குருவி இனங்கள் கொத்தித் தின்னும். அதே-போல பயிர்களைப் பாதிக்கும் சிறு பூச்சிகளையும் விரும்பி உண்ணும். ஆக, குருவி போன்ற சிறு பறவைகள் விவசாயிகளின் நண்பனாகத் திகழ்ந்தன. ரசாயனப் பூச்சிக்கொல்லிகளும் செயற்கை உரங்களும் வயல்வெளிகளை ஆக்கிரமிக்க, புழு பூச்சிகள் அழிக்கப்பட்டன. குரு-விகள் உணவின்றி நொந்தன. எண்ணிக்கையில் குறுகிப் போயின.

மனிதனின் சுயநலத்தால், உலக அளவில் 80 சதவிகிதம் சிட்டுகுருவிகள் அழிக்கப்-பட்டுவிட்டதாக ஆய்வுகள் தெரிவிக்கின்றன. சிட்டுக்குருவிகளையே இதுவரை கண்டிராத 2கே கிட்ஸை உருவாக்கியிருக்கிறோம், ‘மார்ச் 20’— உலகச் சிட்டுக்குருவிகள் தினத்தை அனுசரிக்கிறோம் என்பதையெல்லாம் மனிதனின் சாதனையாகவா சொல்ல முடியும்? உங்கள் பகுதியில் காணாமல் போன குருவிகள், அதிகாலை அலாரமாக கீச் கீச் ஒலியுடன் மகிழ்ச்-சியாக எழுப்பும் நிலை மீண்டும் திரும்பினால் இயற்கை உங்களை ஆசிர்வதிக்கும்!

சீனாவின் தலைவர் மாவோ, தனது மக்களுக்குக் கட்டளை ஒன்றைப் பிறப்பித்தார். எலி, ஈ, கொசு, சிட்டுக்குருவி — இந்த நான்கும் சுகாதாரக்கேடு விளைவிப்பவை, நோய்-களை பரப்புபவை. நான்கையும் அழித்தொழியுங்கள் என்றார். சிட்டுக்குருவிகள் வயல்களில் தானியங்களை எல்லாம் தின்று விடுகின்றன. அதனால் உணவுப்பற்றாக்குறை உண்டாகி-றது என்று மாவோ தப்புக்கணக்கு போட்டார். சீனர்கள், தங்கள் தலைவரது சொல்லுக்குக் கட்டுப்பட்டு எலி, ஈ, கொசுவோடு, சிட்டுக்குருவிகளையும் கொன்று குவித்தார்கள் (Four Pests Campaign). அதிகக் குருவிகளைக் கொன்று எடுத்து வருபவர்களுக்குப் பரிசுக-ளும் வழங்கப்பட்டன. அடுத்தடுத்த ஆண்டுகளில் வெட்டுக்கிளிகள் பெருகின. பயிர்களை அழிக்கும் பூச்சியினங்கள் பெருகின. விவசாயம் கடுமையாகப் பாதிக்கப்பட்டது. வெட்டுக்-கிளிகளின் எதிரிகள் சிட்டுக்குருவிகளே என்று மாவோ உணரும்போது நிலைமை கைமீறிப் போயிருந்தது. சிட்டுக்குருவிகள் அங்கே இல்லாமலேயே போயிருந்தன. சீனாவைப் பஞ்சம் சூழ்ந்தது. அந்த உணவுப் பஞ்சத்தால் (Great Chinese Famine 1959-1961) சுமார் இரண்டு முதல் ஐந்தரைக்கோடி சீனர்கள் வரை இறந்து போயினர்.

இந்த வரலாற்றால் அறியப்படும் நீதி என்னவென்றால்...

சிறுவன் சலிம் அலி மிகப்பெரிய வேட்டைக்காரன். பம்பாயின் தன் வீட்டின் அருகே கோழி, குருவி, வாத்து, மைனா என்று துப்பாக்கியால் வேட்டையாடுவது அவனது வழக்கம். தனது பத்தாவது வயதில் பொம்மைத் துப்பாக்கியால் குருவி ஒன்றைச் சுட்டான். அது கீழே விழுந்து துடிதுடித்து இறந்துபோனது. சலிமுக்கு மனம் கேட்கவில்லை. அந்தக் குருவியை

கையில் எடுத்துப் பார்த்தான். இளஞ்சாம்பலும் பழுப்பும் கலந்த நிறத்தில் இருந்த அந்தக் குருவியின் தொண்டைப் பகுதியில் மஞ்சள்நிறப் புள்ளி இருந்தது. தன் மாமாவிடம் எடுத்துச் சென்றான்.

'இது என்ன குருவி? வித்தியாசமாக இருக்கிறதே?'

அவருக்கும் தெரியவில்லை. அவர் சலிமை, Bombay Natural History Society (BNHS) என்ற அமைப்பைச் சாந்த W.S.மில்லர்ட் என்பவரிடம் அழைத்துச் சென்றார். அவர், 'இது மஞ்சள் தொண்டை சிட்டுக்குருவி' என்று தெரிவித்தார். அந்தக் குருவி பற்றி, அதன் வாழ்க்கை முறை பற்றி நிறைய விஷயங்களைச் சொல்லிக் கொண்டே போனார். இன்னும் பல குருவிகள் குறித்து தகவல்களை அடுக்கினார். அந்த சொசைட்டியில் 'பாடம்' செய்து வைக்கப்பட்ட பறவைகளைக் காண்பித்தார். சலிம், அனைத்தையும் ஆர்வத்துடன் கேட்டான். அதுவரை அவனுக்குள் உலவிக் கொண்டிருந்த 'வேட்டைக்காரச் சிறுவன்' கரைந்து காணாமல் போயிருந்தான். ஒரு குருவியின் மரணம், 'சலிம் அலி' என்ற 'இந்தியாவின் பறவை மனிதரை' உருவாக்கியது. அந்தப் பறவை மனிதரால் இந்தியப் பறவையினங்கள் குறித்த நுட்பமான ஆய்வுகள் மேற்கொள்ளப்பட்டன. புள்ளினங்காள் குறித்து அடுத்தடுத்த சந்ததியர் விரிவாக அறிந்துகொள்ள அற்புதமான புத்தகங்களை எழுதினார் (அவரது சுயசரிதையின் தலைப்பு : The Fall of Sparrow). பறவைகள் குறித்த ஆய்வுக்காகவே தனது முழு வாழ்வையும் அர்ப்பணித்துக் கொண்டார். ஆம், அந்த மஞ்சள் தொண்டை சிட்டுக்குருவி நிச்சயம் அவரை மன்னித்திருக்கும்.

'பறவையைச் சும்மா பார்த்துக் கொண்டிருப்பதால் வாழ்க்கையை ஓட்ட முடியாது என்று சொல்கிறார்கள். உணவுக்காக வெறும் ரொட்டியைச் சம்பாதித்துக் கொண்டிருப்பதால் மட்டுமே வாழ முடியுமா என்ன?' என்பது சலிம் அலியின் கேள்வி. முக்கியமான கேள்வி. 'பறவை பார்த்தல்' என்பது வெறும் பொழுதுபோக்கு விஷயம் அல்ல. பறவைகளின் வாழ்வில் இருந்து மனிதர்கள் கற்றுக் கொள்ள எக்கச்சக்கமான விஷயங்கள் இருக்கின்றன. நாம் இந்த அத்தியாயத்தில் குருவிகளைப் பார்ப்போம், கொஞ்சம் உன்னிப்பாக.

கிராமங்களின் அதிகாலை அலார ஒலியே குருவிகளின் கீச் கீச் இனிய ஒலிதான். குருவிகள், மனிதர்களோடு பழகி வாழும் செல்லப்பிராணிகள் அல்ல. மிரண்டு விலகியே நிற்கும். ஆனால், அவை மனிதர்களின் வசிப்பிடங்களிலேயே இயைந்து வாழும். வீடுகளின் மாடக்குழிகளிலும், கூரைகளின் இடுக்குகளிலும், போட்டோக்களின் பின்புறமும் கூடுகட்டி குஞ்சு பொரித்து சந்ததியைப் பெருக்கும். குருவி ஒன்று வீட்டுக்குள் வந்து செல்கிறது, அதைத் தொந்தரவு செய்யக்கூடாது என்பதற்காக அறையின் மின்விசிறியை பயன்படுத்தாமல் வாழும் மனிதர்களும் இங்கு உண்டு. அதேசமயம், தன் தேசத்தில் குருவியே இருக்கக்கூடாது என்று கொடூரச் சிந்தனையுடன் செயல்பட்ட ஒருவரை அத்தியாயத்தின் இறுதியில் பார்க்கலாம். அதற்கு முன் 'குரு'வியிடம் சில நல்ல விஷயங்களைக் கற்றுக் கொள்ளலாம்.

சிட்டுக்குருவியின் தனித்துவமே அதன் குரல்தான். நீ உருவத்தில் எவ்வளவு சிறியவனாக இருக்கிறாய் என்று எண்ணி முடங்கிப் போகாதே. உன் குரல் எவ்வளவு உரத்து ஒலிக்கிறதோ, அவ்வளவு நீ கவனிக்கப்படுவாய். உருவத்தால் பரிகசிக்கப்படுபவனும், உரத்த குரலால் ஆளுமையாக மதித்துப் போற்றப்படுவான். 'எப்போதும் குரலை ஓங்கி ஒலிக்கத் தயங்காதே!' என்பது குருவியின் வாய்ஸ்நோட்.

ஒரு சிட்டுக்குருவியின் உடலில் 3000 இறகுகள் வரை இருக்கும். மணிக்கு 17 முதல் 24 மைல் வேகத்தில் பறக்கும். ஆபத்து என்றால் இன்னும்கூட வேகத்தைக் கூட்டிக் கொள்ளும் திறன் உண்டு. உருவத்தில் சிறியது, இறக்கைகள் சிறியது என்றாலும் சிட்டுக்குருவி பறக்கும் வேகம் அசாத்தியமானது. ஒரு நொடியில் அது பதினைந்து முறை இறக்கைகளை அசைத்துப் பறக்கும். எதிரியிடம் சிக்கக்கூடாது என்பதற்காக நீரிலும் வேகமாக சிறகடித்து நீந்தும் திறனும் குருவிகளுக்கு உண்டு. பொடியன். எளிதாக வீழ்த்தி விடலாம் என்று எள்ளல் செய்யாதே! என் வேகம், ஜிகா, டெரா, பெட்டா பைட் வேகங்களுக்கெல்லாம் அப்பாற்பட்டது என்று கெத்து காட்டுகிறது சிட்டுக்குருவி.

பொதுவாகவே குருவிகள், புழு, பூச்சி, கொசு, தானியங்கள், பழங்களை விரும்பி உண்பவை. மனிதனோடு இணைந்து வாழ்ந்து பழகிப் பழகி, கிடைக்கும் பலவிதமான உணவுகளையும் உண்ணும் தன்மையோடு தம் உடலைத் தகவமைத்துக் கொண்டன. அமெரிக்காவின் டெக்ஸாஸில் வசிக்கும் குருவிகள், சுமார் 800-க்கும் மேற்பட்ட வகை உணவுகளை உண்பதாக அவை குறித்த கையேட்டில் குறிப்பிட்டிருக்கிறார்கள். 'ருசி முக்கியமல்ல. பசியை வென்று வாழ்வதற்காகப் புசித்தலே முக்கியம்' என்று அமைதியாக உணர்த்துகின்றன அமெரிக்கக் குருவிகள்.

குருவியின் பரம்பரைக்காரரான தூக்கணாங்குருவியாரையும் கவனிப்போம். எத்தனைப் பேர் உலகின் ஆகச்சிறந்த பறவை எஞ்ஜினியரான தூக்கணாங்குருவியின் கூட்டை, அது கூடு கட்டுவதை நேரில் பார்த்திருக்கிறீர்கள்? உலகில் அழிந்து வரும் குருவி இனத்தில் ஒன்றான Weaver Bird என்ற தூக்கணாங்குருவி, தெற்கு ஆசியாவைச் சேர்ந்தது. குறிப்பாக இந்தியாவில் அதிகமாகக் காணப்படுகிறது. தமிழகத்தில் நீர்நிலைகளைச் சுற்றிய இடத்தில் தூக்கணாங்குருவிகளைக் காணலாம். நீர்நிலைகள் பாதுகாக்கப்படாததால் இதன் எண்ணிக்கையும் பெருமளவில் குறைந்து வருகிறது.

ஈச்சமரம், கருவேலமரம், இலந்தை மரம், பனை மரம், முருங்கை மரம், தென்னை மரங்களைப் பொதுவாக தூக்கணாங்குருவி கூடுகட்டத் தேர்ந்தெடுக்கிறது. தான் கூடு கட்டும் இடத்தைச் சுற்றி நீர் இருக்கும்படி, உணவு தானியங்கள் கிடைக்கும்படி பார்த்துக் கொள்கிறது. எதிரிகளின் தொல்லை இல்லாதபடி பாதுகாப்பான இடத்தையும் தேர்ந்தெடுத்துக் கொள்கிறது. ஆண் தூக்கணாங்குருவி மட்டுமே கூடு கட்டும். பெண்? அதை, கூட்டின் எஜமானி எனலாம். அல்லது மேனேஜர் அல்லது குவாலிட்டி கண்ட்ரோலர் என்று சொல்லலாம். ஏன்?

தூக்கணாங்குருவி கூடு கட்ட, ஒரு மரத்தைத் தேர்ந்தெடுத்தபின், தென்னை ஓலை அல்லது பனை ஓலை, கரும்பு, சோளம் போன்றவற்றின் நார்களைத் தேடி எடுத்து வருகிறது. வீட்டுக்கு அஸ்திவாரம் எவ்வளவு முக்கியமோ, அதேபோல கூட்டுக்கு தூக்கணாங்குருவி போடும் முதல் முடிச்சானது மிகவும் முக்கியமானது. எந்த அளவுடைய கூடு கட்டப்போகிறதோ, அதற்கேற்றாற்போல அந்த முடிச்சு பலமானதாக இருக்கும்.

ஒரு கூடு கட்டத் தேவையான நார் சேகரிப்புக்காக தூக்கணாங்குருவி சுமார் ஆயிரம் முறையாவது பறந்து சென்று வருகிறது. தோராயமாக 4000 நார்கள் ஒரு கூடு கட்டுவதற்கு அதற்குத் தேவைப்படுகின்றன. ஒரு கூடு கட்ட 18 நாள்கள் வரை எடுக்கும். அவற்றில் குடுவை போல இருக்கும் பகுதிக்கு மட்டும் 8 நாள்கள் ஆகிறது. ஒவ்வொரு நாரையும்

தன் சிறிய அலகில் வைத்து, வளைத்து, பின்னி, முடிச்சிட்டு, வளைவு நெளிவுகளோடு கூடு செய்யும் மாயவித்தை... எத்தனைக் கோடி கொடுத்தாலும் மனிதனால் கற்றுக் கொள்ளவே முடியாது.

உறுதியான, பாதுகாப்பான கூட்டை சுமார் 80% கட்டி முடித்தபின் ஆண் தூக்கணாங்குருவி, தான் இணை சேர நினைக்கும் பெண் தூக்கணாங்குருவியை இசையால் அழைக்கும். பெண் மேனேஜர் அல்லது குவாலிட்டி கண்ட்ரோலர் தூக்கணாங்குருவியானது வந்து அந்தக் கூட்டைச் சுற்றிப் பார்க்கும். அதன் வலுவைப் பரிசோதிக்கும். பிடித்திருந்தால், இங்கே கொஞ்சம் இடம் பத்தாது, அங்கே கொஞ்சம் பலவீனமாக இருக்கிறது போன்ற திருத்தங்களை மட்டும் சொல்லிவிட்டுக் கிளம்பும். ஆண் தூக்கணாங்குருவி எஜமானியம்மாவின் கட்டளைகளை ஏற்று கூட்டைச் சரிசெய்து, அதற்கு வாசல் வைத்து முழுமையாகக் கட்டி முடிக்கும். அந்தக் கூடு தேறாது, சரியாகக் கட்டப்படவில்லை என்றால், பெண் மேனேஜர், 'பெட்டர் லக் நெக்ஸ்ட் டைம்' என்று கூவாமல் கூவிவிட்டுக் கிளம்பிவிடும். அந்த ஆண், அந்தப் பருவத்தில் தனியே தன்னந்தனியே சூப் சாப் பாடியபடி பறந்து திரிய வேண்டியதுதான்.

மனித எஞ்சினியர்களுக்கெல்லாம் முன்னோடி தூக்கணாங்குருவிதான். வரவேற்பறை, படுக்கையறை, உணவு சேமிக்கும் அறை, இரண்டு வாசல்கள் உள்ளிட்டவற்றை நுட்பமாக அமைத்து கூட்டைக் கட்டி முடிக்கிறது. பின் பெண் தூக்கணாங்குருவி அங்கே குடிபுக வருகிறது. இல்லறத்தைத் தொடங்குகிறார்கள். பெண் தூக்கணாங்குருவி முட்டைகள் இடுகிறது. கூட்டினுள் இருக்கும் முட்டைகள் வேகமாக வீசும் காற்றில் கீழே விழுந்து விடக்கூடாது, ஒன்றோடு ஒன்று மோதி உடைந்துவிடக்கூடாது அல்லவா. ஆகவே களிமண்ணையும் சாணத்தையும் எடுத்துவந்து பசைபோலப் பயன்படுத்தி உள் அறையில் சமதளத்தை உருவாக்குகிறது ஆண் தூக்கணாங்குருவி. தவிர, காற்றடிக்கும் திசையைக் கணித்து அதற்கு எதிர்த்திசையில்தான் கூட்டின் வாசலையும் அமைத்துக் கொள்கிறது. முட்டைகளையும் குஞ்சுகளையும் உணவாக்கிக் கொள்ள வரும் பாம்பு, காகம் ஆகியவற்றிடம் இருந்து தப்பிக்கும் வகையிலும் கூடு பாதுகாப்பாகவே இருக்கிறது. மழைக்காலத்துக்கு முன்பே நிறைய பூச்சிகளையும் தானியங்களையும் எடுத்து வந்து கூட்டில் தனி இடத்தில் சேமிக்கிறது. களிமண்ணில் ஒட்டப்பட்ட மின்மினிப்பூச்சிகள் ஒளிர, இரவில் கூடே வெளிச்சத்தில் மினுங்கும். உலகில் முதன் முதலில் 'மின்(மினி) இணைப்புடன் வீடு' கட்டிய உயிரினம் தூக்கணாங்குருவிதான்.

அவை ஆகச்சிறந்த வெதர்மேன்களும்கூட. இயற்கையை உணர்ந்த கிராமத்து அனுபவசாலிகளிடம் கேட்டால் சொல்வார்கள். மழைக்காலத்துக்கு முன்பாக தூக்கணாங்குருவி தனது கூட்டினை, கண்மாய்க்கு அருகிலிருக்கு மரங்களில் உயரமான இடத்தில் கட்டினால், அந்தப் பருவத்தில் மழை அதிகம் பெய்யும். உயரம் குறைவான இடத்தில் கட்டினால் மழை அவ்வளவாக இருக்காது. கூட்டின் பக்கவாட்டு வாசலை வடக்குப்பக்கமாகக் கட்டினால், தென்மேற்குப் பருவமழை அதிகம் பெய்யும் என்று அர்த்தம். தெற்குப்பக்கமாகக் கட்டினால், வடகிழக்குப் பருவமழை நன்றாகப் பெய்யும் என்று அர்த்தம். ஆம், இயற்கையை மட்டுமே நம்பி வாழும் உயிரினங்களுக்கு, மனிதர்களைவிட நுண்ணுணர்வு மிக மிக அதிகம். மனிதர்கள், உயிரினங்களின் நடவடிக்கைகளையும் கவனித்துக் கணிக்கத் தெரிந்தால் போதும். பல ஆபத்துகளில் இருந்து தப்பிக்கலாம். தற்காத்துக் கொள்ளலாம்.

ஆனால், குருவிகளால்தாம் மனிதர்களிடமிருந்தும், அதீத விஞ்ஞான வளர்ச்சியின் பெயரில் அவர்கள் உண்டாக்கும் அழிவுகளிலிருந்தும் தற்காத்துக் கொள்ள முடியவில்லை. அதிகபட்ச ஒலியால் உண்டாகும் மாசு, மரங்கள் அழிப்பு, உயர்ந்த கட்டடங்கள், இட நெருக்கடியால் உண்டான வாழ்விட இழப்பு, செல்போன் டவர்களிலிருந்து வெளியாகும் மின்காந்தக் கதிர்வீச்சு, அதனால் உருவாகும் மலட்டுத் தன்மை — இப்படிக் குருவிகளின் அழிவுக்குப் பல காரணங்கள் பட்டியலிடப்படுகின்றன. முன்பெல்லாம் வயல்வெளிகளில் சாணத்தைக் கொட்டி, இயற்கை உரமிட்டு விவசாயம் செய்தனர். அந்த சாணக்குவியலில் புழுக்கள் உயிர் பெற்று வரும். அவற்றைக் குருவி இனங்கள் கொத்தித் தின்னும். அதே-போல பயிர்களைப் பாதிக்கும் சிறு பூச்சிகளையும் விரும்பி உண்ணும். ஆக, குருவி போன்ற சிறு பறவைகள் விவசாயிகளின் நண்பனாகத் திகழ்ந்தன. ரசாயனப் பூச்சிக்கொல்லிகளும் செயற்கை உரங்களும் வயல்வெளிகளை ஆக்கிரமிக்க, புழு பூச்சிகள் அழிக்கப்பட்டன. குரு-விகள் உணவின்றி நொந்தன. எண்ணிக்கையில் குறுகிப் போயின.

மனிதனின் சுயநலத்தால், உலக அளவில் 80 சதவிகிதம் சிட்டுகுருவிகள் அழிக்கப்-பட்டுவிட்டதாக ஆய்வுகள் தெரிவிக்கின்றன. சிட்டுக்குருவிகளையே இதுவரை கண்டிராத 2கே கிட்ஸை உருவாக்கியிருக்கிறோம், 'மார்ச் 20'— உலகச் சிட்டுக்குருவிகள் தினத்தை அனுசரிக்கிறோம் என்பதையெல்லாம் மனிதனின் சாதனையாகவா சொல்ல முடியும்? உங்கள் பகுதியில் காணாமல் போன குருவிகள், அதிகாலை அலாரமாக கீச் கீச் ஒலியுடன் மகிழ்ச்-சியாக எழுப்பும் நிலை மீண்டும் திரும்பினால் இயற்கை உங்களை ஆசிர்வதிக்கும்!

சீனாவின் தலைவர் மாவோ, தனது மக்களுக்குக் கட்டளை ஒன்றைப் பிறப்பித்தார். எலி, ஈ, கொசு, சிட்டுக்குருவி — இந்த நான்கும் சுகாதாரக்கேடு விளைவிப்பவை, நோய்-களை பரப்புபவை. நான்கையும் அழித்தொழியுங்கள் என்றார். சிட்டுக்குருவிகள் வயல்களில் தானியங்களை எல்லாம் தின்று விடுகின்றன. அதனால் உணவுப்பற்றாக்குறை உண்டாகி-றது என்று மாவோ தப்புக்கணக்கு போட்டார். சீனர்கள், தங்கள் தலைவரது சொல்லுக்குக் கட்டுப்பட்டு எலி, ஈ, கொசுவோடு, சிட்டுக்குருவிகளையும் கொன்று குவித்தார்கள் (Four Pests Campaign). அதிகக் குருவிகளைக் கொன்று எடுத்து வருபவர்களுக்குப் பரிசுக-ளும் வழங்கப்பட்டன. அடுத்தடுத்த ஆண்டுகளில் வெட்டுக்கிளிகள் பெருகின. பயிர்களை அழிக்கும் பூச்சியினங்கள் பெருகின. விவசாயம் கடுமையாகப் பாதிக்கப்பட்டது. வெட்டுக்-கிளிகளின் எதிரிகள் சிட்டுக்குருவிகளே என்று மாவோ உணரும்போது நிலைமை கைமீறிப் போயிருந்தது. சிட்டுக்குருவிகள் அங்கே இல்லாமலேயே போயிருந்தன. சீனாவைப் பஞ்சம் சூழ்ந்தது. அந்த உணவுப் பஞ்சத்தால் (Great Chinese Famine 1959-1961) சுமார் இரண்டு முதல் ஐந்தரைக்கோடி சீனர்கள் வரை இறந்து போயினர்.

7. எறும்பு - விடாமுயற்சியின் தல!

மிஸிங் என்பது அசாமின் இரண்டாவது பெரிய பழங்குடி இனம். அந்த இனத்தில் பிறந்தவர் ஜாதவ் பேயெங். அவர் வாழ்ந்த மஜுலிப் பகுதியில் ஓடும் பிரம்மபுத்திரா நதியின் நடுவில் சிறு சிறு தீவுகள் உண்டு. 1979-ம் ஆண்டிலும் பிரம்மபுத்திராவில் குமுகுமுவென வெள்-ளம் பொங்கிப் பெருகி, புரண்டோடி, பின் வடிந்தது. தீவுகளின் மணற்பரப்பில் வெள்ளத்தில்

அடித்து வரப்பட்ட ஏராளமான பாம்புகள் செத்துக் கிடந்தன. சில பாம்புகள் சுடுமணலில் வெப்பம் தாங்க முடியாமல் நீரைத் தேடி தவிப்புடன், உயிர் துடிக்க நெளிந்து கொண்டிருந்தன.

பாம்புகளின் பரிதாப நிலையைக் கண்ட ஜாதவ் அதிர்ந்தார். 'தீவில ஒதுங்க மரம் இல்ல. சூடு தாங்காம அப்படித்தான் செத்துப் போகும். ஒண்ணும் பண்ண முடியாது' என்று பெரியவர்கள் சொன்னார்கள். ஜாதவ், அந்தப் பாம்புகளுக்காக அழுதார். உலகில் மரமெல்லாம் அழிந்து போய்விட்டால் ஒருநாள் மனிதர்களும் இப்படித்தானே செத்துக் கிடப்பார்கள். நினைக்கும்போதே உடல் நடுங்கியது. மரங்களை வளர்க்க வேண்டும் என்ற எண்ணம் அப்போதுதான் ஜாதவின் மனத்தில் ஆழமாக வேரூன்றியது. அந்தத் தீவில் மரங்கள் வளர்க்கலாம் என்று ஊர்க்காரர்களை அழைத்தார். யாரும் கண்டுகொள்ளவே இல்லை.

ஜாதவ், தனக்குக் கிடைத்த மரக்கன்றுகள், அகப்பட்ட விதைகளுடன் அந்தப் பெரிய தீவை நோக்கிக் கிளம்பினார். விதைகளைத் தூவினார். மரக்கன்றுகளை நட்டார். நதியிலிருந்து நீர் எடுத்து வந்து ஊற்றினார். அவை வேர் பிடித்து வளரும் என்று காத்திருந்தார். நாளடைவில் ஜாதவின் நம்பிக்கை பட்டுப் போனது. ஜாதவ், தயக்கத்துடன் வனத்துறையினரிடம் ஆலோசனை கேட்டார். 'அந்த மணலில் எல்லா மரங்களும் வளராது. மூங்கில் மட்டுமே வளரும்' என்றார்கள். ஜாதவுக்குள் உற்சாகம். மூங்கில் கன்றுகளை நட்டு, தினமும் பராமரித்தார். காலப்போக்கில் அவை வளர்ந்தன. ஜாதவின் நம்பிக்கையும். 'இனி இந்தத் தீவில் மரங்கள் வளர்ப்பது மட்டுமே என் வேலை. ஒரு பெரிய காடாக இந்தத் தீவை நான் மாற்றிக் காட்டுவேன்.'

ஜாதுநாத் பேஸ்பருவா என்ற அசாம் வேளாண்மைப் பல்கலைக்கழகத்தில் பேராசிரியரைத் தேடி சென்று, மஜுலித் தீவில் பிற மரங்கள் வளர என்ன செய்ய வேண்டும் என்று கேட்டார் ஜாதவ். 'அந்த மண்ணை அதற்குத் தகுந்தாற்போல வளப்படுத்த வேண்டும். மண்புழுவைப்போல், சிவப்பு நிறக் கட்டெறும்புகளுக்கும் மண்ணின் தன்மையை வளப்படுத்தும் தன்மை உண்டு' என்றார் பேராசிரியர். ஜாதவ், தினமும் நூற்றுக்கணக்கில் எறும்புகளைத் தேடிச் சேகரித்து, தீவுக்கு இடம்பெயர்த்தார். அந்த எறும்புகள் வெண்மணலில் ஊர்ந்து செல்லச் செல்ல, அவை சுரக்கும் சில நொதிகளால் மண்ணின் தன்மை கொஞ்சம் கொஞ்சமாக மாற ஆரம்பித்தது. அதன் பிறகு நட்ட பிற மரக்கன்றுகளும் வேர்பிடித்துத் துளிர்த்தன. ஜாதவ், தன்னைக் கணக்கின்றிக் கடித்த சிவப்பு எறும்புகளுக்கு மனதார நன்றி சொன்னார். வெண்மணல் தீவில் பச்சைப் புள்ளிகள் படர ஆரம்பித்தன. இன்றைக்கு 'இந்தியாவின் வன மனிதர்' என்று கொண்டாடப்படும் ஜாதவ் பேயேங், முப்பத்தைந்து ஆண்டுகள் தனி ஆளாக முதுகெலும்பு தேய உழைத்து, உருவாக்கிய காட்டின் பரப்பளவு ஏறக்குறைய 1360 ஏக்கர். ஜாதவின் பெருஞ்சாதனையில் சிற்றெறும்புகளுக்கும் சிறப்பான பங்கு இருக்கிறது என்பதே உண்மை.

ஆம், மில்லியன் கணக்கான ஆண்டுகளாக பூமியில் மண்ணை வளப்படுத்தும் வேலையை விசுவாசமாகச் செய்து வருகின்றன எறும்புகள். உலகின் முதல் விவசாயி யார்? நிச்சயமாக மனிதன் அல்ல. மண்புழு என்று தோன்றலாம். இல்லை, எறும்புகளே உலகின் முதல் விவசாயிகளாக இருக்கக்கூடும் என்று ஆராய்ச்சியாளர்களின் அறிக்கைகள் பக்கம் பக்கமாகத் தகவல்களை வாரிக் குவிக்கின்றன. அமெரிக்காவின் இயற்கை வரலாற்றுக்-

கான ஸ்மித்ஸோனியன் தேசிய அருங்காட்சியகத்தில் பூச்சியியலாளராகப் பணியாற்றும் டெட் ஷூல்ட்ஸ் (Ted Schultz). அவரது ஆய்வுக்கட்டுரை எறும்புகளின் விவசாயம் குறித்து தெளிவாக எடுத்துரைக்கிறது.

மனிதர்கள் சுமார் 10000 ஆண்டுகளுக்கு முன்புதான், வாழ்வாதாரத்துக்காக முறைப்படுத்தப்பட்ட விவசாயத்தைத் தொடங்கினர். தென் அமெரிக்கக் கண்டத்தைச் சேர்ந்த சில வகை எறும்புகள், சுமார் 55 முதல் 60 மில்லியன் ஆண்டுகளுக்கு முன்பே பூஞ்சைகளை வளர்க்கும் விவசாயத்தைத் தொடங்கிவிட்டன. அங்கே மழைக்காடுகள், பாலைவனங்கள், புல்வெளிகளில் இந்த எறும்புகள், பூஞ்சைத் தோட்டங்களை மில்லியன்கணக்கான ஆண்டுகளாகத் தொடர்ந்து உருவாக்கி வருகின்றன. தரைக்கடியில் உருவாக்கிய மண் அறைகளில் எறும்புகள் பூஞ்சைகளைப் பயிரிடுகின்றன. கொஞ்சம் விளக்கமாகச் சொல்ல வேண்டுமென்றால், இலைகள் எறும்புகளின் முக்கிய உணவு. ஆனால், இலைகளில் உள்ள செலுலோஸ் (Cellulose) என்ற கரிமச் சேர்மப்பொருள் எறும்புகளுக்குச் செரிமானம் ஆகாது. சில பூஞ்சை வகைகளால் அதைச் செய்ய முடியும். அதனால்தான் எறும்புகள் தம் குடியிருப்புகளில் பூஞ்சைகளை வளர்க்கின்றன. இலைகளை எடுத்து வந்து பூஞ்சைகளுக்குக் கொடுக்கின்றன. அவை அவற்றோடு சேர்த்து மக்குகின்றன. செல்லுலோஸ் செரிமானம் ஆன, ஊட்டச்சத்து மிகுந்த பூஞ்சைகளை எறும்புகள் உண்கின்றன.

விவசாயத்துக்கு வெப்பநிலையைக் கட்டுக்குள் வைப்பது அவசியம் அல்லவா. வெப்பம் அதிகரிப்பது போலிருந்தால் எறும்புகள், தம் விவசாயப் பண்ணையின் மண்ணை மிகவும் ஆழமாக ஆழமாகத் தோண்டுகின்றன. பழங்கள், தாவரங்கள், காலைப் பனி போன்றவற்றிலிருந்து தண்ணீரைக் கொண்டுவந்து பூஞ்சைகளுக்கான ஈரப்பதத்தையும் பராமரிக்கின்றன. அங்கும் தேவையில்லாத பாக்டீரியாக்களின் தொல்லைகள் உண்டு. தீங்கு செய்யும் அந்த பாக்டீரியாக்களிடமிருந்து பூஞ்சைகளைப் பாதுகாக்க, உழைப்பாளர் எறும்புகள் தம்மிடம் இயற்கையாகச் சுரக்கும் (Antibiotics) வேதிப்பொருள்களைப் பயன்படுத்துகின்றன. 'நூறு சதவிகித இயற்கை விவசாயத்தைக்' கைவிடாத உயிரினங்கள் எறும்புகளே!

இந்த எறும்புகள் எல்லாம் விவசாயம் செய்வது ஒரேவகையான பூஞ்சை அல்ல. எறும்புக்கூட்டங்களுக்கு, அவை வாழும் பிரதேசங்களுக்கு ஏற்ப இந்தப் பூஞ்சைகள் மாறுபடுகின்றன. எந்நூறுக்கும் மேற்பட்ட பூஞ்சைகளை அவை விவசாயம் செய்வதாக வருடக்கணக்கில் நுட்பமாக ஆய்வு செய்து கண்டுபிடித்திருக்கின்றனர். அதாவது எறும்புகளும் காலப்போக்கில் பரிணாம வளர்ச்சி அடைந்து, தாம் பயிரிடும் பூஞ்சைகளையும் பரிணாம வளர்ச்சி அடையச் செய்துள்ளன.

இந்த விதவிதமான பூஞ்சைகளை, மரபணுப் பரிசோதனை செய்தால் இன்னும் கூடுதல் ஆச்சரியங்கள் கிடைக்கலாம் என்று ஆய்வாளர்கள் அதையும் செய்து பார்த்தார்கள். ஒரு எறும்பு காலனியில் பயிரிடப்பட்ட பூஞ்சைகள் இன்னொன்றில் கண்டறியப்பட்டன. அங்கே கலப்பின பூஞ்சை விவசாயம் நடைபெற்றிருப்பதும் கண்டறியப்பட்டது. கிவ் அண்ட் டேக் பாலிஸி! 'விவசாயத் தொழில்நுட்பத்தில் நான் மில்லியன் தலைமுறைக்கும் முன்னோடி' என்று நறுக் என்று நிரூபித்திருக்கிறது எறும்பு.

விவசாயம் செய்வதோடு நிறுத்திக் கொள்வதில்லை. எறும்புகள் கால்நடைகளையும் வளர்க்கின்றன. அந்தக் கால்நடைகளின் பெயர் அபிட்ஸ் (Aphids). இவை எறும்புக-

ளைவிடச் சிறிய பூச்சியினங்கள். தாவரங்களிலிருந்து ஊட்டச்சத்துகளை உறிஞ்சியெடுத்து, தம் உணவுக்குழாயில் தேன்மெழுகு போன்ற திரவத்தைச் சுரக்கின்றன. இந்தத் தேன்மெழுகு, எறும்புகளுக்கு மிகவும் ஆரோக்கியமான புரதச்சத்து மிகுந்த உணவாகப் பயன்படுகிறது. அபிட்ஸ்களிடமிருந்து எறும்புகள் தம் உணர்கொம்புகள் மூலமாக அந்தத் தேன்மெழுகை எடுத்து உணவாகப் பயன்படுத்திக் கொள்கின்றன. ஆக, தைப்பொங்கல் கொண்டாடவில்லையே தவிர, எறும்புகள் மனிதர்களைவிட மிக மூத்த இயற்கை விவசாயிகள், கால்நடைகளை வளர்ப்பதில் பாசக்காரர்கள் என்பதை ஒப்புக்கொண்டே ஆகவேண்டும். நாம் ஒப்புக்கொள்ளாவிட்டாலும் எறும்புகளுக்குப் பிரச்னையில்லை.

உலகின் அதிக எண்ணிக்கை கொண்ட உயிரினங்களில் எறும்பும் ஒன்று. பூமியில் ஒரு மனிதனுக்கு இருபத்தைந்து லட்சம் எறும்புகள் என்ற விகிதத்தில் இருப்பதாக உத்தேசக் கணக்கு சொல்கிறார்கள். எறும்புகள் கூட்டமாக மட்டுமே வசிப்பவை. ஒவ்வொரு எறும்பு காலனியிலும் ராணி எறும்பே சர்வாதிகாரி. ஆண் எறும்புகள் உண்டு. காவலாளி எறும்புகள், வேலை வாங்கும் மேஸ்திரி எறும்புகள்கூட உண்டு. வேலைக்கார எறும்புகளே எண்ணிக்கையில் அதிகம். ஒவ்வொன்றுக்கும் ஒவ்வொரு பணி. உணவு சேகரிப்பது வேலைக்கார எறும்புகளின் பிரதான பணி. தம் காலனிக்குள் அந்நிய எறும்புகளை காவலாளிகள் அனுமதிக்காது. ஆபத்தான சமயங்களில் தற்காப்புத் தாக்குதல் நடத்தும் திறனும் எறும்புகளுக்கு உண்டு.

எறும்புகளுக்கு மோப்ப உணர்வு அதிகம். உணவை மோப்பம் பிடித்துச் செல்லும் எறும்பு, தன் தலையில் உள்ள உணர்கொம்புகளால் அதைத் தொட்டுப் பார்த்து உறுதி செய்கிறது. தான் மட்டும் அதைச் சாப்பிட நினைப்பதில்லை. அங்கிருந்து திரும்பிச் செல்லும் பாதையெல்லாம் தன் உடலின் பின்புறத்திலிருந்து ஃபெரமோன் (Pheromone) என்ற வேதிப்பொருளைச் சுரந்தபடி நிலத்தில் கோடு போட்டபடியே தன் புற்றை அடைகிறது. அதை மோப்பம் பிடிக்கும் பிற எறும்புகள், அந்த உணவு இருக்கும் இடத்தை எளிதாக, விரைவாகச் சென்றடைகின்றன. அடுத்து என்ன, அலேக்காகத் தூக்கிச் செல்ல வேண்டியதுதான்.

கொஞ்ச நேரம் மொபைலை எல்லாம் தூக்கிக் கடாசிவிட்டு எறும்புக் கூட்டத்தை வெறுமனே வேடிக்கை பார்த்துக் கொண்டிருந்தால் போதும். வாழ்க்கைக்குத் தேவையான எத்தனையோ பாடங்களைக் கற்கலாம்.

எறும்பின் பாதையில் தடை உண்டானால் அது ஒருபோதும் பின்வாங்காது. உடனடியாக மாற்றுப்பாதையைத் தேடி, முயன்று, தன் இலக்கை அடைவதில் மட்டுமே உறுதியாக இருக்கும். Never Give Up.

எறும்புகள் பெரும்பாலும் தம் எடையைவிடப் பல மடங்கு எடை கொண்ட பொருள்களையே தூக்கிச் செல்கின்றன. எந்தப் பெரிய பொருளைப் பார்த்தும் மலைப்பதில்லை. அவற்றைத் தூக்க முயற்சி செய்கின்றன. தம்மால் முடியும் என்று நம்புகின்றன. Believe Yourself.

தன் எடையைவிட பல மடங்கு எடை கொண்ட பொருளைத் தூக்கிச் செல்லும் எறும்பானது தன் பாதையில் பள்ளமோ, பிளவோ இருந்தால் தயங்கி நிற்காது. சுமந்து வந்த பொருளைக் கொண்டே இடைவெளியை நிரப்பும். அதன் மீதே ஏறிச் சென்று, மறுகரையில் பொருளை மீண்டும் தூக்கிச் செல்லும். Think Smart!

கோடையில் எறும்புகள் மழை மற்றும் குளிர்காலத்துக்காக உணவைச் சேகரிக்கின்றன. திட்டமிட்டுச் செயல்பட்டால் கஷ்டம் தவிர்க்கலாம். குளிர்காலத்தில் கோடையின் வருகைக்-காகக் காத்திருக்கின்றன. ஆம், இதுவும் கடந்து போகும். எறும்புகள் எதிர்காலத்தை நோக்-கியே எப்போதும் சிந்திக்கின்றன. செயல்படுகின்றன. Retain Positive Attitude.

கூட்டத்தில் நான் மட்டும் உழைக்க வேண்டுமா? அவனைப் பார், சோம்பேறியாகத் திரி-கிறான். எல்லா வேலைகளையும் என் தலையிலேயே கட்டுகிறீர்கள் என்று எந்த எறும்பும் உழைக்கச் சலித்துக் கொள்வதில்லை. நம் கூட்டம் நிம்மதியாக வாழ உழைத்துக் கொண்டே இரு. Keep on Working.

வசிக்கும் காலனி சிதைந்துவிட்டதா? உடனடியாக வேறு இடத்துக்குச் செல்ல வேண்-டுமா? சேகரித்த உணவெல்லாம் இல்லாமல் போய்விட்டதா? விடுடா பாத்துக்கலாம் என்று எறும்புகள் மீண்டும் சுறுசுறுப்பாக இயங்கத் தொடங்கும். புதிய சூழலுக்குக்கேற்ப தம்மை உடனே மாற்றிக் கொள்ளும். Keep on Living.

இரண்டு அடியோ, இரண்டாவது மாடியோ, இருநூறு அடியோ, எவ்வளவு உயரத்தில் இருந்து விழுந்தாலும், எறும்புக்கு அடி படாது. விழுந்த அதிர்ச்சியை ஒரு நொடியில் உதறி-விட்டு, 'வேலையைப் பாக்கலாமா' என்று அடுத்த நொடி உடலைச் சிலுப்பிக் கொண்டு கிளம்பிவிடும். நிக்க நேரமில்ல, தலைக்கு மேல சோலி கெடக்குது மச்சி!

குதிக்கும் எறும்புகள் (Trap-jaw ants) என்று ஒருவகை இருக்கின்றன. இவற்றின் தாடைகள் மிக வலுவானவை. எதிரிகளிடமிருந்தும் ஆபத்துகளிலிருந்தும் தற்காத்துக் கொள்ள மின்னல் வேகத்தில் எகிறிக் குதித்து விலகிப் போகின்றன. இந்தக் குதித்தல் என்பது நாம் கண் சிமிட்டும் நேரத்தைவிட பல மடங்கு வேகமானது. தம் தாடையை மிக வேகமாகத் திறந்து மூடுவதன் மூலம் அவை இப்படி மின்னல் வீரனாகக் குதித்துத் தப்பிக்கின்றன. இது எந்தவொரு சூப்பர் ஹீரோவாலும் இயலாத காரியம்!

மழையோ, நிலநடுக்கமோ, வேறு பேரிடர்களோ வருவதை முன்கூட்டியே அறிந்துகொள்-ளும் உணர்திறன் எறும்புகளுக்கு உண்டு. குறிப்பாக, நெருப்பு எறும்புகள் (Fire Ants) பற்றி சொல்லியே ஆக வேண்டும். இவை நீரில் மூழ்காமல் இருக்கும்விதத்தில் தம் உடலமைப்பை மாற்றிக் கொள்ளும் திறன் கொண்டவை. நீர்நிலையைக் கண்டால், இந்த எறும்புகள் ஒன்-றோடொன்று பிணைந்து காற்றுப்புகாத வண்ணம் நெருக்கமான அமைப்பை உருவாக்கு-கின்றன. அப்படியே நீரில் எறும்புப் படகுபோல மிதக்க ஆரம்பிக்கின்றன. அந்தப் படகு அமைப்பின் கீழும் பல நூறு எறும்புகள் ஒன்றிணைந்து ஓர் அஸ்திவாரம் போல பிணைந்து நீரில் மிதக்க உதவுகின்றன. ஆக, மழையோ, வெள்ளமோ, நெருப்புடா நெருங்குடா பார்ப்-போம் என்று இந்த எறும்புகள், தம் கூட்டுமுயற்சியால் தப்பிக்கின்றன.

பாலைவனங்களில் பலவகை எறும்பு இனங்கள் உண்டு. அவற்றில் பெரும்பாலானவை இரை தேடி நீண்ட தூரம் செல்லும். அப்படிப் பயணம் செய்யும்போது அந்த எறும்புகள் தாம் செல்லும் பாதைகளையும் திசைகளையும் தொடர்ச்சியாகத் தம் மூளையில் பதிவு செய்து கொள்கின்றன. தம் கண்ணில் படுகிற நிலப்பரப்புகள் குறித்த அடையாளங்களையும் நினை-வில் ஏற்றிக் கொள்கின்றன. இதெல்லாம் கூகுள் மேப்பில் எத்தனை அப்டேட் வந்தாலும் ஈடு செய்ய முடியாத காரியம். அந்தத் திசைகளை, பாதைகளைத் தம் சந்ததிக்கும் கடத்தும் திறன் எறும்புகளுக்கு உண்டு.

ஆம், எறும்புகள் மரபணு வழியாகவே தம் சந்ததிக்கு வாழ்வியல் முறைகளையும், மில்லியன் ஆண்டுகள் கணக்காகக் கற்றுணர்ந்த பிழைத்திருக்கும் பாடங்களையும் கடத்து-கின்றன. மனிதர்களாக நாம் மரபணுக்கள் மூலம் நம் சந்ததிக்குக் கடத்த முடிந்தது சொற்-பமே. கலாசாரத்தையும் வாழ்வியலையும் நாம் கற்றுத்தரத்தான் முடியும். ஆனால், நாம் எளிதாக நசுக்கிக் கொல்லும் எறும்புகள், இதிலும் மனிதனைவிட எங்கோ உயரத்தில் இருக்-கின்றன.

உயிரியலாளர் லூவிஸ் தாமஸ், தனது பல்வேறுகட்ட ஆராய்ச்சிகளுக்குப் பிறகு எறும்பு-கள் குறித்து ஏகப்பட்ட ஆச்சரியமான விஷயங்களைப் பகிர்ந்திருக்கிறார். அத்தனையையும் ஒட்டுமொத்தமாக இந்த வார்த்தைகளில் உணரலாம்.

'எறும்புகள் மனிதர்களைவிட பன்மடங்கு அறிவாற்றல் மிகுந்தவை. ஆனால், நம்மைப்-போல் மற்ற உயிரினங்களுக்கோ, இயற்கைக்கோ ஒருபோதும் தீங்கு விளைவிக்காதவை.'

8. ஒட்டகம்

- வாழும் கலை! ஒட்டகப் பால்ல டீ போடுன்னு சொன்னா கேக்குறியா?'

துபாய் ரிட்டர்ன் வடிவேலு திரைப்படக் காட்சியில் சொல்லும்போதெல்லாம் நகைச்சு-வையாகச் சிரித்துக் கொண்டிருக்கிறோம். ஆனால், வருங்காலத்தில் ஒட்டகப்பால் டீ என்-பது உள்ளூர்க் கடைகளில்கூட கிடைக்கலாம். ஒட்டகப்பால் காபி, மில்க்ஷேக், பிஸ்கட், ரோஸ்மில்க், ஒட்டகப்பால்கோவா என்று விதவிதமான உணவுகளுக்கான சந்தையும் பெருகி வளரலாம். அப்படி ஒட்டகப்பால் ஆறாக ஓடினாலும் தப்பில்லை. ஏன் என்பதை இந்தக் கட்டுரையின் பாலைவனப் பயணத்தில் ஊடே நாம் அறிந்து கொள்ளலாம்.

'பாலைவனத்தின் கப்பல்' என்பது ஒட்டகத்துக்கான சிறப்புப் பெயர். உடலின் அதிகபட்ச எடை 680 கிலோ. ஏழெட்டு அடி உயரம். 50 ஆண்டுகள் வரை உயிர் வாழும். பார்ப்ப-தற்கு பரபரப்பற்ற விலங்குபோலத் தோற்றமளித்தாலும் மணிக்கு 40 கிமீ வேகத்தில் ஓடக்கூ-டியது. 200 கிலோ வரை எடையைச் சுமந்து கொண்டு மணிக்கணக்கில் நடக்கக் கூடியது.

கொதிக்கும் மணலா? அதெல்லாம் விஷயமே இல்லை. 50° செல்சியஸ் வெப்பமா? பிரச்னையே இல்லை. குடிக்கத் தண்ணீரோ, உணவோ இல்லையா? அதனால் என்ன, கிடைக்குறப்போ மொத்தமாக எடுத்துக்கலாம். பாலைவனப் புயலா? எனக்கு கண் இமைகள் இரண்டு அடுக்கா இருக்குது. இமையில இருக்குற அடர்த்தியான முடி கண்ணுக்குள்ள மண்ணு போகாம பார்த்துக்கும். அப்புறம் இயற்கையாவே Whipper மாதிரி திரையும் என் கண்களைப் பாதுகாக்குது. நீங்க உங்க கண்ணை மூடி, என்னைக் கெட்டியாப் புடிச்சுக்-கோங்க. அண்ணன் மண் புயலெல்லாம் பாக்க மாட்டேன். தங்கு தங்குன்னு நடந்துபோயி உங்களை போக வேண்டிய இடத்துக்குக் கொண்டு போய்ச் சேத்துடறேன். Don't Worry Guys! இப்படித்தான் காலம் காலமாக ஒட்டகம் மனிதர்களைச் சுமந்தபடி உற்சாகமாக நடந்து கொண்டிருக்கிறது.

ஓர் ஒட்டகம் என்பது பாலைவனத்தில் வாழத் தகுதியான உடலமைப்பு கொண்ட விலங்கு மட்டுமல்ல. பாலைவனத்தில் மனிதர்களின் பாதுகாப்பான பயணத்துக்கும் வாழ்க்கைக்கும் எல்லா விதங்களிலும் உதவும் ரட்சகனும்கூட. வரலாறெங்கும் மனிதனின் பெரும் பயணங்-

களில், ஒட்டகங்களின் குழம்படிகள் எங்கெங்கும் நிறைந்திருக்கின்றன. ஒட்டகங்கள் மட்டும் இல்லாதிருந்தால் ஐந்திணைகளில் பாலைவனத்தில் மனிதன் நிலைத்து வாழ்ந்திருக்கவே முடியாது.

ஒட்டகம் உணவின்றி, நீரின்றி எட்டு நாள்கள் வரை தாக்குப் பிடிக்கும். அதன் எடையில் சுமார் 22% இழந்த பின்னும் உயிர் வாழும் வலிமை கொண்டது. கடும் குளிர் காலத்தில் உணவும் நீரும் இல்லாவிட்டாலும் ஏற்கெனவே உடலில், தன் திமிலில் சேமித்து வைத்த ஆற்றலைக் கொண்டு நம்பிக்கையுடன் நாள்களைக் கடத்தும். இடைப்பட்ட காலத்தில் கொஞ்சம் புல்லோ, கொஞ்சம் நீரோ கிடைத்தால்கூடப் போதும். தன் ஆற்றலையும் ஆயுளையும் நீட்டித்துக் கொள்ளும். மென்மையான புல்லோ, முள் நிறைந்த செடிகளோ எல்லாம் ஒட்டகத்துக்கு ஒன்றுதான். சப்புக் கொட்டிச் சாப்பிடும்.

இன்றைக்கு கிடைக்கும் புல் நாளைக்குக் கிடைக்குமா என்று தெரியாது. ஆகவே, கிடைக்கும்போது நிறைவாக உண். நீரைப் பார்க்கும்போது நிறைய குடி. (13 நிமிடங்களில் ஓர் ஒட்டகம் 135 லிட்டர் நீர் வரை குடித்துவிடும்). நல்ல தண்ணீரோ, உப்புத் தண்ணீரோ, எதுவாக இருந்தால் என்ன! தாகம் தீர வேண்டும். தாக்குப் பிடிக்க வேண்டும். அவ்வளவுதான். எதுவும் இல்லையா? அமைதியாக இரு. நம்பிக்கையுடன் இரு. இதுவும் கடந்து போகும்.

ஓர் ஒட்டகத்திடம் சென்று, 'நீ இந்த உலகத்துக்கு சொல்ல நினைக்குற Message என்ன?' என்று கேட்டால், அது தன் கீழ் தாடையை வலமும் இடமும் பெரிதாக அசைத்துச் சொல்லும் பதில் இதுவாகத்தான் இருக்கும். 'Lifeல Back Up ரொம்ப முக்கியம் Dude!'

ஆம், ஒட்டகத்தின் வாழ்க்கை முழுக்க ஒரே ஒரு குறிக்கோள்தான். வருங்காலத்தின் பாதுகாப்புக்காக நிகழ்காலத்தில் சேமித்து வைப்பது. எதுவும் கிடைக்காவிட்டாலும் சேமிப்பின் பாதுகாப்பில் நிலைத்து வாழ்வது. மனிதர்கள் உணர்ந்து கொள்ள வேண்டிய ஆழமான பாடம் இது.

இரட்டைத் திமில் ஒட்டகம். சீனாவிலும் மங்கோலியாவிலும் காணப்படுவது. ஆப்கனிஸ்தானுக்கு வடக்கே பாக்ட்ரியா என்று அழைக்கப்பட்ட பகுதியில் இது சுமார் 2500 ஆண்டுகளுக்கு முன்பு வளர்ப்பு விலங்காக இருந்தது. ஆகவே இதற்கு 'பாக்ட்ரியன் ஒட்டகம்' என்ற பெயரும் உண்டு. ஒற்றைத் திமில் ஒட்டகங்களைவிட, இரட்டைத் திமில் ஒட்டகங்களுக்கு நிலைத்து வாழும் ஆற்றல் அதிகம். இந்த ஒட்டகங்கள் அதிக வெப்பநிலையில் மட்டுமல்ல, அதீதக் குளிரிலும், அதாவது -30° செல்சியஸிலும் நிலைத்து வாழக்கூடியவை. ஆம், வெயில் — மழை, நல்லது — கெட்டது, வெற்றி — தோல்வி, வளர்ச்சி — சரிவு, முன்னேற்றம் — பின்னேற்றம், புன்னகை — கண்ணீர் எல்லாம் வரும், போகும். இரட்டைத் திமில் ஒட்டகம் Bro என்ன சொல்கிறதென்றால், Keep Calm and Keep Living!

உலகப்புகழ்பெற்ற இரட்டைத் திமில் ஒட்டகம் ஒன்றின் வரலாறு இங்கே சுருக்கமாக.

1828-ம் ஆண்டில் சிரியாவில் ஏதோ ஒரு பகுதியில் பிறந்தது அந்த ஹீரோயின். 1850களில் அமெரிக்க ராணுவத்தினர் Kansas—Nebraska பிரதேசத்தில் சாலைகள் போடும் பணிக்காகத் திட்டமிட்டனர். அப்போது பொதி சுமந்து செல்ல ஒட்டகங்கள் இருந்தால் நன்றாக இருக்கும் என்று கமாண்டர் ஒருவர் யோசனை சொல்ல, அமெரிக்காவி-

லிருந்து கப்பல் ஒன்று கிளம்பியது. மத்தியத் தரைக்கடல் பகுதியிலிருந்து 33 ஒட்டகங்கள் ஏற்றப்பட்டன (1856). அதில் இரண்டு பாக்ட்ரியன் ஒட்டகங்கள். அதில் ஒன்று நம் ஹீரோயின். அதற்கு வைக்கப்பட்ட பெயர் டாப்சி. இன்னொன்று ஹாஜித் அலி. அதற்கு அமெரிக்கர்கள் வைத்த பெயர் Hi Jolly.

அமெரிக்காவுக்குச் சென்ற ஒட்டகங்கள் சமர்த்தாகப் பொதி சுமந்தன. கிடைத்ததை உண்டன. நிறைய நீர் குடித்து மகிழ்ந்தன. சாலை போடும் வேலை, ராணுவப் பணிகள், பிற வேலைகள் என்று ஏகத்துக்கும் உழைத்தன. ஒரு சில இறந்தும் போயின. 1864-ம் ஆண்டில் மீதி இருந்தவை வேறு பணிகளுக்காக விற்கப்பட்டன.

டாப்சியும் Hi Jolly-ம், அரிஸோனா பகுதியில் ஒரு சுரங்க வேலைக்குச் சென்றன. அங்கே சில காலம். அவற்றின் வித்தியாசமான தோற்றம், ஒட்டகமறியா அமெரிக்கர்களை வாய்பிளந்து பார்க்கச் செய்தது. ஆகவே, ரிங்லிங் பிரதர்ஸ் என்ற சர்க்கஸ் கம்பெனியினர், டாப்சியை வாங்கினர். ஊர் ஊராக, சாலை சாலையாக அழைத்துச் சென்று வித்தை காட்டினர். அப்படியாக அமெரிக்காவைச் சுற்றிப் பார்த்த டாப்சிக்கு, ஃபாக்ஸ் நிறுவனத்தினர் தயாரித்த சில படங்களில் நடிக்கும் வாய்ப்பும் கிடைத்தது.

இப்படியாக அமெரிக்கர்களின் மனத்தில் இடம்பிடித்த டாப்சி, ரயில் விபத்து ஒன்றில் சிக்கிக் கொண்டது. அதன் உடன் பயணம் செய்த Hi Jolly, மரித்துப் போனது. அது புதைக்கப்பட்ட இடத்தில் நினைவுச் சின்னம் ஒன்று அமைக்கப்பட்டது. விபத்தில் படு காயங்களுடன் பிழைத்த டாப்சி, மீண்டு வர கொஞ்ச காலம் பிடித்தது. ஃபாக்ஸ் நிறுவனம் மிருகக்காட்சி சாலை ஒன்றுக்கு டாப்சியை விற்றது. பின்பு லாஸ் ஏஞ்சல்ஸ் மிருகக்காட்சி சாலைக்கு டாப்சி மாற்றப்பட்டது. 1934-ம் ஆண்டில் தன் 81-வது டாப்சி இறக்கும் வரையில் அங்கிருந்தபடியே மக்களைச் சந்தித்து மகிழ்ந்தது.

டாப்சியின் மரணச் செய்தி, பத்திரிகைகளில் இடம்பிடித்தது. அதன் அஸ்தி, Hi Jolly தோழி ஒட்டகம் புதைக்கப்பட்ட இடத்திலேயே வைக்கப்பட்டது. ராணுவ வீராங்கனை, சாலைப் பணியாளர், வித்தை காட்டுபவர், சினிமா நட்சத்திரம், சர்க்கஸ் கலைஞர், மிருகக்காட்சி சாலையின் சூப்பர் ஸ்டார் என்று பல அவதாரங்கள் எடுத்த டாப்சியே, அமெரிக்காவில் அதிகக் காலம் வாழ்ந்த கடைசி ஒட்டகம். ஆம், நட்சத்திர மனிதர்களுக்கு நிகரான புகழுடன் சில ஒட்டகங்களும் உலகில் வாழ்ந்து மடிந்திருக்கின்றன.

வரலாறெங்கும் குருதி கொப்பளிக்க எழுதப்பட்டிருக்கும் பல போர்களில் ஒட்டகங்களும் உறுதி கொண்ட நெஞ்சோடு பங்கேற்றிருக்கின்றன. குறிப்பாகச் சொல்ல வேண்டுமென்றால் இரண்டு உலகப் போர்களிலும் ஒட்டகங்களின் வீரதீரச் செயல்களை அடிக்கோடிட்டுப் பேசியே தீர வேண்டும். வீரர்களைச் சுமப்பது தொடங்கி, உணவுப் பொருள்கள், வெடி மருந்துகள், ஆயுதங்கள், மருந்துகள் என்று பலவற்றையும் சுமந்து திரிந்தன ஒட்டகங்கள். குண்டு வெடித்தால் குதிரைகள் மிரள, ஒட்டகங்களோ ‘என்ன ஆனாலும் பார்த்துக்கலாம் மக்கா’ என்று நிமிர்ந்த நன்னடையுடன் முன்னேறிச் சென்றன. ஒட்டகங்கள் தம் கால்களால் பலமாக ‘கிக்’ செய்ய, எதிரிகள் விக்கித்து நின்றனர். மிரண்டு ஓடினர். நேச நாட்டு ஒட்டகங்களும் அச்சு நாட்டு ஒட்டகங்களும் எதிர் எதிரே மோதிக் கொண்ட சரித்திரமும் உண்டு. பிரிட்டிஷாரே ஒட்டகங்களை முதல் உலகப்போரில் அதிகம் பயன்படுத்தியாகப் புள்ளிவிவரங்கள் சொல்கின்றன. முதல் உலகப்போரில் மட்டும் பிரிட்டிஷார் அணியில் போராடிய சுமார்

1,20,000 ஒட்டகங்கள் உயிர் நீத்திருக்கின்றன. ஆம், எந்த நூற்றாண்டுக்கும் பொருந்தும் ஒரே திருவாசகம்,

'இந்த உலகில் நிகழும் மற்ற உயிர்களுக்கு நிகழும் பேரழிவுகளுக்கெல்லாம் ஒரே ஒரு காரணம்தான், மனிதனின் சுயநலம்!'

அதற்காக ஒட்டகம் மீது மனிதர்களுக்குப் பாசமே இல்லையென்று ஒரேடியாகச் சொல்லிவிட முடியாது. ஆப்பிரிக்கர்களும் அரேபியர்களும் ஏனைய பாலைவன தேசத்தவர்களும் ஒட்டகம் வளர்ப்பதில் உன்னதமானவர்களே. இந்தியாவில் சொல்ல வேண்டுமென்றால் ராஜஸ்தானின் ரைக்கா இன மக்கள், பல நூற்றாண்டுகளாக ஒட்டகத்தை மட்டுமே நம்பி வாழ்பவர்கள். ஒரு காலத்தில் ராஜஸ்தான் ஒட்டகங்களின் சொர்க்கமாக இருக்கக் காரணம் இவர்களே. இன்றைக்கும் ராஜஸ்தானில் ஒட்டகங்கள் எஞ்சியிருக்கக் காரணமும் இவர்களே.

பல மன்னர்களுக்கு ஒட்டகப் படைகளை நிர்வகித்த ரைக்கா மக்களுக்குத் தெரிந்த ஒரே தொழில் ஒட்டக வளர்ப்புதான். அதன் பால், அதைக் கொண்டு தயாரிக்கப்படும் பொருள்கள், ஒட்டக ரோமத்தைக் கொண்டு தயாரிக்கும் கம்பளி விற்பனை, ஒட்டகக் கன்று விற்பனை போன்றவையே அவர்களின் வாழ்வாதாரம்.

உயிரே போனாலும் பெண் கன்றுகளை விற்கவே மாட்டார்கள். அந்த அளவுக்கு அவர்களது ஒட்டகப் பாசம் பெரியது. ஒட்டகத்தின் உடலில் ரோமத்தைச் செதுக்கி அதை ஓவியமாக வரையும் திறன், ரைக்கா மக்களுக்கு மட்டுமே உண்டு. சிறு கையசைவுகள், தலையசைவு மூலம் ஒட்டகங்களுடன் பேசவும் செய்கிறார்கள். எந்த ஒரு ரைக்காவுடனும் ஒட்டகம் பாசத்துடனேயே பழகுகிறது. அந்த அன்பு அதன் மரபணுவிலேயே நூற்றாண்டுகளாகப் பதிந்த விஷயம் என்றே சொல்லலாம்.

மேற்சொன்னவை எல்லாம் பழங்கதையாகிக் கொண்டிருப்பதுதான் இன்றைய நிதர்சனம். ஒட்டகங்கள் ராஜஸ்தானின் மாநில விலங்காக அறிவிக்கப்பட்ட பிறகு, 2015-ம் ஆண்டில் ஒட்டகங்கள் பாதுகாப்புச் சட்டம் கொண்டு வரப்பட்ட பிறகு, வனத்துறையினரும் பிற மக்களும் ஒட்டகங்களின் மேய்ச்சல் நிலங்களை பெருமளவு அபகரித்த பிறகு, இந்திய ஒட்டகங்களும், ரைக்கா இன மக்களும் 'அழியும் நிலை' உயிரினங்களாக மாறி விட்டன(ர்). இங்கே ஒரு புள்ளிவிபரம். 1980களில் இந்தியாவில் சுமார் 15 லட்சம் ஒட்டகங்கள் இருந்தன.

2012-ல் கடைசியாக கணக்கீடு செய்தபோது அவை இரண்டரை லட்சம் ஒட்டகங்களாகச் சுருங்கியிருந்தன. இப்போது இன்னும் குறைந்திருக்கிறது. ஒட்டகங்கள் மீதான கட்டுப்பாடுகள் ரைக்காக்களின் வாழ்வாதாரத்தைச் சிதைக்கின்றன. ரைக்காக்கள் ஒடுக்கப்படுவதால் ஒட்டகங்களின் எண்ணிக்கையும் குறைகின்றன.

புதிய தலைமுறை ரைக்கா இன இளைஞர்கள், தென்னிந்தியாவுக்கு வேலை தேடி நகர்கின்றனர். 'எங்களின் அடையாளமே ஒட்டகம் மேய்ப்பவர்கள் என்பதுதான். நாங்கள் வளர்த்த ஒட்டகங்களைப் பிரிய மனமில்லை என்பதால் வருமானமே இன்றி காலத்தை ஓட்டிக் கொண்டிருக்கிறோம். எங்கள் அடுத்த தலைமுறையினர் இனியும் ஒட்டகங்களை நம்பிப் பிழைக்க முடியாது என்று கூலி வேலைக்குச் செல்கின்றனர். வாழ்வின் ஒவ்வொரு நொடியும் ஒட்டகங்களுக்காகவே வாழ்ந்தவர்கள் நாங்கள். வருங்காலத்தில் ரைக்கா இனப் பிள்ளைகளே ஒட்டகங்களைப் புகைப்படங்களில் மட்டுமே பார்க்கும் நிலை வந்துவிடும்போல.' இவை ரைக்கா இனப் பெரியவர்களின் மன வேதனை.

இல்சே கோஹ்லர்-ரோல்லேஃப்சன் (Ilse Köhler-Rollefson) என்பவர் Camel Karma என்ற நூலை எழுதியவர். ஜெர்மானியர். கால்நடை மருத்துவர். இந்திய ஒட்டகங்கள் மீது ரைக்காக்களுக்கு நிகராகப் பாசம் கொண்டவர். அவர் சில தன்னார்வலர்களுடன் இணைந்து ராஜஸ்தான் ஒட்டகங்களையும், ரைக்கா மக்களின் வாழ்வாதாரத்தையும் பாதுகாக்கும் பணியில் ஈடுபட்டிருக்கிறார்.

ஒட்டகப்பால் மற்றும் அதன் மூலம் தயாரிக்கப்படும் பொருள்களை மதிப்புக் கூட்டி இந்திய அளவிலும், சர்வதேச அளவிலும் சந்தைப்படுத்தும் முயற்சிகளில் தொடர்ந்து ஈடுபட்டு வருகிறார். இதனால் ரைக்காகளும் ஒட்டங்களும் மீளும் நிலை உருவாகலாம். காலம் பதில் சொல்லும்.

கூடுதல் தகவல். ஒட்டகப்பால் ஒன்றும் சாதாரணமானதல்ல. பசு அளவுக்கு ஒட்டகம் அதிகம் பால் தருவதில்லை. அதில் கொழுப்புச் சத்து குறைவு. விலை அதிகம். ஆனால், இதில் லாக்டோஸின் அளவு குறைவு என்பதால் நீரிழிவு நோயாளிகள் அருந்துவதற்கு ஏற்றது என்று ஆய்வாளர்கள் தெரிவிக்கின்றனர்.

வைட்டமின் B மற்றும் C, இரும்புச்சத்து, துத்தநாகம் போன்றவையும் உள்ளன. ஒட்டகப்பால் பவுடர் அமெரிக்க மற்றும் ஐரோப்பிய சந்தைகளில் தாராளமாகக் கிடைக்கிறது. வருங்காலத்தில் இந்தியாவிலும் ஒட்டகப்பால் பொருள்கள் சந்தையெங்கும் நிரம்பலாம்.

முதல் பத்தியில் சொன்ன விஷயம்தான். வருங்காலத்தில் ஒட்டகப்பால் டீ, உள்ளூரில் கிடைக்கிறதென்றால் வடிவேலுவை நினைத்துச் சிரிக்க வேண்டாம். ராஜஸ்தான் ஒட்டகங்களை வாழவைக்க நம்மால் ஆன நற்செயல் என்று சூடாக ஒட்டகப்பால் டீயை உறிஞ்சிக் குடிக்கலாம்.

9. நான் வாத்து!

கிரிக்கெட்டில் ஒரு பேட்ஸ்மேன் ரன் எதுவும் எடுக்காமல் விக்கெட்டைப் பறிகொடுத்தால் அது Duck Out. தனது முதல் பந்திலேயே விக்கெட்டைப் பறிகொடுத்தால் அது Golden Duck Out. (இரண்டாவது பந்தில் என்றால் Silver Duck Out என்றொரு பதமும் சொல்லப்படுகிறது.) எதிர்முனையில் இருக்கும் பேட்ஸ்மேன், எந்தப் பந்தையும் எதிர்கொள்ளாமலேயே ஏதாவது ஒரு விதத்தில் விக்கெட்டைப் பறிகொடுத்தால் அது Diamond Duck Out. அந்தச் சம்பவமானது ஆட்டத்தின் முதல் பந்திலேயே நிகழ்ந்தால் அது Platinum Duck Out. அஜித் அகார்கர் என்ற முன்னாள் இந்திய வீரர், ஆஸ்திரேலியாவுக்கு எதிரான டெஸ்ட் தொடரில், ஐந்து முறை தொடர்ந்து ரன் எதுவும் எடுக்காமல் அவுட் ஆனார். இந்த அரிய நிகழ்வு கிரிக்கெட் வரலாற்றில் Bombay Duck Out என்று பதிவு செய்யப்பட்டிருக்கிறது.

சரி, வாத்துக்கும் கிரிக்கெட்டுக்கும் என்ன சம்பந்தம்? எந்த வாத்தாவது கிரிக்கெட் ஆடி முட்டை ரன்னில் தொடர்ந்து அவுட் ஆகி ரெகார்ட் வைத்திருக்கிறதா? பேட்ஸ்மேன் முட்டை ரன்னோடு வெளியேறும்போது, வாத்து ஒன்று அழுதபடியே செல்வதாகக் காட்சிப்படுத்துகிறார்களே, ஏன்? 'ஜீரோ' என்பது வாத்து முட்டையைப் போலிருப்பதால் Duck Out என்ற பதம் வந்தது என்ற விளக்கம் கொடுத்தாலும் அது சரியானதா? மனிதன் ஏன்

வாத்தை அசமந்தமான பறவையாகப் பார்க்கிறான்? 'வாத்து மடையன்' என்று சக மனிதனைத் திட்டுவது ஏன்? வாத்து நடை என்று சிலரது நடையைப் பரிகசிப்பது ஏன்? மனிதன் இளக்காரமாகப் பார்க்கும் அளவுக்கு வாத்து என்ன அவ்வளவு மதிப்பற்ற உயிரினமா?

வாத்தோடு வாத்தாக வார்த்தைகளில் வாத்தின் வாழ்க்கையை வாழ்ந்து பார்த்தால் வியப்பில் வாய்பிளப்போம், நிச்சயமாக!

வேகமாக நீந்தத் தெரிந்த, நடக்கத் தெரிந்த, ஓடத் தெரிந்த, பறக்கத் தெரிந்த பறவைதான் வாத்து. அதுவும் சில வகை வாத்துகள், நீண்ட தூரம் பறக்கும் திராணி கொண்டவை. அதிக உயரத்தில் பறக்கும் ஆற்றல் கொண்டவை. இப்படி 'எல்லாம் தெரிந்த' பறவையினங்கள் குறைவே.

வாத்து நீரில் நீந்துவதைப் பார்த்திருக்கிறீர்களா? அது நீரின் மேற்பரப்பில் மிகவும் சௌகரியமாக, உல்லாசமாக மிதப்பது போன்றே தெரியும். ஆனால், நீர்ப்பரப்பு தெளிவாக இருந்தால் ஒன்றைக் கவனிக்கலாம். வாத்தின் கால்கள் இரண்டும் நீருக்கு அடியில் அவ்வளவு வேகமாக இயங்கும். அந்த இயக்கம் இல்லையென்றால் வாத்தும் நீரில் தத்தளிக்கவே செய்யும். ஆக, இதன் மூலம் மிதந்து வரும் தத்துவம் யாதெனில்...

பார்வைக்கு எளிதாகத் தோன்றுவதெல்லாம் எளிதே அல்ல. ஒவ்வோர் எளிமையான விஷயத்துக்குப் பின்னும் கடினமான உழைப்பு புதைந்திருக்கிறது. ஆக, யாரையும் வெளித்தோற்றத்தை வைத்து எடை போடக்கூடாது. அவரவர் உலகத்தில் அவரவருக்கான கஷ்ட, நஷ்டங்களை நம்மால் உணர இயலாது.

நாம் நீருக்குள் இருந்து எழுந்து வந்தால் நம் உடலெங்கும் நீர் சொட்டும். ஆனால், வாத்து கரையேறும்போது அதன் உடலில் ஈரத்தைப் பார்க்கவே முடியாது. ஏனென்றால் இயற்கையாகவே அதன் இறகுகளுக்கு மேல் ஒரு பாதுகாப்புப் படலம் உள்ளது. அதன் மேல் தோலுக்கு அடுத்ததாக இந்த நீர்புகாப்படலம் வாத்தை ஈரமாக்காமல் பாதுகாக்கிறது. ஆக, வாத்தானது நீருக்குள் முழுவதும் மூழ்கி இரை தேடி மேலே வந்து கரையேறினாலும் அது நனைந்திருக்காது. தன்னம்பிக்கைத் தத்துவமாக இதைச் சொற்களால் அலங்கரிக்க வேண்டுமென்றால்...

எப்போதும் நம்மைச் சுற்றி எதிர்மறை விஷயங்கள் நிறைந்திருக்கும். நனையாமல் கரையேறும் வாத்தைப் போல, எதிர்மறை எண்ணங்களில் ஊறிப்போய் மூழ்காமல் கரையேறுங்கள்.

பொதுவாக வாத்துகள் 10 முதல் 60 அடி வரை நீருக்குள் பாயக்கூடிய திறன் கொண்டவை. ஆனால், வட அமெரிக்கா, ரஷ்யா, கனடா, அலாஸ்கா போன்ற குளிர்ப்பிரதேசங்களில் வாழும் கௌபீன் என்ற நீண்ட வால் வாத்தானது, நீருக்குள் 200 அடி வரை பாயும் திறன் கொண்டது. ஆழமாகச் சென்று வளமான இரையைப் பிடித்து வந்து விரும்பி உண்ணும். ஆம், வாத்துகளால் அதிக ஆழத்துக்கும் செல்ல முடியும், அதிக உயரத்திலும் பறக்க முடியும்.

பொதுவாக வாத்தின் பின்பகுதி சற்றே பெரிதாக இருப்பதால் அவற்றால் நீண்ட தூரத்துக்குப் பறக்க முடியாது என்பார்கள். உடலமைப்பில் சற்றே மாறுபாடு கொண்ட, நீண்ட தூரம் பறந்து வலசை போகும் வாத்துகள் உண்டு. அதில் குறிப்பிட்டுச் சொல்லப்பட வேண்டியது வரித்தலை வாத்து (Bar Headed Goose). கழுத்துப் பகுதியில் இரண்டு கருப்புப்

பட்டைகளுடன் இருப்பதால் இந்தப் பெயர். இது ஆசியக்கண்டத்துக்கான அழகிய வாத்து. மங்கோலியா, மேற்கு சீனா, கஸகிஸ்தான், கிர்கிஸ்தான், திபெத், பாகிஸ்தான் போன்ற நாடுகளில் வாழ்கின்றன. குளிர்காலங்களில் இந்தியாவை நோக்கி வருகின்றன. குறிப்பாக தமிழ்நாட்டில் கூந்தன்குளம், கோடியக்கரை போன்ற சரணாலயங்களுக்கு ஆண்டுதோறும் வருகின்றன. அந்த நீ••••..ண்ட பயணம் அற்புதமானது, அதிவேகமானது.

வாத்துகள் பொதுவாகவே கூட்டமாக வாழும் இயல்புடையவை. வரித்தலை வாத்துகள் நிலத்தில் ஒரு குழுவுக்கு நூறு போல இருக்கும். ஆனால், வலசை கிளம்பிவிட்டால், ஆயிரக்கணக்கில் ஒன்றுகூடிப் பறக்கின்றன. இதன் விரிந்த நீண்ட சிறகுகள், மிக அதிக உயரத்தில் பறக்க உதவுகின்றன. இது பறக்கும் உயரம் அதிகபட்சம் 33,300 அடிவரை என்று கணக்கிடப்பட்டிருக்கிறது. மிக உயரமாகப் பறந்து வலசை செல்லும் பறவை என்ற பெருமை இதற்கு உண்டு. இது ஒரு விமானம் பறக்கும் உயரத்தை ஒத்தது.

பூமியை விட்டு மேலே போகப்போக ஆக்ஸிஜன் குறைவாக இருக்குமே! எனில் வரித்தலை வாத்து எப்படி சுவாசிக்கிறது? உயரே போகப்போகக் காற்றின் அடர்த்தி குறைவாக இருக்கும்போது, பறவைகள் தம் இறக்கைகளை வேகமாக அசைக்க வேண்டியதிருக்கும். அதற்கு அதிக ஆக்ஸிஜனும் தேவை. வரித்தலை வாத்தின் நுரையீரல் பெரிது. அதன் சுவாச மண்டலமானது குறைவான காற்றிலும் அதிக ஆக்ஸிஜனை உள்ளிழுத்துக் கொள்ளும் தன்மை கொண்டது. ஆக, கடினமான சூழலிலும் 'மூச்சுத் திணறாமல்' முன்னேறுகிறது வரித்தலை வாத்து.

வலசை போகும் திசையும் பிரதேசங்களும் வாத்துகளின் மரபணுவுக்குள்ளேயே பதிந்திருக்கின்றன. ஆக, நூற்றாண்டுகள் கடந்தும் வாத்துகள் வானில் தொலைந்து போவதில்லை. சரியான பருவத்தில், மிகச்சரியான இடங்களுக்கு வந்து சேருகின்றன. வெகு உயரத்தில் பறக்கும் இந்த வாத்துகளுக்கு இடையில் ஓய்வெடுக்கும் வழக்கமில்லை. பெரும்பாலும் இரவிலும் அதிகாலையிலுமே பறக்கின்றன. கிளம்பிவிட்டால் இடைநில்லா எக்ஸ்பிரஸாக எட்டு மணி நேரங்கள் பறந்து ஆயிரம் மைல்களை அநாயசமாகக் கடக்கின்றன.

ஆகப்பெரிய இமயமலைத் தொடரை சில மணி நேரங்களில் கடந்து விடுகின்றன என்பது ஆச்சரியமான விஷயம். அங்கே காற்றில் 10 சதவிகிதம் அளவே ஆக்ஸிஜன் உண்டு. இருந்தாலும், 'உள்ளது போதும். உறுதியோடு பறப்போம் நண்பர்களே!' என்று வாத்துகள் வலிமையோடு கடக்கின்றன.

குழுவாகப் பறக்கும் வாத்துகளிடமிருந்து மனிதன் மௌனமாகக் கற்றுக் கொள்ளச் சில பாடங்கள் உண்டு.

வாத்து பறக்கும்போது, வடிவத்தில் ஒன்றன் பின் ஒன்றாகப் பறப்பதைப் பார்க்கலாம். முதலில் பறப்பது தலைமை வாத்து. அதன் பக்கவாட்டில் இரண்டு. அவற்றின் பக்கவாட்டில் இரண்டு என்று வரிசை நீண்டுகொண்டே போகும். இந்த வடிவத்தில் பறக்கும்போது முன்னே என்ன இருக்கிறது என்பது எல்லா வாத்துகளுக்கும் தெரியும். யாரும் யாருக்கும் தொந்தரவில்லாமல் பறக்க முடியும். எல்லோரும் எல்லோருடனும் தொடர்புடன் இருக்கவும் முடியும் என்பது வாத்துகளின் அருமையான கணக்கு.

ஒரு வாத்தானது கவனக்குறைவால் வரிசையிலிருந்து விலகிவிட்டால், உடனே அது சுதாரித்துக் கொள்ளும். தன் பறக்கும் வேகத்தைச் சரிசெய்து வரிசையில் சரியான இடத்தில்

தன்னைப் பொருத்திக் கொள்ளும். குழுவின் ஒத்திசைவு தனி ஒருவரால் குலைந்து போகக்கூடாது, குறிக்கோளில் மட்டுமே கவனமாக இருக்க வேண்டும் என்பது இங்கே வாத்து சொல்லும் Quote.

முதலில் பறக்கும் தலைமை வாத்தானது, கொஞ்சம் களைப்பாக உணர்ந்தால், அது சற்றே பின் வாங்கிப் பறக்க ஆரம்பிக்கும். சட்டெனக் கவனிக்கும் இன்னொரு வாத்தானது அந்தத் தலைமைப் பொறுப்பை எடுத்துக் கொள்ளும். ஆம், தலைமைப் பொறுப்பு என்பது ஒருவருக்கானதல்ல. எல்லோருமே அதற்குத் தகுதியுடைவர். குழுவை வழி நடத்திச் செல்லும் பொறுப்பு வரும்போது தயங்கக் கூடாது. தன்னம்பிக்கையுடன் பொறுப்பை எடுத்துக் கொள்ள வேண்டும் என்று உரக்கச் சொல்கிறது வாத்து.

புதியதொரு வாத்தானது தலைமைப் பொறுப்பை ஏற்கும்போது, மற்ற வாத்துகள் சத்தம் எழுப்புகின்றன, அதனை உற்சாகப்படுத்த. இலக்கை அடைய வேண்டும் எனில், எல்லோரும் சேர்ந்து இயங்க வேண்டும். இங்கே போட்டி, பொறாமை, பகைக்கெல்லாம் இடமில்லை. பற! பற! விடாமல் பற! குவாக்! குவாக்!

பறக்கும்போது ஏதாவது ஒரு வாத்துக்கு மட்டும் உடல் நலம் சரியில்லை அல்லது அது காயமடைந்துவிட்டது என்றால் அது கூட்டத்தை விட்டு விலகும். அதனுடன் மேலும் இரண்டு வாத்துகளும் விலகும். காயமடைந்த வாத்து தரையிரங்கும். சகாக்கள் இரண்டும் கூடவே தரையிரங்கும். காயமடைந்த வாத்து குணமாகும் வரை அல்லது இறந்துபோகும் வரை சகாக்கள் உடனிருக்கும். பின் அந்த இரண்டு அல்லது மூன்று வாத்துகளும் தம் கூட்டத்தை நோக்கிச் செல்லும். குழுவின் நோக்கம் முக்கியம். அதேசமயம் குழுவின் ஒவ்வோர் உறுப்பினரும் முக்கியம். ஒருவருக்கு ஆபத்து எனில் அவரை அப்படியே கைவிடுவது நியாயமில்லை. தோள் கொடுப்பதே மனிதநேயம். அல்ல, வாத்துநேயம்!

வாத்தின் சில தனித்துவமான தன்மைகளையும் தெரிந்து கொள்வோம். வாத்து இரண்டு கண்களையும் மூடித் தூங்காது.அது தூங்கும்போது ஒரு கண் திறந்தே இருக்கும். அதன் ஒரு பக்க மூளை விழிப்புடனேயே இருக்கும். காரணம் எதிரிகளால் ஆபத்து நேர்ந்துவிடக்கூடாது என்ற விழிப்புணர்வு. தம் குஞ்சுகளைப் பாதுகாப்பதில் தாய் வாத்துகளே அதிகம் பொறுப்புடன் செயல்படுகின்றன. கழுகு, பருந்து, பாம்பு, மனிதன் என்று எந்தப் பக்கம் திரும்பினாலும் எதிரிகள். ஆக, வாத்து ஒரு கண்ணை மூடுவதே இல்லை. கனடா கீஸ் எனப்படும் வகையில் ஆண் (தந்தை) வாத்துகளும் பொறுப்புமிக்கவையே. பெண் வாத்தானது முட்டை போடுவதில் தொடங்கி, குஞ்சுகள் வளர்ந்து பறக்கத் தொடங்கும் வரை, கனடா ஆண் வாத்துகள், தனது குடும்பத்தைப் பாதுகாக்கக் கடுமையாகப் போராடுகின்றன. ஆம், இங்கே மட்டும் தாய்ப்பாசத்தை மிஞ்சும் தந்தைப்பாசம்!

வாத்துக் குஞ்சுகளுக்கிடையேயான பாசமும் அற்புதமானது. உடன்பிறந்தோர் ஒருவரை ஒருவர் விட்டுக் கொடுப்பதில்லை. அவற்றுக்கான பிணைப்பானது அவை முட்டையில் இருக்கும்போதே தொடங்கி விடுகின்றன என்று ஆய்வுகள் மூலம் உறுதிப்படுத்தியிருக்கிறார்கள்.

முந்தைய நாள் ஒரு தாய் வாத்தை ஏழெட்டுக் குஞ்சுகளோடு பார்த்தோமானால், அடுத்த நாளில் ஒன்றிரண்டு குஞ்சுகள் குறைந்து போயிருக்க வாய்ப்பு உண்டு. எதிரிகளுக்கு உணவு. கடைசிக் குஞ்சை இழந்தாலும் வாத்துகள் தன் முயற்சியைக் கைவிடுவதில்லை. உடைந்து

போகாமல் சோகங்களைக் கடந்து போகின்றன. தம் கூட்டை எதிரிகள் கலைத்துப் போட்டாலும் வாத்துகள் களைத்துப் போவதில்லை. மீண்டும் கூடுகளை உருவாக்குகின்றன. முட்டைகள் போடுகின்றன. அடைகாத்து குஞ்சுகள் பொரித்து, அவற்றுக்கு இறக்கைகள் முளைக்கும் வரை பாதுகாக்கவே முற்படுகின்றன.

எதிர் நீச்சலடித்துக் கொண்டே இருந்ததால்தான் பூமியில் எந்த இனமும் நிலைத்து இருக்க முடியும்.

பல சமயங்களில் வாத்துகளின் உடல்மொழியில் சந்தோஷத்தை நாம் உணரலாம். நல்ல சூரிய ஒளி இருக்கிறதா! காற்று இதமாக இருக்கிறதா! நீந்தி மகிழ நிறைய தண்ணீர் இருக்கிறதா! இந்த நாளை அனுபவி. இந்த நொடியில் மகிழ்ந்திரு. பழைய கவலைகளும், புதிய தேவைகளும் இருந்துகொண்டேதான் இருக்கும். அதற்காக இப்போது கிடைக்கும் இன்பத்தை ஏன் தவற வேண்டும் என்பதே ஒவ்வொரு மகிழ்ச்சியான வாத்தும் எழுப்பும் கேள்வி.

பொதுவாகவே வாத்துகள் மனிதர்களுக்கு இணக்கமான பறவைகளே. ஆனால், மனிதன்? சில நூற்றாண்டுகளுக்கு முன்பு வரை அமெரிக்காவில் ஒரு போட்டி இருந்தது. ஒரு கம்பத்தில் உயிருடன் தலைகீழாகத் தொங்கவிடப்பட்டிருக்கும் வாத்து. மனிதன், குதிரையில் வேகமாக வந்து வாத்தின் கழுத்தைப் பிடித்து இழுத்து அதன் தலையைத் தனியாகப் பிய்த்தெடுக்க வேண்டும். இப்படி விதவிதமாக வாத்தைக் கொண்டு கொடூர விளையாட்டுகள் விளையாடி இருக்கிறான் மனிதன். துப்பாக்கி கையில் கிடைத்தபோதெல்லாம் மனிதன் அதிகம் வேட்டையாடியது வாத்தைத்தான் என்று ரத்தத்தில் பதிவு செய்திருக்கிறது வரலாறு. ஆனால், வாத்தானது பதிலுக்கு மனிதனுக்கு முட்டையாகவும் இறைச்சியாகவும் உணவளித்துக் கொண்டே இருக்கிறது. அப்படிப் பார்த்தால், மனிதர்களைவிட வாத்துகளே உயர்ந்தவை.

கிரிக்கெட் உலகின் பிதாமகன் என்றழைக்கப்படும் ஆஸ்திரேலியாவின் டான் பிராட்மேனின் வாழ்வில் நடந்த சம்பவத்தோடு வாத்தை வழியனுப்பி வைப்போம். 1948. டான் பிராட்மேன் டெஸ்ட் கிரிக்கெட்டிலிருந்து ஓய்வு பெறுவதற்கு முன்பான கடைசி மேட்ச். இங்கிலாந்துக்கு எதிராக. ஆஸ்திரேலியாவின் முதல் இன்னிங்ஸில் டான் பிராட்மேன் டக் அவுட் ஆனார். அப்போது 101.39 என்ற கணக்கில் இருந்த அவரது ரன்ரேட், அந்த டக் அவுட்டால் 99.94-ஆகக் குறைந்தது. சரி, அடுத்த இன்னிங்ஸில் அடித்து விட்டதைப் பிடித்துவிடுவார் என்ற ஆஸ்திரேலியர்களின் நம்பிக்கையை இங்கிலாந்து சிதைத்தது. அவர்கள் படுமோசமாக விளையாடி, ஆஸ்திரேலியாவை இன்னிங்ஸ் வெற்றி பெறச் செய்தனர். ஆக, இன்னொரு முறை டான் பிராட்மேன் மட்டையைத் தூக்க வேண்டிய அவசியம் இல்லாமல் போனது. மேற்சொன்னதெற்கெல்லாம் பிராயச்சித்தமாக வரலாற்றுச் சிறப்புமிக்க Duck Out என்று இந்தப் பெருமையை வாத்துக்குச் சமர்ப்பிக்கலாம்.

10. திமிங்கலம் பெருங்கடலின் பெருமிதம்!

இன்றைய உலகில் வாழும் மிக மிக மிகப்பெரிய விலங்கு என்றால் அது கடலில் வாழும் நீலத்திமிங்கலம். நாம் கண்ணால் கண்ட பெரிய விலங்கான யானையை வைத்து கணக்குச் சொல்வதென்றால், ஒரு நீலத்திமிங்கலம் என்பது முப்பதுக்கும் மேற்பட்ட யானைகளை ஒன்று சேர்த்தால் எவ்வளவு பெரிதாக இருக்குமோ அந்த அளவுக்கு பிரமாண்டமானது.

எடையாகச் சொல்ல வேண்டுமென்றால், 180 முதல் 200 டன். (907.185 கிலோ என்பது 1 டன்).

அவ்வளவு பெரிய விலங்கு அல்லவா. இன்னும் கொஞ்சம் புகழ் பாடலாம். நீலத்திமிங்கலத்தின் நாக்கின் எடை மட்டும் ஒரு யானையின் எடை கொண்டது. 18 அடி நீளம் கொண்டது. அதன் நாக்கின் மீது ஏழெட்டு மனிதர்கள் வரை சௌகரியமாக நீட்டி நிமிர்ந்து படுக்கலாம். (ஆமா, அங்க போய் எதுக்குப் படுக்கணும்?) நீலத்திமிங்கலத்தின் நுனி முதல் அடி வரை உயரம் என்பது 80 முதல் 105 அடி வரை இருக்கலாம். அதாவது நான்கு அல்லது ஐந்து மாடிக் கட்டடத்தின் மொட்டை மாடியில் நீலத்திமிங்கலமானது தரைத்தளத்தில் நின்று கொண்டே துணி காயப்போடலாம்.

நீலத்திமிங்கலத்தின் வால்பகுதியானது சுமார் 25 அடி நீளம் கொண்டது. இது ஒரு மினி ஏரோப்ளேனின் இறக்கைகளுக்குச் சமமானது. இதன் இதயத்தின் எடையானது ஒரு காரின் எடைக்குச் சமமானது. ஒரு நீலத்திமிங்கலமானது தனது வாயை முற்றிலும் அகலமாகத் திறந்தால், சுமார் 130 மனிதர்களின் எடைக்குச் சமமான நீரையும் உணவையும் விழுங்கும் தன்மை கொண்டது. இன்னொரு நீலத்திமிங்கலமே அந்த பிளந்த வாய்க்குள் குறுக்காகக் கடந்து போகலாம். இதையெல்லாம் படிக்கப் படிக்க நீலத்திமிங்கலமானது ராட்ஷச விலங்கு, கொடூர உயிரினம், இரக்கமில்லா ஜந்து என்றெல்லாம் எண்ணத் தோன்றலாம். ஆனால், நீலத்திமிங்கலத்தின் உருவம்தான் பெரியதே தவிர, அது மிக மிகச் சாதுவான உயிரினம் அது. நீங்க நம்பலைன்னாலும் அதான் நெசம்!

இப்போது மட்டுமல்ல, உலகம் தோன்றிய காலத்திலிருந்தே ஆகப்பெரிய கடல்வாழ் உயிரினமாகக் கருதப்படுவது நீலத்திமிங்கலம் அல்லது அதன் முன்னோர்தான். இது மெகா டைனோசர்களைவிடப் பெரிய உயிரினம். உலகில் வாழ்ந்து, வீழ்ந்து, இல்லாமலேயே போன அனைத்து பிரமாண்ட உயிரினங்களை விடவும் அளவில் பெரியதாக அறியப்படுகிறது. ஆனாலும், நீலத்திமிங்கலங்கள் பிராணிகளில் அப்பிராணி என்பதே உண்மை.

உருவத்துக்கும் இயல்புக்கும் சம்பந்தம் கிடையாது, யாரையும் உருவத்தை வைத்து எடை போடாதே என்பனவே நீலத்திமிங்கலம் நமக்குப் பெரிதாக உணர்த்தும் செய்தி.

முதல் முக்கியமான விஷயம், நீலத்திமிங்கலத்துக்கும் மனிதனுக்கும் ஏகப்பட்ட ஒற்றுமைகள் உண்டு. மனிதனைப் போலவே இவையும் வெப்ப ரத்தப் பிராணிகள். பாலூட்டிகள். தம் குட்டிகளுக்குத் தாய்ப்பால் ஊட்டியே வளர்க்கின்றன. அவை வளரும் வரை கண்ணும் கருத்துமாகப் பாதுகாக்கின்றன. மனிதனின் நுரையீரலைப் போலவே இவற்றுக்கும் ஆக்ஸிஜன் தேவை. இப்படி பல விஷயங்களைச் சொல்லலாம். வேற்றுமையாக ஒரே ஒரு விஷயத்தைக் குறிப்பிட்டுச் சொல்ல வேண்டுமென்றால், நீலத்திமிங்கலங்கள் மனிதர்களை வேட்டையாடுவதில்லை.

திமிங்கலங்களில் பலவகை உண்டு. பொதுவாக அவற்றை இரண்டு விதமாகப் பிரிக்கலாம். முதல் வகை பற்களுள்ளவை. இரண்டாவது வகை, மேல்தாடையில் பற்களுக்குப் பதிலாக பெரிய பிரஷ் போன்ற அமைப்பு கொண்டவை. இந்த அமைப்புக்கு பலீன் என்று பெயர். வாயில் நீரை நிரப்பி, பின்னர் அதை வெளியேற்றும்போது, இந்த பிரஷ் சல்லடை போலச் செயல்படும். அப்போது அந்த நீரில் இருக்கும் சிறு மீன்கள் வாயிலேயே சிக்கிக் கொண்டு, திமிங்கலங்களுக்கு உணவாகும். உலகின் மிகச்சிறிய உயிரினங்களுள் ஒன்றான

கூனிப்பொடி (Krill), உலகின் மிகப்பெரிய உயிரினமான நீலத்திமிங்கலங்களுக்குப் பிடித்தமான உணவு. ஒரு நீலத்திமிங்கலத்துக்கு ஒரு நாளைக்கு நான்கு முதல் ஆறு டன்கள் வரை உணவு தேவைப்படுகிறது. இது ஒரு பிரமாண்ட Foodie!

திமிங்கலங்களின் சுவாச முறை மாறுபட்டது. அவை மனிதர்களைப்போல அனிச்சையாகத் தொடர்ந்து சுவாசிப்பதில்லை. காற்று தேவைப்படும்போது நீருக்குமேல் எழும்பி வருகின்றன. அவை மூச்சை வெளிவிடும்போது அவற்றின் தலைப்பகுதியின் மேல் அமைந்திருக்கும் சுவாசத் துளைகள் வழியாக பீய்ச்சியடிக்கும் நீரானது சுமார் 30 அடி வரை பாயும். மீண்டும் துளைகள் தேவையான அளவு காற்றை உள்ளிழுத்து (சுமார் 5000 லிட்டர் வரை), நுரையீரலை நிரப்பிக் கொண்டு நீருக்குள் மூழ்குகின்றன. காற்றிலிருந்து சுமார் 90 சதவிகிதம் வரை ஆக்ஸிஜனை உள்ளிழுத்துக் கொள்ளும் திறன் திமிங்கலங்களுக்கு உண்டு. திமிங்கலத்தின் அளவு, எடை, வாழும் நீர்ச்சூழல் ஆகியவற்றைப் பொருத்து அவற்றால் நீருக்குள் எவ்வளவு நேரம் மூச்சடக்கி இருக்க முடியும் என்பது மாறுபடுகிறது. நீலத்திமிங்கலமானது சுமார் ஒரு மணி நேரம் வரை மூச்சடக்கி கடலுக்குள் இருக்கும். அப்போது அவற்றின் இதயம் நிமிடத்துக்கு இரண்டு முறை மட்டுமே துடிக்கும். லப் டப்... லப் டப்... அவ்வளவுதான்.

ஆண் நீலத்திமிங்கலங்களைவிட, பெண் நீலத்திமிங்கலங்கள் அளவில் பெரியவை. ஏனென்றால் குட்டி போட்டு பாலூட்டுவதற்கு ஏற்ப அவை கூடுதல் எடையுடன் வலம் வருகின்றன. உணவு தேட குளிர் நீர்ப் பிரதேசத்துக்கும், இனப்பெருக்கம் செய்ய வெப்ப நீர்ப் பிரதேசத்துக்கும் இவை இடம்பெயர்கின்றன. இரண்டு முதல் மூன்று ஆண்டுகளுக்கு ஒருமுறை குட்டி போடுகின்றன. கர்ப்ப காலம் 12 மாதங்கள். பிறக்கும் திமிங்கலக்குட்டியானது சுமார் 20 அடி நீளத்தில் 6000 பவுண்ட் எடையில் இருக்கும். ஒவ்வொரு நாளும் சுமார் 200 முதல் 250 லிட்டர் வரை தாய்ப்பால் குடிக்கும். தினமும் சுமார் 200 பவுண்ட் வரை உடல் எடை அதிகரிக்கும். சுமார் 9 மாதங்களில் 50 அடி வரை வளர்ந்து விடும். அதற்குள் குட்டிக்கு எல்லா வழித்தடங்களையும் வாழ்க்கைப் பாடங்களையும் கற்றுக் கொடுக்கும் தாய்த்திமிங்கலம், அதற்குப் பின் 'உன் வழி, இனி தனி வழி' என்று உணர்த்தி வழியனுப்பி வைக்கும்.

திமிங்கலங்கள் நீண்ட தூரத்துக்கு நீந்தக் கூடியவை. வலசை செல்லக்கூடியவை. எண்ணெய்த் திமிங்கலங்கள் எனப்படும் ஸ்பெர்ம் திமிங்கலங்கள் தம் வாழ்நாளில் உலகையே வலம் வரக்கூடிய தொலைவை நீந்திக் கடப்பவை. 2015-ம் ஆண்டில் ஆய்வாளர்கள், 'வாவாரா' என்று பெயரிடப்பட்ட பழுப்புத் திமிங்கலத்தின் பயண தூரத்தைக் கணக்கிட்டார்கள். ரஷ்யாவின் கடல் பகுதியிலிருந்து கிளம்பிய வாவாரா, மெக்ஸிகோ வரை வந்து மீண்டும் ரஷ்யக் கடல் பகுதிக்குத் திரும்பியது. மொத்தம் 172 நாள்களில் 13987 மைல்கள் பயணம். ஒரு பாலூட்டியின் பதிவு செய்யப்பட்ட நீண்ட தூர உலக சாதனைப் பயணமாக இது கருதப்படுகிறது. ஆக, ஆகச்சிறந்த பயணி மனிதனே என்ற நினைப்பு கொண்டவர்கள் உங்கள் தோள்களை இறக்கிக் கொள்ளவும்.

சரி, இம்மாம்பெரிய நீலத்திமிங்கலையே வேட்டையாடும் வேறு கடல்வாழ் உயிரினம் உண்டா?

உண்டு. ஓர்கா திமிங்கலம். கடல் வாழ் உயிரினங்களிலேயே மிக வேகமாக நீந்தக்கூடிய இதற்கு கொலைகாரத் திமிங்கலம் என்ற 'கெட்ட' பெயரும் உண்டு. பின்னோக்கி வளைந்த இருபதுக்கும் மேற்பட்ட கூரான பற்கள் கொண்ட இந்த முப்பது அடி ஓர்கா, எண்பது அடி நீலத்திமிங்கலத்தையும் கொன்று தின்று ஏப்பம் விடும் வல்லமை பொருந்தியது. இருக்கட்டும். அதெல்லாம் இயற்கையின் உணவுச்சங்கிலியில் இயல்பான ஒன்று. ஆனால், கொலைகாரத் திமிங்கலத்தைவிட கொடூரமான ஓர் உயிரினமும் உலகில் இருக்கிறது. அதன் பெயர் மனிதன்.

திமிங்கல வேட்டை என்பது பல நூற்றாண்டுகளாக மனிதர்களால் நடத்தப்பட்டிருக்கிறது. இறைச்சிக்காகவும், திமிங்கலத்தில் உடலில் இருந்து கிடைக்கும் எண்ணெய் கொண்டு மெழுகுவர்த்தி, சோப்பு முதல் பல்வேறு பொருள்கள் செய்ய முடியும் என்பதற்காகவும் திமிங்கலங்கள் மில்லியன்கணக்கில் தொடர்ந்து வேட்டையாடப்பட்டிருக்கின்றன. அதற்காக தனியாக கப்பலையும் படகுகளையும் வடிவமைத்துக் கொண்டே கடலில் இறங்கி மனிதர்கள் வேட்டையாடியிருக்கிறார்கள். அப்படியே திமிங்கலத்தை அந்தக் கப்பலில் போட்டு அறுத்து, வெட்டி, பதப்படுத்தி கொடூரங்களை நிகழ்த்தியிருக்கிறார்கள். சென்ற நூற்றாண்டில் முதல் அறுபது வருடங்களில் மட்டும் சுமார் மூன்றரை லட்சம் திமிங்கலங்கள் கொல்லப்பட்டதாக புள்ளிவிவரங்கள் ரத்தம் சொட்டுகின்றன. 1966-ம் ஆண்டில் International Whalling Commision என்ற சர்வதேச அமைப்பு உருவாக்கப்பட்டு, திமிங்கலத்தைப் பாதுகாக்கும் முயற்சிகள் தீவிரப்படுத்தப்பட்டன. அதுவும் அமைக்கப்படவில்லை என்றால் இன்றைக்கு நீலத்திமிங்கலங்களும் அழிந்த உயிரினங்களின் பட்டியலில் சேர்ந்திருக்கும்.

மற்ற பெருங்கடல்களைவிட இந்தியப் பெருங்கடலே திமிங்கலங்கள் பாதுகாப்பாக வாழும் பகுதியாகக் கருதப்படுகிறது என்பது சற்றே பெருமைக்குரிய விஷயம். இப்போது உலகில் தோராயமாக, அதிகபட்சமாக 25000 நீலத்திமிங்கலங்கள் மட்டுமே மிஞ்சியிருக்கின்றன என்று சிறுமைக்குரிய விஷயம்.

திமிங்கலங்கள் கடல் அதிர ஓசை எழுப்பும் தன்மை கொண்டவை. அவற்றை திமிங்கலங்களின் பாடல் என்றும் சொல்கிறார்கள். ஒவ்வொரு பகுதி வாழ் திமிங்கலங்களும் ஒவ்வொரு வகையில் தனித்துவமாகப் பாடல் பாடுகின்றன. வட்டாரப் பாடல் என்றே சொல்லலாம். ஒன்றை ஒன்று 'காப்பி' அடிப்பதில்லை. ஒரு பாடல் என்பது இருபது நிமிடங்களுக்குக்கூட நீளலாம். இருபது மைல்களுக்கு அந்தப் பாடல் கேட்கலாம். அந்தப் பாடல்களின் மூலம் ஒன்றை ஒன்று தொடர்பு கொள்கின்றன. ஒருமுறை பாடிய பாடலை திமிங்கலங்கள் மீண்டும் மீண்டும் அதேபோல பாடும் திறமையும் கொண்டிருக்கின்றன. (அந்த ஓசையின் அளவு 188 டெசிபல். ஜெட் விமானம் பறக்கும் ஓசையைவிட மிக அதிகம். மனிதனின் காது கிழிந்து விடும்.)

திமிங்கலங்களின் இந்த இசையை மனிதன் (அவற்றிடம் காப்பிரைட் வாங்காமல், அக்ரிமெண்ட் கையெழுத்து வாங்காமல், ராயல்டி எதுவும் தராமல்) எக்கச்சக்கமாக பதிவு செய்துவைத்திருக்கிறான். அந்த இயற்கையான இசையை மணிக்கணக்கில் ஓட விட்டு சக மனிதர்களுக்கு மன அழுத்தத்தைக் குறைக்கும் மியுஸிக் தெரபியும் கொடுக்கிறான். ஆம், இங்கே இளையராஜா பாடல்கள் செய்யும் வேலையை, திமிங்கலங்களின் இசையும் செய்து கொண்டிருக்கிறது.

இவ்விதம் திமிங்கலங்கள் மனிதனுக்குச் செய்யும் நன்மைகளே அதிகம் என்பதை நிரூபிக்கும் இன்னொரு சம்பவம். தென் பசிபிக் பெருங்கடலில் அமைந்துள்ள குக் தீவுகளைச் சேர்ந்தவர் நேன் ஹவுசர். சிறுவயது முதலே கடல் உயிரினங்கள் மீது தீராக்காதல் கொண்டவர். அழிந்து வரும் திமிங்கலங்களைப் பாதுகாக்க ஏதாவது செய்ய வேண்டும் என்ற நோக்கத்துடன் கடல் ஆய்வில் இறங்கியவர். சுமார் முப்பது ஆண்டுகளாக கூனல் முதுகுத் திமிங்கலம் என்றழைக்கப்படும் Humpback Whale குறித்த ஆய்வுகளில் ஈடுபட்டு வருபவர். பருவநிலை மாறுபாடுகள் திமிங்கலங்களின் உணவுச் சங்கிலியை எந்தெந்த விதங்களில் பாதிக்கின்றன என்பதே நேன் செய்யும் ஆய்வுகளின் கருப்பொருள்.

2017, செப்டெம்பர் 14. ஆவணப்படப்பதிவு ஒன்றுக்காக நேன், கடலுக்குள் குதித்தார். இரண்டு கூனல் முதுகுத் திமிங்கலங்களைக் கண்டார். அவற்றைப் படம் பிடிக்க ஆரம்பித்தார். சில நிமிடங்கள் சென்றிருக்கும். அவற்றில் ஒரு கூனல் முதுகுத் திமிங்கலம், நேனை நெருங்கி வந்தது. தன் துடுப்பால் சற்றே தள்ளி விட்டது. மீண்டும் மீண்டும் நேனை நோக்கி வந்த அந்தத் திமிங்கலம், அவரை அங்கும் இங்கும் தள்ளிப் பந்தாடியது.

நேனுக்கு ஒன்றும் புரியவில்லை. அவர் அந்தத் திமிங்கலங்களின் இயல்பு அறிந்தவர். அவை ஒருபோதும் அப்படியெல்லாம் செய்யாதவை. மனிதர்களைத் தாக்காது. எனில், இந்தத் திமிங்கலத்துக்கு என்ன ஆயிற்று? அது மீண்டும் நேனை நோக்கி வேகமாக வந்தது. நேனுக்குள் பயம் சூழ்ந்தது. அவரது 102 வயதுப் பாட்டி சொன்னது நினைவுக்கு வந்தது. 'என்றைக்காவது திமிங்கலத்தின் பிரமாண்ட வாய்க்குள் இரையாகிவிடாதே!'

ஐம்பதாயிரம் பவுண்ட் எடை கொண்ட திமிங்கலத்துக்கு 130 பவுண்ட் எடை கொண்ட நான் இரையாகப் போகிறேனா? நேன் பயந்து கொண்டிருக்கும்போதே, அந்தத் திமிங்கலம், நேனை நீரின் மேற்பரப்பு நோக்கித் தள்ளியது. மேலே வந்த நேன், தன் குழுவினருடன் வந்த படகை நோக்கிக் கூக்குரல் எழுப்பினார். 'காப்பாற்றுங்கள்!' மீண்டும் நீருக்குள் விழுந்த வேகத்தில் ஆழம் நோக்கிச் சென்றார். திமிங்கலம் மீண்டும் நேனை நோக்கி வந்தது. அதன் கண்கள் வழக்கத்தைவிட அகலமாகத் திறந்திருந்தன. அந்தப் பார்வை சொல்லும் செய்தியை நேனால் புரிந்து கொள்ள முடியவில்லை. தன்னை நெருங்கி வந்த திமிங்கலத்தின் தலைப்பகுதியை நேன் பிடித்துக் கொண்டார். அப்போது தூரத்தில் ஏதோ ஒரு பெரிய மீன் வருவதைக் கவனித்தார். அந்த மீனின் ராட்சஷ உருவம் நெருங்க நெருங்க நேனின் கண்களில் பீதி.

அது ஆட்கொல்லி புலிச்சுறா என்றழைக்கப்படும் Tiger Shark. திமிங்கலமானது நேனை தன் உடலோடு நெருக்க, அவர் அதன் மீது பற்றி ஏறிக்கொண்டார். புலிச்சுறா, நேனைக் குறிவைத்து மிக வேகமாக நெருங்கிவர, திமிங்கலமானது வேகமெடுத்து படகை நோக்கி நீந்திச் சென்று, நேனை நீர்ப்பரப்பின் மீது கொண்டு சேர்த்தது. அவர் படகில் ஏறும் வரை பாதுகாப்பாக நின்றது. மூச்சு வாங்க படகில் ஏறி அமர்ந்த நேன், ஈரமும் கண்ணீரும் சொட்டச் சொட்ட உள்ளன்புடன் கத்தினார். 'I Love You!'

அந்தத் திமிங்கலம், நன்றி சொல்வதாக, நீரைப் பீய்ச்சி அடித்து, நீருக்குள் புகுந்தபடி, வாலால் நீர்ப்பரப்பில் அடித்துக் காட்டிவிட்டு மறைந்தது. நேனின் உடலில் நடுக்கம் குறையவில்லை. ஆட்கொல்லி சுறாவிடமிருந்து தன் உயிரைக் காப்பாற்றிய அந்தத் திமிங்கலத்தை மீண்டும் சந்திக்க முடியுமா என்றே நேன் நினைத்துக் கொண்டிருந்தார்.

2018, செப்டெம்பர் 29. நேனுக்கு மீனவர் ஒருவரிடம் போன் வந்தது. 'அதைப் போலத்தான் இருக்கிறது.' நேன் அந்தக் கடல் பகுதிக்கு விரைந்தார். நீருக்குள் குதிக்கும் உடையை அணிந்து, தலையில் மாட்டிய கேமராவுடன் கடலில் விழுந்தார். அதே கூனல் முதுகுத் திமிங்கலம்தான். நேன் அதை நெருங்கிச் சென்றார். அது தன் கண்களால் நேனைக் கண்டது. அடையாளம் கண்டு கொண்டது. இருவரும் மீண்டும் நெருங்கினார்கள். நேன், அதனை அன்புடன் அணைத்துக் கொண்டார். அது, நேனை தன் முதுகின் மீது ஏற்றிக் கொண்டு மகிழ்வுடன் நீரினுள் வலம் வந்தது.

பல நிமிடங்களுக்குப் பிறகு நேன், அதற்குப் பிரியாவிடை கொடுத்தார். அது மீண்டும் தன் வாலால் நீர்ப்பரப்பில் அடித்து விடைபெற்றது. நேன் மீண்டும் உரக்கச் சொன்னார்,

11. கழுதை THE BEST FRIEND

ஒரு விவசாயி கழுதை ஒன்றை வளர்த்து வந்தார். இருவருமே நிலத்தில் கடுமையாக உழைத்தனர். ஒருவர் மீது ஒருவர் பாசம் வைத்திருந்தனர். ஒருநாள் நிலத்தில் வேலை பார்க்கும்போது கழுதையானது அங்கிருந்த கிணற்றில் தவறி விழுந்துவிட்டது. கதறிக் கனைத்தது. விவசாயியும் தவித்து நின்றார். அவருக்கு அதைக் காப்பாற்றும் வழியும் தெரியவில்லை.

அக்கம் பக்கத்து ஆள்கள் சிலரை அழைத்தார். கனத்த மனத்துடன் தனது முடிவைச் சொன்னார். 'என் பிரியத்துக்குரிய கழுதையைக் காப்பாற்ற முடியாது. அந்தக் கிணறும் பயனில்லாததுதான். என்னால் கழுதையின் கதறலைக் கேட்க முடியவில்லை. ஆகவே, மண்ணை அள்ளிப் போட்டு மூடிவிடுவோம்.'

மற்றவர்கள் கிணற்றுக்குள் மண்ணை அள்ளிபோட ஆரம்பித்தனர். விவசாயி ஓரமாக நின்று அழுதபடியே இருந்தார். சிறிது நேரத்தில் கழுதையின் கதறல் நின்றிருந்தது. விவசாயி கண்ணீர் வழிய வந்து கிணற்றை எட்டிப் பார்த்தார். அதிசயித்து நின்றார்.

மண்ணை அள்ளிப் போடப் போட, கழுதையானது அதைத் தன் உடலிலிருந்து உதறிக் கொண்டே இருந்தது. கீழே விழுந்து சேரும் மண் மேட்டின் மேலேயே ஏறி நின்றது. அப்படியாக கொஞ்சம் கொஞ்சமாக மேல்நோக்கி வந்து கொண்டிருந்தது. விவசாயி உற்சாகமாக மேலும் மேலும் மண்ணை அள்ளி கிணற்றுக்குள் போட்டார். கழுதை மேலேறிக் குதித்து வந்தது. அவர் தன் பிரியத்துக்குரிய கழுதையை ஆனந்தக் கண்ணீருடன் கட்டியணைத்துக் கொண்டார். அது சந்தோஷமாகக் கனைத்தது. அந்தக் கனைப்பை மொழிபெயர்த்தால் இதுதான் செய்தியாக இருக்கும்.

'உன் மீது விழும் அவதூறுகளும், உன்னை நோக்கிச் செலுத்தப்படும் ஆயுதங்களும், உன்னை வீழ்த்தத் தோண்டப்படும் குழிகளுமே நீ மேன்மேலும் முன்னேறி மேலேறுவதற்கான படிக்கற்கள்!' இன்னும் எளிமையாகச் சொல்ல வேண்டுமென்றால், 'வாழ்க்கையில் ஆயிரம் தடைக்கல்லப்பா! தடைக்கல்லும் உனக்கொரு படிக்கல்லப்பா!'

இந்தக் கதையில் கழுதைக்குப் பதில் குதிரையையோ, மாட்டையோகூட வைத்துக் கொள்ளலாமே. போயும் போயும் ஒரு கழுதை சொல்லி நாம் கேட்க வேண்டுமா? தோன்றலாம்.

'ஏழு கழுத வயசாயிருச்சு. இன்னுமா நீ திருந்தல!', 'கழுதை கெட்டா குட்டிச்சுவரு!', 'பொன்னைச் சுமந்தாலும் கழுதை கழுதைதான்.', 'அறிவுகெட்ட கழுதை!', 'எதுக்கும் உதவாத கழுதை!', 'நீ கழுதை மேய்க்கத்தான் லாயக்கு!' — ஒருவரைத் திட்ட வேண்டுமென்றாலோ, அவமானப்படுத்த வேண்டுமென்றாலோ வார்த்தைகளில் கழுதையைச் சேர்த்துக் கொள்வது இங்கே இயல்பாக இருக்கிறது. சீட்டாட்டத்திலும் Ass என்ற விளையாட்டு உண்டு. அதில் தோற்பவர் கழுதை (Ass) என்று பரிகசிக்கப்படுகிறார். கழுதையை 'மதிப்பற்ற' விலங்காக நாம் நினைப்பது ஏன்? இத்தனை நூற்றாண்டுகளாக கழுதையானது அவமானங்களையும் சுமந்தபடிதான் வாழ்ந்து கொண்டிருக்கிறதா?

கழுதைக்குக் கற்பூர வாசம் தெரிய வேண்டாம். நாம் கழுதையின் வாசத்தைத் தெரிந்து கொள்வோம், சற்றே நெருக்கமாக.

மனித நாகரிகத்தின் வளர்ச்சிக்கு கழுதைகளும் மிகப்பெரிய பங்காற்றியுள்ளன. விவசாயம், பயணம், வணிகம் என்று பல்வேறுவிதங்களில் கழுதைகள் பொதி சுமந்து மனிதனின் சுமையைக் குறைத்துள்ளன. கொஞ்சம் உணவு போதும். கொஞ்சம் தண்ணீர் போதும். பழக்கப்படுத்தப்பட்ட கழுதைகள் சளைக்காமல் உழைக்கும். சகிப்புத் தன்மையுடன் பொதி சுமக்கும். சாதுவான, சமர்த்தான விலங்கு. பின்னங்கால்களால் உதை வாங்காமல் தப்பித்துவிட்டால் போதும். உயிர் ஆபத்து இல்லை. ஆக, கழுதை மீதேறி அமர்ந்த மனிதன் அதை விட்டு இறங்கவே இல்லை, பல நூற்றாண்டுகளாக.

ரோமானியப் பேரரசில் கழுதைகள் பொதி சுமக்க அதிக அளவில் பயன்படுத்தப்பட்டுள்ளன. அங்கே போயின்வில்லி என்ற ஊரில் தொல்லியல் ஆய்வில் 155 செ.மீ. உயரம் கொண்ட பெரிய கழுதைகளின் எச்சங்களைக் கண்டறிந்துள்ளனர். இன்றைய கழுதைகள் அதைவிடச் சிறியவையே (130 செ.மீ.). ஆக, ரோமானிய சாம்ராஜ்ஜியத்தின் விஸ்தரிப்பில் இந்தப் பெரிய கழுதைகளின் பங்கும் இருக்கிறது. தவிர, கோவேறு கழுதைகளையும் ரோமானியர்கள் அதிகம் வேலை வாங்கியிருக்கின்றனர். எகிப்தின் வரலாற்றிலும் எங்கெங்கும் கழுதைப் பாதைகள் நிறைந்துள்ளன. உலகமெங்கும் பல்வேறு ராஜ்ஜியங்களின் வளர்ச்சியில் கழுதைகளின் காலடித் தடங்கள் உண்டு. உலகப்போர்களிலும் கழுதைகள் பங்கேற்றிருக்கின்றன. ஆக, கழுதைகளை வரலாற்றிலிருந்து கழிக்கவே முடியாது. வரலாறெங்கும் கழுதைகளை அண்டி மனிதன் பிழைத்திருக்கிறான் என்பதையும் மறுக்க முடியாது.

கோவேறு கழுதை. இவை ஆண் குதிரைக்கும் பெண் கழுதைக்கும் பிறந்த கலப்பினம். இந்தக் கோவேறுகள் சாதாரணக் கழுதைகளைவிட அளவில் சற்றுப் பெரியவை. வலிமையானவை. புத்திக்கூர்மை கொண்டவை. இவற்றால் குதிக்க முடியும். கழுதைகளைவிட அதிக எடையைச் சுமப்பதால் கோவேறு கழுதைகளை மனிதன் தனது சுயநலத்துக்காக அதிக அளவில் பெருக்கினான். இந்தக் கோவேறு கழுதைகளால் இனப்பெருக்கம் செய்ய இயலாது.

கழுதை சிறந்ததா? குதிரை சிறந்ததா? என்ற கேள்வி முன்வைக்கப்பட்டால் பெரும்பாலானோரது மனம் குதிரைப் பக்கம் சாயலாம். ஏன்? குதிரைகள் சுறுசுறுப்பானவை, வேகமானவை, பார்ப்பதற்கு கழுதைகளைவிட பொலிவுடன் தோன்றுபவை. சரி, அதனாலேயே அவை எப்படி கழுதைகளைவிடச் சிறந்தவை ஆக முடியும்? கழுதைகளுக்கு வேகம் குறைவுதான். அவை குதிரைகளைப் போல சுறுசுறுப்பானவை அல்ல. கவர்ந்திழுக்கும் தோற்றம்

கொண்டவை அல்ல. ஆனால், கழுதைகள் நிதானமானவை. ஒவ்வோர் அடியை எடுத்து வைக்கும் முன்பும் பொறுமையாக யோசிப்பவை. தேவையில்லாத மோதல்களைத் தவிர்க்க விரும்புபவை. அதேசமயம் களத்தில் சண்டையிட்டுத்தான் தீர வேண்டுமெனில் அதற்கும் துணிந்தவை. குதிரைகளைவிட அதிகம் எடை சுமக்கும் திறன் கொண்டவை என்பது கழுதைகளுக்கான சிறப்பம்சம்.

வேகமான குதிரைகளே சிறந்தவை என்பது தவறு. நிதானமான கழுதைகளாகவும் வாழும் சூழலும் வாழ்க்கையில் எல்லோருக்கும் வாய்க்கும்.

சரி, தமிழ்ச் சமூகம் கழுதைகளைக் கொண்டாடியிருக்கிறதா? சங்கப்பாடல்களில் கழுதைகள் காணக் கிடைக்கின்றன. சங்ககாலத்தில் வணிகர்கள் தமது பொருள்களைச் சுமந்து அதிக அளவில் கழுதைகளைப் பயன்படுத்தினர். அந்தப் பொருள்களை, கொள்ளையர்களிடமிருந்து பாதுகாக்க வில் ஏந்திய வீரர்கள் உடன் சென்றனர் என்கிறது அகநானூறு. வெண்ணிற முதுகு கொண்ட கழுதையில் உப்பை ஏற்றிச் செல்வர். கழுதை வரிசையாகச் செல்லும். வழியில் அதன் கால் குளம்பு பதிந்த குழிகள் இருக்கும். அச்சம் தரும் அந்தக் கொடிய பாலைநிலப் பாதையில் என் மகள் எப்படிச் சென்றாளோ? என்று ஒரு தாய் புலம்புவதாக அகநானூற்றின் 207வது பாடல் சொல்கிறது. பலாப்பழம் அளவிலான மிளகு மூட்டைகளை, கழுதைகள் மீது வணிகர்கள் ஏற்றிச் சென்றதாக பெரும்பாணாற்றுப்படை காட்சிப்படுத்துகிறது.

ராமேஸ்வரம், தனுஷ்கோடி பகுதிகளில் பாண்டிய மன்னர்கள், கடலில் விளைந்த முத்துகளை பொதி மூட்டைகளாக கழுதைகள் மீது ஏற்றிச் சென்றனர் என்பதாக அந்தப் பகுதிகளின் வளம் குறிப்பிடப்படுகிறது. தனுஷ்கோடியிலிருந்து தலை மன்னாருக்குக் கப்பல் போக்குவரத்து முன்பு இருந்தது. அந்தக் காலகட்டத்தில் கப்பலில் ஏற வரும் மற்றும் கப்பலில் இருந்து இறங்கும் பயணிகளின் பொதிகளைச் சுமந்து செல்ல கழுதைகளே உதவின. இப்படியாக தமிழர்களின் வாழ்வியலோடு கழுதையும் காலம் காலமாக இணைந்தே இருந்திருக்கிறது. அதேசமயம், அடுத்தவர்களை வசை பாடவும் கழுதைகளே இன்னமும் உதவிக் கொண்டிருக்கின்றன.

கழுதை புகைப்படத்துடன் 'என்னைப் பார் யோகம் வரும்' என்று வீடுகளிலோ, கடைகளிலோ மாட்டப்பட்டிருப்பதைப் பார்க்கலாம். கழுதை என்பது மூதேவியின் வாகனம் என்கிறார்கள். அதை ஏன் யோகத்துக்காக மாட்ட வேண்டும்? மூதேவி என்பது ஆகாத ஒன்றல்லாவா? உண்மையைப் புரிந்து கொள்வோம். தேவியான லட்சுமியின் அக்காவே மூத்த தேவியான மூதேவி. நம் முன்னோர்கள் வணங்கிய பிரதான தெய்வங்களுள் ஒன்று. தவ்வை என்ற பெயரில் இலக்கியங்களிலும் மூதேவி குறித்த குறிப்புகள் உண்டு. வளத்தின் அடையாளம், மங்கலமான தெய்வம், தானியங்களின் கடவுள். இதுவே ஆன்மிக விளக்கம். காலப்போக்கில் மூத்த தேவியானது மூதேவியாகி அமங்கல அடையாளத்தோடு எதிர்மறையாகிப் போனது துயர நிகழ்வு. ஆனாலும் யோகத்தின் அடையாளமாக கழுதை காட்சிப்படுத்துவது வளத்தின் அடையாளமான மூதேவியின் வாகனம் என்பதால்தான். ஆக, ஆன்மிக விளக்கப்படியும் கழுதை நல்மதிப்புடையதே.

'கழுதைகள் பூட்டி ஏர் உழுதல்' என்றோர் ஆதி வழக்கம் இருந்திருக்கிறது. பாண்டிய மன்னனான பல்யாகசாலை முதுகுடுமி பெருவழுதியின் வீரத்தைப் புறநானூறு இவ்வாறு

புகழ்கிறது. பாடல் 15 : கடுந்தேர் குழித்த ஞெள்ள லாங்கண் — வெள்வாய்க் கழுதைப் புல்லினம் பூட்டிப் பாழ்செய்... அதாவது அவன் பகைவர்களது கோட்டைகளை வென்று, கைப்பற்றி, அவற்றை இடித்துத் தரைமட்டமாக்கி, அந்த நிலத்தில் கழுதைகளை ஏரில் பூட்டி உழுதானாம். மன்னன் அதியமான் மகன் பொருட்டெழினி, பகைவர் அரண்களைப் போரிலே வென்ற பின், வீரர்கள் சிந்திய ரத்தமானது நீராகப் பாய்ந்த ஈரம்கூடக் காயாத அந்த நிலத்தை கழுதைகள் பூட்டிய ஏர் கொண்டு உழுது, அதில் கொள்ளையும் வரகையும் விதைத்தான் என்று ஔவையார் பாடியிருக்கிறார். ஆக, கழுதை கொண்டு எதிரியின் நிலத்தை உழுவது அவனை அவமானப்படுத்துவது என்றே கருதப்பட்டிருக்கிறது.

அடுத்து, கழுதை மேலேற்றும் தண்டனை. குற்றவாளிக்கு அல்லது அவ்வாறு கருதப்படுபவனுக்குத் தண்டனையாக, தலையை மொட்டையடித்து, உடலில் கரும்புள்ளி செம்புள்ளி குத்தி, கழுதை மேல் ஏற்றி ஊரில் ஊர்வலம் வரச் செய்யும் வழக்கம் இங்கிருந்திருக்கிறது. ஆக, அவமானத்தின் சின்னமாகக் கழுதை கருதப்பட்டிருக்கிறது. இங்கு மட்டுமல்ல, இது உலகமெங்கும் அப்படித்தான். நெப்போலியன் தன் போர்களால் மாபெரும் சக்தியாக விஸ்வரூபம் எடுத்துக் கொண்டிருந்த வேளையில் ஒரு கார்ட்டூன் வெளியானது. அவன் கழுதையின்மேல் அதன் பின்பக்கம் பார்த்தபடி தலைகுனிந்து அமர்ந்திருக்கிறான். ஒரு கையால் அதன் வாலைப் பிடித்தபடி இருக்கிறான். இன்னொரு கையில் இருக்கும் வாளானது இரண்டாக ஒடிந்திருக்கிறது. நெப்போலியனின் போர் வெறியைக் கேலி செய்யும் நோக்கில் பிரிட்டனில் 1814-ம் ஆண்டில் வெளியான கேலிச் சித்திரம் இது. இப்படி தலைவர்களை, அரசியல்வாதிகளை அவமானப்படுத்த அவர்களை கழுதையோடு ஒப்பிட்டு வரையப்பட்ட கேலிச்சித்திரங்கள் உலகமெங்கும் பல்லாயிரக்கணக்கில் உண்டு. ஒரே ஒரு கேள்விதான். கேடுகேட்ட மனிதர்களை விமர்சிக்கக் கழுதைகளை ஏன் தேர்ந்தெடுத்தீர்கள்?

இன்னொரு பக்கம் கழுதை மதிப்புடனும் காட்சிப்படுத்தப்பட்டிருப்பது ஆறுதல். இந்திர விழாவின்போது கோவலன், மாதவியோடு கோவேறு கழுதை மீதேறி நீராடச் சென்றதாக சிலப்பதிகாரத்தின் கடலாடு காதை காட்சிப்படுத்துகிறது. 'அவர்கள் கழுதையையும் அதன் குட்டியையும் இயேசுவிடம் கொண்டு வந்து, அவற்றின் மேல் தங்கள் மேலாடைகளைப் போட்டார்கள். இயேசு அவற்றின் மேல் அமர்ந்து எருசலேம் நகர் செல்லும் பாதையில் பயணமானார்' என்கிறது மத்தேயு 21:6. முகம்மது நபி கோவேறு கழுதைகளைப் பயன்படுத்தியுள்ளார். அவருக்குப் பரிசாகவும் கோவேறு கழுதைகள் அளிக்கப்பட்டுள்ளன என்பதை குர்-ஆன் வழியே அறியலாம். ஆக, மனிதர்களைவிட மதங்கள் கழுதைகளை கௌரவமாகவே வைத்திருக்கின்றன.

உலக அளவில் அதிகக் கழுதைகள் உள்ள கண்டம் ஆப்பிரிக்கா. அடுத்து ஆசியா. கழுதைகள் அதிகம் வாழும் தேசம் எத்தியோப்பியா. சீனாவும் பாகிஸ்தானும் அடுத்தடுத்த இடங்களில் வருகின்றன. இந்தியாவில் கழுதைகளின் எண்ணிக்கையானது கடந்த முப்பது ஆண்டுகளில் 90 சதவிகிதம் வரை குறைந்துவிட்டது என்பது அதிர்ச்சியளிக்கும் உண்மை. தமிழ்நாட்டில் கழுதைகளைக் காண்பது அரிது. சலவைத் தொழிலில் சரிவு என்பது அத்துடன் இணைந்த கழுதைகளின் எண்ணிக்கையிலும் பெரும் இழப்பை உண்டாக்கியிருக்கிறது. தமிழகம் முழுக்கத் தேடினாலும் ஆயிரம் கழுதைகள்கூடத் தேறாது என்பது கசப்பான உண்மை.

இனிப்பான செய்திகளையும் பார்த்துவிடலாம். கென்யர்களுக்குக் கழுதை மீது பிரியம் அதிகம். கழுதைக்காக கென்ய அரசு தபால்தலை வெளியிட்டிருக்கிறது. கொலம்பியாவிலும், உலகின் வேறு சில பகுதிகளிலும் கழுதைகளுக்கான திருவிழா நடத்தப்படுகிறது. கழுதைகள் புனைவுகளில் அதிகம் பயன்படுத்தப்பட்டிருக்கின்றன. Sherk படத்தின் Donkey உலகம் கொண்டாடும் உற்சாகக் கதாபாத்திரம். மே 8, உலக கழுதைகள் தினம்.

அடுத்த அற்புதமான விஷயம் கழுதைகளின் நட்பு. ஆகச்சிறந்த புரிதல் கொண்ட கழுதைகள் ஒன்றாகவே திரியும். அவை, 'நண்பா, யு ஆர் கிரேட்!' என்று தம் மூக்கோடு மூக்கை அடிக்கடி உரசிக் கொள்ளும். 'கொஞ்சம் தூங்கிக்கிறேன் ப்ரோ!' என்று கழுத்தோடு கழுத்து சாய்ந்து நின்றபடியே தூங்கும். ஒரு கழுதையைப் பிரித்து இழுத்துச் சென்றால், தோஸ்த் கழுதையும் பின்னாலேயே வரும்.

ஒரு கழுதையானது தனது தோஸ்த் கழுதையைப் பிரிந்துவிட்டால் அது தன்னிலையில் இருக்காது. கோபமாக எதிர்வினை புரியும். வேகமாக மூச்சுவிடும். கால்களால் தரையில் ஓங்கி உதைக்கும். தன் நட்பைத் தேடி அங்குமிங்கும் திரியும். சரியாகச் சாப்பிடாது. பித்து பிடித்ததுபோலத் திரியும். பிரிந்த கழுதை நண்பர்கள் சந்திக்கும் தருணம் அழகானது. அவை சந்தோஷமாக ஒன்றுடன் ஒன்று உரசிக் கொள்ளும். முகத்தோடு முகம் மோதி விளையாடும். அத்தனை உற்சாகமான உடல்மொழியுடன், களைப்புடன், இந்த உலகத்தில் தங்களைத் தவிர யாருமில்லை, தங்கள் நட்பைப் போல உயர்ந்தது இல்லை என்று நினைப்புடன் மகிழ்ந்து குலாவும்.

தோஸ்த் கழுதை ஒன்று இறந்துவிட, இன்னொரு கழுதையானது வீழ்ந்து கிடக்கும் அதை எழுப்பச் செய்யும் முயற்சிகள் கண்ணீரை வரவழைக்கும். அவை எளிதில் சமாதானமாகாதவை. நட்பை இழந்தால் வாழ்க்கையே இல்லை என்ற மனநிலைக்குச் செல்பவை. கழுதைகள் தூய்மையான நட்பின் உதாரணம். ஒழுங்காகப் பழக்கினால், தன் எஜமானர் மீது நம்பிக்கை வந்துவிட்டால், மனிதர்களிடமும் அதே நம்பிக்கையுடன், பிணைப்புடன் பழகக்கூடியவை. ஆம், கழுதைகள் துரோகம் பழகாதவை.

கடைசியாக அந்த சரித்திரம் முக்கியத்துவம் வாய்ந்த கேள்விக்கும் பதில் பார்த்து விடுவோம். 'பேரழகி கிளியோபாட்ரா தன் அழகைப் பாதுகாக்க கழுதைப்பாலில் குளித்தது உண்மையா?'

மொத்தம் எழுநூறு கழுதைகள். எகிப்து அலெக்ஸாண்ட்ரியாவின் அரண்மனை வளாகத்தில் அவற்றைப் பராமரிக்கவே தனியாகத் தொழுவம் இருந்தது. கழுதைப் பால் கறப்பவர்களின் வேலை காலை முதலே ஆரம்பித்துவிடும். தூசு, துரும்பு எதுவும் இல்லாத அக்மார்க் கழுதைப் பால் மதிய நேரத்தில் அந்தப்புரத்துக்குள் கொண்டு செல்லப்படும். குளிக்கும் தொட்டிக்குள் நிரப்பப்படும். மாலை நேரத்தில் தோழிகள் சூழ அங்கு வரும் கிளியோபாட்ரா, குளியல் தொட்டிக்குள் இறங்கி கழுதைப் பாலில் ஊற ஆரம்பிப்பாள்.

இது காலம் காலமாகச் சொல்லப்படுவது. என்னதான் இருக்கிறது கழுதைப்பாலில்? அது கிட்டத்தட்ட தாய்ப்பாலை ஒத்தது. லாக்டோஸ் அதிகமுண்டு. பசும்பாலைவிடக் கொழுப்பு குறைவு. அப்போதெல்லாம் குழந்தைகளுக்கு தாய்ப்பாலுக்குப் பதில் கழுதைப்பாலும் கொடுத்திருக்கிறார்கள் (அழுத பிள்ளை சிரிச்சுச்சாம். கழுதைப்பாலை குடிச்சுச்சாம் என்று ஊர்ப்பக்கம் வேடிக்கையாகச் சொல்வார்கள்). கழுதைப்பாலை மருத்துவத்துக்கும் பயன்படுத்தி

இருக்கிறார்கள். கழுதைப்பாலில் குளித்தால் முகச்சுருக்கங்கள் வராது. தோலில் மினுமினுப்பு அதிகரிக்கும். ஒரு நாளில் ஏழுமுறை கழுதைப் பாலில் முகம் கழுவினால் முகம் என்றென்றைக்கும் புத்துணர்வுடன் இருக்கும் என்றெல்லாம் அழகுக் குறிப்புகள் உண்டு.

கி.பி. 30 முதல் 5 வரை வாழ்ந்த ரோம் அரசி சபினா (பிடில் புகழ் நீரோவின் இரண்டாவது மனைவி), கழுதைப் பாலில் குளித்ததற்கான சான்றுகள் இருக்கின்றன.

அவள் எங்காவது வெளியூர் சென்றாலும் அவளுக்காக அண்டா அண்டாவாக கழுதைப்பால் கொண்டு செல்வார்களாம் அல்லது நூற்றுக்கணக்கான கழுதைகளையே ஓட்டிக் கொண்டு செல்வார்களாம். நெப்போலியனின் தங்கை பவுலினும் கழுதைப் பாலில் குளித்ததற்கான குறிப்புகள் இருக்கின்றன. இருக்கட்டும், கிளியோபாட்ரா?

சான்றுகள் எதுவும் இல்லை. ஆனால் எகிப்தில், கிரீஸில், ரோமில் வாழ்ந்த உயர்குடிப் பெண்கள் எல்லோருமே பாலில் குளிக்கும் வழக்கத்தைக் கடைபிடித்தார்கள். அந்த விதத்தில் கிளியோபாட்ராவும் பாலிலோ, கழுதைப் பாலிலோ குளித்திருக்கலாம். இதில் கவனிக்கப்பட வேண்டிய விஷயம் எகிப்தியர்களுக்குத் தினமும் குளிக்கும் வழக்கம் இருந்திருக்கிறது என்பதுதான்.

Verdict: யாராவது நம்மை, 'கழுதை' என்றால் அதற்காகப் பெருமைப்பட மதிப்புள்ள காரணங்களைக் கண்டுகொண்டோம்.

12. இருவாச்சி

மழைக்காடுகள். பூமியில் நாம் வாழுவதற்குத் தேவையான ஆக்ஸிஜனை அதிக அளவு (சுமார் 28%) உற்பத்தி செய்பவை மழைக்காடுகளே. உலகின் ஒட்டுமொத்தப் பரப்பளவில் மழைக்காடுகள் சுமார் ஆறு சதவிகிதமே இருக்கின்றன. அந்த ஆறு சதவிகிதத்தில்தான் உலகின் பாதிக்கும் மேற்பட்ட உயிரினங்கள் காணப்படுகின்றன. புதிய உயிரினங்கள் கண்டுபிடிக்கப்படுவது இப்போதும் நிகழ்ந்து கொண்டிருக்கின்றன.

மழைக்காடுகளை உலகின் உணவுக்கிடங்கு என்றும் சொல்லலாம். மனித குலத்துக்குத் தேவையான மருந்துகளில் 25% மழைக்காடுகளில் இருந்தே பெறப்படுகின்றன. பூமியின் நீர்ச்சுழற்சியினைச் சமநிலைப்படுத்துவதும் இந்தக் காடுகளே. இந்தக் காடுகளில் விழும் இலையானது தரையில் பெரிய பஞ்சு போன்ற அமைப்பாகச் செயல்பட்டு, நீரை உறிஞ்சி, ஓடைகளையும், அவற்றிலிருந்து ஆறுகளையும் உருவாக்குகின்றன. இவையே உலகின் நன்னீர் உற்பத்தியில் பெரும்பங்கு வகிக்கின்றன.

அமேசான், உலகின் மிகப்பெரிய மழைக்காடு. காங்கோவில், உலகின் இரண்டாவது பெரிய மழைக்காடு அமைந்துள்ளது. இந்தியாவில் மேற்குத் தொடர்ச்சி மலைப்பகுதிகளில் வளமான மழைக்காடுகள் அமைந்துள்ளன. இந்த மழைக்காடுகளை வளப்படுத்துவதிலும் பெருக்குவதிலும் விலங்குகளில் யானைகளின் பங்கு மிக முக்கியமானது. யானைகள் போடும் சாணத்தின் மூலமாக விதைகள் எங்கெங்கும் பரவி வனத்தை வளர்த்தெடுக்கின்றன. அதேபோல பறவைகளில் இருவாச்சி என்ற Hornbill, தம் எச்சங்களின் மூலமாக மழைக்காடுகளை உயிர்ப்பிக்கின்றன. பெருகச் செய்கின்றன.

பறவைகளே ஓர் இடத்தின் சூழலியல் தன்மையை உரக்கச் சொல்லும் இயற்கையின் தூதுவர்கள். எங்கே ஒரு பறவை இனம் வருவது நின்று போகிறதோ, அல்லது அழிந்து போகிறதோ அங்கே சூழலியல் தன்மை சிதைந்து கொண்டிருக்கிறது என்று அர்த்தம். எங்கே ஒரு பறவை இனம் பல காலம் கழித்து திரும்ப வருகிறதோ, அங்கே மீண்டும் இயற்கையின் சூழல் உயிர் கொள்கிறது என்று பொருள். எந்த மழைக்காடுகளில் இருவாச்சிப் பறவைகள் இயல்பாகப் பெருகி வாழ்கின்றனவோ, அங்கே இந்த பூமிக்கான நீரும் ஆக்ஸிஜனும் இன்ன பிற வளங்களும் நிறைந்திருக்கின்றன, அங்கே இயற்கைச் சூழல் மிக ஆரோக்கியமாக இருக்கிறது என்பதை உணரலாம்.

ஆம், மனிதர்கள் இல்லாமல் போனாலும் உலகம் அதுபாட்டுக்கு இருக்கும். இருவாச்சிகள் இல்லாமல் போனால் உலகம் இருக்குமா என்பது கேள்விக்குறிதான்.

உலகில் 54 வகை இருவாச்சிப் பறவைகள் இருக்கின்றன. இந்தியாவில் 9 வகை இருவாச்சிகள் உள்ளன. தென்னிந்தியாவில் 4 வகை இருவாச்சிகள் காணப்படுகின்றன.

மலை இருவாச்சி, மலபார் இருவாச்சி, சாம்பல் நிற இருவாச்சி, மலபார் பாத இருவாச்சி ஆகிய இந்த நான்குமே மேற்குத் தொடர்ச்சி மலையையும் மழைக்காடுகளையும் சார்ந்து வாழ்கின்றன. மழைக்காடுகளைக் குறிக்கும் அற்புதமான ஒரு தமிழ்ச்சொல் ‘பொழில்’. மழை பொழியும் காடு என்று பொருள். தென்னிந்தியாவின் பொழிலை பொழிவு பெறச் செய்யும் மலை இருவாச்சி என்ற Great Hornbill பறவையின் வாழ்க்கையைக் கொஞ்சம் வாழ்ந்து பார்ப்போம்.

இருவாச்சி குடும்பப் பறவைகளிலேயே மிகப்பெரியது மலை இருவாச்சி. இதன் ஆயுள்காலம் சுமார் 50 ஆண்டுகள். இதன் தனிச்சிறப்பு நீளமான வளைந்த அலகும், தலைக்கு மேல் அமைந்திருக்கும் குதிரை லாட வடிவ, கவசம் போன்ற தொப்பியும். முதிர்ச்சியடைந்த இருவாச்சிகளுக்கு மட்டும்தான் இந்தத் தொப்பி இருக்கும். அலகும் தொப்பியும் சேர்ந்து பார்க்கும்போது இரண்டு வாய்கள் கொண்ட பறவை போலத் தெரிவதால் ‘இருவாய்ச்சி’ அல்லது ‘இருவாய்க் குருவி’ என்ற பெயர் இதற்கு அமைந்தது. அது பேச்சுவழக்கில் ‘இருவாச்சி’ ஆகிப்போனது.

பறவை இனங்களில் ‘தல’யான மலை இருவாச்சியின் நீளம் சுமார் நான்கு அடி. இறக்கைகளை விரித்த நிலையில் இதன் அகலம் சுமார் ஐந்து அடி. இவை அமைதியான மழைக்காடுகளில் பறக்கையில் இறக்கைகளை அசைக்கும்போது அந்தச் சத்தத்தை நீண்ட தூரத்தில் இருந்து உணர முடியும். சில முறை மட்டும் இறக்கைகளை அசைத்துவிட்டு, நீண்ட தொலைவுக்கு காற்றில் மிதக்கும் இருவாச்சிகள் பறக்கும் அழகைப் பார்த்துக் கொண்டே இருக்கலாம்.

இருவாச்சிகள் தம் வாழ்விடமாக உயரமான மரங்களைத்தான் தேர்ந்தெடுக்கின்றன. இயற்கையான மரப்பொந்துகளில் வாழ்கின்றன. அல்லது மரங்கொத்திகள், மரத்தில் ஏற்கெனவே போட்டு வைத்திருக்கும் துளைகளை இருவாச்சிகள் எடுத்துக் கொள்கின்றன. ‘தம்பி மரங்கொத்தி, வீடு அருமையா இருக்கு. அண்ணன் எடுத்துக்கிறேம்பா!’

ஆண் இருவாச்சிகளின் விழிப்படலம் ரத்தச் சிவப்பாக இருக்கும். பெண் இருவாச்சிகளின் விழிப்படலம் நீலமும் வெள்ளையும் கலந்து இருக்கும். அந்த விழியில் விழுந்து, இதயம் நுழைந்து, உயிரில் கலந்த உறவாகிவிட்டால் போதும். ‘ஒருவனுக்கு ஒருத்தி’ என்று

இறுதி வரை அந்த இருவாச்சி ஜோடி வாழும். ஆம், இருவாச்சிகளின் காதல் கதை எதையும் தாண்டிப் புனிதமானது.

ஆண் இருவாச்சியானது பெண்ணைக் கவர பழமோ, பூச்சிகளோ, வேறு இரையோ எடுத்து வந்து கொடுக்கும். அதைப் பெண் ஆனது ஏற்றுக் கொண்டால் அங்கே ஓர் ஆனந்த ராகம் ஆரம்பம். பெண் இருவாச்சியானது ஆண் துணையைத் தேர்வு செய்தவுடன், 'வா, பறக்கலாம்' என்று குறிப்பால் உணர்த்தும். இரண்டும் காதல் ஜோடியாக வானில் உயர உயர உயரப் பறக்கும். தம் நீண்ட அலகுகளை ஒன்றோடொன்று கவ்விக் கொண்டு கீழ் நோக்கி வேகமாக வரும். அலகுகளால் ஆன அழகான காதல் மொழி! நீயும் நானும் நாம் ஆன பின், நமக்கென வம்சம் வளர்ப்பதுதானே அடுத்த கட்டம். ஒவ்வோர் உயிரினத்தின் வாழ்வியல் நோக்கமும் அதுதானே.

பெண் இருவாச்சி, இனப்பெருக்கக் காலத்தில் ஏற்கெனவே தேர்ந்தெடுக்கப்பட்ட மரப்பொந்தினுள் நுழைந்து விடும். அங்கே தன் இறகுகளை உதிர்த்து மெத்தைபோல ஆக்கிக் கொள்ளும். முட்டைகள் அலுங்காமல் குலுங்காமல் இருக்க இந்த ஏற்பாடு. அடுத்த பல மாதங்களுக்கு பெண்ணானது வெளியே வராது. வந்தாலும் அதனால் பறக்க இயலாது. பாதுகாப்புக் காரணங்களுக்காக ஆண் இருவாச்சி, பொந்தின் வாசலை தனது எச்சில், களிமண், மரச்சிதைவுகள் கொண்டு மூடி விடும். பெண் தனது அலகை வெளியே நீட்டி உணவை வாங்கிக் கொள்ளும் அளவுக்கான ஒரு சிறு துளையை மட்டும் விட்டுவைக்கும். உள்ளிருந்து கழிவுகளை வெளியேற்ற பொந்தின் அடிப்பகுதியில் இன்னும் ஒரு சிறு துளை அமைக்கப்பட்டிருக்கும். சுத்தம் முக்கியம்.

பெண் இருவாச்சி மூன்று முதல் ஐந்து முட்டைகள் வரை இடும். அவற்றை ஒரு மாதம்போல அடைகாக்கும். அப்போது இரை தேடுவதற்கு ஆண் இருவாச்சி மட்டுமே வெளியில் செல்லும். பொறுப்பான குடும்பத்தலைவன். என்னை நம்பி வந்தவளுக்கு நானே எல்லாம். எந்தச் சூழலிலும் அவளைக் கைவிட மாட்டேன்.

எனக்குப் பிறக்கப்போகும் குழந்தைகளுக்காக எந்தக் கஷ்டத்தையும் பொறுத்துக் கொள்வேன். ஆணானது, அடுத்த சில மாதங்களுக்கு கணவனாக, தகப்பனாக, பாதுகாவலனாக எல்லா வேலைகளையும் செவ்வனே செய்யும். ஓய்வையோ உறக்கத்தையோ பொருட்படுத்தாது.

ஒவ்வொரு முறை இரைதேடக் கிளம்புவதற்கு முன்பும், ஆண் இருவாச்சி தன் அலகால் மரத்தில் தட்டித் தட்டி சத்தம் கொடுக்கும். 'அம்மாடி, நா போய்ட்டு வர்றேன். பத்திரமா இருந்துக்கோ' என்று அதற்குப் பொருள்.

பெண்ணுக்கு மட்டுமென்றால் ஒரு சில முறை இரை தேடி எடுத்து வந்தால் போதும். குஞ்சுகள் முட்டையிலிருந்து வெளியே வந்துவிட்டால் ஒவ்வொரு நாளும் பலமுறை இரை தேடிச் செல்ல வேண்டும். தன் வயிற்றையும் நிரப்பிக் கொள்ள வேண்டும். ஒவ்வொரு முறை அங்கிருந்து கிளம்புவதற்கு முன்பும் தனது குடும்பத்துக்கு ஏதாவது ஆபத்து இருக்கிறதா என்று நாலாபுறமும் நிதானமாகப் பார்த்துவிட்டே ஆணானது சிறகுகளை விரிக்கும்.

இருவாச்சிகளின் விருப்பத்துக்குரிய உணவு பழங்கள். ஆல், அத்திப் பழங்கள் அதன் ஆல் டைம் விருப்பம். சுவையான பழங்களைத் தேர்ந்தெடுத்து, சுவையற்ற பழங்களைக் கழித்து விடுவதில் இருவாச்சிப் பறவைகள் கில்லாடிகள். 'ஒரு நல்ல பழத்தைப் பாத்து எடுக்-

கத் தெரியுதா' என்று எந்த ஆணும், பெண் இருவாச்சியிடம் திட்டு வாங்குவதில்லை. எந்தெந்தப் பருவங்களில் என்னென்ன பழங்கள் கிடைக்கின்றனவோ, அவற்றைத் தேடித்தேடி விரும்பி உண்கின்றன. தம் குடும்பத்துக்கும் சேகரித்துச் சென்று ஊட்டுகின்றன. அந்தந்த பருவங்களில் கிடைப்பதை உண்பதே ஆரோக்கியம் என்பதை மனிதனுக்குச் சொல்லாமல் சொல்கின்றன.

இருவாச்சிகள் உட்கொண்டு வெளியேற்றும் எச்சத்தில் உள்ள தாவர விதைகள் உயிர்ப்புத்தன்மை கொண்டவை. உடனே முளைக்கும் தன்மை கொண்டவை. இந்த எச்சங்களால்தான் வனத்தில் மரங்கள் பெருகுகின்றன. மழைக்காடுகள் உயிர்ப்புடன் வளர்கின்றன. இப்படியும் சொல்லலாம், தம்மை வாழவைக்கும் மழைக்காடுகளுக்கு இருவாச்சிகள் செய்யும் நன்றிக் கடன் இது. இயற்கையிடம் நன்றி மறந்த ஒரே உயிரினம் மனிதன் மட்டும்தான்.

இருவாச்சியின் குஞ்சுகளுக்கு இறக்கை முளைக்க மூன்று மாதங்கள் ஆகலாம். அதே சமயத்தில் தாய்ப்பறவைக்கும் உதிர்ந்த இறகுகள் முளைக்க வேண்டும். அதற்குக் கூடுதல் ஊட்டச்சத்து வேண்டும். ஆகவே, ஆண் இருவாச்சியானது பழங்களை மட்டும் பறித்து வராமல் குட்டிப்பாம்புகள், ஓணான், தவளை, வேறு பறவைகளின் குஞ்சுகள், பூச்சிகள் என்று அசைவத்தைத் தேடி கூடுதல் நேரம் உழைக்கும். இறக்கைகள் முளைத்து அவை பறக்கத் தயாராகிவிட்டால் ஆண் இருவாச்சியானது பொந்தின் வாசலை உடைக்கும். இருவாச்சி குடும்பமானது வெளியே வரும். குஞ்சுகளுக்குத் தந்தையும் தாயும் இணைந்து சிறகடிக்கக் கற்றுக் கொடுக்கும். அந்த வனத்தை அறிமுகப்படுத்தும். அவை மகிழ்ச்சியாக வாழும்.

இங்கே ஒரு சோக க்ளைமாக்ஸுக்கான வாய்ப்பு உண்டு. பொந்துக்குள் குடும்பம் இருக்க, இரைதேடிச் செல்லும் ஆண் இருவாச்சியானது திரும்பி வராமலும் போகலாம். காரணம், இயற்கையாக நேரும் ஏதாவது விபத்தில் அதற்கு மரணம் சம்பவிக்கலாம். அல்லது இயற்கையின் எதிரியான மனிதன், இருவாச்சியை வேட்டையாடலாம். ஆம், நீண்ட அலகுக்காகவும், தலைப்பகுதி தொப்பிக்காகவும் இருவாச்சிப் பறவைகளை மனிதன் வேட்டையாடிக் கொல்கிறான். ஆண் இருவாச்சியானது இறந்து போனால், கூட்டுக்குள் காத்திருக்கும் அதன் இணையும் குஞ்சுகளும் ஒருபோதும் வெளியே வராது. ஆண் வந்து அழைக்கும் வரை அவை அங்கேயே காத்திருக்கும். உணவின்றி. பின்பு உணர்வின்றி அந்தப் பொந்துக்குள்ளேயே மடிந்து போகும்.

ஆக, ஓர் ஆண் இருவாச்சியின் மரணம் என்பது அதன் முடிவு மட்டுமல்ல, ஒரு இருவாச்சி குடும்பத்தின் மரணம். இருவாச்சிகளின் மரணம் என்பது அந்தப் பறவை இனத்தின் முடிவு மட்டும் அல்ல, மழைக்காடுகளின் மரணம். மழைக்காடுகளின் மரணம், இந்த பூமியின் நுரையீரல்கள் செயலிழந்து போனதற்குச் சமம். (எழுத்தாளர் நக்கீரன் அவர்கள் எழுதியிருக்கும் முகப்பில் இருவாச்சி புகைப்படத்துடன் கூடிய 'மழைக்காடுகளின் மரணம்' என்ற நூலை அனைவரும் வாசிக்கச் சொல்லி இங்கே பரிந்துரைக்கிறேன்.)

மேற்குத் தொடர்ச்சி மலையே தென்னிந்திய நதிகளின் ஆதாரம். இந்தியாவின் பாதிப்பரப்பளவுக்கான பருவ நிலையைத் தீர்மானிப்பதும் மேற்குத் தொடர்ச்சி மலையே. அங்கே தேயிலை, காப்பித் தோட்டங்கள், சுரங்கம், தொழிற்சாலை, சாலை வசதி, சுற்றுலா வசதி என்று மூன்றில் இரண்டு பங்கு மழைக்காடுகள் அழிக்கப்பட்டு விட்டன. ஆக, இருவாச்சிப் பறவைகளின் எண்ணிக்கையும் குறைந்து கொண்டே வருகிறது. ஒட்டு மொத்த வளர்ச்சி

என்பதை யோசித்துச் செயல்படும்போது ஒரு பறவை இனத்தின் வாழ்க்கையை எல்லாம் கணக்கில் கொள்ளக்கூடாது என்று சில மேதாவிகள் வாதிடக்கூடும். இயற்கையை மீறி மனிதனால் எதுவும் செய்திட இயலாது. இயற்கை ஒருநாள் தன்னை மீட்டெடுக்க விஸ்வரூபம் எடுக்கும்போது மனிதனும் இப்படித்தான் ஏதுமின்றிப் போவான்.

தென்மேற்கு ஆசியப் பகுதிகளில் வாழும் இபான் இனப் பழங்குடியினர், Rhinoceros hornbill என்ற வகை இருவாச்சியை பறவைகளின் அரசனாகக் கருதி வழிபடுகின்றனர். அந்த இருவாச்சி அரசன், இறைவனுக்கும் மனிதனுக்கும் இடையே பாலமாக இருப்பதாக நம்புகின்றனர். Wreathed Hornbill என்ற வகை இருவாச்சிப் பறவைகள், இறந்து போன முன்னோர்களின் ஆத்மாவாக உருவெடுத்திருப்பவை. அவையே பூமியில் தங்களுக்கு வழிகாட்டியாக இருப்பதாகவும் நம்புகின்றனர்.

இந்த நம்பிக்கைகள் நகைப்புக்கு உரியன அல்ல. இதையெல்லாம் ஒரு பழங்குடி இதயத்தால் மட்டுமே உணர இயலும். எந்த ஒரு விலங்கும் பறவையும் பழங்குடிகளுக்குப் பெரும் தீங்கு விளைவிப்பதில்லை, மனிதனைப் போல. ஏனெனில் அவையும் பழங்குடி இதயங்களோடுதாம் இந்த பூமியில் வாழ்கின்றன. எல்லோருக்கும் கொஞ்சமாவது பழங்குடிகளின் இதயம் வாய்க்கப் பெற்றால் மட்டுமே இந்த இயற்கை பிழைத்து நிலைக்கும்.

13. பாடுபட்டால் பலனுண்டு

விவசாயி தங்கராஜ் தனது பெரிய பண்ணைத் தோட்டத்தில் நடந்து கொண்டிருந்தார். தொலைவில் ஏதோ வாகனச் சத்தம் கேட்டது. சத்தம் கேட்ட பக்கத்துக்குச் சத்தமில்லாமல் நடந்து சென்றார். அங்கே ஒரு இளைஞன் தனியாளாக தங்கராஜின் மாம்பழத் தோட்டத்திலிருந்து மாம்பழங்களை மூட்டைகளில் கட்டித் தன் காரில் ஏற்றிக் கொண்டிருந்தான்.

கோபம் தலைக்கு ஏறத் தங்கராஜ் வேகமாகச் சென்று அவனது சட்டையைப் பிடித்துக் கொண்டார். டிராபிக் போலீஸ் செய்வது போன்று வேகமாகக் காரின் சாவியையும் எடுத்துத் தன் பாக்கெட்டில் போட்டுக் கொண்டார்.

"யாரடா நீ, என் தோட்டத்தில் வந்து மாம்பழங்களை மூட்டை, மூட்டையாகத் திருடுகிறாய்…" என்று கேட்டபடி அடிக்கக் கை ஓங்கினார். என்ன நினைத்தாரோ தெரியவில்லை. அவனைத் தர தரவென்று இழுத்துக் கொண்டு தன் பண்ணை வீட்டிற்கு விரைந்தார்.

வீடு நெருங்கி வரும் இடத்தில் தங்கராஜின் தந்தை பொன்னுசாமி அங்கே வந்துவிட்டார். 'என்ன நடந்தது?' என்று கேட்ட போது, இந்த இளைஞன் திருடியுள்ளதையும், காரில் பல மூட்டைகளை ஏற்றியுள்ளதையும், சாவி தன் கையில் உள்ளதையும் கூறிவிட்டு, "போலீசுக்குத் தகவல் தருகிறேன்" என்றார்.

தங்கராஜின் தந்தை "மகனே, நீ ரொம்பக் கோபமாக உள்ளாய். போலீசுக்கு இப்போது தகவல் ஒன்றும் சொல்ல வேண்டாம். நீ வீட்டிற்குப் போ, நான் இவனைப் பார்த்துக் கொள்கிறேன்" என்று அவரை அனுப்பிவிட்டார்.

பொன்னுசாமி அந்த இளைஞனிடம், "என்ன தம்பி, ஏன் இப்படி மாம்பழங்களை எங்கள் தோட்டத்திலிருந்து திருடினாய்?" என்று கேட்டார்.

“ஐயா, உங்களது தோட்டம் மிகப் பெரியது. சில மூட்டைகள் மாம்பழத்தை நான் எடுத்துச் செல்வதால் உங்களுக்குப் பெரிய இழப்பு இருக்காது என்று எண்ணினேன். எங்களது கடையில் விற்பதற்கு மாம்பழங்கள் இந்தக் காலத்தில் அதிகம் தேவைப்படுகிறது” என்று கூறினான்.

பொன்னுசாமி அவனிடம், “நான் இந்தப் பெரிய பண்ணைத் தோட்டத்தை வைத்திருக்கிறேன். இது எப்படி வந்தது என்று உனக்குத் தெரியுமா?” என்று கேட்டார்.

இளைஞன் வேகமாக, “உங்கள் தந்தையார் உங்களுக்குத் தந்தது. அதனால்தான் நீங்கள் பெரிய பணக்காரராக இருக்கிறீர்கள்” என்றான்.

பொன்னுசாமி அவனிடம், “தம்பி, நீ சொல்வது தவறு. எனக்குத் திருமணமானபோது, என்னிடம் வெறும் இரண்டு ஏக்கர் நிலம் தான் இருந்தது. நீ பார்க்கும் இந்த நிலம் பொட்டல் காடாக இருந்தது. ஒரு மரமோ, செடியோ கிடையாது. நானும், என் மனைவியும் கடுமையாக உழைத்தோம். சில ஆண்டுகளில் கொஞ்சம் பணத்தைச் சேர்த்தோம். பின்பு என் மனைவி நகைகளையும் அடகு வைத்துவிட்டு இந்தப் பரந்த நிலத்தை வாங்கினோம். மொத்தம் இருநூறு ஏக்கர் பரப்புக் கொண்ட இந்த நிலத்தை ஏக்கர் நூறு ரூபாய் கொடுத்து அந்தக் காலத்தில் வாங்கினோம். இன்று இந்த மொத்த நிலத்தின் மதிப்பு மட்டுமே முப்பது கோடிக்கு விற்பனையாகும். ஆனால் இந்தத் தரிசு நிலத்தை இந்த நிலைக்குக் கொண்டுவர நாங்கள் முப்பது ஆண்டுகள் உழைத்திருக்கிறோம்” என்று கூறினார்.

இளைஞன் மிகுந்த ஆச்சர்யத்தோடு அவரிடம், “ஐயா, இந்த நிலத்தின் மதிப்பே முப்பது கோடியா? அப்படியானால் நீங்கள் பெரும் பணக்காரர்தான். இவ்வளவு பணம் வைத்திருக்கும் நீங்கள் சில மூட்டைகள் மாம்பழத்துக்காக என்னைத் தடுக்கலாமா? நிறைய மரங்கள் மூலம் பல இலட்சம் இலாபம் பார்க்கும் நீங்கள் என்னிடம் ஒரு சுயநலவாதியாக அல்லவா பேசுகிறீர்கள். என்னைத் திருடன் என்று சொல்லலாமா?” என்று கேட்டான்.

பொன்னுசாமி அவனிடம், “என்னைச் சுயநலவாதி என்று எப்படி நீ கூறினாய்?” என்று கேட்டார். “உங்களிடம் நிறைய இருக்கின்றது. மற்றவர்களிடம் குறைவாக இருக்கிறது. அப்படியென்றால் நிறைய வைத்திருப்பவர்கள் சுயநலவாதிகள் தானே!” என்றான்.

பொன்னுசாமி அவனிடம், “தம்பி, இங்கு எல்லா இடத்திலும் காற்று பரவியிருக்கின்றது. ஒருவன் அதிக உடற்பயிற்சி செய்கிறான். அப்போது அவன் அதிகக் காற்றைச் சுவாசிக்கிறான்; அடுத்தவன் செய்யவில்லை, அவனுக்குக் கொஞ்சம் காற்றே போதுமானது. இப்போது உடற்பயிற்சி செய்து அதிகக் காற்றைச் சுவாசித்தவன் சுயநலவாதியா?” என்று கேட்டார். இளைஞன் “இல்லை” என்றான்.

“தம்பி, இந்த நிலம் தரிசாகப் பயனின்றிக் கிடந்தது. இதனைப் பணம் கொடுத்து வாங்கி, வளப்படுத்தி, உரமிட்டு, மரம் வளர்த்து, அதற்காகப் பல ஆண்டுகள் உழைத்து இதை நாங்கள் உருவாக்கியுள்ளோம். இந்த உருவாக்கத்தில் நாங்கள் யாருடைய சொத்தையும் அபகரிக்கவில்லை. யாருடைய வாழ்வுக்கும் தடையாக இல்லை. எங்கள் உழைப்பினால் இந்த நிலம் செழுமையடைந்துள்ளது. பாடுபட்ட நாங்கள் இன்று பலனடைந்துள்ளோம். இதில் சுயநலம் எங்கே கண்டாய்?” என்று கேட்டார்.

இளைஞன் பதில் எதுவும் சொல்லாமல் அவருடைய பேச்சைப் பற்றிச் சிந்தித்துக் கொண்டிருந்தான். பொன்னுசாமி தொடர்ந்தார். “தம்பி, ஒரு ஆப்பிள் பழத்தின் விதைகளைக் கொண்டு ஒவ்வொரு ஆண்டும் பல நூறு ஆப்பிள் மரங்களை உருவாக்கலாம். இரண்டு கோழிகளைக் கொண்டு ஒரு கோழிப் பண்ணையை விரைவில் உருவாக்கலாம். அதாவது சிறிய மூலதனத்தைக் கொண்டு உழைப்பின் மூலம் பெரிய மூலதனத்தைக் கொண்டு வரலாம். சிறிய வருமானத்தைக் கொண்டு, திட்டமிட்டு உழைத்தால் பெரும் செல்வத்தையும் அடையலாம். இது அவரவர் உழைப்பின் தன்மையைப் பொறுத்தது” என்று கூறினார்.

இளைஞன் உடனே, “அப்படியானால் பணக்காரர்கள் எல்லாம் நேர்மையானவர்களா?” என்று கேட்டான்.

பொன்னுசாமி அவனிடம், “உழைப்பால் உயர்ந்த பல மனிதர்கள் நேர்மையால் தான் இந்த நிலையை அடைந்துள்ளார்கள். எனவே பணக்காரர்கள் என்றால் பாவம் செய்து உயர்ந்தவர்கள் என்று நீ எண்ணக்கூடாது. ஒரு பணக்காரர் பல கடைகளைத் திறக்கிறார் என்றால் அதன் மூலம் பலரும் வேலை பெறுகிறார்கள், வாழ்வு பெறுகிறார்கள். நீயும் விரும்பினால் உழைத்துப் பணக்காரன் ஆகலாம். தொடர்ந்து உன் தொழிலை விரிவாக்கம் செய்யலாம். இப்படி உழைப்பால் உயரும் மனிதர்கள்தான் இந்த உலகை உருவாக்குகின்றார்கள். நீ இப்போது சொல், நீ உருவாக்குபவனாக இருக்கிறாயா? அல்லது மற்றவர்கள் உருவாக்கியதில் உழைப்பே இல்லாமல் அபகரிப்பவனாக அல்லது திருடுபவனாக இருக்கிறாயா?” என்று கேட்டார்.

இளைஞன் உண்மையைப் புரிந்து கொண்டான். உழைப்பவர்கள் உருவாக்குகிறார்கள்; உழைக்காமல் மற்றவர் உழைப்பை எடுப்பது திருட்டு என்று புரிந்து கெண்டான். “ஆம், ஐயா நான் திருடியிருக்கிறேன். இனி இப்படிச் செய்ய மாட்டேன்” என்று கூறினான்.

இளைஞனை பொன்னுசாமி தன் வீட்டிற்குள் அழைத்துச் சென்றார். அவனுக்கு என்ன தேவை? என்று கேட்டார். அதைக் கொடுத்துவிட்டு, “இனிமேல் உழைத்து வாழ்வாய்” என்று நம்புகின்றேன் என்று கூறினார்.

இளைஞன் அவரது கைகளைப் பற்றிக்கொண்டு, “என்னைத் தெளிவாக்கினீர்கள் ஐயா, மிக்க நன்றி” என்று சொல்லிச் சென்றான். தொடர்ந்து ஒவ்வொரு வாரமும் அவரது தோட்டத்திற்கு வந்து காய், கனிகளைப் பணம் கொடுத்து எடுத்துச் சென்றான். இந்தச் சம்பவம் கேமரூன் சி.டெய்லர் அவர்களது நூலில் சொல்லப்பட்ட ஒரு சம்பவத்தை அடிப்படையாகக் கொண்டு எழுதப்பட்டது.

பாடுபட மறுப்பது ஏன்?

‘பாடுபட்டால் பலனுண்டு’ இதன் அர்த்தம் கஷ்டப்பட்டால் நமக்கு நிச்சயமாக நன்மை கிடைக்கும் என்பதுதான். இந்த எளிய மொழியை நாம் எல்லோரும் எளிதாகவே புரிந்துகொள்ள முடியும். ஆனால் இந்தப் பொன்மொழிக்குப் பின்னால் மிகப்பெரிய தத்துவம் அல்லது மறைமுகச் செய்தி அடங்கியுள்ளது.

‘பாடுபட்டால்’ என்ற வார்த்தையை மட்டும் நாம் எடுத்துக் கொண்டு சிந்திக்க வேண்டும். “கஷ்டப்பட்டு உழைப்பவர்கள் வாழ்வில் கஷ்டப்படுவதில்லை” என்ற வார்த்தை இதற்கான

செய்தியைச் சொல்லுகிறது. ஆனால் கஷ்டப்பட்டு உழைக்க மனிதர்கள் முன்வராததன் காரணங்களை நாம் காணவேண்டும்.

எனக்கு நல்ல சூழ்நிலை வாய்க்கவில்லை.

எனக்குப் படிப்பு, வசதியில்லை.

எனக்கு நல்ல உடல்நிலை இல்லை. அதனால் என்னால் கஷ்டப்பட முடியவில்லை.

என் தாய், தந்தை சொத்து எதையும் தரவில்லை. எனவே என்னால் பணம் சம்பாதிக்க இயலவில்லை.

நான் புறக்கணிக்கப்பட்ட இனத்தில், மதத்தில் அல்லது மொழியில் பிறந்துவிட்டேன். என்னால் முன்னேற முடியவில்லை.

இப்படிப் பல்வேறு காரணங்களை அடுக்கிக் கொண்டே செல்லலாம். ஒருவகையில் சிந்தித்துப் பார்த்தால் இதுபோல நாம் சொல்லும் எல்லாக் காரணங்களுக்கும் நியாயப்படுத்தும் வாதங்களையும் நாம் எடுத்துச் சொல்லலாம். இப்படிச் சொல்வதற்காகவும், சிந்திப்பதற்காகவும் தான் நாம் காலம் காலமாகப் பயிற்றுவிக்கப்பட்டுள்ளோம் என்பதுதான் இங்கே மிகப்பெரும் பிரச்சனையாக உள்ளது.

பொதுவாகவே நமது சிறுவயதிலிருந்து நாம் எளிதில் வெற்றிபெறக் கூடிய விஷயங்களில் ஈடுபட்டு, அந்த வெற்றிகளை அடைவதில் திருப்தியடையுமாறு பயிற்றுவிக்கப்படுகின்றோம். பெரிதாக எதையாவது செய்தால் "நீ தோற்றுப் போவாய்; எதற்கு வம்பு? பேசாமல் கௌரவமாகச் சிறிய செயல்களைச் செய்துவிட்டு நிம்மதியாக இரு" என்று தான் நம்மை இந்தச் சமூகம் பழக்கியிருக்கின்றது.

ஒரு நிமிடம் நமது நாட்டில், ஏன் நமது தமிழகத்தில் வெற்றி பெற்றுள்ள, உழைத்து உயர்ந்துள்ள பல மனிதர்களின் வாழ்க்கை வரலாற்றை யோசித்துப் பார்ப்போம். இவர்களில் பலர் தங்களது தொழிலின் துறையில் ஆரம்பக் கட்டத்தில் பல்வேறு துன்பங்களை அனுபவித்துத் தான் உயர்ந்த நிலையை அடைந்துள்ளார்கள். தொழில் வளர ஆரம்பித்த போது இந்தத் தொழிலதிபர்கள் கடைகடையாக ஏறிச்சென்று வியாபாரம் செய்துள்ளார்கள்.

இவர்களில் பலரது குடும்ப உறுப்பினர்கள் ஆளுக்கு ஒரு வேலை என்று பகிர்ந்து கொண்டு இரவும், பகலும் கண்விழித்து உழைத்திருக்கின்றார்கள்.பெஞ்சமின் ஃபிராங்க்ளின் அமெரிக்காவில் முதன்முதலில் கடன் வாங்கி ஒரு அச்சகத்தைத் தொடங்கியிருக்கின்றார். அவ்விடத்தில் ஏற்கெனவே இரண்டு அச்சகங்கள் இருந்ததால் இவரால் ஒரு மாதம் கூடப் பிழைக்க முடியாது என்று நண்பர்களும் மிரட்டியிருக்கிறார்கள்.

ஃபிராங்க்ளின் அது பற்றிக் கவலைப்படவில்லை. தனக்கு வந்த சிறிய அச்சு வேலையை மிகச் சிரத்தையோடு செய்திருக்கிறார். இதைப் பார்ப்பவர்கள் தன்னைத் தேடி வருவார்கள் என்று நம்பினார். அவரது அச்சகம் அருகில் வசித்த ஒரு பெரிய மனிதர் தினமும் தான் அப்பக்கம் அலுவலகம் செல்வதற்கு முன்பே அச்சகத்தில் வேலை செய்யும் ஃபிராங்க்ளின் அவர் அலுவலகத்திலிருந்து திரும்பி வந்த பின்பும் பல மணி நேரம் உழைப்பதைக் கண்டதாகக் கூறுகின்றார். இந்த உழைப்பு தான், பாடுபடல் தான் பலரை உயர்த்தியுள்ளது.

பொதுவாக நமது இளைஞர்களிடம் இன்று என்ன மனநிலை உள்ளது என்றால் "எல்லோரும் படிக்கிறார்கள், எனவே எல்லோருக்கும் வேலை கிடைக்காது" என்பதாகவே உள்ளது. இது ஒரு தவறான மனப்போக்கு. எல்லோரும் படிக்கின்றார்கள். ஆனால் ஒரே மாதி-

ரிப் படிக்கின்றார்களா? அல்லது ஒரே அளவில் புரிந்து கொண்டு படிக்கின்றார்களா? இதில் எத்தனை பேர் பாடம் சம்பந்தமான அல்லது தனது எதிர்காலப் படிப்பு சம்பந்தமான தீவிரத் தேடலில் கவனம் செலுத்துகிறார்கள்? என்றெல்லாம் கவனிக்க வேண்டியுள்ளது.

உலகிலுள்ள அனைவருக்கும் வேலை தரக்கூடிய அளவில்தான் இந்த உலகம் விரிந்து கிடக்கிறது. பல நாடுகளில் முதியவர்கள் எண்ணிக்கை மூன்றில் ஒரு பங்காக உள்ளது. அங்கெல்லாம் உழைக்க, உருவாக்க ஆட்கள் தேவைப்படுகிறார்கள். அதற்கான தகுதியை வளர்த்துக் கொண்டு முன்னேற நம் இளையவர்கள் தயாராக வேண்டும்.

மக்கள் தொகை அதிகமாக இருந்தால் பற்றாக்குறை அதிகரிக்கும் என்று கருதியதால் தான் நமது நாட்டில் குடும்பக் கட்டுப்பாடு தீவிரப்படுத்தப்பட்டது. இதன் மூலம் மக்கள் தொகையும் கட்டுக்குள் கொண்டுவரப்பட்டது. இன்று இந்தியாவில் உணவு உற்பத்தி இத்தனை கோடி மக்களுக்கும் போதுமானதாகத்தான் இருக்கிறது. ஆயினும் ஏன் பட்டினி? சீனாவில் நம்மைவிட அதிக மக்கள் தொகையிருந்து, பட்டினி குறைவு! மக்களுக்கு வேலையிருக்கிறதும் காரணம், அங்கு உழைப்பவர்கள் அதிகம். நமது தேசத்தில் உழைப்பவர்கள் எண்ணிக்கையை நம்மால் அதிகரிக்க முடியாதபடி பல்வேறு தடைகள் உள்ளன. அரசியல் ரீதியிலும், சமூக ரீதியிலும் இந்தத் தடைகள் தொடர்கின்றன. இவை களையப்பட்டால், உழைத்தால் இங்கு யாருக்கும் பற்றாக்குறை ஏற்பட வாய்ப்பு இல்லை.

நமது நாட்டில் வீணடிக்கப்படும் உணவே பல இலட்சம் கோடியாக உள்ளது. நமது இளைஞர்களால் நமது நாட்டில் வீணடிக்கப்படும் நேரம் பல ஆயிரம் கோடி மணித்துளிகளாக உள்ளது. எந்த நேரமும் இணையத்தில் கதை பேசும் இந்த சமுதாயம் உழைத்து முன்னேறும் பணக்காரர்களைக் கண்டு வயிறு எரிந்து கொண்டே, வெட்டிக்கதை பேசிக் கொண்டே பொழுதைப் போக்குகிறது. காரணம், இங்கு திருமணம் வரை வீட்டில் சாப்பாடு கிடைக்கிறது. சிலருக்கு அதன் பிறகும் கிடைக்கிறது. வெட்கத்துக்குரிய விஷயம் நமது இளைஞர்களிடம் உடல் உழைப்பு வெகுவாகக் குறைந்து காணப்படுகின்றது. விவசாயப் புரட்சி மூலம் ஒரு ஏக்கரில் இன்று பல மடங்கு உற்பத்தி பெருகியுள்ளது. எனவே, விவசாய உற்பத்தியை மேம்படுத்தி, ஏற்றுமதி செய்யலாம். இந்த விவசாயம் சார்ந்த தொழிற்சாலைகளை கிராமங்களில் உருவாக்கிச் சுயசார்பு வளர்ச்சியைப் பெறலாம்.

தொழில்நுட்பத்தின் வளர்ச்சியைப் பயன்படுத்தி உலகின் தொழில்நுட்பச் சந்தையில் பெரும்பங்கு வகிக்கலாம். இயற்கை மூலிகைகள் கொண்டு மருந்து உற்பத்தி செய்வதில், இது சார்ந்த ஆராய்ச்சியில் பங்குபெற்று உதவலாம். அரிய நமது தானியங்களின் பலன்களை உலகிற்குச் சொல்லி அவற்றை ஏற்றுமதி செய்யலாம். நம்மிடமுள்ள கடல் வளத்தைப் பயன்படுத்தி மீன்பிடித்துறையில் அபரிதமான வளர்ச்சியை, ஏற்றுமதியைக் கொண்டு வரலாம். இப்படி எண்ணற்ற வகைகளில் நமது சூழலிலேயே வளம் பெருக்குவதில் கவனம் செலுத்தினாலே எல்லோரும், எல்லாமும் பெறமுடியும்.

இந்த நிலை ஏற்பட முதலில் "நாங்கள் ஏழைகள், அவர்கள் பணக்காரர்கள்" என்ற மனநிலை மாறவேண்டும். எல்லோருக்கும் இந்த பூமியில் வாய்ப்புகள் ஒன்றுதான். இன்று சிலர் முன்னே சென்று பயணிக்கிறார்கள். நாங்களும் உழைத்து அங்கு வருவோம் என்ற எண்ணம் கொண்டு உழைப்பதற்கு நமது பிள்ளைகளுக்குக் கற்றுத் தருவோம். "அதோ பார், அந்த மனிதனும் இருபது ஆண்டுகளுக்கு முன்பு உன்னைப் போல தான் இருந்தான். கடும்

உழைப்பின் மூலம் அவன் செல்வந்தனாகியிருக்கிறான். நீயும் கடினமாக உழைத்தால் அடுத்த சில ஆண்டுகளில் உனக்கும் அந்த வாய்ப்புக் கட்டாயம் கிடைக்கும்'' என்று ஊக்கமூட்டுங்கள்.

அதேசமயம் குறுக்கு வழியில் கோடீஸ்வரர் ஆனவர்களைக் காட்டி எச்சரிக்கையும் செய்யவேண்டும். இந்த மனிதர்களைப் புறக்கணிக்கச் சொல்ல வேண்டும். காரணம், பாடுபடாமல் வரும் செல்வம் அதற்கான அழிவைப் பெறும் அல்லது அசிங்கத்தைப் பெறும் என்பதையும் நாம் எடுத்துச் சொல்லலாம். உழைப்பவர்களுக்கு ஒரு நாளும் வறுமை வந்து வாழ்விழக்கும் சூழல் உருவாகாது. பாடுபட்டால், உழைத்தால் நிச்சயமாகப் பலன் உண்டு. ஆனால் வளர்ந்துவிட்ட அறிவியல் உலகில் திட்டமிட்டு உழைக்க வேண்டும், திறமையோடு உழைக்க வேண்டும், தினசரி உழைக்க வேண்டும் என்பதை மனதில் இருத்திட வேண்டும். நம்மைச் சுற்றியுள்ள நம்மைவிடச் செல்வ வளம் மிக்கவர்கள் எப்படி உயர்ந்தார்கள் என்பதைச் சரியாகத் தெரிந்து கொள்ளாமல் பொறாமைப்படுவதை நிறுத்த வேண்டும். தொழில்நுட்ப வளர்ச்சியின் நுட்பங்களை நாம் செய்யும் ஒவ்வொரு சாதாரண தொழிலிலும் பயன்படுத்திப் பலன் பெறக் கற்றிட வேண்டும். இத்தகைய கற்றல் நமக்கு நல்ல இலாபத்தைத் தரும் தொழில்களை உருவாக்கிட வழிவகுக்கும். அரசும் இத்தகைய பயிற்சிக் கூடங்களை வழங்கிச் சாதாரண மக்களும் சாதனை படைக்க வழிகாட்டிட வேண்டும்! எனவே உழைப்போம், நிச்சயம் உயர்வோம்.

14. ஆலமரங்களின் அன்னை!

இயற்கையை அன்னை என்றுதான் நாம் அழைக்கிறோம். இது நம்முடன் வாழ்ந்து கொண்டிருக்கும் ஓர் 'இயற்கை அன்னையின்' நிஜக்கதை.

கர்நாடகாவின் பெங்களூருக்கு அருகிலிருக்கும் ஹுளிகல் கிராமத்தைச் சேர்ந்த சாலுமரத திம்மக்கா, மிகச்சாதாரணமான குடும்பத்தில் பிறந்தவர். வறுமையுடனேயே வளர்ந்தவர். தொடர்ந்து பள்ளிக்குப் போகும் வாய்ப்பெல்லாம் வாய்க்கவில்லை. எனவே சிறுவயதிலேயே அங்கே இருந்த குவாரி ஒன்றில் கூலி வேலைக்குச் செல்ல ஆரம்பித்தார். திம்மக்காவின் பதின்ம வயதில் அவருக்குத் திருமண ஏற்பாடு நடந்தது. சிக்கையா என்பவரே மாப்பிள்ளை. வயல்களுக்குக் கூலி வேலைக்குச் செல்லுவதோ அல்லது ஆடு, மாடுகளை மேய்ப்பதோதான் சிக்கையாவின் வேலை. திருமணத்துக்குப் பிறகு அவருடன் சேர்ந்து திம்மக்காவும் விவசாயக் கூலி வேலைக்குச் செல்ல ஆரம்பித்தார்.

திருமணம் ஆகிப் பல வருடங்கள் உருண்டோடின. அவர்களுக்குக் குழந்தை பிறக்கவில்லை. கோயில், குளம், விரதம் என்று எதுவுமே பலன் கொடுக்கவில்லை. ஊரே தூற்றியது. குறிப்பாக திம்மக்காவை வார்த்தைகளால் குத்திக் கிழித்தனர். அதற்காக மனம் வெம்பி அழுதார். வசவுப் பேச்சுகள் திம்மக்காவைத் தற்கொலை செய்துகொள்ளவும் தூண்டின. ஆனால், யார் என்ன பேசினாலும் தன் கணவர் தன்னை விட்டுக்கொடுக்கவில்லை என்பது திம்மக்காவுக்குப் பெரும் ஆறுதலாக இருந்தது. சிறு வயதில் ஒருமுறை திம்மக்காவைப் பாம்பு கடித்தது. பிழைத்தது மறுபிழைப்பு. அப்போது பாம்பு கடித்ததன் பின்விளைவாகவே தனக்கு குழந்தை பாக்கியம் கிட்டவில்லை என்று திம்மக்கா நம்பினார். கணவரது

மாறாத பாசம் அவருக்குத் தெம்பூட்டியது. நமக்கென்று வாரிசு உருவாகவில்லை என்றால் என்ன. இந்த மண்ணுக்கென புதிய வாரிசுகளை உருவாக்குவோம் என்று இருவரும் முடிவெடுத்தனர். மரங்களை நட முடிவெடுத்தனர்.

திம்மக்கா முதன் முதலாக ஆலமரக்கன்று ஒன்றைத் தனது கிராமத்திலேயே நட்டார். அதற்கு தினமும் நீர் ஊற்றிப் பராமரித்தார். அது வேர்பிடித்தது. துளிர்விட்டு வளர ஆரம்பித்தது. திம்மக்காவுக்கு அளவிடா முடியா ஆனந்தம். பெற்ற பிள்ளை ஒன்று கண் முன்னே வளர்வது போலத்தான் அந்த ஆலமரக்கன்றைப் பார்த்துப் பார்த்து பராமரித்தார். அந்தக் கன்று தோளுக்கு மேலே வளர்ந்து, நிழல் தர ஆரம்பித்தபோது திம்மக்காவின் மனத்தில் மேலும் மேலும் ஆலமரக்கன்றுகளை நட வேண்டும் என்ற லட்சியம் வேரூன்றியது.

எதற்காக ஆலமரம்? இந்துக்களின் வழிபாட்டில் ஆல், அரசு, வேம்பு ஆகிய மூன்று மரங்களுக்கும் முக்கிய இடமுண்டு. ஆலமரமும் அரசமரமும் வெளியிடும் காற்றில் பெண்களின் மாதச்சுழற்சி மற்றும் அது சம்பந்தமான சுரப்பிகள் சீரடைகின்றன என்பது அறிவியல்பூர்வமாக ஆராயப்பட்டு வருகிறது. அதையேதான் முன்னோர்கள் இந்த மரங்களுக்கு மலட்டுத்தன்மையைப் போக்கும் சக்தி உண்டு என்று கூறினர். திம்மக்காவும் அந்த வார்த்தைகளை நம்பினார். எனவே ஆலமரக்கன்றுகளைக் கையில் எடுத்தார். வருங்காலத்தில் இந்த ஆலமரங்கள் தன் சமூகத்துக்கு உதவும் என்று நினைத்தார். திம்மாக்காவும் சிக்கையாவும் ஆலமரக் கன்றுகளை உருவாக்கினர். முதலில் பத்து ஆலமரக் கன்றுகளை நட்டனர். அடுத்த வருடத்தில் பதினைந்து. அதற்கடுத்த வருடத்தில் இருபது ஆலமரக்கன்றுகள்.

சொல்வதற்கு எளிதாக இருக்கலாம். ஆனால், அவற்றை வளர்க்க அவர்கள் தினமும் அர்ப்பணிப்புடன் உழைக்க வேண்டியதிருந்தது. மரங்களை வளர்ப்பதற்காக ஊரில் சிறு சிறு குட்டைகளை உருவாக்கினார்கள். அதில் மழைக்காலத்தில் பெய்யும் தண்ணீரை தேக்கி வைத்தனர். கோடைகாலத்தில் அந்த நீரை மரங்களுக்கு ஊற்றிப் பயன்படுத்தினர். தண்ணீர்ப் பஞ்சம் மிகுந்து ஊரே வறண்டுபோன காலங்களும் வந்தன. குடிநீருக்காகச் சில மைல்கள் தள்ளிச் செல்ல வேண்டியதிருந்தது. அந்தக் கடினமான சூழலிலும் திம்மக்கா தளரவே இல்லை. குடத்துடன் நடந்தே சென்று நீர் எடுத்து வந்து மரக்கன்றுகளுக்கு ஊற்றினார். அதற்காகத் தினமும் பலமுறை, பல மைல்கள் நடக்க வேண்டியதிருந்தாலும் அவர் சலித்துக் கொள்ளவில்லை. சிக்கையாவும் தன் வேலைகளுக்கிடையில் உதவி செய்தார். ஆலமரக்கன்றுகள் நீரின்றி வாட அவர்கள் விடவே இல்லை. ஆம், அவை அவர்களது குழந்தைகள் அல்லவா!

ஒருமுறை தண்ணீர் எடுக்கச் சென்ற திம்மக்கா, உடைந்த குடத்துடனும், கை, கால்களில் ரத்தக் காயத்துடனும் வந்து நின்றார். ‘என்னாச்சு?’ என்று பதறிப்போய் சிக்கையா கேட்க, ஓவென்று அழுதார் திம்மக்கா. கீழே விழுந்து குடம் உடைந்ததற்காக அழவில்லை. ‘மரத்துக்கு ஊற்ற முடியாதபடி, ஒரு குடம் நீர் வீணாகப் போய்விட்டதே’ என்றுதான் கண்ணீர் சிந்தினார்.

ஏதாவது ஒரு கன்று வேர் பிடித்து வளர இயலாமல் பட்டுப்போனால் திம்மக்காவும் சிக்கையாவும் துடித்துப் போய்விடுவார்கள். யாராவது ஒருவர் அந்த மரக்கன்றுகளைச் சேதப்படுத்திவிட்டால் இருவரும் கொதித்து நிற்பார்கள். அவர்கள் நட்ட ஆலமரக்கன்று ஓரளவுக்கு வளர்ந்து நிற்கும் காலம் வரை அவற்றைப் பாதுகாப்பதுதான் இருவருக்குமான பெரிய

சவாலாக இருந்தது. வயல்காட்டில் வேலை செய்த நேரம்போக, மீதி நேரத்தை ஆலமரங்களுக்காகவே செலவு செய்தார்கள். அன்புடன் அந்த மரங்களுடன் உட்கார்ந்து பேசவும் செய்தார்கள். ஆம், அவை கிளைகளசைத்துக் கதைகள் கேட்டன! அவர்கள் நட்ட ஆலமரங்கள் சாலையின் இருபுறங்களிலும் வரிசையாக நிழல்பரப்பி நிற்பதைக் காணும்போது இருவருமே தங்கள் பிறவியின் அர்த்தத்தை உணர்ந்தார்கள். ஆம், எங்களது பிள்ளைகள் இந்த ஊருக்கே பலன் தருகின்றன என்று மகிழ்வோடு கூறினார்கள்.

1991-ல் சிக்கையா இறந்து போனார். திம்மக்கா வருத்தப்பட்டு உட்காரவில்லை. துணைக்கு எங்கள் ஆலமரப் பிள்ளைகள் இருக்கின்றன என்று மேலும் ஆலமரக்கன்றுகளை நடும் பணியினைத் தொடர்ந்தார். பசுமை ஆர்வலர்கள் திம்மக்காவுக்கு உதவி செய்யத் தொடங்கினார்கள். சில அமைப்புகள் திம்மக்காவின் பசுமைப் பணியினைக் கௌரவித்து விருதுகள் வழங்கின. திம்மக்கா குறித்த செய்திகளை பத்திரிகைகள் வெளியிட்டன. பின் அரசும் அவரது பணியினை கௌரவித்தது. அந்த மரங்களுக்குப் பாதுகாப்பு வழங்கும் பணியை அரசே எடுத்துக்
கொண்டது.

ஹுளிகல் — கூடுர் நெடுஞ்சாலையின் இருபுறத்திலும் நாலு கிலோ மீட்டர் தொலைவுக்கு திம்மக்கா தன் கணவர் காலத்திலும், அதற்குப் பின் தனியாகவும் நட்டு வளர்த்த ஆலமரங்களின் உத்தேச எண்ணிக்கை 380. ஆம், சுமார் 80 ஆண்டுகால உழைப்பு அதன் பின் இருக்கிறது. அவை அந்தப் பிரதேசத்தையே குளுகுளுவென்று வைத்திருக்கின்றன. அந்தப்பகுதியின் காற்றின் தரம் அவ்வளவு அருமையாக இருக்கிறது. ஆரோக்கியமான வாழ்க்கையை அந்தப் பிரதேச மக்கள் வாழ்வதற்கான ஆதாரமாக அந்த ஆலமரங்கள் விளங்குகின்றன. தவிர, ஒவ்வொரு ஆலமரத்திலும் நூற்றுக்கணக்கான பறவைகளும் வாழ்ந்து கொண்டிருக்கின்றன.

'எங்கள் வாழ்க்கையில் ஒரு பிடிப்பு தேவைப்பட்டது. நாங்கள் மரங்களை நட ஆரம்பித்தோம். அதன் மூலம் சமூகத்தில் ஓர் அங்கீகாரம் பெறலாம் என்று நினைத்தோம். இன்று அந்த மரங்கள் என்னை ஆசிர்வதித்துக் கொண்டிருக்கின்றன' என்கிறார் திம்மக்கா. சாலுமரத என்றால் வரிசையாக நிற்கும் மரங்கள் என்று அர்த்தம். சாலுமரத திம்மக்கா என்றுதான் கர்நாடக மக்களால் இவர் அன்புடன் அழைக்கப்படுகிறார். இந்திய மக்கள் இவரை 'மரங்களின் தாய்' என்று போற்றுகின்றனர். இந்திய அரசின் தேசியக் குடிமகன் விருது, ஹம்பி பல்கலைக்கழகம் வழங்கிய நடோஜா விருது, கர்நாடக கல்பவல்லி விருது, இந்திரா காந்தி விருது, காட்ஃப்ரே பிலிப் விருது உள்ளிட்ட ஐம்பதுக்கும் மேற்பட்ட இந்திய, சர்வதேச விருதுகளை திம்மக்கா பெற்றிருக்கிறார்.

2019-ல் பத்ம விருதும் திம்மக்காவுக்கு வழங்கப்பட்டது. அமெரிக்காவில் செயல்பட்டு வரும் சுற்றுச்சூழல் அமைப்பு ஒன்றுக்கு Thimmakka's Resources for Environmental Education என்று பெயரிடப்பட்டுள்ளது அவரது சேவைக்குக் கிடைத்திருக்கும் சர்வதேச அங்கீகாரம். பிபிசி வெளியிட்ட உலகின் 100 மகத்தான சாதனைப் பெண்கள் பட்டியலில் திம்மக்காவும் இடம்பெற்றிருக்கிறார். தன் ஊருக்கு குடிநீர்த்தொட்டி அமைத்துக் கொடுத்திருக்கும் திம்மக்காவுக்கு இலவச மருத்துவமனை ஒன்றைக் கட்ட வேண்டும் என்ற கனவும் இருக்கிறது. இந்தியாவின் முக்கியமான சுற்றுச்சூழல் ஆர்வலராகத் திகழும்

ஆலமரங்களின் அன்னையான திம்மக்காவின் தற்போதைய வயது 109.

யாதும் ஊரே, யாவரும் கேளிர்

அமெரிக்க நாட்டின் பூர்வகுடி மக்களாக வாழ்ந்தவர்கள் செவ்விந்திய மக்கள். ஆண்டாண்டு காலமாக இயற்கையோடு வாழ்ந்து, அறியப்படாதிருந்த அமெரிக்கக் கண்டத்தில் வசித்து வந்தவர்கள். கொலம்பஸ் போன்ற சிலரால் அமெரிக்கக் கண்டம் அடையாளம் காணப்பட்டு அந்தப் பெரும் நிலப்பரப்பில் குடியேறினார்கள் ஐரோப்பியர்கள். இப்படிக் குடியேறிய ஐரோப்பிய வெள்ளையர்கள் கொஞ்சம் கொஞ்சமாக இயற்கை எழில் கொஞ்சும் வளம் பொருந்திய அமெரிக்கக் கண்டத்தை அமெரிக்க நாடாக மாற்றினார்கள். தொழிற்சாலைகளும், நிறுவனங்களும், கல்விக்கூடங்களும் வளர்ந்து பெருகின. பூர்வீகமாக ஆயிரக்கணக்கான ஆண்டுகளாக அம்மண்ணில் வாழ்ந்து வந்த செவ்விந்தியப் பூர்வகுடி மக்கள் வதைக்கப்பட்டனர்.

அவர்களது காடுகளும், மலைகளும் அழிக்கப்பட்டன. 1854-ஆம் ஆண்டில் அந்தச் செவ்விந்தியர்களிடம் இருந்த ஏறக்குறைய இருபது இலட்சம் ஏக்கர் நிலத்தை அமெரிக்க அரசாங்கம் ஒரு இலட்சத்து ஐம்பதாயிரம் டாலர் பணம் கொடுத்துப் பெற்றது. உண்மையில் அந்த நிலங்களைத் தர செவ்விந்தியர்களுக்குச் சற்றும் விருப்பம் இல்லை. ஆனால், அதிகாரம், ஆதிக்க வர்க்கம் 'அந்த இடம் வேண்டும்' என்று நிர்ப்பந்திக்கும் போது வேறு வழியின்றி அதைக் கொடுக்க வேண்டியதாயிற்று. அவர்களது சிவப்பிந்தியத் தலைவரின் பெயர் சியாட்டில், இன்று வாஷிங்டன் மாநிலத்தில் அமைந்துள்ள ஒரு நகரின் பெயர் சியாட்டில் தான். இந்தச் சியாட்டிலை அப்போதைய அமெரிக்க ஜனாதிபதி ப்ராங்க்ளின் பியர்ஸ் என்பவரது பிரதிநிதியான கவர்னர் ஐசக் ஸ்டீவன்ஸன் சந்தித்தார். அந்த நிலத்தைக் கொடுக்க வேண்டிய நிர்ப்பந்தத்தின் போது சியாட்டில் பேசியது இங்கே கவனிக்க வேண்டியதாகும்.

விகடன் பிரசுரத்தில் வெளியான 'இந்திய வானம்' என்னும் நூலில் எழுத்தாளர் எஸ். ராமகிருஷ்ணன் அவர்கள் இச்சம்பவத்தை அழகாகச் சொல்லியிருக்கிறார். சியாட்டில் இவ்வாறு பேசுகின்றார். "வெள்ளையர்களால் எங்கள் வாழ்வு முறையைப் புரிந்துகொள்ள முடியாது. பூமி மனிதனுக்கு உரிமையானது அல்ல; மனிதன் தான் பூமிக்கு உரிமையானவன். பூமிக்கு எது நேர்ந்தாலும் அது பூமியின் பிள்ளைகளுக்கும் நேரிடும். வானத்தையோ, பூமியையோ விற்கவோ, வாங்கவோ எவ்வாறு இயலும்? அந்த எண்ணமே எங்களுக்குப் புதிரானது. விலங்குகள் இல்லாமல் மனிதன் எப்படி வாழ்வான்? எல்லா விலங்குகளும் இந்தப் பூமியில் மறைந்து போய்விடுமானால், கொடூரமான தனிமையில் மனிதன் இறந்து போய்விடுவான். விலங்குகளுக்கு நேர்வது நாளை மனிதனுக்கும் நேரிடும். எல்லாம் ஒன்றுடன் ஒன்று தொடர்பு கொண்டவையே. நீரின் முணுமுணுப்பு என் தந்தையினுடைய குரல். எங்கள் காலடியில் உள்ள நிலம் எம் மூதாதையரின் சாம்பல். இதை நீங்கள் உங்கள் பிள்ளைகளுக்குக் கற்பிக்க வேண்டும். இந்தப் பூமி எங்களின் தாய் என நாங்கள் நம்புவதை உங்கள் குழந்தைகளுக்குக் கற்றுக் கொடுங்கள். நதிகள் எங்கள் சகோதரர்கள். அவர்கள் எங்கள் தாகத்தைத் தீர்க்கிறார்கள். எங்கள் படகுகளைச் சுமக்கிறார்கள். எங்கள் குழந்தைகளின் பசியாற்றுகிறார்கள். நாங்கள் உங்களுக்கு எங்கள் நிலத்தை விற்றால், நதிகள் எங்களுக்கும்

உங்களுக்குமான சகோதரர்கள் என்பது உங்களுக்கு நினைவிருக்க வேண்டும். அதை உங்கள் குழந்தைகளுக்குச் சொல்லிக் கொடுக்கவும் வேண்டும்.

அது மட்டும் அல்லாமல், நீங்கள் எந்த ஒரு சகோதரனிடமும் காட்டும் கருணையை நதிகளிடமும் காட்ட வேண்டும். வெள்ளையர்கள் உருவாக்கிய நகரங்களில் அமைதியே இல்லை. வசந்த காலத்து இலைகள் உதிர்வதைக் கேட்கவோ, பூச்சிகள் தங்களது சிறகுகளை உரசிக் கொள்ளும் ஓசையை அறியவோ சாத்தியம் இல்லை. நகரங்களின் குழப்பமான ஓசைகள் செவியை அவமதிப்பதாகத் தோன்றுகிறது. சிவப்பு மனிதர்களுக்கு அதாவது செவ்விந்திய மக்களுக்கு, காற்று மிகவும் மதிப்புடையது. ஏனென்றால் எல்லா உயிர்களும் பகிர்ந்து கொள்வது ஒரே சுவாசத்தைத் தான்; விலங்கும் மரமும் மனிதனும் ஒரே சுவாசத்தைத்தான் சுவாசிக்கிறார்கள். வெள்ளை மனிதர்கள், தாம் சுவாசிக்கும் காற்றை அறிந்து கொண்டதாகத் தெரியவில்லை'' என்று வருத்தமுடன் தன் வேதனைகளை வெளிப்படுத்தினார்.

சியாட்டில் என்னும் செவ்விந்தியர் 165-ஆண்டுகளுக்கு முன்னால் பேசிய இந்த வார்த்தைகளைத் திரும்பவும் ஒருமுறை வாசித்துப் பார்த்தால் இவற்றின் ஆழம் நமக்குத் தெரியும். இயற்கையோடு இயைந்து வாழ்ந்த நமது முன்னோர்கள் "யாதும் ஊரே யாவரும் கேளிர்'' என்ற கணியன் பூங்குன்றனாரின் கூற்றுப்படிதான் வாழ்ந்திருக்கிறார்கள். "எல்லா ஊரும் எங்கள் ஊர்தான். எல்லோரும் எங்கள் உறவுகள்தான்.'' எவ்வளவு அர்த்தமுள்ள வார்த்தைகள். இங்கே சியாட்டில் பூமியைத் தாயாகவும், நீரின் உயிரோட்டத்தைத் தந்தையாகவும், நிலங்களை மூதாதையர்களின் சாம்பலாகவும், நதியைச் சகோதரராகவும் பாவிப்பதை யோசித்துப் பார்ப்போம். நதிகள் எங்கள் குழந்தைகளுக்குப் பசியாற்றுகிறார்கள். நதிகள் இல்லையேல் விவசாயம் ஏது? விவசாயம் இல்லையேல் உணவு ஏது? காய், கனி என்று எவையும் நமக்கு எப்படிக் கிடைக்கும்? ஆனால் இன்று நதிகள் எல்லாம் குப்பை, கூளங்களால் நிரப்பப்படுகின்றன. சாக்கடைகள் ஓடுவதற்கு என்றே சில நதிகளை மாற்றம் செய்துவிட்டோம். நதிகள் சங்கமிக்கும் அந்தக் கடலின் கதியும் இதைவிட மோசம். பிளாஸ்டிக் கழிவுகளால், அதை உண்ணும் மீன்களால் இயற்கை அழிவுக்குக் காரணமாக இருக்கின்றோம்.

எல்லா மூச்சும் ஒன்றே! - சிவப்பிந்தியத் தலைவர் சியாட்டில் அற்புதமான ஒரு செய்தியைச் சொல்லுகின்றார். "எங்களுக்குக் காற்று மிகவும் மதிப்புடையது; ஏனென்றால் எல்லா உயிர்களும் பகிர்ந்து கொள்வது ஒரே சுவாசத்தைத் தான்; விலங்கும் மரமும் மனிதனும் ஒரே சுவாசத்தைத்தான் சுவாசிக்கிறார்கள்.'' என்ன அற்புதமான வரிகள்! கொரோனாத் தொற்று உருவாகி நாம் அல்லோகலப்படும் இச்சூழலில் காற்று மூலம் இந்தத் தொற்று பரவாது என்ற செய்திதான் இன்று நம்மில் 99.9% மக்களை உயிரோடு வைத்திருக்கிறது.

இந்தக் காற்றினால் உருவாகும் ஒரே சுவாசத்தை விலங்குகளும், மரங்களும், மனிதர்களாகிய நாமும் பகிர்ந்து கொண்டு வாழ்கின்றோமே, ஒருவேளை இதற்குப் பாதிப்பு ஏற்பட்டால் என்ன நிலை உருவாகும்? அந்த மனிதர் அற்புதமாகக் கேட்கிறார் : "இந்த பூமிக்கு மனிதன் உரிமை கொண்டாட முடியாது; ஆனால் பூமி தான் மனிதனுக்கு உரிமை கொண்டாட முடியும்.'' எவ்வளவு ஆழமான உண்மை! இன்று மனிதர்களின் ஆசை அளவுகடந்து செல்கிறதே. பூமி முழுவதையும் தனதாக்கிக் கொள்ளக் கூடச் சிலருக்கு விருப்பம் உண்டு. நல்லவேளை அந்த முயற்சிகள் முடிவு பெறுவதற்கு முன்பே அந்த மனிதர்கள் மண்ணுக்-

குள் சென்றுவிடுகிறார்கள். நமது மூச்சு என்பது ஒவ்வொரு உயிரோடும் கலந்து செல்கின்ற ஒன்றுதானே.

நாம் வெளியிடும் மூச்சை அடுத்தவர் ஒரு சூழலில் உள்ளே இழுக்கத் தானே வேண்டும். அதேபோல அடுத்தவர் வெளிவிடும் மூச்சை நாமும் உள்ளே இழுக்கத்தானே வேண்டும்; இல்லையில்லை என்று சொல்லி அதைப் பைகளில் அடைத்துக்கொண்டு நம்மால் வாழ முடியுமா? இயற்கையாகச் சுவாசம் இல்லை; செயற்கைச் சுவாசம் தான் அனைவருக்கும் என்றால், இந்தப் பூமியில் மனித இனம் நிலைத்திருக்குமா? என்பதுதான் கேள்வி. மூச்சுக்காற்று எனக்கு மட்டுமல்ல என்று சொல்லும் போது இவ்வுலகில் நாம் மனிதர்களுக்கு இடையே வேறுபாடு காண்பதும் தவறு தானே என்கிறது இயற்கை. மனிதனும் இயற்கையின் ஒரு அங்கம் தானே!

தாவரங்கள், மரங்கள், விலங்குகள் போல மனிதர்களும் இப்பூமியின் பிள்ளைகள் தானே. அதனால்தான் 'பாரதி' "காக்கை, குருவி எங்கள் சாதி, கடலும் மலையும் எங்கள் கூட்டம்" என்று பரவசமாகிப் பாடினார். விலங்குகள் இல்லாமல் மனிதன் எப்படி வாழ்வான்? என்று கேட்கிறார் சியாட்டில். தொடர்ந்து, வசந்த காலத்து இலைகள் உதிர்வதைக் கேட்கவோ, பூச்சிகள் தங்கள் சிறகுகளை உரசிக் கொள்ளும் ஓசையை அறியவோ நகரங்களில் சாத்தியம் இல்லை என்கிறார் சியாட்டில். எவ்வளவு உணர்வுப் பூர்வமான வார்த்தைகள். விலங்கினங்கள் இல்லாமல் தாவரங்கள் இல்லை; தாவரங்கள் இல்லாமல் விலங்குகள் இல்லை; பூச்சிகள் இல்லாமல் மரங்களும் இல்லை; மரங்கள் இல்லாமல் பூச்சிகளும் இல்லை; இவைகள் எதுவுமே இல்லாமல் மனிதன் இல்லை. ஆனால் மனிதன் மட்டும் தன்னைத் தாவரங்களிடமிருந்தும், விலங்குகளிலிருந்தும் தனிமைப்படுத்தும் நோக்கில் அவற்றை கொன்றழிக்கின்றான். தாவரங்களும், விலங்குகளும் ஒன்றுக்கொன்று கொடுத்து உதவுகின்றன. ஆனால் இந்த வியாபாரத்தில் வரவு, செலவுக் கணக்குகள் இல்லை. இவற்றை மனிதனுக்கு இலவசமாகக் கொடுக்கின்றன. மனிதன் நன்றியே இல்லாமல் நச்சுக்காற்றைத் தருகின்றான்.

மண்ணை அழிக்கும் நெகிழிகளைப் போடுகின்றான். சியாட்டில் எடுத்த உடனே சொல்லும் வார்த்தைகள் "பூமிக்கு எது நேர்ந்தாலும் அது பூமியின் பிள்ளைகளுக்கும் நேரிடும். வானத்தையோ, பூமியையோ விற்கவோ, வாங்கவோ எவ்வாறு இயலும்? அந்த எண்ணமே எங்களுக்குப் புதிரானது." அதாவது இதுவரை நாங்கள் சிந்திக்காதது என்கிறார் சியாட்டில். நமக்கும், இயற்கைக்குமான உறவினை ஒரு கணம் இன்று சிந்தித்துப் பார்த்தால் இயற்கை தந்த வளங்களைக் கொண்டே அந்த இயற்கையைத் தினம் தினம் அழித்து வருகின்றோம். ஏழைகளின் உழைப்பைப் பெற்றுக்கொண்டே அவர்களை நசுக்கிவிடுகின்றோம். அப்பாவி மக்களின் ஓட்டுகள் மூலம் பதவி பெற்றுக்கொண்டே அவர்களது வாழ்வாதாரமான விவசாயத்தை அழிக்கத் திட்டம் தீட்டுகின்றோம்.

இவை எல்லாம் மனிதன் தன் செயல்களில் முரண்பட்டு நிற்பதன் விளைவைத் தான் காட்டுகின்றது. கணியன் பூங்குன்றனார் தனது பாடலில், "யாதும் ஊரே, யாவரும் கேளிர்... என்று தொடங்கி இறுதியில் பெரியோரை வியத்தலும் இலமே, சிறியோரை இகழ்தல் அதனிலும் இலமே" என்று முடிக்கின்றார். அதாவது ஒருவரைப் பெரியவர் என்று நாங்கள் வியக்கவும் இல்லை; பிறிதொருவரை சிறியவர் என்று இகழ்வதை எண்ணிக்கூடப் பார்க்க-

வில்லை என்று பாடுகின்றார். இதன் மூலம் எல்லோரும் அவரவர் நிலையில் உயர்ந்தவரே என்ற சமத்துவத்தைப் பற்றி உணர்ந்து எழுதுகின்றார். அன்பே வழியாகும்! இந்தச் சமத்துவ மனநிலை, உள்ளச் சமநிலை பெற்று மற்றவர்களை ஏற்று வாழ்வது எவ்வாறு நிகழும்? என்பதற்குப் பதில் 'அன்பே' என்பதுதான் ஒரே வழி. 'யாதும் ஊரே, யாவரும் கேளிர்' என்ற தத்துவத்தை உலகமெங்கும் எடுத்துச் செல்ல நமக்கு உதவும் ஒரே ஆயுதம் 'அன்பு' தான். ஆம், அன்பிருக்கும் இடத்தில் அமைதி நிலவுகின்றது.

அன்பிருக்கும் இடத்தில் அறியாமையும், பகைமையும் மறைகின்றது. அன்பு உள்ளங்களை இணைக்கின்றது. வெறுப்பு மனிதனைப் பிளக்கின்றது. சுயநலம் மனிதனைச் சிதைக்கின்றது. ஆனால் 'அன்பு' இவையெல்லாம் ஓடிமறைந்திடுமாறு செய்து மகிழ்ச்சியைத் தருகின்றது. ஒரு இளைஞன் ஒரு வயதான பாட்டியின் பழக்கடையில் தினமும் வீட்டிற்கான பழங்களை வாங்கிச் செல்வான்.

ஆனால், ஒவ்வொரு நாளும் பழங்களை வாங்கிய பின்பு ஒரு பழத்தை எடுத்துப் பாட்டியிடம் கொடுத்துப் 'பழம் புளிக்கிறதே' என்று ருசி பார்க்கச் சொல்லுவான். பாட்டியும் அதைச் சுவைத்துவிட்டு 'இனிப்பாகத்தானே இருக்கிறது' என்று கூறுவார். ஆனால் இளைஞன் எதுவும் சொல்லாமல் போய்விடுவான். ஒரு நாள் இளைஞன் தன் மனைவியோடு பழக்கடைக்கு வந்தான். அன்றும் பழங்களை வாங்கிய பின்பு ஒரு பழத்தைப் பாட்டியிடம் கொடுத்து "புளிக்கிறதே" என்றான். பாட்டியும் சுவைத்துவிட்டு 'இனிக்கிறதே' என்று கூறினாள். இதைக் கவனித்த அவர் மனைவி வீடு திரும்பும் வழியில் "பழம் நன்றாகத்தான் இருக்கிறது; ஏன், பாவம் அந்தப் பாட்டியிடம் புளிக்கிறதாகக் கூறுகிறீர்கள்?" என்று கேட்டாள். அவன் தன் மனைவியிடம், "பழம் புளிக்கவில்லை என்று எனக்குத் தெரியும். பாவம், அந்தப் பாட்டி பழங்களை விற்கிறார். ஆனால் அவர் ஒரு பழத்தையும் சாப்பிடுவதில்லை.

எனவே, அவரிடம் தினமும் ஒரு பழத்தை இப்படிக் கொடுத்துச் சாப்பிடுமாறு செய்துவிடுகிறேன்" என்றானாம். இப்படிக் கணவனும், மனைவியும் பேசிக்கொண்டு சென்ற போது, பழக்கடையின் பாட்டிக்கு அடுத்த கடைக்காரர், "நான் தினமும் அந்த இளைஞனைப் பார்க்கிறேன். அவன் தினமும் உன்னைக் குறை கூறுகிறான். ஆனாலும் நீ அவனுக்கு வழக்கத்தைவிடக் கூடுதலாகவே பழங்களைக் கொடுக்கிறாயே, ஏன்?" என்று பாட்டியிடம் கேட்டார்.

பாட்டி அவரிடம், "அவன் என்னைக் குறை கூறவில்லை. குறை சொல்வது போல நடித்து என்னைத் தினமும் ஒரு பழமாவது சாப்பிட வைத்துவிடுகிறான். தினமும் என்னிடம் குறை கூறுபவன், என் கடைக்கே தினசரி வந்து பழங்கள் வாங்குவானா? அவன் என்மீது காட்டும் அன்பினைக் காணும் போது எனது தராசு அவன் பக்கம் அதிகப் பழங்களோடு சாய்ந்துவிடுகிறது" என்று கூறினாள். அடுத்த கடைக்காரருக்கு உண்மை புரிந்தது. உண்மையான அன்பு என்பது இப்படிப்பட்டதுதான். எதிர்பார்ப்பு இல்லாமல் ஒருவரை ஒருவர் நேசிப்பது என்பது எவ்வளவு சுகமானது. என் நாடு, என் மக்கள், என் இனம், என் மொழி, என் சாதி என்று நாம் நம்மையே பிளவுபடுத்திக் கொண்டு செல்லும் காலம் மறைந்து உலகிலுள்ள எல்லா மக்களும் ஒரு தாய் வயிற்றின் பிள்ளைகள் என்று எண்ண வேண்டும். ஆம், இந்தப் பூமித்தாயின் வயிற்றில் பிறந்துள்ள பிள்ளைகள் என்ற உணர்வு பெறவேண்டும்.

இந்த உணர்வைப் பெற இயற்கையோடு ஒன்ற வேண்டும். இயற்கையில் இணைந்து சங்கமிப்பதன் அடையாளமாக 'அன்பு' என்ற பண்பு எல்லோர் உள்ளத்திலும் உருவாக வேண்டும். இதை உணர்ந்து அன்பென்னும் ஒளியை உலகமெல்லாம் பரவச் செய்தால் எல்லா ஊரும் நமது ஊராக இருக்கும். எல்லோரும் நம் உறவினர்களாக இருப்பார்கள்.

15. ஊடகம் பழகு - திரு.மனோஜ் சித்தார்த்தன்

முன்னொரு காலத்தில் கூட்டுக் குடும்ப வாழ்க்கை முறை என்பது இருந்தது. அதனால் ஒருவருக்கொருவர் தங்களது சுக துக்கங்களைப் பகிர்ந்து கொண்டு வாழ்ந்து வந்தனர். ஆனால் இன்று அந்த நிலை என்பது தற்போது தலைகீழாக மாறிப் போய் உள்ளது, உலகமயமாக்களின் காரணமாக இத்தகைய மாற்றங்கள் ஏற்பட்டுள்ளதாக வல்லுநர்கள் கருத்து தெரிவித்துள்ளனர். ஒரு காலத்தில் பண்டிகை விசேஷ காலங்களில் உறவினர்கள் மற்றும் நண்பர்கள் வீட்டுக்கு நேரடியாகச் சென்று பண்டிகை வாழ்த்துக்களைப் பரிமாறிய காலம் உண்டு. இது நம் தமிழர் மரபில் தொன்று தொட்டு இருந்த நடைமுறை, அதன் பின் காலத்தின் கட்டாயத்தால் கடிதங்கள் மற்றும் வாழ்த்து அட்டைகள் என மாறிப் போயின. நெருங்கிய உறவினர்கள் மற்றும் நண்பர்களுக்கு மட்டும் தொலைபேசியின் மூலமாக வாழ்த்துச் செய்திகளை பரிமாறிக் கொண்டோம்.

அந்த நிலை தற்போது தலைகீழாய் மாறிச் சமூக வலைத்தளங்கள் மூலம் நொடிக்கு நொடி வாழ்த்துச் செய்திகள் தொடங்கி காலை வணக்கம், முக்கிய செய்திகள், மருத்துவ குறிப்புகள், முக்கிய நிகழ்வுகள் அன்றாட நமது நடவடிக்கைகள் என அனைத்தையும் இத்தளத்தின் மூலம் மேற்கொண்டு வருகின்றோம். இதனால் இதன் வளர்ச்சி அபரிவிதமாக உயர்ந்துள்ளது. கொரோனா பெருந்தொற்று காலத்தில் இதன் வளர்ச்சி பல மடங்கு அதிகரித்தது, மேலும் பொழுதுபோக்கிற்காகவும் செய்திகளைப் பரிமாறவும் பயன்படுத்தப்பட்ட இந்த சமூக வலைத்தளங்கள் இன்று பொருளினை சந்தைப்படுத்துவதில் முக்கிய பங்காற்றுகின்றது. இதன் மூலம் பலருக்கு வருவாய் மற்றும் வேலை வாய்ப்பு கிடைக்கப்பெறுகின்றது.

காலை எழுந்தவுடன் சூடான காபி உடன் இத்தகைய வலைத்தளங்களைப் பார்த்தால் மட்டுமே காலைப்பொழுதே இனிதாய் பலருக்கும் அமைகின்றது. மேலும் ஒரு செய்தியினை உடனடியாக கொண்டு போய் மக்களிடம் சென்று சேர்ப்பதற்கு இவை பெரிதும் உதவுகின்றன, இவ்வளவு உள்ள வலைத்தளங்களால் ஒரு சில குறைகளும் இருக்கத்தான் செய்கின்றன, இதற்கெல்லாம் என்ன தீர்வு இதை நாம் எவ்வாறு பயன்படுத்த வேண்டும், இதனால் ஏற்படும் பிரச்சனைகளுக்கு தீர்வு என்ன, என்பது குறித்த கேள்விகள் வலைத்தளங்களைப் பயன்படுத்தும் மக்கள் மனதில் எழுகின்றன. அது குறித்து சற்று விரிவாக பார்ப்போம்.

வலைத்தளங்களின் பரிமாண வளர்ச்சி: வலைத்தளங்கள் என்பது இன்று மனித வாழ்வில் மிக முக்கிய ஒன்றாகி ஆகிவிட்டது. ஆம், ஒரு காலத்தில் ஒரு பகுதியில் நடக்கும் நிகழ்வுகள்,சம்பவங்கள் மற்றும் சமூக பிரச்சனைகள் போன்றவை வெளி உலகத்திற்கு தெரிவதற்கு மிகவும் சிரமமாகவும் காலதாமதமாகவும் இருந்தது. ஆம், ஏதாவது ஒரு செய்தித்தாள் மற்றும் தொலைக்காட்சிகளில் எப்போதாவது இது குறித்துச் செய்திகள் வெளியாகும். அப்போது மட்டுமே அது குறித்த முக்கியத்துவமும் தீர்வுகளும் இருக்கும். ஆனால் தற்போ-

துள்ள காலத்தில் அவ்வாறு அல்ல. நொடிக்கு நொடி நம் பகுதியில் நடக்கும் ஒவ்வொரு நிகழ்வுகளும் ஒவ்வொரு சம்பவமும் இன்று வலைத்தளங்களில் செய்திகளாக கட்டுரைகளாக புகைப்படம் மற்றும் வீடியோக்களுடன் வெளியாகி அதற்கான தீர்வினை உடனுக்குடன் கிடைப்பதற்கு இத்தகைய வலைத்தளங்கள் பெரிதும் உதவுகின்றன.

இக்காலத்தில் பொதுமக்களும் பத்திரிகையாளர்கள் போலவே சமூகத்தில் நடக்கும் அவலங்களை மற்றும் குற்றங்களை நமது கையில் இருக்கும் ஸ்மார்ட் போன் மூலமாகவே சமூக வலைத்தளங்கள் மூலம் வெளி உலகத்திற்கு கொண்டு சென்று அதற்கான தீர்வை நொடிப்பொழுதினில் வாங்கிக் கொள்கின்றனர். அந்த அளவிற்கு மிகவும் சக்தி வாய்ந்த ஊடகமாக சமூக வலைத்தளங்கள் திகழ்கின்றன. குறிப்பாக நகர்புறங்களை காட்டிலும், கிராமங்களிலே இத்தகைய வலைத்தளங்களுக்கு நல்ல வரவேற்பு கிடைத்துள்ளது. ஆம், அதிகரித்து வரும் ரீல்ஸ் கலாச்சாரம், சமூக வலைத்தளங்களில் மிகவும் பிரபலமாக வேண்டி தங்களுக்குத் தெரிந்தவை மற்றும் தங்களுக்குள்ள திறமைகளை வெளிப்படுத்தி பலர் இதில் புகைப்படங்கள் மற்றும் வீடியோக்களாக பதிவிடுகின்றனர், இதனை ஆண்களைக் காட்டிலும் பெண்களே அதிகமாகப் பார்க்கின்றனர்.

அதன்படி பெண்கள் சலிப்பின் காரணமாகவே இத்தகைய வலைத்தளங்களை அதிக அளவில் பயன்படுத்துவதாக 2021 ஆம் ஆண்டு ஒரு தனியார் நிறுவனம் நடத்திய ஆய்வில் தெரிவிக்கப்பட்டுள்ளது. மேலும் சிலர் ஆர்வத்திற்காகவும் மற்றும் சிலர் தகவலுக்காகவும் இதனைப் பயன்படுத்துவதாக அந்த ஆய்வு தெரிவிக்கின்றது. இதில் ஆபத்து இருக்கின்றது எனத் தெரிந்தும் இதனைப் பயன்படுத்திப் பார்ப்பதில் இன்றைய இளைஞர்கள் ஆர்வமாய் இருக்கின்றனர். மேலும் தற்போது செயற்கை நுண்ணறிவைப் பயன்படுத்தி, நடனத் திறனை அதிகரிக்க ஆராய்ச்சியாளர்களால் உருவாக்கப்பட்ட கண்டுபிடிப்பு தான் டீப் பேக் எனப்படும் தொழில்நுட்பம். ஆனால், இன்று இதைத் தவறாகப் பயன்படுத்தி போலியான வீடியோக்கள் மற்றும் புகைப்படங்களை சமூக வலைத்தளங்களில் பெண்கள் மற்றும் பிரபலங்களுக்கு எதிராகச் சிலர் பயன்படுத்துவதால் பிரச்சனைகள் அதிகரித்துள்ளன. இதனால், வலைத்தள நிறுவனங்கள் பல கலக்கத்தில் இருந்து வருகின்றன. மேலும் இதுபோன்ற போலியான புகைப்படங்கள் வீடியோக்கள் பரவாமல் தடுப்பதற்கு பல்வேறு முயற்சிகளை மேற்கொண்டு வருகின்றன.

வலைத்தளங்களால் ஏற்படும் நன்மை தீமைகள்: ஒரு தொழில்நுட்பம் அறிமுகமாகின்றது என்றால் அதில் நன்மை தீமைகள் கலந்தே தான் இருக்கும். அதுதான் நியதி. நாம் நல்லதை மட்டும் எடுத்துக் கொண்டு, கெட்டதைப் புறம் தள்ள வேண்டும். அது போலவே சமூக வலைத்தளங்களின் வளர்ச்சியால் இன்று பல நன்மைகள் ஏற்பட்டுள்ளன. நாளிதழ்கள் தொலைக்காட்சிகள், செய்தி நிறுவனங்கள் போன்றவற்றை விட செய்திகளை முந்தித் தருவதில் சமூக வலைத்தளங்கள் முன்னிலை வகிக்கின்றன. குறிப்பாக இயற்கைப் பேரிடர் மற்றும் பற்பல முக்கிய அறிவிப்புகளை மக்களிடம் எளிதில் கொண்டு சேர்க்க முடிகின்றது. இதற்காக, பெரிய அளவில் செலவு செய்யவும் தேவையில்லை. எனவே, அரசும் தனது பங்கிற்கு முக்கிய அறிவிப்புகளை இதன் மூலம் மேற்கொள்கின்றன. ஒவ்வொரு அரசு அலுவலகத்திற்கும் தனித்தனியாக சமூக வலைத்தள கணக்குகள் தற்சமயம் துவங்கப்பட்டு, அதன் மூலம் பொது மக்களுக்கு அறிவிப்புகள் வெளியிடப்படுகின்றன.

இதனால் பொதுமக்கள் தகவல்களை எளிதில் தெரிந்து கொள்ள முடிகின்றது. இதனால் மக்களிடம் விழிப்புணர்வு அதிகரித்துள்ளது. தமிழர்களின் வீர விளையாட்டான ஜல்லிக்கட்டுக்கு தடை விதித்த போது, அதனை எதிர்த்துப் பல லட்சக்கணக்கானோர் அறவழியில் போராட்டம் நடத்தினர். அதற்கு மூல காரணமாக அமைந்தது இத்தகைய வலைத்தளங்களே, அதனாலே அப்போராட்டம் வெற்றி பெற்றது. மேலும் பொழுதுபோக்கு, அரசியல், சினிமா, ஆன்மீகம், அறிவியல், தொழில்நுட்பம் போன்ற பற்பல காணொளிகள் மற்றும் தகவல்கள் இத்தளங்களில் இருப்பதால் பொழுதுபோக்கைத் தாண்டி மக்களுக்கு தகவல் சுரங்கமாக இது செயல்படுகின்றது. எனவே, அனைத்துத் தரப்பு மக்களிடமும் வயது வித்தியாசம் இன்றி வரவேற்பினைப் பெற்றுள்ளது.

தொடர்ந்து சமூக வலைத்தளங்களை டிஜிட்டல் சாதனங்களில் பார்ப்பதால், மன அழுத்தம் ஏற்படுவதாக ஆய்வுகள் தெரிவிக்கின்றன. மேலும் இவ்வகையான சாதனங்களுக்கு நாம் அடிமையாகி போகும் நிலைக்கு நாம் தள்ளப்பட்டுள்ளோம். காலை எழுந்தவுடன் வலைத்தளங்களில் உலாவுவது, இரவு தூங்கச் செல்லும் முன் இதனைப் பார்த்துவிட்டு தான் படுக்கைக்கு செல்வது, என்ற மனநிலையில் இன்று நாம் பலர் இருக்கின்றோம் இதனால் மன அழுத்தம் அதிகரித்து தற்கொலை எண்ணங்கள் அதிகரிக்கின்றன. மேலும் சமூக வலைத்தளங்களில் உள்ள ஒரு சில தகவல்களை ஆராய்ந்த போது, அவை பல முறை பகிரப்பட்டு இருப்பதும், அந்த செய்தி உண்மைக்கு புறம்பான செய்தியாக இருப்பதுமே, இதன் பெரும் குறைபாடாகும். காலை வணக்கச் செய்திகளை தாண்டி மக்களின் வாழ்வை குழைக்கும் அதிர்ச்சியூட்டும் போலிச் செய்திகள் பெருமளவில் பகிரப்பட்டு பதற்றத்தை ஏற்படுத்துகின்றன. இவை நம் வாழ்வின் போக்கையே மாற்றக் கூடியதாக இருக்கின்றது. இதன் வழியே உருவாக்கும் பிரச்சனைகளும் நாளுக்கு நாள் அதிகரித்துக் கொண்டே தான் இருக்கின்றன.

வலைத்தளங்களால் நம்முடைய விலை மதிப்பு இல்லாத நேரம் வீணாவதை எத்தனை பேர் உணர்கிறோம். ‘‘சும்மா கொஞ்ச நேரம் பொழுது போகல அதனால பார்க்கிறோம்’’ என யோசிக்காமல் நாம் செய்யும் தவறு, அதிலேயே நாம் மூழ்கிப் போகின்ற சூழலுக்கு நாம் தள்ளப்பட்டுள்ளோம். நேர விரையத்தைத் தாண்டி உடல் சார்ந்த பல்வேறு பிரச்சனைகளையும் சந்திக்க வேண்டியது உள்ளது. டிஜிட்டல் திரையினை தொடர்ந்து பார்ப்பதால் பார்வை கோளாறு, உடல் பருமன், தூக்கமின்மை என பல பிரச்சனைகள் ஏற்படுகின்றன. இதனால் உறவினர்கள் மற்றும் நண்பர்கள் உறவுகளில் பாதிப்புகள் ஏற்படுகின்றது. இத்தளங்களில் பெரும்பாலும் போலிச் செய்திகள். உணர்ச்சிகளை தூண்டுவதிலே நோக்கமாகக் கொண்டுள்ளது. இதனால் ஒரு செய்தியைப் பார்த்து உணர்ச்சிவசப்படுவதற்கு முன் அதன் உண்மை தன்மையை சரி பார்ப்பது அவசியம்.

அதிகரிக்கும் சைபர் குற்றங்கள்: சமூக வலைத்தளங்கள் நமது வாழ்வின் போக்கையே மாற்றக் கூடியதாக மாறிவரும் இக்காலத்தில், அதன் வழியே உருவாகும் பிரச்சனைகளும் நாளுக்கு நாள் அதிகரித்து கொண்டே தான் இருக்கின்றன. தனிப்பட்ட நபரின் தகவல்கள் புகைப்படங்கள் மற்றும் வீடியோக்களை தவறான முறையில் பயன்படுத்துவது மற்றும் ஆபாசமாக சித்தரித்து வெளியிடுவது, போன்ற செயல்கள் மக்களிடத்தில் பெரும் அச்சத்தினை ஏற்படுத்துகின்றது. பிறரின் சமூக வலைத்தள கடவுச்சொற்களை களவாடித் தவறாகப் பயன்படுத்துவது அல்லது பிறரின் கணக்குகளை முறைகேடாகப் பயன்படுத்தி அச்சுறுத்தலில் ஈடு-

படுவது போன்ற அநாகரிகமான செயலில் பலர் ஈடுபட்டு வருகின்றனர்.

மேலும், முன்னணி சமூக வலைத்தளமான பேஸ்புக் மற்றும் வாட்ஸ்அப், இன்ஸ்டாகிராம் ஆகியவற்றின் தாய் நிறுவனமான மெட்டா சமூக வலைத்தளங்களில் அச்சுறுத்தல் தொடர்பான அறிக்கையினை வெளியிட்டது, அதில் போலிச் சமூக வலைத்தள கணக்குகள் மூலம் ஒரு சில நாடுகளைப் பற்றிய தவறான செய்திகள் பரப்பப்படுவதாக அந்த அறிக்கையில் தெரிவிக்கப்பட்டுள்ளது. தொழில்நுட்பத்தின் துணையுடன் நடைபெறும் இணைய வழிக் குற்றங்கள் சமீபகாலமாக அதிகரித்து வருகின்றது. ஆண் பெண் வயது வித்தியாசம் இன்றி இந்தப் பிரச்சினையில் சிக்கிக் கொள்வது தொடர்கதை ஆகின்றது. கணவருக்கு தெரியாமல் மனைவியும், மனைவிக்கு தெரியாமல் கணவரும் என ஏராளமான குடும்பங்கள் இத்தளங்களால் பெரும் பாதிப்பினை பெற்றுள்ளன. ஒரு பலவீனமான நேரத்தில் உருவாகும் ஒரு சிறிய சபலம் போதும், பறவை ஒன்று மீனைக் கொத்தி செல்வது போல குடும்பப் பிரச்சினைகளுக்கு இந்த சமூக வலைத்தளங்களே மூல காரணமாக அமைகின்றன.

சைபர் குற்றங்களின் எண்ணிக்கை ஆண்டுக்கு ஆண்டு அதிகரித்துக் கொண்டே தான் இருக்கின்றது. மேலும் ஆபாச படங்கள், வீடியோக்கள், போலியான வேலை வாய்ப்புகள், வீட்டிலிருந்து வேலை வாய்ப்பு, சுய வேலைவாய்ப்பு, திருமண வரன்கள், போன்ற மோசடியான தகவல் அனைத்தும் இத்தளத்தின் மூலம் பரப்பப்படுகின்றன. இதனை உண்மை என நம்பி, பலர் ஏமாற்றம் அடைந்து வருகின்றனர். தொழில்நுட்பத்தினை சிலர் தவறாக பயன்படுத்துவதால், இச்சமூகத்திற்கு பெரிய அச்சுறுத்தலாக அமைகின்றது. மேலும் இத்தகைய சமூக வலைத்தள நிறுவனங்கள் தங்களின் லாபத்திற்காக மக்களை கண்காணித்து அவர்களைப் பற்றிய தகவல்களை சேகரித்து ஆன்லைன் வர்த்தகத்தில் ஈடுபடும் மின்னணு நிறுவனங்களுக்கு விற்பனை செய்கின்றன. நம்மிடமிருந்து அறுவடை செய்யும் தகவல்களை விற்றுத்தான் வலைத்தளங்கள் லாபம் பார்க்கின்றன.

தேவைகளும் தீர்வுகளும்: தொழில் நுட்பங்களின் வளர்ச்சி தான் மனித குல வளர்ச்சிக்கு முதன்மையான காரணம் என்பதை மறுக்க முடியாது. ஆனால், தொழில்நுட்பம் மனித குலத்திற்கு பெரும் இடையூறாக இருக்கின்றது என்பதையும் யாரும் மறுக்க முடியாது. சமீபகாலமாக வலைத்தளங்களில் போலிச் செய்திகள் அதிகளவில் பரப்பப்படுகின்றது. இணையத்தில் கதி கலங்க வைக்கும் போலிச் செய்திகள் உலாவுவதற்கு மனிதரின் மூளை இயல்பே காரணம் என்கின்றது சமீபத்திய ஒரு ஆய்வு.

மக்களிடம் போதிய விழிப்புணர்வு இல்லாமல் போலி செய்திகளை வலைத்தளங்களில் பரப்பி வருகின்றனர், சமூக வலைத்தளங்கள் மூலமாகவே இன்று பெரும்பாலான வதந்திகள் பரவுகின்றன. அதனை உண்மை என நினைத்து நாமும் நமது நண்பர்கள் மற்றும் உறவினர்களுக்கு பகிர்கின்றோம். அதன் உண்மைத் தன்மை குறித்து ஆராய்வதில்லை எனவே இதனைப் பற்றிய புரிதல்கள் நமக்குத் தேவைப்படுகின்றது. மேலும் சமூகத்தில் பிரபலமடைய வேண்டி சில தேவையற்ற பதிவுகள் மற்றும் வீடியோக்களை பதிவேற்றம் செய்கின்றனர். குறிப்பாக சாலை விதிகளை மதிக்காமல் அதிவேகமாக வாகனங்களை இயக்கி, அதனை வீடியோக்களாக வலைத்தளங்களில் பதிவிடும் போக்கு தற்சமயம் அதிகரித்துள்ளது. இதனைப் பார்க்கும் பார்வையாளர்கள் குறிப்பாக சிறார்கள் அதே தவறை செய்வதற்கு வாய்ப்புகள் அதிகம் உள்ளன. இதனை எவ்வாறு தடுப்பது, எதனை நம்புவது எதனைப்

புறந்தள்ளுவது, என பல கேள்விகள் நம் மனதில் எழுகின்றன.

இதற்கான முன்னேற்பாடாக கூகுள் நிறுவனம் சார்பில் Trusted Media Summit என்ற பெயரில் உலகின் பல நாடுகளில் சமூக வலைத்தளங்களை எவ்வாறு பயன்படுத்த வேண்டும் அதில் வரும் பிரச்சனைகளை எவ்வாறு அணுகுவது குறிப்பாக இதில் வரும் போலி செய்திகளை எவ்வாறு அடையாளம் காண்பது என்பது குறித்து கல்வியாளர்கள் பத்திரிகையாளர்கள் மற்றும் சமூக ஆர்வலர்களை வைத்து பல நாடுகளில் மாநாடுகள் நடத்தி வருகின்றது கூகுள் நிறுவனம். வலைத்தளங்கள் வளர்ச்சி அடைந்துள்ள இக்காலத்தில் இம் மாநாடு பெரும் பேசு பொருளாகின்றது. கடந்த 2018 ஆம் ஆண்டில் இருந்தே இதற்கான முன்னேற்பாடுகளை கூகுள் நிறுவனம் துவங்கியுள்ளது. இதன் முக்கிய நோக்கமே போலிச் செய்திகளை எவ்வாறு அணுகுவது, மனித சமூகத்திற்கு இதனால் ஏற்படும் பாதிப்புகள் குறித்தும் இம்மாநாட்டில் கேள்வி எழுப்பப்படுகின்றது.

இந்தியா போன்ற மக்கள் தொகை அதிகம் உள்ள நாடுகளில் வலைத்தளங்கள் பயன்பாடு மிகவும் அதிகம். இதனைப் பயன்படுத்தி சாதிய, மத ரீதியான வெறுப்புப் பிரச்சாரங்கள் மற்றும் சமூகத்திற்கு எதிரான கருத்துகளும் இதன் மூலம் பரப்பப்படுகின்றது. தேர்தல் நேரங்களில் போலிச் செய்திகள் அதிகளவில் உருவாகின்றன. பல நாடுகளில் சமூக வலைத்தளங்கள் தான் தகவல் மையமாக உள்ளது. இதனால் போலிச் செய்திகள் எளிதாக பரவி சமூகத்திற்கு தீங்கு விளைவிக்கின்றது. இதனைத் தடுக்க இதன் உண்மைத்தன்மையினை அறிந்து வெளியிடும் முன்னரே அதிவேகமாய் மக்களிடம் போய் சேர்ந்து விடுகின்றது என்று தகவல் சரிபார்ப்பு குழு Fact Checkers கவலை தெரிவித்துள்ளனர்.

இதற்கெல்லாம் ஒரே தீர்வு தான், பெண்கள் மற்றும் கிராமப்புற மக்களிடம் தவறான மற்றும் போலிச் செய்திகள் குறித்த விழிப்புணர்வை ஏற்படுத்த வேண்டும், மேலும் போலியான புகைப்படங்கள் மற்றும் தவறான வீடியோக்களை சரி பார்ப்பதில் பத்திரிகையாளர்கள் தங்களின் திறனை மேம்படுத்த வேண்டும். தவறான செய்திகள் குறித்து புகார் அளிக்கப்பட வேண்டும். சமூக வலைத்தளங்களை எவ்வாறு பாதுகாப்பாக பயன்படுத்த வேண்டும் என்பது குறித்த பயிற்சி மற்றும் விழிப்புணர்வினை ஏற்படுத்துவது நமது கடமை. ஒரு கையால் ஓசை எழுப்ப முடியாது அதற்கு இரண்டு கைகள் இணைய வேண்டும், அதே போல தான் மக்களும் ஊடகங்களும் ஒன்று சேர்ந்தால் தான் இதற்கு முற்றுப்புள்ளி வைக்க முடியும். சமூக வலைத்தளங்களை நல்ல வழியில் பயன்படுத்தினால் நல்ல பயனுள்ள தகவல்களை பொது மக்களுக்கு கொண்டு சேர்க்க முடியும். இது வலைத்தளங்களை பயன்படுத்தும் ஒவ்வொருவரின் கடமை இதனை உணர்ந்து செயல்பட்டாலே போதும் யாருக்கும் எந்த பிரச்சனையும் யாருக்கும் வராது...

0

ஆண்டவனின் படைப்பில் அதிசயத் திற்குரிய படைப்பு மனிதன். ஆம், அவனில் இருக்கும் ஆற்றல்கள் சக்தி, பண்பு நலன்கள், கற்பனை வளம் போன்றவை வியக்கும் விந்தைகளாக உள்ளன. இந்த வகையில் மனிதனின் படைப்புகளில் அறிவியல் தொழில்நுட்பங்களின் வளர்ச்சி என்பது தொடர்புகளை சுலபமாக்கி, காலத்தைச் சுருக்கி, கண்ணிமைக்கும் நேரத்-

தில் கடல் கடந்து வான்வெளிகளும் செய்யும் சாதனைகள் என்பது மிகப்பெரியது, உலகினை கைக்குள் அடக்கி உறவுகளை வளர்க்கும் நிலை என்பது மகத்தானது. தகவல் தொடர்பு என்பது செய்திகள் மற்றும் கருத்துக்களை ஒருவரிடம் இருந்து மற்றொருவருக்கு பரிமாறுவ-துதான் இதன் நோக்கம்.

இதன் பரிமாண வளர்ச்சியே ஊடகங்கள். அரசியல் தாக்கங்கள் துவங்கி, தமிழ் நடி-கைக்கு பிறந்த இரட்டை குழந்தை வரை, எப்போதும் மக்களைப் பரபரப்பாக வைத்திருக்கும் சக்தி ஊடகத்துக்கு மட்டுமே உண்டு. தினந்தோறும் புதிய செய்திகள், கள நிலவரம் போன்-றவற்றை மக்களிடம் கொண்டு சேர்த்து அதைப் பற்றி மக்களை அசை போட வைப்பதில் ஊடகங்கள் பெரும்பங்கு ஆற்றுகின்றன. உள்ளூர் செய்தி முதல், உலக நடப்பு வரை மக்-களிடம் நிகழ்வுகளைப் பற்றி விவாதிக்க வைப்பதில் ஊடகங்கள் தனித்தன்மை வாய்ந்தவை.

ஊடகம் அறிமுகம்: காலை எழுந்தவுடன் காபி உடன், காலை நாளிதழ் உடன் காலைப் பொழுதினை ஆரம்பிப்பது என்பது நம்மில் பலருக்கு இன்னும் வழக்கமாக உள்ளது. அடுத்து வானொலில் “வணக்கம் ஆல் இந்தியா ரேடியோ செய்திகள் வாசிப்பது.” என்பதில் துவங்கி தொலைக்காட்சிகளில் “இன்றைய தலைப்புச் செய்திகள்”, “முக்கிய செய்திகள்.” என்பது வரையும், இணையத்தில் “ஹலோ பிரண்ட்ஸ் துவங்கி! வணக்கம் டா மாப்ள வரை.” இவ்-வாறு, பல்வேறு கோணங்களில் பல்வேறு தலைப்புகளில் மனிதர்களை பரபரப்பாகவும் அதே நேரத்தில் சிரிக்கவும், சிந்திக்கவும் வைப்பதில் ஊடகங்களின் பங்கு முக்கியமானது.

இன்று அவசர உலகில் ஒருவருக்கொருவர் சரியாக பேசிக்கொள்ள கூட நேரமில்லாத அவசர சூழலில் மனிதர்களுக்கு ஊக்கம் அளித்து அவர்களுக்கு தேவையான தகவல்களைத் தந்து அவர்களை மேன்மையடைய செய்வதில் ஊடகங்களின் பங்கு மிக முக்கியமானது. அரசின் முக்கிய அறிவிப்புகள் மற்றும் திட்டங்கள் செயல்பாடுகள் போன்றவற்றை மக்களிடம் கொண்டு சேர்ப்பதில் ஊடகங்களின் நிகர் ஊடகங்கள் தான். இன்றைய காலத்தில் ஊடகங்-களைப் பற்றி தெரியாதவர்கள் இல்லை எனலாம். அந்த அளவிற்கு உலகெங்கும் வலை பின்னி இருக்கும் இவற்றிற்கு தேசிய எல்லைகள் என்பதெல்லாம் கிடையாது. ஊடகம் இல்-லையெனில் இவ்வுலகம் இல்லை. மனிதனின் எண்ணங்களை கூர்மையாக்கி, சிந்தனையை செம்மையாக்கும் கருவி தான் ஊடகங்கள்.

ஊடகங்களின் வகைகள்: பொதுவாக ஊடகங்கள் என்பது அச்சு ஊடகங்கள்(காலை, மாலை செய்தித்தாள்கள்/வார, மாத இதழ்கள்) வானொலி, காட்சி ஊடகங்கள், டிஜிட்டல் ஊடகங்கள், மற்றும் சமூக வலைதளங்கள் போன்றவை. இவை செய்திகள் மற்றும் தகவல்-களை பொது மக்களுக்கு வழங்கி வருகின்றன. இந்த ஊடகங்களுக்காக தனியாக செய்தி-களை சேகரிக்க செய்தியாளர்கள் உள்ளனர். உலகின் ஒரு மூலையில் நடக்கும் நிகழ்வுகளை செய்திகளாக இருந்தாலும் அதன் உண்மைத் தன்மை மாறாமல் தொகுத்து வெளியிடுவது இவர்கள் பணி. ஒரு ஊடகத்தின் நிருபர்கள் பாராளுமன்றம் மற்றும் தலைமைச் செயல-கம், உச்ச நீதிமன்றம் மற்றும் உயர் நீதிமன்றச் செய்தியளர்கள், அரசியல் கட்சிகள் அது தொடர்பான செய்தியாளர்கள், சமூகத்தில் நடக்கும் பிரச்சனைகள் மற்றும் அவலங்களை விளக்கும் காவல்துறை மற்றும் புலனாய்வுச் செய்தியாளர்கள், திரைப்படம் மற்றும் விளை-யாட்டுத் துறை செய்தியாளர்கள், மற்றும் வெளிநாட்டுச் செய்திகளை தருவதற்கு என உள்ள செய்தியாளர்கள் மாவட்டச் செய்தியாளர்கள், சிறப்புச்

செய்தியாளர்கள் என ஊடகங்களுக்கு என்று பல செய்தியாளர்கள் உள்ளனர்.

இவர்களின் வேலை அரசு மற்றும் தனியார் நிறுவனங்களின் செய்திகளை வெளியிடுதல், முக்கிய நிகழ்வுகள், விபத்துக்கள், மற்றும் பிரச்சனைகள், அரசாணைகள், அரசியல் கட்சிகளின் செய்தி வெளியீடுகள், மற்றும் அறிக்கைகள், முக்கியப் பிரமுகர்கள், செய்தியாளர் சந்திப்பு. பொதுக் கூட்டங்கள் மற்றும் செய்தி நிறுவனங்களான ஏ.என்.ஐ (ANI-Asian News International), யூ.என்.ஐ (UNI-United News of India),பி.டி.ஐ (PTI-Press Trust of India) இவை செய்தி நிறுவனங்கள் ஆகும் இவற்றின் வேலை உலகெங்கிலும் நடக்கும் செய்திகளை, நாளிதழ்கள் மற்றும் தொலைக்காட்சிகளுக்கு வழங்குவதே. இந்த நிறுவனங்கள் மூலம் வீடியோக்கள் மற்றும் புகைப்படங்கள் மற்றும் செய்திகளுக்கு தேவையான தகவல்கள் சேகரிக்கப்பட்டு, இதன் மூலம் செய்திகளாக மாற்றம் செய்யப்பட்டு பார்வையாளர்களுக்கு வழங்கப்படுகின்றது.

ஊடகங்களின் முக்கியத்துவம்: ஜனநாயகத்தின் நான்காவது தூண் ஊடகங்கள் ஆகும். இவற்றின் சிறப்பு என்னவென்றால், அது கருத்து சுதந்திரத்தை அளிக்கிறது மற்றும் ஒவ்வொரு நபருக்கும் ஒரு இடம் கொடுக்கப்படுகிறது.ஊடகங்கள் பல்வேறு சமூக, அரசியல் மற்றும் பொருளாதார நடவடிக்கைகளைப் பற்றி அறிந்து கொள்ளப் பயன்படும் அதே வேளையில், ஊடகங்கள் உலகத்தின் உண்மையான மற்றும் கடுமையான யதார்த்தங்களைப் பிரதிபலிக்கும் ஒரு கண்ணாடியைப் போன்றது. மேலும் மக்கள் எப்போதும் உண்மையான மற்றும் நேர்மையான செய்திகளை நம்புகிறார்கள்.

இவ்வளவு சிறப்பு வாய்ந்த ஊடகங்களில் வேலை செய்யும் செய்தியாளர்கள் நலன் மற்றும் உரிமைகளை பாதுகாக்க உருவாக்கப்பட்டது தான் பிரஸ் கவுன்சில் ஆப் இந்தியா(Press Council of India)என்ற அமைப்பு. இந்தியாவில் 1965 உருவாக்கப்பட்ட தன்னாட்சி அமைப்பாகும். இந்த அமைப்பு பல உறுப்பினர்களைக் கொண்டுள்ளது, சிறிய மற்றும் பெரிய பத்திரிகை மற்றும் தொலைக்காட்சி நிறுவனங்களின் செய்தியாளர்கள், 5 நாடாளுமன்ற உறுப்பினர்கள், மக்களவை மற்றும் மாநிலங்களவை சபாநாயகர்கள், மற்றும் 2 மாநிலங்களவை உறுப்பினர்கள், போன்றோர் இந்த அமைப்பில் இருப்பர். இந்த அமைப்பிற்கு சிவில் நீதிமன்றத்தின் அதிகாரங்கள் கொடுக்கப்பட்டுள்ளன. பத்திரிக்கைச் செய்தி நிறுவனங்கள் மற்றும் தனியார் தொலைக்காட்சி செய்தியாளர்களின் நலன்கள் பாதுகாப்பதோடு மட்டுமல்ல, இவர்கள் இவ்வாறு செயல்பட வேண்டும் என்ற வரைமுறைகளையும் இந்த அமைப்பு ஏற்படுத்தி உள்ளது.

ஊடகங்களின் தேவைகள்: இந்தியாவைப் பொருத்தமட்டில் ஊடகங்களில் பெருக்கம் மற்றும் சமூக ஊடகங்களின் எழுச்சியுடன் பெரிய மாற்றங்கள் ஏற்பட்டுள்ளன. ஆம், 2020 ஆம் ஆண்டு ஏற்பட்ட கொரோனா பெருந்தொற்றின் காரணமாக அனைத்துவித செயல்பாடுகளும் முடங்கி கிடந்தாலும் ஊடகங்கள் மட்டுமே கொரோனா பாதிப்பு நிலவரத்தை மக்களுக்கு நாள்தோறும் எடுத்துச் சொல்லி விழிப்புணர்வை ஏற்படுத்தியது. இந்த ஊடகங்கள் அந்த அளவிற்கு பேரிடர் காலத்தில் ஊடகத்துறை என்பது மிகச் சிறப்பாக செயல்பட்டு மக்களிடம் மிகுந்த பாராட்டையும் வரவேற்பையும் பெற்றது.

அக்காலத்திற்கும் தற்போது உள்ள காலத்திற்கும் உள்ள தொழில்நுட்ப முன்னேற்றங்களால், ஊடகங்கள் என்பது செய்திகளை மட்டும் வழங்காமல் தினசரி பயனுள்ள தகவல்கள்

பொழுதுபோக்கு அம்சங்கள் போன்ற பல்சுவை தகவல்களை தரும் சாதனங்களாக மாறிப் போய் உள்ளது. ஊடகங்கள் ஊடுருவிப் பாயாத இல்லங்களே இல்லை, உலகினையே உள்ளங்கையில் அடைகின்ற காலம் இன்று வந்துவிட்டது. கடிகாரம் முள் ஓடுவதைக் காட்டிலும் வேகமாக நவீன மாற்றங்கள் வந்து கொண்டே இருக்கின்றன.

ஊடகங்களின் வளர்ச்சி: முன்னொரு காலத்தில் ஒரு செய்தி வெளியாகி அது மக்களைச் சென்று அடைய வேண்டுமானால், அதற்கு அதிக நேரம் தேவைப்பட்டது. ஆனால் அந்த நிலை தற்போது தலைகீழாய் மாறி, நொடிப் பொழுதில் நம் விரல் நுனிக்குள் கொண்டு வரும் அளவிற்கு மாற்றங்கள் வந்துவிட்டன. ஆம், அனைவரது கையிலும் இருக்கும் திறன் பேசிகள் என்று சொல்லக்கூடிய ஸ்மார்ட் போன்களின் வருகையால் இது சாத்தியமானது. ஒரு இடத்தில் நடக்கும் நிகழ்வுகளை உடனுக்குடன் வலைதளங்களில் செய்தியாக பதிவிடும் பழக்கம் தற்சமயம் அதிகரித்துள்ளது. அதுதான் "மோஜோ" எனப்படும் மொபைல் ஜர்னலிசம்(Mobile journalism) எனப்படும் பத்திரிக்கைத் தொழில்நுட்பம்.

ஆம், இந்த மோஜோ அலை பத்தாண்டுகளுக்கு முன்னரே அறிமுகமானாலும், இப்போதுதான் அதன் வளர்ச்சி அதிகரித்துள்ளது. இது வருங்காலத்தில் பத்திரிக்கை மற்றும் ஊடகத்துறையில் பெரும் மாற்றத்தை ஏற்படுத்தும் என்கின்றனர் வல்லுநர்கள். இவ்வாறான சூழலில் மின்னணு ஊடகங்கள் மற்றும் காட்சி ஊடகங்களின் வளர்ச்சி என்பது, மிக அபரிவிதமாக உள்ளது. உலகில் நடக்கும் ஒவ்வொரு நிகழ்வும் நொடிக்கு நொடி நமது வீட்டு வரவேற்பறையில் இருந்து பார்த்து ரசிக்கும் வசதிகள் தற்போது வந்து விட்டன. காலத்திற்கு ஏற்ப வளர்ச்சி என்பது இன்றியமையாதது என்பதை உணர்ந்த ஊடகங்கள் செய்திகளை வழங்கும் பாரம்பரிய முறையில் இருந்து மாறி மின்னணு முறையில் வலைதளங்கள் மூலமாகச் செய்திகளை வழங்க ஆரம்பித்து விட்டன.

அதன்படி யூடியூப், பேஸ்புக், வாட்ஸ்அப், இன்ஸ்டாகிராம், ட்விட்டர் (X-தளம்) இதனால் செய்திகள் முன்பை விட விரைவாகவும், அதுவும் பார்வையாளர்களின் ஸ்மார்ட்போனில் நேரடியாக வீடியோக்களாக மற்றும் புகைப்படங்களாக மற்றும் செய்திகளாக பார்க்கும் வசதி தற்போது வந்து விட்டது. இச்சூழலில் அச்சு ஊடகங்கள் அதாவது செய்தித்தாள்கள் மற்றும் வார, மாத இதழ்கள் போன்றவற்றிற்கு வரவேற்பு குறைந்துள்ளதா எனக் கேட்டால் நிச்சயம் இல்லை, என்று தான் சொல்ல முடியும்.

அந்த அளவிற்கு அச்சு ஊடகங்களும் மக்கள் மனதில் நீங்கா இடம் பெற்றுள்ளன என்று சொன்னால் அது மிகை ஆகாது. அவ்வாறான சூழ்நிலையில் வரும் காலங்களில் டிஜிட்டல் ஊடகங்களின் தாக்கத்தால் அச்சு ஊடகங்களுக்கான மதிப்பு வருங்காலத்தில் குறையுமா? மதிப்பு குறைகிறது என்றால் இனிவரும் காலம் டிஜிட்டல் காலம் மட்டும் தானா? காட்சி ஊடகங்கள் எவ்வாறு செயல்படுகின்றன? டிஜிட்டல் ஊடகங்கள் மற்றும் மோஜோ எனப்படும் புதிய தொழில்நுட்பம் எவ்வாறு செயல்படுகின்றன? வலைதளங்கள் எவ்வாறு செய்திகளை மக்களுக்கு வழங்குகின்றது? இதில் பயன்படுத்தப்படும் தொழில் நுட்பங்கள் என்ன? இதில் உள்ள புதிய வேலை வாய்ப்புகள் என்ன? என்பதை விரிவாகவும், தெளிவாகவும் த???????? ??????????.ொடர்ந்து பார்ப்போம்.

0

நிமிடத்துளிகள் தோறும் உலகில் எண்ணற்ற நிகழ்வுகள் நிகழ்கின்றன, மனிதர்களின் மனநிலைக்கு ஏற்றவாறு அவை நல்லன, தீயன என வகைப்படுத்தப்பட்டுள்ளன. சிலர் இவற்றை காலத்தின் கோலம் என்கின்றனர், சிந்தனையாளர்கள் இவற்றை காலச்சக்கரம் என்கின்றனர், இந்தக் கால வெள்ளத்தில் தோன்றியது தான் அச்சு ஊடகங்கள் எனப்படும் பத்திரிகை துறை. தொடர்பியல் முறைகளில் புதிய பரிமாண வளர்ச்சிக்கு இது வித்திட்டது என்றே சொல்லலாம். டிஜிட்டல் உலகமாக மாறிப்போன தற்காலத்தில் உலகில் நடக்கும் நிகழ்வுகள் நேரடியாக உடனுக்குடன் தெரியும் அளவிற்கு தற்காலத்தில் தொழில்நுட்பம் என்பது அசுர வளர்ச்சி அடைந்துள்ளது. ஆனாலும் அச்சு ஊடகங்களுக்கான வரவேற்பு என்பது இருந்து கொண்டே தான் இருக்கின்றது. அதன்படி இதழ்கள்(வார/மாத) மற்றும் நாளிதழ்கள் மக்களிடம் நிரந்தரத் தன்மையை பெற்று இருக்கின்றது. அதில் நாளிதழ் என்பது மக்களிடம் பெரும் தாக்கத்தினை ஏற்படுத்தியுள்ளது.

பெருநகரங்களில் அச்சிடப்படும் நாளிதழ்கள் அதிகாலை நேரத்தில் மக்களிடம் சென்று விடுகின்றது. அதிகாலை சேவல் கூவுகின்றதோ இல்லையோ மக்களிடம் நாளிதழ்கள் சரியான நேரத்தில் சேர்ந்துவிடும். நாளிதழ் எப்போது வரும் என்ற எதிர்பார்த்தபடி கிராமப்புறங்களில் பெரும் கூட்டம் காத்திருக்கும். நகர்ப்புறத்தில் இருந்து அந்த கிராமத்திற்கு அதிகாலை நேரங்களில் வரும் பேருந்துகள் தான் நாளிதழ்களை கிராமப்புற மக்களிடம் சேர்க்கும் பணியினை இன்றளவும் செய்கின்றன. பேருந்துக்காக காத்திருந்து அதை வாங்கி ஒரு வரி விடாமல் ஊர்ப் பெரியவர்கள் இந்த கிராமத்தின் பொதுவான இடத்தில் வைத்து படித்துவிட்டு ஒருவருக்கொருவர் விமர்சனங்களை வெளியிடுவது மிகச் சாதாரண விஷயம். அதில் முக்கியமாக அந்தக் கட்சி இப்படி, இந்த கட்சிகாரன் இப்படி, அந்த நடிகர் பெரிய பெரிய மனுசனா இப்படி பண்ணிட்டானே, தங்க விலை என்னப்பா இப்படி கூடியிருச்சு, பெட்ரோல் விலை எப்ப குறையுமோ, போர் வருமா வராதா, என்பதைப் பற்றி விவாதங்கள் கிராமப்புறங்களில் மிகச் சாதாரணமாக நடக்கும். இதற்கு முழுக் காரணம் நாளிதழ்களே. அந்த அளவுக்கு கிராமப்புற மக்களின் அறிவுப் பசிக்கு தீனி போடும் வேலையினை நாளிதழ்கள் சிறப்பாக செய்கின்றன.

விமர்சனங்களையும் கருத்துக்களையும் வெளிப்படுத்தும் நடைமுறை என்பது தற்போதும் தொடர்கின்றது. நமது ஊரின் தேநீர் கடைகள் என்பது தேநீர் விற்பனையைத் தாண்டி நாளிதழ்களை மக்களிடம் கொண்டு செல்லும் பணியினைச் செய்து வருகின்றது. எவ்வளவு பெரிய நிகழ்வு நடந்தாலும், அது எவ்வளவு பெரிய செய்தியாக ஆனாலும் தொலைக்காட்சிகளில் நேரடி ஒளிபரப்பு செய்தாலும், இன்னமும் மக்கள் சொல்வது ''போப்பா போ காலையில பேப்பர்ல எல்லாத்தையும் போடுவான், பேப்பர்ல பார்த்து நான் தெரிஞ்சுக்கிறேன்'' என்பார்கள் கிராமத்து பெரியவர்கள். இந்த அளவிற்கு அச்சு ஊடகங்கள் மக்கள் மனதில் நீங்கா இடத்தினைப் பெற்றுள்ளது. எனவேதான் நாட்டின் நான்காம் தூண் என்றும் குடியாட்சியின் ரத்த நாளங்கள் என்றும் சிறப்பிக்கப்படுவது தான் இந்த அச்சு ஊடகங்கள். சிறந்த தொடர்பியல் சாதனமாக இன்றும் விளங்கி வருகின்றது.

பழங்கால தொடர்பியல் முறைகள்: மனிதன் தன் உணர்ச்சிகளை ஒலியாக வெளியிட்டான். அந்த ஒலியில் இருந்து தோன்றியது தான் மொழி. முதல் மனிதன் தன் கண்ணால் பார்த்தவற்றை கையால் படமாக வரைந்தான். செய்கையால் வெளிப்படுத்த முடியாதவற்றை படம் வரைந்து காட்டினான். இவற்றில் இருந்து தோன்றியது தான் எழுத்து மொழி. இதனை வரி வடிவங்கள் என்பார்கள். ஒலி வடிவம் வரி வடிவம் இரண்டில் எது முதலில் தோன்றியிருந்தாலும் தகவல் பரவ, வரி வடிவ எழுத்துக்களே துணையாய் இருந்தன. அக்காலங்களில் மக்களுக்குச் செய்திகளை தந்தவை பல. அவற்றில் கூத்து, பொம்மலாட்டம், நாடகங்கள், முரசறைத்தல், பறையறைத்தல், போன்றவற்றின் மூலம் செய்திகள் மற்றும் தகவல் தொடர்பு என்பது இருந்துள்ளது.

குகைகளையே தன் குடில்களாகக் கொண்டு மலைப் பகுதியில் வாழ்ந்தமையால் தான் கொண்டாடும் திருவிழாவினை பிற இடங்களில் வாழும் மக்களுக்கு தெரிவிக்குமாறு பல முயற்சிகள் மேற்கொண்டுள்ளனர். கூடிக்கூவி தனது விருப்பு வெறுப்பினைத் தகவல்களாக தெரிவித்து வந்துள்ளனர். நாகரிகம் அடைந்தவுடன் புறா மற்றும் ஆட்கள் மூலமும் தன்னைச் சார்ந்த மக்களுக்கு வாய்மொழி மூலமும் தகவல்களை எட்டச் செய்தான். பனை ஓலைகளில் எழுத்தாணி கொண்டு எழுதி வைத்தான். இதுவும் அக்காலத்தில் தொடர்புகள் முறையில் பெரிதும் பயன்பட்டது. மாற்றம் என்ற சொல் மட்டுமே மாற்ற இயலாதது என கூறுவர் மாற்றம் என்பது மானுட தத்துவம் என்கிறார் கவியரசர் கண்ணதாசன்.

எத்துறையின் வளர்ச்சியும் அதனைத் தொடர்ந்து ஆய்வு செய்து செம்மைப்படுத்துவதைப் பொருத்தே அமைகிறது. என்பதற்கு இணங்க தொடர்பியல் முறையில் ஏற்பட்ட முன்னேற்றமே அதன் வளர்ச்சிக்கு மிக முக்கியக் காரணம் ஆகும். கி.பி. 11ஆம் நூற்றாண்டில் தான் காகிதம் என்பது சில அரேபியர்களால் அறிமுகப்படுத்தப்பட்டது. மக்களுக்குச் செய்திகளைப் பரப்புவதற்கு பல வழிகள் பயன்பட்டது சுதந்திரப் போராட்ட காலத்தில் இருந்து மட்டுமல்லாமல் கி.மு. 60 களில் இருந்தே செய்திகள் பரப்பப்பட்டுத் தான் வருகின்றன. வாள் முனையால் செய்ய முடியாதவற்றை — எழுதுகோல் முனையால் செய்து விட முடியும் என்ற கூற்றினை மெய்ப்பிப்பது தான் ஊடகங்கள். அதிலும் மின்னல் போன்று தோன்றி மறையும் ஊடகங்களுக்கு இடையில் வானம் போல நிலைத்து நிற்பவை அச்சு ஊடகங்களே.

அச்சு ஊடகங்களின் அறிமுகம் மற்றும் நோக்கங்கள்: கி.பி.13ம் நூற்றாண்டில் ஐரோப்பியர்களின் முயற்சியாலும், அறிவு வளர்ச்சியாலும் தொடர்பியல் முறையில் புதிய மறுமலர்ச்சி ஏற்பட்டது. சுவடிகளும் பனை ஓலைகளும் மக்களின் முழுமையான தொடர்பியல் தேவைகளை நிறைவு செய்யவில்லை. அவற்றைப் போக்கி அச்சிடும் முறையினை கண்டுபிடித்தவர் "ஜான் கூடன் பெர்க்"(John Gutenberg) என்னும் ஜெர்மனியர்தான் மரபு அச்சுப்பொறியினை முதன்முதலாகக் கண்டுபிடித்தார். அத்தோடு அச்சுக்கு தேவையான தனித்தனி எழுத்துக்களையும் உருவாக்கினார். இவற்றில் பல புதுமைகளைப் புகுத்தினார். இதுதான் தொடர்பியல் முறைகளுக்கு புதிய களத்தினை ஏற்படுத்திக் கொடுத்தது. இதனால் தகவல்கள் விரைவாக சென்றடைந்தன. மரபுச் சாதனங்களை விட விரைவாகும் பெரும்பான்மை மக்களிடம் போய் சேர்ந்தது.

தொடக்க நிலையில் சமயத் தொடர்பிற்காக மட்டுமே பயன்படுத்தப்பட்ட அச்சுக்கலை, நாளடைவில் மக்களிடையே உலக அறிவையும் தேசிய உணர்வையும் வளர்த்தது. இவற்-

றினை அடிப்படையாகக் கொண்டு அறிவியலில் ஏற்பட்ட வியக்கத்தகு முன்னேற்றத்தால் அச்சுக்கலை மின்சாரத்தின் துணைக் கொண்டு தொடர்பியல் பணியாற்றத் தொடங்கியது. இதனால் மக்களுக்கு செய்திகள் விரைவாகவும் தெளிவாகவும் கிடைத்தன. மனித வாழ்வில் வேகமும் எதையும் விரைவாகச் செய்ய வேண்டும் என்ற உந்துதலும் விரைவானச்

தொடர்பியல் மாற்றங்களுக்கு அடிப்படையாக அமைந்தன. புதிய தொழில்நுட்பங்கள் இவற்றில் அறிமுகம் செய்யப்பட்டு அச்சிடும் முறை, அச்சு இயந்திரம், செய்தி சேகரிக்கும் முறை, போன்றவற்றில் வளர்ச்சி என்பது அடைந்துள்ளது. இதனால் செய்திகளை விளக்கமாக வெளியிடவும் படங்கள் மற்றும் முந்தைய நிகழ்வுகளுடன் ஒப்பிட்டுச் செய்திகளை வெளியிடுவதில் இவை முன்னிலை வகிக்கின்றன. எனவே மக்களால் இவை கூர்ந்து கவனிக்கப்படுகின்றன.

இதனால் ஏராளமான அச்சு ஊடகங்கள் தோன்றி தங்களின் பங்களிப்பை நாட்டுக்கும், நாட்டு மக்களுக்கும் செய்து வருகின்றன. அதன்படி 1890 இல் வெளிவந்த சுதேசமித்திரன் தான் தமிழில் முதல் முதலில் வெளிவந்த நாளிதழாகும். அதனைத் தொடர்ந்து பல்வேறு கால கட்டங்களில் பல்வேறு வகையான ஊடகங்கள் வந்துள்ளன. அதன்படி தற்போதும் இவற்றின் மூலம் சமூக விழிப்புணர்வுப் பணி என்பது தொடர்கின்றது. நாளிதழ்கள், வார இதழ்கள் மற்றும் மாத இதழ்கள் என, பல்வேறு வகைகளில் கருத்துக்களில் களஞ்சியமாக திகழ்கின்றது. விடுதலைக்கு முன் தோன்றிய இதழ்கள் மக்களிடம் விடுதலை வேட்கையினை ஊட்டியது. விடுதலைக்குப் பின்னரும் ஏன் தற்போது உள்ள காலம் வரை மக்களின் கருத்துக்களை எடுத்துரைப்பதிலும் நாட்டின் முன்னேற்றத்திலும் முக்கியப் பங்காற்றுகின்றது.

உள்ளத்து உணர்வுகளை அழகாக வெளிப்படுத்தி, மகிழ்ச்சியை வழங்கி, ஓர் உயர்ந்த குறிக்கோளை நோக்கி நம்மை அழைத்துச் செல்வதே இவற்றின் பணி. சிறந்த அச்சு ஊடகங்கள் என்பது, செய்திகள் மட்டுமின்றி பல்துறைத் தகவல்களை, காண்பவர் கண்களை கவர்ந்திழுத்து, படிக்கத் தூண்டி விட வேண்டும். கூறுகின்ற கருத்துகளாலும் செயல்பாடுகளாலும் வாசகர்களை ஈர்க்க வேண்டும். மக்களின் தேவைகளுக்கும் நிறைவுகளுக்கும் ஏற்ப பல பல வகையான ஊடகங்கள் தோன்றியுள்ளன. அவைகள் செய்திகளையும் கருத்துகளையும் பரப்பும் பணியில் ஈடுபடுகின்றன. அதன்படி பத்திரிகைகள் சட்டத்திற்கு உட்பட்டு எவற்றைப் பற்றியும் செய்திகளை வெளியிடவும், விவாதிக்கவும் முழு சுதந்திரம் கொடுக்கப்பட்டுள்ளது. அதன்படி பத்திரிகைகளின் நோக்கம் பலவையாக இருக்கலாம் இதில் பெரும்பாலும் சமூக விழிப்புணர்வுக் காகவே பத்திரிகைகள் துவங்கப்படுகின்றன. சிலர் மட்டுமே இதனை ஒரு தொழிலாகக் கருதுகின்றனர். பலர் இவற்றை சேவையாகக் கருதி இவற்றை நடத்தி வருகின்றனர். சமூக நலன் மற்றும் கலை உள்ளம் கொண்டவர்களால் மட்டுமே நல்ல பத்திரிகைகளை நடத்த முடியும். அதற்கு நல்ல உதாரணம் “ஆளுமைச் சிற்பி”. சமூகப் பொறுப்புடன் மற்றும் பொதுநலத்துடனும் சிறப்பாகச் சேவையாற்றி வருகின்றது இதுவே உண்மையான பத்திரிக்கை தர்மம்.

அச்சு ஊடகங்களின் தனித்தன்மை: அச்சு ஊடகங்கள் என்பது பாமரர்களின் பல்கலைக்கழகம் ஆகும். காலை எழுந்தவுடன் படிப்பு என்றார் பாரதியார். அது மாணவர்களுக்கு மட்டுமல்ல பெரியவர்களுக்கும் தான். நாள்தோறும் மனிதன் படித்துக் கொண்டே இருந்தால்தான் புது மனிதனாக இருக்க முடியும். இல்லாவிடில், உலகத் தொடர்பில் இருந்து விடுபட்டு

விடுவான். இதற்குப் பெரிதும் துணை நிற்பவை அச்சு ஊடகங்கள். எந்தச் சமூகப் பின்புலமும் இல்லாத நலிந்த மக்கள் பெரும்பாலும் வேறு எங்கு சென்றும் தகவல்களை கேட்பதில்லை, படிப்பதில்லை, குறைந்த விலையில் பாமரர்களுக்கு தகவல்களை தெரிவிக்கும் சாதனமாகவும் உலகை ஒரு குறிப்பிட்ட பக்கத்திற்குள் அடக்கிவிடும் வல்லமையும் இதற்கு எப்போதும் உண்டு.

பெரும்பாலும் நாளிதழ்கள் என்பவை அனைத்து வகைச் செய்திகளையும் வெளியிடும், நாம் அவற்றை பொறுமையாகப் படிக்கலாம். இவற்றில் தலையங்கம் என்ற தலைப்பில் வெளியிடப்படும் கட்டுரைகளுக்கு எப்போதும் நல்ல வரவேற்பு இருக்கும். தலையங்கம் இதழின் தரத்தினை உயர்த்துகின்றது. இதனால் சமுதாயத்திற்கு தகவல்கள் கிடைக்கின்றன. தற்போதைய சூழ்நிலையை நன்கு புரிந்து கொண்டு மக்களிடம் விழிப்புணர்வினை ஏற்படுத்துகின்றன. என்னதான் காட்சி ஊடகங்களில் ஒலி ஒளி மூலம் செய்திகளைப்

பார்த்தாலும் எழுத்து வடிவில் அச்சு ஊடகங்களில் படிப்பதற்கு தான் மனது ஏங்குகின்றது. இவ்வளவு முக்கியத்துவம் வாய்ந்த அச்சு ஊடகங்களில் தரம் மற்றும் தனித்தன்மை என்பது அதனுடைய ஆசிரியர் கையில் தான் உள்ளது. ஆம் மாணவர்களுக்கு ஒரு நல்ல ஆசிரியர் கிடைத்தால் எவ்வாறு அவர்கள் வாழ்வில் நல்ல முன்னேற்றம் இருக்குமோ, அதே போலவே ஒரு ஊடகத்தின் வெற்றி மட்டும் தனித்தன்மைக்கு ஆசிரியர் அவர்களின் திறமை மட்டும் தான் காரணமாக அமைகின்றது.

இப்பொறுப்பினை அனுபவம் வாய்ந்த தலைமை ஆசிரியர் (Chief Editor) எடுத்துக் கொள்கின்றார். இதற்குத் துணையாக இணை ஆசிரியர்கள் (Sub Editor) ஒவ்வொரு பகுதிக்கும் செய்தியாளர் மற்றும் எழுத்தாளர்கள் பணிபுரிவர். இவர்களே அந்த ஊடகத்தின் இதயமானவர்கள். ஒவ்வொரு செய்தியையும் வகைப்படுத்தி அதனைப் பிரித்து தேவை எது? தேவையில்லாதது எது? என மக்கள் விருப்பப்படியான செய்திகளை வழங்குவது இவர்களின் தலையாயப் பணி. ஒருவர் செய்தியின் முகப்பை மட்டும் பார்த்துவிட்டு அவற்றை முழுவதும் படிக்க வேண்டுமா இல்லையா என்பதனை தீர்மானிப்பார். ஒரு நல்ல முகப்பு தலைப்பால் கவரப்பட்ட ஒருவர் அவற்றின் முழு ஈடுபாடு கொண்டு முழு செய்தியையும் படிக்கும் ஆவலை கொண்டு வருவதுதான் இவர்களின் பணி. இவற்றை நாளிதழ்கள் இன்று வரை சிறப்பாக செயல்படுத்திக் கொண்டு வருகின்றன.

அந்த வகையில் ஆசிரியர் தலையங்கம் (Editorial Page/Option Page) கட்டுரைகள் (Articles) கருத்துப்படம் (Cartoon) ஆசிரியர் கடிதங்கள் (Letters to the Editor) மற்றும் சிறப்புப் பேட்டிகள் முதலியவற்றை வெளியிடுகின்றனர். இதனால் மக்களிடத்தில் நல்ல வரவேற்புக் கிடைக்கின்றது. மேலும் தொடர்ந்து படிக்கும் வாசகர்களுக்கு மனச்சோர்வு ஏற்படாமல் இருக்க இடையிடையே சிரிப்புப் படங்கள், நகைச்சுவைத் துணுக்குகள், திரைப்படச் செய்திகள், ஜோதிடக் குறிப்புகள், சமையல் குறிப்புகள், முதலியவற்றை இவைகள் வெளியிடுகின்றன. செய்திகளை வெளியிடும் ஒவ்வொரு நாளிதழும் தன்னுடைய நிலைப்பாட்டிற்கு ஏற்பவும் கால சூழலுக்காகவும் தனது மனநிலைக்கு ஏற்ப செய்திகளை வெளியிடுகின்றன.

என்னதான் அச்சு ஊடகங்கள் பரிமாண வளர்ச்சி காரணமாக மின்னிதழ்கள் (E-Paper) வந்தாலும் அவற்றுக்கான வரவேற்பு என்பது மிகக் குறைவு தான். ஏனென்றால் நம்மில்

பலரின் மனநிலை எவ்வாறு இருக்கும் என்றால் எதையும் தொட்டு உணர்ந்து பார்ப்பது மற்றும் படிப்பதில் தான் ஆர்வம் இருக்கும். எனவே மின்னிதழ்களுக்கான வரவேற்பு என்பது குறைவாகவே உள்ளது. ஒரு கடைக்குச் சென்று ஒரு நாளிதழ் வாங்கி, பக்கம் பக்கமாய் புரட்டிப் பார்க்கும் சுகம் மின்னிதழ்களில் வருவதில்லை.

மாநில, தேசிய, உலக அரசியல் நிகழ்வுகளை அலசுவதில் நாளிதழ்கள் தனிக் கவனம் செலுத்துகின்றன. பெரும்பாலும் தேர்தல் நேரங்களில் நாளிதழ்களில் வெளியாகும் அரசியல் கட்டுரைகள் பெரும் வரவேற்பை பெற்றுள்ளன. எனவே தான் இதற்கு தற்போதும் வரவேற்பு இருந்து கொண்டே இருக்கின்றது. கிராமப்புற பாமர மக்களின் வாழ்வின் இவ்வகை ஊடகங்கள் பெரும் தாக்கத்தினை ஏற்படுகின்றன. எனவே தான் காட்சி மற்றும் மின்னணு ஊடகங்களின் ஹிமாலய வளர்ச்சிக்கு மத்தியில் அச்சு ஊடகங்கள் இன்றளவும் தனித்தன்மையுடனும் செயல்படுகின்றது. இவ்வாறு இருக்கையில் அச்சு ஊடகங்களில் ஒரு சில குறைகள் இருக்கத்தான் செய்கின்றன.

ஆம், ஒரு இடத்தில் நடக்கும் நிகழ்வுகள் உடனுக்குடன் அச்சிட்டு செய்தியாக வெளிவருவதில் சிக்கல்கள் உள்ளன. மேலும் ஒவ்வொரு நிறுவனமும் தங்களுக்கு என்று ஒரு கொள்கையை வைத்துக் கொண்டு செய்திகளில் பாரபட்சம் காட்டுவது தற்போது அதிகரித்துள்ளது. இந்த நிலை மாற வேண்டும். மக்களின் கருத்தினை பிரதிபலித்து நல்லவற்றைப் பாராட்டி தவற்றை சுட்டிக்காட்டி நாட்டு நடப்பு செய்திகளை சரியான முறையில் அனைத்து மக்களுக்கும் கொண்டு செல்வதே சிறந்த ஊடகமாகும். உண்மையான செய்திகளை உண்மை மாறாமல் பத்திரிக்கை தர்மத்தின் அடிப்படையில் கொடுப்பதில் பாரபட்சம் ஒளிவு மறைவு அவசியமே இல்லை, ஆண்டியையும் அரசனையும் ஒன்றாக பாவிப்பது தான் பத்திரிக்கைத் துறை, எனவே ஊடகங்கள் தங்களின் பொறுப்பை உணர்ந்து செயல்பட்டால் நாட்டிற்கும் நாட்டு மக்கள் அனைவருக்கும் நலம் கிடைக்கும்.

0

தகவல் தொடர்பு சாதனமாகவும், தொழில்நுட்பம் மற்றும் அறிவியல் கண்டுபிடிப்புகளில் புதிய சாதனை படைத்ததுடன் படித்த படிக்காத மக்களைப் பல கோணங்களில் ஈர்த்து வரும் வலிமை வாய்ந்த சக்தி தான் தொலைக்காட்சிகள்.Television என்ற ஆங்கிலச் சொல்லின் மொழிபெயர்ப்பே தொலைக்காட்சி ஆகும்.டெலஸ்கோப் (Telexcope) எலக்ட்ரிகல் டெலஸ்கோப் (electrical Telexcope) டெலக்ராஸ்கோப் (Telectroscope) என்ற பெயர்கள் வழங்கப் பெற்று இறுதியில் டெலிவிஷன் என்ற சொல் நிலைபெற்றது. ஒளியையும் ஒலியையும் மின் காந்த அலைகளாக மாற்றி காற்றில் கலக்கச் செய்து அவை நமது கண்ணுக்கும் காதுக்கும் விருந்து படைக்கும் நோக்கில் காட்சிகளாக ஒளிபரப்படுகின்றன.

தொழில்நுட்பவளர்ச்சி மற்றும் அறிவியலின் ஆதிக்கம் என்ன தான் உலகைச் சுருக்கி இருந்தாலும் உலகம் முழுவதிலும் தொலைக்காட்சிகளுக்கு நல்ல வரவேற்பு தற்போது வரை இருந்து கொண்டே தான் உள்ளது.மக்களையும் இவற்றையும் பிரிப்பது என்பது முடியாத ஒன்று. இந்த உலகமே தலைகீழாய் மாறினாலும் பரவாயில்லை நாங்கள் தொலைக்காட்சியில் நிகழ்ச்சிகளைப் பார்த்தே தீருவோம் என்பது தான் தற்போதைய மக்களின் மனநிலை,

அந்த அளவிற்கு மக்களுக்கு நல்ல பொழுதுபோக்கு மற்றும் நடப்பு நிகழ்வுகள் போன்ற-வற்றை மக்களிடம் கொண்டு சேர்ப்பதில் இவை முதன்மை வகிக்கின்றது. அச்சு மற்றும் டிஜிட்டல் ஊடகங்களில் உள்ள ஒரு சில குறைபாடுகள் இந்தத் தொலைக்காட்சி ஊடகத்-தினை வெற்றி பாதையில் அழைத்துச் செல்கின்றன.

செய்திகளை உடனுக்குடன் வழங்குவதில் தொலைக்காட்சிகள் முதன்மை வைக்கின்றன. செய்திகளின் உண்மைத் தன்மை மாறாமல் நடந்ததை நடந்ததாகவும் இல்லாததை இல்லை எனவும் சொல்வதில் இதற்கு நிகர் வேறு ஒன்றும் இல்லை. அந்த அளவிற்கு மக்களிடத்தில் அசைக்க முடியாத அளவிற்கு நம்பிக்கை பெற்றுள்ளது. தொலைக்காட்சிகளின் வெற்றி எங்கு துவங்குகிறது என்றால், ஒரு முக்கிய நிகழ்வு நடைபெற்றால் அச்சு ஊடங்கங்கள் அதனை மறுநாள் தான் செய்தியாக வெளியிடும். நிகழ்வு நடந்து முடிந்து பரபரப்புகள் எல்லாம் அடங்கிய பின் காலைச் செய்தியாக அல்லது மாலைச் செய்தியாகச் செய்தித்-தாள்களில் வரும். இதனால் செய்திகளை உடனுக்குடன் தெரிந்து கொள்ளும் வாய்ப்பு இல்லாமல் போகிறது. ஆனால் தொலைக்காட்சிகள் என்பது அப்படி இல்லை, செய்திகள் மற்றும் தகவல்களை நொடிக்கு நொடி நேரலையாக நமது வீட்டு வரவேற்பறைக்கே கொண்டு சேர்த்து விடுகின்றது.

தொலைக்காட்சிகளின் தனித்துவம்: நாடகக்கலை கோலோச்சிக் கொண்டிருந்த காலம் அது. சமூக விழிப்புணர்வையும் விடுதலை உணர்வையும், தேச பக்தியையும், பல நல்ல சிந்தனைகளை மக்களுக்குத் தந்தவை இந்த நாடகங்கள். மக்களின் வாழ்க்கைமுறையுடன் இணைந்து இருந்த இக்கலை தொழில்நுட்ப வளர்ச்சியால் பின்பு வீழ்ச்சி அடைந்-தது..தொழில்நுட்பத்தால் உருவான திரைப்படம் மற்றும் தொலைக்காட்சிகள் நவீன யுகத்தில் திரைப்படத்தைக் காட்டிலும் மக்களிடம் அதிக அளவில் ஊடுருவியுள்ளது தொலைக்காட்-சிகள் தான்.

மக்களிடம் எப்போதும் இதற்குத் தனி இடம் உண்டு. தொலைக்காட்சிகள் அறிமுகமான புதிதில் எப்போதும் மக்கள் கூட்டமும் போக்குவரத்து நெரிசலும் பிரிக்க முடியாத மவுண்ட் ரோடு எனப்படும் சென்னை அண்ணா சாலை கூட வெறிச்சோடிக் காணப்படும். மக்கள் கூட்டமாய் காணப்படும் நாடக சபாக்களில் கூட கூட்டம் குறையலாயிற்று. அதற்கு காரணம் வார இறுதி நாட்களில் ஒளிபரப்பு செய்யப்படும் நிகழ்ச்சிகளைப் பார்ப்பதற்கு ஆர்வம் காட்-டியதால் தான். இதற்கு காரணம் நடப்பு நிகழ்வுகள் மற்றும் பொழுதுபோக்கு நிகழ்ச்சிகளை ஒளி ஒலி காட்சிகளாக தருவதால் இவற்றைப் பொழுதுபோக்கு சாதனமாகவும் செய்திகள் மற்றும் தகவல் தரும் சாதனமாகவும் மிக நம்பிக்கைகுரிய ஒன்றாக மக்கள் பார்க்கின்றனர்.

உலகில் நடக்கும் நிகழ்வுகளைச் சரியான முறையில் ஒருவருக்குக் கொண்டு சேர்க்கும் பணியினை இது திறம்படச் செய்கிறது. ஒரு குக்கிராமத்தில் வளரும் ஒரு குழந்தை மொழி-யினை கற்கும் முன்பே, கடல், மலை போன்ற அனைத்தையும், காட்சிப்பூர்வமாக அறிந்து கொள்ள தொலைக்காட்சிகள் மிக முக்கியக் காரணியாய் அமைகிறது. இது மக்களிடத்தில் பெரும் தாக்கத்தினை ஏற்படுத்துகிறது.

அதற்கு ஒரு உதாரணம் சொல்ல வேண்டுமானால், சில ஆண்டுகளுக்கு முன்பு திருச்சி மாவட்டம் மணப்பாறை அருகே விளையாடிக்கொண்டு இருந்த சிறுவன் ஆழ்துளைக் கிண-றில் தவறி விழுந்து விட்டான் அந்தச் சிறுவனை மீட்க இரவு முழுவதும் மீட்பு பணிகள்

நடைபெற்றன. இதைப் பெரும்பாலான தொலைக்காட்சிகள் நேரலை செய்தன. அந்தச் சிறுவன் மீண்டு வர வேண்டிப் பல்வேறு பகுதிகளில் சிறப்பு பூஜைகள் நடைபெற்றன. ''மீண்டு வா சுர்ஜித்'' என்ற சொல் சமூக வலைத்தளங்களில் வைரல் ஆனது. அதற்கு முழுக்க முழுக்க காரணம் தொலைக்காட்சிகள், ஒளிபரப்பிய நேரலை.

மக்கள் மனதில் தாக்கத்தை ஏற்படுத்த தொலைக்காட்சிகளுக்கு நன்கு தெரியும். இது தான் இவற்றின் சக்தி. தொலைக்காட்சிகள் மக்களுக்கு அத்தியாவசியத் தேவையாகிவிட்டது.மேலும் தொலைக்காட்சிச் செய்திகளைத் தான் மக்களில் அதிகமானோர் பார்க்கின்றனர். தேர்தல் மற்றும் விளையாட்டுத் தொடர்பான செய்திகள் சரியான புள்ளி விபரங்களுடன் காட்சிகளாக ஒளிபரப்பு செய்யப்படுவதால், அனைவராலும் பார்த்து, கேட்டு உணர முடிகின்றது

தொலைக்காட்சிகளின் தோற்றம் மற்றும் ஒளிபரப்பு: 1928 — ஆம் ஆண்டு பிபிசி (British Broadcasting Corporation) என்னும் பிரிட்டிஷ் வானொலியானது, முதன் முதலில் தொலைக்காட்சியினை ஆரம்பித்தது. 1929 — ஆம் ஆண்டு ஒளிபரப்பினைத் துவங்கியது. 1930 — களில் நியூயார்க்கில் ''நியூயார்க் ஒளிபரப்பு நிறுவனம்'' தொலைக்காட்சி நிறுவனத்தை ஆரம்பித்தது. 1953 — ஆம் ஆண்டு அமெரிக்கா வினைச் சேர்ந்த ''ஆர்.சி.எ என்ற நிறுவனம்'' வண்ண நிகழ்ச்சிகளை ஒளிப் பதிவு செய்து வைக்கும் முறையினைக் கண்டுபிடித்தது (இதற்கு முன்பு வரை கருப்பு வெள்ளையில் தான் தொலைக்காட்சிப் பெட்டிகள் இருந்தன) 1960 — ஆம் ஆண்டு அமெரிக்காவிலும், ஜப்பானிலும் வண்ணத் தொலைக்காட்சி செயல்படத் தொடங்கியது. செயற்கைகோள் உதவியுடன் 1962 — ல் இந்த ஒளிப்பரப்புத் துவங்கப்பட்டது. அதற்கு முன்பு வரை தொலைக்காட்சி ஒளிபரப்பு என்பது பதிவு செய்து ஒளிபரப்பும் முறை மட்டுமே இருந்தது என்பது குறிப்பிடத்தக்கது.

''ஆரம்பப்பறவை'' என்ற தகவல் தொடர்புக்கான செயற்கைகோள் முதன்முதலில் வானில் ஏவப்பட்டது. பின்னர் இன்டெல்செட், இண்டோ ஸ்புனீக் என்ற இருபெரும் செயற்கைகோள்கள் விண்ணில் ஏவபட்டன. இதனால் தொலைக்காட்சி நிகழ்ச்சிகளை ஒளிப்பதிவு செய்து ஒளிபரப்பும் முறை போய் செயற்கைகோள் மூலம் நேரடியாக ஒளிபரப்பு செய்யும் நடைமுறை வந்ததால், எந்தத் தடங்கலும் இன்றி நிகழ்ச்சிகளைத் துல்லியமாக ஒளிபரப்பு செய்ய முடிகின்றது. இந்தியாவினைப் பொறுத்தமட்டில் தொலைக்காட்சிகளின் அறிமுகம் என்பது மிக சுவாரசியமான ஒன்று. ஆம், வறுமை ஒழிப்பு, எழுத்தறிவின்மையைப் போக்குதல், சமூக ஒற்றுமை ஆகியவற்றிக்காக முதன் முதலில் சோதனை அடிப்படையில் 15.09.1956 புது டெல்லியில் அகில இந்திய வானொலியின் (Prasar Bharati All India Radio) ஒரு பகுதியாகச் செயல்படத் துவங்கியது தொலைக்காட்சி சேவை அறிமுகப்படுத்தப்பட்டது.

இவை, பல்வேறு வகைகளில் நாட்டு மக்களுக்குப் பயன்படும் என நினைத்தார் பண்டிதர் ஜவகர்லால் நேரு. வாரத்தில் இரு நாட்கள் ஒரு மணிநேரம் செயல்பட்டது. இதில் 30 நிமிடம் கல்வி ஒளிபரப்பும், மீதம் உள்ள 30 நிமிடம் பொழுதுபோக்கு நிகழ்ச்சிகளும் ஒளிபரப்புச் செய்யப்பட்டன. 1961 — ல் அக்டோபரில் கல்வி ஒளிபரப்புத் துவங்கியது. பள்ளித் தொலைக்காட்சி என்ற இப்பகுதியில் பாடங்கள் கற்பிக்கப்பட்டன.

1965 ஆகஸ்ட் மாதம் பொதுமக்கள் வேண்டு கோளை ஏற்று பொழுதுபோக்கு நிகழ்ச்சிகள் அறிமுகமாயின. 1966 — ஆம் ஆண்டு முதல் அனைத்து நாட்களிலும், அரை மணிநேர நிகழ்ச்சிகள் ஒளிபரப்பு செய்யப்பட்டன. 1967 — ல் தொலைக்காட்சி ஒளிபரப்பு, கிராமங்களை எட்டின நல்ல வரவேற்பு இருந்தது கிராமப்புற வளர்ச்சி குறித்த நிகழ்ச்சிகள் அதிகம் இடம்பெற்றன. 1976 — ல் தொலைக்காட்சியில் வர்த்தக ஒளிபரப்பு துவங்கப்பட்டது (வருவாய் ஈட்டும் நோக்கில்). இதில் திரைப்படங்கள், நாடகங்கள், ஒளியும் ஒலியும், விளையாட்டு, பொழுதுபோக்கு நிகழ்ச்சிகள் போன்றவை ஒளிபரப்புச் செய்யபட்டன. இந்த நிகழ்ச்சிகளுக்கு இடையே விளம்பரங்கள் செய்யப்பட்டு அதன் மூலம் கணிசமான வருவாய் அரசிற்கு கிடைத்தது. இதில் ஒளிபரப்புச் செய்யப்படும் செய்திகளைப் பார்ப்பதற்கு என தனி ரசிகர் பட்டாளமே இருக்கும். மேலும், செய்தி ஒளிபரப்பு ஆகும் நேரத்தில் கும்பத்தினருடன் உட்கார்ந்து மக்கள் மாலை வேளையில் ரசித்தனர்.

செய்தி ஒளிபரப்பு ஆகும் நேரத்தில் தெருவில் நடந்து போனால் செய்திவாசிப்பாளரின் குரல் ஒவ்வொரு வீட்டைக் கடக்கும் போதும் ஓங்கி ஒலிக்கும். அந்த அளவிற்கு நல்ல வரவேற்பு இருந்தது. 1982 — ஆம் ஆண்டு ஆகஸ்ட் 15 — ஆம் நாள் வண்ணத் தொலைக்காட்சி ஒளிபரப்பு துவங்கபட்டது. அப்போதைய பாரதப் பிரதமர் திருமதி இந்திராகாந்தி அவர்களால் டெல்லி செங்கோட்டையில் சுதந்தர தினம் அன்று ஆற்றிய உரை வண்ண ஒளிபரப்பு செய்யப்பட்டது.ஆசிய விளையாட்டுப் போட்டிகள் வண்ணத்தில் ஒளிபரப்பு செய்யப்பட்டன. தொலைக்காட்சிகளுக்கு மிகப் பெரிய அளவிலான தொழில்நுட்பக் கட்டமைப்புகள் தேவைப்படுகின்றன. தினமும் புதிய தொழில்நுட்பங்கள் மற்றும் மென்பொருள்கள் (Software)என்பது அறிமுமாகி தொலைக்காட்சி ஒளிபரப்பினை நவீனப்படுத்திக்கொண்டு உள்ளது.

ஒளிப்படக்கருவிகள்(Cameras)தொடங்கி அனைத்திலும் புதுமைகள் வந்து விட்டன. இதன் விளைவு, செய்திகள் மற்றும் நிகழ்ச்சிகளை விரைவாகவும் துல்லியமாகவும் பார்க்கும் வசதி என்பது வந்துவிட்டது. இதனால் தொழில்நுட்பங்கள் சார்ந்த புதிய வேலைவாய்ப்புகள் உருவாகிக் கொண்டு உள்ளது. இதனால் தொலைக்காட்சிகள் மிகப் பெரிய வளர்ச்சியை அடைந்துள்ளன. நமது நாட்டில் மட்டும் தகவல் தொடர்பு மற்றும் தொலைக்காட்சி ஒளிபரப்புக்கு உதவும் வகையில் செயற்கைகோள்கள் பூமியின் சுற்று பாதையில் உள்ளன. இன்று நாட்டின் ஒவ்வொரு அங்குலமும் தொலைக்காட்சிகளின் கண்காணிப்பில் இருக்கின்றது.

தனித்துவம் மிக்க தூர்தர்சன்: 1959 — முதல் அகில இந்திய வானொலியின் ஒரு பகுதியாக இயங்கத் துவங்கிய தொலைக்காட்சி 01.04.1976 அன்று முதல் தூர்தர்சன் என்ற தனிப்பெயருடன் (Doordarshan Kendra)செயல்பட துவங்கியது. இது 1982 — ல் தேசியத் தொலைக்காட்சியாக உருப்பெற்று வண்ண ஒளிபரப்பினைத் தொடங்கியது. இன்றளவும் உலகின் பிரதான தொலைக்காட்சியாக இருக்க காரணம், இதன் வசம் இருக்கும் தொழில்நுட்பக் கட்டமைப்புகள், நாடு முழுவதிலும் அலுவலகங்கள், நவீனப் படப்பிடிப்பு தளங்கள் கொண்டு செயல்படுவதால் இது இன்றும் முதன்மை பெற்று விளங்குகின்றது. நாடு முழுவதிலும் மாநில மொழிகளில் தொலைக்காட்சிகள், அதன் படி 30 — மொழிகளில் 36 — தொலைக்காட்சி நிலையங்களை நடத்துகின்றது தூர்தர்சன்.

அனைத்துத் தரப்பு மக்களின் நன்மதிப்புப் பெற்று கோடிக்கணக்கான மக்கள் மனதில் நீங்கா இடம் பெற்றுள்ளது. மத்தியத் தகவல் ஒளிபரப்பு அமைச்சகத்தின் MIB (Ministry of Information and Broadcasting) எனப்படும் ஒரு அங்கமாக இது செயல்படுகின்றது.இந்தத் தன்னாட்சி அமைப்பின் கீழ் தான் தூர்தர்சன் செயல்படுகிறது. மேலும் அனைத்துத் தனியார் தொலைக்காட்சிகளும், இதன் கீழ் தான் செயல்படுகின்றது. தொலைக்காட்சிகளைப் பதிவு செய்வது மற்றும் இவற்றின் செயல்பாடுகளை கண்காணிப்பது தான் இதன் வேலை. சமூகத்திற்கு நல்ல கருத்துக்களைச் சொல்வதில் இது முதன்மை வகிக்கின்றது. நிகழ்ச்சித் தயாரிப்புக் குழு என்பது அறிஞர்கள் மற்றும் கல்வியாளர்கள் கூட்டாகச் சேர்ந்து நிகழ்ச்சிகளை உருவாக்குவார்கள். எனவே சமூக முன்னேற்றம் குறித்த விழிப்புணர்வு என்பது ஏற்பட்டுள்ளது. மேலும் தூய தமிழில் உச்சரிப்பு, செய்திகள் போன்றவை இதன் தனி சிறப்பு.

முக்கியமாக கிராம முன்னேற்றம், கல்விவளர்ச்சி குறித்த "காண்போம் கற்போம்" என்னும் நிகழ்ச்சி, கல்வி அறிவினை ஊட்டியது. மேலும் விவசாயம் மற்றும் உற்பத்தி தொடர்பான "வயலும் வாழ்வும்", எழுத்தறிவின்மையைப் போக்கும் நோக்கில் "அறிவொளி இயக்கம்" என்னும் சிறப்பு நிகழ்ச்சி போன்றவற்றைச் சொல்லலாம். நிகழ்ச்சிகள் எப்படி உள்ளன, அதில் உள்ள குறை நிறைகளைப் பார்வையாளர்கள் நிலைய இயக்குனர் அவர்களுக்கு கடிதம் மூலம் சொல்லும் "எதிரொலி" போன்ற நிகழ்ச்சிகள் மிகுந்த வரவேற்பு பெற்றன.கழிவறையின் அவசியம், சுகாதார இயக்கம் குறித்த விழிப்புணர்வு போன்றவை இவற்றின் தனிச் சிறப்பு. "மேளம் கொட்டி தாலி கட்டும் கல்யாணம் இது வெக்கப்பட்டு பெண்ணை விற்கும் வியாபாரம்" என வரதட்சணைக்கு எதிராக விழிப்புணர்வினை ஏற்படுத்தியது. "குச்சி குச்சி வேப்பங்குச்சி இந்த மாமா உடலுக்கும் பல்லுக்கும் நல்லது. மாமா சொத்த பல்லு தான் வராது நாம காசு வீணா போகாது" என நம் முன்னோர்கள் சொன்ன பல் துலக்கும் முறையை மறந்து செயற்கை பற் பசையை பயன்படுத்தி உடலையும் பல்லையும் கெடுத்து கொண்டு வருகிறோம் எனவே அனைவரும் இயற்கைக்கு திரும்ப வேண்டும் என்பது குறித்த மிக முக்கிய விழிப்புணர்வு விளம்பரம் போன்றவை மறக்க முடியாத ஒன்று.

வரவேற்பு பெற்ற தனியார் தொலைக்காட்சிகள்: இந்தியாவில் தொலைக்காட்சிகளின் தோற்றமும் வளர்ச்சியும் கடந்த 60 — ஆண்டுகளையொட்டி அமைகிறது.முதலில் கருப்பு வெள்ளையில் வளர்ச்சி என்பது குறைவாகத் தான் இருந்தது அதற்கு ஒரு காரணமும் இருக்கின்றது. முதன் முதலில் தொலைக்காட்சி என்பது வசதி படைத்த செல்வந்தர்களுக்கான ஒன்றாக தான் பார்க்கப் பட்டது. பின்னர் ஆடம்பரப் பொருளாக மாறி, தற்போது இது அத்தியாவசியப் பொருளாக மாறிப்போய் உள்ளது. காலத்திற்கு ஏற்ப மாற்றம் பெற்று, தற்போது மக்களுக்கு தகவல் மற்றும் சிறந்த பொழுதுபோக்குச் சாதனமாக திகழ்கிறது. இந்த நிலையில் 1990 — ஆம் ஆண்டு இந்தியாவில் தனியார் தொலைக்காட்சிக்கு அனுமதி அளிப்பதாக மத்திய அரசு ஒரு உத்தரவை வெளியிட்டது. அதன் படி தனியார் தொலைக்காட்சி நிறுவனங்கள் ஒளிபரப்பு செய்வதற்கு அனுமதி அளிக்கப்பட்டது. அதே நேரம், தனியார் தொலைக்காட்சிகள் நமது நாட்டு செயற்கைக்கோளைப் பயன்படுத்த அனுமதி இல்லை எனவும் மத்திய அரசு அறிவித்தது. இதனால் தனியார் தொலைக்காட்சிகள் இங்கு நிகழ்ச்சிகளை ஒளிப்பதிவு செய்து வெளிநாடுகளில் உள்ள செயற்கைகோளின் உதவியுடன் இந்தி-

யாவில் ஒளிபரப்பு செய்தன. அதன் படி சிங்கப்பூர், மலேசியா, தாய்லாந்து போன்ற நாடுகளில் இருந்து நிகழ்ச்சிகளை ஒளிபரப்பு செய்தன. இதனால் நேர விரயமும், அன்னியச் செலவாணி விரயமும், கால தாமதமும் ஏற்பட்டது.

ஆனால், அரசு கட்டுப்பாட்டில் இருக்கும் தூர்தர்சன் மட்டும் இந்தியாவில் ஒளிபரப்பு செய்யும் ஏகபோக உரிமையை கையில் வைத்திருந்த காரணத்தால் கிரிக்கெட் மற்றும் தேர்தல் நேரத்தில் நேரலையில் தகவல்களை தந்து வந்தது. இதற்கு தனியார் தொலைக்காட்சி நிறுவனங்கள் கடும் எதிர்ப்புத் தெரிவித்தன இதற்கு என்ன காரணம் என்றால் 1962 — ஆம் ஆண்டு தகவல் ஒளிபரப்புச் சட்டத்தின் படி அரசு தவிர மற்ற யாருக்கும் தொலைக்காட்சிக்கு அனுமதி இல்லை என்கிற சட்ட விதியால் தான் தனியார் தொலைக்காட்சி நிறுவனங்களுக்கு ஒளிபரப்பு விதியில் மாற்றம் கொண்டு வர முடியவில்லை. அதன் பின் பல்வேறு நபர்களின் அழுத்தத்தால் மத்திய அரசு சட்டத்திருத்த மசோதாவை கொண்டுவரச் சம்மதித்தது. 1998 — இல் புதிய ஒளிபரப்பு விதிகள் கொண்டுவர பட்டன. அதன் படி தனியார் தொலைக்காட்சி நிறுவனங்கள் இந்தியாவில் இருந்து ஒளிபரப்பு செய்து கொள்ளலாம் என்ற மிக பெரிய சட்டத் திருத்தத்தைக் கொண்டுவந்தது. இதனால் தனியார் தொலைக்காட்சிகளின் வளர்ச்சி அபரிவிதமாக மாறியது, இதன் காரணமாக பொழுதுபோக்கு நிகழ்ச்சிகளுக்கு அதிக முக்கியத்துவம் தரப்பட்டன.

பெரும்பாலும் பெண்களை மையமாக வைத்து அல்லது பெண்களுக்கான நிகழ்ச்சிகளைத் தயாரிப்பதில் அதிக ஆர்வம் காட்டப்படுகிறது. இதனால் வருவாய் அதிகரிப்பதாக தனியார் தொலைக்காட்சி நிறுவனங்கள் கருதுகின்றன, தொழில்நுட்பத்தினைப் பயன்படுத்தி பார்வையாளர்களைக் கவருகின்றனர். இதன் பரிமாண வளர்ச்சியால் விளையாட்டு, செய்திகள், திரைப்படங்கள், நகைச்சுவை, அறிவியல், சுற்றுலா, சமையல் என, தனித் தனியாக தொலைக்காட்சிகள் 24 மணிநேரமும் துல்லிய தரத்தில் (High-definition) நல்ல பொழுதுபோக்கு சாதனமாகவும் தகவல் களஞ்சியமாகச் செயல்படுகின்றது.

அரசுத் தொலைக்காட்சிக்கும், தனியார் தொலைக்காட்சிகளுக்கும் இடையே கடும் போட்டி நிலவுகின்றது என்று சொன்னால் அது மிகையாகாது. ஆம், சில தனியார் தொலைக்காட்சிகள் பொழுதுபோக்கு நிகழ்ச்சிகளை மட்டும் ஒளிபரப்பு செய்து பார்வையாளர்களின் எண்ணிக்கையை அதிகரிக்கின்றன. இத்தகைய தொலைக்காட்சிகள் ஆபாச நடனங்கள், மெகா சீரியல்கள் என்ற பெயரில் குடும்ப உறவுகளைக் கொச்சைப்படுத்தும் சில நிகழ்ச்சிகள் போன்றவை சமூகத்திற்கு எதிரானவை.

மேலும் சமூக விழிப்புணர்வு மற்றும் அறிவியல் தொடர்பான ஆக்கப்பூர்வமான நிகழ்ச்சிகளுக்கு பொது மக்களிடம் வரவேற்பு இல்லை என்பது போன்ற பொய்யும் பொது மக்களிடம் பரப்பப் படுகின்றது இதனால் மாணாக்கர்கள் மற்றும் இளைஞர்கள் தவறான பாதையில் செல்வதற்கும் இவை வழிவகுக்கின்றது.தொலைக்காட்சிகளால் பல ஆக்கப்பூர்வமான பல நன்மைகள் நமக்கும் சமூகத்திற்கும் நடந்துள்ளது. அதனைத் தொலைக்காட்சி நிறுவனங்கள் உணர வேண்டும். நாளைய சமூகத்தைக் கட்டமைப்பது தொலைக்காட்சிகளின் கையில் தான் உள்ளது என்பதைப் புரிந்து நடந்து கொண்டாலே ஆரோக்கியமான சமூகத்தைக் கட்டமைக்க முடியும்.

8

தோல்வித்தோள்

1. தமிழுக்கும் அமுதென்று பேர்!

15 ஆம் நூற்றாண்டில் வக்கபாகை என்னும் ஊரில் புகழ்பெற்ற புலவராக வாழ்ந்து வந்தவர் வில்லிபுத்தூரார். இவருக்குத் தனது தமிழ்த் திறமையில் அளவற்ற பெருமை. எனவே, தன்னைப் போல சிறப்பாகத் தமிழ்ப் புலமை பெற்றவர்கள் யாருமில்லை என்ற எண்ணம் கொண்டிருந்தார்.

ஆயினும் இவரை வெல்ல வேண்டும் என்று ஆவல் கொண்டிருந்த தமிழ்ப் புலவர்களும் வாழ்ந்த காலம் அது. இந்த வில்லிபுத்தூரார் தன்னிடம் போட்டிக்கு வரும் புலவர்களிடம் கேள்வி கேட்பார். சரியாகப் பதில் சொல்லவில்லை என்றால் அந்தப் புலவரின் காதை அரிந்து விடுவார். அதாவது போட்டிக்கு அமரும் போதே தன் கையில் ஒரு துரட்டை வைத்திருப்பார். அதைக் கேள்வி கேட்கப் போகும் புலவரின் காதில் மாட்டியிருப்பார். பதில் தவறானால் காதை அரிவதை வழக்கமாகக் கொண்டிருந்தார்.

ஒரு காலத்தில் இவருக்குப் பயந்து யாரும் அவர் ஊர்ப்பக்கம் செல்லவில்லை. இச்சூழலில் அதே காலக்கட்டத்தில் வாழ்ந்து வந்த அருணகிரிநாதர் என்னும் புலவர் இச்செய்தியைக் கேட்டார். திருவண்ணாமலையில் பிறந்த இவர், இளம் வயதில் பெற்றோரை இழந்து தன் அக்காவால் வளர்க்கப்பட்டார். வாலிப வயதில் பொறுப்பில்லாமல் சுற்றி, உடலில் நோய்வந்து, பின்பு வீட்டைவிட்டு வெளியேறி, பின்பு மனம் மாறி முருக பக்தராக மாறினார். தியானத்தால் ஞானம் பெற்றவராகத் திகழ்ந்தார். சிறந்த புலவராகக் கந்தர் அந்தாதியைப் பாடியவர் இவர்.

வில்லிபுத்தூராருக்குப் பாடம் புகட்ட எண்ணிய அருணகிரிநாதர் அவரைச் சந்தித்தார். அவரோடு புலமையில் தர்க்கம் செய்ய விரும்புவதாகவும், தன்னுடைய கையிலும் ஒரு துரட்டு வேண்டுமென்றும் ஒரு வேளை தான் பாடும் கவிக்கு அர்த்தம் தர முடியாவிட்டால் 'வில்லிபுத்தூரார்' காதும் அறுக்கப்படும் என்றும் கூறினார். சளைக்காத வில்லிபுத்தூரார் இதை ஏற்றுக்கொள்ள, இருவரும் எதிர் எதிரே அமர்ந்திட இருவரது காதுகளும் துரட்டுகளில் மாட்டப்பட்டிருந்தது.

அருணகிரிநாதர் பின்வரும் பாடலைப் பாடினார்.

திதத்தத்தத் தித்தத் திதிதாதை தாததுத் தித்தத்திதா
திதத்தத்தத் தித்த திதித்தித்த தேதுத்து தித்திதத்தா
திதத்தத்தத் தித்தத்தை தாததி தேதுதை தாதததது
திதத்தத்தத் தித்தித்தி தீதீ திதிதுதி தீதொத்ததே.

'கந்தர் அந்தாதி' - பாடல் எண் 54

இந்தப் பாடலைக் கேட்டதும் வியர்த்துப் போன வில்லிபுத்தூரார், இதன் அர்த்தம் தெரியாமல் விழிக்க, அர்த்தத்தை அருணகிரிநாதர் சொல்ல, அடங்கிப் போனார் வில்லிபுத்தூரார். அருணகிரிநாதர் அவர் காதை அறுக்கவில்லை. அவரைப் பக்குவப்படுத்தினார். வில்லிபுத்தூரார் மன்னிப்புக் கேட்டதோடு "இனி நான் தமிழுக்குத் தொண்டு செய்வேன்" என்று கூறினார். அதன்பிறகு மகாபாரதத்தைத் தமிழில் 'வில்லிபாரதம்' என்று எழுதினார் என்கிறது தமிழ்ச் சான்றோர்களின் வரலாறு.

சரி இப்பாடலின் அர்த்தம் என்ன? என்று பலர் கேட்கலாம். கந்தர் அந்தாதியில் ஐம்பத்து நான்காவது பாடலில் இப்பாடலுக்கு எளிய விளக்கவுரை தந்துள்ளார் திரு. சு. நடராஜன் அவர்கள். அதன்படி, நடராஜ மூர்த்தியாக சிவபெருமானும், பிரம்மனும், இடைச்சேரியில் தயிர் உண்டு பாற்கடலையும் ஆதிசேஷனையும் பாயாகக் கொண்டு நித்திரை செய்யும் திருமாலும் வணங்குகின்ற ஆனந்த முதலே, தேவ யானையின் தாசனே, பிறப்புப் பெற்றவர் மரணமடையும் இடமான இந்த சப்த தாதுக்கள் நிறைந்த எலும்பை மூடியுள்ள தோலால் ஆன பொல்லாத உடலைத் தீயினால் எரிக்கும் போது, உன்னைத் துதித்து வந்த என் புத்தியை உன்னுடைய திருவடிக்கு நீ ஆட்படுத்த வேண்டும் என்பதே இதன் அர்த்தமாகும்.

மிகச் சுருக்கமாகச் சொல்ல வேண்டுமானால், கடவுளே, மிகச் சில தாதுக்களாலும், எலும்பாலும் ஆன அழியக்கூடிய இந்த அற்ப உடலை இறந்த பின்பு எரியூட்டும் போது உன்னையே காலமெல்லாம் துதித்து வந்த என் புத்தியை (அறிவை) உன் திருவடியில் சேர்த்துக் கொள் என்பதாகின்றது. இப்பாடலின் வார்த்தைகள் ஒவ்வொன்றுக்குமான அழகிய விளக்கத்தைத் திருமுருக. கிருபானந்த வாரியார் அழகாகச் சொல்லியுள்ளார். விருப்பம் உள்ளோர் இணையதளம் சென்று விரிவாகத் தெரிந்து கொள்ளலாம்.

தமிழ்மொழியின் சிறப்பைச் சொல்வதற்காக எடுத்துக் கொண்டதே மேற்சொன்ன உதாரணம். மூன்று சங்கங்களால் வளர்க்கப்பட்டதாகத் தமிழின் தொன்மை சொல்லப்படுகின்றது. 'அகத்தியம்' பெற்ற முதற்சங்கம், 'தொல்காப்பியம்' உருவான இடைச்சங்கம், 'திருக்குறளும், குறுந்தொகையும்' விளைந்த கடைச்சங்கம் என்று தமிழ்மொழியின் வரலாறு பேசப்படுகின்றது. 'அகத்தியம்' பற்றிய ஆய்வுகள் தொடர்ந்தாலும் தொடர்ந்து வரும் தொல்காப்பியமும், இரண்டடியில் உலகை வியப்பில் ஆழ்த்தியுள்ள 'திருக்குறள்' என்னும் பொது மறையும் தமிழின் வரலாற்றுக்கு மாபெரும் சான்றுகள்.

மூத்த செம்மொழி

உலகச் சுடரொளி www.worldbalze.in என்னும் இணையதளம் உலகின் தொன்மையான மொழிகளை இனம் கண்டு முதல் பத்து மொழிகளாக வரிசைப்படுத்தியுள்ளது. இன்று உலகில் ஆறாயிரம் மொழிகள் உள்ளன. இவைகள் ஆயிரக்கணக்கான வருடங்களுக்கு முன்பு தோன்றின. மனிதர்களுக்கு இடையில் உறவுகளை உண்டாக்க, தொடர்புகளை அதி-

கரிக்க உருவாக்கப்பட்ட சின்னங்கள், வடிவங்கள் காலப்போக்கில் எழுத்தாக மாறிப் பின்பு பேச்சு வழக்கிலும் வந்து மொழியாக மாற்றம் கண்டுள்ளன.

இந்த வரிசையில் கி.மு.75-இல் தோன்றிய மொழியாக இலத்தீன் மொழி பத்தாம் இடத்தில் உள்ளது. ஒன்பதாம் இடத்தில் ஆர்மீனியர்கள் பேசும் இந்தோ-ஐரோப்பிய மொழி 'ஆர்மீனியன்' மொழி. இது கி.மு.450-இல் உருவாகியிருக்கலாம் என்கிறது ஆய்வுகள். கி.மு.600 ஆண்டுகளுக்கு முற்பட்ட 'கொரிய' மொழி எட்டாம் இடத்திலும், கி.மு.1000-க்கு முன்பு உருவான 'எபிரேய' மொழி ஏழாம் இடத்திலும், எபிரேய மற்றும் அரபு மொழியின் கலப்பாகத் திகழும் அராமைக் மொழி ஆறாம் இடத்திலும் உள்ளது.

கி.மு.1200-களில் உருவாகியிருக்கலாம் என்று கருதப்படும் 'சீன' மொழி ஐந்தாம் இடத்திலும், கி.மு.1450-க்கு முந்தியதாகக் கருதப்படும் கிரேக்க மொழி நாலாவது இடத்திலும் இருக்கலாம் என்று கூறப்படுகின்றது. கி.மு.2600 முதல் 2000 வரை தொடக்கமாகயிருக்கலாம் என்று கருதப்படும் எகிப்திய மொழி மூன்றாமிடத்தில் வைக்கப்படுகின்றது.

கி.மு. 3000-ஆம் ஆண்டுகளுக்கு முற்பட்டதாகக் கருதப்படும் 'சமஸ்கிருதம்' இரண்டாமிடத்தில் உள்ளது. பல ஐரோப்பிய மொழிகளில் தாக்கத்தை உருவாக்கியுள்ள சமஸ்கிருதம் தமிழிலிருந்து தோன்றியதாக ஆராய்ச்சியாளர்கள் நம்புவதாக இந்த இணையதளம் தெரிவிக்கிறது.

தமிழ்மொழி 5000 ஆண்டுகளுக்கும் மேலான தொன்மை கொண்ட முதல் மொழி என்று இங்கு தெரிவிக்கப்படுவது நமக்கு மகிழ்ச்சி தருகின்றது. ஆகையால் தான் நம் பெரியோர்கள் மொழிகளுக்கெல்லாம் தாயாக, அன்னையாக நம் தமிழ்மொழி திகழ்வதாகப் புகழ்கின்றனர். சமஸ்கிருத மொழியையும் வேறு பல மொழிகளையும் உச்சரிக்கும் போது அதிகமான ஆக்சிஜன் (உயிர்வாயு) வெளியேறுகின்றது. ஆனால் தமிழை உச்சரிக்கும் போது மிகக் குறைந்த காற்றே வெளியேறுவதாகவும் ஆராய்ச்சிகள் தெரிவிக்கின்றன. உருவான போதே, உயிர்காக்கும் வாழ்வூட்டும் மொழியாகத் தமிழ் உருவாகியுள்ளது என்பது தெளிவாகின்றது.

தமிழின் சிறப்புகளைச் சொல்லிக்கொண்டே போகலாம். கல்வெட்டுகளில் பல்வேறு அளவுகளைக் குறிக்கும் தமிழ் வார்த்தைகள் இதற்கு ஒரு மாபெரும் சான்றாகின்றது. மிக நுட்பமான கணித முறைகளை நம்முடைய மூத்த தமிழ் மக்கள் பெற்றிருந்தார்கள் என்பதைக் கீழ்வரும் அட்டவணை விளக்கும்.

கீழ்வாய் இலக்கத்தின் எண்மதிப்புகீழ்வாய் இலக்கத்தின் பெயர்

1/280கீழ்க்கால்

1/640கீழரை

1/2560கீழரைக்கால்

1/5120கீழ் வீசம்

1/102400கீழ் முந்திரி

1/1075200இம்மி

1/23654400மும்மி

1/165580800அணு

1/1490227200குணம்

1/7451136000பந்தம்

1/44706816000பாகம்

1/312947712000விந்தம்

1/5320111104000நாகவிந்தம்

1/74481555456000சிந்தை

1/489631109120000கதிர்முனை

1/9585244364800000குரல்வளைப்படி

1/575114661888000000வெள்ளம்

1/5751146618880000000நுண்மணல்

1/23238245302272000000000தேர்த் துகள்

'இம்மி'யளவும் கிடையாது என்று சொல்வதன் அர்த்தமும், அணுவின் கணக்கீடும் அதிசயிக்க வைக்கின்றன.

எண்களின் பெருமையைத் தரும் வார்த்தைகள் நமது மொழியின் பழமைக்கு ஒரு மாபெரும் சான்றாக அமைகின்றது.

ஒன்று - ஒன்று

பத்து ஒன்று - பத்து

பத்து பத்து - நூறு

பத்து நூறு - ஆயிரம்

பத்து ஆயிரம் - பத்தாயிரம்

பத்து பத்தாயிரம் - நூறாயிரம்

பத்து நூறாயிரம் - ஆயிரமாயிரம்

பத்து ஆயிரமாயிரம் - ஒரு கோடி

பத்து கோடி - அற்புதம்

பத்து அற்புதம் - நிகற்புதம்

பத்து நிகற்புதம் - கும்பம்

பத்து கும்பம் - கணம்

பத்து கணம் - கற்பம்

பத்து கற்பம் - நிகற்பம்

பத்து நிகற்பம் - பதுமம்

பத்து பதுமம் - சங்கம்

பத்து சங்கம் - சமுத்திரம்

பத்து சமுத்திரம் - ஆம்பல்

பத்து ஆம்பல் - மத்தியம்

பத்து மத்தியம் - பரார்த்தம்

பத்து பரார்த்தம் - பூரியம்

பத்து பூரியம் - முக்கோடி

பத்து முக்கோடி - மகாயுகம்

யுகம் யுகமாக இந்த உலகம் உள்ளதற்கான சான்றுகள் கார்பன்-14 கணக்கீடு மூலம் காணப்படுகின்றது. இந்த உலகம் தோன்றிப் பல இலட்சம் ஆண்டுகள் ஆகியுள்ளது என்-

பதை அறிவியல் நிரூபித்துள்ளது. மனித இன வரலாற்று ஆய்வுகள் தொடர்கின்றன. தமிழிலும் 'அகத்தியம்' நூலில் காணப்படும் சில நகரங்கள் தற்போது குமரிக்கு மேலே இருந்து அழிந்திருக்கிறது என்கிறார்கள் அறிஞர்கள்.

ஒரு வேளை குமரிக்கும் மேலே கடலில் அகழாய்வு செய்தால் நமது மொழி பற்றியும், கலாச்சாரம், பழந்தமிழர் வாழ்வு பற்றியும் செய்திகள் கிடைக்கலாம். ஆயினும் பழம்பெருமை வாய்ந்த நமது 'தமிழ்மொழி' வெறும் மொழியாக இல்லாமல் தமிழர்களின் வாழ்வாக இருந்துள்ளது என்பதை உணர முடிகின்றது.

மொழியின் சிறப்புகள்

உலகில் அதிக எழுத்துக்களைக் கொண்ட மொழியாகவும் தமிழ் மொழிதான் திகழ்கிறது. சீன மொழி-214 எழுத்துகள், சமஸ்கிருதம்-48 எழுத்துகள், ஜெர்மன்-56 எழுத்துகள், பாரசீகம்-31, அரபி-28, துருக்கி-28, ஹவாய்-12, ஆங்கிலம்-26, இத்தாலி-21, தமிழ்மொழிதான் 247 எழுத்துக்களைக் கொண்ட மொழியாக உள்ளது. ஆகையால் ஒரு வார்த்தைக்குப் பல்வேறு பொருளைக் கொடுக்கும் மொழியாக உள்ளது. மொழியறிஞர் கால்டுவெல் கூற்றுப்படி 99% பிற மொழிக் கலப்பில்லாத மொழியாக உலகில் தமிழ்மொழி திகழ்கின்றது.

வலைத்தமிழ்.com சென்று தமிழ் அகராதியில் 'மா' என்ற ஒரு வார்த்தைக்கு விளக்கம் கோருவோமேயானால் பின்வரும் அர்த்தங்கள் தரப்படுகின்றன. 'மா' என்ற வார்த்தை (ம்+ஆ) ஒரு உயிர்மெய் எழுத்து; விலங்கு; குதிரை; யானை; பன்றி ஆகியவற்றின் ஆண்;

சிம்மராசி; வண்டு; அன்னம்; விலங்கு வடிவமாய்ப் பிறக்கும் மானுடம், மாமரம், அழைக்கை; சீலை; ஆணி; துன்பம் பொறுக்கை; ஓர் அசைச்சொல்; திருமகள்; செல்வம்; கலைமகள்; மாற்று; ஒரு நிறை (அளவீட்டில்) நிலவளவை வகை, வயல், நிலம், வெறுப்பு, கானல், பெருமை, வலி, அழகு, கருமை, நிறம், அரிசி முதலியவற்றின் மாவு; துகள் - இப்படி எண்ணற்ற விளக்கங்கள் ஒரு மொழியின் பழமை எத்தனை பொருள்களில் புரிந்துகொள்ளப்பட்டுள்ளது என்பதை நாம் உணர்ந்து மகிழலாம். ஒவ்வொரு வார்த்தைக்கும் விளக்கம் தரும் வலைத்தமிழ் இணையத்துக்கு நன்றிகள்.

ஒவ்வொரு வார்த்தைக்கும் இப்படிப் பல்வேறு அர்த்தங்கள் இருந்ததால் தான் நமது புலவர்கள் தங்களது விருப்பத்துக்கு ஏற்பக் கவிதைகளை வடித்துள்ளார்கள். கவிதை வடிவில் அமைந்த ஐம்பெருங்காப்பியங்களும் அவற்றில் காணப்படும் தமிழின் அருமையும், மொழி நடையும், பொருள் நடையும் படிப்போரை மெய்சிலிர்க்கச் செய்கின்றன என்பதை நாமறிவோம்.

தமிழில் நேர்கூற்று (Direct Speech) எப்படி மாற்றி எழுதினாலும் அதன் பொருளும், செய்தியும் மாறாமல் இருப்பது சிறப்பிலும் சிறப்பாகும்.

'காந்தி காலத்தை வென்றார்' என்ற நேர்கூற்று வாக்கியத்தை நாம் எப்படி மாற்றினாலும் பொருள் மாறாது விளங்குவதே தமிழின் அழகாகும்.

காந்தி காலத்தை வென்றார்.

காலத்தை வென்றார் காந்தி.

வென்றார் காந்தி காலத்தை.

காலத்தை காந்தி வென்றார் .

இப்படி எழுதும் வாய்ப்புகள் பிறமொழிகளில் இருக்கும் என்பது ஐயமே. இதனால்தான் பல மொழிகளைக் கற்றறிந்த பாரதியார், “யாமறிந்த மொழிகளிலே தமிழ்மொழிபோல் இனி-தாவது எங்கும் காணோம்” என்றார். மேலும், “சொல்லில் உயர்வு தமிழ்ச் சொல்லே - அதைத் தொழுது படித்திடடி பாப்பா” என்றார்.

பெருமைமிக்க தமிழ்

தமிழ்மொழியில் ஒவ்வொரு நுண்ணிய தேவைக்கும், பொருளுக்கும் அர்த்தமுள்ள வார்த்-தைகளைத் தந்துள்ளார்கள் நம் முன்னோர்கள். ‘தமிழின் சிறப்பு’ என்ற மிகச்சிறந்த தமிழ-றிஞர் கி.ஆ.பெ. விசுவநாதம் நூலில் மிகச்சிறந்த ஒரு உதாரணம் தருகின்றார்.

ஆங்கிலத்தில் இலையை ‘leaf’ என்று கூறுகிறார்கள். தமிழில் ஆல், அரசு, அத்தி, மா, பலா, வாழை முதலியவைகளின் இலைகளுக்கு மட்டுமே ‘இலை’ என்று பெயர்.

அதேசமயம் அகத்தி, பசலி போன்றவற்றின் இலையை இலையென்று சொல்லாமல் ‘கீரை’ என்று அழைக்கிறார்கள். மண்ணில் படர்கின்ற கொடிவகை இலைகளுக்கு ‘பூண்டு’ என்று பெயர் உள்ளது. கிராமங்களில் “புல், பூண்டை சாப்பிட்டு ஆடு, மாடு வளரும்” என்பார்கள். இப்போது இதன் அர்த்தம் புரிகின்றது. ‘ஒரு புல், பூண்டு கூட இல்லை’ என்ற பேச்சு வழக்கும் இதைச் சொல்லுகின்றது. அருகு, கோரை இவற்றின் இலைகள் ‘புல்’ என்-றழைக்கப்படும். நெல், வரகு இவற்றின் இலைகள் ‘தாள்’ என்றாகின்றது. பாருங்கள் ஒரு ‘இலை’ என்ற வார்த்தைக்கு ஒவ்வொரு
தாவரத்தின் தன்மைக்கேற்ப பெயரிட்டுள்ளார்கள் தமிழர்கள்.

மலைப் பகுதியில் விளைகின்ற உசிலை போன்றவற்றின் இலைகளுக்குத் ‘தழை’ என்று பெயர். சப்பாத்திக் கள்ளி இனங்களின் இலைகளுக்கு ‘மடல்’ என்று பெயர். கரும்பு, நாணல் ஆகியவற்றுக்குத் ‘தோகை’ என்றும், பனை, ஈத்து, கமுகு முதலியவற்றுக்கு ‘ஓலை’ என்றும் பெயருள்ளதை நாமறிவோம்.

அருமை, அருமை ‘தமிழின் சிறப்பு’ நூலை வாசிப்பதே பெருமையாக உள்ளது. தமி-ழகத்தின் பள்ளி, கல்லூரி மாணவர்கள் அனைவருக்கும் இந்நூலின் கட்டுரைகளைப் பாட-மாகப் படிக்கக் கொடுக்க வேண்டும். அப்போதுதான் நமது தாய்மொழியின் பெருமைகள், உயர்வுகள் புரியும்.

ஒரு தடவை வீரமாமுனிவர் ஒரு கூட்டத்தில் பேசும் போது, ‘கோழிக்குஞ்சு’ என்பதற்குப் பதிலாக ‘கோழிக்குட்டி’ என்று சொல்லிய போது, கூட்டத்தில் சிரிப்பலை அடங்கப் பல நிமிடங்கள் ஆனதாம். வீரமாமுனிவர் அப்போதுதான் தமிழைக் கற்றுக் கொண்டிருந்தாராம். கூட்டம் முடிந்ததும் சிரித்ததன் காரணம் தெரிந்து கொண்டதோடு தமிழின் பெருைம கண்டு வியந்தாராம். தமிழைக் கற்க வேண்டும் என்ற அவரது ஆர்வம் மேலும் அதிகரித்ததாகவும் வீரமாமுனிவர் இச்சம்பவத்தைப் பகிர்ந்து கொண்டுள்ளார்.

அமுதென்று பேர்!

“தமிழ் எங்கள் உயர்வுக்கு வான்! - இன்பத் தமிழ் எங்கள் அசதிக்கு சுடர் தந்த தேன்” என்கிறார் பாவேந்தர். வாழ்வைத் தருவது அமுதம்; எங்கள் தமிழும் அமிழ்தமே என்பதைத்-தான் “தமிழுக்கும் அமுதென்று பேர்! - அந்தத் தமிழ் இன்பத் தமிழ் எங்கள் உயிருக்கு நேர்” என்கிறார் பாவேந்தர் பாரதிதாசன். மேலும் “எங்கள் வாழ்வும் எங்கள் வளமும் மங்-

காத தமிழென்று சங்கே முழங்கு'' என்றும் பரவசம் அடைகின்றார்.

பாவாணர் அவர்கள் தமிழின் பதினாறு வகைச் சிறப்புகளை வகைப்படுத்துகின்றார்.

தொன்மை, முன்மை, மேன்மை, எண்ணம், ஒண்மை, வண்மை, வாய்மை, தூய்மை, செம்மை, மும்மை, தனிமை, இனிமை, பெருமை, திருமை, இயன்மை, வியன்மை... அடடா, எத்தனை சிறப்புகள் செம்மொழிக்கு. இதனால்தான் பதினாறும் பெற்று பெருவாழ்வு வாழச் சொன்னார்கள் நம் பெரியோர்கள். அந்தப் பதினாறு செல்வங்களும் தமிழில் (1) புகழ், (2) கல்வி, (3) வலிமை, (4) வெற்றி, (5) நன்மக்கள், (6) பொன், (7) நெல், (8) நல்விதி, (9) நுகர்ச்சி, (10) அறிவு, (11) அழகு, (12) பெருமை, (13) இனிமை, (14) துணிவு, (15) நோயின்மை, (16) நீண்ட ஆயுள் என்று இதனையும் வகுத்தார்கள். அபிராமி அந்தாதியில் வரும் "கலையாத கல்வியும்... அருள்வாய் அபிராமியே'' என்ற பாடல் இதை விளக்குகின்றது.

எட்டுத்தொகை நூல்களையும், பத்துப்பாட்டுகளையும் கொண்ட பதினெட்டு இலக்கிய நூல்கள் சங்க இலக்கியங்களாக இலக்கிய நூல்களுக்கு எல்லாம் முன்னோடிகளாகத் திகழ்வது தமிழின் சிறப்பு.

"நற்றிணை நல்ல குறுந்தொகை ஐங்குறுநூறு ஒத்த
பதிற்றுப்பத்து ஓங்கு பரிபாடல்
கற்றறிந்தார் ஏத்தும் கலியோடு அகம்புறம் என்று
இத்திறத்த எட்டுத் தொகை'' என்று எட்டுத்தொகை நூல்களையும் புகழ்ந்துரைக்கிறது சங்கப் பாடல்.

மேலும்,

"முருகு பொருநாறு பாணிரண்டு முல்லை பெருகு
வளமதுரைக் காஞ்சி - மருவினிய கோலநெடு நல்வாடை
கோல் குறிஞ்சி பட்டினப் பாலை கடாத் தொடும் பத்து''

என்று பத்துப்பாடல்களும் தரப்படுகின்றன. தமிழர் தம் வாழ்வில் அகமும், புறமும் அற்புதமாக எடுத்தாளப்பட்டுள்ளது. பறவைகள், விலங்குகள், மலர்கள் என்று குறிஞ்சி, முல்லை, மருதம், நெய்தல், பாலை என்னும் ஐந்து நிலங்களைச் சார்ந்தும் அப்பப்பா... என்று வியக்கும் வண்ணம் தமிழ் சொல்லாட்சி புரிகின்றது. எனவே தான் "என்றுமுள தென்தமிழ் இயம்பி இசை கொண்டான்'' என்று புகழ்கின்றார் கம்பர். தமிழுக்கு சிறப்புச் செய்யும் எழுத்துகளாக ற, ன, ழ, எ, ஒ ஆகிய எழுத்துகளையும் அறிஞர்கள் குறிப்பிடுகின்றனர்.

'ழ'கரம் நமது தமிழ்மொழியின் தனிச்சிறப்பு. உச்சரிக்க உரிய மொழியாகவும் தமிழ் திகழ்கின்றது. 'தமிழ்' என்னும் சொல்லுக்கு இனிமை, எளிமை, நீர்மை (சிறந்த குணம்) என்பதே பொருளாகும்.

சிறப்புமிகு நற்றமிழ்

திராவிட மொழிக் குடும்பத்தில் முதன்மையான தமிழ்மொழி இந்தியா, இலங்கை, மலேசியா, சிங்கப்பூர் நாடுகளில் அதிகமாகவும், ஐக்கிய அமீரகம், தென்னாப்பிரிக்கா, மொரீசியஸ், பிஜி, இரீயூனியன், திரினிபாடு ஆகிய நாடுகளில் ஓரளவும் பேசப்படுகிறது. அண்மையில் எடுக்கப்பட்ட கணக்கெடுப்பின்படி இந்தியாவில் இணையத்தில் அதிகம் பயன்படும்

மொழிகளில் முதலிடத்தில் தமிழ் உள்ளது. தமிழ் விக்கிபீடியா கருத்துப்படி இந்தியாவில் இதுவரை ஒரு இலட்சம் கல்வெட்டு மற்றும் தொல்லெழுத்துப் பதிவுகள் கிடைத்துள்ளன. இவற்றில் 60,000-க்கும் அதிகமானவை தமிழகத்தில் கிடைத்துள்ளன. இவற்றில் 95% தமி-ழில் உள்ளன. எனவே கீழடி ஆய்வு போல குமரிக்கும் மேலே கடலாய்வு செய்தால் தமிழின் தொன்மை மேலும் உறுதிபெறும்.

"சாகா கலை தந்தது - தமிழ்மொழி
ஆரவாரமில்லா மொழி - தமிழ்மொழி"

என்று கூறுகின்றார் வள்ளலார். 'இன் தமிழ் இயற்கை இன்பம்' என்கிறது சிந்தாமணி. "கோன் நிலை திரிந்து கோடை நீடினும் தான் நிலை திரியாத் தண் தமிழ் பாவை" என்று மணிமேகலையும் தமிழின் பெருமைகளை எடுத்துரைக்கின்றன.

நாம் - முதல் தலைமுறை
தந்தை + தாய் - இரண்டாம் தலைமுறை
பாட்டன் + பாட்டி - மூன்றாம் தலைமுறை
பூட்டன் + பூட்டி - நான்காம் தலைமுறை
ஓட்டன் + ஒட்டி - ஐந்தாம் தலைமுறை
சேயோன் + சேயோள் - ஆறாம் தலைமுறை
பரன் + பரை - ஏழாம் தலைமுறை

ஆக 'பரம்பரை' என்பது ஏழு தலைமுறைகள், சராசரி வயதாக அறுபதைக் கொண்டால் ஒரு பரம்பரை என்பது 480 ஆண்டுகள். பரம்பரை பரம்பரையாக என்று நாம் சொல்லும் போது 960 ஆண்டுகள் ஏறக்குறைய ஆயிரம் ஆண்டுகளை, அதன் உறவுகளைக் குறிப்பது தமிழின் சிறப்பாகும்.

அமிழ்தைவிட நம் இனிய தமிழுக்கு எத்தனை பெயர்கள்.

செந்தமிழ், பைந்தமிழ், அந்தமிழ், வண்டமிழ், தண்டமிழ், ஒண்டமிழ், தென்றமிழ், இன்-றமிழ், மன்றமிழ், நற்றமிழ், பொற்றமிழ், முத்தமிழ், தேந்தமிழ், தீந்தமிழ், பூந்தமிழ், பழந்தமிழ், இளந்தமிழ், பசுந்தமிழ், அருந்தமிழ், இருந்தமிழ், நறுந்தமிழ், மாத்தமிழ், சீர்த்தமிழ், தாய்த்த-மிழ், ஒளிர்த்தமிழ், குளித்தமிழ், உய்த்தமிழ், வளர்த்தமிழ், மரத்தமிழ், அறத்தமிழ், திருத்தமிழ், எழிற்றமிழ், தனித்தமிழ், இனித்தமிழ், பொங்குதமிழ், கொஞ்சு தமிழ், விஞ்சு தமிழ், விளங்கு தமிழ், பழகு தமிழ், அழகு தமிழ், தூய தமிழ், ஆய்தமிழ், கன்னற்றமிழ், வண்ணத் தமிழ், இன்பத் தமிழ், செல்வத் தமிழ், வெல்க தமிழ், கன்னித் தமிழ், எண்ணத் தமிழ், இப்படிச் சொல்லிக்கொண்டே போகும் பெருமைமிகு தமிழின் விருப்பம் ஒன்றுதான்.

"தமிழன் என்றோர் இனமுண்டு
தனியே அவர்க்கொரு குணமுண்டு
அமிழ்தம் அவனுடை மொழியாகும்
அன்பே அவனுடை வழியாகும்..."

என்று சொல்லும் நாமக்கல் கவிஞர் அவர்களின் பாடலின் பொருளை வாழ்வாக்கும்-போது, தமிழ்மொழி வெறும் மொழியல்ல, அமுதமாக உயிர் வாழ்வை அளிக்கும் வாழ்க்கை வழி என்பது புலனாகும். தமிழ்மீது பற்றுக்கொண்டு இணைய தளத்திலும், நூல்களிலும் தம்

எழுத்துகளால் அணிசெய்யும் அத்தனை சான்றோர்களுக்கும் சிரம் பணிந்த நன்றிகள்.

அன்னைத் தமிழை இன்றுவரை பாதுகாப்பாய் கொண்டுவந்து தந்த நம் முன்னோர்கள், கவிஞர்கள், அரசர்கள் அனைவருக்கும் ஆசிகள் வேண்டித் தெண்டனிட்ட வணக்கங்கள்.

தமிழர்களாய் பிறக்காமல் தமிழை நேசித்தவர்களும், நேசிப்பவர்களும் ஏராளம். ஆல்பர்ட் ஹென்றி ஆர்டன், பெஸ்கி என்ற வீரமாமுனிவர், கால்டுவெல், இராபர்ட்நொபிலி, ஜி.யு.போப், சீகன் பால்கு போன்ற அறிஞர்களும் தொண்டாற்றியுள்ளனர். இயல், இசை, நாடகத் தமிழாய்த் திகழும் தமிழுக்கு எல்லா மதத்தைச் சேர்ந்த சான்றோர்களும் தம் மேலான பங்களிப்பைத் தந்து காவியங்களைத் தந்துள்ளனர். 'இங்கே ஒரு தமிழ் மாணவன் உறங்குகிறான்' என்று தன் கல்லறையில் பொறிக்கச் சொன்ன ஜி.யு.போப் தமிழ்மீது கொண்ட அன்புக்கு, மதிப்புக்கு இலக்கணம்.

உலகப் பொதுமறை தந்த வான்புகழ் வள்ளுவர் தமிழை வார்த்தையில் அடைக்காமல் திருக்குறளைப் படைத்துள்ளார். வாழ்வுக்கு வழிகாட்டும் 'குறளே' நல் 'தமிழாக ஒலிக்கட்டும்' என்று வள்ளுவர் எண்ணியிருக்கலாம். ஆம், 'தமிழ்' மொழி வார்த்தைகள் கடந்து, பல்லாண்டுகாலம் செறிவேற்றப்பட்ட ஒரு அறிவுப் புதையல் என்று சொன்னால் அது முற்றிலும் உண்மை. அந்தத் தகுதி 'செம்மொழி'யாம் நம் தமிழ் மொழிக்கு எந்நாளும், எல்லா வகையிலும் உண்டு.

தமிழின் சிறப்புகளை எழுத ஓராயிரம் நூல்களும் போதாது. தமிழை நம் இளையோருக்கு ஊட்டுவோம். 'எனக்குத் தமிழ் வாசிக்கத் தெரியாது' என்று கூறும் வண்ணம் நம் பிள்ளைகளை வறட்டு கௌரவத்தில் வளர்க்காமல் "தமிழ்த்தாயின் பிள்ளைகளுக்குப் பிள்ளைகள் நாங்கள்" என்று பெருமைப்படும் வண்ணம் தமிழமுதை நம் தலைமுறைகள் பெறட்டும், தமிழ் என்பது வெறும் மொழியல்ல, நம் வாழ்வு முறையின் வழி என்று உணர்ந்தால் தமிழ்மொழியால் தமிழர்களும், தமிழர்களைச் சார்ந்தவர்களும் எந்நாளும் நலம் பெறுவர். வாழ்க தமிழ், வெல்க தமிழ். இக்கட்டுரை ஆக்கத்திற்கு தம் ஆய்வுகளால், எழுத்தால் உதவிய அனைத்துத் தமிழ்ச் சான்றோர்களுக்கும் நன்றி, நன்றி, நன்றி. நம்மை உலகிற்குக் காட்டும், அன்னைத் தமிழுக்கு அர்ப்பணம்

2. நோயற்ற வாழ்வே குறைவற்ற செல்வம்!

ஆன்மீகச் செல்வர் ஆதிசங்கரர் ஒரு சமயம் மிகவும் நோய்வாய்ப்பட்டுக் காய்ச்சலால் அவதிப்பட்டுக் கொண்டிருந்தார். இந்த விபரம் தெரியாத விஜயநகரத்து அரசர் அவரைச் சந்தித்துப் பேசிவிட்டுப் போகலாம் என்று, ஆதிசங்கரர் தங்கியிருந்த சிருங்கேரி மடத்துக்கு வந்தார். அரசரைக் கண்டதும் சீடர்கள் ஆதிசங்கரருக்கு உடல்நிலை சரியில்லை எனவே அரசரைப் பார்ப்பது சந்தேகம் என்று சொல்லிவிட்டு, அரசர் வந்துள்ள செய்தியை ஆதிசங்கரரிடம் சொன்னார்கள். அரசர் தன்னைப் பார்க்க இவ்வளவு தூரம் வந்துவிட்டாரே என்று எண்ணிய ஆதிசங்கரர் 'அவரை வரச் சொல்லுங்கள்' என்று கூறினார்.

ஆதிசங்கரர் அறையில் இருக்கைகள் எதுவும் இல்லை. எனவே, அரசர் அமர்வதற்கு ஒரு மரப்பலகையையும், ஆதிசங்கரர் அமர்வதற்கு ஒரு மரப்பலகையையும் சீடர்கள் போட்டார்கள். உள்ளே வந்த அரசர் அங்கு ஒரு பலகையில் உட்கார்ந்து கொண்டார். ஆதி-

சங்கரரும் அங்கு வந்தார். அவர் அடுத்திருந்த தனக்கான பலகையில் அமராமல் அதன் அருகில் அமர்ந்து கொண்டார். அதேசமயம் அந்தப் பலகையைத் தன் அருகில் வைத்துக் கொண்டார்.

விஜயநகரத்து அரசரும், ஆதிசங்கரரும் பல நிமிடங்கள் பேசிக்கொண்டிருந்தார்கள். இவர்கள் பேசிக்கொண்டிருந்த போது ஆதிசங்கரர் அருகில் இருந்த பலகை ஆடிக்கொண்டேயிருந்ததை அரசர் கவனித்தார். அதேசமயம் காய்ச்சலால் அவதிப்படுவதாகச் சொன்ன ஆதிசங்கரர் காய்ச்சல் கொண்டவர் போலத் தென்படவும் இல்லை. நல்ல உடல்நலத்தோடு இருப்பதாகவே அரசருக்குப் பட்டது.

பேசி முடிக்கின்ற வரை அந்தப் பலகை மட்டும் ஆடிக்கொண்டிருப்பதைக் கவனித்த அரசர், ஆதிசங்கரரிடம் "ஏன் இந்தப் பலகை ஆடிக்கொண்டேயிருக்கிறது. நான் முதலில் தாங்கள் வரும்முன் பார்த்த போது அசையவில்லையே" என்று கேட்டார்.

ஆதிசங்கரர், "ஒன்றுமில்லை அரசே, உம்மைச் சந்திக்க வேண்டும் என்பதால் எனது காய்ச்சலையும் நடுக்கத்தையும் இந்தப் பலகைக்கு மாற்றிவிட்டேன். ஆகையால் அது ஆடிக்கொண்டிருக்கிறது" என்றார்.

உடனே அரசர் "குருவே, அப்படியானால் நிரந்தரமாக உங்கள் நோயை இந்தப் பலகையிடம் ஒப்படைத்துவிட்டு, நீங்கள் நலமோடு பணிசெய்யலாமே" என்று கேட்டார்.

"அரசரே, துறவியாகிய என்னைத் திருடனாகச் சொல்கிறீரா? அவரவர் செயல்களுக்கான பலனை அவரவர் தான் அனுபவிக்க வேண்டும். அப்படிச் செய்ய எனக்கு விருப்பமில்லை. சென்று வாருங்கள்" என்று கூறி அரசருக்கு விடைகொடுத்தார் ஆதிசங்கரர்.

அரசர் சென்ற அடுத்த நிமிடமே உடல்நடுக்கமடைய தன் ஓய்வறையை நோக்கிச் சென்றார் ஆதிசங்கரர். பலகை தன் ஆட்டத்தை நிறுத்திக் கொண்டு அமைதியானது. இப்படியொரு சம்பவத்தை ஆதிசங்கரர் வாழ்க்கை வரலாற்றில் நிகழ்ந்ததாகச் சொல்லுகின்றார்கள்.

இந்தச் சம்பவம் பல்வேறு செய்திகளை நமக்குச் சொல்லுகின்றது. அதாவது கடவுளின் பேராசீர்வாதம் பெற்ற ஆதிசங்கரரும் கடும் காய்ச்சலால் அவதிப்பட்டுள்ளார். மேலும் அவரவர் வினைகளுக்கான பலனை அவரவர் அனுபவிக்க வேண்டும் என்று சொல்வதன் மூலம் தன் உடலுக்குக் காய்ச்சல் வருமாறு தான் கவனமின்றி இருந்ததையும், அதைக் கவனித்துச் சரிசெய்வது தனது கடமையென்றும் கூறுகிறார்.

ஆம், எல்லா நலன்களிலும் மேலானது உடல்நலனே என்பதை நாம் இந்தக் கொரோனா காலத்தில் நன்றாகவே உணர்ந்துவிட்டோம். மகாபாரதத்தில் தர்மரிடம் ஒரு சமயம் ஒரு கேள்வி கேட்கப்பட்டதாம். அதாவது, "உலகிலேயே மிக முக்கியமான செல்வம் எது?" என்பதே அக்கேள்வி. 'ஆரோக்கியம்தான் உலகிலேயே மிக முக்கியமான செல்வம்' என்று பதில் தந்தாராம் தருமர்.

உலகில் மிக முக்கியமான செல்வமாகத் திகழ்வது ஆரோக்கியம் தான் என்பதை நாம் எவ்வளவு வேகமாக உணர்கின்றோமோ, எவ்வளவு வேகமாக அதற்கு முக்கியத்துவம் கொடுத்துச் செயல்படுகின்றோமோ, அவ்வளவுக்கு அவ்வளவு நாம் பிரச்சனைகளிலிருந்து விடுதலை பெறலாம்.

“நோயற்ற வாழ்வே, குறைவற்ற செல்வம்” என்ற இந்த வார்த்தைகள்தான் வாழ்க்கையின் அடித்தளமாக உள்ளது. இந்தக் கணினி உலகம், இணைய உலகம், எதையும் விரைவாகப் பெறத் துடிக்கும் அவசர உலகம், நம்மையெல்லாம் ஒரு மாயை மிகுந்த வாழ்வில் ஆழ்த்தியிருக்கிறது. உடல்நலத்தைவிட மற்ற சுக, போகங்களில் திளைப்பதும், அதன்பிறகு உடல்நலன் பாதிக்கப்பட்டால் மருத்துவர்களிடம் சென்று மாத்திரை மருந்துகளால் தங்களைச் சரிசெய்து கொள்வதும் இன்று பரவலாகிவிட்டது.

நமது அக்கறையின்மையால், ஆர்வமின்மையால் இலாபம் அடைபவர்கள் கொள்ளை இலாபம் அடிக்கும் மருத்துவர்களும், மருந்து தயாரிக்கும் நிறுவனங்களும், மருந்துக் கடைகளும், இவர்களுக்குத் துணைபோகும் பல்வேறு சுயநலவாதிகளும் தான். எளிதில் செரிக்காத உணவுகளைச் சாப்பிட்டு நமது உடலை நாம் தான் கெடுத்துக் கொள்கின்றோம். நமது உடலில் குடல் எப்படிச் செயல்படுகிறது? அதன் அளவு எவ்வளவு? அதன் அமைப்பு எப்படி இருக்கிறது? என்பதைத் தயவுகூர்ந்து வீடியோ மூலம் ஒவ்வொருவரும் காணவேண்டும்.

மெல்லிய படலமாக இருக்கும் இந்த அமைப்பு எவ்வளவு தூரம் நாம் உண்ணும் மருந்து, மாத்திரைகளாலும், கடினமான, ஒவ்வாத உணவுகளாலும் பாதிக்கப்படும் என்பதை அப்போது நம்மால் உணரமுடியும். சிக்கன்குனியா, டெங்கு, கொரோனா என்று பல நோய்கள் வந்த போதும் நம்மைக் காப்பாற்றியதும், காப்பாற்றிக் கொண்டிருப்பதும் ஆயுர்வேதம் சொல்லும் மருந்துகள்தான். இயற்கையின் நலனைப் பாதுகாத்து வந்தாலே, நமது உடலும் ஆரோக்கியமாகிவிடும் என்பது நாம் இப்போது அறிகின்ற ஒன்றாகின்றது.

உடல்நலமே, மனநலம்: ஒரு சிறுவன் தன் தந்தையிடம் ஒரு திரைப்படத்தைப் பார்க்க வேண்டும் என்று நச்சரித்தான். அவனது தந்தைக்கு ஞாயிறு மட்டுமே விடுமுறை நாள். பெரும்பாலும் தனது தொழில் சம்பந்தமான வார நாட்களில் வெளியூரில் இருக்கும் அவருக்கு ஞாயிறு எங்கும் செல்லப் பிடிக்காது. ஆனாலும் மகனின் தொந்தரவுக்காக அந்த ஞாயிற்றுக்கிழமை மாலைக்காட்சிக்குக் குடும்பத்தோடு செல்ல ‘டிக்கெட்’ முன்பதிவு செய்துவிட்டார்.

ஞாயிறு மாலை 6.00 மணிக்கு அவனது குடும்பத்திலிருந்த தாத்தா, பாட்டி உட்பட ஆறு பேருக்கும் படத்துக்கு டிக்கெட் எடுத்தாயிற்று. அதற்கு முந்திய நாள் அவர்களது பக்கத்து வீட்டில் ஒரு திருமணம். திருமணத்துக்கு அம்மா, மகன், மகள் மூவரும் சென்றிருந்தார்கள். அங்கே ஐஸ்கிரீம் சுவையாக இருந்ததால் மகன் அதிகமாகச் சாப்பிட்டுக் கொண்டிருந்தான். “அதிகம் சாப்பிடாதே காய்ச்சல் வரும்” என்றார் தாய். மகன் கேட்கவில்லை. இன்னும் ஒன்றை எடுத்துச் சாப்பிட்டான்.

ஞாயிறு காலை எழுந்தவுடன் மகனுக்கு லேசான காய்ச்சல். ஏற்கெனவே சளித் தொல்லையிலிருந்த அவனுக்கு அதிக ஐஸ்கிரீம் காய்ச்சலைத் தந்தது. அம்மாவிடம் சொன்னான். அவனுக்குக் காய்ச்சல் மாத்திரை கொடுத்தார் அம்மா. தனக்குக் காய்ச்சல் என்று அப்பாவிடம் சொல்ல வேண்டாம் என்று மகன் கெஞ்சினான். காரணம் தனக்குக் காய்ச்சல் என்றால் மாலை திரைப்படம் பார்க்கப் போக முடியாது என்ற பயம். தாயும் ‘சரிபோகட்டும்’ என்று ஒத்துக்கொண்டார்.

மதியம் வரை ஓய்வெடுத்த மகனுக்குக் காய்ச்சல் குறையவில்லை. தந்தையின் பார்வையிலிருந்து ஒரு வழியாகத் தப்பித்துக் கொண்டான். மதிய வேளையும் காய்ச்சல் மாத்திரை சாப்பிட்டுக் கொண்டு படுத்துவிட்டான். மாலை ஐந்து மணிக்குக் கிளம்புகிற நேரமும் காய்ச்-

சல் குறையவில்லை. அவனது உடல் நடுங்குவதையும், முகம் அதிகமாகச் சிவந்து, சுருங்கிப் போயுள்ளதையும் கவனித்த அப்பா, "என்னடா ஆயிற்று?" என்று தொட்டுப் பார்த்த போது, உடம்பெல்லாம் கொதித்தது. அவனோ, அப்போது தந்தையிடம் "அதெல்லாம் ஒன்றுமில்லையப்பா, சரியாகிவிடும். ஒரு மாத்திரை போட்டால் போதும். வாங்க, படத்துக்குப் போகலாம்" என்று சொன்னான்.

இவ்வளவு காய்ச்சலோடு, பெரியவர்களையும் அழைத்துக் கொண்டு படம் பார்க்கப் போக, அங்கு குளிரில் இவனுக்கு காய்ச்சல் இன்னும் அதிகமானால் பிரச்சனை பெரிதாகிவிடும் என்பதால், தந்தை அதற்கு அனுமதிக்கவில்லை.

ஞாயிற்றுக்கிழமை வேறு. டாக்டர்களைப் பார்ப்பதே கடினம் என்பதோடு, விஷயத்தை மறைத்ததற்காகத் தாய்க்கும், மகனுக்கும் திட்டையும் தந்துவிட்டு மருத்துவரிடம் அழைத்துச் சென்றார். நீண்ட நாள் ஆசைப்பட்ட படமும் அன்று பார்க்க முடியாமல் போனது. மகன் தன்னைக் கட்டுப்படுத்தியிருந்தால், உடலின் தன்மைக்கு ஏற்ப அடக்கி வாசித்திருந்தால் இன்று எல்லோரும் வெளியில் சென்று மகிழ்ச்சியாகப் படம் பார்த்துத் திரும்பியிருக்கலாம். ஆனால் இது இயலாமல் போனதற்கு யார் காரணம்? என்று ஆராய்ந்தால் "எல்லாவற்றுக்கும் உடல்நலமே முக்கியம்" என்பது புரியும்.

பல சமயங்களில் சொல்லக்கூடிய கூற்று "உடல் பொய் சொல்லாது, மனம் பொய் சொல்லும்" என்று. ஆம், இங்கே தனக்குக் காய்ச்சல் பெரிய விஷயமில்லை என்று மகன் கூறினான். எப்படியும் தந்தையிடம் தனக்குக் காய்ச்சல் போலக் காட்டிக் கொள்ளாமல் மறைக்கலாம் என்று அவன் எண்ணினான். ஆனால், அவனது நடுக்கமும், முகமும், உடலும் காய்ச்சலைக் காட்டிக் கொடுத்துவிட்டன. உடல் நம்மை எப்போதும் ஏமாற்றாது, நாம் தான் பல நேரங்களில் அதற்குத் துரோகம் செய்கின்றோம்.

இந்த இயற்கையோடு, அதன் சுவாசத்தோடு இணைந்திருக்கும் நாம் நமது சுவாசத்தை நிறுத்துகின்ற போது இந்த மண்ணிலேயே விழுந்துவிடுகின்றோம். "சுவாசம்" என்று சொல்லக்கூடிய உயிர் மூச்சாகிய ஆக்சிஜனைத் தாவரங்களின் மூலமாக, நீர்த்திரள்கள் மூலமாக இயற்கை நமக்குத் தந்து அன்றாடம் காத்து வருகின்றது. இயற்கை இந்தச் சுவாசம் என்கின்ற உயிர் மூச்சான பாசக் கயிற்றைக் கண்ணுக்குத் தெரியாமல் நம்மோடு இணைத்து நம்மை வாழ வைத்துக் கொண்டு இருக்கின்றது.

இந்த உடல் இந்தப் பாசக்கயிறான மூச்சைப் பிடித்துக் கொண்டு உலகமெல்லாம் சுற்றி வருகின்றது. சில நேரங்களில் இந்த உயிர் மூச்சு உடலில் சரிவரச் செல்ல முடியாதபடி பல்வேறு தடைகளை நமது கவனக்குறைவால் இந்த உடலுக்குச் செய்துவிடுகின்றோம். அப்போதும் சில அறுவைச் சிகிச்சைகள், மருந்து, மாத்திரைகள் என்று நாம் சரிசெய்து கொண்டு பயணிக்கின்றோம். ஆனால், ஒரு நிலையில் நமது உடல் பலவீனமடைந்து மூச்சினை உள்ளே இழுக்க முடியாதபடி செய்து நம்மை வீழ்த்திவிடுகின்றது. இதன்மூலம் நாம் உணர வேண்டியது நமது 'பலமும், பலவீனமும்' இந்த உடல்தான்.

என்ன தான் பணம் பெற்றிருந்தாலும், வசதி, வாய்ப்புகள் பெற்றிருந்தாலும், செல்வாக்குப் பெற்றிருந்தாலும் உடல்நலம் பேணப்படவில்லையென்றால் வாழ்க்கை முடிந்து போகின்றது. கொரோனா காலத்தில் பல பெரிய மனிதர்களையும், நமக்கு வேண்டிய பலரையும் இழந்த

போதெல்லாம் "உடல் ஆரோக்கியமே - மாபெரும் செல்வம்" என்ற கூற்று நம்மில் பதிவா-கிவிட்டது. ஆயிரம் சாதனைகள் புரிய நினைத்தாலும் சிறிய உடல்நலக் குறைபாடு நம்மை வீழ்த்திவிடுகின்றது. எனவே, வாழ்வில் முதலிடம் உடல்நலனுக்குத்தான் என்பதை மீண்-டும் உணரவே இந்த நோய்த் தொற்றுகள் நம்மைப் பிடித்துள்ளன என்பதையும் ஆழமாக உணர்ந்து கொள்வோம்.

பேண வேண்டிய சமநிலை: பெரிய செல்வங்களைத் தேடிப் பலரும் அவசர கதியில் ஓடிக்கொண்டிருக்கிறார்கள். ஒரு வசதியானவர் மருத்துவரிடம் சென்றார். மருத்துவர் அவரது உடல்நிலையைப் பரிசோதித்துவிட்டு "என்ன உடம்பை இப்படிக் கெடுத்து வைத்துள்ளீர்கள்?" என்று கேட்டார். காரணம் பல நோய்களும் அவருக்கு இருந்தது.

மருத்துவர் சிரித்துக் கொண்டே அந்தப் பணக்காரரிடம் "ஆமாம் உங்கள் வீட்டுக் காரைச் சரியாகப் பராமரிக்கிறீர்களா?" என்று கேட்டார். "என்ன இப்படிக் கேட்டுவிட்டீர்-கள்? தினமும் இரண்டு முறை துடைப்பேன். ஆறு மாதத்திற்கு ஒருமுறை சர்வீஸ் செய்-வேன்" என்றார். "சரி, உங்கள் செல்போனைக் கொடுங்கள்" என்றார் மருத்துவர்.

அதைப் பார்த்ததும், "புதிதா?" என்று கேட்டார். "இல்லை கடந்த வருடம் வாங்கியது. நேற்றுத்தான் இந்தப் புதிய கவரை அமேசானில் ஆர்டர் பண்ணி வாங்கிப் போட்டேன். உங்களுக்குப் பார்க்கப் புதிதாக உள்ளது" என்றார் நோயாளி.

"பாருங்கள், உங்கள் ஆறு இலட்ச ரூபாய் காரைப் பராமரிக்கிறீர்கள். முப்பதாயிரம் ரூபாய் செல்போனைப் பாதுகாக்கிறீர்கள். ஆனால், உங்களது விலைமதிப்பற்ற உடலைக் கண்டுகொள்ளாமல் விட்டுவிட்டீர்களே!" என்று சொல்லிவிட்டு உடல்நலனைப் பேண வேண்டிய வழிகளையும், நோயின்று விடுபட மருந்துகளையும் தந்தார் மருத்துவர். இது-போன்ற சம்பவம் நமது வாழ்விலோ, நம் குடும்பத்திலோ அல்லது நம் நண்பர்களுக்கோ ஏற்படலாம். நமக்குக்கூட இந்த அனுபவமும் இருக்கலாம்.

வாழ்க்கை மகிழ்ச்சியோடு இருக்க முதலில் நாம் நமது உடலில் கவனம் செலுத்த வேண்-டும். பல்வேறு பதவிகளில், அதிகாரத்தில் இருக்கும் பல மனிதர்கள் தினமும் உடற்பயிற்சி-யைத் தவறாது மேற்கொள்கின்றார்கள். காரணம், அவர்களது உடல்நல பாதிப்பு அவர்களது நிறுவனத்துக்கோ அல்லது சார்ந்திருக்கும் அமைப்புக்கோ மிகப்பெரிய பாதிப்பை உருவாக்கி-விடும் என்பதை இவர்கள் அறிவார்கள். உடல்நலத்துக்கு முக்கியத்துவம் தருவதற்கு முதலில் நாம் கற்றுக்கொள்ள வேண்டியது அல்லது கடைப்பிடிக்க வேண்டியது உள்ளச் சமநிலை ஆகும். புத்தர் வழிகாட்டிக் கற்றுக்கொடுத்த விபசன்னா தியானத்துக்கு நீங்கள் சென்றால், அந்தப் பயிற்சியில் அதிகமாக வலியுறுத்தப்படுவது உள்ளச் சமநிலைதான்.

'மனநலம் மன்னுயிர்க்கு ஆக்கம்' என்கிறார் திருவள்ளுவர். 'ஆக்கம்' என்றாலே செல்-வம், சேர்ந்தது என்றுதானே பொருள். எனவே, மனநலம் நமது உயிருக்குச் செல்வமாக உள்-ளது. உயிரே போனபின்பு செல்வத்தைக் கொண்டு என்ன செய்ய? ஆனால், தமக்குச் சாவே வராது என்ற எண்ணத்தில் நமது மனிதர்களில் பலர் பேசுவதும், அதிகாரத் துஷ்பிரயோ-கம் செய்வதும், திருட்டுத்தனமாகச் செல்வத்தைச் சேர்ப்பதும் இன்று அதிகமாகக் காணும் செய்தியாக உள்ளது. இப்படிச் சேர்த்தவர்கள் கதி என்ன என்பதை 'மரண ஓலங்கள்' தெரி-வித்துக் கொண்டுதான் உள்ளது.

நாம் இங்கு ஆராய வேண்டியது தேவைக்கான உழைப்பு அவசியம்தான். தேவைக்கான சேமிப்பும், தேடலும் அவசியமானதுதான். அதேபோல உடலின் சக்திக்காக உண்பதும் அவசியமானது தான். அதேசமயம் பேராசை கொண்டு உடலைக் கெடுத்துக் கொண்டு ஓடி உழைப்பதும், சுற்றியிருப்பவர்கள் நிம்மதியைக் கெடுப்பதும் தேவையில்லாத ஒன்றே. அளவுக்கதிகமாக உண்பதும், கண்டதையும் மென்று உள்ளே தள்ளுவதும் ஆபத்தானது என்பதை உணர வேண்டும்.

கோபமாக இருந்தாலும், மகிழ்வாக இருந்தாலும், அழுவதாக இருந்தாலும், அச்சமாக இருந்தாலும், இணையத்தில் ஈடுபடுவதாக இருந்தாலும், நட்பாக இருந்தாலும் இப்படி எந்தத் தேவையையும் உள்ளச் சமநிலையோடு பேணக் கற்றுக்கொள்வதுதான் உடல்நலத்தில் நாம் தரும் முதல் கவனமாக அமைகின்றது.

உடல்நலனைப் பேணிட அவசியமான உழைப்பும், உடற்பயிற்சிகளும், சரியான உணவுகளும், சரியான தூக்கமும், சரியான உறவுமுறைகளும், சரியான பழக்கவழக்கங்களும், நல்ல பண்புகளும் நம்மிடம் காணப்படும் போது நாம் நலமாக இருக்கிறோம். வள்ளுவர் அழகாகச் சொல்லுகின்றார்,

"மிகையினும் குறையினும் நோய்செய்யும் நூலோர்
வளிமுதலா எண்ணிய மூன்று"

ஒருவனின் உணவாலும், செயலாலும் மருத்துவர் சொல்லும் அளவைவிட அதிகமானால் நோய் உண்டாகும் என்கிறார் வள்ளுவர். மருத்துவர் சொல்லாமலேயே மிகையானதைக் குறைத்தும், குறைவானதை அதிகரித்தும் சமநிலையில் நாம் நமது உணவுப் பழக்கவழக்கத்தை மேற்கொண்டால் நோயின்றி வாழலாமே. 'மருந்து' என்ற ஒரு அதிகாரத்தையே தந்து நோயாளிக்கும், நோய் தீர்க்கும் மருத்துவருக்கும் பல அரிய செய்திகளை ஐய்யன் திருவள்ளுவர் நமக்குச் சொல்லியிருக்கின்றாரே, அனைத்து மருத்துவமனைகளிலும், கல்வி நிலையங்களிலும் வீட்டிலும் விளக்கத்தோடு வைக்க வேண்டிய அதிகாரம் இது என்று சொன்னால் மிகையில்லை. ஆகையால், 'உடல்நலனே முதல் நலன்' என்று முயல்வோம். நம்முடல் காத்து நல்வாழ்வு பெறுவோம்.

நம் மூதாதையர்களின் ஒவ்வொரு பொன்மொழியும் பண்படுத்தும் நல்மொழிகளாக அமைந்து நமக்கு வழிகாட்டுகின்றன. 'வழிநடந்தால் வாழ்க்கையுண்டு' என்று உடல், உள்ள நலம் பேணிப் பல்லாண்டு வாழ்வோம். வாழ்க வளமுடன்! வாழ்க நலமுடன்!

3. ராஜேஷ் தாமோதர் கச்சி

புனேவின் சிவாஜிநகர்ப் பகுதியில் ஓடும் முலா-முத்தா ஆற்றங்கரையை ஒட்டித்தான் ராஜேஷ் தாமோதர் கச்சியின் வீடு அமைந்திருந்தது. அது அவருக்கு மிகவும் பழகிய ஆறு. சரியாக நடக்கத்தெரியாத வயதிலேயே அந்த ஆற்றில் நீந்த ஆரம்பித்துப் பழகிய அனுபவம் ராஜேஷுக்கு உண்டு. ஆற்றில் வெள்ளம் வந்தால் வீட்டுக்குள் தண்ணீர் வந்துவிடும். கழுத்தளவு நீரில் நடந்து சென்று பிறருக்கு உதவும் பழக்கம் சிறுவயதிலேயே ராஜேஷுக்கு ஆரம்பித்துவிட்டது. 'அடுத்தவங்களுக்கு உதவுறதுதான் நாம கடவுளுக்குப் பண்ற சேவை!' - இது ராஜேஷின் பாட்டி அவரிடம் அடிக்கடி சொல்லும் வாசகம். அது திருவாசகமாக

அவரது மனத்தில் பதிந்துபோனது.

அப்போது ராஜேஷுக்கு பத்தொன்பது வயது. ஆற்றின் குறுக்கே கட்டப்பட்டுள்ள டெங்கிள் பாலத்தின் மீது தன் நண்பர்களுடன் நடந்து போய்க்கொண்டிருந்தார். அப்போது வேகமாக ஓடும் ஆற்றின் நடுவே ஒரு செடியை ஒரு கை பற்றியிருக்க, இன்னொரு கை மட்டும் நீருக்கு வெளியே நீண்டு கொண்டிருந்தது. அது உதவி கேட்பது போலத் தெரிந்தது. ராஜேஷின் நண்பர்கள் அதிர்ச்சியாகி, பயந்து அங்கிருந்து ஓடிவிட்டனர். ஆனால், ராஜேஷ் யோசிக்கவே இல்லை. தாமதிக்காமல் நீருக்குள் குதித்தார். எதிர் நீச்சல் போட்டு அந்தக் கையை நோக்கிச் சென்றார்.

ஓர் இளம்பெண், அந்தச் செடியைப் பிடித்தபடி உயிருக்குப் போராடிக் கொண்டிருந்தாள். ராஜேஷ் அவளைப் பத்திரமாக மீட்டு கரைக்குக் கொண்டு வந்தார். கண்களில் பயம் குறையாமல் நடுங்கிக் கொண்டிருந்த அந்தப் பெண்ணைத் தன் வீட்டுக்கு அழைத்துச் சென்றார். ராஜேஷின் பாட்டி, அந்தப் பெண்ணுக்கு மாற்று உடை கொடுத்தார். நெருப்பை மூட்டி அதன் அருகில் உட்காரவைத்து குளிர்காயச் செய்தார். சூடாக டீ போட்டுக் கொடுத்தார். அதற்குப் பிறகு யார் அந்தப் பெண் என்று விசாரித்தார்கள்.

'வீட்டில் திருமண ஏற்பாடு செய்துவிட்டார்கள். அது எனக்குப் பிடிக்கவில்லை என்பதால் ஆற்றில் குதித்துவிட்டேன்' என்றாள் அந்தப்பெண். ராஜேஷ், அந்தப் பெண்ணை அவளது வீட்டில் கொண்டுபோய்விட்டார். அவளது குடும்பத்தினர் ஒவ்வொருவரும் ராஜேஷைக் கட்டிப்பிடித்து அழுதார்கள். கண்ணீருடன் நன்றி சொன்னார்கள். 'தம்பி, நீதான் எங்க கடவுள்!' என்றார்கள். உயிர் பிழைத்த அந்தப் பெண்ணில் கண்ணில் தெரிந்த நன்றியும் அன்பும் மகிழ்ச்சியும் ராஜேஷை நெகிழ்த்தியது.

'நான் மட்டும் காப்பாற்றவில்லை என்றால் என்ன ஆயிருக்கும்? இந்தக் குடும்பத்தின் சந்தோஷமே தொலைந்து போயிருக்கும் அல்லவா.'

ராஜேஷ், அப்போது உறுதியான முடிவு ஒன்றை எடுத்தார். இனி, உயிருக்கு ஆபத்தான நிலையில் யாரைக் கண்டாலும் அவர்களைக் காப்பாற்றுவேன். அது முதல் யாராவது ஆற்றில் தவறி விழுந்துவிட்டாலோ, அல்லது உயிரைப் போக்கிக் கொள்ளும் முடிவுடன் குதித்துவிட்டாலோ, ராஜேஷ் நொடிகூட யோசிக்கவில்லை. சடாரென ஆற்றில் குதித்து அந்த மனிதர்களின் உயிரைக் காப்பாற்றத் தொடங்கினார். உயிர் மீண்டு, வாழ்க்கை பெற்றவர்கள் சொல்லும் நன்றிதான் ராஜேஷுக்கான உத்வேகம்.

அதே பகுதியில் தள்ளுவண்டியில் பாவ் பாஜி, முட்டை புர்ஜியெல்லாம் விற்கும் சாட் கடை போட்டிருக்கிறார் ராஜேஷ். சில சமயங்களில் கடையில் வாடிக்கையாளர்கள் காத்திருப்பார்கள். பாவ் பாஜிக்கென வெங்காயத்தை வேகவேகமாக வெட்டிக் கொண்டிருப்பார் ராஜேஷ். திடீரென அவருக்கு மொபைலில் அழைப்பு வரும். 'ராஜூ பையா! ஆத்துல ஒரு சின்னப்பையன் விழுந்துட்டான்' என்று எதிரிலிருப்பவர்கள் பதறுவார்கள். ராஜேஷ் எதையும் யோசிக்கவே மாட்டார். அப்படியே தன் கடையை விட்டுவிட்டு, மொபைலில் பேசியபடியே ஓட ஆரம்பிப்பார். 'எந்த இடத்துலன்னு சொல்லுங்க' என்று கேட்டபடி ஆற்றை நோக்கி விரைவார். சரியான சமயத்தில் சென்று அந்த உயிரைக் காப்பாற்ற முடிந்தால், அவருக்கு அதைவிட மகிழ்ச்சி வேறில்லை.

உயிர்களைக் காப்பாற்றிக் கரை சேர்ப்பதோடு மட்டுமன்றி, தேவைப்பட்டால் அவர்களைத் தூக்கிக் கொண்டு அருகிலிருக்கும் சாஸூன் பொது மருத்துவமனையில் கொண்டு போய் சேர்க்கிறார். தண்ணீரில் விழுந்த நபரின் குடும்பத்தினரிடம் சிகிச்சைக்குக் கொடுக்கப் பணம் இல்லையென்றால் ராஜேஷே அதற்கும் தன்னால் முடிந்தவரையில் உதவியும் செய்கிறார். 'இன்றைக்கு ஓர் உயிர் என்னால் காப்பாற்றப்பட்டிருக்கிறது. அதுதான் எனக்கு வேண்டும்' என்று மன நிம்மதி கொள்கிறார் ராஜேஷ். அதேசமயம் தன்னால் ஓர் உயிரைக் காப்பாற்ற முடியவில்லை என்றால் அவரை யாராலுமே தேற்றவே முடியாது.

கடந்த 25 ஆண்டுகளில் ஆற்றில் விழுந்த சுமார் 250 பேரைக் காப்பாற்றியிருக்கிறார். தவிர, ஆற்றில் மிதந்துவரும் உயிரற்ற உடல்களையும் (சுமார் 600-க்கும் மேல்) மீட்க தொடர்ந்து புனே போலீஸாருக்கு உதவி வருகிறார். மனிதர்கள் மட்டுமல்ல, ஆடு, மாடு, பறவைகள் உள்ளிட்ட எந்த உயிரினங்கள் ஆற்றில் சிக்கிக் கொண்டாலும் ராஜேஷ் நீரில் குதித்துக் காப்பாற்றுகிறார். தவிர, அந்தப் பகுதியில் நடக்கும் சாலை விபத்துகளில் சிக்கி, ரத்தத்துடன் கிடப்பவர்களைக் கண்டாலும் ராஜேஷ் யோசிக்கவே மாட்டார். ஆம்புலன்ஸ் வரட்டும் என்று காத்திருக்கவும் மாட்டார். தன் தோள் மீது தூக்கிப் போட்டுக் கொண்டு மருத்துவமனையை நோக்கி ஓடுகிறார். அப்படி, ராஜேஷால் மருத்துவமனையில் ஆபத்தான நிலையில் அனுமதிக்கப்பட்ட பலரும் இன்றைக்கு உயிர் மீண்டு சந்தோஷமாக வாழ்ந்து வருகிறார்கள். அவர்களுக்கு ராஜேஷ் என்பவர் உயிர் கொடுத்த கடவுள்! மீண்டும் அவர்களைச் சந்திக்கும்போது ராஜேஷின் கண்களில் சந்தோஷப் புன்னகை!

ராஜேஷின் பாட்டி, அம்மா, மனைவி, மகன்கள் உள்ளிட்ட அனைவருமே அவரது இந்த தன்னலமற்ற, அதேசமயம் ஆபத்தான சேவைக்கு ஆதரவாக இருக்கிறார்கள். 'இது மிகப்பெரிய சேவை. இதை எல்லோராலும் செய்துவிட முடியாது. இது எங்களுக்குப் பெருமை' என்று ராஜேஷுக்குத் தோள் கொடுக்கிறார்கள். போலீஸார் ராஜேஷை 'புனேவின் ஹீரோ' என்றுதான் அழைக்கிறார்கள். பல்வேறு அமைப்புகள் ராஜேஷைப் பாராட்டி விருதுகள் வழங்கி கௌரவித்திருக்கின்றன. Raju : The Life Saviour என்ற ஆவணப்படம் ராஜேஷின் சேவைகள் குறித்து எடுக்கப்பட்டிருக்கிறது. அந்தப் படத்துக்குத் தேசிய, சர்வதேச விருதுகளும் கிடைத்துள்ளன.

யாரிடமும் எப்போதும் எதையும் எதிர்பார்க்காத ராஜேஷ், 'என் உடம்பில் உயிர் இருக்கும்வரை ஆபத்தில் சிக்கியிருக்கும் உயிர்களை மீட்கப் போராடுவேன்' என்கிறார்.

4. சிங்க மனுஷி! லீலா ஹஸ்ஸா

உலகில் இந்தியாவிலும் ஆப்பிரிக்காவிலும் மட்டுமே சிங்கங்கள் உண்டு. அதிலும் ஆப்பிரிக்கக் கண்டம் சிங்கங்களின் சொர்க்கம். சிங்கங்களை நிஜ சொர்க்கத்துக்கே அனுப்பி வைக்கிறோம் என உலகமெங்குமிருந்து கிளம்பி வரும் வேட்டைக்காரர்களால், கடந்த நூற்றாண்டிலிருந்து ஆப்பிரிக்கக் கண்டம் சிங்கங்களின் நரகமாக மாறிவிட்டது. 1950-ம் ஆண்டில் உலகத்தில் இருந்த சிங்கங்களின் எண்ணிக்கை சுமார் நான்கு லட்சம். 1990-ம் ஆண்டில் உலகத்தில் இருந்த சிங்கங்களின் எண்ணிக்கை சுமார் ஒரு லட்சம். இன்று உலகத்தில் மீதமிருக்கும் சிங்கங்களின் எண்ணிக்கை வெறும் இருபதாயிரத்துக்கும் கீழ். குறிப்பாக தென்

ஆப்பிரிக்கா, கென்யா, தான்சானியா போன்ற தேசங்களில் சிங்க வேட்டை அதிக அளவில் நடைபெறுகிறது.

தென் ஆப்பிரிக்கா எங்கும் சிங்கப் பண்ணைகள் இருக்கின்றன. அதாவது உலகில் வளர்ப்புச் சிங்கப் பண்ணைகள் கொண்ட ஒரே நாடு அதுவே. எதற்காக? அதைக் கொண்டுதான் அந்த நாட்டின் சுற்றுலாத்துறை தங்கள் தேசத்தை நோக்கி சுற்றுலாப் பயணிகளைக் கவர்ந்திழுக்கிறது. அங்கே சிங்க வேட்டை என்பது அரசால் சட்டபூர்வமாக அங்கீகரிக்கப்பட்ட ஒன்று. சிங்கங்களை மூலதனமாகக் கொண்டு அங்கே மில்லியன்கணக்கான டாலர்களில் வியாபாரம் நடைபெறுகிறது.

தென் ஆப்பிரிக்காவில் காட்டு ராஜாவைக் காப்பாற்றுவதற்கென்றே களமிறங்கியிருக்கும் ஒரு சூப்பர் ஹீரோ கெவின் ரிச்சர்ட்ஸன். சிங்கங்களுக்காகவே தன் வாழ்வை அர்ப்பணித்து, வேட்டையைத் தடுத்து நிறுத்தி, அவற்றின் எண்ணிக்கையைப் பெருகச் செய்வதற்காகத் தொடர்ந்து போராடி வருகிறார். தென் ஆப்பிரிக்காவுக்கு எப்படி கெவினோ, அதேபோல கென்யா, தான்சானியாவில் சிங்கங்களை வேட்டையிலிருந்து பாதுகாப்பதற்கென ஒரு பெண் தீவிரமாகப் போராடி வருகிறார். அந்த சிங்க மனுஷியின் பெயர் லீலா ஹஸ்ஸா!

எகிப்தில் பிறந்தவர் லீலா. அவருக்கு ஏழெட்டு வயது இருக்கும்போது அவரது பெற்றோர் சில கதைகள் சொன்னார்கள். எல்லாம் ஊருக்குள் சிங்கங்கள் வந்து சென்ற கதைகள். ‘நீ சிறுபிள்ளையாக இருக்கும்போது இரவில் நம் வீட்டுக்கூரை மீது தடதடவெனச் சத்தம் கேட்கும். அவை சிங்கங்கள். ஊருக்குள் வந்து தமக்கான இரையைப் பிடித்துச் செல்லும்.’

‘இப்போது வருவதில்லையா?’ - லீலா கேட்டார். ‘இல்லை. இப்போது எகிப்தில் சிங்கங்களே இல்லை’ என்ற பதில் லீலாவை என்னமோ செய்தது. நூறு ஆண்டுகளுக்கு முன்பு வரை ஆப்பிரிக்கக் கண்டம் முழுவதும் கம்பீரமாக வலம் வந்த சிங்கங்கள், அப்போது, எகிப்து உள்ளிட்ட சுமார் 26 ஆப்பிரிக்க நாடுகளில் முற்றிலுமாக அழிந்து போயிருந்தன.

இயல்பாகவே லீலாவுக்கு ‘உயிரியல்’ பாடத்தில் ஆர்வம் இருந்தது. அமெரிக்காவின் டெனிஸன் பல்கலைக்கழகத்தில் உயிரியலில் பட்டப்படிப்பு முடித்தார் (2002). அடுத்து அதே துறையில் மேல்படிப்பையும் முடித்துவிட்டு, ஆராய்ச்சிப் படிப்புக்காக கென்யாவுக்குச் சென்றார். அப்போதுதான் சிங்கங்களின் வேட்டை குறித்தும், அவற்றைப் பாதுகாப்பதன் அவசியம் குறித்தும் லீலா அனுபவபூர்வமாக உணர்ந்து கொண்டார்.

மசாய் பழங்குடியினர், கென்யாவின் தெற்குப் பகுதியிலும், தான்சானியாவின் வடக்குப் பகுதியிலும் பரவி வாழ்ந்துவரும் பூர்வகுடிமக்கள். சிங்கங்கள் குறித்த ஆராய்ச்சிக்காக மசாய் மக்களுடன் சென்று தங்கினார் லீலா. அப்போது மசாய் மக்களுக்கும் சிங்கங்களுக்குமான விநோத உறவு குறித்து லீலா தெளிவாகப் புரிந்துகொண்டார்.

மசாய் சிறுவன் ஒருவன், தான் இளைஞனாகிவிட்டதை நிரூபிக்கும் வகையில் தனியாகச் சென்று சிங்க வேட்டை ஆடி வர வேண்டும் என்பது அவர்கள் காலம் காலமாகக் கடைபிடித்துவரும் கலாசாரம். நல்ல வலிமையான ஆண் சிங்கத்தைக் கொன்று இழுத்து வருபவன், அசல் வீரனாகப் போற்றப்பட்டான். இது கட்டாயச் சடங்கும்கூட. காலப்போக்கில் சிங்கங்களின் எண்ணிக்கை குறைந்து கொண்டே வந்த காரணத்தினால், மசாய் இளைஞர் ஐந்து பேர் அல்லது பத்து பேர் குழுவாகச் சென்று ஓர் ஆண் சிங்கத்தைக் கொன்று எடுத்து வந்து சடங்கை நிறைவேற்றினார்கள். சுமார் ஒரு வருட காலம் மசாய் மக்களுடனேயே வாழ்ந்த

லீலா, அவர்களது இந்த வேட்டையாடும் சடங்கிலிருந்து சிங்கங்களைக் காப்பாற்றத் திட்டமிட்டார்.

அதற்காகவே லீலா, உயிரியல் ஆர்வலர்கள், ஆய்வாளர்கள் சிலருடன் சேர்ந்து 2007-ம் ஆண்டில் Lion Guardians என்றொரு அமைப்பை ஏற்படுத்தினார். சிங்கத்தின் பாதுகாவலர்கள் யார்? அதற்கு லீலா சொன்ன பதில், 'சிங்கத்தை வேட்டையாடும் மசாய் மக்களே அதன் பாதுகாவலர்கள்' என்றார். காரணம், லீலா மசாய் மக்களின் இயல்புகளை நன்றாகப் புரிந்து வைத்திருந்தார். சடங்குக்காக வேட்டையாடினாலும் மசாய் மக்கள் சிங்கங்கள் மீது வைத்திருந்த அளவற்ற அன்பை லீலா உணர்ந்திருந்தார்.

அந்த மக்களிடம் உட்கார்ந்து பேசினார். ஒரு காட்டுக்கு சிங்கம் என்பது எவ்வளவு தேவை, உலகில் சிங்கங்களின் எண்ணிக்கை குறைந்து வரும் அபாயம், அவற்றைப் பாதுகாக்க வேண்டிய அவசியம் என்று பேசிப்பேசி எடுத்துரைத்து மசாய் மக்களிடையே விழிப்புணர்வை உண்டாக்கினார். மாற்றம் ஒரே இரவில் வந்துவிடாதல்லவா. லீலாவின் தொடர் முயற்சியால் மசாய் மக்கள் மனத்தில் மாற்றம் படிப்படியாக உண்டானது. சிங்கத்தை வேட்டையாடிக் கொண்டிருந்தவர்கள், குழுக்களாக இணைந்து சிங்க வேட்டையைத் தடுக்கும் பாதுகாவலர்களாகப் பணியாற்றத் தொடங்கினார்கள். வெளியிலிருந்து யாராவது அந்நியர்கள் வேட்டையாட வந்தால்கூட தங்கள் உயிரைப் பணயம் வைத்து சிங்கங்களைக் காப்பாற்றும் அளவுக்குக் களம் இறங்கிப் பணியாற்றத் தொடங்கினார்கள்.

இந்த மாபெரும் மாற்றத்தினால் கடந்த பத்து ஆண்டுகளில் கென்யாவிலும் தான்சானியாவிலும் சிங்க வேட்டை என்பது 90% குறைந்துவிட்டது. மசாய் மக்களால் 1.3 மில்லியன் ஏக்கர் பரப்பளவிலிருக்கும் சிங்கங்கள் வேட்டையிலிருந்து பாதுகாக்கப்படுகின்றன. லீலாவின் Lion Guardians அமைப்பு, மசாய் மக்களுக்கு எழுதப் படிக்கவும் சொல்லிக் கொடுக்கிறது. அவர்களுக்குத் தொழில் பயிற்சியும் அளிக்கிறது. லீலா தனது இந்த சேவைகளுக்காகப் பல்வேறு சர்வதேச விருதுகளைப் பெற்றுள்ளார்.

'வேட்டையாடுபவர்களே, சிங்கங்களின் காவலர்களாக மாறுவார்கள் என்று நான் எதிர்பார்க்கவே இல்லை. சிங்கங்களைக் கொல்வது என்ற தங்கள் சடங்கை, சிங்கங்களைப் பாதுகாப்பது என்று மாற்றிக்கொண்ட மசாய் மக்கள் மிகவும் சிறந்தவர்கள்!' என்று பெருமையுடன் புன்னகை செய்கிறார் லீலா

5. ஓவியக் கலையின் ஒப்பற்ற நாயகர்!

அந்தச் சிறுவன் தன் தாயிடம் சொன்ன முதல் வார்த்தை 'பென்சில்' என்பது தான். ஆம், பிறவியிலேயே ஓவியக் கலைக்காகத் தான் படைக்கப்பட்டதை உணர்த்தித் தன் வாழ்நாளெல்லாம் சாதனை ஓவியங்களைத் தீட்டிக் கொண்டிருந்தவர் பாப்லோ பிக்காஸோ.

1881 - ஆம் ஆண்டு, அக்டோபர் மாதம் 25-ஆம் தேதி டான் ஜோஸ் ரூயிஸ் மற்றும் மரியா பிக்கோஸா தம்பதிகளின் புதல்வராகப் பிறந்தவர் பாப்லோ பிக்காஸோ. "பிபாஸ்ஸோ பப்லோ டியாகோ ஜோஸ் பிரான்சிஸ்கோ டி பவுலா ஜுவான் நேபூமுக்கனோ மரியா டி லாஸ் ரெமிடியஸ் சிப்ரியானோ டி லா சாண்டிஸ்மா டிரினிடாட் மார்டைர் பெட்ரிஷியோ ரூயிஸ் ய பிக்காசோ" என்பது இவரது பெயர். தங்களது உறவினர்கள் மற்றும் புனிதர்களின் பெயரைச்

சேர்த்து இப்படி நீளமாகப் பெயர் வைப்பது எசுப்பானியா நாட்டவர்களின் வழக்கமாகும். இத்தனை பெயர்களும் சேர்ந்து சாதிப்பதைத் தன் எண்ணமாகக் கொண்டோ, என்னவோ தன் வாழ்நாளில் 20,000-க்கும் மேற்பட்ட கலைப் படைப்புகளை வழங்கிச் சென்றுள்ளார் இந்தக் கலையுலக நாயகர்.

இவரது தந்தை ரூயிஸ் ஒரு ஓவியப் பேராசிரியர். இளம் வயதிலேயே தன் மகனுக்கு ஓவியங்களின் மீதும், கலைப் படைப்புகளின் மீதும் ஆர்வம் உள்ளதைக் கண்டு கொண்டார் ரூயிஸ். எனவே மகனுக்குப் படங்களையும், பொருட்களையும் பார்த்து வரையும் ஓவிய நுட்-பத்தை ஆரம்பத்தில் அறிமுகம் செய்தார்.

1891- ஆம் ஆண்டு கொருணா என்ற பகுதியிலிருந்த கலைப்பள்ளி ரூயிஸைப் பேரா-சிரியராக அழைத்தது. அப்போது பிக்காஸோவின் குடும்பம் அந்த நகருக்குச் சென்றது. அங்கிருந்த நான்கு ஆண்டுகளில் தன் மகனின் ஓவியப் படைப்புகளையும், ஆர்வத்தையும் கண்டு ரூயிஸ் வியப்படைந்து போனார். தனது பதினான்கு வயதில் (Portrait of Aunt pepa) 'அத்தை பெப்பாவின் ஓவியம்' என்று அவர் வரைந்த ஓவியம் ஸ்பெயின் நாட்டு வரலாற்றில் முக்கியப் பதிவானது. பதினாறு வயதில் பிக்காஸோ படைத்த 'அறிவியலும், சேவையும்' (Science and charity) என்ற தலைப்பிலான ஓவியம் பல்வேறு பரிசுகளை அவருக்குப் பெற்றுத் தந்தது.

மகனின் தீராத, சாதிப்புகள் நிறைந்த ஓவிய ஆர்வத்துக்கும், கலைப் படைப்புகளுக்கும், வழிகாட்டியாகவும், உறுதுணையாகவும் பிக்காஸோவின் தந்தை செயல்பட்டார். இச்சூழலில் பிக்காஸோவின் தங்கை ஏழுவயதில் டிப்தீரியா நோயால் இறந்தது மனதில் சோகத்தையும், வேதனையையும் கொண்டு வந்தது.

கலையார்வத்துக்கு ஊக்கமூட்டும் வண்ணம் 16 - வயதில், ஸ்பெயின் நாட்டில் மாட்ரிட் என்ற இடத்திலிருந்த புகழ்பெற்ற ஓவியக் கல்வி நிறுவனமான 'ராயல் அகாடமி ஆப் சான் பெர்னாண்டோ' என்ற இடத்தில் கல்வி கற்க சேர்க்கப்பட்டார் பிக்காஸோ. வகுப்பறையில் இருந்து, உட்கார்ந்து கல்வி கற்பது என்பது பிக்காஸோவுக்குக் கசப்பாகவே இருந்தது. கார-ணம், எப்போதும் சுதந்திரமாக எதையாவது பார்த்து வரைவதிலும் அவர் பேரார்வம் கொண்-டிருந்தார். அவருள் இருந்த கலையார்வம் அடங்கி, அமர மறுத்தது. எங்கு சென்றாலும், அவரது கண்கள் கலைப் படைப்பை நோக்குவதாகவும் கைகள் கலைப் படைப்பை உருவாக்-குவதுமாகவுமே அமைந்திருந்தது. வாழ்க்கையின் பல்வேறு படிநிலைகளில் தான் கவனித்த, கற்றுக் கொண்ட, அனுபவித்த பல்வேறு சூழ்நிலைகளை மையமாக வைத்துப் பிக்காஸோ-வின் ஓவியங்கள் அமைந்தன.

மாபெரும் கலைஞர்: 1885 சிற்பங்கள், 1228 ஓவியங்கள், 2880 பீங்கான் மண்பாண்டச் சிற்பங்கள், 12,000 திரைச் சீலை வேலைப்பாடுகள், 12,000 சாதாரண சிற்பங்கள் என்று இவரது படைப்புகள் இவரது புகழை உலகிற்குச் சொல்லுகின்றன. இந்தப் படைப்புகள் எல்-லாம் பாரீஸ் அருங்காட்சியகத்தில் வைக்கப்பட்டுள்ள ஆவணங்களாகக் காட்சியளிக்கின்றன.

இவற்றில் 'குவர்னிகா' என்ற பிரபல ஓவியம் மிகவும் புகழ்பெற்றது. முதல் உலகப் போரில் குவர்னிகா நகரில் குண்டு வீசப்பட்டதை மையமாக வைத்து வரையப்பட்டது. இந்த ஓவியம் பல்வேறு படங்களை இணைத்து அல்லது பல்வேறு செய்திகளை ஒரே படத்தில் கொண்டு வந்து பார்ப்பவருக்கு ஒட்டுமொத்த நிகழ்வையும் கூறும் 'Collage' என்று சொல்-

லக் கூடிய ஓவியங்கள் அல்லது சித்திரங்களின் அமைப்பாகும். இந்த அமைப்பைப் பிரபலப்படுத்தியவரும் பிக்காஸோ தான். இன்று பல இடங்களில் ஓவியப் போட்டியுடன் 'கொலாஜ்' (Collage) என்ற போட்டிகளையும் நடத்துகின்றோம். செய்தித் தாள்களில் உள்ள பல படங்களை ஒருங்கிணைத்துக் கொடுத்து, வெட்டி, ஒட்டி ஒரு குறிப்பிட்ட தலைப்பைப் படங்களாலும், சில வரையப்பட்ட ஓவியங்களாலும் உணர்த்துவதே இந்தப் போட்டி. இதனை முதலில் உலகிற்குக் காட்டியவர் பிக்காஸோ.

ஓவியங்களை வெட்டியோ, ஒட்டியோ அவர் 'கொலாஜ்' என்னும் பன்முகச் சித்திரத்தைத் தரவில்லை. மாறாக, முதல் உலகப்போரில் நிகழ்ந்த யுத்தத்தின் கொடுமை, தனிமை, புலம்பல்கள், மக்களின் வேதனை வெளிப்பாடுகள், தாக்குதல்கள் ஆகியவற்றை மையப் பொருளாகக் கொண்டு இந்த 'குவர்னிகா' ஓவியத்தை வரைந்தார் பிக்காஸோ. மக்களின் மன ஓட்டத்தையும், வேதனைகளையும் ஒரு படத்தால், ஓவியத்தால் எளிதில் உலகிற்குக் கொண்டு செல்ல முடியும், கவனப்படுத்த முடியும் என்பதை பிக்காஸோ நிரூபித்தார். நியூயார்க் அருங்காட்சியகத்தில் இந்த அரிய ஓவியம் வைக்கப்பட்டுள்ளது.

1937-ஆம் ஆண்டு ஏப்ரல் மாதம் ஸ்பெயின் நாட்டிலிருந்த குவர்னிகா என்ற மிகச்சிறிய நகரை ஹிட்லரும், முசோலினியும் தாக்கினர். வான்வழித் தாக்குதலால் மக்கள் கொத்துக் கொத்தாக மடிந்தனர். இடதுசாரிகளின் ஆட்சியை ஒழிக்க இந்த வலதுசாரிகள் போரிட்டனர். உழைக்கும் மக்கள் அதிகம் நிறைந்த, கம்யூனிசக் கொள்கை கொண்ட குவர்னிகாவில் தாக்குதல் கொடுமையாக நடத்தப்பட்டது.

இந்தக் கொடூரத்தைச் சொல்லும் படமான 'குவர்னிகா' பல்வேறு செய்திகளை உலகிற்குச் சொன்னது. எருமைத் தலைகள், குரல்வளை நெரிக்கப்படும் குதிரைகள், விளக்கிலிருந்து வரும் வெளிச்சமாக வானிலிருந்து வீசப்பட்ட குண்டுகள், குழந்தையைக் கையில் எடுத்துக் கொண்டு வானை நோக்கிக் கதறும் பெண், அழிவை நோக்கிய பூக்கள் என்று அந்தச் சித்திரம் உலகமெல்லாம் பேசப்பட்டது. இன்றும் கூட இந்த ஓவியம் ஒரு கொடூரத் தாக்குதலின் ஆவணமாகவே காணப்படுகின்றது.

இந்த ஓவியத்தைக் கண்ட ஹிட்லரின் அரசாங்கத்தைச் சேர்ந்த ஒரு ஜெர்மன் அதிகாரி பிக்காஸோவிடம் “நீங்கள் தான் இந்த ஓவியத்தை வரைந்தீர்களா?” என்று கேட்டாராம். உடனே பிக்காஸோ “ஆம், இதை நீங்கள் தான் உருவாக்கினீர்கள்” என்று கூறினாராம், கேட்டவர் வாயடைத்துப் போய் விட்டாராம். ஆம், போரை நீங்கள் தான் நடத்தினீர்கள், இந்தக் காட்சிகளுக்கும், எல்லா அவலங்களுக்கும் நீங்கள் தான் காரணம், எனவே வரைந்தது பிக்காஸோ என்றாலும், உருவாக்கியவர்கள் ஹிட்லரும், முசோலினியும் என்பதை ஒரே வார்த்தையில் உணர்த்தினார் பிக்காஸோ.

ஏழுவயதில் தன் தந்தையிடமிருந்து ஓவியத்தைக் கற்றுக்கொண்ட பிக்காஸோ, தன் வாழ்நாள் முழுவதும் பல்வேறு கலைப் படைப்புகளையும் புதுமையாக உருவாக்கினார். இன்று தொலைக்காட்சிகளில் குழந்தைகளை மகிழ்விக்கும் பல்வேறு அலைவரிசைகளின் தொடர்களில் காணப்படும் உருவ அமைப்புக்கு வித்திட்டவர் பிக்காஸோ தான். முழு மனித உருவைக் காட்டாமல் 'கியூபிசம்' என்று சொல்லக் கூடிய முப்பரிமாணவகையில் கோடுகளாலும், சதுரங்கள் மற்றும் வெட்டுப்பட்ட ஓவியங்களாகவும் அமையும் இந்த வகை ஓவியங்களையும், சிந்தனைகளையும் உலகிற்கு வழங்கிய மாபெரும் சிந்தனையாளர் மற்றும் வடிவமைப்புச்

சிற்பி பிக்காஸோ, என்பது முற்றிலும் பொருந்தும்.

1500-ஆம் நூற்றாண்டுக்குப் பின்பு ஓவியத்துறையில் மாபெரும் கலைப் படைப்புகளும், கலைஞர்களும் தோன்றவில்லை என்ற கருத்துப் பரவலாக உலகளவில் இருந்தது. ஆனால், இந்த ஐநூறு ஆண்டுகளின் சாதனைகளை இருபதாம் நூற்றாண்டின் இணையற்ற ஓவியராக பிக்காஸோ ஈடுசெய்துவிட்டார் என்பவர்களும் உண்டு.

காலமுறை ஓவியங்கள்: பாப்லோ பிக்காஸோவின் ஓவியங்கள் அந்தந்தக் கால கட்டத்தின் தேவைக்கு ஏற்பவும், அவசியத்தை உணர்த்தவும் வரையப்பட்டது. ஒரு சில ஓவியங்கள் புரிந்து கொள்வதற்குக் கடினமானதாகவும் அமைந்திருந்தது.

ஒரு சமயம் ஒரு பார்வையாளர் பிக்காஸோவின் ஓவியங்களைப் பார்வையிட்டுக் கொண்டிருந்தார். அப்போது அவர் பிக்காஸோவிடம் 'உங்களது ஓவியங்களின் அர்த்தம் எனக்குப் புரியவில்லையே' என்று கேட்டார். உடனே பிக்காஸோ, "ஆமாம், உங்கள் வீட்டின் அருகிலுள்ள மரங்களில் அமர்ந்து கொண்டு குயில்கள் கூவுகின்றதே, அதை உங்களால் புரிந்து கொள்ள முடிகிறதா? உங்கள் வீட்டுக் கண்ணாடிகளில் பனி படிகிறதே, அதை நீங்கள் எப்படி புரிந்து கொள்வீர்கள்?" என்று திருப்பிக் கேட்டார். அதாவது ஒரு ஓவியத்தை ஓவியமாக மட்டுமே பார்த்து ரசிக்க வேண்டும் என்பது பிக்காஸோவின் எதிர்பார்ப்பாகும்.

ஒரு காலகட்டத்தில் பிக்காஸோ, படம் அல்லது ஒரு பொருளைப் பார்த்து வரைவதை ஓவியம் என்று ஏற்க மறுத்தார். ஓவியம் என்பது தானாகச் சிந்தனையின் மூலமாகப் புனையப்பட்டு வரையப்பட வேண்டும் என்பது அவரது கருத்தாக இருந்தது. அதாவது ஒன்றைப் பார்த்து வரைவது என்பது போலச் செய்வது தான் இதில் அசலான படைப்புத்தன்மை இல்லை என்பது பிக்காஸோவின் கருத்தாகும். ஒரு காட்சியைக் கண்டதும், அதைக் கற்பனைப் படுத்தியோ, அல்லது தனது எண்ணங்களையோ சிற்பமாக, ஓவியமாக, பிற கலைப்படைப்பாக உருவாக்குவதே இயற்கையான ஓவியம் என்ற எண்ணத்தைப் பிக்காஸோ கொண்டிருந்தார். இப்படியே தன் ஓவியங்களையும், சித்திரப் படைப்புகளையும் சுயமாக உருவாக்கினார். இதன் மூலம் 'தான் ஒரு சிறந்த படைப்பாளி ' என்பதை உலகிற்கு உணர்த்தினார் பிக்காஸோ.

நீல வண்ணக் காலம்: 1901-ஆம் ஆண்டு முதல் 1904-ஆம் ஆண்டுவரை தன் ஓவியங்களை நீல வண்ணத்தால் வரைந்தார் பிக்காஸோ, எனவே அவை நீல வண்ணக் காலமாகப் பேசப்படுகின்றது. தனது எசுப்பானியா நாட்டில் பிக்காஸோ மேற்கொண்ட சுற்றுப்பயணம், தனது நண்பர் ஒருவரின் இறப்பைச் சொல்லும் சோகம், கழைக்கூத்தாடிகள், விபச்சாரிகள், பிச்சைக்காரர்கள் மற்றும் பல்துறைக் கலைஞர்கள் போன்றவர்களைத் தன் ஓவியங்களால் காட்சிப்படுத்தினார் பிக்காஸோ. இந்தக் கால ஓவியங்கள் உலகளவில் பரவலாகப் பேசப்பட்டன, புகழப்பட்டன, சில ஓவியங்கள் விமர்சனத்துக்கும் உள்ளாகின.

இளஞ்சிவப்பு மற்றும் ஆப்பிரிக்க காலம்: 1904 - ஆண்டு முதல் 1906 - ஆண்டு வரையிலான மூன்று ஆண்டுகளில் இளஞ்சிவப்பு (Pink) நிறத்தாலான சாயங்களால் ஓவியங்களை வரைந்தார் பிக்காஸோ. இளைஞர்கள், இளைஞிகள், தலைமுடியை வாரும் பெண், நீச்சல் வீரர்கள், குடும்பம் சார்ந்த சித்திரங்கள், வானர மனிதர்கள் என்று சில சிந்தனைகளைச் சொல்லும் ஓவியங்களாக இவை அமைந்தன.

1908 மற்றும் 1909- ஆம் ஆண்டுகளில் ஆப்பிரிக்கக் கண்டத்தில் கிடைத்த கலைப்-பொருட்களின் மூலம் பெற்ற சிந்தனையடிப்படையில் பல ஓவியங்களை பிக்காஸோ வரைந்-தார். தேர்ந்த சிந்தனையாளராக பிக்காஸோ திகழ்ந்ததற்கு இதுவும் ஒரு உதாரணமே.

கியூபிசம் தந்த பிக்காஸோ: இன்றைய காமிக்ஸ், குழந்தைகளின் பொம்மைப் படங்க-ளாலான தொலைக்காட்சி நிகழ்வுகளுக்கு அடித்தளம் தந்தவர் பிக்காஸோ தான். கணினி மூலமாக இன்று கிராபிக்ஸ் முறையில் வரையப்படும் ஓவியங்கள் தான் திரைப்படங்களா-கவும், தொடர்களாகவும் வெளிவருகின்றன. கலை உலகிற்கு இந்த மாற்றுச் சிந்தனையை வழங்கியவர் பிக்காஸோ.

பிக்காஸோவும், பிராக்கும் சேர்ந்து உருவாக்கிய இந்த 'கியூபிச பாணி' ஓவிய வரலாற்றில் ஒரு மாபெரும் புதுமையும், படைப்பும் ஆகும். ஒவ்வொரு பொருளையும், ஒரு கருவாக எடுத்துக் கொண்டு அதைக் கியூபிச முறையில் வெளிப்படுத்துவது, என்பது முற்றிலும் புதிய முயற்சியாகவும், வெற்றிகரமானதாகவும்
அமைந்தது.

சாதனை படைத்த பிக்காஸோ: த மிஸ்ட்ரி ஆப் பிக்காஸோ (The Mystery of Picasso), அதாவது "பிக்காஸோவின் வரலாற்றுச் சாதனை" என்று பொருள்படும் திரைப்-படம் 1965-ஆம் ஆண்டு வெளிவந்தது. ஹென்றி ஜார்ஜஸ் என்பவர் இயக்கிய இப்படத்தில் பிக்காஸோவே நேரடியாகத் திரைப்படத்தில் தன் ஓவியங்களைப் படைக்கும் காட்சியினை வடிவமைத்துத் தந்தார் ஹென்றி ஜார்ஜஸ்.

ஒரு கலைஞரே தன் ஓவியங்களை தன் கையால் வரையும் காட்சிகளைத் திரைப்பட-மாக்கியது வரலாற்றில் ஒரு பதிவானது. மக்களால் மிகவும் விரும்பிப் பார்க்கப்பட்ட படமாக மட்டுமல்ல, ஒரு மாபெரும் கலைஞனை உலகமே காண வழிவகுத்தது.

1996-ஆம் ஆண்டில் ஜேம்ஸ் ஐவரி இயக்கத்தில் வெளியான சர்வைவிங் பிக்காஸோ (Surviving Picasso) அதாவது 'வாழும் பிக்காஸோ' என்ற திரைப்படமும் புகழ்பெற்றது.

பிக்காஸோ எழுதிய 'மனிதனும் அவனது வேலைகளும்' என்ற பொருள் படும் 'The Man and his work ' என்ற நூலும் இரண்டு பகுதிகளாகத் திரைப்படமாக்கப்பட்டது.

தனது தொன்னூறாவது பிறந்த நாளைப் பொது மக்களுடன் கொண்டாடினார் பிக்-காஸோ. அந்த மகிழ்வான நிகழ்வில், அந்த மாதத்தில் வரைந்த எட்டு ஓவியங்களையும் பாரிஸில் அமைந்துள்ள ஜாவர் அருங்காட்சியகத்தில் காட்சிப்படுத்தினார். தொன்னூறு வயதிலும் தனது ஓவியத் திறமையும், சிந்தனைப் போக்கும் வற்றாது வலம் வருகிறது என்று உலகோர்க்கு நம்பிக்கையளித்தார் பிக்காஸோ.

பிக்காஸோ உலகப் புகழ்பெற்ற ஓவியர், அச்சுப்பொறியாளர், மேடை வடிவமைப்பாளர், திரைச்சீலை வடிவமைப்பாளர், மண்பாண்டக் கலைஞர், சிற்பக் கலைஞர், கவிஞர், எழுத்-தாளர், நாடக ஆசிரியர், புகழ்பெற்ற பல புதுமையான ஓவியங்களை உலகிற்கு அறிமுகம் செய்தவர், கியூபிசம் பாணியை வழங்கியவர், உழைப்பால் ஒப்பற்ற படைப்புகளைத் தந்த மாபெரும் படைப்பாளர், 'தூரிகை எடுத்தால் ஓவியங்கள் கொட்டும்' என்று புகழப்பட்டவர், இருபதாம் நூற்றாண்டின் இணையில்லாத கலைஞர், நவீன பாணி ஓவியங்களின் தந்தை, தலைவர், முன்னோடி என்று போற்றப்படுபவர்.... இப்படி இவரது புகழைச் சொல்லிக் கொண்டே செல்லலாம்.

பிக்காஸோ உலகில் அமைதியை விரும்பினார். அந்த அமைதியையும், சமாதானத்தை-யும் உலகிற்கு அடையாளம் காட்ட அவர் வரைந்த ஓவியம் தான் 'ஒற்றைப் புறா மற்றும் ஆலிவ் இலைகள்.' உலக அமைதிக்கான சின்னமாக இந்த ஒற்றைப் புறாவும், ஆலிவ் இலைகள் படமும் இன்றும் அங்கீகரிக்கப்பட்டுப் பறந்து கொண்டிருக்கிறது. பிக்காஸோவின் ஓவியங்கள் எல்லாம் இன்னும் பல நூற்றாண்டுகள் காணக்கிடைக்கும் பொக்கிஷங்கள் என்-றால் இது மிகையல்ல.

பிக்காஸோ தன் பெயரை மிகவும் விரும்பினார். இந்தப் பெயர் அவரது தாயின் பெய-ரிலிருந்து எடுக்கப்பட்டது. அவர் வாழ்ந்த ஸ்பெயின் நாட்டில் பெரும்பாலும் இரண்டு 'SS' உள்ள வார்த்தைகள் இருக்காது. ஆனால் இவரது பெயரில் 'PICASSO' இரண்டு 'SS' வருவதும், இவரைப் பிக்காஸோ என்று பிறர் அழைப்பதும் மகிழ்ச்சி
தந்ததாம்.

தனது இளம் பருவம் முதலே கலைவண்ணப் படைப்புகளில் கைதேர்ந்து, தனது தீராத ஆசையாலும், இடைவிடாத முயற்சியாலும், கடின உழைப்பாலும் உயர்ந்து ஜொலித்த பாப்லோ பிக்காஸோ காலமெல்லாம் நினைவுகூறப்படும் ஒப்பற்ற, ஒய்யாரக் கலைஞராகத் திகழ்கின்றார். இளம் வயதிலேயே திறமையுள்ளோர்கள் கண்டறியப்பட்டு ஊக்கப்படுத்தப்பட்-டால் பாப்லோ பிக்காஸோக்கள் நம் சமூகத்திலும் உருவாகி, உன்னதம் படைப்பார்கள் என்-பது முற்றிலும் உண்மையே.

6. வாழ்க்கையை எழுத்தாக்கியவர்!

ரஷ்ய எழுத்தாளர் ஐசக் பேபல் "உலகம் தன்னால் எழுத முடிந்தால் அது டால்ஸ்டாயைப் போல எழுதும்" என்று கூறினார். "டால்ஸ்டாயின் நாவல்கள் ஒரு கலைப் படைப்பு அல்ல, அவைகள் வாழ்க்கையின் ஒரு பகுதி" என்றார் பிரிட்டிஷ் கவிஞர் மாத்யூ ஆர்னால்ட். இன்னும் ஒரு படி மேலே சென்று, ஆங்கில எழுத்தாளர் வெர்ஜீனியா வுல்ப் "அனைத்து நாவலாசிரியர்களிலும் மிகவும் உயர்ந்தவர்" என்று டால்ஸ்டாயைப் புகழ்கின்றார்.

ஆம்! ரஷ்ய மண்ணின் புகழ்பெற்ற ஒரு எழுத்தாளர் டால்ஸ்டாய் என்பது உலகம் அறிந்ததே. ஒரு எழுத்தாளரின் நூல்கள் நூற்றி ஐம்பது ஆண்டுகள் கடந்தும் வாசிக்கப்பட்டுக் கொண்டிருக்கின்றன என்பதே இதற்கான சான்று.

1828-ஆம் ஆண்டு, செப்டம்பர் மாதம் 9-ஆம் தேதி வசதி மிக்க குடும்பத்தில் பிறந்தவர் லியோ டால்ஸ்டாய். தாய் மரியா நிகோலயேவ்னா, தந்தை நிகோலாய் இலிச். டால்ஸ்டாய் பிறந்த இரண்டு ஆண்டுகளில் தாய் இறந்துவிட்டார். 1837-ஆம் ஆண்டு தந்தையும் இறந்-தார். அன்போடு இவர்களை கவனித்துக் கொண்ட பாட்டியும் அடுத்த ஆண்டில் மரண-மடைய, 1841-ல் தனது 13-வயதில் அத்தை அலெக்ஸாண்ட்ரா என்பவரால் டால்ஸ்டா-யும், நான்கு உடன் பிறந்தவர்களும் கண்காணிக்கப்பட்டு வளர்க்கப்பட்டனர். இவரது அத்தை பாசமுடன் வளர்த்திருக்கின்றார். வீட்டிலேயே கல்வி கற்பிக்கப்பட்டது.

1844-ஆம் ஆண்டில் தனது பதினாறு வயதில் கசான் பல்கலைக்கழகத்தில் சேர்ந்து கல்வி கற்றார். ஆங்கில நாவலாசிரியர்களான லாரன்ஸ் ஸ்டெர்ன் மற்றும் சார்லஸ் டிக்கன்ஸ்

படைப்புகளில் அதிக ஆர்வம் டால்ஸ்டாய்க்கு இக்காலக் கட்டத்தில் உருவானது. நிறைய வாசித்தார், தன்னிடமும் ஒரு எழுத்தாளன் மறைந்துள்ளான் என்பதை உணர்ந்து கொண்டு, கல்லூரியில் வெளியான நூல்களில் எழுதினார். அடிப்படையில் கிறிஸ்தவராக இருந்தா-லும், தத்துவ ஞானி ரூஸோ மீது கொண்ட அன்பால் தனது கழுத்தில் ரூஸோவின் படம் பதித்த பதக்கத்தை அணிந்து கொண்டிருந்தார். எழுத்திலும், சமூக அக்கறையிலும் இவரது தொடக்கத்தை நம்மால் இங்கு புரிந்து கொள்ள இயலும்.

வாழ்க்கைப் பயணம்: லியோ டால்ஸ்டாய் தன்னைவிட இருபது வயது குறைந்த சோபியா என்பவரைத் திருமணம் செய்து கொண்டார். சோபியாவின் தந்தை ஒரு புகழ்பெற்ற மருத்-துவர். டால்ஸ்டாயும், சோபியாவும் மிகவும் அன்பான தம்பதிகளாகவே வாழ்ந்தனர். இவர்க-ளுக்குப் பதிமூன்று குழந்தைகள். குழந்தைப் பருவத்தில் பத்துக் குழந்தைகள் காப்பாற்றப்பட்டு விட்டனர்.

ஏறக்குறைய அறுநூறு ஏக்கர் இடம் கொண்ட, பண்ணைத் தோட்டம் பெற்ற ஒரு பிர-புக்கள் குடும்பத்தைச் சார்ந்தவர் தான் லியோ டால்ஸ்டாய். இறுதி வரை இவருக்கு வசதி வாய்ப்புகளுக்குக் குறைவு ஒன்றும் இல்லை.

இவரது மனைவி, இவரது எழுத்துப் பணிக்குப் பெரிதும் உதவினார். டால்ஸ்டாய் எழுதும் போது அடிக்கடி அதில் திருத்தங்கள் செய்வார், அடித்து எழுதுவார். இவற்றை முறையாகப் படியெடுத்து அவற்றைப் பதிப்பகங்களுக்கு அனுப்பி, அவர்களிடம் பேசி, கருத்துப் பரிமாற்றம் செய்து, பிரசுரிக்கும் வரை பல உதவிகளை மேற்பார்வை செய்தவர் இவரது மனைவி தான். முதலில் டால்ஸ்டாய் தனது குழந்தைப் பருவ அனுபவங்களைப் பற்றி எழுதினார். குழந்தைப் பருவம், பிள்ளைப் பருவம் மற்றும் பதின்மப் பருவம் என்பதே இவரது ஆரம்பகாலப் படைப்-புகளாகும். இவைகள் நாவல் வடிவில் வெளிவந்தாலும், இவற்றின் சாராம்சம் தனது வாழ்-வின் கடினமான, மகிழ்ச்சியான மற்றும் கரடுமுரடான பகுதிகளை வெளிப்படுத்துவதாகவே எழுதியிருந்தார். வயது அதிகரிக்கின்றது, மனதும், எண்ணங்களும் விரிகின்றது. இச்சூழலில் தன்னைச் சுற்றி வசிக்கும் விவசாயிகளின் வாழ்க்கை நிலையைக் கூர்ந்து கவனிக்கின்றார். மேலோட்டமான உணர்ச்சிகளை மையமாக வைத்து எழுதுவதை விடச் சற்று உள்ளார்ந்து எழுத வேண்டும் என்ற பக்குவம் அடைகின்றார்.

ஒரு தேர்ந்த எழுத்தாளருக்குரிய சிந்தனைகள் தோன்ற ஆரம்பித்த போது இவர் உரு-வாக்கிய இரண்டு நாவல்கள் உலகப் புகழ் பெற்றன. இன்றளவும் இந்த நாவல்கள் உலகின் தலைச் சிறந்த நாவல்கள் வரிசையில் நிற்கின்றன. 'போரும், அமைதியும்' (War and Peace), என்ற நாவலும், 'அன்னா கரேனினா' (Anna Karenina) என்ற நாவலும் இன்-றும் போற்றப் படுகின்றன.

'போரும், அமைதியும்' என்ற நாவல் நெப்போலியனின் போர் முறைகளை நையாண்டி செய்தும், அதன் வழிமுறைகளை விமர்சித்தும் அமைந்தது. மேலும் சில கற்பனையான கதாபாத்திரங்கள் மூலம் போர்க்களங்களின் உண்மை முகத்தை வெளிக் காட்ட முனைந்தது. வரலாறுகள் சொல்லும் செய்திகள், அவற்றின் உண்மை முகங்கள் போன்றவற்றை அலசிப் பார்ப்பது என்று இந்த நாவல் அமைகின்றது. ஆர்வமுடன் இதனைப் படிப்பவர்கள் பொது-வாகச் சொல்லக் கூடிய கருத்து என்னவென்றால் "பத்தொன்பதாம் நூற்றாண்டில் நில-விய அரசியல், சமுதாய மற்றும் மானுட வாழ்வின் பல அம்சங்களை. ஆய்வுப் பூர்வமாக

வெளிக்காட்டுவதாக இந்த நாவல் இருக்கிறது'' என்பதேயாகும். இதில் பரந்த கதைக்களம் அமைத்து 580-கதாபாத்திரங்கள் மூலம் டால்ஸ்டாய் தனது எண்ணங்களை, எழுத்தாக்கி வெளியிட்டுள்ளார்.

இரண்டாவது இவரது புகழ்பெற்ற நாவலான 'அன்னா கரேனினா' ஒரு குடும்பச்சூழலை மையமாக வைத்து எழுதப்பட்டதாகும். ''மகிழ்ச்சியான எல்லாக் குடும்பங்களும் ஒன்று போல இருக்கின்றன. ஆனால், துயருறும் ஒவ்வொரு குடும்பமும் தன்னளவில் தனியாகவே இருக்-கின்றன'' என்று கூறினார் டால்ஸ்டாய். ஒப்லோன்ஸ்கிஸ், கரேனின்ஸ் மற்றும் லெவின்ஸ் என்ற மூன்று குடும்பங்களின் கதைகளைப் பின்னிப் பிணைந்துள்ளதே இந்த நாவல். குடும்-பம், பொறுப்பு, காதல், அன்பு, வெறுப்பு, மனசாட்சி, மகிழ்ச்சி, துயரம் என்று எல்லாப் பரி-மாணங்களையும் அலசிச் செல்லும் இந்த நாவலும் சுவை குன்றாமல் இன்றளவும் வாசிக்கப் படுகின்றது.

அந்தக் காலத்தில் பேனாக்கள் கண்டுபிடிக்கப்படவில்லை மையைத் தொட்டு மயிலிறகால் தான் எழுத வேண்டும். இந்த ஒவ்வொரு நாவலும், இதன் பிறகு எழுதிய நாவல்களும் என்று, இருபதாயிரம் பக்கங்களை டால்ஸ்டாய் எழுதியுள்ளார். இவற்றையெல்லாம் படியெ-டுத்துப் பதிப்பிக்க அனுப்பிய இவரது மனைவியும், பிள்ளைகளும், உதவியவர்களும் போற்-றப்படக் கூடியவர்களே. இன்று போல பேசியோ, தட்டச்சு செய்தோ, எழுதியோ அனுப்பும் வசதியில்லாத காலத்திலும் விடாப்பிடியாக எழுதியுள்ளார் டால்ஸ்டாய். ஒரு நாளுக்குப் பத்-துமணி நேரம் என்பது அவருக்குச் சாதாரணமாக எழுதும் பழக்கமாக இருந்துள்ளது.

உழைப்பின் அருமையை, உழைப்பவர்களின் வேதனையை ஒரு காலத்தில் உணர்ந்து கொள்கிறார் டால்ஸ்டாய். பொதுவாக நான்கு மணி நேரங்கள் குதிரைச் சவாரி செய்பவராக-வும், தனது தோட்டத்து வேலைகளை மேற்பார்வை செய்பவராகவும், நாவல்கள் எழுதுபவரா-கவும் இவரது நாட்கள் நகர்ந்தன. இந்தச் சூழலில், இவரது பார்வை ஏழை விவசாயிகளின் பக்கம் திரும்பியது.

ஒரு சமயம் பிரான்ஸ் சென்றிருந்த போது புகழ்பெற்ற எழுத்தாளர், விக்டர் ஹியூகோ-வைச் சந்தித்தார் டால்ஸ்டாய். ''அடித்தட்டு மக்களின் வாழ்க்கையை பற்றிக் கவலைப்படு-வது தான் ஒரு எழுத்தாளனின் வேலை'' என்று அவர் டால்ஸ்டாயிடம் சொன்ன கூற்று, டால்ஸ்டாயை மாற்றியது. தன் சொந்தப் பண்ணைக்குத் திரும்பிய அவர். கல்வி மற்றும் ஏழைகளின் வாழ்க்கையைப் பற்றி அதிகம் சிந்தித்தார். தனது பண்ணைத் தோட்டத்திலேயே தன்னையொத்த சிந்தனை கொண்டோரை சேர்த்துக் கொண்டு நற்காரியங்களில் ஈடுபட்டார்.

வயலுக்குச் சென்று அன்றாடம் கடுமையாக உழைத்தார். இவரது பண்ணையிலேயே ஐநூறுக்கும் மேற்பட்டோர், வேலை செய்தாலும், இவரும் அங்கு உழைத்தார். 'உழைப்பதே மனித வாழ்வின் மேன்மை' என்று எடுத்துரைத்தார். அங்கிருந்த விவசாயிகளின் பிள்ளை-களுக்காக ஒரு கல்விக் கூடத்தை நிறுவினார். கல்வி எதற்காக? கல்வி எப்படித் தரப்பட வேண்டும்? என்ற கேள்விகளை மனதில் வைத்துக் கொண்டு சில கட்டுரைகளையும் படைத்-தார். பன்னிரண்டு இதழ்களையும் கல்வி சார்ந்து வெளியிட்டார். 'கல்வியின் முன்னேற்றம் மற்றும் வரையறை' என்ற தலைப்பில் இவை அமைந்தன.

மதமும், மகளும், மாற்றமும்: ஏழைகளின் வறுமை நிலை கண்டு வருந்திய டால்ஸ்டாய் ஆன்மீகம் பற்றி நிறைய வாசித்தார். கிறிஸ்தவ மதத்தின் விவிலியத்தை நேசித்தார். மதப் போதனைகளை விடச் சிறந்த பல கருத்துகள் விவிலியத்தில் குழந்தைகளுக்கு இருப்பதா-கச் சொன்னார். இயேசுவை ஒரு இறைத் தூதராக மட்டுமே ஏற்றுக் கொண்டார். கடவுள் இருக்கிறார் என்றும், அவரே உலகைப் காப்பவர் என்றும் எழுதினார். அதே சமயம், மதம் மற்றும் கடவுள் சார்ந்த சரியான நிலைப்பாட்டை அவர் இறுதி வரை வெளியிடவில்லை. பல நூல்களையும் ஆன்மீகம் சார்ந்து எழுதினார்.

டால்ஸ்டாய் தன் பிள்ளைகளை நேசித்தார். அவர்களும் அவரை நேசித்தார்கள். ஆனால் அவரது மகள் மாஷா மீது அதிக அன்பு கொண்டிருந்தார். காரணம், அவள் எப்போதும் டால்ஸ்டாயுடன் இருந்து உதவி வந்தாள். சுத்தமான ஆடை அணிவதுடன், அறிவானவளாகவும், அன்பானவளாகவும் அவள் விளங்கினாள். எனவே, அவளைத் தன் அருகில் வைத்துக் கொள்ள டால்ஸ்டாய் விரும்பினார். ஆனால், அவளுக்குக் காசநோய் இருந்தது. டால்ஸ்டாயின் மனதில் தன் மகள் தனக்கு முன் இறந்துவிடக் கூடாது என்ற கவலை உள்ளத்தில் உறைந்து கிடந்தது. இதற்காக அவர் தொடர்ந்து பிரார்த்தித்து வந்தார். ஆனால், அவள் இறக்க நேரிட்டது. அவள் நோய்வாய்பட்ட சமயத்தில் நன்கு கவனித்துக் கொண்டார். இறப்புச் சடங்கில் எல்லோரும் அழுதார்கள். டால்ஸ்டாய் அழவில்லை.

ஆனால், சில நாட்கள் கழித்து ஒரு நண்பர் வீட்டிற்கு வந்து துக்கம் விசாரித்தார். ‘கடவுள் பெற்றோர்கள் முன்னிலையில் பிள்ளைகளை எடுத்துக் கொள்வது கொடுமையிலும் கொடுமை’ என்று கூறியதும் துக்கம் தாளாமல் கதறி அழுதார். தனக்கும் இக்கேள்விக்கான விடைகிடைக்கவில்லை, இந்த வாழ்க்கையை என்னால் புரிந்து கொள்ள முடியவில்லை என்று தன் வேதனைகளை டால்ஸ்டாய் பகிர்ந்து கொண்டார். இன்றும் சிலர் தாங்கள் அதி-கம் நேசிப்பவர்கள் பிரிகின்ற போது அமைதிகாப்பதும், பின்பு உடைந்து அழுவதும் நடை-பெறவே செய்கின்றது. இதுவும் சோகத்தின், ஆழ்ந்த வேதனையின் ஒரு வெளிப்பாடு தான்.

டுகோபார்ஸ் மக்கள் மேல் அன்பு: ரஷ்யாவின் தெற்கு பகுதியில் வசித்து வந்த ஒரு குழுவினரே டுகோபார்ஸ் என்னும் கூட்டத்தினர். ஏறக்குறைய 40,000 கும்பங்கள் ஆங்-காங்கே சிறு சிறு கிராமங்களில் வசித்துவந்தனர். இவர்கள் கிறிஸ்துவ மதத்தைச் சார்ந்த-வர்கள். ஆனால் யாருடைய கட்டுப்பாட்டிலும் இல்லாமல், மனமே கோயில் என்று கூறி வாழ்ந்தவர்கள்.

இவர்களது தெருக்கள் அகலமாகவும், வீடுகள் மண்ணாலும் கட்டப்பட்டவை. இவர்கள் யாரையும் துன்புறுத்த மாட்டார்கள், யாருடனும் சண்டை போடமாட்டார்கள். மற்றவர்கள் எவ்வளவு அடித்தாலும் வாங்கிக் கொள்வார்கள். போர் செய்வதும், இராணுவமும் இவர்க-ளுக்குப் பிடிக்காது. யாரும் ராணுவத்தில் சேர மாட்டார்கள்.

இவர்கள் சைவ உணவு மட்டுமே உண்டார்கள். முட்டை சாப்பிடுவதைக் கூடப் பாவம் என்று எண்ணினார்கள். பாலை குடிக்க மாட்டார்கள். பால், கன்றுகளுக்கே உரியது என்று விட்டுவிட்டார்கள். இவர்கள் மிகவும் கருணை கொண்டவர்கள். தங்களது தேவைகள் யாவற்றையும் இவர்களே செய்து கொண்டார்கள்.

தங்களை நிர்வகிக்கக் குழுக்களை அமைத்துக் கொண்டார்கள். வயதானவர்களை சமு-தாயமே பார்த்துக்கொள்ள வேண்டும். தங்களுக்குள்ளே சடங்குகள், வழிபாடுகள் என்று வித்-

தியாசமாக வாழ்ந்து வந்தார்கள். கடும் உழைப்பாளிகள், விவசாயம் செய்வதில் தேர்ந்தவர்கள் என்பதால் அரசை இவர்கள் எதிர்பார்க்கவில்லை.

ஒரு காலக் கட்டத்தில் அரசும் இவர்களைக் கண்டு கொள்ளாததால் வரி தர மறுத்தார்கள். இராணுவத்தையும் புறக்கணித்தார்கள். இதனால் கோபம் கொண்ட ரஷ்ய அரசு இராணுவம் கொண்டு இவர்களைத் தாக்கியது. இராணுவத்தில் சேர வற்புறுத்தியது பெண்களைக் கூட அடித்துத் துன்புறுத்தினார்கள். இவர்கள் எல்லா அடியையும் வாங்கிக் கொண்டார்கள். ஆனால், திருப்பி யாரையும் தாக்கவில்லை.

இப்படி ஒரு நாள் ஒரு ரஷ்ய வீரன் ஒரு டுகோபார்ஸ் இளைஞனைப் பல மணி நேரம் அடித்தானாம். பின்பு களைத்துவிட்டானாம். அப்போது அந்த டுகோபார்ஸ் இளைஞன் இவனிடம் “நீ ரொம்ப களைத்துப் போய் விட்டாய், சென்று எங்கள் வீட்டில் உணவு சாப்பிட்டு வந்து என்னை அடி”என்றானாம். அந்த அளவிற்கு அஹிம்சையைக் கடைப்பிடித்தவர்கள் இந்த மக்கள். அதாவது, மனிதர்கள் நாம் ஒருவர் ஒருவரோடு சண்டை போடக்கூடாது என்பது இவர்களது கொள்கை.

இப்படித் துன்புறுத்தியும் பணியாததால் ரஷ்ய அரசு இவர்களை நாட்டை விட்டு வெளியேறச் சொன்னது. இந்தச் சம்பவங்களையல்லாம் கேட்ட டால்ஸ்டாய் வேதனைப் பட்டார். ஆனால், இந்த மக்களின் வாழ்க்கை மற்றும் கொள்கைகளைக் கண்டு மகிழ்ந்தார், இவர்களைக் கொண்டாடினார். தான் மனதில் நினைத்ததைப் போல நல்ல மனிதர்களாக இவர்கள் வாழ்கின்றார்கள் என்று புகழ்ந்தார். இவர்களில் சிலர் அரசிடம் இருந்து தப்பித்து இவரது பண்ணையில் அடைக்கலம் புகுந்தனர்.

இவர்கள் மேல் இரக்கம் கொண்ட டால்ஸ்டாய், அரசிடம் பேசினார். இவர்களை கனடாவுக்கு அனுப்ப உதவினார். இதற்காகவே மிகவும் கஷ்டப்பட்டு ‘புத்துயிர்ப்பு’ (Resurrection) என்ற நாவலை எழுதினார். இந்த நாவல் ஒரு பெண்ணின் காதல் கதையைச் சொல்லியது. இந்த நாவலுக்காகப் பெற்ற வருமானம் மூலம் இந்த டுகோபார்ஸ் மக்களை கப்பலேற்றி கனடாவுக்கு அனுப்பி வைத்தார். அவர்களுக்கு உதவ தனது மகனையும் அவர்களோடு அனுப்பினார். இப்போதும் இந்த மக்கள் கனடாவில் உள்ளார்கள். இவர்கள் உள்ள இடத்திலெல்லாம் டால்ஸ்டாய்க்குச் சிலை வைத்துக் கொண்டாடுகின்றார்கள். அவரது ‘புத்துயிர்ப்பு’ நூலையும் தினம் தினம் படிக்கின்றார்கள் என்று கூறப்படுகின்றது.

தங்களை தாக்குபவர்களைத் திருப்பித் தாக்காமல் அதை ஏற்பது, தங்கள் தேவைகளைத் தாங்களே நிறைவேற்றிக் கொள்வது, பகிர்ந்துண்டு குழுவாக வாழ்வது என்பது டுகோபார்ஸ் மக்களின் பழக்கமாக இருந்ததை டால்ஸ்டாய் மூலம் மகாத்மா காந்தி அறிந்திருந்தார். இந்த மக்கள் மற்றும் டால்ஸ்டாயின் நட்பே காந்திஜி அஹிம்சை வழியைப் பின்பற்றக் காரணமானது. காந்தியடிகள் தென்னாப்பிரிக்காவில் இருந்தபோதே டால்ஸ்டாயிடம் நட்பு கொண்ட காரணத்தால் அங்கு அவர் நடத்திய பள்ளிக்கு ‘டால்ஸ்டாய் பள்ளி’ என்று பெயரிட்டு இருந்தார். சில திருக்குறளின் ஆங்கில மொழிபெயர்ப்பைத் தன் கடிதத்தில் டால்ஸ்டாய் காந்தியடிகளுக்கு ஒரு சமயம் அனுப்பியிருந்தார். அவற்றை வாசித்து நேசித்த காந்தியடிகள் அதன் பிறகு திறக்குறளைப் பற்றித் தெரிந்து கொண்டார். இப்படி மகாத்மா காந்தியடிகளின் வாழ்விலும் தாக்கத்தை உருவாக்கியவர் டால்ஸ்டாய்.

டால்ஸ்டாய் பின்னாளில் எழுதிய ஹட்ஜி முராத் மற்றும் இவான் இலிச்சின் மரணம் என்ற இரண்டு நாவல்களும் போற்றப்பட்டன. டால்ஸ்டாய் சந்தித்த விவசாயிகள் அவரிடம் அதிகத் தாக்கத்தை உருவாக்கியிருந்தார்கள். தனது புத்தகங்களை யார் வேண்டுமானாலும் பதிப்பித்துக் கொள்ளலாம் என்று டால்ஸ்டாய் கூறிவிட்டதால், புத்தகங்கள் மூலம் கிடைக்கும் லாபம் குறைந்ததை அவரது மனைவி சோபியா எண்ணி வருத்தப்பட்டார். தனது இறுதி காலத்தில் தனது சொத்துகளை எல்லாம் ஏழை விவசாயிகளுக்கு எழுதி வைத்துவிட வேண்டும் என்று டால்ஸ்டாய் திட்டமிட்டார். இதனால் தனது பிள்ளைகளுக்குப் பாரம்பரிய சொத்துகள் போய்விடுமே என்று அவரது மனைவி எதிர்ப்புத் தெரிவித்தார். இதனால் டால்ஸ்டாயின் இறுதிநாட்களில் அவருக்கும் மனைவிக்குமிடையில் மோதல்கள் நடந்தன.

இச்சூழலில் அவர் நோய்வாய்ப்பட்டார், அவரை வீட்டில் கவனமாகப் பார்த்துக் கொண்டார்கள். ஆயினும் சில சமயம் ஞாபக மறதியால் அவதிப்பட்டார், தனது மரணத்தைப் பற்றிப் பேசிக் கொண்டிருந்தார். ஒரு விவசாயி "வாழ்க்கையில் எல்லாம் செய்த முடித்த பின்பு ஒரு மனிதன் ஏன் குடும்பத்தோடு ஒட்டிக் கொண்டு வாழ வேண்டும்"என்று கூறியதைக் கேட்டதும், வீட்டை விட்டுக் கிளம்பி எங்கோ இரயிலில் பயணித்தார். ஆனால், அவரால் வெகுதூரம் பயணிக்க முடியவில்லை. எனவே, சின்னஞ்சிறிய 'அஸ்தபோவ்' ரயில் நிலையத்தில் இறங்கினார். அங்கிருந்த ஒரு அறையில் தான் ஆழ்ந்த தனிமையில் இருக்க வேண்டும் என்று கூறினார். அங்கே பத்திரிக்கையாளர்கள், அவரது வாசகர்கள், புகைப்படக்காரர்கள் என்று பலரும் சூழ்ந்து கொண்டனர். ஆனால், அப்போதும் அவர் தன் மனைவியைச் சந்திக்க விரும்பவில்லை. தன் மனைவி சொத்துகள் பற்றித் தன்னிடம் எதுவும் கேட்பாரோ என்று எண்ணியிருக்கலாம். ஆனால், அவர் எல்லாவற்றையும், எல்லோருக்கும் தந்து விட்டுச் செல்லத் தயாரானார். தனது 82 ஆவது வயதில், இந்த அற்புதமான எழுத்தாளர் தன் மூச்சை நிறுத்திக் கொண்டார். இப்படி மரணித்த டால்ஸ்டாயின் கடைசி நாட்கள் பற்றி 'Departure of a Grand old Man' என்ற மௌனப் படமும், 'The Last Station' என்ற திரைப்படம் அஸ்தபோவ் ரயில் நிலையத்தைச் சார்ந்தும் எடுக்கப்பட்டது.

அவரது விருப்பப்படியே அவரது பண்ணையிலிருந்த ஆப்பிள் தோட்டத்தில் அவரது உடல் புதைக்கப்பட்டது. எழுத்துகள் மூலம் ஏழை, எளிய மக்களின் வாழ்க்கையைப் பிரதிபலித்த ஒரு மாபெரும் மனிதர் இவ்வுலகைக் கடந்து சென்றார். இவரது நாவல்களுக்காகவும், இவரது மனிதநேய சேவைகளுக்காகவும் 1901- ஆம் ஆண்டுமுதல் 1909-ஆம் ஆண்டு வரை நோபல் பரிசுக்காக இவரது பெயர் பரிந்துரைக்கப்பட்டது. ஆனால், அது வழங்கப்படவில்லை. ஆயினும் பல ஆண்டுகள் அவருக்கு வழங்க வேண்டும் என்ற விண்ணப்பங்கள் உலக அளவில் பரிந்துரைக்கப்பட்டதே பெருமைக்குரியதாகும்.

உலகின் தலைசிறந்த நாவலாசிரியர்கள் வரிசையிலும், மனித நேயமிக்க எழுத்தாளர்கள் வரிசையிலும் டால்ஸ்டாய் முன்னிலையில் நிற்கின்றார். ஆன்டன் செகாவ், தாஸ்தொவெஸ்கி மற்றும் கார்க்கி ஆகிய புகழ்பெற்ற ரஷ்ய எழுத்தாளர்களும் இவரைப் புகழ்கிறார்கள். "இலக்கியம் டால்ஸ்டாய் கையில் உள்ளபோது அது எல்லோருக்கும் பயன்படுகின்றது" என்று செகாவ் பாராட்டுகின்றார். ஒரு நாள் ஒரு குப்பைத் தொட்டியில் ஒரு மனிதனும், நாயும் உணவுக்காகப் போராடுவதைக் கண்ட டால்ஸ்டாய், தன் வீட்டிற்கு வந்து இருந்த தானியங்களையெல்லாம் ஏழை மக்களுக்கு வாரி வழங்கினார். இதைக் கண்ட செகாவ்

எல்லா இடங்களிலும் இலவச மருத்துவ முகாம்கள் நடத்தி மக்களைக் காத்தார்.

ரஷ்ய நாட்டைச் சேர்ந்த பல எழுத்தாளர்கள் மக்களின் அடிப்படைத் தேவைகளையும், வாழ்க்கைத் துன்பங்களையும், தங்கள் எழுத்துகள், கதைகள், நாவல்கள் மூலம் உலகிற்குக் காட்டினார்கள். பெரும் பான்மையாக இருக்கும் உழைக்கும் மக்களின் துயரங்களை உரக்கச் சொன்ன இந்த எழுத்துகளால் தான் ஒவ்வொரு நாட்டிலும் மனிதம் துளிர்த்தது. இன்றும் கூட பேனாக்களின் வலிமையால் தான் அரசுகள் மக்களை நோக்கிச் செல்கின்றன. டால்ஸ்டாய் என்ற மாமனிதர் இந்தப் பயணத்தில் மிகச்சிறந்த பங்களிப்பைத் தந்து, எழுத்தாளர்களுக்கு முன்னோடியாக விளங்கியுள்ளார். உலகம் உள்ளவரை அவரது எழுத்தும், சிந்தனையும், நினைவும் இருக்கும் என்பதே மகிழ்வான உண்மையாகும்.

லியோ டால்ஸ்டாய் பொன்மொழிகள்

நான் புரிந்து கொண்ட அனைத்தும், நான் நேசிப்பதால் மட்டுமே புரிந்து கொள்கிறேன்.

போர் மிகவும் அநியாயமானது மற்றும் அசிங்கமானது. அதை நடத்தும் அனைவருமே மனசாட்சியின் குரலைத் தங்களுக்குள் ஆய்ந்து பார்க்க வேண்டும்.

எல்லா மக்களும் தங்கள் மீதுள்ள அன்பினால் மட்டுமே வாழ்கின்றார்கள், அக்கறையினால் அல்ல.

துன்பம் மற்றும் மரணத்தைத் தரும் அச்சுறுத்தலின் கீழ், சிலர் தாங்கள் செய்ய விரும்பாததைச் செய்யச் சொல்வதில் எல்லாவிதமான வன்முறைகளும் அடங்கியிருக்கின்றன.

நம்பிக்கை என்பது மனிதனை வாழவைக்கும் சக்தியாகும். இந்த நம்பிக்கை உணர்வு மூலம் மனிதன் தன்னைத் தானே அழித்துக் கொள்ளாமல் தொடர்ந்து வாழ்கின்றான்.

ஒரு கலைப் படைப்பு நல்லது. ஆனால், அது பெரும்பாலான ஆண்களுக்குப் புரியாது என்று சொல்வது, ஒரு உணவு நல்லது ஆனால் அது பெரும்பாலான மக்களால் சாப்பிட முடியாதது என்று கூறுவதைப் போன்றதாகும்.

இரண்டு சக்திவாய்ந்த போர்வீரர்கள் இவ்வுலகில் உள்ளார்கள். ஒன்று நேரம், மற்றொன்று பொறுமை.

எல்லோரும் இந்த உலகை மாற்ற நினைக்கின்றார்கள். ஆனால், யாரும் தன்னை மாற்ற நினைப்பதில்லை.

இசை என்பது நமது உணர்ச்சிகளின் சுருக்கெழுத்தாகும்.

நீங்கள் எதிலும் முழுமையைத் தேடினால், ஒருபோதும் திருப்தியடைய மாட்டீர்கள்.

மனிதத் தலைகள் இருக்கும் அளவுக்கு இதயங்கள் இதமாக இருந்தால், இந்த உலகில் எத்தனைவிதமான அன்பு கிடைக்கும்!

நமக்கு எதுவுமே தெரியாது என்பதை மட்டுமே நாம் அறிந்து கொள்ள முடியும். இதுவே மனித ஞானத்தின் உயர்ந்த அளவாகும்.

ஒருவர் உணர்வதை முழுமையாக வேறு ஒருவரிடம் சொல்வது சாத்தியமில்லை. ஆம், ஒவ்வொருவரின் உணர்தலும் மாறுபட்டது.

நீங்கள் ஒருவரை நேசிக்கும் போது, அந்த நபராகவே நேசியுங்கள். நீங்கள் விரும்பும் நபராக எண்ணி நேசிக்காதீர்கள்.

ஒவ்வொருவரும் தங்கள் சொந்த நம்பிக்கைகளுக்காகப் போராடினால் போர் இருக்காது.

சலிப்பு, ஆசைகளினால் வரும் மேலான ஆசையாகும்.

மகிழ்ச்சி என்பது வெளிப்புற விஷயங்களைச் சார்ந்தது அல்ல. ஆனால், நாம் அவற்றைப் பார்க்கும் விதத்தைப் பொறுத்தது.

எளிமை, நன்மை மற்றும் உண்மை இல்லாத இடத்தில் மகத்துவம் இல்லை.

யாருக்கும் தெரியாத வகையில் நல்லது செய்வது மிகவும் நல்லது.

சிறிய மாற்றங்கள் நிகழும் போது தான் உண்மையான வாழ்க்கை வாழ்கிறது.

ஒரு எதிரியை ஒழிக்க வேண்டுமானல், அந்த எதிரியை நேசிக்க வேண்டும்.

மரணத்துக்கு அஞ்சும் வரை மனிதன் எதையும் தன்வசம் வைத்திருக்க முடியாது. ஆனால், பயப்படாதவனுக்கு எல்லாம் சொந்தம். துன்பம் இல்லாவிட்டால், மனிதன் தன் எல்லையை அறியமாட்டான். அவன் தன்னை அறியமாட்டான்.

நான் யார்? நான் ஏன் இங்கு இருக்கின்றேன், என்பது தெரியாமல் வாழ்க்கை சாத்தியமற்றது.

நீங்கள் மகிழ்ச்சியாக இருக்க விரும்பினால் அன்போடு இருங்கள்.

7. அறிவாற்றலால், உலகை ஈர்த்த அறிஞர்!

அந்த அறிவியல் அறிஞர், தனது ஆய்வகத்தில் தீவிர ஆராய்ச்சியில் ஈடுபட்டிருந்தார். அவரைப் பார்க்க ஒரு நண்பர் வந்தார். அறிஞர் அவரைக் கண்டுகொள்ளவில்லை. அவ்வளவு தீவிரமான ஆய்வில் இருந்தார். சரி, அறிஞரின் அறைக்குச் சென்று அமரலாம் என்று அங்கே சென்றார். அங்கே உணவு, பாத்திரத்தில் தயாராக இருந்தது. நண்பருக்கு நல்ல பசி, அறிஞர் சாப்பிட்டு விட்டுத் தான் வேலை செய்கிறார் என்று எண்ணிக்கொண்டு இருந்த உணவைச் சாப்பிட்டுவிட்டுப் பாத்திரங்களையும் கழுவி வைத்துவிட்டுச் சென்றுவிட்டார்.

சிறிது நேரம் கழித்து ஆய்வில் ஈடுபட்டிருந்த அறிவியல் அறிஞருக்குப் பசி எடுத்தது போல இருந்தது. தனது அறைக்குச் சென்றார். உணவு இல்லை, பாத்திரங்களும் கழுவி அடுக்கி வைக்கப்பட்டிருந்தது. "அடடா, நான் முதலில் சாப்பிட்டதை மறந்துவிட்டு மீண்டும் சாப்பிட வந்துவிட்டேனே" என்று தனக்குள் சொல்லிச் சிரித்துக் கொண்டு மீண்டும் ஆய்வகத்தில் சென்று ஆய்வில் ஈடுபட்டார். இப்படித் தீராத, பசி தெரியாத, உணவையே மறந்து உழைத்த அறிஞர் தான் சர் ஐசக் நியூட்டன். அன்று வழங்கப்பட்ட மதிய உணவைப் பற்றிய கேள்வி வந்த போது தான் பின்பு நியூட்டன் சாப்பிட்டதாக நினைத்ததும், நண்பரின் பசியாற்றியதும் தெரிய வந்தது.

பதினாறு மற்றும் பதினேழாம் நூற்றாண்டு அறிவியல் வரலாற்றிலும், உலக வரலாற்றிலும் பல கண்டுபிடிப்புகளையும், புதுமைகளையும் கொண்டிருந்தது. எண்ணற்ற அறிவியல் அறிஞர்கள் உலகமெங்கும் தோன்றிச் சாதனைகள் பல புரிந்த நூற்றாண்டுகள் இவை. குறிப்பாக, ஐசக் நியூட்டனின் புகழ் உலகமெங்கும் கொடிகட்டிப் பறந்தது என்று சொன்னால் அது மிகையில்லை.

இளமையும், கல்வியும்: 1642-ஆம் ஆண்டு கிறிஸ்துமஸ் தினமான டிசம்பர் 25-ஆம் தேதியன்று லின்கோல்ன்ஷையர் என்ற பகுதியில் இருந்த, கிராந்தம் என்ற சிற்றூரில் ஐசக் நியூட்டன் மற்றும் ஹன்னா அய்ஸ்ஹாப் என்ற தம்பதிகளுக்கு ஒரே மகனாகப் பிறந்தார். இவரது தந்தையின் பெயரே இவருக்கும் வைக்கப்பட்டது. காரணம், இவரது தந்தை நியூட்-

டன் பிறப்பதற்கு மூன்று மாதங்களுக்கு முன்பே இறந்துவிட்டார். கிறிஸ்துமஸ் தினத்தில் தன் மகன் பிறந்த மகிழ்ச்சி மட்டுமே தாய்க்கு இருந்தது. காரணம், தந்தை உயிருடன் இல்லை, குழந்தையும் மிகவும் எடை குறைந்த குறைப்பிரசவக் குழந்தையாக வலுவின்றிக் காணப்பட்டது.

இந்நிலையில் நியூட்டனுக்கு மூன்று வயது ஆன போது அவரது தாயார், அறுபது வயது நிறைந்த பர்னபாஸ் ஸ்மித் என்பவரைத் திருமணம் செய்து கொண்டார். இந்தத் திருமணத்தால் வந்த மாற்றாந்தந்தையை நியூட்டன் சற்றும் ஏற்கவில்லை. குழந்தை மனம் வெறுப்பிலும் சோகத்திலும் ஆழ்ந்தது. எனவே, அவரது தாயார் நியூட்டனைத் தன் தாய், தந்தையரிடம் ஒப்படைத்துவிட்டுச் சென்றுவிட்டார். இளம் வயதிலேயே தாய் மற்றும் தந்தையின் அன்பை முழுவதும் பெறமுடியாத சோகம் நியூட்டனைப் பாதித்தது.

ஆனாலும், நியூட்டனின் தாத்தாவும், பாட்டியும் படித்தவர்கள். ஆதலால் அன்போடு அவரைக் கவனித்தார்கள். அடிப்படைப் பாடங்களைக் கற்றுக் கொடுத்தார்கள், இளம் வயதில் குடும்பச் சூழல் காரணமாகவும், உடல்நிலை காரணமாகவும் நியூட்டன் படிப்பில் ஆர்வம் செலுத்தவில்லை.

சிறு வயதில் நியூட்டன் மிகவும் உடல் மெலிந்து ஒரு நோஞ்சான் பையன் போலக் காணப்பட்டார், படிப்பதிலும் ஆர்வம் இல்லை என்ற சூழ்நிலைதான் பள்ளி ஆரம்ப நாள்களில் நிகழ்ந்தது.

இந்த நிலையில் சற்றுப் பருமனாக இருந்த ஒருவன் நியூட்டனை அடிப்பதும், கிண்டல் செய்வதுமாக இருந்தான். ஒரு நாள், நியூட்டன் அவனிடம் ‘‘இனி, நீ என்னைத் தொட்டால், உன்னைத் தொலைத்து விடுவேன்’’ என்று மிரட்டிய போது அவன், வேகமாகத் தன் காலால் நியூட்டனின் வயிற்றில் மிதித்துவிட்டான். அவ்வளவு தான், நியூட்டன் வேகமாகப் பாய்ந்து அவனைப் பிடித்ததும், அவன் ஓடிப்போய்விட்டான். இந்தச் சம்பவம் நியூட்டனுக்கு இரண்டு முடிவுகளை எடுக்க உதவியதாக அவரது குழந்தைப் பருவம் பற்றிய நூல்களில் தெரிவிக்கின்றார்கள்.

முதலில் தன்னுடைய உடலைப் பேணிக்கொள்ள வேண்டும்; இதன்மூலம் மற்றவர்கள் தன்னை ஏளனம் செய்யவோ, தன்னிடம் வம்பிழுக்கவோ மாட்டார்கள் என்று நியூட்டன் தெரிந்து கொண்டு அதைச் செயல்படுத்தினார். இரண்டாவது தன்னைத் தாக்கியவனைப் படிப்பிலும் தோற்கடிக்க வேண்டும் என்று முயன்று படித்ததோடு, அதன்பிறகு பள்ளியில் தொடர்ந்து முதலிடம் பெற்றார் என்பதும் ஒரு செய்தியாக உள்ளது.

இன்றும் இங்கிலாந்து தேசத்தில் ‘கிராந்தம்’ என்ற சிற்றூரில், நியூட்டன் படித்த பள்ளியான ‘கிங்ஸ் பள்ளி’யில் ஒரு சட்டத்தில் ‘ஐ.நியூட்டன்’ என்று எழுதப்பட்டு உள்ளதைக் காணலாம். ஆம், புவியீர்ப்பு விசை கண்டுபிடித்து, உலகை ஈர்த்த அறிஞர் நியூட்டன் என்பதே அப்பள்ளிக்குப் பெருமை தானே!

இப்படி இளமைக்காலம் கடந்த போது, அவருக்கு பதினான்கு வயது நடந்த போது அவரது தாயார் மீண்டும் தன் மகனோடு வந்துவிட்டார். தனது இரண்டாம் திருமணம் மூலம் மூன்று குழந்தைகளும் பெற்றிருந்தார். அவரது இரண்டாம் கணவர் இறந்ததால் தனது மூத்த மகனோடு தான் தன் வாழ்வு என்று நியூட்டனும், அவரது சகோதர, சகோதரிகளும் ஒன்றாக வாழ்ந்தனர்.

நிறைய நிலங்கள் இருந்ததால் அவற்றில் விவசாயம் செய்து, தனது பண்ணையை நியூட்டன் நன்கு கவனித்துக் கொள்வார் என்று அவரது தாய் நினைத்தார். ஆனால், நியூட்டன் இந்தக் காலக்கட்டங்களில் எல்லாம் மரத்தடியில் அமர்ந்து வாசிப்பதையும், யோசிப்பதையும் தன் பழக்கமாகக் கொண்டிருந்தார். நியூட்டனின் தாய்க்கு முதலில் இது அதிர்ச்சியாக இருந்தாலும், படிப்பில் அவருக்கிருந்த ஆர்வத்தைப் புரிந்துகொண்டு டிரினிட்டி கல்லூரிக்குப் படிக்க அனுப்பினார்.

சிறு வயதில் அறிவியல் ஆர்வம் தென்பட்டதற்கான சில நிகழ்வுகளையும் நாம் இங்கே கவனிக்க வேண்டும். ஒரு சமயம் 'காற்று விசையாலை' (Wind Mill) ஒன்றைச் செய்து, அதன் மூலம் தானியத்தை அரைக்க முடியும் என்று செய்து காட்டினார். ஓடும் தண்ணீரால் ஏற்படும் ஆற்றலால் இயங்கும் கடிகாரம் செய்து காட்டினார். 'சூரிய ஒளிக்கதிர் நிழற் கடிகாரம்' அமைத்துக் காட்டினார். இந்தக் கடிகாரம் இன்றளவும் பாதுகாக்கப்பட்டு வருவதாகச் சொல்லப்படுகின்றது. படங்கள் வரைவது, புத்தகங்களைத் தேடிப் படிப்பது, மலர்கள், இலைகள் சேகரிப்பது, சிறு சிறு இயந்திரங்களை ஆய்வது என்பது அவரது இளமைக் காலப் பழக்கங்கள் ஆக இருந்துள்ளது.

இவ்வாறு, எதையும் ஆராய வேண்டும் என்று துறுதுறுப்பாக இருந்த நியூட்டனை அவரது தாயும், மாமாவும் புரிந்துகொண்டு கல்லூரிக்கு அனுப்பினார்கள்.

புகழ்பெற்ற கேம்ப்ரிட்ஜ் பல்கலைக்கழகத்தின் உறுப்புக் கல்லூரியான டிரினிடி கல்லூரியில் தனது பி.ஏ. படிப்பை 1661 முதல் 1665 வரை பயின்றார். அரிஸ்டாட்டிலின் தத்துவங்கள், தர்க்கவியல் நெறிமுறைகள் மற்றும் இயற்பியலில் அவர் கவனம் செலுத்தினார். தனது கல்வி ஆர்வத்தைப் பிற அறிஞர்களின் கோட்பாடுகளை அறிவதிலும் செலுத்தினார். 1664-ஆம் ஆண்டில் கணிதத்தின் மீது அவருக்கு அதிக ஈர்ப்பு ஏற்பட்டது. கணிதத்தின் ஒவ்வொரு கோட்பாடு பற்றியும் தெளியவும், ஆய்வு செய்யவும் தொடங்கினார். நியூட்டன் பிறப்பதற்கு ஒரு ஆண்டுக்கு முன்புதான் கலிலியோ மறைந்திருந்தார்.

அந்த நாட்களில் பாயில், கலிலியோ, கெப்ளர், டெஸ்கார்ட்ஸ், ஹியூஜென்ஸ் போன்ற பல அறிஞர்களின் கோட்பாடுகள் நியூட்டனைக் கவர்ந்தன. 1665-ஆம் ஆண்டு பி.ஏ. பட்டம் பெற்ற போது பாரோ என்ற பேராசிரியர் நட்புக் கிடைத்தது. நியூட்டனின் கணித அறிவைக் கண்டு வியந்த பாரோ அவரைக் கணிதத்தில் கவனம் செலுத்துமாறு ஊக்கப்படுத்தினார்.

பிளேக் நோயும், கண்டுபிடிப்புகளும்: 1665-ஆம் ஆண்டில் இங்கிலாந்து நாட்டில் பிளேக் நோய் பரவி எண்ணற்றவர்கள், நோய்த் தொற்றால் உயிரிழந்தார்கள். எனவே, இப்போது கொரோனா தொற்றுக்கு முழு அடைப்பு செய்து, கல்வி நிறுவனங்களை மூடியது போன்று அப்போதும் பதினெட்டு மாதங்கள் பள்ளிகள், கல்லூரிகள், பல்கலைக்கழகங்கள் மூடப்பட்டன.

ஆராய்ச்சி ஆர்வத்தை ஏற்கெனவே தன்னுள் ஏற்படுத்திக் கொண்டிருந்த ஐசக் நியூட்டன் இந்தக் காலத்தைச் சிறப்பாகப் பயன்படுத்திக் கொண்டார். தனது வீட்டிலிருந்து கொண்டே, பண்ணையின் வயல்வெளிகளிலும், வீட்டிலும் படித்துக் கொண்டே ஆய்வில் ஈடுபட்டார். இந்தக் காலங்கள் அவரது வாழ்வில் பொற்காலங்களாக அமைந்தது.

இவ்வாறு வீட்டில் பொழுதை அறிவியல் கண்ணோட்டத்தோடு பயன்படுத்திக் கொண்டிருந்த போது தான் ஆப்பிள் மரத்தடியில் அவருக்கு ஞானம் உதித்தது. ஆப்பிள் மரத்திலிருந்து ஒரு ஆப்பிள் விழுந்த போது அது ஏன் கீழ்நோக்கி நேராக விழவேண்டும்? என்ற கேள்வியைத் தனக்குள்ளும், தான் அங்கே சந்தித்தவர்களிடமும் கேட்டுக் கொண்டேயிருந்தார். மற்றவர்கள் நியூட்டனின் இந்தக் கேள்வியைக் கண்டு அல்லது கேட்டு 'பையனுக்கு ஏதோ ஆகிவிட்டது' என்றுகூட நினைத்திருக்கலாம். ஆனால், நியூட்டன் அதை எளிதில் கடந்து செல்லவில்லை. பூமியில் உள்ள ஈர்ப்பு விசை காரணமாகவே இது நிகழ்கிறது என்பதைக் கண்டறிந்தார்.

இந்தப் பேரண்டத்திலுள்ள எல்லாப் பொருட்களும் ஒன்றையொன்று ஈர்க்கின்றன. மரத்திலுள்ள ஆப்பிள் பூமியால் ஈர்க்கப்படுகின்றது. ஆப்பிள் பழமும் பூமியைத் தன்வசம் ஈர்க்கின்றது. பூமியின் மீதுள்ள நீர்ப்பரப்பை, சூரியனும் நிலவும் ஈர்ப்பதால் கடலின் ஏற்றமும், கடல் வற்றுதலும் ஏற்படுகின்றன. இவ்வாறு ஈர்ப்பாற்றல் என்பதை ஒரு விதியாக 'புவியீர்ப்பு விசை' என்று அறிவித்தார். இதற்கான ஈர்ப்பின் மதிப்பையும் விளக்கினார். உலகம் ஒரு மாபெரும் அறிஞனைக் கண்டுகொண்டது.

இந்த ஈர்ப்பு விதியையும் கண்டறிந்த உடனே நியூட்டன் உலகிற்கு அறிவிக்கவில்லை. நியூட்டனின் ஆராய்ச்சி வாழ்க்கையைக் கூர்ந்து நோக்கினால், அவர் எல்லாவற்றையும் ஆராய்ந்து தெரிந்து கொண்டு உலகிற்குச் சொல்லத் தாமதப்படுத்தியது புரிகின்றது.

இவ்வாறு தன்னுடைய எல்லாக் கண்டுபிடிப்புகளையுமே உடனே தெரிவிக்காமல் அவற்றை ஆவணப்படுத்துதலில் மட்டுமே அவர் கவனம் செலுத்தினார். இதனால் அவரது கண்டுபிடிப்புகள் பிறரால் நியூட்டன் வெளியிடுவதற்கு முன்பே சொல்லப்பட்டதால் விவாதமும், சர்ச்சைகளும் உருவாகின.

'புவிஈர்ப்பு விசை' பற்றிய கோட்பாடும்கூட நியூட்டனுக்கு முன் பிறந்த ராபர்ட் ஹூக் என்பவரால் முன்மொழியப்பட்டது. ஹூக் ஈர்ப்பு விசை பற்றிச் சொல்லி ஐந்து ஆண்டுகள் கழித்துத்தான் நியூட்டன் அதை அறிவித்தார். இதனால் இருவருக்குமிடையே சொற்போர், ஆய்வுப்போர் நிகழ்ந்தது. ஆனால், ஹூக் கண்டறிவதற்கு முன்பே, பல தெளிவான தரவுகள் மற்றும் ஆணித்தரமான ஆய்வுகள் மூலம் நியூட்டன் எழுதியிருந்ததும், கண்டறிந்ததும் நிரூபிக்கப்பட்டது. எனவே, இது எல்லோராலும் ஏற்றுக்கொள்ளப்பட்டது.

நியூட்டனின் திறமைகளைக் காணவும், அவரோடு உரையாடவும் ஹாலி என்ற வானியல் அறிஞர் வந்திருந்தார். அவர் சில நாட்கள் நியூட்டனுடன் தங்கி, உரையாடிய போது நியூட்டனின் பல்வேறு கண்டுபிடிப்புகளைக் கண்டு வியந்து போனார். அவரது தூண்டுதலால் தான் நியூட்டன் தனது ஆய்வு முடிவுகளை, வெகு காலம் கழித்து 'இயற்கைத் தத்துவத்தின் கணிதக் கோட்பாடுகள்' என்று பொருள்படும்
(Principia) 'பிரின்சிபியா' என்று கையெழுத்து நூலாக வெளியிட்டார். இந்த நூல்தான் நியூட்டனை உலகிற்கு வெளிப்படுத்தியது.

நியூட்டனின் அடுத்த ஆய்வு ஒளியியல் சார்ந்து வெளியிடப்பட்டது. நியூட்டன் ஏற்கெனவே ஒளிச்சிதறல் பற்றிப் பல ஆய்வுகளை மேற்கொண்டிருந்தார். ஒரு சமயம், ஒரு தொலைநோக்கியின் மூலம் வெகுதொலைவிலுள்ள பொருட்களைப் பார்த்துக் கொண்டிருந்தார் நியூட்டன். அப்போது உருவான பிம்பங்களின் ஓரத்தில் பல வண்ணங்கள் தோன்றுவ-

தைக் கண்டு அதை ஆய்வு செய்தார்.

சூரிய ஒளியை முப்பட்டைக் கண்ணாடி (PRISM) மூலம் அனுப்பிய போது அவை வானவில்லில் தோன்றும் ஏழு நிறங்களாகத் தோன்றுவதைக் கண்டறிந்தார். இதன் மூலம் வெண்ணிறம் என்பது ஏழு நிறங்களின் கூட்டுக்கலவை என்று கண்டறிந்தார்.

வர்ணங்கள் இல்லாத ஒளி தோன்ற முப்பட்டைக் கண்ணாடிக்குப் பதிலாக குழி ஆடிகள் அமைக்கப்பட்டு ஒளியை ஒற்றைக் கற்றையாக குவிக்க வேண்டும் என்பதையும் விளக்கினார். இவற்றைத் தனது புகழ்பெற்ற 'Opticks' என்ற நூல் மூலம் உலகறியச் செய்தார். இந்தக் கண்டுபிடிப்பும் பின்னாளில் பல்வேறு ஒளியியல் ஆய்வுகளில் தெளிவு பெறுவதற்கு உதவியது.

நியூட்டனின் மூன்றாவது அளப்பரிய சாதனை கணிதத்தில் அவர் கண்டறிந்த கோட்பாடுகள் ஆகும். ஆனால், இங்கும் நியூட்டன் தனது கொள்கைகளைத் தாமதமாக வெளியிட்டதால் அவருக்கும், வில்ஹெம் லீப்னிஸ் என்பவருக்கும் பல ஆண்டுகள் நீதிமன்றம் செல்லும், அளவுக்குப் பிரச்சனைகள் நடைபெற்றது. 'கால்குலஸ்' என்ற கணிதப் பகுதியை மேலாய்வு செய்து உலகிற்கு வழங்கியவர் நியூட்டன் என்பது நீண்ட போராட்டத்துக்குப் பின்பு வெளியிடப்பட்டது.

நியூட்டனின் பல்வேறு ஆய்வுக் கட்டுரைகளும், விதிகளும் உலக அறிவியல் வரலாற்றில் என்றும் போற்றப்படுகின்றது. நியூட்டனின் இயக்கவியல் (Newtonian Mechanics) உலகளாவிய ஈர்ப்பு விசை (Universal Gravitation), கால்குலஸ் (Calculus), நியூட்டனின் இயக்க விதிகள், நியூட்டனின் குளிரூட்டு விதிகள், நியூட்டன் வளையங்கள், நியூட்டனின் திரவம் என்று பல்வேறு அறிவியல் கோட்பாடுகள், பயன்பாடுகள் அவரது புகழைச் சொல்லுகின்றன.

பணியும், வாழ்வும்: நியூட்டனின் திறமையைக் கண்டு அவருக்குக் கணிதப் பேராசிரியர் பணி வழங்கப்பட்டது. கேம்பிரிட்ஜ் பல்கலையில் லூகாசியன் என்ற கணிதத் துறையில் கணிதப் பேராசிரியராக 1669 முதல் 1702 வரை ஏறக்குறைய முப்பது ஆண்டுகள் அவர் பணிசெய்தார். 1689 முதல் 1690 வரை ஓராண்டு கேம்ப்ரிட்ஜ் பல்கலைக்கழகம் சார்பில் கல்வி சார்ந்த பாராளுமன்ற உறுப்பினராகவும் பணிசெய்தார்.

கல்லூரிப் பணியிலிருந்து ஓய்வு பெறுவதற்கு முன்பு 1699-ஆம் ஆண்டு அவர் நாணயச்சாலை அதிகாரியாக நியமிக்கப்பட்டார். கள்ள நாணயங்கள் உருவாவதைத் தடுக்கப் புதிய நாணயங்களை உருவாக்கிக் கொடுத்து, அரசுக்கு உதவி செய்தார்.

அவரது பரந்த அறிவையும், ஆற்றலையும் புரிந்துகொண்டதால், அதை அங்கீகரிக்கும் வண்ணம் 1703-ஆம் ஆண்டு முதல் அவர் வாழ்நாள் இறுதிவரை ராயல் சொசைட்டியின் தலைவராகத் திகழ்ந்தார். இங்கிலாந்து நாட்டின் புகழ்பெற்ற அறிவியல் கழகம் தான் 'The Royal Society' என்றழைக்கப்படுகின்றது. இதன் தலைவராக ஏறக்குறைய இருபத்தி ஐந்து ஆண்டுகள் பதவியில் இருந்தார் ஐசக் நியூட்டன். இவரது சேவைக்கு மகுடம் சேர்க்கும் வண்ணம் 1705-ஆம் ஆண்டு இங்கிலாந்து அரசி ஆனி, இவருக்கு 'சர்' பட்டம் தந்து கௌரவித்தார்கள். இதன்மூலம் சர். ஐசக் நியூட்டன் என்று அழைக்கப்பட்டார்.

கேம்ப்ரிட்ஜ் பல்கலைக்கழகத்திலிருந்து வெளியே வந்த பின்பு இலண்டனில் குடியிருந்த நியூட்டன் பல்வேறு ஆய்வுகளைத் தொடர்ந்து மேற்கொண்டார். சிறந்த அறிஞர்களைச்

சந்திப்பதையும், புதிய கோட்பாடுகளை வெளியிடுவதிலும் தன் அறிவியல் ஆர்வத்தைத் தொடர்ந்து வெளிப்படுத்தினார்.

1727-ஆம் ஆண்டு மார்ச் 20-ஆம் தேதி மரணமடைந்தார். இவரது உடல் 'வெஸ்ட்மினிஸ்டர் அபே' என்று சொல்லக்கூடிய இடத்தில் அடக்கம் செய்யப்பட்டது. இந்த இடம் இங்கிலாந்து நாட்டின் அரசர்களை அடக்கம் செய்யும் இடம் என்பதும் குறிப்பிடத்தக்கது. இதன் மூலம் தன் தேசத்து மகனுக்குப் பெரிய கௌரவத்தை அன்றைய அரசாங்கம் வழங்கியது.

இருபத்து ஐந்து ஆண்டுகள் தி ராயல் அறிவியல் கழகத்தின் தலைவராக இருந்த நியூட்டனைக் கௌரவிக்க, 2010-ஆம் ஆண்டு நாசா விஞ்ஞானி, தனது விண்வெளிப் பயணத்துடன் நியூட்டனுக்கு ஈர்ப்பு விசைத் தெளிவு தந்த ஆப்பிள் மரத் துண்டு ஒன்றை விண்வெளி மையத்துக்கு எடுத்துச் சென்றார். நியூட்டனின் 350 ஆண்டுகால அறிவியல் நினைவைப் போற்றிட இந்நிகழ்வு நடந்தது.

தனது இறுதி ஆண்டுகளில் நியூட்டன் மிகத்தீவிரமாக ஆல்கெமி (Alchemy) என்று சொல்லக்கூடிய மந்திரக் கல்லைக் கண்டறிய ஆய்வு செய்தார். அதாவது ஒரு உலோகம் அதனைத் தொடும் எல்லாவற்றையும் தங்கமாக்கும் என்று நம்பப்பட்டு, இன்றளவும் தேடப்பட்டு வருகின்றது. இதற்கான பல ஆய்வுகளை நியூட்டன், வேதியியல் துறையிலும் தொடர்ந்தார். ஆனால், அதன் முடிவுகளை அவர் வெளியிடவில்லை.

சமய நம்பிக்கையில் நியூட்டன் ஆழ்ந்து காணப்பட்டார். இவ்வுலகம் அற்புதமாக இயங்குகிறது என்றால், இதனைக் கடவுள் ஒருவர் தான் கட்டுப்படுத்தி இயக்குகின்றார் என்று தனது உரைகளில் அடிக்கடிக் கூறி வந்தார். மதம் சார்ந்த ஆய்வுகளிலும், விவிலிய மாந்தர்களின் வாழ்வு மற்றும் எழுத்துகள் பற்றியும் நிறைய ஆய்வு செய்து சில கட்டுரைகளையும் வெளியிட்டார்.

குழந்தைப் பருவம் தனக்குச் சாதகமாக இல்லையென்றாலும், தனது முயற்சியால், உழைப்பால் வாழ்க்கையை மேன்மைப்படுத்திக் கொண்டார் ஐசக் நியூட்டன். பல்துறை அறிஞராக அவர் திகழ்ந்தார். கணிதவியலாளர், இயற்பியலாளர், வானியலாளர், இறையியலாளர், எழுத்தாளர், இயற்கைத் தத்துவ ஞானி மற்றும் பல காலம் புகழ்பெற்ற 'அறிவொளி' என்றெல்லாம் அழைக்கப்பட்டார்.

அவரது கடும் உழைப்பால் உருவான ஆய்வுகளின் வெளிப்பாடுகள், மனித சமுதாயத்துக்கு மாபெரும் பரிசுகளாக அமைந்துள்ளன. காலமெல்லாம் போற்றப்படும், நினைவு கூறப்படும் அறிஞர்களில் சர். ஐசக் நியூட்டன் மாமனிதராக என்றும் நிலைத்திருக்கின்றார்.

ஐசக் நியூட்டன் பொன்மொழிகள்

நான் அதிகமாக ஆய்வு செய்து அறிந்திருக்கிறேன் என்றால், அது மற்றவர்களின் கண்டுபிடிப்புப் பாதை என்ற வழிகளிலிருந்து தான் சாத்தியமாயிற்று.

கடற்கரையில் விளையாடும் சிறுவனைப் போலவும், அழகான கூழாங்கற்களைச் சேகரிப்பவன் போலவும் எனது வாழ்நாளில் விளையாட்டாக என் ஆய்வுகளைச் செய்து கொண்டிருந்தேன்.

சூரியன், கோள்கள் மற்றும் வால் நட்சத்திரங்களின் இந்த அழகான அமைப்பு, ஒரு அறிவார்ந்த மற்றும் சக்திவாய்ந்த உயிரின் ஆலோசனை மற்றும் ஆதிக்கத்திலிருந்து மட்-

டுமே தொடர முடியும்.

தவறுகள் கலையில் இருப்பதில்லை, அதை உருவாக்கும் கலைஞர்களிடம் தான் இருக்கின்றது.

'அறிவுக்கூர்மை' என்பது பொறுமையின் வெளிப்பாடாகும்.

பிளேட்டோ எனது நண்பர். அரிஸ்டாட்டில் எனது நண்பர். ஆனால் 'உண்மை' எனது சிறந்த நண்பர்.

ஒரு மனிதன் பொய்யான விஷயங்களைக் கற்பனை செய்யலாம். ஆனால், அவனால் உண்மையான விஷயங்களை மட்டுமே புரிந்துகொள்ள முடியும். காரணம், விஷயங்கள் பொய்யாக இருந்தால் அவை பற்றிய பயம், அதைப் புரிந்துகொள்ள வழிகாட்டாது.

கண் பார்வையற்ற ஒருவருக்கு நிறங்களைப் பற்றிய சிந்தனை அல்லது பார்வை இல்லாதது போல, ஞானமுள்ள கடவுள் பற்றிய சிந்தனை மற்றும் பார்வை மனித இனத்துக்குக் கடினமானது ஆகும்.

ஒரு ஆய்வின் நன்மை மற்றும் வெற்றியைக் கருத்தில் கொள்ள வேண்டுமே தவிர, எத்தனை ஆய்வு என்று எண்ணிக்கை பற்றிக் கவலை கொள்ளக்கூடாது.

இயற்கையின் எல்லாவற்றைப் பற்றியும் ஆய்வு செய்து முடிப்பது ஒரு தனி மனிதனுக்குக் கடினமான பணியாகும். நம்மால் ஆனவரை ஆய்வு செய்துவிட்டு, மற்றவற்றை நமக்குப் பின்னே வருபவர்களிடம் விட்டுவிடுவது நல்லதாகும்.

கடவுள் கண்ணுக்குத் தெரியாமல் உலகை ஆள்கிறார். மேலும் அவரை நேசிக்கவும், வணங்கவும் கட்டளையிட்டுள்ளார். நம் பெற்றோர், நம் எஜமானர்களை மதிக்கவும், நம்மைப் போலவே அண்டை வீட்டாரை நேசிக்கவும், நிதானமாகவும், நீதியாகவும், சமாதானமாகவும் நடந்து கொள்ளவும், மிருகத்தனமான மிருகங்களிடம் கூட இரக்கமுள்ளவர்களாக இருக்கவும் வேண்டும்.

தத்துவமயமாக்கலின் சிறந்த மற்றும் பாதுகாப்பான முறை, முதலில் பொருட்களின் பண்புகளை விடாமுயற்சியுடன் ஆராய்வதாகும். பின்பு சோதனைகள் மூலம் அந்தப் பண்புகளை நிரூபிப்பதாகும். பின்பு அவற்றை விளக்குவதற்கான கருதுகோள்களை உருவாக்கிச் சொல்லுவதாகும்.

கடவுள் மறுப்பு என்பது அர்த்தமற்றதாகும். நான் சூரியக் குடும்பத்தைப் பார்க்கும் போது, பூமி சூரியனிடமிருந்து சரியான அளவு வெப்பத்தையும், ஒளியையும் பெறுவதற்குச் சரியான தூரத்தில் இருப்பதைக் காண்கிறேன். இது தற்செயலாக நடக்கவில்லை. கடவுளின் ஆதிக்கத்தால் தான் இவ்வளவு அருமையான கட்டமைப்பை இவ்வுலகம் பெற்றுள்ளது.

மேலே செல்லும் எதுவும் கீழே வரவேண்டும்,

ஒவ்வொரு செயலுக்கும் சமமான ஒரு எதிர்வினை உண்டு.

நாம் பல சுவர்களைக் கட்டுகின்றோம். அவற்றை இணைப்பதற்குப் போதுமான பாலங்கள் இல்லை.

8. சிந்தனை நடிகர்!

சூலை 6, 1925-ஆம் தேதியன்று புகழ்பெற்ற வார இதழான 'டைம்' (TIME) இதழில், முதன்முறையாக ஒரு நடிகரின் படம் அட்டையில் வெளியானது. ஆம், தன் சிந்தனையால், சிறப்பான மற்றும் தனித்துவமான நடிப்பால், உலகைக் கவர்ந்த சார்லி சாப்ளின் தான் அந்த நடிகர்.

சார்லி சாப்ளின் போல நடித்துக் காட்டுவதற்கான போட்டிகள் அடிக்கடி நடந்ததுண்டு. இந்தப் போட்டிகளில் கலந்துகொண்டு 'சார்லி சாப்ளின்' போல நடித்த இருவர் பின்னாளில் உலகில் புகழ்பெற்றவர்களாகவும் திகழ்ந்தனர். கார்ட்டூன் படங்கள், மிக்கி மவுஸ், டிஸ்னி உலகம் என்று புகழ்பெற்ற வால்ட் டிஸ்னி ஒருவர். தனது நூறு வயது வரை நடிப்பில் கோலோச்சிய நடிகர் பாப் ஹோப் என்பவர் மற்றொருவர். இப்படி கோடிக்கணக்கான மக்களின் உள்ளத்தில் இடம்பெற்றவர் சார்லி சாப்ளின்.

ஒருசமயம் இந்தப் போட்டியில், யாருக்கும் தெரியாமல் உண்மையான சார்லி சாப்ளினே கலந்து கொண்டாராம். ஆனால், அவருக்கு நான்காமிடம் தான் கிடைத்தது. அப்படியென்றால், அவரது நடிப்பை, அந்த அளவுக்கு உள்வாங்கிச் சிலர் நடித்துள்ளார்கள் என்பதை நம்மால் புரிந்துகொள்ள முடியும்.

அந்தக் காலத்தில், அதாவது 1910 முதல் 1925-ஆம் ஆண்டுகளில், வாரத்துக்கு பத்தாயிரம் டாலர்கள் மற்றும் வருடத்துக்கு ஒரு இலட்சம் அமெரிக்க டாலர்கள் ஊதியம் பெறுபவராகத் திகழ்ந்தார் சார்லி சாப்ளின். தனது இருபத்து ஆறு வயதில் உலகிலேயே அதிக ஊதியம் பெறும் நடிகராகத் திகழ்ந்தார் என்கிறது அவரது வரலாறு.

1931-ஆம் ஆண்டில் திரைப்படங்களிலிருந்து ஓய்வு எடுத்துக்கொண்டு, உலகமெல்லாம் பயணித்தார் சார்லி சாப்ளின். செல்லுமிடமெல்லாம் மக்கள் அவரைச் சூழ்ந்து கொண்டு வரவேற்கின்றார்கள். அவர் மீது அவ்வளவு ஈர்ப்பு. உலகப் போர் நடந்து கொண்டிருந்த சமயம், ஜப்பான் சென்றுள்ளார் சார்லி சாப்ளின்.

1931-ஆம் ஆண்டு மே மாதம் 15ஆம் தேதி ஜப்பான் பிரதமர் இனுகாப் சுயோஷி உள்நாட்டுத் தேசிய வாதிகளால் படுகொலை செய்யப்பட்டார். அதற்கு மறுநாள் சார்லி சாப்ளினுக்கு வரவேற்பு அளிக்க பிரதமரால் ஏற்பாடு செய்யப்பட்டிருந்தது. அந்த விழாவில் சார்லி சாப்ளினைக் கொன்றுவிட்டு, அமெரிக்காவுடன் ஒரு போரைத் தொடங்கவும் சிலர் திட்டமிட்டிருந்தார்கள். ஆனால் நிலைமை வேறு மாதிரி ஆகிவிட்டது.

இப்படிப் பல புதிரான மற்றும் புதுமையான வாழ்க்கைப் பாதையைக் கொண்டு, இன்றும்கூட சிரிக்க, சிந்திக்க என்றால் 'சார்லி சாப்ளின்' படங்கள் ஒரு முக்கிய இடத்தில் இருக்கின்றன என்பதே சிறப்பானதாகும்.

இளமையும், வறுமையும்: 1889-ஆம் ஆண்டு ஏப்ரல் மாதம் 16-ஆம் தேதி ஹன்னா சாப்ளின் மற்றும் சார்லஸ் சாப்ளின் சீனியர் என்பவர்களின் மகனாகப் பிறந்தார் சார்லி சாப்ளின். இவரது தந்தை ஒரு பாடகர், தாய் ஒரு நாடக நடிகையாக இருந்தார். மூன்று குழந்தைகள் பிறந்ததும், தந்தை சாப்ளின் வீட்டைப் பிரிந்து சென்றுவிட்டார். குடும்பம் வறுமைக்குள் தள்ளப்பட்டது. பிள்ளைகள் படிப்புக்கும், உணவுக்கும் கஷ்டப்படுவதைக் காணச் சகிக்காத ஹன்னா, தன் பிள்ளைகளை அரசு காப்பகத்தில் சேர்த்துவிட்டார்.

பெற்றோர் இல்லாத, வறுமையில் உழலும் பிள்ளைகளுக்கான அந்த இல்லமே சார்லி சாப்ளினுக்குப் புகலிடமாக இருந்தது. மத்திய இலண்டனில் அமைந்த ஏழைகளுக்கான பள்ளி அது. லாம்பெத் ஒர்க்ஹவுஸ் (Lambeth Workhouse) என்ற அந்த இடத்தில் தன் ஏழு வயதில் சேர்க்கப்பட்டார். "வாழ்க்கையில், எந்தக் குழந்தைக்கும் இதுபோன்ற நிலைமை வரக்கூடாது" என்று பிற்காலத்தில் சார்லி சாப்ளின் தெரிவித்தார்.

இப்படித் தன் குழந்தைகளைக் காப்பாற்ற இயலாமல் போனதே என்ற மன உளைச்சலில் சார்லி சாப்ளினின் தாயார் மனநலம் பாதிக்கப்பட்டவரானார். மனநல மருத்துவமனையில் சேர்க்கப்பட்டார். எனவே தனது பதினாலு வயதில் படிப்பை எல்லாம் நிறுத்திவிட்டு நடிப்பில் ஈடுபாடு காட்டினார்.

சார்லி சாப்ளினின் நடிப்புக்கு தூண்டுதலாக அமைந்தவர் அவரது தாயார் ஹன்னா தான். சார்லி சாப்ளின் குழந்தையாக இருந்தபோது, அவரது தாயார் ஜன்னலில் அமர்ந்து கொண்டு வழிப்போக்கர்களைப் போல நடித்துக் காட்டுவாராம். "என் அம்மாவின் நடிப்பைப் பார்த்ததன் மூலம் கைகளாலும், முகத்தாலும் உணர்ச்சிகளை வெளிப்படுத்துவது மட்டுமல்லாமல், மக்களை எப்படிக் கவனிப்பது மற்றும் படிப்பது என்று கற்றுக்கொண்டேன்" என்று கூறுகின்றார்.

தனது வாழ்க்கை நிகழ்வுகளைப் பற்றிப் பகிர்ந்து கொண்ட போது, பல சமயம் தன்னுடைய தாய் தன்னை நடிப்பில் ஊக்கமூட்டியதை நினைவுகூறுகின்றார். பள்ளியில் நாடகங்களில் கட்டாயம் நடிக்க வேண்டும் என்று முதலில் ஊக்கமளித்தவரும் சார்லி சாப்ளினின் தாய்தான்.

இளம் வயதில் மேடை நகைச்சுவையாளர்களைக் கண்டது, அவர்களோடு பழகியது அவருக்கு ஊக்கமாக அமைந்தது. கிறிஸ்துமஸ், கேரல் போன்ற நிகழ்வுகளில் கோமாளி வேஷம் போட்டவர்களையும் கண்டு இரசித்து, அவர்களது நடிப்பை உள்வாங்கியிருக்கின்றார். சைமன் லூயிஸ் நிறுவனம் தனது பயிற்சிக்களம் என்று கூறினார் சார்லி சாப்ளின்.

சார்லி சாப்ளினுக்கு ஒன்பது வயது நடந்த போது, அவரிடம் ஒரு தனிப்பட்ட நடிப்புத் திறமை உள்ளது என்பதை தாய் ஹன்னா கண்டுகொண்டார். அதைத் தன் மகனுக்கும் அடிக்கடிச் சொன்னார். மகனை வளர்க்க வேண்டும், ஊக்கப்படுத்த வேண்டும் என்ற உணர்வில் பிரிந்து சென்ற தன் கணவனிடம், அதாவது சார்லி சாப்ளினின் தந்தையிடம் மகனை அனுப்பினார்.

1899 மற்றும் 1900 ஆண்டுகளில், தந்தை சீனியர் சாப்ளின் உடன் பல இசை அரங்குகளில் பங்குபெற்றார் சார்லி சாப்ளின். பத்து வயதிலேயே கடுமையாக உழைத்தார். அனைத்தையும் ஆர்வமுடன் கற்றுக்கொண்டார். அவருக்கு நடனம் வரவில்லை; ஆனால், நடிப்பு பிறரை மகிழ்வூட்டியது என்பதை அங்கே கண்டு கொண்டார்.

பதினான்கு வயதில் வெஸ்ட் எண்ட் என்ற இடத்திலிருந்த 'ஹாரி ஆர்தர் செயின்ட்ஸ்பரி' என்ற நாடக நிறுவனத்தில் தன்னைப் பதிவு செய்து கொண்டார் சார்லி சாப்ளின். ஒரு செய்தியாளனாக முதல் பாத்திரத்தில் நடித்த சாப்ளினின் திறமையை மேலாளர் கண்டு கொண்டார். இந்த நடிப்புப் பலராலும், பலமுறை பாராட்டப்பட்டது. இதுவே அவரது முதல் நடிப்பு, இதனால் பெற்ற வெற்றி அவரது வளர்ச்சிக்கான தொடக்கமாக அமைந்தது.

தொடர்ந்து சார்லஸ் ப்ரோக் மன் என்பவர் தயாரிப்பில் உருவான 'ஷெர்லாக் ஹோல்ம்ஸ்' நாடகத்தில் நடிக்கும் வாய்ப்பைப் பெற்றார். இந்தக் குழுவினருடன் மூன்று நாடுகளுக்குச் சென்று நடிப்பை வெளிக்காட்டினார். சார்லி சாப்ளினின் நடிப்பு பலராலும் விரும்பிப் பாராட்டப்பட்டது.

தன் சகோதரர் சிட்னியுடன் சேர்ந்து பல புதிய நாடகக் குழுக்களைத் தொடர்பு கொண்டார். இச்சூழலில் தனிப்பட்ட ஒரு சிரிப்பு நடிகனாகத் தன்னை வெளிப்படுத்த பல முயற்சிகள் மேற்கொண்டார். அவைகள் தோல்வியில் முடிந்தன.

சார்லி சாப்ளினின் அண்ணன் சிட்னி தனது சிறந்த நடிப்பால் 'ப்ரெட் கர்னோ' என்ற புகழ்பெற்ற நபரின் நகைச்சுவை நாடகக் கம்பெனியில் வேலையில் சேர்ந்து வரவேற்பைப் பெற்றிருந்தார். தன் தம்பி சார்லி சாப்ளினையும் இந்தக் கம்பெனியில் சேர்த்துவிட்டு வளர்க்க விரும்பினார்.

ஆனால், முதலில் சார்லி சாப்ளினைப் பார்த்த ப்ரெட் கர்னோ "உன் தம்பி ஒல்லியாகவும், எரிச்சல் தரும் தோற்றமுள்ளவனாகவும், வெளிரியவனாகவும் உள்ளான்" என்று ரொம்பவே யோசித்தார். மேலும், நடிக்குமிடத்தில் வெட்கப்படுகின்றார் என்றும் புகார் சொன்னார். ஆயினும் அண்ணன் சிட்னியின் அன்பு அழுத்தத்தால், தொடர்ந்து சில வாய்ப்புகள் தந்த போது சார்லி சாப்ளினின் திறமையைப் புரிந்துகொண்டு வாய்ப்புத் தந்தார்.

கர்னோ தனது புதிய நாடகப் பயணத்தில் சார்லி சாப்ளினுக்கு குடிகாரர் வேஷம் தந்தார். சார்லி சாப்ளின் தனக்குத் தரப்பட்ட வேஷத்தில் சிறப்பாக நடித்தார். இந்த நாடகக் குழு வடஅமெரிக்கா முழுவதும் ஏறக்குறைய இரண்டு ஆண்டுகள் பயணித்தது. இக்காலக்கட்டத்தில் தன் முழுத்திறமையை வெளிப்படுத்தி சார்லி சாப்ளின் ஒரு சிறந்த நடிகராக முத்திரை பெற்றார். மீண்டும் இவர்கள் இங்கிலாந்து திரும்பினர்.

சில காலம் வாய்ப்புகள் இல்லை. எனவே, கவலையடைந்தார். ஆனால், தொடர்ந்து 'நியூயார்க் மோஷன் பிக்சர்' என்ற நிறுவனத்தால் அமெரிக்கா அழைக்கப்பட்டார். ஆறு மாதம் அங்கே நடிகராக இருந்தார். பின்பு 1913-ஆம் ஆண்டு ஒரு வாரத்துக்கு 150 டாலர்கள் சம்பளத்தில் லாஸ் ஏஞ்சல்ஸ் நகரிலிருந்த கீஸ்டோன் ஸ்டுடியோவில் வேலையில் சேர்ந்தார்.

கலிபோர்னியாவின் லாஸ் ஏஞ்சல்ஸில் உள்ள ஒரு மாவட்டம் 'ஹாலிவுட்'. திரைப்படங்கள், தொலைக்காட்சிப் படங்கள் தயாரிக்கும் ஒரு புகழ்பெற்ற பகுதி. 'பாலிவுட்' என்று நாம் மும்பையை அழைக்கின்றோம். 'கோலிவுட்' என்று நம் கோடம்பாக்கத்தை அழைக்கின்றோம். ஹைதராபாத்தில் உள்ள செயற்கையாக உருவாக்கப்பட்டுள்ள 'ராம்போஜி பிலிம் சிட்டி' போன்ற ஒரு பிரம்மாண்டமான நகரம் அல்லது பகுதி 'ஹாலிவுட்'. உலகப் புகழ்பெற்ற நடிகர், நடிகைகளுக்கு, இசைச் சக்கரவர்த்திகளுக்கு, இயக்குநர்கள் மற்றும் தயாரிப்பாளர்களுக்கு அது ஒரு சொர்க்க பூமி.

தன் திறமையால் மெல்ல முன்னேறி 'ஹாலிவுட்' நோக்கிச் சென்றிருந்தார் சார்லி சாப்ளின். 24-வயது கொண்ட அவரை முதலில் நடிக்க வைக்கத் தயங்கினார் கீஸ்டோன் ஸ்டுடியோ முதலாளி மேக்சென்னட். 'மேக்கிங் எ லிவ்விங்' என்ற முதல் படத்தில் நடித்தார். எடுபடவில்லை. அடுத்த காமெடி படம் என்று அமைந்த 'கிட் ஆட்டோ ரேஸ் அட் வெனிஸ்' அவரை உலக நகைச்சுவைக் கலைஞன் ஆக்கியது.

சிரிப்பு நடிகர் சாப்ளின்: திடீரென்று ஒருநாள் அடுத்த படத்தில் நடிக்கத் தயாராகி வருமாறு அழைத்தார் மேக்சென்னட். என்ன நடிப்பு? என்ன பாத்திரம்? எதுவும் தெரியாது சார்லி சாப்ளினுக்கு. ஆனால், அவர் தன் மனதில் சில எண்ணங்களை உருவாக்கிக் கொண்டு ஒரு வித்தியாசமான உடையில் நடிக்கும் இடத்துக்குக் கிளம்பிச் சென்றார்.

ஒருவேளை சார்லி சாப்ளின் தன் மனதில் இப்படியொரு வேடத்தை அல்லது தோற்றத்தை நெடுநாளாகக் கொண்டிருந்தாரோ அல்லது அவரது நல்ல நடிப்பை வெளிக்காட்டக் கிடைத்த வாய்ப்போ என்று அந்த நாள், அந்த நடிப்பு அமைந்துவிட்டது.

அவரே அந்த நாளில் தன்னைப் பற்றி எழுதுகின்றார். "எல்லாமே முரண்பாடாக, வித்தியாசமாக இருக்க வேண்டும் என்று நான் விரும்பினேன். தொள தொளவென்று ஒரு பேண்டை அணிந்து கொண்டேன். ஒரு இறுக்கமான கோட், சிறிய தொப்பி மற்றும் பெரிய காலணிகளைப் போட்டுக் கொண்டேன். எனது மீசையைச் சிறிதாக்க முயற்சித்தேன். அது ரொம்பவே சிறிதாகிவிட்டது. சரி, அப்படியே இருக்கட்டும் என்று விட்டுவிட்டேன். என்ன வேஷத்தில் நடிக்கப் போகிறோம்? என்று எனக்குத் தெரியாது. ஆனால், இந்த உடைகளை அணிந்துகொண்டு என்னைப் பார்த்த போது, அது ஒரு புதிய நபராக, தோற்றமாக என்னைக் காட்டியது. அந்த உடைகளை உடுத்திய நொடியில், உடைகள் மற்றும் ஒப்பனை என்னை ஒரு 'சார்லி சாப்ளினாக' உணர வைத்தது. நான் அந்த நொடியில் ஒரு புதிய நடிகனாகப் பிறந்ததாக உணர்ந்தேன்" என்று எழுதுகின்றார்.

இப்படி ஒப்பனை செய்து கொண்டு நடிக்கும் இடத்துக்குச் சென்றார். அங்கே முதன்முதலாகத் தன் மனம் சொன்னபடி நடித்தார். இயக்குநர் படப்பிடிப்பு முடிந்ததும், கோபப்பட்டார். இது என்ன நடிப்பு? இதை எப்படி வெளியிடுவது? என்று சொல்லி வருத்தப்பட்டார். ஆனால், வேறு வழியின்றி அப்படத்தை வெளியிட்டார். "கிட் ஆட்டோ ரேஸ் அட் வெனிஸ்" (Kid Auto Race at Venice) என்ற அந்தப் படம் 1914-ஆம் ஆண்டு திரையிடப்பட்டது.

1914-ஆம் ஆண்டு, பிப்ரவரி மாதம் 7-ஆம் தேதி ஊமைப்படமாக, அதாவது நடிப்பை மட்டுமே கொண்ட மௌனப்படமாக வெளியானது இத்திரைப்படம். 6-நிமிடங்கள், 22-நொடிகள் ஓடிய இத்திரைப்படம் 'சார்லி சாப்ளின்' என்ற மாபெரும் கதாபாத்திரத்தை உலகிற்குக் காட்டியது. இயக்குநர் படம் ஓடுமா? என்று பயந்தார். படம் ஓஹோவென்று ஓடியது. சார்லி சாப்ளினை நடிக்கச் சொல்லிப் படம் எடுங்கள் என்று ரசிகர்கள் வேண்டினார்கள். புகழ்பெற்ற ஒரு தனித்துவமான கதாபாத்திரத்தை சார்லி சாப்ளின் தனக்கே இப்படத்தில் நடித்ததன் மூலம் உருவாக்கிக் கொண்டார். இவ்வாறு நடிப்பில் அமெரிக்க நாட்டளவில் முத்திரை பதித்த சார்லி சாப்ளின் உலகளவில் புகழ்பெற்றார்.

அதே ஆண்டு 1914, மே மாதம் 4-ஆம் தேதி வெளியான 'கேட் இன் தி ரெயின்' என்ற படத்தை இயக்கினார் சார்லி சாப்ளின். இப்படம் வெற்றி பெற்றது. இதனைத் தொடர்ந்து வாரம் ஒரு ஊமைப்படம் என்று ஆர்வத்தோடு களமிறங்கினார் சார்லி சாப்ளின். நடிப்பும், புகழும் அதிகரித்துக் கொண்டே செல்ல அவரது பல திரைப்படங்கள் உலகமெல்லாம் புகழ்பெற ஆரம்பித்தன. 1914-ஆம் ஆண்டின் டிசம்பர் மாதத்தில் சிக்காகோவைச் சார்ந்த 'எஸ்ஸனே' என்ற திரைப்பட நிறுவனம் 10,000 - - டாலர் வாரத்துக்குத் தருவதாகக் கூறி சார்லி சாப்ளினுக்கு வாய்ப்புத் தந்தது. அச்சமயம் தனக்கு 1000 - டாலர் வாரத்துக்குத்

தருமாறு சென்னட்டிடம் கேட்டுக் கொண்டிருந்தார். அவருக்கு இதைவிடப் பத்து மடங்கும், சுதந்திரமும் தர எஸ்ஸனே நிறுவனம் தயாராக இருந்தது. அங்கே வேலையில் சேர்ந்தார். எட்னா பர்வியன்ஸ் என்ற சிறந்த நடிகையுடன் 35 படங்களில் 1917 வரை நடித்தார். இக்-காலக்கட்டத்தில் படங்களில் நடிக்க அதிக நாட்களையும் அதிக நேர்த்தியையும் எடுத்துக் கொண்டார், சார்லி சாப்ளின்.

1915-ஆம் ஆண்டுகளில் சாப்ளின் ஒரு பேசுபொருளாக மாறினார். கடைகளில் அவர் சார்ந்த, உபயோகிக்கும் மாதிரியான பொருட்கள் குவிந்தன. அவரைப் பற்றிய பாடல்கள், கட்டுரைகள் பல எழுதப்பட்டன. ஒரு வருடத்துக்கு ஏழு இலட்சம் அமெரிக்க டாலர்கள் ஊதியம் பெறுகின்றவராகிப் புகழ்பெற்றார்.

ஈஸி ஸ்ட்ரீட், தி க்யூர், தி இமிக்ரண்ட், தி அட்வென்ச்சர் என்று பல வெற்றிப் படங்கள் தொடர்ந்து வெளிவந்தன. கேட்க நமக்கு ஆச்சர்யமாக இருக்கும். ஆனால், இவையனைத்-தும் ஊமைப்படங்கள் மற்றும் அதிகபட்சம் முப்பது நிமிடத்தில் முடிந்துவிடக்கூடிய படங்கள். அந்தக் காலத்தில் திரைத்துறையின் வளர்ச்சி அப்படித்தான் இருந்தது.

'தி கிட்' (The Kid) என்ற படம் தனது வாழ்க்கை ஆரம்பத்தின் சோகக் கதையையும், ஒரு அனாதைச் சிறுவன் வாழ்வில் படும் துன்பங்களையும், அதைச் சமுதாயத்தில் சிலர் தவறாகப் பயன்படுத்துவதையும் மையமாக வைத்து எடுத்தார். ஆனால், வெளியிட அதிக நாட்கள் எடுத்துக்கொண்டதால், சார்லி சாப்ளினுக்குத் திறமை போய்விட்டது போல என்-றெல்லாம் பேசினார்கள். எதையும் அவர் கண்டுகொள்ளவில்லை. படம் 1921-இல் வெளி-வந்தது. பெரும் வெற்றி தந்தது.

இப்படத்தில் நடித்த நான்கு வயதுச் சிறுவன் ஜாக்கிகூகனை ஒரு நாடகத்தில் கண்டு-பிடித்தார். இவனது நடிப்பு புகழ்பெற்று அவனும் சிறந்த குழந்தை நடிகனாக வளர்ந்தான். ஆனால், அவனது சம்பாத்தியத்தை அவனது பெற்றோர்கள் ஊதாரித்தனமாக செலவு செய்-தனர். இதனால், குழந்தைகள் உழைப்பு ஊதியத்துக்குப் பாதுகாப்புத் தந்து அமெரிக்காவில் பின்னாளில் சட்டமே இயற்றப்பட்டது. அதற்கு இந்த ஜாக்கிகூகன் தான் காரணமானார்.

1925-ஆம் ஆண்டில் 'தி கோல்டு ரஷ்' ('The Gold Rush') என்ற படத்தை சார்லி சாப்ளின் வெளியிட்டார். ஒரு இடத்தில் தங்கம் கிடைக்கிறது, வேலை கிடைக்கும், தங்கம் கூடக் கிடைக்கும் என்று பலர் அங்கே முட்டி மோதும் காட்சி. சார்லி சாப்ளின் அப்ப-டத்தில் ஏழைகள் தங்கள் வயிற்றுப் பிழைப்புக்காக, எவ்வளவு கஷ்டப்படுகின்றார்கள் என்று சிறப்பாக எடுத்திருந்தார். அப்படத்தின் மூலம் பணம் கொட்டியது. இந்தப் படத்தின் மூலம் சார்லி சாப்ளினின் சிந்தனைகள் 'கம்யூனிஸச் சிந்தனைகள்' என்று உணரப்பட்டது. அவர் அந்தச் சிந்தனையோடு தான் படங்களை எடுத்தார்.

இதற்கிடையில் பேசும் படங்கள் வந்துவிட்டன. ஆனால், "நான் பேசும் படங்களை எடுக்கமாட்டேன். எல்லா மக்களும் புரிந்துகொள்ளும் ஊமைப் படங்கள் தான் உணர்வுகளை வெளிப்படுத்தும்" என்று சார்லி சாப்ளின் பிடிவாதமாக இருந்தார். அவ்வளவு தான் இனி சார்லி சாப்ளின் தொலைந்தார் என்று கூடப் பல பத்திரிகைகள் எழுதின.

1915-ஆம் ஆண்டு வெளியான 'தி டிராம்ப்' உலகப் புகழ்பெற்றதைச் சுட்டிக்காட்டினார் சார்லி சாப்ளின். ஒரு தாயையும், மகளையும் காப்பாற்றும் வண்ணம் அமைந்த இருபத்து ஆறு நிமிட காமெடிப் படம் இந்தப் படம். இப்படம் மொழியே தெரியாத எல்லாரையும் ஈர்த்-

தைத விவரித்தார் சாப்ளின். அவர் கருத்தை ஆதரித்து உலகமெங்கும் இருந்து அவருக்கு, அதாவது ஊமைப் படத்துக்கு ஆதரவாகக் கடிதங்கள் வந்து குவிந்தன. தன் ரசிகர்களை நம்பிக் களத்தில் இறங்கினார், சாப்ளின்.

'சிட்டி லைட்ஸ்' (City Lights) என்ற படத்தை 1931-இல் வெளியிட்டார். ஒரு பார்வையில்லாத பெண்மணி படும் பாடுகளை மையமாக வைத்த இரண்டு மணிநேரப் படம். தான் சந்தித்த ஒரு கண் தெரியாத பூ விற்கும் பெண்மணியை மனதில் வைத்து இப்படத்தை இயக்கியிருந்தார். படம் பெரும் வெற்றி பெற்றது. படத்தைப் பார்த்த பலரும் 'பேசும் படங்கள் வந்துவிட்ட போது, ஒரு பேசாத படத்தைப் பெரும் வெற்றி பெறச் செய்த சாதனை சார்லி சாப்ளினால் மட்டுமே சாத்தியம்' என்று பேசினார்கள். பேசாத இப்படம், அதிகம் பேசப்பட்ட படமானது. பார்க்காத பெண்மணியின் கதை பலரும் பார்த்திட்ட காவியமாயிற்று.

இதற்கிடையில் பல ஆண்டுகள் அமெரிக்காவில் இருந்தும், அமெரிக்கக் குடியுரிமை பெறாத சார்லி சாப்ளின் மீது ஒரு சிலர் கோபத்தை வெளிப்படுத்தினர். தொழில் போட்டிகள், சார்லி சாப்ளினின் வாழ்க்கைப் பிரச்சனைகள் அவருக்கு பெரும் தலைவலியாக அவ்வப்போது வந்து சென்றது.

பிரச்சினைகளோடு சாப்ளின்: ஒரு சிறந்த நடிகர், நன்கு சம்பாதிப்பவர் என்ற முறையில் அவர் மீதும், அவர் பணத்தின் மீதும் ஆசைப்பட்ட பெண்கள் அவரைத் தங்கள் வலையில் வீழ்த்தினர். அவரும் வீழ்ந்தார். திருமண வாழ்வு என்பது அவருக்குத் தீராத சோகங்களை அறுபது வயது வரை தந்து கொண்டேயிருந்தது. பல முறை ஏமாற்றங்களை அடைந்தார். தான் சம்பாதித்த பணத்தில் பல மடங்கை இதுபோன்ற வழக்குகளில் வாழ்க்கைச் சன்மானத் தொகையாகக் கொடுக்க வேண்டிய நிலைக்குப் பலமுறை தள்ளப்பட்டார். ஆனாலும், இவற்றையும் கடந்து தொடர்ந்து தன் கலையில் ஆர்வம் செலுத்தியதால் அவருக்கு வருமானப் பற்றாக்குறை ஏற்படவில்லை.

தனது கடைசிப் பதினெட்டு ஆண்டுகளில் தான் நிம்மதியான ஒரு வாழ்வைப் பெற்றார். இறக்கும் போதும் தன் மனைவி பெயரில் 800 கோடி அளவில் சொத்துக்களை விட்டுச் சென்றார் இந்த நடிப்பு நாயகன்.

இவரது சிந்தனை, படங்களில் சொல்லும் கருத்துகள் எல்லாம் சமூகம் சார்ந்ததாக இருந்தது. இயற்கையிலேயே தன் அன்பைப் பிறருக்குத் தரும் குணம் உள்ளவராகவே திகழ்ந்தார். திரைப்படம் நடித்துப் புகழ்பெற ஆரம்பித்த போதே மனநலம் பாதிக்கப்பட்டவராகி விட்டார், இவரது தாயார். அவரைப் பல ஆண்டுகள் அவர் இறக்கும் வரை மிக வசதியான பங்களாவில் வைத்துக் கவனித்துக் கொண்டார். ஆனால், இறுதிவரை அந்தத் தாயால் சார்லி சாப்ளினின் வளர்ச்சியைக் கேட்டு, ரசிக்க முடியவில்லை. காரணம், அவர் நினைவின்றி இருந்தார். தனக்கு உதவிய பலரும் ஓய்வுபெற்ற பின்பும், அவர்களைத் தன் உதவியுடன் இறுதி வரை கவனிக்க ஏற்பாடு செய்தார்.

அக்காலத்தில் ஹிட்லரின் கொடுமைகள் உச்சகட்டத்தில் இருந்தன. இதனை மையமாக வைத்து "தி கிரேட் டிக்டேட்டர்" என்ற படத்தை எடுத்தார். ஹிட்லர், சார்லி சாப்ளினின் பரம ரசிகர். சார்லி சாப்ளின் பிறந்த நான்கு நாட்கள் கழித்துப் பிறந்தவர் ஹிட்லர். இப்படி ஒரே ஆண்டில் பிறந்த இருவரும் இரு துருவம் என்று உலகம் பேசியது. சார்லி சாப்ளின் தன் நடிப்பால் எல்லோரையும் மகிழ்ச்சிக் கடலில் ஆழ்த்தியவர். ஹிட்லரோ, தன் அதிகாரத்-

தால் பல இலட்சம் பேரைக் கொன்று குவித்தவர். ஹிட்லர், சார்லி சாப்ளின் மீது கொண்ட ஈர்ப்பால் தான் சிறிய மீசையை வைத்துக் கொண்டார் என்றும் கூறுகின்றார்கள்.

ஹிட்லர் பற்றி எடுத்த இந்தப் படம் ஒரு பேசும் படம் ஜெர்மனில் தடைசெய்யப்பட்டது. ஆனால், அப்படத்தை இங்கிலாந்தும், அமெரிக்காவும் வெற்றிப்படம் ஆக்கின.

அமெரிக்காவின் குடியுரிமை பெற விருப்பம் காட்டாததாலும், கம்யூனிசத் தலைவர்களிடம் நெருங்கிப் பழகுவதாலும் சார்லி சாப்ளினை அமெரிக்கா வெளியேற்றியது அல்லது வெளியேறும் நிலைக்குத் தள்ளியது தனது சொத்துக்களை எல்லாம் விற்றுவிட்டு அமெரிக்காவிலிருந்து வெளியேறினார். அமெரிக்காவின் அதிகாரப் போர்வை இடித்துரைக்கும் 'தி இமிக்ரண்ட்' மற்றும் 'தி கிங் இன் நியூயார்க்' என்ற படங்களையும் எடுத்தார். தொடர்ந்து தனது இறுதிக் காலத்திலும் தனது படங்களை மீள்பார்வை செய்து வெளியிட்டும் சம்பாதித்தார். இங்கிலாந்து ராணி புகழ்பெற்ற 'சர்' பட்டம் தந்து வாழ்த்தினார்.

மூன்று முறை ஆஸ்கர் விருதையும் பெற்றவர் சார்லி சாப்ளின். கடைசிக் காலத்தில் மீண்டும் இவரை அமெரிக்க நாடு அழைத்துக் கௌரவித்தது. ஒரு மாபெரும் கலைஞன், தன்னைப் போல ஒரு கலைஞனை இனி உலகம் காண இயலாது என்று சொல்லும் அளவுக்கு உழைத்து உயர்ந்தவர் சர். சார்லி சாப்ளின். நமது ஊர் நகைச்சுவை மன்னர் கலைவாணரும் சார்லி சாப்ளினின் வடிவத்தைத் தமிழ்ப் படங்களில் தந்தார். வாழ்க்கை முழுவதும் போராட்டங்களுடன், சாதனைகளுடன் இணைந்து போராடி, சிரித்து, சிந்திக்க வைத்துச் சாதித்த சார்லி சாப்ளின் மாபெரும் கலைஞனாக என்றும் வாழ்கின்றார்.

இன்றும் சார்லி சாப்ளினின் பல படங்கள் முதல்நிலைப் படங்களாகவே தேர்வு செய்யப்படுகின்றன. நூறு ஆண்டுகள் கடந்தும் ஒரு கலைஞர் போற்றப்படுவது குறிப்பிடத்தக்கதும், பெருமை தருவதும் ஆகும்.

சார்லி சாப்ளின் பற்றி 1200-க்கும் மேற்பட்ட நூல்கள் எழுதப்பட்டுள்ளன. 11,000-க்கும் மேற்பட்ட கட்டுரைகள் வெளிவந்துள்ளன. மேலாக, இவரது படங்களில் நடிப்பு மற்றும் பாத்திரங்கள் பல நாடுகளின், பல்வேறு மொழிகளிலான திரைப்படங்களில் பயன்படுத்தப்பட்டுள்ளன. நடிப்புக் கலை உள்ளவரை சார்லி சாப்ளின், யாரோ ஒருவர் மூலமோ, அழியாத தனது படங்களின் மூலம் சிரிக்க வைத்துக் கொண்டேயிருப்பார்.

சார்லி சாப்ளின் பொன்மொழிகள்

சிரிக்காத ஒரு நாள் வீணான நாள் ஆகும்.

கூர்ந்துநோக்கும் (க்ளோசப்) போது வாழ்க்கை ஒரு சோகம். ஆனால் தூரமாக நின்று (லாங் ஷாட்) பார்க்கும் போது வாழ்க்கை ஒரு நகைச்சுவை.

ஒரு மனிதனின் உண்மையான குணம் அவனது குடிபோதையில் வெளிப்படும்.

மக்கள் உங்களைத் தனியாக விட்டுவிட்டால் வாழ்க்கை அற்புதமாக இருக்கும்.

இது சில சமயங்களில் இரக்கமற்ற உலகம்; இதைச் சமாளிக்க ஒருவர் இரக்கமற்றவராக இருக்க வேண்டும்.

சிரிப்பு ஒரு டானிக், நிவாரணம், ஒரு வலிநீக்கும் மருந்து.

தோல்வி முக்கியமற்றது. உங்களை முட்டாளாக்கத் தைரியம் வேண்டும்.

ஒரு காமெடி நிகழ்த்த எனக்குத் தேவை ஒரு பூங்கா, ஒரு போலீஸ்காரர், ஒரு அழகிய பெண்.

ஆடம்பரத்துடன் பழகுவது என்பது எனக்கு கற்பனை செய்யவே கடினமான ஒன்றாகும்.

விரக்தி ஒரு போதைப் பொருள். அது மனதை அலட்சியத்தில் தள்ளுகிறது.

நீங்கள் பயப்படாவிட்டால் வாழ்க்கை அற்புதமாக இருக்கும். அதற்குத் தேவையானது, தைரியம், கற்பனைத்திறன் மற்றும் கடும் உழைப்பு.

நான், ஒரு நாடோடி, ஒரு மனிதன், ஒரு கவிஞன், ஒரு கனவு காண்பவன், ஒரு தனிமை விரும்பி, எப்போதும் ஒரு காதல் மற்றும் சாகச நம்பிக்கை கொண்டவன்.

நீங்கள் ஏன் அமெரிக்கக் குடிமகனாகவில்லை என்று என்னைக் கேட்கிறார்கள். எனது தேசியத்தை மாற்றுவதற்கு எந்தக் காரணத்தையும் நான் காணவில்லை. நான் என்னை இந்த உலகின் குடிமகனாகக் காண்கின்றேன்.

இந்தப் பொல்லாத உலகில் எதுவுமே நிரந்தரம் இல்லை. ஆம், நமது பிரச்சனைகளும் கூட நிரந்தரம் இல்லை.

நாம் அதிகமாக எண்ணுகின்றோம்; ஆனால் குறைவாக உணர்கின்றோம்.

ஒரு நம்பிக்கையை வெளிப்படுத்துவதை நான் பெரும் பாக்கியமாகக் கருதுகிறேன். உலகெங்கிலும் நாம் அமைதியைப் பெறுவோம், போர்களை ஒழிப்போம், மாநாட்டு மேசையில் அனைத்து சர்வதேச வேறுபாடுகளையும் தீர்த்து வைப்போம். அணு மற்றும் ஹைட்ரஜன் குண்டுகள் நம்மை ஒழிக்கும் முன்பு அவற்றை ஒழிப்போம். ஒரு நவீன உலகைப் படைப்போம்.

சரியான தருணத்தில், தவறான செயலைச் செய்வது வாழ்க்கையின் முரண்பாடாக அமைகிறது என்று நான் நினைக்கிறேன்.

ஒரு படைப்பு, அதன் படைப்பில் உண்மை எவ்வளவு ஆழமாக இருக்கிறதோ, அப்படைப்பு அவ்வளவு காலம் வாழும்.

ஒரு சோகமான வியாபாரம், வேடிக்கையாக இருப்பது.

நீங்கள் கீழே பார்த்தால் வானவில்லைக் காணமுடியாது.

நம்மிடமோ அல்லது மற்றவர்களிடமோ வாக்குவாதங்கள், மோதல்கள் அல்லது எந்தவிதமான பிரச்சனைகளுக்கும் நாம் இனிப் பயப்படத் தேவையில்லை. நட்சத்திரங்கள் கூட மோதுகின்றன. மேலும் அவற்றின் மோதலின் மூலம் புதிய உலகங்கள் பிறக்கின்றன. அது தான் வாழ்க்கையிலும் நடக்கிறது.

கண்ணாடி என் சிறந்த நண்பன். ஏனென்றால் நான் அழும்போது அது ஒருபோதும் சிரிக்காது.

எனக்கு எப்போதும் மழையில் நடப்பது பிடிக்கும். அதனால் நான் அழுவதை யாரும் பார்க்க முடியாது.

உங்கள் இதயம் வலித்தாலும், உடைந்தாலும் சிரியுங்கள்.

உண்மையிலேயே சிரிக்க, நீங்கள் உங்கள் வலியை எடுத்துக்கொண்டு விளையாட வேண்டும்

9. பல்துறைக் கலைஞர் டாவின்சி!

இத்தாலி நாட்டின் புகழ்பெற்ற ஓவியராகவும், கட்டடக் கலைஞர், பொறியாளர், எழுத்தாளர் மற்றும் வரலாற்றாசிரியராகவும் திகழ்ந்தவர் ஜார்ஜியோ வசாரி என்பவர். கலை வரலாற்றின் அடித்தள நூலாகக் கருதப்படும் 'மிகச்சிறந்த ஓவியர்கள், சிற்பிகள் மற்றும் கட்டடக் கலைஞர்களின் வாழ்க்கை' (Lives of the Most Excellent Painters, Sculptures and Architects) என்ற நூலின் ஆசிரியர். மைக்கேல் ஏஞ்சலோவின் கல்லறையை வடிவமைத்தவர். இவரது நூலின் மூலமாகப் பல கலைஞர்களின் வாழ்க்கை மற்றும் வெற்றிப் பாதைகளை உலகிற்குத் தந்தவர்.

ஜார்ஜியோ வசாரியின் நூலில் லியோனார்டோ டா வின்சி பற்றிய இவரது கூற்று நமக்கு நல்ல தொடக்கமாக அமைகின்றது.

“இயல்பாகவே பல ஆண்களும், பெண்களும் உயர்ந்த திறமைகளோடு பிறக்கின்றனர். சிலவேளைகளில் மட்டுமே, இயற்கையைக் கடந்த நிலையில், தனியொரு மனிதர், வானகம் தந்த அழகு, அறிவு, அருள், திறமை செறிந்தவராகப் பிறந்து, மற்றவர்களை எங்கோ பின்தள்ளிவிட்டு அரிதாகப் பிறக்கின்றார். இவருக்கு எல்லா வல்லமைகளும் மானுடத் திறமையால் மட்டும் கிடைக்கப்பட்டவை அல்ல.

மாறாக, கடவுளிடம் இருந்தே வருகின்றன. லியோனார்டோ டா வின்சியைப் பொறுத்த வரையில் எல்லோரும் இதை உண்மையென்றே ஒப்புக்கொள்கின்றனர். அவரது பேரழகும், பேரருளும் அவர் செய்த அனைத்திலும் மிளிர்கின்றன. இவர், தான் எடுத்த, கண்ட சிக்கல்களுக்கெல்லாம் மிக எளிமையாகத் தீர்வுகள் காணும் வகையில், தன் அறிவுத் திறனை அருமையாக வளர்த்துக் கொண்டார்” என்று எழுதுகின்றார்.

பல அறிஞர்களின் வாழ்க்கை வரலாற்றை அலசி ஆராய்ந்த இவர், லியோனார்டா டா வின்சியை இப்படிப் புகழக் காரணங்கள் நிறைய உள்ளது. இந்த மேற்கோளை எழுதியவரே, பல்திறன் கொண்டவர் தான். ஆயினும் மனித ஆற்றலுக்கு அப்பாற்பட்ட செயல்களைச் செய்த மாமனிதர் டா வின்சி என்று அவருக்கு இவ்வாறு புகழாரம் சூட்டுகின்றார். ஆம், ஏராளமான திறமைகளுடன் வாழ்ந்து, மறையாத புகழைப் பெற்றவர் தான் லியோனார்டோ டா வின்சி.

பிறப்பும், இளமையும்: இத்தாலி நாட்டில் செர் பியரோ டாவின்சி என்ற நிலக்கிழாருக்கும், கத்தரீனா என்ற விவசாயக் குடும்ப அம்மையாருக்கும் 1452, ஏப்ரல் 15-ஆம் நாள் மகனாகப் பிறந்தார் லியோனார்டோ டா வின்சி.

இளமையில் தொடக்கக் கல்வியைக் கற்றார். வாசித்தல், எழுதுதல், எண்கணிதம் மற்றும் பாரம்பரியக் கல்வி வழங்கப்பட்டது. முக்கிய மொழியான இலத்தீன் கற்றுத்தரப்பட்டது. டா வின்சி இலத்தீன் மொழியை ஆர்வமாகக் கற்கவில்லை. ஆனாலும், முடிந்தளவு முயற்சித்து அனைத்தையும் ஓரளவு கற்றுக்கொண்டார்.

டா வின்சி சிறுவனாக இருந்த போதே திறமையோடும், சுறுசுறுப்பாகவும் இருப்பதை அருகிருந்தோர் அறிந்தனர். ஒரு நாள் ஒரு விவசாயி டா வின்சியின் தந்தையிடம் வந்து ஒரு பலகையைக் கொடுத்துவிட்டு, “உன் மகன் ஓவியம் வரைவதில் திறமையானவன் என்று கேள்வியுற்றேன். இப்பலகையில் ஒரு ஓவியம் வரைந்து தரச் சொல்” என்று கொடுத்துச்

சென்றார்.

இதனை ஏற்றுக்கொண்ட டா வின்சி அப்பலகையில் பல பாம்புகள் தீயை உமிழ்வதைப் போன்ற படத்தை வரைந்து கொடுத்தாராம். அந்தப் படம் பார்ப்பதற்கே பயமூட்டுவதாக, தத்ரூபமாக இருந்ததை டா வின்சியின் தந்தை கண்டுகொண்டார். தன் மகனிடம் அளவற்ற திறமைகள் உள்ளதையும், அதில் ஒன்று ஓவியம் வரைதல் என்பதையும் புரிந்து கொண்டதால், 14 வயதில் கலைப் பள்ளிக்கு மகனை அனுப்பினார்.

பிளாரன்ஸ் நகரில் புகழ்பெற்ற ஓவியராகவும், ஓவியக்கலை ஆசிரியராகவும் திகழ்ந்தவர். ஆன்டிரியா டெல் பெர்ரோக்கியா என்பவர். இவரது கலைப்பள்ளியில் 1466-ஆம் ஆண்டு தனது 14 வயதில் மாணவராகச் சேர்ந்தார் டா வின்சி.

சிறந்த ஓவியர்களாக அக்காலத்தில் அறியப்பட்ட கிர்லாண்டாயோ, பெருஜுனோ, பொட்டிச்செல்லி, லாரன்சோ டி கிரேடி போன்ற புகழ்பெற்றவர்களும் அந்தப் பணிக்கூடத்தில் இருந்தார்கள். மாபெரும் கலைஞர்களோடு பணி செய்வது, கற்றுக்கொள்வது என்பது டா வின்சியின் வாழ்க்கையில் கிடைத்த பரிசாக அமைந்தது.

அந்தக் கலைப்பள்ளி பல்திறன் வளர்க்கும் பள்ளியாகச் செயல்பட்டது. பல்வேறு இயந்திரங்கள் சார்ந்த தொழில்நுட்பங்களின் அறிமுகம் அங்கு கிடைத்தது. வரைவியல், வேதியியல், உலோகவியல், உலோக வேலைகள், வார்ப்பு செய்தல், தோல் வேலைகள், பொறிசார் வேலைகள், தச்சுவேலை, ஓவியம், சிற்பம் போன்ற திறமைகளையும் கற்றுத்தரும் மாபெரும் பள்ளியாக அவருக்கு அந்தப் பணியகம் அமைந்தது.

பின்னாளில் பல்துறைக் கலைஞராக டாவின்சி திகழ்ந்திட, மிளிர்ந்திட இதுவே அடிப்படையாக அமைந்துள்ளது என்பதை நம்மால் எளிதில் புரிந்துகொள்ள முடியும். இச்சூழலில் தான் 1472 மற்றும் 1475-ஆம் ஆண்டுகளில் 'கிறிஸ்துவின் ஞானஸ்தானம்' (The Baptism of Christ) என்ற ஓவியம் ஆன்டிரியா செல் பெர்ரோக்கியா மற்றும் அவரது இளைய மாணவர் டா வின்சியால் வரையப்பட்டது. இந்த ஓவியத்தின் இறுதிப் பணியில் டா வின்சியின் ஓவியத் திறமை வெகுவாக வெளிப்பட்டது. இது பெர்ரோக்கியாவின் ஓவியத் திறமையைக் காட்டிலும் சிறப்பாக இருந்தது. எனவே குருவான பெர்ரோக்கியா, தன் சீடனே இனி ஓவியங்களைத் தொடர்வான் என்று கூறி, அதன் பிறகு தூரிகையை எடுக்கவில்லையாம். இது ஒரு செய்தியாகவும், உண்மையாகவும் இருக்கலாம் என்று நம்பப்படுகிறது.

லியோனார்டோ டா வின்சிக்கு இருபது வயது நடந்த போது மருத்துவர்கள் மற்றும் கலைஞர்கள் கொண்ட குழுவான செயின்ட் லூக் குழுவில் ஒரு வல்லுனராகும் தகுதி கிடைத்தது. இந்தச் சூழலில் மகனின் திறமை கண்டு டா வின்சியின் தந்தை அவருக்குத் தனியான பணிக்கூடம் அமைத்துத் தந்திருந்தார். ஆனால், டா வின்சி பெர்ரோக்கியாவுடன் கொண்ட அன்பு மற்றும் நட்புக் காரணமாக, பெரும்பாலான காலத்தினை அவரது பணிமனையில் ஓவியம் வரைவதில் கழித்தார். 1473-ஆம் ஆண்டு, ஆகஸ்ட் மாதம் 5-ஆம் தேதியிடப்பட்ட 'ஆர்னோப் பள்ளத்தாக்கு' ஓவியம், டா வின்சியால் வரையப்பட்ட ஒரு மிகப் பழைய ஓவியம் ஆகும்.

மிலன் நகரில் வாழ்வு: 1482 முதல் 1499 வரை ஏறக்குறைய 17 ஆண்டுகள் மிலன் நகரில் வாழ்ந்தார் டா வின்சி. 1478-இல் புனித பெர்னார்டு தேவாலயத்தில் The Adoration of the Magi - என்று சொல்லக் கூடிய, இயேசு பிறந்த போது அவரைக்

குடிலில் கண்டு வணங்கிய, மூன்று அரசர்கள் கொண்ட காட்சி வரைய வாய்ப்புத் தரப்பட்டது. ஆனால் உள்நாட்டுப் போரால் இந்த வேலையை முழுவதுமாக டா வின்சியால் முடிக்க இயலவில்லை.

'கிரான் கவால்லோ' என்ற குதிரைச் சிலை ஒன்று வடிக்கவும் அவருக்கு பல மடங்கு எடையுள்ள வெண்கலம் தரப்பட்டது. பின்பு அந்த வெண்கலம் எல்லாம் போருக்கு ஆயுதம் தயாரிக்க எடுத்துக்கொள்ளப்பட்டது. இதே சிலையின் களிமண் மாதிரியை டா வின்சி உருவாக்கித் தந்ததும், இந்தச் சிலை பின்னாளில் உருவான பல குதிரைச் சிலைகளுக்கு உயிரோட்டம் மற்றும் மாதிரியாக அமைந்தது என்றும் கூறப்படுகின்றது.

1498-இல் லியோனார்டோ டா வின்சி வரைந்த ஓவியம் 'கடைசி இரவு உணவு' (The Last Supper) ஆகும். இயேசு கிறிஸ்து சிலுவையில் அறையப்படுவதற்கு முந்தைய நாள் தன் சீடர்களோடு விருந்து உண்ட ஒரு காட்சியை இந்த ஓவியம் குறிக்கின்றது. இந்த ஓவியத்தை வரைந்த போது, சில நாட்களில் விடியற்காலை முதல் மாலை வரை சாப்பிடாமலே வரைந்து கொண்டிருப்பாராம். சில சமயங்களில் மூன்று, நான்கு நாட்கள் ஓவியத்தில் வண்ணங்கள் தருவதைச் செய்ய மாட்டாராம். அப்படி சிந்தனையில் ஆழ்ந்து உருவாக்கப்பட்டதாம் இந்த ஓவியம்.

இயேசு தன் சீடர்களோடு, 'கடைசி இரவு உணவு' உட்கொண்ட போது, 'உங்களில் ஒருவன் என்னைக் காட்டிக் கொடுப்பான்' என்று யூதாஸைக் குறித்துச் சொன்னார். அந்த யூதாஸின் சரியான அப்போதைய முக பாவனையைக் கொண்டு வருவதற்காக டா வின்சி முயன்று வரைந்தாராம். இந்த ஓவியம் உலகப் புகழ்பெற்றது; வரலாற்றில் அழியாத இடம் பெற்றது.

லியோனார்டோ டா வின்சியின் மற்றொரு புகழ்பெற்ற ஓவியம் 1503-1506 காலகட்டத்தில் வரையப்பட்ட 'மோன லிசா (Mona Lisa)' என்ற ஓவியம் ஆகும். இன்றும் உலகப் புகழ்பெற்ற ஓவியங்களில் ஒன்றாக இது அறியப்படுகின்றது. இந்த ஓவியம் உலகின் மிகவும் பிரபலமான அதிகம் பார்வையிடப்பட்ட, அதிகம் எழுதப்பட்ட, அதிகம் பாடப்பட்ட, அதிகமாக விமர்சனம் செய்யப்பட்ட கலைப் படைப்பு என்று அறியப்படுகின்றது.

இந்த ஓவியத்தின் பின்னணியாக அமையும் வளிமண்டல மாயை, ஓவியத்தின் காட்சி நுட்பம், ஓவியக் கலவையின் வெளிப்பாடு, ஓவியத்தின் உணர்ச்சி வெளிப்பாடு என்று பல வகையில் இது பாராட்டப் பெற்ற அழியாத காவியமாகத் திகழ்கின்றது. 2022-ஆம் ஆண்டின் மதிப்புப் படி 870 மில்லியன் அமெரிக்க டாலருக்கு மதிப்புள்ள கின்னஸ் உலக சாதனை படைத்துள்ளது. தற்போது பிரெஞ்சு நாட்டின் சொத்தாக பாரிஸில் உள்ள லூவ்ரேயில் நிரந்தரக் கண்காட்சியில் வைத்துப் பாதுகாக்கப்படுகின்றது.

அறிவியல் அறிஞர், பொறியாளர்: ஓவியம் சார்ந்த கலைப் பணிகள் மட்டுமல்லாமல் டா வின்சி உலகிற்கு பல அரிய செய்திகளை வழங்கியுள்ளார். டா வின்சி இடது கையால் எழுதும் பழக்கம் கொண்டவர். வாழ்நாள் முழுவதும் கண்ணாடி உருவ எழுத்துகளையே பயன்படுத்தி வந்தவர்.

"மனதில் தோன்றும் சிந்தனைகளை, அறிவின் துணைகொண்டு சோதனை செய்யாவிட்டால் பயன் ஏதும் இல்லை" என்று கூறியவர் லியோனார்டோ டா வின்சி. அறிவியல் சார்ந்த இவரது அணுகுமுறை வரை படங்களோடு தொடர்பு கொண்டிருந்தது. மிலனில் 17

ஆண்டுகள் இவர் வாழ்ந்த காலத்தில் அரசின் குடும்பக் குறிப்பேடுகளில், 'டியூக்கின் ஓவியர் மற்றும் பொறியாளர் (Painter and Engineer of the Duke)' என்றே எழுதப்பட்டிருந்தது.

ஓவியராகவும், சிற்பியாகவும், நீதிமன்ற விழாக்களின் வடிவமைப்பாளராகவும் மிலனின் அரச குடும்பத்தால் மதிக்கப்பட்டு, பணி தரப்பட்டார். கட்டடக் கலை, கோட்டைகள் மற்றும் இராணுவத் தேவைகளில் ஆலோசகராக இருந்தார். ஹைட்ராலிக் (நீரியல்) மற்றும் மெக்கானிக்கல் (இயந்திரவியல்) பொறியாளராகப் பணிசெய்தார் என்று குறிப்புகள் தெரிவிக்கின்றன.

லியோனார்டோ டாவின்சியின் பயிற்சிப் பாசறையில் சிறந்த மாணவர்கள் பலரும் இருந்தனர். ஜியோவானி அண்டோனியா, அம்ப்ரோஜியோ, பெர்னாட்டினோ, ஆண்ட்ரியா, சோலாரி, மார்கோ டி ஓகியானோ மற்றும் சாலாய் ஆகியவர்கள் குறிப்பிடத்தக்கவர்கள். 'மோன லிசா ஓவியம்' பின்னாளில் சாலாய் மூலம் பாதுகாக்கப்பட்டது குறிப்பிடத்தக்கது. இளம் பிரபுவான பிரான்ஸிஸ்கோ மெல்ழியை தன் மாணவத் தோழனாக இறுதிவரை உடன் வைத்திருந்தார். அவரது வாரிசாகவும் அமைந்தார்.

லியோனார்டோவின் சிறந்த படைப்புகளில் முக்கியமானது அவர் உருவாக்கிய 'ஆர்னித்தாப்டர்' (Ornithopter) என்ற பறக்கும் எந்திரம் ஆகும். மனிதனால் பறக்க முடியும் என்ற சிந்தனையை உலகில் விதைத்தவர் டா வின்சி. 1487-இல் இதை உருவாக்கி, மனிதக் கால்களால் விசையைச் செலுத்தும்படி வடிவமைத்திருந்தார். திசைமாற்றும் சுக்கான் கூட அதில் வைத்திருந்தார். இந்த முயற்சி வெற்றி பெறவில்லை. ஆனால், பின்னாளில் விமானம் கண்டுபிடிக்க இது ஒரு தூண்டுதலாக அமைந்தது.

இந்த 'விமானம்' அல்லது பறக்கும் எந்திரம் தயாரிக்க டாவின்சி, பறவைகள் எவ்வாறு காற்றைக் கிழித்துச் செல்கின்றன என்றும் ஆய்வு செய்தார். இதன் வெளிப்பாடாக காற்றின் வேகத்தைக் கண்டறியும் 'அனிமோ மீட்டர் (Anemometer)' என்ற கருவியையும் கண்டறிந்தார்.

தூண்கள் இல்லாமலே நெடுந்தொலைவு செல்லும் பாலங்களை வடிவமைப்பது பற்றிக் குறிப்புகள் தந்துள்ளார். இந்தக் குறிப்புகளை ஆய்வு செய்து சமீபத்தில் கேம்பிரிட்ஜ் பல்கலைக்கழகம் சார்ந்த, மசாசூட்ஸ் தொழில்நுட்பக் கழகப் பொறியாளர்கள் ஒரு அறிக்கை தந்தார்கள். இவரது 'ஆற்றுப்பாலம்' பற்றிய கட்டுமான மாதிரி மிகத் துல்லியமாக உள்ளதாகவும், தூண்களே இல்லாமல் அமையும் இந்தத் தொழில்நுட்பத்தால், பாலத்தின் கீழே படகுகள் தாராளமாகச் செல்லவும் முடியும் என்று கூறியுள்ளார்கள். 500-ஆண்டுகள் கழித்தும் டாவின்சியின் பொறியியல் அறிவு போற்றப்படுகின்றது.

டா வின்சியின் பொறியியல் எழுத்துகள் மட்டும் 13,000 (பதிமூன்றாயிரம்) பக்கங்களில் குறிப்புகளாக உள்ளன. இவற்றின் சில பக்கங்களை மைக்ரோசாப்ட் நிறுவனர் பில்கேட்ஸ், தனது சொந்த சேகரிப்புக்காக 213-கோடி ரூபாய்க்கு வாங்கியுள்ளார் என்பதும் டா வின்சியின் பொறியாளர் திறமையை நமக்குக் காட்டுகின்றது.

உடற்கூறியல் வல்லுநர்: டாவின்சியின் மிகப்பெரிய மற்றொரு பரிமாணம், அவரது உலகுக்கு வழங்கிய உடற்கூறியல் படங்களும், செய்திகளும் ஆகும். 1510-11 ஆகிய ஆண்டுகளில், முப்பதுக்கும் மேற்பட்ட பிணங்களை அறுத்து, அவற்றின் உள் கட்டமைப்புகளைக் கூர்ந்து நோக்கிப் படங்களாக வரைந்தார் டா வின்சி.

பிளோரன்சில் இருந்த சாந்தா மரியா மருத்துவமனையில் மனித உடல்களை வெட்டி ஆய்வு செய்தார். மார்க்கங்தோனியா தெல்லாதோரே என்ற மருத்துவருடன் இணைந்து இந்தப் பணிகளைச் செய்தார். மனித உடலின் உள் உறுப்புகள், எலும்புகள், நரம்புகள், தசைகள் உள்ளிட்ட பலவற்றை மிக நுணுக்கமாக, கூர்ந்து ஆய்வு செய்து படங்களாக வரைந்தார் லியோனார்டோ டா வின்சி. இவ்வாறு வரைந்த 240 - விரிவான வரைபடங்கள், 13,000 - சொற்கள் அடங்கிய உடற்கூற்றியல் பாட நூலாக அன்று அமைந்தது.

இன்று உள்ளது போல், மருத்துவ வசதிகள் இல்லாத காலம் அது. அறுவைச் சிகிச்சை பற்றிய தெளிவும், அறிவும் இல்லாத காலம். அக்காலக்கட்டத்தில் டா வின்சி வரைந்து கொடுத்த இந்தப் படங்களும், விளக்கங்களும் மாபெரும் மருத்துவ வளர்ச்சிக்கும், ஆராய்ச்சிக்கும் வித்திட்டது. இன்றைய நவீன அறுவைச் சிகிச்சை முறைகளுக்கும், உடற்கூறியல் (Physiology) என்ற பாடம் வருவதற்கும் வழிகாட்டியவர் தான் டா வின்சி.

இந்தப் படங்கள், விளக்கங்களை எல்லாம் தன் அன்புக்குரிய மெல்ழியிடம் கொடுத்து வெளியிடச் சொன்னார். இந்தப் பணி டா வின்சி இறந்து ஐம்பது ஆண்டுகள் கழித்தும் மெல்ழியாலும் முடிக்கப்பட முடியவில்லை. காரணம், இந்தப் படங்கள் வெளியிட ஆரம்பித்தது முதலே பல ஆய்வுகளும், விளக்கங்களும் உலக மருத்துவர்கள் மற்றும் உயிரியாளர்களால் தொடர்ந்து ஆலோசிக்கப்பட்டு வந்தன. இவ்வளவு புகழ்பெற்ற மனிதர் இறந்த போது பிரான்சு நாட்டு அரசர் இவரைத் தன் கையில் ஏந்திக் கொண்டிருந்தார் என்றும் கூறப்படுகின்றது.

இன்றும் பல மருத்துவக் குறிப்புகளிலும், மருத்துவமனைகளிலும் நாம் காணும் விட்ருவியன் மனிதன் (Vitruvian Man), அதாவது இவ்வுலகிற்கும், மனிதனுக்கும் உள்ள ஆத்மார்த்த இணைப்பு என்ற எண்ணம் தரும் ஒரு புகழ்பெற்ற படத்தைக் காணலாம். இதனை டாவின்சி தான் வரைந்தார். குழந்தை கருவிலுள்ள படம், மூளையின் வரைபடம், கைகளின் தசைகள், கால்களின் தசைகள், மூட்டுகள் என்று அவரது படங்கள் எண்ணற்ற தகவல்களை மருத்துவ உலகிற்குத் தந்தது. டா வின்சியின் கூற்றுப்படி 'மனிதன் இயற்கையோடு இணைந்த ஒரு படைப்பு' என்பதாகும். இயற்கையில் பஞ்ச பூதங்கள் உள்ளது போல மனித உடலிலும் பஞ்ச பூதங்களான நீர், நிலம், நெருப்பு, காற்று, ஆகாயம் என்பன மனித உடலில் உள்ளது என்பதையும் இவர் எடுத்துரைத்தார். இந்தப் படங்கள் எல்லாம் இன்றும் பாதுகாப்பாக வைத்து, ஆய்வு செய்யப்படுகின்றன.

பல்துறைக் கலைஞர்: தலைச்சிறந்த ஓவியர், கட்டடக் கலைஞர், சிற்பி, தத்துவ மேதை, விளையாட்டு வீரர், பொருளியல் வல்லுனர், கடல் ஆராய்ச்சியாளர், வானியல் விஞ்ஞானி, உடல் கூறியல் மற்றும் உடல் இயக்கவியல் நிபுணர், இராணுவ ஆலோசகர், உலோகவியலாளர், நில அளவையாளர், வேதியியலாளர், தேர்ந்த பொறியாளர், இசைக் கருவிகள் பல வாசித்த இசைப் பிரியர், தத்துவ மேதை, கணிதவியலாளர், நகர வடிவமைப்பாளர், சொற்பொழிவாளர் என்று லியோனார்டோ டா வின்சியின் துறைகள் விரிகின்றன.

இன்றுபோல் அன்று, விஞ்ஞான வளர்ச்சியும், போக்குவரத்து வசதிகளும், நுண்ணோக்கிகளும் இல்லை. ஆனாலும், டா வின்சியின் சாதனைகள் இன்றும் பிரமிப்போடு காணப்படுகின்றன என்றால், அவரது உழைப்பும், அறிவும், ஞானமும் பரந்துபட்டு இருந்ததை நம்மால் உணரமுடியும். தானாகவே கற்றுக்கொண்ட பொறியாளர் மற்றும் பரந்த தொலைநோக்குப்

பார்வை கொண்டவர் என்றும் அவர் புகழப்படுகின்றார்.

இவரது வரைபடங்களில் காணப்படும் பாலங்களின் மாதிரிகள், முப்பரிமாணத் தோற்றத்தினாலான கணித வடிவங்கள், ஓவியங்களுக்குப் பின்னால் வரையப்பட்டிருந்த தத்ரூபமான காட்சிகள் இன்றும் காண்பவர்களை அதிசயிக்கவும், சிலிர்க்கவும் வைக்கின்றன. உலக வரலாற்றில் பொறியியல், உடலியல் மற்றும் கட்டடக் கலைகளை முழுவதும் படங்களால் வரைந்து தந்துள்ளார்.

தண்ணீர்த் தொட்டிகள், நீர்மூழ்கிக் கப்பல்கள், இராணுவத் தளவாடப் பாதுகாப்புகள் என்று இவரது ஆய்வு மற்றும் அறிவுப் பக்கங்கள் விரிந்து கொண்டே செல்கின்றன. 'கவிதைகளைப் போல அல்லாமல் ஓவியங்கள் உடனடி திருப்தியை மனிதருக்குத் தருகின்றது' என்று பேசுகின்றார் டா வின்சி.

ஓவியத்தை விஞ்ஞானமாகச் சொன்னவர் டா வின்சி. அதற்கு ஒரு உதாரணம் தந்துள்ளார். கண்ணின் பத்து ஒளியியல் செயல்பாடுகளான இருள், ஒளி, உடல் மற்றும் நிறம், வடிவம் மற்றும் இருப்பிடம், தூரம் மற்றும் நெருக்கம், இயக்கம் மற்றும் ஓய்வு என்று கூறியதோடு, இவைகள் யாவும் ஓவியத்தில், அதன் தன்மைக்கேற்ப அமைத்து வரையப்படுகின்றது என்று விளக்கினார்.

மனித உடலின் உறுப்புகளான மூளை, இதயம், நுரையீரல் ஆகியவற்றை ஆழ்ந்து ஆராய்ந்து, அவற்றிலுள்ள இயக்கங்களைப் பொறியாளராக வரைந்து தந்தார். இவை புகழ்பெற்ற உடற்கூறியல் கண்டுபிடிப்பு வரைபடங்களாக உள்ளன.

டா வின்சி ஒரே நேரத்தில் இரண்டு கைகளாலும் வரையும் திறமை பெற்றிருந்தார். 1504-ஆம் ஆண்டு அவர் வரைந்த சால்வேட்டர் முண்டி (Salvator Mundi) என்ற ஓவியம் உலக வரலாற்றில் அதிக விலைக்கு ஏலம் போன ஓவியமாகும். இந்திய ரூபாய் மதிப்பில் 2925 கோடிக்கு இது ஏலம் போயுள்ளது. இன்று வரை, வேறு எந்த ஓவியமும் இவ்வளவு தொகைக்கு உலகில் வாங்கப்படவில்லை.

ஏராளமான ஓவியங்களை டா வின்சி வரைந்திருந்தாலும் புகழ்பெற்ற 17 - ஓவியங்களே இன்றும் உள்ளன. பல ஓவியங்கள் கால ஓட்டத்தில் சிதைந்தோ அல்லது அழிந்தோ போயிருக்கலாம் என்று ஊகிக்கப்படுகின்றது.

மனிதகுல வரலாற்றில், தனது வாழ்நாள் முழுவதும் தேடலையும், உலகிற்கு நல்லதைத் தருதலையும் மூச்சாகக் கொண்டு வாழ்ந்தவர் தான் லியோனார்டோ டா வின்சி. திருமணமே செய்து கொள்ளாமல் ஆய்வுகள், தரவுகள், பல ஆயிரம் பக்க எழுத்துகள், ஓவியப் படைப்புகள், வரைபடங்கள் என்று எண்ணிப் பார்க்க இயலாத ஒரு மாபெரும் வாழ்வு வாழ்ந்தவர் டா வின்சி. ஒரு தனி மனிதர் தன் வாழ்நாளில் இவ்வளவு சாதிக்க முடியுமா? இது சாத்தியமா? என்று இன்றளவும் நாம் இவரது சாதனைகளைக் கண்டு பிரமிப்பு அடைகின்றோம்.

பல்துறைக் கலைஞரான லியோனார்டோ டா வின்சி உலகுக்குச் சொல்லுவது, மனித வாழ்க்கை அற்புதமானது. 67 - ஆண்டுகளே வாழ்ந்த டா வின்சி ஆயிரம் ஆண்டுச் சாதனைகளை நிகழ்த்தியதன் மூலம் மனித வாழ்வுக்கும், வெற்றிக்கும் நம்பிக்கை தருகின்றார். முழுமையாக, மிக முழுமையாக ஒரு மனிதர் வாழ்ந்தார்; இன்றும் தன் படைப்புகளால் வாழ்கின்றார் என்பதற்கு சிறந்த உதாரணமாக, முதல் மனிதராக லியோனார்டோ டா வின்சி திகழ்கின்றார்.

லியோனார்டோ டா வின்சியின் பொன்மொழிகள்

கற்றல் மனதைச் சோர்வடையச் செய்வதில்லை.

மௌனத்தைப் போல அதிகாரத்தை வலுப்படுத்துவது எதுவும் இல்லை.

மூன்று வகை மக்கள் இருக்கின்றார்கள்; தானாகப் பார்ப்பவர்கள், ஒரு பொருள் காட்டப்படும் போது பார்ப்பவர்கள், பார்க்காதவர்கள்.

நீர் தான் அனைத்து இயற்கையின் உந்துசக்தியாகும்.

ஒரு அழகான உடல் அழிந்து போகும்; ஆனால், ஒரு சிறந்த கலைப் படைப்பு எப்போதுமே அழியாது.

நான் எப்படி வாழவேண்டும் என்பதைக் கற்றுக்கொண்ட போது, நான் எப்படி இறக்க வேண்டும் என்பதைக் கற்றுக்கொண்டேன்.

செய்ய வேண்டிய அவசரத்தால் நான் ஈர்க்கப்பட்டேன். தெரிந்தால் மட்டும் போதாது; நாம் அதற்காக விண்ணப்பிக்க வேண்டும். தயாராக இருப்பது மட்டும் போதாது; நாம் செயலாற்ற வேண்டும்.

புரிந்து கொள்ளுதலில் கிடைக்கும் மகிழ்ச்சியே மேலான இன்பமாகும்.

கோட்பாடு அல்லது இலக்கு இல்லாமல் பயிற்சியில் ஈடுபடுபவர், சுக்கான் மற்றும் திசைகாட்டி இல்லாமல் கப்பலில் ஏறும் மாலுமி போன்றவர். அவருக்கு காற்று எந்தப் பக்கம் வீசும் என்பது தெரியாது.

குருவை மிஞ்சாத மாணவன் ஏழை.

கூச்சல் இருக்கும் இடத்தில், உண்மையான அறிவு இருக்காது.

நமது அனைத்து அறிவும், அதன் தோற்றமும் நமது உணர்வில் உள்ளது.

முடிவில் எதிர்ப்பதைவிட, ஆரம்பத்தில் எதிர்ப்பது நல்லது.

அறிவார்ந்த ஆர்வம், சிற்றின்பத்தைப் புறக்கணிக்கின்றது.

கடந்த காலத்தையும், பூமியின் இடங்களையும் பற்றிய அறிவு மனிதனின் மனத்தின் ஆபரணம் மற்றும் உணவாகும்.

அறத்தை விதைப்பவன், மானத்தை அறுவடை செய்வான்.

கண்மூடித்தனமான அறியாமை நம்மைத் தவறாக வழிநடத்துகின்றது. ஓ, கேடுகெட்ட மனிதர்களே, கண்களைத் திறங்கள்.

கையாலான கடும் உழைப்பு செயல்படாத இடத்தில் கலை இல்லை.

மிகச்சிறிய பூனை ஒரு தலைச்சிறந்த படைப்பு.

ஒரே நாளில் பணக்காரன் ஆக விரும்புபவன், ஒரு வருடத்தில் தூக்கிலிடப்படுவான்.

பொது அறிவு என்பது பிற புலன்களால், கொடுக்கப்பட்ட விஷயங்களுக்குத் தீர்வு காண்பதாகும்.

நட்சத்திரத்தில் உறுதியாக இருப்பவர் மனம் மாறுவதில்லை.

நல்ல மனிதர்களின் இயல்பான ஆசை அறிவாகும்.

நன்றாகக் கழிந்த வாழ்க்கை நீண்டது.

இயற்கை தன் சொந்த விதிகளை மீறுவதில்லை.

விஷயங்களின் உண்மையே, உயர்ந்த அறிவாளிகளின் ஊட்டச்சத்து ஆகும்.

உயர்ந்த மேதைகள் சாதாரண வேலைகளைச் செய்யும் போது சுறுசுறுப்பாக இருப்பார்கள்.

ஒவ்வொரு செயலும், ஒரு நோக்கத்தால் தூண்டப்பட வேண்டும்.

ஓவியரின் மனம் ஒரு கண்ணாடியை ஒத்திருக்க வேண்டும். அது எப்போதும் பிரதிபலிக்கும் பொருளின் நிறத்தை எடுத்துக்கொள்கிறது மற்றும் அதன் முன்னால் உள்ள பல பொருட்களின் உருவங்களால் முழுமையாக ஆக்கிரமிக்கப்பட்டுள்ளது.

மனிதனைப் பறக்க அனுமதிக்கும் ஒரு இயந்திரத்தை உருவாக்குவது எனது விதி என்று நான் அடிக்கடி உணர்ந்தேன்.

எளிமையே வாழ்க்கையின் உயர்ந்த பண்பு.

சிக்கலில் சிரிக்கக் கூடியவர்களையும், துன்பத்தில் இருந்து வலிமை பெறக்கூடியவர்களையும், சிந்திப்பதன் மூலம் தைரியமாக வளரக்கூடியவர்களையும் நான் விரும்புகிறேன்.

பசியின்றி உண்ணும் உணவு அலுப்பூட்டும் ஊட்டமாக இருப்பது போல், ஆசை இல்லாமல் படிப்பது, அதை உறிஞ்சும் நினைவாற்றலில் பதியாது.

ஓவியம் என்பது உணர்ந்ததைவிடக் காணும் கவிதை. கவிதை என்பது பார்ப்பதைவிட உணரும் ஓவியம்.

10. கனவு மற்றும் கற்பனைகளின் வெற்றிப் படைப்பாளர்!

ரிட்டிஷ் அரசியல் கார்ட்டூனிஸ்டாகப் புகழ்பெற்றிருந்த டேவிட் லோ என்பவர், "லியோனார்டோ டாவின்ஸிக்குப் பிறகு இவ்வுலகில் கிராபிக் கலையில் புகழ்பெற்றுத் திகழ்ந்தவர் வால்ட் டிஸ்னி" என்று குறிப்பிட்டார். மக்களுக்கு மகிழ்ச்சியான விஷயங்களைக் கொடுக்க வேண்டும்; பாரம்பரிய மனித வாழ்க்கையையும் மனதில் பதிய வைக்க வேண்டும் என்ற இலக்குகளோடு பயணித்த ஒரு மாபெரும் மனிதர் வால்ட் டிஸ்னி. இருபதாம் நூற்றாண்டில் கற்பனை மற்றும் கனவுகளின் மூலம் மாபெரும் தொழில் சாம்ராஜ்யத்தைப் படைத்து, வெற்றி கண்டவர் இந்த வால்ட் டிஸ்னி.

எலியாஸ் டிஸ்னி மற்றும் புளோரா கோல் டிஸ்னி தம்பதியருக்கு நான்காவது மகனாக 1906-ஆம் ஆண்டு, டிசம்பர் மாதம் 5-ஆம் நாள் பிறந்தார் வால்டர் எலியாஸ் டிஸ்னி; வால்ட் டிஸ்னி என்று அழைக்கப்பட்டார்.

வால்ட் டிஸ்னியின் தந்தை தச்சு, விவசாயம் மற்றும் கட்டடம் கட்டுதல் என்று பல வேலைகளைச் செய்து வந்தவர். தாய் ஒரு பொதுப்பள்ளியில் ஆசிரியராக இருந்தவர். போதுமான வருமானம் இல்லாததால், குடும்பம் அமெரிக்காவின் மிசோரி மாகாணத்திலிருந்த, மார்செலின் நகருக்குச் சென்றது.

வால்ட் டிஸ்னிக்குக் குழந்தைப் பருவம் முதலே படம் வரைவதில் ஆர்வம். தனது ஏழு வயதிலேயே அண்டை வீட்டாருக்குப் படம் வரைந்து கொடுத்துப் பரிசுகள் பெற்றதாகவும் கூறப்படுகின்றது. டிஸ்னியின் தந்தைக்குப் போதுமான பணவரவு இல்லாததால், தன்னையும் தன் சகோதரர்களையும் தினமும் செய்தித்தாள் போடும் பணியில் ஈடுபடுத்தியதாக டிஸ்னி தெரிவிக்கின்றார். எனவே, படிப்பில் அதிக ஆர்வம் ஏற்படவில்லை. பள்ளிப் படிப்புக் கடி-

னமானதாகவும், சுகமற்றதாகவும் டிஸ்னிக்கு அமைந்தது. இருப்பினும் பள்ளியில் கார்ட்டூன் வரைவதில் அதிக ஆர்வமுடன் தன்னைப் பலமுறை வெளிப்படுத்தினார் வால்ட் டிஸ்னி. இங்கு வண்ணங்கள் மற்றும் வாட்டர் கலர் கொண்டு படம் வரைதலைப் பயின்றார்.

பிறகு வால்ட் டிஸ்னியின் குடும்பம் கன்சாஸ் நகருக்குச் சென்றது. அங்கு கன்சாஸ் சிட்டி ஆர்ட் இன்ஸ்டிடியூட் மற்றும் ஸ்கூல் ஆப் டிசைன் (Kansas City Art Institute and School of Design) என்ற பள்ளியில் அஞ்சல் வழியில் சேர்ந்து படித்துத் தனது வரைதிறனை வளர்த்துக் கொண்டார் வால்ட் டிஸ்னி. 1917-ஆம் ஆண்டு மெக்ஸிகோ சென்றவர், அங்கு மெக்கின்லி உயர்நிலைப் பள்ளியில் சேர்ந்து புகைப்படங்கள், வரைபடங்கள் மற்றும் கார்ட்டூன்கள் வரைவதில் பயிற்சியும், தேர்ச்சியும் பெற்றார்.

தனது 16 வயதில் இராணுவத்தில் சேரச் சென்றவரைத் தகுதியில்லை என்று அனுப்பிவிட்டார்கள். பின்பு செஞ்சிலுவைச் சங்கத்தின் ஆம்புலன்ஸ் ஓட்டுநராக பிரான்ஸ் மற்றும் ஜெர்மனியில் சில ஆண்டுகள் வேலை செய்தார். இப்படி ஓடிக்கொண்டிருந்த வேலையும் முதல் உலகப் போரால் தடைபட்டது. 1919-இல் கன்சாஸ் நகருக்குத் திரும்பி தொழில் முைறயில் படம் வரையும் நிறுவனத்தில் தன் வேலையை வரைகலைஞராகத் தொடங்கினார், வால்ட் டிஸ்னி.

இங்குதான் ஒரு நல்ல நண்பராக ஐவர்க்ஸ் என்பவரைச் சந்தித்தார். இவரும் கார்ட்டூன் மற்றும் பிற வரைகலைகளில் ஆர்வம் கொண்டவர் என்பதால் இருவரும் சேர்ந்து 1922-ஆம் ஆண்டு ஒரு சிறிய ஸ்டுடியோவை ஆரம்பித்தனர். இந்த ஸ்டுடியோ மூலம் உள்ளூரில் இருந்த திரையரங்கங்களுக்கு ஒரு நிமிடம், இரண்டு நிமிடம் ஓடக்கூடிய விளம்பர அனிமேஷன் படங்களை எடுத்துக் கொடுத்தனர். இவைகள் சற்று வளர்ச்சிகண்டு ஏழு நிமிடம் வரை ஓடக்கூடிய குறும்படங்களாகவும், அனிமேஷன் முறையில் செய்து வழங்கினர். இதில் சில ஏமாற்றங்களையும், பின்னடைவுகளையும் சந்தித்தனர். ஆனால், இயங்குபடம் (Animation) மூலம் சாதிக்கலாம் என்ற எண்ணம், நம்பிக்கை இச்சமயத்தில் வால்ட் டிஸ்னி மனதில் ஆழமாக வேர்விட்டது.

ஆரம்ப காலங்கள்: 1922-ஆம் ஆண்டு தனக்குத் தெரிந்த சிலரிடம் முதலீடுகளை, அதாவது 15,000 டாலர் இன்று அதன் மதிப்பு இரண்டு இலட்சம் டாலருக்கு மேல் இருக்கும். இதனைப் பெற்றுக்கொண்டு சில கார்ட்டூன்களைத் தயாரித்தார். இதற்காக லாஃப் ஓ கிராம் ஸ்டுடியோ (Laugh-O-Gram-Studio) என்ற நிறுவனத்தை ஆரம்பித்தார். 1921 முதல் 1923 வரை இந்தப் படமெடுக்கும் அறை இயங்கியது. இங்குதான் பல புகழ்பெற்ற கலைஞர்கள், கார்ட்டூன் வரைகலைஞர்கள் வால்ட் டிஸ்னியுடன் இணைந்தார்கள். ஐவர்க்ஸ், ஹக் ஹார்மன், ஃபிரிஸ் பிரீலெங், கார்லமன் மேக்ஸ் பெல் மற்றும் ரூடால்ஃப் ஐசிங் போன்றோர் இருந்தனர். இந்த இடம் தான் 'மிக்கிமவுஸ்' உருவாக அடித்தளமானது.

இந்த நிறுவனம் மூலம் லிட்டில் ரெட் ரைடிங் ஹூட், ஜாக் அண்ட் த பீன்ஸ்டால்க், ஜாக் த ஜயண்ட் கில்லர், பஸ் இன் பூட்ஸ், சின்ட்ரெல்லா, டாம்மி டக்கர்ஸ் டூத், மார்த்தா, ஆலிஸ் வொண்டர்லேண்ட் போன்ற கார்ட்டூன் படங்கள் வெளிவந்தன. ஆனால் கடன் சுமையால் இந்நிறுவனம் திவாலானது. இந்தப் படங்களை வரைகின்ற சமயங்களில் தனது சிறிய அறையிலிருந்த ஷோபாவுக்குப் போடும் துணிகளில் தான் தூங்கியதாகவும், குறைந்த உணவு மட்டுமே கிடைத்ததாகவும், வாரம் ஒரு முறையே குளிக்க வேண்டியதாக இருந்ததா-

கவும் வால்ட் டிஸ்னி தெரிவித்துள்ளார்.

இந்த லாஃப் ஓ கிராம் ஸ்டுடியோவில் இருந்த போது உதித்த ஒரு சிந்தனை தான் எலிகளை வைத்து அவர் வரைந்த படம். இங்கு வேலை செய்த போது வெகுநேரம் தனது வரைபடங்களைத் தனியாக வரைந்து கொண்டிருப்பாராம் வால்ட் டிஸ்னி. அப்போது இரவு நேரத்தில் அவரது அறையின் குப்பைத் தொட்டியில் இருக்கும் பாலாடைக் கட்டிகளைச் சாப்பிட இரு எலிகள் சண்டை போட்டுக் கொள்ளுமாம். ஒரு நாள் அவர் அவற்றைப் பிடித்து ஒரு கூண்டில் வைத்துவிட்டார். அதில் ஒரு எலி மிகவும் சுட்டி. கருஞ்சிவப்பு நிறத்திலிருந்த அதன் மூக்கில் தட்டினால், படங்கள் வரைய மேைஜயில் இருந்த கருப்பு வட்டத்துள் ஓடி விளையாடுமாம். அதனை இரசித்த வால்ட் டிஸ்னி, கன்சாஸ் நகரை விட்டுக் கிளம்பும் போது அந்த எலிகளை கொல்லைப்புறத்தில் சுதந்திரமாக விட்டுவிட்டு வந்தார்.

ஆயினும் அந்த ஒரு சுட்டி எலியின் நினைவுக்காக ஒரு படத்தை கார்ட்டூனாக வரைந்தார். அதனைத் தன் மனைவி லில்லியன் மேரியிடம் லாஸ் ஏஞ்சல்ஸ் செல்லும் போது இரயிலில் காட்டி, அதற்கு 'மார்டிமர் மவுஸ்' என்று பெயர் வைக்க உள்ளதாகச் சொன்னார். இந்தப் பெயர் ஐரோப்பிய நாடுகளில் வழங்கப்படும் ஒரு ஆடம்பரப் பெயராக இருந்ததால், எளிமையாக 'மிக்கி மவுஸ்' என்று வைக்கச் சொன்னார் அவரது மனைவி. 'கடவுளின் கொடை' என்பது மிக்கியின் (Mickey) அர்த்தமாகும். அப்படியே அதை வால்ட் டிஸ்னி ஏற்றுக்கொள்ள, அந்தக் கார்ட்டூன் பின் உலகப் புகழும் பெற்றது.

இவ்வாறு கான்சாஸ் நகரை விட்டுத் தன் நிறுவனம் பெற்ற தோல்வியிலிருந்து மீள லாஸ் ஏஞ்சல்ஸ் கிளம்பினார் வால்ட் டிஸ்னி. லாஸ் ஏஞ்சல்ஸ் செல்லப் பணம் இல்லாததால் கன்சாஸ் நகரில் சில பணக்காரர்களின் வீட்டிற்குச் சென்று, அவர்கள் குழந்தைகளை வைத்து படம் எடுப்பதாகக் கூறிப் பணம் சேர்த்தார். 'எங்கு செல்கிறீர்கள்?' என்று கேட்ட போது 'ஹாலிவுட்டுக்குச் சென்று பெரிய திரைப்படங்கள் எடுக்கப் போகிறேன்' என்று கூறினார். இதைக்கேட்டு சிலர் சிரித்தார்கள். அந்தச் சிரிப்பில் ஏளனமும் அடங்கியிருந்தது. காரணம் அப்போது அவரது படத்தயாரிப்பு நிறுவனம் நிதி நெருக்கடியால் மூடப்பட்டிருந்தது.

வால்ட் டிஸ்னி ஸ்டுடியோ: 1923-ஆம் ஆண்டு லாஸ் ஏஞ்சல்ஸ் நகரில் ஹாலிவுட் திரைப்படங்களில் பணி செய்யலாம் என்று வால்ட் டிஸ்னி சென்றார். அப்போது அங்கு அதிகமாகக் கேலிச்சித்திரங்களை வரையும் நிறுவனங்கள் இருந்ததும் ஒரு காரணமாக அமைந்தது. தனது மாமா ராபர்ட் உடன் தங்கிக்கொண்டு ஹாலிவுட் படத்தயாரிப்பு நிறுவனங்களில் வாய்ப்புத் தேடினார். அலைஸ் காமெடீஸ் (Alice Comedies) என்ற தொடரைத் தயாரிக்க டிஸ்னி மற்றும் அவரது சகோதரர் ராய் என்பவருக்கும் அனுமதி கிடைத்தது. முதலில் 'டிஸ்னி பிரதர்ஸ் ஸ்டுடியோ' என்று இருந்த பெயரை அவரது சகோதரர் ராய் 'வால்ட் டிஸ்னி ஸ்டுடியோ'வாக மாற்றினார். காரணம், தன் சகோதரர் 'வால்ட்' டிஸ்னியின் உழைப்பும், சிந்தனையும் அங்கீகரிக்கப்பட வேண்டியது என்று சொன்னார்.

ஆஸ்வேல்ட் த லக்கி ராபிட், மிக்கி மவுஸ், த்ரீ லிட்டில் பிக்ஸ் ஆகிய வெற்றிப்படங்களை இந்த நிறுவனம் உருவாக்கியது. 1933-ஆம் ஆண்டு மிகப்பெரிய படத்தயாரிப்பு நிறுவனத்தைத் தொடங்க ஆசைப்பட்டார் வால்ட் டிஸ்னி. நீண்டநேரம் ஓடக்கூடிய கார்ட்டூன் படங்களை எடுக்கலாம் என்று கூறினார். ஆனால், அதுவரை ஏழு நிமிடங்கள் மட்டுமே கார்ட்டூன் படங்கள் வெளியிடப்பட்டிருந்தன. வெகுநேரம் மக்கள் கார்ட்டூன் படங்களைப்

பார்க்க மாட்டார்கள்; எனவே வீண் முயற்சி செய்ய வேண்டாம் என்று பலரும் அறிவுரை சொன்னார்கள்.

1934-ஆம் ஆண்டு தனது சிறந்த இயங்குபடக் கலைஞர்கள் நாற்பது பேரை ஒரு இரவில் அழைத்தார். தான் பிரம்மாண்டமாகத் தயாரிக்க நினைக்கும் ஸ்னோ வொயிட் அன்ட் த செவன் டிவாஃப்ஸ் (Snow White and The Seven Dwarfs) என்ற கார்ட்டூன் திரைப்படக் கதையை விவரித்தார். அந்தப் படத்தில் வரும் பாத்திரங்கள் நடிப்பதையும் நடித்து, பேசிக் காட்டினார். எல்லோரும் அவரை ஆச்சர்யமாகவும், சாத்தியமா! என்ற உணர்விலும் பார்த்தார்கள்.

ஆம், இந்தப் படத்துக்கான செலவு ஐந்து இலட்சம் டாலர்கள் என்று மதிப்பிடப்பட்டது. இன்றைய மதிப்பில் இது ஏழரை மில்லியன் பணம். இந்தத் தொகையைக் கேட்டதும் பலருக்கும் பயம். காரணம், இவ்வளவு தொகையைத் திரட்டி, செலவு செய்தும், படம் ஓடவில்லை என்றால், கம்பெனி திவாலாகிவிடுமே, வேலை போய்விடுமே என்று அஞ்சினார்கள்.

ஒரு காலக்கட்டத்தில் வால்ட் டிஸ்னியின் சகோதரர் மற்றும் மனைவியின் மூலமும் அவருக்கு எடுத்துச் சொன்னார்கள். வால்ட் டிஸ்னி முடிவு எடுத்தால் மாற்றிக்கொள்ளமாட்டார் என்பதை மீண்டும் நிரூபித்தார்.

வால்ட் டிஸ்னி தன் முடிவில் திடமாக இருந்தார். வேறுவழியின்றி படத்தயாரிப்பு ஆரம்பமானது. படத்தின் போக்கைக் கண்டபோது வரைபடக் கலைஞர்களுக்கு மகிழ்ச்சி உருவானது. காரணம், வால்ட் டிஸ்னியின் கற்பனையும், கனவும் அர்த்தமுள்ளது என்பதும், நிச்சயம் இது வெற்றி பெறும் என்ற நம்பிக்கையும் அவர்களுக்கு உருவானது. ஒவ்வொரு கதாபாத்திரத்தையும் கார்ட்டூனாக வரைந்து வெளிக்கொண்டு வரும்போது கலைஞர்களின் உள்ளத்தில் உற்சாகம் பொங்கியது.

இச்சமயத்தில் வால்ட் டிஸ்னியைச் சிலர் முட்டாள் என்றும் கூறினார்கள். 'டிஸ்னியின் முட்டாள்தனம் இந்தப் படத்தயாரிப்பு' என்று பலரும் அவரைக் கிண்டல் செய்தார்கள். டிஸ்னி இவற்றைக் கண்டுகொள்ளவில்லை.

பெரும்பாலான நேரம் ஒரு சிறிய அறையிலேயே டிஸ்னி அமர்ந்து வேலை செய்தார். அந்த அறை குளிரூட்டி இல்லாத அறை. வேலை செய்யும் போது வியர்த்துக் கொட்டும். படங்களை வரையும் அத்தனை கலைஞர்களும் அந்த அறைக்கு வந்துதான் படங்களை டிஸ்னியிடம் காட்டினார்கள். அவர்களுக்கு அந்த அறை கடினமாகவே இருந்தது. ஆயினும் வால்ட் டிஸ்னி அங்கிருந்தே தன் மூன்று ஆண்டுகளையும் படத்தயாரிப்புக்குப் பயன்படுத்தினார். பின்னாளில் அந்த அறையை "என் வியர்வை அறை" என்று கூறினார். அதாவது அவரது 'உழைப்பின் அறை' என்பதை நாம் புரிந்துகொள்ள முடியும்.

'ஸ்னோ வொயிட்' திரைப்படம் வளர்ந்து கொண்டிருந்தது. இது நிச்சயமாகப் பிரம்மாண்டமாக வெளிவரும் என்ற எண்ணம் வந்துவிட்ட சூழலில் அங்கு பணி செய்தவர்கள் நேரம், காலம் பார்க்காமல் உழைத்தார்கள். மாலை நேரங்களில் அதிகமாகவும், விடுமுறை நாட்களிலும் கூட வந்து வேலை செய்தார்கள். வால்ட் டிஸ்னி படம் முடியும் தருவாயில் பணத்தட்டுப்பாட்டால் சிரமப்பட்டார். அவரும், சகோதரர் ராயும் பணம் பெறுவதற்காகச் சிலரை நாடினார்கள். எடுக்கப்பட்ட படத்தின் பல காட்சிகளைக் காட்டிய போது, பார்த்தவர்கள் அதை விரும்பியதால் பணம் கிடைத்தது.

இந்தப் படத் தயாரிப்புக்காக இருபது இலட்சம் கார்ட்டூன் படங்கள் வரையப்பட்டது. 750-க்கும் மேற்பட்ட கலைஞர்கள் இப்படங்களை வரைந்தார்கள். இவற்றிலிருந்து இரண்டரை இலட்சம் படங்கள் திரைப்படத்திற்காக எடுக்கப்பட்டது.

லாஸ் ஏஞ்சல்ஸ் நகரில் ஆயிரத்து ஐநூறு இருக்கைகள் கொண்ட கார்தி சர்க்கிள் திரையரங்கில், 1937-ஆம் ஆண்டு டிசம்பர் மாதம் 21-ஆம் தேதி திரையிடப்பட்டது.

தலைச்சிறந்த ஹாலிவுட் நடிகர்கள், தயாரிப்பாளர்கள், சிறப்பு விருந்தினர்கள் முன்னிலையில் இத்திரைப்படம் எண்பத்து மூன்று நிமிடங்களுக்குத் திரையிட்டுக் காட்டப்பட்டது. ஆஹா, என்று அங்கலாய்த்து, ஒரு புதிய உலகில் பிரவேசித்த உணர்வைப் பெற்றார்கள், இந்த முதல் பார்வையாளர்கள். திரைப்படப் புகழ் உலகமெங்கும் பரவியது.

ஆரம்ப வெளியீட்டில் வந்த பணமே படம் எடுத்த கடனை அடைத்தது. தொடர்ந்து இலாபம்தான். ஆண்டு இறுதியில் எண்ணூறு மில்லியன் டாலர் வரைச் சம்பாதித்துக் கொடுத்து அபார வெற்றி பெற்றது, “வால்ட் டிஸ்னியின் முட்டாள்தனம்” என்பதை அறிவாளிகள் புரிந்து கொண்டார்கள். ஆம், ஒரு மனிதனின் நம்பிக்கையும், கனவும், கற்பனையும் மாபெரும் வெற்றியைப் பெறமுடியும் என்பதைத் தன் உழைப்பால், தன் கலைஞர்களால் நிகழ்த்திக் காட்டினார் டிஸ்னி.

உல்லாச டிஸ்னிலேண்ட்: வால்ட் டிஸ்னி எல்லா மக்களும் சந்தோஷமாக இருக்க ஒரு உல்லாச உலகினை, மகிழ்ச்சி தரும் இடத்தை உருவாக்க விரும்பினார்.

கேமருன் சி. டெய்லர் சொல்லுவது போல, “வால்ட் டிஸ்னி, உலகில் மகிழ்ச்சியான இடத்தை உருவாக்க விரும்பினார். மகிழ்ச்சி தரும் பொருட்களின் மூலம், மகிழ்ச்சியான சிந்தனைகளைக் கொடுப்பதன் மூலம், எல்லோரும் நினைத்துப் பார்க்க முடியாத உயரத்துக்குப் பறந்து செல்ல உதவும் இறக்கையைக் கொடுக்க முடியும் என்று நம்பினார். டிஸ்னிலேண்ட்டுக்கு வருபவர்கள் மகிழ்ச்சியடைந்து, மீண்டும் வெளியில் சென்று உலகம் முழுவதும் உள்ள மற்றவர்களுக்கும், அந்த மகிழ்ச்சியைப் பரப்புவார்கள் என்று நம்பினார்” என்ற வார்த்தைகள் மிகவும் பொருத்தமாக வால்ட் டிஸ்னியின் கனவு வெற்றியான டிஸ்னிலேண்டுக்குப் பொருந்துகிறது. பிரம்மாண்டங்களையே யோசிக்கும் ஜாம்பவானாக வால்ட் டிஸ்னி திகழ்ந்தார். ‘ஸ்னோ வொய்ட்’ திரைப்பட வெற்றியில் திளைத்துக் கொண்டிருந்த நேரம், இந்த இலாபப் பணத்தோடு, மேலும் முதலீடு செய்து ‘மகிழ்ச்சிப் பூங்கா’ ஒன்றை அதாவது ‘டிஸ்னிலேண்ட்’ ஒன்றை உருவாக்கும் திட்டத்தைச் சொன்னார்.

இந்தத் திட்டம் கற்பனைக்கு எட்டாததாகவும், பல தொழில் மன்னர்களுக்கும் கூடப் புரியாததாகவும் அமைந்தது. அவரது சகோதரர் ராய் மற்றும் ஆதரவு தந்தவர்களும் இத்திட்டத்தை ஏற்காமல் ஒதுங்கினர். எனவே, வால்ட் டிஸ்னி இன்க் (Walt Disney Inc) என்ற நிறுவனத்தைத் தொடங்கினார். தனது அனைத்துச் சொத்துக்களையும், சேமிப்புகளையும் விற்றார். எட்டு இலட்சம் டாலர்கள் கொடுத்து 1954-ஆம் ஆண்டு ஒரு பெரிய தோட்டத்தை வாங்கினார்.

தன்மீது நம்பிக்கையுள்ளவர்கள், இணைந்துகொள்ள விரும்பியவர்களைக் கொண்டு தன் திட்டத்தைத் தொடங்கினார். முதலில் ஒரு நாள், பல பொழுதுபோக்குப் பூங்காக்களின் இயக்குனர்களையும் அழைத்துத் தன் திட்டம் பற்றிக் கூறிப் பொருளாதார மற்றும் தொழில்சார்ந்த ஆதரவைக் கோரினார். ஆனால், அவர்கள் யாரும் இதை ஏற்கவில்லை. நிச்சயமாக

வால்ட் டிஸ்னியின் இந்தத் திட்டம் தோல்வியில் தான் முடியும் என்று கூறி நடையைக் கட்டினார்கள். ஆனால், அந்தக் கூட்டம் முடிந்து, இதையெல்லாம் கேட்டுவிட்டு வெளியே வந்த வால்ட் டிஸ்னி அளவற்ற மகிழ்ச்சியோடு காணப்பட்டாராம். அதாவது அந்தக் கூட்டத்தில் கலந்துகொண்ட அனைவரும் 'வால்ட் டிஸ்னியின் திட்டம் வெற்றி பெறும்' என்று சொன்னால் டிஸ்னி எவ்வளவு மகிழ்ச்சியடைந்திருப்பாரோ, அதைவிட மகிழ்ச்சியாக 'தோல்வியுறும்' என்ற போது அவர் முகத்தில் வெளிவந்ததாக அவரது திட்ட ஒருங்கிணைப்பாளர் ஜான்ஹென்ச் கூறியதாக கேமருன் சி. டெய்லர் கூறுகின்றார்.

ஒரு மனிதர் தன் மீதும், தன் கற்பனை மற்றும் கனவுத் திட்டத்தின் மீதும் எவ்வளவு நம்பிக்கை கொண்டிருந்தார் என்பதை நம்மால் உணர, புரிந்துகொள்ள முடியும். உலகமே 'முடியாது' என்றாலும் உள்மனம் 'உன்னால் முடியும்' என்று சொல்லும் போது அதற்குச் செவி கொடுத்தால் வெற்றி பெறலாம் என்பதற்கு வால்ட் டிஸ்னியின் வாழ்க்கை ஒரு பெரிய சான்றாகும்.

பெரிய கனவுத் திட்டத்துக்காக தன் வேலையை ஒரு பழைய வீட்டில் தொடங்கினார் வால்ட் டிஸ்னி. அவரது உதவியாளர்கள் சமயலறை, சாப்பிடும் அறை, பொருட்கள் வைக்கும் அறையில் தங்கினார்கள். அவரோ தன் படுக்கை அறையை அலுவலகமாக்கிக் கொண்டு வேலை செய்தார். ஒவ்வொரு நாளும் டிஸ்னிலேண்ட் சென்று தன் கற்பனைக்கு ஏற்ப அதன் கட்டடப் பணிகளைப் பார்வையிட்டு, ஆலோசனை தந்தார்.

1954-ஆம் ஆண்டு, சூலை மாதம் 12-ஆம் தேதி தொடங்கிய இந்த டிஸ்னிலேண்ட் சரியாக ஒரு ஆண்டு கழிந்து 1955-ஆம் ஆண்டு, சூலை மாதம் 17-ஆம் தேதி திறக்கப்பட்டது. முதல் வாரத்தில் 1,70,000 நபர்களும், முதல் இரண்டு மாதத்தில் பத்து இலட்சத்துக்கும் அதிகமானவர்களும் இந்த மகிழ்ச்சிப் பூங்காவைப் பார்வையிட்டார்கள். இன்றுவரை பலகோடி மக்கள் பார்வையிட்ட பூங்காவாக அது திகழ்ந்து கொண்டிருக்கின்றது.

இதனைத் தொடர்ந்து ஃப்ளோரிடாவில் ஒரு பெரிய மகிழ்ச்சிப் பூங்காவை உருவாக்கத் திட்டமிட்டார், வேலைகள் நடந்தன. ஆனால் நுரையீரல் புற்றுநோயால் 1966-ஆம் ஆண்டு டிசம்பர் மாதம் 15-ஆம் தேதி இவ்வுலகிலிருந்து தன் உடலுக்கு விடை கொடுத்துவிட்டார். ஆனாலும், அவரது கனவுகள், கற்பனைகள், கார்ட்டூன் கதாபாத்திரங்கள் மூலம் இன்றும் வாழ்ந்து கொண்டிருக்கின்றார்.

வால்ட் டிஸ்னியின் சாதனைகள்: திரைப்படங்கள், அவற்றின் கதாபாத்திரங்களுக்கு உலகளவில் வழங்கப்படும் சிறந்த விருதான ஆஸ்கார் விருதுகளை அதிகம் பெற்ற நிறுவனமாக வால்ட் டிஸ்னி நிறுவனம் திகழ்கின்றது. இருபத்து ஆறு அகாடமி அதாவது ஆஸ்கார் விருதுகளைப் பெற்றதன் மூலம் வரலாற்றில், ஹாலிவுட்டில் அதிக ஆஸ்கார் விருதுகளைப் பெற்றவராகத் திகழ்கின்றார் வால்ட் டிஸ்னி. மேலும் ஐம்பத்து ஒன்பது முறை இவரது நிறுவனம் விருதுகளுக்காகப் பரிந்துரைக்கப்பட்டு இருபத்து இரண்டு போட்டி அகாடமி விருதுகளையும் பெற்றுள்ளது. ஏராளமான கௌரவ அகாடமி விருதுகளையும் பெற்றுள்ளார். பல விருதுகள் கேலிச் சித்திரங்கள் கொண்ட திரைப்படங்களுக்காக வழங்கப்பட்டவையாகும்.

தனது வாழ்வில் சாதிக்கும் செயல்கள் மற்றவர்களை மகிழ்விப்பதாகவும், சாத்தியமானதாகவும் அதேசமயம் சவால்கள் கொண்டதாகவும் இருக்குமாறு செய்து வரலாறு படைத்தவர் வால்ட் டிஸ்னி. உலகம் இன்னொரு வால்ட் டிஸ்னியைக் காண்பது அரிதாகும். ஆனால்,

இவரைப் போல புதிய கனவுகளோடும், புதிய கற்பனைகளோடும், அசாத்திய துணிச்சலோடும் செயலில் இறங்கி செயற்கரிய சாதனைகளை நிகழ்த்தலாம் என்ற நம்பிக்கைக்கு தலைச்சிறந்த முன்மாதிரியாக, முதல் மனிதராக வால்ட் டிஸ்னி திகழ்கின்றார்.

11. இருபதாம் நூற்றாண்டின் இணையற்ற தொழிலதிபர்!

1999-ஆம் ஆண்டு, புகழ்பெற்ற ஃபார்ச்சூன் இதழ் (Fortune) இருபதாம் நூற்றாண்டின் தொழிலதிபர் என்று ஹென்றி ஃபோர்டை அறிவித்தது. தொழில்நுட்பம் என்பது மேல்தட்டு மக்களுக்கானது என்ற பார்வையை உடைத்து, எல்லா மக்களது வாழ்விலும் தொழில்நுட்பம் பயன்பெற வேண்டும் என்ற கொள்கையைக் கைக்கொண்டு, அதனை நடத்திக் காட்டியவர் தான்ஹென்றி ஃபோர்டு.

ஹென்றி ஃபோர்டு நிறுவனத்தில் பணிசெய்து ஓய்வுபெற்ற கண்காணிப்பாளர் பாப் கேசி என்பவர், ஃபோர்டு தன் வாழ்க்கையை அணுகிய விதத்தில் தான் பெரிதும் ஈர்க்கப்பட்டதாகக் கூறினார். ஆட்டோமொபைல் என்ற தொழில்நுட்பத் துறை அறியப்படாத காலத்தில், அதை உலகிற்கு அறிமுகப்படுத்தி, அதை மனித வாழ்க்கையையே மாற்றியமைக்கும் ஒரு கண்டுபிடிப்பாக உருவாக்கிய பெருமைஹென்றி ஃபோர்டையே சாரும்.

1863-ஆம் ஆண்டு, ஜூலை மாதம் 30-ஆம் தேதி, மிக்சிகனில் உள்ள டியர் பார்னில், வில்லியம் ஃபோர்டு மற்றும் மேரி தம்பதியர்க்கு மூத்த மகனாகப் பிறந்தார்ஹென்றி ஃபோர்டு. நான்கு ஆண் குழந்தைகள், இரண்டு பெண் குழந்தைகள் கொண்ட குடும்பத்தின் முதல் மகன்ஹென்றி ஃபோர்டு.

இயந்திர மோகம்: ஹென்றி ஃபோர்டுக்கு பதிமூன்று வயது நடந்த போது அவரது பிறந்த நாளுக்கு ஒரு கைக்கடிகாரத்தை அவரது தந்தை வழங்கினார். குழந்தைப் பருவம் முதலே, இயந்திரங்கள் மீது ஆர்வம் கொண்டிருந்த ஃபோர்டு அதைப் பிரித்தார். முழுமையாகப் பிரித்துப் பார்த்து, மீண்டும் அதனைச் சேர்த்தார். கைக்கடிகாரங்கள் அதன்பிறகு செயல்படவில்லையென்றால், அதைப் பிரித்துச் சரிசெய்யும் திறமையைப் பெற்றார்.

தனது அண்டைவீட்டார், ஊரில் யாரெல்லாம், தங்கள் கைக்கடிகாரம் ஓடவில்லை என்கிறார்களோ அவர்களுக்குச் சரிசெய்து கொடுத்து நற்பெயர் பெற்றார். தனது தந்தையின் விவசாயப் பண்ணையில் ஒரு நீராவி இயந்திரத்தை உருவாக்கினார். தந்தை விவசாயம் செய்ய வற்புறுத்திய போது, தனக்கு அதில் ஈடுபாடு இல்லை என்று கூறி மறுத்தார்.

வேறு வழியின்றி, வில்லியம் ஃபோர்டுஹென்றி ஃபோர்டை அவர் விரும்பிய வழியில் அனுப்பினார். டெட்ராய்ட்டில் ஜேம்ஸ் எஃப் ஃப்ளவர் அண்ட் பிரதர்ஸ் கடைகளிலும், டெட்ராய்ட் ட்ரைடாக் கம்பெனியிலும் இயந்திர இயக்குனராக இரண்டு ஆண்டுகள் பயிற்சிகள் பெற்றார். 1882-ஆம் ஆண்டு தெற்கு மிக்சிகனில், வெஸ்டிங் ஹவுஸ் நீராவி என்ஜின்களை அமைத்துப் பழுது பார்ப்பதில் ஒரு வருடம் பணிசெய்தார். 1891-ஆம் ஆண்டு டெட்ராய்டில் 'எடிசன் இல்லுமினேட்டிங்' நிறுவனத்தில் பொறியாளராகச் சேர்ந்து இரண்டு ஆண்டுகள் சிறப்பாகச் செயல்பட்டார். இதனால் 1893-ஆம் ஆண்டு, தலைமைப் பொறியாளராக நியமிக்கப்பட்டார்.

இதற்கிடையில் 1888-ஆம் ஆண்டு வெய்ன் கவுண்டியில் உழவுத் தொழில் செய்து வந்த மெல்வின் பிரையண்டின் மகள் கிளாராவை மணந்தார்.ஹென்றி ஃபோர்டு - கிளாரா தம்பதிகளுக்கு எட்சல் பிரையண்ட் ஃபோர்டு என்ற மகன் 1893-இல் பிறந்தார்.

டெட்ராய்டில் ஃபோர்டு வாழ்ந்த, எண்.58, பாக்லி அவென்யூவில் அமைந்த அவரது வீட்டின் சமயலறை தான் முதல் ஆய்வகம். அங்கிருந்த ஒரு மர மேசையில் தான் ஃபோர்டு இயந்திரம் உருவானது. இதனுடைய மேம்பட்ட ஒரு வடிவமைப்பே பின்னாளில் 'ஆட்டோ-மொபைல்' என்று கூறும் போக்குவரத்துத் தொழில்நுட்பமாக உருவெடுத்தது. காரணம், அக்-காலத்தில் கார்களை குதிரைகள் தான் இழுத்துச் சென்றன. குதிரைகள் இல்லாமல், தானே இயங்கும் தொழில்நுட்பம் உலகில் தேவைப்பட்டதைஹென்றி ஃபோர்டு உணர்ந்திருந்தார்.

எனவே, அவரது வீட்டுச் சமயலறையில் உருவான அந்த இயந்திரம், நான்கு சைக்கிள் சக்கரங்களுடன் பொருத்தப்பட்டது. இதுதான் ஃபோர்டு உருவாக்கிய முதல் கார். 'குவாட்ரி சைக்கிள்' என்றழைக்கப்பட்ட இந்த கார் 1896-ஆம் ஆண்டு ஜூன் மாதம் இயக்கப்பட்-டது.ஹென்றி ஃபோர்டின் தொழில்நுட்ப அறிவையும், ஆர்வத்தையும் அவரை அறிந்தவர்க-ளும், தொழில்நுட்பத்தை வளர்க்க விரும்பியவர்களும் புரிந்துகொள்ளக் காரணமானது.

எடிசனின் நிறுவனத்தில் நீராவி இயந்திரங்களையும், ஜெனரேட்டர்களையும் கவனித்துக் கொள்ளும் வேலையை ஃபோர்டு செய்து வந்தார். அச்சமயம், ஒரு நாள் ஒரு இயந்திரம் பழுதாகிவிட்டது. அதனைச் சரிசெய்திட அந்த இயந்திரம் வாங்கிய நிறுவனத்தைத் தொடர்பு கொண்ட போது, அதற்கு நிறையச் செலவாகும், பேசாமல் புதியதையே வாங்கிவிடலாம் என்றார்கள். இதைக் கவனித்தஹென்றி ஃபோர்டு அந்த இயந்திரத்தை அக்குவேறு, ஆணி-வேறாகப் பிரித்தார். ஆய்வு செய்த போது, பழுதைக் கண்டுபிடித்தார். இயந்திரம் மீண்டும் இயங்கியது. பெரும் நஷ்டம் தவிர்க்கப்பட்டது. இச்செய்தி ஆங்காங்கே பரவியது. ஆகவே, டெட்ராய்ட் நகரில் இயந்திரங்கள் பழுது என்றால்ஹென்றி ஃபோர்டால் முடியும் என்று சொல்லக்கூடிய வண்ணம் அவரது இயந்திர அறிவும் ஆர்வமும் இருந்தது.

தொழில் தொடங்கிய ஃபோர்டு: 1896-ஆம் ஆண்டு, ஜூன் மாதம் 4-ஆம் தேதி தான் தயாரித்த குவாட்ரி சைக்கிள் என்ற காரில்ஹென்றி ஃபோர்டு பயணித்த போது காரிலிருந்து பெரிய சத்தம் கேட்டது. குதிரைகள் கூட வெறித்தன.ஹென்றி ஃபோர்டின் மனைவி மற்றும் சில நண்பர்கள் தவிர எல்லோரும் 'இது வீண்வேலை' என்று கூறினார்கள்.

ஹென்றி ஃபோர்டு மனம் தளரவில்லை. தனக்கு சாலையில் காரை ஓட்டுவதற்கு ஓட்-டுநர் உரிமம் வேண்டும் என்று டெட்ராய்ட் நகர மேயரைக் கேட்டார். உலகிலேயே முதன்-முதலாக ஓட்டுநர் உரிமம் பெற்றவர் ஆனார் ஹென்றி ஃபோர்டு.

இன்று எத்தனை ஆயிரம் வாகனங்கள், எத்தனை கோடி மனிதர்கள் ஓட்டுநர் உரிமை வைத்துள்ளோம். ஆனால், இதற்கான தொடக்கப்புள்ளி ஹென்றி ஃபோர்டால் உருவானது என்பதை நாம் புரிந்து கொண்டால், ஆட்டோ மொபைல் தொழிலின் வளர்ச்சிக்கு ஹென்றி ஃபோர்டு போட்ட விதையும், உரமும், அதன் பிரம்மாண்டமும் நமக்கு விளங்கும்.

நிச்சயமாக போக்குவரத்தை எளிதாக்கவும், எல்லா மக்களும் கார் போன்ற வாகனத்தைப் பயன்படுத்தவும் தன்னால் கண்டுபிடிப்புகளை வழங்க முடியும் என்ற ஆழமான நம்பிக்கை-யைஹென்றி ஃபோர்டு கொண்டிருந்தார். எனவே, 1899-ஆம் ஆண்டு எடிசனின் நிறுவனப் பணியை விட்டு வெளியேறினார். நண்பர்கள் சிலரோடு சேர்ந்து, டெட்ராய்ட் ஆட்டோமொ-

பைல் நிறுவனத்தைத் தொடங்கினார்.

இச்சூழலில்ஹென்றி ஃபோர்டு வியாபார ரீதியிலும், உதவிகள் பெற வசதியாகவும் இருக்-கும் என்று எண்ணிக் கொண்டு பந்தயக் கார்களை வடிவமைக்கும் முயற்சியில் இறங்கினார். பந்தயக் குதிரை போலப் பாய்ந்து செல்லும் ஒரு காரை உருவாக்கினார். ஆம், அந்தக் கார் சிறப்பாக அமைந்தது. ஆயினும் அதனை உருவாக்கி விற்பதில் அதிக இலாபத்தினை உடன் நிறுவனப் பங்குதாரர்கள் எதிர்பார்த்தனர். ஆகவே, அந்த நிறுவனம் தொடர்ந்து இயங்க-வில்லை.

அதன் பிறகுஹென்றி ஃபோர்டு நிறுவனத்தைத் தொடங்கினார். 1904-ஆம் ஆண்டு, ஜனவரி மாதம் 12-ஆம் தேதியன்று தான் உருவாக்கிய பந்தயக் காரில் ஒரு மைல் தூரத்தை 39.4 வினாடிகளில் கடந்து உலக சாதனை படைத்தார். ஒரு மணிநேரத்திற்கு 91.3 மைல்கள். அதாவது ஏறக்குறைய 150 கிலோ மீட்டர் கடந்து இந்த 'புதிய நில வேகச் சாதனை'யை அவர் நிகழ்த்தினார். இந்தச் சாதனையை பந்தயக் கார் ஓட்டுநர் பார்னி ஓல்-டுஃபீல்டு என்பவர் புகழ்ந்து பேசினார். ஃபோர்டின் இந்த மாடல் காருக்கு '999' என்று பெயரிட்டார். அமெரிக்காவெங்கும் இந்தக் காரை ஓட்டிச் சென்று ஃபோர்டின் கார் மாட-லுக்கான ஒரு பெரிய விளம்பரத்தை உருவாக்கிக் கொடுத்தார். ஃபோர்டின் புகழும், அவரது காரின் வேகமும், அது தொடர்ந்து நிகழ்த்தப் போகும் சாதனையும் உலகளவிலும் தெரிய ஆரம்பித்தது.

இந்தக் காலக்கட்டத்தில் ஜெர்மனியில் பென்ஸ் என்பவரும், பிரான்சில் எமிலி என்ப-வரும் சக்தி வாய்ந்த மோட்டர்களைப் பயன்படுத்தி ஒரு காரை வடிவமைத்திருந்தார்கள். ஆனால், இவற்றின் விலையோ அதிகம்.ஹென்றி ஃபோர்டின் மனதில் எப்போதுமே குறைந்த விலையில் கார்களைக் கொண்டுவர வேண்டும், எல்லோரும் காரை வாங்கும் திறன் பெற வேண்டும், பயணம் எளிதாகி வியாபாரம், தொழில் செழிக்க வேண்டும் என்ற பொது நல நோக்கம் அதிகம் இருந்தது.

இந்த எண்ணத்தில், முயற்சியில் தொடர்ந்து உழைத்தார்ஹென்றி ஃபோர்டு. 1908-ஆம் ஆண்டு, அக்டோபர் 1-ஆம் தேதி மாடல் டி (The Model T) என்ற கார் அறிமுகப்ப-டுத்தப்பட்டது. முழு என்ஜின், எரிபொருள் பரிமாற்றம் ஆகியவை பாதுகாப்பாக மூடப்பட்ட பகுதியில் வடிவமைக்கப்பட்டன. நான்கு உருளைகளும், இரண்டு அரை நீள்வட்ட ஸ்பிரிங்-குகள் கொண்ட, மென்மையான பயணக் கருவிகளும் இணைக்கப்பட்டதாக இது அமைந்தது. 'மாதிரி டி' கார் ஓட்டுவதற்கு எளிதாகவும், மேடு, பள்ளங்களில் பயணிப்பதற்கு இலகுவாக-வும் இருந்தது.

மலிவான விலையில் விற்கப்பட்டதால், அமெரிக்காவில் நிறைய ஓட்டுநர்களும் உருவா-கிவிட்டார்கள்.ஹென்றி ஃபோர்டு அமெரிக்காவில் வெளிவந்த அனைத்துப் பத்திரிகைகளி-லும் தனது கார் பற்றிய விளம்பரம் மற்றும் பகிர்தல்கள் இருக்குமாறு தொடர்ந்து கவனித்துக் கொண்டார்.

கார் தொழிலதிபர்: காரின் தேவை அதிகரித்தபோது, கார் உற்பத்தி அதிகரிக்கத் தொ-டங்கியது. அதேசமயம் வேலை செய்யும் ஊழியர்கள் தொடர்ந்து வேலை செய்ய வேண்-டிய அவசியமும் உருவாகிக் கொண்டிருந்தது. காருக்கு வேண்டிய ஒவ்வொரு பாகத்தையும், வெவ்வேறு இடங்களிலிருந்து கொண்டு வருதல் மற்றும் அவற்றை ஒருங்கிணைத்தல் என்று

பல இடங்களிலும் இதற்கான வேலைகள் நடந்தன.

இந்தச் சமயத்தில் தான்ஹென்றி ஃபோர்டு மனதில் ஒரு அருமையான எண்ணம் உதித்தது. காரின் ஒவ்வொரு பாகத்துக்கும், அதைப் பொருத்துவதற்கும் பல்வேறு இடத்திலும் அலைவதற்குப் பதிலாக எல்லாவற்றையும் ஒரே இடத்தில் அமைக்கும் அசெம்பிளி லைன் (Assembly Line) என்ற திட்டத்தை அறிமுகம் செய்தார். அதாவது, காருக்குத் தேவையான, அனைத்துப் பாகங்களும், அடுத்தடுத்துப் பொருத்தப்பட்டு குறுகிய நேரத்தில் கார் முழுவதுமாக கட்டமைப்புச் செய்யப்பட்டு வெளியே வரும் வகையில் அவற்றை அமைத்தார். இதன் மூலம் ஒரு கார் முழுமையாக முடிக்கப்பட்டு வெளியே வர 12 மணிநேரம் எடுக்கப்பட்டது குறைந்து, ஒரு மணி முப்பது நிமிடத்தில் இது சாத்தியம் என்ற நிலையை, சாதனையை நடத்திக் காட்டினார்ஹென்றி ஃபோர்டு.

உலகின் தொழில்நுட்ப வளர்ச்சியில் இது ஒரு வரலாறு படைத்த நிகழ்வாகும். தொழிற்சாலைகளின் பார்வையில் ஒரு மாபெரும் மாற்றத்தை இச்சிந்தனையும், செயலாக்கமும் உருவாக்கியது. இதுவே 'இருபதாம் நூற்றாண்டின் தொழிலதிபர்' என்றுஹென்றி ஃபோர்டை அடையாளம் காட்டச் செய்தது. இந்த மாதிரியை உருவாக்கிட அவர் கடிகாரம் தயாரிப்பவர்கள், துப்பாக்கி தயாரிப்பவர்கள், சைக்கிள் தயாரிப்பவர்கள் மற்றும் இறைச்சியைப் பதப்படுத்துபவர்கள் ஆகியோரைக் கொண்ட ஒரு குழுவை ஏற்படுத்தினார். இவர்களிடம் பல்வேறு ஆலோசனைகளையும் பெற்றுக் கொண்டார். இதன் மூலம் 'அசெம்ளி லைன்' சாத்தியமாயிற்று.

இந்தத் தொழில் நுட்பத்தால் கார்கள் தயாரிக்கும் வேகம் அதிகரித்தது. எனவே, தொழிலாளர்களுக்கு சம்பளத்தை இரு மடங்கு என்று உயர்த்தினார்ஹென்றி ஃபோர்டு. தனது தொழிலாளிகளும் காரைப் பெற வேண்டும் என்ற அளவுக்கு அவர்களுக்கு ஊக்கம் தந்தார். ஒரு சமயம் அவர் வேறு ஒரு காரில் பயணித்த போது, "நீங்களே, ஃபோர்டு காரில் பயணிக்கவில்லையே?" என்று கேட்டார்கள். அதற்குஹென்றி ஃபோர்டு, "எங்கள் நிறுவனத்தில், எங்களது கார்களுக்குத் தேவை அதிகமாக உள்ளதால், எனக்கே ஃபோர்டு கார் கிடைக்கவில்லை" என்று பதில் சொன்னார்.

1922-ஆம் ஆண்டில் அமெரிக்காவில் இயங்கிய கார்களில் பாதிக்கும் மேற்பட்டவை ஃபோர்டு கார்களாக இருந்தது. இதற்கிடையில், பங்குதாரர்கள் சிரமங்கள் கொடுத்ததால் 1916-ஆம் ஆண்டு தன் ஒரே மகன் எட்செல் ஃபோர்டை நிறுவனத் தலைவராகக் கொண்டு வந்தார். அப்போது எட்செலுக்கு வயது 26 மட்டுமே. ஆனாலும், நிர்வாகத்தின் அனைத்துக் கட்டுப்பாடுகளையும், முடிவு எடுப்பதையும் தனது கட்டுப்பாட்டில் தான் கொண்டிருந்தார்ஹென்றி ஃபோர்டு. 1919-ஆம் ஆண்டு முதல் 1945-ஆம் ஆண்டு இறக்கும் வரை எட்செல், ஃபோர்டு நிறுவனத்தின் தலைவராகவே இருந்தார்.

கார் தொழிற்சாலைக்குத் தேவையான உதிரி பாகங்களையும், மூலப்பொருட்களையும் தாங்களே தயாரித்து உருவாக்கலாம் என்றுஹென்றி ஃபோர்டு முடிவு செய்தார். இதற்காக, ஃபோர்டு நிறுவனம் விரிவாக்கப்பட்டது. இதன் மூலம் உற்பத்தி விலை குறையும். ஆகவே காரைக் குறைந்த விலைக்கு விற்கலாம் என்ற முடிவை ஃபோர்டு மேற்கொண்டார். இவ்வாறு சிறப்பான திட்டமிடல், செலவைக் குறைத்தல், உற்பத்தி செய்யும் நேரத்தைக் குறைத்தல் என்று செயல்பட்டதால் மிகுந்த இலாபத்துடன் நிறுவனம் வளர்ந்தது. ஒரு ஆண்டில் இருபது

இலட்சம் கார்கள் உற்பத்தி என்ற இலக்கை எட்டியது. உழவர்கள் தங்கள் தொழிலுக்கும், விற்பனைக்கும் கார்களைப் பயன்படுத்திடஹென்றி ஃபோர்டு ஊக்கமளித்தார்.

அமெரிக்காவிலும், உலகளவிலும் ஃபோர்டு கார்கள் பிரபலமாகின. கார்களை வாங்கவும், விற்பனை செய்யவும் பரவலாக எல்லா இடங்களிலும் விற்பனை நிலையங்கள் உருவாகின. இரண்டரை நிமிடத்தில் ஒரு கார் உருவாகும் அளவுக்குத் தொழில்நுட்பத்தையும், வேகத்தையும்ஹென்றி ஃபோர்டு தன் அயராத உழைப்பால் உருவாக்கியிருந்தார்.

தொழிலாளர்களை ஊக்கப்படுத்திட மூன்று திட்டங்களை அறிவித்தார்ஹென்றி ஃபோர்டு. அதாவது தொழிலாளர்கள் ஒரு நாளுக்கு எட்டு மணிநேரம் மட்டும் வேலை செய்தால் போதும் என்பது முதல் திட்டம். அதற்கு முன்பு அது ஒன்பது மணி நேரமாக இருந்தது. இரண்டாவது, நாளின் 24 - மணி நேரத்தை மூன்று பிரிவாக்கி மூன்று கால முறை (Shift System) வேலையைக் கொண்டு வந்தார். இதனால் உற்பத்தி நாள் முழுவதும் தொடர்ந்தது. மூன்றாவது, ஊழியர்களின் ஊதியம் இரண்டு மடங்கு அதிகரிக்கப்பட்டது.

இது பிற அமெரிக்கத் தொழிலதிபர்களிடம் எரிச்சலையும் கோபத்தையும் கிளப்பியது. பத்திரிகையில் செய்திகள் எதிர்மறையாகவும், நேர்மறையாகவும் வந்தது. அப்போதுஹென்றி ஃபோர்டு, “என் ஊழியர்கள் எங்களுக்கு உழைப்பைக் கொட்டிக் கொடுக்கிறார்கள். எனவே, நான் அவர்களுக்கு ஊதியத்தை அள்ளிக் கொடுக்கிறேன்” என்று பதில் சொன்னார். இவ்வாறு, தன் நிறுவன ஊழியர்களைத் தக்க வைத்துக் கொண்டதோடு, ஊக்கமும் தந்தார்.

ஊழியர்களுக்கு ஆயுள் காப்பீடு, வீட்டு மனைகள், கார் வசதி, குழந்தைகள் கல்வி கற்கப் பள்ளிகள், ஊழியர்கள் ஆங்கில அறிவு பெறப் பயிற்சிகள் என்று அவர்கள் நலனில் அக்கறை காட்டினார் ஃபோர்டு. ஐரோப்பாவில் முதல் உலகப் போர் ஆரம்பித்தது. போரை வெறுத்தார்ஹென்றி ஃபோர்டு. ‘அமைதிக் கப்பல்’ என்ற பெயரில் ஒரு கப்பலை அமர்த்திக் கொண்டு, சிறந்த அறிஞர்களை அழைத்துச் சென்று ஒரு நாட்டில் கூட்டம் நிகழ்த்தினார். வானொலி, பத்திரிகை போன்ற ஊடகங்களில் போரின் பாதிப்புகள் பற்றியும் பேசினார். ஆயினும், அமெரிக்காவும் போரில் இறங்கியது. வேறு வழியின்றி போர்ச் சமயத்தில் தேவைப்பட்ட வாகனங்களையும் ஃபோர்டு நிறுவனம் உற்பத்தி செய்து கொடுத்தது.

1915-ஆம் ஆண்டில் ரூஜ் நதிக்கரையில் 2000 ஏக்கர் நிலத்தை வாங்கி தொழில் நகரை உருவாக்கினார் ஃபோர்டு. அங்கு பிரம்மாண்டமாக டிராக்டர் தயாரிக்கும் தொழிற்சாலையை உருவாக்கினார். 1918-ஆம் ஆண்டு இங்கிலாந்திலிருந்து 8000 - டிராக்டர்கள் தயாரிக்க அனுமதி கிடைத்தது. 1927-ஆம் ஆண்டு மட்டும் உருவான டிராக்டர்களின் எண்ணிக்கை சுமார் ஆறரை இலட்சம் என்கிறது ஒரு செய்தி.

தொடர் பயணங்கள்: 1923-ஆம் ஆண்டு வரை அதிகம் விற்பனையான ஃபோர்டு காரின் தேவை சந்தையில் குறைய ஆரம்பித்தது. காரணம், வேறு பல புதிய போட்டி நிறுவனங்கள் வந்துவிட்டன. எனவே, ஃபோர்டு காரை மாற்றியமைக்க வேண்டும் என்று அவரது மகன் எட்செல் உட்பட பலர் ஃபோர்டை வேண்டினர். ஆனால், சில காலம் மாற்றத்துக்கு அவர் உடன்படவில்லை, அதன்பிறகு நிறுவனம் சரிவை நோக்கிச் செல்லுவதைக் கண்ட ஃபோர்டு மாற்றத்துக்குத் தலையசைத்தார். ‘மாடல் டி’ காரை விட மணிக்கு 65 - மைல் வேகமாகச் செல்லும் ‘மாடல் ஏ’ என்ற கார் உற்பத்தி செய்யப்பட்டது. 1927-ஆம் ஆண்டு மே 26-ஆம் தேதி வரை உற்பத்தி செய்யப்பட்ட ‘மாடல் டி’ கார்களின் எண்ணிக்கை ஒரு

கோடியே ஐம்பது இலட்சம் ஆகும்.

இப்போது 'மாடல் ஏ' உற்பத்திக்கு புதிய 'அசெம்ளி லைன்' உருவாக்க வேண்டியிருந்தது. பல கட்டமைப்புகள் மாற்றப்பட்டன. பல ஊழியர்களுக்கு அப்போது விடுப்புத் தரப்பட்டது. 250 மில்லியன் டாலர்கள் செலவு செய்து புதிய கட்டமைப்பு உருவாக்கப்பட்டு, 'மாடல் ஏ' கார் தயாரிப்பு ஆரம்பமானது. இந்தக் கார் வடிவமைப்பு முதல், உற்பத்தி வெற்றி வரை கடுமையாக உழைத்தவர்ஹென்றி ஃபோர்டின் மகன் எட்செல் ஆவார். ஆயினும்ஹென்றி ஃபோர்டுக்குத்தான் புகழ் சேர்ந்தது. இருப்பினும் தொடர்ந்து அமெரிக்காவில் ஏற்பட்ட பெரும் பொருளாதார வீழ்ச்சியில் சரிவுகளைச் சந்தித்து, மீண்டெழுந்து தன் ஃபோர்டு கார் பயணத்தைத் தொடர்ந்தார்ஹென்றி ஃபோர்டு.

சிறு வயது முதலே பழைய பொருட்களைச் சேகரிப்பதிலும், அதனைச் சேர்த்து வைப்பதிலும் ஆர்வம் கொண்டிருந்தார் ஃபோர்டு. சாலிஸ்பரி என்ற இடத்தில் 'ஜார்ஜ் வாஷிங்டன்' தங்கிய ஒரு சத்திரத்தை விலைக்கு வாங்கினார். அதனருகில் இருந்த 2500 ஏக்கர் நிலத்தை இரண்டு மில்லியன் அதாவது இருபது இலட்சம் டாலர்கள் கொடுத்து வாங்கினார்.

அங்கு பழங்காலப் பொருட்களை சேர்த்து வைக்கும் ஒரு காட்சியகத்தை அமைத்தார். அதற்குத் தலைவராக வில்லியம் டெய்லர் என்பவரை நியமித்தார். இந்தக் காட்சியகத்தை அமைக்க ஒரு கட்டடம் கட்டினார்ஹென்றி ஃபோர்டு. அதன் தொடக்க விழாவுக்கு பிரபல அறிவியல் அறிஞர், கண்டுபிடிப்பாளர் தாமஸ் ஆல்வா எடிசனை அழைத்திருந்தார். அங்கு வந்திருந்த தாமஸ் ஆல்வா எடிசனின் பாதங்களை, ஈரமான கான்கிரீட் தரையில் பதிக்கச் செய்து, அவரது பாதம் பதித்த இடத்தில் தாமஸ் ஆல்வா எடிசனின் பெயரையும் பதித்தார். இதன்மூலம் ஆரம்பம் முதல் தன்னை ஊக்கமூட்டிய எடிசனுக்கு நன்றி செலுத்தினார் ஃபோர்டு.

அந்த அருங்காட்சியகம் நான்கு பெரும் பகுதிகளாகப் பிரிக்கப்பட்டு பல்வேறு பழங்காலச் சின்னங்கள், ஆடைகள், மனிதர்களின் உடையலங்காரங்கள், அக்காலத்தில் பயன்படுத்தப்பட்ட கருவிகள் என்று ஒரு பழங்காலக் கிராமமாக அது அமைக்கப்பட்டிருந்தது. தபால் நிலையம், கொல்லன் பட்டறை, மரக்கடைகள் போன்ற பலவும் காட்சிப்படுத்தப்பட்டன.

ரைட் சகோதரர்களின் சைக்கிள் கடை மாதிரி, எடிசனின் மென்லோ பார்க் ஆய்வக மாதிரி, ஆப்ரகாம் லிங்கன் வழக்கறிஞராகப் பணி செய்த கோர்ட் மாதிரியும் அங்கே அமைக்கப்பட்டிருந்தன.

2500 - ஏக்கர் இடம் என்றால் அதன் விசாலத்தையும், பரப்பளவையும் நாம் புரிந்து கொள்ளலாம். அங்கேஹென்றி ஃபோர்டு படித்த பள்ளி, கிராமத்தில் வசித்த வீடு, அவர் உருவாக்கிய நீராவி எந்திரம், உருவாக்கிய முதல் கார் என்று ஃபோர்டின் நினைவுக் களஞ்சியங்களும் அமைந்தன. உள்ளுக்குள்ளேயே நிகழ்வுகள் நடத்த டவுன் ஹால், சர்ச் ஆகியவையும் இருந்தன.

1936-ஆம் ஆண்டு 'ஹென்றி ஃபோர்டு அறக்கட்டளை' தொடங்கப்பட்டது. மருத்துவமனைகள், ஆராய்ச்சிகள், பள்ளிகள் என்று பல நூறு கோடி மக்களின் நல்வாழ்வுக்குத் தரப்பட்டது. உழவுத் தொழிலுக்கான ஆராய்ச்சியில் இறங்கி சோயா எண்ணெய்யை கார்களுக்கு வண்ணமாகப் பூசலாம் என்பதைக் கண்டறிந்தார் ஃபோர்டு.

தன் வாழ்நாளின் இறுதிவரை தன் அதிகாரம் நிறுவனத்தில் இருக்க வேண்டும் என்று விரும்பினார் ஃபோர்டு. அவரது ஒரே மகன் புற்றுநோயால் இறந்த பின்பும் தன் தலைமையை விட்டுத்தர மனம் வராது இயங்கினார். பின்பு, அவரது மனைவியின் வற்புறுத்தலால் தனது பேரனிடம் தலைமைப் பொறுப்பை ஒப்படைத்தார். தன் நிறுவன ஊழியர்களுக்கு எல்லா வசதிகளையும் செய்து கொடுத்த அவர், அக்காலத்தில் உருவான தொழிற்சங்கங்களை ஏற்க மறுத்தார். ஆயினும், ஒரு கட்டத்தில் அதனை ஏற்றுக்கொண்டார்.

மனிதகுல வரலாற்றில், தொழில் வளர்ச்சியால் மாபெரும் மாற்றம் பெற்றது இருபதாம் நூற்றாண்டு. இந்த மாற்றத்திற்கு காரணமானவர்களில் முக்கியமான ஒருவராகஹென்றி ஃபோர்டு திகழ்கின்றார். கார்களை எல்லோரும் வாங்கலாம் என்ற நிலையை ஏற்படுத்தியதால் தான் சாலைகள், நாடெங்கும் பெருகின. போக்குவரத்து எளிமையானதால் மனிதர்களின் வாழ்க்கைப் பயணம் எளிதானது. பயணத்துக்கே பல மணி நேரம் செலவிட்ட வாழ்வு நிலை மறைந்து, வாழ்வதற்கான நேரத்தை அதிகரித்தது. உறவுகள் உருவாகவும், செய்திகள் எளிதில் சென்றடையவும், மனிதகுலம் நலமோடு வாழ மருத்துவம் கிடைக்கவும் சாலை வசதிகள், போக்குவரத்து வசதிகள் காரணமாகின. இந்த வாய்ப்பை மனித குலத்துக்கு உருவாக்கியவர்களில் முக்கியமானவரானஹென்றி ஃபோர்டு வரலாற்றில் என்றும் வாழ்கின்றார்.

அவரது வாழ்க்கை அனுபவங்களை 'வாழ்க்கை மற்றும் வேலை', 'இன்று மற்றும் நாளை' மற்றும் 'எடிசன், நான் அவரை அறிந்தேன்' என்ற நூல்கள் மூலம் உலகிற்கு வழங்கினார். 1946-ஆம் ஆண்டு அமெரிக்கப் பெட்ரோலிய நிறுவனம், "மனிதகுலத்தின் நலனுக்கான சிறந்த பங்களிப்புக்கான முதல் விருதை"ஹென்றி ஃபோர்டுக்கு வழங்கியது சிறப்பான மற்றும் பொருத்தமான ஒன்றாகும். உலகின் முதல் ஓட்டுநராக, முதல் வேகக் காரை உருவாக்கி ஓட்டியவராக, முதலில் பொது மக்களுக்கான காரை உருவாக்கியவராக, முதல் அசெம்ளி லைன் மூலம் உற்பத்தி வேகத்தை அதிகரித்தவராக அறியப்படும் ஹென்றி ஃபோர்டு இருபதாம் நூற்றாண்டின், இணையற்ற தொழிலதிபர் என்பது மிகவும் தகுதியான ஒன்றேயாகும்.

ஹென்றி ஃபோர்டு - பொன்மொழிகள்

என்னில் உள்ள சிறந்ததை வெளியே கொண்டு வருபவர் எனது சிறந்த நண்பர்.

தோல்வி என்பது மிகவும் புத்திசாலித்தனமாக ஒன்றை, மீண்டும் தொடங்குவதற்கான வாய்ப்பு ஆகும்.

உங்களால் முடியும் என்று நீங்கள் நினைத்தாலும், உங்களால் முடியாது என்று நீங்கள் நினைத்தாலும், நீங்கள் சொல்வது சரிதான்.

இருபது அல்லது எண்பது வயதைத் தொடர்ந்து கற்றுக்கொள்பவர் இளமையாகவே இருப்பார்.

தரம் என்பது, யாரும் பார்க்காத போதும் அதைச் சரியாகச் செய்வதாகும்.

நீங்கள் எப்பொழுதும் செய்வதையே எப்போதும் செய்தால், எப்போதும் பெறுவதையே பெறுவீர்கள்.

சிந்திப்பதே கடினமான வேலை, இதனால் தான் சிலரே இச்செயலில் ஈடுபடுகின்றார்கள்.

'தடைகள்' என்பது உங்கள் இலக்குகளிலிருந்து, உங்கள் கண்களை எடுக்கும் போது, நீங்கள் காணும் பயங்கரமான தோற்றங்கள்.

சிறிய வேலைகளாகப் பிரித்தால் எதுவும் கடினமாக இருக்காது.

ஒன்றாக வருவது ஆரம்பம், ஒன்றாக இருப்பதே முன்னேற்றம், ஒன்றிணைந்து செயல்படுவதே வெற்றி.

எல்லாம் உங்களுக்கு எதிராக நடப்பதாகத் தோன்றும் போது, விமானம் காற்றுக்கு எதிராகத் தான் புறப்படும் என்பதை நினைவில் கொள்ளுங்கள்.

வெற்றிக்கான ரகசியம் என்பது, மற்ற நபர்களின் பார்வையை பெறுவதிலும், அந்த நபரின் கோணத்திலும், உங்கள் சொந்தக் கோணத்திலிருந்தும் விஷயங்களைப் பார்க்கும் திறனில் உள்ளது.

தன்னால் செய்ய முடியும் என்று நினைப்பதைவிட, அதிகமாகச் செய்ய முடியாத ஒரு மனிதனும் இல்லை.

ஒரு வெற்றிகரமான வாழ்வின் முழு இரகசியமும், ஒருவரின் விதி என்ன என்பதைக் கண்டுபிடித்து, பின்னர் அதைச் செய்து காட்டுவதுதான்.

ஒரு நபர் செய்யும் மிகப்பெரிய கண்டுபிடிப்புகளில் ஒன்று, அவர்களுக்கு ஏற்படும் மிகப்பெரிய ஆச்சர்யங்களில் ஒன்று, அவர்களால் செய்ய முடியாது என்று பயந்ததை, அவர்களால் செய்ய முடியும் என்று கண்டுபிடிப்பதாகும்.

அடுத்த ஆண்டு உலகம் என்ன செய்யப் போகின்றது என்பதை, நீங்கள் பள்ளியில் கற்றுக்கொள்ள முடியாது.

பெரும்பாலான மக்கள் பிரச்சனைகளைத் தீர்க்க முயற்சி செய்வதைவிட, பிறவற்றில் அதிக நேரத்தையும், சக்தியையும் செலவிடுகிறார்கள்.

மக்களுக்கு என்ன வேண்டும் என்று நான் கேட்டிருந்தால், அவர்களுக்கு வேகமான குதிரைகள் வேண்டும் சொல்லியிருப்பார்கள்.

எல்லோரும் ஒன்றாக முன்னேறினால் வெற்றி தன்னைத் தானே பார்த்துக் கொள்ளும்.

உற்சாகம் என்பது, உங்கள் நம்பிக்கைகளை நட்சத்திரங்களுக்கு ஒளிரச் செய்யும் தூண்டுகோலாகும்.

கூலி கொடுப்பது முதலாளி அல்ல, முதலாளிகள் பணத்தை மட்டுமே கையாளுகிறார்கள். வாடிக்கையாளரே கூலி கொடுக்கிறார்.

பணத்தைத் தவிர வேறு எதையும் செய்யாத வணிகம், ஒரு மோசமான வணிகமாகும்.

பெரிய பிரச்சனைகள் அல்ல, சிறிய பிரச்சனைகள் தான் அதிகம்.

இந்த உலகில் ஒரு மனிதனுக்கு இருக்கக்கூடிய உண்மையான பாதுகாப்பு, அறிவு, அனுபவம் மற்றும் திறன் ஆகியவற்றின் இருப்பு மட்டுமே,

நம் வாழ்க்கையில் முன்னேறும் போது, நமது திறன்களின் வரம்புகளைக் கற்றுக் கொள்கின்றோம்.

உங்களிடம் உள்ளதை நீங்கள் பயன்படுத்த வேண்டும். அல்லது இழக்க வேண்டும்.

ஒரு இலட்சியவாதி என்பவர் மக்கள் செழிப்பாக இருக்க உதவுபவர்.

எது சாத்தியமில்லை என்பதை உறுதியாகச் சொல்லும் அளவுக்கு, யாருக்குத் தெரியும் என்பதை என்னால் கண்டுபிடிக்க முடியவில்லை.

வேலையில், எதையாவது சாதித்துவிட்டோம் என்று உணர்ந்து கொள்வதைத் தவிர வேறு மகிழ்ச்சி இல்லை.

12. குழந்தை உளவியலின் முன்னோடி!

2002 - ஆம் ஆண்டு 1,725 அமெரிக்க உளவியல் சங்க உறுப்பினர்களிடம் நடத்தப்பட்ட ஒரு ஆய்வில், 20-ஆம் நூற்றாண்டின் தலைச்சிறந்த மற்றும் செல்வாக்கு மிக்க இரண்டாவது உளவியலாளர் ஜீன் பியாஜெட் என்பது கண்டறியப்பட்டது. அதேசமயம், குழந்தைகள் உளவியலாளர்களில் முன்னோடியாக அவர் திகழ்வதும் அறியப்பட்டது. இத்தகு பெருமைமிக்க ஜீன் பியாஜெட் (Jean Piaget), 1896-ஆம் ஆண்டு, ஆகஸ்ட் மாதம் 6-ஆம் தேதி சுவிட்சர்லாந்து நாட்டில் பிறந்தார்.

இளமை முதலே கற்பதில் ஆர்வமிக்கவராகத் திகழ்ந்தார். இயற்கை சார்ந்த, உயிரினங்கள் சார்ந்த அறிவியலில் அதிக ஆர்வம் கொண்டு கல்வி பயின்றார். 1918-ஆம் ஆண்டு நியூசெட்டர் பல்கலைக்கழகத்தில் விலங்கியல் துறையில் டாக்டர் பட்டம் பெற்றார். ஆனால், அதன் பிறகு அவரது ஆர்வம் உளவியல் துறை சார்ந்து மாறியது. 1923-ஆம் ஆண்டு வாலண்டைன் என்பவரை மணந்து கொண்டார். இந்தத் தம்பதிகளுக்கு மூன்று குழந்தைகள் பிறந்தன.

இந்தக் குழந்தைகளை இயற்கையாகவும், அன்பாகவும் வளர்த்த இந்தத் தருணத்தில் ஜீன் பியாஜெட், குழந்தைகள் சார்ந்த உளவியல் ஆய்வில், தன் சொந்தக் குழந்தைகளின் உடல், அறிவு மற்றும் மன மாற்றங்களைக் கூர்ந்து கவனித்தார்.

அக்காலத்தில் ஆல்பிரட் பிளெட் என்பவர் உருவாக்கியிருந்த குழந்தைகள் வளர்ச்சி நிறுவனத்தில் ஓராண்டு பணி செய்தார். உலகிலேயே முதன்முதலில் நுண்ணறிவுச் சோதனைகளை நடத்தியவர் என்ற பெருமை பெற்றவர் இந்த ஆல்பிரட் பிளெட் என்பவர். பிளெட்டுடன் பணிசெய்த இந்த ஓராண்டு காலம் ஜீன் பியாஜெட்டுக்கு ஒரு திருப்புமுனையாக அமைந்தது.

பியாஜெட் தன்னை ஒரு 'மரபியல் ஆராய்ச்சி அறிஞர்' என்றே அழைத்துக் கொண்டார். குழந்தைகளின் வளர்ச்சி, அறிவாற்றல், ஒவ்வொரு நிலையிலும் குழந்தைகள் ஒவ்வொன்றையும் எப்படிப் பார்க்கின்றனர்? அணுகுகின்றனர்? என்பதைப் பற்றிய ஆய்வில் அதிகக் கவனம் செலுத்தினார்.

பியாஜெட் அணுகுமுறை: பியாஜெட் குழந்தைகளுக்கு பல்வேறு உளவியல் சோதனைகள் நடத்தினார். மாணவர்களிடம் வாசிப்புச் சோதனைகளை நடத்தி, அவர்களின் தவறுகளைக் கண்டறிந்து, அதற்கான காரணங்களை ஆய்வு செய்தார். மேலும், கதைகளைச் சொல்லி அவற்றில் அவர்கள், எப்படிப்பட்ட முடிவுகளைத் தருகின்றார்கள் என்பதையும் ஆய்வு செய்தார். சில சூழல்களை விளக்குவதன் மூலம், குழந்தைகள் அதை எப்படிப் புரிந்துகொள்கின்றார்கள்? என்றும் ஆய்வு மேற்கொண்டார்.

உதாரணமாக, ஒரு சிறிய களிமண் கட்டியை எடுத்து அதனை தட்டையான வடிவமுள்ள ஒரு பொருளாகவும், கூம்பு வடிவமுள்ள வேறு ஒரு சிறிய அளவிலான பொருளாகவும் வடிவமைத்தார். இவற்றில் ஆறு வயதுக்குட்பட்ட குழந்தைகள் தட்டையான வடிவமுள்ளதை விரும்புவதைக் கண்டறிந்தார். பெரிய மாணவர்கள் கூம்பு வடிவமுள்ளதை தேர்வு செய்வதையும் கண்டறிந்தார். இதன்மூலம் சிறு வயதில், பெரிய வடிவங்கள், தோற்றங்கள் குழந்-

தைகளுக்கு ஆர்வத்தைத் தூண்டுவதை அறிந்தார். நமது குழந்தைகளுக்கு விளையாட்டுப் பொம்மைகள் வாங்கித் தரும்போது பெரிய வடிவிலான பொம்மைகள், கார்களை குழந்தைகள் விரும்புவதையும், நாட்பட உழைக்கும் விலை அதிகமுள்ள சிறிய பொம்மைகள், சிறிய கார்கள் அவர்களை ஈர்ப்பதில்லை என்பதையும் நாம் தொடர்புபடுத்திப் பார்க்கலாம்.

ஜீன் பியாஜெட், குழந்தைகளின் உளவியலை ஆய்வு செய்த போது ஒரு புகழ்பெற்ற உண்மையை உலகிற்குச் சொன்னார். அதாவது, குழந்தைகள் பெரியவர்கள் போலச் சிந்திப்பது இல்லை. அவர்கள் மாறுபட்டுச் சிந்திக்கின்றார்கள் என்பதே அந்த உண்மை. இன்று, இது பரவலாக ஏற்றுக்கொள்ளப்பட்டுள்ளதோடு, புரிந்துகொள்ளப்படவும் முடிந்திருக்கின்றது. ஆனால், நூறு ஆண்டுகளுக்கு முன்னால், இவை, பல கேள்விகளை உருவாக்கின. இதன் மூலம் கல்வி, சமூகம், மருத்துவம் மற்றும் உளவியல் துறைகளில் பல மாற்றங்களும் உருவாகின.

அறிவாற்றல் வளர்ச்சி - நான்கு நிலைகள்

ஜீன் பியாஜெட் வழங்கிய அறிவாற்றல் வளர்ச்சியின் நான்கு நிலைகள் மிகவும் முக்கியமானவையாகும். ஒவ்வொரு குழந்தையும், இந்த நான்கு நிலகளைக் கடந்து செல்வதாகக் குறிப்பிடுகின்றார் பியாஜெட்.

சென்சரி மோட்டார் நிலை: இந்த முதல் நிலை குழந்தையின் முதல் இரண்டு ஆண்டுகளைக் குறிக்கின்றன. தனது உள்ளார்ந்த அனிச்சை செயல்கள் மூலமும் உடலுறுப்புகளின் இயக்கங்கள் மூலமும், குழந்தைகள் உலகத்தை அறிந்துகொள்கின்றார்கள். உறிஞ்சுதல், கடித்தல், பிடித்தல், பார்த்தல், கேட்டல் மூலம் தங்களால் முடிந்தவரை உலகை உணர்ந்து, தங்களது தேவைகளையும் உடல் உறுப்புகள், அழுகை மற்றும் செய்கைகள் மூலம் வெளிப்படுத்துகின்றார்கள்.

குழந்தைகளின் வளர்ச்சி நிலையில் மிக வேகமாக மற்றும் முக்கியமாக நகரும் நிலை தான் இந்த முதல் நிலை. இது மிகப்பெரிய வளர்ச்சியைக் குறுகிய காலகட்டத்தில் கொண்டுள்ளது என்பதை, குழந்தைகளின் பெற்றோர், அவர்களை வளர்ப்பவர்கள், கண்காணிப்பவர்கள் புரிந்துகொள்ள வேண்டும். நடத்தல், பேசுதல், புரிந்துகொள்ள முயலுதல் என்று அசுர வளர்ச்சிக்கு இக்காலமே அடித்தளம் அமைக்கின்றது.

எந்த அளவுக்கு, இந்தக் காலக்கட்டத்தில் ஒரு குழந்தைக்கு முக்கியத்துவம் மற்றும் கவனிப்பு கிடைக்கின்றதோ, அந்த அளவின் அடிப்படையில் அதன் எதிர்கால வளர்ச்சி கட்டமைக்கப்படுகின்றது என்பதை உணர்ந்து கொண்டு அக்குழந்தையின் மீது கவனம் செலுத்திட வேண்டும்.

மொழியறியும் இரண்டாம் நிலை: குழந்தைகளின் இரண்டு முதல் ஏழு வயது வரை இந்த நிலையைக் குறிப்பிடுகின்றார் ஜீன் பியாஜெட். மொழி மற்றும் சிந்தனை வளர்ச்சி இந்தக் காலக்கட்டத்தில் வேகமாக நடைபெறுகின்றது. சரியான வார்த்தைகளைத் தேடி, அறிந்து பேசும் பயிற்சி பெறுகின்றார்கள். புதிய மொழிப் பயிற்சி கிடைத்தாலும் அதையும் கற்றுக்கொள்கின்றார்கள்.

குறிப்பாக இந்தக் காலக்கட்டத்தில் குழந்தைகளுக்கு அறிவு தானாக வளர்வதில்லை. மாறாக, கற்றுக்கொள்வதற்காக அமையும் சூழல்கள் மற்றும் அவர்களுக்குக் கிடைக்கும் அனுபவங்கள் மூலமே பலவற்றை அவர்கள் கற்றுக்கொள்கிறார்கள். இந்தப் பருவமும் மிக-

வும் முக்கியமான பருவம் ஆகும். காரணம், குழந்தைகளின் சிந்தனைப் போக்கில் மாற்றமும், தெளிவும், வேகமும், அறிதலும், உறுதியும் இந்தப் பருவத்தில் வெகுவாக நடக்கின்றது. எனவே, இப்பருவக் குழந்தைகளை வளர்ப்பவர்கள் இவர்களுக்கு சிறந்த வாய்ப்புகளையும், கற்றுத் தருதலையும் வழங்கிட வேண்டும்.

இந்தக் கற்றலைத் தரும் வகைகளை ‘ஸ்கீமா’ என்ற வார்த்தை மூலம் விளக்கினார் ஜீன் பியாஜெட். ஸ்கீமா (Schema) என்னும் கோட்பாடானது, பியாஜெட்டின் கூற்றுப்படி, அறிவின் வகையையும், அந்த அறிவைப் பெறுவதற்கான செயல்முறை ஆகிய இரண்டையும் உள்ளடக்கியுள்ளது.

அதாவது ஒரு குழந்தை அது பெறக்கூடிய அறிவு மற்றும் அதைப் பெறும் வழிமுறை ஆகியவற்றின் அடிப்படையில் அதன் அறிவு வளர்ச்சியைக் கொண்டுள்ளது என்பதே இதன் விளக்கமாகும்.

எடுத்துக்காட்டாக, ஒரு குழந்தை எப்போதும் சிறிய நாய்களை மட்டுமே பார்த்து, விளையாடிப் பழகினால் நாய்கள் என்பவை சிறியவை, நான்கு கால்கள் கொண்டவை, ஒரே மாதிரியான முடிகள் கொண்டவை என்று தன் மனதில் வைத்துக் கொள்ளும்.

அதேசமயம் ஒரு பெரிய நாயைச் சந்திக்கும் போது, தனது பார்வையை, எண்ணத்தை மாற்றிக் கொள்ளும். இதன்மூலம் நாம் புரிந்துகொள்ள வேண்டியது, எத்தகைய சூழல்களை, அறிவுக்கான தகவல்களை நாம் குழந்தைகளுக்குத் தொடர்ந்து தருகின்றோம் என்பதன் அடிப்படையில் அதன் அறிவு வளர்ச்சி வேகமாக இருக்கும் என்பதுதான்.

இன்று சிறு குழந்தைகளிடம் செல்போன்களை கொடுத்துப் பழகும் பெற்றோர்கள் இருக்கின்றார்கள். இதன் மூலம் அவர்கள் பலவற்றைக் கற்றுக்கொள்கிறார்கள். ஆனால், இப்படி அசுர வளர்ச்சியில் குழந்தைகளை ஈடுபடுத்தல் ஆகாது, நல்லதல்ல என்பதைத் தான் அடுத்த நிலையில் ஜீன் பியாஜெட் விளக்குகின்றார்.

வளர்ச்சி மாற்றம் பெறும் மூன்றாம் நிலை: குழந்தைகளின் ஏழு முதல் பதினோரு ஆண்டுகளை இந்த நிலையில் அடக்குகின்றார் பியாஜெட். இந்தப் பருவத்தில் குழந்தைகள் பல்வேறு நிகழ்வுகளைப் பற்றி உறுதியாகச் சிந்திக்கின்றார்கள். அளவீடுகள், கணக்கீடுகள், உயரம், ஒல்லி, நீளம், குட்டை என்று பல்வேறு மாற்றங்கள் பற்றிய தெளிவு அவர்களுக்குப் பிடிபடுகின்றது.

தங்களது எண்ணங்கள் தனித்தன்மை வாய்ந்தது என்றும், மற்றவர்கள் என்ன நினைப்பார்கள் என்றும் சிந்திக்கின்றார்கள். சில சமயங்களில் எண்ணப் போராட்டங்களுக்கு உட்படுகின்றார்கள். எல்லோரிடமும் எல்லாவற்றையும் பகிர்ந்து கொள்ளத் தேவையில்லை என்பதையும், எதைப் பேச வேண்டும் என்ற தெளிவையும் பெறுகின்றார்கள். சுருங்கச் சொன்னால், குழந்தைகளுக்கு நற்பண்புகளையும், ஒழுக்கங்களையும் சொல்லி வளர்க்க வேண்டிய முக்கியப் பருவம் இதுவாகும். ஆசிரியர்கள் மற்றும் பெற்றோர்களின் பங்கு இங்கு முக்கியமானது. இங்கே சில நல்ல பண்புகளைக் கற்றுத்தரவில்லை என்றால் அவர்களது எதிர்காலத்தில் கஷ்டப்படுவார்கள்.

சுயம் விரியும் நான்காம் நிலை: பன்னிரெண்டு வயது முதல் தொடர்ந்து வரும் வயதுகளை உள்ளடக்கிய இறுதி நிலை என்று பியாஜெட் குறிப்பிட்டுள்ளார்.

கற்பனை வளத்தைப் பயன்படுத்துதல், தர்க்க ரீதியாகச் சிந்தித்தல், அரசியல், பொருளாதாரம், சமூக நிகழ்வுகள் பற்றிப் பேசுதல், சிந்தித்தல் என்று ஒவ்வொரு குழந்தையின் உலகமும் அடுத்த வாழ்வு நிலை நோக்கி நகர்கின்றது.

ஜீன் பியாஜெட் நூல்கள்: ஜீன் பியாஜெட் ஐம்பதுக்கும் மேற்பட்ட நூல்களையும், ஏராளமான கட்டுரைகளையும் எழுதியுள்ளார். இந்த நூல்களில் பெரும்பாலானவை குழந்தைகளின் பல்வேறு வளர்ச்சி மற்றும் அறிவாற்றல் சார்ந்தது ஆகும்.

குழந்தைகளின் உளவியல் பகுதியில் அதிகத் தாக்கத்தை, விளக்கத்தை இந்த நூல்கள் தந்தன. பல நூறு ஆய்வுகளும் இவரது எழுத்தை, சிந்தனையைச் சார்ந்து இன்றும் தொடர்கின்றன. வழக்கமாக சில உளவியல் சிந்தனைகள் சில ஆண்டுகளில் மாற்றம் பெறும். ஆனால், ஜீன் பியாஜெட்டின் பல சிந்தனைகள், கருத்துகள் இன்றளவும் பயனுள்ளதாக உள்ளதே சிறப்பாகும்.

ஜீன் பியாஜெட் கல்வி நிலையங்கள் சார்ந்து தனது ஆய்வை, எழுத்துகளை உலகிற்கு வழங்கவில்லை. ஆனால், அவற்றின் தாக்கம் உளவியல், சமூகவியல் என்று விரிந்த போது "குழந்தைகளின் கல்வி உளவியலாக" மாறியது. காலத்தின் தேவை அடிப்படையில், குழந்தைகளுக்குக் கற்றுத்தருதலில் உள்ள பல சிக்கல்களை அடையாளம் கண்டு, அவற்றுக்குத் தீர்வு தர ஆசிரியப் பயிற்சிகளில் குழந்தைகளின் உளவியல் இன்று கட்டாயப் பாடமாகியுள்ளது. எதிர்காலத்திலும் இதன் தேவை மற்றும் தாக்கம் அதிகமாக இருக்கும் என்பதில் ஐயமில்லை.

குழந்தைகளும் நல்லொழுக்கமும்: ஜீன் பியாஜெட் தான் குழந்தைகளின் நல்லொழுக்க வளர்ச்சி பற்றி, பல்வேறு ஆய்வுகளை மேற்கொண்டு, அவற்றின் படிநிலைகளை உலகில் முதன்முதலில் அறிவித்தவர் ஆவார். குழந்தைகளின் நல்லொழுக்க வளர்ச்சி மூன்று நிலைகளில் உள்ளதாக பியாஜெட் தெரிவிக்கிறார்.

நல்லொழுக்க அறிவு (Moral Knowledge)

நல்லொழுக்கம் பற்றிய தீர்மானம் (Moral Judgement)

நல்லொழுக்க நடத்தை (Moral Behaviour)

இன்று கல்வியகங்களில் மாணவர்களுக்கு நல்லொழுக்கத்தைப் போதிப்பது எவ்வளவு அவசியம் என்பதை நாம் அறிவோம். இதன் தேவை மற்றும் வளர்ச்சியை பியாஜெட் அன்றே விளக்கியுள்ளார்.

ஜீன் பியாஜெட் கூறியுள்ள, ஒரு எளிய சம்பவம் மூலம், இதனை நாம் புரிந்துகொள்ளலாம். ஒரு சிறுவனின் தாய், அவனிடம் வீட்டில் பொருட்கள் வைக்கும் அறைக்குள் சென்று, அலமாரியிலிருந்து சில கண்ணாடிக் குவளைகளை எடுத்துவரச் சொல்கின்றார். சிறுவன் உள்ளே செல்கின்றான். அலமாரியைத் திறந்து குவளைகளை எடுக்க முயன்ற போது, கை தவறி, ஆறு குவளைகள் கீழே விழுந்து உடைந்து நொறுங்கிப் போகின்றன.

இன்னொரு வீட்டில் ஒரு சிறுவன், அவனது அம்மாவுக்குத் தெரியாமல், பொருட்கள் வைக்கும் அறையில் சென்று இனிப்பு ரொட்டிகளைச் சாப்பிடச் சென்றான். யாருக்கும் தெரியாமல், மெதுவாகச் சென்று அலமாரியைத் திறந்து, ரொட்டிகளை எடுக்கும் போது ஒரு கண்ணாடிக் குவளை, கீழே விழுந்து உடைந்து விடுகின்றது.

இந்த இரண்டு சிறுவர்களில் எந்தச் சிறுவன் செய்த தவறு பெரியது? என்ற கேள்வி-யானது எட்டு வயதுக்குட்பட்ட குழந்தைகளிடம் கேட்கப்பட்டது. அவர்களில் எல்லோருமே, முதல் சிறுவன் செய்ததுதான் பெரிய தவறு. காரணம், அவன் ஆறு குவளைகளை உடைத்-துவிட்டான். பெரிய இழப்பு அவனால் தான் வந்துள்ளது என்ற பதிலை வழங்கினார்கள்.

எட்டு வயதுக்கும் மேற்பட்ட குழந்தைகளிடம் கேட்ட போது அவர்களில் பெரும்பாலான-வர்கள், இரண்டாவது சிறுவன் செய்தது தான் தவறு என்றார்கள். காரணம், அவன் தாய்க்-குத் தெரியாமல் திருட்டுத்தனமாக ரொட்டி சாப்பிடச் சென்றான் என்பதையும் விளக்கினார்-கள்.

இப்படிச் சம்பவங்களைக் கொடுத்து, பதில்களைப் பெற்று, குழந்தைகளின் மன ஓட்-டத்தை, வளர்ச்சி நிலையைப் பகுப்பாய்வு செய்தவர் தான் ஜீன் பியாஜெட்.

மேற்கண்ட சம்பவத்தை மையமாக வைத்து மூன்று நிலைகளில் குழந்தைகளின் ஒழுக்க நிலயை வகைப்படுத்துகின்றார்.

முதல் நிலை: குழந்தைகள் தங்கள் மனதில், அவர்கள் செய்யக்கூடிய தவறுகளுக்கான தண்டனைகளின் அளவை மட்டுமே நினைவில் கொள்வார்கள். அந்தத் தண்டனையிலிருந்து தப்பிக்கப் பொய் சொல்லுவார்கள் அல்லது வேறு ஒரு தவறைச் செய்வார்கள். இளம் பரு-வத்தில் அவர்கள் பொய் சொல்வது, ஏமாற்றுவது ஒரு தவறு என்று எண்ணக்கூடிய மனநி-லையை அவர்கள் பெற்றிருக்க மாட்டார்கள். அறியாமல், தண்டனைக்குப் பயந்து, பயந்து இப்படித் தவறுகளை இழைப்பவர்கள்தான் சிறார் சீர்திருத்தப் பள்ளிக்கு வந்து சேரும், குழந்-தைகள் சிறைக்கு வந்து சேரும் நிலையை அடைகின்றார்கள். இவர்களைக் குற்றவாளிகள் என்று உணர்த்துவதைவிட, இவர்களது செயலைத் தவறு என்று உணர்த்தித் திருத்துவதே இங்கு பெரிய கடமையாக உள்ளது.

குழந்தைகள் நமது வீட்டில் வளருகின்ற பருவத்தில், இத்தகைய செயல்களைச் செய்கி-றார்கள். நாம் மன்னிக்கின்றோம். ஆனாலும், ஆரம்பம் முதலே இது தவறு என்ற உணர்வை அவர்களுக்கு விதிகள் மூலம் நாம் உணர்த்தலாம்.

இரண்டாம் நிலை: ஐந்து வயது முதல் பத்து வயதுக்குட்பட்ட நிலையில் இதனைக் கவனிக்கலாம். முதல் நிலையில் பெற்றோர்கள் சில விதிகளைச் சொல்லி 'இப்படித்தான் இருக்க வேண்டும்' என்று கட்டுப்பாடுகளைச் சொல்லியிருப்பார்கள். குழந்தைகளும் இதனை ஏற்றுக்கொண்டு நடந்திருப்பார்கள். ஆனால், இந்த நிலையில், அவர்களால் பெற்றோர்கள் 'தவறு' என்று கூறுவது 'உண்மையா?' 'பொய்யா?' என்று பகுத்தறிய முடியும். எனவே, சரியான வழிகாட்டுதல் கிடைத்தால், சரியானவற்றை மட்டுமே நாம் கற்றுத் தந்தால், அவர்-களுக்கு 'நல்லொழுக்கம்' என்பது ஒரு பண்பாகத் தெரிய ஆரம்பிக்கின்றது.

எனவே, சில தவறுகளைச் செய்து அவர்கள் தண்டனையைப் பெறும் போது, அது நன்-மைக்கே என்று ஏற்றுக்கொள்ளும் மனப்பக்குவம் அவர்களுக்கு வந்துவிடுகின்றது. இப்போது விதிகள் என்பதைவிட, நல்லொழுக்கப் பண்புகள் ஒரு தேவை என்ற தெளிவும், அதனைப் பின்பற்ற வேண்டும் என்று தானாகவே முன்வரும் செயலும் நடைபெறுகின்றன.

மூன்றாம் நிலை: இப்படிச் சிறப்பாக இரண்டாம் நிலையை அடையும் குழந்தைகள், நல்-லொழுக்கத்திற்கான அறிவைப் பெறுவதுடன், அதற்கு எதிராகக் கேள்வி கேட்பதை, நிறுத்தி-விடுகின்றார்கள். அதாவது இந்த நிலையில் ஒரு குழந்தை, பொய் சொல்வது என்பது மற்ற-

வர்கள் கண்டுபிடித்தாலும் சரி, மற்றவர்கள் அதைக் கண்டுபிடிக்காவிட்டாலும் சரி தவறுதான் என்ற உணர்வுக்கு வருகின்றது. இந்த நிலையை ஒரு குழந்தை அடைகின்ற போது, சாலையில் போக்குவரத்துக் காவலர் நின்றாலும் சரி, நில்லாவிட்டாலும் சரி, சாலை விதிகளைக் கடைப்பிடித்து, சாலையில் பயணிக்கின்றார்கள். பொதுக் கழிவறைகளைப் பயன்படுத்தும் போது, அதைத் தூய்மையாக்கிவிட்டு வெளியே வருகின்றார்கள். காரணம், யாரும் தன்னைப் பார்க்காவிட்டாலும், மற்றவர்கள் தொடர்ந்து அந்தக் கழிவறையைப் பயன்படுத்த வேண்டும் என்ற ஒழுக்க விதியைத் தானாகவே கடைப்பிடிக்கின்றார்கள்.

இன்று கல்வி நிலையங்களில் மாணவர்கள் ஆசிரியர்களிடம் முறைகேடாக நடப்பதும், ஆசிரியர்கள் மாணவர்களிடம் முறைகேடாக நடப்பதும் இந்த ஒழுக்க விதி மீறல்களால்தான் என்பதை, எளிதில் நம்மால் புரிந்துகொள்ள முடியும். எழுபது ஆண்டுகளுக்கு முன்பே ஜீன் பியாஜெட் இதுபற்றி நிறைய சிந்தித்தது, இன்றைய காலக்கட்டத்திற்கும் பொருந்துவதை நாம் காணலாம்.

பியாஜெட்டின் தேவை: ஜீன் பியாஜெட் தனது கல்வி மற்றும் சிந்தனையில், அடிக்கடிக் கூறிய ஒரு கூற்று இங்கே கவனிக்கத்தக்கதாகும். அதாவது, "நமது கல்விக் கோட்பாடுகள், கொள்கைகள் மற்றும் இலக்குகள் காலங்காலமாக உள்ளதையே போதிப்பதாக இல்லாமல், புதிய விஷயங்களைச் செயலாக்கக் கூடிய ஆண்களையும், பெண்களையும் உருவாக்குவதாக இருக்க வேண்டும்" என்று குறிப்பிட்டுள்ளார்.

தன் வாழ்க்கை முழுவதும் பல்வேறு தலைமைப் பொறுப்புகளை வகித்தார். உளவியல் மற்றும் குழந்தைகள் வளர்ச்சி அறிவியலில் பல்லாண்டுகளாக ஆய்வுகளை மேற்கொண்டார். 1960-ஆம் ஆண்டு முதல் 1980-ஆம் ஆண்டு வரை இருபது ஆண்டுகள் ஜீன் பியாஜெட்டின் கோட்பாடுகள் கல்வி நிறுவனங்களில் கோலோச்சியது.

1921-ஆம் ஆண்டுமுதல் குழந்தைகளின் பகுத்தறிவுச் செயல்முறைகள் பற்றிய கட்டுரைகளை வெளியிட ஆரம்பித்தார். 1925 முதல் 1929 வரை நியூசெட்டல் பல்கலைக்கழகத்தில் பேராசிரியராக இருந்தார். 1929 முதல் ஜெனீவா பல்கலைக்கழகத்தில் பேராசிரியராகப் பணியைத் தொடர்ந்தார். 1980-ஆம் ஆண்டு அவர் இறக்கும் வரை ஜெனீவா பல்கலைக்கழகத்தில் தனது ஆய்வுகளைத் தொடர்ந்து நடத்தினார். 1955-ஆம் ஆண்டு மரபணு அறிவியலின் சர்வதேச மையத்தைத் தொடங்கினார். வாழ்வின் இறுதிவரை அந்த மையத்தின் தலைவராக இருந்தார்.

குழந்தைகள் உலகை மையப்படுத்தி, குழந்தைகளின் செயல்பாடுகளை முழுவதுமாக ஆய்வு செய்து, குழந்தைகளின் உளவியலுக்கு அடித்தளமிட்ட ஜீன் பியாஜெட் என்றென்றும் கல்வியாளர்களால், பெற்றோர்களால் நினைவுகூறப்படுகின்றார். மனிதர்களின் வளர்ச்சி நிலையில் குழந்தைப் பருவமே, தலையான மற்றும் விரைவான வளர்ச்சிப் பருவம் என்பதை உலகில் ஆழமாக விதைத்தவர் ஜீன் பியாஜெட். குழந்தைகள் மீதான நமது பார்வையும் அவர்களது நலன் சார்ந்த நடவடிக்கைகளும் கல்வியகங்களில் சிறப்பாக அமைந்திட, புதிய வெளிச்சம் காட்டியுள்ளார் ஜீன் பியாஜெட். இந்த ஒளியில் பயணிப்போம். "உலகின் எதிர்காலச் சிற்பிகள் குழந்தைச் செல்வங்களே" என்ற உணர்வோடு வரும் கல்வியாண்டு மலரட்டும், ஒளிரட்டும்.

•

ஜீன் பியாஜெட் - பொன்மொழிகள்

அனுபவம் புரிதலுக்கு முந்தைய நிலையாகும்.

ஒரு சிக்கலைப் பற்றிப் படிக்கும் முன், அதைப்பற்றிச் சிந்திக்க நான் எப்போதும் விரும்புகிறேன்.

உலகில் உள்ள அனைத்து விதிகளையும் விட, ஒரு சிறிய மனிதநேயம் எவ்வளவு விலைமதிப்பற்றது.

என்ன செய்வது என்று உங்களுக்குத் தெரியாத போது, நீங்கள் பயன்படுத்துவது புத்திசாலித்தனமாகும்.

எழுதாமல் என்னால் சிந்திக்க முடியவில்லை.

கல்வியின் குறிக்கோள் அறிவின் அளவை அதிகரிப்பது அல்ல; ஆனால், ஒரு குழந்தை ஒவ்வொன்றையும் தானே கண்டுபிடிப்பதற்கான சாத்தியக்கூறுகளை உருவாக்குவதாகும்.

கல்வி மட்டுமே, நமது சமூகங்களை வன்முறை மற்றும் படிப்படியான சரிவிலிருந்து காப்பாற்றும் திறன் கொண்டது.

ஆசிரியர் ஒரு விரிவுரையாளராக இருப்பதை நிறுத்திவிட்டு, மாணவர்களிடம் ஆராய்ச்சி மனப்பான்மையைத் தூண்டும், வழிகாட்டியாக இருக்க வேண்டும்.

அறிவு என்பது பரம்பரையால் முன்னரே தீர்மானிக்கப்படவில்லை.

கல்வி என்பது படைப்பாளிகளை உருவாக்குவது ஆகும்.

குழந்தைகள் தாங்களே கண்டுபிடித்ததைப் பற்றி மட்டுமே, அவர்களுக்கு உண்மையான புரிதல் உள்ளது.

ஒவ்வொரு குழந்தையும் தானே கற்றுக்கொள்ளக்கூடியதை, நாம் கற்றுக்கொடுக்கும் போது, அதனுடைய உண்மையான புரிந்துகொள்ளும் அறிவுக்கு நாம் தடையாக உள்ளோம்.

சமமானவர்களுக்கிடையிலான ஒத்துழைப்பு, குழந்தையின் நடைமுறை அணுகுமுறையில் படிப்படியான மாற்றத்தைக் கொண்டுவருவது மட்டுமல்லாமல், அது அதிகாரத்தின் மீதான மாய உணர்வையும் நீக்குகின்றது.

குழந்தைகளுக்கு நீண்ட, தடையற்ற விளையாட்டு மற்றும் ஆய்வுகள் தேவை.

சிந்தனையின் ஒவ்வொரு களத்திலும், குழந்தை ஒரு எதார்த்தவாதியாகும்.

'புதியது எப்படி வருகின்றது?' என்பதற்கான பதில் விளையாட்டாகும்.

ஒவ்வொரு செயலும், ஒரு ஆற்றல் மிக்க அல்லது பாதிப்பை ஏற்படுத்தும் ஒரு அம்சம் மற்றும் ஒரு கட்டமைப்பு அல்லது அறிவாற்றல் அம்சத்தை உள்ளடக்கியது என்று நாம் எளிதாகக் கூறுவோம். ஆனால், இது உண்மையில் ஏற்கெனவே குறிப்பிட்டுள்ள வெவ்வேறு கண்ணோட்டங்களை ஒருங்கிணைக்கிறது.

நாம் கண்டுபிடிக்க வேண்டிய கட்டாயத்தில் இருக்கும் போது, நாம் அதிகமாகக் கற்றுக்கொள்கின்றோம்.

மிகவும் வளர்ந்த விஞ்ஞானம் தொடர்ந்து மாறிக்கொண்டேயிருக்கிறது.

கற்பித்தல் என்பது கட்டமைப்புகளைக் கண்டறியக்கூடிய சூழ்நிலைகளை உருவாக்குவதாகும்.

மனதின் இன்றியமையாத செயல்பாடுகள் புரிந்துகொள்வது மற்றும் கண்டுபிடிப்பதில் உள்ளன.

நாம் பார்ப்பது நமக்குத் தெரிந்ததை மாற்றுகிறது. நமக்குத் தெரிந்தது நாம் பார்ப்பதை மாற்றுகின்றது.

ஏழு, எட்டு வயதுக்குட்பட்ட குழந்தையைப் பற்றி ஒருவர் கண்டுபிடிப்பதில் மிகவும் குறிப்பிடத்தக்க விஷயம் என்னவென்றால், அக்குழந்தைகளுக்கு அனைத்துப் பாடங்களிலும் ஆர்வம் உள்ளது என்பதே.

புரிந்துகொள்வது என்பதே கண்டுபிடிப்பதாகும்.

தனக்கு சமமானவர்களுடன் விளையாடுவதற்குமுன், குழந்தை தன் பெற்றோரால் பாதிக்கப்படுகின்றது.

சமநிலையே அனைத்து மனித நடவடிக்கைகளின் ஆழமான போக்காகும்.

குழந்தைகளின் விளையாட்டுகள், மிகவும் போற்றத்தக்க சமூக நிறுவனங்களாக அமைகின்றன.

நீங்கள் குழந்தையைப் பின்தொடர்ந்தால் நீங்கள் புதிதாக ஒன்றைக் கண்டுபிடிக்கலாம்.

பதினொன்று, பன்னிரெண்டு வயதில் குழந்தைகள் தங்களைக் குழுக்களாக உருவாக்க ஒரு உந்துதலைக் கொண்டிருப்பார்கள்.

'புதியது எப்படி உருவாகிறது?' என்ற கேள்விக்கான பதில் 'நாடகம்'.

விளையாட்டு என்பது குழந்தைப் பருவத்தின் வேலையாகும்.

தர்க்க அறிவு, கணித அறிவு, உடல் அறிவு மற்றும் பலவற்றின் வளர்ச்சியைப் படிப்பதற்கான சிறந்த வாய்ப்பு குழந்தைகளிடம் உள்ளது.

13. மைக்கேல் ஃபாரடே

அறிஞர் கனிவான உள்ளம் படைத்தவர்; எப்போதும் புன்னகை தவழும் முகம் கொண்டவர்; நேர்மையின் நண்பர்; வஞ்சகத்தின் பகைவர்; அவர் அணியும் தூய்மையான ஆடைகள் அவரது தூய எண்ணங்களைக் காட்டுவதாக இருக்கின்றது; காட்சிக்கு எளியவர்; கடுஞ்சொல் கூறாதவர்; உண்மையாகவே உழைத்துப் பல புதிய செய்திகளை அறிந்து வந்து சொற்பொழிவுகள் மூலம் மாணவர்களுக்குத் தரும் திறமை கொண்டவர். இலாபத்தைக் கருதி எதையும் செய்கின்ற, வணிகமனம் இல்லாதவர்" என்று இந்த அறிவியல் அறிஞரின் மாணவர் ஒருவர் புகழ்ந்து மேற்கண்ட வரிகளைக் கவிதைகளாகப் படைத்துள்ளார். இந்த வரிகள் அனைத்தும் உண்மை மட்டுமல்லாமல், இந்த வரிகளையும் கடந்த பல வாழ்த்துகளுக்குச் சொந்தக்காரர்தான் மைக்கேல் ஃபாரடே என்னும் உழைப்பால் உயர்ந்த அறிவியல் அறிஞர்.

1791-ஆம் ஆண்டு, செப்டம்பர் மாதம் 22-ஆம் தேதி சர்ரே என்ற ஊரில், ஜேம்ஸ் பாரடே மற்றும் மார்க்ரெட் தம்பதியருக்கு மூன்றாவது குழந்தையாகப் பிறந்தார். தந்தை ஜேம்ஸ், கொல்லராக இருந்தவர், வறுமை மிகுந்த குடும்பம். வாரம் ஒரு பெரிய ரொட்டித் துண்டைத் தான் தன் குழந்தைகளுக்கு இத்தம்பதியரால் தரமுடிந்தது. அந்த ரொட்டித் துண்டை பதினான்கு பகுதிகளாக வெட்டி வைத்துக் கொண்டு, காலையும், இரவும் பிள்ளைகள் உண்டு வாழ்ந்தனர்.

ஆம், மைக்கேல் ஃபாரடே குழந்தைப் பருவத்தில் பல நாட்கள் மதிய உணவு உண்டதில்லை.
இப்படி வறுமையில் வாடிய குடும்பம், பிழைப்புத் தேடி இலண்டன் மாநகருக்கு அருகிலுள்ள புறநகர் பகுதியில் வாழ்ந்து வந்தது.

ஃபாரடேயின் மூத்த சகோதரர் பெயர் இராபர்ட். இருவரும் சர்ரே என்ற ஊரில் இருந்த தொடக்கப் பள்ளியில் பயின்று வந்தனர். அந்தப் பள்ளியை நடத்தி வந்தவர் ஒரு முது வயதுடைய பெண்மணி. கண்டிப்பானவர், மாணவர்களைச் சிறப்பாகப் படிக்க வைக்க வேண்டும் என்று தீவிர ஆர்வம் கொண்டவர்.

மைக்கேல் ஃபாரடேயால் ஆங்கிலத்தில் வரும் 'R' என்ற சொல்லை உச்சரிக்க முடியவில்லை. அந்தப் பள்ளியை நடத்திய பெண்மணி, மைக்கேல் ஃபாரடேயைக் கண்டித்தார். என்ன சொன்னாலும் ஃபாரடே வாயில் அந்த எழுத்து 'O' என்றுதான் வந்தது. ஃபாரடே 'ROAD' என்பது 'OOAD' என்றே வாசிக்க, கோபம் கொண்ட பெண்மணி, பணத்தைக் கொடுத்து ஃபாரடேயின் அண்ணன் இராபர்ட்டிடம், அவரை அடிக்க 'தடி' வாங்கி வரச் சொன்னார்.

இராபர்ட் இதை அவரது தாயிடம் சொல்ல, பள்ளிப் படிப்பு அவர்களுக்கு இச்சம்பவத்தோடு முடிந்தது. அதன் பிறகு வீட்டு வேலைகளைச் செய்வதிலும், இளைய சகோதரிகளைப் பார்த்துக் கொள்வதிலும் காலத்தைச் செலவிட்டார்கள். ஒரு சூழலில் அண்ணன் இராபர்ட் தந்தையின் கொல்லர் பட்டறைக்கு உதவியாகச் சென்றார்.

மைக்கேல் ஃபாரடேயும் தன் குடும்ப வறுமை காரணமாக, பதினாறு வயதில் பிளாண்ட்போர்ட் தெருவில் இருந்த ஒரு புத்தகம் சீர்செய்து கட்டும் (Book Binding Shop) கடைக்கு வேலையில் சேர்ந்தார். அந்தக் கடையின் உரிமையாளர் ஜார்ஜ் ரைபாவ் மைக்கேல் மீது அதிக அன்பும், மதிப்பும் வைத்திருந்தார். புத்தகங்களை பைண்டிங் செய்யும் போது, அவருக்கு அறிவியல் சார்ந்த புத்தகங்கள் மீது தனி ஆர்வம் உதித்தது. வேலையில்லாத நேரங்களிலும், வேலை முடிந்து செல்லும் போதும் புத்தகங்களை எடுத்துச் சென்று படிப்பதைப் பழக்கமாகக் கொண்டிருந்தார் ஃபாரடே. இதனை அறிந்த ஜார்ஜ் ரைபாவ் அவரை வாசிக்க ஊக்கமூட்டினார்.

ஐசக் வாட்ஸ் எழுதிய 'தி இம்ப்ரூவ்மெண்ட் ஆப் மைண்ட்', ஜேன் மார்கெட் எழுதிய 'வேதியியலில் உரையாடல்கள்' ஆகிய நூல்கள் அவரிடம் வேதியியல் தாக்கத்தை ஏற்படுத்தியது. 'பிரிட்டிஷ் கலைக்களஞ்சியம்' படித்த போது மின்சாரம் பற்றிய ஆர்வம் ஏற்பட்டது. இந்த ஆர்வ மிகுதியால் தனது புத்தகக் கடைக்குப் பின்னே இருந்த இடத்தில் சில ஆய்வுகளையும் செய்து பார்த்தார் நமது இளம் விஞ்ஞானி. அண்ணன் இராபர்ட் தம்பிக்குப் பொருட்கள் வாங்கப் பணம் கொடுத்தார். கடை உரிமையாளர் ஜார்ஜ் ரைபாவ் இடமும், ஊக்கமும் தந்தார்.

அப்போது டாட்டம் என்ற ஒரு அறிஞர் இலண்டனில் தொடர் சொற்பொழிவு நடத்த இருக்கும் அறிவிப்பைக் கண்டார். அதில் கலந்துகொள்ள ஆர்வம் உள்ளதை தன் அண்ணனிடமும், முதலாளியிடமும் சொன்னார். அண்ணன் பணம் கொடுத்தார். முதலாளி வேலையிலிருந்து விடுப்புக் கொடுத்தார். ஃபாரடே சொற்பொழிவுகளில் கலந்து கொண்டார். அறிவியல் என்ற உலகில் பல அற்புதங்கள் உள்ளது என்பதை ஆழமாகப் புரிந்து கொண்-

டார்.

புதிய தொடக்கம்: ஆறு ஆண்டுகள் ஜார்ஜ் ரைபவ்விடம் வேலை பார்த்து பலவற்றைக் கற்றுக் கொண்டார் ஃபாரடே. ஆறு வருடம் முடிந்ததும் அவரது முதலாளி ஃபாரடேயை அதிக ஊதியம் கிடைக்கும் டி-லா-ரோச் என்ற புத்தகம் கட்டும் முதலாளியிடம் அனுப்பி-னார். அவர் மிகவும் கண்டிப்பானவர். கடுகடு என்று இருப்பவர். ஃபாரடே மற்ற விஷயங்-களில் ஈடுபடுவதை விரும்பாதவர்.

ஆயினும் வேறு வழியின்றி, குடும்பச் சூழல் காரணமாக அங்கே பணியில் சேர்ந்தார் ஃபாரடே. அப்போது அந்தப் புதிய கடைக்கு வந்த அறிவியல் அறிஞர் டேன்ஸ் என்பவரின் பழக்கம் கிடைத்தது. அறிவியல் ஆர்வம் மைக்கேலிடம் உள்ளதைத் தெரிந்துகொண்ட அவர் இலண்டனில் நடைபெற்ற சர் ஹம்பரி டேவியின் சொற்பொழிவுகளுக்கு ஃபாரடேயை அறி-முகப்படுத்தினார்.

அக்காலத்தில் வேதியியலில் புகழ்பெற்று விளங்கியவர் சர் ஹம்பரி டேவி. ஹம்பரி டேவியும் ஒரு ஏழைத் தச்சரின் மகன். வறுமை காரணமாக ஒரு மருந்துக் கடையில் வேலை செய்த-வர். அந்த மருந்துக் கடைக்காரர் நிறையப் புத்தகங்களை வாசிக்கும் பழக்கம் கொண்டவர்.

அப்புத்தகங்களில் ஒன்றான வில்லியம் நிக்கல்சன் எழுதிய அறிவியல் புத்தகமே ஹம்பரி டேவியை அறிவியலின் பக்கம் ஈர்த்தது. லவாஸ்யர் போன்ற அறிஞர்களின் நூலைப் படித்-தார். ‘நைட்ரஸ் ஆக்ஸைடு’ என்னும் சிரிப்பு வாயுவைக் கண்டறிந்தார். இது வலி நீக்கியாக மருத்துவத் துறையில் பயன்படுத்தப்பட்டதன் மூலம் உலகப் புகழ்பெற்றார் ஹம்பரி டேவி.

மின்சாரம் பற்றிய ஆய்வுகளையும் மேற்கொண்டிருந்த டேவியும், முறையாகக் கல்வி கற்-காதவர். ஆனால், கிடைத்த வாய்ப்புகளைக் கொண்டு உயர்ந்தவர். சோடியம் மற்றும் பொட்-டாசியத்தைப் பிரித்து எடுத்தார். இதே முறையில் போரான், கால்சியம், லித்தியம் ஆகிய தனிமங்களைக் கண்டறிந்தார் டேவி.

இப்படிப் புகழ்பெற்ற விளங்கிய சர் ஹம்பரி டேவியின் உரையைக்கேட்கச் சென்றார் ஃபாரடே. ஒவ்வொரு நாளும் டேவி பேசியதைக் குறிப்பெடுத்துக் கொண்டார். இவற்றை முன்னூறு பக்கங்களுக்கு எழுதினார். சொற்பொழிவு மூலம் வேதியியல் பாடத்தில் ஆர்வம் உருவானது. மேலும் எப்படியாவது ஹம்பரி டேவி போன்ற ஒரு அறிவியல் அறிஞருடன் சேர்ந்து ஆய்வு செய்ய வேண்டும், பலவற்றைக் கண்டறிய வேண்டும் என்ற ஆசை மனதில் ஆழமாக வேரூன்றியது.

தான் எழுதிய அந்த முன்னூறு பக்கக் கட்டுரையை சர் ஹம்பரி டேவிக்கு அனுப்பி, அவரது ஆய்வகத்தில் வேலை தருமாறு கடிதம் எழுதியிருந்தார் மைக்கேல் ஃபாரடே. அப்போது அவருக்கு வயது இருபது. இந்த இளைஞனின் ஆர்வத்தையும், கட்டுரைத் தொகுப்பில் தெரிந்த அறிவியல் ஞானத்தையும் கண்டு மகிழ்ந்தார் டேவி. அப்போது அங்கே வேலை எதுவும் காலி இல்லை என்பதால், தனக்குச் செயலராக நியமித்துக் கொள்ள விரும்புவதாக ஃபாரடேக்குப் பதில் தந்தார் டேவி.

குருவும், சீடரும்: கிடைத்த வாய்ப்பை, அதுவும் தலைச்சிறந்த வேதியியல் அறிஞருக்குச் செயலராக என்ற சந்தர்ப்பத்தை உடனே ஓடிச்சென்று ஏற்றுக்கொண்டார் ஃபாரடே. சர் ஹம்பரி டேவி ஆய்வு மேற்கொண்டிருந்த, இலண்டன் ராயல் சொசைட்டி ஆய்வகத்தில், மேல் மாடியில் ஃபாரடே தங்க ஒரு அறை தரப்பட்டது. சரியான நேரத்தில் ஆய்வகத்துக்கு

வந்து, ஆர்வமாக ஹம்பரி டேவிக்கு உதவி வந்தார் ஃபாரடே. ஹம்பரி டேவி அப்போது நைட்ரஜனுடன், குளோரின் வாயுவைச் சேர்த்து நைட்ரஜன் ட்ரைகுளோரைடைத் தயாரிப்பதில் ஈடுபட்டிருந்தார். அப்போது ஏற்பட்ட விபத்தில் குருவும் சீடரும் பாதிக்கப்பட்டனர். அதேசமயம், சுரங்கத் தொழிலாளருக்கு உதவும் ஒரு விளக்கை வடிவமைப்பதிலும் டேவி ஈடுபட்டிருந்தார்.

டேவியின் ஆய்வகத்தில் சேர்ந்த சில நாட்களிலேயே தன் திறமையையும், அறிவினையும் வெளிப்படுத்தினார். அங்கிருந்த பல மாணவர்களைவிட வேதியியலில் அதிகம் தெரிந்தவராகத் தன்னை மாற்றிக் கொண்டார். ஆய்வைக் கண்காணிப்பது, ஆய்வு மேற்கொள்ளும் மாணவர்களைக் கண்காணிப்பது என்று உயர்ந்தார்.

இதற்கிடையில் டேவியின் ஆய்வக உதவியாளர்களாக இருந்தவர்களில் ஒருவரான ஜான் பெய்ன் என்பவர் சக உதவியாளரை அடித்துவிட்டார். இதனால் அவர் பணி நீக்கம் செய்யப்பட்டதால், அந்த இடத்தில் மைக்கேல் ஃபாரடே ஊதியம் பெறும் ஊழியராக நியமிக்கப்பட்டார்.

இச்சூழலில் அமெரிக்க, ஐரோப்பிய நாடுகளில் பதினெட்டு மாதங்கள் சுற்றுப்பயணம் மேற்கொண்டார் ஹம்பரி டேவி. ஃபாரடேயை இப்பயணத்தில் தன் தனிச் செயலராக அழைத்துச் சென்றார். அப்போது ஹம்பரி டேவியின் மனைவியும் உடன் சென்றார். ஹம்பரி டேவி ஃபாரடேயை தன்னோடு இணையாக அமரச் செய்வது, உணவு உண்ண அழைப்பது போன்றவற்றை ஹம்பரியின் மனைவி வெறுத்தார். டேவி ஏழைக் குடும்பத்தைச் சார்ந்தவர். ஆனால் அவரது மனைவி அப்ரீஸ் பெரும் பணக்காரர். எனவே ஃபாரடேயைக் கீழ்த்தரமாக நடத்தினார். அறிவியல் ஆர்வத்திலும், தன் குரு டேவி மேல் இருந்த மரியாதையிலும் அவற்றைப் பொறுத்துக் கொண்டார் ஃபாரடே.

அதேசமயம் இந்த ஒன்றரை ஆண்டுப் பயணத்தில் பிரெஞ்சு நாட்டு அறிஞர் ஆண்ட்ரே-மேரி-ஆம்பியர் மற்றும் மிலனில் அலெக்ஸாண்ட்ரோ வோல்டா போன்ற விஞ்ஞானிகளைச் சந்தித்தது பெரும் உதவியாகவும், உத்வேகமாகவும் அமைந்தது. பயணம் முடிந்து வந்ததும் மீண்டும் ஹம்பரி டேவியுடன் இணைந்து ஆர்வமாகத் தன் ஆய்வில் ஈடுபட்டார்.

ஃபாரடே ஒரு பண்பாளர்: தொடர்ந்து ஃபாரடே டேவியுடன் இணைந்தும், தனித்தும் தன் ஆய்வுகளை மேற்கொண்டதோடு, அவற்றை அறிவியல் இதழ்களிலும் வெளியிட்டார். ஃபாரடேவின் வளர்ச்சி டேவிக்கே பொறாமை தந்தது. இச்சமயம் ஹம்பரி டேவி உருவாக்கிய சுரங்க ஊழியர்களுக்கான விளக்கை அறிமுகம் செய்யும் விழாவிற்கு ஃபாரடே அழைக்கப்பட்டிருந்தார். அன்று ஹம்பரி டேவியால் செல்ல முடியவில்லை.

அந்த நிகழ்வில் இருந்த சுரங்க அதிகாரிகள் ஃபாரடேயிடம் இந்த விளக்கு எப்போதும் ஆபத்தில்லாததா? என்று கேட்டார்கள். இது ஒரு தர்ம சங்கடமான சூழலை ஃபாரடேக்கு உருவாக்கியது. காரணம், டேவி அந்த விளக்கு நூறு சதவீதம் ஆபத்தில்லாதது என்று கூறியிருந்தார். ஆனால், அந்த விளக்கு சில சமயங்களில் ஆபத்தானது என்பது ஃபாரடேக்கும், ஹம்பரி டேவிக்கும் தெரியும்.

இப்படி ஒரு கேள்வியைக் கேட்டதும் தன் குருவுக்கு எதிராக பதில் கூறுவதா? அல்லது ஆயிரக்கணக்கான உயிர்களைக் காப்பாற்றப் பதில் கூறுவதா? என்று சிந்தித்தார். ஃபாரடே

தீவிர பக்திமான். நேர்மையானவர். பொய் சொல்லக் கூடாதே என்று "இந்த விளக்கு சில சமயங்களில் ஆபத்தானது" என்று உண்மையைச் சொல்லிவிட்டார். அதுமுதல் டேவிக்கு ஃபாரடே மீது கோபம் அதிகரித்தது. அவர்களது உறவிலும் சிறிது சிறிதாக விரிசல் ஏற்பட்-டது.

இந்தக் காலக்கட்டத்தில் ராயல் சங்கத்தின் உறுப்பினர் பதவிக்கு ஃபாரடே நிற்க வேண்-டும் என்று சக அறிஞர்கள் வேண்டினர். வற்புறுத்தலுக்காக 'சரி' என்று மனுவைத் தாக்கல் செய்தார் ஃபாரடே. அப்போது ராயல் சங்கத் தலைவராக இருந்தவர் ஹம்பரி டேவி. ஃபா-ரடே உறுப்பினராவது அவருக்குப் பிடிக்கவில்லை. ஃபாரடேவை அழைத்து "உனக்கு வாக்கு எதுவும் கிடைக்காது, வாபஸ் வாங்குவது நல்லது" என்றார். ஹம்பரி டேவியின் உள்ளெண்-ணத்தைப் புரிந்து கொண்ட ஃபாரடே "நான் வெற்றி பெற வேண்டும் என்று நிற்கவில்லை; நண்பர்கள் வேண்டுதலுக்காக நிற்கிறேன்; விலகிக் கொண்டால் அவர்களை அவமதிப்பது போல ஆகிவிடும்" என்று நாசூக்காகச் சொல்லிவிட்டார்.

தேர்தலில் ஒரு வாக்கைத் தவிர அனைத்து வாக்கையும் பெற்று ஃபாரடே உறுப்பின-ரானார். அந்த ஒரு எதிர் வாக்கு டேவியுடையது என்பதை நாம் அறியலாம். ஆனால், பிற்காலத்தில் டேவி, ஃபாரடேக்கு மதிப்பளித்தார். நல்லதொரு பதவி அவருக்கு வழங்க வேண்டும் என்றும் பரிந்துரைத்தார். மைக்கேல் ஃபாரடே என்றுமே தன் குருவை நன்றி-யோடு மதித்தார்.

பலவற்றைக் கண்டுபிடித்த ஹம்பரி டேவி அடிக்கடி "என் சிறந்த கண்டுபிடிப்பு மைக்கேல் ஃபாரடே" என்று கூறினார். அந்த அளவுக்கு குணத்திலும், அறிவிலும் உயர்ந்து விளங்கி-னார் மைக்கேல் ஃபாரடே.

"உழைப்பு, உழைப்பு, உழைப்பு" என்பதே மைக்கேல் ஃபாரடேயின் தாரக மந்திரமாக இருந்தது. இவர் சாரா பர்னார்ட்டை, 1821-இல் தனது 20-ஆம் வயதில் மணந்தார். இந்தத் தம்பதிகளுக்குக் குழந்தைகள் இல்லை. ஆயினும், அன்பான தம்பதிகளாக ஐம்பது ஆண்டு-களுக்கும் மேலாக வாழ்ந்தார்கள். அறிவியலை பணம் சேர்க்கும், பணம் சம்பாதிக்கும் ஒன்-றாக ஃபாரடே இறுதி வரை பயன்படுத்தவில்லை. எனவே, வாழ்நாள் முழுவதும் குறைந்த வசதி மற்றும் வறுமையோடு தான் வாழ்ந்தார். ஆய்வுகள் சமூகத்துக்குப் பயன்பட வேண்டும்; மேலும் 'பணம் சேர்ப்பது பாவம்' என்ற எண்ணம் ஃபாரடேக்கு இருந்தது.

இரண்டு முறை ராயல் சங்கத்தின் தலைவராகும் வாய்ப்பு வந்தது. அதை ஃபாரடே ஏற்-கவில்லை. "எப்போதும் எளிமையான ஃபாரடே" என்று அடிக்கடிக் கூறினார். இதனால் அவருக்கு வழங்கப்பட்ட 'நைட்ஹுட்' என்ற பட்டத்தையும் ஏற்கவில்லை. எளிமையை விரும்பினார். இவரின் இந்தக் குணத்தைப் புரிந்து கொண்டு இவரது மனைவியும் வாழ்க்-கையில் இவருக்குத் துணை நின்றார்.

ஃபாரடே வறுமையில் வாடுவது கண்ட செய்தியை அறிந்த இங்கிலாந்து மன்னர் ஆறாம் வில்லியம், அவருக்கு ஆண்டுதோறும் முன்னூறு பவுன் நிதியுதவி வழங்கினார். தொடக்கத்-தில் இவற்றை வேண்டாம் என்று சொல்ல ஃபாரடே திட்டமிட்டிருந்தார். அப்போது சாரா-வின் தந்தைதான் ஃபாரடேக்கு குடும்ப நிலையை எடுத்துச் சொல்லி, அரசு உதவியைப் பெற்றுக் கொள்ளுமாறு எடுத்துச் சொன்னார். ஃபாரடே வருமானத்தைக் கொண்டே அவரது

தாய் மற்றும் சகோதரிகளின் குடும்பத்துக்கும் உதவி வந்தார் சாரா அம்மையார்.

உழைப்பின் மறுபெயர் ஃபாரடே: சர் ஹம்பரி டேவியுடன் இணைந்து பயணித்ததில் வேதியியல் ஆர்வம் கொண்டிருந்தார் ஃபாரடே. கார்பன் மற்றும் குளோரின் வாயு பற்றிய ஆய்வுகளில் முத்திரை பதித்தார். குளோரின் வாயுவைத் திரவமாக்கும் கண்டுபிடிப்பை நிகழ்த்தினார். கார்பன் மற்றும் குளோரினைச் சேர்த்துப் பல சேர்மங்களையும் ஃபாரடே கண்டுபிடித்தார்.

திமிங்கிலத்தின் கொழுப்பிலிருந்து எடுக்கப்பட்ட எண்ணெய்யிலிருந்து 1820-ஆம் ஆண்டு பென்சீனைப் பிரித்து எடுத்தார். உலக வரலாற்றில் ஆய்வகத்தில் முதலில் பென்சீனைப் பிரித்து எடுத்தவர் ஃபாரடே.

காந்த சக்தியை, மின்சக்தியாக மாற்றும் ஆய்வில் பல ஆண்டுகள் ஈடுபட்டார். இந்த ஆய்வு ஒன்பது வருடங்கள் சென்றது. ஃபாரடேக்கு ஞாபக மறதி அதிகம் என்பதால் உடனுக்குடன் நோட்டில் குறித்து வைத்துக் கொண்டே வந்தார். நீண்ட காலம் அவர் ஆய்வில் ஈடுபட்டும் ஒரு விளைவும் ஏற்படாததால், “ஃபாரடே நேரத்தை வீணடித்துக் கொண்டுள்ளார்” என்று அவர் காதுபடப் பேசினார்கள். பிரிட்டிஷ் நிதி அமைச்சர் கிளாஸ்ட்டோன் ஃபாரடேயிடம் “இப்படி தேவையற்ற ஆராய்ச்சி செய்து என்ன பயன்?” என்று நக்கலாகக் கேட்டார்.

அச்சமயம் ஃபாரடே அவரிடம், “நாங்கள் புதிதாக ஒன்றைக் கண்டுபிடித்தால் நீங்கள் வரி வசூல் செய்யலாமே” என்று கூறினார். ஆனால், இதுபோன்ற கேள்விகள் கண்டு மனம் தளரவில்லை. தனது, நாட்குறிப்பில் தீராத ஆய்வுகள் பற்றிப் பின்வருமாறு எழுதியிருந்தார் ஃபாரடே. “நான் மின்காந்த ஆராய்ச்சியில் தீவிரமாக ஈடுபட்டுள்ளேன். நான் ஏதோ ஒன்றை இறுகப் பற்றிக் கொண்டு செயல்படுகின்றேன். ஆனால், இதன் விளைவு பற்றி ஒன்றும் இப்போது சொல்ல முடியவில்லை. நான் பற்றிக் கொண்டிருப்பது மீனோ அல்லது அவை ஒளிந்து கொள்ளும் புல்லோ தெரியவில்லை. ஆனால், என் கடும் உழைப்பின் காரணமாக, நான் நிச்சயம் மீனைப் பிடித்து விடுவேன்” என்று எழுதியிருந்தார். அவ்வப்போது தன் ஆய்வுகள் தோல்வியுறும் போது “விடை கிடைக்கவில்லை” என்று பல நாட்கள் எழுதியிருந்தார்.

இப்படி அவரது ஆய்வுகள் தொடர்ந்து கொண்டிருந்த

போது ஒரு நாள், ஃபாரடே திடீரென “ஆஹா, இங்கே பாருங்கள், இங்கே வாருங்கள்” என்று தன்னையறியாமலேயே கத்தினார். எல்லோரும் ஓடோடி வந்தார்கள். அப்போது காந்த சக்தியை மின்சக்தியாக மாற்றும் முயற்சியில் வெற்றி கண்டிருந்தார். இதன் மூலம் தொழிற்சாலைகளின் இயந்திரங்கள் மின்சாரம் மூலம் இயங்கலாம் என்பதற்கு வழிகாட்டினார். ஆக்ஸ்போர்டு பல்கலைக்கழகத்தில் 1926-ஆம் ஆண்டு, வேல்ஸ் இளவரசர் விண்ட்ஸர் பிரபு ஒரு உரை நிகழ்த்தினர். அப்போது “கிரேட் பிரிட்டனில் மட்டும் இருபது இலட்சம் தொழிலாளர்கள் மின்சாரத்தின் உதவியால் இயங்கும் தொழிற்சாலைகளில் பணி செய்கிறார்கள். இதற்கு வழி செய்து கொடுத்தது மைக்கேல் ஃபாரடேயின் ஆற்றல்தான்” என்று புகழாரம் சூட்டினார். ஆம், இன்று உலகமெங்கும் மின்சாரத்தின் உதவியால், கோடான கோடி ஊழியர்கள் பணிசெய்கிறார்கள். இவர்களுக்கெல்லாம் வாழ்வாதாரம் அமையக் காரணமான-

வர் ஃபாரடேஎன்பதில் ஐயமில்லை.

17-ஆம் நூற்றாண்டில் 'வேதியியல்' என்ற பிரிவு லவாய்சியர், ஜோசப் பிரீஸ்ட்லி ஆகி-யோரால் முன்மொழியப்பட்டது. அதன் வளர்ச்சியில் ஹம்பரி டேவி போன்றோர் உழைத்-தார்கள். 19-ஆம் நூற்றாண்டில் 'இயற்பியல்' என்ற அறிவியல் பிரிவு புழக்கத்தில் வந்தது. மைக்கேல் ஃபாரடே வேதியியல், இயற்பியல் இரண்டிலும் பங்குபெற்றார், தன் பங்களிப்பைத் தந்தார்.

மாபெரும் கண்டுபிடிப்பாளர்: மின்னாற்பகுப்பு விதிகளை உலகிற்கு வழங்கினார். ஃபார-டேயின் காந்த விதிகள், மின்னாற்பகுப்பு விதிகள் உலகப் புகழ்பெற்றவை. மின்சாரம் பாயும் உப்புகளுக்கு 'எலக்ரோலைட்' (Electrolyte) என்ற பெயரையும், எதிர் அயனி (Anion), நேர் அயனி (Cation), அயனி (Ion), நேர்மின் வாய் (Anode), எதிர்மின் வாய் (Cathode) போன்ற சொற்றொடர்களை உலகிற்கு அறிமுகம் செய்து, அதனைப் பழக்கத்-தில் கொண்டுவரக் காரணமானவர் ஃபாரடே. அதனால் தான் மின்சாரத்தின் கொள்ளளவை அவரது பெயரால் SI அலகாக 'ஃபாரடே' (Faraday)என்று குறிப்பிடுகின்றார்கள். உலகள-வில் தன் பெயரில் ஒரு அலகினைக் கொண்ட புகழ்பெற்ற விஞ்ஞானிகளில் ஒருவர் ஃபா-ரடே. வேதியியல் ஆய்வுக் கூடங்களில் பயன்படும் பன்சன் அடுப்பைக் (Bunsen Burner) கண்டறிந்தவர் ஃபாரடே தான்.

1824-இல் மின் தூண்டலைக் கண்டறிந்தார். 1831-இல் டைனமோ என்ற உலகப் புகழ்-பெற்ற மின் சாதனத்தைக் கண்டறிந்தார். 1831 - மின்காந்தத் தூண்டலைக் கண்டறிந்தார். 1845-இல் வெவ்வேறு பக்கங்களில், வெவ்வேறு காட்சிகளைத் தோன்றச் செய்யும் காந்த விசையின் சுழற்சியைக் கண்டறிந்தார். 1862-இல் கலங்கரை விளக்கங்களில் விளக்கு எரிய மின்சாரத்தைப் பயன்படுத்திடக் காரணம் ஆனார். அவரது காலத்துக்குப் பின்பும் அவரது ஆய்வுகள், தரவுகள் பல அரிய கருத்துகளை மின்னியல், காந்தவியலில் கொண்டு வந்தன.

இயற்பியல் என்ற தனிப்பிரிவு அறிவியலில் வந்த பின்பு, மின்னியல், மின்காந்தவியல் என்ற தலைப்புகள் தோன்றிட மூலமாக அமைந்தவர் ஃபாரடே. இருபதாம் நூற்றாண்டின் புகழ்பெற்ற அறிஞர் மேக்ஸ்வெல், "ஃபாரடேயின் தத்துவங்கள் இன்னும் பல்லாண்டுகள் உயிர்ப்புள்ளதாக இருக்கும். மேலும் அவர் தலைச்சிறந்த கணிதவியலார்" என்று புகழ்கின்-றார். அவரது அறிவியல் பங்களிப்புக்காக 1835-இல் ஓய்வூதியம் தரப்பட்டது. விக்டோரியா மகாராணி மூலம் "ஹேம்ப்டன் கோர்ட்" என்ற ஒரு வீடு அவருக்கு வழங்கப்பட்டது. ஆல்-பர்ட் ஐன்ஸ்டீன் தனது அறையில் ஆர்தர் ஸ்கோபன்ஹவுர், ஜேம்ஸ் கிளார்க் மேக்ஸ்வெல் படத்துடன் ஃபாரடேயின் படத்தையும் வைத்திருந்தார்.

வாழ்நாளின் இடையில் ஐந்து ஆண்டுகள் கட்டாய ஓய்வுக்கு ஃபாரடே தள்ளப்பட்டார். மருத்துவர்கள் அறிவுரைப்படி அதை ஏற்றுக்கொண்டார். ஸ்விட்சர்லாந்து சென்று தன்னைத் தேற்றிக் கொண்டார். அவரது அன்பு மனைவி துணையாகி நலம்பெற உதவினார். 1832-இல் ஆக்ஸ்போர்டு பல்கலைக்கழகம் கௌரவ டாக்டர் பட்டம் அவருக்கு வழங்கியது. 1824 முதல் இறுதி வரை ராயல் சங்க உறுப்பினராக இருந்து ஆய்வு மேற்கொண்டார். ராயல் நிறுவனத்-தில் விரிவுரை நிகழ்த்தத் தேவையில்லாத புல்லேரியன் பேராசிரியராக 1833-லிருந்து முப்பது ஆண்டுகள் பணி செய்தார். ஆயினும் சமயம் கிடைத்த போதெல்லாம் மாணவர்களைச் சந்-தித்து உரையாற்றினார்.

ஃபாரடே ஒரு முன்மாதிரி: அடிப்படைக் கல்வியை மட்டுமே பெற்ற, உயர்கல்வியைப் பெறாத ஒரு மனிதர் இயற்பியல், வேதியியலில் செறிவு மிக்கவராக இருந்தார். இவரது கிறிஸ்துமஸ் சமய சொற்பொழிவுகளும் உலகப் புகழ்பெற்றது. அவரது ஆய்வு முழுவதும் எளிமையான கோட்பாடுகளால் எழுதப்பட்டது. காரணம், உயர் கணிதத்தை ஃபாரடே படிக்கவில்லை. அவற்றின் பயன்பாடு பற்றியும் அவர் அறிந்திருக்கவில்லை. ஆனால், அதைக் கற்றிருந்தவர்கள் சாதிக்காக, கண்டுபிடிக்காத விஷயங்களை எல்லாம் தன் எளிய வார்த்தைகளால், அறிவியலால் உலகிற்கு வழங்கினார் மைக்கேல் ஃபாரடே. அதனால் தான் உழைப்பால் மட்டுமே உயர்ந்த மனிதராகப் போற்றப்படுகின்றார். எந்த இடத்திலும் உயர்ந்த கணிதக் கோட்பாடுகளை அவர் பயன்படுத்தவில்லை என்பதே அறிஞர்கள் மத்தியில் அவரை உயர்த்திக் காட்டியது. தன்னிடமுள்ளவற்றை, தான் அறிந்தவற்றை வைத்தும் உலகில் சாதனை படைக்கலாம் என்பதற்கு ஃபாரடே மிகச்சிறந்த எடுத்துக்காட்டாகத் திகழ்கின்றார்.

1867-ஆம் ஆண்டு ஆகஸ்ட் மாதம் 25-ஆம் தேதியன்று தனது 75-ஆம் வயதில் இயற்கை எய்தினார். உயர்குடி மக்களுக்கு கல்லறை தரப்படும் வெஸ்ட் மினிஸ்டர் அபேயில் அவருக்கு இடம் தரப்பட்டாலும், அதை அவர் உயிருள்ளபோதே நிராகரித்தார். "ஃபாரடேக்கு எளிய இடம் போதும்" என்று கூறியிருந்தார். அதன்படி அவரது இறுதி உறைவிடம் அமைந்தது.

வறுமை, வசதியின்மை, கல்வியின்மை என்று எத்தனை இல்லாமைகள் இருந்தாலும், மனமிருந்தால், முயற்சியிருந்தால், கடும் உழைப்பு இருந்தால் உலகில் சாதிக்கலாம் என்பதற்குத் தலைச்சிறந்த எடுத்துக்காட்டு மைக்கேல் ஃபாரடே. படிக்கத் தயங்கும் மாணவர்கள், உழைக்கத் தயங்கும் இளைஞர்களுக்கு ஃபாரடேயின் வாழ்வு மாபெரும் உந்துதலாக அமையும். மிகக் குறைந்த பள்ளிக் கல்வியிருந்தாலும், கிடைத்த வாய்ப்பைப் பற்றிக் கொண்டு, பல நூற்றாண்டுச் சாதனைகளை நிகழ்த்திய, எளிய வாழ்வில் இன்பம் கண்ட மைக்கேல் ஃபாரடே மிக உயர்ந்த மனிதராக மின்காந்த ஒளியில், அறிவியல் ஆய்வில் மின்னுகின்றார்.

மைக்கேல் ஃபாரடே பொன்மொழிகள்

அறிவியல் ஆய்வில் வெற்றி பெறுவதன் இரகசியம் மூன்று வார்த்தைகளில் அடங்கியுள்ளது. அவை, வேலை, முடிவு மற்றும் வெளியீடு ஆகும்.

உண்மையாக இருப்பது போல, அற்புதமானது ஒன்றும் இல்லை.

மனதை, அதன் ஆசைகள் மற்றும் விருப்பங்கள் சரியென நிரூபிக்கும் வரை, அவற்றை எதிர்க்கக் கற்றுக்கொடுக்கும் சுயகல்வி என்பது, இயற்கையான தத்துவத்தில் மட்டுமல்ல, எல்லாவற்றிலும் முக்கியமானது என்பது என் நம்பிக்கையாகும்.

நான் எந்த நேரத்திலும், எனது நேரத்தைப் பணமாக மாற்ற முடியும். ஆனால், தேவையான நோக்கங்களுக்குப் போதுமான பணத்தைவிட, அதிகம் அதனைச் சேர்க்க என் நேரத்தை தர விரும்பவில்லை.

எனது நினைவாற்றல் குறைந்ததில் எனக்கு ஆச்சரியமில்லை. அடுத்த வாரம் நான் எழுபது வயதை அடைகிறேன். இந்த எழுபது ஆண்டுகளில் நான் மகிழ்ச்சியான வாழ்க்கையை அனுபவித்தேன். நம்பிக்கை மற்றும் மனதிருப்தி மூலமாக இன்னும் மகிழ்ச்சியோடு வாழ்வேன். சாத்தியமாகும் என்று உணர்வு தூண்டும் வரை முயற்சி செய்யுங்கள்.

எல்லாவற்றையும் அமைதியாக எடுத்துக்கொள்வதுதான் வாழ்வில் மிகவும் முக்கியமானதாகும்.

வேதியியல் ஒரு அவசியமான சோதனை அறிவியல். அதன் முடிவுகள் தரவுகளிலுமிருந்து எடுக்கப்படுகின்றன. மேலும், அதன் கொள்கைகள் உண்மையான ஆதாரங்களால் ஆதரிக்கப்படுகின்றன.

மிக உயர்ந்த ஒன்று' என்பது இரண்டாம் தர மக்களால் செய்யப்படும் முதல் தரமான வேலையாகும்.

மனிதர்களை எல்லா இடங்களிலும் வெறுப்பு உணர்வுகளுக்குத் தூண்டும் கூட்டத்திலிருப்பதைவிட, சண்டையிடுவதைவிட, அறிவியலைப் பின்தொடர்வதில் மகிழ்ச்சியும், அமைதியும், தத்துவ ரீதியாகச் செயல்படும் தன்மையும் நாம் பெற முடியும்.

நான் கவிஞன் இல்லை. ஆனால் நீங்கள் சிந்திக்கும் போது, நான் உணர்வதைப் போல, உண்மைகள் உங்கள் மனதில் கவிதைகளாக உருவாகும்.

நாம் படிக்க வேண்டிய இயற்கையின் புத்தகமானது, கடவுளின் விரலால் எழுதப்பட்டது. இயற்கையின் அறிவுரைகளைப் பாரபட்சமின்றி நம் மனதில் விழ நாம் அனுமதித்தால், இயற்கையானது, நமது அன்பான நண்பராகவும் பரிசோதனை அறிவியலில் சிறந்த விமர்சகராகவும் இருக்கும்.

ஒரு அறிவியல் ஆய்வாளரின் மனதில் கடந்து வந்த எண்ணங்களும், கோட்பாடுகளும், அந்த ஆய்வாளரின் கடுமையான விமர்சனத்தாலும், பாதகமான பரிசோதனைகளாலும், மௌனத்தாலும், இரகசியத்தாலும் வெளியே அறியப்படாமல் மறைக்கப்பட்டுள்ளன என்பதை இந்த உலகம் அறியாது.

கடவுளின் பரிசில் அமைதி மட்டுமே இருப்பதால், அதைக் கொடுப்பவர் கடவுள் என்பதால், நாம் ஏன் பயப்பட வேண்டும்?

ஒருமுகத் தன்மை, பாகுபாடு, ஒருங்கிணைப்பு, புதுமை மற்றும் தகவல் தொடர்பு ஆகியவை வெற்றிக்கான ஐந்து தொழில் முனைவோர் திறன்கள் ஆகும்.

நான் சொல்வது தான் சரி என்று கூறுபவரைப் போல இவ்வுலகில் பயமுறுத்துபவர் எவருமில்லை. இன்னும், இன்னும் முயற்சி செய்யுங்கள், 'எது சாத்தியம்' என்பது யாருக்குத் தெரியும். ஒரு விஷயத்தைப் பற்றிப் பேசும் ஆறு நபர்களைவிட, மனதாலும், உடலாலும் உழைக்கும் ஒரு மனிதன் மீது எனக்கு நம்பிக்கையுள்ளது.

பெரியதாக இருந்தாலும் சரி, சிறியதாக இருந்தாலும் சரி, ஆராய்ச்சிப் பாடத்தை சோர்வடையச் செய்வதற்குப் பதிலாக, அழகும் பயனும் நிரம்பி வழியும். மேலும், மேலும் அறிவுக்கான கதவுகளைத் திறப்பது, நமது அறிவியலின் பெரிய அழகாகும்.

நமது கொள்கையில் நின்று செயல்படுவதே சரியானது. ஆனால், அவற்றை குருட்டுப் பிடிவாதமாக வைத்திருப்பது சரியல்ல. அவை தவறு என்று நிரூபிக்கப்படும்போது ஏற்றுக்கொள்வதே சிறந்தது.

நுட்பமான சோதனைகளில் பெரிய முன்னெச்சரிக்கைகள் தேவை. பொறுமை, பொறுமை என்பதே முக்கியமானது.

கவனிப்பு மட்டுமே நிகழும் இடத்தில் அறிவு வளர்ச்சி தவழும். ஆய்வக சோதனைகள் மேற்கொள்ளப்படும் இடத்தில், அறிவு முன்னோக்கிப் பாய்கிறது. நான் ஒரு உண்மையை

நம்பமுடியும் மற்றும் எப்போதும் ஒரு கூற்றைக் கேள்வியாக கேட்க முடியும்.

14. வா இளைஞனே! வியாபாரி ஆகலாம்!

என்ன ரெடியா....?

காலை முதல் இரவு வரை, 365 நாளும், வாழ்நாள் முழுவதும் வாழையடி வாழையாக எங்கும் எப்பொழுதும் வியாபித்திற்கும் பாரம் வியாபாரம்.

இந்த வியாபாரத்தை ஆரம்பிப்பது எப்படி, நடத்துவது எப்படி, லாபம் சம்பாதிப்பது எப்படி, சம்பாதித்த பணத்தை பாதுகாப்பது எப்படி, பயன்படுத்துவது எப்படி, வீட்டுக்கும், நாட்டுக்கும் நன்மை தர என்ன செய்ய வேண்டும், செய்யும் தொழிலைச் செம்மையாக, திறமையாகச் செய்வதெப்படி, அதில் பேரும் புகழும் பெறுவதெப்படி... இன்னும் பல 'எப்படி'-கள்?

நாம் வாழ்க்கையில் எதுவாக ஆக விரும்புகின்றோம் என்று முதலில் முடிவெடுத்துக் கொள்ள வேண்டும்

முடிவெடுத்தபின் அதுவாக ஆவது எப்படி என்பதைப் பற்றிச் சிந்திக்க வேண்டும்.

சிந்தித்து விட்டீர்களா....? முடிவெடுத்து விட்டீர்களா?

என்ன, 'பத்தாம் வகுப்புதானே படிக்கிறேன் அதற்குள் எப்படி முடிவெடுக்க முடியும்னு' கேக்கிறீங்க... அப்படித்தானே!

இதுதான் சரியான வயது....சரியான தருணம்.

உங்கள் வாழ்க்கைப் பாதையை உருவாக்கிக் கொள்ள நீங்கள் எதுவாக ஆக வேண்டும் என்பதைத் தீர்மானித்துக் கொள்ள இதுதான் சரியான சந்தர்ப்பம்.

"நான் டாக்டராகப் போகிறேன்"...சரி,

"நான் இஞ்சினியராகப் போகிறேன்" - சரி

"நான் I.A.S. ஆகப் போகிறேன்" - சரி

"நான் I.P.S. ஆகப் போகிறேன்" - சரி

"நான் கல்லூரி பேராசிரியராக, பள்ளியின் ஆசிரியராக, ஓவியனாக, இசைவல்லுனனாக, சினிமாவில், விவசாயத்தில்... இப்படி ஏதோ ஒரு துறையில் பிரகாசிக்கப் போகிறேன்" என்று ஒவ்வொருவரும் ஒரு துறையைத் தேர்ந்தெடுக்கிறீர்கள் - சரி; அதற்கான முயற்சியில் இப்போதிலிருந்தே முழு ஈடுபாட்டோடு படியுங்கள், வெற்றி பெறுங்கள்.... வாழ்த்துக்கள்!

"நான் பெரிய 'பிசினஸ்மேன்' ஆகணும்; வருங் காலத்தில் பெரிய பிசினஸ் மேக்னட்' என்று பேரும் புகழும் எடுக்க வேண்டும், என்னை நம்பி பல நூறு ஆயிரம் குடும்பங்கள் பிழைக்க வேண்டும், அவர்களுக்கு வாழ்வு கொடுக்க வேண்டும் என்ற வேகம் எனக்குள்ளே இருக்கிறது" என்று சொல்கிறீர்களா....?

வெரி குட்! உங்களுக்காகத்தான் இந்தக் கட்டுரை.

உங்களோடு எனது எண்ணங்களைப் பகிர்ந்து கொள்வதுதான் இந்தக் கட்டுரையின் நோக்கம்.

வியாபாரத் துறைக்கு உகந்த பிரிவைத் தேர்ந் தெடுத்து படியுங்கள்.

படிப்பதை முழு ஈடுபாட்டோடு படியுங்கள். ஏனென்றால் படித்தால்தான் இந்தக் காலத்தில் மரியாதை.

எனவே நன்றாகப் படியுங்கள்.

+2 முடித்துவிட்டீர்கள்; மேற்கொண்டும் படிக்க விரும்புகிறீர்களா...ok. படியுங்கள்... பட்டம் பெறுங்கள்.

+2 வுக்கு மேல் படிக்க முடியவில்லை ; படிப்பு வரலை, அல்லது படிக்க வசதியில்லை .... ok ...... பரவாயில்லை.

நீங்கள் வருத்தப்பட வேண்டாம், உங்களாலும் சாதிக்க முடியும்.

உங்கள் ஆறுதலுக்காக ஒரு கதை.

அவன் ஒரு பள்ளிக் கூடத்தில் பியூன் வேலை காலியிருப்பதாகக் கேள்விப்பட்டு, போய் வேலை கேட்டான்.

"ஒரு மனு எழுதிக் கொடு" - என்றார் பிரின்சிபால்.

"எனக்கு எழுதப் படிக்கத் தெரியாது சார்"- என்றான் அவன்.

"எழுதப் படிக்கத் தெரியாதா .... அப்படியானால் உனக்கு இங்கு வேலை தரமுடியாது" என்று கூறி அனுப்பிவிட்டார்.

அவன் அந்தப் பள்ளிக்குப் பக்கத்திலேயே ஒரு சிறிய பெட்டிக்கடை ஒன்றை ஆரம்பித்தான்.

வியாபாரம் சூடு பிடித்தது....நன்றாக வளர்ந்தது.

மெயின் பஜாரில் ஒரு கடையை எடுத்து, வியாபாரத்தை விரிவுபடுத்தினான்.

வியாபாரம் பெருகியது... இருபது ஆண்டுகளில் அவன் கோடீஸ்வரன் ஆனான்.

செல்வமும் பெருகியது, செல்வாக்கும் பெருகியது.

ஒருநாள்...

அந்தப் பள்ளியின் பிரின்ஸ்பாலும், ஒரு சில ஆசிரியர்களும் பள்ளிக்கு நிதி திரட்ட கிளம்பினர். இவனிடமும் வந்தனர்.

அவருக்கு அவனை அடையாளம் தெரியவில்லை.

நன்கொடை கேட்டார்.

அவனும் தன்னை அடையாளம் காட்டிக் கொள்ளாமல், லட்ச ரூபாயை நன்கொடையாகக் கொடுத்தான்.

பெருமகிழ்ச்சி அடைந்த பிரின்ஸ்பால், நன்றி கூறி, "இந்த நன்கொடை ரசீதில் ஒரு கையெழுத்துப் போடுங்கள்" என்றார் பணிவுடன்.

"எனக்கு எழுதப் படிக்கத் தெரியாதே" - என்றான் அவன் சிரித்தபடி.

அவர் ஆச்சரியத்துடன், "எழுதப்படிக்கத் தெரியாமலே இவ்வளவு பெரிய கோடீஸ்வரர் ஆகி விட்டீர்களே... இன்னும் எழுதப் படிக்கத் தெரிந்திருந்தால்...." என்று இழுத்தார்.

'உங்கள் பள்ளிக்கூடத்தில் பியூனாக இருந்திருப்பேன்" - என்றான் அவன், அதே புன்சிரிப்புடன்.

சரி, நீங்க ரெடியா?!

15. திரு.M.G.இராஜமாணிக்கம் IAS

எந்த ஒரு விஷயத்தையும் பிளான் பண்ணாம பண்ணா இப்படித்தான்... பிளான் பண்ணி பண்ணனும்... ஓ.கே... போக்கிரி படத்துல நடிகர் வடிவேலுவோட Famous Dialogue இது. சினிமாவுல காமெடியா சொன்னாலும், வாழ்க்கையோட வெற்றிக்கு Serious-ஆவே பிளான் பண்றது அல்லது திட்டமிடுதல் என்பது மிகவும் அடிப்படையான ஒன்று. ஆனால் என்ன ஒன்று... நமக்கெல்லாம் எந்த ஒரு விஷயத்தையும் எடுத்தோம், கவுத்தோம்னு செய்றதுலதான் ஒரு திரில் இருக்கு.

உலக வரலாற்றில் வெற்றியாளர்களாகக் கொண்டாடப்படும் யாருடைய சரித்திரத்தைத் திரும்பிப் பார்த்தாலும், அவர்களுடைய வெற்றிக்கு மூலக்காரணம் சரியான, முறையான திட்டமிடுதல்தான்னு தெளிவாப் புரியும்.

சிறுசுல இருந்து பெருசு வரை நம்ம எல்லாரும் எல்லா விஷயத்துக்கும் Plan போடுற கூட்டம்தான். என்ன ஒன்னு Plan மட்டும்தான் நல்லா போடுவோம். அதை நடைமுறைப்படுத்தணும்னு வரும்போதுதான் சாதாரண மனிதனுக்கும், சாதனையாளனுக்கும் உள்ள வித்தியாசம் தெரியும்.

School படிக்கும்போது காலைல 4 மணிக்கெல்லாம் எந்திருச்சு படிக்கணும்னு அலாரம் வைப்போம். இல்லேன்னா அப்பாவை எழுப்பிவிடச் சொல்லிட்டு தூங்கிருப்போம். பாவம் அந்த மனுஷன் நம்மல 4 மணிக்கு எழுப்பிவிடறதுக்கு, அவரு இடையில இடையில எந்திருச்சு 4 மணி ஆயிடுச்சான்னு பாத்துக்கிட்டே இருப்பாரு. அலாரம் அடிக்குதோ, இல்லையோ, கரெக்டா 4 மணிக்கு எழுப்பிவிட்டு டீயெல்லாம் போட்டு கொடுப்பாரு. நம்மளும் அதை வாங்கிக் குடிச்சிட்டு குறட்டைவிட்டு திரும்ப தூங்கிடுவோம். தூங்கறதுக்கும் எந்திரிக்கிறதுக்கும் இடையே நடக்கிற போட்டியில, அந்த ஒரு வருஷமும் முடிஞ்சிடும்.

இதைக்கூட மன்னிச்சு விட்றலாம், பாவம் சின்னப்பிள்ளைங்கன்னு. பெரியாளுங்க ஒரு Plan போடுவாங்க. New year plan. இந்த New yearல இருந்து இனிமே காலையில 5 மணிக்கு எழுந்து Walking போகணும்னு. முதல் வேலை நல்ல Shoe வாங்குறது. அப்புறம் T-Shirt, நல்ல Pant, Cap, கைக்கு Band, Smart Watch எல்லாம் வாங்கி ஊருக்கே 2 நாள் போட்டு காண்பிச்சிட்டு, மழை பெய்றது, நாயிருக்குன்னு எதையாவது சாக்கு போக்கு சொல்லிட்டு, சரி இனிமே ஒரு Tread Mill வாங்கி வீட்லயே நடப்போம்னு கழுதை அதையும் ஒன்ன வாங்கிப் போடுவோம்.

உண்மையிலேயே இன்னைக்கு வீடுகள்ல உபயோகிக்கிற Tread Millஐ கண்டுபிடிச்ச வில்லியம் ஸ்டாப் (William Staub) மட்டும் நம்ம Tread Mill உபயோகிக்கிற இலட்சணத்தைப் பார்த்தார்னா இரத்தக்கண்ணீர் வடிச்சிடுவார். பல வீடுகளிலேயும் துணி காயப்போடுறதுக்கு மட்டும்தான் Tread Mill பயன்படுது.

இப்படி பல நேரங்கள்ல நாம போடுற Plan Paperலயே முடிஞ்சிடுது.

அப்போ வெற்றிக்கும் திட்டம் போடுறதுக்கும் என்ன சம்பந்தம்னா, 'திட்டம் தீட்டுவதற்கும் அதை நடைமுறைப்படுத்துவதற்குமிடையே உள்ள தூரம்தான் வெற்றி'.

Simple-ஆ சொல்லணும்னா, ஒரு வீடு கட்டணும்னு முடிவு பண்ணிட்டோம்னா முதல்ல Paperல Plan போடணும். அப்புறம் Paperல மட்டுமே Plan போட்டால் வீடு

எப்படி paper வீடாகவே இருக்குமோ, அப்படித்தான் நிஜ வாழ்க்கையில் வெற்றியடைவதிலும் Plan போட்டால் மட்டும் பத்தாது. அதை நடைமுறைப்படுத்தணும். அப்போ எல்லாத்துக்கும் முக்கியம் நல்ல ஒரு Planning.

ஒரு சின்ன அனுபவம். 2009-இல் இந்திய அரசு Planning பயிற்சிக்காக ஒரு வாரம் சிங்கப்பூர் அனுப்பி வைத்தது. அங்கே Urban Redevelopment Authority எனப்படும் நகரச் சீரமைப்பு ஆணையத்திற்கு கூட்டிட்டு போனாங்க. பாத்து அப்படியே மிரண்டுட்டேன். அப்பதான் ஒரு உண்மை புரிஞ்சது. சிங்கப்பூர் சின்ன நாடா இருந்தாலும், எப்படி வளர்ச்சி அடைந்த நாடா மாறுச்சுன்னு. என்னா ஒரு Planning. Singapore City-யோட நகர்ப்புற கட்டமைப்பு (Urban Infrastructure) அடுத்த 50 வருஷத்துல எப்படி இருக்கணும்னு 1974-லேயே முடிவு பண்ணி, ஒவ்வொரு 10 வருஷம் ஆகும் போதும் அந்தந்த காலகட்டத்துக்கு ஏத்த மாதிரியான Review பண்ணி Modify பண்றதுன்னு என்னமா பிளான் பண்றாங்க.

இதுல highlight என்னான்னா எங்ககிட்ட 2009-க்கான day to day master plan book-ஐ கையில கொடுத்து அன்னைக்குத் தேதிக்கு எங்க, என்ன மாதிரி development நடக்கும் அப்படிங்கிறத நேரில காட்றதுக்காக எங்களையே ஒரு site visit பண்ணச் சொன்னாங்க. நான் ஒரு குறிப்பிட்ட இடத்தில் கட்டப்படுகின்ற Residential Complex கட்டடத்தை குறிப்பிட்டு அதை site visit பண்ணணும்னு சொல்ல, எங்க எல்லாரையும் கூட்டிட்டு போனாங்க. அந்த Master Plan Book-ஐ அனுசரிச்சு, நாங்க போன தேதிக்கு 86-ஆவது மாடிக்கு concrete slab போடுற வேலை. நேரில் போய் பார்த்தா அந்த வேலைதான் ஓடிட்டு இருந்துச்சு. Magic போட்ட மாதிரி பயபுள்ளக என்னம்மா வேலை பாக்குதுக. அப்போதுதான் ஒன்னு புரிஞ்சுச்சு, ஏன் Singapore, Singapore-ஆ இருக்குனு. என்னமா பிளான் பண்றாங்க.

இந்தியாவும் சிங்கப்பூருக்கு சளைச்ச நாடில்லை. ஒரு நாட்டை நல்லாக்கத்தான் சிங்கப்பூர் plan போட்டுச்சு. ஒரு நாட்டை நாடாக்க இந்தியா போட்ட plan இருக்கே, உலக History, Geography-ல எங்க தேடுனாலும் கிடைக்காது. உலகில் வல்லரசு சண்டை நடந்த காலகட்டத்துல அமெரிக்காவை எதிர்க்கும் துணிச்சலுடைய ஒரே வல்லரசு அன்னைக்கு இருந்த USSR எனப்படும் சோவியத் யூனியன் தான். அப்பேற்பட்ட சோவியத் யூனியன் சுக்கு நூறா சிதறுன கதை தான் இதுவரை வரலாற்றுல கேட்டிருப்போம். ஆனால், சுக்கு நூறா சிதறிக் கிடந்த தேசத்தை இந்தியா அப்டிங்கற ஒரே நாடாக்க இராப்பகலா plan போட்ட இந்தியாவின் இரும்பு மனிதர் சர்தார் வல்லபாய் படேலையும், அவர் எப்படி இந்தியாவை plan பண்ணி இந்தியாவாக்குனார் என்கிற கதையைத் தான் சொல்லப் போறேன்.

சத்ரியனா இருக்கிறதவிட சாணக்கியனா இருக்கணும்னு கேள்விபட்டிருப்போம். இந்தியாவ இந்தியாவாக்குற மிகக் கடினமான task-ஐ அதனாலதான் நேரு, சர்தார் படேல்கிற சாணக்கியன்ட்ட ஒப்படைச்சாரு. அந்த மிகப் பிரம்மாண்டமான பணியை தனது சாணக்கியத்தனத்தால் நடத்திக் காட்டிய நிகழ்வைவிட, சரியான திட்டமிடலுக்கு சிறந்த ஒரு உதாரணம் சொல்லிவிட முடியாது. Simple-ஆ சொல்லணும்னா திட்டமிடுறதுக்கு வேற பேருதான் சாணக்கியத்தனம்.

இப்பவும் News Paper செய்தியில ரெண்டு கிராமத்துக்கு நடுவுல வரப்பு சண்டை, வாய்க்கால் சண்டைன்னு ரெண்டு ஊரு காரணும். கம்பையும் கத்தியையும் தூக்கிட்டு சண்டை போடுறத படிப்போம். ரெண்டு கிராமத்தை சமாதானப்படுத்துறதே மிகக் கஷ்டமான வேலை. ஆனால், “இந்தியா எனது நாடு, இந்தியர் அனைவரும் என் உடன்பிறந்தோர்னு” daily school assembly-ல உறுதிமொழி வாசிச்சிருப்போம். ஞாபகமிருக்கா... இப்போ நாம பெருமையோட பேசற இந்தியா, சுதந்திரத்துக்கு முன்னாடி இப்ப உள்ள இந்தியாவின் பரப்பளவுள 48% தான். ஏன்னா மிச்சம் உள்ள 52% பரப்பளவு 565 மன்னராட்சி அரசாக (Princely States) சிதறிக் கிடந்தது.

நம்மைச் சுரண்டிப் பிழைக்க வந்த களவாணிப்பயலுக சுதந்திரப் போராட்டம் சூடுபிடிக்க, இந்தியாவிட்டு கிளம்பலாம்னு முடிவெடுத்திட்டு, போகிறபோக்கில ஒரு வேலையை பாத்து-விட்டு போனாங்க. நமக்கு ஒரு கண் போச்சுனா நம்ம எதிரிக்கு ரெண்டு கண் போகணும்னு நினைக்கிற மாதிரி...

June 1948-ல இந்தியாவுக்கு முழு சுதந்திரம்னு பிரிட்டன் Parliamentல announce பண்ணிட்டு June 1947-லேயே ஒரு Plan-ஐ announce பண்ணாங்க. அதான் Mountbatten Plan. பிரிட்டிஷ் இந்தியாவை, இந்தியா பாகிஸ்தான்னு ரெண்டா பிரிச்சு நாட்டை ரணகளமாக்கிறதுதான் அந்த Plan. Winston Churchil ஜோசியம் பாத்து சொன்னாரு, சுதந்திரத்துக்கு பின்னாடி இந்தியா சின்னாபின்னமாகப் போகுதுன்னு. அதான் சின்னாபின்னமாக்கிதான் கையில கொடுத்தீங்கன்னு நீங்க சொல்ற Mind voice கேக்குது. இதோட Twist என்னான்னா. அன்னைக்கு நம்மள ஆளத் தகுதியில்லாதவங்கனு சொன்ன பிரிட்டனை, இப்ப ஆளுறதே நம்ம இந்திய வம்சாவளியான ரிஷி சுனக்தான். ‘கடவுள் இருக்கான் குமாரு...

இந்தியாவ Plan போட்டு அழிக்க நினைச்ச அந்த Mountbatten Plan என்-னான்னா...

பிரிட்டிஷ் இந்தியா, இந்தியா-பாகிஸ்தான் என இரண்டு சுதந்திர நாடாக பிரிக்கப்படும்.

பிரிட்டனின் குடைக்கீழில் இருந்த மன்னராட்சி அரசு அல்லது சமஸ்தானங்கள் இந்தி-யாவோடயோ, பாகிஸ்தானோடயோ அல்லது சுதந்திர நாடாகவோ இருக்கலாம்.

Final-ஆ ஒரு Twist கொடுத்தாங்க. முன்னாடி announce பண்ண மாதிரி June 1948-ல் அல்ல சுதந்திரம் August 15, 1947-ல. இந்தியாவுக்கு இக்கட்டான சூழ்நிலை. இந்தியா ரெண்டாகுமா இல்ல, 565 ஆகும்மான்னு? 565 சமஸ்தானத்தை இந்தியாவுக்குள்ள இணைக்கலேன்னா Churchil சொன்ன ஜோசியம் பலிச்சிடும். அதேநேரத்துல ஒண்ணா இணைக்க 2 மாசம் அவகாசம்.

அருணாச்சலம் படம் பாத்த மாதிரியே இருக்கா? 30 நாள்ல 30 கோடி செலவு பண்ண-லேன்னா 3000 கோடி சொத்து கையவிட்டு போயிடும். ஆனா செலவு பண்ற 30 கோடிக்-கும் பின்னாடி இருந்து வருமானத்தை கொடுத்து சதி பண்ற மாதிரி தான் அன்னைக்கு British அரசாங்கமும் செய்தது.

அந்த இக்கட்டான சூழ்நிலைல தான் ஜவஹர்லால் நேரு திட்டமிட்டு வெற்றி பெறுவதில் வல்லவரும், அரசியல் சாணக்கியருமான சர்தார் படேலை 565 சமஸ்தானங்களை இந்தி-யாவுடன் இணைக்கும் மிகப்பெரிய பணியை கொடுக்கிறார். திட்டம் போட்டு சாதிக்கிறதுல

வல்லவரான வல்லபாய்க்கான count down start ஆகுது. பயங்கரமான பிளானோடு இந்தியா முழுசும் சூறாவளி சுற்றுப்பயணம் பேச்சுவார்த்தைனு களத்துல குதிக்கிறார் சர்தார். எல்லாரும் இந்தா வச்சுக்கோ என் நாட்டைனு கையில எடுத்தா கொடுப்பானுக. அதுவரை உபயோகிச்ச சுகபோகம் போயிடாதா? ஆனால் அப்படி கொடுத்த ஒரு சில புண்ணியவான்-களும் இருந்தாங்க.

இருந்தாலும் நம்ம தலைவர் ஒரு திட்டம் தீட்னாரு. அதுக்கு பேரு Privy Purse திட்-டம். அது என்னான்னா... எல்லாரும் சும்மா அரண்மனைல இருந்து சேவல் சண்டைய நடத்துங்க. அதுக்கு மாசாமாசம் ஒரு amount உங்கள தேடி வரும். மக்களையும் அரசை-யும் நாங்க பாத்துக்குறோம் அப்படிங்கிறதுதான் அந்த திட்டம். அந்த deal பிடிச்சுபோயி நிறைய பேர் இந்தியாவோட சேந்தாங்க. கொஞ்ச பேர் பாகிஸ்தானோட சேர்ரதுக்கு பயந்-துகிட்டு சேந்தாங்க. கொஞ்ச பேர் தேசபக்தி உணர்வோட சேந்தாங்க. இப்படி 565 சமஸ்-தானங்களை தனது சாம, பேத, தான, தண்ட முறைகளையும் உபயோகிச்சு இணைக்கத் தொடங்குகிறார்.

நம்ம தலைவர் பிளான்படி எல்லாம் நல்லபடியா ஒருபுறம் நடக்க, மறுபுறம் திருவிதாங்-கூர், ஐதராபாத், ஜூனாகத், ஜோத்பூர், போபால், காஷ்மீர்னு மறுபுறம் தலைவலி கொடுக்க ஆரம்பிச்சுச்சு.

ஜோத்பூர் மகாராஜா ஹன்வந்த் சிங் அவரோட முன்காமி இந்தியாவோட இணைஞ்சுக்கி-றம்னு கையெழுத்து போட்ட ஒப்பந்தத்தை வச்சுகிட்ட ஜின்னாட்ட பேரம் பேச ஆரம்பிச்சார். இந்தியா எனக்கு இதெல்லாம் தருது. நீ என்ன தருவ? என்னா ஒரு வில்லத்தனம். பதி-லுக்கு என்ன வேணும்னாலும் தர்றோம்னு ஜின்னா வெத்து பேப்பர்ல கையெழுத்து போட்-டுத்தர, நம்மாளு ஒரு அடி அடிச்சாரு. ஜோத்பூர் ரயில் மூலம் கத்தியாவாமேடு (குஜராத்) இணைக்கிறோம்னு. ஏன்னா கடல்வழி வாணிபம் செய்ய அதான்வழி. மன்னர் surrender. இப்படி, போடுற பால் எல்லாம் சிக்சர் அடிச்சு 565 சமஸ்தானங்களை இன்னைக்கு இருக்-கிற இந்தியாவா மாத்துன பெருமை, இரும்பு மனிதர் சர்தார் வல்லபாய் படேலேயே சாரும்.

இன்னைக்கு நிலைமைக்கு ரஷ்யா-உக்ரைன் சண்டை கூட இடத்தைப் பிடிக்க நடக்கிற அடிதடி சண்டை. இப்படி இடத்தை பிடிச்சுக்க அடிக்கிற உலக நாடுகளுக்கு மத்தியில, உலக நாடுகளுக்கே எடுத்துக்காட்டா ஒரு முன்மாதிரியா இன்னைக்கு வரைக்கும் இந்தியா இருக்குன்னா... அதுக்கு முக்கிய காரணம்... சர்தார் Plan தான்.

திட்டமிடுகிறதுக்கு தோற்றுப் போகிறவன், தோற்றுப் போவதற்குத் திட்டமிடுகிறான். நம்ம ஆஸ்தான ஜோசியர் Winston Churchil சொன்னமாதிரி நம்ம வாழ்க்கையில வெற்றி பெறணும்னா...

"எதையுமே பிளான் பண்ணி பண்ணனும்" அப்படி பிளான் பண்ணா... வெற்றி நமதே!

16. வேர்

வேர்களை வைத்துத்தான் ஒருமரத்தின் வளர்ச்சியைக் கணக்கிட்டுக்கூற இயலும். மேலே வான்வரை மரம் உயர்ந்து செல்வதற்கு கீழே மண்ணிலுள்ள வேர் ஆழமாகப் பதிந்திருக்க வேண்டும். மரம் சரியில்லை என்றால் அதனுடைய வேர் சரியில்லை என்றே அர்த்தம்.

இதன்மூலம் எந்தவொரு மரத்தையும் அதனுடைய வேர்களே அடையாளப்படுத்துகின்றன என்பது விளங்கும்.

மரத்திற்கும் அதன் வேருக்கும் உள்ள இத்தகைய உறவு, மனிதராகப் பிறந்த நம்முடைய வாழ்க்கையிலும் கச்சிதமாகப் பொருந்தும். நம்முடைய மரபுதான் வேர். நாம்தான் மரம். நாம் நன்றாக இல்லை என்றால் நம்முடைய வேறாகிய மரபு நன்றாக இல்லை என்பதே உண்மை. நாம் சரியாக இருக்கிறோம் என்றால் நம்முடைய மரபும் சரியாகவே இருந்துள்ளது என்பதே உண்மை.

ஆரம்பத்தில் துளிராக இருந்து, பின் செடியாக வளரும்வரை அனைத்துச் செடிகளும் பார்வைக்கு ஒன்று போலவேதான் காட்சிதரும். அச்செடிகள் அவற்றிற்கான பயனைத் தரு-கின்ற மரங்களாக வளரும்போதுதான், அதன் இனம் வெளிப்படும். பயன்களே மரபினைத் தீர்மானிக்கின்றன.

கீழே வேர் ஒன்றாகவும் மேலே மரம் வேறாகவும் இயற்கை ஒருபோதும் வெளிப்படாது. நாம்தான் நம்முடைய தேவைக்காக செயற்கையில் இவற்றை மாற்றம் செய்கின்றோம். கீழே எட்டிக்காயை வேராக வைத்துக்கொண்டு மேலே மாதுளையாகவும், ஆப்பிளாகவும், வாழை-யாகவும், இனிப்பைத் தருகின்ற இன்னும் எவ்வளவோ மரங்கள் போலவும் இடத்திற்குத் தகுந்ததுபோல் நாம்தான் நம்முடைய முகத்தினை மாற்ற முயன்று வருகின்றோம்.

தன்னை மாற்றி வெளிப்படுத்தும் இத்தகைய செயல்களை மேற்கொள்வதில் பச்சோந்தி-கூட நம்மிடம் தோற்றுவிடும் என்பதே உண்மை. கீழே தானே உள்ளது வேர், அது யாரு-டைய கண்களுக்கும் தெரியப்போவதில்லை. எனவே கசப்பைத் தரும் அந்த வேருக்கான மரமாக நாம் நம்மை வெளியே காட்டிக் கொள்வதற்குப் பதில், ஆட்களுக்குத் தகுந்தாற்போ-லவும், இடத்திற்குத் தகுந்தாற் போலவும் ஒருசில பூசு வேலைகளின்மூலம் இனிப்பாக நம்மை வெளிப்படுத்த முயற்சிப்பது நமக்கே துன்பத்தைக் கொடுக்கும்.

எட்டிக்காயின் வேரை மறைத்து ஓரிடத்தில் வாழையாகவும், ஓரிடத்தல் மாதுளையாகவும் மற்றொரு இடத்தில் ஆப்பிளாகவும் பொய்யாக விளையும்போது, அதன் உருவத்தைக் கண்டு வேண்டுமானால் பெருமை கொள்ளலாம். ஆனால், அதன் ருசியோ இனிப்பதற்குப் பதிலாக கசப்பினையே தரும். அப்போது மரபணுவே மாறியவர்களாக நாம் வெளிப்படுவோம். அதை-விட அசிங்கம் வேறு எதுவும் இல்லை என்ற உண்மை அப்போதுதான் நமக்குத் தெரியவ-ரும்.

உலகில் ஒவ்வொருவருக்கும் ஒரு நிறமுண்டு, வடிவமுண்டு, சுவையுமுண்டு. ஒவ்வொ-ருவரும் அவரவர்களாகவே தங்களை வெளிப்படுத்தினால்தான் நம்முடைய முன்னோர்கள் கட்டிக்காத்த மரபினை, நம்முடைய சந்ததியினருக்கு நாம் விட்டுச் செல்ல முடியும். இது தவறு, இது சரி என்று முடிவெடுக்கும் வேலை நம்முடையதல்ல. அதனை நம்மால் செய்ய-வும் முடியாது. இதனை முழுமையாக உணர்ந்துகொள்ளாமல் யார்யார்க்காகவோ, போலியாக நம்மை வெளிப்படுத்த முயல்வதில் ஒரு பயனும் இல்லை. வாழையைப் பார்த்தோ, ஆப்பி-ளைப் பார்த்தோ, மாதுளையைப் பார்த்தோ நம்மை மாற்ற நாம் எண்ண வேண்டாம். இனிப்பு அதன் குணம் என்றால் கசப்பு நம் குணம் என்பதை ஏற்றுக்கொள்ளப் பழகுவோம். ஒவ்-வொரு சுவைக்கும் ஒரு குணம் உண்டு என்பதை உணர்ந்துகொள்வோம்.

எது ஒன்று அதனுடைய தன்மையிலேயே இருக்கிறதோ அதுவே முழுமையடைந்த ஒன்றாகக் கருதப்படும். இன்னும் விளக்கமாகக் கூறவேண்டுமானால் தன்னுடைய தன்மையில் இருப்பது மட்டுமே முழுமை பெறும்.

நம்முடைய வேர் என்னவோ அதனுடைய தன்மையிலேயே நம்மை வெளிப்படுத்த நாம் முயற்சிப்போம். அதுவே நமக்கான மரபு. மரபினை மாற்ற முயற்சிக்க வேண்டாம். அது நம்மால் முடியாது. எனவே வேர் என்னவோ அதையே மகிழ்வுடன் வெளிக்காட்டுவோம், அதன்மூலம் வேரிலும் பழுத்து வேர்ப்பலாவாக இனிப்போம். 1

17. வாழ்க்கையே ஒரு தேடல் தான்..

துள்ளாத மனமும் துள்ளும்' படத்துல ஒரு பாட்டு...

"தேடல் உள்ள உயிர்களுக்கே
தினமும் பசியிருக்கும்
தேடல் என்பது உள்ளவரை
வாழ்வில் ருசியிருக்கும்
பாடல் போல தேடல் கூட
ஒரு சுகமே..."

மூனே வரியில வாழ்க்கையோட மொத்த தத்துவத்தையும் அடக்குன ஒரு பாட்டு.

உண்மைதான் மக்களே! தேடல் மட்டும் இல்லேன்னா, இப்பவும் மனிசன் குரங்காத்தான் அலைஞ்சிருப்பான். காட்டுவாசியில இருந்து கம்ப்யூட்டர்வாசி ஆனவரைக்கும் மனிசன் முன்னேறிட்டே இருக்கான்னா அதுக்குக் காரணம் அவனுக்குள்ள இருக்கிற தேடல்.

குரங்கைப் போல மரத்துக்கு மரம் தாவிகிட்டு இருந்த மனுசன், ரெண்டு காலில எந்திரிச்சு நடந்து ஆதிவாசியா அலைஞ்சு திரிஞ்சு வாழ்க்கையைத் தேடத் தொடங்குனப்ப ஒரு 12000 வருஷத்துக்கு முன்னாடித்தான் விவசாயத்தைக் கண்டுபிடிச்சான்.

எதையெல்லாம் விவசாயம் பண்ணலாம் என தேடித்தேடித்தான் ஒரு 7000 வருஷத்துக்கு முன்னாடி அரிசியைக் கண்டுபிடிச்சான். அரிசிய அப்படியே சாப்பிட தொடங்கிருந்தான்னா இன்னைக்கு வரை அரிசிய தான் தின்றுக்கனும். அதை சோறாக்குறது எப்படின்னு தேடி அப்புறம் அதை மாவாக்கி, இட்லியாக்கி, மினி இட்லியாக்கி, தோசையாக்கி, மசால் தோசையாக்கி இப்படி பல item-ங்கள இன்னைக்கு design design-ஆ order பண்ணி சாப்பிடுறோம்னா அதுக்கு காரணம் நம்ம ஆதி மனிசனோட தேடுதல்தான்.

நம்ம ஆதி குடிமக்கள் சாப்பாட்டத் தேடித் தேடி அலைஞ்சு சாப்புட்டதாலயோ என்னவோ, இன்னைக்கு வரைக்கும் விதவிதமா சாப்பாட தேடித்தேடி சாப்புடுற பழக்கம் நம்மள விட்டு போகமாட்டேங்குது. Technology வளர்ந்தப்போ, நம்ம சாப்பாட்டுத் தேடல் இப்ப Zomato, Swiggy Range-ல வந்து நிக்குது.

வாழ்க்கையோட சுவாரஸ்யமே இந்தத் தேடல்தான். தேடல் மட்டும் இல்லேன்னா, மத்த விலங்குக்கும் நமக்கும் ஒரு வித்தியாசமும் இல்லாம, நம்ம வாழ்க்கைக்கு அர்த்தமே இல்லாம போயிருக்கும். நம்ம பாரதி பாடுன மாதிரி,

"தேடிச் சோறு நிதம் தின்று

பல சின்னஞ்சிறு கதைகள் பேசி
மனம் வாடித் துன்பம் மிக உழன்று
பிறர் வாடப் பல செயல்கள் செய்து
நரைகூடிக் கிழப்பருவம் எய்தி
கொடுங் கூற்றுக்கு இரைஎனப் பின்மாயும்
பல வேடிக்கை மனிதரைப் போல...''

மனித வாழ்க்கையும் வேடிக்கையாவே போகாம இருக்கணும்னா, நம்ம வாழ்ற வாழ்க்கைக்கு ஒரு அர்த்தம் இருக்கணும். இல்லேன்னா, அதுக்கு ஒரு அர்த்தத்தை நம்ம உண்டாக்கணும்.

போன மாதம், கேரளாவோட முன்னாள் முதலமைச்சர் மதிப்பிற்குரிய உம்மன் சாண்டி இறந்து போயிட்டார். அவரோட இறுதி ஊர்வலம் திருவனந்தபுரத்துல இருந்து அவரோட சொந்த ஊர் புதுப்பள்ளிக்குப் போய் சேர்வதுக்கு கிட்டத்தட்ட மூணு நாள் எடுத்தது. கேரளாவே வழிநெடுக வந்து பாத்துச்சு. ஒரு மனுஷன் தன்னோட பையனையும் கூட்டிட்டு கடைசியா ஒருமுறையாவது அவரோட முகத்தைப் பார்த்திடணும்னு அந்த உடலைக் கொண்டுபோன வண்டி கூடவே அழுதிட்டு ஓடுனது Social Media-ல செம வைரல். ஏன் இதைச் சொல்ல வந்தேன்னா... வாழ்ந்தா அந்த மாதிரி வாழணும். ஏன்னா இருக்கும் போது நிறைய பேர் வருவான்; ஆனா செத்ததுக்கு அப்புறமும் இலட்சக்கணக்குல வந்தாங்கன்னா, அத்தன பேர் வாழ்க்கையில ஏதாவது ஒரு வகையில தாக்கத்தை ஏற்படுத்திவிட்டு போயிருக்காருன்னு அர்த்தம். வாலி எழுதுன வைர வரிகள் மாதிரி...

''இருந்தாலும் மறைந்தாலும் பேர் சொல்ல வேண்டும்
இவர் போல யார் என்று ஊர் சொல்ல வேண்டும்''.

சரி, எப்படிடா வாழ்க்கைக்கு அர்த்தத்தை உண்டாக்க முடியும்? இல்லேன்னா அர்த்தம் உள்ளதா எப்படி வாழமுடியும்?

வாழ்க்கைன்னா, நான், என் குடும்பம்னு குறுகிய வட்டத்துல யோசிக்காம, வட்டத்தைப் பெரிசாக்குனோம்னா, நம்ம வாழ்க்கையோட அர்த்தமும் பெரிசாகும்.

''யாதும் ஊரே யாவரும் கேளீர்'' மாதிரி.

அப்படித்தான் நம்ம கதை(தா)நாயகியும். சராசரி குடும்பப் பெண்ணா தானுண்டு, தன் குடும்பம் உண்டுன்னு வாழ்க்கையை சின்ன வட்டத்துக்குள்ள சுருக்காம, நமக்கும் பிரயோஜனமா, நம்ம சுத்தியிருக்கிறவங்களுக்கும் பிரயோஜனமா என்ன பண்ண முடியும்னு தன்னோட தேடுதலைப் பெரிசாக்குனதால இன்னைக்கு குடும்ப பெண்களுக்கெல்லாம், ஏன் இன்னும் சொல்லப் போனா நம்ம சமுதாயத்துக்கே Role Model-ஆ மாறியிருக்கிற பெண் சிங்கம்.

'சாமி' சினிமாவுல ஒரு சாமி... ரெண்டு சாமி... மூணு சாமி.. நாலு சாமி... அஞ்சுச்சாமி... ஆறுச்சாமி... ஆறுச்சாமி, I.P.S. மாதிரி, நம்ம பெண் சிங்கமும் ஒரு IPS அதிகாரிதான். ஷஹ்னாஸ் இலியாஸ், I.P.S.

சாமான்யனுக்கும் சரித்திரம் படைக்கிறவனுக்கும் இடையில முக்கியமான ஒரு difference இருக்கு. நமக்கு கிடைச்சத வச்சுகிட்டு வாழ்க்கையை அதோட போக்குல சராசரியா ஓட்றவன் சாமான்யன். நம்ம வாழ்ற வாழ்க்கையை அர்த்தமுள்ளதாக்கணும்னு நமக்-

கான வாழ்க்கையை தேடிப்போய் உருவாக்குறவன் சரித்திரம் படைக்கிறான்.

நாமெல்லாம் ஒரு ராஜா வீட்டு புள்ளயா பிறந்திருந்தோம்னா, அப்பாடா God is Greatனு வாழ்க்கையை ஓட்டிருப்போம். ஆனால் இளவரசனான சித்தார்த்தன் தனக்கு கிடைச்சு ராஜபோகத்தை உதறித் தள்ளிட்டு வாழ்க்கையைத் தேடிப் போனதால தான் கௌதம புத்தரா சரித்திரம் படைக்க முடிஞ்சது. நம்ம ஷஹ்னாஸும் அது மாதிரித்தான்.

Electronics & Communication Engineering முடிஞ்சிட்டு, Infosysல வேலைக்குச் சேர்ந்து, கைநிறைய சம்பளம் வாங்கி வாழ்க்கையை சந்தோசமா ஓட்டிட்டு இருந்தவங்கதான் நம்ம ஷஹ்னாஸ். சின்ன வயசுலயே இலட்சக்கணக்குல சம்பளம் வாங்குனாலும் மனசுல ஒரு சந்தோசம் இல்ல.

யார்றா இந்தப்பிள்ள,,, அவன் அவன் Engineering முடிச்சிட்டு வேலை கிடைக்காம வெட்டியா ஊரை சுத்திட்டு இருக்காங்க, இவங்க என்னடான்னா இலட்சக்கணக்குல சம்பளம் வாங்கிட்டும் திருப்தியில்லைன்னு புலம்பிட்டு இருக்காங்கன்னு நீங்க புலம்பறது வெளில கேக்குது... ஆனா ஷஹ்னாஸுக்கோ, என்னடா வாழ்க்கை இது. காலைல எந்திரிச்சு சமைச்சு, வேலைக்குப் போயி, திரும்ப night-ல வீட்டுக்கு வந்து, சமைச்சு, சாப்பிட்டு, தூங்கி, மறுபடியும் காலைல எந்திரிச்சுன்னு வாழுற வாழ்க்கை பயங்கரமா போரடிக்க ஆரம்பிச்சிடுச்சு.

ஒவ்வொருத்தர் வாழ்க்கைக்கும் ஏதாவது ஒரு அர்த்தம் உண்டாகணும். இல்லைன்னா அர்த்தத்தை உண்டாக்கணும். வாழ்க்கையை அர்த்தமுள்ளதா ஆக்கணும்னா என்ன பண்ண முடியும்னு மனசுக்குள்ள ஒரு தேடல். 'வாழ்க்கையே ஒரு தேடல் தான்ற மாதிரி!' அப்ப ஒரு idea தோணுது. ஏன் Government வேலைல சேரக்கூடாதுன்னு. வேலைக்கு வேலையும் ஆச்சு, அதே நேரத்துல Society-க்கும் பிரயோஜனமா ஏதாவது செஞ்ச மாதிரியும் ஆச்சுனு ஒரு தோணல்.

இது என்ன பிரமாதம்; எல்லோருக்கும் தோன்றது தானேன்னு நம்ம நினைக்கலாம். உண்மைதான். ஆனால் ஷஹ்னாஸ்க்கு இது தோணும் போது அவங்க 6 மாச புள்ளய வயித்துல சுமந்துட்டு இருந்தாங்க.

'Timing முக்கியம்ல...'

Government வேலைய பத்தி பெரிய idea இல்லாம, எந்த வேலைக்கு apply பண்ணலாம்னு யோசிக்கும்போது, அந்த நேரம் பார்த்து Paperல Group-2 exam-க்கு call for வருது. சரி, apply பண்ணலாம்னு முடிவு பண்ணி, Exam எழுதப் போகும் போது நிறைமாச கர்ப்பிணி. ஒரு குழந்தையை வயத்துல சுமந்து புள்ள பெத்துகிறதே வாழ்வா, சாவா போராட்டம். அதுக்கிடையில வாழ்க்கையோடும் parallel-ஆ போராடி Group-2 Preliminary Exam Clear பண்றாங்க.

நம்மளா இருந்தா, super-ன்னு mains-க்கு படிக்கத் தொடங்கியிருப்போம். ஆனால், 'தேடல் என்பது உள்ளவரை வாழ்வில் ருசியிருக்கும்னு' பாட்டு கேக்குற ஆள் போல நம்ம ஷஹ்னாஸ்.

நிறைமாச கர்ப்பிணியா இவ்வளவு கஷ்டத்துலயும் நம்மளால Group-2 Exam பாஸ் பண்ண முடியும்னா, நம்ம ஏன் இதுக்கும் மேல ஒரு பெரிய Exam எழுதக்கூடாதுன்னு மீண்டும் மனசுக்குள்ள ஒரு தேடல் தொடங்குச்சு.

இந்த தேடலுக்கும், கனவை விதைங்க. அதுதான் வெற்றிக்கு முதல் படின்னு, முதல் தொடர்ல பாத்ததுக்கும் நிறைய தொடர்பு இருக்கு.

ஷஹ்னாஸோட தாத்தா (அம்மாவின் அப்பா) Railway Station Master. அவருக்கு 3 பொண்ணுங்க, 2 பசங்க. நம்ம ஷஹ்னாஸ் கடைசி பெண்ணோட புள்ள, ஷஹ்னாஸ் Final year முடிச்சு வேலைக்குப் போகும் போது தான், அவங்க தாத்தா ஷஹ்னாஸ்ட்ட சொல்றாரு, ரொம்ப லேட்டா தான் உன்கிட்ட சொல்றேன். இருந்தாலும் என் மனசுக்குள்ளயும் ஒரு ஆசை இருக்குன்னு. அது என்னான்னா, ஏதாவது ஒரு பேரப்புள்ளையயாவது கலெக்டர் ஆக்கிடணும்னு ஒரு ஆசை. அதுக்காக எல்லாப் பேரப் பிள்ளைகளையும் கூட்டிட்டு போயி UPSC Exam-லாம் எழுதவிட்டிருக்காரு மனுஷன். அதுல தப்பிச்சது நம்ம புள்ளதான். ஏன்னா, ஷஹ்னாஸோட அம்மா கல்யாணம் பண்ணி சென்னை போயிட்டதால, ஷஹ்னாஸ மட்டும் Exam எழுத வைக்கிற வாய்ப்பு இவருக்குக் கிடைக்கல. பேத்திகிட்ட தன்னோட ஆசையைச் சொல்லிட்டு கொஞ்ச நாள்ல தாத்தாவும் இறந்து போயிடுராரு.

நல்ல எண்ணத்தை கனவாய் விதைச்சால் அது ஏழேழு தலைமுறைக்கும் கடந்து செல்லும்ன்ற மாதிரி, நம்ம தாத்தாவோட தேடல் பேத்தியோட மனசுல விதையா விழுந்தாலும், அது பாறைல போட்ட மாதிரி, அப்ப ஒன்னும் workout ஆகல. ஆனால், நிறைமாத கர்ப்பிணியா ஏதாவது பெரிய Exam எழுதணும்னு தேடும் போதுதான் தாத்தா போட்ட விதை அவங்களுக்கே தெரியாம மனசுல துளிர்விடுது. ஏன் I.A.S. Exam எழுதக் கூடாதுன்னு.

அதுனால தான் மக்களே, எப்போதும் நல்ல எண்ணத்தையும், கனவையும் நம்ம புள்ளைங்க மனசுல விதைக்கணும்னு சொல்றது. ஏதாவது ஒரு காலத்துல அவங்களுக்கே தெரியாம அது வெளிய வரும். அதுதான் மனித மனசோட ஒரு அபார சக்தி.

தேவர் மகன் படத்துல சிவாஜி dialogue மாதிரி...

'விதை நான் போட்டது; ஆனால் பழம்...'

அப்படித்தான் ஷஹ்னாஸோட மனசுலயும் UPSC Exam எழுதுறதுன்னு முடிவு வந்துச்சு.

ஆனால் மனசுக்குள்ள ஒரு பயம். UPSC Exam-ன்னா ஒரு 10-14 மணிநேரம் daily படிக்கணுமே. மூணு மாசக் குழந்தையை கையில வச்சுகிட்டு நம்மாள முடியுமான்னு ஒரு சின்ன யோசனை. சரி விடு கழுதைய, சும்மா Try பண்ணி தான் பாக்கலாம்மேன்னு துணிச்சு இறங்குனாங்க.

அப்பதான் நம்ம கதைல எப்பவுமே வர கருத்து கந்தசாமிங்க வந்தாங்க. பச்ச புள்ளைய கையில வச்சுகிட்டு இந்த படிப்பு கருமமெல்லாம் நமக்கு தேவையான்னு...

நம்ம சமூகத்துல இந்த மாதிரி 4 பேர் எப்பவுமே இருந்துட்டுதான் இருந்தாங்க. இதுவே ஒரு ஆம்பள கல்யாணம் பண்ணிட்டு படிச்சான்னா, இங்க பாரு குடும்பத்துக்காக புள்ள எவ்வளவு கஷ்டப்படுதுன்னுவாங்க. அதுவே பொண்ணா இருந்தா, அதுவும் கைக்குழந்தையோட... அவ்ளோதான், சொல்லவே வேணாம். ஆனால் சுத்தியிருந்தவங்க சொல்றத எதையுமே கண்டுக்கல நம்ம ஷஹ்னாஸ்.

அவங்க மனசுல, அந்த தேடல் மட்டும்தான் லட்சியமாக இருந்துச்சு. என் மகளுக்கு நல்ல ஒரு அடையாளத்தைக் கொடுக்கணும்னா, அதுக்கு நான் ஒரு நல்ல நிலைமையை அடையணும். அதுக்காக 2 வருஷம் என் பச்சபுள்ள கஷ்டப்பட்டாலும் பரவாயில்லேன்னு

தைரியமா படிக்க ஆரம்பிச்சாங்க.

நம்ம நாட்ல, குறிப்பா தமிழ்நாட்ல ஒரு சாபக்கேடு இருக்கு. பொம்பள பிள்ளைகள நல்லா படிக்க வைப்பாங்க. அந்தப் புள்ளையும் 10ங் கிளாஸ்ல State 1st, 12வதுல State 1st, Collegeல Gold Medal வாங்கி, கைநிறைய சம்பளம் வாங்குற வேலைக்கும் போகும். ஆனால் அதுக்கப்புறம் கல்யாணம், குழந்தை, குடும்பம்னு சாதாரண வாழ்க்கையோட ஐக்கியமாகி, குடும்பத்துக்காகவும் குழந்தைகளுக்காகவும் தன்னோட கனவையும் இலட்சியத்தையும் மனசுல போட்டு புதைச்சிட்டு வாழ்க்கையை சாமன்யமா வாழ்ந்திட்டு போயிடுவாங்க.

இதுக்கு முக்கிய காரணம் என்னான்னா, சமூகம் அவங்கள குறை சொல்லிடுமோன்னு ஒரு குற்ற உணர்ச்சிதான். நல்ல மனைவியா இல்ல, நல்ல அம்மாவா இல்ல, நல்ல மருமகளா இல்லன்னு சமூகம் முத்திரை குத்திடுமோன்னு உள்ள குற்ற உணர்ச்சியிலயே வர்ற வாய்ப்ப விட்ருவாங்க.

இந்த குற்ற உணர்ச்சியைக் கடந்தவங்க மட்டும் தான் உலகத்துல வெற்றி பெற்றிருக்காங்க. மத்தவங்கெல்லாம் சராசரி குடும்பப் பெண்ணா தன்னோட கனவை, பிள்ளைகளைக் கொண்டு மட்டுமே சாதிக்க try பண்ணிட்டு இருப்பாங்க.

ஷஹ்னாஸோட மனசுல இந்த குற்ற உணர்ச்சிய எடுத்து மாத்துனாங்க. பச்சக் குழந்தையை வச்சுகிட்டு படிக்கிறதுன்றது, அதுவும் IAS/IPS - க்கு படிக்கிறதுன்றது அடுப்புல பால வச்சுகிட்டு பொங்கவிடாம பாத்துக்கிற கதைதான்.

எப்படித்தான் பாத்துகிட்டாலும், பால் பொங்கி ஊத்தற மாதிரிதான். கண்ணுல எண்ணெய ஊத்திக்கிட்டு பிள்ளையையும் பாக்கணும். படிக்கவும் செய்யணும். புள்ள பசிக்கு கத்தும், பால் கொடுக்கணும். வயித்து வலிக்குக் கத்தும், மருந்து கொடுக்கணும். தூக்கத்துக்குக் கத்தும், தொட்டில போட்டு ஆட்டணும். இடையில இடையில காய்ச்சல் வரும், பேதி வரும், எல்லாத்தையும் சமாளிச்சு, படிச்சு ஸ்ஸ்ஸ்... அப்பப்பா... இப்பவே கண்ணைக் கட்டுதா...

Infact, இவங்க தேடல் முயற்சில அவங்க குடும்பமே உறுதுணையா இருந்துச்சுன்றதுதான் Highlight. அம்மா காலைல எந்திரிச்சு, சமைச்சு எல்லாம் ready ஆக்கிட்டு வேலைக்குப் போக, சின்ன வயசுல இருந்தே வீட்ல இருந்த அக்கா குழந்தையை சாயங்காலம் வரை பாத்துக்க, அதுக்கு அப்புறம் அவங்க அம்மா, அப்பான்னு Shift போட்டு மகளோட தேடல் முயற்சிக்கு பின்பலமா இருந்திருக்காங்க.

எவ்வளவு ஒரு determination இருந்தா, இவ்வளவு சவாலையும் சமாளிச்சு படிச்சிருக்கும் அந்தப்புள்ள. ஏன் நம்மள்ள நிறைய பேர் சராசரி வாழ்க்கையை வாழ்ந்திட்டு போறோம்னா அதுக்கு காரணம் சவால்கள கண்டு பயந்து போறதுதான்.

தேடல்ன்ற நினைப்பு மனசுக்குள்ள கொழுந்துவிட்டு எரியும் போது எவ்வளவு இடைஞ்சல் வந்தாலும் அதை சமாளிச்சு கடந்து போறதுல இருக்கு வாழ்க்கையோட வெற்றி.

அப்படித்தான், சவாலான சூழ்நிலை வரும்போது அதப்பாத்து பயந்துடாம, மனசை cool-ஆ வச்சுகிட்டு, இதுவும் கடந்து போகும்னு Time-ஐ ஓட்டுனாங்க நம்ம பெண் சிங்கம்.

முயற்சி எடுக்கிறவன் எல்லாம் தேடுறத நிப்பாட்டுறது இந்த மாதிரி சவால்கள சமாளிக்க முடியாம தான். ஒரு மனுஷன் சாதனையாளனா மாறுறதும் சாதாரணக்காரனா மாறுறதும் இந்த இடத்துலதான்,

நம்ம மனசுல நம்மள பத்தி என்ன தேடுதல் இருக்கோ, அதை கண்டுபிடிச்சு உழைச்சா வெற்றி நிச்சயம்ன்ற மாதிரி, ஒரு நிறைமாத கர்ப்பிணியோட தேடுதல் 2021-ல வெற்றியடைஞ்சுச்சு. ஆமாங்க 2021 UPSC தேர்வுல, நம்ம ஷஹ்னாஸ் IPS பாஸ் பண்றாங்க. IT பொண்ணா சுத்திக்கிட்டிருந்த ஷஹ்னாஸ் IPS பொண்ணா மின்னுறாங்க.

தேவர் மகன்ல சிவாஜி, 'விதை நான் போட்டது; ஆனால் அதெல்லாம் இருந்து பாக்குறதுக்கு நான் இருக்க மாட்டேன்னு' dialogue சொல்ற மாதிரி, தாத்தா இட்டு வச்ச விதையை வளர்த்து இன்னைக்கு ஒரு சிறந்த IPS அதிகாரியா முன்னேறியிருக்காங்கன்னா, அதுக்குக் காரணம் வாழ்க்கையே ஒரு தேடல்தான்னு அவங்க நம்புனதுனாலதான். அதனால மக்களே! நம்மளும் வாழ்க்கையில் ஒரு தேடலை வச்சுகிட்டு உழைச்சோம்னா வெற்றி நமதே

18. உயிர்களைக் காக்கும் 'சத்தச் சோதனை'!

இராணுவ விஞ்ஞானி டாக்டர் வி.டில்லிபாபு

சத்திய சோதனை' என வாசிக்க வேண்டாம். 'சத்த சோதனை' தான்! என்ன அது? பார்ப்போம். சில விமானப் பாகங்களின் உட்புறத்தில் மெல்லிய விரிசல் ஏற்படக்கூடும். விமானம் தொடர்ந்து இயங்கும் போது ஏற்படும் அதிர்வுகளினாலும் விசையினாலும் மெல்லிய விரிசல் படிப்படியாக அதிகரித்து விமானப் பாகம் உடைந்து விமான விபத்துகள் நிகழும் ஆபத்தும் உண்டு.

காகிதங்கள் பறக்காமல் தடுக்க மேசையில் ஒரு கண்ணாடிச் சிமிழை எடையாகப் (Paper Weight) பயன்படுத்துவதைப் பார்த்திருப்பீர்கள். அந்தக் கண்ணாடிச் சிமிழில் காற்றுக்குமிழிகள் அடைபட்டிருப்பதை கவனித்திருக்கிறீர்களா? அதைப்போல ஒரு உலோக பாகத்தில் குறைபாடு இருந்தால் அதை முப்பரிமாணக் குறைபாடு (Volumetric defect) என்று சொல்வார்கள். அலுவலத்தில் பயன்படுத்தும் (A4) தாள்களை ஒன்றின் மேல் ஒன்றாக அடுக்கி வைத்திருக்கிறீர்கள் என்று வைத்துக்கொள்வோம். இடையில் ஒரு காகிதத்தில் ஒரு சிறிய துளை இருக்கிறது. இப்போது மொத்த காகிதக்கட்டில், இந்த சிறிய துளை ஒரு குறைபாடு (Defect) எனக் கருதலாம். காகிதத் துளை இரு பரிமாணக் குறைபாடு (Planar defect). எக்ஸ் கதிர் சோதனை முப்பரிமாணக் குறைபாடுகளை மிகச்சிறப்பாக கண்டறியும். ஆனால், இரு பரிமாணக் குறைபாடுகளை பல சமயங்களில் தவறவிடும். இரு பரிமாணக் குறைபாடுகளைத் துல்லியமாக கண்டறியவது எப்படி?

மீயொலி சோதனை

எல்லா சப்தங்களையும் நம் காதுகள் கேட்டுணருவதில்லை. 20 ஹெர்ட்ஸ் (Hertz) முதல் 20 கிலோ ஹெர்ட்ஸ் வரையிலான அலைவெண் (Frequency) உடைய ஒலியை மட்டுமே நம்மால் கேட்க முடிகிறது. 20 கி.ஹெர்ட்ஸ் அல்லது அதற்கும் அதிகமான ஒலி அலைகளை மீயொலி (Ultra sound) அலைகள் என அழைக்கிறோம்.

மருத்துவமனைகளில் மீயொலிச் (Ultra sound) சோதனைகள் நடத்தப்படுவதை நீங்கள் அறிந்திருக்கலாம். உதாரணமாக, வயிற்றில் மீயொலிச் சோதனை செய்யப்படும் போது, மீயொலி அலைகள் செலுத்தப்பட்டு அவை வயிற்றின் தசைகளில், தசைச்சுவர்களில் பட்டு எதிரொலிப்பதின் அடிப்படையில் உள் உறுப்புகள் காட்சிகளாக திரையில் பார்க்கப்படு-

கின்றன, பதிவு செய்யப்படுகின்றன. அது சரி, மீயொலி அலைகள் எப்படி எழுப்பப்படுகின்றன? ஒரு வகை ஆற்றலை இன்னொரு வகை ஆற்றலாக மாற்றும் சாதனம், ஆற்றல் மாற்றி (Transducer) எனப்படும். பீசோ எலெக்ரிக் (Piezo electric) எனப்படும் அழுத்த மின் பொருளால் ஆன ஆற்றல்மாற்றிக்கு ஒரு சிறப்பு உண்டு. என்ன அது? மின்சாரத்தை செலுத்தினால் மீயொலி அலைகளை அது உருவாக்கும். இவ்வகை ஆற்றல்மாற்றிகளைக் கொண்டு மீயொலிச் சோதனைகள் செய்யப்படுகின்றன.

எப்படி செய்யப்படுகிறது சோதனை?

உதாரணமாக, ஒரு உள்ளீடற்ற உலோக உருளையின் சுவரில் ஒளிந்திருக்கும் விரிசலை எப்படி கண்டுபிடிப்பது? சுவரின் வெளிப்புறத்தில் விரிசல் இருந்தால் அது பார்வைக்கு புலப்படும். நுண்ணிய விரிசல் இருந்தால் அதைப் பூதக்கண்ணாடியின் மூலம் காணலாம் அல்லது ஒளிரும் மையைத் தடவி விரிசலைப் புறஊதா விளக்கொளியில் அறியலாம். ஆனால், உருளையின் சுவருக்குள் ஒளிந்திருக்கும் (இரு பரிமாண) விரிசலை மீயொலிச் சோதனையின் மூலம் கண்டறியலாம்.

படத்தில் காட்டியுள்ள படி, உருளையின் வெளிப்புறத்தில் வைக்கப்பட்டுள்ள 'ஆற்றல்மாற்றி' மூலம் மீயொலி அலைகள் உருளையின் சுவருக்குள் செலுத்தப்படும். உருளைச் சுவரின் தடிமன் 'Ep' என்று வைத்துக் கொள்வோம். மீயொலி அலைகள் சுவரின் ஒரு புறம் செலுத்தப்பட்டு, சுவரின் மறுபுறத்தில் பிரதிபலித்து மறுபடியும் ஆற்றல்மாற்றிக்கு திரும்பி வரும். ஆற்றல் மாற்றியில் உள்ள அலைவாங்கி (Receiver) இதைப் பதிவு செய்யும். பிரதிபலிப்புகளால் சுவரின் இரண்டு பக்கங்களும் திரையில் இரண்டு முகடுகளாகத் தெரியும். முகடுகளுக்கு இடைப்பட்ட தூரம் 'Ep' அளவை சார்ந்திருக்கும். சுவருக்குள் 'D' ஆழத்தில் ஒரு விரிசல் இருப்பதாக வைத்துக்கொள்வோம். மீயொலி அலைகள் சுவரின் இரு பக்கங்களோடு, விரிசலிலும் பட்டுப் பிரதிபலிக்கும். இதனால் திரையில் மூன்று முகடுகள் தெரியும். இதன் மூலம் சுவரில் விரிசல் இருப்பதைக் கண்டறியலாம்.

இப்படித்தான் விமான பாகங்கள், இராணுவ உபகரணப் பாகங்களில் ஒளிந்துள்ள இரு பரிமாண விரிசல்கள் கண்டறியப்படுகின்றன. ரயில் பெட்டிகளின் சக்கரங்களை இணைக்கும் அச்சிலும் (Axle) குறிப்பிட்ட கால இடைவெளிகளில் மீயொலிச் சோதனைகள் செய்யப்பட்டு பாதுகாப்பான பயணம் உறுதி செய்யப்படுகிறது என்பது குறிப்பிடத்தக்கது. ஒலி அலைகளைக் கொண்டு சத்தமில்லாமல் செய்யப்படும் இந்த 'சத்தச் சோதனை' எவ்வளவு முக்கியமானது! எத்தனை உயிர்களைக் காக்கிறது!

இது போன்று வேறென்ன சோதனைகள் உள்ளன?

9

இராம்குமார் சிங்காரம்

1. புதிய சிந்தனைகள் வெற்றி பெறும்!

அமெரிக்காவில் உள்ள நியூஜெர்சியில் வசிக்கும் இயர்ல் (Earl) என்பவர், தனது மனைவி ஜோஸ்பின் டிக்சனுக்கு (Josephine Dickinson), வீட்டில் ஏற்படும் சிறு காயங்களை குணப்படுத்துவதற்காக பிளாஸ்டரின் மேல் சல்லடைத் துணியையும், அதன் மேல் மருந்தையும் வைத்து அதனை பிளாஸ்டிக் தாளால் மூடி ஒரு டப்பாவில் எப்போதும் தயார் நிலையில் வைத்திருந்தார்.

வீட்டில் சிறு காயங்கள் ஏற்படும்போதெல்லாம் அவரது மனைவியும், பிள்ளைகளும் அதனை உடனடியாக எடுத்து சாயத்தின் மீது ஒட்டிக் கொண்டனர்.

அதற்கு முன்பு வரை இப்படி காயம் ஏற்பட்டால், மருந்தோடு சல்லடைத் துணியை வைத்து கயிறால் கட்டுவது வழக்கம். அப்படி கட்டுவதற்கு இன்னொருவரின் உதவியும் தேவைப்படும்.

இவர் பயன்படுத்திய பிளாஸ்டரும், பிளாஸ்டிக் தாளும் இன்னொருவரின் தேவையைக் குறைத்து விட்டது. இதனை ஜோஸ்பின் தான் பணியாற்றிய ஜான்சன் அண்ட் ஜான்சன் நிறுவனத்திடம் தெரிவித்தார். அந்நிறுவனத்திற்கும் இந்த ஐடியா பிடித்துப் போகவே, அப்போது உருவானதுதான் 'பேன்டேஜி' என்று நாம் வழக்கு மொழியில் சொல்லக்கூடிய, 'பேன்ட்எய்ட்' (Band-Aid) ஆகும். ஜான்சன் அண்ட் ஜான்சன் நிறுவனத்தை உச்சத்திற்கு கொண்டு சென்றதில் பேன்ட்எய்டின் பங்கு குறிப்பிடத்தக்கது.

நினைவில் கொள்ளுங்கள். புதிய ஐடியாக்களும், கூண்டுபிடிப்புகளும் பலரை கோடீஸ்வரர்களாக்கி இருக்கின்றன. புதிய ஐடியாக்களுக்காக நீங்கள் ரூம் போட்டு யோசிக்க வேண்டிய அவசியமில்லை,பிறரது நேரத்தை மிச்சப்படுத்தும் அல்லது செலவைக் குறைக்கும் எந்தக் கண்டுபிடிப்பும் வெற்றி பெறும்.

இன்றைக்கு நாம் பயன்படுத்தக்கூடிய வாஷிங் மெஷின், கிரைண்டர், மிக்ஸி, கம்ப்யூட்டர், டிவி., என எல்லா கண்டுபிடிப்புகளையும் இதற்கு உதாரணமாகச் சொல்லலாம்.

இந்த வரிசையில், நீங்களும் உங்கள் துறையில் என்ன புதுமைகளைச் செய்தால் கோடீஸ்வரராக முடியும் என்று சிந்திக்கலாம்.

2. நுணுக்கமான திட்டமிடல் அவசியம்!

பணக்காரர்களின் பலம் என்னவென்றால், அவர்கள் சின்ன விஷயங்களைக்கூட நுணுக்கமாகத் திட்டமிடுவதுதான்.

வியாபார நிமித்தமாக ஒருவரை சந்திக்க வேண்டுமென்றால், அவரை மதிய உணவிற்கு வெளியில் அழைத்துச் செல்கிறார்கள். அப்படி அழைத்துச் செல்வதால், அவரோடு பேசுவதற்கு நிறைய நேரம் இவர்களுக்குக் கிடைக்கிறது.

மீட்டிங்கிற்கு முன்பு அந்த சந்திப்பை ஒரு முறைக்கு இரு முறை உறுதிப்படுத்தி, அந்த மீட்டிங்கின் முக்கியத்துவத்தை அவர்கள் உணரச் செய்கிறார்கள்.

உரிய நேரத்திற்கு முன்னரே சென்று அவருக்காகக் காத்திருக்கிறார்கள்.

உணவகத்தில், இவர்கள் சுவருக்கு அருகில் அமர்ந்து கொண்டு வெளிப்புறம் பார்த்தவாறும், மற்றவரை தமக்கு எதிரில் அமரச் செய்து அவரது கவனம் முழுவதும் இவர் மீது மட்டுமே இருக்குமாறும் பார்த்துக் கொள்கிறார்கள்.

மீட்டிங்கின்போது அவருக்கும், தமக்கும் தெரிந்த பொதுவான நபர்கள் பற்றி எடுத்துச் சொல்லி, அவரிடையே நெருக்கத்தை உண்டாக்கிக் கொள்கிறார்கள்.

தாம் குறைவாக சாப்பிட்டுவிட்டு, மீதி நேரத்தில் நிறைய பேசுகிறார்கள்.

வியாபாரத்தைப் பற்றி அதிகம் பேசாமல், நட்பை வளர்ப்பதிலேயே குறியாக இருக்கிறார்கள்.

இடையிடையே அவரிடம் காணும் நல்ல விஷயங்களையும் பாராட்டுகிறார்கள்.

மீட்டிங் முடிந்து அலுவலகம் சென்றவுடன், அவருக்கு மின்னஞ்சலில் நன்றி கடிதம் அனுப்பி, நட்பை தொடர்ந்து தக்க வைத்துக் கொள்கிறார்கள்.

அதற்குப் பிறகு சில நாட்கள் கழித்து வர்த்தகம் பேசத் தொடங்குகிறார்கள்.

இப்படி பணக்காரர்கள் சிறிய விஷயத்தைக் கூட நுணுக்கமாகச் செய்வதால், அவர்களுக்கு வெற்றி கிட்டுகிறது. ஆனால் நாமோ பெரிய விஷயத்தைக்கூட மேலோட்டமாகச் செய்துவிட்டு 'வரட்டும்; பார்த்துக் கொள்ளலாம்' என்று மெத்தனமாய் இருந்து விடுகிறோம்.

காய்கறி வியாபாரிகள் பலரும் வாகனங்களை எடுத்துக் கொண்டு, ஊர் ஊராகச் சென்று உருளைக்கிழங்கை கொள்முதல் செய்து, சந்தைக்கு கொண்டு வந்து தரம் பிரித்து விற்பது வழக்கம்.

எல்லா வியாபாரிகளும் கொள்முதல் செய்ய நாள்தோறும் ஒரே நேரத்தில் வெவ்வேறு வாகனங்களில் கிளம்பினாலும் கூட, ஒரேயொரு வியாபாரி மட்டும் சந்தைக்கு வந்து முதலில் விற்பனை செய்து விடுவார்.

இவரால் மட்டும் இது எப்படி முடிந்தது?

அதற்கு இவர் பின்பற்றிய ஒரு நுணுக்கம்தான் காரணம்.

வியாபாரிகளெல்லாம் உருளைக்கிழங்கை கொள்முதல் செய்துவிட்டு, சந்தைக்கு வந்து அளவு வாரியாக தரம் பிரிப்பர். இப்படி தரம் பிரிக்க ஒரு மணி நேரமாவது ஆகும்.

இதற்கு மாறாக, இவர் மட்டும் பள்ளம், மேடான பாதையில் வாகனத்தை ஓட்டி வந்து சந்தையில் நிறுத்துவார். அந்தப் பாதையில் பயணிக்கும்போது வண்டி குலுங்கிக்கொண்டே வருவதால், சிறிய உருளைக்கிழங்குகள் அடிப்பகுதிக்கும், பெரிய உருளைக்கிழங்குகள்

மேற்பகுதிக்கும், நடுத்தர அளவுள்ள உருளைக்கிழங்குகள் நடுவிலும் நின்றுவிடும். எனவே, சந்தைக்கு வந்ததும் அப்படியே அளவுவாரியாக எடுத்து, முதல் ஆளாக விற்று லாபம் ஈட்டி விடுவார்.

இப்படி நுட்பமான திட்டமிடல்தான் பணக்காரர்களை வித்தியாசப் படுத்தி காண்பிக்கிறது.

3. சிந்திப்பதற்கென நேரம் ஒதுக்குங்கள்!

ஒரு பெரிய தொழிலதிபரைப் பார்க்க, "இரவு 7 மணி போல் வரட்டுமா?" என்று கேட்டோம்.

"7 முதல் 7.30 மணி வரை Think Tink நேரம். அதனால் 730 மணிக்குப்பிறகு வாருங்கள்" என்றார்.

''அதென்ன Think Tink?'' என்று ஆச்சரியப்பட்டு கேட்டோம்.

"நாள்தோதும் நீங்கள் சாப்பிடுவதற்கு என்று நேரம் ஒதுக்குகிறீர்கள். படிப்பதற்கு என்று நேரம் ஒதுக்குகிறீர்கள். தூங்குவதற்கென்று நேரம் ஒதுக்குகிறீர்கள். ஆனால் சிந்திப்பதற்கென்று நேரம் ஒதுக்குகிறீர்களா? அதுதான் Think Tink. அதாவது think என்றால் சிந்தனை; Tink என்றால் மணியடிக்கும் சத்தம். நாள்தோறும் குறித்த நேரம் வந்தவுடன் உங்களது இலக்கு பற்றி சிந்தனை செய்ய மனதைப் பழக்க வேண்டும் என்பதுதான் இதன் அர்த்தம். பணக்காரர்கள் இதைத் தொடர்ந்து செய்கிறார்கள்" என்றார்.

நம் மனதைப் பழக்குவதில்தான் வெற்றி அடங்கியிருக்கிறது. மனம் என்பது நல்ல சேவகன் மாதிரி. அதை முறையாகப் பழக்கினால், உங்களைப் பணக்காரராக்கி விடும்.

அமெரிக்காவில் குரங்குகளை வைத்து ஒரு ஆய்வு மேற்கொள்ளப் பட்டது. தினந்தோறும் பகல் 12 மணி அடித்தவுடன் அவற்றிற்கு சாப்பாடு வழங்கப்பட்டது. தொடர்ந்து ஒரு மாதம் இப்படி உணவு பரிமாறப்பட்டபின், 31 ஆவது நாள் 12 மணி அடித்தவுடன் சாப்பாடு வழங்கப்படவில்லை. எனவே, குரங்குகள் பசி எடுத்து சத்தம் போடத் தொடங்கின.

குரங்கில் இருந்து பிறந்தவன் மனிதன் என்பதனால் நமக்கும் இது அப்படியே பொருந்தும். நாள்தோறும் ஒரு குறிப்பிட்ட நேரத்தில் வாழ்வின் இலக்கு குறித்து சிந்திக்கப் பழகினோமேயானால், அந்த நேரம் வந்தவுடன் மனம் தானாகவே சிந்திக்கத் தொடங்கி விடும்.

சிந்தனையானது, நம் இலக்கை அடைவது குறித்ததாக மட்டுமே இருக்கவேண்டும் என்ற அவசியமில்லை. அது, நமது அன்றாட வேலைகளைத் திட்டமிடுவதாக இருக்கலாம்... அல்லது, நாம் செய்ய வேண்டிய வேலைகளைப் பட்டியலிடுவதாக இருக்கலாம்... அல்லது, அன்றைக்கு சந்திக்கப் போகிறவரிடம் எப்படி பேசுவது என்று ஒத்திகையாக இருக்கலாம்... அல்லது, நமது இலக்கை அடைவதற்கான அடுத்த திட்டம் குறித்து யோசிப்பதாக இருக்கலாம்...இப்படி எதைப் பற்றி வேண்டுமானாலும் சிந்திக்கலாம்.

இந்த நேரத்தை சிலர் 'திட்டமிடுவதற்கான நேரம்' என்றும் சொல்வதுண்டு.
இந்த நேரம் ஒவ்வொரு மனிதருக்கும் மாறுபடும்.

சிலர் காலையில் எழுந்திருக்கும் முன் படுக்கையில் படுத்தவாறே சிந்திப்பதுண்டு. சிலர் காலையில் 'வாக்கிங்' செல்கிற போது சிந்தித்துக் கொண்டே செல்வர். சிலர் அலுவலகத்திற்கு வந்தவுடன், வேலையை தொடங்குவதற்கு முன் திட்டம்மிடுவர். சிலர் இரவு நேரங்களில் வீட்டிற்குச் செல்வதற்கு முன் சிந்திப்பதுண்டு. இப்படி அவரவரது வசதிக்கேற்ப சிந்திப்பதற்கான நேரத்தை ஒதுக்கலாம்.

இப்படி திட்டமிடுவதால் என்ன லாபம் தெரியுமா? நாம் கனவு கண்டு கொண்டிருந்த இலக்குகளுக்கு உயிரூட்டம் கொடுக்க இந்தச் சிந்தனை நேரம் பயன்படும்.

ஆம்! வெறும் கனவு மட்டுமே வெற்றியாளர்களை உருவாக்கி விடுவதில்லை. கனவுகளைச் செயல்படுத்த திட்டமிடல் அவசியம். அதற்கு Think Tink பலன் தரும். தொடர்ந்து ஒரு மாதத்திற்கு இதைச் செய்து பாருங்கள். உங்களது செயல் திறன் எப்படி அதிகரித்துள்ளது என்பதை நீங்களே உணரலாம்.

4. நேரத்தை துரத்துவோம்!

பணம் முக்கியாமா? நேரம் முக்கியமா? என்ற கேள்விக்கு பணத்தைவிட நேரமே முக்கியம் என்று நாம் கூறுவதை சிலரால்ஏற்றுக்கொள்ள முடியாமல் போகலாம். ஏற்றுக் கொள்ளாவிட்டாலும் அதுதான் உண்மை.

காலங்காலமாக நாம் பணத்திற்கே அதிக முக்கியத்துவம் கொடுத்து வந்ததால், பணமே முக்கியம் என்று எண்ணி வருகிறோம். ஆனால், இன்றைக்கு உள்ள நிலை வேறு. பொருளாதாரம் தாராளமயமாக்கப் பட்டதும், தொழில்நுட்பம் வெகுவேகமாக வளர்ந்து விட்டதும், பணத்தைவிட நேரத்தின் முக்கியத்துவத்தை அதிகரித்து விட்டது. இதுதான் யதார்த்தம்.

இதனைப் புரிந்து கொள்ளாவிட்டால் என்ன ஆகும்?

வெளிநாட்டுப் பல்கலைக்கழகத்தில் ஒரு ஆய்வு மேற்கொள்ளப் பட்டது.

ஒரு அறையில் நான்கு குரங்குகள் அடைத்து வைக்கப்பட்டிருந்தன. அந்த அறையில் உள்ள மின்விசிறியில் சில தொப்பிகள் தொங்க விடப்பட்டிருந்தன. அவற்றை இழுப்பதற்கு வசதியாக உயரமான ஸ்டூல் ஏணியும் வைக்கப்பட்டிருந்தது.

இந்த நான்கு குரங்குகளில் ஏதேனும் ஒரு குரங்கு, ஏணியின் மீது ஏறத் தொடங்கினால் கீழே உள்ள மற்ற மூன்று குரங்குகளின் மீதும் வெளியில் இருந்து சுடுதண்ணீர் பீய்ச்சி அடிக்கப்பட்டது. இதனால் அந்த மூன்று குரங்குகளும் சேர்ந்து சூடு தாங்காமல், ஏணி மீது இருந்த குரங்கை அடிக்கத் தொடங்கின.

மீண்டும், மீண்டும் எப்போதெல்லாம் ஒரு குரங்கு ஏணியில் ஏறுகிறதோ அப்போதெல்லாம் மற்ற மூன்று குரங்குகளின் மீதும் சுடு தண்ணீர் பீய்ச்சி அடிக்கப்பட்டது. அதனால் அவை ஏணி மீது இருந்த குரங்கை அடிப்பதும் தொடர்ந்து நடந்தது.

இதற்கிடையில், உள்ளே இருந்த ஒரு குரங்கு வெளியில் எடுக்கப்பட்டு, அதற்கு பதிலாக புதிய குரங்கு ஒன்று உள்ளே அனுப்பப்பட்டது.

இந்தப் புதிய குரங்கு ஆர்வத்துடன் ஏணி மீது ஏற எத்தனித்தபோது, பிற மூன்று குரங்குகளும் தன் மீது சுடுதண்ணீர் பீய்ச்சப்படுவதற்கு முன்பாகவே அதனை பாய்ந்து அடித்தன. ஏணி மீது ஏறினால் அடி விழும் என்று மட்டும் புரிந்து கொண்டது, புதிய குரங்கு.

இரண்டாவது குரங்கும் மாற்றப்பட்டது. சுடுதண்ணீர் பீய்ச்சப்படாமலேயே ஏணியில் ஏறிய இரண்டாவது குரங்குக்கும் அடி விழுந்தது.

பிறகு மூன்றாவது, நான்காவது குரங்குகளும் மாற்றப்பட்டன. இப்போது உள்ளே தண்ணீர் பீய்ச்சுவது குறித்த விஷயமே தெரியாத நான்கு புதுக் குரங்குகள் இருந்தன.

ஏதாவது ஒரு குரங்கு ஏணியில் ஏறினால் மற்ற மூன்று குரங்குகளும் அதனை பாய்ந்து அடிக்கத் தொடங்கின.

ஆக, இந்த ஆராய்ச்சியின் மூலம் தெரிய வந்த உண்மை என்ன வென்றால், 'காரணங்களைக் கண்டறியாமலேயே நம் முன்னோர் செய்ததை கண்மூடித்தனமாகப் பின்பற்றுவது குரங்குகளின் மனோபாவம்' என்பதாகும். இது அப்படியே நமக்கும் தொற்றிக்கொண்டது.

இந்தக் கோணத்தில்தான் நேரத்தைவிட பணமே முக்கியம் என்ற பழைய சிந்தனையை நாம் கெட்டியாகப் பிடித்துக் கொண்டிருக்கிறோம்.

உங்களுக்கு நாள்தோறும் இரண்டு மணி நேரம் அதிகமாகக் கிடைத்தால், உங்கள் வருமானத்தை அதிகரிக்க முடியும் அல்லவா? அப்படியானால், பேருந்தில் பயணம் செய்யாமல் பைக் வாங்கிக்கொள்ளுங்கள்;

அல்லது பைக்கில் செல்லாமல் கார் வாங்கி டிரைவரை வேலைக்கு வைத்துக்கொள்ளுங்கள். இதன் மூலம் மிச்சமாகும் நேரத்தில் அதிகப் பணம் ஈட்டலாம்.

5. முடியாது என்று சொல்ல பழகுங்கள்!

வெற்றியாளர்கள் பணத்தைவிட, நேரத்தை மிச்சப்படுத்துவதிலேயே அதிக கவனத்தோடு இருக்கிறார்கள்.

ஏன் தெரியுமா?

கல்லூரிப் பேராசிரியர் மாணவர்களிடம் ஒரு கேள்வி கேட்டார்.

“உங்களிடம் ஒவ்வொரு நாளும் 86,400 ரூபாய் ரொக்கமாகக் கொடுக்கப்படும்... இரண்டு நிபந்தனைகளோடு!

ஒன்று, 86,400 ரூபாயையும் முழுமையாக அன்றே செலவு செய்து விட வேண்டும். சேர்த்து வைக்கமுடியாது.

இரண்டாவது, இந்த ரூபாயை வேறு எங்கும் முதலீடு செய்யக்கூடாது;

அடுத்தவர்களுக்கு கடனாகக் கொடுக்கவும் இயலாது.

ஒருவேளை நீங்கள் செலவழிக்காவிட்டால் இந்தப் பணம் அனைத்தும் அன்றே காணாமல் போய்விடும்.

இந்தச் சவாலுக்கு தயாரா? என்று கேட்டார்.

மாணவர்கள் மூளையைக் கசக்கி வழி தேடத் தொடங்கியது ஒருபுறம் இருக்க, உங்களால் இந்தச் சவாலை எதிர்கொள்ள முடியுமா என்று யோசித்துப் பாருங்கள்.

'நான் பாரதியார் மாதிரி; எனக்கும், கணக்குக்கும் தூரம் அதிகம் என்று சொல்லி நீங்கள் தப்பித்துக் கொள்ள முடியாது.

ஏன் என்றால் இந்தச் சவாலை நாள்தோறும் நீங்கள் எதிர்கொண்டு வருகிறீர்கள். ஆம், நாள் ஒன்றுக்கு 24 மணி நேரம்; மணி ஒன்றுக்கு 60 நிமிடம், நிமிடம் ஒன்றுக்கு 60

வினாடி உள்ளன அல்லவா?... இப்போது இம்மூன்றையும் பெருக்கிப் பாருங்கள்.

ஆக, நாளொன்றுக்கு 86,400 வினாடிகள் உங்களுக்கு கொடுக்கப் படுகின்றன.

இப்போது முன் சொன்ன இரண்டு நிபந்தனைகளையும் படித்துப்பாருங்கள்.

நேரத்தை திரும்ப உருவாக்க முடியாது என்பதால், இதனை புத்திசாலித்தனமாக எப்படி செலவழிக்கிறோம் என்பதில்தான் வெற்றி அடங்கியிருக்கிறது.

நமக்குப் பொதுவாக உள்ள பிரச்சனை என்னவென்றால், நேரம் போதவில்லை' என்ற கவலைதான். "காலையில் அலுவலகத்திற்கு போய்விட்டு மாலையில் வீடு திரும்பும் வரை தொடர்ந்து வேலை பார்த்துக் கொண்டேதான் இருக்கிறேன்.

ஆனால் எந்த வேலையும் முடிந்தபாடு இல்லை" என்ற வருத்தம் நம்மில் பலருக்கும் இருக்கிறது. நேரத்தை முறையாகத் திட்டமிடாததே இதற்கு காரணம்.

ஒவ்வொரு நாளும் மாலையில் அலுவலகத்தை விட்டு வீடு திரும்பும் முன், மறுநாள் செய்யவேண்டிய வேலைகள் என்னென்னவென்று குறித்து வைக்க வேண்டும். அப்படி செய்தால், மறுநாள் அந்த வேலைகளை வெற்றிகரமாக செய்து முடிக்கலாம்.

மறுநாள் காலையில் அலுவலகம் சென்று திட்டமிடலாமே என்று நீங்கள் நினைத்தால், காலையில் நீங்கள் அலுவலகத்திற்கு கிளம்புகிற பதற்றத்தில் சில வேலைகளை மறந்து விடக்கூடும். உள்ளே நுழைந்தவுடன் பிறருடன் பேசுவது, மீட்டிங் செல்வது, இ—மெயில் பார்ப்பது போன்றவற்றில் கவனம் திசை மாறும் என்பதால், அப்போது திட்டமிடுவது சற்று கடினமாக இருக்கும், இது அன்றாட பிரச்சனைக்குத் தீர்வு என்றால், வாழ்க்கையை ஒட்டுமொத்தமாக பெரியதொரு கோணத்தில் பார்த்து, நேரத்தின் இன்றியமையாமையை நாம் உணரலாம்.

நம் வாழ்வில், நாம் உழைப்பதற்கென்று நமக்கு மொத்தம் எவ்வளவு ஆண்டுகள் கிடைக்கின்றன தெரியுமா?

ஒரு இந்தியனின் சராசரி வயது 70 என்று வைத்துக் கொள்வோம். முதல் 20 ஆண்டுகள் குழந்தைப் பருவம் மற்றும் படிப்பில் போய்விடும். கடைசி 10 ஆண்டுகள் உடல் வலுவின்மை காரணமாக பென்ஷனை எதிர்பார்த்தே கரைந்துவிடும்.

இடைப்பட்ட 40 ஆண்டுகளில் சனி, ஞாயிறுகள், பண்டிகை தினங்கள், அரசு விடுமுறைகள், திருவிழாக்கள், திருமணங்கள், உடல் நலமின்மை போன்றவற்றில் சுமார் 15 ஆண்டுகள் கழிந்துவிடும்.

மீதம் இருப்பது 25 ஆண்டுகள் மட்டும் தான். இந்த 25 ஆண்டுகளிலும், சராசரியாக மூன்றில் ஒரு பங்கு நேரத்தைதான் (அதாவது நாளொன்றுக்கு 8 மணி நேரம்) உழைப்பிற்கு ஒதுக்குகிறோம்.

அதாவது, இன்னும் துல்லியமாகச் சொல்லப் போனால், 25 வருடம் × 365 நாட்கள் x 8 மணிநேரம் = 73,000 மணிநேரம்தான் உங்களால் உழைக்க முடியும். இதற்குள் நீங்கள் ஓடி ஓடி உழைத்து பணத்தைக் குவித்தாக வேண்டும்.

அதனால்தான் வெற்றியாளர்கள் பணத்தை விட நேரத்திற்கு அதிக முக்கியத்துவம் கொடுக்கிறார்கள்.

உறங்கி, உறங்கி கழிப்பது, வீணாக ஊரைச் சுற்றுவது, பைசா பிரயோஜனம் இல்லாத வீண் விவாதங்களில் நேரம் செலவழிப்பது, மோட்டு வளையைப் பார்த்து வெட்டியாக

அமர்ந்திருப்பது, காதலில் தோல்வியுற்று தாடி வளர்த்துக்கொண்டு தேவதாஸாகத் திரிவது... இவற்றிலெல்லாம். வெற்றியாளர்கள் தமது நேரத்தை வீணடிப்பதில்லை.

மாறாக, புதிய விஷயங்களைக் கற்றுக்கொள்வது, நிறைய மனிதர்களைச் சந்திப்பது, கண்காட்சிகளுக்கு செல்வது,

தாம் சார்ந்து இருக்கும் துறை சம்பந்தமான நூல்களைப் படிப்பது, ஊழியர்கள் மற்றும் வாடிக்கையாளர்களோடு நேரம் செலவழிப்பது போன்ற விஷயங்களில் கவனம் செலுத்துகி-றார்கள்.

எனவே, நேரத்தைச் சரியாகத் திட்டமிடுவதன் மூலமே நீங்கள் பணக்காரராக முடியும்.

குறித்து வைத்துக் கொள்ளுங்கள்... வெற்றியாளர்கள் பணத்தை மிச்சப்படுத்துவதைவிட நேரத்தை மிச்சப்படுத்துவதையே குறிக்கோளாகக் கொண்டிருக்கிறார்கள். இப்போது நீங்கள் செய்ய வேண்டியது, ஒவ்வொரு நாளும் நீங்கள் எழுந்ததிலிருந்து தூங்கும் வரை எந்தெந்த வேலைக்கு எவ்வளவு நேரம் செலவு செய்கிறீர்கள் என்று பட்டியலிட்டுப் பாருங்கள். குறைந்-தது, நாளொன்றுக்கு 4 மணி நேரத்தை நீங்கள் வீணாக்கிக் கொண்டிருப்பது தெரியும்,

6. வாக்குவாதத்தில் ஈடுபடாதீர்கள்

பணக்காரர்கள் என்றைக்காவது நடுரோட்டில் கட்டிப் புரண்டு சண்டை போடுவதை நீங்கள் பார்த்திருக்கிறீர்களா?

பார்த்திருக்க முடியாது.

ஏனென்றால், பணக்காரர்கள் சண்டை போடுவதை ஒருபோதும் விரும்புவதில்லை. அதற்கு அவர்களுக்கு நேரமும் இருப்பதில்லை.

மேலும், அவர்கள் சண்டைக்குள்ளும் சிக்கிக்கொள்ள விரும்புவதில்லை.

சண்டைகளும், வாக்குவாதங்களும் ஏன் ஏற்படுகின்றன தெரியுமா?

கருத்துகள் ஒத்துப் போகாமையால்தான்!

அவர்கள் ஒரு சிறிய மீட்டிங்கிற்கு செல்வது என்றால்கூட, அங்கு என்ன பேசவேண்டும் என்பதை முன்கூட்டியே திட்டமிட்டுக் கொள்கிறார்கள். இதனால் தேவையற்ற வாக்குவா-தங்களில் அவர்கள் ஈடுபடுவதில்லை. தேவையற்ற வாக்குறுதிகளையும் அவர்கள் கொடுப்ப-தில்லை.

சண்டைகளும் வாக்குவாதங்களும் நேரத்தை வீணடிக்கக்கூடியவை. எதிரிகளை உரு-வாக்கக்கூடியவை; நன்மதிப்பை குறைக்கக்கூடியவை; மன அழுத்தத்தை உண்டுபண்ணக்கூ-டியவை என்பதை அவர்கள் புரிந்து வைத்திருக்கிறார்கள்.

இந்தப் புரிதல் இல்லாதவர்கள், இரவு வெகு நேரம் மதுக்கடைகளில் அரட்டை அடித்துக் கொண்டும், எவருக்கோ ஆதரவாக வாக்குவாதம் புரிந்துகொண்டும், இரவு நீண்டநேரம் தூங்கியும், காலையில் தலைவலியோடு எழுந்திருத்தும், ஆரோக்கியத்தையும், நேரத்தையும் வீணடித்துக் கொண்டிருக்கிறார்கள்.

7. Increase Working Hours!

நாள்தோறும் பணம் சம்பாதிக்க எவ்வளவு நேரத்தை ஒதுக்குகிறீர்கள்? நீங்கள் 8 மணி நேரம் செலவழிப்பவராக இருந்தால் கூடுதலாக 4 மணி நேரம் செலவழிக்க முயற்சியுங்கள். ஆரம்பத்தில் அது பணமாக திரும்ப வராவிட்டாலும், நாள் செல்லச்செல்ல பணம் கொட்டத் தொடங்கியது.

ஒன்றை நினைவில் கொள்ளுங்கள், புத்திசாலி தோற்கலாம்; தந்திரசாலி தோற்கலாம்; காரியவாதி தோற்கலாம்; கெட்டிக்காரன் தோற்கலாம்; ஆனால் உழைப்பவன் தோற்றதாக சரித்திரமே கிடையாது. வேண்டுமானால், அவன் வெற்றி சற்று தள்ளிப் போகலாம். அவ்வளவு தான்.

'கேட்கிறதுக்கு நல்லதுதான் இருக்கு... ஆனா 8 மணி நேரம் உழைக்கிறதுக்கே வேலையில்ல...

கூட 4 மணி நேரம் உழைக்க என்ன சார் இருக்கு?' என்று உங்களில் சிலர் யோசிப்பது புரிகிறது.

சரியான கேள்விதான். இதோ உங்களுக்காக மூன்று உத்திகள்!

1. உங்களுக்கு உதவத் தகுதியுடைய புதிய, புதிய மனிதர்களைச் சந்தித்துக் கொண்டே இருங்கள். குறிப்பாக, உங்கள் ஊரில் உள்ள சுமார் 50 பணக்காரர்களைப் பட்டியலிட்டு அவர்களை உங்கள் வளர்ச்சி நிமித்தமாக அடிக்கடி பார்த்துக் கொண்டே இருங்கள். தட்டினால்தான் கதவு திறக்கும். முயற்சித்தால்தான் வாய்ப்பு கிடைக்கும்.

2. உங்களுடைய வாடிக்கையாளர்கள் தான் உங்கள் வளர்ச்சியின் அஸ்திவாரம். எனவே, முதலில் சில வாடிக்கையாளர்களுக்கு லாபம் எதிர்பார்க்காமல் சேவையாற்றுங்கள்.

3. உங்கள் லாபத்தை பிறரோடு பகிர்ந்து கொள்ளுங்கள். இதனால், நீங்கள் பணம் ஈட்ட பலரும் உதவுவார்கள்.

முயற்சி, சேவை, இலாபப் பகிர்வு இந்த மூன்றும் உங்கள் உழைப்பை அதிகரித்து, லாபத்தைப் பெருக்கும்.

8. கடிகாரத்தை 10 நிமிடம் கூடுதலாக வைக்காதீர்கள்!

அன்றாடம் உங்கள் வாழ்க்கையில் நடந்து கொண்டிருக்கும் சில சம்பவங்களைப் பார்ப்போம்.

காலை எழுவதற்காக அலாரம் வைத்துவிட்டு, அது அடித்தவுடன் நிறுத்திவிட்டு திரும்பவும் புரண்டு படுப்பவரா நீங்கள்? பெரும்பாலும் இரண்டாவது அல்லது மூன்றாவது அலாரம் அடிக்கிறபோதுதான் எழுந்திருப்பதை வழக்கமாகக் கொண்டிருப்பீர்கள் சரியா?

உங்கள் குழந்தை அழுது கொண்டு இருக்கிறது. அதன் அழுகையை நிறுத்துவதற்காக மாலையில் வரும்போது மிட்டாய் வாங்கி வருவதாக வாக்குறுதி கொடுக்கிறீர்கள். அது அழுகையை நிறுத்தி விட்டு, மாலை வரை எதிர்பார்த்துக் காத்திருக்கிறது. ஆனால் வீடு திரும்பும்போது வெறும் கையோடு திரும்புவீர்கள்... சரியா?

உங்கள் மனைவி சினிமாவிற்கு செல்லவேண்டும் என்று கேட்கிறார், வரும் ஞாயிற்றுக்கிழமை அழைத்து செல்வதாக வாக்குறுதி கொடுக்கிறீர்கள். ஆனால் ஞாயிறு அன்று உங்கள்

நண்பரோடு வெளியில் சென்று விடுவீர்கள்... கரெக்ட்தானே?

உங்கள் வாடிக்கையாளர் போனில் அழைக்கிறார், உங்கள் பொருளில் ஒரு குறை இருப்பதை சுட்டிக் காண்பிக்கிறார். உடனே சரி செய்து தருவதாக வாக்குறுதி கொடுக்கிறீர்கள். ஆனால் அலுவலகத்திற்கு சென்றவுடன் அதைவிட பெரிய

பிரச்சனையில் மூழ்கி, இதனை மறந்து விடுவீர்கள்... உண்மைதானே.

இப்படி நாள்தோறும் நீங்கள் அளித்த வாக்குறுதிகளை நீங்களே பல நேரங்களில் நிறைவேற்றுவதில்லை.

யோசித்துப் பாருங்கள். நீங்கள் ஒரு முடிவை எடுக்கிறீர்கள்; அந்த முடிவை நீங்களே மதிக்கவில்லை என்றால் பிறர் எப்படி உங்கள் முடிவை மதிப்பார்கள்?

நீங்கள் உங்கள் வீட்டில், கடிகாரத்தை 10 அல்லது 15 நிமிடம் வரை வேகமாக வைத்திருப்பீர்கள். இதை பார்த்தவுடன் 'கடிகாரம் ரிப்பேர் போல ...' என்று பிறருக்கு எண்ணத் தோன்றும்.

ஆனால், 'ஐயையோ! நேரமாகிவிட்டதே என்று 15 நிமிடம் வரை செயற்கையாக பதறுவதற்காக நீங்களே அப்படி வைத்திருப்பீர்கள்...' உண்மைதானே!

இப்படி, செயற்கையான பதற்றத்தை உருவாக்கித்தான் அன்றாட வாழ்க்கையையே தள்ளவேண்டும் என்றால், பிறகு நீங்கள் வாழ்க்கையில் எப்படி முன்னேற முடியும்?

உங்கள் உள்ளத்திற்குள் சுய உந்துதல் இருக்க வேண்டாமா?

9. வருமான வழிகளை அதிகப்படுத்தலாமே!

வெற்றியாளர்களிடமிருந்து நாம் கற்றுக் கொள்ளவேண்டிய இன்னொரு விஷயம், அவர்கள் தங்கள் வருமானத்தை அதிகரிக்க ஒரு வழியை மட்டுமே நம்பியிருக்காமல் பல வழிகளை உருவாக்குகிறாரகள் என்பதுதான்.

பல நூற்றாண்டுகளுக்கு முன்னால், அமெரிக்காவில் உள்ள கலிஃபோர்னியாவில், பூமிக்கு அடியில் தோண்டத்தோண்ட நிறைய தங்கம் கிடைத்தது. அந்த ஊர் மக்களுக்கு தங்கத்தின் மதிப்பு தெரியாத காரணத்தால், மக்கள் அதை பொருட்படுத்தவேயில்லை.

இங்கிலாந்திலிருந்து அங்கு வந்த இருவர், கலிஃபோர்னியாவில் தங்கம் சுலபமாக கிடைப்பதை எண்ணி ஆச்சரியப்பட்டனர். அவர்கள் ஊரில் தங்கத்திற்கு மதிப்பு அதிகம் என்பதால், அந்த இருவரும் கலிஃபோர்னியாவிலேயே தங்கி, தங்கத்தை கொள்முதல் செய்து இங்கிலாந்திற்கு விற்று பெரும் கோடீஸ்வரராயினர்.

இந்த செய்தி காட்டுத் தீ போல் பரவி, இங்கிலாந்தில் இருந்து மேலும் 200 குடும்பங்கள் கலிஃபோர்னியாவிற்கு குடி பெயர்ந்தன.

ஒரு கட்டத்தில் இங்கிலாந்தில் தங்கத்தின் மதிப்பு குறைந்ததால், அது சீனாவிற்கு ஏற்றுமதி செய்யப்பட்டது. கலிஃபோர்னிய தங்கச்சுரங்கம் பற்றி கேள்விப்பட்ட சீனர்கள், ஆயிரக்கணக்கில் கலிஃபோர்னியாவிற்கு வந்து இறங்கினர்.

நாட்கள் செல்லச்செல்ல போட்டியும் வெகுவாக அதிகரித்தது; பூமிக்கு அடியில் தங்கமும் குறைந்தது. ஒரு கட்டத்தில் தங்கத்தை தோண்டி எடுப்பதற்கு ஆகக்கூடிய செலவு, விற்பனை விலையை விட அதிகரித்ததால், அனைவரும் தத்தமது நாடுகளுக்கு திரும்பினர்.

புரிந்து கொள்ளுங்கள். கலிஃபோர்னியாவில் தங்க வியாபாரம் மேற்கொண்டோருக்கு மட்டுமான கதை அல்ல இது. உங்கள் ஒவ்வொருவரின் வாழ்க்கையையும் பாதிக்கக்கூடிய கதை. நீங்கள் வேலை பார்க்கிற அல்லது தொழில் செய்கிற எந்தத் துறையும் எதிர்காலத்தில் போட்டிகள் அதிகரித்து வருமானம் குறையத் தொடங்கும். அதற்குள் வருமானத்திற்கான வேறு வழிகளை நீங்கள் தேடிக்கொள்வது நல்லது.

நம்மை சுற்றியுள்ள இயற்கையும் இதைத்தான் சொல்கிறது லா ஆஃப் சீட் (Law of Seed) பற்றி கேள்விப்பட்டு இருக்கிறீர்களா? ஒரு ஆப்பிள் மரம் நூற்றுக்கணக்கான ஆப்-பிள்களை உருவாக்கும். ஒவ்வொரு ஆப்பிளுக்குள்ளும் குறைந்தபட்சம் 100 விதைகளை-யாவது உருவாக்குகிறது என்று வைத்து கொண்டால், அந்த 100 விதைகளும் ஆயிரம் மரங்களாக வளர்கின்றன. இதைத்தான் லா ஆஃப் சீட் என்று சொல்கிறார்கள். அதாவது பல முயற்சிகளை மேற்கொண்டால்தான் ஒரு முயற்சியாவது வெற்றி பெறும் என்பது இதன் அர்த்தம்.

ஆம்! பணக்காரர்கள் தாம் வெற்றி பெறுவதற்கு ஒரு முயற்சியையோ ஒரு வருமான வழியையோ நம்பியிருப்பதில்லை. பல முயற்சிகளை மேற்கொண்டு, பல வருமான வழிகளை உருவாக்குகிறார்கள்.

இதற்கு நிறைய நேரமும் சக்தியும் நமக்கு தேவை. எனவே, தேவையற்றவற்றுக்கு 'முடி-யாது' என்று சொல்லிப் பழகுங்கள்.

10. எதில் நேரத்தை செலவழிக்கிறீர்களோ அதுவே வளரும்!

வெற்றியாளர்கள், யார் எது சொன்னாலும் 'ஓ.கே., ஓ.கே. என்று ஒப்புக்கொண்டு தமது நேரத்தை செலவழிக்க மாட்டார்கள் தாம் பயணித்துக் கொண்டிருக்கும் இலக்கிற்கு முற்றிலும் மாறான எந்த வாய்ப்பு வந்தாலும், அதற்கு அவர்கள் 'நோ' சொல்லி விடுவார்கள்.

ஆனால், நம்மைப் போன்றோர், 'முடியாது' என்று சொன்னால் பிறர் தவறாக நினைத்துக் கொள்வார்களோ என்று எண்ணி பல வேலைகளை தவிர்க்கத் தெரியாமல், ஒப்புக் கொள்-கிறோம்.

குறிப்பாக, நமக்கு சம்பந்தம் இல்லாத துறைகளில் வாய்ப்புகள் இல்லாதோருக்கெல்லாம் வலியச் சென்று உதவுவது, பொதுக் காரியங்களில் ஈடுபடுவது போன்றவற்றை எடுத்துக்காட்-டாகச் சொல்லலாம்.

வருகிற வாய்ப்பையெல்லாம் பயன்படுத்திக் கொள்ள வேண்டும் என்று எண்ணுவது, கூட்டமில்லை என்பதற்காக வேறு திசையில் செல்லும் பேருந்தில் ஏறுவதற்கு சமம். நமக்கு செல்ல வேண்டிய இடம்தான் முக்கியமே தவிர, கூட்டம் அல்ல.

சரி... பிறருக்கு உதவுவதும், பொதுக் காரியங்களில் ஈடுபடுவதும் தவறா? என்று நீங்கள் கேட்கக் கூடும்.

நாம் அப்படி சொல்ல வரவில்லை.முதலில் உங்கள் முன்னேற்றத்திற்கு முக்கித்துவம் கொடுங்கள். பிறகு உங்கள் முன்னேற்றத்திற்கு உதவியாக இருக்கக்கூடிய அல்லது உங்கள் முன்னேற்றம் சார்ந்த பொதுக் காரியங்களில் ஈடுபடுங்கள்.

உங்கள் இலக்கை அடைய உங்களுக்கு நேரமும், சக்தியும் அதிகம் தேவை. பணத்தை-விட இவைதான் முக்கியம். எனவே, நேரத்தையும், சக்தியையும் அளவறிந்து பயன்படுத்-துங்கள். உங்கள் இலக்கை நோக்கி நீங்களே ஓடவில்லையென்றால், பிறகு யார் ஓடுவார்? பிறருக்காக ஓடி, ஓடி உழைத்து கொண்டே இருந்தால், நீங்கள் எப்படி வெற்றி பெறுவீர்கள்?

நீங்கள் எதில் நேரம் செலவழிக்கிறீர்களோ அதுவே வளரும் அது. பொதுக்காரியமாக இருந்தாலும் சரி; உங்கள் சொந்த வேலையாக இருந்தாலும் சரி.

அதாவது நீங்கள் நாள்தோறும் உங்கள் குடும்பத்திற்கு அதிக நேரம் செலவழித்தால் உங்-கள் குடும்ப உறவு மேம்படும்.

ஒருவேளை, உங்கள் நண்பர்களோடு அதிக நேரத்தைச் செலவழித்தால் நட்பு வளம் பெரும்.

மதுக்கடைகளிலும், கிளப்புகளிலும் உட்கார்ந்து வீண்விவாதம் புரிந்தால் சண்டையும், மனஸ்தாபமும் வளரும்.

உடற்பயிற்சிக்கு அதிக நேரம் செலவழித்தால் உடல்நலம் சிறக்கும்.

தொழிலில் அதிக நேரம் செலவழித்தால் தொழில் வளர்ச்சி அடைந்து பணம் பெருகும்.

இந்த உண்மையை பணக்காரர்கள் புரிந்து வைத்து இருக்கிறார்கள்.

11. புதியனவற்றை கற்றுக் கொள்ளலாமே!

“ஒரு காலத்தில் நாங்கள் இந்த ஊரில் ஜமீன்தாரராக வாழ்ந்தோம்” என்று பழம்பெருமை பேசிக்கொண்டு இருப்பவர்களை நீங்கள் அடிக்கடி பார்த்திருப்பீர்கள்.

ஜமீன்தார்கள் என்றில்லை... நம்மைப் போன்ற சராசரி மனிதர்களும் கூட, “3 வருஷம் முன்னாடி வரை பிசினஸ் சூப்பரா இருந்தது” என்று கடந்து போன்றவற்றையே பெருமை பேசிக்கொண்டிருப்பார்கள்.

ஆனால், பழங்கதைகள் பேசுவதால் எந்தப் பயனும் இல்லை என்று நம்மில் பலருக்கும் ஏனோ தெரிவதில்லை.

குறித்துக் கொள்ளுங்கள்... கிரிக்கெட்டில் சென்ற முறை உலகக் கோப்பையை வென்ற அணியாக இருந்தாலும்கூட, இந்த முறை உலகக் கோப்பை போட்டியில், மீண்டும் முதல் சுற்றில் இருந்தான் தொடங்க வேண்டும். சதங்களைக் குவித்த விராட் கோலி கூட ஒவ்-வொரு போட்டியிலும் மீண்டும் முதல் ரன்னில் இருந்துதான் பேட் செய்யத் தொடங்க வேண்-டும்.

எனவே, பழைய சாதனைகள் பெருமையைத் தரலாமே தவிர, இன்றைய சாப்பாட்டுக்கு உதவாது.

அதனை அடித்தளமாக வைத்துக்கொண்டு மேலே உயர்வதுதான் புத்திசாலித்தனம், அதை விடுத்து, பழம்பெருமையை உயர்வாக பேசிக் கொண்டே போனால் நாம் தாழ்ந்து போய்க் கொண்டே இருக்கிறோம் என்று அர்த்தம்.

ஒவ்வொரு நாளும் தொழிநுட்பம் வளர்கிறது; தொழில் உத்திகளும் மாறுகின்றன; வணி-கச் சூழலும், அரசின் விதிமுறைகளும் தொடர்ந்து மாறிக்கொண்டே இருக்கின்றன. எனவே, நாம் வெற்றி பெற வேண்டுமானால், புதிய புதிய விஷயங்களை கற்றுக் கொண்டே இருக்க

வேண்டும்.

நெஞ்சைத் தொட்டு சொல்லுங்கள், உங்கள் நேரத்தை கடந்த ஒரு ஆண்டில் நீங்கள் என்னென்ன விஷயங்களை புதிதாக கற்றுக் கொள்வதில் செலவழித்தீர்கள்?

- உங்கள் துறை சார்ந்த கருத்தரங்குகளுக்கு சென்றீர்களா?
- புதிய தொழில்நுட்பம் எதையாவது கற்றுக் கொண்டீர்களா?
- கண்காட்சிகளைப் பார்வையிட்டு அறிவை வளர்த்துக் கொண்டீர்களா?
- உங்களது துறையில் சாதித்த தொழிலதிபர்கள் அல்லது வல்லுநர்களை சந்தித்து உங்கள் அறிவை விரிவாக்கினீர்களா?

இப்படி எதையுமே கடந்த ஓராண்டில் நீங்கள் செய்யவில்லை என்றால், குண்டு சட்டிக்குள் குதிரை ஓட்டிக் கொண்டிருக்கிறீர்கள் என்று பொருள்.

கடந்து போன வருடத்தை விடுங்கள். இனி அடுத்த 12 மாதங்களிலாவது எதை கற்க வேண்டும் என்பதை திட்டமிடுங்கள்.

நீங்கள் புதியனவற்றை கற்றால்தான், புதிய சிந்தனைகள் தோன்றும். புதிய சிந்தனைகளே உலகை ஆளுகின்றன

ஏ. டி. எம். மொபைல் போன், ஸ்மார்ட் போன், இன்டர்நெட், இ-மெயில்... போன்ற அனைத்தும் கடந்த 20 ஆண்டுகளில் பரபரப்பை ஏற்படுத்தியவைதான். புதியவற்றை உருவாக்கிய பலரும் கோடீஸ்வரராகி இருக்கிறார்கள்.

12. உங்கள் நேரத்தை யாரோடு செலவழிக்கிறீர்கள்!

ஒரு விவசாயி தன்னுடைய வயலில் புதிதாக பயிர்விட்ட சோளத்தை சில கொக்குகள் சேதப்படுத்திக் கொண்டிருப்பதைப் பார்த்தார். அன்று மாலையே ஒரு வலையை விரித்துவிட்டு வீட்டிற்குச் சென்றார். மறுநாள் காலையில் வந்து பார்த்தபோது, சில கொக்குகளுடன் ஒரு நாரையும் வகையில் சிக்கியிருந்தது.

விவசாயியை பார்த்தவுடன் அந்த நாரை, “நான் ஒன்றும் அறியாத அப்பாவி; உன் சோளத்தை நான் தொட்டுக்கூட பார்க்கவில்லை. உனக்கு எந்தக் கெடுதலும் செய்யவில்லை. என்னைப் பார்த்தாலே தெரியும், எவ்வளவு பொறுப்பான பறவை என்று. என் பெற்றோருக்கு நான் நிறைய சேவைகள் ஆற்ற வேண்டியிருக்கிறது. என்னை தயவு செய்து விடுதலை செய்துவிடு” என்று கெஞ்சியது.

அதற்கு விவசாயியோ, “நீ சொல்வதெல்லாம் உண்ணம்தான். ஆனால் என் வயலை சேதப்படுத்திய கொக்குகளோடு நீயும் சேர்ந்திருப்பதால், உன்னை மட்டும் நான் தனியாக விடுவிக்க முடியாது. குணம் சரியில்லாதவர்களோடு சேர்ந்தது உன் தவறு” என்று

அனைத்துப் பறவைகளையும் வனத்துறையினரிடம் ஒப்படைத்தார்.

ஆம்! நாம் இலக்கை அடைய வேண்டும்; பணம் சம்பாதிக்க வேண்டும்; வெற்றி பெற வேண்டும் என்று ஓடிக் கொண்டிருக்கும்போது நமக்கு உந்துதலாக விளங்குபவர்கள் நம்மை சுற்றியிருக்கக்கூடிய நண்பர்கள் வட்டாரமே !

என்னதான் நாம் நம்முடைய கொள்கையில் உறுதியாக இருந்தாலும்கூட, நம்முடைய சிந்தனையை ஆட்கொள்வதில் நம் நண்பர்களுக்கு பெரும் பங்குண்டு.

எனவே நம்முடைய நண்பர்களைத் தேர்ந்தெடுப்பதில் நாம் மிகவும் கவனமாக இருக்க வேண்டும். வங்கிக் கணக்கை அவ்வப்போது சரிபார்ப்பதுபோல, நண்பர்களின் தரத்தையும் நாம் சரிபார்த்துக் கொள்ள வேண்டும்.

இதற்கு ஒரே வழி நீங்கள் யாருடன் அதிக நேரத்தை செலவழிக்கிறீர்கள் என்பதை ஆராய்வதுதான். அதாவது, நீங்கள் 100 பேரோடு பழகுகிறீர்கள் என்று வைத்து கொள்வோம். இதில் உங்களது 80 சதவீத நேரத்தை 20 பேரோடுதான் திரும்பத் திரும்ப செலவழிப்பீர்கள். இந்த 20 பேர்தான் உங்களது சிந்தனையை ஆக்கிரமிக்கக்கூடியவர்கள். இவர்களால் உங்கள் கனவை மெய்யாக்கவும் முடியும். பொய்யாகவும் முடியும்.

இதனால்தான் ஒத்த சிந்தனையுடைய மனிதர்களுடன் இருப்பது நல்லது என்று நம் பெரியவர்கள் சொல்வதுண்டு. ‘முதல்வனாயிரு; அல்லது முதல்வனோடிரு’ என்ற பழமொழியும் தோன்றியது இப்படித்தான்.

ஆம்! நீங்கள் யாரோடு பழகுகிறீர்களோ அவர்களது சிந்தனையே உங்களையும் தொற்றிக் கொள்ளும்.

நீங்கள் வெற்றியாளர்களைச் சுற்றியே எப்போதும் இருப்பது போன்று பார்த்து கொண்டால், ‘நாமும் வெற்றி அடைய முடியும்’ என்ற நம்பிக்கை உங்களுக்கு அதிகரிக்கும்.

ஒரு பேப்பர், பேனாவை கையில் எடுத்துக் கொள்ளுங்கள். நீங்கள் தற்போது யாரோடு அதிக நேரத்தை செலவழிக்கிறீர்களோ அவர்களில் பத்து பெயரை எழுதுங்கள். அவர்களது குணங்களில் பெரும்பாலானவை உங்களிடத்தில் இருப்பதை நீங்கள் உணரலாம்.

அடுத்ததாக, உங்கள் இலக்கை அடைய உங்களுக்கு என்ன மாதிரியான குணம் கொண்ட மனிதர்கள் தேவை என்று எழுதுங்கள். உங்கள் சுற்றத்தில் இருக்கக்கூடிய அந்த குணமுடைய மனிதர்கள் ஐவரை பட்டியலிடுங்கள். இப்பொது இவர்களை எப்படி உங்களது நெருங்கிய நண்பர்களாக்கிக் கொள்ளலாம் என்று யோசியுங்கள்.

ஒருவேளை இந்த இரண்டு பட்டியலும் ஒன்றாக இருக்குமானால், நீங்கள உங்கள் இலக்கை நோக்கி சரியான பாதையில் சென்று கொண்டிருக்கிறீர்கள் என்று அர்த்தம்.

ஒருவேளை இந்த இரண்டு பட்டியலும் வெவ்வேறாக இருக்குமாளால், காலப்போக்கில் நீங்கள் சார்ந்திருக்கும் வட்டத்தினரின் குணத்திற்கேற்ப உங்கள் வாழ்க்கையும் மாறி, நீங்கள் பணக்காரராக முடியாமல் போகலாம்.

13. ஆரோக்கிய நேரம்!

ஒருவர் எவ்வளவு பிரச்சனைகளை எதிர்கொண்டு மீண்டு வருகிறாரோ அவரே வாழ்க்கையில் வெற்றி பெற முடியும், உண்மைநிலை இப்படியிருக்க. பெரும்பாலானோருக்கு பிரச்சனை என்றாலே தயக்கம் ஏற்பட்டு விடுகிறது. கவலையை விடுங்கள்! அந்த தயக்கத்தை போக்குவதற்கும் வழி இருக்கிறது.

உங்கள் நடவடிக்கைகளை நீங்கள் உற்று கவனித்தால், ஒவ்வொரு நாளும் குறைந்தபட்சம் ஏதோ சில மணி நேரம் சிறப்பாக நீங்கள் செயல்படுவது தெரியும்.

அது காலையில் அலுவலகம் வந்தவுடன் 10 மணியிலிருந்து 12 மணி வரையாகத்தான் இருக்க

வேண்டும் என்று அவசியமில்லை. சிலருக்கு மாலை 6 மணி முதல் இரவு 8 மணி வரையாகக் கூட இருக்கலாம். சிலருக்கு மதியம் 1 மணி முதல் 3 மணி வரையாகக் கூட இருக்கலாம்.

உங்களையும் அறியாமலேயே சில முக்கிய முடிவுகளை எடுப்பதற்கு அந்த நேரத்தையே நீங்கள் விரும்பியிருப்பீர்கள்.

உதாரணத்திற்கு, உங்களுக்கு கீழ் பணியாற்றுபவர், "சார், இந்த டெண்டருக்கு அப்ளை பண்றது பற்றி டிஸ்கஸ் பண்ணனும்" என்று சொல்லும் பொது, "நாளை மதியம் பார்த்துக்-கொள்வோம்" என்று சொல்லி இருப்பீர்கள்.

இதுபோன்ற, உங்கள் மூளை சிறப்பாகச் செயல்படக்கூடிய நேரம் எதுவென்று கண்டறிந்து அந்த நேரத்தில் உங்கள் எல்லா பிரச்சனைகளுக்கும் முடிவு எடுக்கலாம்.

இதே போல், நாள்தோறும் சில மணி நேரம் உங்களது மூளை மிகவும், மெதுவாக வேலை செய்யும். உங்கள் கவனம் திசை திரும்பிக்கொண்டே இருக்கும் அப்போது பெரிய முடிவுகள் எதுவும் எடுக்காமல், சாதாரண வேலைகளைச் செய்யலாம்.

இப்படி உங்கள் உடலும், மனமும், மூளையும் சிறப்பாக செயல்படக்கூடிய ஆரோக்கிய நேரத்தைக் கண்டறிந்து கொண்டால் நீங்கள் பணக்காரர்களாக உயர முடியும்.

14. எல்லா நேரமும் நல்ல நேரம்தான்!

நம் பலரிடையே உள்ள ஒரு முக்கிய பழக்கம் என்னவென்றால், நல்ல நேரத்திற்காக காத்திருந்து உள்ள நேரத்தையும் வீணாக்குவது. பொதுவாக பணக்காரர்கள் நல்ல நேரத்திற்காகக் காத்திருப்பதில்லை. நல்ல வேலை செய்வது என்று தீர்மானித்துவிட்டால், அதற்கு நல்ல நேரம் பார்ப்பதில் அர்த்தம் இல்லை. இதுதான் அவர்கள் பாலிசி.

அதாவது, நல்ல நேரம் பார்க்க வேண்டாம் என்று நாம் சொல்ல வரவில்லை. அதேசமயம், நல்ல நேரத்திற்காகக் காத்திருந்து வாய்ப்பைத் தவற விட்டுவிடக் கூடாது என்பதை நீங்களே புரிந்துகொள்ள வேண்டும்.

ஒவ்வொரு நாளும் இரவு உறங்கும் முன், அன்றைக்கு காலையிலிருந்து இரவு வரை எப்படி உங்கள் நேரத்தைச் செலவழித்தீர்கள் என்று பட்டியலிடுங்கள். இதற்கு 'டைம் ஆடிட்' (Time Audit) என்று பெயர்.

ஜனாதிபதி, பிரதமர், கவர்னர், முதல்வர் போன்ற வி.ஐ.பி.களெல்லாம் பொது நகழ்ச்சி-களில் கலந்து கொள்கிறபோது அவர்களை ஒவ்வொரு நிமிடமும் எப்படி செலவழிக்கப்படும் என்று திட்டமிடும் வகையில் 'மினிட் டு மினிட்' (Minute to Minute) புரோகிராம் உருவாக்கப்படும். இதன் அர்த்தம் என்னவென்றால், அவர்களது ஒவ்வொரு நிமிடமும் மிக முக்கியமானது என்பதாகும்.

நாம் அந்த அளவிற்கு நிமிடவாரியாக நம்முடைய நேரத்தை திட்டமிடாவிட்டாலும்கூட, மணிவாரியாகவாவது திட்டமிட வேண்டும்.

தூங்குவதற்கு எட்டு மணி நேரம்; அலுவலக வேளைக்கு எட்டு மணி நேரம்; அலுவலகம் சென்று வர இரண்டு மணி நேரம்; குளித்தல், சாப்பிடுதல் போன்ற தினசரி கடமைகளுக்கு இரண்டு மணி நேரம் என ஒதுக்கிக் கொண்டால்கூட, உங்களுக்கு எப்படியும் நான்கு மணி

நேரம் நாள்தோறும் மிச்சம் இருக்கும்.

மனிதருக்கு மனிதர் இந்தக் கணக்கு வேறுபடும் என்றாலும், நீங்கள் புரிந்து கொள்ள வேண்டியது என்னவென்றால், திட்டமிடப்படாத காரணத்தால் நாள்தோறும் சில மணி நேரங்கள் ஃபேஸ் புக், டுவிட்டர், வாட்ஸஅப், இன்டர்நெட், டி.வி. டெலிபோன் அரட்டை, தேவையற்ற விவாதம் என வீணாகக் கழிகின்றன என்பதுதான்.

இவற்றுக்கெல்லாம் நீங்கள் நேரமே செலவழிக்கக்கூடாது என்று நாம் சொல்லவில்லை, நாள்தோறும் ஒரு குறிப்பிட்ட நேரத்தை மட்டும் செலவழித்துவிட்டு, மீதமுள்ள நேரத்தை உங்கள் இலக்கு நோக்கி பயணிக்க பயன்படுத்திக் கொள்ளலாம்.

சனி, ஞாயிறு போன்ற வேலையில்லா விடுமுறை நாட்களில் உங்களது நேரத்தை எப்படி வீணாகக் கழிக்கிறீர்கள் என்று யோசித்துப் பார்த்து, அந்த நேரத்தையும் எப்படி பயனுள்ள வகையில் கழிக்கலாம் என்றும் திட்டமிடலாம்.

15. 'ஆமாம் சாமிகளை' உடன் வைத்திருக்கிறீர்களா?

ஒரு மிகப் பெரிய நிறுவனத்தின் முதலாளிக்கு மூன்று மகன்கள் இருந்தனர். அவர்களில் யாரிடம் அந்த நிறுவனத்தின் பொறுப்பை ஒப்படைப்பது என்று குழப்பம் அவருக்கு ஏற்பட்டது. நமக்கு மிக நெருங்கிய பணக்கார நண்பர் ஒருவரை அழைத்து ஆலோசனை கேட்டார்.

அந்தப் பணக்கார நண்பரும், மூன்று மகன்களையும் நேரில் சந்தித்தார்.

உங்கள் நிறுவனத்தில் பணியாற்றும் பியூன், டிரைவர், ஸ்வீப்பர் போன்றவர்களின் பெயர் தெரியுமா? அவர்களின் குடும்ப விவரத்தை விசாரித்திருக்கிறீர்களா? அவர்களில் ஒரு சிலரின் வீட்டிற்காவது நேரில் சென்றிருக்கிறீர்களா? என்று அவர்களிடம் கேட்டார்.

இந்த மூவரில் இரண்டாவது மகன் மட்டுமே அனைத்து கேள்விகளுக்கும் பாசிட்டிவாக பதில் சொன்னதால் அவரிடமே அந்த நிறுவனத்தின் பொறுப்புகள் ஒப்படைக்கப்பட்டன.

இப்போது இந்த கேள்வியை நீங்கள் உங்களிடம் கேட்டுப்பாருங்கள்.. உங்கள் நிறுவனத்தில் பணியாற்றும் கடைநிலை ஊழியரின் பெயர் உங்களுக்கு தெரியுமா ? இந்த கேள்வி அவ்வளவு முக்கியமா என்று நீங்கள் யோசிக்கலாம்.

முக்கியம்தான், ஏனெனில் நம்மிடம் பணியாற்றுபவர்கள் வெறும் ஊதியத்தை மட்டும் எதிர்பார்க்கவில்லை. அன்பையும், மதிப்பையும் கூட எதிர்பார்க்கிறார்கள். அவற்றை நாம் வழங்கினால் அவர்களுடைய திறமையை பன்மடங்கு வெளிப்படுத்தி நாம் வளர்ச்சி பெற உதவுவார்கள். நமோடு பணியாற்றுகிற சூழ்நிலை ஊழியர்கள் தொடங்கி உயர் அதிகாரிகளாக இருக்ககூடிய அறிவாளிகள் வரை அனைவர்க்கும் இது பொருந்தும்.

ஒரு பணக்காரருடைய வளர்ச்சி என்பது அவரால் மட்டுமே ஏற்படுவதல்ல அவருக்கு பின்னால் இயங்கக்கூடிய பலரது கூட்டு முயற்சிகளால் ஏற்படுவதே ஆகும். பணக்காரர்கள் இதனை அறிந்து வைத்திருப்பதால் தான், எப்போதும் அவர்களை சசுற்றி அறிவாளிகளை வைத்திருப்பார்கள்.

ஆனால், நம்மில் பலரோ, நம்மை சுற்றிலும் 'ஆமாம் சாமிகளை உடன் வைத்துக் கொள்ள விரும்புகிறோம். பிறர் ஆலோசனைள் சொல்வதை நாம் விரும்புவதில்லை.

நீங்கள் சொந்த நிறுவனத்தை நடத்துபவரார்க இருந்தால் உங்கள் நிறுவனத்தில் எத்தனை அறிவாளிகளிகளை வேலைக்கு வைத்திருக்கிறீர்கள் என்று யோசித்து பாருங்கள். அந்த எண்ணிக்கையை அதிகரித்தால் நீங்களும் பணக்காராகி விடுவீர்கள்.

பொதுவாக, பலரும் சொல்வது என்னவென்றால், "வேலைக்கு ஆட்களே கிடைப்பதில்லை; இதில் அறிவாளிகளை எங்கு தேடுவது?" என்பதுதான்.

தமிழகத்தில் ஒவ்வொரு ஆண்டும் கல்லூரி படிப்பை முடித்து விட்டு சுமார் 5 லட்சம் பேரும், அரசுத் துறை மற்றும் கார்ப்பரேட் நிறுவனங்கள் இருந்து ஓய்வு பெற்று சுமார் 1 லட்சம் பேரும் வெளிவருகிறார்கள். எனவே வேலைக்கு ஆள் கிடைப்பதில்லை என்பது ஏற்புடையதல்ல, அதற்கென களத்தில் இருக்ககூடிய மனிதவள நிறுவனங்களை அணுகி, ஆட்களை தேர்வு செய்யலாம். உங்களுடைய அடுத்த கேள்வி, 'என்னுடைய நிறுவனம் சிறியதாயிற்றே, மெத்த படித்தவர்கள், அறிவாளிகள், உயர் பதிவி வகித்தவர்களெல்லாம் வேலைக்கு வருவார்களா?' என்பதுதானே ?

நாம் பணியாளர்களை வேலைக்கு தேர்வு செய்கிற போது அவர்கள் சார்ந்த கேள்விகளையே அதிகம் கேட்கிறோம் அதில் தவறில்லை. ஆனால், நம் நிறுவனத்தைப் பற்றியும் அதன் எதிர்கால வளர்ச்சிப் பற்றியும், இதில் பணியாற்றுவதால் அவர்களுக்கு கிடைக்கப்போகிற சுகானுபவம் குறித்தும் நாம் சொல்வதில்லை. பணக்காரர்கள் ஒவ்வொரு முறையும் பிறரோடு பேசுகிறபோது அதனால் தனக்கு என்ன லாபம் என்று மட்டுமே யோசிப்பதில்லை. தம்மோடு இணைவதால் அவர்களுடைய வாழ்க்கையில் என்ன நன்மை ஏற்படும் என்று சிந்திகிறார்கள். அதையே வெளியிலும் சொல்கிறார்கள். இதுவே அவர்களிடம் அறிவாளிகளைக் கொண்டு வந்து சேர்க்கிறது. நீங்கள் உங்கள் காதலியிடம் பேசுவதில் தொடங்கி, உங்கள் நிறுவனத்திலன் முதலாளி அல்லது உங்கள் நிறுவனத்தில் பணியாற்றும் தொழிலாளி, வங்கி அதிகாரி, வாடிக்கையாளர், முதலீட்டாளர் வரை அனைவருடனும் இணைந்து பணியாற்றும்போது, உங்களோடு இணைவதால் அவர்களுக்கு எப்படி அதிக பயன்களை பெற்றுத் தர முடியும் என்று யோசிக்க வேண்டும். அப்படி யோசித்தால் அவர்கள் எப்போதும் உங்களுடன் இணைந்திருப்பார்கள். நீங்கள் மட்டும் வெற்றி பெற்றால், அது சராசரி மனிதனின் மனோபாவத்தைக் குறிக்கும். உங்களோடு உடனிருக்கும் பிறரையும் வெற்றி பெறச் செய்தால் அது பணக்காரர்களின் மனோபாவத்தை குறிக்கும்.

16. சர்க்கரை மனிதர்கள்!

களிமண், பஞ்சு, சர்க்கரை, என மனிதர்களில் மூன்று வகையினர் உண்டு.

பிரச்சனை என்கிற தண்ணீர் பட்டவுடன் இறுகிப் போகிறவர்கள் களிமண் மனிதர்கள், அவர்கள் பிரச்சனைகளை மீறி சிந்திப்பதில்லை; பிரச்சனைகளும் அவர்களை விட்டு விலகுவதில்லை.

தண்ணீரில் மூழ்கும்போது சற்று சுருங்கினாலும், யாருடைய உதவியையாவது பெற்று மீண்டும் பழைய நிலைக்கு வருபவர்கள் பஞ்சு மனிதர்கள்.

சர்க்கரை மனிதர்கள் சற்று வித்தியாசமானவர்கள். தண்ணீரில் கலந்தாலும் தண்ணீரையே இனிப்பாக்கக் கூடியவர்கள். இவர்களே பிரச்னைகளின்போது வாய்ப்புகளை கண்ட-

றிகிறார்கள்.

இவற்றில் நீங்கள் எந்த வகை என்பது முக்கியமல்ல. எந்த வகையான மனிதர்களை உடன் வைத்திருக்கிறீர்கள் என்பதே முக்கியம்.

ஒரு வெற்றியாளர் எப்போதும் சர்க்கரை மனிதர்களையே உடன் வைத்திருக்கிறார்

வெற்றியாளர்களிடம் இருக்கக்கூடிய மிகப் பெரிய வலிமையே அவர்கள் தனித்து இயங்குபவர்கள் அல்ல: பலரையும் உடன் சேர்த்துக் கொண்டு முன்னேறுபவர்கள். அதேபோல் எந்தெந்த வேலைகளை, உடனிருக்கும் எவரெவரிடம் பிரித்து கொடுக்க வேண்டும் என்கிற தெளிவும் அவர்களுக்கு உண்டு.

அந்த தெளிவு உங்களுக்கு வரவேண்டுமென்றால் இதோ, இந்தப் பயிற்சியை முயற்சித்துப் பாருங்கள்.

ஒரு பேப்பர், பேனாவை எடுத்துக்கொண்டு, தொடர்ந்தாற்போல் அடுத்த ஆறு மாதங்களுக்கு நீங்கள் வெளிநாடு செல்ல வேண்டுமானால், உங்களுடைய வேலைகளையெல்லாம் யார் யாருக்கு பகிர்ந்தளிப்பீர்கள்? என்ற கேள்விக்கு விடையளியுங்கள்.

'நான் தொழில்நுட்பத்தைப் பயன்படுத்தி வெளிநாட்டில் இருந்தவாறே அவ்வப்போது ஆலோசனை கொடுத்துக் கொண்டே இருப்பேன் என்ற கதையெல்லாம் வேண்டாம்.

உங்களுக்குக் கீழ் பணியாற்றும் ஒவ்வொரு ஊழியருக்கு அவரவருக்கான இலக்குகள், பொறுப்புகள், முடிவெடுக்கும் எல்லைகள் ஆகியவற்றை சரியாக வரையறுத்துக் கொடுத்துவிட்டால் இது சாத்தியமே.

'என் தொழில் பணப்பழக்கம் அதிகம், இதெல்லாம் முடியாது என்று நீங்கள் எண்ணினால், இதே தொழிலை கார்ப்பரேட் நிறுவனம் போன்று செய்யக்கூடிய உங்களது போட்டியாளர்களை பற்றி சற்று சிந்தித்து பாருங்கள்

கோடிக்கணக்கில் பணம் புழங்கக்கூடிய நகைக்கடைகள் கூட இன்றைக்கு உரிமையாளர்களின் நேரடி மேற்பார்வையில்லாமல் ஒரு கார்ப்பரேட் நிறுவனம் போல் செயல்படுவதைவிட வேறு என்ன உதாரணம் வேண்டும்?

ஒரு தொழில் முனைவர் ஜெயிக்கிற குதிரையாக இருந்தால் மட்டும் போதாது பத்துக் குதிரைகளையாவது உருவாக்குகிற பயிற்சியாளராகவும் இருக்க வேண்டும் பணக்காரர்கள் இதைத்தான் செய்கிறார்கள். தாம் மட்டும் பணியாற்றாமல் தமக்கு கீழ் பணியாற்ற பத்துப் பேரையாவது அவர்கள் உருவாக்குகிறார்கள்.

டாட்டாவும், பிர்லாவும், அம்பானியும், அதானியும் கல்லாவில் உட்கார்ந்து வரவு செலவு கணக்கு பார்ப்பதில்லை; ஆர்டர் எடுக்க கடைகடையாக ஏறி இறங்குவதில்லை; கடன் கேட்டு வங்கிகளுக்கு நேரில் செல்வதில்லை; ஆனால், இவை எல்லாவற்றையும் மேற்கொள்ள தகுதியான மனிதர்கள் நியமித்து விடுகிறார்கள்

அண்மையில் ஒரு தனியார் நிதி நிறுவன அதிபரைச் சந்திக்கும் வாய்ப்பு கிடைத்தது. அந்த நிறுவனம் மக்களிடையே நன்மதிப்பைப் பெற்ற பெரிய நிறுவனமாகும். பலருக்கும் கடன் கொடுத்து மீண்டும் கடன்களையெல்லாம் திறம்பட வசூலித்து சிறப்பாக இயங்கி வருகிறது அந்த நிறுவனம்.

"நிதி நிறுவனம் என்றாலே வாராக்கடன்கள் அதிகமாக இருக்குமே... எப்படி சமாளிக்கிறீர்கள்?" என்று நாம் கேட்டதற்கு, அவர் சொன்ன பதில் ஆச்சர்யம் தந்தது.

உண்மைதான், பணம் தராமல் ஏமாற்றிவிட்டு செல்கிறவர்கள் மீது நடவடிக்கை எடுக்க காவல்துறையில் உயர் பதவியில் பணியாற்றி, ஓய்வு பெற்ற சிலரை பணிக்கு அமர்த்தியிருக்கிறோம். அவர்கள் காவல் துறையினரிடம் முறைப்படி புகார் அளித்து பிரச்சினைகளை விரைவாகத் தீர்க்க எங்களுக்கு உதவுகிறார்கள்.

அதுபோல், வாராக்கடன்கள் குறித்த வழக்குகளைக் கையாளவும் தகுதி வாய்ந்த ஓய்வு பெற்ற வழக்கறிஞர்களை உடன் வைத்திருக்கிறோம். இப்படி அந்தந்த துறை சார்ந்த மனிதர்களை உடன் வைத்திருப்பதால், சட்டத்தை முறையாகப் பின்பற்றி எளிதாக கடன்களை வசூலிக்க முடிகிறது. புரிந்து கொள்ளுங்கள். நமக்குத்தான் அவை பிரச்னை, ஆனால், அவர்களுக்கு அவை அன்றாட செயல்'' என்றார்

தங்களுக்குக் கீழ் பணியாற்ற அறிவாளிகளை அவர்கள் வேளைக்கு வைத்து கொள்கிறார்கள்.

ஆக பணக்காரர்களைப் போன்று வேலைகளைப் பகிர்ந்தளித்தலையும், உடன் அறிவாளிகளை வைத்து கொள்ளுதலையும், உரியவர்களிடம் பிரச்சனைகளைத் தீர்க்க பொறுப்புகளை ஒப்படைத்தலையும் கற்றுக் கொண்டால் நீங்களும் அதேபோன்று உயரலாம்.

17. பணக்காரர்கள் வேலை செய்வதில்லை!

'நான் ரொம்ப பிஸி' என்று சொல்ற ரகமா நீங்கள்?

அப்படியென்றால் நீங்கள் வாழ்க்கையில் வெற்றி பெற முடியாது!

ஒரு உண்மை தெரியுமா..? பணக்காரர்கள் பொதுவாக வேலை . செய்வதில்லை.

நீங்கள் நம்பாவிட்டாலும், இதுதான் யதார்த்தம்.

பணக்காரர்கள் அன்றாடம் வாகனம் ஓட்டுவதில்லை; கடிதம் எழுதுவதில்லை; பிழை திருத்தம் பார்ப்பதில்லை, கூட்டல், கழித்தல் கணக்கு போடுவதில்லை,

இந்த வேலைகளையெல்லாம் தகுதியான ஆட்களிடம் பிரித்துக் கொடுத்துவிட்டு, அவர்கள் தங்களது நேரத்தைப் பெரும்பாலும் சிந்திப்பதற்கே செலவிடுகிறார்கள். எதிர்காலத்தைத் திட்டமிடுவதற்கும், வருமானத்தை அதிகரிப்பதற்கும், விற்பனை உத்திகளை வகுப்ப தற்கும், பிரச்னைகளைத் தீர்ப்பதற்குமே அவர்கள் நேரத்தைச் செலவிடுகிறார்கள்.

அன்றாட வேலைகளில் ஈடுபடுவது என்பது, டிரைவர் சீட்டில் அமர்ந்து கார் ஓட்டுவது போன்றது. உங்களது முழு கவனமும் சாலையின் மீதே இருக்கும். ஆனால், சிந்தனை சார்ந்த

வேலைகளில் ஈடுபடுவது என்பது, பின் சீட்டில் அமர்ந்து பயணிப்பது போன்றது. போக்குவரத்தால் பாதிக்கப்படாமல் நிதானமாக நீங்கள் திட்டமிட முடியும்.

நீங்கள் கோடீஸ்வரராக வேண்டுமென்றால் எந்த வேலையையும் செய்யக்கூடாது என்று நாம் சொன்னதும், உங்கள் மனதில் எழும் அடுத்த கேள்வி, 'பிறரிடம் வேலையைப் பகிர்ந்தளிக்கிறபோது, அவர்கள் நம்மைப் போன்று துல்லியமாகவும், சரியாகவும் செய்வதில்லையே?'' என்பதுதானே?

வேலையைப் பகிர்ந்தளிக்கிறபோது ஆரம்பத்தில் உங்களுக்குக் கீழ் பணிபுரிபவர்கள் தவறுகள் புரியத்தான் செய்வார்கள். அவர்களைத் தொடர்ந்து முறையாகப் பயிற்றுவித்தால்,

உங்கள் தேவைக்கேற்ப அவர்களை உருவாக்க முடியும். இதைத்தான் வெற்றியாளர்கள் செய்கிறார்கள்.

நீங்கள் மேற்கொள்கிற சில வேலைகளை உங்கள் வீட்டுப் பிள்ளைகளிடம் கொடுத்துப் பாருங்கள். அவர்கள் இன்னும் அழகாகச் செய்யக்கூடும்.

சென்ற கோடை விடுமுறையில் எங்கள் உறவினர் செந்தில்நாதன் என்பவரது குடும்பத்துடன் ஊட்டிக்குச் சென்றிருந்தோம் கிளம்பியதில் இருந்து திரும்பவும் வீட்டிற்கு வரும் வரை ஏற்படக்கூடிய செலவுகள் அனைத்தையும் குறித்து வைத்துக் கொள்ளும் வேலையை 9 ஆம் வகுப்பு படிக்கும் அவரது மகனிடம் ஒப்படைத்தோம். நாங்கள்

எதிர்பார்த்ததை விட மிகத் துல்லியமாக அவன் செலவுகளை எழுதியிருந்தது ஆச்சரியத்தை ஏற்படுத்தியது.

எனவே, யாரையும் குறைந்து எடைபோட வேண்டிய அவசியமில்லை. வாய்ப்புகளை வழங்கி, முறையான பயிற்சியும் கொடுத்தால் எவரையும் நம் தேவைக்கேற்ப மாற்ற முடியும்.

வேலைகளைப் பிறரிடம் பிரித்துக் கொடுப்பதால், நீங்கள் எப்போதும் பிஸியாகவே இருக்கத் தேவையில்லை. இனிமேல் யாராவது உங்களிடம் 'நான் பிஸி!' என்று சொன்னால், அவர் டிரைவர் வேலை பார்த்துக் கொண்டிருக்கிறார் போலும் என்று நினைத்துக் கொள்ளுங்கள்.

நீங்கள் டிரைவர் சீட்டில் அமர வேண்டுமா? அல்லது பின் சீட்டில் அமர வேண்டுமா? என்று முடிவெடுக்க வேண்டிய தருணம் இது. ஒவ்வொரு வேலையும் உங்கள் டேபிளுக்கு வருகிறபோது அதை 'நானே பார்த்துக் கொள்கிறேன்' என்று பிடிவாதம் பிடித்தால் டிரைவர் சீட்டில் அமர்கிறீர்கள் என்று பொருள். அதைத் தகுதியானவரிடம் பிரித்துக் கொடுத்து அதனை மேற்பார்வையிடத் தொடங்கினால், பின் சீட்டில் அமருகிறீர்கள் என்று அர்த்தும். மேற்பார்வையிடுவது என்பது மிகவும் அவசியம். 'பார்க்காத பயிரும் கேட்காத கடனும் பாழ்' என்பதுபோல் மேற்பார்வையிடாத வேலைகள் முறையாக முடிவடையாது.

நாம் என்னதான் நம்பிக்கைக்குரிய மனிதர்களிடம் வேலைகளை பகிர்ந்தளித்தாலும் கூட, அவர்கள் சிறப்பாக செயல்படுகிற வகையில் System வகுக்க வேண்டும்.

காஷ்மீரில் தபால்பெட்டியில் போடப்படுகிற ஒரு தபால், கன்னியாகுமரியில் உள்ள நேரு குறுக்குத் தெருவில் வசிக்கும் முருகேன் என்பவருக்கு சரியான முறையில் சென்றடைகிறது என்றால், அதற்கு காரணம் அஞ்சல்துறையில் செயல்படும் முறைமைகள் (Systems) தான்.

நீங்கள் ஒரு வாரத்திற்கு வெளிநாடு செல்கிறீர்கள் என்று வைத்துக் கொள்வோம். அப்போது, உங்களின் உதவி இல்லாமல் உங்கள் நிறுவனமும், உங்கள் இல்லமும் தொடர்ந்து இயங்குமானால், நீங்கள் பிறரிடம் சரியாக எல்ல வேலைகளையும் பிரித்தளித்து, அவர்கள் செயல்படும் முறைகளையும் ஒழுங்காக வரையறுத்து இருக்கிறீர்கள் என்று பொருள்.

மாறாக, சின்னச் சின்ன விஷயங்களுக்கெல்லாம் உங்களை தொலைபேசியில் அழைத்து, தொந்தரவு செய்கிறார்கள் என்றால், நீங்கள் பிறரிடம் சரியாக வேலையை பிரித்தளிக்கவில்லை அல்லது அவர்கள் செயல்படும் விதத்தை சரியாக வரையறுக்கவில்லை என்று அர்த்தம்.

உங்களுக்கு உங்கள் நிறுவனத்தின் செயல்பாடுகளை முறைப்படுத்தத் தெரியவில்லை என்றால், அதற்கென்று இருக்கக்கூடிய ஐ.எஸ்.ஓ. (International Organization for

Standardisation) எனப்படும் பணி நிர்ணய முறைகளை வகுப்பதில் கைதேர்ந்த ஆலோசகர்களை அணுகலாம்.

18. மனமே செயல்!

வாழ்க்கையில் சோர்வு என்பது கூடவே கூடாது. இந்தி எழுத்தாளர் பிரேம் சந்த், 'ஒரு விளக்கின் கடமை வெளிச்சம் தருவதுதான். எண்ணெயும் திரியும் எவ்வளவு காலம் இருக்குமோ அவ்வளவு காலமும் அது ஒளி வீசிக்கொண்டுதான் இருக்கும். எண்ணெய் தீர்ந்தவுடன், திரியையும் எரித்துவிட்டு விளக்கு தானாகவே அணைந்துவிடும்..!'' அதுபோல ஒருவருக்கு உதவி செய்ய வேண்டும் என்ற எண்ணம் இருந்தால், எங்கேயும், எப்போதும் செய்ய முடியும். இந்தக் கதையைப் படியுங்கள். ஒரு வயதான மனிதர் தனிமையாக ஒரு கிராமத்தில் வாழ்ந்து வந்தார். அவரது தோட்டத்தில் நன்றாக மண்ணைத் தோண்டி பல ஆண்டுகளாக உருளைப் பயிரிட்டு வந்தார். இந்த வருடம் அது தடைப்பட்டுப் போனது. காரணம், அவருக்கு உதவியாக இருந்த அவரது ஒரே மகன் சிறைச்சாலையில் இருந்தான். அந்த வயதான மனிதர் தன் மகனுக்கு ஒரு கடிதம் எழுதினார்.

அன்புள்ள மகனுக்கு,

நான் இந்த வருடம் உருளைக் கிழங்குத் தோட்டம் போட முடியாமல் போனதில், மிகவும் வருத்தமாக இருக்கிறது. வயதான காரணத்தினால் தோட்டத்தைப் பயிரிடவோ, உழவு வேலை செய்யவோ முடியவில்லை.

நீ இங்கு இருந்திருந்தால் என்னுடைய எல்லாப் பிரச்னைகளும் தீர்ந்திருக்கும். சரி, இது காலத்தின் கட்டாயம் போலும், அன்புடன், அப்பா.

சிறிது நாட்களில் அந்த வயதான மனிதருக்கு ஒரு தந்தி வந்திருந்தது.'கடவுளே! நல்லவேளையாக நீங்கள் தோட்டத்தை உழவு செய்யவில்லை. ஏனென்றால், அங்குதான் எல்லா துப்பாக்கிகளையும் நான் புதைத்து வைத்துள்ளேன். வெளியாட்கள் யாரையும் வைத்துத் தோட்டத்தைத் தோண்டிவிட வேண்டாம்.'' அரசு இயந்திரத்தின் மூலம் வந்த தகவல் ஆயிற்றே! அடுத்த நாள் விடிகாலை 4 மணிக்கு ஒரு டஜன் காவலர்கள் ரகசியமாக அந்த வீட்டை முற்றுகை இட்டனர். அந்தத் தோட்டத்தின் எல்லா இடங்களிலும் தோண்டிப் பார்த்தனர். ஆனால் எந்தத் துப்பாக்கியும் கண்டுபிடிக்க முடியவில்லை. அங்கிருந்து கிளம்பிவிட்டனர். காலையில் வெளியே வந்து பார்த்த பெரியவர், தோட்டம் கிளறிப் போடப்பட்டிருக்கும் தகவலை பதற்றத்துடன் மகனுக்குக் கடிதமாக எழுதினார். துப்பாக்கிகள் ஏதும் தென்படவில்லை என்றும் குறிப்பிட்டார். அவரது மகன் அடுத்த கடிதத்தில் சொன்னது..''நீங்கள் சென்று உருளைக்கிழங்குத் தோட்டத்தை அங்கே பயிருடுங்கள் அப்பா, இதுதான் நான் இங்கே இருந்து கொண்டு உங்களுக்குச் செய்ய முடிந்த பெரிய உபகாரம்''.

நீங்கள் உலகில் எங்கே இருக்கிறீர்கள் என்பது பெரிதல்ல, ஒன்று செய்ய வேண்டுமென்று உங்கள் உள்ளத்தின் ஆழத்தில் நீங்கள் முடிவு செய்து கொண்டால் உங்களால் அதனைச் செய்ய முடியும். எண்ணங்கள்தான் மிகவும் முக்கியம். ரியல் எஸ்டேட் வியாபாரத்தில் இப்படிச் சொல்வார்கள். ''நீங்கள் ஒரு சொத்தை வாங்கவேண்டும் என்று மனதார விரும்பினால்,

அதற்கான பணம் தன்னாலே வந்து நிற்கும்! எல்லாமே அப்படித்தான். ஒரு செயலைச் செய்யவேண்டும் என்ற மனம் இருந்தால், அதற்கான வழிகளும் கதவுகளும் நம் முன்னே விரியும் என்பதில் சந்தேகமில்லை.

19. நெருக்கடி ரசி!

ராஜாவுக்கும் அவரது மகளுக்குமான 'ஈகோ' போட்டி பற்றிய கதை இது.

ஒரு நாட்டின் வீரத் தளபதிக்கும், அழகு இளவரசிக்கும் இடையே காதல் மலர்கிறது. இது ராஜாவின் காதுக்குப் போகிறது. இவர்களின் காதலை விரும்பாத அரசர்,

தளபதியை ஊரறியக் கொல்ல நினைக்கிறார்.

"இந்தக் காதலில் தளபதி மட்டும் குற்றவாளி இல்லையே... உங்கள் மகளும்தானே அவனைக் காதலித்திருக்கிறார். அதற்காக இளவரசியையும் கொல்லவேண்டும் என்று நான் கூறவில்லை. ஆனால், இதனை மனதிற்கொண்டு, தளபதிக்கு ஒரு வாய்ப்புத் தாருங்கள்..." என்று அரசரிடம் பணிவுடன் சொல்கிறார் மதியூக மந்திரி. அமைச்சர் சொல்வதும் சரிதான் என்று முடிவுக்கு வரும் அரசர், சமமான வாய்ப்பு தர முடிவெடுத்து, காற்றுக் கூட புக முடியாத ஒரு உறுதியான கூண்டைத் தயாரிக்கச் சொல்கிறார்.

சம்பவத்தை நிகழ்த்தும் மைதானத்துக்கு ஊர் மக்களை வரவழைத்து, தளபதியைக் கைவிலங்கிட்டுக் கொண்டு வருகின்றனர், சேவகர்கள்.

ராஜா அறிவிக்கிறார்... "இம்மைதானத்தில் இரு கூண்டுகள் உள்ளன. ஒன்றில், பலநாள் பசியோடு காத்திருக்கும் முரட்டுச் சிங்கம். இன்னொன்றில், என் அன்பு மகள். நீ எந்தக் கூண்டைத் திறக்கிறாயோ, அதன்படி உன் வாழ்க்கை அமையும்!" என்கிறார். இரு கூண்டுக்கும் இடையே இடமும் வலமுமாகப் பார்வையைச் சுழலவிடுகிறான் தளபதி. மக்களிடம் ஆழ்ந்த அமைதி. படபடக்கும் இதயத்தோடு அனைவரும் காத்திருக்கின்றனர்.

"காதலைக் கைவிட்டு, ஊரை விட்டு ஓடிவிடுகிறாயா..?" என்கிறார் ராஜா.

தன் மறுப்பை பலமான தலையசைப்பில் தெரிவித்த தளபதி, இரு கூண்டுகளையும் அடுத்தடுத்து பார்த்தபின், ஒரு முடிவோடு இடதுபுறம் இருந்த கூண்டை நோக்கிப் பயணித்தான். மக்கள், என்ன நடக்குமோ...? என்ற அச்சத்துடன் இருக்கையை விட்டு எழுந்து விட்டனர். கூண்டின் கதவைத் திறந்தான் தளபதி. உள்ளே...

கதை இந்த இடத்தில் முடிகிறது. கதையின் முடிவு எப்படி வேண்டுமானாலும் இருந்துவிட்டுப் போகட்டும். ஆனால், நாம் அறிந்து கொள்ள வேண்டியது என்ன.?

எத்தகையை சிக்கலான சூழலிலும் நம்பிக்கையை மட்டும் கைவிட்டுவிடக் கூடாது. நெருக்கடியை விரும்பி ஏற்றுக்கொண்டு, அதனை எதிர்கொள்ளப் பழகுவோரே வெற்றியாளராக முடியும்.

ஆற்றின் போக்கில் சருகாகும் இலைக்கும், வாழ்க்கையின் பாதையில் பயணிக்கும் மனிதனுக்கும் பெரிய வேறுபாடு இல்லை. தன் போக்கில் வாழ்க்கையை நகர்த்த, சவால் விரும்பிகள் எப்போதுமே தயாராக இருப்பதில்லை.

“அலுவலகத்தில் எந்தப் பிரச்னையும் இல்லை சார்... ஜாலியாக இருக்கிறேன்... சந்தோஷமாக நகர்கிறது வாழ்க்கை!” என்று கூறும் நண்பர்களையும் பார்த்திருக்கிறேன்.

“சார், லைஃப் ரொம்ப ஸ்மூத்தாப் போகுது. ஆனா, இப்படியே சொகுசா இருந்து பழகிட்டா, பின்னால பெரிய சிக்கல்ல மாட்டிக்குவோமான்னு பயமா இருக்கு. எப்பவெல்லாம், ஆஃபீஸ்ல பிரச்னை இல்லாம எல்லாமே என் விருப்பப்படி நடக்குதோ, அப்பல்லாம், என் வளர்ச்சி தடைபடுதுன்னு உணர்றேன்..” என்று கூறும் நண்பரையும் பார்த்திருக்கிறேன்.

சவால் இல்லாத வாழ்க்கை சுவாரஸ்யமற்றது என்று கூறும் நண்பரின் வெற்றி கிராஃப் தொடர்ந்து உயர்ந்து கொண்டே இருந்திருக்கிறது. இன்று தனது வேலையை உதறிவிட்டு, தனி நிறுவனம் தொடங்கி, ஒரே ஆண்டின் முடிவில் மூன்று வகைத் தொழில்களைப் பார்த்துக் கொண்டிருக்கிறார் அவர். முன்பு எட்டு மணி நேரமாக இருந்த தனது பணிநேரத்தை, இன்று பதினாறு மணிநேரமாக அதிகரித்துக் கொண்டிருக்கிறார். ஆனால், முன்பைவிட, முகம் மலர்ச்சியாக இருக்கிறது. “பிஸியா போகுது சார்!” என்று ஆனந்த அலுப்போடு சொல்கிறார்.

இதுதான் உண்மை நண்பர்களே. நெருக்கடியை, சவால்களை எதிர்கொள்ளுங்கள். வாழ்க்கை வளமாகும்.

20. பிஸியை நேசி!

காட்டில் ஒரு குரு இருந்தார். அவரைத் தேடி வந்த சிஷ்ய பக்தன், “எந்நேரமும் சிந்தனை வயப்பட்டுக் கொண்டே இருக்கிறேன். மூளை ஓய்வே கொள்ள மாட்டேன் என்கிறது..” என்றான்.

*நல்ல விஷயம்தானே! புதிய கண்டுபிடிப்புகளுக்கு அச்சிந்தனையைப் பயன்படுத்த வேண்டியதுதானே!” என்றார் குரு.

“இல்லை குருவே! எதிர்சிந்தனைகளாகவே இருக்கின்றன அவை.நமக்கெல்லாம் எங்கே நல்லது நடக்கப்போகிறது. இந்த வேலை முடிந்த மாதிரிதான். வாழ்க்கை கரை சேர்ந்துவிடுமா.? என்றே அவை இருக்கின்றன. என்னால், என் வேலையைத் தொடர்ந்து செய்ய முடியவில்லை. இதனால், வருமானமும் நாளுக்கு நாள் குறைந்து கொண்டே வருகிறது. எதிர்கால பயம் பிடித்து ஆட்டுகிறது..” என்றான்.

அவனது மனநோய்க்குத் தீர்வு, அவனது சுற்றுப்புறத்தில் இருக்க வாய்ப்பிருப்பதாக எண்ணினார் குரு.

“இதற்கு ஆலோசனையெல்லாம் தேவையில்லை. நான் சொல்கிற கட்டளையை ஏற்றுக்கொள்! பக்கத்து கிராமத்தில் இருக்கும் ஜமீன், துறுதுறுப்பானவர். ஒரேநேரத்தில் ஏழெட்டு வேலைகளைச் செய்யும் வல்லமை படைத்தவர். அவரிடம் போய் நான் கூறியதாகச் சொல்லி வேலையில் சேர்ந்து கொள்! அடுத்த மாதம் என்னை வந்து பார்” என்றார்.

அவனும் ஏதோ சிந்தனையோடே கிளம்பிப்போனான். குரு அவன் முதுகில் சிரித்தார்.

நாட்கள் நகர்ந்தன.

'என்னடா, நம்மிடம் ஆலோசனை கேட்டவனை அடுத்த மாதம் வரச் சொன்னோமே! மறந்து போனானா. அல்லது, இவரென்ன சொல்வது நாமென்ன கேட்பது என்று ஜமீனிடம் வேலைக்குச் சேராமல் நழுவி விட்டானா.,, சோம்பேறியின் மனதில் வேறென்ன சிந்தனை வந்து தொலைத்ததோ...?'' என்றெல்லாம் எண்ணிய குரு அடுத்த சில நாட்களில் ஜமீனை சந்திக்கச் சென்றார்.

"ஒரு இளைஞனை வேலைக்கு அனுப்பியிருந்தேன். போன மாதம் வந்து பார்த்தானா.?'' என்று கேட்டார்.

"சாமீ... நானே உங்களுக்கு நன்றி சொல்லணும்னு நினைச்சேன் பிரமாதமான ஆளை அனுப்பி இருக்கிறீர்கள். அப்படியே என் மனவோட்டம் அவனுக்கு. ஒரே நேரத்தில் பத்து வேலை செய்யும் அளவுக்குத் திறமையான ஆள். எப்போதும் வளர்ச்சி பற்றியே சிந்தித்-துக் கொண்டிருப்பதோடு, அதை செயலிலும் காட்டிக் கொண்டிருக்கிறான். அவன் வந்தபி-றகு என் தொழில்களுக்குப் புது ரத்தமே கிடைத்துள்ளது...'' என்று ஏகத்துக்கும் புகழ்ந்தார் ஜமீன்.

குரு புருவம் உயர்த்தி, மலர்ச்சிப் புன்னகை பூத்தார். அப்போது வேகமாக வந்த சிஷ்ய பக்தன், மடித்துக் கட்டிய வேட்டியை இறக்கிவிட்டுக் கொண்டு, குருவுக்கு வணக்கம் தெரி-வித்தான்.

"என்ன... எப்படி இருக்கிறது வாழ்க்கை..?'' என்றார் குரு.

"நல்லாப் போகுது குருவே! ஒரே பிஸி. காலையிலே எழுந்தா, ராத்திரி தூங்கற வரை தொடர்ந்து வேலை, வேலைதான். வேலையைத் தவிர வேறேந்த சிந்தனையுமே இல்லை குருவே! ஒரு மாசமாச்சே, உங்களை வந்து பார்த்து என் நன்றியைச் சொல்லணும்னுகூட தோணாமப் போச்சு'' என்றான் மன்னிப்புக் கேட்கும் தொனியில்,

குரு இப்போது அவன் முகத்தில் சிரித்தார். அங்கிருந்து கிளம்பினார்.

'சும்மா இருக்கிற மனதில்தான் சைத்தான் குடியேறும்' என்பார்கள். அதுபோல, ஓய்வான மனதில்தான் ஒட்டடை படியும் என்பது புரிகிறதா..? சவாலான பணிகள் எதிரில் இருந்தால், சிந்தனை இங்கங்கு நகராது. இருக்கும் வேலையை முடிப்பதிலேயே மனது ஓடிக் கொண்டி-ருப்பதாலும், ஒரு வேலை முடிந்து அடுத்த வேலை என்று சிந்தனை இருப்பதாலும், கவனச்-சிதறல் ஏற்படாது. வெற்றி கைகூடும். அடுத்தடுத்த உயர்வுகளும் உங்களைத் தேடிவரும்.

அதனால், எப்பவுமே பிஸியா இருங்க பாஸ்!

21. சிறப்பான சிந்தனை!

மொக்கைச்சாமி என்பவன், கடவுளை நோக்கி கடுந்தவம் இருந்தான் கடவுள் தோன்றினார். என்ன வரம் வேண்டும்''னு கடவுள் கேட்டாராம். இவன் சொன்னாளாம். 'கடவுளே. எதிரி-களின் அச்சுறுத்தல் ஏராளமாக உள்ளது. எனக்கு சாவே வரக்கூடாது' 'அவ்வளவு தானே.. அப்படியே ஆகுக!''ன்னு சொல்லிட்டு சிரிச்சுட்டே போய்ட்டாராம் கடவுள். மிகச் சுலபமாக வரம் பெற்ற மிதப்பில் மொக்கைச்சாமி அங்கிருந்து நகரை நோக்கிக் கிளம்பினான். அவன் நடை, உடை, பாவனையே மாறியிருந்தது. உலகில் தன்னை வெல்ல எவரும் இல்லை என்ற

இறுமாப்பில் அவன் வந்த கொண்டிருந்தபோது. எதிரில் வந்த சாமியார் ஒருவர், இவனை விநோதமாகப் பார்த்து, 'யாரப்பா நீ'' ன்னு கேட்டார். அவன் சொன்னானாம். 'மொக்கை மாமி'' பாவம். அவனுக்கு 'சா'வே வரல! கடவுளிடம் பெற்ற வரம் அப்படி! கடும் முயற்சியால் கிடைத்த வரத்தைச் சரியான வார்த்தைகளில் பெற்றுக் கொள்வதும்கூட புத்திசாலித்தனமான காரியம்தான். மொக்கை அதில் மொக்கை வாங்கி விட்டார். சரி, இப்போது வெற்றியாளர்களுக்கான அடிப்படை அம்சங்கள் சிலவற்றை அறிந்து கொள்வோம்.

வெற்றியாளர்கள் எதைச் செய்ய நினைக்கிறார்களோ அதற்கான செயல்திட்டத்தைத் தயாரித்து, உடனடியாகச் செய்து முடிப்பார்கள். அதேபோல செய்ய வேண்டாம் என முடிவெடுத்தால், கண்டிப்பாக செய்ய மாட்டார்கள். தோல்வியாளர்கள் ஒவ்வொரு வாய்ப்பிலும் பிரச்சனையை பார்ப்பார்கள். ஆனால் வெற்றியாளர்கள் ஒவ்வொரு பிரச்னையையும், புதிய சவாலாக, வாய்ப்பாகப் பார்ப்பார்கள். வெற்றியாளர்கள் அடுத்தவர்களின் வழிமுறைகள் சிறப்பாக இருந்தால், ஈகோ பார்க்காமல் அதனை ஏற்றுக் கொள்பவராக இருப்பார்கள். அதிலிருந்து புதிதாக கற்றுக்கொள்ளவும் தயாராக இருப்பார்கள்.

தோல்வியாளர்கள் முதல் தோல்வியிலேயே அம்முயற்சியிலிருந்து வெளிவந்து விடுவார்கள். ஆனால், வெற்றியாளர்கள் விடாமுயற்சியுடன் செயல்படுவதால், ஒவ்வொரு தோல்வியையும் வெற்றிக்கான படிக்கட்டுக்களாக மாற்ற முயற்சிப்பார்கள்.

வெற்றியாளர்கள், வெற்றி பெற்ற பிறரைப் பார்த்துப் பொறாமைப் படுவதைத் தவிர்த்து, அவர்களைப் பாராட்ட முன்வருவார்கள்.

வெற்றியாளர்கள் வேலையையும், ஓய்வையும் சரிசமமாக எடுத்துக் கொள்வார்கள். பொழுதுபோக்கு என்பதெல்லாம் இரண்டாம் பட்சம்தான்.

தங்களது கனவு நிறைவேற என்னவெல்லாம் தேவையோ அதனை செய்து முடிப்பதிலேயே, வெற்றியாளர்கள் எப்போதும் குறியாக இருப்பர். தங்களது எதிர்மறை எண்ணங்களை தவிர்த்துவிட்டு அடுத்த கட்டத்துக்கு செல்வதையே சிந்தித்துக் கொண்டிருப்பார்கள்.

தோல்வியாளர்கள் ஒரு விஷயத்தை 'முடியாது' என்பார்கள். ஆனால் வெற்றியாளர்கள் 'சாத்தியத்திற்கு முடிவே இல்லை' என்பார்கள்.

என்ன நீங்கள் வெற்றியாளரா இல்லை தோல்வியாளரா என்பதை தெரிந்து கொண்டீர்களா..? வெற்றியாளர்களாக இருப்பின் உங்களது செயலைத் தொடர்ந்து சிறப்பாக செய்யுங்கள், இல்லையென்றாலும் பரவாயில்லை... வெற்றியாளர்களாக மாறுவதற்கு முயற்சியுங்கள்.

22. பழகப் பழக

"வாங்க...பழகலாம்'' என்பார் சாலமன் பாப்பையா. அதன் பின்னணியில் மிகப்பெரிய தத்துவமே அடங்கி இருக்கிறது. நாம் எதையும் பிறப்பில் கொண்டு வந்தவர்களில்லை. எல்லாமே வந்து பழகியவைதான். நல்ல பழக்கங்களை, வெற்றிக்கான வழிகளைப் பழகிக் கொண்டால், வாழ்க்கையில் உயரம் தொடலாம் என்பதே உண்மை. சச்சின் கிரிக்கெட் பழகிக் கொண்டார். அதையே தொடர்ந்து விரும்பிப் பழகினார். அந்த விளையாட்டின் உச்ச நாற்காலி அவருக்குக் கிடைத்தது. அம்பானி, உழைப்பைப் பழகினார். கனவுகளை செயல்படுத்த நேரம் காலம் தெரியாமல் உழைத்தார். இந்தியாவின் நம்பர் ஒன் பணக்கார குடும்பமாகத் தன்னுடையதை

மாற்றினார். நீங்கள் பழகும் ஒரு விஷயம், உங்கள் வாழ்க்கைப் பாதையை மாற்றும் என்றால் அதனைப் பழகிக் கொள்வதில் என்ன தவறு. ரொம்ப சிம்பிளான சில பழக்க வழக்கங்களைப் பார்ப்போம்.. காலையில் 5 மணிக்கு எழுந்து பழகுங்கள். உங்களுக்கு உழைப்பதற்க்கு கூடுதலாக இரண்டு மணி நேரம் கிடைப்பதை உணர்வீர்கள். உங்களின் கூடுதலான இரண்டு மணி நேர உழைப்பு, ஓராண்டில் பல லட்சங்களை உங்களுக்குச் சம்பாதித்துக் கொடுக்கும்.

நீங்கள் மார்க்கெட்டிங் துறையில் இருந்தால், போன் பில்லை உயர்த்திப் பழகுங்கள். 'ஃப்ரீயா இருந்தேன். சரி உன்கிட்டே பேசலாமேன்னு போனைப் போட்டேன்..' என்பது போன்ற வெட்டிப் பேச்சால் அல்ல.. உங்கள் வாடிக்கையாளர்களின் எண்ணிக்கையை அதிகப்படுத்தும் விதமாக, இருமடங்கு நபர்களிடம் பேசிப் பழகுங்கள். அது, உங்களுக்கு வருமானமாக வந்து சேரும். குழந்தைகளிடம் அன்பு காட்டிப் பழகுங்கள். அது குடும்ப நன்மையைக் கூடுதலாக்கித் தரும். தவறு செய்த குழந்தையை ஸ்கேல் கொண்டு அடிப்பதையோ, திட்டிக் குவிப்பதையோ நிறுத்திப் பழகுங்கள். அமைதியாகப் பேசி, அவர்களின் தவறை உணரச் செய்யுங்கள், திட்டுவது குழந்தையின் 'ஈகோ'வுக்கு விடப்படும் சவாலே அன்றி, அது பிரச்னைக்கான தீர்வாகாது. இதனைச் செயல்படுத்தியபின், தவறுகள் குறைந்து, குடும்ப குதூகலம் அதிகரிப்பது புரியும். பொறுமை பழகுங்கள். ஒரு தொழிலில் ஈடுபட்டால், அதற்கான காலகட்டம் வரை காத்திருப்பது அவசியம் என்பதை உணருங்கள். கன்றை நட்டதுமே அண்ணாந்து, இளநீரைத் தேடுவது எப்படிச் சரியாகும். எல்லாவற்றுக்கும் ஒரு காலம் இருப்பதை உணர்ந்து அதற்காகத் தொடர்ந்து உழைத்துப் பழகுங்கள். உங்கள் தொழில் தன்னைப் பலப்படுத்திக் கொள்ளும் காலம் வரை காத்திருந்தால், அது காலாகாலத்துக்கும் உங்களைத் தாங்கிப் பிடிக்கும் என்பதை உணருங்கள். இதற்கொரு கதை உண்டு. ஒரு பணக்காரக் குடும்பம். பிறந்த குழந்தையை இளவரசன் போல வளர்க்க விரும்பியது அந்த ராஜ குடும்பம்.

குழந்தையை ஒரு நிமிடம்கூட அந்தப்பக்கம் இந்தப்பக்கம் விடுவதில்லை. தொட்டிலில் போட்டால்கூட, அதன் மரப்பட்டை குழந்தையைப் பாதித்துவிடும் என்று எண்ணி, கைகளிலேயே வைத்திருந்தனர். ஒரு நிமிடம்கூட தரையில் இறக்கி விடுவதில்லை. உடலுக்கு ஒன்று என்றால், ஓடோடி வந்துவிடுவார் மருத்துவர். எப்போதும் கொஞ்சல்தான். அப்படி ஒரு செல்லச் சீமானாக இருந்தது அந்த செல்வந்தர் வீட்டுக் குழந்தை. அவனது மழலைச் சிரிப்பில் மகிழ்ந்து கிடந்தனர் குடும்பத்தார். நாட்கள் நகர்ந்தன. குழந்தையின் உடலில் இயல்பான தன்மை குறைந்து, கொஞ்சம் அவஸ்தைப்படுவதைக் கண்டனர் குடும்பத்தார். வந்தார் மருத்துவர். முதல் பிறந்த நாள் வரப்போகும் தறுவாயில், குழந்தை போதிய வளர்ச்சி இன்றி, வெற்றுச் சதையோடு இருப்பதைக் கண்டார் அவர். தரையில் படுக்க வைத்து காலை ஆட்டிப் பார்த்தால், அது இயல்பான அசைவின்றி இருந்தது. பிரச்னை இதுதான். பார்த்துப் பார்த்து வளர்ப்பதாக எண்ணி, குழந்தையின் இயல்பான அங்க அசைவுகளுக்கு வாய்ப்புத் தராமல் போனதால், எழுந்து நடக்க வேண்டிய காலத்தில், உட்காரக்கூட முடியாமல் அவதிப்பட்டு சவலையாகிப் போயிருந்தது குழந்தை. எந்தெந்த காலத்தில் எதெது நடக்க வேண்டுமோ, அந்தந்த காலத்தில் அதது நடந்திருந்தால், குழந்தை நடந்திருக்கும். செய்யும் வேலையில் சிரத்தையோடும், அதற்கான நேர்த்தியோடும் செய்துவிட்டு பொறுமையாகக் காத்திருக்கப் பழகினால், பலன் கிடைத்தே தீரும்.

23. விமர்சனத்தை விலக்குங்கள்!

தோற்றபின் ஒருவரது தோல்வி மட்டுமல்ல... எல்லாமே விமர்சிக்கப்படுகிறது.

தோல்வி அடைந்தால் மாற்ற வேண்டியது வழிகளைத்தானே தவிர, இலக்குகளை அல்ல.!

ஒரு காரியத்தை ஆண் பார்க்கிற பார்வையும் பெண் பார்க்கிற பார்வையும் வேறுபடும். இது பல குடும்பங்களில் நடக்கிற சங்கதிதான் என்றாலும், சும்மா ஒருமுறை அசைபோட்டுப் பார்ப்போம். ஒரு ஆண் குடும்பத்தைக்கூட இரண்டாம்பட்சமாக எண்ணி,கடுமையாக உழைத்தால், "பொண்டாட்டியைக் கண்டுக்க மாட்டேங்கறான்"னு மட்டம் தட்டுவாங்க. இதுவே, பொண்டாட்டியைக் கவனிச்சுக்கிட்டா... "சம்பாதிக்கிறானோ இல்லையோ, அவளையே சுத்திச் சுத்தி வரான். வேலை வெட்டி இல்லாத பய"ன்னு கட்டம் கட்டுவாங்க..

ஒரு பொண்ணைப் பார்த்து அழகா இருக்கேன்னு சொன்னா அது ஈவ் டீசிங்டன்னு கௌப்பி விடுவாங்க. கண்டுக்காமப் போனா 'அழகை ரசிக்கத் தெரியாத ஜடம்.!ன்னு அடிச்சு விடுவாங்க. பொண்டாட்டியைக் கேட்டுச் சொல்றேன்னு சொன்னா, "சுயமா முடிவெடுக்கத் தெரியாத முட்டாள்!ம்பாங்க. சரின்னு நாமளே ஒரு முடிவு எடுத்தா, "தான் ஆம்பிளைங்கற அகங்காரம்"ன்னு திட்டுவாங்க.

பொண்டாட்டிக்கு ஏதாவது பிடிச்சது வாங்கிட்டுப் போய் கொடுத்தா 'என்னத்துக்கு இப்போ காக்கா பிடிக்கிறீங்க.?" அப்படின்னு ஒரு நக்கல். ஒன்னும் வாங்கிட்டுப் போக-லேன்னா "ஒரு முழம் பூவுக்கு விதியத்துப் போயிட்டேனே.!" ன்னு மூக்கை சிந்திக்கிட்டு விக்கல்.

ஒரு குறிக்கோளோடு உழைச்சா, ' வேலையைக் கட்டிகிட்டு மாரடிக்க வேண்டியதுதானே. எதுக்கு உங்களுக்கு பொண்டாட்டி..? ன்னு ஏசல். சரின்னு சினிமாவுக்கு அழைச்சுட்டுப் போனா, "அந்த ஹீரோ மாதிரி ஒரு லட்சியம் வேணுமுங்க மனுஷனுக்கு. எப்படி உழைச்சு முன்னேறி கார், பங்களா வாங்கினான் பாத்தீங்களா.?" ன்னு பூசல்..

இப்படி, ஒவ்வொருவரின் பார்வையும் ஒவ்வொரு மாதிரி இருக்கும். மற்றவர்களது வெற்றி ஃபார்முலாவை நமக்கும் அப்படியே எடுத்துக் கொள்ள வேண்டும் என்று எந்த அவசியமும் இல்லை. நமக்கு எது சரி என்று படுகிறதோ, அதை திடமான மனதோடு, திட்டமிட்ட உறு-தியோடு செய்துவிட்டுப் போய்க்கொண்டே இருக்க வேண்டியதுதான். அதன் பலன் தன்னால் வந்துவிட்டுப் போகிறது.

'நடப்பதை நிறுத்தினால், உன்னைக் கடந்து போய்விடுவார்கள்... என்ற சீனப்பழமொ-ழியையும், 'உன் வாழ்நாளில் இன்னும் ஒரு நாள் முடிந்துவிட்டது... என்பதை அறிவிப்ப-தற்காகவே அதிகாலையில் கூவுகிறது சேவல்' என்ற ஈரானியப் பழமொழியையும் உள்வாங்-கிக் கொண்டு, இந்த நாளில் என்ன சாதிக்கிறோம் என்பதை மட்டுமே மனதில் நிறுத்திக் கொண்டு உழையுங்கள். தோல்வி என்ற ஒன்றுநீங்கள் இருக்கும் திசைப்பக்கம் கூட எட்டிப் பார்க்காது என்பதை எழுதி வைத்துக் கொள்ளலாம்.

24. சிக்கலுக்குச் சிவப்புக் கம்பளம்!

தொழிலதிபர் ஒருவர் புதிய கண்டுபிடிப்புகள் எதுவாயினும் அதனை வாங்கிப் பயன்படுத்தும் ஆர்வம் கொண்டவர். புத்திசாலி ரோபோ ஒன்று சந்தையில் கிடைப்பதை அறிந்து, அதனை வாங்கிக் கொண்டு வீட்டுக்கு வந்தார். முக்காலமும் உணர்ந்த அந்த ரோபோ, யார் பொய் சொன்னாலும் கண்டுபிடித்து, அவர்களது கன்னத்தில் பளார் என்று அறைந்து விடும். இதனைத் தொழிலதிபர் தனது ஊழியர்களிடம் பயன்படுத்தியதில், அலுவலகம் மிக ஒழுங்காக மாறி இருந்தது. பொய்யைக் கண்டுபிடிக்கும் ரோபோ வந்ததிலிருந்து அவரது தொழில் மிக நேர்த்தியாக சென்றது. ஊழியர்கள் பொய்யற்றவர்களாக மாறியிருந்தனர். ஊழலற்ற நிர்வாகத்துக்கு வழிவகுத்த ரோபோவை மிகப் பெருமையுடன் வைத்திருந்தார் தொழிலதிபர். ஒரு முறை தொழிலதிபர் மகன் இரவு நேரத்தில் வீட்டுக்கு லேட்டாக வந்தான். தொழிலதிபர், "ஏன்டா லேட்டு... எங்க போயிருந்தே..? என்று கேட்டார் அப்பா. "நண்பர்களோட சேர்ந்து பரீட்சைக்குப் படிக்கப் போயிருந்தேன்" என்ற மகனின் கன்னத்தில், பளாரென ஒரு அறை விட்டது, ரோபோ.

கோபமடைந்த தொழிலதிபர் மகனிடம், "ஒழுங்கா உண்மையைச் சொல்லிடு. இல்லே, ரோபோ கிட்ட மறுபடியும் அடி வாங்குவ!" மகன், "மன்னிச்சிடுங்க அப்பா... புதுப்படம் ரிலீஸ். ஃப்ரெண்ட்ஸோட சேர்ந்து சினிமா பார்க்கப் போயிருந்தேன்" என்றான். உண்மையை வரவழைத்துவிட்ட அகம்பாவத்தோடு சொன்னார் தொழிலதிபர், "டேய், ஏண்டா இப்படி ஊரைச் சுத்தறே- நானெல்லாம் உன் வயசுல ஒரு நிமிஷத்தைக்கூட வீணாக்காம, எப்படிப் படிப்பேன் தெரியுமா? என்றார். ரோபோ தொழிலதிபரின் கன்னத்தில் ஒரு அறை விட்டது. வெட்டி உதார் விட்ட கணவனுக்கு அடி விழுந்ததை ரசித்தார் மனைவி. லேசான புன்னகையுடன் அவர் அருகில் வந்த தொழிலதிபரின் மனைவி, "எதுக்குங்க அவனைத் திட்டறீங்க... என்ன இருந்தாலும் உங்க பையன் உங்களை மாதிரி தானே இருப்பான்? என்றார். இப்போது ரோபோ தொழிலதிபரின் மனைவியின் கன்னத்தில், பளார் என்று ஒரு அறை விட்டது. குடும்பம் கந்தலாகி இருக்கும் என்பதும், அந்த ரோபோ அந்தக் கணமே டிஸ்மாண்டில் செய்யப்பட்டிருக்கும் என்பதும் யூகிக்க முடியும். முடிவுதான்.

வடிவேலு சொல்வது போல 'நல்லாத்தானே போய்க்கிட்டிருந்தது'. ஏன் இப்படி..? என்று சிக்கல்களையும் குழப்பத்தையும் பார்த்து திகைத்து விடாதீர்கள்.

வெற்றியாளர்கள் எப்போதுமே நதியின் ஓட்டம் போன்ற இயல்பான வாழ்க்கையை ஏற்றுக் கொள்வதே இல்லை. காரணம், ஏற்ற — இறக்கமற்ற வாழ்க்கை உயர்வைத் தராது என்பதை அவர்கள் அறிவார்கள். சவால்கள் இல்லாத நாள், திறமைகளை மழுங்கடிக்கும் நாள் என்பதே அவர்கள் அகராதியில் எழுதப்பட்ட அர்த்தம். யோசித்துப் பாருங்கள். நீங்கள் ஒரு நிறுவனத்தில் உயர் பதவியில் இருக்கிறீர்கள். கை நிறைய சம்பளம். வசதியான வாழ்க்கை. பிக்கல், பிடுங்கலற்ற உயர் அதிகாரிகள். நீங்கள் வைத்ததுதான் சட்டம். உங்களை யாரும் கேள்வி கேட்க பயப்படுவார்கள். காலண்டர் தேதி கிழியும். மாதமானால், வங்கிக் கணக்கில் பணம் கொட்டும். எடுத்துச் செலவழித்துக் கொள்ளலாம். நாட்கள் நகருமே தவிர, இதற்கு அடுத்தகட்ட முன்னேற்றம் என்பது இருக்காது. இந்த நிலையில் நீங்கள்

பார்க்கும் வேலையில் முன்னேற்றம் எப்படி வரும்?

எதிரிகளின் சூழ்ச்சியும், சிக்கலான தருணங்களுமே உங்களைக் கூடுதலாகச் சிந்திக்க வைக்கும். எனவே, எதிர்களை எதிர்கொள்ளுங்கள்.

உங்களை முன்னேற்ற இயற்கை அளித்த கொடையாக இவற்றைக் கருதுங்கள். எனவே, அனைத்துச் சிக்கல்களுக்கும் தீர்வு இருக்கிறது என்பதால் சிக்கல்களுக்கு சிவப்புக் கம்பளம் விரியுங்கள். வாழ்க்கையில் வெல்லுங்கள்!

25. காசுக்கேற்ற தோசை!

வேட்டைக்குச் சென்ற இளவரசரைக் காணவில்லை. நாடே அமளிதுமளிப் பட்டது. வேட்டைக்குச் சென்ற காட்டை நோக்கி ஆளாளுக்குத் தேடிச் சென்றனர். அந்தக் காட்டில் ஒரு துறவி ஒருவர் அமர்ந்திருந்தார். அவருக்குப் பார்வை கிடையாது. அந்த வழியாக வந்த ஒருவன், “ஏ, கிழவா! இந்த வழியாக சற்று முன் யாராவது சென்றார்களா?” என்று அதிகாரத்தோடு கேட்டான். அதற்குத் துறவி, “இதற்கு முன் இந்த வழியாக யாரும் சென்றதாகத் தெரியவில்லை.” என்றார். சிறிது நேரத்தில் மற்றொருவன் வந்து, “ஐயா, இதற்கு முன் யாராவது இப்பக்கமாகச் சென்றார்களா? என்று கேட்டான், அதற்கு அத்துறவி, “சற்று முன் இந்த வழியாகச் சென்ற ஒருவன் இதே கேள்வியைக் கேட்டு விட்டுச் சென்றான்” என்றார். அடுத்த சிறிது நேரத்தில் இன்னொருவன் வந்தான். அவன் ‘துறவியாரே, வணங்குகிறேன். இதற்கு முன்பு இந்த வழியாக யாராவது செல்லும் சத்தம் தங்களுக்குக் கேட்டதா?” என்று பணிவோடு வினவினான். உடனே துறவி, “மன்னர் பெருமானே, வணக்கம். இந்த வழியாக முதலில் ஒரு வீரன் சென்றான். அடுத்து ஓர் அமைச்சர் சென்றார். இருவருமே நீங்கள் கேட்ட இதே கேள்வியைத்தான் கேட்டனர்” என்றார்.

மிகவும் வியந்து போனான் அரசன், “துறவியாரே, தங்களுக்கோ பார்வை இல்லை. அப்படி இருந்தும் நான் அரசன் என்றும், முன்னால் சென்றவர்கள் வீரன், அமைச்சர் என்றும் கூறினீர்களே, எப்படி..? என்று கேட்டான். ‘அரசே, இதைக் கண்டறிய பார்வை தேவையில்லை. அவரவர் பேசும் தோரணையை வைத்தே அவர் யார், அவர் தகுதி என்ன, எத்தகைய குணநலன் கொண்டோர் என்பதை எல்லாம் அறிய முடியும். முதலில் வந்தவர் சிறிதும் மரியாதையின்றி கேள்வி கேட்டார். அடுத்து வந்தவர் பேச்சில் அதிகாரம் தெரிந்தது. ஆனால் தாங்களோ மிகவும் பணிவாகப் பேசுகிறீர்கள்” என்று விளக்கினார் அந்த பார்வையற்ற துறவி..! அத்தோடு, “யாரைத் தேடி இத்தனை பேரும் காட்டுக்குள் பயணித்துக் கொண்டிருக்கிறீர்கள்..?” என்று கேட்டார் துறவி. “என் மகன் வேட்டைக்குத் தனியே சென்றவன் அரண்மனை திரும்பவில்லை... இளவரசரைத் தேடித்தான் நாங்கள் வந்துள்ளோம்.!” என்றார் மன்னர்.

சிரித்தபடியே சொன்னார் துறவி. “இதுதான் விஷயமா... இந்த மலைக்குப் பின்னே மிகப்பெரும் அருவி உள்ளது. அதன் அழகில் மயங்கி இளவரசர் சென்றிருக்க வாய்ப்பு உள்ளது. இன்று காலை புரவிச் சத்தம் ஒன்று அந்தத் திசையில் செல்வதைக் கேட்டேன் என்றார் துறவி. “வீரன் பணிவுடன் கேட்டிருந்தால், இந்தத் தகவலை அவனிடமே கூறி-

யிருப்பீர்கள் அல்லவா.? தகுதியற்ற வீரன் மற்றும் அமைச்சரைக் கொண்டிருப்பது, எனக்குத்தான் வேலை வைக்கும் என்பதைப் புரிந்து கொண்டேன்...'' என்று கூறி, அருவிப் பாதையை நோக்கி நகர்ந்தார் மன்னர். ஒரு வெற்றியாளனின், தலைமை வகிப்பவரின் முக்கியத் தகுதியே தனக்குக் கீழ் பணியாற்றுவோரை மிகச் சிறந்த புத்திசாலியாகத் தேர்ந்தெடுத்து, அவரைத் தகுதிக்குரியவராகத் தயார்படுத்துவது தான் என்பதைப் புரிந்து கொள்ளுங்கள். 'கடலையை வீசி எறிந்தால், குரங்குதான் வரும். இதுவே முந்திரிப் பருப்பை வீசிப் பாருங்கள். தகுதியான ஊழியர் கிடைப்பார் என்பதை உணர்ந்து, ஊழியர்களின் தகுதிக்கேற்ப அவர்கள் மனநிறைவடையும்படி ஊதியம் அளித்துத் தக்கவைத்துக் கொள்வது வெற்றியாளர்களின் தகுதிகளில் ஒன்றாகும்.

26. தேடி வரும் தெய்வ உதவி!

முக்காலமும் உணர்ந்த துறவி அவர். கடவுளைத் தொடர்ந்து தியானித்ததால், பெரும் வலிமை பெற்றிருந்தார். அவர் உருகித் தியானித்தால், கடவுளே நேரில் வந்து நிற்குமளவு சக்தி படைத்தவர். ஆற்றங்கரையோரம் ஆசிரமம் அமைத்துத் தங்கியிருந்தார். அவர்மேல் சுற்றுப்பட்டு கிராம மக்கள் மிகுந்த பாசத்துடன் இருந்தனர். 'சாமியின் வரவால், கிராமமே செழிப்பாக இருக்கிறது!' என்பது அவர்களின் நம்பிக்கை. ஒருநாள், அவர் நித்திரையில் இருந்தபோது, ஆசிரமக் கதவு தடதடவென தட்டப்பட்டது. நித்திரை கலைந்த கோபத்தில் கதவைத் திறந்தவர், ஒரு மாடு மேய்ப்பவன் நின்று கொண்டிருந்ததைப் பார்த்தார். 'என்ன சங்கதி.?' என்றார். ''சாமீ...ஆத்துல வெள்ளம் வருதுங்க..! அதான் தகவல் சொல்லலாம்னு வந்தேன்!'' என்றான்.

கோபுத்தில் இருந்த சாமி, 'அதையேன் என்னிடம் சொல்கிறாய்...உனக்குப் பயமாக இருந்தால், ஓடி ஒளிந்து தப்பித்துக் கொள்!'' என்று சொன்னபடி சுதவைச் சாத்திவிட்டு நித்திரையைத் தொடர்ந்தார். சிறிது நேரத்தில் படுக்கை ஈரமானது. கண்ணைத் திறந்த துறவி, ஆசிரமத்தின் உள்ளே நீர் புகுந்திருப்பதைக் கண்ணுற்று

எழுந்து உட்கார்ந்தார். நீரின் வேகம் அதிகரித்தது. நீரின் வேகத்தில் ஆசிரமத்தின் மண் சுவர்கள் ஆட்டம் கண்டு விழ ஆரம்பித்தன. எழுந்து நின்ற துறவியின் மார்பளவு நீர் சூழ்ந்தது. இறைவனை எண்ணித் தவம் செய்யலானார். அப்போது, பதற்றமான குரலில் அவரை அழைத்தபடி வந்தான் ஒரு படகோட்டி. ''சாமீ சீக்கிரம் ஏறிக்கங்க... அணைக்கட்டு -உடைஞ்சிடுச்சாம். ஊர்ல ஒருத்தரும் தப்பிக்க முடியாதுன்ற நிலை. நீங்க எங்களுக்கு முக்கியம். ஏறிக்கங்க சாமீ தப்பிச்சுடலாம்!'' என்றான். அற்பப் பதராக அவனைப் பார்த்த துறவி, ''நீ யாரடா என்னைத் தப்பிக்க வைப்பதற்கு! கடவுளின் அருள் பெற்றவன் நான். என்னைக் காக்க ஆண்டவன் இருக்கிறான்!'' என்றபடி தியானத்தைத் தொடர்ந்தார். கழுத்தைத் தாண்டிய நீர் மூச்சை முடக்கத் தொடங்கியது. அருகில் இருந்த மரத்தின் மேல் ஏறிக் கொண்டு தியானத்தைத் தொடர்ந்தார்.

காதருகில் ராட்சத கொசுவின் ரீங்காரம் கேட்டது. கண்விழித்துப் பார்த்தார். ஒரு கயிறு தொங்கியது. கயிற்றின் மறுமுனையை அண்ணாந்து பார்த்தார். ஒரு ஹெலிகாப்டர், ராணுவ

உதவியாளர்கள் ‘கமான் கயிறைப் பிடிச்சு மேலே வாங்க!” என்றார்கள் ராணுவ வீரர்கள். கயிறைத் தள்ளிவிட்டு கடவுளைத் தியானிக்கத் தொடங்கினார்.வெள்ளம் மேலும் அதிகரித்து, துறவியைக் கபளீகரம் செய்தது.

அவரது ஆன்மா மேலுலகம் சென்றபோது,அவர் கடும் கொந்தளிப்புடன் காணப்பட்டார். “எங்கேய்யா அந்தக் கடவுள். அவனை எத்தனை வருஷம் தியானிச்சிருப்பேன். நன்றி கெட்ட கடவுள். கடைசி நிமிடத்தில் தியானித்தும் காட்சி தந்து என்னைக் காப்பாற்றாத அவனெல்லாம் நிஜமாகவே கடவுள்தானா.? நாக்கைப் பிடுங்கிக் கொள்ளும்படி நான்கு வார்த்தை கேட்கணும்.. எங்கேய்யா அந்தாளு.!” என்று ஏக வசனத்தில் கொந்தளித்தார். எதிர்ப்பட்டார் கடவுள். வழக்கமாக ஒரு கும்பிடு போடும் துறவி, இம்முறை வணங்கவில்லை. மாறாக, “அதான் உயிரை எடுத்துட்டியே! ஏமாத்தி கழுத்தறுத்திட்டியே!” என்றார் கோபமாக.

“பக்தா! நான் உனக்கு உதவியதை மறந்து நீ இப்படி ஏசலாகாது…” என்றார். “என்னத்த… உதவியிருந்தா, நாம் ஏன் இங்கே நின்னு பேசறோம்.?” என்றார் துறவி. “என்ன பக்தா இப்படிக் கூறிவிட்டாய்… மாடு மேய்ப்பவன் உன்னை எச்சரித்தானே! அவன் நான் அனுப்பியவனே! படகே இல்லாத ஊரில் ஒரு படகோட்டி வந்ததெப்படி… அவனும் எனது தூதனே! அதையெல்லாம் விடு. மரத்தில் பறவை போல ஒண்டியிருந்த உன்னைச் சரியாக அடையாளம் கண்டு கயிறு வீசியதே ஒரு ஹெலிகாப்டர்! அது உனக்காக மட்டுமே அனுப்பப்பட்ட கடைசி உதவி. நான்தான் உனக்காக அனுப்பி வைத்தேன். கடவுள் மானிடர்களுக்காக எப்போதும் மேலோக காஸ்ட்யூமிலேயே வரமாட்டார். சகமனிதர்கள்

மூலம்தான் வருவார்…வாய்ப்பு தருவார். அதைப் புரிந்து கொள்ளாத நீ எப்படி முக்காலமும் உணர்ந்த துறவி என்று பெயரெடுத்தாயோ.?” என்று ஏளனமாகக் கேட்டார். நொந்து நூலான துறவி, கடவுளின் காலைப் பிடித்துக் கதறினார்.

கதையிலிருந்து வெளியே வருவோம். வாய்ப்புகளும் கடவுள் போலத்தான். பொற்காசுகள் கூரையிலிருந்து கொட்டாது. வாயில் கதவைப் புதிய வாய்ப்புகளைத் தரும் மனிதர்கள் மூலம்தான் தட்டும். அவற்றைச் சரியாகப் புரிந்து கொண்டு பயன்படுத்திக் கொள்வதே புத்திசாலித்தனம். உங்களை நோக்கி வரும் ஒவ்வொரு புதிய வாய்ப்பையும் உடனடியாக நிராகரிக்காமல் ஆழ்ந்து சிந்தித்துப் பிறகு ஏற்றுக் கொள்வது பற்றித் தீர்மானியுங்கள். ஒரு செல்வந்தரைப் பொருத்தவரை, கதவைத் தட்டும் ஒவ்வொருவரின் முகமும் ஒரு பிளாங்க் செக் போலவே இருக்கும். இதில் எவ்வளவு தொகை எழுதலாம் என்பதே அவரது சிந்தனையாக இருக்கும். அதனால்தான் அவரிடம் செல்வம் சேர்கிறது என்பதை உணருங்கள்.

27. தேர்வுக்குப் பின் பாடம்!

அதிகம் பேசாதவனை, உலகம் அதிகம் விரும்புகிறது. அளந்து பேசுபவனை அதிகம் மதிக்கிறது. அதிகம் செயல்படுபவனையே கைகூப்பித் தொழுகிறது. சலித்துக் கொள்பவன் ஒவ்வொரு வாய்ப்பிலும் உள்ள பின்னடைவைப் பார்க்கிறான். சாதிப்பவன் ஒவ்வொரு சந்தர்ப்பத்திலும் உள்ள வெற்றி வாய்ப்பினைப் பார்க்கிறான். எதற்கு இப்படி இரண்டு பஞ்ச் டயலாக் என்று பார்க்கிறீர்களா… வெற்றியாளர்களுக்குத் தேவையான அடிப்படை இது. மார்க்கெட்-

டிங் துறை இதற்கு நல்ல உதாரணம். புதிதாக புரோட்டா மெஷின் ஒன்றை தென்னிந்தியாவில் அறிமுகம் செய்தார்கள். மைதா மாவு நமது இயல்பான உணவு அல்ல. ஆனால், மாதமொருமுறையாவது அனைவரும் புரோட்டா சாப்பிடுகிறார்கள். அதை மென்மையாக வடிவமைக்கப் பலருக்கும் கைவரவில்லை என்பதால், இந்த மெஷினை மக்கள் விரும்புவார்கள் என்பது நிறுவனத்தின் நோக்கம்.

இதை மக்கள் தேடி வந்து வாங்க மாட்டார்கள் என்பதால், மக்களைத் தேடிச் சென்று விற்பதே சிறந்தது என்று நிறுவனம் முடிவெடுத்தது. பலரையும் நேர்முகத் தேர்வுக்கு அழைத்து, சிறப்புப் பயிற்சி கொடுத்து அதிகமாக விற்பவருக்கு சூப்பர் பரிசு அறிவிப்பும் செய்து சந்தைக்கு அனுப்பியது நிர்வாகம். வீடு, வீடாகச் சென்று சென்னை முழுவதும் விற்றனர் விற்பனைப் பிரதிநிதிகள் வடக்கத்தியர்கள் வாழும் பகுதியைக் குறிவைத்துக் கேட்டுப் பெற்றனர் சில விற்பனைப் பிரதிநிதிகள். குறிப்பிட்ட 30 எண்ட் நாட்கள் கடந்தன.

அனைவரது விற்பனை நிலவரமும் கிடைத்தபோது நிர்வாகம் அதிர்ந்தது. காரணம், அநேகமாக எல்லோருமே ஒற்றை இலக்கத்தில் மட்டுமே மெஷின்கள் விற்றிருந்தனர். ஒருவர் மட்டும் நூறைத் தாண்டி விற்றிருந்தார். அவருக்கு அடுத்த இடத்தில் இருந்தவர் விற்ற மெஷின்களின் எண்ணிக்கை பதினைந்து எனவே, அவர் ஒருவரே அமோக வெற்றி பெற்றிருந்தார் 'துடிப்பான அந்த இளைஞரை மேடைக்கு அழைக்கிறோம்' என்று அறிவிப்புச் செய்தபோது, மேடையேறியவர், நாற்பது வயதைக் கடந்த ஒருவர் பாராட்டுக்கு நன்றி! என்ற ஒற்றை வார்த்தை சொல்லிவிட்டு தளர்ந்த நடையோடு தன் இருப்பிடத்துக்குத் திரும்பிவிட்டார். அவரை வற்புறுத்தி மேடையேற்றி, 'என்ன ரகசியம் அது. எப்படி சாதித்தீர்கள்? என்று கேட்டனர்.

அவர் மென்மையாகச் சொன்னார். "அது உழைப்பின் ரகசியம். திட்டமிட்ட உழைப்பு அது பலரைப் போலவேதான் நானும் வீடு வீடாகக் கதவைத் தட்டினேன் பத்துக்கு ஒன்பது பேர் வாங்கவில்லை. அவர்களில் சிலர் கதவையே திறக்கவில்லை. சிலர் கதவைத் திறந்தும் காது கொடுக்கவில்லை. சிலர் காது கொடுத்தும் வாங்க ஆர்வம் காட்டவில்லை. ஆனால், பத்தில் ஒருவர் வாங்குவதை தினமும் உணர்ந்தேன். எனவே, ஒன்பது பேர் நிராகரிக்கிறார்களே என்று சோர்ந்து விடாமல், பத்துக்கு ஒன்று உறுதி. இன்னும் ஒன்பது சுதவுகள் எட்டு கதவுகள் என்று நிராகரித்தவர்களையும் உத்தாமாகவே ஏற்றுக் கொண்டேன். எனது கணக்குத் தப்பவில்லை. பத்தில் அந்த ஒருவர் யார் என்பது மட்டுமே எனது தேடலாக இருந்தது.

தினமும் 50 வீடுகள் என்று இலக்கு நிர்ணயித்து செயல்பட்டதால், நாள் ஒன்றுக்கு சராசரியகா 4 முதல் 5 விற்பனையை நிகழ்த்த முடிந்தது. திட்டமிட்ட பணி... சோர்வடையா முயற்சி அதிக சந்திப்புகள்... தொடர்ந்த செயல்பாடு! இதுவே எனது வெற்றி ஃபார்முலா?" என்றார் அவர். அவருடன் பணியாற்றிய பலரும், "ஒருநாளைக்கு பத்து வீடுகள் என்று இலக்கு நிர்ணயித்தோம். பலர் ஐந்தாவது வீடு அல்லது எட்டாவது வீட்டோடு தங்கள் கதவு தட்டுதலை நிறுத்திக் கொண்டதால், நாங்கள் சோர்ந்து போனோம். 'இன்று நாள் சரியில்லை... நாளை முயற்சிப்போம்!' என்று அதிர்ஷ்டத்தை நம்பினோம்!" என்பதை ஒப்புக் கொண்டனர். அதிகம் செயல்பட்ட அவரை அந்த நிறுவனமும், ஊழியர்களும் கைகூப்பி வணங்கிப் பாராட்டினர். தன் செயலால் மதிப்பைக் கூட்டிக் கொண்டு, கூட்டத்தைக் கவர்ந்திழுப்பவராக மாறினார். திட்டமிடலுடன் பணியாற்றிய அந்த ஊழியர்.

உலகம் ஒரு விசித்திரமான கல்லூரி இங்கே பாடம் சொல்லிக்கொடுத்துத் தேர்வு வைப்பது இல்லை தேர்வு வைத்த பிறகே பாடம் கற்பிக்கப்படுகிறது என்பது புரிகிறதா?

28. வெற்றி என்னும் லட்டு!

நேர்மையாக, சிறப்பான முடிவுகள் எடுப்பதுகூட பல நேரங்களில் கண்ணுக்குத் தெரியாத எதிரிகளை வளர்த்துவிடும். இது, இன்று நேற்றல்ல.. பல நூற்றாண்டுகளாகவே தொடரும் கதைதான். அரசர் ஒருவர் தன் மந்திரிகளிடம் அனைத்து ஆலோசனைகளைச் செய்தாலும், முடிவு எடுப்பதென்னவோ அவரது ராஜகுருவைக் கலந்தாலோசித்த பின்புதான். அது எத்தகைய சிறிய முடிவாக இருந்தாலும் சரி... ராஜகுரு சிறப்பான ஆலோசனை சொல்கிறார் என்று அரசர் கூறுவது மூத்த மந்திரி ஒருவருக்குப் பிடிக்கவில்லை.

ராஜகுருவை பழிதீர்க்க குரூரமான ஒரு திட்டம் தீட்டினார். அவரது கூற்று சரியல்ல என்பதை அரசருக்கு ஒருமுறை புரியவைத்துவிட்டால், அதன்பிறகு அவரது பேச்சை அரசர் கேட்கமாட்டார் என்பது அவரது திட்டம். நீண்ட யோசனைக்குப் பிறகு, ஒரு வில்லங்கமான விளையாட்டைத் தயாரித்தார். பிறந்து 2 மணி நேரமே ஆன குருவிக் குஞ்சு ஒன்றைக் கையில் எடுத்தார். உள்ளங்கைக்குள் தஞ்சமடைந்துவிட்ட அந்தக் குருவிக் குஞ்சு, பாதுகாப்பாக உறங்க ஆரம்பித்துவிட்டது.

அதை அரசவைக்கு எடுத்துவந்த மந்திரி, "அரசே.. என் கையில் ஒரு ரகசியப் பொருளை வைத்துள்ளேன். அது உயிருள்ளதா... இல்லையா என்பதை நீங்கள் கண்டுபிடிக்க வேண்டும்!" என்றார். அரசருக்கு இந்த விளையாட்டுப் பிடித்திருந்தது. ஆனால், தவறாக சொல்லி சிக்கலில் சிக்கிக் கொள்ள அவர் விரும்பவில்லை.

ராஜகுருவைப் பார்த்தார். "நீங்கள் சொல்லுங்கள் ராஜகுருவே!" என்றார். மந்திரி எதிர்பார்த்ததும் இதைத்தானே! இப்போது அந்தக் குஞ்சு உயிருடன் இருக்கிறது. மந்திரி உயிருள்ள பொருள் என்று சொன்னால், அதை ஒரே நசுக்காக நசுக்கி உயிரற்ற பொருள், அதாவது செத்த பறவை என்று காட்டி விடலாம். உயிரற்றது என்றால், பறவைக் குஞ்சை அப்படியே காட்டி விடலாம். எந்தப் பதில் சொன்னாலும் இந்தப் போட்டியில் ஜெயிக்கப்போவது நாம்தான் என்ற மமதையோடு இருந்தார் மந்திரி. ராஜகுருவுக்கு மந்திரி ஏதோ திட்டம் தீட்டுவது புரிந்துபோனது. விரலுக்கு வெளியே சிறிது இறகுகளின் நீட்டல் தெரிந்ததால், தீர்க்கமாக யோசித்த அவர் சொன்னார். "மந்திரியாரே! உமது கையில் இருக்கும் பறவைக் குஞ்சு உயிருடன் இருப்பதும், இல்லாமல் இருப்பதும் உமது கையில்தான் இருக்கிறது!" என்றார்.

ராஜாவுக்குப் புரிந்துபோனது. ராஜகுருவின் சாமர்த்தியத்தை மனதாரப் பாராட்டிய அவர், "இதனால்தான் அவர் ராஜகுருவாக இருக்கிறார்!" என்றார். நமது துறையில் நாம் புத்திசாலியாக இருக்கும் அதே நேரம், நமது திறமையை எதிரிகளும் உணரும்வண்ணம் உயிர்ப்புடன் இருந்துகொண்டே இருப்பது அவசியம். எனவே, சந்தர்ப்பம் கிடைக்கும்போதெல்லாம் உங்கள் திறமையை வெளிச்சம் போட்டுக் காட்டிக் கொண்டே இருக்க மறக்காதீர்கள். இது வெற்றிக்கான வழிகளில் ஒன்று மட்டுமல்ல... வெற்றியைத் தக்கவைப்பதற்கான வழிகளில்

ஒன்று. எதிரிகளைச் சமாளித்து வெற்றிப் படிக்கட்டுக்களில் தொடர்ந்து பயணிக்க மற்றுமொரு வழியும் இருக்கிறது.

அதுதான் லட்டு ஃபார்முலா... ஒரு தட்டு நிறைய லட்டுக்கள் இருந்தால், அதில் எறும்புகள் மொய்ப்பது சகஜம்தான். ஆனால், அந்த லட்டு உள்ள தட்டைச் சுற்றி, சிறிது சர்க்கரையைத் தூவிவிட்டால், எறும்புகள் சர்க்கரையை மட்டுமே சாப்பிடும். அதிலேயே திருப்தி அடைந்து, லட்டு இருக்கும் தட்டுப் பக்கமே வராது, உங்கள் வெற்றியை லட்டு மாதிரி பாதுகாக்கப் பழகுங்கள்.

29. உள்ளே ஒரு வெறி!

இரு பாகிஸ்தானியர்கள் வாஷிங்டனிலிருந்து நியூயார்க் செல்லும் விமானத்தில் ஏறி, ஒருவர் ஜன்னலை ஒட்டிய இருக்கையிலும், இன்னொருவர் நடு இருக்கையிலும் அமர்ந்தனர். விமானம் புறப்படுவதற்கு சில நிமிடங்களுக்கு முன் ஒரு பருமனான சர்தாஜி அந்த பாகிஸ்தானியர்கள் பக்கத்தில் இருந்த (நடையை ஒட்டிய) இருக்கையில் அமர்ந்தார்! அமர்ந்தவுடன், தன் கால்களை சற்று இளைப்பாற்ற காலணிகளை களைந்து சற்று கண்ணயர்ந்தார். சிறிது நேரத்தில் ஜன்னலருகில் அமர்ந்திருந்த பாகிஸ்தானி, “நான் சென்று ஒரு கோக் எடுத்து வருகிறேன்” என்றார்.

உடனே நம் சர்தார்ஜி, “நீங்கள் இருங்கள், நான் போய் எடுத்து வருகிறேன்!” என்று கூறி காலுறைகளுடன் நடந்து சென்றார். சர்தார் சென்றவுடன், அந்த பாகிஸ்தானி, சர்தாரின் காலணிக்குள் எச்சில் துப்பி, வைத்து விட்டார். சர்தார் கோக்குடன் வந்தவுடன்,

இன்னொரு பாகிஸ்தானி, “எனக்கும் கோக் அருந்த வேண்டும் போலுள்ளது” என்றவுடன், சர்தார் தாராள மனதுடன், ‘கவலைப்படாதீர்கள்! உங்களுக்கும் ஒன்று எடுத்து வருகிறேன்!” என்று மறுபடியும் சென்றார்.

அந்த நேரத்தில், அதே பாகிஸ்தானி இப்போது சர்தாரின் மற்றொரு காலணியிலும் எச்சில் துப்பி வைத்து விட்டார்! இந்திய சர்தார் இதை அறியவில்லை. மூவரும் கோக் அருந்திக் கொண்டு சிறிது நேரம் தத்தமது நாட்டின் பெருமை பற்றி உரையாடிக் கொண்டிருந்தனர். சிறிது நேரத்தில், விமானம் தரை இறங்கத் தொடங்கியது.

சர்தார் காலணிகளுக்குள் தன் கால்களை நுழைத்தவுடன், ஈரமாக எதுவோ தட்டுப்பட்டது. பாகிஸ்தானியர்களைப் பார்த்தார். வேடிக்கை பார்த்தபடி இருப்பதுபோலத் தோன்றினாலும், ஓரக்கண்ணால் சர்தாரின் அவஸ்தையை ரசித்து சிரித்துக் கொண்டிருந்தனர் அவர்கள். இந்தியர், நடந்த நிகழ்வை யூகித்துப் புரிந்து கொண்டு மிகுந்த வேதனையுடனும் மனவலியுடனும் பாகிஸ்தானியர்களை பார்த்து கூறினார். இன்னும் எவ்வளவு நாள் நீடிக்க வேண்டும்..? நம்மிடையே நிலவும் இந்த் பகை... வெறுப்புணர்வு.. காலணிகளுக்குள் எச்சில் துப்புதல், கோக்கில் சிறுநீர் கழித்தல் !!! என்று வெறுப்புடன் கூறினார் பாகிஸ்தானியர்களின் அடிவயிறு கலங்கியது. அப்புறம் என்ன, வாந்திதான்

இந்திய — பாகிஸ்தான் கிரிக்கெட் போட்டியாக இருந்தாலும், இரு நாடுகளிடையேயான பேச்சுவார்த்தையாக இருந்தாலும், ரத்தத்தில் ஊறிய இந்த வெறுப்பு மரபணுக்கள்

வரை சென்று விட்டது. அதுபோலத்தான், வியாபார உத்திகளும், வெற்றியும் பரம்பரையாக நம்முன் இருப்பவை. தாத்தா காலத்துத் தொழிலை பேரன்கள் வெற்றிகரமாக எடுத்துச் சொல்வதும் அவரைப் போன்றே வித்தியாசமாகச் சிந்திப்பதும் ரத்தத்தில் கலந்திருக்கும். அதனை நாம் எந்த அளவு பயன்படுத்துகிறோமோ, அந்த அளவு பெரிய வெற்றியைப் பெற முடியும்.

வியாபாரம்தான் என்றில்லை. எந்த ஒரு காரியமானாலும், நாம் எவ்வளவு நேரத்தை செலவழிக்கிறோமோ, அதே அளவு நமக்கான வருமானமும் எதிர்பார்க்கும் வெற்றியும் கிடைக்கும். நேரத்தை குறைக்கக் குறைக்க வெற்றியின் அளவும் குறையும் என்பதே வெற்றி ஃபார்முலா. எனவே, செய்யும் வேலை எதுவானாலும் அதில் மனது லயித்துச் செய்தால், நேரம் ஒதுக்கி செய்தால், உடம்பில் மறைந்திருக்கும் மரபணுக்கள் நமக்கான வெற்றிப் பாதையை இலகுவாக்கித் தரும் என்பதை உணருங்கள்

30. தன்னம்பிக்கை - கி.ஆ.பெ.விசுவநாதம்

வன விலங்குகளிலே புலி சிறுத்தை முதலியன வாழும் குகைகள் மிகவும் நாற்றமடிக்கும். அழுகல் இறைச்சியும் தோலும் முடியும் சிதறிக் கிடக்கும். ஆனால், சிங்கம் வாழும் குகையோ தூய்மையாக இருக்கும். அதற்குக் காரணம், நாளைக்கு வேண்டுமென்று இன்றைக்கே உயிர்களைக் கொன்று குகையில் கொண்டு வந்து இறைச்சிகளைச் சிங்கம் சேர்த்து வைப்பதில்லை. குகையினுள் பல நாள் படுத்து உறங்கும். இனி பசி தாங்காது என்றதும் மெல்ல எழுந்து குகையின் வாயிற் படிக்கு வந்து உடலை அசைத்து தலையை ஆட்டி — ஆ என்று கர்ச்சிக்கும்.

அந்த ஒலி எதிர்மலையிலே தாக்கித் திரும்பவரும். அங்கே காடு முழுதும் பரவியுள்ள மானும் முயலும் இதோ சிங்கம் — அதோ சிங்கம் என்று பயந்து நடுங்கிக் குறுக்கும் நெடுக்குமாக ஓடிவரும். அப்போது, தன் குகை வாயிலண்டையிலே வருகிற ஒரு விலங்கை அடித்துத் தின்று, மீதியை அங்கேயே போட்டுவிட்டு. உள்ளே போய்ப் படுத்துக்கொள்ளும். எந்தக் கணம் தேவைப்படுகிறதோ அந்தக் கணமே தனக்கு உணவு தன் வாயண்டை வரும் என்ற திடமான நம்பிக்கை அதற்கு உண்டு. அவ்வளவு நம்பிக்கை சிங்கத்திற்கு!

பகுத்தறிவில்லாத வனவிலங்குகளுக்குள்ள இந்தத் தன்னம்பிக்கை — பகுத்தறிவு பெற்ற மனிதர்கள் பலரிடத்திலே இருப்பதில்லை. தன் அறிவை நம்புவது; தன் பலத்தை நம்புவது; தன் பொருளை, தன் சமுதாயத்தை நம்பி வாழ்வது; இதுதான் தன் நம்பிக்கை!

இதைப் படிக்கிற நாம். இனியாவது தன்னம்பிக்கை கொண்டு வாழ்க்கை நடத்துவோமாக.

31. குருவும், குதிரைக்காரனும்!

டேட்டி முடிந்தும் ஐ.டி. கார்டை கழுத்தில் தொங்க விட்டுக் கொண்டு வருவோரைப் பார்க்கும்போது, ‘அடப்பாவமே!’ என்றிருக்கும். இந்தக் குருவின் கதையும் அப்படியானதுதான்.

ஒரு குரு இருந்தார். முற்றும் துறந்தவர். எல்லாம் கற்றவர். அவரைப் பிரசங்கம் செய்ய ஒரு ஊரில் கூப்பிட்டிருந்தார்கள். கூட்டத்திற்கு ஆயிரம் பேர் வருவார்கள் எனச் சொன்-

னார்கள். குறிப்பிட்ட தேதியில் குருவும் அவ்வூருக்கு வந்தார். அன்று நல்ல மழை. கூட்டத்திற்கு வந்தவர்களும் கலைந்து சென்று விட்டார்கள். குரு வந்தபோது யாருமில்லை. பேசுவதற்கு நிறைய தயார் பண்ணி வந்திருந்ததால் அவருக்கு ஏமாற்றம். அங்கு இருந்ததோ அவரை அழைத்து வந்த குதிரை வண்டிக்காரன் மட்டும்தான். "பேசணும்னு வந்தாச்சு... இப்போ பேசாமப் போனா எப்படி... என்ன செய்யலாம்?" என்று அவனையே கேட்டார்.

அவன் சொன்னான், "ஐயா, நான் குதிரைக்காரன். எனக்கு ஒன்றும் தெரியாது. நான் புல் வைக்க லாயத்துக்குப் போகும்போது, ஒரே ஒரு குதிரை மட்டும்தான் இருக்கிறது என்பதற்காக புல் வைக்காமல் வரமாட்டேன். அதற்கு உணவு கொடுத்துவிட்டுத்தான் வருவேன். நீங்கள் விரும்பினால், என் ஒருவனுக்காகப் பேசலாம் கேட்க நான் ரெடி" என்றான்

அந்தக் குதிரைக்காரனைப் பாராட்டி விட்டு, தன் பிரசங்கத்தை ஆரம்பித்தார் குரு. தத்துவம், மந்திரம், பாவம், புண்ணியம், சொர்க்கம், நரகம் என்று சரமாரியாகப் பேசிப் பிரமாதப்படுத்தி விட்டார். பிரசங்கம் முடிந்ததும், "எப்படி இருந்தது.. ஒரே நாளில் பல அற்புதங்களைக் கற்றுத் தேர்ந்து விட்டாய் அல்லவா.?" என்று அவனைப் பார்த்துப் பெருமையாகக் கேட்டார்.

அவன் சொன்னான், "ஐயா, நான் குதிரைக்காரன். எனக்கு ஒன்றும் தெரியாது. ஆனால் ஒன்றே ஒன்று மட்டும் தெரியும். நான் முப்பது குதிரை வளர்க்கிறேன். புல்லு வைக்கப் போகும்போது, எல்லாக் குதிரைகளும் வெளியே சென்றிருக்க, ஒரே ஒரு குதிரை மட்டும் லாயத்தில் இருந்தால், நான் அந்த ஒரு குதிரைக்கான புல்லை மட்டும்தான் வைப்பேன்!" படாரென்று அறைந்தது போல் இருந்தது குருவுக்கு.

மார்க்கெட்டிங் துறையில் இருப்பவர்களுக்கும் இது பொருந்தும். தங்களிடம் ஏகப்பட்ட பொருட்கள் இருக்கிறது என்பதற்காக, இருக்கிற எல்லாவற்றையும் சொல்லி வாடிக்கையாளர்களைக் குழப்பக்கூடாது என்பதே அவர்களுக்கான அடிப்படைப் பாடம். பலவற்றையும் ஒருங்கே கேட்டால், குழப்பம்தான் வருமே ஒழிய அவர்கள் எந்த முடிவுக்கும் வரமாட்டார்கள். வெட்டிப் பேச்சு, வீணாப் போச்சு என்பார்களே அந்தக் கதையாகி விடும். பேச்சு ஒரு பலம் என்றால், எங்கே, யாருக்காக, என்ன சூழலில் பேசுகிறோம் என்பது அதைவிட முக்கியம்.

யாரிடம் கற்கிறோமோ அவரே ஆசிரியர். கற்றுக்கொடுப்பவரெல்லாம் ஆசிரியர் அல்லர் என்பதைப் புரிந்து கொள்ளுங்கள். ஒரு மாணவன், குறிப்பிட்ட பாடம் கடினமாக இருக்கிறது என்றால் என்ன அர்த்தம்..? அவனுக்கு அதில் மனம் லயிக்கவில்லை என்பதுதான் பொருள். கஷ்டப்பட்டு படித்தால், எல்லாம் கடினம். இஷ்டப்பட்டு படிப்போருக்கு எல்லாமே சுலபம்! இதையே நமது செயல்களில் பொருத்திப் பார்த்தால், கடினமான செயலின் சரியான பெயர்தான் சாதனை... சாதனையின் தவறான விளக்கம் தான் கடினம்.

32. ஒழுங்கே உயர்வுதரும்!

25 ஆயிரம் ரூபாயில் தொழில் தொடங்கி அதை தனது காலத்தில் 60 ஆயிரம் கோடி ரூபாயாக மாற்றிக் காட்டினார் திருபாய் அம்பானி. அவரது புத்திசாலித்தனம், தொழில் நேர்த்தி, செய்யும் வேலையில் ஒரு ஒழுங்கு, தன்னைப் போலவே பிறரும் அதனைப் பின்பற்ற வேண்டும் என்று பலருக்கும் கற்றுக் கொடுத்தது ஆகியவையே அவரது வெற்றிக்குக் காரணம். பொதுவாக முதல் தலைமுறையில் சம்பாதித்த சொத்துக்களை அடுத்த தலைமுறையில் வருவோர் அழித்து விடுவது உண்டு. ஆனால், திருபாயின் மகனாக வந்து அம்பானியின் தொழிலை நிர்வகிக்கத் தொடங்கிய இரு சகோதரர்களும், 60 ஆயிரம் கோடி ரூபாய்த் தொழிலை இன்று 6 லட்சம் கோடி ரூபாயாக தூக்கி நிறுத்தி விட்டனர். காரணம், அவர்களிடம் இருந்த தொழில் ஒழுங்கு மற்றும் அதை ஊழியர்களும் கடைப்பிடிக்க வேண்டும் என்று பின்பற்றியதுதான். எதைச் செய்ய வேண்டும். எதைச் செய்யக் கூடாது என்பதில் ஓர் உறுதி இருந்தாலே வெற்றி நிச்சயம் ஆகிவிடும். அதற்கு உதாரணம் தான் இந்தக் கதை. ஒரு காட்டில் பல விலங்குகள் வாழ்ந்து வந்தன. ஒருமுறை வேட்டைக்காரன் ஒருவன் காட்டில் ஒரு கூண்டை வைத்து இருந்தான். அதில் புலி ஒன்று வசமாக மாட்டிக் கொண்டது. ஒரு நாள் முழுக்க போராடிப் பார்த்து துவண்டு போயிருந்தது.

அப்போது அந்தக் காட்டுவழியே ஒரு வழிப்போக்கன் சென்று கொண்டிருந்தான். அவனைப் பார்த்து அந்தப் புலி பரிதாபமாகக் கூறியது. “ஐயா, எனக்கு மிகவும் வயதாகிவிட்டது. கண்ணும் தெரியவில்லை. இந்த வேட்டைக்காரன் என்னைப் பிடித்துப் போய் துன்புறுத்துவான். தயவு செய்து என்னை விடுவித்து உதவ வேண்டும்” என்று மன்றாடிக் கேட்டது. அதன் முகத்தையும் கூர்மையான அதன் பற்களையும் பார்த்துப் பயந்த அந்த வழிப்போக்கன், “ஹூ.. ஹூம் நான் மாட்டேன். நீ துஷ்ட மிருகம். எனக்குப் பயமாக இருக்கிறது.” என்று மறுத்தான்.

அப்போது அந்தப் புலி, “ஐயா, நான் சைவமாக மாறி ரொம்ப காலமாயிற்று. நான் எவ்வளவு நல்லவன் என்பதை ஊருக்குள் விசாரித்துப் பாருங்கள்” எனக் கெஞ்சியது. தயங்கி நின்ற வழிப்போக்கனிடம் மன்றாடியது. அதன் தவிப்பைப் பார்த்து, பரிதாபப்பட்ட வழிப்போக்கன் பாவமாயிருக்கிறதே என எண்ணி கூண்டைத் திறந்து விட்டான். என்ன நடக்கும்? வெளியே வந்த புலி ‘என்ன நண்பரே, நலமா” என்றா விசாரிக்கும்?

ஓரே பாய்ச்சலில் பாய்ந்து அந்த வழிப்போக்கனைக் கெட்டியாய்ப் பிடித்துக் கொண்டது. அவன் பயந்து அலறினான்.

“ஏ புலியே, உதவியவனையே உண்ணப் பார்க்கிறாயே! இது நியாயமா? என்று நடுங்கினான். அவ்வழியே சென்ற நரியிடம் நியாயம் கேட்டான்.

புலி ‘இதுவும் நம் இனத்தைச் சேர்ந்தது. எனக்கு சாதகமாகத்தான் சொல்லும் என எண்ணி சம்மதித்தது. நடந்ததை முழுக்க கேட்ட நரி, ஓஹோ! இந்த மனிதன் கூண்டுக்குள் சிக்கியிருந்தபோது, நீங்கள் வெளியில் இருந்து காப்பாற்றினீர்களா.? என்று வேண்டுமென்றே கூறியது. புலி பொறுமையிழந்து, உறுமியது. அதைக் கண்டு அஞ்சியது போலப் பாசாங்கு செய்த நரி, ‘புலியாரே, மன்னியுங்கள் எனக்கும் வயதாகிவிட்டதால் மறதி அதிகம். சரி

தாங்கள் எங்கு இருந்தீர்களோ அங்கு சென்று கதையை மீண்டும் கூறுங்கள்'' என்றது. புலி கூண்டுக்குள் சென்று நின்றது. 'இதோ பார், நான் இங்குதான் இருந்தேன். இந்த மனிதன்..'' என்று நரிக்கு விளக்கமாக சொல்வதில் கவனமாக இருக்கும்போது, நரி மெதுவாக அந்த வழிப்போக்கனிடம், ''ஓய், சீக்கிரம் கூண்டுக் கதவைச் சாத்துமய்யா, நிற்கிறீரே''

என்று கூறவும் பாய்ந்து சென்று கூண்டுக் கதவைச் சாத்திவிட்டு 'அப்பாடா' என்று பெருமூச்சு விட்டான் வழிப்போக்கன். ஒவ்வொரு தவறுக்கும் ஒரு தீர்வு இருக்கும். பிரச்சனை வரும் நேரத்தில் குழம்பி நிற்பதைவிட, வெளியே வரும் தீர்வே வெற்றியைத் தரும். பூட்டைத் தயாரிக்கும் நிறுவனத்தில் பூட்டை மட்டும் தயாரிப்பதில்லை. பெயர் பூட்டுக் கம்பெனி என்றிருந்தாலும், அங்கே சாவியும் தயார் செய்கிறார்கள் என்பதை உணருங்கள்.

33. சோதிக்கும் பக்தர்கள்!

ஒரு ஊரில், ஒரு முனிவர் இருந்தார். ஒரு நாள் அவரைப் பார்க்க 4 பேர் வந்தனர். அந்த 4 பேரும் முனிவரிடம், ''சாமி உலகத்தப் புரிஞ்சிக்கவே முடியலயே! அதுக்கு என்ன வழி?''ன்னு கேட்டாங்க.

அதுக்கு அந்த முனிவர், ''தெரியலையேப்பா!''ன்னு நாயகன் ஸ்டைல்ல, ஒற்றை வரியிலே, பதில் சொல்லிட்டாரு.

ஆனாலும் வந்தவங்க விடாம, ''என்ன சாமி... நீங்க எவ்ளோ பெரிய முனிவர்! இதுகூடத் தெரியலைன்னு சொல்லுறீங்களே? ன்னு கேட்டாங்க.

பொறுமையிழந்த முனிவர் 'இவங்களுக்கு உலகத்தைப் புரிய வெச்சிட வேண்டியதுதான்!னு முடிவு பண்ணினார்.

அவங்ககிட்ட ''இப்ப நான் உங்களை ஒரு புஷ்பக விமானத்துல அழைச்சிட்டுப் போவேன். போற வழியில ஒரு காட்சியை உங்களுக்கு காட்டுகிறேன். அது பத்தி உங்களோட கருத்தை நீங்க சொல்லனும். கருத்து தப்பா இருந்தா, இந்த விமானம் உங்கள கிழ தள்ளி விட்டுடும்''ன்னாரு.

அதை ஒப்புக் கொண்ட நால்வரும் முனிவரோட சேர்ந்து புஷ்பக விமானதுல ஏறினாங்க. கொஞ்ச தூரம் போனபிறகு ஒரு எடத்துல ஒரு புலி, குட்டி போட்டுக்கிட்டு இருந்திச்சி. குட்டி போட்ட பிறகு தனக்கும் தன் குட்டிகளுக்கும் பசிக்கு இரை தேடி அந்தப் பக்கமா நடந்துட்டிருந்தது. இந்த பக்கமா ஒரு மான், அதுவும் குட்டி போட்டுட்டு பசிக்கு தண்ணீர் குடிக்கிறதுக்கு அந்தப் பக்கமா வந்துச்சு. மானப் பாத்த அந்தப் புலி சட்டுன்னு அது மேல பாஞ்சி அதக் கொன்னு தானும் சாப்புட்டு, தன்னோட குட்டிகளுக்கும் குடுத்திச்சி அத சாப்புட்ட அந்தப் புலி குட்டிங்களுக்கு சந்தோஷம். இந்தப் பக்கமா தன் அம்மாவை எதிர்பார்த்து, பச்சிளம் மான் குட்டிகள் ஏக்கமாக காத்திருக்குது. இந்தக் காட்சிய அவங்ககிட்ட காட்டின முனிவர், ''இதப் பத்தி உங்க கருத்து என்ன?''ன்னு கேட்டாரு.

அந்த 4 பேரில் ஒருத்தர், ''புலி பண்ணினது ரொம்பத் தப்பு. மான் குட்டிகளுக்கு இப்ப தாய் இல்லாம போச்சே!''ன்னு சொன்னாரு. உடனே அவர அந்த விமானம் கீழே தள்ளி விட்டுடுச்சு.

அடுத்து ஆள், கருத்து சொன்னார். ஏற்கனவே ஒருத்தன் கீழ விழுந்ததைப் பார்த்த அவர், "இல்ல இது சரிதான். ஏன்னா, இது உலக நியதி புலிகளுக்கு இரையாகத்தானே மான்கள் இருக்குது"ன்னார். விமானம் அவரையும் கீழ தள்ளி விட்டுடுச்சு.

இதையெல்லாம் பாத்துக்கிட்டு இருந்த அடுத்த ஆளு ரொம்ப உசாரா சொன்னான், "இது தப்பும் இல்ல... சரியும் இல்லே"ன்னான். அவனையும் அந்த விமானம் கீழ தள்ளிடிச்சி. கடைசியாக, விமானத்தில எஞ்சி இருந்தவனைப் பார்த்தார் முனிவர். "நீ என்ன சொல்லப் போறே"ன்னு கேட்டார் முனிவர்.

அதுக்கு அவன், "தெரியலயே சாமி"ன்னு சொன்னான். அவனை அந்த விமானம் கீழே தள்ளலை. இரண்டு பேர் ஏறின இடத்திலேயே கீழே இறங்கிட்டாங்க.

என்ன புரியுது..? நம்ம வாழ்க்கைக்கு, எது தேவையோ அதை மட்டும் நாம் புரிஞ்சிக்கிட்டா போதும். தேவையில்லாத விஷயங்களை தெரிஞ்சுக்க முயற்சி செய்றது அநாவசியம். அதேபோல் தன் அறிவுக்கு அப்பாற்பட்ட விஷயங்கள் பற்றி தெரிஞ்சமாதிரி பேசுறதும் தப்பு.

தெரியாத விஷயங்களை தெரியாதுன்னு ஒப்புகிறதுதான் எப்போதுமே உத்தமம்.

இதுக்கிடையே, தம்மைப் போலவே சிந்திச்ச அந்த ஆளுக்கு நல்லது செய்ய நினைச்ச முனிவர், இவனைப் பார்த்தால், மிகவும் அப்பாவியாக இருக்கிறான். அவனுக்கு ஒரு வழியைக் காட்டுவோம் என்று முடிவெடுத்தார். 'கடவுளை நினைச்சுத் தவம் செய் உனக்கு வேண்டிய வரத்தைக் கொடுப்பார்." என்று வாழ்த்திட்டு அங்கிருந்து கிளம்பிட்டார்.

முனிவர் வாக்கை ஏற்று அந்த நபரும் கடவுளைப் பிரார்த்தனை பண்ணி, கடுமையாக தவம் இருந்தார். பல நாட்கள் சென்ற பிறகு கடவுள் அவர் எதிரில் தோன்றினார்.

"பக்தனே, உனக்கு என்ன வரம் வேண்டும்?" கடவுள் கேட்டார்.

"தவம் செய்தால் கடவுள் வந்து வரம் கொடுப்பார்னு அந்த முனிவர் சொன்னார், அதான்..." என்றார் பக்தர்.

"வந்துவிட்டேனே... என்ன வரம் வேண்டும், கேள்..." என்றார் கடவுள்.

"அதான் கேட்டேனே வரம்... அதை கொடுங்க சாமீ..." என்றார் மன்னார்சாமி.

இப்போது கடவுளுக்கே குழப்பம் வந்து விட்டது. கடவுள் பிரத்யட்சம் செய்துவிட்டால் யாருக்காவது வரம் கொடுத்தே ஆக வேண்டும்...! அதுவும் தவம் செய்தவருக்குத் தவறாமல் வரம் கொடுத்தே ஆக வேண்டும் ஆயிற்றே! 'சிக்கலான பக்தனாக இருக்கிறானே, என்ன செய்யலாம்...? என்று கடவுள் யோசித்தார்.

"பக்தா, இப்போது நீ என்ன நினைக்கிறாயோ, அதையே வரமாகக் கொடுக்கிறேன். பெற்றுக் கொள்.. போ!

"அய் யய்ய யோ. நான் ஒண்ணும் நினைக்கவே இல்லையே!"

"அதான்." என்று சொல்லிவிட்டுக் கடவுள் மறைந்து விட்டார்.

இதிலிருந்து என்ன தெரிகிறது? பலனை நோக்கிய உழைப்புதான் உயர்வைத் தரும்! எண்ணம் போல் வாழ்வும் கிடைக்க, மனதில் நல்லதை நினைப்போம். நல்வழி செல்வோம்.

வாழ்வதையும், வாழ விடுவதையும், நமது வாழ்க்கைத் தத்துவங்களாக ஆக்கிக்கொள்வோம். வெற்றியாளர்களாக வலம் வருவோம்.

34. அனுபவப் பாடம்!

ஒரு கிராமத்தில் ஞானி ஒருவர் இளைஞர்களுக்கு கல்வி போதித்து வந்தார்.

அவர் இலக்கு மதிப்பெண்களோ தர நிர்ணயமோ அல்ல. முழுமையான கற்றல் மட்டுமே அவரது இலக்காக இருந்தது.

எனவே நிதானமாகவும் அதேசமயம் சீடர்கள் மனதில் நன்கு பதியுமாறும், அவர் சொல்லிக் கொடுத்தார்.

ஆனால் குருவின் இந்த 'வேகம்' மாணவர்களில் ஒருவனுக்குப் பிடிபடவில்லை. 'ஒரே சமயத்தில் எல்லாவற்றையும் சொல்லிக் கொடுப்பதை விட்டுவிட்டு நாட்களை வீணடிக்கிறாரே' என்று பொருமினான்.

விஷயத்தைக் கேள்விப்பட்ட ஞானி, அந்த மாணவனை அழைத்தார். பக்கத்திலிருந்த ஒரு பெரிய விறகுக் கட்டைக் காண்பித்து, 'அதைத் தூக்கி வெளியே கொண்டு போய் வை' என்றார்.

விறகுக் கட்டைத் தூக்க முயன்ற மாணவன், அதன் கனம் தாங்காமல் தடுமாறி விழுந்தான். எழுந்து கையைத் தட்டிக் கொண்டு, 'என்னால் தூக்க முடியவில்லை குருவே! மிகவும் கனமாக உள்ளது என்று தன் தோல்வியை ஒப்புக் கொண்டான்.

'சரி! அந்தக் கட்டைப் பிரித்து விறகுகளைக் கொஞ்சம் கொஞ்சமாய் கொண்டு போய் வை என்றார் ஞானி.

அட நான்கைந்து முறை எடுத்து வைத்ததில், விறகுகள் விரைவில் இடம்பெயர்ந்தன!

'கண்ணா! உனக்குக் கற்பிப்பதும் இப்படித்தான். ஒரேடியாக உன் மூளைக்குள் திணித்தால் நீ திணறிவிடுவாய். கொஞ்சம் கொஞ்சமாக அதே சமயம் முழுமையாகக் கற்றுக் கொண்டாயானால் அது நிரந்தரமாக உன் மனதில் தங்கிவிடும். நீ கற்ற கல்வி தரமாகவும் இருக்கும்' என்று விளக்கினார் ஞானி.

மாணவனுக்கு மிக நல்ல பாடமாக அது அமைந்தது.

தொடர்ந்து ஞானி இப்படிச் சொன்னார்:

"நீங்கள் எல்லோரும் இப்போது படித்துக் கொண்டிருக்கின்றீர்கள் படிப்பது சுகமானதா. சுமையானதா? என்ற ஒரு கேள்வி கேட்டல் சுமையாக இருக்கிறது! என்றுதான் பலரும் சொல்வீர்கள். ஆனால் படிப்பதை சுகமாக மாற்றிக் கொள்ளலாம் என்பதற்கு ஒரு குட்டி கதை சொல்கிறேன்" என்று கூறத் தொடங்கினார்.

ஓர் அழகான ஊர். அந்த ஊரில் உள்ள ஓர் இளைஞன் நல்ல கனமாக வளர்ந்த ஒரு பசுமாட்டை எந்தச் சிரமமுமின்றி தன் தோள் மேல் போட்டுத் தூக்கிக் கொண்டு ஊரைச் சுற்றி வந்தான். ஊரே அவனை பிரமிப்புடன் பார்த்தது. நல்ல பலசாலி என்றது.

"எப்படி உன்னால் இவ்வளவு பெரிய மாட்டைத் தூக்கிச் சுமக்க முடிகிறது...?" என்று பலரும் கேட்டனர்.

"இதிலென்ன கஷ்டம். இது என் மாடு. என்னால் தூக்க முடிகிறது...! என்றான் ரொம்பவும் சுலபமாக.

ஊராருக்குப் புரியவில்லை. "அதுதான் எப்படி?" என்று கேட்டனர்.

"இந்தப் பசு கன்றுக் குட்டியாக இருந்த நாளிலிருந்து தினம் தினம் தூக்கிச் சுமந்து கொஞ்சுவேன். அதனோடு விளையாடுவேன். அதுவே பழகிவிட்டது. இப்படி தினம் தூக்கிப் பழகியதால் அதன் கனம் எனக்குப் பெரியதாகத் தெரியவில்லை" என்றான்.

பாடம் படிப்பதும் இப்படித்தான். அன்றாடப் பாடங்களை அன்றாடம் படித்து விட்டால் எவ்வளவு கனம் கூடினாலும், அது சுமையாகத் தெரியாது. சுகமாகத் தெரியும். அத்துடன் ஈடுபாடும், சாதிக்க வேண்டும் என்ற தாகமும் இருக்க வேண்டும். ஈடுபாடு என்பது தனித்துத் திகழ்வது அல்ல. எல்லாவற்றின் மீதும் அக்கறை கொள்பவர்களுக்குத்தான் உழைப்பில் ஈடுபாடு பிறக்கும். இது ஏதோ படிப்பதற்காக உங்களுக்கு சொல்லப்பட்ட கதை அல்ல படித்த பின்னும் உங்களுக்கு உதவும் பாடம்" என்றார்.

அதாவது, பிடித்துச் செய்கிற காரியம் எதுவுமே சிரமமானதல்ல. நொந்து செய்கிற காரியம் எதுவுமே பிடித்தமானதல்ல!

புரிந்து கொள்ளுங்கள்... வெற்றியைக் கைக்கொள்ளுங்கள்!

35. ஆணியே வேண்டாம்!

கரப்பான் பூச்சிக்கு எலியக் கண்டா பயம்...! எலிக்கு பூனையக் கண்டா பயம்...! பூனைக்கு நாயக் கண்டா பயம்...! நாய்க்கு மனுஷனைக் கண்டா பயம்...! மனுஷனுக்கு அவன் மனைவியைக் கண்டா பயம்...! அவன் மனைவிக்கு கரப்பான் பூச்சியக் கண்டா பயம்...!! எவ்வளவு பெரிய விஷயமும் சின்ன விஷயத்திடம் சில சமயம் அடிமையாகும் என்பதே உலக நியதி. அம்புலிமாமா ஸ்டைலில் ஒரு கதையை இப்போது பார்ப்போம்.

மகேந்திரன் மச்ச நாட்டு மன்னன். அவனது நாட்டுக்கு அருகாமையில் உள்ள நாடு மருத நாடு. மருதநாட்டு மன்னன் சுரேந்திரன். மருத நாடு படை பலம் கொண்டது, செல்வ வளமும் அதிகம். ஆனால் மச்சநாடு அந்த அளவுக்குப் படை பலம் கொண்டதல்ல. இருப்பினும் மகேந்திரன் மிகவும் பேராசை கொண்டவனாக இருந்தபடியால் மருத நாட்டை வெல்ல வேண்டும் என்ற வெறி கொண்டிருந்தான். அதனால் அடிக்கடி சுரேந்திரன் மீது படையெடுத்து வந்தான்.

தோல்வியடைந்தபோதும் மீண்டும் மீண்டும் மருத நாட்டின் மீது படையெடுத்த வண்ணம் இருந்தான் | சுரேந்திரனின் பெரும்படைக்கு முன் தாக்குப் பிடிக்க முடியாது தொட தோல்வியடைந்த வண்ணமே இருந்தான் மகேந்திரன். ஒருமுறை ஒற்றர் மூலம் மகேந்திரன் மீண்டும் படையெடுக்கப் போவதை அறிந்த சுரேந்திரன் அதை எதிர்கொள்ளத் தயாராகும் படி படைக்கு உத்தரவிட்டான். அப்போது அவனது மதியூக மந்திரி மகிபாலர் மன்னனுக்கு எச்சரிக்கை விடுத்தார்.

"மன்னா, மகேந்திரன் மீண்டும் படையெடுத்து வருவதால், நமது படைகளைச் சற்று சீரமைக்க வேண்டும்... கட்டளையிடுங்கள்" என்றார்: சுரேந்திரன் சிரித்தான். "மந்திரியாரே, எத்தனை முறை அவன் படையெடுத்தாலும் அவனால் நம்மை வெல்ல இயலாது .நமது படைக்குமுன் அவன் படை எம்மாத்திரம்?"

“அப்படி அலட்சியமாக இருக்கக் கூடாது மன்னா! நமது வீரர்கள் போரிட்டுக் களைத்திருப்பர் என்றுதான் மீண்டும் உடனே படையெடுத்து வருகிறான். நமது குதிரைப் படை தான் நமது வெற்றிக்குக் காரணம். குதிரைகளும் நமது படையில் அதிகம். அவை பலமுறை போரிட்டதால் கால்களில் உள்ள குளம்புகளில் ஆணிகள் தேய்ந்து போய் விட்டன. அவற்றுக்கு லாடம் அடிக்க வேண்டும். அப்போதுதான் நம்மால் படை நடத்த முடியும்.” என்றார் பணிவோடு.

ஆனால் சுரேந்திரனோ, “இப்போது ஆணி அடிப்பதற்கெல்லாம் அவசரமில்லை. மகேந்திரனின் படையை வெற்றிகொண்டு துரத்திய பிறகு மாதக்கணக்கில் நிதானமாக அடித்துக் கொள்ளலாம்..” என்று அவட்சியமாகக் கூறிவிட்டு அந்தப்புரம் சென்று விட்டான். ஆணியே அடிக்கவேண்டாம்!” என்ற மன்னரின் அலட்சிய வார்த்தைகளை வேறு வழியின்றி ஒப்புக் கொண்டார் மந்திரி.

சில நாட்களில் இரு நாடுகளுக்கும் இடையே போர் மூண்டது. இரு மன்னர்களும் தங்கள் படைகளுடன் புறப்பட்டனர். சுரேந்திரன் புன்னகையுடன் தன் குதிரைப்படையை நடத்திச் சென்றான். திடீரென்று படையிலிருந்த குதிரைகள் கீழே விழுந்தன. சில சரியாக ஓட முடியாமல் தடுமாறின. மகேந்திரனின் படை சிறிதானாலும் எல்லா வகையான பராமரிப்பும் செய்யப்பட்டிருந்தன. குதிரைகள் வாடம் அடிக்கப்பட்டு தன்கு ஓய்வெடுத்து, போருக்குத் தயாராக சிலிர்த்துக் கொண்டு இன்றிருந்தன. ஆனால் சுரேந்திரன் படையோ பெரிதாக இருந்தாலும் போதிய பராமரிப்பின்மையால் பாதிக்கு மேல் படுத்து விட்டன. மன்னன் சுரோத்திரனும் அச்சமும் சோர்வும் அடைந்துவிட்டான். தக்க தருணம் பார்த்து மகேந்திரன் சுரேந்திரனையும் அவனது மந்திரி மகிபாலனையும் கைது செய்து சிறையில் அடைத்தான்.

இப்போது இருவரும் மச்ச நாட்டுச் சிறையில் இருந்தனர் மந்திரியின் சொல்லைக் கேளாததால்தான் தனக்கு இந்த நிலை வந்ததென்று வருந்திப் பேசினான் சுரேந்திரன்.

அப்போது மகிபாலர். “மன்னா. சிறிய உளி என்று நினைப்பது தவறு அதுதான் பெரிய மலையைப் பிளக்கிறது. மேலும் ஆணிதானே அடிக்கவேண்டும் பிறகு செய்யலாம் என்று நினைத்ததால் தான் போரில் தோற்கும் நிலை வந்தது. படை பெரிதாக இருந்தும் தக்க தருணத்தில் தேவையான பராமரிப்பைச் செய்யாததால் தான் தங்களுக்கு இந்த நிலை” என்றபோது மன்னனுக்குப் புத்தி வந்தது. துன்பம் வருவதற்கு முன்பாகவே அதைத் தடுப்பதற்கேற்ற முன்னேற்பாடுகளை செய்யத் தவறியவன் வாழ்க்கை நெருப்பின் முன் வைக்கப்பட்ட வைக்கோல் போரின் நிலையை அடையும். எந்தச் சிறு விஷயமாக இருந்தாலும், தக்க தருணத்தில் சரியானபடி கவனிக்க வேண்டும் என்ற உண்மையைப் புரிந்து கொள்வோம்.

36. மகிழ்ச்சி மந்திரம்

ரொம்ப நாட்களாகவே பாண்டவ சகோதரர்களுக்கு ஒரு சந்தேகம் இருந்தது. அது, ‘நம்முடைய அண்ணன் தர்மர் தர்மதேவனின் புதல்வர். தானம் செய்வதில் சிறந்தவர். இருப்பினும், தானத்தில் சிறந்தவன் என்ற பெயர் கர்ணனுக்குப் போனதெப்படி? என்பதுதான் அது. இவர்கள் மனதில் உள்ள சந்தேகத்தை அறிந்த கிருஷ்ணன், ஒரு நாள் பாண்டவர்களை

அழைத்தார். தங்கமலை, வெள்ளி மலை என இரு மலைகளை உருவாக்கினார்.

பாண்டவர்களை நோக்கி, இங்கே பாருங்கள்! இந்த இரு மலைகளையும் பொழுது சாய்வதற்குள் தருமம் செய்துவிட்டால் தானத்தில் சிறந்தவர் தர்மர் என்று இனி உலகம் சொல்லும்!'' என்று கூறினார். தங்கள் நெடுநாள் பிரச்னைக்கான தீர்வாகவே இதனைப் பார்த்தார்கள் பாண்டவர்கள். உடல் வலுவில் சிறந்த பீமனும், வில்வித்தையில் வீரனாகிய அர்ஜுனனும் மற்றவர்களும் அந்த இரு மலைகளில் இருந்து தங்கத்தையும். வெள்ளியையும் பாளம் பாளமாக வெட்டி எடுத்துத் தர, தருமர் அதை உடனுக்கு உடன் நகர மக்களுக்குத் தானம் செய்தார். ஐவரின் கூட்டு முயற்சி ஆயிற்றே. மக்கள்

அனைவரும் மகிழ்ச்சி கடலில் மூழ்கும் அளவுக்குத் தானம் நடைபெற்றது. தர்மப் பிரபுவே என்று ஆளாளுக்கு வாழ்த்தினார்கள். அங்கேதான் விளையாடினார் கிருஷ்ணன். அவ்விரு மலைகளும் வெட்ட வெட்ட வளர்ந்து கொண்டே இருந்தன. இதனால், அவற்றைத் தானம் வழங்கி முடிக்க முடியவில்லை. கிருஷ்ணரின் செயல் புரியாத தருமரும். அவரது சகோதரர்களும், எவ்வளவு வழங்கியும் எங்களால் தானத்தை முடிக்க முடியவில்லை. இன்னும் அரை நாழிகை மட்டுமே மீதமிருக்கிறது. அதற்குள் இம்மலைகளை வெட்டி முடித்து தானம் வழங்க முடியும் என்று தோன்றவில்லை'' என்று தோல்வியை ஒப்புக் கொண்டனர்.

புன்முறுவலுடன் அதனை ஏற்றுக் கொண்ட கிருஷ்ணன் ஓர் ஆளை அனுப்பி கர்ணனை வரவழைத்தார்.

அதே உத்தரவு. ஆனால், அரை நாழிகைதான் நேரம்.

கர்ணா! இதோ பார் இந்த இரண்டு மலைகளில் ஒரு மலை தங்கமலை மற்றொன்று வெள்ளி மலை: இதை நீ பொழுது சாய்வதற்குள் தானம் செய்ய வேண்டும். பொழுது சாய இன்னும் அரை பொழுதே உள்ளது. உன்னால் முடியுமா? யோசித்துச் சொல்,'' என்று கூறினார். உடனே கர்ணன், ''இதில் யோசிக்க என்ன இருக்கிறது... தர்மம் எனக்குப் பழகிய ஒன்றுதானே! இப்போதே செய்து காட்டுகிறேன்,'' என்று கூறி அவ்வழியே சென்ற இருவரை அழைத்தான். ''உங்களுக்கு தானம் கிடைத்ததா?'' என்று கேட்டான் ''இப்போதுதான் தகவல் கிடைத்து தாமதமாக வந்தோம்.'' என்று அவர்கள்

இழுத்தனர். அவர்களது தோளில் தட்டிய கர்ணன். ''இதோ பாருங்கள்! நீங்கள் இருவரும் ஆளுக்கொரு மலையாக இவற்றை எடுத்துக் கொள்ளுங்கள்,'' என்று கூறி தனது தர்மத்தை முடித்து விட்டுக் கிளம்பினான்.

கிருஷ்ணர் சிரித்தார். பாண்டவர்கள் தைக்குனிந்தனர்.

இதைத்தான் திருவள்ளுவர், 'உள்ளுவதெல்லாம் உயர்வுள்ளல்!'' என்று பெரிதாக சிந்திக்கச் சொன்னார். அளிப்பது என்று முடிவெடுத்துவிட்ட பிறகு என்ன கிள்ளிக் கொடுப்பது... அள்ளிக் கொடுக்க வேண்டியது தானே!

ஒரு வீட்டுத் தோட்டத்தில் வளர்ந்து வந்த பன்றிக்கும் பசுவுக்கும் நடந்த உரையாடல் இது.

பசுவிடம் கேட்டது பன்றி! ''உன்னை மதிப்பதுபோல் யாரும் என்னை மதிக்க மாட்டேன் என்கிறார்கள். உருவத்தில் பெரிதாக இருப்பது காரணமா..? அப்படிப் பார்த்தால், நீ நம் எஜமானனுக்கு பால் மட்டும் தான் தருகிறாய். நான் மாமிசமாக என்னையே முழுதாக அர்ப்-

பணிக்க போகிறவன். இருந்தும் ஏன் என்னை ஒருவரும் மதிப்பதில்லை...? பசு கறியது, "நண்பா! நீ சொல்வது உண்மையாக இருக்கலாம். அனால், நான் உயிருடன் இருக்கும்போதே தினம் தினம் மக்களுக்கு உதவிக் கொண்டிருக்கிறேன். நீ உயிருடன் இருக்கும்போது அப்படி எந்த உதவியும் செய்வதில்லையே!" என்றது.

உயிருள்ளபோதே உலகுக்கு உதவியானவராக இருங்கள். உறவினர்களிடம் கர்ணனாக இருங்கள்... வியாபாரத்தில் உங்களுக்குப் பொருட்கள் அளித்தவர்களுக்கும், பணியாளர்களுக்கும் சேர வேண்டிய தொகையை முன்கூட்டியே அளித்து மகிழுங்கள்.. மனைவி, குழந்தைகள் எதிர்பார்ப்பை அறிந்து கேட்கும் முன் அவற்றை நிறைவேற்றும் பசுவாகிப் பாருங்கள்...

உலகம் உங்களை சந்தோஷமாக வைத்துக் கொள்ளும். வெற்றிக்கான மகிழ்ச்சி மந்திரம் இது!

37. புத்தியால் ஜெயிப்போம்!

கருப்பிராயத்தில் ஆம்லெட் ஆகாமல் தப்பித்த முட்டைகளே வளர்ந்து, தந்தூரி சிக்கனாகின்றன. எதற்காக இந்த ஜோக் என்று பார்க்கிறீர்களா? முட்டை சம்பந்தமான கதையைத்தான் இப்போது பார்க்கப் போகிறோம்! ஒரு ஜோடிக் காக்கை, ஒரு ஆலமரத்தில் கூடுகட்டி வசித் வந்தன. பெண்காகம் குறிப்பிட்ட கால இடைவெளியில் முட்டைகள் இடுவதும், அவை தொடர்ந்து காணாமல் போவதும் தொடந் நடந்தது. திருடனைக் கண்டுபிடிக்க எண்ணியது காக ஜோடி. பென் காகம் முட்டையிட்டுவிட்டு மேலே கிளம்பிப் போவது போல் பாசாங்கு காட்டிவிட்டு, அருகிலிருந்த மரக்கிளைகளில் வந்து பதுங்கிக் கொண்டது. காகங்கள் வெளியே கிளம்பியதைக் கவனித்த மரத்தின் கீழ் இருந்து கருநாகம், மேலேறி வந்து, முட்டைகளைக் கொத்திக் குடித்து சென்றது. காகங்கள் அதிர்ந்தன. கள்வன் தங்கள் காலடியிலேயே இருப்பதறிந்து வருந்தின.

"இடத்தைக் காலிசெய்து விட்டு வேறு இடத்தில் குடிபோய் விடலாம் என்ற பெண் காகம், "சந்ததி தழைக்க வேண்டுமானால் கருநாகத்திடம் இருந்து முட்டைகளைக் காத்து, குஞ்சு பொரிக்க வேண்டும். சில காலமானாலும், வேறு மரத்தில் புதிய கூடு கட்டிக் குடியேறுவோம்." என்று குமுறியது.

ஆண் காகம் சிந்தனை வயப்பட்டது. "இதற்கு ஒரு தீர்வு இருக்கிறது. நாகத்தைக் கொல்வோம்!" என்றது ஆண் காகம், "என்ன விளையாடுகிறீர்களா.. காகம் என்றைக்கு கொன்றிருக்கிறது...? அதுவோ கொடிய விஷம் கொண்டது. அருகில் சென்றாலே, உயிரைக் குடித்து விடும். எதற்கு வம்பு...?" என்று பெண் காகம் அஞ்சியது.

"நாகத்தைக் கொல்லும் வலிமையும் வல்லமையும் நம்மிடம் இல்லை. ஆனால், அதைக் கொல்லத் தூண்டும் புத்திசாலித்தனம் இருக்கிறது. சந்தர்ப்பம் வரும்வரை காத்திருப்போம்!" என்றது காகம்.

அன்று முதல் தாம் இடும் முட்டைகளை அருகிலேயே இருந்து பெண் காகம் காவல் காத்து வந்தது. காகம் இருப்பதறிந்து, நாகம் சில நாட்கள் வாலைச் சுருட்டிக் கொண்டு

அமைதியாக இருந்தது.

இதனிடையே, பெரும் வணிகர் கூட்டம் ஆற்றில் குளித்துக் கொண்டிருந்தது. அவர்களின் உடமைகள் ஆற்றின் கரையில் இருக்க.. அதைக் கவனித்தது ஆண் காகம். அதில் விலை உயர்ந்த ரத்தின மாலையைக் கவ்வி எடுத்தது. வணிகர்கள் அதைக் கவனித்து விரட்டி வந்தனர். ஆண் காகம் அவர்களின் கண்ணில் படும் அளவுக்கு வந்தபின், ரத்தின மாலையை பாம்பின் புற்றுக்குள் தவறவிட்டது, வணிகர்கள் பாம்புப் புற்றை இடிக்கத் தயாரானார்கள். சீறிக்கொண்டு வெளியே வந்தது பாம்பு. வந்திருந்த வணிகர்கள், கட்டையை எடுத்து பாம்பை அடிக்கத்துவங்கினார்கள்.

பலமுனைத் தாக்குதலில் ஈடுகொடுக்க முடியாமல் அடிபட்டுச் செத்தது பாம்பு. புற்றைத் தரைமட்டமாக்கி, ரத்தின மாலையை எடுத்துச் சென்றனர் வணிகர்கள். மேலிருந்தபடி, காகங்கள் அளித்த நன்றிக் குரல் அவர்களுக்குக் கேட்டிருக்க வாய்ப்பில்லை. இது, குழந்தைகள் கதை மாதிரி இருந்தாலும், இதிலும் தொழில் சார்ந்த உண்மை இருப்பதை நீங்கள் மறுக்க முடியாது. ஒரே தொழிலில் ஒரே ஊரில் இருக்கும் இருதுருவ தொழிலதிபர்கள், மற்றவரை எதிர்கொள்ள புத்தி சாதுர்யம் தேவை.

வெறும் தொழில்திறன் மட்டும் வெற்றிக்கு உதவாது என்பதைப் புரிந்து கொள்ள வேண்டும். அதற்காக, ஒருவரை அழிக்க வேண்டும் என்பது அர்த்தமல்ல... பணபலமும், தொழில் அறிவும் மிக்க பெரும் தொழிலதிபரையும், சிறிய தொழில் நிலையில் உள்ளோர் புத்திசாலித்தனமான திட்டங்கள் மூலம் எதிர்கொள்ள முடியும் என்பதே எடுத்துக்கூற விரும்பும் எளிய கருத்தாகும்.

38. சர்வம் வைத்தியமயம்!

மன்னர்களுக்கு எப்போதுமே ஏதாவது ஒரு சந்தேகம் வந்து கொண்டே இருக்கும், அதை அவையில் இருப்போர் தீர்த்து வைத்ததும் மெகா சீரியல் போன்ற ஒன்றுதான்.

மன்னருக்கு ஒரு திடீர் சந்தேகம். "நாட்டில் உள்ளவர்கள் அதிகமாக செய்யும் தொழில் எது...?" என்பதை அறிந்து கொள்ள விரும்பி, அமைச்சரிடம் கேட்டார்.

அமைச்சர் சற்றும் யோசிக்காமல், 'வைத்தியத் தொழில்" என்றார்.

"மக்கு மந்திரி! நாட்டில் பல்வேறு வியாதிகள் வந்து மக்கள் அவதிப்படுகையில் வைத்தியர்கள் இல்லாமல் பல பிரச்னைகள் எழுவதை நான் அறிவேன். நீர் சொல்வது போல, வைத்தியர்கள் நிறைந்த நாடு இது என்றால், பிரச்சனைகளே வரக்கூடாதே! நீ நன்றாக விசாரித்து வந்து எனக்குச் சொல்ல வேண்டும்!" என்று உத்தரவிட்டார். "இதோ வருகிறேன் மன்னா! என்று கிளம்பிய மந்திரி, சிறிது நேரத்தில் கையில் கட்டுடன் வந்தார்.

வாயிற்காவலன், என்ன அமைச்சரே, கட்டு..? என்று கேட்டான். "குளியலறையில் வழுக்கி விழுந்து விட்டேன்!" என்றார் அமைச்சர்.

உடனே வாயிற் காப்போன், அதற்குத் தீர்வாக ஒரு வைத்தியம் சொன்னான். அருகில் இருந்தவன், அதைவிட இதுவே சிறந்தது என்று வேறொரு வைத்திய முறையைச் சொன்னான். இதையெல்லாம் கேட்டுக்கொண்டிருந்த மூன்றாம் வாயிற்காப்போன், "எனக்கும் இது-

போல் அடிபட்டது. அப்போது நான் என்ன செய்து அதை சரியாக்கினேன் தெரியுமா, மந்திரியாரே! என்று தன் வைத்திய முறையை விரிவாக விளக்கினாள். அரசவைக்குள் வந்த அமைச்சர், தீர்வைச் சொல்லுவார் என்ற எதிர்பார்ப்புடன் இருந்த மன்னர், கையில் கட்டுடன் வந்ததைப் பார்த்து “என்ன நடந்தது? என்று கேட்டார்.

தாம் வழுக்கி விழுந்து கையை உடைத்துக் கொண்டதாகவும். ஒரு வைத்தியர் பச்சிலைக் கட்டுப் போடச் சொன்னதைச் செய்ததாகவும், வழியில் எதிர்ப்பட்ட பலரும் கூறிய வைத்திய முறைகளைக் கேட்டு தாம் மகிழ்ந்து போயிருப்பதாகவும் மந்திரி தெரிவித்தார்.

எகத்தாளமாக சிரித்த அரசர் சொன்னார். “மறுபடியும் மக்கு மந்திரி என்பதை நிரூபித்து விட்டீர்! அவர்கள் செய்ததை எல்லாம். செய்தால், கையை இழக்க வேண்டியதுதான். அவர்கள் கிடக்கிறார்கள் முட்டாள்கள்! நான் ஓர் அற்புதமான வைத்தியம் சொல்கிறேன். அதைச் செய்து பாரும். ஒரே நிமிடத்தில் வீக்கம் குறைந்துவிடும்!” என்று வைத்திய முறையைச் சொன்னார்.

அமைச்சர் பகபகவென அரண்மனை அதிரச் சிரித்தார். “ஏன் சிரிக்கிறீர்? நான் என்ன தவறாகச்

சொல்லிவிட்டேன்!” என்று கேட்டார் அரசர். ‘அரசே, மன்னிக்க வேண்டும். எல்லோருக்கும் பிடித்தமான தொழில் எதுவென்று கேட்டீர்களே! அதன் பதில் இதுதான்! வைத்திய ஆலோசனை சொல்வது...! நாட்டில் எல்லோருமே இதை அறிந்தோ அறியாமலோ செய்து கொண்டிருக்கின்றனர். நீங்கள் உள்பட” என்றார் அமைச்சர், மன்னர் மந்திரியைப் பாராட்டினார்.

கண்ணை மூடிக்கொண்டு கிலோ கணக்கில் ஆழமான கருத்துக்களை அள்ளிவிடுவது ஒரு தியான நிலை. ஆனால், கடைசிவரை ஒரு கொசுவைக் கூட திருத்தமுடியாது என்று புரிந்து கொள்வதுதான் முக்தி நிலை. பெரிய மகான்கள், சிந்தனையாளர்களுக்கு மத்தியில் போகிற போக்கில் தத்துவங்களை அள்ளிவிடும் நண்பர்கள் நம் அருகிலேயே இருக்கிறார்கள். அப்படிக் கிடைக்கும் தகவல்களைக் கேட்டு குழம்பி நின்றுவிடக் கூடாது. ஒரு காரியத்தை, தொழிலை, பணியைச் செய்யும்போது, நின்று கொண்டே இருப்பதைவிட, சென்று கொண்டே இருப்பது மேல்! எல்லாவற்றையும் மக்கச் செய்து அழித்துவிடும் மண், விதையை மட்டும் உயிர்ப்பிக்கச் செய்வதுதான் இயற்கையின் மிகப்பெரிய ஆச்சர்யங்களில் ஒன்று என்பதை உணருங்கள்! உங்கள் சிந்தையில் உதிப்பவை, விதையாக இருக்கட்டும்!

39. வியாபார ரகசியம்!

ஆல்ப்ஸ் மலையிலேயே ஐஸ் விற்பது, அண்டார்டிக்காவில் ஏ.சி விற்பது என்று மார்க்கெட்டிங் டெக்னிக் பற்றி கேள்விப்பட்டிருக்கிறோம். திறமை இருந்தால் எதையும் எப்படியும் சாதிக்கலாம்.

மிகச் சிறிய கிராமம் அது. அங்கு செல்லும் பாதையோ கரடு முரடு எனினும், அங்கு உற்பத்தியாகும் உருளைக்கிழங்குக்கு அபார சுவை என்பதால், சுற்றுப்பட்டு மக்கள் ஆர்வத்துடன் அதை வாங்கிச் செல்வார்கள். ஆனால், உருளையின் தரத்துக்கு ஏற்ப விலை

நிர்ணயம் செய்யப்படும் என்பதால், முந்தின நாள் இரவே டிராக்டரை எடுத்துக் கொண்டு கிராமத்துக்குச் சென்று விடும் வியாபாரிகள், உருளையை மூட்டை மூட்டையாக வாங்கி, அவற்றை பொதுவெளியில் கொட்டி, பெரியது, சிறியது. நடுத்தரமானது என்று தரம் பிரிப்பார்கள். காலையில் விடியும் நேரம் வரை உருளைப் பிரிப்பு நடக்கும். பின்பு அதனை தாத்துக்கேற்ப பிரித்து தனித்தனி மூட்டையாக கட்டி அவர்கள் அதனை வண்டியில் எடுத்து வரும்போது முந்தைய நாள் உருளை வாடிவிடும்.

ஆனால்,.. ஒரே ஒரு வியாபாரி மட்டும் தரத்தையும் பிரித்து, ஃப்ரெஷ்ஷான உருளையோடு சந்தைக்கு வந்து விற்று அதிக லாபம் பார்த்து வந்தான். இத்தனைக்கும் அவன் விவசாயிகள் கூடைகளில் எடுத்துக் கொண்டு வரும் உருளையை அப்படியே டிராக்டர் வண்டியில் கொட்டச் சொல்லிவிடுவான். ஆற்றுமணலை அள்ளிச் செல்வது போல அவன் உருளையை எடுத்துச் சென்றாலும் அதற்குத்தான் நல்ல விலை கிடைத்து வந்தது.

அந்த தொழில்நுட்பத்தை அவன் மற்ற யாருக்கும் சொல்வதுமில்லை வண்டியில் ஏற்றிக் கொண்டு வரும் உருளையை வழியிலேயே பிரிக்கிறானோ என்று சக வியாபாரிகள் வேவு பார்த்தும் விட்டார் அப்படியும் ஏதும் நடக்கவில்லை. 'புதிதாக வரும் உருளையை வண்டியில் ஏற்றுகிறான். சந்தைக்கு வந்து யார் எந்தத் தரத்தைக் கேட்கிறார்களோ அவர்களுக்கு ஏற்ற வகையில் விலை வைத்து விற்கிறான். எப்படி..? என்று மண்டையைப் பிய்த்துக் கொண்டார்கள்.

அந்த வியாபாரியின் மகனுக்கும் இதே சந்தேகம் எழுந்தது. “எப்படி அப்பா உங்களால் மட்டும் வெற்றிகரமாக வியாபாரம் செய்ய முடிகிறது•••?

கேட்டது மகனாயிற்றே! அப்பா மறைக்க முடியுமா..?

“நான் எல்லா உருளைக் கிழங்கையும் லாரியில் ஏற்றிக் கொண்டு நகருக்கு செல்லும் பாதையில் பள்ளம் மேடுகள் இருக்கிறதல்லவா.? அதில் குலுங்கிக் குலுங்கி வரும்போது, சிறிய உருளைகள் இடைவெளிக்குள் சிக்கி, இயல்பாகவே கீழே கீழே போய்விடும். நடுத்தர உருளைகள் இடையில் தங்கும். பெரிய உருளைகள் குதித்துக் குதித்து எழும்பி வந்து மேலே நிற்கும். சந்தைக்கு வரும்போது இயற்கை பிரித்துக் தந்த தரவகையை அதற்கேற்ற வியாபாரிகளுக்கு விற்றுவிடுவேன். தரம் பிரிக்கும் நேரம், மூட்டை கட்டும் செலவு, ஏற்றுக் கூலி அனைத்துமே மிச்சம். தரமாக உருளை கிடைப்பதால், மக்களும் சற்று கூடுதல் விலை கொடுத்தேனும் வாங்கிச் செல்லத் தயாராகி விடுகின்றனர்.

இதுதான் மகனே அதிக வருமானம் பெறும் வியாபார ரகசியம்! கிடைக்கும் சந்தர்ப்பங்களை இனம் கண்டு கொண்டு அதற்கேற்ப செயல்படுவதும், ஒரு வகையில் வியாபார தந்திரம் தான் மகனே!” என்றார்.

இயல்பு, சுற்றுச்சூழல், பயணம் இவற்றையும் கூட நமக்குச் சாதகமாகப் பயன்படுத்தி நம்மால் வெற்றி பெற இயலும்.

40. விற்பனைக்கு முக்கியத் தேவை, பேச்சில் சாமர்த்தியம் !

நம் நாட்டிலிருந்து வெளிநாட்டுக்கு வேலை தேடிச் சென்றார் ஒருவர்.

அங்கே ஒரு விற்பனை நிலையத்தில் வேலை கேட்டுச் சென்றார். "சேல்ஸ் துறையில் உனக்கு முன் அனுபவம் இருக்கிறதா? என்று விற்பனை நிலைய மேலாளர் கேட்க,

"நான் எனது நாட்டில் சேல்ஸ்மேனாகத்தான் வேலை பார்த்தேன்" என்றார் நம்ம ஆள். "அப்படியானால் உனக்கு நான் வேலை தருகிறேன். நாளை முதல் நீ வேலையைத் தொடங்கலாம். கடை மூடும்பொழுது நீ எப்படி வேலை பார்த்தாய் என்று ரிப்போர்ட் தர வேண்டும்" என்று கூறி பணிக்கு அனுமதித்தார். முதல் நாள் கடை மூடும் நேரத்தில் வந்தார் மேலாளர்.

'இன்று எத்தனை நபர்களிடம் சேல்ஸ் செய்தாய்?"

"ஒருவரிடம் மட்டும்தான்!" "என்ன ஒருத்தர் மட்டுமா? ம்ஹூம் உன்னை நீ இன்னும் வளர்த்துக் கொள்ள வேண்டும் உன்னுடன் வேலை பார்க்கும் மற்றவர்களெல்லாம் நாள் ஒன்றுக்கு 20 லிருந்து 30 வரை செய்யக் கூடியவர்கள் உன் வேலை நிரந்தரமாக வேண்டுமானால் நீயும்

அவர்களைப் போல் மாற முயற்சிக்க வேண்டும். சரி எத்தனை டாலருக்கு வியாபாரம் செய்தாய்?"

"$10,12,347.64"

ஒரே ஒரு நபரிடம் பத்து லட்சம் டாவருக்கு மேல் விற்பனையா..? அப்படி என்ன விற்றாய்?"

முதலில் அவரிடம் சிறிய தூண்டில் விற்றேன் பிறகு கொஞ் பெரிய தூண்டில் அதைவிடப் பெரிய தூண்டில், ஃபிஷ்ஷிங் ராட், ஃபிஷ்ஷிங் கியர் எல்லாம் விற்றேன்..." என்ன அவ்வளவு பெரிய மீன் பிடிப் பிரியரா..? பலே.. பலே.. அப்புறம்..?"

அவரிடம் "எங்கே மீன் பிடிக்கிறீர்கள்?" என்று கேட்டேன். கரையில் அமர்ந்து மீன் பிடிப்பதாகச் சொன்னார். உடனே நமது போட்டிங் டிபார்ட்மெண்ட் சென்று ஒரு படகைக் காட்டினேன். அது அவருக்குப் பிடித்துப் போனது. அவர் 'என்னுடைய கார் இந்த போட்டை இழுக்குமா?" என்று தெரியவில்லையே என்றார்.

நான் நமது ஆட்டோமோடிவ் டிபார்ட்மெண்ட் சென்று ஒரு நான்குக்கு 4 ட்ரக் விற்றுக் கொடுத்தேன். பின்னர் அவரிடம் 'நீங்கள் எங்கு தங்கியிருக்கிறீர்கள்? எனக் கேட்டேன். இப்போதைக்கு இடம் எதுவும் இல்லை என்று சொன்னார். உடனே நான் அவரிடம் 4 பேர் தங்கக் கூடிய அளவுள்ள டெண்ட்டையும் விற்றேன்." "நீ குப்பரான ஆள்தான். ஒரு தூண்டில் வாங்க வந்தவரிடம் இவ்வளவு விற்றுள்ளாயே!" விற்பனைப்

பிரிவு மேலாளர் அதிர்ச்சியும் திகைப்புமாக நம்மாளைப் பாராட்டினார். "அய்யோ, இல்லை சார்! அவர் தலைவலிக்காக அனாசின் மாத்திரை வந்தார். நான்தான் மீன் பிடித்தால் மனசுக்கு ரொம் ரிலாக்ஸ் ஆக இருக்கும். எப்போதும் உங்களுக்கு தலைவலியே வராது என்று கூறினேன். அப்புறந்தான் இவற்றையெல்லாம் வாங்கினார்."

எந்த ஒரு வேலையிலுமே ஈர்ப்பும் பிடிப்பும் இன்னும் இன்னும் மேலே என்னும் எதிர்பார்ப்பும் இருந்தால் எதையும் சாதிக்க முடியும்... எத்தனை உயரம் வேண்டுமானாலும் போக முடியும் !

41. சொன்னா புரியாது!

மன்னர் கிருஷ்ண தேவராயருக்குப் பிறந்தநாள். நாடு முழுவதும் தோரணங்கள், விருந்து என்று ஒரே தடபுடல்தான். இதுவரை யாரும் இப்பட ஒரு பிறந்தநாள் கொண்டாடியிருக்க மாட்டார்கள். அந்த அளவுக்கு பிரமாதமாக விழா எடுத்தனர். அரசப் பிரதானிகள் பொதுமக்கள் மன்னருக்குப் பரிசளித்து மரியாதை செலுத்தினார்கள். அதன்பிறகு அரசனின் நெருங்கிய நண்பர்கள் தங்கள் பரிசுகளை அளித்தனர். அப்போது புலவர் ஒருவர் மிகப்பெரிய பொட்டலத்துடன் உள்ளே நுழைந்தார். பரிசுப் பொட்டலம் மிகப் பெரியதாக இருந்ததால் அந்தப் பொட்டலத்தைப் பிரிக்கும்படி தெனாலிராமனிடம் கூறினார் அரசர். தெனாலிராமன் தயங்காமல் பொட்டலத்தைப் பிரித்தான் பிரித்துக்கொண்டே இருந்தான். பிரிக்கப் பிரிக்க தாழைமடல்கள் காலடியில் சேர்த்தனவே தவிர, பரிசுப் பொருள் என்னவென்று தெரியவில்லை.

கடைசியில் உள்ளே நன்றாகப் பழுத்துக் காய்ந்த புளியம்பழம் ஒன்றிருந்தது. அவையினர் கேலியாகச் சிரித்தனர்.

“புலவர் கொடுத்த பரிசு சிறிதாக இருக்கலாம். அதற்கு அவர் கொடுக்க போகும் விளக்கம் பெரிதாக இருக்கலாமல்லவா?” என்று அவையினரைப் பார்த்துக் கூறிய அரசர், தெனாலிராமன் பக்கம் திரும்பி, “ராமா! இவர் ஏன் இந்த சிறிய பொருளைத் தேர்ந்தெடுத்தார் என்பது புரிகிறதா. எனக் கேட்டார்.

“அரசே! ஏதும் புரியவில்லையே...” என்று இழுத்தார். மூத்த அமைச்சரைக் கேட்டார். அவர் மிக அழகாக உதடு பிதுக்கிவிட்டார். “என்ன போங்கள்! இது கூடவா புரியவில்லை எனது பிறந்தநாளில் அவர் புதுமையாக புத்தி புகட்டி இருக்கிறார். ஒரு நாட்டை ஆளும் மன்னர் எப்படி இருக்க வேண்டும் என்ற தத்துவத்தை விளக்கும் பழம். புளியம்பழம் ஒன்றுதான் மன்னராக இருப்பவர் உலகம் என்ற புளிய மரத்தில் காய்க்கும் பழத்தைப் போன்றவர். அவர் பழத்தின் சுவையைப் போல இனிமையானவராக இருக்க வேண்டும் அதே நேரத்தில் ஆசாபாசங்கள் என்ற ஓட்டில் ஒட்டாமல் இருக்க வேண்டும் என்பதை விளக்கவே இந்த புளியம்பழத்தைப் பரிசாகத் தந்துள்ளார். இல்லையா புலவரே! என்று கேட்டார். புலவரும். “ஆமாம் மன்னா! புளியம்பழமும் ஓடும்போல இருங்கள்” என்றார்

ஆசனத்தை விட்டு எழுந்த அரசர் “எனக்குச் சரியான புத்தி புகட்டி விட்டீர்கள் பிறந்த நாள் விழாவிற்கு இத்தனை ஆடம்பரம் தேவையில்லை என்பது புரிந்து விட்டது இனி என் பிறந்தநாளன்று கோயில்களில் மட்டுமே அர்ச்சனை, ஆராதனை செய்யப்பட வேண்டும் அவசியமில்லாமல் பணத்தை ஆடம்பரமாகச் செலவு செய்யக்கூடாது” என உத்தரவிட்டதோடு, புலவருக்குப் பரிசுகளும் வழங்கினார். அவை கலைந்தபின், மூத்த அமைச்சரும், தெனாலிராமனும் தனியே சந்தித்துக் கொண்டார்கள். “என்ன தெனாலி! புளியம்பழத்துக்கனா

விடை, உமக்கும் தெரியும். எனக்கும் தெரியும்... ஆனால், தெரியாத மாதிரியே காட்டிக்கொண்டீரே'' என்று கேட்டார். "அந்த புளியம்பழத்தைக் கொடுத்து அனுப்பியதே நான்தான் இசை நாள் அரசரிடம் சொன்னால், அவரது கடும் கோபத்துக்கு ஆனார நேரிடும். ஆனால், அதை அரசரே சொன்னால், ஒரு பிரச்சனையும் கிடையாது. சில இடங்களில் வாய்மூடி இருப்பதே நல்லதய்யா என்றார் முத்தாய்ப்பாக.

கண்ணை மூடிக்கொண்டு கிலோ கணக்கில் ஆழமான கருத்துக்களை அள்ளிவிடுவது ஒரு தியான நிலை. ஆனால், கடைசிவரை ஒரு கொசுவைக் கூட திருத்தமுடியாது என்று புரிந்து கொள்வதுதான் முக்தி நிலை. "போசித்துப் பாருங்கள். மன்னருக்கும் தெனாலிக்கும் போதல் வருகிறது. யாரங்கே! இவன் தலையை சீவுங்கள்!'' என்ற டயலாக்கை மன்னரைப் பார்த்து தெனாலி சொன்னால், ஏதாவது நடக்குமா..? இதுவே, தெனாலியைக் காட்டி மன்னர் சொன்னால், 'கடை' முடிந்ததல்லவா..?

அவையடக்கம் பல வெற்றிகளை தரும் என்பதைப் புரிந்துகொள்ளுங்கள்!

42. ஆப்பிள் அம்மா!

சிறுவன் ஒருவன் தன் வீட்டுத் தோட்டத்தில் இருந்த ஆப்பிள் மரத்தை மிகவும் நேசித்தான். பல நூறு கிளைகளோடு நீண்ட நெடிய வரலாறு கொண்டது அந்த ஆப்பிள் மரம். இனிப்பான கனிகளைத் தந்து ஏக்கர் கணக்கில் பிரமாண்டமாக விரிந்திருந்த அம்மரத்துடன் விளையாடுவது சிறுவனுக்கு மிகவும் பிடித்த பொழுதுபோக்கு.

மரத்தின் கிளைகளில் ஏறி, தினம் தினம் தனது உடல் வலிமையை அவன் வளர்த்துக் கொண்டான். சிறுவன் களைப்படையும் போதெல்லாம், தன்னிடம் இருக்கும் கனிகளை உதிர்க்கச் சொல்லி அவனுக்கு தெம்பூட்டும் அந்த மரம். அவன் ஒருநாள் தன்னுடன் விளையாட வராவிட்டாலும் மரம் ஏங்கும் அளவுக்கு அவர்களுக்குள் ஒரு பிடிப்பு ஏற்பட்டுப் போனது. சிறுவன் வளர்ந்தான். மேல்படிப்பு காலம் வந்தது. படிப்புச் செலவுக்கு பணம் இல்லையே!' என்ற வாட்டத்தோடு தோட்டத்துப் பக்கம் வந்தான். மரம் அவனை அழைத்தது. பிரச்னையைக் கேட்டது. 'இவ்வளவுதானா...? நான் விளைவித்திருக்கும் கனிகளை எல்லாம் உலுக்கி உதிர்த்து விடு. நான் வேகமாக புதிய கனிகளை உற்பத்தி செய்கிறேன். ஒரு வாரத்தில் உன் பணத்தேவையை இப்பழங்கள் பூர்த்தி செய்யும்...' என்றது. சிறுவன் அப்படியே செய்து, படிப்புக்குப் பணம் கட்டி விட்டான்.

நாட்கள் நகர்ந்தன. இளைஞனுக்கு நல்ல வேலை கிடைத்து, சம்பாதிக்கத் தொடங்கினான். அவனுக்குத் திருமணம் செய்ய பெற்றோர் முடிவு செய்தனர். திருமண ஏற்பாடுகள் தடபுடலாக நடந்தன. கடைசி நேரத்தில் பணப்பிரச்னை எழ.. எப்போதும் தனக்குஆறுதலாக இருக்கும் ஆப்பிள் மரத்தை நோக்கி நடந்தான் இளைஞன். 'கல்யாண மாப்பிள்ளை கலங்கலாமா...? எனது இடது பக்க கிளைகளை வெட்டி எடுத்தால், பல லாரி மரம் கிடைக்கும். அதைக் கொண்டு ஏற்பாடுகளைத் தொடர்ந்து செய்! என்றது மரம்.

நல்லபடியாகத் திருமணம் முடிந்தது.

காலம் கடந்தது. இளைஞனுக்கு இரு பிள்ளைகள். அவர்களுடன் வந்து ஆப்பிள் மரத்துடன் விளையாடுவான் இளைஞன். இந்நிலையில் அவனது மனைவிக்கு உடலில் ஏற்-

பட்ட பிரச்சனை காரணமாக மருத்துவமனையில் அனுமதிக்கப்பட்டாள். அறுவை காரண சிகிச்சைக்கு பெரும் செலவு. கையைப் பிசைந்த நிலையில், மரம் புதியதொரு யோசனை சொன்னது. 'வலது பக்க கிளைகளை வெட்டி எடுத்துச் செல்! இளைஞனுக்கு எப்படி நன்றி சொல்வதென்றே தெரியவில்லை கண்கள் பணிக்க, ஒப்புக் கொண்டான். மனைவி பிழைத்தாள்.

இந்நிலையில், இளைஞனுக்கு வெளிநாட்டு வேலை கிடைத்து, அவன் அங்கேயே சென்று சில வருடங்கள் சென்று பணியாற்றினான் கைநிறைய சம்பளம். வசதி வாய்ப்பு. குழந்தைகளுக்கு நிறைய பரிசுப் பொருட்களோடு வந்திறங்கினான். மகிழ்ச்சியான வாழ்க்கை இறைவனுக்கு நன்றி சொன்னபடியே தோட்டத்துப் பக்கம் போனால் கிளைகளற்று நின்ற மரம் லேசாகப் பட்டுப் போகத் தொடங்கியிருந்தது. பராமரிப்புக்கான அறிகுறியும் இல்லை. மெதுவாக அதன் அருகில் போனான். ஆப்பிள் மரத்திடம் லேசான சிலிர்ப்பு. 'கண்ணா! வந்து விட்டாயா.? எத்தனை நாளாயிற்று உன்னைப் பார்த்து'' என்றது. "எப்படி பூத்துக் குலுங்கிய நீ இப்படி கட்டை மரமாகி விட்டாயே எனக்காக உன்னையே நீ இழந்து விட்டாயே!'' என்று கண்ணீர் சிந்தினான் இளைஞன். "அதனால் என்ன... நீ என்னுடன் விளையாட வந்தால், அதுவே போதும் இதற்காகத்தான் நான் காத்திருந்தேன்.!'' என்றது மரம்.

இன்றைய காலகட்டத்தில் பெற்றோரும் நமது வளர்ச்சிக்கு உதவியவர்களும் இப்படித்தான் தன்னலம் இன்றி இருக்கின்றனர். அவர்களை நன்றியுடன் நினைத்துப் பார்த்து, அவ்வப்போது சந்தித்து வத்தாலே அதைவிட சிறந்த ஆசீர்வாதம் ஏதும் இருக்காது.

43. எது நம்பிக்கை...?

கோயிலுக்குப் பக்கத்தில் மதுக்கடை திறந்தால், கொந்தளித்துப் போவார்கள் என்பது அறிந்ததே!

மதுக்கடை லைசென்ஸ் பெற்ற ஒருவருக்கு கடவுள் நம்பிக்கை கிடையாது.

வேறு பொருத்தமான இடம் கிடைக்காததால், ஊராரின் எதிர்ப்பை மீறி, கோயிலை ஒட்டி கடை திறக்க ஏற்பாடு செய்து கொண்டிருந்தார். தினமும் சரக்குகள் வந்து இறங்கிக் கொண்டிருந்தன. கடை வேலைகள் ஜரூராக நடந்து கொண்டிருந்தது. அந்த மதுக்கடையைத் திறக்க அனுமதிக்கக்கூடாது என்று கோரும் விண்ணப்பங்கள் அனுப்புவதன் மூலம் மதுக்கடை திறப்பதைத் தடுக்க கோயில் பக்தர்கள் ஒரு பிரச்சாரத்தை மேற்கொண்டதுடன், தினமும் பிரார்த்தனையும் செய்தனர்.

என்றாலும், மதுக்கடை திறப்பதற்கான வேலைகள் அனைத்தும் முடிந்து, மறுநாள் காலையில் கடை திறக்கப்பட இருந்தது. இந்நிலையில், கொளுத்தும் வெயில் தகித்த கோடைக்காலத்தில், திடீரென கனமழை. இடியும் மின்னலும் கலந்து பிரவாகமாக இருந்தது. அந்த ஊரில் மட்டுமே மழை என்பது பலருக்கும் ஆச்சர்யம் ஒரு பலத்த மின்னல் தாக்கி அந்த மதுக்கடை இருந்த இடமே தெரியாமல் போய்விட்டது.

அதற்குப் பிறகு கோயில் பக்தர்கள் எல்லாம் தங்களை பெருமையாகவே பார்த்துக் கொண்டனர். கோயில் பக்தர்களின் பிரார்த்தனைக்கு இறைவன் செவி சாய்த்து விட்டதாக

பக்தர்கள் பேசிக் கொண்டனர். தவறு செய்ய நினைத்தவனுக்கு ஆண்டவன் தகுந்த கூலி கொடுத்து விட்டதாகவும், இனியாவது திருந்தி, நல்ல தொழில் செய்து பிழைக்குமாறும், வாய்த் துடுக்கு கொண்ட சிலர் மதுக்கடை உரிமையாளரிடம் நேரடியாகவே கூறினர்.

பொருளை இழந்ததோடு, ஊரார் வாய்ச் சொல்லும் சேர்ந்ததால் கோபம் கொண்ட மதுக்கடை உரிமம் பெற்றவர்,

“தனது கடை அழிக்கப்படுதற்கு ஊர்க்காரர்களே நேரடியாகவோ மறைமுகமாகவோ காரணம்.. இறைவனை வற்புறுத்தி எனது கடையை அழித்த அவர்கள் மீது தகுந்த நடவடிக்கை எடுக்க வேண்டும்! இழந்த தன் சொத்தை அவர்களிடமிருந்து வசூலித்துத் தர வேண்டும்” என்ற கோரி நீதிமன்றத்தில் வழக்கு தொடுத்தான்.

ஊர்க்காரர்கள் நீதிமன்றத்துக்கு அழைக்கப்பட்டனர். அவர்கள் தங்கள் பதிலில் மதுக்கடை ஆழிவிற்குத் தாங்கள்தான் பொறுப்பு என்பதை பலமாக மறுத்தனர். “கடை இங்கு வராமல் இருந்தால் நன்றா இருக்குமே என்று இறைவனிடம் பிரார்த்தனை செய்தது உண்மை. ஆனால், கடையின் அழிவு இயற்கையால் ஏற்பட்டது. அதற்கும் தங்களுக்கும் எந்தத் தொடர்பும் இல்லை” என்று கூறினார்கள்.

வழக்கு நடந்து கொண்டே இருந்தது. தீர்ப்பு நாளும் வந்தது. நீதிபதியோ, “ஆவணங்களை எல்லாம் படித்துப் பார்த்த நான், இந்த வழக்கில் எப்படி தீர்ப்பு கூறப் போகிறேன் என்றே தெரியவில்லை. இந்த வழக்கின் ஆவணங்களில் இருந்து நமக்குத் தெரிய வருவதெல்லாம் ஒன்றுதான். கடவுள் நம்பிக்கையற்ற மதுக்கடைக்காரர் பிரார்த்தனையில் மிகுந்த நம்பிக்கை கொண்டிருக்கிறார். அதேசமயம், பக்தர்கள் அனைவருக்கும் தங்களின் பிரார்த்தனையில் நம்பிக்கை இல்லை என்பதும் புரிய வருகிறது...” என்றார்.

44. கடவுளே... கடவுளே!

அது காட்டை ஒட்டிய ஒரு கிராமம். இளைஞன் ஒருவன் ஒருநாள் வேட்டைக்குச் சென்றான். அழகிய புள்ளிமான் அவனிடம் சிக்கிக் கொண்டது. மிரள மிரள விழித்து நின்ற அக்குட்டியை அம்பு வேலைப் பயன்படுத்தாமல், கைகளிலேயே தூக்கிவிட முடிந்தது. அந்த மான் குட்டியின் அழகிலும், மருட்சியிலும் மயங்கிய அவன் அதனை வளர்க்க முடிவு செய்தான். வீட்டில் வளர்த்து வந்த அந்த மான் வளர்ப்புப் பிராணியாக செல்லமாக இருந்துவந்தது. திடீரென ஒருநாள் மான் மாயமாய் மறைந்து விட்டது. அது விலகி ஓட வாய்ப்பில்லை. காணாமல் போய்விட்டது அல்லது களவு போய்விட்டது. இளைஞனுக்கோ ஆத்திரம். இந்த மானைக் களவாடியவர்களை எங்கே இருந்தாலும் தேடி கண்டுபிடித்து பழிவாங்க வேண்டும் என்ற எண்ணம் உக்கிரமாக உருவெடுத்தது.

உடனே ‘கடவுளே எனக்கு தரிசனம் தா...! என்று கடவுளை துதித்தான். கடவுளும் வந்தார்...!

“பக்தா என்னை அழைத்ததன் காரணம் என்ன? என்று கடவுள் கேட்டார்.

அறிவாளி பக்தனாக இருந்தால், “நான் ஆசையாய் வளர்த்த மானை யாரோ அபகரித்துச் சென்று விட்டார்கள். அந்த மான் எனக்கு மீண்டும் கிடைக்க வேண்டும்” என்று கேட்-

டிருப்பான். ஆனால் அவன் கண்களைத்தான் கோபம் மறைத்து நிற்கிறதே! கடவுளே! நான் ஆசையாக வளர்த்த மானைக் காணவில்லை. அந்த மானைத் திருடியவன் யாராக இருப்பினும், அவனை என் முன்னே காட்டவேண்டும். அவனை என் ஆத்திரம் தீர அடித்துத் துவைக்க வேண்டும்' என்றான். வேண்டுவோருக்கு வேண்டும் வரம் தருபவராக இருந்தாலும் பக்தனின் இந்தக் கோரிக்கைக்குத் தயங்கினார்.

“பக்தா... உன் மானை திருப்பித் தருகிறேன். அது காணாமல் போனதற்கு காரணமானவர் யார் என்று கேட்காதே... உனக்கு நல்லதல்ல” என்றார். “இல்லை... என் மனம் எவ்வளவு கலங்கி இருக்கிறது என்பது எனக்குத்தான் தெரியும். அதனால் கள்ளனைப் பழிவாங்காமல் விடமாட்டேன்... நீங்கள் வரம் தாருங்கள். வருவதை நான் பார்த்து கொள்கிறேன்' என்று வரத்தில் வறட்டுப் பிடிவாதம் காட்டினான் இளைஞன். “சரி... நீ கேட்கும் வரத்தைக் தருகிறேன் உன் மானைத் திருடி சென்றவர் யாரோ, அவர் உன் பின்னால் நிற்கிறார். தண்டித்துக் கொள்...”

வரத்தைத் தந்த கடவுள் மறைந்து விட்டார்.

பக்தன் ஆவேசமாகத் திரும்பினான். அங்கே உருமலுடன் நின்று கொண்டிருந்தது ஒரு முரட்டு சிங்கம். அதன் கண்களில் பசி தெரிந்தது. பழிவாங்கும் கோபம் தொடியில் மறைய, இளைஞனுக்கு பயம் பிடித்துக் கொண்டது. கை கால் எல்லாம் நடுங்கத் தொடங்கியது. கண் மண் தெரியாமல் ஓட தொடக்கிய அவன், அலறினான். “கடவுளே, என்னைக் காப்பது...”

அதுதான் அவனது கடைசி வார்த்தைகள். கடவுள் சிரித்தார்.

45. அவசர அரசன்

ஒரு அரசன், சிறந்த பொய்யைச் சொல்லும் ஒருவருக்கு ஆயிரம் பொற்காசுகள் பரிசாகக் கொடுக்கப்படும் என்று அறிவித்தான். நாட்டின் பல பகுதியிலிருந்தும் பலர் வந்து பல பொய்கள் சொல்லிப் பார்த்தனர். ஆனால் அரசனுக்கு திருப்தி ஏற்படவில்லை. ஒரு நாள் கந்தல் உடை அணிந்த ஒரு ஏழை அரச சபைக்கு வந்து போட்டியில் கலந்து கொள்ள விரும்புவதாகக் கூறினான் அரைகுறை மனதுடன் அரசன் சம்மதம் தெரிவித்தான். அந்த ஏழை சொன்னான், அரசே உங்களுக்கு ஞாபகம் இருக்கிறதா? நீங்கள் எனக்கு ஆயிரம் பொற்காசுகள் தர வேண்டியிருக்கிறது. அதை வாங்கத்தான் நான் வந்தேன்” அரசனுக்கு கோபம் வந்து விட்டது.”‘யாரிடம் புளுகுகிறாய்..? நானாவது உனக்கு பணம் கடன் தர வேண்டியிருப்பதாவது” என்று உரத்த குரலில் கத்தினான். உடனே ஏழை சொன்னான், “அரசே, நீங்களே ஒப்புக் கொண்டு விட்டீர்கள். நான் பொய்யன் என்பதை உங்கள் வாயாலேயே ஒப்புக் கொண்டு விட்டதால், போட்டி விதியின்படி எனக்கு ஆயிரம் பொற்காசுகள் கொடுங்கள்” என்று பணிவுடன் கேட்டான்.

கோபத்திலும், அவசரத்திலும் தாம் உளறிவிட்டோம் என்பதை உணர்ந்த அரசன், “நீ சொன்னதை பொய் என்று ஒப்புக் கொள்ள முடியாது” என்று அவசரமாக மறுத்தான், ஏழை விவசாயி சொன்னான் “சரி, நான் சொன்னதை பொய் என்று ஒப்புக் கொள்ளாவிட்டால் போகிறது உண்மை என்று ஒப்புக் கொண்டீர்கள் அல்லவா, எனவே, எனக்குத் தர வேண்டிய

ஆயிரம் பொற்காசுகளைக் கொடுத்து, கடனை அடையுங்கள்.'' கையைப் பிசைந்த அரசன், அந்த ஏழையை சிறந்த பொய்யன் என்று ஏற்று ஆயிரம் பொற்காசுகளை வழங்கினான், மன்னனாக இருந்தாலும், அவனும் மனிதன்தான் என்பதற்கு இன்னும் ஒரு உதாரணம் உள்ளது. ஒரு மன்னனுக்கு சொர்க்கம் நரகம் குறித்த பெருத்த சந்தேகம் வந்தது. அதை யாராலும் தீர்க்க முடியவில்லை. இந்நிலையில், காட்டில் வேட்டையாடச் சென்ற இடத்தில் ஒரு சாமியாரைப் பார்த்தான் மன்னன். இவரிடம் கேட்கலாம் என்று முனிவர் தவம் கலைய காத்திருந்தான். கண் விழித்தார் முனிவர். "யார் நீர்?" என்று கேட்டார். "நான் மன்னன்.."

'சரி, சாப்பாட்டுக்கு என்ன செய்கிறாய்?

"நான் ஒரு நாட்டுக்கே மன்னன் என்கிறேன். என்னைப் பார்த்து சாப்பாட்டுக்கு என்ன செய்கிறாய் என்கிறீரே?" "எனக்கு உன்னைப் பார்த்தால் திருடனைப்போல் தெரிகிறது" என்றார் முனிவர். மன்னனுக்கு கோபம் வந்துவிட்டது. "முனிவராயிற்றே என்று பொறுமையாக காத்திருந்து உங்களிடம் ஒரு கேள்வி கேட்க நினைத்தால் என்னையே திருடன் என்கிறீரா..? உம்மை என்ன செய்கிறேன் பார்!" என்று வாளை உருவினான் மன்னன். முனிவர் சிரித்துக்கொண்டே, "இதுதான் நரகத்துக்குச் செல்லும் வழி" என்றார். மன்னனுக்கு சட்டென்று ஞானம் தோன்றியது. கேள்வி கேட்காமலே தாம் வந்த நோக்கத்தை ஞானதிருஷ்டியால் அறிந்து, பதில் சொல்லிய மகாமுனியாக காட்சி தந்தார் முனிவர். வாளை கீழே போட்ட மன்னன், "சுவாமி என்னை வேண்டும்" என்று பணிந்தான். 'இதுதான் சொர்க்கத்திற்குச் செல்லும் வழி" என்றார் ஞானி. சாஷ்டாங்கமாக விழுந்து விட்டான் மன்னன். உயர் பதவியில் இருக்கும்போது, எதையும் ஒன்றுக்குப் பத்து முறை யோசித்துப் பேசுவதே சிறப்பானது.

46. நடக்காததே நடந்தது

கணவனுக்கும் மனைவிக்கும் இடையே கடுமையான சண்டை. வாக்குவாதம் முற்றிவிட்டது.

"நீயெல்லாம் இருந்து என்ன ஆகப்போகிறது. ஒரு வேலைக்கும் லாயக்கில்லாமல் இருப்பதைவிட ஒழிந்து தொலை" என்று ஆவேசமாகத் திட்டிவிட்டு அலுவலகத்துக்குச் சென்று விட்டார். இத்தனைக்கும் இருவரும் காதல் மணம் புரிந்தவர்கள். ஒருவருக்கொருவர் விட்டுக் கொடுத்து செல்லக் கூடியவர்கள்தான். கணவனின் மனக்குழப்பம் அப்படிப் பேசவைத்து விட்டது. வீட்டில் நடக்க இருக்கும் விபரீதம் புரியாமல் அவர் பணியில் ஆழ்த்துவிட்டார்.

மாலையில் வீடு திரும்பியபோது, தெருவில் இருக்கும் சிறுவர்கள் வீட்டு வாசலில் அமர்ந்து கொண்டு மண்ணைக் கொட்டி விளையாடிக் கொண்டிருந்தனர். வீட்டுக் கதவு 'ஆவென திறந்து கிடந்தது. வீட்டில் இருக்கும் நாய்க் கூண்டு காலியாக இருந்தது. திகைப்போடு வீட்டுக்குள் நுழைந்தால், களேபரம் நிகழ்ந்ததற்கான அறிகுறிகள் தென்பட்டன. தொலைக்காட்சியில் கார்ட்டூன் நிகழ்ச்சி சத்தமாக அவறிக் கொண்டிருந்தது. விளக்கு ஒன்று கீழே தள்ளி விடப்பட்டிருந்தது. தலை விரிப்பு ஒரு சுவரில் அருகே ஒழுங்கின்றி கிடந்தது. அறை முழுவதிலும் விளையாட்டு பொம்மைகளும் பல்வேறுபட்ட துணிகளும் இறைந்து கிடந்தன. சமையலறைக்குள் மெதுவாக எட்டிப் பார்த்தார், சாமான் தழுவும் தொட்டியில் பாத்திரங்கள் நிறைந்திருந்தன. மேடையில் காலைச் சிற்றுண்டி சிந்திக் கிடந்தது. குளிரூட்டும்

பெட்டியில் கதவு அகலமாகத் திறந்திருந்தது. அதில் இருந்த நாய்க்கான உணவு தரையில் சிந்தியிருந்தது மேஜையின் அடியில் ஓர் உடைந்த கண்ணாடி டம்ளர் இருந்தது. பின்கதவின் அருகில் ஒரு மண்ல்பேடு காணப்பட்டது ஏதோ நடந்திருக்கிறது. மதிய உணவு வேளைக்கு முன்பே தன் மனைவிக்கு ஆபத்து ஏற்பட்டிருக்கிறது என்று உள்மனம் சொன்னது. கணவருக்குப் படபடப்பு அதிகமானது.

ஹாலை ஒட்டி இருந்த குளியலறையை நோக்கித் திரும்ப, அங்கு அதிர்ச்சிக் காட்சிகள். உள்ளே தண்ணீர் சொட்டும் சப்தம், நிசப்தத்தை மேலும் திகிலாக்கியது. கதவைத் தாண்டி வெளியே வந்த தண்ணீர் குட்டை போல் தேங்கிக் கிடந்தது. ஈரத் துண்டுகளும், தண்ணீரில் ஊறிப்போயிருந்த சோப்புக் கட்டியும், மேலும் பல விளையாட்டும் பொம்மைகளும் குளியலறை தரை முழுவதும் சிதறிக் கிடந்ததைக் கண்டார். மைல் கணக்கில் நீளமான டாய்லெட் காகிதம் ஓரத்தில் குவியலாகக் கிடந்தது. கண்ணாடியின் மீதும் சுவர்கள் மீதும் பற்பசை பூசப்பட்டிருந்தது. 'டாடி' என்ற குரல் கேட்டு, திடுக்கிட்ட கணவர். தனது ஒன்றரை வயது மகன் பேஸ்ட்டைப் பிதுக்கி விளையாடிக் கொண்டிருப்பதைக் கவனித்து அவனை அவசரமாகத் தூக்கி ஆழ்ந்த முத்தம் கொடுத்து, அணைத்துக் கொண்டார். கண்களில் நீர் பொங்கியது. மனைவிக்கு ஏதேனும் ஆபத்து நேர்ந்திருக்குமோ என்ற பிதியுடன் அவளைத் தேடினார். படுக்கையறையை நோக்கி பார்வை திரும்ப... அவசரமாக அதன் கதவைத் திறந்தார். உள்ளே முதுகுக்கு தலையணை கொடுத்து, ஒய்யாரமாக சாய்ந்திருந்த அவரது மனைவி, ஏதோ ஒரு புத்தகத்தைப் படித்துக் கொண்டிருப்பதைப் பார்த்தார். 'ஸ்வீட்டி! என்றார், உலர்ந்த நாக்குடன். அவரைப் பார்த்து புன்னகை புரிந்த மனைவி, "எப்போ வந்தீங்க.? என்று கேட்டாள்.

அதிர்ச்சியிலிருந்து மீளாத கணவர், "இன்று வீட்டில் என்னதான் நடந்தது.? என்று கேட்டார். மறுபடியும் சிரித்த மனைவி, "வீட்டிலே என்னதான் வெட்டி முறிக்கிறியோ என்று அலுவலகம் முடிந்து வந்தவுடன் நீங்கள் கேட்பது வழக்கம் இன்று ஒன்றும் வெட்டி முறிக்கவில்லை! அதுதான் நடந்திருக்கிறது!" என்று கூறினாள். செல்லாத காசிலும் செப்பு இருக்கும் என்பார்கள். யாரையும் குறைத்து மதிப்பிடக்கூடாது. இயல்பாக சில விஷயங்கள் நடந்து கொண்டிருப்பதாலேயே அவற்றை கணக்கில் எடுத்துக் கொள்ளாத குணத்தை மாற்றிக் கொள்ளுங்கள்.

47. சிக்கலா, சிந்தியுங்கள்!

ஒரு ஊரில் அரசன் ஒருவன் இருந்தான். அதிகாலையில் எழுந்தவுடன் சூரிய உதயத்தைப் பார்ப்பது அவரது வழக்கம். வழக்கம் போல் அன்றும் சாளரத்தைத் திறந்த அரசருக்கு ஏமாற்றம்! மப்பும் மந்தாரமுமாக இருந்த வானத்தில் சூரியனைக் காணோம். கண்களைக் கீழே இறக்கியபோது, தூங்கி எழுந்து சோம்பல் முறித்த பிச்சைக்காரன் தென்பட்டான். அரசரைப் பார்த்ததும் அவன் முகத்தில் ஒரு ஒளி பிறந்தது. 'அரசே! என்று கையெடுத்து கும்பிட்டு மண்டியிட்டால். ஆனால், அரசனின் மனநிலை வேறுமாதிரி இருந்தது. போயும் போயும் இவன் முகத்தில் நாம் விழித்தோமே! என்று வெறுப்புடன் திரும்பினார் அரசர். திரும்பிய வேகத்தில் அரண்மனைச் சுவர் அவரது தலையை பதம் பார்த்துவிட்டது. அடிபட்ட

இடத்தில் ரத்தம் வழியத் தொடங்க அரசருக்கு வந்ததே கோபம்.

பிச்சைக்காரனை இழுத்து வருமாறு கட்டளையிட்டார். அவனை இழுத்துக் கொண்டு வந்து மன்னர் முன்னே நிறுத்தினர். அரச சபை கூடியது. "இந்தக் கேடுகெட்ட முகத்தில் விழித்ததற்கு எனக்குக் கிடைத்த பரிசைப் பாருங்கள்! எனது காயத்துக்கு காரணமாக இருந்த இந்த பிச்சைக்காரனை தூக்கிலிடுங்கள்! என்று அதிரடி தன்டனை கொடுத்தார் மன்னர். உதவி கிடைக்கும். வாழ்க்கை வளமாகும். அரசர் நமக்கு ஏதோ பெரிதாக அள்ளித் தரப்போகிறார்...' என்ற கனவோடு வந்த பிச்சைக்காரனுக்கு அதிர்ச்சிதான். ஆனால், அவன் வாழ்க்கையில் ஏமாற்றங்கள் பழகிப் போயிருந்ததால், அவன் கலங்கவில்லை; அவன் வாழ்க்கையில் இழப்பதற்கு ஒன்றும் இல்லை. குடும்பமா, குட்டியா... ஒரு வேளைக் கஞ்சி தானே பிரச்சனை! எனவே, மன்னனை எதிர்க்கது துணிந்தான். கலகலவெனச் சிரிக்கத் தொடங்கினான். சபையில் இருந்தவர்கள் திகைப்புடன் விழித்தனர். அரசனுக்கோ, கோபம் கட்டுக்கடங்காமல் போய் விட்டது... 'பைத்தியக்காரனே! சாகுமுன் கடைசியாக ஒருமுறை சிரித்துக் கொள்ள நினைத்தாயா...?" என்று ஆத்திரத்துடன் கேட்டார். பிச்சைக்காரன் நிதானமாக சொன்னான். 'அரசே! என் முகத்தில் விழித்ததால் உங்கள் தலையில் சிறு காயம் மட்டும் தான் ஏற்பட்டது. ஆனால், உங்கள் முகத்தில் நான் விழித்ததால், என் தலையே போகப் போகிறதே... அதை நினைத்தேன், சிரித்தேன். கேடுகெட்ட முகம் எதுவென்று அனைவரும் உணர்ந்திருப்பார்கள்" என்றான்.

மன்னன் தலை அவமானத்தில் கவிழ்ந்து விட்டது. தனது தவறை உணர்ந்து, தண்டனையை ரத்து செய்த மன்னன், பிச்சைக்காரனுக்கு உணவும் உடையும் அளித்து விடுதலை செய்தான். பிரச்னையான நேரத்தில் அழுது புலம்புவதை விட்டு, தீர்வைச் தேடுவதே புத்திசாலித்தனம். ஆபத்துக் கால தன்னம்பிக்கை, உயிரையும் காக்கும்.

48. நேர்மறை எண்ணம்!

ஊரெல்லாம் மழை, கொசுக்களுக்கு கொண்டாட்டம். கூட்டமாக கும்மியடித்தன. புதிய தலைமுறைக்கு பறக்கும் பிராக்டீஸ் நடைபெற்றது. முதல் முறையாக பல்வேறு வீடுகளுக்குள் பறந்து சென்ற குட்டிக் கொசு, திரும்பி வந்தது. 'பறக்கும்போது எப்படி உணர்ந்தாய்?" என்று தாய்க் கொசு விசாரித்தது.

"மிக அற்புதமாக இருந்தது அம்மா. நான் பறக்கும் அழகைப் பார்த்து அனைத்து வீடுகளிலும் கை தட்டினார்கள்" என்று குட்டிக் கொசு கூறியது. இதை குழந்தை மனசு என்றும் சொல்லலாம். அப்பாவித்தனம் என்றும் சொல்லலாம். ஆக்கபூர்வமான சிந்தனையாகவும் கொள்ளலாம். கதைக்கு வருவோம். ஒரு நாள் ஒரு விவசாயியின் கழுதை கிணற்றில் விழுந்துவிட்டது. பல மணி நேரமாக அந்தக் கழுதை பரிதாபமாக அழுதுகொண்டேயிருந்தது. கழுதைக்கு வயதாகிவிட்டது என்பதால், அதனை கிணற்றிலிருந்து எடுத்துக் காப்பாற்றும் செலவுக்குக் கூட அதனால் கிடைக்கும் பயன் இருக்காது என்று முடிவெடுத்தான் விவசாயி.

அதனால், அப்படியே விட்டுவிட்டான். ஆனால், கழுதையில் உயிர்பய அலறல் ஊராரை எரிச்சலூட்டியது. விவசாயியிடம் சென்று திட்டித் தீர்க்க ஆரம்பித்தனர். இறுதியில்

கழுதையை அந்த கிணற்றிலேயே புதைத்துவிடுவது என்று அந்த விவசாயி முடிவு செய்ய, கிணற்றை மூடுவதற்கு அண்டை அயலாரும் உதவ முன்வந்தனர். ஆளுக்கு ஒரு மண்வெட்டி எடுத்துக் கொண்டு மண்ணை வெட்டி கிணற்றில் கொட்டினார்கள்.

தன் மேலே வந்து விழுந்த மண்ணைப் பார்த்து, பயந்து போன கழுதை அலறலை அதிகப்படுத்தியது. இதனால், மண்ணின் வேகம் அதிகமானது. 'என்ன நடக்கிறது?' என்பதைப் புரிந்த கொண்டது அந்தக் கழுதை. உடனே, அழுவதை நிறுத்திவிட்டு அமைதியாகி விட்டது. தன்மீது விழும் மண்ணை உதறித் தள்ளிக் கொண்டு, சிலுப்புவதைப் பார்த்த விவசாயி மிகுந்த வியப்படைந்தார். தன் மீது கொட்டப்பட்ட மண்ணை எல்லாம் அந்தக் கழுதை உதறி கீழே தள்ளிவிட்டு, அந்த மண்ணையே படியாக வைத்துக் கொண்டு சிறிது சிறிதாக கிணற்றுக்கு மேலே வந்து கொண்டிருந்தது. விரைவில் அந்தக் கழுதை கிணற்றின் விளிம்புக்கு வந்து சேர்ந்ததுடன், கிணற்றிலிருந்து மேலே ஏறி தரைக்கும் வந்துவிட்டது. விவசாயி அதன் புத்திசாலித்தனத்தை எண்ணி அதை ஆர்வத்துடன் தாவி அணைக்கப் போனான். கழுதை அவனைக் கண்டு கொள்ளாமல் ஒதுங்கி ஓடி, காட்டுக்குள் சென்றது. ஊரார் இக்காட்சியைக் கண்டு மலைத்து நின்றனர். இதுதான் வாழ்க்கை! நீங்கள் இளைத்துப் போனால், உலகம் உங்கள் மீது மண்ணையும், புழுதியையும் வாரிக் கொட்டிக் கொண்டுதான் இருக்கும். அதில் புதைந்து விடாமல், மேலே ஏறி முன்னேறப் புரிந்து கொள்ள வேண்டும். எதிர்மறையான கொட்டிக் நிகழ்வுகளையும் நேர்மறை எண்ணத்தோடு, பாஸிட்டிவாகப் பார்க்கப் பழகிக் கொண்டால், உச்சம் தொடலாம்.

49. பொய்யைப் பொருந்தச் சொல்!

ஒரு நாள் ஒரு மரம் வெட்டி ஆற்றின் மேல் நீட்டிக் கொண்டிருந்த ஒரு மரத்தின் கிளையை வெட்டிக் கொண்டிருந்தான் தவறி அவனது கோடரி ஆற்றில் விழுந்துவிட்டது. கோடரி போய்விட்டதே என்று அவன் அழுத போது, கடவுள் அவன் முன் தோன்றி "ஏன் அழுகிறாய்? என்று கேட்டார். "எனது கோடரி ஆற்றில் விழுந்துவிட்டது. மரம் வெட்டிப் பிழைக்கும் எனக்கு எனது கோடரிதான் முக்கியமான பொருள்" என்று அந்த மரம்வெட்டி கூறினான். தங்கம், வெள்ளிக் கோடரிகளைக் காட்டிய கடவுளிடம் நேர்மையாக நடந்து கொண்டதால், இரும்புக் கோடரி உள்ளிட்ட மூன்றையும் மரம் வெட்டிக்கு அன்புப் பரிசாக அளித்தார் கடவுள். சிறிது காலம் கழித்து அந்த மரம்வெட்டி தனது மனைவியுடன்ஆற்றங்கரையில் நடந்து சென்று கொண்டிருந்தபோது, அவன் வெள்ளத்தில் அடித்துச் செல்லப்பட்டாள். அதற்காக அழுதபோது, கடவுள் அவன் முன் தோன்றினார். 'கடவுளே, என் மனைவி ஆற்றில் விழுந்துவிட்டாள்' என்று அழுதுகொண்டே கூறினான் மரம்வெட்டி.

கடவுள் ஆற்றில் மூழ்கி ரம்பையைக் கொண்டு வந்து காட்டி.. "இதுநான் உன் மனைவியா? என்று கேட்டார். அதற்கு அந்த மரம் வெட்டி. 'ஆம் இவள்தான் என் மனைவி' என்று கூறினான். திகைத்துப் போன கடவுளுக்குக் கோபம் வந்துவிட்டது. நீ பொய் சொல்கிறாய். இவள் உன் மனைவியல்ல" என்று கூறினார். அதற்கு மந்த மரம்வெட்டி, 'என்னை மன்னியுங்கள் கடவுளே தாங்கள் தவறாக நினைத்துவிட்டீர்கள். பாருங்கள். இவள் என்

மனைவியல்ல என்று கூறினால், நீங்கள் ஊர்வசியைக் கொண்டு வந்து காட்டுவீர்கள். அப்போதும் 'அவள் என் மனைவியல்ல' என்று நான் கூறினால், கடைசியாக எனது மனைவியைக் கொண்டு வந்து காட்டுவீர்கள் அவள்தான் என் மளைவி என்று நான் கூறினால் தாராள மனதுடன் மூன்று பேரையும் என்னிடம் கொடுத்து விடுவீர்கள். கடவுளே நானோ ஏழை அந்த மூன்று பேரையும் வைத்துக் கொண்டு நான் எப்படி சமாளிப்பேன்? என்று கடவுளைக் கேட்டான். எப்போதெல்லாம் பொய் கூறுகிறோமோ, அந்தப் பொய் கூறுவதற்கு ஒரு நல்ல காரணம் இருக்க வேண்டும்; மற்றவர்களின் நன்மைக்காகவே அந்தப் பொய்யைக் கூறுகிறோம் என்பதும்தான். வெண்ணையை உருக்கும் சூரியன்தான் களிமண்ணைக் கடினமாக்குகிறது என்பதைப் புரித்து கொண்டால், வாழ்க்கை அழகு நிறைந்ததாக அமையும்.

50. அட, முட்டாளே!

வெட்டி அரட்டை அடிக்கும் டீக்கடை அது. அதன் உரிமையாளர் தன் வாடிக்கையாளரிடம் வம்பளந்து கொண்டிருந்தார். "இந்த நாட்ல லூசுப் பசங்க ஜாஸ்தி

அதோ வர்றானே, அவன்தான் உலகத்திலேயே பெரிய முட்டாள்." என்று தூரத்தில் வந்த ஒரு சிறுவனைக் கைகாட்டினார். "எப்படிச் சொல்கிறீர்..? என்று கேட்டார் வாடிக்கையாளர். "இப்போ கவனிங்க!" என்றபடி, சிறுவனை அழைத்தார் கடைக்காரர். கற்பனை வாகனத்தில் வந்து கொண்டிருந்த அவன், 'டுர்ர்ர்- என வண்டியை கடை முன் நிறுத்தினான். கடை உரிமையாளர் ஐந்து ரூபாய் நாணயத்தை ஒரு கையிலும், இரண்டு ஒரு ரூபாய் நாணயங்களை மற்ற கையிலும் வைத்துக் கொண்டு, அந்தச் சிறுவனைப் பார்த்து, 'இவற்றில் எது உனக்கு வேண்டும்...? என்று கேட்கிறார்.

அந்தச் சிறுவன் இரண்டு நாணயங்கள் இருந்த கையை கட்டினான். அவர் கையை விரிக்க, காசை எடுத்துக் கொண்டு, தனது வண்டியிலேறி 'டுர்ர்ர் ஆகி விட்டான்;

அந்தர் கடை உரிமையாளர் 'பார்த்தீர்களா? நான்தான் சொன்லேனே. இவனுக்கு எப்பவாவது புத்தி வரும். அஞ்சு ரூபாய்க் காசை எடுப்பான்னு பார்க்கிறேன் ! ம்ஹூம் ! அவன் எப்போதுமே குற்றுக் கொள்ளப் போவதில்லை என்று அலுப்போடு கூறினார். பாரந்தப் பையன்" என்று கேட்டார் வாடிக்கையாளர்.

"என் மகன் தான்! இல்லேன்னா என் காசைக் குடுக்கப் போறேன்." என்று அலுப்போடு சொன்னவரிடம் விடை பெற்று கிளம்பிய வாடிக்கையாளர், கடைவீதிக்குப் போனபோது, அங்கே அந்தச் சிறுவனைக் கண்டார். பெட்டிக் கடை ஒன்றில் சாக்லெட் வாங்கி, அதனைப் பிரித்துக் கொண்டிருந்தான், அவனிடம் அவர், "தம்பி! உள்ளை ஒரு கேள்வி கேட்கட்டுமா? ஒரு ஐந்து ரூபாய் நாணயத்தை விட்டு விட்டு, இரண்டு ஒரு ரூபாய் நாணயத்தை நீ ஏன் எடுத்துச் சென்றாய்?" என்று கேட்டார். சாக்லெட் க்ரீம் படிந்த விரலை நக்கிக் கொண்டே அந்த சிறுவன் சொன்னான். "அதன் காரணம், தான் அந்த ஐந்து ரூபாய் நாணயத்தை என்று எடுத்துக் கொள்கிறேனோ, அன்றே இந்த விளையாட்டு முடித்து போகும்" என்று கூறினான். கேள்வி கேட்டவர் திகைத்து நின்றார். "எங்கப்பா சரியான லூசு! என்னை திருக்குறதா நினைச்சு, டெய்லி எனக்கு ரெண்டு ரூபா தந்துக்கிட்டே இருக்கிறார்."

அடுத்தவனை முட்டாள் என்று நீ நினைத்தால், உன்னை நீயே முட்டாளாக ஆக்கிக் கொள்கிறாய்' அடுத்தவர் மீது சேற்றை அள்ளி வீச நினைத்தால், முதலில் சேறாவது உன் கைகள்தான் என்பதை உணர்!

51. மனம் திறந்து பாராட்டுங்கள்!

மனம் திறந்து பாராட்டுங்கள்! அறிவாளிகள் உங்களிடம் வெறும் ஊதியத்தை மட்டும் எதிர்பார்ப்பதில்லை. அங்கீகாரத்தையும் எதிர்பார்க்கிறார்கள். நீங்கள் பணக்காரராக ஆக வேண்டுமானால், உங்களைச் சுற்றியுள்ளோரின் திறமைகளை இனம் கண்டு அவர்களைப் பாராட்ட வேண்டும். மனிதர்கள் பணத்தைவிட பாராட்டுக்குதான் அதிகம் ஏங்குவதாக புள்ளி விவரங்கள் தெரிவிக்கின்றன. எடுத்துக்காட்டாக, உங்களை இதற்கு முன் யாராவது பாராட்டிய போது உங்கள் மனநிலை எப்படி இருந்தது என்பதை யோசித்துப் பார்த்தாலே இந்த உண்மை புரியும்.

இந்தியர்களிடம் பொதுவாக பாராட்டுகிற குணம் குறைவு, பிறரைப் பாராட்டுவதால், நாம் தாழ்ந்து விடுவதாக எண்ணுகிறோம் ஆனால் அது உண்மையில்லை. பாராட்டு என்பது அவரது திறமையை அங்கீகரிப்பது அவ்வளவே ! மேலும், பாராட்டுவது என்றாலே, அது 'ஜால்ரா போடுவது' என்று நாம் கேலியாக எண்ணத் தொடங்கி விடுகிறோம் எதையோ எதிர்பார்த்து பாராட்டுவதற்குதான் 'ஜால்ரா போடுவது' என்று பெயர். எதையும் எதிர்பார்க்காமல் பாராட்டுவதை உங்கள் இயல்பாக்கிக் கொண்டால் போதும். நாள்தோறும் குறைந்தபட்சம் ஒருவரையாவது பாராட்டிப் பழகுங்கள். பாராட்டு பெறுவோர், உங்களுக்கு மிக வேண்டப்பட்டவர்களாக மாறும் மேஜிக்கை நீங்கள் காண முடியும்.

52. நம்பினால், நடக்கும்!

ஒரு நிறுவனத்தில் பணியாளர்களின் சில தவறுகளால் ரூ.50 கோடி நஷ்டம் ஏற்பட்டுவிட்டது. மிகவும் சோர்ந்து போய் அருகில் இருந்த பூங்காவிற்குச் சென்று அங்கிருந்த சிமெண்ட் பெஞ்சில் அமர்ந்தார் நிறுவனத் தலைவர். அப்போது சற்று பெரிய மனிதர் போல தோற்றம் உடைய ஒருவர் இவருக்கு அருகில் வந்து அமர்ந்தார். இவரின் சோகம் கண்டு விசாரித்தார். அனைத்தும் கேட்டபின், “50 கோடி பணம் இருந்தால் உன் பிரச்னை தீர்ந்துவிடுமா..? அப்படியா, நான் யார் தெரியுமா? என்று கேட்ட அவர் சொன்ன பெயர், அந்த ஊரின் பிரபல செல்வந்தரின் பெயர். அசந்து போனார் இவர். இவரின் முகமலர்ச்சியை சம்மதமாக எடுத்துக் கொண்ட அந்த செல்வந்தர், செக் புத்தகத்தை எடுத்து கையெழுத்திட்டு இவரிடம் நீட்டி. “இந்தா.. இது 500 கோடி ரூபாய்க்கான செக் நீ கேட்டதை விட 10 மடங்கு அதிகமாக கொடுத்திருக்கிறேன். எல்லாவற்றையும் சமாளி. ஆனால் ஒரு வருடம் கழித்து இந்தப் பணத்தை எனக்கு திருப்பிக் கொடுத்துவிட வேண்டும் நீ வருவாயென இங்கே நான் காத்திருப்பேன்...” என்று சொல்லிவிட்டு செக்கை இவர் கைகளில் திணித்து விட்டுச் சென்றார் அவர்.

நிறுவனத் தலைவர் வேகமாக அலுவலகத்துக்குச் சென்று செக்கை பீரோவில் பத்திரமாக வைத்துப் பூட்டினார். பின் ஊழியர் கூட்டத்துக்கு ஏற்பாடு செய்து, பேச ஆரம்பித்தார். "நண்பர்களே, நமது நிறுவனத்தில் 50 கோடி ரூபாய் நஷ்டம் ஏற்பட்டுள்ளது. ஆனால் இப்போது என்னிடம் 500 கோடி ரூபாய் உள்ளது. ஆனால் நான் அந்தப் பணத்தைத் தொடப்போவதில்லை. இந்த நஷ்டம் எதனால் எப்படி ஏற்பட்டது..? என்று ஆராய்ந்து நமது நிறுவனத்தை வெற்றி பாதைக்குத் திருப்ப வேண்டும். நீங்கள் அனைவரும் ஒத்துழைப்புக் கொடுங்கள்'' என்று கேட்டுக் கொண்டார். பணிகள் வேகமாக நடந்தன. தவறுகள் கண்டுபிடிக்கப்பட்டு சரி செய்யப்பட்டன. நிறுவனருடைய பேச்சு, மூச்சு, செயல், சிந்தனை. தூக்கம் அனைத்தும் அவருடைய தொழிலைப் பற்றியே இருந்தது. பணியாளர்கள். திரும்பியது. ஒத்துழைப்பால் நிறுவனம் லாபப் பாதைக்குத் திரும்பியது. ஒரு வருடம் கழிந்தது, கணக்குகள் அலசப்பட்டன. நிறுவனம் 150 கோடி ரூபாய் லாபம் ஈட்டி இருந்தது. அடுத்த நாள் விடியலிலேயே! செல்வந்தர் கொடுத்த ரூ500 கோடிக்கான செக்கோடு பூங்காவுக்கு விரைத்தார். அதே சிமெண்ட் பெஞ்சில் அமர்ந்தார். தூரத்தில் அந்த செல்வந்தரிடம் ஒரு பெண்மணி கோபத்துடன் பேசிக் கொண்டிருப்பது தெரிந்தது. அருகில் சென்றார்.

பத்து வருஷமா பணமே இல்லாத செக் புக்கை கிழிச்சுக் கிழிச்தக் கொடுக்கிறதை வேலையா வெச்சுக்கிட்டு பலரையும் ஏமாத்தறீங்க... தொழில்ல நஷ்டம் அடைஞ்சு நீங்க பைத்தியம் ஆனது தெரியாம அவங்களும் வாங்கிக்கிட்டுப் போறாங்க... இதையெல்லாம் எப்போதான் நிறுத்தப் போதிங்க..? என்று திட்டிக் கொண்டிருந்தார் அந்தப் பெண்மணி. செல்வந்தர் புன்னகையோடு செக்கில் கையெழுத்திட்டுக் கொண்டிருந்தார். நிறுவனத் தலைவர் திக்பிரமை பிடித்து நின்றார். 'அப்படியானால், தம்மால் முடியும் என்ற நம்பிக்கைதான் நம்மைக் காப்பாற்றியதா...? உண்மை புரிந்தவராக அங்கிருந்து நகர்ந்தார் நிறுவனத் தலைவர்.

53. தொழில் 'நுட்பம்!'

பேருந்து நிலையத்தில் பழ வியாபாரம் செய்யும் முதியவர் ஒருவர், அந்தப் பேருந்தில் பழக் கூடையுடன் ஏறினார். 'ஐந்து பழங்கள் பத்து ரூபாய்' என்று கூவி, பழங்களை விற்க முயன்றார். எவரும் பழம் வாங்க முன்வரவில்லை. சுமக்க முடியாமல் சுமந்தபடி முதியவர் கீழே இறங்கியதும், இளைஞன் ஒருவன் பேருந்தில் ஏறினான். 'ஆறு பழங்கள்: பத்து ரூபாய்! என்று கூவினான். அவனுக்கு நல்ல விற்பனை! மற்றொரு பேருந்தில் ஏறிய முதியவர் அங்கும், 'ஐந்து பழங்கள் பத்து ரூபாய் என்று விற்க முயன்றார். பலன் இல்லாமல் போகவே. கீழே இறங்கி விட்டார். அடுத்து 'ஆறு பழங்கள் பத்து ரூபாய்' என்று கூவியபடி அந்தப் பேருந்தில் ஏறிய இளைஞன், ஏகத்துக்கு விற்பனை செய்தான! பஸ்ஸுக்காக காத்திருந்த மிகப்பெரிய நிறுவனத்தின் விற்பனை ஆலோசகர் ஒருவர் இந்தக் காட்சியை பார்த்துவிட்டு, மனம் பொறுக்காமல், முதியவரை அருகில் அழைத்தார். இதுதான் படித்தவருக்கும் படிக்காதவருக்கும் உள்ள வித்தியாசம்..! அந்த இணைஞனின் சாமர்த்தியம் உங்களிடம் இல்லையே! அவனுக்கு போட்டியாக நீங்களும் ஆறு பழம் பத்து ரூபாய் என்று விற்.. செய்யுங்கள். நூறு ரூபாய்க்குப் பதில் 300 ரூபாய்க்கு விற்கும்போது உங்களுக்கு இதைவிட கூடுதல் லாபம்தான்

கிடைக்கும். காலத்துக்கு ஏற்ப மாறப் பாருங்கள். இல்லாவிட்டால், கஞ்சிக்கு வழியில்லாமல் காணாமல் போய்படுவீர்கள்'' என்று ஆலோசனைகளை அள்ளி விட்டார்.

முதியவர் சிரித்தபடி, 'அடப்போங்க சார்! அவன் என் பையன்தான். எல்லாப் பழமும் எங்களுடையதுதான். 'ஆறு பழம் பத்து ரூபாய்'னு விற்றால்... சட்டெனவாங்குவதற்கு மக்களுக்கு மனசு வராது. அதனால் தான், 'ஐந்து பழம் பத்து ரூபாய்'னு முதல் ரவுண்ட் போவேன். பின்னாலேயே என் மகன் 'ஆறு பழம் பத்து ரூபாய்'னு வருவான். மக்கள் அதே தரம் கொண்ட பழத்தை சல்லிசா வாங்குறதா நினைச்சு, அவங்கிட்டே வாங்குவாங்க. நாங்க தனித்தனி பஸ்ஸிலே விற்கிறதைவிட, இப்படி வித்தா, எல்லாத்தையும் முடிச்சுட்டு மத்தியான சாப்பாட்டுக்கே வீட்டுக்குப் போயிட முடியுமே! இதெல்லாம் கிராமத்து டெக்னிக் உங்களுக்குப் புரியாது.'' என்றபடி இடத்தைக் காலி செய்தார் முதியவர். காலத்துக்கு ஏற்பவும், இடத்துக்கு ஏற்பவும் திட்டங்களை மாற்றிக் கொள்பவரே வெற்றிபெற முடியும்.

54. ஹோண்டா

"பிழைக்கத் தெரியாத முட்டாள்" என்று 18 வயது இளைஞனை அவனது அப்பா திட்டினார்.

தோல்விக்கென்றே பிறப்பெடுத்த துரதிர்ஷ்டக்காரன் என்று கேலி பேசினார்கள் அவனது நண்பர்கள்.

அந்த இளைஞன் அடைந்த தொடர் தோல்விகளை உலகத்தில் வேறு யாராவது அனுபவித்திருந்தால், எப்போதோ தற்கொலை செய்துக் கொண்டிருப்பார்கள்.

அத்தனை தோல்விகளையும் உள்வாங்கி, கடைசியில் பிரமாண்டமான வெற்றியை தனதாக்கிய அந்த மாமனிதன் தான் ''சாய்க்கிரோ ஹோண்டா''.

தனது வாழ்க்கை அனுபவத்தை சாறு பிழிந்து எடுப்பது போன்று ''வெற்றி என்பது 99 சதவீத தோல்வியே'' என்று அந்த இளைஞன் சொன்னார்.

Toyoto நிறுவனத்திற்கு piston (உந்துருளி) தயாரிக்கும் தொழிற்கூடம் உருவாக்க வேண்டும் என்பது மாணவர் சாய்க்கிரோ ஹோண்டாவின் கனவு.

யாருக்காகவும் அவன் காத்திருக்கவில்லை. அப்பாவின் திட்டு , சக மாணவர்களின் கேலிகளுக்கு இடையே, மாதிரி உலோகம் உருக்கும் கூடம் ஒன்றை 1928ஆம் ஆண்டு உருவாக்கினார். இதற்காக இரவு பகலாக உழைத்தார். ஓராண்டு காலமாக கஷ்டப்பட்டு உழைத்து உருவாக்கிய, மாதிரி piston ஐ பெரும் எதிர்பார்ப்புடன் Toyoto நிறுவனத்திற்கு எடுத்துச் சென்றார்.

எங்கள் எதிர்பார்ப்புக்குரிய தரத்தில் உனது piston இல்லை என்று நிராகரித்துவிட்டார்கள் பொறியியளாளர்கள்.

முதலாவது கனவுத் திட்டம் படுதோல்வி அடைந்தது. மனம் பாரமாக இருந்தது. திரட்டி வைத்த முதலீடு மொத்தமும் வீணாகியது. எல்லோரும் தங்களது கேலிகளை பொழிந்தார்கள். புழுதி வாரித் தூற்றுவோர் தூற்றட்டும் என்ற மனப் பக்குவத்தோடு, ஹோண்டா மீண்டும் முயற்சித்தார்.

மேலும் பல மாதங்கள் விடாப்பிடியாக உழைத்து அவர் உருவாக்கிய புதிய piston மாதிரியை Toyoto நிறுவனத்திற்கு எடுத்துச் சென்றார். அருமை என்று பாராட்டிToyoto நிறுவனம் ஏற்றுக்கொண்டது. தயாரிப்புக்கு ஒப்பந்தம் கொடுக்கப்பட்டது.

மனதுக்குள் சிறிய வெற்றிக் களிப்பு கொண்ட சாய்க்கிரோ ஹோண்டா பெரிய தொழிற்கூடம் கட்டினால் தான் அவர்கள் கேட்கும் எண்ணிக்கையிலான piston தயாரிக்க முடியும்.

எனவே, கட்டடம் கட்டத் திட்டமிட்டார் ஹோண்டா.

அப்போது ஜப்பான் நாடு உலகப் போருக்குத் தயாராகிக் கொண்டிருந்ததால், அங்கே வரலாறு காணாத சிமெண்ட் தட்டுப்பாடு. எவ்வளவோ முயற்சி செய்தபோதும் 10 மூட்டை சிமெண்ட் கூட கிடைக்கவில்லை.

ஒழுங்காக ஏதாவது வேலையில் போய்ச் சேர்ந்துவிடு என அவரது அப்பா கூறினார், வாழ்க்கை முழுவதும் ரிஸ்க் எடுத்துக்கொண்டே இருப்பாயா என்றார் உயிர் நண்பன். இவர்களின் கருத்துகளுக்கு மதிப்பளிக்காது சிமெண்ட் கலவைக்கு இணையான மாற்றுக்கலவையை உருவாக்கும் முறையை கண்டுபிடித்தார் ஹோண்டா.

ஆங்காங்கு கடன் வாங்கி சில மாதங்களிலேயே பெரிய தொழிற்சாலையை கட்டி முடித்தார்.

தொழிலாளர்களை வேலைக்கு அமர்த்தி piston தயாரிக்கும் தொழிலை அமர்க்களமாகத் தொடங்கினார். கூடவே இரண்டாம் உலகப்போரும் தொடங்கியது.

அமெரிக்கா போட்ட குண்டு, ஹோண்டாவின் தொழிற்சாலையில் பெரும் பகுதியை உடைத்து நாசமாக்கியது.

ஹோண்டாவின் வாழ்க்கை முடிந்தது என்று பேசிக் கொண்டார்கள் நண்பர்கள். ஆனால், தனது மொத்தத் தொழிலாளர்களையும் திரட்டிக்கொண்டு, தானே களமிறங்கி சேதங்களை சீர்செய்து, தொழிற்சாலையை மீண்டும் இயக்கிக் காட்டினார் ஹோண்டா. ஜப்பான் நாட்டில் நிலநடுக்கங்கள் அதிகம். ஒரு நாள் திடீரெனத் தாக்கிய நிலநடுக்கம் ஹோண்டாவின் தொழிற்சாலையைத் தரைமட்டமாக்கி விட்டது. மொத்தத் தொழிற்சாலையையும் திருப்பிக்கட்ட முடியாத நிலை. வேறு வழியின்றி உடைந்த கருவிகள், மற்றும் மூலப்பொருட்களைக் கிடைத்த விலைக்கு Toyoto நிறுவனத்திற்கு விற்பனை செய்தார் ஹோண்டா.

இப்படிப்பட்ட நிலைமையில் உங்கள் மனநிலை எப்படி இருக்கும்? எண்ணிப்பாருங்கள்.........

ஆனால், அப்போதைய நிலையில் ஹோண்டா கூறிய கருத்து.......

"நான் ஆசைப்பட்ட ஒரு திட்டம் தோல்வி அடைந்தால், துளி கூட கவலைப்பட மாட்டேன்... இருக்கிற நிலைமையை எப்படி மாற்றலாம் என்று தீவிரமாக சிந்திக்கத் தொடங்கிவிடுவேன்."

இரண்டாம் உலகப் போர் முடிந்திருந்த நேரம் ஜப்பானின் பொருளாதாரம் சாம்பலாக்கப்பட்ட காலக்கட்டம், ஜப்பான் முழுதும் பெட்ரோல் தட்டுப்பாடு. கார்கள் எல்லாம் முடங்கிவிட்டன.

எல்லோரும் நடக்கிறார்கள் அல்லது சைக்கிளில் செல்கின்றார்கள். சாய்க்கிரோ ஹோண்டா, வீட்டில் அமர்ந்திருந்தார்.

அருகில் சைக்கிள் நின்றது. சற்றுத் தொலைவில் புல்வெட்டும் இயந்திரம் இருந்தது.*

அந்தப் புல்வெட்டும் இயந்திரத்தில் உள்ள மோட்டாரைக் கழற்றி, இந்த சைக்கிளில் இணைத்தால் என்ன என்று ஹோண்டாவுக்கு ஒரு புத்தம் புது ஐடியா தோண்றியது.

அடுத்த நொடியில் காரியத்தில் இறங்கினார் ஹோண்டா. புல்வெட்டும் இயந்திர மோட்டாரைக் கழற்றி எடுத்து, தனது சைக்கிளில் அவர் பொருத்திய போது உலகின் முதல் மோட்டார் சைக்கிள் பிறந்துவிட்டது. அதை எடுத்துக்கொண்டு ஆனந்தமாக சுற்றி வந்தார் ஹோண்டா. அதேபோன்று எங்களுக்கும் செய்துகொடு என்று மொய்க்கத் தொடங்கினர் மக்கள்.

அவரும் சளைக்காமல் செய்து கொடுத்தார். அதன் விளைவு என்ன ஆயிற்று????

அந்த ஊரில் மோட்டார் தட்டுப்பாடு ஏற்பட்டுவிட்டது. இதையே பெரிய தொழிலாக மாற்றினால் என்ன என்று சிந்தித்தார் ஹோண்டா. கையில் பணமில்லை, வங்கிகள் கடன் தரத் தயாராகவில்லை. ஹோண்டா துரதிர்ஷ்டக்காரன் என்று எல்லோரும் கூறினார்கள்.

அப்போதும் கலங்கவில்லை ஹோண்டா. தனது தொழில் திட்டத்துக்கு பண உதவி செய்யுமாறு வேண்டுகோள் விடுத்து, ஜப்பானில் உள்ள 18 ஆயிரம் சைக்கிள் கடைக்காரர்களுக்கு கடிதம் எழுதினார்.

முதலீடு செய்யும் சைக்கிள் கடைக்காரர்கள், மோட்டார் சைக்கிள் விநியோகஸ்தர்களாக நியமிக்கப்படுவார்கள் என உறுதி அளித்தார்.*

5 ஆயிரம் சைக்கிள் கடைக்காரர்கள் முன்வந்து பண உதவி செய்தனர். ஹோண்டா மோட்டார் சைக்கிள் நிறுவனம் உதயமானது.*

முதலில் தயாரான மோட்டார் சைக்கிள் குறித்து விமர்சனங்கள் வந்தபோது, தானே உலோகம் உருக்கும் கூடத்தில் அமர்ந்து, அழகான வடிவமைப்புடன் அற்புதமான மோட்டார் சைக்கிள் வகைகளை கொண்டு வந்தார்.

அவமானகரமான தொடர் தோல்விகளுக்குப் பின்னர் பெரும் வெற்றி பெற்றார் சாய்க்கிரோ ஹோண்டா.

இப்போது ஹோண்டா நிறுவனம் ஆண்டுக்கு சுமார் 2 கோடி மோட்டார் வாகனங்களை தயாரிக்கிறது.

முயற்சியை மூலதனமாக கொண்டு, தன்னம்பிக்கையை மனதில் வைத்து வைராக்கியத்துடன் உழைக்கும் எவர்க்கும் வெற்றி கைகூடாமல் போனதில்லை நண்பர்களே..

55. நம்பிக்கை மனுஷி

வெள்ளத் தனைய மலர்நீட்டம் மாந்தர்தம்
உள்ளத் தனையது உயர்வு

ஒரு குளத்திலிருக்கும் நீரின் அளவைப் பொருத்தே, அதில் மலர்ந்துள்ள தாமரைத் தண்டின் நீளம் அமையுமாம். அதாவது நீர்மட்டம் குறைந்து காணப்படும்போது, சிறிதாக இருக்கக்கூடிய அந்தத் தண்டின் உயரமானது, நீர்மட்டம் உயரும்போது தானாகவே வளர்ந்துவிடுமாம். அதுபோலவே ஒரு மனிதனுடைய உள்ளத்தில் உயிர்த்திருக்கிற உந்துசக்தியைப் பொறுத்தே, அந்த மனிதனுடைய வாழ்வில் வளர்ச்சியும், உயர்வும் ஏற்படும் என்று வள்ளு-

வப் பெருந்தகை சொல்லியிருப்பதை அறிகையில், உண்மைதானே என்று வியக்கத் தோன்றுகிறது.

ஏனென்று சொன்னால், இரண்டாயிரம் வருடங்களுக்கு முன்பாக வாழ்ந்து மறைந்த அந்தப் பெருந்தகை அப்போதே மனித நல்வாழ்விற்கான அத்தனை விஷயங்களையும் சிந்தித்திருப்பது கண்டு மட்டற்ற வியப்பே ஏற்படுகிறது. இதை விடக் கூடுதலான வியப்பு என்னவென்று சொன்னால், அந்த வார்த்தைகளை நிகழ்காலத்தில் நிஜமாக்கிக் காண்பித்து, கண்முன்னே வாழ்கிற சாதனையாளர்கள் இன்னும் வியப்பை ஏற்படுத்துகிறார்கள். அத்தகு வியப்புக்குரிய பெண்மணியான செல்வி மு.பூரணசுந்தரி அவர்களின் வாழ்க்கையை இந்த மாத பீனிக்ஸ் மனிதர்கள் எனும் பகுதியில் உங்களோடு பகிர்ந்து கொள்வதில் மட்டற்ற மகிழ்ச்சியடைகிறேன்.

தமிழகத்திலுள்ள பல லட்சம் பார்வையற்றோரில் சமூகத்தின் உயர் நிலையான ஐஏஎஸ் தேர்ச்சி வரை தொட்டவர்கள் மிகக்குறைவு. அத்தகு விரல்விட்டு எண்ணத்தக்க சாதனையாளர்களில் ஒருவராக, கடந்த 2019-ஆம் ஆண்டில் நான்காவது முறையாகத் தேர்வெழுதி, இவ்வாண்டில் தன்னுடைய தமிழ் மாத பிறந்த நாளான ஆகஸ்ட் 4ல் முடிவு அறிவிக்கப்பட்ட 879 பேரில் 286 ஆம் இடத்தைப் பெற்று, மிக இளம் வயதில் உயரம் தொட்ட மகத்தான சாதனை புரிந்துள்ள இவர், மதுரை மணி நகரத்தைச் சேர்ந்த பார்வையற்ற பெண்மணியான செல்வி பூரணசுந்தரி ஆவார்.

தனது ஆறாம் வயதில் பார்வையைத் தொலைத்தாலும், நம்பிக்கையைத் தொலைக்காமல் முயற்சிகளை மேற்கொண்டு, பிஏ படித்து, வங்கிப் பணியாளராக உயர்ந்து, தனது கனவினை எதிர்நோக்கித் தொடர்ந்து முயற்சிகள் மேற்கொண்டதன் விளைவாக, இவ்வாண்டில் தேர்ச்சியடைந்த 2 மாற்றுத்திறனாளிகளில் ஒருவராக வெற்றியடைந்து இருக்கிறார் என்பது குறிப்பிடத்தக்கது. முயற்சி செய்தால் ஐஏஎஸ் என்கிற மகத்தான இலக்கும் கூட, மாற்றுத்திறனாளிக்கு மட்டுமல்ல எல்லோருக்குமே சாத்தியம்தான் என்பதை தன்னுடைய வாழ்க்கையின் வாயிலாக உணர்த்த முன்வந்திருக்கும் இவரின் வாழ்க்கையை வாசிப்பதன் வாயிலாக, நீங்களும் கூட நம்பிக்கை மனிதர்களாக மாறுங்கள். இதோ செல்வி மு.பூரணசுந்தரி ஐஏஎஸ் அவர்களின் வாழ்க்கைப் பயணங்கள் உங்கள் கரங்களில்...

உங்கள் இளமை மற்றும் கல்விக்காலம் பற்றிச் சொல்லுங்கள்?

எனது இளமைக்காலம் எல்லோரையும் போலவே பள்ளிக்கூடம் மற்றும் கல்லூரியாக அமைந்திருந்தது. முதலில் நான் என் வீட்டிற்கு அருகிலிருந்த மங்கையர்க்கரசி பள்ளிக்கூடத்தில் முதல் மற்றும் இரண்டாம் வகுப்புகளைப் படித்துக்கொண்டிருந்தேன். 6 வயதாகும்போது பார்வைக் குறைபாடு ஏற்பட்டது. அதற்குப் பிறகு சிறப்பாசிரியர்கள் துணைகொண்டு மதுரை சம்மட்டிபுரம் கே.என்.பி.எம் பிள்ளைமார் சங்க மேல்நிலைப் பள்ளியில் என்னுடைய படிப்பைத் தொடர்ந்தேன். இளமைக் காலத்தில் எனக்கு அதிகப்படியான உற்சாகத்தை ஊட்டியவர்கள் எனது தந்தை மற்றும் தாய்தான். அவர்கள்தான் எனது குறைபாட்டைக் கடந்து என்னை வளர்க்கப் பாடுபட்டனர். அவர்களைப் பின்தொடர்ந்து எனது முயற்சிகளையும் தொடர முடிந்தது.

.

.

உங்கள் குடும்பத்தினர் பற்றி..?

அப்பா திரு. முருகேசன், அம்மா திருமதி. ஆவுடைதேவி இவர்களோடு நானும், என்னுடைய தம்பி திரு. சரவணகுமாருமாக நாங்கள் நான்கு பேர் கொண்ட அளவான, அழகான குடும்பம் எங்களுடையது. அப்பா சேல்ஸ் எக்சிகியூடிவ்வாக மார்க்கெட்டிங் லைனில் வேலை செய்கிறார். அம்மா ஹோம் மேக்கராகவும், தம்பி பி.காம் முடித்துவிட்டு, டிஎன்பிஎஸ்சி தேர்விற்காக தயார் செய்து கொண்டு இருக்கிறார்.

நான் பள்ளியில் படிக்கும்போது மற்ற மாணவிகளைப் போலவே டாக்டராகவோ அல்லது விஞ்ஞானியாகவோ ஆக வேண்டும் என்கிற பொதுவான கனவு இருந்தது. அதுபற்றிப் பின்னாட்களில் அப்பாவிடம் பேசும்போது ஐஏஎஸ் மாதிரியான உயர்பொறுப்புகளுக்கான தேர்வுகளை எழுதமுயலும்படிச் சொல்லவே, அதனை நல்வார்த்தையாக மனதில் எடுத்துக்கொண்டேன். அதனைத் தொடர்ந்து புத்தகங்களைப் படித்துக் காண்பிக்கச் சொல்லி அம்மாவிடம் கேட்டு, அதனை மனதில் பதித்துக் கொள்ளத் தொடங்கினேன். எனவே, எனக்குள் கனவு உருவாகக் காரணமான அம்மாவும், அப்பாவுமே என் இரு கண்கள் என்பேன்.

உங்கள் பார்வையில் குறைபாடு ஏற்பட்ட காலகட்டம்.. அதனைச் சீர்செய்ய நீங்கள் மேற்கொண்ட முயற்சிகள் ஆகியன பற்றிச் சொல்லுங்கள்?

எனக்கு 6 அல்லது 7 வயது இருக்கும்போது பார்வைக் குறைபாடு ஏற்பட்டது. அப்போது நான் ஒன்றாம் வகுப்பு படித்துக் கொண்டிருந்தேன். அச்சமயத்தில் எனக்கு போர்டில் எழுதிய எழுத்துக்கள் தெரியாமல் தடுமாறும் நிலை ஏற்பட்டது.

இப்படியே கொஞ்சம் கொஞ்சமாக பார்வையின் தெளிவு குறைந்துகொண்டே வந்தது. மதுரையில் இருக்கக்கூடிய அரவிந்த் மருத்துவமனை மற்றும் சென்னையில் இருக்கக்கூடிய கண் சிகிச்சை சார்ந்த மருத்துவமனைகளான அகர்வால், சங்கர நேத்ராலயா போன்ற இடங்களுக்கெல்லாம் போனோம். அறுவை சிகிச்சையும் செய்தோம். ஆனாலும், பலனில்லை என்கிற நிலைதான் ஏற்பட்டது. அப்போதுதான் சிறப்பாசிரியர்கள் துணையோடு, என்னால் எனது பாடங்களைப் படிக்க முடியும் என்றும், பள்ளிக்கூடத்துக்கு போக முடியும் என்றும் தெரிந்துகொண்டேன். அதைத் தொடர்ந்து என்னுடைய அடுத்தடுத்த வகுப்புகளை என்னால் தொடர முடிந்தது.

படிப்பில் நிறைந்த ஆர்வத்தோடு செயலாற்றி, பத்தாம் வகுப்பில் பள்ளியினளவில் முதல் மாணவியாகவும், பனிரெண்டாம் வகுப்பில் பள்ளியில் இரண்டாம் மாணவியாகவும் தேர்ச்சி பெற்றிருக்கிறீர்கள். அச்சமயத்தில் ஏற்பட்ட உங்கள் சந்தோஷம் மற்றும் கனவுகளைப் பற்றி சொல்லுங்களேன்?

அந்தத் தருணம் மிக மகிழ்ச்சியாக இருந்தது. நாம் போட்ட உழைப்பிற்குப் பலன் கிடைத்திருக்கிறது என்கிற எண்ணம் ஒரு பக்கம் தோன்றியது. அப்போது எனக்கேற்பட்ட கனவுகளெல்லாம் உயர்கல்வியை நல்ல முறையில் படிக்கவேண்டும் என்பதுதான் என்னுடைய கனவாக இருந்தது. நான் நினைத்த உயர்கல்விக்காகவும், சிறந்த கல்லூரிக்காகவும் என்னைப் பல விதங்களில் தயார்படுத்திக் கொள்ள ஆரம்பித்தேன். ஏனென்றால், ஒரு நல்ல உயர்நிலைக் கல்வியைப் பெறவேண்டும் என்பதில் நான் குறியாக இருந்தேன்.

JNU, டெல்லி யுனிவர்சிட்டி எல்லாம் போய் படிக்கவேண்டும் என்றும், சட்டம் படிக்கவேண்டும் என்றும் பல கனவுகள் இருந்த நாட்கள் அவை. அதன்பிறகுதான் முதலில்

பட்டம் பெறுவோம் என்கிற எண்ணத்தோடு, மதுரையிலிருக்கிற பாத்திமா கல்லூரியில் இங்கிலீஷ் லிட்ரேச்சர் படிக்க ஆரம்பித்தேன்.

ஐஏஎஸ் படிக்க ஆர்வம் தோன்றியதற்கான காரணம் என்ன? அதற்காக நீங்கள் மேற்கொண்ட முயற்சிகள் பற்றி?

ஐஏஎஸ் என்கிற விஷயம் முதல்முதலில் நான் பதினொன்றாவது, பனிரெண்டாம் வகுப்பு படிக்கும்போதுதான் எனக்குத் தெரிய ஆரம்பித்தது. ஆரம்பகாலத்தில் டிஸ்ட்ரிக்ட் கலெக்டர் மட்டும்தான் ஐஏஎஸ் அப்படின்னு நினைச்சேன்.

ஆனால், கல்லூரிக்குப் போன பிறகுதான் எனக்கு நிறைய விபரங்கள் கிடைத்தது. குடிமைப் பணியாளர்கள் என்பவர்கள் பல துறைகளில் இருக்கின்றனர் என்றும், அரசின் திட்டங்களை உருவாக்குவதில் அவர்களின் பங்களிப்பு அதிகமாக இருக்கிறது என்றும் தெரிந்துகொண்டேன். அதன்பிறகுதான் நிச்சயமாக நானும் அந்த இடத்துக்குப் போய், அதிகப்படியான மக்களுக்கு எனது சேவைகளைக் கொடுக்கிற இடத்தில் என்னைத் தக்க வைத்துக் கொள்ள வேண்டும் என்று தோன்றியது. அதற்கு நான் இந்தத் தேர்வை எழுதித் தேர்ச்சி அடையவேண்டும் என்கிற தீர்க்கமான எண்ணத்தை எனது லட்சியமாக ஏற்படுத்திக் கொண்டேன்.

அதற்குப் பிறகு எடுத்த முயற்சிகள் என்று பார்த்தால், கல்லூரியில் இருக்கும்போதே நூலகத்தில் நிறையப் புத்தகங்களை வாசிக்க ஆரம்பித்தேன். முந்தைய வருடங்களின் கேள்வித் தாள்களையும், தினசரி செய்தித்தாள்களையும் கொஞ்சம் கவனித்து மனதிற்குள் நிறுத்த ஆரம்பித்தேன். பல்வேறு ஐஏஎஸ் பயிற்சி மையங்களோடும் தொடர்பை ஏற்படுத்திக் கொண்டு, என்னுடைய முழுத் திறமையையும் வெளிப்படுத்தி வெற்றியடைகிறவரைக்குமான இந்த நான்கு முறையும், பயிற்சி மேற்கொள்ளவும், அறிவு சார்ந்து என்னை மனதளவிலும் நிறையவே தயார்படுத்திக் கொள்ள ஆரம்பித்தேன்.

மனிதநேயம் அகாடமி போன்ற பல்வேறு பயிற்சி மையங்கள் அளித்த பயிற்சிகளைப் பற்றி வாசகர்களோடு பகிர்ந்து கொள்ளுங்களேன்?

நான் கல்லூரி முடித்த பிறகு 2015 ஆம் ஆண்டு மனிதநேயம் அகாடமியில் போய் சேர்ந்தேன். எனக்கு அங்கு பயிற்சி வகுப்புகளும், நல்ல விடுதி வசதியும் கிடைத்தன. தரமான உணவு, படிப்பதற்கான நல்ல சூழல் போன்றவையெல்லாம் இலவசமாக இந்த அறக்கட்டளையின் வழியாக எனக்கும், எனது மற்ற நண்பர்களுக்கும் கிடைத்தது. அங்கிருந்தபடியே நான் முதல் முறையாக ஐஏஎஸ் தேர்வில் முயற்சியெடுத்தேன். ஆனால், முதல் முறை வெற்றிபெற இயலவில்லை. ஆனால், எனது முயற்சிகள் முடிந்து போய்விடவில்லை.

அடுத்து, இரண்டாவது, மூன்றாவது, நான்காவது கட்டம் வரைக்கும் நான் தொடர்ந்து முயற்சி செய்தேன். அதற்குக் காரணமாக இருந்தது அகில இந்திய குடிமைப்பணி தேர்வுக்கான பயிற்சி மையமாகும். சென்னை அடையாறு, பசுமை வழிச் சாலையில் அமைந்திருக்கும் இந்த மையமானது, தமிழக அரசு நடத்தக்கூடிய இன்ஸ்டியூட் ஆகும்.

இந்த மையத்தில் படிப்பதற்கான நல்ல இட வசதியும், இரவும் பகலும் படிக்கக்கூடிய சூழலும் இருந்தது. அச்சமயத்தில் எனக்கு நிறைய நண்பர்கள் அங்கு கிடைத்தார்கள். அதற்கப்புறம் போக்கஸ் அகாடமியில் தமிழ் இலக்கியமும், சங்கர் அகாடமியிலே இண்டர்வியூக்கான வழிகாட்டுதலும் கற்றுக்கொண்டேன். ஆகவே, இந்த நான்கு அகாடமிகளும்

நான் கடந்து வந்த பாதையில் பெரும்பங்கு வகிக்கின்றன என்பதைச் சொல்லிக்கொள்வதில் பெருமையடைகிறேன்.

தமிழ்நாடு கிராம வங்கிப் பணியாளராக இணைந்தது பற்றியும், பணியில் இணைந்த பிற-கும் கூட ஐஏஎஸ் கனவை கைவிடாமல் பற்றி இருந்தது எப்படி என்பது குறித்தும் சொல்-லுங்கள்?

2016-ஆம் ஆண்டு எனது முதல் அட்டெம்ட் கொடுத்தபோது, அந்த முறை என்னால் வெற்றியைப் பெற முடியவில்லை. என்னால் முதல்நிலைத் தேர்வோ அல்லது இண்டர்-வியூவோ எழுத முடியாமல் போனது. அதற்குப்பிறகு நான் மற்ற தேர்வுகளை எழுத ஆரம்பித்தேன். ஏனென்றால், ஏதாவது ஒரு பணியில் இருந்தபடியே எனது படிப்பையும், ஐஏஎஸ் முயற்சிகளையும் தொடர வேண்டும் என்று நினைத்தேன். அதன் விளைவாக நான் TNPSC, SSC, RRB, Bank Exams ஆகியவை எழுதினேன். அதில் எனக்கு ஊரக வளர்ச்சி வங்கியான அன்றைய பாண்டியன் கிராம வங்கியும்.. இன்றைய தமிழ்நாடு கிராம வங்கியிலே எனக்கு எழுத்தர் பணி கிடைத்தது.

இந்தப் பணியில் 2018-ஆம் ஆண்டு மூன்றாவது அட்டெம்ட் கொடுக்கறதுக்கு முன்ன-தாக இணைந்தேன். இருந்தபோதும் எனது கனவாகவும், இலக்காகவும் நான் வைத்திருந்தது சிவில் சர்வீஸ். அதை நோக்கிய எனது பயணம் தொடர்ந்து கொண்டே இருந்தது.

இதனால் வேலை பார்த்துக்கொண்டே Loss Of Pay முறையில் விடுப்பு எடுத்துக்-கொண்டுதான் நான் சென்னைக்குப் போய், எனக்கான தயாரிப்பினைத் தேர்வுக்கு முன்ன-தாக வைத்துக்கொள்வேன். வேலை நாட்களில் அதிகாலையிலும், இரவிலுமாக நான் எனது படிப்பை மேற்கொண்டேன். சனி மற்றும் ஞாயிற்றுக்கிழமைகளில் நேரம் நிறையவே கிடைத்-தது. அந்நாட்களில் நான் முழுமையாகப் படிக்க முடிந்தது. இப்படித்தான் எனது ஐஏஎஸ் பயணம் அமைந்திருந்தது.

இந்தத் தேர்வில் வெற்றி பெறுவதற்காக கிட்டத்தட்ட நான்கு முயற்சிகளை மேற்கொண்-டிருக்கிறீர்கள் என்று அறிய முடிகிறது. அம்முயற்சிகளில் ஏற்பட்ட தோல்வியின்போது உங்-கள் மனநிலை எப்படி இருந்தது?

நீங்கள் சொல்வது சரிதான்.. நான் இதுவரை நான்கு முறை சிவில் சர்வீஸுக்காக முயற்சிகளை மேற்கொண்டு இருக்கிறேன். முதல் முறை முதல்நிலைத் தேர்வு கிளியர் செய்ய முடியவில்லை. இரண்டாவது மற்றும் மூன்றாவது முறைகளில் முதல்நிலைத் தேர்வு, மெயின்ஸ், இண்டர்வியூ என்று அடுத்தடுத்த முயற்சிகளை மேற்கொண்டபோது 10/15 மதிப்-பெண்கள் வித்தியாசங்களில் என்னால் சர்வீஸ் பெற முடியவில்லை. அதனைத் தொடர்ந்து கடந்தாண்டு நான்காவது முறையாக எடுத்த இம்முயற்சியில் 286 ஆம் இடம் கிடைத்து வெற்றி பெற்றிருக்கிறேன்.

ஒவ்வொரு முறை தோல்வி அடையும்போதும் ரொம்ப கஷ்டமாகவும், வலியாகவும்தான் இருந்தது. ஆனால், அந்தக் கஷ்டங்களை ரொம்ப நேரத்துக்கோ அல்லது மனதின் ஆழத்-துக்கோ நான் எடுத்துட்டு போகலை. மீண்டும் நம்மால் முடியும் என்கிற அதீதமான நம்பிக்-கையுடனும், எனது பெற்றோர் மற்றும் நண்பர்களுடைய வழிகாட்டுதல்களோடும் நான் மீண்-டும் படிக்க ஆரம்பித்தேன். அப்படித்தான் ஒவ்வொரு முறையும் முயற்சிகளை எடுத்துட்டு போனேன். ஒருவேளை இந்த முறையும் கூட தேர்ச்சி வராமல் இருந்திருந்தால், மீண்டும்

படிப்பதற்கான முயற்சியில் ஈடுபட்டு இருந்திருப்பேன். ஏனென்றால், ஐஏஎஸ் என்பது என் கனவு.

2019ல் நடந்த 879 பதவிகளுக்கான ஐஏஎஸ் தேர்வில், 5 இலட்சம் பேர் தேர்வெழுதி, 11,545 பேர் மெயின் தேர்வைச் சந்தித்து, 2,304 பேர் தேர்வான நிலையில், இவ்வாண்டின் தேர்வு முடிவுகளில், இரண்டு மாற்றுத்திறனாளிகளில் ஒருவராக 286 ஆம் இடத்தில் தேர்ச்சியடைந்து இருக்கிறீர்கள். உடற்தடை கடந்தும் லட்சக்கணக்கான மனிதர்களோடான போட்டியில் வெற்றியடைந்த இந்த மகத்தான வெற்றியையும், சந்தோஷத்தையும் எப்படி உணர்கிறீர்கள்?

மிகவும் மகிழ்ச்சியாக உள்ளது. அதற்கு மேலாக இன்னும் நிறைய மகத்தான மனிதர்கள் வாழ்த்தும்போதும், இளைஞர்கள் ஒவ்வொருவரும் வாழ்த்தும்போதும் அவர்களுக்கு உந்துதலாக இருக்கிறேனென்று சொல்வதைக் கேட்கும்பொழுதும் இன்னும் மகிழ்ச்சியாகவும், நம்பிக்கையாகவும் இருக்கிறது. இதை எனது வெற்றியாக நான் பார்க்கவில்லை.. எனது வெற்றியின் தொடக்கமாகவே பார்க்கிறேன். அந்தத் தொடக்கமே மிக அருமையாக அமைந்திருக்கிறது என்கிற வகையில் மனம் நிறைந்த மகிழ்ச்சி ஏற்படுகிறது. இன்னும் எனது எதிர்காலப் பணிகளை முழு உழைப்பைத் தந்து, சிறப்பாகச் செயல்படவேண்டும் என்பதையே எனது குறிக்கோளாக இந்தத் தருணத்தில் எனக்கு நானே சொல்லிக்கொள்கிறேன்.

25 வயதில் மகத்தான வெற்றியெனும் மகுடத்தை அணிந்து இருக்கிறீர்கள். ஒரு வெற்றியாளராக இளைய தலைமுறையினருக்கு உங்கள் ஆலோசனைகள் என்ன?

நிச்சயமாக.. இளைய தலைமுறைதான் பல மாற்றங்களைக் கொண்டுவருவதற்கான உத்வேகத்தோடும், நம்பிக்கையோடும் செயல்படக்கூடிய பெரிய சக்தி என்று சொல்லலாம். நமது இந்திய சமூகத்தின் இணையற்ற வைரங்களான அப்துல் கலாம் ஐயா அவர்களும், சுவாமி விவேகானந்தாஜி அவர்களும் இளைஞர்களை நோக்கித்தான் அவர்களது கனவுகளையும், அவர்களது பணிகளையும் சேவைகளையும் முன்வைக்கின்றனர்.

அந்த வகையில் ஒவ்வொரு இளைஞனும் முதலில் தன்னைத்தானே நம்பக்கூடிய நபராக உருவாகிக் கொள்ள வேண்டும். ஒவ்வொருவரிடமும் நிறைய நிறைய திறமைகள் இருக்கின்றன. அதனால் அந்தத் திறமைகளையும், கிடைக்கக்கூடிய வாய்ப்புகளையும் முழுவதுமாகப் பயன்படுத்திக் கொள்ளவேண்டும். அதுபோக சில வாய்ப்புகளை நாமே உருவாக்கிக்கொள்ளவும் வேண்டும். மேலும், எவ்வளவு தடைகள் வந்தாலும், நம்பிக்கையோடும், உழைப்போடும் நாம் இயங்கிக்கொண்டே இருக்கவேண்டும். நிச்சயமாக ஒருநாள் அதற்கான பலன்கள் கிடைக்கும்.

கற்றல் குறித்துச் சொல்கையில், பரிட்சைக்கு மட்டும் படிப்பது அல்லது வேலைக்குப் படிப்பது என்பதாகப் பலரும் எண்ணிக் கொண்டிருக்கின்றனர். கற்றல், கற்றதை மனதில் நிறுத்திக் கொள்ளுதல் ஆகியன பற்றிய உங்கள் ஆலோசனைகள் என்ன?

நிச்சயமாக தேர்வுக்காகவோ அல்லது வேலைக்காகவோ படிப்பது என்பது இன்றைய தேவையாகவே இருந்தாலும்கூட, அப்படிப் படிக்கும்போது நாம் விஷயங்களை உள்வாங்கிக் கொண்டு, அதற்கு ஏற்றபடி நம்மை தகவமைத்துக் கொண்டு நம்முடைய செய்கைகளை அமைத்துக்கொள்ள வேண்டும். அதனால் நாம் கற்கக்கூடிய விஷயங்களை முழுவதுமாகப் புரிந்துகொண்டு, அப்படிப் புரிந்தவற்றை நாம் தொடர்ந்து உள்வாங்கிக் கொண்டே இருக்க-

வேண்டும்.

பொதுவாக, ஒவ்வொரு தேர்வுக்கும் ஒவ்வொரு அணுகுமுறைகள் இருக்கின்றன என்பதை நாம் நன்குணர்ந்து அதற்குத்தக்கபடி படிப்பது நலம். சிவில் சர்வீஸைப் பொறுத்தவரைக்கும் நிறைய அனாலிஸிஸ் பாயிண்ட் ஆப் வியூவிலேயும், குரூப் 4 தேர்வுகளில் நிறைய பேக்சூவல் பாயிண்ட் ஆப் வியூலேயும் கேள்விகள் கேட்கப்படுகின்றன.

எனவே, அந்தத் தேர்வுகளுக்கேற்றபடி நம்மைத் தயார்படுத்திக் கொள்ள வேண்டும். அதனால், படிக்கும் பொழுது முழுவதும் உள்வாங்கிக் கொள்வதோடு, அதை திரும்பவும் ரீகலெக்ட் செய்து பார்க்க வேண்டும். அதாவது, நினைவில் கொண்டுவந்து நிறுத்தி, படித்ததை திரும்ப நம் மனதளவில் அசைபோடுவது ரொம்பவே அவசியம். பரிட்சை நேரத்தில் இந்தச் செயல்பாட்டுமுறை நிறையவே கைகொடுக்கும் என்பது உறுதி.

சக மாற்றுத்திறனாளிகளுக்கு உங்கள் தன்னம்பிக்கை வார்த்தைகள்?

மாற்றுத்திறனாளிகள் என்பவர்கள் உலகையே மாற்றும் திறனாளிகள் என்றுதான் சொல்லணும். ஏனென்றால், நிச்சயமாக ஒவ்வொரு மாற்றுத்திறனாளியிடமும் தனித்தன்மைகள் இருக்கும். எனவே, ஒவ்வொரு மாற்றுத்திறனாளியும் தங்களிடம் இருக்கக்கூடிய தனக்கான தனித்தன்மைகளைப் பற்றியும், திறமைகளைப் பற்றியும் சிந்திக்கவேண்டும். அதனால், முதலில் தனக்குத்தானே அங்கீகரித்து அந்தத் திறமைகளை வளர்த்துக் கொள்வதற்கான முயற்சிகளில் ஈடுபடவேண்டும்.

மற்றவர்களைக் காட்டிலும் மாற்றுத்திறனாளிகளுக்கு நிறைய சவால்களும், தடைகளும் ஏற்படும்போது, அதிலிருந்து எப்படி வெளிவருவது? அதைத் தாண்டி சாதிப்பது எப்படி? இன்னும் என்னென்ன வாய்ப்புகளை உருவாக்கலாம்? என்பதைப் பற்றியெல்லாம் நிறையவே சிந்திக்கவேண்டும். அப்படிச் சிந்திக்கும்போதுதான், அதை செயலாக்கமும் செய்யமுடியும் என்பது உறுதி.

உங்கள் நட்பு வட்டம் மற்றும் வழிகாட்டி மனிதர்கள் குறித்து?

நண்பர்களே எனக்கு எல்லாமாகவும் இருந்து வழிகாட்டி உள்ளார்கள்.. இன்றளவும் வழிகாட்டிக் கொண்டிருக்கிறார்கள். நல்ல நட்புகள் எனக்கு அமைந்ததில் நான் ரொம்பவும் மகிழ்ச்சியடைகிறேன். என் கல்லூரிக் காலத்தில் ஹேமா என்கிற எனது நெருங்கிய தோழிதான் எனக்கு நூலகத்தில் முந்தைய வருடங்களின் கேள்வித் தாள்களை எடுத்துவந்து படித்துக் காட்ட ஆரம்பித்தாள். அதேபோல சென்னை அடையாறில் இருக்கக்கூடிய அகில இந்திய குடிமைப்பணி தேர்வுக்கான பயிற்சி மையத்திலும் நல்ல நட்பு வட்டாரம் கிடைத்தது. அங்கே பெரும்பாலும் குழுவாக அமர்ந்து, குரூப் டிஸ்கஷன் செய்வோம். அப்படிச் செய்கிறபோது ஒவ்வொருவருடைய பாய்ண்ட் ஆப் வியூவையும் தெரிந்துகொள்ள முடிந்தது.

இதுபோக அவ்வப்போது பல சிரமங்கள் ஏற்பட்டபோதும் சரி.. நட்புகளின் பலம் எனக்கு பெரிய அளவில் துணைபுரிந்திருக்கிறது. குறிப்பாக, ஆடியோ புக் என்கிற என் அடிப்படைத் தேவையைப் பொருத்தளவில், எனக்கு நிறையப் புத்தகங்களை எனது நண்பர்கள் குரல் பதிவாக மாற்றிக் கொடுத்திருக்கிறார்கள். இதெல்லாம் எனக்கு நண்பர்கள் வழியாகக் கிடைத்த பெரிய சப்போர்ட்கள் என்றுதான் சொல்வேன். எனக்கு வழிகாட்டி மனிதர்களாகவும், முன்மாதிரிகளாகவும் எப்பொழுதும் மூன்று பேரை நினைப்பதுண்டு. ஐயா காமராஜர், ஐயா அப்துல் கலாம், சுவாமி விவேகானந்தர் மூவரையும் எனக்கு மிகப்பிடிக்கும். அவர்க-

ளின் ஆழமான கருத்துக்கள் பல நேரங்களில் என்னை வழிநடத்தியிருக்கின்றன.

இதற்கு மேலாக எனக்கு ஐஏஎஸ் ஆசை வருவதற்குக் காரணமாக இருந்த நிறைய ஐஏஎஸ் ஆபீஸர்களில், மதுரை கலெக்டராக இருந்த சகாயம் சார், உதயச்சந்திரன் சார், இன்றைக்கு திருநெல்வேலியில் கலெக்டராகப் பணியாற்றிக் கொண்டிருக்கும் ஷில்பா மேம் போன்றோரும், அதற்கெல்லாம் மேலாக 9 முறை தனது முயற்சிகளை மேற்கொண்டு, கடைசி அட்டெம்ட்டான 9வது முயற்சியில் வெற்றியடைந்த இளம்பகவத் ஐஏஎஸ் அவர்க-ளும் எனக்கான பெரிய முன்னோடிகளாகத் திகழ்கிறார்கள்.

பார்வையற்றவர்கள் வாசிக்கக்கூடிய குரல் ஒலி புத்தகங்கள் அதிகமாக இல்லையென்று ஒரு கருத்து நிலவுகிறது. அதுபற்றி உங்கள் வார்த்தைகள்?

நிச்சயமாக குரல் புத்தகங்கள் எனப்படுகிற ஆடியோ புக்ஸ் குறைவாகத்தான் இருக்-கின்றன. அதாவது, 2015 மாதிரியான ஆண்டுகளில் நிறையப் புத்தகங்கள் வந்து கொண்-டிருந்தன. ஆனாலும், இன்னும் தேவைப்படக்கூடிய சூழலில், இன்னும் அதிகளவில் நாம் இதை எடுத்துக் கொண்டு போகவேண்டும். அனைத்துத் துறைசார்ந்த புத்தகங்களையும் ஆடியோ பார்மில் நாம் உருவாக்கவேண்டும். ஸ்பீக்கிங் சாப்ட்வேர்ஸ் எனப்படுகிற ஜாஸ், என்விடிஏ போன்ற பேசும் மென்பொருள்கள் வழியாகவும், நமது புத்தகங்களை வாசிக்க முடிகிறது என்பதால், தனிப்பட்ட அளவிலும், நூலகங்கள் அளவிலும் நிறையப் புத்தகங்கள் உருவாகிக்கொண்டே இருக்கின்றன. இது இன்னும் அதிகப்படியாக வரவேண்டும் என்பதை-யும் நான் இங்கே சொல்ல
நினைக்கிறேன்.

உங்கள் எதிர்காலக் கனவுகள் பற்றி?

எனது எதிர்கால கனவு என்பது இப்போது கிடைக்கக்கூடிய உத்தரகாண்ட் மாநிலத்தில் முசௌரி என்ற இடத்தில் அமைந்திருக்கும் பயிற்சிக் கூடத்தில் நல்ல முறையில் பயிற்சி எடுத்துக் கொள்வது, என்னை ஒரு நல்ல குடிமைப் பணியாளராக உருவாக்கிக் கொள்வது, தேர்வுக்காகப் படித்தபோது எடுத்துக்கொண்ட முயற்சிகளைவிட, அதிகமான அளவில் மக்-களுக்காக உழைக்கக்கூடிய ஒரு சிறந்த மக்கள் பணியாளராக என்னை உருவாக்கி கொள்-ளவேண்டும் என்று ஆசைப்படுகிறேன்.

குறிப்பாக, ஒவ்வொரு சமூகத்திற்கான தேவைகளும் வேறுபடுகிறது. அதற்கான தேவை-களையும், அந்தச் சமூகத்தில் ஏற்படக்கூடிய அடிப்படைத் தேவைகளையும் உணர்ந்து-கொண்டு, அதற்கேற்ப எனது பணியைச் செய்ய ஆசைப்படுகிறேன். கல்வி, சுகாதாரம், பெண்கள் முன்னேற்றம் இந்த மூன்று துறைகளிலும் எனது பங்களிப்பை நான் ஏற்படுத்த வேண்டும் என்பதே எனது கனவாகவும், குறிக்கோளாகவும் அமைந்திருக்கிறது.

56. மூளை என்னும் முதல்வன்

விலங்குகள் தாயின் மடியில் இருந்து பூமியில் விழுந்தவுடன் எழுந்து நிற்கின்றன; நடந்து தன் உணவைத் தேடி உண்கின்றன; ஐந்தறிவு விலங்கு அது. ஆறறிவு மனிதன் பிறந்து மண்ணில் விழுந்ததும் எழுந்து நிற்க, நடக்க 10 மாதங்கள். அம்மா என அழகிய தமிழில் அழைக்க 20 மாதங்கள். உலகை உணர 30 மாதங்கள். ஏன் இந்த தாமதம்? ஆய்வுகள்

பல நடந்தன. அதில் சிறந்த பதில் நமக்குக் கிடைத்ததை உங்களிடம் பகிர்ந்து கொள்கிறேன்.

மூளை நரம்பியல் ஆய்வாளரும் "தெ பிரைன்" (The Brain) என்ற புத்தகத்தை எழுதிய ஆசிரியருமான டேவிட் ஈகில்மேன் (David Eagleman) என்ன சொல்கிறார் என்றால், "மனித மூளையானது பிறக்கும் போது முழுமையடையாமல் (unfinished) பிறக்கிறது" என்று. அதே கருத்தைத்தான் பல ஆய்வுகள் உறுதிப்படுத்துகின்றன.

உலகில் உள்ள அனைத்து விலங்குகளையும் போல மனிதனும் உடல் முழுமையடைந்த பிறகே பிறக்கிறான். தலைசிறந்த சிந்தனைக்குரிய அவன் மூளை மட்டும் ஏன் முழுமையடையாமல் பிறக்கிறது? காரணம் விலங்குகளின் உலகம் உணவு, தண்ணீரை அடிப்படையாகக் கொண்டது. அவைகள் பேசும் மொழியும் உலகெங்கும் ஒரே மொழிதான். ஒரு சிங்கம் கர்ஜிக்கிறது என்றால், உலகம் முழுவதும் ஒரே கர்ஜனைதான். ஒரு யானை பிளர்கிறது என்றால் உலகெங்கும் ஒரே மாதிரி பிளிரல்தான். ஒரு விலங்கை அமெரிக்காவில் விட்டாலும், ஆஸ்திரேலியாவில் விட்டாலும், இங்கிலாந்தில் விட்டாலும் ஈரானில் விட்டாலும் உலகின் ஊரில் எந்தப் பகுதியில் விட்டாலும் உணவும் தண்ணீரும் கிடைத்தால் போதும்; மகிழ்வுடன் வாழ்ந்துவிடும்.

ஆறறிவு மனிதனின் வாழ்வு அப்படியல்ல. மனிதனின் வாழ்வு அறிவை அடிப்படையாகக் கொண்ட அறிவுலகம். இவனுக்கு ஐந்து கண்டங்கள், 195 நாடுகள், 7017 மொழிகள், பல ஆயிரம் இனங்கள், எதை எடுத்தாலும் ஆயிரம் ஆயிரம் பிரிவுகள். இதில் மிகவும் முக்கியமாக அறிவியல் வளர்ச்சி. மனித மூளையின் கற்பனைக்கு எட்டாத உயரத்திற்கு இந்த 21ஆம் நூற்றாண்டில் வளர்ந்து, உயர்ந்து இருக்கிறது. இவ்வளவு உண்மைகளையும் அடிப்படையாகக் கொண்ட அவன் மூளை எப்படி 10 மாதங்களில் முழுமையடையச் செய்து பிறக்க வைக்க முடியும்?

இவை அனைத்தையும் மூளையில் பதிவிட்டு, முழுமையடையச் செய்து பின் பிறக்க வைக்க வேண்டுமானால், இரண்டு ஆண்டுகளுக்குமேல் குழந்தை தாயின் வயிற்றில் இருந்து வளர வேண்டும். இதிலும் ஒரு பிரச்சினை என்ன என்றால், மூர்ஸ் லாவின் படி (Mr. Gordon Moore's Law) அறிவியல் வளர்ச்சி இரண்டு ஆண்டுகளுக்கு ஒரு முறை இரண்டு மடங்கு வளர்ச்சி அடைகிறது என்று சொல்கிறது. அதாவது இரண்டு ஆண்டுகளுக்கு முன் இருந்த உலகம் இப்போது இல்லை. முழுமையாக மாற்றம் அடைந்து இருக்கிறது என்று சொல்கிறார்கள். ஒவ்வொரு இரண்டு ஆண்டுக்கும் இந்த மாற்றம் முழுமாற்றம் தொடர்கிறது. அப்படியானால் மனித மூளை எப்போது முழுமை அடையும் என்று எப்படி முடிவெடுப்பது. மேலும் உலகம் வேகமாக மாறி வருவதால் மாற்றங்களுக்கு ஏற்ப மனித மூளையும் பல மாற்றங்களை அடைய வேண்டியிருக்கிறது.

அதனால்தான் இளமைக்காலத்தை கல்விக்கூடங்களில் இருந்து பயில வேண்டியிருக்கிறது. அதற்காகத்தான் அரசாங்கம் அளவிற்கு அதிகமான பணத்தை ஒவ்வொரு வருடமும் கல்விக்கு ஒதுக்குகிறது. பெற்றோர்களும் பல இலட்சங்களை கடின உழைப்பாலோ அல்லது கடன் பெறுவதாலோ, இல்லையென்றால் எதையாவது விற்பதாலோ, குழந்தைகளைக் கல்லூரி பல்கலைக்கழகங்களுக்குப் படிக்க அனுப்பி வைக்கிறார்கள்.

கல்விக் கூடங்கள் இளமைப் பருவம் முடிந்து வாழ்வை தனியே ஆரம்பிக்கும்போது தன்னம்பிக்கையுடன் தனக்குத் தேவையான அனைத்தையும் தன் கைக்குள் வைத்துக் கொண்டு மகிழ்வுடன் வாழ வழிவகுக்கிறது. இந்தக் கல்விக்கூடங்கள் மனித மூளையை மிகச்சிறப்பாக வடிவமைக்கிறது. அதுவே, வருங்கால மனிதச் சமூகம் அன்பும், கருணையும், வளமும் நிறைந்ததாக இருக்கச் சிறந்தப் பாதை அமைக்கிறது. இந்த நிலையில்தான் மனித மூளையை நாம் முழுமை பெறச் செய்ய முடியும்.

புத்தகம், நோட்டு, பேனா, பென்சில் போன்ற அறிவு உபகரணங்களை கையில் எடுத்த பிறகே குரங்கு என்ற விலங்கு மனிதன் என்ற உயர்திணைக்கு மாறினான். அதைத்தான் வள்ளுவர் கற்க வேண்டியதை கசடறக் கற்று, அதற்குத்தகுந்தபடி வாழ்வில் நடக்க வேண்டும் என்று சொன்னார். கல்விக்கூடங்களில் தான் இதையெல்லாம் கற்கமுடியும்; அதுவும் வாழ்வை ஆரம்பிக்கும்முன், இளமைக்காலத்தில்தான் மூளையை வளப்படுத்தி முழுமையடையச் செய்ய முடியும். அதனால்தான், ''இளமையில்கல்'' என்று நம் மூதாதையர்கள் சொன்னார்கள். அப்போதுதான் எல்லாம் நல்லபடி நடக்கும். எல்லோருக்கும் மகிழ்வான வாழ்வும் கிடைக்கும்.

உண்மையில் கற்றவன் வாழ்வில் தோற்பதில்லை; வாழ்வில் தோற்றவன் உண்மையில் கற்கவில்லை என்ற வரிகளின்படி, பள்ளிப்பாடங்கள் பயிலுமிடம் கல்விக்கூடங்கள்தான் அறிவின் இருப்பிடம். அதில் இளமையில் கல்வி இன்றியமையாதது. இளமையில் கற்போம்; எல்லையில்லாத மகிழ்வில் புதிய அறிவியல் உலகைக் கட்டமைப்போம்

0

வசீகரமான ஒரு புதிபொருள் ஒன்றை நாம் பார்த்தால் அதை வாங்கி உபயோகிக்க வேண்டும் என்ற எண்ணம் எல்லோருக்கும் மனதில் பிறக்கும். நம் மூளையைப் பற்றிச் சொன்னால் உடனே அதை உபயோகித்துப் பார்க்கலாம் என்ற எண்ணம் உங்களுக்கு கண்டிப்பாகத் தோன்றும். ''நீங்கள் உங்கள் மூளையைப் பற்றி சிறிதளவு தெரிந்து கொண்டாலும் உங்கள் வாழ்வில் பெரிய முன்னேற்றம் நடக்கும்'' என்று மிக்கெல்லே பீட்டோ என்ற அறிவியல் அறிஞர் சொல்கிறார்.

தொலைந்த சுவர்க்கம் (Paradise Lost) என்ற உலகப்புகழ் கவிதைப் புத்தகத்தை எழுதிய ஜான் மில்டன் (John Milton) என்ன சொல்கிறார் என்றால், ''நம் மூளை அதாவது நம் மனம் அது இருக்கும் இடத்திலேயேதான் இருக்கிறது; ஆனால் அது சுவர்க்கத்தில் இருந்து நரகத்தையும், நரகத்தில் இருந்து சுவர்க்கத்தையும் உருவாக்கும் திறன் கொண்டது'' என்று. எதை விதைக்கிறோமோ அதை மரமாக்கிக் காட்டும் சக்தி இந்த மண்ணுக்கு இருக்கிறது. அதுபோல எதை நினைக்கிறோமோ அதை உண்மையில் இந்த உலகில் உருவாக்கிக்காட்டும் திறன் நம் மூளைக்கு இருக்கின்றது.

ஒரு அகலமான புதிய தார்ப்பாதை. ஒரு லாரியும் ஒரு பஸ்சும் தாராளமாக ஒதுங்கிக் கடந்து செல்லும் பெரியபாதை அது. அதில் சிறிய இரண்டு மோட்டார் சைக்கிள்கள் எதிர் எதிராக வந்து இடித்து விழுந்து விபத்துக்குள்ளாகிப் போயின. முதல் வண்டியில் இருந்து விழுந்தவன் சொல்ல முடியாத வலியைத் தாங்கிக் கொண்டு மெல்ல எழுந்து, முன் விழுந்-

தவனைப் பார்த்து ''உனக்கு மூளை இருக்கிறதா'' என்று கேட்டான். வலியும் சிராய்ப்பும் அதிகம் பெற்று அதைத் துடைத்தபடி எழ முடியாமல் இருந்தபடியே அடுத்தவனும், ''உனக்கு மூளை இருக்கிறதா'' என்று கேட்டான். அதற்கு முதல் ஆள், ''கழுதை, நாய், எருமைக்கும் ஏன் உனக்கும் மூளை இருக்கும். ஆனால் அதை நீ வண்டியை ஓட்டும்போது உபயோகித்-தாயா? என்று கேட்டான். இரண்டாமன் ''என்ன சொல்கிறாய்'?' என்று கோபமாக வினவி-னான்.

முதல் ஆள் சொன்னான், ''நம்மைப்போல ஒரு சிறந்த மனிதர் (Gottlieb Daimler-a German Mechanical Engineer) கோட்லிப் டைம்லர் என்ற ஜெர்மன் நாட்டு இயந்-திர பொறியாளர் (Father of Motorcycle) தன் அற்புதமான மூளையைப் பயன்படுத்தி இரண்டுச் சக்கரங்களை மட்டும் பயன்படுத்தி நீண்டத் தொலைவை குறுகியக் காலத்தில் இனிமையாகவும் எளிமையாகவும் கடந்து செல்ல ஒரு நல்ல வண்டி, மோட்டார் சைக்கிள் ஒன்றைக் கண்டுபிடித்துக் கொடுத்தார். இயந்திரங்களால் தவறு செய்ய முடியாது. காரணம் அவைகளுக்குத் தவறு செய்யத் தெரியாது. இயக்குபவன் தான் தவறைச் செய்கிறான். ஒரு வண்டியை ஓட்டத் தெரியாமல் ஓட்டி, இவ்வளவு அகலமான பாதையில் விபத்துக்குள்-ளாக்கி, பயணத்தைக் கெடுத்து, காயத்தை ஏற்படுத்தி வண்டியையும் சேதப்படுத்திவிட்டாயே. பாதையின் விதிகளை அனுசரித்து வண்டியை ஓட்டியிருந்தால் ''இடது பக்கம் ஓட்டிச்செல்ல வேண்டும்'' (Keep Left) என்பது உனக்குத் தெரிந்திருந்தால் விபத்து நடக்காமல் தடுத்தி-ருக்கலாம்'' என்று முகத்தில் அறைந்தது போலச் சொன்னான்.

கை, கால்களைச் சரியாகப் பயன்படுத்தி வண்டியை இயக்கி, பாதை விதிகளைக் கடை-பிடித்து, வரும், போகும் அடுத்தவர் வண்டிகளுக்கு தகுந்த இடம் கொடுத்து, வண்டியின் வேகத்தைக் கூட்டிக் குறைத்து, பாதையில் மேடு, பள்ளம் பார்த்து ஒதுங்கி ஓட்டிச் சிக்னலில் நின்று, நிதானமாக இயக்கி, சரியான காலத்தில், அற்புதமாகச் சென்று அடைய வேண்டிய இடம் புன்னகையோடு சென்றடைந்து, மகிழ்வுடன் செய்ய வேண்டியதைச் செய்ய நமக்குப் பெரிதும் உதவுவது நம் மூளைதானே. அந்த சிறப்பான மனித மூளையைப் பற்றிச் சிறிது இங்கே பார்ப்போம்.

உடலின் எடையை அடிப்படையாகக் கொண்டு அளவிடப்படும் மூளைகளில் மனித மூளைதான் பெரிதாக இருக்கிறது. மனிதனின் மூதாதையர் என்று அழைக்கப்படும் வாலில்-லாக் குரங்கு சிம்பென்சியின் மூளையின் எடை 400 கிராமாக இருக்கும்போது, அதே வயதும் எடையும் கொண்ட மனிதனின் மூளையின் எடை 1400 கிராமாக இருக்கிறது. இந்த மனிதனின் மூளை அவனுக்குச் சமமான எடை கொண்ட விலங்கின் மூளையைக் காட்டிலும் 1000 கிராம் அதிகமாக இருக்கிறது.

இந்த அதிகப்படியான 1000 கிராம் மூளையின் பகுதி எங்கே இருக்கிறது என்று ஆய்-விற்குட்படுத்திய போது அது மனிதனின் முன் தலையில் நெற்றிக்குமேல் இருக்கும் முன் புறணி — ப்ரீஃப்ரொண்டல் கோர்டெக்ஸ் (The Prefrontal Cortex) என்ற பகுதியும் நடுப்பகுதியில் அமைந்திருக்கும் அமிக்டலா (Amygdala) என்ற பகுதியும் கண்டறியப்பட்-டது. அது என்ன வேலையைச் செய்கிறது என்று பார்த்தால் உங்களுக்கு எல்லாம் தெள்-ளத்தெளிவாகப் புரிந்துவிடும். நீங்கள் ஆச்சரியத்தில் மூழ்கிப் போய்விடுவீர்கள்.

கற்பனை செய்வது: கற்பனை என்பது அறிவைவிட முக்கியத்துவம் வாய்ந்தது என்று அறிவுலக மேதை அறிஞர் ஐன்ஸ்டீன் சொல்வார் (Imagination is more important than the knowledge). ஒரு விலங்கோ, பறவையோ கற்பனை செய்யுமா! சீனாவின் முன்னணி மின் வணிக மாபெரும் (e-Commerce Giant of China) அலிபாபா நிறுவன அதிபர் ஜக்மா (Jack Ma) சொல்கிறார். ஒருவனுக்கு எதிர்காலத்தைப் பற்றிய கவலையும் பயமும் இருக்கிறது என்றால், அவனுக்கு கற்பனை சக்தி இல்லை என்பது தெளிவு. கற்பனையில்தான் நமக்குத் தேவையான அனைத்துத் தீர்வுகளும் இருக்கிறது. உங்களுக்கு நல்ல தீர்வு வேண்டுமா? உங்களின் கற்பனையில்தான் அது இருக்கிறது.

கனவு காண்பது: போர்ஹே என்ற அறிஞர் சொல்கிறார், ''கனவு காண்பது என்பது எழுதுதல் போன்றது. இரண்டும் நம் வசமில்லாமல் நடைபெறும் நிகழ்வுகள்'' என்று. கனவுகளுக்கு ஆரம்பம், முடிவு என்று யாராலும் சொல்ல முடியாது. அளவிட முடியாத மிகப்பெரும் சக்தி அது. உண்மையில் கனவுதான் மிகச்சிறந்த இலக்கியங்களின் விதைகளாக இருக்கிறது. எல்லாக் கவிதைகளும், கதைகளும், கண்டுபிடிப்புகளும் நாம் காணும் கனவின் ஒரு பகுதிகளாகவே இருக்கிறது. அப்துல்கலாம் ஐயா சொல்கிறார், ''நீங்கள் உறங்கும் போது காணும் கனவைப் பற்றி நான் சொல்லவில்லை; உங்களை உறங்கவிடாமல் தடுக்கும் உங்களின் வாழ்வின் மிக உயர்ந்த இலட்சியத்தைப் பற்றிச் சொல்கிறேன்'' என்கிறார்.

கணக்குப் போடுவது: ஒரு லிட்டர் பாலின் விலை ஐம்பது ரூபாய் என்றால், இரண்டு லிட்டர் பாலின் விலை என்ன? என்று கேட்டால் பசு மாட்டுக்குத் தெரியுமா? மனிதன், சூரியனுக்கும் பூமிக்கும் உள்ள தூரம் 149.26 மில்லியன் கிலோ மீட்டர்; பூமிக்கும் செவ்வாயிற்கும் இடையே உள்ள தூரத்தை 225 மில்லியன் கிலோ மீட்டர் என்று சரியாகக் கணக்கிட்டுச் சொல்கிறானே அது அவனது மூளையால் தானே! (Galileo Galilee said this world is completely written in the language of Mathematics). கலிலியோ சொல்கிறார்: ''இந்த உலகம் கணிதம் என்ற மொழியால் முழுவதுமாக எழுதப்பட்டு இருக்கிறது'' என்று. உங்களுக்கு, கணிதம் என்றால் என்ன எனத் தெரியாது என்றால் இந்த உலகம் என்றால் என்ன என்று உங்களுக்குத் தெளிவாகத் தெரியாது என்று சொல்கிறார்கள். கணிதம்தான் மனிதனின் மூளைச்செல்களுக்கு இடையே அதிகமான பிணைப்புகளைக் கோடிக்கணக்கில் ஏற்படுத்தியது என்பது அறிவியல் ஆய்வுகள் தெரிவிக்கும் உண்மை.

கவிதை எழுதுவது : இதயத்தை உருக்கும் கருத்தைச் சுருக்கமாக ஒரு சில வரிகளில் வார்த்து உள்ளத்தின் ஆழம்வரைக் கொண்டுசென்று, உயிர் இருக்கும்வரை மறக்க முடியாத உணர்வுகளில் மிதக்கவிடும் சொற்குவியல்தான் கவிதை. இந்தக் கவிதைகள் உண்மைக்குப் புறம்பானதல்ல. ஆனாலும் மலரில்லாமல் மணக்கும், தேனில்லாமல் இனிக்கும், கண்கள் இல்லாமல் பார்க்கும், காது இல்லாமலே கேட்கும், இறகுகள் இல்லாமல் உயரப் பறக்கும் திறன்கொண்டது. எல்லாம் நமது மூளையின் வேலைதான். காதல் பிறந்துவிட்டால் இதயத்தில் எழும் இளமையின் பல வண்ண எண்ண அலைகள் ஊர்வலமாக எந்தத் திசையில் எதுவரை பயணிக்கும் என்பதை எல்லைகள் இட்டு ஒருவனால் சொல்ல முடிவதில்லை. ஆனால் கவிதை ஒரே வரியில் எளிதில் புரிய வைக்கும்.

கதை சொல்வது : கதை சொல்லும் ஒரே உயிரினம் இந்தப் பிரபஞ்சத்தில் மனித இனம் தான். ஒவ்வொரு மனிதனிடமும் எல்லையில்லாத கதைகள் இருக்கிறது என்று சொன்-

னால் நீங்கள் நம்புவீர்களா? மனிதன் இயற்கையை முழுவதுமாகப் புரிந்துகொள்ளும் முயற்சியில் தோல்வியடையும் போது ஏற்படும் இடைவெளியை, கதைகளால் நிரப்பி சமன்படுத்தி புன்னகை புரிகிறான். மனிதன் வாழ்வதே அவன் விடும் கதைகளால்தான். விலங்குகளும் பறவைகளும் கதை சொல்வது போல மனிதன் கதைச் சொல்லி பல அறிய உண்மைகளை எளிதில் புரிய வைக்க முடிகிறது.

கேள்வி கேட்பது : உலகின் தலைச்சிறந்த சிந்தனையாளர் சாக்ரடீஸ் இந்த உலகிற்கு வந்த பிறகுதான் அறிவியலும் கணிதமும் பிறந்தது என்று சொல்வார்கள். காரணம் ஏன், எதற்கு, எப்படி என்ற கேள்விகளை கேட்கவில்லை என்றால் மனிதனின் வாழ்வில் முன்னேற்றம் என்பது இருக்காது என்று சொன்னவர் சாக்ரடீஸ். தற்போது நம் உலகம் எவ்வளவு முன்னேற்றம் அடைந்திருக்கிறது என்று உங்களுக்குச் சொல்ல வேண்டியதில்லை. எல்லாம் ஏன் என்ற கேள்வியைக் கேட்டதனால்தான். நீங்கள் முன்னேறத் துடிப்பவரா? ஏன் என்ற கேள்வியை கேட்கத் தவறாதீர்கள்.

விலங்குகள் உணவால் வாழ்கின்றன. மனிதன் உணர்வுகளால் வாழ்பவன். ஒரு நாளைக்கு அவன் மூளையில் எழும் 60,000 எண்ணங்களில் சுமார் 400 உணர்ச்சிமிக்க உணர்வுகளுடன் (Emotional Thoughts) வெளிப்படுகின்றன. அதைக் கட்டுப்படுத்துவதில் அவனுக்கு அமிக்டலா என்ற மூளைப் பகுதி சிறப்பாகச் செயல்படுகிறது.

கவிதை எழுதுவதும், கதை சொல்வதும் கற்பனையின் கனவின் சிறு துண்டுகள்தான். கணக்கிடுவதும், கேள்வி கேட்பதும் அறிவுக்கடலில் தேடிக்கண்டெடுத்த முத்துக்கள்தான். இதில் நீங்கள் எங்கிருந்து சிந்தித்துப் பார்த்தாலும் மூளை எனும் பிரம்மாண்டமான உலகம் தெரியும்.

அதற்கு புத்தகம் வாசிப்பு தினமும் தொடர்ந்து நடைபெற வேண்டும். அப்போதுதான் நம் மூளை தொடர்ந்து இயக்கத்தில் இருக்கும். இயக்கத்தில் இருக்கும் மூளையே ஐந்து உணர் உறுப்புகளையும் சிறப்பாக இயக்கும். நம் மூளை ஆயிரம் பிரச்சினைகளை கண்மூடித் திறக்கும் நேரத்தில் முடித்துக் கொடுக்கும் திறன் படைத்தது. வாசிப்பு, நல்ல மன அமைதியை உங்களுக்குக் கொடுக்கும். குறிப்பாக மாணவர்கள் நன்றாகப் புத்தகம் படிக்க வேண்டும்; மூளையை சிறப்பாக வளரவிட வேண்டும்; உலகில் புதுமைகள் பல படைத்துக்காட்ட வேண்டும்; நீண்ட நாள் எல்லோருடனும் சேர்ந்து மகிழ்வுடன் வாழ்ந்து காட்ட வேண்டும் (The best way to use your Brain is use it every day). அற்புதமான வழியில் உங்கள் மூளையைப் பயன்படுத்த வேண்டுமானால் தினமும் அதை நீங்கள் உபயோகிக்க வேண்டும்.

0

இருளையும் ஒளியையும் பிரிக்க முடியாது, பிரச்சனையையும் தீர்வையும் பிரிக்க முடியாது. இரண்டும் ஒரு நாணயத்தின் இரு எதிர்ப்பக்கங்கள் போல. நம் மூளையும் இரண்டு நேர் எதிர்த் தன்மைகளை ஒன்றாகக் கொண்டிருக்கிறது. நமது மூளை மிகவும் சிக்கலான புரிந்துக்கொள்ள முடியாத அமைப்பைத் தன்னகத்தே கொண்டது. அதே சமயம் மிக மிகச் சிக்கலான பிரச்சனைகளை எளிதில் தீர்த்துவைக்கும் திறன் கொண்டதாகவும் இருக்கிறது.

நமது மூளை, சிக்கலின் சிறப்பான மையமாக இருக்கிறது என்றே கூறலாம். மிகவும் மென்மையான கொழுப்புப்பொருளால் ஆன மிகவும் சிறிய 86 பில்லியன் நியூரான் செல்களை மிகக்குறைந்த இடத்தில் பல மடிப்புகளாக இருக்கப் பெற்றிருக்கிறது. மேலும் அனைத்து நியூரான் செல்களும் 5000-த்திற்கும் மேல் மெல்லிய நூல்போன்ற (Dendrites) குறுக்குப் பிணைப்புகளால் பிற நியூரான்களுடன் இணைக்கப்பட்ட பிரமாண்டாமான அமைப்பு நமது மூளை. எந்த நியூரான் செல் எந்த நியூரான் செல்லுடன் இரகசியமாக எத்தனை பிணைப்புகளை எப்படி கொண்டிருக்கிறது. அது என்ன உணர்வுகளை, என்ன உண்மைகளை, என்னென்ன நிகழ்வுகளின் நினைவுகளைக் கொண்டிருக்கிறது என்பது யாருக்கும் தெரியாது. இந்தப் பிணைப்புகளில் எது ஒன்று அறுந்துபோனாலும் எந்த மாதிரியான விளைவை ஏற்படுத்தும் என்பதும் யாருக்கும் தெரியாது. எந்த மருத்துவருக்கும் எந்த ஸ்கேன் ரிப்போர்ட்டிலும் கண்டுபிடிக்க முடியாது. இது சிக்கல்.

இந்த மனித மூளை, சிந்தனைகளைத் தொடர்ந்து உருவாக்குகிறது. கடலின் நடுவே தோன்றிய அலைகள் கரையை நோக்கி தொடர்ந்து வரிசையாகச் சென்று கரையைக் கடக்க முடியாமல் கரையின் ஓரமாகக் கரைந்து காணாமல் போவதுபோல, ஒரு சாதாரண மனிதனுக்கு ஒரு நாளைக்கு 60,000க்கும் மேலான எண்ணங்கள் மனதில் உதித்து சில நொடிப்பொழுதில் தோன்றிய வேகத்தில் மறைந்துபோய் விடுகிறது. ஓடி மறைந்த ஒரு எண்ணத்தைத் தேடிப்பிடிப்பது என்பது மலையைக் குடைந்து எலியைப் பிடிப்பதற்குச் சமமானது. ஒருவேளை எலியையும் பிடித்துவிடலாம்; ஆனால் ஓடிமறைந்த எண்ணத்தை மீண்டும் பிடிக்க முடியாது. இந்த நூற்றாண்டில் மனிதனின் பயணத்தின் வேகம் மிக மிக அதிகம். அமைதியை இழந்த மனிதன் சிந்திக்கச் சிறிதும் நேரமில்லாமல் பயணிக்கிறான். இந்த நேரப் பற்றாக்குறையே மூளையின் சிக்கலுக்கு மிகப்பெரும் காரணமாகவும் இருக்கிறது.

அதேவேளையில் மனித மூளை, உலகில் எந்த மூலையில் எந்த விதமான பிரச்சனை என்றாலும் எளிதில் தீர்த்துவைக்கிறது. மனிதர்கள் சிந்திக்கும் போது மூளைக்குள் எளிதில் புலப்படாத தளம் ஒன்று தொடந்து இயங்கிக்கொண்டிருக்கிறது. அந்தத் தளத்தில் இருந்து சிக்கல்களை ஆழமாகப் புரிந்துக்கொள்ள முடிகிறது, அதை எளிதில் தீர்த்துவைக்கவும் முடிகிறது.

நெப்போலியன் ஹில் என்ன சொல்கிறார் என்றால், “உங்கள் மூளை என்ன நினைக்கிறதோ, அதில் என்ன உதயமாகிறதோ, எதை நம்புகிறதோ அதை உங்களால் இந்த உலகில் உருவாக்க முடியும்” என்றார். சிக்கல் ஏற்கனவே வந்தது மட்டுமல்ல, என்ன சிக்கல் வர இருக்கிறது என்பதையும் கண்டறிந்து அதற்கான தீர்வை மூளை நமக்குக் கொடுக்கிறது.

பூவும், மூளையும்

இயற்கை மனிதனுக்கு ஒரு சுதந்திர எல்லையைக் கொடுக்கிறது. இங்கே சில வண்ண மலர்களை மாலையாகச் சூடி அதன் மென்மையை ரசித்து மகிழலாம். நறுமணத்தை நாம் எல்லோரும் நுகர்ந்து இன்புறலாம். இனிய தேனை நாவின் மூலம் முழுவதும் சுவைத்து மகிழலாம், அத்துடன் மனிதனின் சுதந்திர எல்லை முடிவடைந்து விடுகிறது. இத்துடன் நிறுத்திக்கொண்டாலே மனிதனுக்கு கொடுக்கப்பட்ட 100 வருடங்களை இன்பமாகவே கழிக்க முடியும். ஆனால் மனித மூளை தன் எல்லையைத் தாண்டி சிந்தித்துக் கொண்டிருக்கிறது.

ஒரு பூவானது எங்கிருந்து கண்ணைக்கவரும் வண்ணத்தையும், நறுமணத்தையும், இனிய தேனையும் உருவாக்குகிறது என்பதை மனித மூளை ஒரு சவாலாகவே ஏற்றுக்கொள்கிறது. அறிவியலின் துணைக்கொண்டு இதைக் கண்டறியாமல் உறங்கமாட்டேன் என்கிறது மனித மூளை.

பல இடங்களில் இயற்கையின் இரகசியக் குகையில் நுழைந்து மூளை பல உண்மைகளைக் கண்டறிந்து வருகிறது. மனிதனின் கண்களுக்குப் புலப்படாத தளத்தில் இருந்து நிகழும் நிகழ்வுகளைப் புரிந்துகொண்டு பிரச்சனையின் ஆழத்தில் நுழைந்து முழுவதுமாகத் தீர்க்க முற்படுகிறது. மனிதனின் தேவைகளைத் தொடர்ந்து நிறைவேற்றி வருகிறது.

"மனித மூளையே உலகில் மிகப்பெரும் விலைமதிப்பில்லாதச் சொத்து" எனக்கூறும் எலான் மஸ்க் என்ற மனிதர் தன்னிடம் இருந்த 7 வீட்டையும் விற்றுவிட்டு ஒரு சமயம் சொந்த வீடு என்று ஒன்று இல்லாத அவர் உலகின் முதல் பணக்காரர் என்று இன்று சொல்லப்படுகிறார். அவர் இப்போது டெஸ்லா பேட்டரி கார் கம்பெனி, தனியார் விண்வெளிச் சுற்றுலா மையம், 1200 கிலோ மீட்டர் வேகம் செல்லும் அதிவேக உருளை இரயில் மற்றும் "நியுரோலிங்க்" என்ற நான்கு மிகப்பெரும் நிறுவனங்களுக்குச் சொந்தக்காரராக இருக்கிறார் (Mr. Elon Musk, CEO of Tesla Electric Car Co. SpaceX, Hyper Look and Neuralink). இவர் தன் சொந்த மூளையைப் பயன்படுத்தி மனித மூளையை நேரடியாக இயந்திரங்களுடன் இணைக்கும் கருவி ஒன்றைக் கண்டுபிடித்திருக்கிறார். ஒரு நாணயத்தின் வடிவம் ஒத்த மைக்ரோ சிப் (a coin size-battery chip powered by lithium) என்ற அவர் கண்டுபிடிப்பானது, மனிதனின் மூளையில் பொறுத்தப்படும்போது மூளையின் நியூரான்களின் சமிக்ஞைகளை, ஒரு எண்ணம் சொல்லாகவும் செயலாகவும் மாறும் முன்பே, நேரடியாகச் சேகரித்து புளூடூத் மூலம் நேரடியாக ஐபோனுக்கும் கணினிக்கும் அனுப்புகிறது. இதன் மூலம் நடக்க முடியாத, பக்கவாத பாதிப்புள்ளவர்கள், நரம்புத் தளர்ச்சியுடையவர்கள் கைகளைப் பயன்படுத்த முடியாதவர்கள் அனைவரும் நேரடியாகக் கணினி, ஐபோனைப் பயன்படுத்தலாம். வீடியோ கேம் கூட விளையாடலாம்.

இந்தக் கண்டுபிடிப்பு நிகழ்வு மனிதன் இயந்திரங்களைக் கட்டுபடுத்தும் காலம் முடிந்து இயந்திரங்கள் மனிதனைக் கட்டுப்படுத்தும் காலத்தின் துவக்கம் என்று அறிவியல் அறிஞர்கள் சொல்கிறார்கள். நடைப்பயிற்சி ஒரு சிறந்த மருந்து; ஆனால் எப்படி நடப்பது, தினம் எத்தனை அடி எடுத்து வைப்பது, கொழுப்பை குறைக்க கூடுதலாக எத்தனை அடி தேவைப்படுகிறது என்பதற்கு "ஸ்டெப்செட்கோ-ஸ்டெப்கவுண்டர்" (Stepsetgo:StepCounter) என்ற செயலி உங்களை சரியாக வழிநடத்துகிறது.

பெண்களின் மன அழுத்தத்தையும் பதட்டத்தையும் அதிகரிக்கும் மாதவிடாய் பிரச்சனைக்கு இரகசியமாக அற்புதமானத் தீர்வு "ப்லோ பீரியட்" (Flo Periods and Pregnancy Tracker) என்ற செயலி கொடுக்கிறது. அதுவே மாதவிடாய் காலத்தில் சத்தான உணவுமுறை, கர்ப்ப காலத்தில் கட்டாயம் கவனிக்க வேண்டிய விதிகள் அனைத்தையும் உங்களுக்குச் சொல்கிறது. உடல் நலம் பேண உங்களுக்கு நண்பராய் விளங்குவது மெடிசேஃப் (Medisafe) என்ற செயலி. இது எந்த மருந்தகத்தில் உங்களுக்குத் தேவையான எந்த மருந்து கிடைக்கிறது? எவ்வளவு மருந்தை எப்படி எடுத்துக்கொள்வது? போன்ற செய்திகளை உடனுக்குடன் கொடுக்கிறது.

அறிவின் வாசல்கள் என்று அழைக்கப்படும் ஐந்து உணர் உறுப்புகளைத் தாண்டி மனித மூளையானது உலகைக் கட்டுப்படுத்தும் இயந்திரங்களுடன் நேரடியாகத் தொடர்புகொண்டு-விட்டது. அதுவும் உங்கள் கையில் இருக்கும் கைப்பேசியின் மூலமே கிடைக்கிறது. சிக்க-லுக்கு உடனுக்குடன் தீர்வு கிடைத்துவிடுகிறது.

ஒரு கிராமம் அதற்கு எந்த ஒரு இடையூறு நிகழ்ந்தாலும் ஊர் பெரியவர்கள் ஒரு ஆலமரத்தின் அடியில் ஒன்றுகூடுவார்கள். கூடியவர்கள் கூர்மையாகச் சிந்திப்பார்கள், பிரச்-சனையை ஆழமாக அலசி ஆராய்வார்கள். தீர்வும் காண்பார்கள். ஒவ்வொரு பிரச்சனைக்-கும் ஒன்றுகூடுவதும், தீர்த்து மகிழ்வதும் அந்தக் கிராமத்து மக்களுக்கு வழக்கம். அப்-படித்தான் புத்தர் மகானும் போதிமரத்தடியில் பல கூட்டங்களைக் கூட்டி ஆலோசித்து மனிதர்களின் துன்பத்தைத் தீர்க்க வழிகண்டார். அதே மரத்தடியில்தான் நவீன மருத்துவத் தந்தை ஹிப்போகிரேட் மனிதர்களின் நோய்களுக்கு மருந்து கண்டுபிடித்தார். அவர் 60 மருத்துவப் புத்தகங்களை எழுதினார். அதுதான் இன்றைய ஆங்கில் மருத்துவத்தின் அடித்-தளமாக விளங்குகிறது. சரி அப்படி என்ன மரத்தடியில் மனிதனுக்குக் கிடைக்கிறது என்றால் ஆக்சிஜன்தான்.

மூளைகளின் ஒன்றுக்கூடல்

மனிதன் உயிர்வாழத் தேவையான ஆக்சிஜனை மரம் வழங்குகிறது. மரம் வளரத்தேவை-யான கார்பன்-டை-ஆக்சைடை மனிதன் வழங்குகிறான். இரண்டும் ஒன்றாகவே இயற்கை-யில் வளர்கிறார்கள். மரம் கொடுக்கும் தூய அதிகப்படிகான ஆக்சிஜன் மனித மூளையை வெளியில் இருந்து ஊக்கப்படுத்துகிறது. மூளை மருந்து கண்டுபிடிக்கிறது; மாற்று யோசனை-யைக் கொடுக்கிறது. மேலும் சிறப்பாகச் சிந்திக்க, தீர்க்கமுடியாத பிரச்சனைகளை எளிதில் தீர்க்க முடிகிறது. இது தனிமனிதனின் மூளையின் திறன்.

இப்போது நாம் ஒன்று கூடத்தேவையில்லை. இந்த தனி மனிதனின் மூளை நியூ-ரான்களை எலான் மஸ்க் மைக்ரோ சிப் மூலம் கணினியுடன் இணைக்கிறார். அதை பிற மனிதர்களின் நியூரான்களுடன் எளிதாக இணைக்கிறார். ஒருவர் மற்றவருடன் பேசத்-தேவையில்லை, எழுதிக் கொடுக்கத் தேவையில்லை, சைகை காட்டத் தேவையில்லை, பலருடன் நினைவால் சிந்தனையால் தொடர்ந்து ஆழ்ந்த இணைப்பில் இருக்க முடியும். 2045-க்குள் எல்லா மனிதர்களின் எல்லா மூளையையும் இணைக்கப்பட்டுவிடும் என்று கூறுகிறார் எலான் மஸ்க். இனி எந்தச் சிக்கலானாலும் மனிதனின் கூட்டு மூளை எளிதில் தீர்த்துவிடும். பரிணாம வளர்ச்சியால் விலங்கு மனிதன் ஆனது. அதுவே சூப்பர் மனிதனா-னான். அவன் வேற்றுகிரகவாசியாக அடுத்த பரிணாம வளர்ச்சியில் பிற கிரகங்களுக்கு விரைவில் பறந்து பயணிக்கப்போகிறான் என்று சொல்கிறார்.

அப்படி ஒரு நிலை வந்தால் நாம் என்ன வேடிக்கைப் பார்த்துக் கொண்டிருப்பதா? இப்-போது நமக்கு என்ன சிக்கல் என்றால் மேற்கத்திய நாடுகள் அறிவியலில் மிகவும் வேகமாக ஒளியின் வேகத்தில் முன்னேறிக் கொண்டு இருக்கின்றன. நமது நாடு போன்ற ஏழை நாடு-கள் அறிவியலில் மிகவும் பின்தங்கிப் போகின்றன. ஏதோ ஒரு கதை என்று இருந்தால் இந்தக் காதில் வாங்கி, அந்தக் காதில் விட்டுவிடலாம். இது உண்மை நிகழ்வாக இருக்கிறது. இந்தப் பெருகும் அறிவியல் இடைவெளியை வளரவிடக்கூடாது. ஒரு நாடு பொருளாதாரத்-தில் பின்தங்கிவிடலாம். சுகாதாரத்தில் பின்தங்கிவிடலாம். ஆனால் அறிவியலில் பின்தங்க

அனுமதிக்க முடியாது. இது மனிதர்கள் வாழும் அறிவியல் டிஜிட்டல் உலகம். இந்த உலகில் கையில்லாதவன் என்றாலும், கால் இல்லாதவன் என்றாலும் ஏன் கண்ணில்லாதவன் என்றாலும் அவன் வாழலாம்; அவனும் மனிதன்தான்; ஆனால் மூளை இல்லாதவனும் மூளை நன்றாக வேலை செய்யாதவனும் இருந்தால் அவனை மனிதனாகக் கருத முடியாது. பகுத்தறிவு இல்லாத மனிதன் ஒரு விலங்கிற்கு ஒப்பானவன்தான்.

சரி, இந்தச் சிக்கலை யார் சரி செய்வது என்று கேட்டால் இளைஞர்கள், மாணவர்கள்தான். இவர்களே எதிர்கால இந்தியாவை கட்டமைப்பவர்கள் அதில் மகிழ்வுடன் வாழப்போகிறவர்கள், எதிர்காலத்தைத் திறம்பட ஆளப்போகிறவர்கள். அவர்கள் முதலில் விழிப்படையவேண்டும். அவர்கள் அறிவியல் கணிதப் பாடங்களை விரும்பிப் படிக்கவேண்டும். ஐயா அப்துல் கலாம் அவர்கள் இந்தியாவை வல்லரசு நாடாக மாணவர்களால்தான் மாற்ற முடியும் என்று முழுவதுமாக நம்பினார். அதனால் தன் வாழ்நாள் முழுவதையும் மாணவர்களுடன் கழித்தார். இந்தியாவை அறிவியல் நாடாக, வல்லரசு நாடாக மாற்ற மாணவர்களின் பங்கு தவிர்க்க முடியாது.

குறிப்பாக 21-ஆம் நூற்றாண்டிற்குத் தேவையான திறன் 20 நூற்றாண்டு வரை இருந்த தேவையைவிட வித்தியாசமானது. கணக்கிடும் அறிவியலுடன் கற்பதை நிறுத்திக்கொள்ள முடியாது. படைப்பாற்றல் கொண்ட மூளை தேவைப்படுகிறது. உயர் கல்வி என்ற அறிவாயுதத்தை கையில் எடுக்காமல் காலத்தை வெல்ல முடியாது. இதற்கான சிறப்பான பதில் மாணவர்களின் கையில், கற்பனையில் இருக்கிறது. சிக்கலைத் தீர்க்க வந்த சிறப்பான மையம் மூளை நம் எல்லோரிடமும் இருக்கிறது. மூளைக்குப் பயிற்சி கொடுப்போம்; சிறப்பாக சிந்திப்போம்; விரைவாக செயல்படுவோம்; வெற்றி பெறுவோம்.

57. முடிவுகள் தவறினால், வருத்தப்படத் தேவையில்லை!

ஒரு பெரிய தொழிற்சாலை அங்கு ஆயிரம் பேருக்கு மேல் வேலை

பார்த்து வந்தனர். ஒரு நாள், அதன் முதலாளி தொழிற்சாலைக்குள் வலம் வந்தார். அப்போது ஒருவன் மட்டும் வேலை செய்யாமல் ஓரமாக படுத்து காலாட்டிக் கொண்டிருந்தான். முதலாளிக்கு வந்ததே கோபம்... 'இப்படி ஒருவனை வேலைக்கு வைத்திருந்தால் பிற தொழிலாளிகளும் கெட்டுப்போய் விடுவர் என்று நினைத்தார்.

அவனை அழைத்து, "தம்பி! நீ மாதம் எவ்வளவு சம்பளம் வாங்குகிறாய்?" என்று கேட்டார். அவன் ஒன்றும் புரியாமல் முழித்துவிட்டு "எட்டாயிரம் ரூபாய் சார்"என்றான்.

உடனே, பிற தொழிலாளிகளுக்கு முன்பு தன் பாக்கெட்டிலிருந்து பதினாயிரம் ரூபாயை எடுத்து, "இதில் உன்னோட இரண்டு மாத சம்பளம் இருக்கிறது. சும்மா படுத்துக்கொண்டு இருப்பவனுக்கு சம்பளம் கொடுக்க இந்த ஃபேக்டரியை நடத்தவில்லை. நீ போகலாம்" என்றார்.

அவன் ஒரு நிமிடம் 'திரு திரு' என முழித்துவிட்டு, அந்தப் பணத்தை வாங்கிக்கொண்டு வெளியே நடந்தான். மற்ற தொழிலாளர்கள் என்ன சொல்வது என்று தெரியாமல் திகைத்து நின்றார்கள்.

முதலாளி மேலாளரைக் கூப்பிட்டு "இந்த மாதிரி ஆட்களை யார் வேலைக்குச் சேர்த்தது?" என்று கேட்டார். மேலாளர் பவ்யமாகச் சென்னார்: "அவன் டீ கொண்டு வந்த எதிர்கடைப் பையன்' என்று.

உடனுக்குடன் முடிவெடுக்கப் பழகிவிட்ட அந்த முதலாளி, தவறாக எடுத்த முடிவு இது. உடனே அவர் என்ன செய்தார் தெரியுமா? தான் எடுத்த முடிவுக்காக வருந்தவில்லை. அவர் இந்த முடிவின் மூலம் சொல்ல நினைத்தது, "ஒழுங்காக வேலை செய்யவில்லை என்றால் ஒருவரை வேலையில் வைத்திருக்கக்கூடாது" என்பதுதான்.

எனவே, உடனடியாக, வேலை பார்ப்பவர்களுக்கெல்லாம் யூனிஃபார்மும், அடையாள-அட்டையும் தர உத்தரவிட்டு, திரும்பவும் தாம் இதுபோன்று தவறிழைக்காமல் பார்த்துக் கொண்டார்.

ஆம்! வெற்றியாளர்கள் சரியாக முடிவு எடுப்பார்கள் என்று சொல்வதற்கில்லை. ஆனால் உடனுக்குடன் முடிவெடுப்பவர்கள்.

எனவே, நீங்களும் விரைவாக முடிவெடுக்கப் பழகுங்கள்.

58. கொள்கை முடிவுகளில் கவனம் தேவை!

முடிவுகளில் இரண்டு வகை உண்டு. ஒன்று, கொள்கை ரீதியான முடிவுகள் (Policy Decisions). இரண்டாவது, அந்தக் கொள்கைகளைச் செயல்படுத்துவது தொடர்பான முடிவுகள் (Executing Decisions). உதாரணத்திற்கு, கார் வாங்குதல் என்பது கொள்கை முடிவு. எந்த மாடல் கார், என்ன விலையில், எப்போது வாங்க வேண்டும் என்பது செயப்படுத்துதல் தொடர்பான முடிவு.

கொள்கை ரீதியான முடிவுகளை வெற்றியாளர்கள் உடனுக்குடன் எடுக்க மாட்டார்கள். குறித்த காலத்தை நிர்ணயித்துக் கொண்டு அந்தக் காலகட்டத்திற்குள், முடிவுகளுக்குத் தேவையான தகவல்களைத் திரட்டி அதன் அடிப்படையில் அவர்கள் முடிவை மேற்கொள்வார்கள்.

ஆனால், செயல்படுத்துதல் தொடர்பான முடிவுகளில், உடனுக்குடன் அவர்கள் முடிவு செய்து விடுவார்கள். அது மட்டுமல்ல... தனக்கு கீழ் பணியாற்றுபவர்கள் அந்த முடிவுகளை எதன் அடிப்படையில் எடுக்க வேண்டும் என்பதையும் கற்றுக் கொடுத்து விடுவார்கள்.

எடுத்துக்காட்டாக, ஒரு வாடிக்கையாளர் அலுவலகத்திற்கு வந்து புகார் தெரிவித்தால் உடனடியாக அந்தப் புகாரை யாரைக் கொண்டு, எப்படி நிவர்த்தி செய்ய வேண்டும்? ஒரு பணியாளர் தொடர்ந்து ஒரு வாரம் பணிக்கு வரவில்லை என்றால் அவரது வேலைகளை எப்படி பிறருக்கு பகிர்ந்து அளிக்க வேண்டும்? என்பதையெல்லாம் தமது நிறுவன மேலாளர்களுக்கு அழகாகச் சொல்லிக் கொடுத்துவிடுவார், ஒரு நல்ல பணிக்காரர்.

எப்போதும் பிரச்னைகளோடு வருகிற பணியாளர்களிடம் தீர்வுகளைச் சொல்லாமல், அவர்களையே முடிவுகளை எடுக்கப் பழக்குவதுதான் பணிக்காரர்களின் வழக்கம்.

10

59. எல்லோரும் மாவாட்ட கத்துக்கிடணுமா!

நீண்ட நாட்களுக்குப் பிறகு அண்மையில் ஒரு நண்பரைச் சந்திக்க நேர்ந்தது. அவர் பல ஆண்டுகளாக ஒரு 'பேக்கிங் யூனிட்' நடத்த ஆவல் கொண்டிருந்தது தெரியும்.

எனவே, "உங்கள் பேக்கிங் தொழில் ஐடியா வெல்லாம் எந்த அளவில் இருக்கிறது?" என்று கேட்டதற்கு, "இல்ல சார்... நமக்கு சுட்டுப்போட்டாலும் அக்கவுண்ட்ஸ் வராது... அதான் நம்மால எப்படி கணக்கு, வழக்கெல்லாம் பராமரிக்க முடியும்னுட்டு அந்த ஆசையவே கை கழுவிட்டேன்" என்றார்.

இதைக் கேட்டதும் 'திக்'கென்றிருந்தது. இவர் மட்டுமல்ல... இவரைப் போல் பலருக்கும், வெவ்வேறு விதமான தாழ்வு மனப்பான்மைகள் உள்ளன .

எந்தச் சிக்கலையும் இயல்பாக ஏற்றுக் கொள்ளும் மனப்பக்குவம் இல்லாததே இதற்குக் காரணம். எப்போதும், எதைக் குறித்தேனும் தாழ்வு மனப்பான்மையை நாம் ஏற்படுத்திக் கொள்வதால் முன்னேற்றம் தள்ளிப் போகிறது.

'எனக்கு ஆங்கிலம் பேச வராது,' 'எனக்கு மார்க்கெட்டிங் தெரியாது,' 'எனக்கு பணத்தை கையாலத் தெரியாது,' 'எனக்குத் திட்டமிடுதலே வராது,' 'நான் பெரிய செலவாளி' என்று நம்மைப்பற்றி நாமே எதிர்மறை யான கருத்துக்களைக் கொண்டிருக்கிறோம்.

உங்களின் மனம் கவர்ந்த தொழிலதிபர்கள் சிலரை மனக்கண் முன் கொண்டு வாருங்கள்... உங்களிடம் எந்தத் திறமைகளெல்லாம் இல்லை என்று நினைக்கிறீர்களோ, அவையெல்லாம் அவர்களிடமும் இல்லாமல் இருந்திருக்கும். அவற்றைக் கடந்து தான் அவர்கள் வெற்றி பெற்றிருக்கிறார்கள்.

மேலும் தொழில் தொடங்கி வெற்றி பெற்ற அனைவருக்கும் எல்லாமே தெரிந்திருக்க வாய்ப்பில்லை... அதற்கான அவசியமும் இல்லை. மேலும், அது சாத்தியமும் கிடையாது. எல்லாத் தடைகளையும் தாண்டி வர நமக்கு 'அடிப்படை அறிவு' (Common sense) ஒன்றே போதும்.

அப்படியானால் பிற திறமைகள் அவசியமில்லையா? என்று நீங்கள் கேட்கலாம். நாம் அப்படிச் சொல்ல வரவில்லை. பிற திறமைகள் நம்மிடம் இல்லை என்று ஏங்கி உட்கார்ந்துதிருப்பதைவிட, நம்மிடம் உள்ள திறமைகளை வைத்து முன்னோக்கிச் செல்லலாம் அல்லவா? எந்தத் திறமை நமக்கு குறைவு என்று எண்ணுகிறோமோ, அந்தத் திறமை கொண்ட

சரியான நபரை பணியில் அமர்த்திக் கொள்ளலாம்.

வெற்றியின் முதல்படியே நம் பலமும் பலவீனமும் நமக்குத் தெரிந்திருக்க வேண்டும் என்பதுதான்.

ஒரு சான்று பார்ப்போம்... 'எனக்கு கார் ஓட்டத் தெரியாது' என்று நீங்கள் கருதி, கார் வாங்க ஆசை இருந்தும் வாங்காமல் இருக்கலாம். இதனால் உங்கள் தொழில் தொடர்பான வேலைகளுக்கு இரு சக்கர வாகனத்திலோ அல்லது மூன்று சக்கர வாகனத்திலோ சென்று வந்து கொண்டிருக்கலாம்.

இதற்குத் தீர்வு என்ன?

ஓட்டுனர் பயிற்சிப் பள்ளியில் சேர்ந்து நீங்கள் கார் ஓட்டக் கற்றுக் கொள்ளலாம்.

கார் நன்கு ஓட்டத் தெரிந்த ஒருவரை வேலைக்கு அமர்த்தலாம்.

கார் ஏதேனும் பழுதுபட்டால் அதனை சீர் செய்வது பற்றி புத்தகங்களில் படித்தோ, பிறரிடம் கேட்டோ தெரிந்து கொள்ளலாம்.

காரில் ஏதேனும் உதிரி பாகங்களை மாற்ற நேர்ந்தால், அது குறித்து கார் வைத்திருக்கும் உங்களது நண்பர்களிடமோ அல்லது நம்பிக்கையான ஓரிரண்டு மெக்கானிக்குகளிடமோ கேட்டுத் தெரிந்து கொள்ளலாம். காரை உங்கள் பயன்பாட்டிற்கு வாங்குகிறபோது இதுபோன்ற அடிப்படை அறிவு இருந்தால் போதும்.

ஆனால் காரை வைத்து டிராவல்ஸ் தொழில் நடத்துகின்றபோது உங்களுக்கு இன்னும் தெளிந்த அறிவு வேண்டும்.

எந்தெந்த பிராண்டில், எந்தெந்த மாடல் கார்கள் அதிக மைலேஜ் கொடுக்கும்?

எந்தக் காரில் எது போன்ற கோளாறுகள் அதிகம் ஏற்படும்?

எது நீண்ட நேரப் பயணத்திற்கு ஏற்றது?

எந்தெந்த மாடல்களுக்கு மறுவிற்பனை விலை அதிகம்?

வாடகைக் கார் தொழில் புரிய உரிமம் வேண்டுமா?

வாடகைக் கார் தொழில் நடத்தினால் என்னென்ன வரிகள் செலுத்த வேண்டும்?

மாநிலம் வாரியாக பெர்மிட் வாங்க யாரை அணுக வேண்டும்... எவ்வளவு செலவாகும்?

பவர் பிரேக். எம்.பி.எஃப்.ஐ. எந்திரம், யெல்லோ போர்ட்... போன்றவற்றின் பொருள் என்ன?

கேஸ், பெட்ரோல், டீசல் போன்ற எரிபொருட்களில் சிக்கனமானது மற்றும் பாதுகாப்பானது எது?

இப்படி... எவ்வளவு ஆழமாகவும், அதிகமாகவும், விவரங்களைத் தெரிந்து கொள்கிறீர்களோ, அந்த அளவுக்கு நீங்கள் லாபகரமாக தொழில் நடத்த முடியும். இல்லையென்றால், இவை பற்றியெல்லாம் நன்கு தெரிந்த ஒருவரை ஆலோசகராகவோ அல்லது பங்குதாரராகவோ உடன் வைத்துக் கொள்ளலாம்.

ஆக, ஒன்றைப் பயன்படுத்துவதற்கும், தொழிலாக மேற்கொள்வதற்கும் தெரிந்து கொள்ள வேண்டிய தகவல்களில் வித்தியாசம் உண்டு. ஒன்றை அடைய முயன்றால் சில நாட்களிலேயே தெரிந்து கொள்ளலாம். இல்லையென்றால் கொஞ்சம் காசை இழந்து, அனுபவத்தின் அடிப்படையில் 'பட்டுத்' தெரிந்து கொள்ளலாம். அதை விடுத்து 'எனக்கு தெரியாது; நான் செய்யமாட்டேன்' என்று தாழ்வு மனப்பான்மையோடு இருப்பது பயன் தராது.

விற்பனை என்பது நம் உடம்பில் ஊறிய ஒரு விஷயம். நாம் நம்மையும் அறியாமலேயே தினம் தினம் எதையாவது பேசி விற்பனை செய்து கொண்டோ அல்லது விற்பனைக்கு உதவிக் கொண்டோதான் இருக்கின்றோம்.

நீங்கள் புதிதாக வாங்கிய ஒரு கடிகாரம் பற்றி உங்கள் நண்பர் விசாரிக்க, 'ஆஹா... ரொம்பப் பிரமாதமாக இருக்கிறது' என்று சொல்லி அவரையும் வாங்கத் தூண்டியிருப்பீர்கள். ஆக உங்கள் பேச்சில் ஒரு கடிகாரம் விற்பனையானது.

அதேபோல் நீங்கள் பார்த்த சினிமா, படித்த கதை, போய் வந்த சுற்றுலா, வாங்கிய சட்டை... இப்படி எவையெல்லாம் உங்களை ஈர்த்ததோ, அதைப் பற்றியெல்லாம் பிறரிடம் பகிர்ந்து கொண்டு, அவற்றின் விற்பனைக்கு மறைமுகமாக உதவி இருப்பீர்கள். இப்போது சொல்லுங்கள்... உங்களுக்கா விற்கத் தெரியாது? உண்மையில் உங்களுக்கு தெரியாதது, உங்களுக்கும் விற்கத் தெரியும் என்ற உண்மைதான்.

எந்தப் பொருளையும் வியந்து பாராட்டினால், பிறர் வாங்கி விடுகின்றனர் அல்லவா? அதே உத்தியை உங்கள் பொருளுக்கும் பயன்படுத்தலாமே... உங்கள் பொருளைப் பற்றி உயர்வாக எடுத்துச் சொன்னால், அது விற்பனைக்கான பேச்சுதானே. இது போன்றுதான் இன்னபிறவும்... உங்களுக்கு ஆங்கிலமும், கம்ப்யூட்டரும் தெரியவில்லை என்றால் என்ன? அதைப் பற்றி தெரிந்தவர்களை வேலைக்கு அமர்த்திக் கொள்ளுங்கள். மேடையில் ஆங்கிலம் பேச வேண்டுமானாலோ, கம்ப்யூட்டரில் ஒரு பவர்பாய்ண்ட் பிரசன்டேஷன் கொடுக்க வேண்டும் என்றாலும் அவர்களின் உதவியோடு களத்தில் இறங்குங்கள். நமக்கு ஒரு செயல் தெரியாது என்றால் நாம் என்ன செய்ய வேண்டும்?

மெதுவாக கற்கத் தொடங்கலாம்.

தெரிந்தவர்களை வேலைக்கு அமர்த்தலாம்.

அது தொடர்பான அனைத்து தகவல்களையும் படித்தும், கேட்டும் நமது அறிவை வளர்த்துக் கொள்ளலாம்.

அதனைப் பற்றி நன்கு தெரிந்த சிலரிடம் அவ்வப்போது ஆலோசனைகள் கேட்டுப் பெறலாம்.

திருப்பூரிலும், சிவகாசியிலும் இருக்கும் தொழில் முனைவர்கள் ஜப்பான், கொரியா, சீனா, இந்தோனேசியா என மொழி தெரியாத பல நாடுகளுடன் வர்த்தகம் மேற்கொள்ளவில்லையா? எனவே, மனம் இருந்தால் மார்க்கம் உண்டு. ஆர்வத்தை வளர்த்துக் கொண்டு, தாழ்வு மனப்பான்மைக்கு ஒரு தாழ்வை உருவாக்குங்கள். நீங்கள் உயர்வது நிச்சயம்.

60. 35 - ல் முடிவெடுங்கள்!

வேலை பிஸியில் இருந்த நேரம். என் அலுவலகத்துக்கு வந்தார் உற்சாகமான ஒரு நண்பர். நண்பரின் மொபைல் ஒலித்தது. லைனில் இருக்கிறாரா,

இல்லையா என்றே கண்டுபிடிக்க முடியாதபடி, எதிர்முனைப் பேச்சை உன்னிப்பாகக் கவனித்தபடி சில நிமிடங்கள் மிக அமைதியாக இருந்தார்.

சோளப் பொறி போடப்பட்ட பாப்கார்ன் மெஷின் ஐந்தாவது நிமிடம் 'பட', 'பட'வென பொறிகிற மாதிரி பேச ஆரம்பித்தார் நண்பர்.

“பாஸு! உனக்கு 35 வயசு ஆயிடுச்சு. சட்டு புட்டுன்னு ஒரு முடிவை எடு. உன் கம்பெனியிலே இன்னைக்குத் தர்ற 40 ஆயிரம் ரூபா இனிப்பா இருக்கும். இன்னும் 10 வருஷம் கழிச்சு அது 60 ஆயிரமா மாறிடும்னு நீ கணக்குப் போடுவே! ஆனா, வரலாறு என்ன சொல்லுது தெரியுமா...? 40— வது வயசிலே சம்பளம் தேய்மானத்திலே போகு-துன்னு புள்ளிவிவரம் இருக்கு.

உன் இரத்தம் சுண்டிடும். பசங்க வளர ஆரம்பிச்சுடுவாங்க... தேவைகள் பெருகிடும். படிப்பு, கல்யாணச் செலவுனு எதிர்கால பயம் பிடிச்சு ஆட்டி வைக்கும். பார்க்கிற வேலை-யிலே கவனம் செலுத்த முடியாது. விளைவு— உன் முதலாளி உன்னை எப்படிடா கழட்டி விடலாம்னு பார்த்துட்டு இருப்பாரு!

அதனாலதான் சொல்றேன். இப்பவே, ரத்தம் சுழண்டு பாயிறப்பவே ஏதாவது தொழில் தொடங்கு. அஞ்சு வருஷத்திலே பிசினஸ் வளர்ந்து, உனக்காக உழைக்க பத்து பேர் வந்தி-ருப்பான். நீ கண்காணிச்சா மட்டும் போதும். உனக்கு என்ன தெரியுமோ அதே ஃபீல்டுலே உடனே ஒரு தொழில் தொடங்கிடு!” என்றார். செய்து கொண்டிருந்த வேலையை விட்டு-விட்டு அவர் சொல்லில் கவனம் செலுத்த ஆரம்பித்தனர் என ஊழியர்கள்.

‘ஆஹா, அடிப்படையிலேயே கை வைக்கிறாரே!” என்று பதற்றம் வர, “வாங்க சார், டீ சாப்பிடலாம்!” என்று நண்பரை வெளியே தள்ளிக் கொண்டு போனேன்.

லண்டனில் 35 வயது மதிக்கத்தக்க ஒரு மனிதர் பணிபுரிந்து கொண்டிருந்த வேலையை உதறித் தள்ளிவிட்டு, புதிதாகத் தொழில் தொடங்க எண்ணினார். என்ன தொழில் செய்வது என்று தெரியாமல் சிந்தித்துக் கொண்டிருந்தார். அப்போது இங்கிலாந்து செய்தித்தாள்கள் அனைத்திலும் முதல் பக்கத்தில் இடம் பெற்ற ஒரு செய்தி அவர் கண்ணில் பட்டது.

அதைக் கண்டவுடன் அவரின் மூளை பரபரப்பாக இயங்கத் தொடங்கியது. தனது உற்-றார், உறவினர், நண்பர்கள் என அனைவரிடமும் லட்சம் லட்சமாக கடன் வாங்கினார்.

லண்டன் மாநகர் வீதி முழுவதும் அலைந்து கருப்புத் துணிகள் அனைத்தையும் கொள்-முதல் செய்தார். ஒரு சரக்கு குடோனை அறையை வாடகைக்கு எடுத்து, அங்கு அவற்றை நிரப்பி வைத்தார். இரண்டே நாட்களில் நகரின் அனைத்து கடைகளின் கருப்பு துணிகளும் இவர் வசம்!

உறவினர்களுக்கு ஒரே குழப்பம். ‘ஏன் இவ்வளவு கோமாளித்தனமாக நடந்து கொள்கி-றார்? ஒருவேளை இவர் துணிக்கடை வைப்பதாக இருந்தாலும் கூட எல்லோரும் வெறுத்து ஒதுக்கும் கருப்பு துணியை மட்டும் வைத்து எப்படி கடை நடத்த முடியும்? இவரை நம்பிக் கொடுத்த பணம் கைக்கு வந்து சேருமா..? என்றெல்லாம் சந்தேகக் கண்ணோடு அவரை நோக்கினர்.

முதல் நாள் கழிந்தது. இரண்டாவது நாளும் போனது. மூன்றாவது நாள் மாலை அந்த மனிதர் எதிர்பார்த்தது நடந்தது! ‘கடந்த சில நாட்களாக உடல்நலமின்றி இருந்த நம் இங்-கிலாந்து பிரதமர் மரணமடைந்தார்’ என்ற செய்தி பிரிட்டிஷ் அரசால் வெளியிடப்பட்டது டிவியில் பிளாஷ் நியூஸ் பார்த்தவுடனே அவர் முன்னணி டிவி மற்றும் பத்திரிகை அலுவ-லகம் சென்று கருப்பு துணிகள் எங்களிடம் கிடைக்கும் என்று சிறிய விளம்பரம் தந்தார்.

இங்கிலாந்தில் தலைவர் ஒருவர் இறந்து விட்டாரென்றால் அனைவரும் கருப்புத் துணியை சட்டையில் குத்திக் கொண்டு துக்கம் தெரிவிப்பது வழக்கம். கருப்பு துணி வாங்க

ஊரெல்லாம் அலைந்து திரிந்தும் அது கிடைக்கப் பெறாத பொதுமக்கள், இந்த விளம்பரம் பார்த்து, இவர் கடையை நோக்கி படையெடுத்தனர்.

கடையின் முன் கூட்டம் அலைமோதத் தொடங்கியது. கூட்டம் என்றால் அப்படி ஒரு கூட்டம். போலீசைக் கொண்டு சமாளிக்க வேண்டிய அளவுக்கு கூட்டம். மனிதர் விலையை ஐந்து மடங்காக உயர்த்தி விற்றார். விலையைப் பொருட்படுத்தாமல் மக்கள் துணியை வாங்கிச் சென்றனர். அன்றே அவ்வளவு கருப்பு துணியும் விற்றுப் போனது. பெரும் பணக்காரர் ஆனார் அந்த ஊழியர்.

இது வெறும் கதை அல்ல. நடந்த உண்மை நிகழ்ச்சி. குறைந்த விலைக்கு கொள்முதல் செய்து, தட்டுப்பாடு ஏற்படும்போது அதிக விலைக்கு விற்றால், லாபம் அதிகம் ஈட்டலாம் என்பதே இந்த நிகழ்ச்சி சொல்லும் பாடம்.

கதையை விட்டு வெளியே வருவோம்.

சொல்லப்படுகிற விலை சரிதானா?

சப்ளையர்களிடம் இருந்து பெறப்பட்ட விலைப்பட்டியலை அடிப்படையாகக் கொண்டு தொழில் முனைவோர் முடிவு எடுக்கும் முன் சில செய்திகளை கவனத்தில் கொள்ள வேண்டும்.

கொடுக்கப்பட்டிருக்கும் விலை, விற்பனை மற்றும் சேவை வரிகளை உள்ளடக்கியதா, இல்லையா?

டோர் டெலிவரி இலவசமா அல்லது அதற்குத் தனியாகக் கட்டணம் செலுத்த வேண்டுமா?

வாரண்டி / கியாரண்டி போன்றவை எவ்வளவு மாதங்கள்?

இன்ஸ்டாலேஷன்(Installation) எனப்படும் நிறுவுதலுக்கான கட்டணம் எதுவும் உண்டா? டியூப்லைட் செட்டினை வாங்கும்போது அதை நாமே பொருத்தவேண்டும். தொலைபேசி, இன்டர்நெட் இணைப்பு பெறும் போது நிறுவன ஊழியர்கள் நம் இடத்துக்கு வந்து தொடர்பை நிறுவுவார்கள். அதற்கு தனியாக ஒரு தொகையைக் கட்டணமாகச் செலுத்த வேண்டி இருக்கும். இயந்திரங்களை வாங்கும் போது பொதுவாக நிறுவனங்கள் நிறுவுவதற்கு எந்தக் கட்டணமும் வசூலிப்பதில்லை.

உதிரி அல்லது துணை பாகங்கள் போன்றவை ஏதேனும் இருக்குமா? அவற்றுக்கான விலை என்ன? கார் வாங்குபவர் உதிரி பாகங்களுக்கென்று குறைந்தபட்சம் பத்தாயிரம் ரூபாய் வரை செலவழிக்க வேண்டியிருக்கும்.

இவற்றையெல்லாம் கணக்கில் எடுத்துக்கொண்டு, பிற சப்ளையர்களின் விலைகளோடு ஒப்பிட்டுப் பார்த்த பிறகு பொருட்களை வாங்குவது குறித்த முடிவெடுக்க வேண்டும். ஏனெனில், மேலோட்டமாகப் பார்க்கிற போது குறைவாகத் தோன்றும் சிலரின் விலைப்பட்டியல் உண்மையில் பார்த்தால் பன்மடங்கு அதிகமாகக் கூட இருக்கலாம்.

அதேசமயம், பொருட்களின் தரத்தைக் கவனிப்பதும் மிக அவசியம்! பொருட்களைக் கொள்முதல் செய்கிறபோது பொதுவாக எந்த பொருளுமே மூன்று வகையான தரங்களில் கிடைக்கும். அன்றாட பயன்பாட்டுக்குத் தேவைப்படும் பேனாவை எடுத்துக்கொள்ளலாம். அதில் 15 ரூபாய்க்கு ஜெல் பிராண்ட் பேனாவும், 5 ரூபாய்க்கு ரெனால்ட்ஸ் பேனாவும், 2 ரூபாய்க்கு சாதாரண பேனாவும் சந்தையில் கிடைக்கின்றன.

பொதுவாக, தொழில் முனைவோர் விலை குறைவாக இருக்கிறது என்ற காரணத்துக்காக தரமற்ற பொருளைக் கொள்முதல் செய்து, அதனால் பிற்பாடு அவதிக்குள்ளாவதைத் தவிர்க்க வேண்டும். 2 ரூபாய் பேனாவை வாங்கினால் செலவு குறையும் என்றாலும் கூட எழுதும்போது மையின் ஓட்டம் சரியாக இல்லாமல் பேனாவை வாங்கியதன் நோக்கமே அடி-பட்டுப் போகும். மாறாக 5 ரூபாய்க்கு விற்கப்படும் தரமான பேனாவை வாங்கலாம்.

எந்தப் பொருளிலுமே மூன்றாவது தரத்தைத் தவிர்த்து, இரண்டாவது தரத்தைப் பயன்ப-டுத்தலாம். முதல் தரம் தான் வேண்டுமெனில் முதல் தரத்தில் கொஞ்சம் எண்ணிக்கையிலும், இரண்டாவது தரத்தில் அதிக எண்ணிக்கையிலும் கொள்முதல் செய்து அலுவலகத்தில் கீழ் நிலையில் உள்ளோருக்கு இரண்டாவது தரத்தையும், மேல்தட்டு நிர்வாகிகளாக உள்ளவர்க-ளுக்கு முதல் தரத்தையும் வழங்கலாம்.

61. ஆற்றின் போக்கில் போகும் இலையாகலாமா..?

ஒரு விவசாயியின் நிலத்தில் இருந்த பயன்படாத பழைய கிணற்றில் ஒரு கழுதை விழுந்து விட்டது. கிணறு மிக ஆழமாக இருந்ததால் கழுதையால் மேலே ஏறி வர இயலவில்லை.

அந்தக் கழுதை இறந்துவிடுமோ என்று வருத்தப்பட்ட விவசாயி, அதைக் காப்பாற்ற ஒரு பெரிய பலகையை உள்ளே இறக்கி அதைத் தூக்க முயற்சித்தார். ஆனால் கழுதையோ அதில் ஏற மறுத்துவிட்டது. வேறு வழியில்லாததால் கழுதையைக் காப்பாற்றும் முயற்சியைக் கைவிட்டு, அடுத்து எந்த உயிருக்கும் பாதிப்பு வந்து விடக் கூடாதே என்ற அச்சத்தில் தனது நிலத்தில் இருந்த கிணற்றை மூடத் தொடங்கினார்.

ஒவ்வொரு முறை மண்ணை அள்ளிக் கொட்டத் தொடங்கும்போது கழுதை மீது மண் தெறிக்கும். கழுதையோ உதறிவிட்டு அந்த மண்ணின் மீது ஏறி நிற்கும். இப்படி ஒவ்வொரு முறை மண்ணைக் கொட்டும் போதும் கழுதை மேலே ஏறி முன்னேறத் தொடங்கியது. எந்த மண் கழுதையைக் கொன்றுவிடும் என்று விவசாயி அஞ்சினாரோ, அதுவே கழுதையைக் காப்பாற்றத் தொடங்கியது. சிறுக சிறுக மண்ணைக் கொட்டி, கிணற்றை நிரப்ப... இறுதியில் கழுதை வெளியே ஓடுயதைப் பார்த்து மிகவும் மகிழ்ந்து போனார் அந்த விவசாயி.

உங்கள் வாழ்க்கையிலும் சில நேரங்களில் இதுபோன்ற சிரமங்கள் தோன்றியிருக்கலாம். எது உங்களுக்கு மிகப் பெரிய ஆபத்தை விளைவிக்கும் என்று அஞ்சினீர்களோ, அதுவே உங்கள் வளர்ச்சிக்கு ஒரு வாய்ப்பாக அமைந்திருக்கக் கூடும். நமக்கு பாறாங்கற்களாகத் தெரிந்த சிக்கல்களே படிக்கற்களாக மாறி வெற்றிச் சிகரத்திற்கு நம்மை அழைத்துச் சென்றி-ருக்கும்.

'சக்சஸ் இஸ் எ மேட்டர் ஆஃப் டிசிஷன்' (Success is a matter of decision) என்று ஆங்கிலத்தில் பிரபலமான ஒரு பொன்மொழி உண்டு. வாழ்க்கையில் எல்லா நிலை-களிலும், எல்லா மனிதர்களுக்கும் இது பொருந்தும். என்றாலும் கூட தொழில் முனைவோ-ருக்கு இது முக்கியமான பொன்மொழி ஆகும்.

வாழ்க்கையின் ஒவ்வொரு கட்டத்திலும் நீங்கள் எடுக்கின்ற முடிவுகளே உங்களது வெற்-றிகளைத் தீர்மானிக்கின்றன. நீங்கள் பள்ளியில் படிக்கும்போது இரண்டு வெவ்வேறு பள்-ளிகளில் உங்களுக்கு இடம் கிடைத்திருக்கலாம். அதில் ஏதேனும் ஒரு பள்ளியை நீங்கள்

தேர்ந்தெடுத்திருக்கக் கூடும். அந்த முடிவுக்கு மாற்றாக நீங்கள் மற்றொரு பள்ளியைத் தேர்ந்தெடுத்தி ருந்தால், ஒருவேளை உங்களது வாழ்க்கை ஒட்டு மொத்தமாக வேறொரு பாதையில் பயணித்திருக்கும்.

நீங்கள் கல்லூரி படிப்பை முடித்த பிறகு உங்களுக்கு சில நிறுவனங்களில் வேலை கிடைத்து இருக்கக்கூடும். அதில் ஒரு நிறுவனத்திற்கு மாற்றாக மற்றொரு நிறுவனத்தில் நீங்கள் வேலைக்குச் சேர்ந்திருந்தால், அதில் பல புதிய உத்திகளைக் கற்றுக்கொண்டு அங்கு கிடைத்த வெவ்வேறு மனிதர்களின் தொடர்பால் நீங்கள் வாழ்க்கையில் வேறு நிலைக்குச் சென்றிருக்க முடியும். ("நீங்க நடிக்க வராட்டி...?: டாக்டர்ராகி இருப்பேன்" —பேட்டிகளை நினைவு கூறாதீர்கள், ப்ளீஸ்)

உங்கள் தொழிலிலும் கூட தலைமைப் பதவிக்கான நேர்முகத் தேர்வுக்கு நீங்கள் அழைத்த மூவரில் யாரோ ஒருவரைத் தேர்ந்தெடுத்ததற்கு மாற்றாக, மற்ற இருவரில் ஒருவரைத் தேர்ந்தெடுத்து இருந்தால் உங்கள் நிறுவனத்தின் வளர்ச்சி வேறுவிதமாக இருந்திருக்கக் கூடும்.

இந்த மாற்று முயற்சிகள் அனைத்தும் உங்களுக்கு மிகப் பெரிய வளர்ச்சியை தந்திருக்கலாம். அல்லது மிகப்பெரிய சரிவை ஏற்படுத்தி இருக்கலாம். இதில் நாம் கவனத்தில் கொள்ள வேண்டியது, 'ஒவ்வொரு முடிவுமே வாழ்க்கையில் மிகப் பெரிய மாற்றத்தை உருவாக்கவல்லது' என்பதுதான். எனவே முடிவு எடுக்கும்போது கூடுதல் கவனத்தோடு செயல்பட வேண்டும். நதியின் போக்கில் இலை மிதந்து போகும். சிறு இடையூறும் அதன் போக்கை மாற்றும். அதையும் மீறி க ரை ஒதுங்காமல் பயணித்தால்தான் கரைசேரும்.

ஒரு உதாரணத்துக்கு இதை சற்று விரிவாகப் பார்ப்போம்.

'காவிரி', 'வைகை' என இரண்டு மினரல் வாட்டர் நிறுவனங்கள். இவை இரண்டுமே ஓரளவு மக்கள் மத்தியில் பெயர் பெற்ற நிறுவனங்களாகும். பொதுவாக, அவ்வப்போது தொழில்துறையில் ஏற்படும் மாற்றங்களைப் பொறுத்து இவ்விரண்டு நிறுவனங்களும் தொடர்ந்து வெவ்வேறு வகையான முடிவுகளை மேற்கொண்டன. அவை என்ன மாதிரி விளைவுகளை நிறுவனத்திற்கு ஏற்படுத்தின என்பதை நாம் பார்ப்போம்.

சூழ்நிலை; 1. தண்ணீர் எடுக்க கிராமவாசிகள் தடை;

இந்த இரண்டு மினரல் வாட்டர் நிறுவனங்களுமே சென்னை புறநகர் பகுதியில் உள்ள அடுத்தடுத்த கிராமங்களில் தொழிற்சாலைகளை இயக்கி வருகின்றன. இந்தத் தொழிற்சாலைகளால் தங்களது கிராமங்களில் இருக்கும் நிலத்தடி நீர் குறைந்து விடுமோ என்கிற அச்சம் காரணமாக, இரண்டு கிராம மக்களும் போராட்டம், மறியல் என எதிர்ப்பில் ஈடுபட்டனர்.

காவேரி நிறுவனம் கிராமத்தாருடன் பல கட்டப் பேச்சு வார்த்தைகளை நடத்தி தீர்வு ஏற்படாத காரணத்தால், அவர்கள் மீது காவல் நிலையத்தில் புகார் கொடுத்து. பிறகு தொழிலைத் தொடர இடையூறாக இருப்பதாகக் கூறி நீதிமன்றத்திலும் அவர்கள் மீது வழக்கு தொடர்ந்தது.

ஆனால் வைகை நிறுவனமோ, கிராம மக்களுடன் பேச்சு வார்த்தை நடத்தி அந்த கிராமத்தில் வசிக்கும் குடும்பங்களில் தலா ஒருவருக்கு வேலை தருவது என்கிற தீர்வை முன்வைத்து. மேலும் கிராமப் பஞ்சாயத்து வரியை சற்று கூடுதலாக தருவதாக பக்குவமாகப்

பேசி சரி கட்டியது. மக்களுக்காக தொடக்கப்பள்ளி ஒன்றையும் கட்டித் தர முன்வந்தது.

இரண்டு கிராம மக்களும் தங்கள் எதிர்ப்பை தற்காலிகமாக கைவிட்டனர்.

சூழ்நிலை; 2. போலி தண்ணீர் பாட்டிலில் பாட்டில்கள் சந்தையில் விற்பனை;

காய்த்த மரம் கல்லடி படும் என்பது பழமொழி. வளர்ந்த பிராண்ட் போலியால் அடிபடும் என்பது வணிக மொழி. இதற்கு இந்த இரண்டு நிறுவனங்களும் விதிவிலக்கல்ல.

பொதுவாக பிரசித்தி பெற்ற பிராண்ட் பெயரில் போலி தண்ணீர் பாட்டில்கள், கடைகளில் விற்கப்படுவது முதலில் அந்தப் பகுதி முகவர்களுக்கு தான் தெரியவரும். அவர்கள் உடனடியாக நிறுவனத்திற்கு தெரியப்படுத்தி காவல்துறை மூலம் நடவடிக்கை எடுக்க வேண்டும்.

ஆனால் காவிரி நிறுவனத்திற்கும், வைகை நிறுவனத்திற்கும் இந்தத் தகவல் அவர்களது டீலர்கள் மூலமாக கிடைக்கவில்லை. அந்தந்த நிறுவனங்களின் விற்பனை பிரதிநிதிகளே கண்டறிந்து கூறினர்.

டீலர்கள் இது பற்றி கவனமாக இல்லாததைக் கண்டித்து சில பகுதி முகவர்களை நீக்கியது, காவேரி நிறுவனம். பிறகு காவல்துறை உதவியுடன் போலி உற்பத்தியாளரைக் கண்டறியும் முயற்சியில் ஈடுபட்டது.

வைகை நிறுவனமோ, டீலர்களை அழைத்து கூட்டம் நடத்தி போலிகளைக் கண்டறிவோருக்கு ஊக்கத் தொகை வழங்குவதாக அறிவித்தது. போலிகளில் இருந்து தமது பிராண்டை காப்பாற்றுவதற்காக மூன்று மாதங்களுக்கு ஒருமுறை பேக்குகளில் சிறிய மாற்றங்களை ஏற்படுத்துவது என சில உள் நடவடிக்கைகளில் இறங்கியது. பத்திரிகைகளிலும் போலி பிராண்ட் பற்றிய தகவல்களை வெளியிட்டு பொதுமக்களிடையே விழிப்புணர்வை ஏற்படுத்தியது. இருதியாக காவல்துறைக்கும் புகார் கொடுத்தது. இரு நிறுவனங்களும் போலி பிரச்சினையில் இருந்து தற்காலிகமாக விடுதலை பெற்றன.

சூழ்நிலை; 3. ஒரே டீலர் பல பிராண்ட் தண்ணீர் பாட்டில்களில் விற்பனை செய்தல்:

எப்பொழுதுமே கடுமை காட்டி வியாபாரம் செய்யும் காவேரி நிறுவனம் சில டீலர்கள் பல பிராண்ட் தண்ணீர் பாட்டில்களை விற்பனை செய்து வந்ததால் தம்முடைய டீலர்களுக்கு கடும் கண்டனம் தெரிவித்து கடிதம் எழுதியது. இதனால் டீலர்கள், தங்களது மனைவி, மக்கள் பெயரில் வெவ்வேறு கம்பெனிகளைத் தொடங்கி பிற பிராண்ட் தண்ணீர் பாட்டில்களை விற்றனர்.

வைகை நிறுவனமோ தனது பிராண்ட் தண்ணீர் பாட்டில்களை அதிக எண்ணிக்கையில் விற்போருக்கு போட்டியாளர்களை விட சில மடங்கு கூடுதல் ஊக்கத் தொகை தருவதாக அறிவித்தது. டீலர்களை சிங்கப்பூர், மலேசியா, ஹாங்காங்கிற்கும் அழைத்துச் செல்ல முன் வந்தது. இந்த முடிவால் வைகைக்கு டீலர்கள் மத்தியில் நல்ல பெயர் கிடைத்தது.

டீலர் பிரச்சினை ஓவர்.

சூழ்நிலை; 4. சம்பளப் பற்றாக்குறை காரணமாக தொழிலாளர்கள் வேலையை விடுதல்;

இரண்டு நிறுவனங்களின் உற்பத்திப் பிரிவிலும், சந்தைப் பிரிவிலும் தொழிலாளர்கள் பலர் சம்பளப் பற்றாக்குறை காரணமாக வேலையை விட்டு நிற்கத் தொடங்கினர். உடனே காவிரி நிறுவனம், பிற அண்டை மாநிலத்தில் இருந்து ஆட்களை இங்கே அழைத்து வந்து தங்க இடம் கொடுத்து, மூன்று வேளை உணவு வழங்கி தொழிலை நடத்தியது. இதனால் காவிரி நிறுவனத்திற்கு செலவுகள் அதிகமானது.

ஆனால் நயமாகப் பேசி சமாளிக்கும் வைகை நிறுவனமோ தொழிலாளர்களுடன் கலந்து பேசி உற்பத்தியையும், விற்பனையையும் அதிகரித்துக் கொடுத்தால் அதற்கு ஏற்றார்போல் அதிக ஊக்கத் தொகை வழங்குவதாக அறிவித்தது. இதனால் உற்பத்தியும், விற்பனையும் அதிகரித்தது.

சூழ்நிலை; 5. விரிவாக்கத் திட்டத்திற்கு கூடுதல் முதலீடு தேவைப்படுதல்;

இரண்டு நிறுவனங்களுக்குமே விற்பனை நன்றாக நடைபெற்றது. இதனால் இவை தொழிலை விரிவாக்க திட்டமிட்டன. இதற்கு சில கோடிகள் முதலீடாக தேவைப்பட்டன. காவேரி நிறுவனம் வங்கியை அனுகி இத்தொகையைக் கடனாகப் பெற்றது .

ஆனால், வைகை நிறுவனமோ சில பங்குதாரர்களை உடன் சேர்த்துக் கொண்டது. பணத்தை கடனாக பெறாமல் முதலீடாக பெற்றதால் வட்டி கட்ட வேண்டிய அவசியம் ஏற்படவில்லை. லாபம் வந்தபோது அந்த லாபத் தொகையை அவர்களுக்கு பகிர்ந்தளித்தது.

சூழ்நிலை; 6.புதியபேக்குகளை அறிமுகப்படுத்துதல்;

காவிரி நிறுவனம் தமது செலவுகளை அதிகரித்ததால் அது விற்பனையை அதிகரிக்க வேண்டிய கட்டாயத்திற்கு தள்ளப்பட்டது. எனவே அதிகமாக விற்பனையாகும் 250 மிலி. வாட்டர் பாட்டில் விற்பனையிலும் காலடி எடுத்து வைத்தது. அதில் லாபம் குறைவாக இருந்தாலும், விற்பனை பன்மடங்கு உயர்ந்ததால் அந்நிறுவனத்தின் பணப் பற்றாக்குறை தீர்ந்தது.

வைகை நிறுவனமோ 2லி, 5லி, 20லி என கூடுதல் அளவு கொண்ட வாட்டர் பாட்டில்களையும், கேண்களையும் சந்தையில் அறிமுகப்படுத்தியது. இவை குறைந்த எண்ணிக்கையில் விற்றாலும், கூடுதல் லாபத்தை ஈட்டித் தந்தது. இதனால் வைகைக்கும் லாபம் அதிகரிக்கத் தொடங்கியது.

இந்த ஆறு சூழ்நிலைகளையும், இரண்டு நிறுவனங்களும் சமாளித்த விதத்தைப் பார்க்கும் போது உங்களுக்கு என்ன தோன்றுகிறது...? இரு நிறுவனங்களும் சில சரியான முடிவுகளையும் சில தவறான முடிவுகளையும் எடுத்தது புரிந்திருக்கும். வைகை செலவுகளை அதிகரித்துக் கொண்டே வந்தது. காவேரி, அடிப்படையை ஆட்டங்காண வைக்கும் முடிவுகளில் ரிஸ்க் எடுத்தது. இருப்பினும் இரண்டுமே வெற்றி கண்டன.

ஒவ்வொரு முடிவும் நிறுவனத்திற்கு எப்படிப்பட்ட விளைவுகளை ஏற்படுத்துகிறது என்பதை நீங்கள் தெரிந்து கொள்ள இந்த சான்றுகள் உதவியிருக்கும்.

62. 'பிரேக் ஈவன்' பகவான் தென்படுகிறாரா...?

பணம் இல்லாமலும் செய்ய சில தொழில்கள் உள்ளன. இது சாத்தியம்தானா என்ற கேள்வி சிலருக்கு எழலாம். நாம் தொழில் என்று நினைத்தவுடனேயே ஒரு பெரிய கடை

... அதில் ஏகப்பட்ட பொருட்கள்... வேலை பார்க்க நான்கு பேர்... புழக்கத்திற்கு கை நிறைய பணம்... இப்படியாகவே நமது கற்பனை இருக்கும்.

எந்தப் பொருளுமே இல்லாமல் எந்த மூலதனமுமே இல்லாமல் தொடங்கக்கூடிய தொழில்கள் நாட்டில் ஏராளமாக உள்ளன. ஒரு காய்கறிச் சந்தையை எடுத்துக் கொள்ளுங்கள். அங்கு லாரியிலிருந்து மூட்டைகளை இறக்குவதற்கு ஒரு ஒப்பந்தக்காரர் இருப்பார்.

அவர், ஒரு வேலையை எடுத்து, அதில் நான்கு கூலி ஆட்களிடம் கொடுத்து பணம் பண்ணுவார்.

அதே சந்தையில் காய்கறி விற்பனை செய்யும் தரகர் இருப்பார். அவர் காய்கறி மூட்டைகளை ஒரு குறிப்பிட்ட விலைக்குப் பேசி அதை விட சிறிது லாபம் அதிகம் வைத்து மற்றவர்களிடம் விற்பார்.

கொள்முதல் செய்யப்படும் காய்கறிகளை நகரின் வெவ்வேறு பகுதிகளுக்கு எடுத்துச் சென்று டெலிவரி செய்வதற்கு வாகனம் பேசிவிட மற்றொரு தரகரும் அங்கே இருப்பார்.

இது மாதிரி ரியல் எஸ்டேட், திருமணத் தரகர் போன்ற தரகுத் தொழில்கள், ஆட்டோமொபைல் ஆலோசனை, நிதி ஆலோசனை போன்ற ஆலோசனைத் தொழில்கள், இன்சூரன்ஸ், சிட்ஃபண்ட் போன்ற முகவர் தொழில்கள், மருத்துவர், வழக்கறிஞர் போன்ற படிப்பு சார்ந்த தொழில்கள்... இவை அனைத்துமே வீட்டிலிருந்தவாறே மேற்கொள்ளலாம். இவற்றுகு பெரிய முதலீடு எல்லாம் தேவையில்லை. ஒரு செல்பேசியும், ஒரு பைக்கும் போதும். பேச்சில் இனிமையும், வாயில் உண்மையும், செயலில் வேகமும், கொடுக்கல் —வாங்கலில் நேர்மையும் இருந்தால் முதலீடு இல்லாத தொழில்களில் சிறந்து விளங்க முடியும்.

எல்லாத் தொழில்களிலும், மொத்த வருமானத்தில் அதிகபட்சமாக 5 விழுக்காடு தொகை வாராக் கடனாக இருக்கும். இந்த விகிதத்தை விட அதிகமாக உங்கள் வாராக்கடன் இருந்தால் நீங்கள் விழித்துக் கொள்ள வேண்டியது அவசியம். எந்த ஒரு தொகையும் பில் போடப்பட்ட மூன்று முதல் ஆறு மாதங்களுக்குள்ளாக வசூலிக்கப்பட வேண்டும். ஆறு மாதங்களைக்கடந்தும் நிலுவையில் இருக்கக் கூடிய தொகை, பிறகு வாராக் கடனாக மாறிவிடுகிறது.

வாராக் கடன்களைக் குறைப்பதற்கு, வேலையைத் தொடங்கும் முன்பே ஒரு குறிப்பிட்ட தொகையை முன் பணமாகப் பெற்றுவிட வேண்டும். அல்லது பின் தேதியிட்ட காசோலையாக முன்கூட்டியே பெற்றுக் கொள்ளலாம். பில் போட்டு 6 மாதங்கள் கழித்தும் வராமலிருக்கும் தொகையை ஏழாவது மாதத்தின் தொடக்கத்தில் இருந்தே திரும்பத் திரும்ப நினைவூட்டி பெற்றுவிட முயற்சிகள் மேற்கொள்ள வேண்டும். மூன்று ஆண்டுகள் கழித்தும் அப்பணம் வராவிட்டால் நீதிமன்றத்தை அணுகி சட்ட ரீதியான நடவடிக்கைகளை மேற்கொள்ள வேண்டும்.

ஒரு தொழிலில் போட்ட மூலதனத்தை திரும்ப எடுப்பதற்கான காலகட்டத்தை ஆங்கிலத்தில் 'பிரேக் ஈவன்' (Break Even) என்பார்கள். தொழிலில் நீங்கள் செய்திருக்கும் முதலீடுகள் அனைத்தையும் எப்போது வெளியில் எடுக்கிறீர்களோ அல்லது உங்கள் தொழிலானது எல்லாச் செலவுகளையும், முதலீடுகளையும் மீறி எப்போது லாபம் தரத் தொடங்குகிறதோ,அதுதான் பிரேக் ஈவன் பாயின்ட் ஆகும்.

பிரேக் ஈவன் என்பது தொழிலுக்குத் தொழில் மாறுபடும். இருப்பினும் சராசரியாகப் பார்க்கையில் பிரேக் ஈவன் காலகட்டம் என்பது மூன்று முதல் ஐந்து ஆண்டுகளாகும். குறைந்த முதலீடு உள்ள தொழில்கள் வெகு விரைவில் பிரேக் ஈவன் நிலையை அடையும். முதலீடுகளை அதிகரிக்க, அதிகரிக்க பிரேக் ஈவன் கால கட்டம் தள்ளிப்போகும். சான்றாக, அதிக முதலீடு செய்யப்பட்ட பெப்சி, கோக கோலா போன்ற நிறுவனங்கள் எல்லாம் பல ஆண்டுகளைக் கடந்தும் இன்னும் பிரேக் ஈவன் நிலையை எட்டவில்லை என்பது குறிப்பி-

டத்தக்கது.

63. பின் விளைவுகளை சமாளிப்பது எப்படி...?

ஒரு தொழிலைத் தொடங்கிய மூன்று மாதங்களுக்குள் நிறுவனம் சரிவைச் சந்தித்தால் என்ன வகையான முயற்சிகளை மேற்கொள்ள வேண்டும்?

ஆறு மாதத்துக்குள்ளோ அல்லது ஆறு மாதங்கள் கழித்தோ சரிவைச் சந்தித்தால் என்ன செய்யலாம்?

ஒரு ஆண்டிற்கான குறைந்தபட்ச வருவாயை ஈட்டுவதற்கு உத்தரவாதம் தரக்கூடிய வழி வகைகள் என்ன?

ஒருவேளை தொழில் மிக பிரமாதமான வெற்றியைப் பெற்றால் அதற்கேற்றார்போல் எப்படி விரிவாக்க நடவடிக்கைகளை மேற்கொள்ள வேண்டும்?

இப்படி நமக்குள் பல கேள்விகளைக் கேட்டுக் கொண்டு அதற்கான விடைகளைத் தெளிவாகத் தொழில் முனைவர் முன்கூட்டியே திட்டமிட வேண்டும். தேர்வுக்குச் செல்லுகின்ற மாணவர்கள் எப்படி அனைத்து கேள்விகளுக்கும் பதிலைத் தயாரித்து வைத்திருக்கிறார்களோ அது போலத்தான் தொழில் முனைவரும் தங்களை தயார் படுத்திக்கொள்ள வேண்டும்.

தொழில் தொடங்கிய பிறகு ஏற்படும் எந்த ஒரு நிகழ்வும் ஒரு தொழில் முனைவோருக்கு அதிர்ச்சியையோ, ஆச்சரியத்தையோ அளிக்கக்கூடாது. ஒரு தொழில் முனைவரின் பலமே சூழ்நிலைக்கு ஏற்றவாறு உடனுக்குடன் முன்பு திட்டமிட்டிருந்த படி காய்களை மாற்றி நகர்த்துவது தான்.

இடையில் வரும் வெவ்வேறு வாய்ப்புகளை பயன்படுத்திக் கொள்ளலாமா?

ஒருமுறை சன் தொலைக்காட்சி குழுமத்தின் மேலாண் இயக்குனர் திரு. கலாநிதி மாறனிடம் ஒரு கேள்வி கேட்கப்பட்டது. “நீங்கள் பூமாலை என்கிற வீடியோ இதழைத் தொடங்கினீர்கள்... பிரகு சன் தொலைகாட்சி மற்றும் இதர அலைவரிசைகளை தொடங்கினீர்கள்.. பிறகு சுமங்கலி கேபிள் விஷனை ஆரம்பித்தீர்கள்... தற்போது நாடு முழுவதும் எஃப். எம் அலைவரிசைகளைத் தொடங்கி வருகிறீர்கள்... இப்படி, தெளிவான நோக்கமில்லாமல் எல்லாவற்றிலும் கால் பதிக்கிறார்கள் ஏன்?”

சிரித்தவாறு கலாநிதிமாறன் பதில் சொன்னார்; “என்னுடைய இலக்கு தெளிவானதுதான். தகவல் தொடர்பு ஊடகங்களில் தென்னிந்தியாவில் முதல் இடத்தைப் பிடிப்பதுதான் என்னுடைய இலக்கு. தகவல் தொடர்பு ஊடகங்கள் என்பது தொலைக்காட்சி, வானொலி, நாளிதழ் என விரிவடைந்து இருப்பதால் இவை அனைத்திலும் என்னுடைய பங்களிப்பு இருக்க வேண்டும் என்று ஆசைப்பட்டேன். இந்தத் தளம் எதிர்காலத்தில் இன்னும் விரிவடைய அடையும் ஆனால் அதிலும் சன் குழுமம் கால் வைக்கும்.”

அவர் இன்னும் ஒருபடி மேலே போய், தொலைநோக்குப் பார்வையுடன் தங்கள் தொலைக்காட்சிக்கு புதிய படங்கள் கிடைக்காமல் போகும் வாய்ப்பு இருப்பதை உணர்ந்து, திரைப்படத்தின் வெளியீட்டு உரிமைகளை வாங்குவது... படங்களைத் தயாரிப்பது என்று களத்தில் இறங்கி உள்ளதையும் கவனிக்க வேண்டும்.

உங்களை நோக்கி வரும் வெவ்வேறு வாய்ப்புகளை நீங்கள் பயன்படுத்திக் கொள்வதும், பயன்படுத்திக் கொள்ளாமல் இருப்பதும் உங்களது இலக்கை பொறுத்தது. நீங்கள் பொருள்களைச் சந்தைப் படுத்துவதில் ஆர்வம் கொண்டிருக்கும்போது அதனோடு தொடர்பே இல்லாத உற்பத்தித் துறையில் ஏதேனும் வாய்ப்பு வந்தால் தேவைப்பட்டால், அதிலும் இறங்கலாம்.

மேலும் முதலில் தொடங்கிய தொழிலை நிலைப்படுத்திக் கொண்டு அது வெற்றி பெற்ற பிறகு, பிற வாய்ப்புகளைப் பயன்படுத்திக் கொள்வதே நல்லது.

தொழில் முனைவோர் ரோட்டரி சங்கம், அரிமா சங்கம் போன்றவற்றில் உறுப்பினர் ஆகலாமா? என்ற ஒரு நண்பர் கேட்டார்.

பொதுவாக இது போன்ற அமைப்புகளை நாம் தொழில் சார் அமைப்பு, சமூக சேவை அமைப்பு, பொழுது போக்கு அமைப்பு என மூன்று வகைகளாக பிரிக்கலாம். இதில் சி.ஐ.ஐ.(CII), ஃபிக்கி(FICCI), சிக்கி(SICCI), டான்ஸ்ட்டியா(TANSTIA), கொடிட்சியா (CODITSIA), மடிட்சியா(MADITSIA) போன்ற தொழில்சார் அமைப்புகளின் தொழில்முனைவோர் அவசியம் தங்களை உறுப்பினர்களாக இணைத்துக் கொள்ள வேண்டும்.

அரிமா சங்கம், சுழற் சங்கம், ஜூனியர் சேம்பர், ஒய்ஸ் மேன் போன்ற அமைப்புகள் எல்லாம் சமூக சேவை சார்ந்த அமைப்புகள் என்று சொல்லிக் கொண்டாலும் கூட, அவையும் பெரும்பாலும் வர்த்தகத்திற்குத் துணை புரிபவையே. இவற்றின் மூலம் கிடைக்கக்கூடிய தொடர்புகளை சிறப்பாகப் பயன்படுத்திக் கொள்ள வேண்டியது தொழில் முனைவோரின் திறமையாகும்.

காஸ்மோபாலிட்டன் கிளப், பிரசிடென்சி கிளப் போன்ற பல ரெக்ரியேஷன் கிளப்புகள் நகர்தோறும் இருக்கின்றன. இவையும் வர்த்தகத்திற்கான தொடர்புகளை உருவாக்குவதில் பெரும் பங்கு வகிக்கின்றன. ஆனால் இது பணக்காரத் தொழில் முனைவோருக்கான இடமாகும்.

பொதுவாக தொழில் துறையில் வெற்றி என்பது நாம் கொண்டிருக்கும் தொடர்புகளையும், அதைப் பயன்படுத்திக் கொள்ளும் முறைகளையும் பொறுத்தே அமைகிறது. எந்தத் தொடர்பும் இல்லாமல் ஒரு தொழில் முனைவரால் வெற்றி பெற்றுவிட முடியாது.

ஆக தொடர்புகள் அவசியம் என்பதால் நீங்கள் பெரிய மனிதர்களுடன் உயர் பதவி வகிக்கும் அதிகாரிகளோடும் தொடர்பை உருவாக்கிக் கொள்ள இதுபோன்ற அமைப்புகள் கை கொடுக்கும்.

பொதுவாக பி2பி (B2B) என்று சொல்லக் கூடிய பிற தொழில் நிறுவனங்களை இலக்காகக் கொண்டுள்ள தொழில் முனைவோருக்கு இதுபோன்ற அமைப்புகள் பெரிதும் பயன்தரும்.

64. கடன் வாங்கித் தொழில் தொடங்கலாமா?

தொழில் நடத்துவோரில் 90 விழுக்காட்டினர் கடன் வாங்கியே தொழிலில் முதலீடு செய்கின்றனர். எனவே இன்றைய போட்டி மிகுந்த சூழலில் கடனே வாங்காமல் தொழில் நடத்துவது என்பது சாத்தியம் இல்லாத செயல். கடன் வாங்குகின்ற தொகையின் அளவும், செலுத்துகிற வட்டியின் விகிதம் தான் தொழில் முனைவோரிடையே வேறுபடுகிறது.

நீங்கள கடன் வாங்குகிற அளவானது உங்கள் தொழிலின் மீது நீங்கள் கொண்டிருக்கிற நம்பிக்கையைப் பொறுத்தது. உங்கள் குதிரை, பந்தயத்தில் வெற்றி பெறும் என்று நீங்கள் முழுமையாக நம்பினால் நீங்கள் அதிகத் தொகையைக் கடனாக வாங்கலாம். பொதுவாக ஒரு ரூபாய் முதலீடு செய்தால் அதற்கு இரண்டு ரூபாய் வரை கடன் வாங்கலாம் என்பது பொருளாதாரத் தியரி.

கடன் வாங்காமல் தொழில் நடத்துவதும் ஓரளவு சாத்தியம் தான். ஆனால், அந்நிறு-வனத்தின் வளர்ச்சி சற்று மெதுவாகவே இருக்கும். கடன் வாங்குவது என்று தீர்மானத்து விட்டால் மாதந்தோறும் ஒழுங்காக வட்டியைச் செலுத்துவதிலும், கடனைத் திரும்பச் செலுத்-துவதிலும் ஒழுக்கத்தைக் கடைபிடிக்க வேண்டும். நீங்கள் எவ்வளவு ஒழுங்காக பணத்தைத் திரும்பச் செலுத்துகிறீர்களோ அதைப் பொறுத்தே உங்களுக்கு மறுமுறை கடன் கிடைக்கும்.

கடன் வாங்காமல் பணத்தைப் புரட்டவும் வழி உண்டு. சீட்டுத் திட்டங்கள் இதற்கு ஓரளவு கை கொடுக்கும். நல்ல நிதி நிறுவனச் சீட்டுத் திட்டங்களில் முதலீடு செய்தால், தேவையின் போது பணத்தை நீங்கள் எடுத்துக் கொள்ளலாம்.

சீட்டுத் தொகையில் இருந்து பணத்தை எடுகின்றபோது அதற்கு வட்டிச் செலவு என்று எதுவும் தனியாகக் கிடையாது. ஆனாலும், சீட்டுத் திட்டங்களின் மூலம் நீங்கள் பணம் எடுப்பதை விட 15 முதல் 20 விழுக்காடு வரை அதிகப் பணத்தைத் திரும்பச் செலுத்த வேண்டியிருக்கும். அதாவது, உங்கள் பணத்திற்கு 15 முதல் 20 விழுக்காடு வரை வட்டி கட்டுவதற்கு இது சமம்.

சரி! ஒரு தொழிலை நடத்துவதற்கு பொதுவாக எவ்வளவு பணம் கையிருப்பாகத் தேவைப்படும்? உற்பத்தித் தொழில்களுக்கு மூன்று மாதச் செலவுகளுக்குத் தேவைப்படும் பணமும், சேவைத் தொழில்களுக்கு இரண்டு மாதச் செலவுகளுக்குத் தேவைப்படும் பணமும் எப்போதும் கையிருப்பாக வேண்டியிருக்கும்.

இதற்கு விதிவிலக்காக சில தொழில்களும் உண்டு. எடுத்துக்காட்டாக வருடத்திற்கு ஒரு முறை மட்டுமே வருமானம் தரக் கூடிய பள்ளிக்கூட நோட்டுப் புத்தகங்கள், பட்டாசுத் தொழிற்சாலைகள் விழாக் காலங்களை நம்பியாருக்கும் துணிக் கடைகள் போன்றவற்றுக்கு கூடுதலாக நடைமுறை மூலதனம் தேவைபடும்.

அடுத்ததாக கச்சாப்பொருளைக் கொள்முதல் செய்யும் போது பணம் கொடுத்துக் கொள்-முதல் செய்வது நல்லதா அல்லது கடனுக்குக் கொள்முதல் செய்வது ஏற்றதா? என்ற கேள்வி எழலாம்.

கையில் நிறையப் பணம் இருந்தால் பணம் கொடுத்துக் கொள்முதல் செய்வதே சாலச்சி-றந்தது. பணம் கொடுத்துக் கொள்முதல் செய்கிறபோது குறைவான விலையில் நாம் பொருட்-களைக் கொள்முதல் செய்ய முடியும்.

முதலீடு செய்வதற்கு கையில் பணம் இல்லாத போது 30 நாட்கள்,60 நாட்கள், 90 நாட்கள் என்று எவ்வளவு அதிகக் காலத்திற்கு கடன் கிடைக்கிறதோ அந்த காலகட்டம் வரை விற்பனையாளரிடம் கடனுக்குப் பொருளைக் கொள்முதல் செய்யலாம்.

ஆனால் இந்தக் காலகட்டத்திற்குள் கச்சாப்பொருளை வாங்கி அவற்றை மதிப்புக் கூட்டி விற்பனை செய்து, பணத்தைப் புரட்டி கொள்முதல் செய்தவரிடம் ஒப்படைத்து விட வேண்-டும். இந்த சுழற்சியில் ஏதேனும் தாமதம் நிகழ்ந்தால் பணத்தைக் கடன் வாங்கியேனும்

அவருக்குக் கொடுத்தாக வேண்டும்.

ஒரு தொழில் முனைவரின் கவனம் என்பது பணத்தை அதிக அளவில் சுழற்றுவதாக இருக்க வேண்டும். அதாவது, எந்தப் பொருள் அதிகம் விற்பனை ஆகிறதோ, எது வேகமாக விற்கப்படுகிறதோ அதனைக் கண்டறிந்து விற்கவேண்டும். கொள்முதல் செய்த பொருட்கள் விற்பனையாகவில்லை என்றால் அவற்றை மூன்று மாதங்களுக்கு ஒருமுறை கண்டறிந்து விற்பதற்கு ஏதேனும் உத்திகளைக் கையாள வேண்டும். அல்லது அவற்றை அசல் விலைக்கேனும் விற்று விட வேண்டும்.

லாபம் தராத பணம், பொருள் வடிவத்தில் முடங்கி கிடப்பதில் அர்த்தமில்லை. பொதுவாக பொருளாதார வல்லுநர்களின் கூற்றுப்படி ஆண்டுக்கு நான்கு முறையேனும் உங்கள் மூலதனம் சுழன்று உங்களுக்கு லாபத்தை ஈட்டித் தர வேண்டும். அப்படிச் செய்யவில்லையென்றால் தள்ளுபடி விலையிலேனும் பொருள்களை விற்று விடுவது சிறந்தது.

65. முடிவுகள் எடுப்பது எப்படி?

பொதுவாக எந்த நிறுவனத்திற்கும் அல்லது எந்தத் தொழில் முனிவருக்கும் நோக்கம் அல்லது இலக்கு (Vision or Target) மிகவும் முக்கியம். நாம் எங்கே செல்ல வேண்டும் என்பதில்

தெளிவாக இருந்தால் தான், நாம் எப்படி செல்வது? எதற்கு செல்வது? என்பது குறித்த முடிவுகளை மேற்கொள்ள முடியும்.

ஒரு கப்பல் கட்டும் நிறுவனம் 'நாங்கள் அதிநவீன தொழில்நுட்பம் கொண்ட, மிகச் சிறந்த கப்பல்களைக் கட்டுவோம்; மிகுந்த தரமான கப்பல்களைக் கட்டுவோம்; இழப்பேயானாலும் பரவாயில்லை' என்று ஒரு அறிவிப்பு வெளியிட்டிருந்தது. ஆக, அதிநவீன தொழில்நுட்பமும், மிகச்சிறந்த தரமுமே முக்கியம். பணம் செலவழிப்பதைப் பற்றி கவலையில்லை என்கிற தகவலை இதன் மூலம் அனைவரும் தெளிவாக உணரலாம். இந்த இலக்கு தெளிவாகப் புரிந்ததால் அந்த நிறுவனத்தில் பணியாற்றக்கூடியவர்களுக்கும் முடிவுகளை எடுக்க எளிதாக இருக்கும்.

அதாவது, கொள்முதல் பிரிவில் இருப்போர் தரமான பொருள்களை மட்டுமே கொள்முதல் செய்வர். தொழில்நுட்பப் பிரிவில் இருப்போர் அண்மைக்கால — மிகச் சிறந்த, — அதிநவீன தொழில் நுட்பங்களை மட்டுமே பயன்படுத்துவர். இந்த வாசகத்தை உருவாக்கிய கப்பல் கட்டும் நிறுவனத்தின் தலைவருக்கு ஆசை என்னவென்றால், '"நாம் தயாரிக்கும் கப்பல்கள் மிகத் தரமானதாகவும், அண்மைக்கால தொழில்நுட்பத்தைக் கொண்டதாகவும் வாடிக்கையாளர்கள் கருதி விட்டால் தொடக்கத்தில் கப்பலை விற்பது கடினமாக இருந்தாலும், நாள் செல்லச் செல்ல வாடிக்கையாளர்கள் நம்மைத் தேடி வருவார்கள்" என்பது தான்.

அவரது நம்பிக்கை வீண் போகவில்லை. தொடக்கத்தில் அதிக விலை கொடுத்து கப்பல்களை வாங்க முன்வராத வாடிக்கையாளர்கள் கூட, சில ஆண்டுகள் கழித்து இந்நிறுவனத்தைத் தேடி வந்தனர். கூடுதல் விலை கொடுக்கவும் தயாராக இருந்தனர். இதனால் இந்நிறுவனம் மிகப் பெரிய வெற்றி அடைந்தது. இப்படியான தொலைநோக்கு சிந்தனை வியாபாரத்திற்கு மிக அவசியம்.

இதுபோன்று உங்கள் நிறுவனமும் தரமான பொருட்களை விற்க வேண்டுமா? அல்லது ஓரளவு தரமாக இருந்தாலும் பரவாயில்லை... விற்கிற பொருள்களில் விலை குறைவாக இருக்கவேண்டுமென்று எண்ணுகிறீர்களா? அல்லது புதுமையான பொருள்களாக இருக்க வேண்டும் என்று ஆசைப்படுகிறீர்களா? எல்லா சேவையும் ஒரே குடையின்கீழ் வழங்கப்பட வேண்டும் என்பது உங்கள் ஆவலா அல்லது ஒரே ஒரு சேவையில் மட்டும் சிறப்பு பெறப் போகிறீர்களா என்பன போன்ற கேள்விகளுக்கு தெளிவானதொரு பதிலை முன்பே நிர்ணயித்துவிட்டால், உங்களுக்குக் கீழ் பணியாற்றுபவர்களால் அதனடிப்படையில் முடிவுகள் எடுப்பது எளிதாகும். இந்த பாலிசி டிசிஷன் எதிர்காலக் குழப்பத்தைப் போக்கும்.

உங்களுக்காக ஒரு சிறிய பயிற்சி:

ஒரு பேப்பரையும், பேனாவையும் எடுத்துக் கொள்ளுங்கள். உங்களுக்கு விவரம் தெரிந்த நாளில் இருந்து நீங்கள் என்னென்ன முடிவுகளை எடுத்தீர்கள் என்பதைப் பட்டியலிடுங்கள். நீங்கள் பேனா வாங்கியதில் இருந்து தொடங்கி, உறவினர் வீட்டிற்குச் சென்றது, படிக்கும் கல்லூரியைத் தேர்ந்தெடுத்தது, செல்லும் வேலையை முடிவு செய்தது... என்பன வரையில் எதுவாக வேண்டுமானாலும் இருக்கலாம்.

இந்த முடிவுகள் எல்லாம் வெற்றியடைந்தனவா... தோல்வியுற்றனவா? வெற்றிக்கும் தோல்விக்கும் என்ன காரணம் என்பதை சிந்தியுங்கள். நீங்கள் வாழ்க்கையில் எடுக்கும் மிகப்பெரும் முடிவுகள் எந்த மாதிரியான மாற்றத்தை எல்லாம் ஏற்படுத்தின என்று எண்ணிப் பாருங்கள்.

ஒரு முடிவை எடுத்த பிறகு அதன் தொடர்ச்சியாக அடுத்தடுத்து எவ்வளவு நிகழ்வுகள் நிகழ்கின்றன? ஒரு வேளை அந்த முடிவு எடுக்கப்படாமல் போயிருந்தால் உடனடியாக எப்படி எல்லாம் நிலைமை திசை மாறியிருக்கும் என்பதை நீங்கள் தெரிந்து கொள்ளத்தான் இந்தப் பயிற்சி.

தெரிந்த நண்பர் ஒருவர் ஒரு குறுகிய சந்தில் ஓட்டல் ஒன்றைத் தொடங்கினார். சந்தினுள் ஓட்டல் இருந்ததால் பெரும்பாலானோருக்கு அது இருப்பது தெரியவில்லை. மேலும் வாகனம் நிறுத்த இடவசதி இல்லாததால் பலர் அங்கு வரவே தயக்கப்பட்டனர். இதனால் தாம் தவறான முடிவை எடுத்து விட்டோம் என்பதை அவர் உணர்ந்தாலும்கூட, அவர் மனம் தளரவில்லை. அந்தப் பகுதி எங்கும் நோட்டீஸ் வினியோகித்து உணவினை 'டோர் டெலிவரி' முறையில் விற்பனை செய்து வெற்றி கண்டார்.

அதே போல் இன்னொருவர் ஒரு பள்ளிக்கூடத்துக்குள் கணினி பயிற்சி மையத்தை தொடங்கினார். அவர் எதிர்பார்த்தது போலவே அம்மையத்திற்கு நல்ல கூட்டம் வரத்தொடங்கியது. ஆனால் மாணவர்களுக்கு பயிற்சி அளிக்க தரமான பயிற்சியாளர்கள் கிடைக்கவில்லை. இதனால் எடுத்த முடிவு சரியானதாக இருந்தாலும், செயல்படுத்துவதில் சிரமங்கள் இருந்ததால் அந்தத் திட்டமே தோல்வியை தழுவியது. எனவே, கொள்கை முடிவுகள், செயல் முடிவுகள் என இரண்டுமே அவசியம்.

நீங்கள் எதைத் தயாரிப்பது என்பது கொள்கை முடிவு. எப்படி தயாரிப்பது என்பது செயல் முடிவு.

இதில் கொள்கை முடிவை ஒரு தடவை எடுத்துவிட்டால் அதை அடிக்கடி மாற்றக்கூடாது. 'நான் ஒரு முடிவு எடுத்துட்டா, அப்புறம் நான் சொல்றதையே கூட நான் கேட்க

மாட்டேன்' என்று பஞ்ச் டயலாக் விட்டபடியே தொழிலைத் தொடங்கலாம்.

ஆனால், செயல் முடிவை உங்கள் செயலுக்கு தகுந்தாற் போல் அடிக்கடி மாற்றிக் கொள்ளலாம். சில நேரம் தயாரிப்பு முறைகளை மாற்றலாம்; சில நேரம் கச்சாப் பொருள்களை மாற்றலாம்; சில நேரங்களில் பேக்கிங்கை மாற்றலாம்; சில நேரம் சந்தைப்படுத்தும் முறையை மாற்றலாம்; ஆனால் தயாரிக்கும் பொருளையோ, பொருளின் பெயரையோ அடிக்கடி மாற்றக்கூடாது.

எனவே, கொள்கை முடிவுகள் எடுக்கின்ற போது தொழில்முனைவோர் பலமுறை யோசித்து எடுக்க வேண்டும். ஆனால், செயல் முடிவுகளைப் பொறுத்தவரையில் தொழில் முனைவோருக்குக் கீழ் பணிபுரிவோர் கூட சூழ்நிலைகளுக்கு தகுந்தாற்போல் மாற்றிக் கொள்ளலாம்.

கொள்கை முடிவு எடுக்காமல் செயல் முடிவுகளை சிந்திப்பது அத்தனை சரியல்ல, நீங்கள் எந்தெந்த பொருட்களைத் தயாரிப்பது என்று முடிவெடுக்காமல்... அதை எப்படித் தயாரிப்பது? என்ன இயந்திரம் வாங்குவது? அதற்கான கச்சாப் பொருள்கள் குறைவான விலையில் எங்கு கிடைக்கும்? என்றெல்லாம் சிந்திப்பது நேர விரயத்தையே உண்டாக்கும்.

நீங்கள் எடுக்கின்ற கொள்கை முடிவானது, உங்கள் மனதிற்குப் பிடித்ததாக இருக்க வேண்டும். நீங்கள் மிகவும் ரசித்துச் செய்யக் கூடியதாகவும் இருக்க வேண்டும். உங்களுக்கு தகவல் தொழில் நுட்பத்துறையில் ஈடுபாடு இருக்கும் போது, வாய்ப்பு கிடைக்கிறதே என்பதற்காக ரீடெயில் துறையில் நுழைவது உகந்ததல்ல.

அதுபோல் கொள்கை முடிவுகளை எடுப்பதற்கு எவ்வளவு நாட்கள் வேண்டுமானாலும் நேரம் எடுத்துக் கொள்ளலாம். ஆனால் ஒருமுறை முடிவு எடுத்த பிறகு மீண்டும் அதை மறுபரிசீலனை செய்யக் கூடாது. அது தான் வாழ்க்கை என்று கருதி முழு மூச்சாக இறங்கி விட வேண்டும்.

ஆதேசமயம், தொழில் முனைவர் தாமே எல்லா முடிவுகளையும் எடுக்க வேண்டும் என்று நினைத்தால் அந்த நிறுவனம் வளர்ச்சி அடையாது. எப்போது அவர் தமக்குக் கீழ் வேலை பார்ப்போருக்கும் முடிவுகள் எடுக்கும் உரிமையைப் பகிர்ந்தளிக்கிறாரோ, அப்போதுதான் அந்நிறுவனம் வேகமாக வளர்ச்சி பெறும்.

நீங்களே முடிவு எடுக்க வேண்டும் என்று விரும்பினால் உங்களின் நேரப் பற்றாக்குறையால் எல்லா வேலைகளும் தள்ளிப்போகும். ஆனால் ஊழியர்கள் முடிவு எடுக்கின்ற போது தவறுகள் நிகழக்கூடும் என்று நீங்கள் கேட்பது நியாயம்தான். முடிவு எடுக்கும் முறையை நீங்கள் உங்கள் ஊழியர்களுக்குக் கற்றுக் கொடுத்து விட்டால், இந்தச் சிக்கல் தீர்ந்துவிடும். அதனை எப்படி கற்றுக் கொடுப்பது? இதோ... சில ஆலோசனைகள்.

முதலில் நாள்தோறும்/ வாரந்தோறும்/ மாதந்தோறும் ஏற்படும் ஒரே மாதிரியான நிகழ்வுகளுக்கு முடிவுகள எடுக்க அவர்களை அனுமதிக்கலாம். சில முடிவுகளை எடுக்கவிட்டு அதில் நீங்கள் எப்படி முடிவெடுத்திருப்பீர்கள் என்று புரிய வையுங்கள். பொருள்களைக் கொள்முதல் செய்யும்போது பணத்தின் அடிப்படையில் ஒரு குறித்த தொகை வரை முடிவெடுக்க அவர்களுக்கு அனுமதி அளிக்கலாம்.

முடிவுகள் எடுக்க பல வழிகள் இருக்கும்போது, அவற்றில் எதை, எந்த அடிப்படையில் நிராகரிப்பது? எந்த அடிப்படையில் தேர்ந்தெடுப்பது? என்பதை கற்றுக் கொடுக்க வேண்டும்.

சிற்சில முடிவுகள் தவறாகப் போனாலும், அவை ஏன் தவறாகப் போனது என்பதை அவர்களுக்கு விளக்கிச் சொல்ல வேண்டும். முடிவுகளை அவர்கள் தவறாக எடுத்து விடுவார்களோ என்று பயந்து முடிவெடுக்கும் அதிகாரத்தை வழங்காமல் இருப்பதும் தவறான முடிவே.

சிறந்த முடிவுகளை மேற்கொள்ளும் ஊழியர்களுக்கு ஊக்கப்பரிசு வழங்கப்படவேண்டும். முடிவுகள் எடுக்கின்ற போது, ஒருவேளை, அதனால் பண இழப்பு ஏற்படுமானால், அதன் அதிகபட்ச இழப்பு எவ்வளவு என்பதை முதலில் கணிக்க வேண்டும். இழப்புகளுக்கு நாம் தயாராகிவிட்டால் அல்லது நாம் இழப்புகளைப் பற்றி முன்கூட்டியே தெரிந்துகொண்டால், அப்படி ஒரு இழப்பு ஏற்படும்போது நாம் மனம் ஒடிந்து போய் விடமாட்டோம்.

எந்த முடிவுக்கும் அடிப்படையை அதன் எதிர்மறை மற்றும் நேர்மறை நிகழ்வுகளைக் கணித்துவிட்டு, அவை இரண்டிற்கும் நம்மை தயார்படுத்திக் கொள்வது தான். அப்படிச் செய்தால் முடிவுகள் எடுப்பது எளிது.

ஒவ்வொரு முறையும் முடிவுகள் மேற்கொண்ட பிறகு அதன் விளைவுகளை வைத்து நாம் எடுத்த முடிவு சரியானதுதானா அல்லது தவறானதா என்று ஆராய வேண்டும். அதை நிறுவனத்தில் பிறரோடும் பகிர்ந்து கொள்ள வேண்டும். ஒவ்வொரு அனுபவமுமே நமது முடிவெடுக்கும் திறனை மேம்படுத்தும்.

எம்.பி.ஏ மாணவர்களுக்கு, ஒரு நிறுவனத்தில் நிகழ்ந்த உண்மையான சிக்கலைச் சான்றாகக் கொடுத்து அந்தச் சூழலில் நீங்கள் இருந்திருந்தால் என்ன முடிவை எடுத்து இருப்பீர்கள் என்று கேட்பது வழக்கம். அதை ஒரு குழு விவாதமாகவும் வைத்து ஆராய்வார்கள். எவ்வளவு அதிகமான சிக்கல்களை நீங்கள் கையாளுகிறீர்களோ அந்த அளவு உங்களது அனுபவ அறிவு மேம்படும்.

உங்கள் முன் இருக்கிற எல்லா செயல்பாட்டுக்கும் நீங்கள் உடனுக்குடன் முடிவெடுத்துப் பழக வேண்டும். ‘எந்த நிர்வாகியின் மேசையில் கோப்புகளே இல்லையோ அவரே சிறந்த நிர்வாகி’ என்று ஒரு ஆங்கிலப் பழமொழி உண்டு.

ஒரு நிர்வாகியின் வேலை முடிவெடுப்பதாக மட்டுமே இருக்க வேண்டும். செயல்படுத்தும் பொறுப்பை பிறருக்குப் பகிர்ந்தளித்து விடவேண்டும்.

உடனுக்குடன் முடிவெடுப்பதற்கு நிர்வாக தகவல் அமைப்பின் (Managing Information System) அறிக்கைகள் அவசியம். அதாவது வாரந்தோறும் அல்லது மாதந்தோறும் ஒவ்வொரு துறையும் நமது செயல்பாடுகள் குறித்து நிர்வாகத்திற்கு அறிக்கை அனுப்ப வேண்டும்.

என்ன கொள்முதல் செய்யப்பட்டது? எவ்வளவு கச்சாப் பொருள் இருப்பில் உள்ளது? எவ்வளவு பொருட்கள் விற்பனையாகி இருக்கின்றன? என்பது போன்ற தகவல்கள் முதலாளிக்கு எழுத்துப்பூர்வமாக வரவேண்டும். அவற்றை மட்டும் நிர்வாகத்தினர் தொடர்ந்து கவனித்து வந்தால் அதன் அடிப்படையில் அவர்களால் உடனுக்குடன் முடிவுகளை மேற்கொள்ள முடியும்.

சில நேரங்களில் சில சிக்கல்களுக்கு முடிவுகள் எடுக்காமல் இருப்பதும் ஒருவகை முடிவாகவே அமைந்துவிடும். நீங்கள் பயன்படுத்தும் கச்சா பொருளின் விலை திடீரென்று உயர்கிறது என்று வைத்துக் கொள்வோம். நீங்கள் அப்போது கச்சாப் பொருளை கூடுதல்

விலைக்கு வாங்கலாமா என்று முடிவெடுக்க முடியாமல் திணறுகிறீகள். சரி... கொஞ்ச நாள் பார்ப்போம்... என்று முடிவை தள்ளிப் போடுவதும் கூட, ஒரு வகையில் சிறந்த முடிவே.

இரண்டு நாட்கள் கழித்து கச்சாப் பொருட்களின் விலை குறைந்தால் உங்களுக்கு லாபம் தானே? ஒருவேளை இரண்டு நாட்கள் கழித்தும் விலை குறையாதிருந்தால் அப்போதைய தேவைக்கு மட்டும் கச்சா பொருளை கொள்முதல் செய்வது என்று முடிவு எடுக்கலாம்.

முடிவெடுக்காமல் இருப்பது என்பது சில நேரங்களில் நன்மையைத் தரலாம். சில நேரங்களில் அவை எதிர்மறை விளைவையும் தரும் என்பதை மனதில் கொள்ளுங்கள்.

முன்னாள் தமிழக முதல்வர் காமராஜர் அதிகம் படிக்காதவர். ஆனாலும் அவர் ஐ.ஏ.எஸ் அதிகாரிகளோடு அமர்ந்து முடிவுகளை எடுக்கின்ற போது, 'அவர் என்ன கேட்கிறார்?, இவர் என்ன சொல்கிறார்?, நாம் என்ன செய்யணும்?' என்று மூன்று வகையான கேள்விகளைக் கேட்டு முடிவெடுப்பது வழக்கம்.

அதாவது பொதுமக்கள் என்ன கேட்கிறார்கள்? அதற்கு அரசு அதிகாரிகள் என்ன சொல்கிறார்கள்? இரண்டையும் அடிப்படையாக வைத்து நாம் என்ன முடிவெடுத்தால் சரியாக இருக்கும்? என்று ஐ.ஏ.எஸ் அதிகாரிகளிடம் அவர் கேட்பாராம். அவர்கள் தருகிற பதிலை வைத்து "சரி! அப்படியே பண்ணுங்க..." என்பாராம்.

இந்த ரீதியில் நீங்களும் சில அடிப்படைக் கேள்விகளைக் கேட்டு அதற்கான தகவல்களைப் பெற்று முடிவுகளை மேற்கொள்ளலாம். காமராஜர் வெற்றி பெற்ற மனிதர் என்பதை மறந்துவிடாதீர்கள்.

66. லாபத்தை அதிகரிக்க என்ன செய்ய வேண்டும்?

உங்கள் தொழிலின் லாபம் அதிகரிக்க வேண்டுமா...? அதைச் செய்ய வழி தெரியாமல் தான் இங்கே இருக்கிற அத்தனை பேரும் பாடாய்ப்பட்டுக் கொண்டிருக்கிறார்க

ள். இதை படித்துக் கொண்டிருக்கும் உங்களுக்கு மட்டும் அந்த ரகசியத்தைச் சொல்கிறேன், அருகே வாருங்கள்.

ஒரு நிறுவனத்தின் லாபம் அதிகரிக்க இரண்டு வழிகள் இருக்கின்றன. அதில் முக்கியமானது, விற்பனையை அதிகரித்து, அதன் மூலம் நிகர லாபத்தைப் பெருக்குவது. இது தரமான பொருட்களைத் தருவது, பரவலாக விளம்பரம் செய்வது, வாடிக்கையாளர் திருப்தி என்று பலதுறைகள் சம்பந்தப்பட்டது. இது வெளி லாபம் ஆகும் .

உள் லாபம் ஒன்று உண்டு. இப்படிச் சொன்ன உடனே, 2-ம் நம்பர் கணக்கு, உடனிருக்கும் பார்ட்னரை ஏய்ப்பது... இப்படியெல்லாம் தப்பாக யோசிக்க வேண்டாம்.

ஓகே. அது என்ன உள் லாபம்..? இதோ, இந்தியாவின் முன்னாள் நிதி அமைச்சர் ப. சிதம்பரம் சொன்னதைக் கேளுங்கள்.

"இந்தியாவின் துணை நிதியமைச்சராக இருந்தபோது அரசு முறைப் பயணமாக ஜப்பான் சென்றிருந்தேன். அங்கிருந்த மிகப் பெரிய ஆட்டோமொபைல் நிறுவனம் ஒன்றிற்குச் செல்லும் வாய்ப்பு கிடைத்தது. உலகம் முழுக்க பிரசித்திபெற்ற கார்களைத் தயாரிக்கும் அந்தத் தொழிற்சாலையின் நிறுவனர் 90 வயது கொண்ட முதியவர். அவர் ஓய்வு ஏதும் எடுக்க விரும்பவில்லை. தான் விரும்பி வளர்த்த நிறுவனத்தை அந்த வயதிலும் தானே நிர்வகிக்க

விரும்பி, தினமும் அரை நாள் அலுவலகத்திற்கு வந்து கொண்டிருந்தார்.

பரந்து விரிந்த நிறுவனம் அது. ஆயிரக்கணக்கில் ஊழியர்கள் பணியாற்றும் அந்த நிறுவனத்தில் இந்தப் பெரியவர் நாள்தோறும் எந்தத் துறையில் கவனம் செலுத்துவார்...? அனேகமாக விற்பனைப் பிரிவாகத் தான் இருக்க வேண்டும் என்று தோன்றியது. காரணம், ஒரு நிறுவனம் மாபெரும் வெற்றியைப் பெற்று உலக அளவில் முன்னணியில் இருக்கும் போது, அந்த நிறுவனத்தின் நிறுவனர், தினமும் தொழிற்சாலைக்கு வந்து போகிறார் என்றால், மிக முக்கியமான துறையைத் தானே தனக்கென தேர்ந்தெடுப்பார்.

அப்படி அவர் அந்த அரை நாளில் எந்தத் துறையில் இன்னமும் கவனம் செலுத்துகிறாரோ, அந்தத் துறைதான் மொத்த தொழிற்சாலையின் வெற்றிக்கே காரணமாக இருக்க முடியும். இதனைத் தெரிந்து கொண்டே தீர வேண்டும் என்ற ஆவலில் அந்தப் பெரியவரைச் சந்தித்து என் சந்தேகத்தை கேட்டேன்.

“ஐயா ! இந்த வயதிலும் நீங்கள் அலுவலகத்திற்கு வந்து என்ன வேலை செய்கிறீர்கள்...? உற்பத்தித் துறையில் கவனம் செலுத்துவீர்களா...? அல்லது நிதித் துறையில் கவனம் செலுத்துவார்களா...? அல்லது தொழிலாளர் நலனிலா...? இதில் எந்தத் துறை உங்கள் வெற்றிக்கு அடிப்படை?” என்று கேட்டேன்.

சிறிய சிரிப்போடு என்னை நிமிர்ந்து பார்த்தார். “நீங்கள் சொல்கிற எல்லாமே முக்கியமான துறைகள்தான். ஆனால், இதில் எந்தத் துறையிலும் நான் நேரடியாகக் கவனம் செலுத்துவதில்லை. நான் பின்வாசல்காரன்!” என்று சிரித்தார்.

புரியாமல், “அப்படியானால், நீங்கள் அலுவலகம் வந்து என்ன செய்வீர்கள்..?” என்று கேட்டேன்.

நிறுவனத்தின் ஓட்டைகளை அடைபவன் நான். இங்கே வருவாய் வாசலைக் கவனிக்க, பலர் இருக்கிறார்கள். செலவு என்ற பின்வாசல் பலருக்குத் தெரிவதில்லை. நான் கவனம் செலுத்துகின்ற ஒன்று, இந்நிறுவனத்தின் செலவுகளை எப்படி குறைப்பது என்பதில் மட்டும்தான். நாள்தோறும் நான் செலவு விவரம் அனைத்தையும் பெற்றுக்கொண்டு தேவையற்ற செலவுகளை குறைத்துக் கொண்டே இருப்பேன்.

100 ரூபாய் வருமானம் வருகிற இடத்தில் செலவுகள் 90 ரூபாய் என்றால் 10 ரூபாய்தான் லாபம் கிடைக்கும். வருமானத்தை 130 ரூபாய் ஆக்க அதற்கான பிரதிநிதிகள் பாடுபடலாம் அப்படி செய்யும் போது, கூடவே செலவுகளும் 120 ரூபாய்க்கு உயர்ந்து விடலாம். பேப்பரில் வருமானம் உயர்வு காட்டுவதை விட, பாக்கெட்டுக்கு வந்து சேரும் லாபம் தான் முக்கியம்.

ஒரு நிறுவனத்தின் லாபம் அதிகரிக்க வேண்டுமானால் வருமானம் உயர்ந்தால் மட்டுமே போதாது. வருமானத்தின் காலை பின்னால் பிடித்து இழுக்கும் செலவுகளையும் குறைக்க வேண்டும். தொழிற்சாலையில் வேலை பார்க்கின்ற அனைத்து ஊழியர்களும் வருமானத்தை அதிகரிக்க வைத்துக் கொண்டிருப்பார்கள். நான் செலவுகளை குறைத்துக் கொண்டு இருக்கிறேன். அதனால், நிறுவனத்தின் லாபம் இரு மடங்காக உயர்கிறது. இது, எங்கள் வெற்றியின் ரகசியம் மட்டுமல்ல... நாங்கள் முன்னணி நிறுவனமாக சோர்வின்றி சென்று கொண்டிருக்கும் ரகசியமும் கூட” என்றார்.

சில ஆண்டுகளுக்கு முன் திரு. ப. சிதம்பரம் தனியார் வங்கி ஒன்றின் பொன்விழாக் கொண்டாட்டத்தின் போது கூறிய இந்த விஷயம், பெருநிறுவனங்களுக்கு மட்டும்மல்லாது, சிறிய ஸ்தாபனங்களுக்கும் பொருந்தும்.

ஒரு நிறுவனத்தின் லாபம் அதிகரிக்க இன்றைக்கு எண்ணற்ற நிர்வாக உத்திகள் கையாளப்படுகின்றன. ஆனால், செலவைக் குறைப்பதற்கு பலரும் முக்கியத்துவம் தருவதில்லை.

பத்து ரூபாயை நாம் வருமானமாக ஈட்டி, அதில் எட்டு ரூபாயை செலவழித்தால் இரண்டு ரூபாய் லாபம் கிடைக்கும். இந்த லாபத்தை மூன்று ரூபாயாக உயர்த்த விரும்பினால், ஒன்று நாம் வருமானத்தில் 1 ரூபாயை அதிகரிக்க வேண்டும். அல்லது செலவில் ஒரு ரூபாயை குறைக்க வேண்டும். சரிதானே...?

வருமானத்தை அதிகரிப்பது என்பது இன்றைய போட்டி உலகில் வாடிக்கையாளர்களின் கையில் இருக்கிறது. ஆனால், செலவினங்கள் நம் கட்டுப்பாட்டில் இருப்பவை. அதனைக் குறைப்பது ஓரளவு சாத்தியமே

67. கேரக்டர் முக்கியம்!

'பிராண்டிங்' என்பது பொருளுக்கு மட்டுமல்ல தொழில் முனைவருக்கும் அவசியம். அம்பானி என்றாலே அவரை நம்பி முதலீடு செய்யலாம் என்கிற எண்ணம் முதலீட்டாளர்கள் மத்தியில் ஆழமாகப் பதிந்து விட்டது.

அதுபோல் டாடா என்றாலே தரமானது என்ற எண்ணம் மக்கள் மத்தியில் எழும். இதுபோல் உங்களுடைய பிராண்டையும் நிலை நிறுத்திக்கொள்ள வேண்டும் என்றால் நீங்கள் கீழ்க்காணும் வழிமுறைகளைப் பின்பற்றலாம்.

குறிப்பாக, கொடுக்கல் வாங்கலில் எக்காரணத்தைக் கொண்டும் நம்பகத் தன்மையை ஒரு தொழில் முனைவர் இழந்து விடக்கூடாது. காசோலையைப் பணமின்றி திருப்பி அனுப்பாமல் இருப்பது முக்கியம். மேலும் உரிய நேரத்தில், வாக்களித்தபடி தொகையைக் கொடுத்துவிட வேண்டும்.

ஒரு பொருளை இந்தத் தேதியில் பட்டுவாடா செய்கிறேன் என்று ஒப்புக்கொண்டால் சொன்னபடி அந்தத் தேதியில் பட்டுவாடா செய்யவேண்டும். இயலவில்லை என்றால் அதை முன்கூட்டியே வாடிக்கையாளரிடம் தெரிவிக்க வேண்டும். சொல்லும், செயலும் ஒன்றாக இருப்பது தொழிலுக்கு மிக முக்கியம்.

அனைத்து ஊழியர்களையும் சமமாக மதித்துப் பழக வேண்டும். பெரிய அதிகாரிகள் முதல் கடைநிலை ஊழியர்கள் வரை அனைவரையும் சமமாக மதித்து நெருங்கிப் பழக வேண்டும். கொடுக்கும் சம்பளத்திற்கு வேலையைச் செய்வது அவர்களது கடமை என்றாலும் கூட, அவர்கள் சிறப்பாகச் செயல்படுகின்ற போது தட்டிக் கொடுத்து பாராட்டு தெரிவிப்பது முக்கியம்.

அடுத்து, நீங்கள் யாரிடமாவது குறித்த நேரத்திற்கு வருவதாக வாக்களித்து இருந்தால் அவர்களைக் காக்க விடாமல் உரிய நேரத்திற்கோ அல்லது சற்று முன்னதாகவோகூட சென்று விடுவது தொழில் முனைவோருக்கான நற்குணங்களில் ஒன்று.

ஊழியர்களுக்கோ அல்லது வாடிக்கையாளர்களுக்கோ ஏதேனும் சிக்கல் என்றால் பரிவுடன் அவர்களுக்கு உதவும் பழக்கத்தை வைத்துக்கொள்ள வேண்டும். அல்லது உதவுவதற்கு யாரையாவது அனுப்ப வேண்டும்.

தொழில் முனைவருக்கு பேச்சுத் திறன் மிக மிக அவசியம். எல்லோரிடமும் சிரித்த முகத்துடன் பேசியவாறே தம் காரியத்தை சாதித்துக் கொள்ளும் திறன் வேண்டும். ஒருமுறை ஒரு இந்திய தொழிலதிபர் ஜப்பான் நாட்டுக்குச் சென்று அங்கு 'டர்பண்டா' என்கிற பொருளைத் தயாரிப்பதற்கான ஆர்டரை பேரம் பேசி சாதுர்யமாக வாங்கி விட்டார். ஆர்டர் வாங்கியவுடன் அந்த நிறுவனத்தில் வேலை பார்க்கும் ஒருவரை தனியாக அழைத்து, "டர்பண்டா என்றால் எப்படி இருக்கும்? எனக்கு ஒரு சாம்பிள் கொடுங்களேன்" என்று அப்பாவியாகக் கேட்டாராம். பேச்சால் சாதித்ததை திறமையால் தக்க வைத்துக் கொள்ளும் சாதுர்யத்தனம் முக்கியம்.

எக்காரணத்தைக் கொண்டும் காலாவதியான பொருட்களை விற்காதீர்கள்.

போட்டியாளரையும் நண்பரைப் போல் பாவியுங்கள். அவரோடு பகையை வளர்த்துக் கொள்ளுதல் நம்முள் ஒரு மன அழுத்தத்தை உருவாக்கும். மாறாக, முடிந்த வரை நம் துறை சார்ந்த தொழில் முனைவரோடு தோழமை கொண்டிருந்தால் அன்றாட நிகழ்வுகளையும் வரவிருக்கிற சவால்களையும் தெரிந்து கொள்வது வசதியாக இருக்கும்.

தொழில் ரகசியங்களை நாம் பகிர்ந்து கொள்ளாவிட்டாலும் கூட அறிமுகப்படுத்தப்படும் புதிய சட்டங்கள், வரி விதிப்புக்கள், பணம் தராத வாடிக்கையாளர்கள் விவரம், சிக்கலுக்குரிய பணியாளர்கள்... போன்றவற்றைப் பற்றி பகிர்ந்து கொள்ளலாம். போட்டியாளராக இருந்தால் என்ன? அவர்களும் நம்மைப் போன்று அன்றாடம் பணத்திற்காக ஓடும் மனிதர்கள்தானே?

தொழிலில் வெற்றி பெறுவதற்கு வாடிக்கையாளர்களே முக்கிய காரணம். அப்படிப்பட்ட வாடிக்கையாளர்களை மதிப்புடன் நடத்த வேண்டியது நமது பொறுப்பு. கடைக்கோ, அலுவலகத்திற்கோ வருகின்ற வாடிக்கையாளரை முதலில் அமர வைத்து, தண்ணீர் கொடுத்து, அவர்களின் தாகத்தைத் தீர்க்க வேண்டும். அவர்களுடன் புன்முறுவல் பூக்கப் பேசி, மனதிற்குப் பிடித்ததைக் கொடுத்து வர்த்தகம் மேற்கொள்ள வேண்டும்.

அவர்கள் நமது இடத்தை விட்டுச் செல்கின்ற போது, அவர்களுக்கு ஏதேனும் சிறிய நினைவுப் பரிசை கூட வழங்கலாம்.

சென்னை, தியாகராய நகர், உஸ்மான் சாலையில் உள்ள போத்தீஸில் மாலை நேரத்தில் தினமும் ஏதாவது இனிப்பு பலகாரம் இலவசமாக தருவது வழக்கம். கடைக்குள் இருக்கும் மக்கள் துணி வாங்குவார்களா? மாட்டார்களா? என்பது பற்றியெல்லாம் கவலைப்படாமல் அந்த நேரத்தில் யார் யார் எல்லாம் இருக்கிறார்களோ அவர்கள் அனைவருக்கும் இந்த பலகாரத்தை வழங்கி வருகிறது போத்தீஸ்.

மேலும் தமிழகம் முழுவதும் உள்ள பெரும்பாலான நகைக் கடைகளில் வெள்ளியோ, தங்கமோ வாங்குகிற போது மணி பர்ஸ், பேக் போன்றவை அன்பளிப்பாக வழங்கப்படுகின்றன. கார்ப்பரேட் நிறுவனங்களும் பொங்கல், புத்தாண்டு விழா நேரங்களில் இனிப்புப் பண்டங்கள், பட்டாசுகள், நாட்குறிப்புகள், காலண்டர்கள் போன்றவற்றை வாடிக்கையாளர்களுக்கு அன்பளிப்பாக வழங்குகின்றன.

பணியாற்றும் இடத்தில் அது கடையோ, அலுவலகமோ எதுவாயினும், அங்கு வாடிக்கையாளர், ஊழியர் அதிகாரி என எவரோடும் சண்டை போடுவது நமது நிறுவனத்தின் நற்பெயருக்கு நாமே களங்கம் விளைவிப்பதாகும். சிக்கல்களை தீர்த்துக் கொள்வதற்கு பல வழிகள் இருக்கின்றன. குறைந்தபட்சம் சிக்கல்களை அப்போதைக்கு தள்ளிப்போட்டு, பிறகு ஆற அமர பேசலாம்.

அதுபோல, ஒரு தொழில் முனைவர் எவ்வளவு பெரிய சிக்கல் வந்தாலும் துவண்டு போகாமல் இருத்தல் அவசியம். சிக்கல்கள் எவ்வளவு தீவிரமானதாயினும் அதைவிட தீப்பிழம்பாக துருதுருவென்று தொழில்முனைவோர் உற்சாகத்தோடு இருக்க வேண்டும். தோல்வி எல்லோருக்கும் வரும்; ஆனால் அதிலிருந்து மீள்பவருக்கு மட்டுமே வெற்றி கிட்டும். எல்லா வெற்றியாளர்களும் தோல்வியைத் தழுவித்தான் வெற்றி கண்டிருப்பார்கள்.

இதற்கெல்லாம் மேலாக, ஒரு தொழில் முனைவருக்கு தனிமனித ஒழுக்கம் என்பது இன்றியமையாதது. அவர் ஒழுக்கத்தைக் கடைப்பிடிக்காவிட்டால் அவரது மதிப்பு குறைந்து விடும் என்பதையும் மனதில் கொள்ள வேண்டும்.

இதுவரை ஆயிரத்தில் ஒருவனாக வலம் வந்த நீங்கள் இனி ஆயிரம் பேருக்குத் தலைவனாக, அவர்களின் முதலாளியாக வர வாழ்த்துக்கள். இந்தப் புத்தகத்தால் நீங்கள் ஜெயித்தால், எனக்கு ஒரு லெட்டர் போடுங்கள் முதலாளி!

68. அதிக சப்ளையர்களை வைத்துக் கொண்டால், செலவைக் குறைக்கலாம்!

பொதுவாக எந்த ஒரு வியாபாரமுமே ஆரம்பிப்பது, கொள் முதலில் இருந்துதான். பொருளைக் கொள்முதல் செய்கிறபோது அந்தப் பொருளுக்குக் குறைந்தபட்சம் 3 முதல் அதிகபட்சம் 5

விற்பனையாளர்களைத் தேர்ந்தெடுத்து (சிறிய தொழில் செய்பவராக இருந்தால், விசாரித்து), அவர்களிடமிருந்து விலைப்பட்டியலைப் பெறவேண்டும் .

இதனால், ஒரே பொருளைக் குறைந்த விலையில் கொள்முதல் செய்வதற்கான சாத்தியக்கூறுகள் அதிகம். அதாவது, ஒரு தொழில்முனைவர் விற்பனைக்கு புதிய வாடிக்கையாளர்களைத் தேடி ஓடிக்கொண்டே இருப்பதுபோல புதுப்புது சப்ளையர்களையும் தேடிக்கொண்டே இருக்க வேண்டும்.

கொள்முதல் செய்யக்கூடிய மூலப்பொருட்களின் விலை குறைந்தாலே, நம் தயாரிப்பின் அடக்க விலை குறைந்துவிடும். நிறுவனத்தின் லாபம் அதிகரிக்கும். பொதுவாக நம்மில் பலர், ஒரு நல்ல சப்ளையர் கிடைத்து விட்டால், அதில் மன நிறைவடைந்து வாழ்நாள் முழுவதும் அவரிடமே பணிகளைக் கொடுத்து அல்லது பொருட்களை வாங்கி விடுவோம்.

தரம் முக்கியம்தான்... ஆனால், புதிய தொழில் முனைவோரில் யாராவது தரமான பொருளை ஆரம்ப அறிமுகத்தில் குறைவான விலையில் தந்தால் அதையும் கவனித்து வாங்குவதுதான் புத்திசாலித்தனம்.

இதற்கு, பெரும்பாலும் சந்தை நிலவரத்தைக் கண்காணித்துக் கொண்டே இருப்பது அவசியம். லாபநோக்க வியபாரத்தில் விசுவாசம் இரண்டாம்பட்சம்தான்.

ஒரு நல்ல அச்சக நண்பர் கிடைத்துவிட்டால், வாழ்நாள் முழுவதும் அவரிடமே அச்சுப் பணிகளைக் கொடுத்து விட்டு, 'வேலை முடிந்தது' என இருந்து விடக்கூடாது. இதனால் நமக்கு காகித விலை, மை விலை போன்றவை குறித்து அடிப்படை அறிவு கூட நாளடை-வில் இல்லாமல் போகும். ஒருவரை நம்பிச் செயல்படுவதில் தவறில்லை.

ஆனால், அந்தப் பணியின் தன்மை தெளிவாகத் தெரிந்தால், முன்பு பணியைக் கொடுத்தவரிடம் பேரம் பேசி இன்னும் குறைந்த செலவில் தரமான சேவையைப் பெற வாய்ப்புகள் கிடைக்கும் இல்லையா..? எனவே கண்களை அகலத் திறந்து வைத்துக்-கொண்டு, நாலாபுறமும் கவனம் செலுத்தி வியாபாரம் செய்வது விற்பனைக்கு முந்தைய லாபத்தை அதிகரிக்கும். இதை தொழிற்சாலைகளில் மட்டுமல்லாமல், அலுவலகங்களில் கூட பயன்படுத்த முடியும். எப்படி?

சென்ற மாத செலவுக் கணக்கை எடுத்துக்கொண்டு எந்தெந்த சப்ளையருக்கெல்லாம் நாம் பணம் வழங்கியிருக்கிறோம் என்ற பட்டியலைத் தயாரிக்க வேண்டும். முக்கிய மூலப்-பொருள் தொடங்கி சாதாரண குண்டூசி வரை எல்லா விவரங்களையும் குறித்துக் கொள்-ளுங்கள். பிறகு ஒவ்வொன்றுக்கும் குறைந்தபட்சம் மூன்று சப்ளையர்களைத் தேர்ந்தெடுங்-கள்.

ஆயிரங்களில் வியாபாரம் நடக்கிறது. பத்து, இருபது ரூபாய்களில் நேரத்தை செலவ-ழிப்பது புத்திசாலித்தனம் என்று தோன்றுகிறதா..? நீங்கள் தான் இந்த வேலையைச் செய்ய வேண்டும் என்கிற அவசியமில்லை. உங்களுக்கு கீழே பணிபுரிபவர்களிடம் இந்த பொறுப்பை ஒப்படையுங்கள்.

இதற்கெல்லாம் புதிய சப்ளையர்களை எங்கே தேடுவது என்ற அலுப்பு வருகிறதா..? அதற்கும் இருக்கிறது சிம்பிள் வழிகள்.

நம் நண்பர்கள், உறவினர்கள் போன்றோரிடம் வேறு தகவல் பேசும்போது பத்தோடு பதி-னொன்றாக இந்த விவரங்களையும் கேட்டு தெரிந்து கொள்ளும் பழக்கத்தை வளர்த்துக் கொள்ளுங்கள். அவசியம் நேரும் போது கூகுளில் தேடிப் பார்க்கலாம்.

இப்படி தொடர்ந்து புதுப் புது சப்ளையர்களை அதிகரித்துக் கொண்டே இருந்தால் செல-வுகளைக் குறைக்க முடியும்.

69. மின் சிக்கனம்

மின்சாரக் கட்டணங்கள் இப்போது ஷாக் அடிக்கும் செலவு விஷயமாக மாறி வருகின்றன.

ஒரு நிறுவனத்தின் வேலை நேரம் காலை 10 மணி முதல் மாலை 6 மணி வரை என்று வைத்துக் கொள்ளுங்கள். காலை 10 மணிக்கு வரும் ஊழியர் தன் வேலைகளை மாலை 6 மணிக்குள் முடிக்க முடியாமல் போகிறது. அவர், தன் தனிப்பட்ட நேரத்தில் அன்று இரவு 11 மணிவரை இருந்து வேலைகளை முடித்து விட்டு செல்கிறார்.

ஒரு ஊழியர்தானே என்பதற்காக, ஒரு டியூப் லைட், ஒரு பேன் மட்டுமே ஓடாது. மொத்த அறையின் மின்சாரமும் பயன்படுத்தப்படும். ஒரு வகையில் பார்த்தால், அந்தத் 'தியாகி' ஊழியர், தன் நேரத்தை அலுவலகத்துக்காக செலவிட்டு வேலையை முடித்து விட்-டுச் செல்கிறார். நல்ல விஷயம்தான்.

இதையே, இன்னொரு கோணத்தில் யோசியுங்கள். (என்ன இன்னொரு கோணம்... இதுதான் முதலாளியின் சிந்தனையாக இருக்க வேண்டும்.)

குறிப்பிட்ட நேரத்திற்குள் வேலையை முடிக்க முடியாத, திறமையற்ற ஊழியரால், தேவையற்ற வீண் செலவு... அவர் அலுவலகத்தில் இருக்கும்வரை அவரது டீம் ஆட்கள் இருந்தாக வேண்டிய கட்டாயம்... அவர்களால் ஏறும் மின்சாரச் செலவு... இதிலெல்லாம் சிக்கன முறைகளை நடைமுறைப்படுத்த முடியும் தானே!

எலக்ட்ரிகல் சூப்பர்வைசரை வைத்து ஆண்டுதோறும் மின்சார உபயோகம் தொடர்பான ஆடிட்டிங் மேற்கொள்ளலாம். தேவையற்ற வகையிலான மின்சாரப் பயன்பாட்டைக் கண்டறிந்து அதைக் குறைக்க முயற்சி செய்யலாம்.

மிகப் பழைய சாதனங்கள் அதிக மின்சாரத்தை எடுக்கும். ஆதலால் அவற்றை தவிர்த்து, புதிய சாதனங்களைப் பொருத்தலாம். சிலவிடங்களில் டியூப் லைட்டுக்கு மாற்றாக மின்சார சிக்கனம் வாய்ந்த எல்.இ.டி (LED)பல்புகளைப் பயன்படுத்தலாம்.

அலங்கார விளக்குகளைத் தவிர்த்துவிட்டு சாதாரண விளக்குகளையே அலுவலகங்களில் பயன்படுத்தலாம்.

அதிகமான மின்சாரத்தைப் பயன்படுத்துபவர்கள் காற்றாலையை வாங்கி, அதன் மூலம் மின் கட்டணத்தைக் குறைக்கலாம். காற்றாலைகளில் இருந்து உற்பத்தி ஆகும் கூடுதல் மின்சாரத்தை அரசே வாங்கிக் கொள்ளும். அந்த முதலீட்டிற்கும் வரிவிலக்கு உண்டு என்பதை நினைவில் கொள்ளுங்கள்.

70. அலுவலகச் செலவைக் குறைப்பது எப்படி..?

பொது நூலகங்களில் ஒன்றான 'அலெக்சாண்ட்ரியா' (Alexanderia) எரிந்து சாம்பலான பிறகு ஒரு சில புத்தகங்கள் மட்டுமே தீயின் நாக்குகளில் இருந்து தப்பித்தன.

அவற்றை எல்லாம் எடுத்து அந்நூலகத்தினர் வந்த விலைக்கு விற்கத் தொடங்கினர். படிப்பதில் ஆர்வம் கொண்ட ஒரு ஏழை இளைஞன் தன்னிடம் இருந்த சில உலோகங்களைக் (அந்தக் கால நாணயம்) கொடுத்து ஒரு புத்தகத்தை வாங்கினான்.

மொத்த புத்தகத்திலும் அவனுக்கு ஆர்வம் ஏற்படவில்லை என்றாலும், புத்தகத்துக்கு இடையே இருந்த ஒரு சிறிய பழுப்பு நிறக் காகிதம் அவனுக்கு வியப்பை உண்டாக்கியது. அதில் 'உரைகல்' (Touch Stone) என்னும் ஒரு அதிசயக்கல் பற்றிய குறிப்பு கீழ்க்கண்டவாறு எழுதப்பட்டிருந்தது.

'உரைகல் என்பது ஒரு சிறிய கூழாங்கல்லாகும். இந்த கூழாங்கல் எந்த உலோகத்தையும் தங்கமாக மாற்றக்கூடிய தன்மை கொண்டது. கடற்கரை ஓரங்களில் பரவிக் கிடக்கும் ஆயிரக்கணக்கான கூழாங்கற்கள் இடையே இந்த உரைகல் இருக்கக்கூடும். தோற்றத்தில் எந்த வேறுபாடு இல்லாவிட்டாலும்கூட கையில் எடுத்துப் பார்த்தால் சாதாரண கூழாங்கற்கள் குளிர்ச்சியாக இருக்கும். ஆனால், உரைகல்லோ சூடாக இருக்கும்'. இந்த உரைகல்லைக் கொண்டு இரும்பைத் தேய்த்தால் அது தங்கமாக மாறும்.

இதைப் படித்து உற்சாகம் அடைந்த அந்த இளைஞன், தன்னிடமிருந்த ஒரு சில உடமைகளையும் விற்றுவிட்டு கடற்கரை ஓரத்தில் கூடாரம் அமைத்து உரைகல்லைத் தேடத்

தொடங்கினான். கடற்கரை ஓரம் போய் நின்று கொண்டு குனிந்து கூழாங்கற்களை எடுப்பதும், குளிர்ச்சியாக இருப்பதைப் பார்த்துவிட்டு அதைத் தூக்கி கடலுக்குள் எறிவதுமாக இருந்தான். பல நாட்கள், பல ஆயிரம் முறை திரும்பத் திரும்ப சோதித்துப் பார்த்து ஏமாந்து போனான்.

இருப்பினும் அவன் மனம் தளரவில்லை. கூழாங்கல்லை எடுப்பான். குளிர்ச்சியை உணர்ந்து ஏமாற்றம் அடைவான். கடலில் எறிவான். இந்தச் செயல் நடந்து கொண்டே இருந்தது.

எந்தத் தேடலுக்கும் விடை கிடைத்துத் தானே ஆக வேண்டும்? ஒரு நண்பகலில் அவனுக்கு அந்த உரைகல் கிடைத்தது. அவன் வழக்கம்போல் அந்தக் கல்லைக் கையில் எடுத்தான்; குளிர்ச்சிக்குப் பதிலாக வெப்பத்தை உணர்ந்தான். அது வெப்பம்தான் என்று அவனது மூளை உணர்த்தும் முன்பே பழக்க தோஷத்தில் அவனது கை, அவனையும் அறியாமலே அந்தக் கல்லை கடலுக்குள் எறிந்து விட்டது.

பல ஆயிரம் தடவைக்கும்மேல் கற்களைப் பொறுக்கி கடலுக்குள் வீசி எரிகின்ற பழக்கத்தை அவன் வளர்த்துக் கொண்டதால் சரியான உரைகல் கிடைத்தும், அந்த வாய்ப்பைப் பயன்படுத்தாமல், கடலுக்குள் எறிந்து விட்டான்.

நம்மைத் தேடி வரும் வாய்ப்புகளையும் நாம் இப்படித்தான் இனம் கண்டு கொள்ளாமலும், பொருட்படுத்தாமலும் விட்டு விடுகிறோம். வாய்ப்புகள் மட்டுமல்ல... செலவினங்களும் கூட இப்படித்தான்.

நாம் எதைக் கண்டு கொள்வது இல்லையோ அவை நம்மைப் பொருட்படுத்துவதில்லை. செலவினங்களை நாம் குறைக்க முயற்சிக்காவிட்டால் அப்படி சில வாய்ப்புகள் வரும்போது அதை பற்றிய சிந்தனையே இல்லாமல் போய்விடும்.

எப்படி விற்பனையை உயர்த்துவதற்கென்று வாராந்திர மற்றும் மாதாந்திரக் கூட்டத்தை அலுவலகத்தில் நடத்தி ஊழியர்களை ஊக்குவிக்கிறோமோ, அதுபோல செலவுகளைக் குறைக்கும் வேலையையும் நாம் மேற்கொள்ள வேண்டும். மாதந்தோறும் ஊழியர்களிடையே கூட்டம் நடத்தி செலவினங்களை ஆராய்தல், மாற்றுச் செலவினங்களைப் பற்றி யோசித்தல், புதிய யோசனைகளை சொல்வதற்கு ஊக்கத்தொகை வழங்குதல், பிற நிறுவனங்களுக்கு சென்று பார்த்து சிக்கன முயற்சிகளை கற்றுக் கொள்ளுதல் போன்றவற்றை வழக்கமாகக் கொள்ள வேண்டும்.

பயன்பாட்டுச் சிக்கனம் பற்றித் தெரியுமா உங்களுக்கு..?

நாம் அன்றாடம் அலுவலகத்தில் பயன்படுத்தக் கூடிய பொருட்களின் சிக்கனத்தைக் கடைப்பிடிப்பது தான் அது.

பெரும்பாலான அலுவலகங்களில் காகிதத்தில் ஒரு பக்கம் பிரிண்ட் எடுத்து விட்டு, அது தேவையில்லை என்றால் அப்படியே கிழித்துப் போட்டு விடுவர். இதற்கு மாற்றாக ஒன் சைட் பேப்பர் என்று ஒரு கோப்பை தனியே உருவாக்கி, அதில் ஒரு பக்கம் பயன்படுத்தப்படாத பேப்பர்களை அடுக்கி வைத்து நமது உள் அலுவலகத் தேவைகளுக்குப் பயன்படுத்திக் கொள்ளலாம். இதனால், காகிதம் வீணாவதும் குறையும். நாம் பயன்படுத்துகின்ற பேப்பர் மட்டுமல்லாது, நமக்கு வருகின்ற அஞ்சல்கள், நோட்டீஸ்கள், விலைப்பட்டியல்கள், விவரக்குறிப்புகள் போன்றவற்றையும் தேவையற்றது என்று நிராகரிக்கிற போது அவற்றை ஒரு

பக்கக் காகிதமாகப் பயன்படுத்தி காகிதச் செலவை மிச்சப்படுத்தலாம்.

இப்படி எவை எவற்றையெல்லாம் பயன்படுத்தலாம்..?

அலுவலகத்தில் தேநீர் செலவு அதிகமானால் 'டீ வெண்டிங்' இயந்திரத்தை வாங்கி வைக்கலாம்.

மினரல் வாட்டர் செலவு அதிகரித்தால், சிறிய அளவில் நீரை சுத்திகரிக்கும் கருவியைப் பயன்படுத்தலாம்.

லேசர் பிரிண்டர்களுக்கு பயன்படும் டோனரை கார்பன் பவுடர் நிரப்பி (Refill) மீண்டும் ஒருமுறை அல்லது இருமுறை பயன்படுத்தலாம். புதிதாக டோனர் வாங்கினால் குறைந்த-பட்சம் ரூ 2 ஆயிரம் செலவாகும். ஆனால், டோனரை ரீஃபில் செய்ய ரூ 500 மட்டுமே செலவாகும்.

ஒவ்வொரு முறையும் கத்தி, கத்தரிக்கோல் போன்றவற்றை மாற்றாமல் அவற்றை சாணைப் பிடித்து இன்னும் சில ஆண்டுகளுக்கு பயன்படுத்தலாம்.

லெட்டர் பேட், அலுவலகக் கவர், விசிட்டிங் கார்டு போன்ற எழுதுபொருட்களை ஸ்கிரீன் பிரின்டிங் அடிக்கும் போது பெரும்பாலும் ஒரு வண்ணத்திலேயே அச்சடிக்கலாம். ஒவ்வொரு முறையும் நான்கு வண்ணத்தில் அச்சடித்தால் செலவுகள் இரண்டு அல்லது மூன்று மடங்கு அதிகமாகும். அவசியம் என்றாலொழிய, ஒரே வண்ணத்தில் லெட்டர் ஹெட்கள் மற்றும் கவர்களை குறைந்த எண்ணிக்கையில் அச்சடித்துக் கொள்வது செலவைக் குறைக்கும் விஷ-யங்களில் ஒன்று.

இப்படி எழுதிக் கொண்டே போகலாம். வழிகாட்டி விட்டோம் இனி உங்கள் கோணத்தில் நீங்கள் செலவைக் குறைக்க யோசிக்கத் தொடங்குங்கள்...!

71. விற்பனை உயரும் வழி!

அந்தக் காலத்தில் ஐஸ்கிரீம் விற்பனை செய்யும் நிறுவனங்களுக்கு காலங்காலமாக ஒரு சிக்கல் இருந்து வந்தது. அப்போதெல்லாம் ஐஸ்கிரீமை கண்ணாடிக் கோப்பைகளில் வைத்து கடைகளில் விற்பனை செய்வது தான் வழக்கம். கூட்ட நெரிசல் மிகுந்த இடங்களிலும்,

திருவிழாக் காலங்களிலும் கூட்ட நெரிசல் மிகுந்த இடங்களிலும் இந்த கண்ணாடிக் கோப்பைகள் தொடர்ந்து உடைந்துகொண்டே இருந்தன. அதோடு காணாமலும் போயின.

இதனால் ஏற்படுகிற இழப்பை எப்படி ஈடுகட்டுவது என்று புரியாமல் தவித்தனர் ஐஸ்கிரீம் விற்பனையாளர்கள். அப்போது, ஐஸ்கிரீம் நிறுவன ஊழியர் ஒருவர் "ஐஸ்கிரீமை நிரப்ப பயன்படும் கொள்கலனை அப்படியே சாப்பிடக் கூடியதாக தயாரித்தால் என்ன?" என்று தோராயமாக ஒரு யோசனை சொல்ல... ஐஸ்கிரீம் வணிகத்திலேயே புதிய வரலாற்றை-யும் அது தோற்றுவித்தது. அந்தச் சிந்தனை தான், இன்றைக்கு நாம் உண்டு மகிழக்கூடிய 'கோன் ஐஸ்கிரீம்'.

ஓகே! இது போன்று, ஒரு பொருள் வடிவமைப்பில் ஏற்படும் புதிய சிந்தனைகள், செல-வைக் குறைத்து தொழில்துறையின் எதிர்காலத்தையே மாற்றி அமைத்து விடக்கூடும். காகித விலை தொடர்ந்து ஏற்றம் கண்ட போதிலும், எந்த நாளிதழும் தமது விலையை உயர்த்த முன் வரவில்லை. விலையை உயர்த்தினால் விற்பனை குறைந்து போகும் என்கிற அச்சம்

அனைவருக்கும் இருந்தது. இது பொதுவான உண்மையும்கூட.

விலையை உயர்த்த முடியாத சூழலில், செலவைக் குறைக்க வேண்டிய கட்டாயத்திற்கு ஆளாகின பல இதழ்கள். விலையையும் உயர்த்தாமல், பக்கங்களின் எண்ணிக்கையையும் குறைக்காமல் பக்கத்தின் அகலத்தை மட்டும் சிறிதளவு குறைத்து, வாசகர்களின் ஆதரவைத் தக்கவைத்துக் கொண்டன.

அதாவது, ஒரு நாளைக்கு ஒரு தாளுக்கு 3 செ. மீ அளவு அகலத்தைக் குறைத்தன நாளிதழ்கள். இதனால், ஒரு லட்சம் பிரதிகள் அச்சடித்த ஒரு தினசரிக்கு பல லட்சம் செலவு குறைந்தது.

இந்தச் சிறிய மாற்றம் வாசகர்களின் எண்ணிக்கையில் எந்த வேறுபாட்டையும் ஏற்படுத்தவில்லை. இன்னும் சொல்லப் போனால், இந்த மாற்றம் வாசகர்கள் பலருக்கு தெரியவே இல்லை என்பதுதான் உண்மை.

அமெரிக்காவைச் சார்ந்த ஈஸ்ட் வெஸ்ட் ஏர்லைன்ஸ் நிறுவனம், விமானத்தில் வாடிக்கையாளர்களுக்கு வழங்குகி ன்ற சேவைகளில் தேவையற்ற அனைத்தையும் பட்டியலிட்டு அவற்றைக் குறைத்தது. சான்றாக, பயணிகளுக்கு வழங்கப்படும் பல வண்ண டிக்கெட்களுக்கு மாற்றாக சாதாரண டிக்கெட்டில் தொடங்கி, விமானத்தில் இலவசமாக வழங்கப்படும் உணவு, தண்ணீர் போன்ற அனைத்தையும் தவிர்த்து, 'குறைந்த கட்டண விமானம்' (Low cost Airline) என்கிற புதிய உத்தியினை உண்டாக்கியது. இதனைப் பின்பற்றியே தற்போது இந்தியாவில் பல எர்லைன்ஸ் நிறுவனங்கள் வெற்றிவாகை சூடி வருகின்றன .

ஆட்டோமொபைலை எடுத்துக்கொள்ளுங்கள். முன்பெல்லாம் நீளமான பிளைமவுத் கார், காண்டஸா கார், அம்பாசிடர் கார், ஆல்வின் நிசான் வேன், மெட்டடர் வேன் போன்றவையே சாலைகளில் நிறைந்திருந்தன.

ஆனால், இன்றைக்கு நானோ, ஆல்டோ, இண்டிகா போன்ற விலை மற்றும் அளவு குறைவான கார்களே விற்பனையில் சக்கை போடு போடுகின்றன. ஒரு நானோ காரின் விலை தோராயமாக ரூ. 1.50 லட்சம் மட்டும். உற்பத்திச் செலவுகளை எப்படியெல்லாம் குறைக்க முடியும் என்பது குறித்த ஆட்டோமொபைல் துறையில் மிகப்பெரிய ஆய்வுகள் மேற்கொள்ளப்பட்டு வருகின்றன.

அயல்நாட்டில் ரயில் பெட்டி தயாரிக்கும் தொழிற்சாலையில் ஒவ்வொரு ரயில் பெட்டி தயாரித்து முடிந்தவுடனும் அதில் நான்கு எழுத்து கொண்ட அந்த நிறுவனத்தின் பெயரை இரும்பு எழுத்துகளால் பொறிப்பது வழக்கம். ஒரு எழுத்தை பொறிப்பதற்கு தோராயமாக பத்து டாலர் (சுமார் ரூ.750) செலவானது. நாளொன்றுக்கு இந்த நிறுவனம் 10 பெட்டிகளைத் தயாரித்து.

அங்கே பணிபுரிந்த ஒரு தொழிலாளி "நான்கு எழுத்துகளுக்குப் பதிலாக நம் நிறுவன லோகோவை மட்டும் பொறித்தால் என்ன? நம் நிறுவனம் தான் தயாரித்தது என்று தெரியாமலா போகும்?" என்று சொன்ன யோசனையினால், ஒவ்வொரு பெட்டி தயாரிப்பிலும் 30 டாலர் செலவு குறைந்தது. இதனால் வருடத்துக்கு எவ்வளவு மிச்சம் என்று பாருங்கள்.

செலவைக் குறைப்பதால் விற்பனை உயரும்; விற்பனை உயர்வதால் லாபம் பெருகும். இதுவே, இன்றைய தொழில் உத்தி. எனவே, உற்பத்திப் பொருட்களின் அடக்க விலையை எந்த அளவுக்கு குறைக்க முடியும் என்பதில் கவனம் செலுத்துங்கள். அது உங்கள் லாபத்தை

பெருக்கித் தரும்.

72. ரொக்கக் கொள்முதல் அதிக லாபம் தரும்!

கடனுக்கு வாங்கினால் கூடுதல் விலையிலும், ரொக்கத்துக்கு கொள்முதல் செய்தால் குறைவான விலையிலும் பொருட்கள் கிடைக்கும் என்பது நீங்கள் அறிந்ததே!

மருந்துக்கடை நடத்தி வரும் நண்பர் ஒருவர் சென்னையில் பாரிமுனையில் உள்ள பஜாரில் ரொக்கக் கொள்முதல் செய்தால் 20% குறைவான விலையில் பொதுவான மருந்துகளை வாங்க முடியும் என்கிறார்.

மருந்து விற்பனையில் 15 முதல் 20 சதவீதம் வரைதான் லாபமே கிடைக்கும். கொள்முதல் செய்யும்போ தே 20%-ஐ மிச்சப்படுத்தினால் லாபம் அதிகரிக்கும் அல்லவா? கையில் பணம் இருந்தால் ரொக்கக் கொள்முதல் செய்வதே சாலச்சிறந்தது. அதையும் மொத்த விற்பனையாளரிடமோ, உற்பத்தியாளரிடமோ நேரடியாகக் கொள்முதல் செய்வது இன்னும் நல்லது.

'கடனுக்கு வாங்கி, காசுக்கு விற்றல்' என்ற கொள்கையே நம் தொழில்முனைவோர் மத்தியில் அதிகம் உள்ளது. தொடக்கத்தில் பணத்துக்குச் சிரமப்படும் போது இது சரியே. ஆனால், நாள் செல்லச் செல்ல ரொக்கத்துக்கு வாங்குதலே லாபம்.

இது போலவே, நடைமுறைச் செலவுகளில் கவனம் செலுத்துவதும் மிக அவசியம். பொருட்களைக் கொள்முதல் செய்யும் தொகையை மட்டும் கணக்கில் கொள்ளாமல் அன்றாடச் செலவுகளையும் கவனிக்க வேண்டும்.

இரண்டு சக்கர வாகனம் வாங்கினால், 50 சி.சி-யா, 100 சி.சி யா என்பதைத் தீர்மானிக்கவேண்டும். 50 சி.சி வாகனம் விலை குறைவாகவே இருக்கும் என்றாலும் ஒரு லிட்டர் பெட்ரோலுக்கு 45 கிலோ மீட்டர் அளவே அது மைலேஜ் தரும். ஆனால் 100 சி.சி வாகனமோ ஒரு லிட்டருக்கு அதிகபட்சமாக 60 கிலோ மீட்டர் வரை மைலேஜ் தரும். 100 சி.சி வாகனம் வாங்கினால், பெட்ரோல் செலவில் 30% வரை நாம் சேமிக்க முடியும்.

நாம் வாங்கும் எந்தப் பொருளுக்கும் குறிப்பிட்ட கால அளவில் கொள்முதல் ஆய்வை மேற்கொள்ள வேண்டும்.

ஆறு மாதங்களுக்கு ஒரு முறை நாம் கொள்முதல் செய்த விலைப் பட்டியலைக் கையில் எடுத்துக்கொண்டு நமக்கு உடனடி அவசியமில்லாத பொருட்கள் எதையாவது உணர்ச்சி வேகத்தில் கொள்முதல் செய்கிறோமா..? என்று கவனிக்க வேண்டும்.

அதுபோல, முன்பு கொள்முதல் செய்த விலையில் தற்போது ஏதேனும் வேறுபாடு இருக்கிறதா... கொள்முதல் செலவுகளை வேறு எந்த வகையில் குறைக்கலாம்? என்பன போன்ற ஆய்வுகளை மேற்கொள்ள வேண்டும். முடிந்தால் கொள்முதல் மற்றும் கொள்முதல் ஆய்வுகளை மேற்கொள்வதற்கு ஒரு நல்ல அதிகாரியை தனியாகவே வேலைக்கு நியமிக்கலாம்.

கொள்முதலில் தவிர்க்க வேண்டியவை...

குறைவான விலையில் கிடைக்கிறதே என்பதற்காக தேவையற்ற பொருட்களை வாங்காதீர்கள்.

பேஷன் கருதி அடிக்கடி பொருட்களை புதுப்பிக்க வேண்டாம். பைக், செல்பேசி, கைக-டிகாரம், கண்ணாடி போன்றவற்றை அடிக்கடி மாற்றுவதைத் தவிர்க்கலாம்.

வேகமாகக் காலாவதியாகும் பொருட்களுக்கு சிலர் விலைச் சலுகை அறிவிப்பது உண்டு. குறைந்த விலையில் கிடைக்கிறதே என்பதற்காக, அதிக எண்ணிக்கையில் கொள்முதல் செய்வது தவறு. இது உங்கள் மூலதன பணத்தை முடக்கிப் போடும்.

உதாரணமாக, ஒரு குளிர்பான நிறுவனம், ‘கூடுதல் எண்ணிக்கையில் கொள்முதல் செய்-தால் குளிர்சாதனப் பெட்டியை இலவசமாகத் தருகிறோம். அல்லது பெயர்ப் பலகையை இலவசமாக வைத்து தருகிறோம்’ என்று ஆசை காட்டக்கூடும். இது தொழில் முனைவோ-ருக்கு ஊக்கம் தரக்கூடியதுதான் என்றாலும் கூட, தேவைக்குமேல் இதனைக் கொள்முதல் செய்து அடுக்கி வைத்துக் கொள்வதும் தவறே.

ரொக்கக் கொள்முதல் செய்கின்றபோது பொருட்களை நன்கு ஆராய்ந்து பார்த்து வாங்-குவது அவசியம். ஏனெ னில், கொடுத்த பணத்தைத் திரும்பப் பெறுவது கடினம்.

மாதத்தில் முதல் வாரம் கொள்முதல் செய்வதைத் தவிர்க்கவும். ஏனெனில், முதல் வாரத்தில் பெரும்பாலானோர் கொள்முதல் செய்வதால் அதிகமாக நாம் பேரம் பேச முடி-யாது.

இதுவே, கடைசி வாரத்தில் கொள்முதல் செய்கிறபோது சந்தையில் விற்பனை மந்தமாக இருக்கும் என்பதால் நாம் கேட்கின்ற விலைக்கு பொருட்களைப் பெற முடியும். (இந்த விதி எல்லாப் பொருள்களுக்கும் பொருந்தாது).

73. செலவும் ஒருவகை முதலீடுதான்!

செலவுகளும் சில சமயம் முதலீடாவது உண்டு. அவை எப்படியான செலவுகள்...?

வருமானம் தராத —ஆனால், வருமானம் ஈட்டுவதற்கு அவசியம் தேவைப்படக்கூடிய செலவுகள் முதலீடு என்று கருதப்படுகிறது. நிலம், கட்டிடம், இயந்திரங்கள், சொத்துக்கள், கணிப்பொறிகள், நகல் எடுக்கும் கருவிகள், தொலைபேசிகள், நாற்காலிகள் உள்ளிட்டஅ-னைத்து செலவுகளும் இந்த வகை முதலீடுகளாகும்.

இவற்றுக்கு நாம் ஆண்டுதோறும் தேய்மானச் செலவு என ஒரு குறிப்பிட்ட தொகையைச் செலவாக எழுதி, வருமான வரி தாக்கலின்போது செலவு கணக்கில் காட்டலாம். மற்றபடி தொழிலை நடத்த அன்றாடம் மேற்கொள்ளும் செலவுகளான சம்பளம், வாடகை, வட்டி, மின்சாரம், போக்குவரத்து உள்ளிட்டவை பொதுச் செலவின வகையில் சேரும்.

பொதுவாக, செலவுகளில் கவனம் செலுத்துவதைப் போல் பல மடங்கு கவனத்தை முத-லீடு செய்யும்போது செலுத்த வேண்டும். ஏனெனில், செலவு மாதந்தோறும் ஏற்படுவதால் இந்த மாதம் இல்லாவிட்டாலும், அடுத்த மாதம் அதனை குறைத்துக் கொள்ளலாம். ஆனால், முதலீடு அப்படியல்ல... கவனம் செலுத்தாவிட்டால் பெரிய நஷ்டத்தில் போய் முடியும். இயந்திரம், கார் மற்றும் அசையா சொத்துக்கள் உள்ளிட்டவற்றை வாங்கும் போது ஒரு முறைக்கு பலமுறை ஆலோசிப்பது நல்லது.

தெரிந்த நண்பர் ஒருவர் மெடிக்கல் ட்ரான்ஸ்கிரிப்ஷன் சென்டருக்கு, பழைய கம்ப்யூட்-டர்களை செகண்ட் ஹாண்டில் வாங்கினார். அவை இவர் எதிர்பார்த்த வேகத்தில் செயல்ப-

டாமல் பொறுமையைச் சோதித்து விட்டன. அவற்றை வைத்து அலுவலகத்தை நடத்துவதற்குள் படாதபாடுபட்டுப் போனார். கிட்டத்தட்ட கம்ப்யூட்டருக்காக அவர் செலவழித்த பணம் முழுவதும் கடலில் கரைத்த பெருங்காயமானது தான் மிச்சம்.

பெரிய முதலீடுகளை மேற்கொள்கின்றபோது முதலாவதாக அதற்கு காப்பீட்டுப் பாலிசிகளை எடுத்து விடுவது சாலச் சிறந்தது. கட்டிடம், இயந்திரம், கார் என எல்லாவற்றுக்கும் இன்று காப்பீட்டுத் திட்டங்கள் வந்துவிட்டன. முன்பைவிட அவர்கள் சேவையும் தற்போது சிறப்பாக உள்ளது. காப்பீடு செய்யும் போது ஒருசில இயற்கை இடர்களுக்கு மட்டும் காப்பீடு செய்யாமல் நிலநடுக்கும், தீ, திருட்டு, வெள்ளம், கலவரம் என அனைத்து இயற்கை இடர்களுக்கும் சேர்த்தே காப்பீடு எடுப்பது புத்திசாலித்தனம்.

பல ஆண்டுகளுக்கு முன்பு கோவையில் நடந்த மிகப் பெரிய மதக்கலவரத்தில் எண்ணற்ற கடைகள் கலவரத்தால் பாதிக்கப்பட்டன. அப்போது பெரும்பாலான நிறுவனங்கள் தங்கள் சொத்துக்களை காப்பீடு செய்யாததால் அவற்றால் முதலீட்டைப் பாதுகாக்க முடியாமல் போனது. மேலும் 2004-ல் சுனாமி பாதிப்பின் போதும், 2015-ல் பெருவெள்ளத்தின் போதும் சில கடலோர தொழிற்சாலைகள் கடுமையாக பாதிக்கப்பட்டன. குறிப்பாக, மீனவர்கள் படகுகளை இழந்து தவித்தனர். எனவே காப்பீடு மிக மிக அவசியம்.

அடுத்ததாக, முதலீடு செய்த பொருட்களுக்கு பராமரிப்பு மிக முக்கியம். பல லட்சம் முதலீடு செய்து வாங்கியவற்றை, சில ஆயிரங்கள் செலவழித்து பராமரிப்பதில் நம்மவர்களுக்கு ஆர்வம் இருக்காது. "அட... ஓடற வரைக்கும் ஓடட்டும்; சிக்கல் வரப்ப பாத்துக்கலாம் சார்!" என்கிற ரகம் தான் நம்மில் பலர். சிக்கல் வரும் முன் நீங்கள் செய்ய வேண்டிய செலவு 3% என்றால், சிக்கல் ஏற்பட்டு பின் செய்ய வேண்டிய செலவு 30% ஆகும். இதில் எது சிக்கனம் என்பதை நீங்களே முடிவு செய்து கொள்ளுங்கள்.

74. முன்னுரிமை முதலைக் காக்கும்

எந்தச் செலவுக்கு நாம் முன்னுரிமை தரவேண்டும் என்பதைப் பட்டியலிட்டு பின்பு முன்னுரிமையின் அடிப்படையில் செலவுகளை மேற்கொள்ள வேண்டும்.

அதற்கு முன்பாக செலவுக்கும், முதலீட்டுக்கும் உள்ள வேறுபாட்டை நாம் தெளிவாகத் தெரிந்து கொள்ள வேண்டும்.

செலவுகளைப் பொறுத்தவரை "நிலையான செலவுகள் மற்றும் மாறக்கூடிய செலவுகள்" என்று இரண்டு வகை உண்டு. தொழில் இயங்கினாலும், இயங்காவிட்டாலும் ஆகக் கூடிய செலவுகள் நிலையானவை. இவற்றை ரன்னிங் எக்ஸ்பென்ஸ் என்பார்கள். அதாவது, ஒரு அலுவலகத்தை நமக்காக அமைத்து விட்டாலே, அங்கிருந்து மீட்டர் ஓட ஆரம்பித்துவிடும். மாதம் முதல் தேதி ஆனால் சில செலவுகள் கைகட்டி காத்து நிற்கும்.

அலுவலக வாடகை, ஊழியர் சம்பளம், கடனுக்கான வட்டி, மின் கட்டணம், மாதாந்திரத் தவணை போன்றவைத்தான் அந்தச் செலவினங்கள். நீங்கள் தொழிற்சாலையையோ, அலுவலகத்தையோ பூட்டி விட்டு ஒரு மாதம் ஓய்வு எடுக்கச் சென்றாலும் கூட அப்போதும் இந்தச் செலவுகளுக்கு தொகை ஒதுக்கியே ஆகவேண்டும்.

“மாறக்கூடிய செலவுகள்” என்பது அலுவலகம் இயங்கினால் மட்டுமே ஏற்படக்கூடிய செலவுகள் ஆகும். எடுத்துக்காட்டாக, உற்பத்திக்குக் தேவைப்படும் கச்சாப் பொருட்கள், சரக்கு ஏற்றிச் செல்லும் வண்டி வாடகை, கூரியர்/அஞ்சல் செலவு, டாக்சி வாடகை, பயணச் செலவு, தங்கும் செலவு, விளம்பரக் கட்டணங்கள் போன்றவற்றை இந்த இனத்தில் சேர்க்கலாம்.

இவை இரண்டும் கலந்த சில செலவுகள் கூட உண்டு.

செலவின் பாதிப் பகுதி நிலையானதாகவும், மீதிப் பகுதி மாறக் கூடியதாகவும் இருக்கும். தொலைபேசிக் கட்டணம் மாதத்தவணை கொண்டதாக இருந்தாலும், வாடகை நிலையான-தாகவும், அதன் பயன்பாட்டினால் வரும் செலவு மாறக்கூடியதாகவும் இருக்கும். மாதாந்திர வாடகை ரூ 250 நிலையான செலவாகவும், பயன்பாட்டிற்கு ஆகும் ரூ 500 மாற்றக்கூடிய செலவாகவும் இருக்கும். இல்லையா...? மின்சாரக் கட்டணம் கூட இந்த ரகம் தான்.

இந்தச் செலவுகளில் நிலையான செலவு தோராயமாக 30% நிலையான மற்றும் மாற்-றக்கூடிய செலவு தோராயமாக 10% மாறக் கூடிய செலவு — தோராயமாக 60% என்-றும் இருந்தால் அந்நிறுவனம் தன் நிதி நிர்வாகத்தைச் சிறப்பாக மேற்கொள்வதாக அர்த்தம் என்கிறார்கள் இத்துறை வல்லுநர்கள். எல்லாத் துறைகளுக்கும் இந்தக் கணக்கு பொருந்தாது என்பதையும் நாம் ஒப்புக் கொள்ளத்தான் வேண்டும்.

நிலையான செலவுகளைக் குறைக்கும் போது, லாபம் அதிகம் வரும் என்பதை ஒப்புக்-கொள்கிறீர்களா...?

ஒப்புக் கொள்ளாதவர்களுக்கு இதோ ஒரு உதாரணம் ஒரு டிராவல்ஸ் நிறுவன அதிபர், தமது டிரைவர்களுக்கு சம்பளமாக ஒரு குறிப்பிட்ட தொகையை மாதந்தோறும் வழங்குகிறார்.

ஆனால், சில மாதங்கள் வருமானம் இல்லாமல் சிரமப்படும் போது அவரால் நிலையான செலவை ஈடுகட்ட முடியவில்லை. எனவே, வாகன ஓட்டிகளிடம் பேசி சம்பளத்தை உயர்த்-தப் போவதாக அறிவித்தார். சம்பளத்தையே இரண்டு பகுதிகளாக மாற்றினார்.

அதாவது டிரைவரின் சம்பளத்தைக் குறைத்து, (தோராயமாக ரூ.5000), வாகனம் ஓட, ஓட கிலோ மீட்டருக்கு இவ்வளவு என இன்சென்ட்டிவ் தொகை தருவதாகவும் கூறினார். இதனால், உங்கள் வருமானம் உயரும் என்று கவர்ச்சிகரமான திட்டம் போல கூறினார். அதாவது, ரூ.6,000 சம்பளம் வாங்கிக் கொண்டிருந்த ஒரு டிரைவர் இதனால் வாகனம் அதிகம் ஓடும் மதங்களில் கூடுதலாக இன்சென்ட்டிவ் பெற்று ரூபாய் 8 ஆயிரம் அல்லது 10 ஆயிரம் கூட ஈட்டும் வாய்ப்பு கிடைத்தது. அதே சமயம் வாகனம் அவ்வளவாக ஓடாத மாதங்களில் ரூ.7,000 வரையே மாத வருவாய் பெறுவார்.

இதை ஊழியர் சம்பளம் மட்டும் அல்லாது இடத்தில் வாடகை விஷயத்திலும் சோதித்துப் பார்க்க முடியும்.

பொதுவாக எந்த ஒரு தொழிலிலும் “நிலையான செலவுகளைக்” குறைத்துக் கொள்-வதன் மூலம் நீண்ட காலத்துக்கு நிலையாக நிலைத்து நிற்கமுடியும். சரி... இந்த உத்தி எல்லா நிறுவனங்களுக்கும் பொருந்துமா? பொதுவாக சிறிய நிறுவனங்களுக்கும், நடுத்தர நிறுவனங்களுக்கும் பொருந்தும். ஆனால், பெரிய கார்ப்பரேட் நிறுவனங்களில் ஒவ்வொரு செலவையும் அணு அணுவாக கவனித்துக் கொணடிருக்க முடியாத பட்சத்தில், இந்த உத்தி பொருந்தாது. அங்கு செலவின் தன்மையை அணுகும் முறையே முற்றிலும் மாறுபடும்.

அங்கு மாற்றக்கூடிய செலவுகளைக் குறைத்து நிலையான செலவுகளை அதிகரித்துக் கொள்வதே வழக்கம். காரணம் ஆயிரக்கணக்கான செலவுகள் ஏற்படுகின்றபோது ஒவ்வொரு செலவையும் கூர்ந்து பார்ப்பது சிரமம் என்பதாலும், ஒவ்வொரு மாதமும் எவ்வளவு பணம் தேவை என்பதைத் திட்டமிடுவது கடினம் என்பதாலும் கார்ப்பரேட் நிறுவனங்கள் இந்த உத்தியைக் கையாளுகின்றன.

எடுத்துக்காட்டாக அதிகாரிகள் வெளியூர் செல்கிற போது ஏற்படும் தங்கும் செலவு, சாப்பாட்டுச் செலவு போன்றவற்றை அவர்கள் செலவழிக்கும் தொகையின் அடிப்படையில் வழங்காமல் ஒரு குறிப்பிட்ட தொகையை (நிலையான செலவாக) நிர்ணயித்து விடுவது வழக்கம். அதாவது ஒரு நாள் சாப்பாட்டிற்கு ரூ.500, வெளியூர் பயண அலவன்ஸ் நாள் ஒன்றுக்கு ரூ.250 என நிர்ணயித்து விடுவர். இது போல் அவ்வப்போது ஊழியர்களுக்கு ஏற்படும் மருத்துவச் செலவுகளை திருப்பிக் கொடுக்காமல் ஆண்டுதோறும் மருத்துவக் காப்பீடை எடுத்துக் கொடுப்பது, தினசரி ஏற்படும் பயணச் செலவுக்கு மாற்றாக பாஸ் எடுத்துக் கொடுப்பது, மாதந்தோறும் வாகனத்தின் எரிபொருள் செலவுக்கு ஒரு குறிப்பிட்ட தொகையை நிர்ணயிப்பது... இப்படி “மாறக்கூடிய செலவுகளை” எல்லாம் “நிலையான செலவு”களாகக் கார்ப்பரேட் நிறுவனங்கள் மாற்றுகின்றன.

நீங்கள் பொதுவில் உத்தியை இப்படி வகுத்துக் கொள்ளலாம். கண்காணிக்கக் கூடியவற்றை “மாற்றக்கூடிய செலவுகளாகவும்” கண்காணிக்க முடியாதவற்றை “நிலையான செலவுகளாகவும்” வைத்துக் கொள்ளலாம்.

75. தவணையில் வாங்கினால் தவறா..?

தவணை முறையில் பொருட்களை வாங்கலாமா? என்பது நடுத்தரக் குடும்பம் தொடங்கி, சிறு நிறுவனங்கள் வரை பலருக்கும் எழும் குழப்பம்.

நாம் சில பொருட்களை வாங்குவது என்று முடிவெடுத்த பிறகு அவற்றை ரொக்கம் கொடுத்து வாங்குவதா? என்பதை முடிவெடுக்க வேண்டும். இந்த முடிவை மேற்கொள்ளும்முன், வாங்கும் பொருட்களின் தன்மையை விற்பனைக்காக வாங்குவது, பயன்பாட்டுக்காக வாங்குவது என இரு விதமாகப் பிரிக்கலாம்.

விற்ப்பனைக்காக வாங்கும்போது பொருட்களை ரொக்கத்துக்கு வாங்குவதே சாலச் சிறந்தது. நாம் அதிக எண்ணிக்கையில் பொருட்களை வாங்குவதால் குறைவான விலைக்கு கொள்முதல் செய்ய முடியும். ஆனால் பயன்பாட்டுக்காக இயந்திரங்கள், கருவிகள், வாகனங்கள் போன்றவற்றை வாங்கத் திட்டமிட்டால் அவற்றின் தேவையைப் பொறுத்து, தவணை முறையில் வாங்குவது குறித்துத் திட்டமிடலாம்.

தவணை முறையில் வாங்குவது என்று முடிவு எடுத்து விட்டால், மீண்டும் வருமானம் தரக்கூடிய பொருட்கள், வருமானம் தராத பொருட்கள் என்கிற இரண்டு நோக்கங்களின் அடிப்படையைக் கவனத்தில் கொள்ள வேண்டும்.

அதாவது, முன்பு கிடைத்த வருமானத்தை விட இந்தப் பொருளை, இயந்திரத்தை, கருவியை, வாகனத்தை வாங்குவதால் வருமானம் அதிகரிக்கும் என்றால் அவற்றை தவணை முறையில் கொள்முதல் செய்யலாம். ஏனெனில் கூடுதலாகக் கிடைக்கிற வருமானத்தில்

இருந்து நீங்கள் வட்டித் தொகையைச் செலுத்த முடியும்.

உதாரணத்திற்கு, நீங்கள் ஒரு அச்சகம் வைத்திருக்கிறீர்கள். கூடுதலாக டி.டி.பி யூனிட்-டையோ, கட்டிங், பைண்டிங் கருவிகளையோ வாங்கினால் அதன் மூலம் கிடைக்கும் உபரி வருமானத்தைக் கொண்டு வட்டியைக் கட்டிவிட முடியும்.

ஆனால், அதேசமயம், ஒரு கலர் டி.வி யையும், ஏ.சி. யையும் வாங்குவதாக வைத்துக் கொள்வோம். இதனால் அந்த அச்சகத்தின் வருமானம் எள்ளளவும் உயரப் போவதில்லை. ஆனால், பொருளை வாங்கிய அடுத்த மாதத்திலிருந்து அவர் வட்டியும், அசலும் செலுத்-தியாக வேண்டும். இதனால் அவருக்கு செலவு அதிகரிக்கும். எனவே, வருமானம் தராத பொருட்களை தவணை முறையில் வாங்கக்கூடாது. ரொக்கக் கொள்முதலே வட்டிச் செல-வைத் தவிர்க்கும்.

தவணை முறையில் வாங்குவதால் வேறென்ன நன்மைகள் கிடைக்கும்...?

சிலர் ரொக்கம் கொடுத்து பொருட்கள் வாங்குவதை வேறு மாதிரியாகவும் சிந்திக்கக்கூ-டும். அதாவது பணத்தை கருவிகள் / வாகனங்களில் முதலீடு செய்வதால் வரிச் சலுகை குறைவாகவே கிடைக்கும். மொத்த முதலீட்டில் அதிகபட்சம் 25 சதவீதம் அளவே தேய்மா-னச் செலவு எழுதி, வரிச் சலுகையை அவர்கள் பெற முடியும். மீதி 75 சதவீதத்துக்கு வரி செலுத்தியாக வேண்டும்.

ஆனால் தவணை முறையில் பொருட்களை வாங்குகின்ற போது அவர்கள் செலுத்தும் தவணைத் தொகையை (வட்டி மற்றும் அசல் இரண்டையும்) செலவாகக் காண்பித்து வரிச் சலுகை பெற முடியும். மேலும் தவணை முறையில் பொருட்களை வாங்கினால் பெரும் தொகையை முடக்கத் தேவையில்லை. அவற்றை வணிகத்தில் முதலீடு செய்து கூடுதலாகப் பணம் ஈட்டலாம்.

எனவே, பொதுவாக அதிகப் பணம் கொடுத்து பயன்பாட்டிற்கு எனப் பொருட்களை வாங்கும்போது, கணக்குத் தணிக்கையாளரிடம் (ஆடிட்டரிடம்) ஒருமுறை கலந்து ஆலோ-சித்துவிட்டு, பிறகு வரிச் சலுகையை அடிப்படையாகக் கொண்டு முடிவு எடுப்பது நல்லது.

0% வட்டி என்று வியாபாரிகள் கூற்று உண்மைதானா?

பொருள் வாங்குகிற போது சில நேரம் 0 % வட்யை வழங்குவதாக விநியோகிஸ்தர்கள் சொல்வதுண்டு. அப்படி சொன்னால் முழு விவரங்களையும் பெற்று, ஒருமுறைக்கு இரு-முறை கணக்கிட்டுப் பார்க்கவும்.

கடன் வாங்கும்போது பிராசஸிங் கட்டணம் (Processing Charges), முன்கூட்டியே கட்ட வேண்டிய முதல் தவணைத் தொகை (Prepaid First Instalment), மாதாந்திர தவணைத் தொகைகள் (Monthily Instalment), என மூன்று வகையாக, கடன் தரும் நிறுவனங்கள் பணத்தை வசூலிக்கும்.

நீங்கள் ரூ. 3 லட்சம் பெறுமானமுள்ள ஒரு காருக்கு ரூ. 1.20 லட்சத்தை ஒரு நிறு-வனம் 0% வட்டிக் கடனில் தருவதாக வைத்துக் கொள்ளுங்கள். அது உங்களிடம் முதலில் ரூ.2,400- ஐ (ரூ .1.20 லட்சத்தில் 2%) பிராசஸிங் கட்டணமாகப் பெற்றுக் கொள்ளும். (சில இடங்களில் டாக்குமெண்டேஷன் என்ற பெயரில் 1% கட்டணம் கூடுதலாக வசூலிப்ப-தும் உண்டு). பிறகு. ரூபாய் 12,000 மதிப்புள்ள 10 காசோலைகளை கேட்கும். அதில் ஒரு காசோலை அன்றைய தேதியிட்டதாக இருக்க வேண்டும்.

ஆக ரூ 1.08 லட்சத்தை 9 மாதக் கடனாக பெறுகிறீர்கள். அதற்கு ரூபாய் 2,400 முதல் 3 ஆயிரம் ரூபாய் வரை கட்டணமாக செலுத்துகிறீர்கள். கட்டணம் என்ற பெயரில் செலுத்தினாலும் அந்தச் செலவும் ஒரு வகையில் வட்டியே. கணக்குப் பார்க்கும்போது, நீங்கள் தோராயமாக 3 சதவீதம் தொகையை வட்டியாகச் செலுத்துகிறீர்கள் என்பதே உண்மை.

நீங்கள் புரிந்து கொள்ள வேண்டியது, 0% வட்டி என்பது உண்மையில் 0% வட்டி அல்ல, அதிலும் 3% மறைமுக வட்டி அடங்கி இருக்கிறது. பொதுவாக, நிதிநிறுவனங்கள் வாகனங்களுக்கு வழங்கும் 9 சதவீத வட்டியை ஒப்பிடுகையில் இது மிக மிகக் குறைவே என்றாலும் கூட, நீங்கள் வட்டி செலுத்துகிறீர்கள் என்பதை உணர வேண்டும்.

ஒரு சிறிய கண்ணாடித் தொட்டியை எடுத்துக்கொள்ளுங்கள். முதலில் நீரை ஊற்றி கால் தொட்டி அளவிற்கு நிரப்புங்கள். பிறகு கால் தொட்டி அளவு மணலை நிரப்புங்கள். மற்றொரு கால் தொட்டி அளவிற்கு சிறிய சிறிய கூழாங்கற்களை நிரப்புங்கள். மீதமுள்ள இடத்தில் பெரிய கூழாங்கற்களைப் பரப்புங்கள். பெரிய கற்கள் மட்டும் சரியாக நிரம்பாமல் வெளியே நீட்டிக் கொண்டிருக்கும்.

மாறாக இச்செயலையே தலைகீழாகச் செய்து பாருங்கள். அதே கண்ணாடிப் பெட்டியில் முதலில் பெரிய கூழாங்கற்களையும், பிறகு சிறிய கற்களையும் நிரப்புங்கள். சிறிய கூழாங்கற்கள் பெரிய கூழாங்கற்களுக்கு நடுவே உள்ள இடைவெளியில்சென்று அமர்ந்துகொள்ளும். அடுத்ததாக மணலை உள்ளே நிரப்புங்கள். அவை பெரிய மற்றும் சிறிய கூழாங்கற்களுக்கிடையே தன்னை நிரப்பிக் கொள்ளும். இறுதியாக தண்ணீரை ஊற்றுங்கள். இப்போது அதே தொட்டியில் இன்னும் கொஞ்சம் இடம் இருப்பதை நீங்கள் காணலாம்.

நம் தொழிலில் ஏற்படும் செலவினங்களும் இப்படித்தான்.! பெரிய செலவினங்களை நாம் பட்டியலிட்டு அவற்றுக்கென நிதியை ஒதுக்கி விட்டால் சிறிய செலவுகளை ஓரளவு நாம் சமாளித்துக் கொள்ளலாம்.

76. வாடகையில் கிடைக்குமே வரவு!

ஒரு நாள் அரசர் கிருஷ்ண தேவராயர் விலை உயர்ந்த அரேபியக் குதிரையில் வெளியே புறப்பட்டார். தெனாலிராமன் தானும் வருவதாக கூறினான்.

அரசரோ, "தொத்தலும் வத்தலுமான உன் குதிரை, என் குதிரையோடு நடக்க முடியாதே!" என்றார்.

"அரசே! என் குதிரை மட்டமான குதிரைதான். விற்றாலும் பத்து பொன்னுக்குத்தான் விலை போகும். உங்கள் குதிரை பத்தாயிரம் பொன் மதிப்பு உள்ளது என்பதை ஒப்புக் கொள்கிறேன். ஆனால், என் குதிரையைக் கொண்டு நான் செய்யும் காரியத்தை உங்கள் குதிரையைக் கொண்டு நீங்கள் செய்ய முடியாது" என்றான் தெனாலிராமன்.

"ஏன் முடியாது? உன் குதிரை செய்யும் காரியத்தை என் குதிரையைக் கொண்டு நான் செய்கிறேன். அப்படி செய்யாவிட்டால் ஆயிரம் பொன் பரிசாகத் தருகிறேன்" என்றார் மன்னர்.

சட்டென வாளை உருவி தன் குதிரையின் கழுத்தை வெட்டினான் தெனாலிராமன். திகைத்துப் போன அரசர் "ஏய்... என்ன இப்படிச் செய்து விட்டாய்?" என்றார் பதட்டமாக.

"நோஞ்சானான இந்தக் குதிரையால் பராமரிப்பு செலவு தான் கூடிக்கொண்டே போனது. இதுவரை பயனில்லாத குதிரை இன்றுதான் ஆயிரம் பொன்னை சம்பாதித்துக் கொடுத்து விட்டதே!" என்றான் தெனாலிராமன். அரசர் அவனது சமயோசித புத்தியை பாராட்டினார். ஆயிரம் பொன்னும் பரிசளித்தார்.

இதிலிருந்து நீங்கள் கவனிக்க வேண்டியது முட்டாள் மன்னன் யாரென்று கவனித்து லாபம் பார்பததில்லை... பராமரிப்புச் செலவு என்கிற பாயிண்ட்டைத்தான். எல்லா இயந்திரங்களுக்கும், கருவிகளுக்கும், வாகனங்களுக்கும் ஒரு குறிப்பிட்ட காலத்துக்குப் பிறகு அவற்றை பராமரிப்பதற்கான செலவு அதிகரிக்கத் தொடங்கிவிடும்.

எந்த இயந்திரத்துக்கும், கருவிக்கும், வாகனத்துக்கும் ஒரு கால வரையறை உண்டு. அந்தக் கால கட்டத்துக்கு பிறகு அவற்றைப் பயன்படுத்துவதால் கிடைக்கும் வருமானத்தை விட, அவற்றால் ஏற்படும் செலவுகள் அதிகமாகும். இதை கருத்தில் கொண்டே வேகமாகக் காலாவதியாகும் தொழில்நுட்பக் கருவிகளைப் பல நிறுவனங்கள் விலை கொடுத்து வாங்காமல் குத்தகை(Lease)க்கு எடுக்கின்றன.

விலைக்கு வாங்குதல். குத்தகைக்கு எடுத்தல்... எது சிறந்தது?

பெரும்பாலான தொழில் முனைவோருக்கு இயந்திரங்கள், கருவிகள் வாங்கும் போது இது போன்ற ஐயம் ஏற்படக்கூடும். இரண்டுமே ஒவ்வொரு விதத்தில் ஏற்புடையதுதான் என்றாலும், சூழல் மற்றும் தேவைக்கேற்ப எது சிறந்தது என்பதை தொழில் முனைவோர் முடிவு செய்து கொள்ளலாம்.

குறுகியகாலத் தேவை இருப்பின் இயந்திரங்கள்/ கருவிகளை வாடகைக்கோ, குத்தகைக்கோ எடுத்துக் கொள்ளலாம்.

நீண்டகாலத் தேவையிருந்து, அடிப்படை தொழில்நுட்பம் மாறிக்கொண்டே இருக்குமானால், அப்போதும் இயந்திரங்களை குத்தகைக்கு பெறுவதே சிறந்ததாகும்.

முதலீடு செய்வதற்கு கையில் குறைவான தொகையே இருக்குமானால் குத்தகைக்கு எடுப்பது ஒன்றே வழி.

குத்தகைக்கு எடுத்தல் அல்லது விலைக்கு வாங்குதல் என்ற முடிவை மேற்கொள்வதற்கு தொழில் முனைவோர் அதிகபட்சம் ஐந்தாண்டுப் பயன்பாட்டை மனதில் கொண்டு செலவுகளை கணக்கிட்டு பார்க்க வேண்டும்.

சென்னையில் தற்போது சில கார்ப்பரேட் அலுவலகங்களில் நடந்து கொண்டிருக்கும் நிகழ்வு என்ன தெரியுமா...? நிறுவனங்கள் தங்களது ஊழியர்களை காலையில் வீட்டிலிருந்து அழைத்து வரவும், மாலையில் கொண்டு விடவும் தனியார் வேன்களை வாடகைக்கு எடுக்கின்றன.

இன்னும் ஒருபடி மேலே போய் சில நிறுவனங்கள் தனது அதிகாரிகளுக்கு வழங்கும் கார்களைக்கூட டிராவல்ஸ் நிறுவனங்களிடம் குத்தகைக்கு எடுத்துள்ளன.

எல்லா நிறுவனங்களும் தமது அலுவலகத்துக்கு தேவைப்படும் செக்யூரிட்டி வேலையைக்கூட தனியார் மேன் பவர் (Man Power) நிறுவனங்களின் வசம் அவுட் சோர்ஸ் செய்துள்ளன. சில பன்னாட்டு நிறுவனங்கள் தமது நிறுவனங்களைப் பராமரிக்கும் பணிகளான

பெருக்குதல், துடைத்தல், கழுவுதல் மற்றும் சமையல் போன்றவற்றை தனியார் நிறுவனங்களிடம் குத்தகைக்கு கொடுத்துள்ளனர்.

இவற்றை வெளியே குத்தகைக்கு விடுவதால் நிறுவனத்திற்கு எப்படி செலவு குறையும்?

ஊழியர்களை வேலையில் சேர்ப்பதால் அவர்களுக்கு கொடுக்கப்படும் சம்பளம், கிராஜீவிட்டி, பி.எஃப், இன்சென்டிவ், விடுமுறை அலவன்ஸ், சீருடை அலவன்ஸ், செல்போன் வாடகை போன்ற பல செலவுகள் மிச்சமாகும்.

ஊழியர்கள் விடுப்பு எடுத்தால், உடனடியாக மாற்று ஏற்பாடு செய்யும் பொறுப்பு நிறுவனத்திற்கு கிடையாது.

டிராவல்ஸ் நிறுவனத்திடம் குத்தகைக்கு விடும்போது வாகனம் விபத்துக்குள்ளானால் குத்தகைக்காரரே பார்த்துக்கொள்வார். வாகனங்கள் பழசாகிப் போனால், புதிய வாகனங்களை மாற்றும் பொறுப்பும் அவரையே சாரும். வாகனக் காப்பீடு, பராமரிப்பு போன்ற செலவுகளும் அவர் பொறுப்பே.

மெடிமிக்ஸ் சோப்பு தயாரிக்கும் நிறுவனம், தன் உற்பத்தியை விட, அதை விற்கும் முறையிலேயே கவனம் செலுத்த வேண்டி இருந்ததாம். விநியோகத்தில்தான் பலம் என்ற போது, வாகனச் செலவு பெருமளவு ஆகியிருக்கிறது. மூத்த நிர்வாகி ஒருவர், "சார்! நாமே சொந்தமாக சில வாகனங்களை வாங்கி, அதன் மூலம் விநியோகம் செய்தால், கணிசமான செலவை குறைக்க முடியும். வாடகை வாகனத்தை விட, இதில் நமக்கு செலவும் குறையும்" என்று சொல்லி இருக்கிறார்.

அதன் நிர்வாகி என்ன சொன்னார் தெரியுமா...?

"நமக்குத் தொழில் சோப்பு தயாரித்து, விற்பது...! நீங்கள் சொல்வது போல நாம் வாகனங்களை விலைக்கு வாங்கினால், அதனுடைய பராமரிப்புச் செலவுக்குத் தனியே ஒரு ஆளை நியமித்து, அதனால் ஏற்படும் வரவு செலவுகளை கண்காணிக்க வேண்டி இருக்கும். அதற்கு தனிப் பிரிவை உண்டாக்கி, சில ஆட்களை நியமிக்க வேண்டியிருக்கும். நாம் நமக்கான வேலையை மட்டும் பார்க்கும் போது, செலவுகள் சிறிதளவு கூடினாலும் நம் இலக்கின் கவனம் சிதறாமல் இருக்கும். எனவே, வாடகை வாகனங்களை அமர்த்துங்கள். அதுதான் நம் தொழிலை உயர்த்திக் கொடுக்கும்" என்று உத்தரவிட்டாராம்.

நிறுவனங்கள் தம்முடைய தொழிலில் கூடுதல் கவனம் செலுத்தி, அதிக லாபம் ஈட்ட இதுபோன்ற வழிகளைப் பின்பற்றுவதுதான் சிறந்தது.

சரி... இதை அனைத்து நிறுவனங்களும் ஏன் பின்பற்றுவதில்லை ?

இவை பெரிய நிறுவனங்களுக்கு மட்டுமே பொருந்தும். ஒரு கார் அல்லது ஒரு செக்யூரிட்டி தேவைப்படுவோருக்கு இது விலை கூடுதலான செலவு. ஆனால் 10 கார்கள், செக்யூரிட்டிகள் தேவைப்படுவோருக்கு அல்லது 20 கார்கள்/ செக்யூரிட்டிகள் போன்ற அதிக எண்ணிக்கையில் தேவைகள் இருப்பின் நீண்ட கால நோக்கில் பார்க்கும் போது செலவு கணிசமான அளவில் குறையவே செய்யும்.

இன்னொரு சான்றையும் நாம் பார்ப்போம். நகல் எடுக்கும் இயந்திரங்கள் (Photo Copier) தற்போது குத்தகைக்கு விடப்படுகின்றன. இதன்படி ஒரு நிறுவனம் 2,000 அல்லது 3,000 ரூபாயை மாதத் தவணையாகச் செலுத்தி 2,500 முதல் 4,000 நகல்கள் வரை எடுத்துக் கொள்ளலாம்.

இதில் தொழில் முனைவோருக்கு என்ன லாபம்?

நகல் எடுக்கும் இயந்திரத்துக்கு உடனடியாக ரூபாய் 50,000 முதலீடு செய்யத் தேவையில்லை. ஒருவேளை அந்தத் தொகையை வங்கியில் கடனாக வாங்கி இருந்தால் அதற்கு கட்ட வேண்டிய வட்டிச் செலவு மிச்சம்.

மேலும், நான்கு ஆண்டுகள் கழித்து ஒரு மின்னணு இயந்திரத்துக்கு பராமரிப்பு தேவைப்படுவதாலும் அவற்றின் உதிரிபாகங்கள் சந்தையில் கிடைக்காது என்பதாலும் மீண்டும் புதிய இயந்திரத்துக்கான பணம் செலவிடத் தேவையில்லை.

குத்தகை எடுப்பதன் மூலம் குறைந்த செலவில் அந்த நகல் இயந்திரத்தை நமது சொந்த இயந்திரம் போல் பயன்படுத்த முடியும்.

இது போன்ற தொழில் முனைவோர் தங்கள் அலுவலகத்தில் உள்ள கருவிகள், இயந்திரங்கள், வாகனங்கள் போன்றவற்றில் முதலீடு செய்யும்முன் இது அவசியம் தானா என்பதை ஒருமுறைக்கு இருமுறை யோசித்து முடிவெடுக்க வேண்டும்.

பொதுவாக, ஒரு அலுவலகத்திற்கு முதலீட்டுச் செலவுகளில் பெரும்பான்மையை இதுபோன்ற சாதனங்கள் எடுத்துக்கொள்ளும் பட்சத்தில் வாடகை முறையில் வாங்கிப் பயன்படுத்துவது பற்றியும் சிந்திக்கலாம். இப்போது, கம்ப்யூட்டர் மாதம் ரூபாய் 1000 —க்கே வாடகை கிடைக்கின்றது. இதில் ஏதேனும் பழுது, குறைபாடு இருந்தால் சம்பந்தப்பட்டவர்களே மாற்று ஏற்பாடு செய்வது, இலவசமாகப் பழுது நீக்கித் தருவது போன்றவற்றை செய்கிறார்கள். நாம் வருடாந்திர பராமரிப்பு கட்டணம் என்று எதையும் கொடுக்கத் தேவை இல்லை.

சொந்தக் கம்ப்யூட்டர்களைவிட, வாடகை கம்ப்யூட்டர்களே லாபம் தரும் என்றால் அதில் போவதுதானே புத்திசாலித்தனம்!

77. அந்நியன் ஸ்டைல் அவசியம்

சிக்கனம் பற்றிப் பேசும்போது, பராமரிப்பும் மிக முக்கியமான ஒரு விஷயம்.

எலக்ட்ரானிக் பொருட்களையும் ஆட்டோமொபைல் பொருட்களையும் தொடர்ந்து முறையாகப் பராமரித்தால் அவை நீண்ட நாட்களுக்கு உழைக்கக்கூடும்.

சிறிய சிறிய பராமரிப்புச் செலவுகள், பெரிய முதலீட்டுச் செலவுகளைத் தள்ளிப்போட உதவும். எந்த ஓர் இரு சக்கர வாகனத்தையும் மூன்று மாதங்கள் அல்லது 2,000 கிலோ மீட்டர் தூரப் பயன்பாட்டிற்கு ஒரு முறை சர்வீஸ் செய்யுங்கள்.

கம்ப்யூட்டர், பிரிண்டர், ஏர் கண்டிஷனர், ஃப்ரிட்ஜ் போன்றவற்றை 6 மாதங்களுக்கு ஒரு முறை அல்லது ஆண்டுக்கு ஒருமுறை பயன்பாட்டுக்கு தக்கவாறு பராமரிக்க வேண்டும். எந்தெந்தப் பொருட்களை எந்தெந்த மாதம் 'கவனிக்க' வேண்டும் என்பதைப் பட்டியலிட்டு அலுவலகத்தில் ஃபைல் போட்டுக் கொள்ளலாம். பராமரிப்பு பணிகள் மறக்காமல் இருக்கும்.

பொதுவாக வாகனங்கள், இயந்திரங்கள் போன்றவற்றிற்கு மட்டுமே காப்பீட்டுப் பாலிசிகளை தொழில் முனைவோர் எடுப்பது வழக்கம். ஆனால் கம்ப்யூட்டர், நாற்காலி, மேசைகள், நகலெடுக்கும் இயந்திரங்கள், சிறிய கருவிகள் என அலுவலகத்திலிருக்கும் ஒட்டு மொத்தப் பொருட்களையும்கூட காப்பீடு செய்யலாம்.

விபத்து, பூகம்பம், கலவரம் போன்றவற்றால் இழப்பு ஏற்படும் அபாயத்தில் இருந்து மீண்டுவர இவை பெரிதும் உதவியாக இருக்கும். இதனைச் செலவாகப் பார்க்காமல் முதலீடாகக் கருத வேண்டும்.

பொதுவாக மோட்டார் வாகனங்களை ஐந்து அல்லது ஆறு ஆண்டுகள் கழிந்தவுடன் விற்றுவிட்டு புதிய வாகனம் வாங்கி விடுவதுதான் நல்லது. காரணம், பழைய வாகனத்தின் பராமரிப்புச் செலவு அதிகமாவது ஒருபக்கம், மைலேஜ் தராமல் போவது மறுபக்கம் அவ்வப்போது பழுதாகி மன உளைச்சலையும் ஏற்படுத்தும்.

உங்கள் நிறுவனத்தில் நிறைய வாகனங்கள் இருந்தால் அவற்றை ஒப்பிட்டு ஆறு மாதத்திற்கு ஒருமுறை பெட்ரோல் ஆடிட் (Petrol Audit) மேற்கொள்வது நல்லது. ஒரு லிட்டருக்கு எந்தெந்த வாகனம் எவ்வளவு மைலேஜ் தருகிறது என்பதை பார்த்து குறைவான மைலேஜ் தரும் வாகனங்களைப் பரிசோதனைக்கு உட்படுத்தி பெட்ரோலுக்கு ஆகும் செலவைக் குறைக்கலாம். வாகனங்களை நம்பியிருக்கும் டிராவல்ஸ், கார்கோ, கூரியர் நிறுவனங்களுக்கு இதுபோன்ற ஆடிட் மிகவும் அவசியம்.

வெளியூர் பயணங்களைப் பொறுத்தவரையில் முன்கூட்டியே திட்டமிட்டால் அவற்றின் செலவு குறையும். பயணம் சுகமாக அமையும். பொதுவாக 300 கி.மீ. தூரம் தாண்டி பயணம் மேற்கொள்வதாக இருந்தால் ரயிலில் பயணம் செய்வதே சிக்கனமானது. குறைந்தது, ஒரு மாதத்திற்கு முன்பே திட்டமிட்டால் படுத்து ஓய்வெடுத்துக் கொண்டே பயணித்து வரலாம்.

விமானப் பயணமாக இருந்தால் முன்பதிவுத் திட்டத்தை பயன்படுத்தி விமானக் கட்டணத்தில் பெருமளவு குறைக்கலாம். சென்னையிலிருந்து டெல்லி செல்ல தோராயமாக 5 ஆயிரம் ரூபாய் செலவாகும். ஓரிரண்டு மாதங்களுக்கு முன்பே பதிவு செய்தால் 3 ஆயிரம் ரூபாயிலேயே கூட செலவை முடித்து விடலாம்.

மேலும் குறைந்த கட்டணங்களில் இயக்கப்படும் விமான சேவைகளையும் பயன்படுத்தி செலவைக் குறைக்கலாம்.

சிறிய செலவுகளில் சிக்கனம் தேவைதானா? என்பது பலரும் குழம்பும் விஷயம். இதில் ஒரே ஒரு தெளிவு இருந்தால் போதும். நீங்கள் கஞ்சனாக இருக்கக் கூடாது. ஆனால், அதே சமயம், ஊதாரித்தனமான செலவுகளைக் குறைக்கும் புத்திசாலியாகவும் இருக்க வேண்டும். அதுதானே கெட்டிக்காரத்தனம்.

பேப்பர், கவர், விசிட்டிங் கார்டு போன்ற சிறிய செலவுகளைக் கட்டுப்படுத்துவதால், என்ன பெரிதாக லாபம் வந்துவிடப் போகிறது? என்று நீங்கள் கேட்கலாம். அன்றாடப் பயன்பாடுகளில் சிக்கனத்தை மேற்கொண்டால் மொத்தச் செலவில் 2% முதல் 3% வரை குறைக்கலாம்.

இப்படி குறைப்பதால், உங்கள் நிறுவனத்தில் லாபம் 2% முதல் 3% வரை அதிகரிக்கும்.

அன்னியன் பட பாணியில் சொல்ல வேண்டுமானால், ஒரு நாளைக்கு 50 காசை ஒருவர் மிச்சப்படுத்தினால் அது பெரிய விஷயமில்லை அதையே, 50 நாட்கள், 50 பேர் தலா 50 காசுகளை மிச்சப்படுத்தினால் செலவு குறையுமா... குறையாதா.?

மொத்தத்தில் செலவைக் குறைப்பது என்பது ஒரு மனப்பழக்கமாக மாறினால் லாபம் நிச்சயம்!

78. அனுபவத்தால் பயன் பெறுங்கள்!

உலகின் மிகப்பெரிய 29,000 அடி செங்குத்தான உயரமுள்ள எவரெஸ்ட் சிகரத்தின் மீது, 1953 ஆம் ஆண்டு மே மாத இறுதியில் முதலில் காலடி எடுத்து வைத்தார் சர். எட்மண்ட் ஹிலாரி.

இந்த வெற்றியை எட்ட அவர் எடுத்த முயற்சிகள் தான் எத்தனை, எத்தனை...? பனிக்கட்டிகளால் சூழப்பட்ட மிகப் பெரிய மலைகள்... தவறி விழுந்தால் தேடுவதற்குக்கூட ஆள் அரவம் இல்லாத இடங்கள்... அடுத்து என்ன இருக்கும் என்று கற்பனை செய்-துகூடப் பார்க்க முடியாத திகிலான வழித்தடங்கள்... இப்படி பாதுகாப்பற்ற சூழ்நிலையில் அவரது பயணம் தொடர்ந்தது. இதனால் எட்மண்ட் பலமுறை தோற்க நேர்ந்தது. அப்படி அவர் ஒவ்வொரு முறை தோற்ற போதும் அவர் தன்னை எப்படி ஊக்கப்படுத்திக் கொண்-டார் தெரியுமா...?

இதற்கான பதிலை, இங்கிலாந்தில் அவருக்கு நடத்தப்பட்ட ஒரு மாபெரும் பாராட்டு விழாவின் போது அங்கு வந்திருந்த சான்றோர்கள் மத்தியில் பகிர்ந்து கொண்ட அவர், மைக்கைக் கையில் எடுத்துக் கொண்டு பின்னால் பெரிதாக மாட்டப்பட்டிருந்த எவரெஸ்ட் சிகரத்தின் வரைபடத்தருகே சென்றார்.

"நான் பலமுறை முயற்சிகளை மேற்கொண்டு தோற்றிருக்கிறேன். அப்போதெல்லாம், இதோ இங்கே இருக்கிறதே, இது போன்ற வரைபடத்தில் முன் நின்று உரக்க சபதமெ-டுப்பேன். 'ஏ, சிகரமே! என்னை நீ பலமுறை தோற்கடித்துவிட்டாய். ஆனாலும், நான் கவலைப்பட மாட்டேன். என்றாவது ஒரு நாள் உன்னை நான் வெற்றி கொள்வேன். ஏன் தெரியுமா? உன்னால் இதற்கு மேல் வளர முடியாது. ஆனால் நானோ தினம் தினம் வளர்ந்து கொண்டே இருக்கிறேன்' இப்படி ஒவ்வொரு தோல்வியின் போதும் சொல்வேன்' என்று கூறினார்.

அவரது தன்னம்பிக்கை வார்த்தைகளில் அரங்கமே அதிர்ந்தது.

செலவுகளும் இதைப் போன்றவைதான். தொடக்கத்தில் கட்டுக்குள் அடங்காமல் திமிறி நிற்கிற பல செலவுகள், காலம் செல்லச் செல்ல அனுபவத்தில் 'அடங்கி'விடும். எது செலவு... எது முதலீடு? எந்தச் செலவைக் கட்டுப்படுத்தலாம்... எதைத் தவிர்க்கலாம்? என்பவை, தானே தெரியவரும். ஏனெனில் செலவுகள் நிலையாக இருப்பவை. ஆனால், நாமோ அன்றாடம் பெறுகிற அனுபவத்தால் வளர்ந்து கொண்டே இருக்கிறோம் அல்-லவா...?

79. புதிதாய் சிந்திப்போம்

வித்தியாசமான உத்திகளால் விளம்பரச் செலவைக் குறைக்கலாம்!

விளம்பரம் என்பது என்ன? நான் இந்தப் பொருளை விற்கிறேன்; இது என் நிறுவனத்-தின் பெயர்; இது முகவரி; இது தொலைபேசி எண். தேவைப்படின் தொடர்பு கொள்ளுங்கள். என்ற தகவலை பரவச் செய்வது விளம்பரம். இதனை நீங்கள் கீழ்க்கண்ட பல வழிகளில் செலவின்றிக் கூட மேற்கொள்ளலாம்.

எல்லா இணையம் சார்ந்த டைரக்டரிகளிலும் ஒரு இலவச விளம்பரம் பதிவு இணைக்-கப்பட்டிருக்கும். அதில் உங்கள் நிறுவனத்தின் பெயர் மற்றும் செயல்பாடுகளை நிரப்பி அனுப்பினால் இலவசமாகவே அவர்கள் வெளியிடுவார்கள்.

உங்கள் நிறுவனத்தின் இணையதளத்தை தகவல் தளங்களாக விளங்கும் பல்வேறு இணைய தளங்களுக்குச் சென்று அங்கிருந்து தகவல் தேடும்போது மக்களை உங்கள் இணைய தளத்திற்கு வர லிங்க் கொடுக்க சொல்லலாம்.

சென்னை, மும்பை, டெல்லி போன்ற பெருநகரங்களில் 'பார்ட்டர்' (Barter) எனப்படும் புதுவகை வணிகம் நடைமுறையில் உள்ளது. பார்ட்டர் என்றால் பண்டமாற்று முறை என்ற பொருள். அதாவது நீங்கள் ஏ. சி. விற்கிறீர்கள் என்று வைத்துக் கொள்வோம். உங்களுக்கு ஒரு முன்னணி நாளிதழில் சுமார் ஒரு லட்சம் ரூபாய் மதிப்புள்ள விளம்பரம் வெளியிட வேண்டிய தேவை இருப்பதாகக் கொள்வோம்.

அந்த விளம்பரத்தைப் பார்த்து அதன் மூலம் விற்பனையாகும் ஏ.சிகளில் இருந்து லாபத்தை எடுத்து நீங்கள் விளம்பரத்திற்கு பணம் செலுத்த வேண்டும். ஒருவேளை விளம்-பரத்தைப் பார்த்து மக்கள் ஏ.சி வாங்க வராமல் போனால் விளம்பரக் கட்டணம் உங்களைப் பொறுத்தவரை பெரிய இழப்பாகத் தோன்றும்.

மாறாக, விளம்பரக் கட்டணத்துக்கு ஈடான தொகைக்கு பத்திரிக்கை நிறுவனமே தங்க-ளுக்குத் தேவையான ஏ.சிக்களை வாங்கிக் கொள்ள முன்வந்தால் நீங்கள் மகிழ்ச்சி அடை-வீர்கள் தானே... இதுதான் பார்ட்டர் தொழிலின் அடிப்படை. இந்த பார்ட்டர் துறையில் பல நிறுவனங்கள் உள்ளன. இவை தமக்கென உறுப்பினர் பட்டியலை வைத்துக்கொண்டு உறுப்பினர்களுக்கிடையே இந்த பண்ட மாற்று முறையை மேற்கொள்கின்றன.

ஒரு பத்திரிக்கைகுக் தேவைப்படுகிற கடிகாரங்களை கடிகார தயாரிப்பு நிறுவனத்திட-மிருந்தும் கடிகார நிறுவனத்திற்கு தேவைப்படும் விளம்பரப் பலகையை விளம்பர நிறு-வனத்திடம் இருந்தும், விளம்பர நிறுவனத்திற்கு தேவைப்படும் கிரைண்டர்களை கிரைண்டர் நிறுவனத்திடமிருந்தும், கிரைண்டர் நிறுவனத்துக்கு தேவைப்படும் பத்திரிக்கை விளம்பரங்-களை பத்திரிக்கை நிறுவனத்திடமிருந்தும்... என இப்படியாக ஒவ்வொன்றையும் இணைத்து இந்நிறுவனம் இத்தொழிலை மேற்கொள்கிறது. இதற்கு சேவை கட்டணமாக பண்டமாற்று தொகையில் 10 விழுக்காட்டை உறுப்பினர் நிறுவனங்களிடம் வசூலித்துக் கொள்கிறது இந்தச் சேவையைப் பயன்படுத்தினால் உங்கள் செலவு ஓரளவு குறையும்.

உங்கள் செலவுகளுக்கு ஸ்பான்சரரைத் தேடலாம்.

ஒரு தொழிலதிபர் தன்னிடம் உள்ள பணத்தை எல்லாம் செலவழித்து மிகப்பெரிய கல்-யாண மண்டபம் ஒன்றைக் கட்டினார். ஆனால், இறுதியில் மண்டபத் திறப்பு விழாவின்போது விளம்பரம் வெளியிட அவர் கையில் போதுமான பணமில்லை. அவர் புத்திசாலித்தனமாக மண்டபம் கட்ட செங்கல் விற்றவர், மணல் விற்றவர், கட்டட வல்லுநர், காண்ட்ராக்டர், மின் கருவிகள் விநியோகம் செய்தவர் என தன்னால் பயனடைந்த சப்ளையர்கள் அனைவரையும் அழைத்தார்.

'நான் உங்கள் பொருளை வாங்கியதற்கு நன்றிக்கடனாக என் கல்யாண மண்டபத் திறப்பு விழாவிற்கு வாழ்த்து தெரிவித்து நீங்கள் விளம்பரம் வெளியிட வேண்டும்' என்று கேட்டுக் கொண்டார். அதேபோல் அனைவரும் நாளிதழில் விளம்பரம் செய்ததால் இவருக்கு அந்தச்

செலவு குறைந்தது.

ஒரு எலக்ட்ரிக்கல் கடை உரிமையாளர் தன்னிடம் தொடர்ந்து பொருட்களை வாங்கி வரும் எலக்ட்ரீஷியன்களுக்கு நன்றி தெரிவிக்க ஒரு கூட்டத்தை ஏற்பாடு செய்தார். அழைப்பிதழில் தொடங்கி கூட்ட அரங்கச் செலவு, சாப்பாட்டுச் செலவு, பரிசுப் பொருள் என அனைத்துச் செலவுகளையும் மேற்கொள்ள அவரிடம் பணம் போதுமானதாக இல்லை. பார்த்தார்... மின்சாதன உற்பத்தியாளர் ஒருவரை தொடர்பு கொண்டார்.

அவரிடம், 'எலக்ட்ரீஷியன் கூட்டத்தை நடத்த உள்ளேன். அங்கே வந்து உங்கள் பொருட்களின் அருமை பெருமைகளை சில நிமிடங்கள் விளக்கிச் சொல்லுங்கள். பொருட்களையும் காட்சிக்கு வையுங்கள். பேனர் கட்டிக் கொள்ளுங்கள்' அதற்கு மாற்றாக கூட்ட செலவுகளை நீங்கள் ஏற்றுக் கொள்ளுங்கள்' என்றார். அந்த உற்பத்தியாளருக்கு வாடகை இல்லாமல் மிகப் பெரிய மண்டபம் கிடைத்த திருப்தி.

எனவே, தன் மின்சாதனப் பொருளை பிரபலப்படுத்துவதற்கு இது சரியான களம்' என்று எண்ணி செலவுகளை மனமுவந்து ஏற்றுக் கொண்டார் அந்த உற்பத்தியாளர். இதுபோல் நீங்கள் சிமெண்ட் விநியோகஸ்தராக இருந்தால் சிமெண்ட் உற்பத்தியாளர்களிடம் உங்கள் விற்பனையாளர் கூட்டத்திற்கு அல்லது டீலர்கள் கூட்டத்திற்கு ஸ்பான்சர் பெறலாம்.

நீங்கள் பழச்சாறு கடை நடத்தினார் கோலா நிறுவனங்களை அணுகி, உங்கள் கடையின் பெயர்ப் பலகைகளை நிறுவச் செய்யலாம். நீங்கள் மருத்துவராக இருந்தால், உங்களை நம்பி இருக்கும் மருந்துக் கடைக்காரர்களிடம் பிரிஸ்க்ரிப்ஷ னில் தொடங்கி பெரும்பாலான பொருட்களை ஸ்பான்சர் செய்யச் சொல்லலாம்.

செலவுகளுக்கு ஸ்பான்சர் தேடுவதன் அடிப்படை இதுதான்... யார் உங்களால் வருமானம் பெறுகிறார்களோ... அவர்களிடமிருந்து ஸ்பான்ஸர் பெறலாம். இதுவே அடிப்படை விதி.

அடுத்ததாக நீங்கள் குழந்தைகளுக்கான பொருட்களை தயாரிப்பவர் என்று வைத்துக் கொள்வோம். உங்களுடைய விற்பனை இலக்கு குழந்தைகள் என்றால், அதே விற்பனை இலக்கோடு செயல்பட்டு வரும் பத்திரிகைகளான யங் வேர்ல்டு (தி ஹிந்து), தங்க மலர் (தினத்தந்தி), சிறுவர் மணி (தினமணி), சிறுவர் மலர் (தினமலர்) போன்றவற்றில் ஏதேனும் ஒன்றுடன் இணைத்து குழந்தைகளுக்கான கட்டுரைப் போட்டி, பேச்சுப் போட்டி, வினாடி — வினாப் போட்டி ஆகியவற்றை நடத்தலாம்.

எந்தப் பத்திரிக்கை உதவியுடன் இதனை நடத்துகிறீர்களோ அந்தப் பத்திரிக்கை இலவசமாக இது குறித்து விளம்பரம் வெளியிடும். மேலும் இந்நிகழ்ச்சி குறித்த தகவலையும் செய்தியாகப் பிரசுரிக்கும். இதற்கெல்லாம் மேலாக பத்திரிக்கையுடன் சேர்ந்து ஒரு நிகழ்ச்சியை நடத்தினால், அது அதிக எண்ணிக்கையில் பங்கேற்பாளர்களைப் பெற உதவும்.

மேலும், ஒரு புகழ்பெற்ற பத்திரிக்கையுடன் இணைத்து செயல்படுவது உங்கள் நிறுவனத்திற்கும் நற்பெயரை உருவாக்கும்.

80. மார்க்கெட்டிங் செலவைக் குறைப்பது எப்படி?

இன்றைக்கு பொருட்களை உற்பத்தி செய்கிற ஒவ்வொரு நிறுவனத்தின் அதிகபட்ச கவனமும் மார்க்கெட்டிங் துறை மேல்தான். குறைந்த செலவில் அதிக எண்ணிக்கையில் பொருட்களை விற்பது எப்படி?

என்பதே இன்றைய தொழில் முனைவோர் எதிர்கொள்ளும் சவால்.

பொதுவாக, பொருட்களை விற்க அடிப்படைத் தேவை, பொருள் பற்றிய விழிப்புணர்வு. இதனை ஏற்படுத்த பெரிய நிறுவனங்கள் பின்பற்றும் வழி — விளம்பரங்கள்.

இந்த விளம்பரங்களை வெளியிடும் போது செலவைக் குறைப்பது எப்படி...?

இதோ, சில ஆலோசனைகள்...

ஒரு சில பத்திரிகைகளில்/ டி.வி.க்களில் தொடர்ந்து விளம்பரம் கொடுப்பதாக நீங்கள் முடிவெடுத்தால், அவற்றின் விளம்பரப் பிரதிநிதியை அழைத்து நீங்கள் வருடாந்திர விளம்பர ஒப்பந்தத்தில் கையெழுத்திடலாம். இதனால் விளம்பரச் செலவு 30 முதல் 40 விழுக்காடு வரை குறையும். இதற்கு மீடியா பையிங் (Media Buying) என்று பெயர்.

எந்த ஊடகத்தில் விளம்பரம் செய்தால் அதிக வாடிக்கையாளர்களைக் சென்றடையும்... அதே சமயம் செலவும் குறையும்...? ன்றும் தெரிந்து வைத்திருப்பது அவசியம்.

பொருளை விளம்பரப்படுத்துவது என்று முடிவெடுத்துவிட்டால், விளம்பரத் துறையில் நூற்றுக்கும் மேற்பட்ட ஊடகங்கள். நாளிதழ்கள், வார இதழ்கள், மாத இதழ்கள், தொலைக்-காட்சி, வானொலி, பேருந்து, புகைவண்டி, இணையதளம், சுவர் விளம்பரம், சுவரொட்டி, நோட்டீஸ், ஹோர்டிங்ஸ், ரோட்ஷோ, கண்காட்சியில் பங்கேற்றல், திருவிழா, பொருட்காட்சி ஒலிபெருக்கி, ஆட்டோ மூலம் விளம்பரம்... இவற்றில் எது குறைந்த செலவில் நிறைந்த பலனைத் தரும் என்பதை நீங்கள் தீர்மானிக்க வேண்டும்.

இதில் குழப்பம் வரும்போது நீங்கள் புரிந்து கொள்ள வேண்டியது ஒன்று தான். உங்களது வாடிக்கையாளர் யார்? என்பதைஅடிப்படையாகக் கொண்டு அதற்கேற்றவாறு அவர்களைச் சென்றடையக் கூடிய ஊடகத்தைத் தேர்வு செய்து அதில் மட்டும் தொடர்ந்து விளம்பரங்கள் வெளியிடுவதே குறைந்த செலவில் நிறைந்த பலனை தரக் கூடியதாகும்.

81. டெக்னாலஜியைப் பயன்படுத்துங்கள்

ஒருமுறை மிகச் சிறிய கழுகுக் குஞ்சு ஒன்று கோழியின் கூட்டில் வந்து விழுந்தது. கோழிக் குஞ்சுகளோடு சேர்ந்து கழுகும் வளரத் தொடங்கியது.

வானுயரப் பறக்கும் திறமை கொண்டிருந்தாலும் கழுகுக் குஞ்சோ, அதனை அறியாது வளர்ந்தது. மாமிசம், பறவைகளையும் தின்னும் இயல்பு கழுகுக்கு உண்டு. ஆனால் இந்தக் கழுகுக் குஞ்சோ கோழிக் குஞ்சுகளோடு சேர்ந்து குப்பையைக் கிளறி விதைகளையும் பூச்சி-களையும் தின்று வந்தது. கோழியைப் பார்த்து கொஞ்சம் உயரே பறந்து திரும்பவும் தரைக்கு வந்தது. இப்படியாக நாட்கள் ஓடின.

ஒரு நாள் வானத்தில் வேறொரு கழுகு உயரே பறந்து செல்வதைப் பார்த்து ஆச்சரி-யத்துடன் கோழியிடம், “அது யார்?” என்று வினவியது. கோழியோ, “அது பறவைகளின்

அரசன்! அதற்கு 'கழுகு' என்று பெயர்'' என்று கூறிவிட்டு, ''ஆனால், நம்மால் எல்லாம் அதுபோல் பறக்க முடியாது. எனவே, அதைப் பற்றி எல்லாம் நீ அலட்டிக் கொள்ளாதே'' என்றது. எனவே கழுகும் அதுபற்றி வாழ்நாள் முழுதும் சிந்திக்கவே இல்லை.

இந்தக் கழுகைப் போலத்தான் நாமும். நம் அலுவலகத்தில் காலங்காலமாய் ஏற்பட்டு வரும் செலவினங்களைப் பற்றி மறுமுறை பரிசீலிப்பதே கிடையாது.

பலசரக்கு கடை நடத்திவரும் ஒரு தொழில் முனைவர், காலங்காலமாக தம் கடையின் வரவு செலவு கணக்குகளை சரியாக வைத்துக் கொள்ளாமலேயே இருந்து வந்தார். இதனால் கடையில் எவ்வளவு இருப்பு உள்ளது... எவ்வளவு பொருட்களை கடனில் வாங்குகிறோம்... ஒவ்வொரு பொருளை வாங்கும் போதும் எவ்வளவு லாபம் கிடைக்கிறது? என்ற விவரங்கள் எல்லாம் துல்லியமாக அவருக்கு தெரிவதும் இல்லை. மாதந்தோறும் என்ன பொருள் எவ்வளவு விற்பனையாகிறது என்பது பற்றிய விவரத்தையும் அவர் குறித்து வைத்துக் கொள்வதில்லை.

அவரிடம் எந்தத் தகவலும் இல்லாததால் செலவுகளைக் குறைப்பது குறித்தோ அல்லது கடையை விரிவாக்குவது குறித்தோ எந்த முடிவையும் அவரால் எடுக்க முடியவில்லை. காலையில் எழுந்ததும் கடை... பிறகு பொருள் கொள்முதல்... மதியம் குட்டித் தூக்கம்... மாலை தொடங்கி இரவு வரை கடை... இப்படியாக அவரது நாட்கள் ஓடிக்கொண்டிருந்தன. வருமானம் வந்தது. ஆனால் உழைப்புக்கு ஏற்ற அளவு லாபம் குவியவில்லை.

இதனை வெளியில் இருந்து பார்த்துக் கொண்டிருந்த அவரது மகன் பெரியவனானான். படிப்பை முடித்துவிட்டு கடை பொறுப்பை ஏற்றவுடன் முதலில் கடையில் ஒரு கணிப்பொறியை வாங்கி வைத்தான். கடைக்கு ஒவ்வொரு நாளும் வரும் எல்லாப் பொருட்களின் விவரத்தையும் அதில் பதிவு செய்தான். விற்பனையாகும் பொருட்களுக்கு பில் கொடுத்தான்.

இதனால் நாள்தோறும் என்னென்ன பொருள் எவ்வளவு விற்பனையாகிறது? வாங்கி வைத்த பொருள் எவ்வளவு நாட்களுக்கு இருப்பில் இருக்கிறது... விற்காத பொருட்கள் எவை, எவை? என அனைத்து விவரங்களையும் அவனால் எடுக்க முடிந்தது. பல ஆண்டுகளாக அந்தப் பெரியவருக்குப் புலப்படாத பல தகவல்கள் துல்லியமாகக் கிடைத்தன.

இதற்கெல்லாம் மேலாக அவர் எந்நேரமும் கடையிலேயே காலம் கழிக்க வேண்டிய அவசியம் இல்லாமல் போனது. இருவர் சரக்கு கட்ட, ஒருவர் பில் போட, ஒரு மேனேஜர் கல்லாவைப் பார்த்துக்கொள்ள என தனித்தனி வேலையாட்கள் அமர்த்தப்பட்டனர். நாள்தோறும் பில் வாரியாக கணக்குப் போட்டு, கடை மேனேஜர் பெரியவரிடம் கணக்கை ஒப்படைத்து விட்டுப் போனார். கடையும் விரிவடைந்தது.

தன்னால் கடுமையாக உழைத்த அளவிற்கு, புத்திசாலித்தனமாக உழைக்க முடியாமல் போனதே என்று அவர் வெட்கப்பட்டார்.

கடுமையாக உழைத்தல் என்பது வேறு, மூளையைப் பயன்படுத்தி புத்திசாலித்தனமாக அதே தொழிலைக் கையாளுதல் என்பது வேறு என்று அந்தப் பெரியவருக்கு புரியத் தொடங்கியது. இந்தப் புரிதலுக்கும், வளர்ச்சிக்கும் திருப்புமுனையாக அமைந்தது. கணிப்பொறியை அவர் செலவாக நினைத்தார். பையன் முதலீடாக நினைத்தான். மேலும், கணக்குப் பார்க்க வேண்டும்... அதற்கு ஒரு கணிப்பொறி துணைபுரியும் என்ற விஷயம் அவருக்குப் புரியவில்லை. இதனால் அனாவசியச் செலவுகள் எங்கெல்லாம் நேருகிறது என்று

கண்டுபிடித்துக் கலைந்ததில் லாபம் பல மடங்கு பெருகியது. இன்று அவர் பல கிளைகள் கொண்ட பெரிய பல்பொருள் அங்காடியின் அதிபர்.

82. திட்டமிட்டுச் செலவிடுங்கள்

விவசாய நிலத்தின் நடுவில் ஒரு பாறை இருந்தது. நிலத்தை உழுவதற்கு அந்தப் பாறை மிகவும் இடையூறாக இருந்தது.

பூமிக்கு அடியில் பாறை எவ்வளவு பெரிதாக இருக்கும் என்று தெரியாத காரணத்தால் அதை நீக்குகின்ற சிந்தனையே விவசாயிக்கு எழாமல் போனது. மிகப்பெரிய பாறையாக இருக்கும். அதை நீக்குவது எளிதல்ல என்று கருதினார்.

ஒரு முறை ஏர் ஓட்டிச் செல்லும்போது அவரது கால் பாறையில் மோதி ரத்தம் கொட்டத் தொடங்கியது. வெறுத்துப்போன அந்த உழவர் வேறு வழியின்றி எவ்வளவு செலவானாலும், எவ்வளவு நாட்கள் ஆனாலும் பரவாயில்லை அந்தப் பாறையை நீக்கியே தீருவது என்று முடிவு எடுத்து ஆட்களை அழைத்து வந்தார்.

நீண்ட காலமாக இருந்து வந்த அந்தப் பாறையை அனைவரும் சேர்ந்து உடைக்கத் தொடங்கினர். என்ன வியப்பு... அரை மணி நேரத்திலேயே பாறை முழுவதும் பெயர்ந்து வந்து விட்டது. இந்த சின்னப் பாறைக்கா இத்தனை காலம் பயந்தோம் என்றெண்ணி வெட்கப்பட்டார் உழவர்.

சிக்கல் வரும்போது அதை உடனே எதிர் கொள்வது நல்லது. பிரச்சனையைக் கண்டு பயந்து நாம் ஒதுங்கத் தொடங்கினால் நமக்கு மன உளைச்சலும், பொருள் இழப்பும் தான் ஏற்படுமே தவிர சிக்கல் தீராது.

கொஞ்சம் புரியும்படி சொன்னால், சிக்கல் என்பது நாய் போன்றது. நாம் ஓடத் தொடங்கினால், அது துரத்தும் நாம் நின்று எதிர்கொண்டால் அது திரும்பி ஓடத் தொடங்கும்.

நம்மைப் பயமுறுத்துகின்றன செலவுகளும் இதை போன்றவையே. நாம் கவனிக்காமல் விட்டாலோ அல்லது ஒதுங்கிப் போனாலோ செலவு நம்மை பயமுறுத்தும் அளவுக்கு பெரிதாகி விடக்கூடும். ஆனால், நாம் ஒவ்வொன்றையும் ஆராய்ந்து, ஒப்பிட்டுப் பார்த்து, தேவைதானா என்று சிந்திக்கத் தொடங்கினால் செலவு கணிசமாகக் குறையும்.

பயணத்தைத் திட்டமிட்டால் பணத்தை சேமிக்கலாம்.

பயணம் தொடர்பான செலவுகளை எடுத்துக் கொள்ளுங்கள் விமானப் பயணம் மேற்கொள்வோர் இரண்டு மாதங்களுக்கு முன்பே திட்டமிட்டால் செலவுகள் 30 முதல் 50 சதவீதம் வரை குறைய வாய்ப்புள்ளது.

ரயில் பயணம் எனில் இரண்டு மாதங்களுக்கு முன்னதாக பயணத்தைத் திட்டமிடலாம். அதனால் பயணத்தில் கட்டணக் குறைவு எதுவும் இருக்காது என்றாலும் மன உளைச்சல் மிச்சமாகும். மேலும் கடைசி நேரத்தில் பயணச்சீட்டு கிடைக்காமல் போனால் அதற்கென "தட்கலு'க்குக் கூடுதலாக செலவழிக்கும் பணத்தை கணக்கில் கொண்டால் நிச்சயம் பணம் மிச்சமே. தங்குகின்ற ஓட்டல்களும் இப்போது முன்பதிவுச் சலுகைகள் வந்துவிட்டன. 3 மாதங்களுக்கு முன்பே நாம் முன்பதிவு செய்து விடலாம்.

'முன்பதிவு செய்கின்ற போது பல நேரங்களில் அவசர வேலை காரணமாக அடிக்கடி பயணத்தை ரத்து செய்ய நேரிடுகிறது. இதனால் முன்பதிவு செய்த கட்டணத்தில் அதிகபட்சமாக 50 சதவீதம் வரை வீணாகப் போகிறதே என்று உங்களுக்குள் ஒரு எண்ணம் தோன்றலாம்.

உண்மைதான். 10 முறை முன்பதிவு செய்கிறபோது ஒரு முறையோ அல்லது இரண்டு முறையோ ரத்து செய்வதால் ஏற்படும் செலவு ஈடு செய்யக்கூடியதே. ஆனால் தொடர்ந்து ஐந்து முறைக்கு மேல் ரத்து செய்தால் உங்களுக்கு திட்டமிடுதலை முறையாகக் கை கொள்ள தெரியவில்லை என்றே பொருள்.

இன்னும் சொல்லப் போனால், இன்றைக்கு தொலைபேசி, செல்போன், இணையதள பேச்சு, வீடியோ கான்பரன்சிங் எனப் பல்வேறு தகவல் தொழில்நுட்ப வசதிகள் வந்துவிட்டன. இதனால் பயணத்தின் அவசியம் மிகவும் குறைந்து விட்டது. எனவே, தேவை ஏற்பட்டாலொழிய பயணத்தைக் குறைத்துக் கொள்வது உங்கள் உடலுக்கும், மனதிற்கும், பணத்துக்கும் இன்னும் நல்லது!

உங்கள் தொழிலில் பணம் சுழற்சி முறையை அதிகப்படுத்துங்கள்.

ஒரு பொருளை வாங்கி 20% லாபத்திற்கு விற்று அந்தப் பணத்தைக் கொண்டு அதே பொருளைக் கொள்முதல் செய்து, திரும்ப விற்று, திரும்ப வாங்கி, விற்று என ஆண்டிற்கு எவ்வளவு முறை பொருளை வாங்கி வாங்கி விற்கிறோமோ அவ்வளவு முறை பணம் சுழன்று நமக்கு லாபம் ஈட்டித் தரும். இதுதான் நம் அனைவருக்கும் தெரிந்த வணிக முறை.

இதற்கும் மேலாக நிர்வாகவியலில் வேறொரு உத்தி சொல்லப்படுகிறது. பண சுழற்சியை அதிகப்படுத்துவதற்குப் பதில் விரிவுபடுத்துவதே அந்த டெக்னிக். இதற்கு அடிப்படையாக இரண்டு வேலைகளைச் செய்ய வேண்டும்.

வாடிக்கையாளர்களிடமிருந்து வரவிருக்கும் வருமானத்தை விரிவுபடுத்துதல், அடுத்தது, சப்ளையருக்கு நாம் செலுத்த வேண்டிய பணத்தை செலுத்த கூடுதலான நாட்கள் பெறுதல். இதனால் பணம் விரைவாக நமக்கு வந்து, பல நாட்கள் நம்மிடம் சுழன்று கூடுதல் லாபத்தை நமக்கு ஈட்டிக் கொடுத்த பிறகு, சப்ளையர் கைக்குச் சென்று சேரும். அதாவது அதிக பணத்தை வைத்து பல பொருட்களை ஸ்டாக் செய்து அவற்றின் மூலம் அதிக லாபம் ஈட்டுவது தான் பண சுழற்சி விரிவாக்கம்

வாராக் கடன்களில் கவனம் செலுத்துங்கள்.

ஒவ்வொரு தொழிலிலும் வாராக் கடன்களின் விகிதம் 3 முதல் 5 சதவீதம் வரை இருக்கலாம். இந்த விகிதத்தின் எண்ணிக்கை அதிகரித்தால் பணத்தை வசூலிக்கும் திறமை உங்களிடம் இல்லையென்றே பொருள். வாராக் கடன்களில் 50%த்திற்குமேற்பட்டவற்றைத் தொடர்ந்து ஃபாலோ அப் (Follow-up) செய்வதன் மூலமே வசூலித்து விட முடியும். அல்லது குறைந்தபட்சம் வங்கியாளர்களைப்போல் பேரம் பேசியாவது, அதில் ஒரு பகுதியை திரும்பிப் பெற முடியும்.

நம்மில் பலர் வாராக் கடன்களில் பெரிய தொகையை மட்டுமே தொடர்ந்து துரத்திக் கொண்டிருப்போம். சிறிய தொகையை நேரமின்மை காரணமாக கவனம் செலுத்தாமல் விட்டுவிடுவோம். இதுவும் ஒரு வகையான வருமான இழப்பே.

இதற்கு என்ன தீர்வு...? சிறிய தொகையை வசூலிக்க மாத சம்பளத்திற்கு ஒரு முகவரை நியமித்தால் நிச்சயம் அவருக்கு கொடுக்கும் சம்பளத்தைவிட பன் மடங்கு தொகையை காலப்போக்கில் வசூலித்து விட முடியும். அதுமட்டுமன்றி முறையாக உரிய நேரத்தில் வரக்கூடிய தொகையைக் கூட முன் கூட்டியே நாம் வாங்க முயற்சிக்கலாம்.

மதுரையில் நண்பர் ஒருவருக்கு ரூ. 2 லட்சம் வரை வாராக் கடன்களாக சிறிய கடன்கள் இருந்தன. ரூ. 5000 மாத சம்பளத்தில் ஒரு பகுதி நேர முகவரை நியமித்தார். மூன்று மாதங்களில் அந்த முகவர் ரூ. 75,000 வசூலித்து விட்டார். சிந்தித்துப் பாருங்கள். ரூ. 15 ஆயிரம் செலவில் ரூ. 75 ஆயிரம் வசூலித்தது புத்திசாலித்தனம் தானே?

பொதுவாக எந்த ஒரு வாடிக்கையாளர்களிடம் இருந்தும் மூன்று முதல் ஆறு மாதங்களுக்குள் பணத்தை வசூலித்து விட வேண்டும். இல்லை என்றால் அதன் பிறகு அந்த பணத்தை வசூலிக்க நாம் மிகுந்த சிரமப்பட வேண்டியிருக்கும். கரூர், சிவகாசி போன்ற தொழில் நகரங்களில் இரண்டு மாதங்கள் கழித்தும் வாடிக்கையாளர்கள் பணத்தைத் திருப்பித் தராத பட்சத்தில் 24 சதவீத ஆண்டு வட்டியோடு பணத்தைத் திருப்பித் தர வேண்டும் என்கிற நியதியும் நடைமுறையில் உள்ளது.

இழப்பு தருகின்ற தொழிலை தொடர்ந்து நடத்தாதீர்.

ஒரு தொழிலில் தொடர்ந்து இழப்பு ஏற்பட்டு கொண்டே இருந்தால் அதனை உணர்வு ரீதியாக பார்க்காமல், வந்த விலைக்கு விற்று விடுவதோ அல்லது மூடிவிடுவதோ சிறந்தது. திரும்பத் திரும்ப அந்தத் தொழிலில் பணத்தை முதலீடு செய்வது நஷ்டத்தையே ஏற்படுத்தும். சில தொழில்கள் தொடக்கத்தில் நஷ்டத்தை கொடுத்தாலும் நாளடைவில் லாபத்தைத் தர தொடங்கலாம். டெக்டைல்ஸ், பேப்பர் போன்ற தொழில்களில் அதிக முதலீடு காரணமாக பணவரத்து இருந்துகொண்டே இருப்பது போல் தெரிந்தாலும் லாபம் அனைத்தும் வெளியில் வாராக் கடன்களாக முடங்கிக் கிடக்கும்.

அதுபோன்று துறைகளில் மிகவும் கவனத்துடன் இருக்க வேண்டியது அவசியம். தினமும் பணவரத்து இருந்து கொண்டே இருப்பதால், நம் தொழில் லாபத்தில் இயங்குகிறதா, நட்டத்தில் இயங்குகிறதா என்று தெரியாமல் போய்விடும் தொடக்கத்திலேயே வரவு—செலவுக் கணக்கைத் தெளிவாக பராமரிக்காவிட்டால் காலம் சென்ற பிறகு நிலைமையைச் சரிசெய்வது கடினமாகி விடும்.எனவே, மூன்று மாதங்களுக்கு ஒரு முறை கணக்குத் தணிக்கையாளர்களோடு உட்கார்ந்து நம் நிறுவனம் எந்த நிலையில் இருக்கிறது என்பதை தெரிந்து கொள்வது நல்லது.

முடங்கிக் கிடக்கும் சொத்துக்களை வருமானம் ஈட்டச் செய்யுங்கள்.

ஒரு நிறுவனத்தில் பயன்படாமல் இருக்கும் இயந்திரங்கள், ஆட்டோமொபைல் வாகனங்கள், நிலங்கள், கட்டிடங்கள் போன்றவற்றை புதுப்பித்து வருமானம் ஈட்டுவதற்கு வழிவகை செய்யலாம்.

கோவையில் வசிக்கும் நண்பர் ஒருவர் தனது தொழிற்சாலையை சுற்றி கட்டியிருந்த காம்பவுண்ட் சுவரை உடைத்து விட்டு10 கடைகளைக் கட்டினார். இப்போது அவருக்கு மாதம் ரூ. 1 லட்சம் வருமானம் வருகிறது.

மேலும், அத்தொழிற்சாலையைப் பாதுகாப்பாக மேற்கொண்ட செலவுகளான வாட்ச்மேன் சம்பளம், காம்பவுண்ட் சுவரை சுற்றி உள்ள விளக்குகளின் மின்சாரச் செலவு போன்றவற்-

றையும் பகிர்ந்து கொள்ளப்பட்டு செலவுகள் குறையத் தொடங்கின. இதோடு மட்டுமல்லாமல் முன் இரவு நேரங்களில் இருட்டாக இருந்த தொழிற்சாலையின் வெளிப்புறம் இப்போது வெளிச்சத்துடனும், கலகலப்பாகவும் மாறிவிட்டது.

இன்னொருவர் நகரின் ஒரு பகுதியில் வெற்றிடமாக இருந்த அரை ஏக்கர் நிலத்தை சுற்றிலும் சுவர் எழுப்பி டிராவல்ஸ் கம்பெனிக்கு கார்களை நிறுத்திக்கொள்ள வாடகைக்கு விட்டார். இப்போது மாதம் ரூ. 50 ஆயிரம் சம்பாதிக்கிறார்.

சென்னையில் ஒருவர், தமது வீட்டில் பயனற்று நின்று கொண்டிருந்த வேனை டிராவல்ஸ் கம்பெனி ஒன்றிற்கு வாடகைக்கு விடத் தொடங்கியதில் மாதந்தோறும் கணிசமான வருமானம் பெற்று வருகிறார். வெற்றிடமாக இருந்த வீட்டின் மொட்டை மாடியில் சிறிய மாற்றங்களை ஏற்படுத்தி மாலை நேர டியூஷன் சென்டர் ஒன்றுக்கு வாடகைக்கு விட்டு மாதம் ரூ.5 ஆயிரத்தை ஈட்டும் ஒரு நண்பரையும் அண்மையில் சந்திக்க நேர்ந்தது. இப்படியாகப் பயனற்றுக் கிடக்கும் அசையா மற்றும் அசையும் சொத்துக்களுக்கு புத்துயிர் ஊட்டி புதுவடிவம் கொடுத்து, வருமானத்தைப் பெருக்கி அதன் மூலம் நிலையான செலவுகளின் விகிதத்தை குறைத்து லாபத்தை அதிகரிக்கச் செய்யலாம்.

83. முழுமையாகப் பயன்படுத்துங்கள்

ஒரு பணக்கார அமெரிக்கர், இந்தியாவைச் சுற்றிப் பார்க்க வந்தார். இந்தியா பரந்து விரிந்த நாடு என்பதால் தமது விலையுயர்ந்த புதிய காரையும் கப்பல் மூலம் இந்தியாவுக்கு கொண்டு வந்திருந்தார். அவர் காரிலேயே மாநிலம், மாநிலமாகப் பயணம் செய்து கொண்டிருந்தார். செல்லும் இடமெல்லாம் காரைப் பார்ப்பதற்காகவே ஏகக்கூட்டம் கூடியது. அந்தக் காரில் ஃபிரிட்ஜ், தொலைக்காட்சி என எல்லா வசதிகளும் இருந்ததால் மக்கள் வியப்புடன் தொட்டுத் தொட்டுப் பார்த்தனர்.

பயணத்தின் ஒரு கட்டமாக பஞ்சாப் மாநிலத்திற்கு சென்று வரலாற்றுப் புகழ் பெற்ற இடங்களை சுற்றிப் பார்த்துவிட்டு அடுத்த மாநிலத்திற்குப் பயணமானார். செல்லும் வழியில் ஒரு கிராமத்தில் அந்த வண்டி பழுதாகி நின்று விட்டது. காரை எப்படிச் சரி செய்வது என்று தெரியாமல் திகைத்து அந்த அமெரிக்கர் தலையில் கை வைத்தபடி உட்கார்ந்துவிட்டார். இது போன்ற ஒரு புதுவகை காரையே பார்த்திராத இந்தியர்களால் எப்படி இதன் ரிப்பேரைச் சரி செய்து தர முடியும் என்று ஐயப்பட்டார். அதுவும் கார் வாடையே அறியாத குக்கிராமத்தில் மெக்கானிக்கை எங்கே பிடிப்பது என்று புரியாமல் சோர்ந்து போனார்.

அப்போது அந்தப் பக்கமாக வந்த ஒரு கிராமத்து சர்தார்ஜி இவரையும், காரையும் பார்த்தவுடன் விஷயத்தை புரிந்து கொண்டு "காரை நான் சரி செய்து தரட்டுமா?" என்று சைகையிலேயே கேட்டார். அவரை கேலியாகப் பார்த்த அமெரிக்கர், சரி என்று தலையாட்டினார். முன்புற பானெட்டைத் திறந்த சர்தார்ஜி கண்களால் ஆராய்ந்தார். பின்பு கொஞ்ச தூரம் நடந்து சென்று ஒரு பெரிய கல்லை எடுத்துக் கொண்டு வந்த இன்ஜினில் வெவ்வேறு இடங்களில் மூன்று முறை ஓங்கி தட்டினார்.

இதைப் பார்த்த அமெரிக்கர் பதறிப்போனார். அவருக்கு அழுகையே வந்து விட்டது. கண்களில் நீரோடு நின்று கொண்டிருந்த அவரைப் பார்த்து, 'இப்போது ஸ்டார்ட் செய்யுங்-

கள்' என்று சைகை காட்டினார் சர்தார்ஜி.

நொந்து போய் காரை அமெரிக்க ஸ்டார்ட் செய்ய... என்ன வியப்பு? கார் கிளம்பி விட்டது. ஒரே பரவசத்தில் கீழே இறங்கி ஓடி வந்து அந்த சர்தார்ஜியைக் கட்டித் தழுவி மகிழ்ச்சியை வெளிப்படுத்தினார். பிறகு, 'உங்கள் கட்டணம் எவ்வளவு?' என்று கேட்டார். சர்தார்ஜியோ கொஞ்சமும் தயங்காமல் "பத்தாயிரம் ரூபாய்" என்றார். தொகையைக் கேட்டு வாய் பிளந்த அமெரிக்கர் "3 தட்டு தட்டியஅதற்கு 10 ஆயிரம் ரூபாய்யா?" என்று வினவினார். அதற்கு சர்தார்ஜி சொன்னார்.

"எங்கே தட்ட வேண்டும் என்று தெரிந்து தட்டினேனே, அந்த அறிவுக்கான தொகை தான் இது..." என்றார்.

எதையும் செய்வது எளிதானதே. ஆனால் எதை, எப்போது, எப்படிச் செய்வது? என்பன போன்ற கேள்விகளுக்கு விடை தேடுவதுதான் கடினம். அதற்கு கல்வி அறிவும், அனுபவ அறிவும், தொலைநோக்குப் பார்வையும் மிக அவசியம். வருமான வாசலுக்கு மட்டுமல்ல... செலவின் பாதைக்கும் இது ரொம்பவே பொருந்தும்.

செலவைப் பாதியாகக் குறைப்பது மிகவும் எளிது. ஆனால் எந்தெந்த செலவைக் குறைப்பது... எப்போது குறைப்பது... எப்படிக் குறைப்பது? என்பது போன்ற புரிதல் தேவை.

அலுவலகத்தை அதிக நேரம் பயன்படுத்தி, கூடுதல் வருமானம் ஈட்டி, அதன் மூலம் நிலையான செலவுகளை குறைப்பது குறித்து இப்போது பார்ப்போமா..?

நீங்கள் அலுவலகத்திற்கு வாடகை கொடுக்கும்போது அலுவலகத்தை 24 மணி நேரமும் பயன்படுத்திக் கொள்வதற்காகத்தான் வாடகை தருகிறீர்கள். ஆனால் 8 மணி நேரம் மட்டுமே பயன்படுத்தி விட்டு மீதம் 16 மணி நேரம் அலுவலகத்தை மூடிவிடுகிறீர்கள்.

மாதமொன்றுக்கு வாடகை, சம்பளம் என நிலையான செலவு ரூ 50,000 ஆகிறதென்றால், 50 பொருட்களை உற்பத்தி செய்தால், நிலையான செலவு என்பது ஒரு பொருளுக்கு ரூ. 1,000 ஆகும். அதற்கு பதிலாக 20 பொருட்களை உற்பத்தி செய்தால் நிலையான செலவு பொருட்களுக்கு ரூ. 500 ஆகக் குறைந்து விடுமல்லவா? இது தான் நுணுக்கம்.

இதற்கு ஒரு ஷிஃப்ட் பணியாற்றுவதற்குப் பதிலாக 2 ஷிஃப்ட் களோ, 3 ஷிஃப்ட் களோ பணியாற்றலாம்.

இந்த ஷிஃப்ட் வேலையெல்லாம் உற்பத்தித் தொழில்களுக்கு மட்டும்தான் பொருந்தும் என்று நீங்கள் எண்ணத் தேவை இல்லை. சேவைத் தொழில்களான பி.பி.ஓ, கால் சென்டர், வங்கி ஏ.டி.எம், மருத்துவமனை, பத்திரிக்கை, ஊடகங்கள் என பல துறைகளிலும் இது நடைமுறையில் உள்ளது.

இந்த உத்தி நம்மூர் தொழில்முனைவோருக்குத் தெரியாமல் இல்லை. பலசரக்குக் கடைகள் நடத்துபவர்களைப் பார்த்தால் தெரியும். காலை 6 மணிக்கு கடை திறந்தால் இரவு 10 மணி வரை அதாவது இரண்டு ஷிஃப்ட்கள் கடுமையாக உழைப்பார்கள். மருந்துக் கடை நடத்துவோரும், பஸ் ஸ்டாண்ட் போன்ற மக்கள் நடமாட்டம் உள்ள இடங்களில் கடை நடத்துவோரும் 24 மணி நேரம் கடை திறந்து வைத்திருப்பார்கள்.

பல நகைக் கடைகள், ஜவுளிக் கடைகள் ஆண்டில் 365 நாட்களும் திறந்திருக்கின்றன.

இன்னொரு மிகப் பெரிய துணிக் கடையோ சற்று வேறுமாதிரி உத்தியைக் கையாண்டது. காலை 9 மணிக்கு வரும் ஊழியர்கள், இரவு 9 மணிக்கு மேல் அதிகம் களைப்படைந்து

விடுகின்றனர். மேலும் அவர்கள் வீட்டுக்குச் செல்வதற்கு முன்பு வாடிக்கையாளருக்கு விரித்துக் காண்பித்த எண்ணற்ற துணிகளை எல்லாம் மடித்து அடுக்கி வைக்க வேண்டிய பணி வேறு இருந்தமையால் அவர்கள் நிறையத் துணிகளை வாடிக்கையாளர்களுக்குக் காண்பிக்க மறுத்து, வீட்டுக்குக் கிளம்புவதிலேயே குறியாக இருந்தனர். இதனைக் கண்ட நிர்வாகம் புத்திசாலித்தனமாக ஒரு வேலையைச் செய்தது. அதாவது ஊழியர்கள் வீட்டுக்குக் கிளம்பும்போது துணிகளை மடித்து வைக்க தேவையில்லை. அப்படியே போட்டு விட்டு வீட்டுக்குக் கிளம்பலாம் என்று அறிவித்தது.

இரவு 10 மணிக்கு மேல் துணிகளை மடித்து, அடுக்கி வைக்கவும், கடைக்கு வந்திறங்கும் புதிய துணிகளை சரி பார்க்கவும், லேபிள் ஒட்டவும் இன்னொரு ஷிஃப்ட் பணியாளர்களை வேலைக்கு நியமித்தது. இதனால் தாமதமாக வரும் வாடிக்கையாளர்களும் நிறையத் துணிகளை புரட்டிப் பார்த்து மகிழ்வுடன் வாங்க முடிந்தது.

இன்னொரு கடையோ இரவு 11 மணி முதல் காலை 8 மணி வரை ஷாப்பிங் செய்தால் சிறப்புத் தள்ளுபடி என்று அறிவித்தது. கூட்டம் இல்லாத நேரத்தில் விற்பனையைப் பெருக்க 'ஹேப்பி ஹவர்ஸ்' (Happy Hours) என்ற பெயரில் சிறப்பு தள்ளுபடி பெறுவதற்காக வாடிக்கையாளர்கள் மிகுந்த மகிழ்வோடு நள்ளிரவு நேரத்திலும் கடைக்கு வரத் தொடங்கினர்.

ஆடித் தள்ளுபடி எப்படி உருவானது என உங்களுக்குத் தெரியுமா? பொதுவாக விவசாயிகள் தங்கள் கையில் காசில்லாமல் மிகுந்த வறுமையோடு இருக்கும் மாதங்களில் ஒன்று ஆடி மாதம் ஆகும். விளைபொருட்களை விற்றதனால் கிடைத்த பணத்தை எல்லாம் செலவழித்து விட்டு வறுமையில் வாடுவர்.

தற்போது நாகரிகம் மாறி விவசாய வருமானத்தைவிட, பிற வருமானம் உயர்ந்து விட்ட போதிலும் மக்கள் ஆடி மாதம் துணிகளை வாங்குவதை அவ்வளவாக விரும்புவதில்லை. எனவே தள்ளுபடி என்ற பெயரில் மக்களை கவர்ந்திழுக்கும் கவர்ச்சிகரமான விளம்பரங்களை வெளியிட்டு, வியாபார நிறுவனங்கள் செய்த தந்திரம்தான் ஆடித்தள்ளுபடி.

பண்டிகை நேரங்களின் போது தள்ளுபடி வழங்காதீர்கள்

தள்ளுபடியிலும் சைவம், அசைவம் என்று இரண்டு வகை உண்டு. விலையை செயற்கையாக உயர்த்தி தள்ளுபடி என்று கூறி விற்கிற அசைவ உத்தி அதிக நாட்களுக்கு எடுபடாது. மக்களுக்கு இந்த விவரம் தெரிந்தால் கடையின் நற்பெயர் கெட்டுவிடும். இது போன்ற போலி தள்ளுபடி உத்திகளை கையாளாதீர்கள். இன்றைய வாடிக்கையாளர்கள் புத்திக் கூர்மையானவர்கள் என்பதை நாம் மறந்து விடக்கூடாது.

விற்பனை மந்தமாக இருக்கும்போது அம்மாத செலவை ஈடுகட்டவும், விற்பனையை அதிகரிக்கவும் உண்மையான தள்ளுபடி வழங்குவது இரண்டாவது சைவ வகை. ஒரு தொழிலில் லாபம் 30% இருக்குமானால் அதிகபட்சம் 15% வரை தள்ளுபடி வழங்கிவிட்டு, 10% விளம்பரத்துக்கு செலவழிக்கலாம். இதனால ஈ ஓட்டும் காலகட்டத்தில் பணப்புழக்கம் இருந்து கொண்டிருக்கும். வியாபாரத்தின் மாதாந்திர செலவுகளை ஈடுகட்டவாவது வருமானம் வரும். அதோடு, விற்காத சரக்குகளையும் விற்றுத் தீர்க்கலாம்.

விற்பனை சிறப்பாக நடைபெறக்கூடிய தீபாவளி, கிறிஸ்துமஸ், புதுவருடம், பொங்கல் போன்ற பண்டிகை நேரங்களில் தானாகவே விற்பனை நடைபெறும் என்பதால் அவ்வப்போது

ஈட்டுகின்ற லாபத்தை வைத்து தான் ஆண்டு முழுவதும் கடை நடத்த வேண்டும். இத்தகைய தருணங்களில் தள்ளுபடியை அதிகரித்து லாபத்தைக் குறைத்துக் கொள்வதால் நீங்கள் லாபத்தை இழக்கிறீர்கள் என்பதை தெரிந்து கொள்ள வேண்டும்.

மாறாக வணிகத்தை அதிகரிக்க 'புதிய டிசைன்கள் அறிமுகம்' 'ஏராளமாக குவிந்துள்ள புடவைகள் என்றெல்லாம் பாசிட்டிவ் விளம்பரங்களை வெளியிட்டு வருவாயைப் பெருக்கி, அதன் மூலம் நிலையான செலவுகளின் சதவீதத்தை குறைக்கலாம்.

84. கடன்களில் கவனம் தேவை!

வங்கிகள் வழங்கும் கடன் அட்டைகளைப் (Credit Card) பொறுத்தவரை புத்திசாலித்தன-மாகப் பயன்படுத்த வேண்டும்.

வங்கி வட்டி இன்றி கடன் தரும் ஒரு மாத கால அவகாசத்திற்குள் பணத்தை திருப்பி செலுத்தி விடுவதே புத்திசாலித்தனமாகும்.

கடன் அட்டைகளைப் பயன்படுத்தி பணம் எடுப்பதை முடிந்த வரை தவிர்க்கவும். மேலும் எளிதில் கிடைக்கிறதே என்பதற்காக கடன் அட்டைகளின் மூலம் கடன் வாங்கி அதைத் தவணை முறையில் கட்ட முடிவு எடுத்த பிறகு மாட்டிக்கொண்டுமுழிப்பதை விட கடன் வாங்காமல் இருப்பதே சாலச் சிறந்தது.

முன்பெல்லாம் வங்கிகளில் கடன் கேட்டுப் போனால் கடன் தருவதற்கு முன் ஆயிரம் முறை யோசிப்பார்கள். வட்டி விகிதத்தைப் பொறுத்தவரை, முன்பு பாரத ரிசர்வ் வங்கியின் வட்டி விகிதமே எல்லா வங்கிகளுக்கும் பொதுவானதாக இருந்துவந்தது.

ஆனால் இப்போது நிலைமை அப்படி இல்லை. 'கடன் வேண்டுமா... கடன் வேண்-டாமா?' என்று கூவிக் கூவி அழைத்து, கிட்டத்தட்ட தொல்லை செய்து கடனைத் தந்து விட்டுத்தான் செல்கிறார்கள். வட்டி விகிதத்தையும் அந்தந்த வங்கிகளே நிர்ணயித்துக் கொள்ள ரிசர்வ் வங்கி அனுமதி அளித்துவிட்டது.

எனவே, நீங்கள் கடனை வாங்குகின்றபோது அதற்கான வட்டித் தொகையை முடிந்தளவு பேரம் பேசிக் குறைக்கலாம். மேலும் கடன் தரும்போது கூடுதலாக பிராசஸிங் கட்டணம், டாக்குமெண்டேஷன் கட்டணம் என சில வங்கிகள் வசூலிக்கின்றன. அவற்றை எல்லாம்கூட நீங்கள் குறைக்கச் சொல்லலாம்.

குறைவான வட்டியில் பெற்ற கடனை முன்கூட்டியே திருப்பி செலுத்தலாமா?

வீட்டுக் கடன், கார் கடன் போன்றவற்றை அரசுடைமையாக்கப்பட்ட வங்கிகளிலும், தனியார் வங்கிகளும் மிகக் குறைந்த வட்டி வீதத்தில் வாரி வாரி வழங்கி வருகின்றன. இந்தக் கடனை வாங்கி முறையாக வட்டியையும், அசலையும் திருப்பிச் செலுத்திக் கொண்-டிருக்கும் தொழில் முனைவோர், தமக்கு அவ்வப்போது கிடைக்கும் கூடுதல் பணத்தைக் கொண்டு, இந்தக் கடனை விரைவில் அடைத்துவிட முயற்சிப்பர்.

ஆனால் அப்படி செய்யத் தேவையில்லை. மாறாக, அதை சேமிப்புக் கணக்கில் போட்டு வைத்து, அவசரமாக பணம் தேவைப்படும் போது அதனை பயன்படுத்திக் கொள்ளலாம். ஏனெனில், அவ்வளவு குறைந்த வட்டிக்கு திரும்பவும் வேறெங்கும் கடன் கிடைக்காது.

தொழிலுக்கு அதிகபட்சமாக எவ்வளவு வட்டி விகிதத்தில் கடன் வாங்கலாம்?

வங்கியிலோ அல்லது தனியார் நிதி நிறுவனங்களிலோ எந்தத் தொழிலுக்காகக் கடன் வாங்கினாலும் வட்டி விகிதம் அதிகபட்சம் 15 சதவீதத்தைத் தாண்டாமல் வாங்குவது நல்லது. இன்றைக்கு தொழில் துறையில் போட்டிகள் அதிகரித்து வருவதால் லாபம் குறைந்து கொண்டே போகிறது.

எந்தத் தொழிலிலும் அதிகபட்சமாக 24 விழுக்காட்டிற்கு மேல் லாபம் ஈட்ட முடியாது என்பதுதான் நிதர்சனமான உண்மை. சில தொழில்கள் மட்டுமே இதற்கு விதிவிலக்கு. ரிஸ்க் அதிகமுள்ள தொழில்களில் லாபமோ, இழப்போ அதிகமாகவே இருக்கும்.

கடன் வாங்கி வட்டி கட்டலாமா?

கடன் வாங்கி வட்டி கட்டுவதைப் போன்ற கொடிய வியாதி வேறு எதுவுமில்லை. எப்போது கடன் வாங்கினாலும் வட்டியை மட்டும் செலுத்தாமல் அசலையும் சேர்த்தே செலுத்துங்கள்.

நல்ல சிட்ஃபண்டில் சீட்டு கட்டினால் பணத்தேவையின் போது வட்டி இன்றி பணத்தை எடுத்துக்கொள்ளலாம். சீட்டு ஏலத்தில் கிடைக்கும் கழிவை கணக்கிட்டால் தோராயமாக 10 முதல் 11 விழுக்காடு வரை மிச்சமாகும். இதில் அசலை மாதந்தோறும் திருப்பிச் செலுத்தி விடுவதால் சீட்டு முடிந்ததும் அந்தக் கடனும் முடிந்துவிடும். அவசரத் தேவைக்கு குறைந்த செலவில் பணம் புரட்ட இது ஒரு சிறந்த வழியாகும்.

பல வங்கிகளில் கணக்கு வைக்கலாமா?

ஏனோ தெரியவில்லை... நம்மூர் தொழில் முனைவோருக்கு பல வங்கிகளில் கணக்கு வைத்திருப்பதில் அதிக ஆர்வம் இருக்கிறது. பல வங்கிகளில் கணக்கு திறப்பதால் குழப்பம் தான் மிஞ்சுமே தவிர அதனால் எந்தப் பயனும் கிடையாது.

வருமான வரியை தவிர்ப்பதற்காக என்றால், அது இனிமேல் சாத்தியமில்லை. ஏனெனில் தற்போது 'பான்' (PAN) நம்பர் அறிமுகப்படுத்தப்பட்ட பிறகு நீங்கள் எத்தனை வங்கிகளில் கணக்குகள் வைத்திருந்தாலும் உங்கள் வருமானத்தை தெளிவாகக் காட்டி விடும்.

மேலும் தினந்தோறும் வங்கிகளுக்கிடையே அலைவது, இந்த வங்கியில் இருந்து பணத்தை எடுத்து அந்த வங்கியில் போடுவது, எந்த வங்கிக் கணக்கில் எவ்வளவு பணம் இருக்கிறது என்பதை நினைவில் வைத்துக் கொள்ள முடியாமல் திணறுவது என்பன போன்ற தேவையற்ற வேலைகள் எல்லாம் நம் நேரத்தை வீணடிக்கக் கூடும் அதோடு செலவையும் அதிகரிக்கும்.

ஆற்றில் கொட்டினாலும் அளந்து கொட்ட வேண்டுமா?

ஒரு தொழில்முனைவர் தமக்கு வருகிற இலாபத்தில் அதிகபட்சமாக 2 விழுக்காட்டை சமூக சேவைக்கு ஒதுக்கலாம். சமூகத்தில் நமக்கு பரிட்சயமில்லாத ஒருவருக்கு உதவுவது, கிளப்புகளுக்கு என்று செலவழிப்பது —இதற்குப் பதிலாக, நம்முடனேயே இருந்து கஷ்டப்பட்டுக் கொண்டிருக்கும் வேலைக்காரர், சமையல்காரர், காவல்காரர்கள் என அறிந்தோருக்கு உதவுவது சாலச்சிறந்தது.

அந்தப் பணம் உண்மையிலேயே ஒரு ஏழைக் குடும்பத்திற்கு செல்கிற நிறைவும் நமக்கு இருக்கும். மேலும் அவர்களும் என்றைக்கும் நம் மீது மதிப்பும் மரியாதையும் வைத்திருப்பார்கள்.

85. வங்கி உறவு மிக முக்கியம்!

வங்கியின் சேவைகளும், சேவைக் கட்டணங்களும் ஒரு காலத்தில் மிகமிகக் குறைவாகவே இருந்தன. ஆனால், இப்போதெல்லாம் எண்ணற்ற அயல்நாட்டு

வங்கிகள் இங்கே காலூன்றி விட்டதால் அவற்றின் சேவைகளும், கட்டணங்களும் முற்றிலும் மாறிவிட்டன.

எனவே, ஒவ்வொரு மாதமும் வங்கியின் ஸ்டேட்மெண்ட் வந்தவுடன் அதனை நன்றாக ஆராய்ந்து பாருங்கள். ஒரு சாதாரண கூட்டுறவு வங்கியிலோ... ஒரு பன்னாட்டு வங்கியிலோ... எந்த வங்கியில் நீங்கள் கணக்கு வைத்திருந்தாலும் கீழ்க்கண்ட சேவைக்கான கட்டணங்களை நன்கு அறிந்து கொள்ளவும்.

வங்கிக் கணக்கினுடைய குறைந்தபட்ச இருப்பு எவ்வளவு இருக்க வேண்டும். இல்லாவிட்டால் அபராதத் தொகை எவ்வளவு செலுத்த வேண்டும்?

புதிய காசோலை புத்தகத்தைப் பெற சேவைக் கட்டணம் எவ்வளவு?

வங்கி வரைவோலைக்கான உள்ளூர் சேவை கட்டணம் மற்றும் வெளியூர் சேவைக் கட்டணங்கள் எவ்வளவு ?

காசோலை பணமின்றி திரும்பி வந்தால், அதற்கான கட்டணம் எவ்வளவு?

ஒவ்வொரு பணப் பரிவரித்தனைக்கும் சேவைக் கட்டணம் எவ்வளவு?

நடைமுறை மூலதனத்திற்கான வட்டி விகிதம் என்ன?

பில் டிஸ்கவுண்டிங் செய்தால் எவ்வளவு சதவீதம் வட்டி கட்ட வேண்டும்?

என்பதை எல்லாம் கவனிக்க வேண்டும்.

முன்பெல்லாம் வங்கிகளில் காசோலை பணமின்றி திரும்பி வந்தால் ரூ.100 வரை சேவைக் கட்டணமாகப் பிடித்துக் கொள்ளப்படும். ஆனால், தற்போதோ காசோலை ஒன்றுக்கு அதிகபட்சமாக ரூ.300 வரை பிடித்தம் செய்யப்படுகிறது.

எனவே, பணமின்றி செக் தரும் நிறுவனங்களிடம் அந்தத் தொகையையும் சேர்த்து திரும்ப வாங்கி விடுவதை நீங்கள் வழக்கமாகக் கொள்ள வேண்டும்.

வங்கிகளில் 15 நாட்களுக்குக் கூட பணத்தை 'குறுகிய கால வைப்புத் தொகையாக' (Short Term Fixed Deposit) போட முடியும். எனவே, உங்கள் கணக்கில் 10 ஆயிரம் அல்லது 20 ஆயிரம் சேர்ந்தவுடன், அடுத்த சில நாட்களுக்கு அந்தப் பணம் தேவைப்படாத பட்சத்தில் அதனை குறுகிய கால வைப்புத் தொகையில் போட்டு வைத்து அதற்கு நான்கு அல்லது ஐந்து சதவீத வட்டியைப் பெற முயற்சியுங்கள்.

இந்த வசதியுடன் கூடிய பிரத்யேக வங்கிக் கணக்குகளும் தற்போது நடைமுறையில் உள்ளன.

முடிந்தால் ஒரு முறை வங்கி மேலாளரை நேரில் சென்று பார்த்து அவற்றின் சேவைகள் முழுவதையும் அறிந்து கொண்டு வாருங்கள்.

86. வால்மார்ட்டின் வெற்றிக் கதை

வால்மார்ட் (Wal Mart) என்பது அமெரிக்காவின் மிகப்பெரிய பல்பொருள் அங்காடிகளில் ஒன்றாகும். இந்நிறுவனத்தை 1962ஆம் ஆண்டு திரு. சாம் வால்டன் (Mr. Sam Walton)

தனது மனைவி திருமதி. ஹெலன் (Mrs. Helen) உடன் இணைந்து அமெரிக்காவில் உள்ள ஆர்கன்சாஸ் (Arkansas) என்ற நகரில் தொடங்கினார்.

அப்போதுதான் அமெரிக்காவில் 'தள்ளுபடி விற்பனை' (Discount Sale) என்கிற கான்செப்ட் அறிமுகமான நேரம். இந்த உத்தியை கெட்டியாகப் பிடித்துக் கொண்டது வால்-மார்ட்.

பொருட்களின் லாபத்தைக் குறைத்து விற்பனையை அதிகப்படுத்துவதே இந்நிறுவனத்தின் முதன்மையான நோக்கம்.

பொருட்களின் மீதான லாபத்தைக் குறைவாக நிர்ணயிக்க வேண்டியிருந்ததால் தேவை-யற்ற செலவுகளைக் குறைக்கத் தொடங்கியது இந்நிறுவனம். இதன் காரணமாக மிகப் பெரும் வெற்றியை பெற்றது. தற்போது 24 நாடுகளில் 10,500 கடைகளை நடத்தி வருகிறது.

ஒரு சிறிய விதை பெரிய மரம் ஆனது எப்படி? இதோ வால்மார்ட் கடைபிடித்த சிக்-கனமான நடவடிக்கைகளைப் பார்ப்போம்.

பிற கடைகளைவிட வால்மார்ட் தனது கடைகளின் வேலை நேரத்தை அதிகரித்தது. அங்காடியின் 10 சதவீத அளவையேஇருப்பு வைக்கப் பயன்படுத்தியது. இதனால் மற்ற கடைகளை விட விற்பனை நிகழ்விற்கான இடம் பார்ப்பதற்குப் பெரிதாக இருந்தது; இருப்பில் தேவையின்றி முடங்கிக் கிடக்கும் பணமும் மிச்சமானது.

தங்கள் கடைகளில் எல்லாப் பொருட்களும் எந்நேரமும் விற்பனைக்கு கிடைக்குமாறு பார்த்துக் கொண்டது . அதே நேரம் எவ்வளவு பொருட்கள் விற்பனையாகுமோ, அந்த அளவுக்கு மட்டுமே இருப்பையும் கைவசம் வைத்திருந்தது.

சொன்னவுடன் பொருட்களைக் கொண்டு வந்து தரும் வகையில் சப்ளையர்களைப் பழக்-கியது. சப்ளையர்களிடமிருந்து பொருள் கொள்முதல் செய்யும் முறையை கணினிமயமாக்கி-யதால் பொருட்களின் இருப்பு தீருமுன் அத்தகவல் உடனடியாக சப்ளையருக்கு அனுப்பப்-பட்டது. பொருள் தீர்வதற்கு 24 மணி நேரத்துக்கு முன்னதாகவே அவர்கள் பொருள்களை சப்ளை செய்யும் சிஸ்டத்தை உருவாக்கியது.

வாடிக்கையாளர்களின் நலனை கருத்தில் கொண்டு உணவுப் பொருட்கள், வீட்டுப் பொருட்கள், எலக்ட்ரானிக் பொருட்கள், புத்தகங்கள், ஆயத்த ஆடைகள், உணவு வகை-கள்... என கடுகு முதல் கம்ப்யூட்டர் வரை அனைத்தையும் தமது கடைகளில் விற்பனை செய்தது. இதனால் வாடிக்கையாளர்கள் ஒவ்வொரு தேவைக்கும் ஒவ்வொரு கடையை நாட வேண்டிய தேவை இல்லாமல் போனது. மேலும் அத்தியாவசியமான பொருட்களுக்கு எந்-நேரமும் தள்ளுபடி வழங்கியது.

ஒவ்வொரு கிளையின் மேலாளருக்கும் முடிவு எடுக்கும் சுதந்திரத்தை வழங்கியது. ஒவ்-வொரு கிளையுமே ஒரு லாபம் ஈட்டும் மையமாக உருவாக்கப்பட்டது. ஊழியர்களுக்கு ஊக்-கத்தொகை வழங்கி, நிறுவனத்தின் லாபத்தைப் பகிர்ந்து கொண்டது.

பொருட்களின் விலையைக்கூட அருகில் உள்ள போட்டியாளர்களை மனதில் கொண்டு மாற்றியமைத்துக் கொள்ளும் உரிமை கிளை மேலாளருக்கு வழங்கப்பட்டது.

பொது மேலாளர், கிளை மேலாளர் பொறுப்புகளில் மிகவும் நம்பகத்தன்மை உள்ளவர்களை நியமித்தது. நூறு ரூபாய் மதிப்புள்ள பொருள் போட்டியாளரால் ரூ.101 க்கு விற்கப்பட்டால், அந்தப் பொருள் வால்மார்ட்டில் ரூ. 99.90 க்கு கிடைத்தது.

போட்டியாளர் இல்லாத பகுதிகளில் அதே பொருளின் விலை ரூ. 105 ஆக விற்கப்பட்டது.

இப்படி பல உத்திகளை கையாண்டதால் வால்மார்ட்டின் கதை இன்றைக்கு வெற்றி பெற்ற நிறுவனங்களின் வரலாற்றில் இடம் பெற்று விட்டது.

87. செலவினங்களில் கண் வையுங்கள்!

ஒரு பள்ளிக்கூடத்தின் ஆண்டு விழாவிற்கு சிறப்பு விருந்தினராகக் கலந்து கொள்ள ஜென் மதத் துறவி ஒருவர் வந்திருந்தார். அந்த விழாவில் ஓவியப் போட்டி, கட்டுரைப் போட்டி, பேச்சுப் போட்டி, சிறுகதைப் போட்டி, கவிதைப் போட்டி எனப் பல போட்டிகள் நடைபெற்றன. இறுதியில் பரிசுக்கு உரியவரைத் தேர்வு செய்யும் நேரம் வந்தது. அப்போது அந்த ஜென் துறவி ஒவ்வொரு போட்டியிலும் கலந்து கொண்ட அனைவரையுமே வெற்றியாளர்களாக அறிவித்தார்.

இதைக் கேட்டவுடன் 'தான் கவிதைப் போட்டியில் முதல் பரிசு பெறுவோம்' என்று எதிர்பார்த்துக் காத்திருந்த ஒரு மாணவன் பெருத்த ஏமாற்றம் அடைந்தான். அத்துறவியைப் பார்த்து கேட்டான். 'ஐயா... யாரும் தோல்வி அடைந்து சோர்ந்து விடக்கூடாது என்று தாங்கள் எண்ணுவது சரிதான். ஆனால், என்னைப் போல கடினமாக உழைத்த சிலருக்கு மரியாதை தரும் சிறப்புப் பரிசுகள் கிடைக்காதது மன வருத்தம் தருகிறதே... இதை ஏன் தாங்கள் உணரவில்லை?' என்றான்.

அதற்கு அத்துறவி சொன்னார்; 'ஒவ்வொரு மாணவனது படைப்பும் ஒரு விதத்தில் மாறுதலானதுதான். ஒரு மாணவனின் படைப்பாற்றல் திறனை, இன்னொரு மாணவனது படைப்பாற்றல் திறனோடு ஒப்பிடுவது தான் சரியாகாது. சென்ற ஆண்டைக் காட்டிலும் நீ இந்த ஆண்டு சிறப்பாகச் செய்திருந்தால் அதுதான் உண்மையான வெற்றி' என்றார்.

ஆம் நண்பர்களே! இது வெறும் கதையல்ல... செலவுகளைக் குறைக்க விரும்புவோருக்கு இந்தப் பாடம் நிச்சயம் பொருந்தும். உங்கள் நிறுவனத்தின் செலவுகளை பிற நிறுவனங்களோடு ஒப்பிட்டுப் பார்ப்பதைவிட, உங்கள் நிறுவனத்தின் சென்ற ஆண்டு செலவுகளோடு ஒப்பிடுவதே மேல். சென்ற ஆண்டைக் காட்டிலும் செலவுகள் குறைந்து இருந்தால் அது பாராட்டுக்குரியதே.

செலவுகளை அலசி ஆராய்ந்தால் பணம் மிச்சமாகும்.

செலவுகளை அலசி ஆராய்தல் மூன்று மாதத்துக்கு ஒருமுறை மேற்கொள்ளப்பட வேண்டும். பொதுவாக வாடகை, சம்பளம், வட்டி, சப்ளையர் பில்கள் போன்ற பெரும்பாலான செலவுகள் மாதத்திற்கு ஒரு முறைதான் கொடுக்கப்படும் என்பதால் மூன்று மாதங்களுக்கு ஒரு முறை இந்த ஆய்வினை மேற்கொண்டால் போதும்!

செலவுக் கணக்குகளை ஆராயும்போது எதையெல்லாம் கவனத்தில் கொள்ள வேண்டும்...?

நிர்வாகம், விற்பனை, உற்பத்தி, மனிதவளம் எனப் பல துறைகள் உங்கள் நிறுவனத்தில் இருக்கலாம். இவற்றின் பொறுப்பாளர்களை அழைத்து மொத்த செலவில் 10 விழுக்காட்டிற்கும் மேல் செலவான பொருட்கள் குறித்து விவாதியுங்கள்.

அதிகமான செலவுகள் ஏற்படும் இடங்களில் அதற்கு மாற்றுப் பொருட்கள் குறித்து சிந்தியுங்கள்.

ஒவ்வொரு துறையின் பொறுப்பாளரும் அந்தந்த துறை மேற்கொள்ளும் செலவுகளின் தேவையை உணர்ந்து இருக்கிறார்களா என்பதை கவனியுங்கள்.

தொடர்ந்து நடந்து வரும் சில செலவுகளை மாற்றி அமைத்தால் அதன் மூலம் பணம் மிச்சம் ஆகலாம். சான்றாக ஒரு பொருளை நாமே தயாரிப்பதை விட ஒப்பந்த அடிப்படையில் வெளியில் தயாரிக்கக் கொடுத்தால் ஒருவேளை செலவு குறையலாம். இதற்கு நேர்மாறாக வெளியில் தயாரித்து வரும் சில பொருட்களை நம் நிறுவனத்திலேயே தயாரிக்கத் தொடங்கினால் அதன் மூலம் கூட செலவுகள் குறையலாம்.

செலவுகளை நன்கு ஆராய்ந்த பிறகு ஒவ்வொரு மாதமும் முன்கூட்டியே அதற்கு அடுத்த மாதம் ஏற்படவிருக்கும் செலவு குறித்து ஒரு பட்ஜெட்டை உருவாக்கி, துறை பொறுப்பாளர்கள் வசம் கொடுத்து விட வேண்டும். அந்த செலவைவிட அவர்கள் குறைவாகச் செலவழித்தால் அவர்களுக்கு ஊக்கத்தொகை வழங்கலாம்.

ஆண்டுக்கு ஒருமுறை நிகழும் செலவுகளான இதழ்களுக்கு சந்தா செலுத்துதல், ரிசார்ட்களுக்கு பராமரிப்பு செலவுகளை செலுத்துதல், வாடகை ஒப்பந்தத்தை புதுப்பித்தல், ஊழியர்களின் சம்பளத்தை உயர்த்துதல் போன்ற முடிவுகளை கவனமாக மேற்கொள்ள வேண்டும். இவை தேவையின் அடிப்படையில் மட்டுமே இருக்கலாம்.

பெரும்பாலும் தொழில் முனைவோர் பொருள் மற்றும் சேவை வரி (GST), டி.டி.எஸ் (Tax Deducatd at Source) எனப்படும் வரி பிடிப்பிலும் மிகவும் கவனமாக இருக்க வேண்டும். சில நேரங்களில் அவசரத்தின் காரணமாக இவற்றில் தவறுகள் நேர்ந்துவிடும். பல நேரங்களில் வாடிக்கையாளர்கள் இவற்றை தள்ளுபடியாக வழங்கச் சொல்வார்கள். இதனால் இறுதியில் நிறுவனத்தின் லாபம் தான் பாதிக்கப்படும். எனவே வரிகள் விஷயத்தில் கவனம் தேவை.

மேலும் கால தாமதத்தினால் அபராதத் தொகை வசூலிக்கப்படும். செலவுகளான மின் கட்டணம், வரி, வட்டி, காப்பீட்டுத் தொகை உள்ளிட்டவற்றை உரிய நேரத்தில் செலுத்தி தேவையற்ற அபதாரத்தைத் தவிர்ப்பது மிக முக்கியம்.

88. பணியாளர் உதவியும் முக்கியம்

செலவுகளைக் கட்டுப்படுத்த வெளியாட்களிடம் ஆலோசனை கேட்பதை விட, அத்தொழிலில் இருக்கும் சீனியர்களின், புத்திசாலி ஊழியர்களின் சொல்லைக் கேட்பதில் லாபம் அதிகம். தொழிற்சாலைகளிலும், நிறுவனங்களிலும் பணியாற்றுவோர் தம் நிறுவனம் என்னென்ன செலவுகளை மேற்கொள்கிறது என்பது குறித்து தெளிவாக அறிந்திருப்பர். அவர்-

களை அழைத்து செலவுகளை குறைப்பதற்கான ஆலோசனைகளைக் கேட்கலாம். நல்ல ஆலோசனை சொல்பவருக்கு வெகுமதியும் வழங்கலாம்.

பாட்டிலில் விற்கப்பட்டு வரும் குளிர்பானங்களை வீட்டிற்கு எடுத்துச் செல்வதற்கு வசதியாக பெட் பாட்டிலில் அடைக்கும் யோசனையைக் கூறியது ஒரு சாதாரண தொழிலாளிதான். இதனால் பாட்டிலைத் திரும்ப எடுத்துச் செல்லும் செலவு, நிறுவனத்திற்கு குறைந்தது. மேலும் பெட் பாட்டிலை தனியாக தயாரித்து விற்றதால் லாபமும் கூடியது.

வட்ட வடிவில் இருக்கும் மாத்திரையை டியூப் வடிவிற்கு மாற்றியதும் ஒரு சாதாரண பணியாளரின் சிந்தனைதான். இப்படி மாற்றியதால் மாத்திரைகள் உடைந்து வீணாவது குறைந்தது.

இட்லி விற்பனையில் விற்காமல் போன இட்லியால் ஏற்பட்ட இழப்பை எப்படி ஈடு கட்டுவது என்று சிந்தித்ததனால், இன்று இட்லிக்கு பதிலாக இட்லி மாவையே விற்கும் தொழில் தமிழ்நாட்டில் கொடிகட்டிப் பறக்கிறது. இட்லிக்கடை போட்டாலும் ஒரு இடத்தில் தான் வியாபாரம் செய்ய முடியும். ஆனால் இட்லி மாவையே விற்றால் அது நான்கு நாட்கள் வரை கெடாமல் இருக்கும் என்பதால் நகரம் முழுக்க விற்பனை செய்யும் வாய்ப்புகளும் தோன்றின.

இந்தச் சிந்தனைகள் எல்லாம் வெளியிலிருந்து பார்ப்பவருக்கு ஏற்பட்டதல்ல. அத்தொழிலிலேயே உழன்று ஒவ்வொரு நாளும் கடுமையாக உழைக்கும் பணியாளர்களின் சிந்தனையில் உதித்தவையே. உங்கள் நிறுவனத்திலும் ஊழியர்களை நீங்கள் சிந்திக்கச் செய்தால் செலவுகள் குறையும். புதிய தொழில் வாய்ப்புகளும் பெருகும்.

வெகுமதிகள் மூலம் ஊழியர்களை ஊக்குவிக்கலாம்!

எந்தச் சிக்கலுக்கும் நேர்மறை, எதிர்மறை என இரண்டு வகையான தீர்வுகள் உண்டு. ஒரு தொழிற்சாலையில் பல தொழிலாளிகள் தொடர்ந்து தாமதமாக வந்து கொண்டிருந்தனர். நிர்வாகமோ ஊழியர்களின் காலதாமதத்தை கட்டுப்படுத்த முடியாமல் நாள்தோறும் புதிய விதிமுறைகளை அறிமுகப்படுத்தியது.

‘மூன்று நாள் தாமதமாக வந்தால் அரை நாள் சம்பளம் கழிக்கப்படும், தொடர்ந்து தாமதமாக வருவோர் பொது மேலாளரைச் சந்தித்து உரிய காரணத்தைத் தெரிவிக்க வேண்டும். மீண்டும் தாமதமாக வந்தால் மன்னிப்பு கடிதம் எழுதித் தர வேண்டும்.’ என்றெல்லாம் ஊழியர்களுக்கு சட்டம் விதித்தது. ஆனாலும் பலனேதும் இல்லை.

இந்தச் சிக்கலை எப்படித் தீர்த்திருக்க வேண்டும்...?

மற்றொரு நிர்வாகம் செய்த வேலையைப் பாருங்கள். நாள்தோறும் முதலில் வரும் தொழிலாளிக்கு மாதம் ரூ.1,000 வெகுமதி, இரண்டாவதாக வருபவர்களுக்கு ரூ.500; மூன்றாவதாக வருவதற்கு ரூ.300 என வெகுமதிகளை அறிவித்தது. தாமதமாக வரும் ஒவ்வொரு நிமிடத்திற்கும் ஒரு ரூபாய் அபதாரம்.

கரும்பு தின்னக் கூலி என்றால் கேட்கவா வேண்டும்? தொழிலாளர்கள் மத்தியில் நிறுவனத்திற்கு தாமதமின்றி வரும் கலாச்சாரம் தோன்றத் தொடங்கியது. நன்றாக வேலை செய்பவரைத் தட்டிக் கொடுத்தும் தவறு செய்பவரை குட்டியும் வேலை வாங்கிய திட்டம் நல்ல பலன ளித்தது.

ஒரு மாதம் முழுவதும் விடுப்பே எடுக்காமல் வருபவருக்கு ரூ.1,000 என்ற மற்றொரு சலுகையையும் அதே நிர்வாகம் அறிவித்தது. மாதந்தோறும் இரண்டு நாட்கள் சம்பளத்துடன் விடுப்பு எடுக்கலாம் என்ற நிலை இருந்த போதிலும்கூட வெகுமதிக்கு ஆசைப்பட்டு தொழி-லாளிகள் விடுப்பிற்கு விடுப்பு விட்டனர்.

சிந்தித்துப் பாருங்கள். சுமார் 100 தொழிலாளர்கள் பணியாற்றும் ஒரு இடத்தில் இது போன்ற சலுகையால் நிர்வாகத்திற்கு ஓரளவு கூடுதல் செலவுகள் இருக்கத்தான் செய்யும். ஆனால், பணியாளர்களின் கூடுதல் உழைப்பின் மூலம் கிடைக்கும் வருமானத்தை கணக்-கிட்டால் இந்தச் செலவு மிகக் குறைவே!

பணியாளர்கள் செலவுகளை நிர்ணயுங்கள்!

ஊழியர்களோ, அதிகாரிகளோ வெளியூருக்கு பயணம் மேற்கொண்டால் அவர்களுக்கான பயணச் செலவுகளை நிர்வாகமே ஏற்றுக் கொள்வது வழக்கம். பொதுவாக போக்குவரத்து செலவுகளில் எந்த வரம்பையும் ஒரு நிறுவனம் மேற்கொள்ள முடியாது. ஆனால், தங்-குமிடம், உணவு போன்றவற்றிற்கு ஆகும் செலவுகளுக்கு தோராயமாக ஒரு குறிப்பிட்ட தொகையை ஒதுக்கிவிட்டால் நிறுவனத்துக்கும் செலவு அதிகமாகாது. பணியாற்றுவோருக்கும் பணத்தை மிச்சம் பிடித்து, சேமித்துக் கொள்ள வசதியாக இருக்கும்.

எடுத்துக்காட்டாக, ஒரு ஊழியர் வெளியூர் செல்லும்போது அவருக்கு பிடித்த ஏதேனும் ஒரு ஓட்டலில் தங்கி, அவர் விருப்பப்பட்ட உணவுகளையெல்லாம் சாப்பிட்டு நிறுவனத்திற்கு செலவுகளை அதிகப்படுத்தக் கூடும். அந்தச் செலவு நாளொன்றுக்கு ரூ.2000 ஆகவும் இருக்கலாம். ரூ.4000 ஆகவும் இருக்கலாம். அவர் எவ்வளவு செலவழிப்பார் என்பது தெரி-யாமல் இருப்பதைவிட, நிர்வாகமே முன்வந்து நாளொன்றுக்கு ரூ.2,500 எனக் கொடுத்து-விட்டால், அவர் தம்முடைய சொந்தக்காரரர் வீட்டில் கூட தங்கிக்கொண்டு காசை மிச்சப்ப-டுத்துவார். இது நிறுவனத்திற்கும் கூடுதல் செலவைத் தவிர்க்கும்.

இப்படி எல்லாச் செலவுகளுக்கும் ஒரு குறிப்பிட்ட தொகையை நிர்ணயித்து விட்டால் செலவு கட்டுக்கடங்காமல் போவது கட்டுப்படுத்தப்படும்.

89. மாற்று வழிகளைக் கவனியுங்கள்

ஒரு சிறுவன், தன் தாய் மீன் வறுப்பதை ஆர்வத்துடன் பார்த்துக் கொண்டிருந்தான். முதலில் மீனின் தலைப் பகுதியை வெட்டிய தாய், பிறகு மீனின் வால் பகுதியை வெட்டினார்.பிறகு மீனின் தலை, வால், உடல், ஆகிய மூன்றையும் தனித் தனியாக வாணலியில் போட்டு வறுத்தார். அதைப் பார்த்த மகன், ‘ஏன் தலையையும் வாலையும் தனித் தனியாக வெட்டி வறுகிறாய்? முழு மீனையும் அப்படியே வறுத்தால் என்ன?’ என்று தன் தாயிடம் கேட்டான்.

சிறிது யோசித்த தாய் சொன்னாள் “நீண்ட காலமாக நான் இப்படித்தான் சமைத்து வரு-கிறேன் என் அம்மா எனக்கு இப்படித்தான் கற்றுக் கொடுத்தார்.”

இந்தப் பதிலில் மன நிறைவு அடையாத மகன், பாட்டியிடம் சென்று இதே கேள்வியைக் கேட்டான். பாட்டியும், “எனக்கு காரணம் தெரியவில்லை. என் அம்மாவும் அப்படித்தான் கற்றுத் தந்தார்” என்று கிரைப் வாட்டர் விளம்பர பாணியில் பதில் சொன்னார்.

தன் கொள்ளுப்பாட்டியிடம் சென்று இதே கேள்வியைக் கேட்டான். நீண்ட யோசனைக்குப் பிறகு அம்மூதாட்டி காரணத்தை நினைவு கூர்ந்து சொன்னார். 'அப்போது எங்கள் வீட்டில் மீனை வறுக்க சிறிய வாணலி தான் இருந்தது. மொத்த மீனையும் ஒரே தவணையில் வறுக்க முடியாது என்பதால் அப்படி சமைத்தோம்' என்றார்.

இக்கதையில் வரும் வாணலி போன்றுதான் நம் செலவினங்களும். காலங்காலமாக ஒரு செலவு செய்யப்பட்டு வருகிறது என்றால், அதன் காரணத்தை யாரும் அலசி ஆராய்ந்து பார்ப்பதில்லை. ஏதோ ஒரு தேவைக்காக செய்யப்படும் செலவுகள், அத்தேவை நிறைவடைந்த பிறகும், காரணமில்லாமல் காலங்காலமாக தொடர்வதை நாம் பல நிறுவனங்களில் காணலாம்.

ஏர்லைன்ஸ் நிறுவனம் வெற்றி பெற்ற கதை.

விமானப் போக்குவரத்து நடத்தும் தொழில் என்பது ஆடம்பரச் செலவுகள் அதிகம் மிகுந்த தொழிலாகும். இந்தத் துறையில் ஆடம்பரச் செலவுகளையெல்லாம் அறவே தவிர்த்துவிட்டு விமானப் போக்குவரத்தை வெற்றிகரமாக நடத்த முடியும் என்று காட்டியது, அமெரிக்காவைச் சேர்ந்த ஒரு ஏர்லைன்ஸ் நிறுவனம் இந்நிறுவனத்தின் கதை இன்றளவும் நிர்வாகவியல் மாணவர்களுக்கு ஒரு முன்மாதிரி பாடம் (Case Study) ஆகும்.

அப்படி என்ன சிக்கன நடவடிக்கைகளை நிறுவனம் மேற்கொண்டது..?

விலை உயர்ந்த விமானங்களை வாங்குவதற்கு பதிலாக பழைய விமானங்களை குறைந்த விலைக்கு வாங்கியது.

பெரிய விமானங்களை வாங்கி குறைவான ட்ரிப் அடிப்பதற்கு மாற்றாக சிறிய விமானங்களை வாங்கி அதிக ட்ரிப் அடிக்க திட்டமிட்டது.

பெரிய நகரங்களை மட்டும் கணக்கில் கொள்ளாமல், சிறிய நகரங்களுக்கும் விமானச் சேவையை விரிவுபடுத்தியது.

சிறிய விமானங்கள் நிற்பதற்கு விமான நிலையங்களில் குறைந்த இடமே தேவைப்பட்டது. அதனால் விமான நிலையத்துக்கான வாடகை குறைந்தது.

சிறிய விமானத்தில் சேவை செய்வது, சுத்தம் செய்வது என அனைத்திற்கும் குறைந்த நேரமே செலவானது. பணியாளர்களும் குறைவாகவே தேவைப்பட்டனர்.

முதல் வகுப்பு இருக்கைகளை அறவே நீக்கிவிட்டு இரண்டாம் வகுப்பு இருக்கைகளை மட்டுமே விமானம் முழுவதும் அமைத்தது. மேலும், இருக்கை எண் ஏதுமில்லாமல், 'முதலில் வருபவர்களுக்கு முன்னுரிமை' என்ற அடிப்படையில் பயணிகள் அமர வைக்கப்பட்டனர். இதனால், பயணிகள் இருக்கைகளைத் தேடி அலையும் நேரம் குறைந்தது.

பொதுவாக விமானங்களில் பயணிகளுக்கு வழங்கப்படும் இலவச உணவு, தேநீர் போன்றவை நிறுத்தப்பட்டு செலவுகள் குறைக்கப்பட்டன. அதற்கு பதில் கட்டணம் செலுத்தி உணவு பெற்றுக்கொள்ளும் வசதி அறிமுகப்படுத்தப்பட்டது.

ஒரு விமானத்தில் இருந்து மற்றொரு விமானத்திற்கு சரக்குகளை மாற்றுதல் அல்லது பயணிகள் மாறுதல் போன்றவை தொடர்பான சேவைகள் நீக்கப்பட்டன.

இதனால் இந்நிறுவன விமானங்கள், விமான நிலையத்தில் காத்திருக்கும் நேரம் குறைந்தது. அந்த நேரத்தில் கூடுதல் ட்ரிப் அடிப்பது சாத்தியமானது.

நிறுவனத்தில் குறைந்த பணியாளர்களை வைத்துக்கொண்டு கூடுதல் நேரம் பணியாற்றும் வகையில் யூனியனுடன் பேசி ஒப்பந்தத்தை இந்நிறுவனம் மாற்றி அமைத்தது. அவர்களுக்கு வருமானத்தையும் அதிகரித்தது. மேலும் நிறுவனத்தின் பங்குகளில் பணியாளர்களும் முதலீடு செய்ய வாய்ப்பளித்து, அவர்களை பங்குதாரர்களாகவும் ஆக்கிக் கொண்டது. இதனால், பணியாளர்கள் வேலை தாவுவது குறைந்தது. புதிய பணியாட்களைத் தேடி செலவழிப்பதும் குறைந்தது.

இப்படியாக, பெரும் தொகை மிச்சமாக, வாடிக்கையாளர்களுக்கு குறைவான கட்டணத்தில் சேவை வழங்கி, வருமானத்தை அதிகரித்து வெற்றி பெற்றது.

'புகைவண்டியில் பயணம் செய்வோரின் எண்ணிக்கைதான் உலகில் மிக அதிகம். அவர்களை விமானத்தில் பயணம் செய்ய வைப்பதே எங்களது நோக்கம்' என்று அந்த நிறுவனத்தின் தலைவர் கூறியது நினைவு கூறத்தக்கது. அமெரிக்காவில் அந்த வெற்றியை பின்பற்றி, பல விமான நிறுவனங்கள் தற்போது ஆகாயத்தில் சிக்கனமாக சிறகு விரிக்கத் தொடங்கிவிட்டன.

90. சிக்கல் வரும் வேளையில் சிரிங்க

லேத் (Lathe) தொழிற்சாலை நடத்திக் கொண்டிருந்த ஒரு தொழில் முனைவருக்கு ஏகப்பட்ட சிக்கல்கள். பணம் புரட்டுவதில் சிக்கல்...

இயந்திரங்கள் சரி வர வேலை செய்யாததால் சிக்கல்... ஊழியர் ஒருவர் பணத்தை கையாடல் செய்ததால் சிக்கல்... இன்னொரு ஊழியர் வண்டியை மற்றவர் மீது மோதி விட்டதால் சிக்கல்... ஒரு வாடிக்கையாளர் உரிய நேரத்தில் பணம் தராததால் சிக்கல்... சப்ளையர் தொடர்ந்து பணம் கேட்டு நெருக்கிய தால் சிக்கல்... இப்படி ஏகப்பட்ட சிக்கல்களால் நொந்து நூடுல்ஸ் ஆகிப் போனார்.

பொதுவாக இப்படி அடுக்கடுக்கான சிக்கல்கள் வரும்போது வாஸ்து நிபுணரையோ, கைரேகை, எண்கணித ஜோதிடர்களையோ சந்திக்கச் செல்லாமல், புத்திசாலித்தனமாக ஒரு சிறந்த நிர்வாக ஆலோசகரை தேடிச் செல்வதே நல்லது.

நண்பருக்கு இந்த ஆலோசனையைச் சொன்னதும் கிளம்பிப் போனார். அவரது சிக்கல்களைகளையெல்லாம் அந்த நிர்வாக ஆலோசகர் முதலில் பொறுமையாக கேட்டார். இவை அனைத்தும் எல்லாத் தொழில் முனைவோருக்கும் ஏதாவது ஒரு கட்டத்தில் ஏற்படக் கூடியவையே என்பது அவருக்குத் தெரியும். இவற்றை மன உறுதியோடு எதிர்கொண்டு, அவற்றிலிருந்து மீண்டு புது வடிவம் பெறுபவர் மட்டுமே சிறந்த தொழில் அதிபராக முடியும். இவற்றுக்கு 'சர்வசிக்கல் நிவாரணி' என்று எதுவும் கிடையாது.

சிக்கல்களை எதிர்கொள்வதற்கு அந்தத் தொழில்முனைவருக்கு எது தேவை என்று அவருக்குப் புரிந்துவிட்டது. ஆலோசகர், அவரை சமையலறைக்கு அழைத்துச் சென்றார்.

அங்கு மூன்று கொள்கலன்களை எடுத்து அதில் பாதி அளவு தண்ணீர் ஊற்றி கொதிக்க வைத்தார். ஒன்றுமே புரியாமல் பார்த்துக் கொண்டிருந்தார் நண்பர். தண்ணீர் நன்றாகக் கொதிக்கும் வரை காத்திருந்தார்.

பிறகு, ஒரு கொள்கலனில் கேரட்டையும், மற்றொன்றில் முட்டையையும், மூன்றாவது கொள்கலனில் காபி கொட்டையையும் போட்டு திரும்பவும் மைக்ரோ ஓவனில் வைத்து ஒரே அளவில் கொதிக்க விட்டார். சில மணித்துளிகள் கழித்து அவை மூன்றையும் எடுத்து மேசையில் வைத்தார். இப்போது அந்த தொழில்முனைவரை மூன்றையும் சுவைத்துப் பார்க்கச் சொன்னார்.

“திடமாகவும், கடினமாக இருந்த கேரட் தற்போது மென்மையாகவும், உண்பதற்கு எளிதாகவும் மாறிவிட்டது. முட்டையின் ஓட்டுக்குள் திரவமாக இருந்த வெள்ளைக் கருவும், மஞ்சள் கருவும் நன்றாக கொதித்தபின் திடப்பொருளாக ஆகிவிட்டது. காப்பிக்கொட்டை கொதிநீரில் வேக வைத்த பின்னர் காப்பியாக உருமாறி அருந்துவதற்கு சுவையாக இருக்கிறது” என்று வியப்போடு சொன்னார் அவர். அவருக்கு ஏதோ புரிவது மாதிரி இருந்தது.

“மூன்று பொருள்களும் ஒரே மாதிரியான வெப்பத்தைத் தான் எதிர்கொண்டன. ஆனால் ஒவ்வொன்றும் தங்கள் இயல்புக்கு ஏற்ற சுவையாக மாறிவிட்டன. வெப்பத்தைப் போன்று சிக்கல்களும் எல்லா மனிதர்களுக்கும் பொதுவானவையே. நீங்கள் கேரட்டா... முட்டையா... காபிக் கொட்டையா... ? என்பதை முடிவு செய்யுங்கள்” என்றார்.

“புரியவில்லையே... கொஞ்சம் விளக்கமாக சொல்லுங்கள் என்று கேட்டார் தொழில் முனைவர்.

“அதாவது கேரட்டைப் போன்று முதலில் திடகாத்திரத்தோடும், மன உறுதியோடும் இருந்து, பின் சிக்கல்கள் வந்த பிறகு உங்கள் உறுதியை இழந்து மென்மையாக மாறப் போகிறீர்களா? அல்லது முட்டையைப் போன்று உங்களுக்குள் மென்மையாக இருந்து, நீங்கள் சிக்கல்களை எதிர் கொண்டு பிறகு உறுதியான தோற்றத்தோடு மேலே ஏழப் போகிநீர்களா? அல்லது காப்பி கொட்டையைப் போன்று சிக்கல்களுக்கு பழகிக் கொண்டு அதன் மூலம் புது மெருகு பெற்று மிகுந்த சுவையான மனிதராக மாறப் போகிறீர்களா?” என்ற ஆலோசகர்,

“கேரட் மனிதர்கள் விரைவில் தோற்றுப் போவார்கள், முட்டை மனிதர்கள் எதிர்ப்பு சக்தி நிறைந்தவர்கள், நீண்ட காலம் தாக்குப் பிடித்து நிற்பார்கள். ஆனால் காப்பிக் கொட்டை மனிதர்கள் தான் இறுதியில் வெற்றி பெறுவார்கள். எனவே நீங்கள் உங்கள் சிக்கல்களை நேரடியாக எதிர்கொண்டு, அதனோடு கலந்து, அதில் மூழ்கித் திளைத்து, அதிலிருந்து பெறுகிற படிப்பினைகளால் புதிய மனிதராக உருமாறி வாருங்கள்” என்றார்.

எல்லாத் தொழில் முனைவோருக்கும் ஏதாவது ஒரு காலகட்டத்தில் இது போன்ற சிக்கல்கள் நிச்சயம் வந்திருக்கும். ஆனால், இதற்கெல்லாம் அவர்கள் மனம் தளர்ந்து விடக்கூடாது.

பணத்தைத் திருடுவது, தவறாகக் கணக்கு எழுதி பணத்தைக் கையாடல் செய்வது, சப்ளையர்களிடம் லஞ்சம் வாங்குவது போன்ற சில அடிப்படைத் தவறுகள் எல்லா இடங்களிலும் சகஜம். இது போன்ற நிகழ்வுகள் உங்கள் அலுவலகத்திலும் நடக்காமல் பார்த்துக்கொள்ள இதைத் தெரிந்து கொள்ளுங்கள்.

அதிகபட்சமாக ரூ. 10,000 அல்லது ரூ. 20,00 த்துக்கும் மேல் ரொக்கமாக வங்கியிலிருந்து பணத்தை எடுக்க வேண்டாம்.

செலவுகளைப் பொறுத்தவரையில் ரூபாய் 5 ஆயிரத்துக்கு மேல் எந்தச் செலவை மேற்கொண்டாலும் வங்கிப் பரிவர்த்தனை மூலமே பணம் செலுத்த வேண்டும்.

தேநீர், உணவு, பெட்ரோல், குடிநீர், ஜெராக்ஸ், கூரியர் போன்று தொடர்ந்து அன்றாடம் மேற்கொள்ளப்படும் ரொக்கச் செலவுகளை, மாதத்திற்கு ஒரு முறை வங்கிக் கணக்கில் செலுத்துவது போன்று நடைமுறைப்படுத்திக் கொள்ள வேண்டும்.

தினசரி பணவரவு அதிகம் நிகழக்கூடிய மருந்துக் கடை, பலசரக்குக் கடை, பல்பொருள் அங்காடி, துணிக் கடை, தேநீர் கடை போன்ற ரீடெயில் கடைகளில் தினந்தோறும் இருமுறை வங்கிக்குச் சென்று, பணத்தை செலுத்த ஏற்பாடு செய்ய வேண்டும்.

ஒவ்வொரு மாதக் கடைசியிலும் தணிக்கையாளரைக் கொண்டு உடனுக்குடன் கணக்குகளை 'டேலி' செய்துவிட வேண்டும். ஆண்டுக் கடைசியில் தணிக்கை செய்யும் போது நாம் செய்த செலவுகளுக்கான காரணங்களில் பெரும்பாலனவை நமக்கே மறந்து போகும். மேலும் கணக்கியல் பிரிவில் பணியாற்றியவர் வேலையை விட்டுப் போய் விடக்கூடும். எனவே மாதாந்திர கணக்கு தணிக்கை அவசியம். பெரிய கார்ப்பரேட் நிறுவனங்கள் உள்தணிக்கையாளர்களைக் (Internal Auditors) கொண்டு ஒரு முறையும், அடுத்து வெளி தணிக்கையாளர்களைக் (External Auditors) கொண்டு மறு முறையும் கணக்குகளைத் தணிக்கை செய்தல் வேண்டும். இதனால் பணத்தை களவாடி இருந்தாலோ, தவறான கணக்கு எழுதி இருந்தாலோ நிச்சயம் தெரிந்துவிடும்.

லஞ்சம்/ஊழல் பெறுவதைத் தடுக்க என்ன செய்யலாம்...?

நமக்கு மிகவும் வேண்டிய சப்ளையர்களுக்கு ஆர்டர்களைக் கொடுத்து அவர்களிடம் கையூட்டு பெறுதல், சப்ளையர்களுக்கு குறித்த காலத்திற்கு முன்னதாகவே பணம் வழங்க லஞ்சம் கோருதல், இல்லாத நிறுவனத்தின் பெயரில் தவறான பில்களை உருவாக்கி பணத்தினை பெறுதல் போன்ற சம்பவங்கள் நிகழாமல் பார்த்துக் கொள்ள வேண்டும்.

இதற்கு ஒரே வழி, கணக்கு பிரிவில் ஓரே ஊழியரை நீண்ட காலம் பணியாற்ற அனுமதிக்கக்கூடாது. அதேசமயம், அவ்வப்போது ஊழியர்களை இடமாற்றம் செய்யும்போது சில சிக்கல்கள் ஏற்படத்தான் செய்யும். சான்றிற்கு சப்ளையர்களோடு நடைபெற்று வரும் பணம் கொடுக்கல் வாங்கல் முறை, வங்கி நடைமுறை போன்றவற்றில் சில குழப்பங்கள் ஏற்படக்கூடும்.

இதைத் தவிர்க்க சில நடைமுறைகளைப் பின்பற்றலாம்.

கணக்கியல் தொடர்பான எல்லா நடைமுறைகளையும் எழுத்துப்பூர்வமாக வைத்துக்கொள்ள வேண்டும் .

அனைவருக்கும் ஒரே மாதிரியான பணம் வழங்கும் நடைமுறை இருக்க வேண்டும். அதாவது வாரம்தோறும் ஒரு குறிப்பிட்ட நாளில் பணம் வாங்குவது போன்ற ஒரே மாதிரியான நடைமுறையைப் பின்பற்ற வேண்டும் .

சின்னச் சின்ன பில்களுக்கெல்லாம் பணம் செலுத்தும் போது சந்தேகப்பட்டு கேள்வி எழுப்பாதீர்கள். அது நல்ல ஊழியர்களைக் கூட சங்கடப்படுத்தி விடும்.

எப்போதும் வெற்றுக் காசோலைகளில் கையெழுத்தைப் போட்டு கணக்காளர்களிடம் கொடுக்காதீர்கள்.

அலுவலகத்தில் பணிபுரியும் கீழ்மட்ட ஊழியர்கள் சிலரோடு அவ்வப்போது தொடர்பில் இருங்கள். உங்களுக்குத் தெரியாத பல செய்திகள் அவர்களுக்கு தெரிந்திருக்கும். அலுவலகத்தில் எங்கெங்கே, என்னென்ன முறைகேடுகள் நடக்கின்றன என்பதை அவர்கள் உங்களுக்குத் தெரிவிப்பர்.

இ.சி.எஸ் எனப்படும் எலக்ட்ரானிக் கிளியரன்ஸ் முறையில் பில்கள் கிளியர் ஆகும்போது கூடுதல் கவனத்தோடு இருங்கள். எலக்ட்ரானிக் கிளியரன்ஸ் அலைச்சலைக் குறைக்கும் என்றாலும் கூட, தவறுகள் நேரும் போது பணத்தைத் திரும்பப் பெறுவது எளிதானது அல்ல. எனவே பில் தொகை என்ன வரும் என்பதை உங்களுக்குத் தெரியாத வரையில் எலக்ட்ரானிக் கிளியரன்ஸ் முறைக்குச் செல்லாமல் இருப்பது உத்தமம்.

கணக்கியல் துறையில் ஒரு ஊழியர் வேலையை விட்டு விடுகிறார் என்றால் அவர் விலகுவதற்கு முன் கையாண்டு வந்த பணப் போக்குவரத்து அனைத்தையும் டேலி செய்யச் சொல்லிவிட்டு அவரை வேலையை விட்டு போகச் சொல்வது நல்லது. அவர் சென்ற பிறகு, 'இந்த அக்கவுன்டில் இவ்வளவு குறைகிறது', 'அந்த அக்கவுண்டில் இன்னின்ன குறைபாடு என்றெல்லாம் புலம்புவது வீண்.

91. கழிவிலும் காசு வரும்!

'ஆயிரம் கண்ணாடி வீடு' என்ற ஒரு பிரபலமான ஜென் கதை உண்டு. நீண்ட காலத்துக்கு முன்னால் ஒரு கிராமத்தில் ஆயிரம் கண்ணாடிகள் கொண்ட

ஒரு மாளிகையை அக்கிராமத்துப் பண்ணையார் கட்டியிருந்தார். சுற்றியுள்ள கிராம மக்கள் கூட்டம் கூட்டமாக வந்து அந்த மாளிகையை வியந்து பார்த்தனர்.

ஒரு நாள் தனது எஜமானோடு நாய் ஒன்றும் அந்த மாளிகை யைப் பார்க்க வந்தது. அந்த நாய் மிகுந்த உற்சாகத்தோடு இருந்தது. அறைகளில் கண்ணாடியைப் பார்த்தவுடன் அது அதே போன்று ஆயிரம் நாய்கள் அந்த அறையில் இருப்பதாகக் கருதியது. அவற்றைப் பார்த்து மிகவும் உற்சாகம் அடைந்து வாலை ஆட்டியது; உடம்பைக் குலுக்கியது; உட்கார்ந்தது;பிறகு எழுந்து நின்றது; முன் காலை மேலே தூக்கியது. இவை அனைத்தும் எதிரிலிருந்த நாய்களும் செய்ததால் தனக்கு நிறைய நண்பர்கள் கிடைத்ததாக எண்ணி மகிழ்வுடன் திரும்பிச் சென்றது.

சில மாதங்கள் கழித்து வேறொரு நாய் அதே மாளிகைக்கு வந்தது. அது சற்று கோபத்துடன் இருந்தது. உள்ளே வந்து கண்ணாடிகளைப் பார்த்தபோது அங்கு இது போன்ற ஆயிரம் நாய்கள் கோபத்தோடு இருப்பது தெரிந்து. இந்த நாய் முறைத்துப் பார்த்தது; 'உர்ர்..' என்றது; தலையை உலுக்கியது. கண்ணாடியைப் பார்த்து பாயப் போவது போல் நடித்தது. இவை அனைத்தும் கண்ணாடியில் தோன்றிய பிற நாய்களும் செய்வதாகக் கருதி அந்த இடத்தை விட்டு கோபத்தோடு வெளியேறியது.

உலகமும் இப்படித்தான். நீங்கள் அன்பு செலுத்தினால், பிறரும் உங்கள் மீது அன்பைச் செலுத்துவார்கள். நீங்கள் கோபத்தைக் காட்டினால், பிறரும் கோபமாக இருப்பார்கள். நீங்கள் சிக்கனமாகச் செலவழித்தால் உங்கள் பணியாளர்களும் சிக்கனமாக இருப்பார்கள். சுருங்கச் சொன்னால் நீங்கள் எதை விதைக்கிறீர்களோ அதுவே விளையும்.

கோடிக்கணக்கான ரூபாய் புரளும் ஃபோர்ட் (Ford) நிறுவனம் பற்றிக் கேள்விப்பட்டி-ருப்பீர்கள். அதன் தொடங்கு நரானஹென்றி ஃபோர்ட் , தொழிற்சாலையில் நடந்து செல்லும் போது ஸ்குரு, ஆணி, நட்டு என தரையில் கிடக்கும் சின்னப் பொருட்களை கூட எடுத்து ஸ்டோர்ஸில் சென்று கொடுத்து விட்டுச் செல்வாராம். இதைப் பார்த்து ஃபோர்டு நிறுவனத்-தில் பணியாற்றுவோரும் அவரைப் பின்பற்றி எதையும் வீணாக்குவது இல்லை.

ஒவ்வொரு நிறுவனத்திலும் பயன்படாமல் வீணாக இழப்பு ஏற்படுத்தக் கூடிய பொருட்-களை மிச்சப்படுத்தினாலே அது நிறுவனத்துக்கு கணிசமான லாபத்தை உண்டாக்கும். அப்-படியான செலவு விஷயங்களை இப்போது பார்க்கலாம்.

காலாவதியாகும் பொருட்கள்

காய்கறி, பால், பழம், பிரட் போன்றவை குறுகியகால பயன்பாட்டுப் பொருட்களாகும். இவற்றை ஓரிரு நாட்கள் மட்டுமே பயன்படுத்த முடியும். கேட்டரிங் தொழில் மற்றும் ஹோட்-டல் தொழிலில் ஈடுபடுவதற்கு கச்சாப் பொருட்களை கொள்முதல் செய்வது சவால் நிறைந்த செயலாகும். சரியான அளவைத் தெரிந்து கொண்டு, கொள்முதல் செய்தால் மட்டுமே லாபம் ஈட்ட முடியும்.

மருந்துப் பொருட்கள், ரசாயனப் பொருட்கள், ரொட்டி, மிட்டாய் போன்ற உணவு பொருட்கள், ஹார்லிக்ஸ், போர்ன்விட்டாபோன்ற ஊட்டச்சத்து பவுடர் ஆகியன ஒரு குறிப்-பிட்ட காலம் கழித்து காலாவதியாகிவிடும்.

எனவே, தற்போது தொழில்நுட்பம், போக்குவரத்து போன்றவை எளிமையாகி விட்டப-டியால் அதிகபட்சமாக இவற்றை ஒரு மாதத்துக்கு மட்டுமே இருப்பு வைத்துக் கொள்வது நல்லது.

பயன்படாமல் போகும் கழிவுப் பொருட்கள்

எல்லாத் தொழிற்சாலைகளிலும் குறைந்த பட்சம் 2% பொருட்களாவது கழிவாக வீணா-கும். ஆடைகள் உற்பத்தியின் போது துண்டுத் துணிகள், தோல் பொருள் தயாரிப்பின்போது கழியும் தோல்கள், நோட்டுப் புத்தகம் தயாரிக்கும் போது கழியும்காகிதங்கள் என தொழிற்-சாலைகளில் பொருட்கள் வீணாவது அனைவரும் அறிந்ததே.

இப்படி வீணாகும் பொருட்களை ‘மறுசுழற்சி’ செய்ய முயற்சிக்க வேண்டும்.

பனியன் உற்பத்தி தொழிற்சாலைகளில் வீணாகிப் போகும் பனியன் துணிகளை, பிரிண்-டிங் பிரஸ், லேத் பட்டறை போன்ற இடங்களில் இயந்திரங்கள் துடைக்க விலைக்கு வாங்கிப் பயன்படுத்துகின்றனர்.

நீங்கள் ஈடுபட்டிருக்கும் தொழிற்சாலைகளிலும் இப்படி வீணாகும் ஸ்க்ராப் (Scrap) களை குறைந்த விலைக்கேனும் விற்கவோ அல்லது மறு சுழற்சி செய்யவோ இயலுமா என்று பார்க்கலாம்.

கழிவுகளால் வீணாகும் பொருட்கள்

எண்ணெய், தண்ணீர், பால் போன்ற திரவப் பொருட்களைக் கொண்டு செல்லும் லாரி-கள், அவற்றின் பைப் சரியாக மூடாததாலோ அல்லது டேங்கில் உள்ள சிறு துளையி-னாலோ ஏற்படும் கசிவின் காரணமாக ஆண்டுதோறும் நிறுவனத்துக்கு கணிசமான தொகை இழப்பு ஏற்படுகிறது.

இவற்றைத் தவிர்ப்பதற்கு ஒவ்வொரு முறை சரக்கை ஏற்றும் முன்பும், சரக்கை ஏற்றிய பின்பும் ஒழுகுகிறதா என்பதை பரிசோதித்துப் பார்க்க ஆட்களை நியமிக்க வேண்டும். தரக் கட்டுப்பாட்டுத் துறை போன்று, கசிவுக் கட்டுபாட்டு துறையும் தொழிற்சாலைகளில் இருக்க வேண்டியது அவசியம்.

கசிவு என்பது லாரிகளில் மட்டும்தான் ஏற்பட வேண்டும் என்பதில்லை. பைப் லைனிலோ, கொள்கலனிலோ, பேக் செய்யப்படும் பாக்கெட்டுகளிலோ கூட ஏற்படலாம்.

துருப்பிடிக்கும் பொருட்கள் மீது, மழைத் தண்ணீரோ, ஈரக்காற்றோ படாமல் பார்த்துக்கொள்ள வேண்டும். தட்பவெப்ப நிலை மாற்றத்தால் பயனற்றுப் போகும் பொருட்கள் இருந்தால், அவற்றை கவனித்து கையாள வேண்டும்.

சில பொருட்கள் நம்மையும் அறியாமல் காலப் போக்கில் காணாமல் போய்விடும். இதற்கு பல காரணங்கள் உண்டு. நம் அலுவலக ஊழியர்கள் அப்பொருள் தூசி படிந்து போயிருப்பதால் அதனை தூக்கி எறிந்து இருக்கலாம்.

சில பொருட்களை பிறருக்கு கடனாக வழங்கி இருப்போம். நம் ஊரில் பலர் கடனாக பெறுகின்ற பொருளை அவர்கள் 'நன்றிக்கடன்' என்று நினைத்து திருப்பித் தருவதில்லை. நாம் நினைவுபடுத்திக் கேட்காவிட்டால் அதுவும் தொலைந்து போவதற்கு சமமே. எனவே, நாம் பிறருக்கு கடன் கொடுக்கும் பொருட்களைப் பட்டியலிட்டு அவற்றை நினைவூட்டி திரும்பி வாங்குதல் வேண்டும். எந்தப் பொருளை கடன் கொடுத்தாலும் அவற்றை ஒரு நோட்டில் குறித்து வைத்துக் கொள்ள வேண்டும்.

சிறிய ரிப்பேரைச் சரி செய்யாததால் பயனற்றுப் போகும் பொருட்கள் என்று சில உண்டு. அண்மையில் ஒரு தொழிற்சாலைக்கு சென்றிருந்தபோது ஒரு அறையில் கை ஒடிந்த, கால் துண்டான, சக்கரம் கழன்றிருந்த, ஸ்குரு விழுந்து காணாமல்போன பத்துக்கும் மேற்பட்ட சேர்களை அடுக்கி வைத்திருந்தார்கள். அவை தூசி படிந்து பழுதாகக் கிடந்தன. சிரமம் பாராது ஒரு தச்சரை அழைத்து அவற்றை அவ்வப்போது ரிப்பேர் செய்யச் சொல்லி இருந்தால் குறைந்தபட்சம் சில ஆயிரங்களை அந்நிறுவனம் மிச்சப்படுத்தி இருக்கலாம்.

இது போன்று சிறிய சிறிய ரிப்பேர்களைச் சரி செய்ய சோம்பேறித்தனப்பட்டு அதனால் நாளடைவில் பேரீச்சம் பழ மாகிற பொருட்களும், இயந்திரங்களும் ஏராளம்.

தொழில்நுட்ப மாற்றத்தால் பயன்படுத்த இயலாமல் போகும் பொருட்களை வாங்கும்போது கவனத்துடன் இருந்தால், பிற்பாடு ஏற்படும் பெரிய இழப்புகளில் இருந்து தப்பிக்கலாம்.

ரிப்பேர் செய்ய இயலாத சில பொருட்களும் உண்டு அந்தக் காலத்து ரேடியோ, டி.வி, கம்ப்யூட்டர்கள், செல்போன் போன்றவற்றை இப்போது பயன்படுத்த நினைத்தாலும் அவற்றுக்கான உதிரிப் பொருட்கள் சந்தையில் கிடைப்பதில்லை. பெரும்பாலான பழைய எலக்ட்ரானிக்ஸ் சாதனங்களைப் பழுது நீக்குவதற்குச் செலவழிப்பதை விட அந்தப் தொகையில் புதிய பொருட்களை வாங்கி விடுவதே புத்திசாலித்தனம்.

மெர்க்குரி விளக்குகள் வந்த பிறகு, பெட்ரோமாக்ஸ் விளக்குகள் ஒதுங்கி விட்டன. கேஸ் அடுப்பு தோன்றிய பிறகு, விறகு அடுப்புகளுக்கும், மண்ணெண்ணெய் அடுப்புகளும் இல்லாமல் போய்விட்டன. செல்போன் வந்த பிறகு, பேஜர் என்ற கருவி போன இடமே தெரியவில்லை. இப்படிப்பட்ட தொழில்நுட்ப மாற்றங்களால் பல பொருட்கள் காணாமல் போய்விடுகின்றன. குறிப்பாக, எலக்ட்ரானிக்ஸ் சாதனங்கள் மிக வேகமாக அடுத்தடுத்த நிலைக்கு

முன்னேறிக் கொண்டிருக்கின்றன என்பதை மனதில் நிறுத்தி, எலக்ட்ரானிக்ஸ் சாதனங்களை லேட்டஸ்ட் மாடல் களாக வாங்கவேண்டும். தேவையின் அடிப்படையில் கொள்முதல் செய்வதே இதற்குத் தீர்வு.

ஒருவேளை பொருட்களைப் பயன்படுத்த வாய்ப்பே இல்லை என்றால் ஏலத்திலோ அல்லது வந்த விலைக்கோ விற்று காசாக்கி விடுவதே புத்திசாலித்தனம்.

92. விளம்பரச் செலவுகள் அவசியமா? ஆடம்பரமா?

செலவைக் கட்டுப்படுத்துதல் குறித்து யோசிக்கும் போது, விளம்பரச் செலவுகள் அவசியம் தானா அல்லது அவற்றையும் குறைக்க வேண்டுமா..? என்ற கேள்வி பலருக்கு எழலாம்.

விளம்பரத்தின் நோக்கங்கள் என்ன..? நிறுவனத்தின் பெயரை மனதில் பதிய வைப்பது முதலாவது நோக்கம். இரண்டாவது, பொருட்களை உடனே வாங்கத் தூண்டுவதற்காக மேற்கொள்ளப்படுவது.

ரிலையன்ஸ், டாட்டா, பிர்லா, யுனிலீவர், ஸ்ரீராம், பெப்ஸி, கோக், கோல்கேட், பாமோலிவ், ஏர்டெல், பி.எஸ்.என்.எல். போன்ற நிறுவனப் பெயர்கள் எல்லாம் உங்களுக்கு பரிச்சயமாக இருந்தால் அதற்கு அந்நிறுவனங்கள் தொடர்ந்து வெளியிட்டுவரும் விளம்பரங்களே காரணமாகும். இவை உடனடியாக நிறுவனங்களுக்கு வருமானத்தைத் தராவிட்டாலும் கூட, அந்நிறுவனத்தின் பெயரை மனதில் பதியவைத்து, நீண்டகால நோக்கில் லாபம் ஈட்டப் பயன்படும். எனவேதான், மார்க்கெட்டில் நம்பர் ஒன்னாக இருக்கும் நிறுவனம்கூட தொடர்ந்து விளம்பரம் செய்து கொண்டே இருக்கும்.

அடுத்த வகையானது, குறுகிய காலத்துக்கானவை. அதாவது, தள்ளுபடி விற்பனை (Discount Sale), இலவசச் சலுகைகள் (Free Offers), நுகர்வோர் போட்டிகள் (Consumer Contests), சிறப்புச் சலுகைகள் (Special Offers) போன்ற கால் டூ ஆக்ஷன் (Call to action) விளம்பரங்கள்.

பொதுவாக பல்வேறு தொழில்களில் நாடு முழுவதும் ஈடுபட்டிருக்கும் கார்ப்பரேட் நிறுவனங்கள் முதலாவது வகை விளம்பரத்துக்கு பணத்தைச் செலவழிப்பது அவசியமாகும்.

ஏனெனில் பங்குச் சந்தையில் முதலீடு திரட்டவும், பொதுமக்களிடம் வைப்பு நிதி பெறவும், திறமையானவர்களை வேலைக்கு எடுக்கவும், விநியோகஸ்தர்களை நியமிக்கவும்.. என பலவித தேவைகளுக்காக ஒரு நிறுவனத்திற்கு மக்கள் மத்தியில் நல்ல பெயர் இருப்பது அவசியமாகும்.

ஆனால், சிறிய நிறுவனங்களுக்கு இந்த முதலாவது வகை விளம்பரங்கள் தேவையற்ற செலவே! அதே நேரம் இரண்டாவது வகை விளம்பரம் அவசியமாகும். இவ்வகை விளம்பரங்களையும்கூட தேவையற்ற வகையில் அங்கொன்றும், இங்கொன்றுமாக வெளியிடுவதில் பயனில்லை.

உற்பத்திப் பொருளினுடைய வாடிக்கையாளர் யார்... அந்தப் பொருள் எந்தெந்தப் பகுதிகளில் எல்லாம் விநியோகமாகும்... எந்த சீசனில் இவை அதிகம் பொதுமக்களால் வாங்கப்படும்... என்பன போன்ற விவரங்களின் அடிப்படையில் விளம்பரங்களை எந்தெந்த (பத்திரிக்கை, வானொலி, உள்ளூர் தொலைக்காட்சி அலைவரிசை) ஊடகங்களில் வெளி-

யிடுவது...? என்பதை நீங்கள் முடிவு செய்ய வேண்டும்.

இவற்றுக்கெல்லாம் அனுபவம் வாய்ந்த விளம்பர ஆலோசகர்கள் மாநிலம் முழுவதும் இருக்கிறார்கள். அவர்களின் ஆலோசனைகளைக் கேட்டுப் பெற்று, அதில் எது குறைவான செலவில் நிறைந்த பலன்களைத் தரும் என நீங்கள் கருதுகிறீர்களோ அதனைத் தேர்ந்தெடுக்கலாம்.

93. டெல் டெக்னிக்

ஆர்தர் கார்டன் (Arthur Garden) என்பவர் ஒரு புகழ் பெற்ற ஆங்கில எழுத்தாளர். அவர் ஒருமுறை டாக்டர் பிளாட்டன் (Dr. Blaton) என்ற முதிர்ந்த அனுபவம் கொண்ட உளவியல் வல்லுநரைச் சந்தித்து உரையாடச் சென்றார். உணவகம் ஒன்றில் டாக்டர் பிளாட்டனின் வருகைக்காக சிறிது நேரம் காத்திருந்த ஆர்தர், தமது வாழ்க்கையின் பழைய நினைவுகள் குறித்து சிந்திக்கத் தொடங்கினார்.

அந்த இடத்திற்கு டாக்டர் பிளாட்டன் வந்ததைக் கூட கவனிக்காமல், சிந்தனை வயப்பட்டிருந்த ஆர்தரை செல்லமாக தட்டி கை குலுக்கினார். டாக்டர் பிளாட்டன்.

“என்ன... ஆழ்ந்த சிந்தனை?” என்றார் டாக்டர்.

“ஒன்றும் இல்லை... பழைய நினைவுகளை அசை போட்டேன்”

“என்ன அசை போட்டீர்கள்?”.

“அதாவது, நான் எழுத்தாளனாகி இருக்காவிட்டால், என் வாழ்க்கை இன்னும் சிறப்பாக இருந்திருக்குமோ என்று யோசித்தேன் டாக்டர்.”

ஆர்தர், அப்படி யோசிக்காதீர்கள்... என்னிடம் வரும் மனநோயாளிகளில் பலர் தங்களது கடந்த காலத்தைப் பற்றியே யோசித்துக்கொண்டு இருப்பவர்கள்தான்.

அதனால் எந்த பலனும் இல்லை என்பது அவர்களுக்கு புரிவதில்லை. ஒரு வெற்றியாளன் ‘அடுத்து என்ன’ என்று தான் யோசிப்பான். எனவே ‘அப்படி இருந்திருந்தால்’ என்று கடந்த காலத்தைப் பற்றி யோசிப்பதற்கு பதிலாக, இனி அடுத்தது என்ன?’ என்று எதிர்காலம் பற்றி யோசிப்பீர்களேயானால் வாழ்க்கையில் நிச்சயம் வெற்றி பெறுவீர்கள்” என்றார்.

தாம் கேட்க நினைத்த கேள்விகளுக்கெல்லாம் விடை கிடைத்த திருப்தியில் எழுந்து போனார் ஆர்தர் கார்டன்.

ஆம் நண்பர்களே! முடிந்துபோன செலவுகளைப் பற்றி கவலைப்பட்டுக் கொண்டிருப்பதில் அர்த்தமில்லை. மன வருத்தமே மிச்சமாகும். அதை ஒரு பாடமாக எடுத்துக் கொண்டு அடுத்து வரும் செலவுகளை எப்படிக் குறைப்பது என்று சிந்திக்க வேண்டும்.

‘அந்தக் காலத்தில் ரூ.100 மாதச் சம்பளத்தில் கூட ஆட்கள் வேலைக்கு கிடைத்தார்கள்’ என்றெல்லாம் பேசிக்கொண்டிருப்பதில் அர்த்தமில்லை. நவீன யுகத்துக்கு ஏற்ப நாம் யோசிக்கப் பழகிக் கொள்ள வேண்டும். அப்படி யோசித்ததால் தான் ‘டெல்’ (Dell) என்ற அமெரிக்க கம்ப்யூட்டர் உற்பத்தி நிறுவனம் மாபெரும் வெற்றி பெற்றது. இதோ, ‘டெல்’லின் வெற்றிக் கதை.

மைக்கேல் டெல் என்ற மாணவர் கல்லூரியில் படிக்கும் காலத்தில் மோடம் (Modem), ஹார்ட் டிஸ்க் டிரைவ் (Hard Disk Drive) போன்றவற்றை உருவாக்கி, அவற்றின் உதவியோடு கம்ப்யூட்டர்களை அசெம்பிள் செய்து விற்கத் தொடங்கினார். இவர் உருவாக்கிய கம்ப்யூட்டர்கள், அன்றைக்கு சந்தையில் முன்ன ணியில் இருந்த ஐ.பி.எம் நிறுவனத்தின் கம்ப்யூட்டர்களை விட, 40% விலை குறைவாக இருந்ததால் பிசினஸ் சூடுபிடித்து. மைக்கேலின் கவனம் அனைத்தும் கம்ப்யூட்டர்களை உருவாக்குவதிலேயே இருந்ததால் கல்லூரி பாடத்தில் கவனம் செலுத்த முடியாமல் தேர்வில் தோற்று போனார்.

இருப்பினும் வணிகம் பிரமாதமாக 'பிக்கப்' ஆனதால் அதில் தீவிரமாக ஈடுபடத் தொடங்கினார். 1989-ஆம் ஆண்டு அமெரிக்காவின் மொத்த கம்ப்யூட்டர் விற்பனையில் ஐ.பி.எம் நிறுவனம் 17 விழுக்காடையும், ஆப்பிள் நிறுவனம் 11 விழுக்காடையும், பிராண்ட் இல்லாத மிகச் சிறிய கம்ப்யூட்டர் நிறுவனங்கள் 62 விழுக்காடு சந்தையையும் ஆக்கிரமித்திருந்தன. அப்போது டெல் 1 விழுக்காடு கூட கைப்பற்றவில்லை. ஐ.பி.எம் — மைப் பொறுத்தவரையில் அது ஆப்பிளுக்கு அடுத்த படியாக, காம்பாக்கையும், எச்.பியையும் தான் தன்னுடைய பெரிய போட்டியாளராக எண்ணியிருந்தது.

1995-ஆம் ஆண்டில் தான் டெல் ஒரு பெரிய நிறுவனமாக, வளரக்கூடிய வாய்ப்பு இருப்பதாக, கம்ப்யூட்டர் வல்லுனர்கள் கருதத் தொடங்கினர். அப்போது, காம்பாக் மற்றும் ஆப்பிள் தலா 11 விழுக்காடு சந்தையையும், எச்.பி 14 சதவீத சந்தையையும், ஐ.பி.எம் 8 விழுக்காடு சந்தையையும், பிராண்ட் இல்லாத சிறிய விற்பனையாளர்கள் 40 விழுக்காடு சந்தையையும் கைப்பற்றி இருந்தனர்.

ஆறே ஆண்டுகளில் ஐ.பி.எம் மைக் கலங்கடிக்கச் செய்து, அமெரிக்காவின் 5 விழுக்காடு கம்ப்யூட்டர் சந்தையைக் கைப்பற்றிய டெல்லின் வெற்றிப்பயணம், இன்றுவரை தொடர்ந்து கொண்டிருக்கிறது. கம்ப்யூட்டர் சந்தைலேயே, அதிக லாபம் ஈட்டக்கூடிய நிறுவனமும் டெல் தான். இதற்கெல்லாம் பின்னணிக் காரணம், டெல்லின் செலவைக் குறைக்கும் புது விதமான அணுகுமுறைகளே.

டெல் கையாண்ட சில அணுகுமுறைகள்...

டெல் நிறுவனத்திற்கு டீலர்கள், டிஸ்ட்ரிபியூட்டர்கள், ரீடெய்லர்கள், ஷோரூம்கள் என எதுவும் ஆரம்பத்தில் கிடையாது. தாமே நேரடியாக விற்பனை செய்வதால் வாடிக்கையாளர்களுக்கு குறைந்த தொகைக்கு விற்க முடிந்தது.

கம்ப்யூட்டர்களைப் பற்றி ஓரளவே தெரிந்த, அதிக எண்ணிக்கையில் கம்ப்யூட்டர்களை வாங்கக்கூடிய கார்ப்பரேட் நிறுவனங்களின் பர்ச்சேஸ் மானேஜர்கள்தான் டெல்லின் இலக்கு.

தொடர்ந்து ஒரே நகரில் அதிக எண்ணிக்கையில் கம்ப்யூட்டர்களை விற்றால், அப்பகுதியிலேயே தனியாக ஒரு தொழிற்சாலையும் தொடங்கி சரக்குப் போக்குவரத்து செலவைக் குறைத்தது, டெல்.

தொடக்கத்தில் அதிகமான கம்ப்யூட்டர் விற்பனை. www.dell.com என்ற இணையதளம் மூலமே நடைபெற்றது. இதனால் 'டெல்' நிறுவன மார்க்கெட்டிங் செலவுகள் கணிசமாகக் குறைந்தன.

வாடிக்கையாளர்களின், ஆர்டர்களுக்கு ஏற்பவே உற்பத்தி செய்ததால், கம்ப்யூட்டர்களை ஸ்டாக் செய்யும் நடைமுறை மூலதனமும் குறைந்தது. கொள்முதல் செய்யும்போது கூட,

அனாவசியமாகப் பொருட்களை வாங்கி அடுக்கி வைக்காமல், கேட்டவுடனேயே சப்ளை செய்யும் அளவுக்கு, கச்சாப் பொருள் சப்ளையர்களைப் பெற்றது.

இவற்றால் டெல்லின் செலவு கணிசமாகக் குறைந்த உடன், வாடிக்கையாளர்களின் நேரடித் தொடர்பால், அவர்களது தேவையை அவ்வப்போது உணர்ந்து கொள்வதும், அவர்களுக்கு கேட்ட மாத்திரத்திலேயே சேவைகளை வழங்குவதும் டெல்லுக்கு சாத்தியமானது.

இன்னும் புள்ளிவிவரத்தோடு இதை விளக்க வேண்டுமானால், கம்ப்யூட்டர் துறையில், கச்சாப் பொருட்களின் விலை, மாதந்தோறும் ஒரு சதவீத அளவு குறைவது வழக்கம். இதனால் அவ்வப்போது பொருட்களை வாங்குவதே புத்திசாலித்தனமாகும்.

டெல் நிறுவனத்தின் குடோனில் அடுத்த 4 நாட்களுக்குத் தேவைப்படும் கம்ப்யூட்டர்கள் மட்டுமே ஸ்டாக்கில் இருக்கும். ஆனால் காம்பாக் நிறுவனத்திலோ அடுத்த இருபத்தி நான்கு நாட்களுக்கு தேவைப்படும் கம்ப்யூட்டர்கள் ஸ்டாக் செய்யப்பட்டிருந்தன.

இதனால் டெல் நிறுவனத்தால் ஒரு கம்ப்யூட்டரை, தன்னுடைய போட்டியாளர்களை விட, 10% குறைவான விலைக்கு விற்க முடிந்தது. இது கார்ப்பரேட் நிறுவனங்களிடம் இருந்து அதிக ஆர்டர்களைப் பெற டெல்லுக்கு உதவியது.

இதுவே டெல்லின் வெற்றிக் கதை. எனவே, செலவைக் குறைப்பதும், தொழிலை வளர்த்தெடுக்க உதவும் என்பதை நாம் புரிந்து கொள்ள வேண்டும்.

94. கூட்டத்தோடு கோவிந்தா போடாதீர்கள்!

ஒரு மன்னனுக்கு தன் நாட்டில் பால் கிணறு ஒன்றை உருவாக்க வேண்டும் என்று ஆசை எழுந்தது. அந்தப் பால் கிணற்றை உருவாக்கினால், தன் புகழ் உலகெங்கும் பரவும் என்று எண்ணினான். ஏனெனில், அதுவரை அப்படி ஒரு கிணறு வேறு எங்கும் கிடையாது.மந்திரிகளது ஆலோசனையின்படி, ஊரின் நடுவில் ஒரு பெரிய கிணற்றைத் தோண்ட உத்தரவிட்டான். கிணறு ரெடியானது; நாட்டு மக்கள் அனைவரையும் தலா ஒரு சொம்பு பாலைக் கொண்டு வந்து அன்று இரவு அக்கிணற்றில் ஊற்ற வேண்டும் என்று உத்தரவிட்டான்.

அந்த ஊரைச் சேர்ந்த ஒருவன், எல்லோரும் பாலை ஊற்றுகிறபோது நான் மட்டும் ஒரு சொம்புத் தண்ணீரை ஊற்றினால் மன்னனுக்குத் தெரியவா போகிறது? என்று எண்ணி, அன்று இரவு அக்கிணற்றில் ஒரு சொம்புத் தண்ணீரை ஊற்றினான்.

மறுநாள் விடிந்தது. கிணறு முழுவதும் தண்ணீர் மட்டுமே இருந்தது. ஆம்! நாம் ஒவ்வொருவரும் தனியாக இயங்குகிறபோது விளைவு வெளிப்படையாகத் தெரியும் என்பதால், நாம் செய்கிற வேலையில் சரியாக இருப்போம். அதே நேரம், கூட்டமாகச் சேர்த்து ஒரு வேலையை செய்யச் சொன்னால், வேலை செய்ததாக கணக்குக் காண்பித்துவிட்டு தப்பித்துக் கொள்வோம்.

இது சராசரி மனிதர்களின் பொதுவான இயல்பு.

ஆனால், பணக்காரர்கள் அப்படி இயங்குவது கிடையாது. அவர்கள் குழுவிலும் சிறந்து இயக்கக்கூடியவர்கள்!

நீங்கள் பணம் ஈட்ட வேண்டுமானால், தலைமைப் பொறுப்பில் இருக்க வேண்டியது அவசியம். தலைமைப் பொறுப்பு யாருக்கு வரும்? யார் ஒருவர் பிறர் கவனிக்காதபோதும்

உழைக்கிறாரோ, தன் குழு வெற்றி பெறுவதற்கு உதவுகிறாரோ அவருக்கே அப்பதவி வரும்.

ஒன்றைத் தெரிந்து கொள்ளுங்கள். இது உங்கள் வாழ்க்கை. உங்கள் முன்னேற்றத்திற்காக நீங்கள் வாழ்கிறீர்கள். பிறரோடு சேர்ந்து 'கோவிந்தா' போடுவதால், உங்கள் நேரத்தை வீணடிப்பதோடு, உங்களை நீங்களே ஏமாற்றிக் கொள்கிறீர்கள்.

நீங்கள் மனிதனாகப் பிறந்து விட்டால், சம்பாதித்தே தீர வேண்டும். சம்பாதிக்காத மனிதனை இந்த உலகம் ஒருபோதும் ஏற்றுக் கொள்வதில்லை.

இதே விஷயத்தை நாம் பாசிட்டிவாகக்கூட பார்க்கலாம். சம்பாதிப்பதை விட அப்படி என்ன பெரிய கடமை நமக்கு இங்கு இருக்கப்போகிறது? நம் வளர்ப்பும், படிப்பும், உழைப்பும் சம்பாத்தியத்தை நோக்கியே உருவாக்கப்பட்டிருப்பதால், பொருள் ஈட்டுபவருக்கே இந்த உலகம் சொந்தம்.

இப்போது சொல்லுங்கள். நீங்கள் கூட்டத்தோடு 'கோவிந்தா' போடப்போகிறீர்களா? அல்லது உங்களுக்கென ஒரு தனித்துவத்தை உருவாக்கி சம்பாதிக்கப் போகிறீர்களா?

மனிதனுடைய திறமை அளவிடற்கரியது. எதையும் சாதிக்கும் வல்லமை மனிதனுக்கு உண்டு.

ஒரு விஞ்ஞானி உலகத்திலேயே மிகவும் சக்தி வாய்ந்த ரோபோட்டைக் கண்டுபிடித்தார். அந்த ரோபோட் பன்முகத் தன்மை கொண்டது. ஆடும், பாடும், சிரிக்கும், பேசும், நடக்கும், கம்ப்யூட்டரை இயக்கும், ஸ்மார்ட் போனைப் பயன்படுத்தும், வாகனம் ஓட்டும்... இப்படி எல்லா வேலைகளையும் செய்யும் திறமை கொண்டது.

இதைப் பார்த்து ஆச்சரியப்பட்டுப்போன பத்திரிகையாளர்கள். "அப்படியானால், இனி எதிர்காலத்தில் மனிதனுடைய வேலை வாய்ப்பெல்லாம் பறிபோய்விடுமா?" என்று கேட்டனர். அதற்கு அந்த விஞ்ஞானி, சிரித்துக் கொண்டே 'ஆம்... உண்மைதான்! இந்த ரோபோட்டை விட, தாம் ஆயிரம் மடங்கு சக்தி வாய்ந்தவர்கள் என்பதை மனிதன் உணராதவரை" என்றார் கிண்டலாக.

ஆம்! நம் ஒவ்வொருவருக்குள்ளும் ஆயிரம் மடங்கு சக்தி வாய்ந்த பன்முகத்தன்மை கொண்ட ரோபோட்டின் திறன் இருக்கிறது. இந்த அருமை தெரியாமல் கூட்டத்தோடு ஒருவராக நாம் காணாமல் போய்க் கொண்டிருக்கிறோம்.

விழித்துக் கொள்ளுங்கள்!

உழைக்கத் தொடங்குங்கள்!

95. கட்டளைகளுக்காக காத்திருக்காதீர்கள்!

உங்கள் காருக்கு நீங்கள் டிரைவராக இருக்க விரும்புகிறீர்களா? அல்லது முதலாளியாக இருக்க விரும்புகிறீர்களா?

'இதிலென்ன சந்தேகம்? முதலாளியாக இருக்கவே விரும்புவேன் என்பதுதான் உங்கள் பதிலாக இருக்கும்.

ஆனால், நடைமுறை வாழ்க்கையில் நாம் அப்படி இருப்பதில்லை. ஒரு டிரைவருக்கு எப்படி முதலாளியிடம் இருந்து கட்டளைகள் தேவைப்படுகிறதோ, அதுபோல் நாம் இயங்கவும் பிறரிடமிருந்து கட்டளைகள் தேவைப்பட்டுக் கொண்டேயிருக்கின்றன.

ஆனால், வெற்றியாளர்கள் பிறரிடமிருந்து கட்டளைகளை எதிர்பார்ப்பதில்லை: அவர்கள் தம் மீது முழு நம்பிக்கை வைக்கிறார்கள். குறிப்பாக, அவர்கள் சுயமாக எந்த முடிவை எடுத்தாலும், அதில் கடைசி வரை உறுதியாக இருக்கிறார்கள். இதுவே அவர்களது வெற்றிக்கு மிகப் பெரிய காரணம்.

எழுந்திருக்க வேண்டிய நேரத்திற்கு அலாரம் வைப்பதில் தொடங்கி பிறரிடம் சொன்ன வாக்குறுதிகளைக் காப்பாற்றுவது வரை, அனைத்திலும் அவர்கள் சரியாக இருக்கிறார்கள்.

ஒருவேளை அவர்களால் வாக்குறுதியைக் காப்பாற்ற முடியவில்லை என்றால், உடன் அவர்களே வலியச் சென்று, வருத்தம் தெரிவித்து மாற்று ஏற்பாட்டிற்கு வழி செய்கிறார்கள்,

நீங்களும் வெற்றியாளராக வேண்டுமென்றால், எதையும் சொல்வதற்கு முன்பு பலமுறை யோசிக்க வேண்டும். சொன்ன பின்பு, அதை நிறைவேற்றி கடுமையாக பாடுபட வேண்டும்.

வார்த்தைக்கும், வாழ்க்கைக்கும் வித்தியாசம் இல்லாததொரு நிலையை நீங்கள் எட்ட வேண்டும்.

ஐபோன்களைத் தயாரிக்கும் ஆப்பிள் நிறுவனம், 'அடுத்த ஆண்டு ஏப்ரல் மாதம் 10 ஆம் தேதி புது மாடல் போனை அறிமுகப்படுத்தப் போகிறோம்' என்று சொல்லிவிட்டால், உலகமே தலைகீழாக மாறினாலும், சரியாக அந்த நாளில் அந்த போன் அறிமுகப்படுத்திவிடும். அந்த அளவிற்கு தம் மீதான நம்பகத்தன்மையை வாடிக்கையாளர்கள் மத்தியில் உருவாக்கிய காரணத்தால்தான் இன்றைக்கு ஸ்மார்ட் போன் தயாரிப்பில் நம்பர்-1 ஆக அந்நிறுவனம் திகழ்கிறது.

குறித்து வைத்துக் கொள்ளுங்கள். நீங்களும் நம்பர்-1 ஆகத் திகழ வேண்டுமானால், யாருடைய கட்டளைகளுக்காகவும் காத்திராமல் சுயமாக முடிவெடுத்து, அதனைச் செயல்படுத்தி, அந்த வாக்குறுதியைக் காப்பாற்ற வேண்டும்.

96. எண்ணங்களே வாழ்க்கை!

ஒரு ஊரில் ஏழைகளின் எண்ணிக்கை அதிகரித்துக் கொண்டே வந்தது. மக்களெல்லாம் பொங்கி எழுந்து இறைவனிடம் சென்று முறையிட்டனர்.

இவர்களின் நிலை கண்டு பரிதாபப்பட்ட இறைவன், சற்று மனமிரங்கி, பணக்காரர்களிடம் இருந்த பணத்தை எடுத்து ஏழைகள் எல்லோருக்கும் பகிர்ந்தளித்தான்.

பத்து ஆண்டுகள் கழிந்தன. அவர்களின் நிலையை அறிய ஆவலுடன் இறைவன் அந்த ஊருக்குச் சென்றான். முன்பு யாரெல்லாம் ஏழைகளாகவும், எவரெல்லாம் பணக்காரர்களாகவும் இருந்தார்களோ அவர்களே திரும்பவும் ஏழைகளாகவும், பணக்காரர்களாகவும் மாறி இருந்ததைக் கண்டு, மனதிற்குள் சிரித்துக் கொண்டான்.

இந்தச் சிரிப்புக்குக் காரணம் என்ன தெரியுமா? அவரவரது எண்ணங்கள் தான்!

இதெல்லாம் வெறும் கதை' என்று நீங்கள் நினைத்தாள், ஒரு உண்மைச் சம்பவத்தையும் நாம் பார்ப்போம். :

இங்கிலாந்து பல்கலைக்கழகம் ஒன்றில் உளவியல் துறையினர் வித்தியாசமான ஆய்வினை மேற்கொண்டனர்.

அங்கு படித்துக் கொண்டிருந்த சுமார் 600 மாணவர்களிடம் அவர்களுடைய எதிர்காலத் திட்டங்கள் பற்றி குறிப்பெடுத்தனர்.

25 ஆண்டுகள் கழித்து திரும்பவும் அதே மாணவர்களைத் தேடிக் கண்டுபிடித்து அவர்களின் நிலை என்ன என்பதைக் கேட்டறிந்தபோது, மிகப் பெரிய ஆச்சரியம் அவர்களுக்கு ஏற்பட்டது.

அதாவது 600 பேரில் இருபது விழுக்காட்டினர் வாழ்வின் உச்சத்தில் இருந்தனர். முப்பது விழுக்காட்டினர் வாழ்வின் தாழ்வு நிலையில் வாழ்த்து வந்தனர். மீதமுள்ள ஐம்பது விழுக்காட்டினர் இப்படியும் இல்லாமல் அப்படியும் இல்லாமல் நடுத்தர நிலையில் இருந்தனர்.

இதில் ஆச்சரியம் என்னவென்றால், வெற்றி பெற்ற இருபது விழுக்காட்டினர்தான் 25 ஆண்டுகளுக்கு முன்பே தாம் என்னவாக வேண்டும் என்கிற தெளிவைக் கொண்டிருந்தனர்.

வாழ்க்கையின் தாழ்வு திணையில் இருந்த முப்பது விழுக்காட்டினர் 25 ஆண்டுகளுக்கு முன்பே எதிர்மறைச் சிந்தனைகளோடுதான் இருந்தனர். மீதமுள்ள பெரும்பாலா ளோர் பெரிய எண்ணங்களோ திட்டங்களோ இல்லாமல், அதே நேரம் போகிற போக்கில் வாழ்க்கையை வாழக்கூடிய தன்மையோடு இருந்தனர்.

'எண்ணங்களே மனிதனை உருவாக்குகின்றன' என்ற சிந்தனையை, உலகம் உணர்ந்தது இந்த ஆய்விற்குப் பிறகுதான்.

உங்களிடம் ஒரு கேல்வி.

முதலில் பேப்பரையும், பேனாவையும் எடுத்துக் கொள்ளுங்கள்.

உங்களோடு 12 ஆம் வகுப்பு படித்த 10 மாணவர்களின் பெயர்களை வரிசையாக எழுதுங்கள். அவர்கள் ஒவ்வொருவரும் தற்போது என்ன செய்து கொண்டு இருக்கிறார்கள் என்பதையும் அதற்கு அருகிலேயே எழுதிக் கொள்ளுங்கள்.

இப்போது யோசித்துப் பாருங்கள்... எல்லோரும் ஒரே பள்ளியில், ஒரே விதமான ஆசிரியர்களிடம், ஒரே சூழலில் ஒரே காலகட்டத்தில் வளர்ந்தீர்கள். அப்படியானால், இன்றைக்கு எல்வோரும் ஒரே நிலையில் அல்லலா இருக்க வேண்டும்?

ஆனால் உண்மை நிலை என்ன? ஒருவர் கோடீஸ்வரராகவும், ஒருவர் லட்சாதிபதியாகவும். ஒருவர் அரசு ஊழியராகவும், ஒருவர் நிறுவனத்தில் வேலை பார்ப்பவராகவும், ஒருவர் தந்தையாருடய தொழிலில் ஈடுபட்டிருப்பவராகவும், ஒருவர் ஏழையாகவும் வெவ்வேறு நிலைகளில் இருப்பதை நீங்கள் உணர முடியும்.

இதற்குக் காரணம் என்ன?

அவரவருடைய எண்ணமும், அவரவருடைய நம்பிக்கையும் தான்!

YOU THINK, SO YOU ARE என்று ஆங்கிலத்தில் ஒரு பழமொழி இருக்கிறது. தமிழில் கூட, 'நீங்கள் எதுவாக ஆக நினைக்கிறீர்களே அதுவாகவே ஆவீர்கள்' என்றும் சொல்வது உண்டு.

ஆக, சூழலைக் காட்டிலும், கல்வியைக் காட்டிலும், காலகட்டத்தைக் காட்டிலும், மிக முக்கியமானவை நம்முடைய எண்ணங்கள்தான். நீங்கள் எதை நினைத்தாலும் அதை அடைய முடியும். ஆனால், நமக்கு உள்ள பிரச்சனையே, நமக்கு எதையுமே பெரிதாக நினைக்கத் தெரியாததுதான்.

'என் நண்பனைப் போலத்தான் நானும் பணக்காரனாக வேண்டும் என்று எண்ணினேன். ஆனால் அவன் ஆகிவிட்டான்; என்னால் முடியவில்லையே ஏன்?' என்று நீங்கள் கேட்க-லாம்.

நீங்கள் பெரிதாக நினைத்தால் மட்டும் போதாது. அதை உண்மை என்று உங்கள் மனம் நம்பவும் வேண்டும். அப்படி உங்கள் மனதை நீங்கள் நம்பச் செய்யாத காரணத்தால்தான், உங்களால் அவரைப் போல ஆக முடியவில்லை.

எடுத்துக்காட்டாக, அதே +2 வகுப்புத் தோழர்களில், ஒருவரை எடுத்து கொள்ளுங்கள். அவர் ஏன் உங்கள் அளவிற்கு வாழ்வில் உயர முடியவில்லை என்று யோசியுங்கள்.

உங்கள் அளவிற்கு அவர் சிந்திக்காததும், அப்படி தன்னால் உயர முடியும் என்று அவர் நம்பாததும்தான் காரணம் என்பதை நீங்கள் உணர்வீர்கள்.

அடுத்த கேள்வி... அடுத்த 20 ஆண்டுகளில், உங்களுக்கு மொத்தமாக எவ்வளவு பணம் தேவைப்படும்?' என்று யோசித்து அதே பேப்பரில் விடை எழுதுங்கள்.

பொதுவாக நீங்கள் எழுதி இருக்கக்கூடிய விடை 20 லட்சம் ரூபாயிலிருந்து, 1 கோடி ரூபாய்க்குள்ளாகத்தான் இருக்கும். அதற்கும் அதிகமாக எழுதியிருந்தால் உங்களுக்கு நமது வாழ்த்துக்கள் உங்கள் மனம் சற்று பெரிதாகச் சிந்திக்கும் தகுதியைக் கொண்டிருக்கிறது.

ஆனால், பொதுவாக எல்லோரும் சிறிதாகத்தான் சிந்திக்கிறார்கள். ஏனெனில் காலம் காலமாகவே நம்முடைய மனம் சிறிதாகவே சிந்திக்கப் பழகிவிட்டது. 'அளவுக்கு அதிகமாக ஆசைப்படாதே', 'அளவுக்கு மிஞ்சினால் அமிர்தமும் நஞ்சு, பேராசை பெருநஷ்டம் என்-றெல்லாம் நம் மனதில் பதிந்துள்ள எதிர்மறை எண்ணங்களே இதற்குக் காரணம்.

மேலும், நம் மனதில் தோல்வியுற்றோரின் பிம்பங்கள் ஆழமாகப் பதிந்திருப்பதால், அதி-கம் ஆசைப்பட்டால் நாமும் தோற்று விடுவோம் என்ற பயம் ஏற்பட்டு விடுகிறது.

சித்திக்கவே முடியாவிட்டால் பிறகு நாம் எப்படி சம்பாதிப்பது? எனவே முதலில் நீங்கள் பெரிதாகச் சிந்திக்க வேண்டும்; பிறகு அதனை அடைய முடியும் என்றும் நம்பவேண்டும்.

இதற்கு முதலில் நீங்கள் செய்ய வேண்டியது வாழ்க்கையில் இதுவரை நீங்கள் அடைந்த வெற்றிகளைப் பேப்பரில் பட்டியலிட வேண்டும். சின்ன வயதில் ஓட்டப் பந்தயத்தில் நீங்கள் ஆறுதல் பரிசாக வென்ற சோப்பு டப்பாவில் இருந்து. நேற்று நீங்கள் அடைந்த வெற்றி வரை எல்லாவற்றையும் பட்டியலிடலாம் அடுத்து, இவற்றை நாள்தோறும் ஒருமுறையாவது புரட்டிப் பாருங்கள். இப்படிச் செய்வதால், உங்கள் மனதிற்கு நீங்கள் இனிமேல் அடைய விரும்பும் இலக்குகளையும், இது போன்று நனவாக்க முடியும் என்ற நம்பிக்கை அழுத்த-மாக ஏற்படும். எனவே, எவ்வளவுக்கெவ்வளவு அதிக எண்ணிக்கையில் வெற்றிகளை நீங்-கள் நினைவு கூர்ந்து பட்டியலிடுகிறீர்களோ, அந்த அளவிற்கு உங்கள் மனம் தம்மாலும் சாதிக்க முடியும் என்று நம்பத் தொடங்கும். முயற்சித்துப் பாருங்கள்!

97. போட்டோகிராபராக இருங்கள்!

உலகை உருவாக்கிய இறைவன் மனிதர்களுக்கு தண்ணீர், காற்று, வெப்பம், காய், பழம் என அனைத்து வசதிக ளையும் உருவாக்கிக் கொடுத்தான்.

இவர்கள் இதற்கெல்லாம் சிரமப்படாமல், உற்சாகமாக வாழ்ந்து புதியனவற்றை உருவாக்க வேண்டும் என அவன் கனவு கண்டான்.

தன்னுடைய கனவு நிறைவேறியிருக்கிறதா என்பதைக் காண, ஐம்பது ஆண்டுகள் கழித்து பூமியைப் பார்வையிட வந்தான். மக்கள் எல்லோரும் சோம்பேறிகளாய் இருப்பதைக் கண்டு வருத்தமுற்றான்.

இதர்கான காரணத்தைக் கண்டறிய அங்கே இருப்பவர்களிடம் பேசத் தொடங்கினான்.

முதலாவனைச் சந்தித்தபோது 'எனக்கு வயதாகிவிட்டது, இனி நான் உழைந்து என்ன ஆகப் போகிறது'' என்றான்.

இரண்டாமனோ, ''இயற்கை வளங்கள் இருக்கின்றன. சாப்பாட்டுக்கு பஞ்சமில்லை, பிறகு ஏன் உழைக்க வேண்டும்?'' என்றான்.

''எல்லோரும் உழைக்கவில்லை. அதனால் நானும் உழைக்கப் போவதில்லை'' என்றான் மூன்றாமவன்.

வெறுத்துப்போன இறைவன், மிகுந்த யோசனைக்குப் பிறகு மனிதர்களிடம் இருந்த முடியாது; 'இயலாது; செய்யமாட்டேன், யோசிக்கமாட்டேன்; போதிய வசதில்லை என்பன போன்ற எதிர்மறைச் சொற்களையெல்லாம் நீக்கிவிட்டான். இதனால் மனிதர்கள் பாசிட்டி-வாக சிந்திக்கத் தொடங்கினர். பூமியும் வளம் பெற்றது.

ஆம்! நம்மிடமும் நிறைய திறமைகள் இருந்தும், வாய்ப்புகள் இருந்தும், இயலாது — முடியாது என்று நம்மை நாமே இயங்க விடாமல் செய்து கொண்டிருக்கிறோம். இந்த எதிர்-மறை சொற்களை நம்மிடம் இருந்து நீக்கிவிட்டால், நம்மாலும் ஜெயிக்க முடியும்.

இன்று ஒரு நாள் மட்டுமாவது நீங்கள் உங்களுக்குள்ளும், பிறரோடும் பேசுகிற பேச்சினை கூர்ந்து கவனியுங்கள். அதில் குறைந்தபட்சம் நாளொன்றுக்கு பத்து முறையாவது எதிர்மறை சொற்களை பயன்படுத்துவதை நீங்கள் உணரலாம். இவைதான் உங்களை வெற்றி பெறாமல் தடுக்கச் செய்கிற தடைக்கற்கள்.

டிஜிட்டல் கேமரா கண்டுபிடிப்பதற்கு முன்புவரை போட்டோ கிராபர்கள், தாம் போட்டோ எடுத்த பிறகு நெகட்டிவை கழுவி பாசிட்டிவாக்குவார்கள். நெகட்டிவையெல்லாம் பாசிட்டி-வாக்குகிற இந்த சிந்தனையை நாம் அவர்களிடமிருந்து கற்றுக் கொண்டால் போதும்.

பாசிட்டிவாகச் சிந்திப்பதால் அப்படி என்ன நன்மை ஏற்பட்டு விடப்போகிறது என்று நீங்-கள் கேட்கலாம். இதோ அந்தக் கேள்விக்கான பதில்...

பல அரிய கண்டுபிடிப்புகளை உருவாக்கிய பிரபல விஞ்ஞானியை ஒரு பத்திரிகையாளர் பேட்டி கண்டார். அவரால் மட்டும் எப்படி மற்றவர்களிலிருந்து வித்தியாசமாக சிந்தித்து ஆக்கபூர்வமாக செயலாற்ற முடிகிறது என்று கேட்டதற்கு அவ்விஞ்ஞானி தனது சிறு வயதில் ஏற்பட்ட அனுபவமே பிந்தைய வளர்ச்சிக்கு அடித்தளமாக அமைந்தது என்று கூறி-னார்.

அதாவது, தனது மூன்றாவது வயதில் குளிர்சாதனப் பெட்டியிலிருந்து ஒரு பால் பாட்-டிலை எடுக்க அவர் முயற்சி செய்தபோது கை தழுவி பாட்டில் கீழே விழுந்து உடைந்து தரை முழுவதும் பால் சிந்தியிருக்கிறது.

உள்ளே வந்து பார்த்த அவரின் தாயார் அவரைத் திட்டவோ, சத்தம் போடவோ இல்லை. மாறாக 'என் மகன் எவ்வளவு அழகானதொரு குளத்தை செய்திருக்கிறான்'' என்று கூறி சிரித்தார்.

மேலும் ''தான் இவ்வளவு பாலை, தரையில் ஒரு சிறு குளம் போல் பார்த்ததேயில்லை. ஏற்கெனவே சிந்தியாகிவிட்டது. அதைத் தடுக்க நாம் இனி ஒன்றும் செய்ய முடியாது. சிந்திய பாலில் விளையாட உனக்கு விருப்பமா? சிறிது நேரம் விளையாடிவிட்டு அப்புறம் சுத்தப்படுத்தி விடலாம்'' என்று சொன்னார்.

சிறிது நேரம் சேர்த்து அவருடன் விளையாடி மகிழ்ந்தவர், 'நாம் இதுபோல் சிறு தவறு செய்யும்போது அதை சரி செய்யும் கடமையும் நமக்கு இருக்கிறது. இதைச் சுத்தப்படுத்த வேண்டியது உனது கடமை. சுத்தப்படுத்த ஸ்பாஞ்ச் வேண்டுமா அல்லது டவல் வேண்டுமா?'' என்று கேட்டார்.

பாலை சுத்தப்படுத்த அவரும் உதவினார். பின்னர் அவரது தாய் அவரிடம், 'நீ ஒரு பால் பாட்டிலை கையிலெடுக்கத் தெரியாமல் தவறவிட்டாய், நாம் இப்போது அதை சரியாகச் செய்வது எப்படி என்று பயிற்சி எடுப்போம்'' என்று சொன்னவர், இவரை வீட்டின் பின்புறம் அழைத்துச் சென்று ஒரு பாட்டிலில் தண்ணீர் நிரப்பி கீழே தூக்கப் பயிற்சி கொடுத்தார்.

பால் கொட்டி, எதிர்மறையாக ஏற்பட்ட ஒரு சூழலை பாசிட்டிவாக அணுகிய அந்த சிறு வயது அனுபவம். அவ்விஞ்ஞானிக்கு வாழ்வில் ஒரு பெரிய பாடமாகவும் பிற்கால வெற்றிகளுக்கு அடித்தளமாகவும் அமைந்ததாகக் குறிப்பிட்டார்.

ஒவ்வொரு நாளும் காலையில் எழுந்தவுடன் உங்கள் முன் இரண்டு கேள்விகள் முன் வைக்கப்படும்.

'என்னால் முடியாது' என்ற நெகட்டிவ் சிந்தனையோடு புலம்பி கொண்டே இந்த உலகை எதிர்கொள்ளப் போகிறீர்களா? அல்லது 'என்னால் நிச்சயம் முடியும்' என்ற பாசிட்டிவ் சிந்தனையோடு உற்சாகமாக, இந்த உலகை எதிர்கொள்ளப் போகிறீர்களா?

இந்த இரண்டில் எதை நீங்கள் தேர்ந்தெடுக்கப் போகிறீர்களோ அதைப் பொறுத்தே உங்கள் வாழ்க்கை அமையும்!

98. வெற்றியாளர்களின் தாரக மந்திரம்!

வெற்றியாளர்கள் பின்பற்றும் முக்கியமான தாரக மந்திரம் என்ன தெரியுமா?

INTERNAL POSITIVE COMMUNICATION!

அப்படி என்றால் என்ன?

அதாவது, ஒவ்வொரு மனிதரும் பிறரோடு பேசுவதை விட தம் மனதிற்குள் பேசிக்கொள்கிற நேரமே அதிகம். இந்தப் பேச்சு நெகட்டிவாக இருந்தால் அவருடைய சிந்தனையும் நெகட்டிவாகவே இருக்கும். இதனால் எதைப் பார்த்தாலும் அதில் குற்றம் குறையே அவர் கண்ணுக்கு தென்படும்.

ஒருவேளை மனதுக்குள் பேசுகிற பேச்சு பாசிட்டிவாக இருக்குமானால் வாழ்க்கையும் பாசிட்டிவாகவே அமையும்.

பணக்காரர்கள் தங்கள் வாழ்க்கையில், நெகட்டிவான சம்பவங்கள் நடந்தாலும் கூட அதிலுள்ள பாசிட்டிவான அம்சங்களையே தம் மனதிற்குள் அனுப்புகிறார்கள். அவர்கள் தோல்வியைக் கண்டு துவளாததற்கு இதுதான் காரணம்.

உலகமே 'முடியாது, முடியாது' என்று சொன்னாலும் கூட ஏன் முடியாது? என்னால் நிச்சயம் முடியும் என்றே மனதிற்குக் கட்டளையிடுகிறார்கள்.

அன்றைய தாமஸ் ஆல்வா எடிசனில் தொடங்கி இன்றைய அம்பானி, அதானி வரை எல்லோருமே தடைகளைக் கடந்தே வந்தவர்கள். பிரச்சனைகளை எதிர்கொண்டே வளர்ந்தவர்கள். ஆனால், எப்போதும் மனதிற்குள் பாசிட்டிவாகவே பேசிக் கொள்பவர்கள்.

ஒரு முறை பிரபல தன்னம்பிக்கை எழுத்தாளர் காப்மேயரிடம் ஒரு இளைஞன் "உங்கள் எழுத்துக்களைப் படிக்கிறபோது மிகவும் தன்னம்பிக்கையோடு இருக்கிறேன். ஆனால், ஒரு வாரம் கழித்து அந்தத் தன்னம்பிக்கை வடிந்து போகிறது. நான் தன்னம்பிக்கையைத் தக்க வைத்துக் கொள்ள என்ன செய்ய வேண்டும்?" என்று கேட்டான்.

அதற்கு காப்மேயர் சொன்ன பதில், "நீ புத்தகத்தைப் படிக்கிற போது உன் மனம் முழுவதும் தன்னம்பிக்கையால் நிரம்பி வழிகிறது. ஆனால் யதார்த்த வாழ்க்கையில், உன்னைச் சுற்றி இருப்போர் தன்னம்பிக்கை அற்று இருப்பதால், உன்னுடைய தன்னம்பிக்கையும் வடிந்து போகிறது. எனவே, தன்னம்பிக்கை தரக்கூடிய புத்தகங்களை மீண்டும் மீண்டும் படிப்பது, அதே சிந்தனை கொண்ட மனிதர்களை அடிக்கடி சந்திப்பது.

தொடர்ந்து அவர்களோடு தொடர்பில் இருப்பது, நாம் பெற்ற வெற்றிகளை திரும்பத் திரும்ப எண்ணிப் பார்ப்பது... என மனதிற்குள் தன்னம்பிக்கை விதைகளை விதைத்துக் கொண்டே இருந்தால், இது நிலைத்து நிற்கும். இதைத்தான் வெற்றியாளர்கள் செய்கிறார்கள்" என்றார்.

ஆம்! ஆன்மீகத்திலும் இதற்கு உதாரணம் உண்டு. ஐயப்பன் கோவிலுக்குச் செல்ல மாலை அணிந்தோர் நாள்தோறும் இரண்டு முறை குளிப்பது, கோவிலுக்கு தினமும் செல்வது, காவி உடை உடுத்துவது, செருப்பு அணியாமல் இருப்பது, தாடி வளர்த்துக் கொள்வது, அசைய உணவுகளைச் சாப்பிடாமல் அறவே தவிர்ப்பது, குழுவினரோடு சேர்ந்து நாள்தோறும் பக்திப் பாடல்களைப் பாடுவது என அந்த உணர்விலேயே இருப்பதைக் காணலாம்.

அதுபோலத்தான் பணக்காரர்களும் எப்போதும் அந்த உணர்விலேயேயேயேயே... இருக்கிறார்கள்.

இதற்குதான் INTERNAL POSITIVE COMMUNICATION என்று பெயர்

வெளியில் நீங்கள் தன்னம்பிக்கையோடு பேசுவதும், பேசுவதாகக் காட்டிக்கொள்வதும் முக்கியமல்ல! உங்களுக்குள் நீங்கள் எப்படி உணர்கிறிர்கள் அல்லது உங்கள் மனம் ஒரு நிகழ்வை எப்படி உள்வாங்கிக் கொள்கிறது என்பதே முக்கியம்!

சில உதாரணங்களைப் பார்ப்போம்.

நம் அலுவலக உதவியாளர் விடுப்பு எடுத்துவிட்டால், உடனே, "கிறுக்குப் பய! வர வர நிறைய வீவு எடுக்கிறான். முன்னாடியே சொல்றதும் இல்ல... வேற நல்ல ஆளப் பாக்கணும்" என்றுதான் நம் மனதுக்குள் குரல் ஒலிக்கும். மாறாக இதுவும் ஒரு வகையில் நல்லது தான். இவரை நாம் எந்த அளவிற்கு சார்ந்திருக்கிறோம் என்பதை தெரிந்து கொள்ள இது

ஒரு நல்ல வாய்ப்பு! இனி வரும் நாட்களிலும், இவர் லீவு போட்டால், அலுவலக வேலை பாதிக்காமல் இருக்க இவரது வேலையை மேற்கொள்ள அடுத்த ஆளையும் நாம் பழக்க-லாமே!'' என்று மனதை மாற்றி சிந்திக்கச் செய்ய வேண்டும்.

நமது வாடிக்கையாளர் நம்மைத் திட்டினால், 'நீ கொடுக்கிற காசுக்கு இதைவிட எப்படி சேவை செய்ய முடியும்?'' என்றுதான் நம் ஈகோ உடனே சண்டை போடத் தூண்டும். ஆனால் ஈகோவை ஓரங்கட்டி விட்டு, 'சாரி சார்! நான் சரி பண்ணித் தர்றேன்'' என்று சொல்லக் கற்றுக் கொண்டு, பிறகு நம் குறைகளைக் களைய இது ஒரு வாய்ப்பு என்று எண்ணி, இனி எதிர்காலத்தில் இந்தப் பிரச்சனை வராமல் இருக்க என்ன செய்யலாம்? என்று யோசிக்க மனதைப் பழக்க வேண்டும்.

'உன்னால் இந்தப் பொருளை விற்க முடியாது' என்று உலகம் சொன்னால் நீங்கள் தளர்ந்து விடாமல், 'முன்பு இந்தப் பொருளைப் பிறரால் விற்க முடியவில்லை. அதனால்தான் இப்படிச் சொல்கிறார்கள். ஆனால், என்னால் இந்தந்த உத்திகளைப் பின்பற்றி விற்க முடி-யும்' என்று மனதுக்குள் எண்ண வேண்டும்.

நினைவில் கொள்ளுங்கள்... பந்து எப்படி வீசப்பட்டாலும் அதை அடித்து நான்கு, ஆறு என ரன்களை எடுத்துக் கொண்டே இருப்பவர் தான் சிறந்த கிரிக்கெட் வீரர். அதுபோலத்-தான் புறச்சூழல் எப்படி மாறி அமைந்தாலும் அதை தங்களுக்கு சாதகமாக்கிக் கொள்பவர்-களே வெற்றியாளர்கள்!

உங்கள் இலக்கு எதுவாக இருந்தாலும் அதை நிச்சயம் அடைய வேண்டுமானால் அதற்கு ஒரே வழி மனதிற்குள் தொடர்ந்து பாசிட்டிவான சிந்தனைகளை விதைத்துக் கொண்டே இருப்பதுதான்.

99. புலம்பாதீர்கள்!

ஒருவன், வாழ்க்கையில் தனக்கு மட்டும் வெற்றி கிடைப்பதில்லையே என்று புலம்பிக் கொண்டே இருந்தான். அவன் புலம்பலைக் கேட்ட ஒரு பெரியவர்,

அந்த ஊரில் இருக்கும் ஒரு ஞானியைச் சென்று பார்க்கச் சொன்னார். அவனும் ஞானியிடம் சென்றான்.

அவனது பிரச்சனையைக் கேட்ட ஞானி, மறுநாள் காலையில் அந்த ஊருக்கு அருகில் இருக்கும் மலை உச்சிக்கு வரச் சொன்னார். அந்த மலை உச்சியைச் சுற்றிலும் ஏழு மலை-கள் இருந்தன.

அந்த மலைகளுக்கு நடுவில் நின்று கொண்டு அவனை 'நான் தோற்றவன்' என்று உரக்கக் கத்தச் சொன்னார். அந்த வார்த்தையானது மலைகளில் பட்டு ஏழு முறை எதி-ரொலித்தது.

பிறகு அந்த ஞானி, 'நான் வெற்றி பெறப் பிறந்தவன்' என்று சுத்தச் சொன்னார். அவனும் அதேமாதிரி கத்த, திரும்பவும் ஏழு முறை எதிரொலித்தது.

இப்போது ஞானி சொன்னார், "புரிந்து கொள்! நீ எப்படி உன்னை உலகிற்கு வெளிப்ப-டுத்துகிறாயோ, அப்படித்தான் உலகமும் உன்னை பார்க்கிறது. நீ தோல்வியாளனாக வெளிப்-படுத்தினால், உலகம் தோல்வியாளனாகவே பார்க்கும். நீ வெற்றி பெறப் பிறந்தவன் என்று

சொன்னால் உலகமும் உன்னை அப்படியே பார்க்கும். எனவே, மாற்றம் என்பது உள்ளிருந்துதான் ஆரம்பமாக வேண்டும்'' என்றார்.

ஆம்! தம்முடைய திறமைகளை ரகசியமாக வைத்துகொண்டு உலகம் எனக்கு வாய்ப்பு தரவில்லை என்று புலம்பாமல், முயற்சி செய்து, வாய்ப்புகளைத் தேடிப் பெற்று முன்னேற வேண்டும்.

இந்த உத்தியைப் புரிந்து கொண்டதால்தான், வெற்றியாளர்கள் புலம்புவதேயில்லை.

100. இலக்கை அடைய வரைபடம் உதவும்!

இலக்கை அடைவதற்கான வரைபடத்தை நம் மனதிற்குள் திட்டமிட்டுக் கொண்டால் வெற்றி விரைவாகக் கைகூடும். எப்படி வீடு கட்டுவதற்கு முன் ஒரு ஆர்க்கிடெக்ட் வரைபடத்தைத் தயாரிக்கிறாரோ, அதுபோல் மனதிற்குள் நமக்கு எந்த மாதிரியான வெற்றி தேவை என்கிற வரைபடமும் இருக்க வேண்டும்.

பிரபல ஹாலிவுட் நடிகர் அர்னால்ட் ஸ்வார்ட்ஸ்நெகர் (Amold schwarzenegger) ஆரம்ப காலத்தில் திரையுலக நட்சத்திரமாக அறியப்படவில்லை. அவர் உலகின் நம்பர் ஒன் பாடி பில்டராகத்தான் (ஆணழகன்) அறியப்பட்டார். 1976 ஆம் ஆண்டு, அவரைச் சந்தித்த ஒரு பத்திரிகையாளர். அவருடைய அடுத்த இலக்கு குறித்து கேட்டபோது, 'நான் ஹாலிவுட்டின் நம்பர் ஒன் நடிகராகப் போகிறேன்'' என்றார் அர்னால்ட் நடிப்பு சார்ந்த எந்த முன் அனுபவமும் இல்லாத ஆஸ்திரிய நாட்டு உச்சரிப்போடு, சுமாரான ஆங்கிலம் பேசக்கூடிய ஒரு ஆணழகன், எப்படி ஹாலிவுட்டில் நுழைய முடியும் என்று ஆச்சரியப்பட்டு, அந்தக் கேள்வியை அவரிடம் கேட்டார் பத்திரிகையாளர். அதற்கு அர்னால்ட் ''நான் எப்படி உலகின் நம்பர் ஒன் பாடி பில்டராக ஆனேனோ, அதுபோல் இதையும் என்னால் சாதிக்க முடியும். எப்படி தெரியுமா? நான் எனது இலக்கை நிர்ணயித்துவிட்டு, என் மனதிற்குள் அந்த இலக்கை அடைந்து விட்டதாகவே எண்ணி, அப்படியே வாழ ஆரம்பித்து விடுவேன்'' என்றார். இந்தப் பதில் குழந்தைத்தனமாக நமக்குத் தெரிந்தாலும் கூட, அர்னால்டின் வாழ்க்கையில் உண்மையாகவே இது நிகழ்ந்தது. அவர் இறுதியில் நம்பர் ஒன் ஹாலிவுட் நடிகரானார். ஆம்! உங்களால் உங்கள் இலக்கை வரைபடமாக மனதிற்குள் பார்க்க முடியுமானால் அதை நிச்சயம் அடையவும் முடியும். நீங்கள் வெளியில் செல்லும் போது, காரில் ஏறி அமர்ந்து, செல்லப் போகும் இடத்தை டிரைவரிடம் சொன்னால், அவர் எப்படி அந்த இடத்தைக் கண்டறிந்து உங்களைக் கொண்டுபோய் இறக்கிவிடுவாரோ. அதுபோல் மனதிற்கும் நாம் வரைபடத்தை கொடுத்துவிட்டால் அதுவே பாதைகளைத் தீர்மானித்து நம்மை உரிய இடத்திற்கு அழைத்துச் செல்லும்.

101. இலக்கை எப்படி நிர்ணயிப்பது?

வெற்றியாளர்கள் இலக்கை, பணி / தொழில் சார்ந்த இலக்கு, பொது வாழ்க்கை சார்ந்த இலக்கு, தனி மனித இலக்கு என மூன்று களங்களாகப் பிரித்துக் கொள்கின்றனர்.

இப்போது, உங்கள் வாழ்க்கையில் அடுத்த பத்து ஆண்டுகளில், பணி / தொழில் துறையில், பொது வாழ்க்கையில், தனி வாழ்க்கையில் என்னவாக விரும்புகிறீர்கள்? என்று ஒரு பட்டியலை முதலில் தயார் செய்ய வேண்டும்.

பிறகு உங்கள் இலக்கை, உங்களைச் சுற்றியுள்ளோருடன் பகிர்ந்து கொள்ள வேண்டும். உங்களுக்கு என்ன தேவை என்று தெரிந்தால்தான், அவர்கள் உங்களுக்கு உதவ முடியும். மேலும், நீங்கள் எப்போதேனும் திசை மாறிப் பயணித்தால், உங்களுக்கு நினைவூட்டி சரியான பாதைக்குத் திருப்பி விட அவர்கள் உதவுவர். இலக்கை நிர்ணயிப்பது எவ்வளவு முக்கியமோ, அந்த அளவிற்கு அதைப் பிறரோடு பகிர்ந்து கொள்வதும் முக்கியம்.

இலக்குகள், துல்லியமாகவும் (Specific), அளக்கக் கூடியதாகவும் (Measurable), செயல் திட்டம் கொண்டதாகவும் (Action Plan), நடைமுறைச் சாத்தியம் உள்ளதாகவும் (Realistic), கால அளவோடும் (Time Line) இருக்க வேண்டும்.

இப்படி வரையறுக்கப்படும் இலக்குகளுக்கு SMART Goals என்று பெயர் உதாரணமாக ‘நான் வீடு வாங்கப் போகிறேன்’’ என்று இலச்சினை வரையறுக்காமல், நான் 2030-ஆம் ஆண்டு டிசம்பர் மாதம் 31 ஆம் தேதி மாலை 6 மணிக்குள், திருச்சியில் 1200 சதுர அடி பரப்பளவு கொண்ட ஒரு வீட்டிற்குச் சொந்தக்காரனாவேன்‘ என்று வரையறுத்தால் மனதிற்கு நம்முடைய தேவை தெளிவாகப் புரியும்.

இது தான் வெற்றியாளர்கள் பின்பற்றும் உத்தி!

102. இலக்கு முக்கியம்!

நீங்கள் எவ்வளவு தூரம் பயணிக்க விரும்புகிறீர்கள்? என்பதற்கு முன்னதாக எங்கு நோக்கி பயணிக்க விரும்புகிறீர்கள் என்ற தெளிவு தேவை.

இந்த பஸ் எங்கே போகும்?“

“இந்த சினிமா எத்தனை மணிக்கு முடியும்?

“இந்தப் படிப்பு எத்தனை ஆண்டுகள்?’’

“இந்த வேலைக்குச் சேர்ந்தால் எனக்கு எவ்வளவு சம்பளம் கிடைக்கும்?“

இப்படி எல்லா நேரங்களிலும் இலக்குகள் குறித்து நாம் தெளிவாகக் கேள்விகள் கேட்கிறோம் .ஆனால் வாழ்க்கையை வடிவமைக்கும் போது மட்டும் இந்தக் கேள்விகளைக் கேட்பதில்லை.

தம் பிள்ளைகள் அடுத்த ஐந்து ஆண்டுகளில் அல்லது பத்து ஆண்டுகளில் என்ன செய்ய வேண்டும் என்று திட்டமிட்டுக் கொடுக்கிற நாம் அடுத்த பத்து ஆண்டுகளில் நாம் எங்கே இருக்க வேண்டும் என்று சிந்திப்பதில்லை. காரணம், சிந்திக்கத் தொடங்கி விட்டால் அதற்குரிய கடுமையான BR.ழைப்பைக் கொடுத்தாக வேண்டும் அல்லவா?

கோல் போஸ்ட் இல்லாத கால்பந்து விளையாட்டையோ, ஸ்டம்ப் இல்லாத கிரிக்கெட் விளையாட்டையோ நம்மால் யோசித்துப் பார்க்க முடியுமா? விளையாட்டுக்குக்கூட இலக்கு முக்கியமானதாக இருக்கும்போது வாழ்க்கைக்கும் இலக்கு அவசியம்தானே?

இலக்கு இல்லாத வாழ்க்கை என்பது திசையற்ற பயணத்தைப் போன்றது. எந்த ஊருக்குச் செல்ல வேண்டும் என்ற தெளிவு இருந்தால்தான், எந்தப் பேருந்தில் ஏறுவது என்று முடிவெடுக்க முடியும்.

ஒரு முறை பணத்திற்கும், அறிவிற்கும் இடையே வாக்குவாதம் ஏற்பட்டது பணம் சொன்னது: 'நான் இல்லாவிட்டால் பொருள் வாங்க முடியுமா? சாப்பிட முடியுமா? குழந்தைகளைப் படிக்க வைக்க முடியுமா? வாழ்க்கையை வாழத்தான் முடியுமா? என்று.

அறிவு அதை மறுத்தது. 'பொருளை வாங்க வேண்டுமானால், எந்தக் கடையில் எந்த விலையில், எவ்வளவு வாங்க வேண்டுமென்று முடிவு செய்ய அறிவு தேவை அல்லவா? சாப்பிட வேண்டுமானால் எனதச் சாப்பிடுவது என்று முடிவு செய்ய அறிவு வேண்டாமா? பிள்ளைகளைப் படிக்க வைக்கும்போது எந்தக் கல்லூரியில் எந்தப் படிப்பை படிக்க வைப்பது என்று சிந்திக்க அறிவு வேண்டாமா? அறிவு இல்லாமல் செய்யப்படும் எந்தச் செயலும் தோல்வியையே தழுவும் எனவே "நாவே உயர்ந்தவன்" என்றது. வாக்குவாதம் முற்றி இரண்டும் ஒரு துறவியிடம் சென்றன.

இருதரப்பு வாதங்களையும் கேட்ட துறவி சொன்னார்; 'இருவருமே உயர்ந்தவர்கள்தான் எவர் ஒருவர் உங்கள் இருவரையும் நல்ல குறிக்கோளுக்காகப் பயன்படுத்துகிறாரோ, அப்போது இருவருமே உயர்ந்த ஸ்தானத்தில் இருப்பிர்கள்."

ஆம் அறிவு பணம் உழைப்பு. சக்தி என பல நற்குணங்கள் தம்மிடம் இருந்தாலும் அவற்றை சரியான இலக்கிற்காகப் பயன்படுத்த வேண்டும்.

103. உங்கள் பாத்திரத்தின் அளவு என்ன?

காலையில் எழுந்தோம்; குளித்தோம்; உணவருந்தினோம்; அலுவலகம் சென்றோம்; வீடு திரும்பினோம், டி.வி. பார்த்தோம்; தூங்கினோம்.

என ஒரே மாதிரியான வாழ்க்கையை வாழ்பவரா நீங்கள்? அப்படியானால் உங்கள் வாழ்க்கையில் எந்த முன்னேற்றமும் ஏற்படப்போவதில்லை.

குறித்து வைத்துக் கொள்ளுங்கள் உங்கள் வாழ்க்கையில் ஏற்றம் தேவையென்றால். உங்கள் செயல்பாடுகளில் மாற்றம் தேவை உள்ளீட்டில் (input) மாற்றம் இருந்தால்தானே வெளியீட்டிலும் (Output) மாற்றம் வரும்.

நான் ரிஸ்க் எடுக்க விரும்பவில்லை. உள்ளதும் போய்விட்டால் நீரா உதவுவீர்? என்று நீங்கள் முணுமுணுப்பது புரிகிறது.

குளத்தில், ஒருவன் மீன் பிடித்துக் கொண்டிருந்தான். ஒவ்வொரு முறை ஒரு சிறிய மீன் கிடைக்கிறபோதும் ஆவலோடு எடுத்து பாத்திரத்தில் போட்டான். பெரிய மீன் கிடைக்கிறபோதெல்லாம், தன்னைத்தானே நொந்து கொண்டு திரும்பவும் குளத்துக்குள் எறிந்தான்.

இதைப் பார்த்துக் கொண்டிருந்த ஒரு பெரியவருக்கு ஆச்சரியம் தாங்கவில்லை. இதற்கான காரணத்தைத் தெரிந்து கொள்ளாவிட்டால் அவருக்கு தலையே வெடித்து விடும் போல் இருந்தது. சற்று தயக்கத்துடன் அவனை அணுகி, "தம்பி ! ஏனப்பா இப்படி செய்கிறாய்?" என்று கேட்டார்.

“என் வீட்டில் பெரிய மீன்களை வறுக்க சட்டி, இல்லை அதனால்தான் இப்படி செய்கிறேன்” என்றான்.

இவனை ஒரு அப்பாவி என்று நீங்கள் எண்ணினால், நீங்களும் பல நேரங்களில் அப்பாவியாக இருந்திருக்கிறீர்கள்.

ஆம்! எத்தனை முறை பெரிய, பெரிய வாய்ப்புகள் வந்தபோதெல்லாம். நம்மால் இது முடியாது என்று எண்ணி தவிர்த்திருப்பிர்கள்?

பெரிய ஆர்டர் வந்தபோது, என்னிடம் போதுமான பணம் இல்லை / ஆட்கள் இல்லை / இடமில்லை என்று தட்டிக் கழித்திருப்பீர்கள்!?

ஒவ்வொரு முறை உங்களது நண்பர்கள் தனியாக தொழில் தொடங்க அழைத்தபோது, தொழிலுக்கும், நமக்கும் தூரம் அதிகம்‘ என்று ஒதுங்கியிருப்பீர்கள்?

சிலர் இப்படி அப்பாவியாக இருந்தால், வேறு சிலர் வேறு மாதிரியான அப்பாவியாக இருக்கிறார்கள்.

ஒருவன் கையில் சிறிய வாளியை எடுத்துக் கொண்டு கடலுக்குச் சென்றான்.

கடல் நிறைய தண்ணீர் இருந்தும், அவனால் அதிக தண்ணீரைக் கொண்டு வர முடியவில்லை.

கையில் அவன் வாளியை சிறிதாக வைத்துக் கொண்டு ‘எனக்கு போதுமான தண்ணீர் கிடைக்கவில்லை’ என்ற புலம்பல் வேறு. இப்படித் தான் நாமும் என்பதை புரிந்து கொள்ளுங்கள்.

‘எனக்கு இந்தப் படிப்பு போதும்.’

‘நான் வெளியூருக்கு வேலை தேடி ச் செல்ல மாட்டேன்‘

‘நைட் ஷிப்ட் வேலை எனக்குப் பிடிக்காது,’

‘தொழில் தொடங்குவதென்றால் எனக்கு பயம், ’

‘பெரிய ஆர்டர்கள் நமக்கு ஒத்துவராது,’

‘நிறைய பணம் சம்பாதித்தால் நிம்மதி போய்விடும்’..

இப்படி ஒவ்வொரு முறை நீங்கள் எதிர்மறையாக சிந்திக்கிறபோதும், நீங்கள் சிறிய வாளியை கையில் ஏந்திக் கொண்டிருக்கிறீர்கள் என்று புரிந்து கொள்ளுங்கள். தவறு உங்களிடம் என்பதை உணர்வீர்கள்.

அப்படியானால் நீங்கள் செய்ய வேண்டியது என்ன?

உங்கள் சிந்தனையைப் பெரிதாக்க வேண்டும். பெரிய சிந்தனைதான் பெரிய வெற்றியைத் தரும்.

எவரெஸ்ட் சிகரத்தை முதலில் தொட்ட சர் எட்மண்ட் ஹிலரி, நிலவில் முதலில் கால் வைத்த நீல் ஆம்ஸ்ட்ராங் தனி ஒரு குடும்பத்திற்காக 27 மாடிகள் கொண்ட வீட்டினைக் கட்டிய முகேஷ் அம்பானி என இவர்கள் தொடங்கி, உங்கள் தெருவில் உள்ள பெரிய கார் வைத்திருப்பவர், பெரிய வீடு கட்டியிருப்பவர், பெரிய கடை நடத்துபவர் என அனைவரும் பெரிதாய் சிந்தித்து வெற்றி பெற்றவர்களே.

பெரிதாய் சிந்திக்கச் சொன்னவுடன் உங்களுக்கு ஏற்படுகிற தயக்கம் என்னவென்றால் ‘ஒருவேளை அது நடக்காவிட்டால் நமது கனவு என்ன ஆவது?‘ என்பதுதான்.

இந்த எதிர்மறைச் சிந்தனைதான் உங்களைப் பின்னுக்கு இழுக்கிறது.

'பெரிதாகச் சித்திப்போம்'. பெரிதே கிடைக்கும்' என்று எண்ணுங்கள்

ஐந்து மைல் தூரம் செல்ல வேண்டும் என்று எண்ணினால், உங்கள் மனம் நடந்து செல்வதா? சைக்கிளில் செல்வதா? என்று சிந்திக்கும்.

ஐம்பது மைல் தூரம் செல்ல வேண்டும் என்று எண்ணினால், பேருந்தில் செல்வதா? காரில் செல்வதா? என்று மாற்றி யோசிக்கும்.

ஆம்' நீங்கள் பயணிக்க விரும்பும் தூரத்தைப் பொறுத்தே உங்கள் வாகனமும் பயணத் திட்டமும் மாறுபடுகிறது.

104. கவனம் முக்கியம்!

மாபெரும் எழுத்தாளர் சாக்ரட்டீஸிடம் ஒரு இளைஞன் வெற்றியின் ரகசியத்தைக் கேட்டான். சாக்ரட்டீஸூம் அவனை மறுநாள் காலையில் அந்த ஊரில் உள்ள பிரபலமான ஆற்றங்கரைக்கு வரச் சொன்னார்.

அங்கு வந்த அவனை அழைத்துக் கொண்டு ஆற்றிற்குள் இறங்கினார். ஆற்றுநீரின் அளவு கழுத்துப் பகுதிக்கு வந்தவுடன் அந்த இளைஞனின் தலையை தண்ணீருக்குள் ஓங்கி அழுத்தினார். இதை சற்றும் எதிர்பாராத அந்த இளைஞன், மூச்சுக் காற்றுக்காக ஏங்கி அவர் பிடியில் இருந்து வெளிவரத் தவித்தான்.

சில நிமிட போராட்டத்திற்குப் பிறகு, சாக்ரட்டீஸ் அவன் தலையை வெளியே எடுக்க அனுமதித்தார். அவன் தலையை வெளியில் எடுத்தவுடன், அவசர அவசரமாக மூச்சுக் காற்றை உள்வாங்கி யதார்த்த நிலைக்கு வந்தான்.

சற்று கோபத்தில் இருந்த அவனிடம் சாக்ரட்டீஸ் கேட்டார்: "தண்ணீரில் உன் தலை மூழ்கியிருந்தபோது உனக்கு என்ன தேவைப் பட்டது?"

"மூச்சு காற்று"

"இதுதான் வெற்றியின் ரகசியம். எப்படி நீரில் உள் தலை மூழ்கியபோது,
மூச்சுக் காற்றில் மட்டுமே உன் கவனம் இருந்ததோ, அதுபோல் வெற்றி
தேவை என்பதில் மட்டுமே உன் முழு கவனமும் இருக்குமானால்,
நிச்சயம் நீ வெற்றி பெற முடியும்" என்றார் சாக்ரட்டீஸ்.

ஆம் ! தீவிரம், வெறி இவற்றோடு உங்கள் இலக்கின் மீது கவனமும் இருந்தால் வெற்றி நிச்சயம்.

105. இலக்கை அடைய வேறு என்ன தேவை?

வானில் பறக்கும் ஏரோபிளேனைக் கண்டுபிடிப்பதற்காக 1900ஆவது ஆண்டின் தொடக்கத்தில் அமெரிக்க விஞ்ஞானி சாமுவேல் லாங்லி (Samuel Langley) மாபெரும் திட்டத்தை வடிவமைத்தார்.

அந்தக் காலத்தில் அதிகம் மதிக்கப்பெற்ற விஞ்ஞானி அவர் என்பதால் அவருக்கு உதவ பலரும் முன்வந்தனர். அவர் உலகப் பிரசித்தி பெற்ற ஹார்வர்ட் பல்கலைக்கழகத்தில் கணி-

தவியல் பேராசிரியராகப் பணியாற்றிய அனுபவம் கொண்டவர்.

அவருடைய ஆலோசனைக் குழுவில் அலெக்சாண்டர் கிரகாம் பெல், ஆன்ட்ரூ கார்னெகி உள்ளிட்ட பல அறிவாளிகள் இடம் பெற்றிருந்தனர். அமெரிக்க அரசும் அவருக்கு 50 ஆயிரம் டாலரை நிதி உதவியாக வழங்கியது. அந்தக் காலத்தில் அது மிகப் பெரிய தொகையாகும்.

அவர் விமானத்தை எப்பொழுது கண்டுபிடிப்பார் என்று அமெரிக்காவே ஆவலுடன் எதிர்பார்த்து காத்திருந்தது.

இது ஒருபுறமிருக்க, அந்த இடத்திலிருந்து சில நூறு மைல்கள் தொலைவில் ரைட் சகோதரர்கள் (Wilbur Wright and Orville Wright) வானில் பறக்க வேண்டும் என்கிற வெறியில் விமானத்தை கண்டுபிடிக்கும் முயற்சியில் ஈடுபட்டிருந்தனர்.

இவர்கள் அங்குள்ள ஒரு சைக்கிள் கடையில் நாள்தோறும் சந்தித்து பட்டப்படிப்பைக்கூட முடிக்காத தங்களது நண்பர்களின் உதவியுடன் இந்த முயற்சியை மேற்கொண்டனர். இவர்களுக்கு அரசின் நிதி உதவியோ, அறிவாளிகளின் உறுதுணையோ, பொதுமக்களின் ஆதரவோ எதுவுமே கிடையாது.

1903ஆம் ஆண்டு டிசம்பர் மாதம் 17ஆம் தேதி வானில் ஒரு சிறிய விமானம் பறப்பதை அமெரிக்க மக்கள் கண்டனர். அது ரைட் சகோதரர்களுடையது. வசதி வாய்ப்புடன் ஆராய்ச்சி செய்த விஞ்ஞானி சாமுவேல் லாங்லியால் முடியாத ஒன்று, இவர்களால் எப்படி சாத்தியமானது? இவர்களுக்குள் இருந்த வானில் பறக்க வேண்டும் என்கிற 'தீவிரம்'.

வாழ்க்கையில் முன்னேற இலக்குகள் தேவை. அந்த இலக்குகளை அடைய தீவிரம் அவசியம் இன்னும் சரியாகச் சொல்ல வேண்டுமானால், 'வெறித்தனம்' அவசியம். வெறும் இலக்கு மட்டும் கொண்டிருப்போர், அந்த இலக்கை அடைவதற்கான தடைகளை எதிர்கொள்ளும்போது, சோர்ந்துபோய் பின்வாங்கி விடுகிறார்கள். ஆனால், வெற்றியாளர்கள் தடைகளைத் தாண்டி முன்னேறுகிறார்கள். எதிர்மறையாக எது நடந்தாலும் அதைப் பாசிட்டிவாக எடுத்துக் கொண்டு முன்னோக்கி போய்க்கொண்டே இருக்கிறார்கள்.

தாம் ஆண்டாண்டு காலமாக கண்டுபிடித்து குறிப்பெடுத்து வைத்திருந்த காகிதங்கள் அனைத்தும் ஆய்வகத்தில் எரிந்துபோனபோதும்கூட தாமம் ஆல்வா எடிசன் சோர்ந்து போய்விடவில்லை. "நான் செய்த தவறுகள் அனைத்தும் அழிக்கப்பட்டுவிட்டன" என்றே சொன்னார்.

ஒரு காதே செவிடாகி போனபோது கூட, வெளி உலகச் சத்தங்கள், இனி என் கவனத்தை திசை திருப்பாது' என்றே அவர் மகிழ்ந்தார் அதுதான் தீவிரம். ஆனால், தீவிரம் இல்லாதவர்கள் என்ன செய்கிறார்கள்?

— வங்கியில் கடன் கிடைக்கவில்லை,

— அரசு அதிகமாக வரி விதிக்கிறது.

— வேலையாட்கள் நிலைத்து நிற்பதில்லை,

— வெளிநாட்டு நிறுவனங்களின் வருகை வர்த்தகத்தை பாதிக்கிறது...

என தொடர்ந்து புலம்பிக் கொண்டேயிருக்கிறார்கள். நினைவில் கொள்ளுங்கள்; சாதிப்பதற்கு இலக்கு மட்டும் போதாது. நிறைய முயற்சியும், தீவிரமும், வெறியும் வேண்டும். இதுதான் வெற்றிக்கான சூத்திரம்.

106. எல்லாமே சாத்தியம் தான்!

ஒருவர் இந்தியாவில் இருந்து கிழக்கு ஐரோப்பிய நாட்டிற்கு சென்றிருந்தார். அங்கு உள்ள ஒரு உணவகத்திற்கு சென்று காலியான இருக்கை ஒன்றில் அமர்ந்தார்.

சர்வர் வந்து தம்மிடம் ஆர்டர் கேட்பார் எனக் காத்திருந்தார். ஆனால் அப்படி எதுவும் நடக்கவில்லை. இவருக்கு எதிரில் தட்டில் உணவை எந்திக்கொண்டு வயதான ஒரு பெண்மணி வந்து அமர்ந்தார். இவரின் நிலைமையைப் பார்த்துவிட்டு அந்த உணவகம் செயல்படும் முறையை அவருக்கு விளக்கினார். நீங்கள் நேரில் சென்று, இடதுபுற மூலையில் இருந்து தொடங்குங்கள். வரிசையாக அடுக்கி வைக்கப்பட்டுள்ள உணவுகளில், உங்களுக்கு தேவையானவற்றை எடுத்து ஒரு தட்டில் வைத்துக் கொண்டு, வலதுபுற மூலையில் உள்ள கேஷ் கவுண்டருக்கு செல்லுங்கள் அங்கு அவர்கள், நீங்கள் எவ்வளவு பணம் செலுத்த வேண்டும் என்று சொல்வார்கள்'' என்றார். அதை அப்படியே பின்பற்றி உணவை எடுத்துக் கொண்டு தன் இருக்கையில் வந்து அமர்ந்தார் அவர், சிரித்துக் கொண்டே அந்தப் பெண்மணி தொடர்ந்தார்: ''நம் வாழ்க்கைகூட ஒருவிதத்தில் இப்படித்தான். நாம் எதை வேண்டுமானாலும் பெறலாம். ஆனால் அதற்குரிய விலையை அல்லது உழைப்பைக் கொடுக்க நாம் தயாராக இருக்க வேண்டும். நாம் கோடீஸ்வரராக வேண்டும் என்று விருப்பப்பட்டால்கூட, பிறர் வந்து உதவுவார்கள் என்று காத்திருந்தால் அது நடக்காது; மாறாக நாமே முயற்சித்துத்தான் அதனைப் பெற வேண்டும்'' என்றார்.

ஆம்! இலக்கை அடைய பிறர் உதவுவார்கள் என்று காத்திருக்காமல் நாம் உழைக்கத் தொடங்க வேண்டும்.

107. இலக்கை அடைய பிறரிடம் உதவி கேளுங்கள்!

நம்முடைய இலக்கைப் பற்றி திரும்பத் திரும்ப பேசி சுற்றத்தாரையும் நம்ப வைக்க வேண்டும். அது அவர்கள் மூலமாக பிறருக்கும் பரவி, நம் இலக்கு சார்ந்த ஆர்வமுள்ள மனிதர்களை நம்மிடம் கொண்டு வந்து சேர்க்கும்.

உதாரணத்திற்கு உங்களுக்குத் தெரிந்த ஒரு மாணவர், 'நான் ஐ.ஐ.டி.யில் சேர விரும்புகிறேன்' என்று உங்களிடம் சொன்னால், நீங்கள் உடனே ஒரு ஐ.ஐ.டி. பேராசிரியரையோ அல்லது ஐ.ஐ.டி. மாணவரையோ அல்லது பயிற்சி மையத்தையோ பரிந்துரைத்து, அவருக்கு உதவுவீர்கள். அதன் மூலம் அம்மாணவர் தன் இலக்கை அடைவதற்கான அடுத்த நிலைக்குச் செல்வார்.

தொழில் தொடங்க ஒருவருக்கு 10 லட்சம் ரூபாய் முதலீடாகத் தேவைப்பட்டது. அவர் ஒரு வங்கியை நாடி கடனுக்காக விண்ணப்பித்திருந்தார். 'இதோ, அதோ' என்று கடன் தராமல் மூன்று மாதங்களைக் கடத்தி விட்டது வங்கி. இவர் சற்றும் அசராமல் தனது நண்பர்கள். உற்றார் உறவினர்களிடம், தலா ரூபாய் 50 ஆயிரம் என 20 பேரை பங்குதாரராகச் சேர்த்து அந்தத் தொழிலைத் தொடங்கி, இன்றைக்கு சைக்கிள்களுக்கான மூலப்பொருள் உற்பத்தியில் முன்னணியில் திகழ்கிறார்.

இன்னும் எளிமையாகச் சொல்லப்போனால் நீங்கள் பார்க்கிற ஒரு நாள் கிரிக்கெட் போட்டிகளில்கூட ரன் ரேட் கணக்கிடப்படுவதும் வெற்றியை எளிமையாக்குவதற்காகத்தான். 50 ஓவர்களில் 300 ரன்கள் அடிக்க வேண்டும் என்பதைவிட, ஒரு பந்துக்கு ஒரு ரன் என்று வைத்துக் கொண்டால் இலக்கைக் கண்டு மலைக்காமல் எளிமையாக அடைய முடியும்.

நினைவில் கொள்ளுங்கள் மிகப் பெரிய பயணங்கள்கூட சிறுசிறு அடிகளாகத்தான் மேற்கொள்ளப்படுகின்றன. எனவே மலைத்துப் போய் நின்று கொண்டே இருப்பதைவிட சென்று கொண்டே இருப்பது மேல். எனவே, தயங்காமல் பிறரிடம் கேளுங்கள்! வெற்றி கைவசப்படும்.

108. குறுகிய, நடுத்தர, தொலைநோக்குத் திட்டங்கள் அவசியம்!

'டார்கெட் டேட்டா' (Target Data), 'டேஷ் போர்ட் டேட்டா (Dash Board Data) — இந்த இரண்டு பற்றியும் நீங்கள் கேள்விப்பட்டு இருக்கிறீர்களா?

அயல்நாட்டில், சுற்றுலா வாகன ஓட்டுநர்கள் அதிகம் பயன்படுத்துகிற சொற்கள் இவை.

ஒரு மாதம் தொடர்ந்தாற்போல் நீண்ட தூரம் கார் ஓட்டுபவர்கள், தாம் எங்கு செல்ல வேண்டும்? எவ்வளவு நேரத்தில் செல்ல வேண்டும்? வழியில் எங்கெங்கு நிறுத்த வேண்டும்? எவ்வளவு பெட்ரோல் தேவை? என்பன போன்ற தகவல்களை திட்டமிட்டுக் கொள்வார்கள். அதாவது நாள் வாரியான திட்டமிடல் மற்றும் வாரத்திற்கு ஒருமுறை திட்டமிடல் போன்றவற்றை மேற்கொள்வர்.

டார்கெட் டேட்டா என்பது, நாம் சேரவேண்டிய இடத்தைக் குறிக்கும். டேஷ் போர்ட் டேட்டா என்பது ஒவ்வொரு நாள் இரவும் தான் இன்று எவ்வளவு தூரம் பயணித்தோம்? வாகன பாகங்கள் நல்ல நிலையில் இருக்கின்றனவா? என்பது பற்றியும், மறுநாள் எங்கெங்கு செல்ல வேண்டும்? அதற்கு தேவைப்படக்கூடிய எரிபொருள், எஞ்சினுக்கான எண்ணெய், தண்ணீரின் தேவை, டயரில் காற்றின் அளவு போன்றவற்றை பரிசோதித்து வைத்துக் கொள்வதைக் குறிக்கும்.

இந்தத் தகவல்களை துல்லியமாக கண்காணித்துக் கொண்டே வருபவரால்தான் சிரமம் ஏதுமின்றி வெற்றிகரமாக பயணத்தை நிறைவு செய்ய முடியும்.

இது வாகனத்திற்கு மட்டுமல்ல, வாழ்க்கைக்கும் அப்படியே பொருந்தும். அடுத்த 5 ஆண்டுகளில் நாம் வாழ்க்கையில் எந்த நிலைக்கு செல்ல விரும்புகிறோம் என்று டார்கெட் டேட்டாவை வரையறுத்து விட்டு நாள்தோறும் இரவு 10 நிமிடங்கள் ஒதுக்கி அன்றைக்கு என்னென்ன வேலைகள் செய்தோம்? மறுநாள் என்னென்ன வேலைகளைச் செய்ய இருக்கிறோம்? நாம் இலக்கை நோக்கி சரியான பாதையில் சென்று கொண்டு இருக்கிறோமா? என்று யோசிக்க வேண்டும்.

நீங்கள் பள்ளிக்கூடத்தில் படிக்கும் போது உங்கள் ஆசிரியர், ''தேர்வு எழுதி முடித்தவுடன் பரீட்சை பேப்பரை ஒருமுறை படித்துப் பார்க்க வேண்டும். அப்படிச் செய்தால் நிறைய கவனக் குறைவான பிழைகளை கண்டறிந்து அவற்றை சரிசெய்து விடலாம்'' என்று அடிக்கடி சொல்லியிருப்பாரல்லவா? அதைப் போன்றதுதான் இதுவும்.

பணக்காரர்கள் தங்கள் வாழ்க்கையிலும் அன்றாடம் டேஷ் போர்டு டேட்டாவைப் பார்த்துப் பார்த்து, அன்றைய நாளின் நிகழ்வுகளை வைத்து அடுத்த நாளின் பயணத்தை திட்டமிட்டுக் கொண்டே வருகிறார்கள். இதனால்தான் இவர்களால் வெற்றி பெற முடிகிறது.

சூசி வெல்ச் என்ற நிர்வாகவியலாளர், '10-10-10 கான்செப்ட்' என்ற புதிய தத்துவத்தை அடிப்படையாக வைத்து ஒரு புத்தகம் எழுதியிருக்கிறார்.

அதன்படி, இலக்கை அடைய விரும்புவோர், தாம் அடுத்த 10 நாட்கள், 10 மாதங்கள், 10 வருடங்கள் என்ன செய்ய வேண்டும் என திட்டமிடலை 3 பிரிவுகளாக வகுத்துக் கொள்ள வேண்டும். அதாவது குறுகிய கால, நடுத்தர கால, நீண்ட கால திட்டங்களாக நம் இலக்கினை வகுத்துக் கொண்டு பயணித்தால், நிச்சயம் வெற்றி பெற முடியும் என்கிறார் அவர்.

109. நாள்தோறும் 10 நிமிடம் ஒதுக்க முடியுமா?

ஒரு விறகுவெட்டி நாள்தோறும் 20 கிலோ எடையுள்ள மரத்தின் விறகுகளை வெட்டுவது வழக்கம்.

நாள் செல்லச் செல்ல அவன் வெட்டும் மரங்களின் அளவு குறையத் தொடங்கி நாள் ஒன்றுக்கு 15 கிலோ, 10 கிலோ, 5 கிலோ என சரிந்து கொண்டே வந்தது.

இதை உணர்ந்த அந்த விறகுவெட்டி, தனக்கு வயதாகி விட்டது என்று வருந்தத் தொடங்கினான். ஆனால், அந்த மர விற்பனை நிறுவனத்திற்கு புதிதாக வந்த நிர்வாக அதிகாரி இவனது கட்டுமஸ்தான உடலுக்கும், இவன் வெட்டுகிற மரத்தின் அளவிற்கும் சம்பந்தமே இல்லாததைக் கண்டு சற்று யோசித்தார். அவன் மரம் வெட்டுவதை ஒரு நாள் அருகில் இருந்து கவனித்தார்.

பிறகு அவனை தன் அறைக்கு அழைத்து, "உன் உடம்பு வலிமையாக இருக்கிற அளவிற்கு, உன் புத்தி கூர்மையாக இல்லை. முதலில் உன் கோடாரியைத் தீட்டிவிட்டு வா" என்றார்.

நாள்தோறும் நாம் 10 நிமிடங்கள் ஒதுக்கி, நாம் அன்றைக்கு கடந்து

வந்த பாதையை திரும்பிப் பார்ப்பதும், மறுநாள் பயணிக்க இருக்கிற பயணத்தைத் திட்டமிடுவதும், விறகுவெட்டி கோடரியை கூர் தீட்டுவது போன்றதுதான்.

கடுமையாக உழைப்பது எவ்வளவு அவசியமோ, எதற்காக உழைக்கிறோம் என்ற தெளிவும் அவ்வளவு அவசியம். குளத்தில் மிதந்து செல்லும் மீன்களைப் பார்த்திருக்கிறீர்களா? நீர் தெளிவாக இருந்தால் அவை கண்ணுக்கு எட்டிய தூரம் வரை நேரில் சென்று கொண்டே இருக்கும். ஒருவேளை நீர் கலங்கி இருந்தால் ஒரே இடத்தையே சுற்றிச் சுற்றி வந்து கொண்டு இருக்கும். நாமும் அப்படித்தான், நம் சிந்தனைகள் தெளிவாக இருந்தால் வாழ்க்கையில் தொலைதூரம் பயணிக்க முடியும். இல்லையென்றால் செக்கை சுற்றிச் சுற்றி வரும் மாடு போல் நாமும் ஒரே இடத்தை சுற்றி சுற்றிச் வந்து கொண்டே இருப்போம்.

110. நாலு வார்த்தைக்கு நன்றி!!!

சர்.வின்ஸ்டன் சர்ச்சில், இங்கிலாந்தில் பிரதமராக இருந்தவர். சர் பட்டம் வாங்கிய இவர், பள்ளிப்படிப்பில் எப்படி தெரியுமா? இவருக்கு ஆங்கிலமே வராது. ஆங்கிலத்தில் பெயிலா-னதற்காக, ஒரே வகுப்பில் மூன்று வருஷம் இருந்தார். இப்படிப்பட்டவர்,விடாமுயற்சியுடன் படித்து ‘‘சர்‘ பட்டம் வாங்குமளவு தகுதி பெற்றார்.

வின்ஸ்டன் சர்ச்சிலின் தலையில் தொப்பி, கையில் ஊன்றுகோல், வாயில் சுருட்டு எப்-போதும் புகைந்து கொண்டிருக்கும். ஒருமுறை, அவர் ஆக்ஸ்போர்டு பல்கலைக்கழகத்தில் உரையாற்ற அழைக்கப்பட்டார். ஆங்கிலத்தில் ‘‘வீக்‘ ஆக இருந்த அவர், ஆக்ஸ்போர்டு பல்கலைக்கு அழைக்கப்படுகிறார் என்றால், அவர் ஆங்கிலம் கற்க எந்தளவுக்கு முயற்சி எடுத்திருக்க வேண்டும் என்பதைப் புரிந்து கொள்ளுங்கள்.

சர்ச்சில் அவருக்கே உரித்தான உபகரணங்களுடன் மேடையில் ஏறினார். கைதட்டல் அரங்கைப் பிளந்தது. வாசிப்பு பலகை முன் வந்து நின்றார். அந்தப் பலகையில், அவர் எழுதி வந்திருக்கும் குறிப்பை வைப்பார் என்று எல்லாரும் எதிர்பார்த்தார்கள். ஆனால், தன் தொப்பியைக் கழற்றி மேலே வைத்தார். சுருட்டை ஆஷ் டிரேயில் போட்டார். கூட்டத்தினர் ஆங்காங்கே பேசிக்கொண்டிருந்த சப்தம் கேட்டது.

அதையெல்லாம் தாண்டி மிக உச்ச ஸ்தாயியில் ‘‘எப்பொழுதும் விடாமல் முயற்சி செய்-யுங்கள்’’என்று சொல்லிவிட்டு, தொப்பியைத் தூக்கி தலையில் வைத்தார். ஊன்றுகோலை-எடுத்தார். மேடையில் இருந்து இறங்கி விட்டார். அரங்கமே அவரது அதிரடி பேச்சைக் கேட்டு அமைதியாகி விட்டது. அவர் வெளியேறும் வரை அப்படியே நின்றுகொண்டிருந்தது.

ஆம்...வாழ்க்கையின் வெற்றி ரகசியத்தை நான்கே வார்த்தைகளில் உலகுக்கு அறி-வித்து விட்டார். ஆக்ஸ்போர்டு பல்கலை வரலாற்றில் இந்த உரை தான் மிகச்சிறியது. ஆனால், உணர்ச்சிவேகம் கொண்டது, மூர்த்தி சிறிதானாலும் கீர்த்தி பெரிதென்பது போல..!

இங்கிலாந்து மக்களின் உள்ளத்தில் இந்த வார்த்தைகள் இன்றும் வாழ்கிறது. தினமும் காலையில் எழுந்ததும், இந்த வார்த்தைகளைச் சொல்வோம். வாழ்வில் வெற்றியடைவோம். ஆம்... அந்த நாலு வார்த்தைக்கு நன்றி!

www.ingramcontent.com/pod-product-compliance
Lightning Source LLC
LaVergne TN
LVHW100138051026
849525LV00004B/1447